# आजकालचा भारत

## (India Today)

लेखक
**श्री. रजनी पाम दत्त**

अनुवादक
**श्री. य. ना. देवधर**

डायमंड पब्लिकेशन्स

आजकालचा भारत

रजनी पाम दत्त, अनुवादक : य. ना. देवधर

India Today

Rajani Pam Datt, Trans. Y. N. Devdhar

© भारतीय इतिहास अनुसंधान परिषद, दिल्ली

© (Indian Council of Historical Research, Delhi)

ISBN 81-89724-00-2

मराठी प्रथम आवृत्ती : २००६

मुखपृष्ठ : शाम भालेकर

अक्षरजुळणी : एच.एम. टाईपसेटर्स, सदाशिव पेठ, पुणे ३०


प्रकाशक

डायमंड पब्लिकेशन्स

२६४/३ शनिवार पेठ, ३०२ अनुग्रह अपार्टमेंट

ओंकारेश्वर मंदिराजवळ, पुणे–४११ 030

☎ 020–२४४५२३८७, २४४६६६४२

info@diamondbookspune.com

ऑनलाईन पुस्तक खरेदीसाठी भेट द्या
www.diamondbookspune.com

प्रमुख वितरक

डायमंड बुक डेपो

६६१ नारायण पेठ, अप्पा बळवंत चौक

पुणे–४११ 030 ☎ 020–२४४८०६७७

# प्रकाशकीय निवेदन

सदर ग्रंथ वाचकांच्या हाती देत असताना **'डायमंड प्रकाशन'**ला विशेष आनंद होत आहे. इंडियन कौन्सिल ऑफ हिस्टॉरिकल रिसर्च आणि **डायमंड प्रकाशन** यांच्या संयुक्त विद्यमाने मराठीत प्रथमच एवढ्या मोठ्या प्रमाणावर हा प्रकल्प अस्तित्वात येऊ शकला. अत्यंत चांगले संदर्भग्रंथ अभ्यासकांच्या हाती उपलब्ध करून देण्याची संधी आम्हाला मिळाली, याबद्दल कृतज्ञता आणि आनंदसुद्धा!

इतिहास विषयाचे प्रमाणभूत संदर्भग्रंथ मराठीत आणणे हे एक आव्हानच होते. परंतु सर्वांच्या सहकार्याने आम्ही हा ११ पुस्तकांचा प्रकल्प पूर्णत्वास नेतो आहोत, ही गोष्ट मराठी सारस्वताला ललामभूत आहे. 'याचसाठी केला होता अट्टाहास...' अशीच आमची याविषयी भावना आहे.

या निमित्ताने अधिकाधिक अनुवाद मराठीत आणण्याचा प्रयत्न आम्ही करीत आहोत.

सदर प्रकल्प भारतीय इतिहास अनुसंधान परिषदेच्या प्रकाशन विभागाचे अध्यक्ष श्री. डी. एन. त्रिपाठी, सेक्रेटरी डॉ. प्रभातकुमार शुक्ला, डेप्युटी डायरेक्टर इंदिरा गुप्ता यांच्या सहकार्यानेच अस्तित्वात येऊ शकला. या कामी इतिहासतज्ज्ञ प्रा. अ. रा. कुलकर्णी (माजी कुलगुरु टि. म. वि., सुप्रतिष्ठ प्राध्यापक इतिहास विभाग, पुणे विद्यापीठ) यांचे मार्गदर्शन मोलाचे ठरले व त्यांच्याच पुढाकाराने हे काम घडून आले. डॉ. राजा दीक्षित यांचीही मदत मोलाची ठरली. त्यांचेही विशेषत्वाने आभार. आमचे समन्वयक श्री. अनिल किणीकर व या संपूर्ण प्रकल्पाचे संपादक प्रा. गणेश द. राऊत यांनी आपलेपणाने अतिशय परिश्रमपूर्वक जबाबदारी सांभाळली. या प्रकल्पासाठी त्यांनी बहुमोल वेळ दिला. तसेच प्रेसोग्राफचे श्रीयुत प्रविण जोशी यांनी सर्व ग्रंथाचे कार्य अतिशय तत्परतेने व वेळेत पूर्ण करून दिले. त्याबद्दल या सर्वांचे मन:पूर्वक आभार.

—डायमंड पब्लिकेशन्स

# Preface

The Council with the view to providing adequate historical material in different Indian languages for students, teachers, research scholars, etc., had initiated a programme of translating core books of History into regional languages. The basic idea was to reach out to scholars in their mother tongue. The selection of the titles was made after applying two principles, namely (i) to what extent the historian has used the modern historical and scientific methodology; and (ii) to what extent the work was an authentic piece of research.

We are really proud to present the work of Professor Rajni Pam Dutt entitled India Today.

We are extreme grateful to Professor A. R. Kulkarni who has made this publication possible. I also would like to extend my thanks to the publisher, Shri Pashte Dattatraya G. for making an attempt to publish this important work into Marathi.

**D. N. Tripathi**
(Chairman)
I. C. H. R.
New Delhi

# भाषांतर योजनेविषयी थोडेसे

'भारताचा इतिहास' या विषयाच्या, संशोधन, अध्ययन आणि अध्यापन यांना उत्तेजन देण्याच्या उद्देशाने तत्कालीन शिक्षणमंत्री प्रा. नुरूल हसन यांच्या प्रयत्नामुळे 'भारतीय इतिहास अनुसंधान परिषदेची' स्थापना २७ मार्च १९७२ रोजी झाली. या परिषदेने आपल्या कार्यक्रमपत्रिकेत, भारतातील ज्येष्ठ इतिहासकारांनी इंग्रजीत लिहिलेल्या इतिहासावरील काही मूलभूत ग्रंथांचा परिचय प्रादेशिक भाषांतून इतिहासाच्या अभ्यासकांना प्रादेशिक भाषांत होणे आवश्यक आहे, असा विचार करून भारताच्या इतिहासावर विविध कालखंडातील राजवटींवर लिहिलेल्या ग्रंथांचे भाषांतर करण्याचा धोरणात्मक निर्णय घेतला. त्यानुसार काही प्रसिद्ध निवडक इतिहासग्रंथांची एक प्राथमिक यादी तयार केली. त्यात प्रामुख्याने डी. डी. कोसंबी, सुशोभन सरकार, रजनी पाम दत्त, जदुनाथ सरकार, रामशरण शर्मा, एस्. गोपाल, एच्. सी. रायचौधुरी, डब्ल्यू. एच. मूरलँड, डी. सी. सरकार, रोमिला थापर, एन. ए. सिद्दिकी इत्यादी सिद्धहस्त इतिहासकारांच्या ग्रंथांची निवड करून, भारतातील प्रमुख विद्यापीठांच्या सहकार्याने ही योजना कार्यान्वित करण्याचे ठरविले.

या योजनेनुसार परिषदेचे पहिले अध्यक्ष प्रा. रामशरण शर्मा आणि मानद सचिव श्रीमती दोरायस्वामी यांनी, मराठी भाषांतराचे काम पुणे विद्यापीठाकडे सोपविले. भारतीय इतिहास अनुसंधान परिषदेचा महाराष्ट्राचा प्रतिनिधी, सदस्य आणि पुणे विद्यापीठाचा इतिहास विभागप्रमुख या दुहेरी नात्याने ही कामगिरी माझ्याकडे आली. तज्ज्ञांच्या सहकार्याने ग्रंथाची आणि अनुवादकांची निवड करण्यात आली आणि तीनचार वर्षांच्या कालावधीत काही भाषांतरे मान्यवर व्यक्तींकडून तयार करून घेण्यात आली.

परंतु या कामास मराठी प्रकाशकांकडून योग्य तो प्रतिसाद न मिळाल्याने ज्या हेतूने हे अत्यंत जिकिरीचे आणि कष्टाचे काम करून घेण्यात आले होते, तो हेतू सफल झाला नाही.

तथापि, भारतीय इतिहास अनुसंधान परिषदेचे सचिव डॉ. प्रभातकुमार शुक्ला आणि प्रकाशन विभागप्रमुख श्रीमती इंदिरा गुप्ता यांनी रेंगाळत पडलेल्या या योजनेचे

पुनरुज्जीवन करण्याचे ठरविले. पुण्यातील **डायमंड पब्लिकेशन्स** या प्रकाशन संस्थेच्या **श्री. दत्तात्रय गं. पाष्टे** यांनी विशेष पुढाकार घेऊन आम्हांला मदत करण्याचे ठरविले आणि पुस्तकांच्या प्रकाशनाची मोठी जबाबदारी स्वीकारली. पुण्यातील इतर मान्यवर प्रकाशकांनीही मदतीचा हात पुढे केला आणि या सर्वांच्या सहकार्यामुळे पंधरा महत्त्वाचे इंग्रजी भाषेतील ग्रंथ मराठीत लवकरच उपलब्ध होणार आहेत आणि मराठी माध्यमातून अध्ययन, अध्यापन करणाऱ्या महाविद्यालयीन विद्यार्थी, प्राध्यापक यांची एक महत्त्वाची गरज पूर्ण होईल अशी उमेद आहे.

पुणे

२६ जानेवारी, २००६

**अ. रा. कुलकर्णी**

सुप्रतिष्ठ प्राध्यापक

पुणे विद्यापीठ

रजनी पाम दत्त यांचा ''इंडिया टुडे'' हा ग्रंथ लंडन येथील व्हिक्टर गोलान्झ ह्यांनी दुसरे जागतिक युद्ध सुरू झाल्यावर इ.स. १९३९ साली प्रसिद्ध केला. त्यावेळी प्रकाशकांनी ह्या पुस्तकाच्या मूळ प्रतीची काटछाट करून, ''मीरत कट खटल्यामधील (१९२९-३४) गोदींतील कैदी'' अशासारख्या प्रकरणावरील पानेच्या पाने गाळून टाकली होती, ही गोष्ट त्या वेळी कोणाला माहीतही नव्हती. तरीसुद्धा भारतातील इंग्रज राज्यकर्त्यांनी ह्या ग्रंथावर लगेच बंदी घातली. तेव्हा हे पुस्तक चोरट्या मार्गाने भारतात आणण्यात आले व त्याचे प्रकरण न् प्रकरण बेकायदेशीर रीतीने छापण्यात आले, अशा प्रकारे एक छोटी, हातांनी जुळवून तयार केलेली बेकायदेशीर प्रत, भारतीय कम्युनिस्ट पार्टीने, सरकारी बंदी असतानाही, बाहेर काढली. भारतात इंग्रजी सत्तेने दडपशाहीचा वरवंटा चालू ठेवला होता, त्यामुळे ह्या पुस्तकाच्या प्रती ठराविक मर्यादेपर्यंत खपल्या. तरीसुद्धा कम्युनिस्ट्स व मार्क्सिस्ट्स विचारवंतांच्या एका पिढीवर ह्या ग्रंथाचा प्रचंड परिणाम झाला. इंग्रजांच्या सत्तेखाली असलेल्या भारताच्या मूलभूत प्रश्नाचा, मार्क्सिस्टांच्या दृष्टिकोनातून ज्यात विचार केला आहे आणि राष्ट्रीय स्वातंत्र्याच्या व पुनरुत्थानाच्या आंदोलनातून इंग्रज सत्तेला उधळून लावण्याचा जो प्रचंड प्रयत्न झाला, त्याची माहिती ज्यात दिली आहे, असा हा पहिला ग्रंथ होय. ह्या दृष्टीने त्याला ''मूळ-ग्रंथ'' म्हणणे संयुक्तिक आहे.

१९४६ च्या एप्रिल ते जुलैमध्ये कॅबिनेट मिशनची बोलणी चालू झाली, त्यावेळी रजनी पाम दत्तांच्या पूर्वजांची मातृभूमी असलेल्या भारतास ह्या ग्रंथकाराने प्रथमच भेट दिली. त्यावेळी मुंबईच्या ''पीपल्स पब्लिशिंग हाऊस'' ह्या संस्थेने ह्या ग्रंथाची सुधारून आवृत्ती काढली. तथापि पूर्वी गाळलेला मूळ लिखाणाचा भाग ह्याही वेळी छापला गेला नाही. हळूहळू ह्या पुस्तकाचे महत्त्व, भारतातील मार्क्सिस्ट विचारवंतांच्या शिवाय इतर अनेक विद्वानांनाही पटू लागले. ह्यामुळे हा ग्रंथ कलकत्ता, जादवपूर वगैरे विश्वविद्यालयांच्या पदव्युत्तर विद्यार्थ्यांसाठी एक संदर्भ ग्रंथ म्हणून मानला गेला. पुढे ह्या ग्रंथाचा बंगाली, हिंदी, इटालियन, स्पॅनिश, चेक, हंगेरियन, जर्मन वगैरे निरनिराळ्या भाषांत अनुवाद केला गेला. ग्रंथकाराने १९३६-३९ ह्या काळात लिहिलेल्या मूळ अस्सल प्रतींत कोठेही काटछाट न करता तयार केलेली ही पहिली आवृत्ती असून १९४६ च्या भारतीय आवृत्तीवरून ती घेतली आहे. हिला ग्रंथकाराची नवी प्रस्तावना लाभलेली आहे.

रजनी पाम दत्त हे आर. पी. डी. ह्या त्यांच्या आद्याक्षरांनीच वाचकांत लोकप्रिय झालेले आहेत. जुलै १९२१ पासून ''लेबर मन्थली'' ह्या इंग्रजी मासिकात ''नोट्स ऑफ दि मंथ'' ह्या स्तंभातून त्यांनी केलेल्या लिखाणामुळे ते भारतीय वाचकवर्गांत इतके प्रसिद्ध आहेत, की त्यांचा निराळा परिचय करून देण्याचे प्रयोजन नाही. ग्रेट ब्रिटनमधील कम्युनिस्ट पार्टीचे एक संस्थापक, कम्युनिस्टांच्या पहिल्या काँग्रेसच्या सर्वोच्च कार्यकारिणीचे एक सभासद, मार्क्सच्या तत्त्वप्रणालीचे एक प्रज्ञावान विचारवंत व कित्येक महत्त्वाच्या ग्रंथांचे लेखक म्हणून त्यांनी नावलौकिक मिळविला आहे. त्यांच्या ग्रंथभांडारापैकी विशेष प्रसिद्धी पावलेले ग्रंथ म्हणजे, ''फॅसिझम अँड सोशल रेव्होल्यूशन'', ''वर्ल्ड पॉलिटिक्स'', ''इंडिया टु डे'', ''क्रायसिस ऑफ ब्रिटन अँड ब्रिटिश एम्पायर'' व अगदी अलीकडील ''इंटरनॅशनल'' (तीन इंटरनॅशनल्सचा इतिहास) हे होत. ह्यातील प्रत्येक ग्रंथात त्यांनी अत्यंत परिश्रमपूर्वक केलेल्या संशोधनाचा व त्यांच्या प्रकांड पांडित्याचा आविष्कार झालेला आढळतो. त्यांच्या ह्या लिखाणात त्यांनी आजच्या जागतिक समस्यांवर मार्क्सच्या तत्त्वज्ञानाचा प्रकाशझोत सोडला असून त्यांनी केलेल्या निरनिराळ्या विषयांचे विश्लेषण सर्व जगातील सोशॅलिस्टांच्या व कम्युनिस्टांच्या चळवळींना कल्पनातीत साहाय्यभूत झालेले आहे. एकोणिसाव्या शतकातील थोर तत्त्वज्ञ, पहिले अर्थशास्त्रीय इतिहासकार व रोमेश चंद्र दत्त यांचे नातू ह्या नात्याने ते जितके भारतीय आहेत, तितकेच ते भारतीय स्वातंत्र्याच्या लढ्याला साहाय्य करणाऱ्या व त्याबद्दल सदैव सहानुभूती बाळगणाऱ्या ब्रिटिश मजूर वर्गाचे प्रतिनिधी आहेत.

∎

ह्या ग्रंथाच्या हस्तलिखिताला जवळ जवळ पस्तीस वर्षे लोटली तर त्याची पहिली आवृत्ती भारतात प्रसिद्ध होऊन पंचवीस वर्षे झाली. मध्यंतरीच्या काळात नावीन्यपूर्ण घटनांचे नवयुगच निर्माण झाले. भारताने राजकीय स्वातंत्र्य मिळवून ह्या नवपर्वाचा प्रारंभ केला. ज्या मूलभूत समस्यांवर ह्या ग्रंथात चर्चा करण्यात आली आहे, त्यावर अलीकडील संशोधनाने नवीन प्रकाशझोत टाकला आहे. साहजिकपणे 'आजचा भारत' ह्या ग्रंथाला, त्या काळ्या इतिहासाचे स्वरूप प्राप्त झाले आहे. त्यामध्ये प्रामुख्याने भारतातील इंग्रजी राजवटीचा मार्क्सच्या दृष्टिकोनातून आढावा घेण्यात आला आहे. त्याचप्रमाणे स्वातंत्र्यपूर्व काळात भारतीय जनतेने केलेले प्रचंड राष्ट्रीय आंदोलन व त्याच संदर्भात भारतीय कामगार चळवळीने घेतलेले नवे स्वरूप, ह्यावर चर्चा करण्यात आली आहे. ह्या ग्रंथाला आजही मागणी आहे, ही वस्तुस्थिती विचारात घेऊन १९४७ च्या मूळ आवृत्तीचे पुनर्मुद्रण करण्यात आले आहे.

ह्या ग्रंथात १९४७ च्या भारतीय आवृत्तीत कोणतीही काटछाट न करता ती जशीच्या तशी घेतली आहे. मात्र इंग्लंडमध्ये छापलेल्या आवृत्तीमध्ये, तेथील प्रकाशकांनी सरकारी नियमन पद्धतीनुसार जो मजकूर गाळला होता, तो प्रथमच ह्या आवृत्तीत छापला आहे. ह्या बाबतीत पुढील परिच्छेदात नमूद केलेली कारणे, इंग्लंडमध्ये अजूनही प्रचलित असलेल्या नियंत्रण पद्धतीसंबंधी दिली आहेत, ती वाचकांना उद्बोधक वाटतील.

मुळात हा ग्रंथ १९३६-३९ ह्या काळात "लेफ्ट बुक क्लब" ह्या संस्थेकरता लिहिला होता. त्याचे प्रकाशन व्हिक्टर गोलांझ ह्या कंपनीने करण्याचे ठरले होते. या बाबतचा प्रत्यक्ष करार १९३६ मध्ये झाला. तथापि त्या वेळी माझ्या कामाची व्याप्ती प्रचंड प्रमाणात वाढली : "डेली वर्कर" व "लेबर मंथली" यांचे संपादकत्व माझ्याकडे होते, सभासद या नात्याने कम्युनिस्ट पार्टीच्या कचेरीशी माझा संबंध होता. त्याचप्रमाणे क्रिप्स, बेव्हन, मॅक्स्टन, ब्रॉक्वे, पॉलिट व मी स्वत: मिळून काढलेल्या संयुक्त आघाडीच्या कार्यकारिणीचे काम माझ्याकडे होते. तिच्या नियमित होणाऱ्या सभांना मला हजर राहावे लागे, अशा प्रकारच्या कार्यबाहुल्यामुळे ह्या ग्रंथाचे प्रत्यक्ष लेखन, दुसरे महायुद्ध सुरू होऊन १९३९ चा नोव्हेंबर महिना उजाडला तरी पुरे होऊ शकले नाही. त्यातच ऑक्टोबर १९३९ मध्ये प्रकाशक श्री. गोलांझ हे ह्या

ग्रंथाचे प्रकाशन करण्याची टाळाटाळ करू लागले. ह्याचे मुख्य कारण म्हणजे आम्ही दुसऱ्या महायुद्धाचे जे वर्णन केले होते, ते त्यांना आवडले नाही. आमच्या मते हे महायुद्ध चेंबरलेन-दलादिया निर्मित साम्राज्यशाहीला पोषक, परंतु वस्तुत: फक्त भासमान होणारे असे लुटुपुटीचे युद्ध आहे, असे त्याचे विश्लेषण आम्ही केले. त्यामुळे श्री. गोलांझ यांच्याशी आमचे मतभेद होऊन त्यांनी कम्युनिस्ट पार्टीशी असलेला त्यांचा संबंध तोडून टाकला. पुढे ह्या ग्रंथ प्रकाशनाची जबाबदारी ते मुद्दाम टाळू लागले. कराराप्रमाणे हा ग्रंथ प्रकाशित करण्याची जबाबदारी त्यांची होती, ह्या गोष्टीची मी त्यांना जाणीव करून दिली. तेव्हा हा ग्रंथ प्रकाशित केल्यास, आपण कायद्याच्या कचाट्यात सापडू, असे ते म्हणू लागले. त्यातील मजकूर कायद्याच्या चौकटीत बसेल, अशाच पद्धतीने लिहिला आहे, असे मी त्यांना सांगितले व कोणते परिच्छेद किंवा भाग कायद्याच्या चौकटीत बसत नाहीत ते दाखवून द्या, अशी मी विनंती केली. तेव्हा नाइलाज होऊन त्यांनी माझा ग्रंथ त्यांच्या वकिलाकडे तपासणीसाठी पाठविला. त्यांच्या वकिलाच्या मते, ह्या ग्रंथात कोणताही विशिष्ट परिच्छेद किंवा भाग जरी बेकायदेशीर नव्हता, तरी सर्व ग्रंथाचा साकल्याने विचार करता, ह्या ग्रंथात इंग्रजी साम्राज्याविरुद्ध लोकमत प्रक्षुब्ध करून, ते साम्राज्य उलथून पाडण्यास लोकांना प्रवृत्त करण्याचा प्रचंड मालमसाला निश्चितच होता. अशा नकारात्मक वकिली सल्ल्यामुळे स्वत: गोलांझच ह्या ग्रंथाचे हस्तलिखित तपासू लागले. तथापि त्या वेळी त्यांची मन:स्थिती एवढी हळवी झाली होती की, केवळ ''क्रांती'' हा शब्दच त्यांना लालफितीसारखा भिववू लागला. तो शब्द कोठेही आला की त्याखाली गोलांझची लाल रेघ आलीच ! ह्या न्यूनगंडाचा अतिरेक म्हणजे, ''औद्योगिक क्रांती'' ह्या जोडशब्दामधील ''क्रांती'' ह्या शब्दानेसुद्धा त्यांना भेडसावले! मी त्यांच्याशी अशा प्रत्येक शब्दाकरिता वाद घातला. तथापि ह्या ग्रंथाचे प्रकाशन व्हावे ह्या एकाच उद्देशाने मी माझ्या मतास सुमारे शंभर वेळा तरी मुरड घातली व ''क्रांती'' शब्दाऐवजी ''बदल'' किंवा ''स्थित्यंतर'' ह्यासारखी शब्दयोजना करून ह्या ग्रंथाचे प्रकाशन एकदाचे करून घेतले.

ह्या ग्रंथाची १९४७ मध्ये, सुधारून वाढविलेली आवृत्ती भारतात प्रसिद्ध झाली (यापूर्वी कायदेशीर रीतीने ह्या ग्रंथाचे प्रकाशन भारतात करणे शक्य नव्हते, तथापि बेकायदेशीरपणे ह्या ग्रंथाचे मूळ इंग्रजीत व भाषांतरित असे प्रकाशन भारतात अगोदरच झाले होते). ह्याचा व १९४६ साली भारताला मी दिलेल्या माझ्या भेटीचा (ह्यावेळी प्रथमच माझ्या भारतातील प्रवेशावरील सरकारी बंदी उठविण्यात आली होती) फायदा घेऊन, मी ह्या दुसऱ्या आवृत्तीत १९४६ पर्यंतचा तत्कालीन आढावा

घेऊन थोडा अधिक मजकूर ग्रंथित केला. तथापि ढोबळमानाने ह्या आवृत्तीतसुद्धा, इंग्लंडमध्ये १९४० साली प्रकाशित झालेल्या आवृत्तीपेक्षा फारसा फरक नव्हता.

१९४७ च्या भारतीय आवृत्तीच्या पुनर्मुद्रणाच्या वेळी मात्र, मी इंग्लंडमध्ये नियंत्रणपूर्व लिहिलेल्या मूळ आवृत्तीतील गाळलेल्या भागापैकी सुमारे पन्नास बाबी ह्या आवृत्तीत समाविष्ट करून घेतल्या आहेत. त्यामुळे ह्या आवृत्तीतील मजकूर, मूळ लिहिलेल्या हस्तलिखिताबरहुकूम झाला आहे, असे म्हणण्यास प्रत्यवाय नाही.

साहजिक १९७० मध्ये काढलेल्या ह्या आवृत्तीत, १९४६ ते १९७० पर्यंतचा मजकूर घालून हा ग्रंथ अद्ययावत का केला गेला नाही, असा एक प्रश्न येथे उपस्थित होणे शक्य आहे.

ह्या प्रश्नाचे एक उत्तर असे की, १९४७ नंतर भारतात इतक्या सुधारणा व बदल झाले आहेत की, त्यावर एक नवीन पुस्तक तयार करणे सहज शक्य आहे. शिवाय हा विषय व त्याची व्याप्ती एवढी प्रचंड आहे की, एक-दोन आणखी प्रकरणे लिहूनसुद्धा तिची व्यवस्थित मांडणी करता येणार नाही. किंबहुना अशा तऱ्हेने लिहिलेली प्रकरणे केवळ ठिगळवजा ठरतील. म्हणून ह्या ग्रंथात १९४७ पर्यंतची भारत विषयक माहितीच – अपूर्णतेचा दोष पत्करूनही – देणे इष्ट वाटले.

सर्वसाधारणपणे विषयांची मांडणी व विश्लेषण, मग तो विषय साम्राज्य-विषयक असो अथवा सर्वसामान्य जनतेची स्वातंत्र्य चळवळ व तिचा परिपोष असो, एकंदरीत कालानुरूप झाले आहे. परंतु ह्या चळवळीच्या अनुषंगाने जर एखाद्या विशिष्ट प्रश्नाचा मागोवा घ्यावयाचे ठरविले, तर त्यास अनेक नवीन वळणे लागलेली दिसतात. त्यामुळे ह्या विषयावर योग्य चर्चा करावयाची झाल्यास, तो विषय मुळापासूनच अगदी नवीनच दृष्टिकोनातून मांडावा लागेल. खाली दिलेल्या काही उदाहरणांवरून माझा हा दृष्टिकोन सहज स्पष्ट होईल.

आपण गांधीजींचेच उदाहरण घेऊ. ह्या स्वातंत्र्याच्या चळवळीत त्यांची भूमिका काय होती? ह्या ग्रंथात मांडलेली त्यांची करणात्मक व अकरणात्मक भूमिका ऐतिहासिक निकषावर तपासून पाहून, आपणास काय आढळते ते पाहू. त्यांच्या चळवळीद्वारे त्यांनी काँग्रेसला तिच्या संकुचित क्षेत्रातून नुसते बाहेर काढले इतकेच नव्हे, तर भारतातील असंख्य मागासलेल्या समाजात त्यांनी राष्ट्रीय भावनेची जागृती निर्माण केली. ही कामगिरी त्यांनी अशा परिस्थितीत केली की, जेव्हा काही डावे पक्ष त्यांना ब्रिटिश सत्तेचे हस्तक समजत असत. या त्यांच्या निश्चित अशा भूमिकेबरोबरच त्यांना जमीनदार वर्गाबद्दल सहानुभूती होती. त्यांच्या हिताची अहिंसेच्या नावाखाली केलेली जपणूक हेच दर्शविते. त्यांच्या चळवळीने थोडीशी जरी हिंसक कलाटणी

घेतली तर त्या वर्गाचे नुकसान होईल, अशी चळवळ ते मागे घेत. ही त्यांची नकारात्मक भूमिका त्या वेळच्या परिस्थितीला धरूनच होती. परिणामत: सर्वसाधारण जनता गांधीजींना ईश्वरी शक्तीने प्रेरित असलेला प्रेषितच समजू लागली. तथापि ज्या वेळी हा ग्रंथ मुळात लिहिला गेला त्या वेळी म्हणजे १९३७ सालच्या सुमारास गांधीजींची ही भूमिका वादग्रस्तच होती. आज मात्र ती भूमिका, पाव शतकाचा अवधी लोटल्यावर तपासून पाहिली असता असे दिसते की, त्यांचीच भूमिका योग्य होती. इतकेच नव्हे तर अत्यंत धीटपणे त्यांनी माउंटबेटनचा तोडगा हा भरीव व खरे स्वराज्य देणारा नसून त्याचा केवळ सांगाडाच देणारा आहे, असे ठामपणे व ठणकावून सांगितले व लोकप्रक्षोभाची पर्वा न करता हिंसक जातीयवादाचे निर्मूलन करण्याकरता त्यात प्रत्यक्ष उडी घेतली व शेवटी त्याच दिव्यात हौतात्म्य पत्करले!

भाषेच्या बाबतीत भारतात निरनिराळ्या २२२ भाषा आहेत, हा साम्राज्यवाद्यांचा दावा जरी खोटा असला तरी ''हिंदी'' ही अखिल भारताची राष्ट्रभाषा म्हणून सर्वांचे समाधान करू शकेल, हे काँग्रेसचे म्हणणेही प्रत्यक्ष व्यवहारात विवाद्य ठरले आहे. ह्या संबंधात भारतात ज्या भाषांच्या उपयोगाबद्दल विचार करणे आवश्यक आहे अशा भाषा फक्त बारा किंवा तेराच आहेत, ही गोष्ट आता सिद्ध झाली आहे. त्यामुळे भाषेच्या प्रश्नाची स्पष्ट कल्पना आता आली आहे.

''बहुराष्ट्रवाद आणि पाकिस्तान'' हे प्रकरण जेव्हा लिहिले गेले, तेव्हा पाकिस्तानची स्वतंत्र राष्ट्र म्हणून उभारणी झाली नव्हती. तो एक राजकीय विचार-तरंग होता. त्यावेळी ज्या मूलभूत तत्त्वाचे ह्या प्रकरणात विश्लेषण केले होते, ती तत्त्वे आजही अचूक आहेत. त्यातील काही मुद्दे असे : साम्राज्यवाद्यांनी मुस्लीम लीगची पायाभरणी करून, जातीय भावनांना चेतावणी देऊन राष्ट्रीय चळवळीला कोलदांडा घालण्याचा प्रयत्न केला. निधर्मी राजकारणाचा बुरखा पांघरून राष्ट्रीय भावना चेतविण्यासाठी हिंदू धर्माच्या बैठकीवरून काँग्रेसच्या पुढाऱ्यांनी प्रचार केला, त्यामुळे हिंदु-मुसलमानांच्या संघटनेत वाढते विघटन होत गेले, साम्राज्यवाद्यांच्या प्रयत्नाचा व जातीय प्रचाराचा फायदा घेऊन मुस्लीम लीगने मुसलमान समाज आपल्यामागे खेचून घेतला व स्वतंत्र पाकिस्तानचे राज्य निर्माण करण्याची मागणी केली. ह्या घटनांवरून भारत हे एक राष्ट्र नसून बहु-राष्ट्र गट आहे, ही वस्तुस्थिती स्पष्ट झाली. राष्ट्रवाद हा धार्मिक पायावर उभारला तर त्यातून फुटीर वृत्ती वाढीस लागून राष्ट्राला विघातक घटनांना तोंड द्यावे लागते, हे मूलभूत तत्त्व खरे ठरले.

त्यानंतर ''पाकिस्तान'' हे स्वतंत्र राज्य निर्माण झाले. ते एक मुसलमानी प्रजासत्ताक राज्य असल्याचे १९५६ मध्ये जाहीर झाले. गेली वीस वर्षे ते अस्तित्वात

आहे. नवीन निर्माण झालेल्या पाकिस्तानात लोकांचा झगडा चालू आहे. त्या मागील तात्त्विक विश्लेषण जे केले आहे ते आजच्याही परिस्थितीत खरे आहे. ज्या तात्त्विक पायावर पाकिस्तानची उभारणी करण्यात आली तो पायाच सदोष असल्यामुळे पाकिस्तान अस्थिर राहिले आहे. काही ठराविक राजकीय सत्ताधाऱ्यांच्या मिठीत ते सापडले आहे. गेल्या वीस वर्षांच्या पाकिस्तानच्या वादळी जीवनावरून हे स्पष्ट झाले आहे. अशांतता व जुलूमजबरदस्ती, लष्करी कायदा व १९५८ पासून अयुबखानची लष्करी हुकूमशाही ह्या सर्वांचे पर्यवसान आता अयुबखानच्या पदच्युतीत झाले असून पूर्व पाकिस्तानी जनतेने पश्चिम पाकिस्तानच्या सत्ताधीशांचे वर्चस्व झुगारून देण्याची मागणी केली आहे.

शेवटचे प्रकरण ''भवितव्य'' हे होते तसेच छापले आहे. १९४६ साली स्वातंत्र्याच्या उष:कालात ते लिहिले गेले, त्यावेळी स्वातंत्र्याच्या यशोमंदिराची भावी काळात कशी परिस्थिती होईल, ह्यावर त्यात चर्चा केली आहे. त्यानंतर प्रत्यक्षात घडलेल्या घटनांवरून त्यावेळी व्यक्त केलेले विचार आजही खरे आहेत, हे सिद्ध झाले आहे. त्यातील महत्त्वाचे मुद्दे असे– प्रथमत: साम्राज्यवाद्यांनी दिलेल्या स्वातंत्र्याला शक्य तेथे मुरड घालून आपली अल्पस्वल्प सत्ता टिकविण्याचा प्रयत्न होईल, तो प्रयत्न फसला तर भारतात ब्रिटिशांचे दीर्घ मुदतीचे कर्जरूपी भांडवल अबाधित ठेवून, जमल्यास त्यांची मगरमिठी दृढ करून, असा प्रयत्न केला जाईल की भारतावर जरी त्याचे स्वतंत्र निशाण फडकत राहिले तरी खरी सत्ता, विशेषत: पिळवणुकीतून मिळणारा दीर्घ मुदतीच्या कर्जरूपी भांडवलाचा फायदा ब्रिटिश साम्राज्यवादी आपल्या हातात ठेवतील. दुसरे असे की साम्राज्यवाद्यांचा हा गळफास तोडण्याचा भारतीय जनता प्रयत्न करील आणि त्या भावी संघर्षातही भारतात सामाजिक व आर्थिक पुनर्रचना, शेतकी सुधारणा आणि सामाजिक विषमता निर्मूलन वगैरेंसाठी सतत प्रयत्न केले जातील. तिसरी गोष्ट म्हणजे मध्यमवर्गातील निरनिराळ्या भांडवलदार गटांचे सामाजिक वर्तन आणि स्वातंत्र्योत्तर काळात त्यांनी कार्यवाहीत आणलेले विविध मार्ग, ह्यांचा विचार होय. उदाहरणार्थ, सनातनी लोकांचे मार्ग, राष्ट्रीय वृत्तीच्या मध्यमवर्गीय भांडवलदार पुढाऱ्यांचे भारताची आर्थिक उन्नती व्हावी म्हणून होणारे प्रयोग आणि शेतकरी, कामगार व लोकप्रिय पुढारी ह्यांनी लोकशाही स्वरूपाची क्रांती घडवून आणून, साम्राज्यवादाला मूठमाती देऊन, जमीनदारी नष्ट करून, आर्थिक व सामाजिक रचनेत आमूलाग्र बदल घडवून आणून, आर्थिक क्षेत्रातील महत्त्वाचे व्यवसाय ताब्यात घेऊन, मागासपणा व दैन्यावस्था संपुष्टात आणून खऱ्या समाजवादी समाजरचनेचा पाया घालणे.

तेरा

हा भावी जडणघडणीचा आराखडा लिहिला गेल्यानंतर आज वीस वर्षांनी काय दिसते ते पाहा : त्यातील प्रत्येक अंदाज पूर्णत्वाने, अधिक गुंतागुंतीच्या परिस्थितीतही, निरनिराळ्या पुढाऱ्यांच्या मतभेदांना तोंड देऊनही जो, त्यावेळी केवळ कल्पना-तरंग होता, तो आज प्रत्यक्ष कृतीत आलेला दिसतो.

१५ ऑगस्ट १९४७ रोजी भारताने मिळविलेल्या 'स्वराज्या'चे २६ जानेवारी १९५० रोजी 'भारतीय-प्रजासत्ताक' झाल्याचे घोषित केले गेले. ही घटना म्हणजे जगाच्या इतिहासातील एक अभूतपूर्व घटना होय. भारतीय जनतेच्या कित्येक पिढ्यांनी केलेल्या प्रचंड चळवळींच्या मंथनातून निघालेले ते अमृतच होय. जगातील मानवाने स्वातंत्र्य व समाजवाद ह्यासाठी केलेल्या प्रचंड प्रयत्नांपैकी भारतीय स्वातंत्र्य ही अत्यंत उल्लेखनीय घटना होय. १९४५ साली रशिया वगैरे मित्रराष्ट्रांनी जगातील हुकूमशाहीचा संपूर्ण पराभव करून मानवी स्वातंत्र्याला मिळवून दिलेले ते एक मानाचे पान होय. त्यानंतर १९४९ साली चीनमधील लोकांनी क्रांती करून मिळविलेल्या विजयाने प्राचीन वसाहतवादाला कायमचा धक्का दिला आणि जगातील सत्ता-वितरणाला कायमचा शह दिला.

भारतात ब्रिटिश साम्राज्यवादाला जरी मूठमाती देण्यात आली तरी त्याचा अर्थ भारताच्या पिळवणुकीचा साम्राज्यवाद्यांचा खेळ कायमचा बंद पडला, असा नव्हे. १९४७ साली भारताला स्वातंत्र्य देताना ब्रिटिश व्हॉइसरॉय लॉर्ड माउंटबॅटन याने, इंग्रज राज्यकर्त्यांनी भारतात खतपाणी घालून वाढविलेल्या जातीयवादाचा पुरेपूर फायदा घेतला. भारतीय स्वातंत्र्याची किंमत म्हणून भारताला फाळणीची अट मान्य करण्यास त्याने भाग पाडले व भारत आणि पाकिस्तान अशी दोन राष्ट्रे निर्माण केली.

१९४७ चा माउंटबॅटन प्लॅन म्हणजे ब्रिटिश साम्राज्यशाही व राष्ट्रीय सभा आणि मुस्लीम लीग ह्यांनी स्वातंत्र्यासाठी देवाणघेवाण करून केलेला तह होय. त्या तहाप्रमाणे भारताने फाळणीची किंमत देऊनच स्वातंत्र्य मिळविले. प्रामाणिकपणे सांगावयाचे तर भारतीय स्वातंत्र्य हे गांधीजींच्या अहिंसक लढ्यांमुळे मिळालेले नाही किंवा ब्रिटिश साम्राज्यशाहीने भारताला एक औदार्याची देणगी म्हणूनही ते दिलेले नाही.

तो अहिंसेचा विजय निश्चितच नव्हता. १९४६ च्या आंदोलनात भारतीय नौदलाने बंड पुकारून, इंग्रजांचे निशाण गुंडाळून तेथे काँग्रेसचे निशाण फडकविले, त्याचप्रमाणे त्या वेळी भारतीय सैन्यात निर्माण झालेला असंतोष शिगेला पोहोचला होता, सार्वत्रिक संप व मारामाऱ्या यांना ऊत आला होता, ह्या सर्व घटनांमुळे साम्राज्यशाहीला आपले बस्तान गुंडाळणे भाग पडले. १८ फेब्रुवारी १९४६ ला

चौदा

झालेल्या भारतीय नौदलाच्या बंडानंतर अवघ्या चोवीस तासांत म्हणजेच १९ फेब्रुवारी १९४६ ला ॲटलीने भारतविषयक नवे धोरण जाहीर केले आणि भारताला स्वातंत्र्य देण्यासंबंधी बोलणी करण्याची तयारी जाहीररीत्या व्यक्त केली. तथापि हा विजय काँग्रेसचा नव्हता. काँग्रेसने त्यापूर्वी जे अहिंसक लढे दिले त्यात व ह्या बंडात काहीही साम्य नव्हते. त्या अहिंसक चळवळींचा फज्जाच उडाला होता, ह्याउलट जनतेच्या ह्या उत्स्फूर्त लढ्यामुळे काँग्रेसच्या व मुस्लिम लीगच्या पुढाऱ्यांना हादराच बसला. ह्या जनता आंदोलनाला कसे जरबेत ठेवावे, ह्याबद्दल काँग्रेसचे पुढारी, मुख्य सेनापती व ब्रिटिश अधिकारी ह्यांच्यामध्ये खलबते चालू होती. हा उठाव म्हणजे अहिंसेच्या तत्त्वाशी केलेली प्रतारणा असून, ह्या संबंधात झालेली हिंदू-मुसलमान युती ही अपवित्र एकजूट असल्याचे ह्या पुढाऱ्यांनी जाहीर केले आणि नौदलातील बंडखोरांना शरण जाण्याचा त्यांनी जाहीररीत्या सल्ला दिला. अशा पार्श्वभूमीवरच १९४७ चा समझोता जन्मास आला. ह्या बंडाचा पुढाकार जो घेऊ शकेल असा पुढारी बंडवाल्यांकडे त्यावेळी नव्हता. इतकेच नव्हे तर राष्ट्रीय सभेतील भांडवलदार वर्गाचा त्याला विरोध होता. ह्या परिस्थितीत ह्या उठावामुळे निर्माण झालेल्या लोकक्षोभाने जातीय स्वरूप धारण केले. त्यातून जातीय स्वरूपाचे अनन्वित अत्याचार झाले आणि ह्या असह्य परिस्थितीत काँग्रेसच्या पुढाऱ्यांनी जातीय तत्त्वावर भारताच्या फाळणीस मान्यता देऊन स्वातंत्र्य मिळविले. अशा प्रकारे जनतेच्या ज्या उत्स्फूर्त उठावाने १९४६-४७ ह्या काळात जे स्वातंत्र्य मिळविले, त्या लढ्याचे श्रेय मात्र काँग्रेस व मुस्लीम लीगमधल्या ज्या भांडवलदार पुढाऱ्यांनी ह्या बंडाला विरोध केला होता व ज्यांनी साम्राज्यवाद्यांशी सहकार्य करण्याचे मान्य केले होते, त्यांना आयतेच मिळाले. स्वातंत्र्याच्या ह्या पार्श्वभूमीतून अनेक नवीन समस्या निर्माण झाल्या व त्या समस्यांना भारताला तोंड द्यावे लागले.

भारतीय स्वातंत्र्य ही ब्रिटिश साम्राज्यवाद्यांनी भारताला दिलेली देणगी तर निश्चितपणे नव्हती. ब्रिटिश सरकारचा ह्या घटनांमागील युक्तिवाद ५ मार्च १९४७ रोजी, क्रिप्स याने पार्लमेंटमध्ये केलेल्या भाषणात, स्पष्टपणे पाहावयास मिळतो.

"कोणत्या समस्यांना आम्हाला तोंड द्यावे लागेल? त्या मुख्यत्वे दोन प्रकारच्या आहेत. एक म्हणजे आपणास भारतावरील ब्रिटिशांची पकड दृढ करता येईल, त्यासाठी सेक्रेटरी ऑफ स्टेट ह्याच्या ऑफिसात अधिक मुत्सद्द्यांची भरती करून भारतातील ब्रिटिश फौजेत प्रचंड वाढ करावी लागेल. आपण भारतात पंधरा ते वीस वर्षे कसेही करून सत्तेवर राहण्याचे धोरण आखले तर हे करता येईल."

"दुसरा मार्ग म्हणजे, आपणाला वरीलसारखे धोरण आखणे अशक्य आहे,

ह्याची जाणीव असणे.''

वर सुचविलेल्या दोन मार्गांचा अर्थ एकच होता तो म्हणजे, भारतात प्रचंड प्रमाणात ब्रिटिश सैन्य ठेवून भारतावरील ब्रिटिशांची सत्ता अबाधित राखणे ब्रिटिशांना अशक्य होते. मलायातील साठ लाख लोकांची स्वातंत्र्याची चळवळ क्रूरपणे दडपून टाकण्यासाठी ब्रिटिशांनी तेथे इंग्रज सैन्य त्वरित पाठविले व तेथे कित्येक वर्षे लढाया चालू ठेवल्या. तथापि भारतातील चाळीस कोटी लोकांविरुद्ध, विशेषत: असंतोषाची लाट सैन्यापर्यंत पोहोचल्यावर, भारतीय काँग्रेसच्या पुढाऱ्यांशी बोलणी करून, भारत सोडून जाण्यापेक्षा अधिक फायदेशीर असा दुसरा पर्याय नाही, अशी ब्रिटिशांची खात्री झाली. त्याचप्रमाणे माउंटबॅटनचा भारतातील 'चीफ-ऑफ-स्टाफ' लॉर्ड इस्मे याने भारत सोडल्याशिवाय गत्यंतर नाही, असे आपले मत दिले.

(ॲलन कॅम्पबेल जॉन्सन्स मिशन वुइथ माउंटबॅटन)

''मार्च १९४७ मध्ये 'भारत' हे महासागराच्या मध्यभागी, ज्याच्या कोठारात दारूगोळा भरलेला आहे व ज्याला बाहेरून आग लागली आहे, अशा एखाद्या जहाजासारखे होते. अशा प्रसंगी आगीच्या ज्वाळा कोठाराशी जाण्यापूर्वीच त्या विझविणे, हा मुख्य प्रश्न होता. खरोखरी त्या परिस्थितीत आम्ही जी योजना आखली त्यापेक्षा आम्हास दुसरे काहीच करता येण्यासारखे नव्हते.''

भारतीय जनतेतून उत्स्फूर्तपणे निर्माण झालेली क्रांती काबूत ठेवण्यासाठी, ब्रिटिश साम्राज्यवाद्यांचा प्रतिनिधी माउंटबॅटन व राष्ट्रीय भांडवलदार यांनी स्वार्थासाठी समझोता केला आणि भारतीय स्वातंत्र्याच्या मार्गात अनेक अडथळे निर्माण केले. स्वराज्याच्या मागणीची ह्या समझोत्यात पूर्तता होत नाही, असे म्हणून गांधीजींनी त्याला आपला होकार दिला नाही. १९४७ च्या स्वातंत्र्याच्या आनंदोत्सवात गांधीजींनी भाग घेण्यास नकार दिला, त्याचे वर्णन त्यांच्या चरित्रकाराने दिले आहे, ते असे :

''सर्व भारतभर स्वातंत्र्याचा आनंदोत्सव चालू होता. तथापि भारताला स्वातंत्र्य मिळवून देण्यात ज्याचा सर्वांत अधिक भाग होता, त्याने वरील आनंदोत्सवात भाग घेतला नाही. जेव्हा 'माहिती व नभोवाणी' खात्याचा एक अधिकारी गांधीजींचा संदेश मागण्यास गेला तेव्हा 'ते पळून गेले होते.' त्यांनी संदेश दिला नाही तर ते चांगले होणार नाही. असे जेव्हा तो अधिकारी म्हणाला, तेव्हा गांधीजींनी उत्तर दिले, ''काहीएक संदेश नाही, असे करणे वाईट असेल, तर असू दे.'' (डी. जी. तेंडुलकर- महात्मा : लाइफ ऑफ मोहनदास करमचंद गांधी, व्हॉ. ८ पाने ९५-९६). १९४८ च्या स्वातंत्र्यदिनी, म्हणजे त्यांचा खून होण्यापूर्वीच्या चौथ्या दिवशी, त्यांनी आपली नाराजी पुढील शब्दांत व्यक्त केली होती :

सोळा

"आजचा २६ जानेवारी हा स्वातंत्र्यदिन आहे. आपण स्वातंत्र्यासाठी लढत असताना व त्याचा अनुभव आपणास नसताना, हा दिवस साजरा करणे सयुक्तिक होते. आपल्याला आता स्वातंत्र्य प्रत्यक्ष मिळाल्यावर आपला भ्रमनिरास झाला आहे. निदान माझी तरी अशी अवस्था झाली आहे, तुमची तशी झालेली नसेलही." (किता, व्हॉ. ८ पान ३३३).

ह्या समझोत्याची भयंकर किंमत भारताला द्यावी लागली. ती म्हणजे भारताची फाळणी करून त्यातून भारत व पाकिस्तान अशी दोन स्वतंत्र राज्ये निर्माण करण्यात आली आणि ही फाळणी राष्ट्रीय तत्त्वावर नसून धार्मिक तत्त्वावरच करावी लागली. अशा प्रकारे राष्ट्रवाद व धर्म हे समान मानण्यात आले. हिंदू व इस्लाम धर्माचे अनुयायी भारताच्या प्रत्येक भागात सरमिसळ होऊन राहत असल्यामुळे, ही फाळणी अत्यंत कृत्रिम सरहद्दी ठरवूनच करणे भाग पडले. पाकिस्तान हे दोन अलग भूभागांचे राज्य तयार करण्यात आले. ह्या दोन भागांमध्ये एक हजार मैलाचा प्रदेश राहिला, त्यामुळे प्रचंड प्रमाणात लोकवस्तीची अदलाबदल, रक्तपात, जातीयवादी कत्तली व निर्वासितांच्या झुंडीच्या झुंडींचे पलायन, हे प्रकार अटळ राहिले.

दोन्ही राज्यांमधील बद्धमूल वाद वर्षानुवर्षे धुमसत राहिला व त्यामुळे दोन्ही राज्यांनी आपल्या संरक्षण खर्चात प्रचंड वाढ केली. ह्यामुळे साम्राज्यवाद्यांना चंचुप्रवेश करण्यास वाव मिळाला. अगदी सुरुवातीलाच काश्मीरच्या प्रश्नावर दोन्ही देशांमध्ये युद्ध जुंपले. त्यावेळी दोन्ही देशांचे सेनाधिकारी ब्रिटिशच होते. पुन्हा एकदा १९६५ मध्ये दोन्ही देशांमध्ये युद्ध पेटले. त्यावेळी रशियाने मध्यस्थी करून कसेबसे युद्ध मिटविले. आयर्लंडसारखे जे जे देश ब्रिटिशांच्या वसाहतींतून बाहेर पडले, त्या त्या देशांना ब्रिटिशांनी शेवटचा रामराम करताना फाळणीचा प्रसाद देऊनच ते गेले. ह्यामुळे ब्रिटिश साम्राज्यवाद्यांच्या 'फोडा आणि झोडा' ह्या धोरणाने फाळणी झालेले देश सातत्याने आपसात भांडत राहून क्षीण होत गेले आणि ब्रिटिश साम्राज्यवाद्यांना पिळवणुकीची संधी सतत मिळत गेली. माउंटबॅटनच्या समझोत्याचा आणखी एक दुर्दैवी भाग म्हणजे जरी सुरुवातीला भारत देश मध्यमवर्गीय भांडवलदारांच्या पुढारीपणाखाली स्वतंत्र झाला तरी साम्राज्यशाही राजवटीची जुनी शासनयंत्रणा भारताने जशीच्या तशी राबविली. शासनाची संपूर्ण यंत्रणा पूर्वीप्रमाणेच ठेवली गेली. तीच नोकरशाही, तीच न्यायालये, जुन्या साम्राज्यवाद्यांचे हस्तक किंवा नोकर-चाकर म्हणून समजले गेलेले पोलीसही तेच राहिले. तीच जुनी दडपशाही, नि:शस्त्र लोकांवर पूर्वीसारखेच पोलीसांकरवी गोळीबार, लाठीहल्ले, सभाबंदी, वर्तमानपत्रांची मुस्कटदाबी आणि चौकशीविना अटक, हे सर्व प्रकार पूर्ववत चालूच राहिले. ब्रिटिश

साम्राज्यशाहीची उद्योगधंद्यातील गुंतवणूक, दीर्घ मुदतीचे कर्जरूपी भांडवल व त्याचे व्याज ह्यांचे दक्षतापूर्वक रक्षण करण्यात आले. साम्राज्यवाद्यांची पिळवणूकसुद्धा पूर्ववत अबाधित राहिली. सुरुवातीला सैन्याचे प्रमुख अधिकारी, सैनिकी सल्लागार व शेकडो ब्रिटिश अधिकारी ह्यांच्याच हातात मुख्य सत्ताकेंद्रे होती. सैनिकी अधिकाऱ्यांची शिक्षणाची सोयही पूर्ववत ब्रिटनकडेच राहिली. प्रारंभी राष्ट्रप्रमुख म्हणून व्हॉइसरॉयसुद्धा ब्रिटिशच होता व प्रमुख प्रांतांचे राज्यप्रमुखसुद्धा ब्रिटिशच होते.

स्वातंत्र्य मिळाल्यावर अगदी सुरुवातीला कामगार वर्ग आणि शेतकरी ह्यांच्या असंतोषातून निर्माण झालेला उपद्रव जबरीने दडपून टाकण्यात आला. १९४९ च्या ऑल इंडिया ट्रेड युनियन काँग्रेसच्या रिपोर्टमध्ये म्हटले आहे की, शेतकरी व कामकरी ह्यांचे पंचवीस हजार पुढारी चौकशीविना तुरुंगात टाकले गेले होते. नवीन भारत सरकारने आपल्या रिपोर्टमध्ये म्हटले आहे की, ऑगस्ट १९४७ ते ऑगस्ट १९५० ह्या काळात पोलिसांनी निदर्शने करणाऱ्या कामगारांवर १९८२ वेळा गोळीबार केला. त्याचप्रमाणे ३७८४ लोकांना ठार मारण्यात आले. दहा हजार जखमी झाले. पन्नास हजारांना तुरुंगात डांबण्यात आले व ८२ लोकांना तुरुंगात गोळ्या घालून ठार मारण्यात आले.

१९४७ च्या तहाची ही प्रतियोगी बाजू पाहून व नव्या भारत सरकारने दिवंगत साम्राज्यशाहीची यंत्रणा व पद्धत, यांची सहीसही नक्कल केली हे विचारात घेऊनसुद्धा, भारताने जे रचनात्मक कार्य केले तिकडे आपणास दुर्लक्ष करून चालणार नाही. लोकशाही पद्धतीच्या क्रांतीनंतर भारताने बरीच महत्त्वाची कामगिरी बजावली. अंतर्गत सुधारणा घडवून आणल्या, आर्थिक पुनर्रचनेला सुरुवात केली. आंतरराष्ट्रीय क्षेत्रात, राष्ट्रीय भांडवलदारांच्या पुढारीपणाखाली भारताला मानाचे स्थान मिळवून दिले. स्वातंत्र्योत्तर काळातील पहिल्या पंधरा वर्षांत, नेहरू पंतप्रधान असताना, भारताने बजावलेली ही नेत्रदीपक कामगिरी होय.

भारत हे निधर्मी लोकशाही राज्य झाले व १९५० मध्ये ते प्रजासत्ताक राज्य म्हणून जाहीर केले गेले. त्यात प्रौढ मताधिकार, संसदीय लोकशाही, अनेक पक्ष ज्यात भाग घेऊ शकतील अशा नियमित निवडणुका, संपूर्ण भाषण स्वातंत्र्य, वर्तमानपत्रांचे स्वातंत्र्य, सभा स्वातंत्र्य व संघटना स्वातंत्र्य ह्या सर्वांना वाव देण्यात आला. मात्र ह्याला काही अपवाद होते. उदाहरणार्थ, केरळमध्ये साम्यवादी सरकार सत्तेवर आले खरे, पण ते १९५९ मध्ये केंद्र सरकारने पदच्युत केले. मध्यमवर्गीय भांडवलदारांच्या अधिपत्याखाली लोकप्रतिनिधींची लोकशाही पद्धतीची शासनयंत्रणा भारताने कौशल्याने चालविली. ह्या लोकशाहीत चाळीस कोटी जनता समाविष्ट

होती, इतकेच नव्हे तर त्यातील बहुसंख्य प्रजा निरक्षर होती, हे विचारात घेता भारताची कामगिरी प्रशंसनीय होय. अशा स्वरूपाची कामगिरी पाकिस्तान करू शकले नाही. तेथे ठरावीक श्रीमंत जमीनदारांची घराणी, सरकारातील मोठे अधिकारी व सेनाधिकारी ह्यांनी पश्चिम पाकिस्तानात सत्ता हातात घेतली. लोकशाहीच्या तत्त्वांना मूठमाती दिली व पूर्व पाकिस्तानचा, पिळवणुकीसाठी ठेवलेल्या राखीव कुरणासारखा उपयोग केला व त्यामुळे लोकप्रतिनिधींच्या संस्था लयास जाऊन सैनिकी हुकूमशाही प्रभावी ठरली.

भारत आणि पाकिस्तानमधील संस्थानिक हे राष्ट्रीय लढ्याविरुद्ध साम्राज्यशाहीचे हस्तक म्हणून कार्य करीत असत. त्यांची सत्ता संपुष्टात आणण्यात आली व त्यांची संस्थाने त्या त्या राज्यांत विलीन करण्यात आली. तथापि त्यांच्या पदव्या व उत्पन्ने शाबूत ठेवण्यात आली. त्यामुळे त्यांच्यापैकी काही, 'स्वतंत्र' पक्षासारख्या राजकीय पक्षात भाग घेऊ लागले.

सामाजिक क्षेत्रात, भारतात असलेला जातीय उच्चनीचपणा कायद्याने संपुष्टात आणण्यात आला, त्याचप्रमाणे हिंदू चालीप्रमाणे लाखो लोकांच्यावर लादलेली अनादिकालापासूनची अस्पृश्यता कायद्याने नष्ट करण्यात आली. एवढे झाले तरी भारतात काही खेड्यांत अजूनही ही दुष्ट रूढी मूळ धरून आहे.

शेतकीच्या व्यवसायात सुधारणा करण्यात आल्या. तथापि ह्या व्यवसायातील मूलभूत अडचणी व भीषण परिस्थिती दूर झाली नाही. जमीनदारी पद्धतच नष्ट करून शेतकऱ्यांना जमिनी देणे अजून शक्य झालेले नाही. एवढे असले तरी ब्रिटिशांनी जे मोठमोठे जमीनदार व जहागिरदार निर्माण केले होते, त्यांच्या जमिनी काढून शेतकऱ्यांना देण्यात आल्या. ह्या संबंधात केलेल्या कायद्यांतील पळवाटा शोधून काही जमीनदारांनी मोठ्या मोठ्या जमिनी अजूनही आपल्या ताब्यात ठेवल्या आहेत. त्याचप्रमाणे जमीनदारांच्या जमिनी घेऊन ज्या शेतकऱ्यांना देण्यात आल्या, त्यांना फार मोठ्या प्रमाणात जमीनदाराला नुकसानभरपाई द्यावी लागली. त्यामुळे काही सधन शेतकरी अशा जमिनी घेऊ शकले. गरीब शेतकऱ्यांना त्याचा फायदा मिळाला नाही. असे लाखो शेतकरी की ज्यांच्याजवळ जमिनी नाहीत पण कर्ज मात्र आहे, त्यांचे मजूरवर्गात रूपांतर झाले. १९६० मधील पाहणीवरून असे दिसून आले की, शेकडा ३.६ शेतकऱ्यांकडे, एकंदर लागवडी जमिनीपैकी ३९ टक्के जमीन आहे आणि लोकांकडे ८४ टक्के जमीन आहे. गुनार मिरदल ह्याने त्याच्या 'एशियन ड्रामा' ह्या पुस्तकात (व्हॉ. ३ ऑलन लेन १९६८) एका अमेरिकन वार्ताहराचे, भारतातील १९६५ मधील परिस्थितीवरील बातमीपत्र दिले आहे.

एकोणीस

"इतर संबंधित गोष्टींचे महत्त्व मान्य करूननही, जोपर्यंत जमीन कसणारा तिचा मालक होत नाही किंवा किमान पक्षी, त्या जमिनीचा कायमचा कूळ म्हणून त्यास मान्यता मिळत नाही, तोपर्यंत बाकीच्या सर्व गोष्टी म्हणजे अळवावरचे पाणीच होय."

मिरदल याने त्याच्या परिपूर्ण विश्लेषणात असे दाखवून दिले आहे की, आधुनिक सुधारलेली अवजारे व खते काही मातब्बर शेतकरीच वापरून उत्पन्ने वाढवू शकतात आणि त्याप्रमाणे त्यांनी शेतकी उत्पादनात वाढ केलीही आहे. असे शेतकरी हे पर्यायाने सरकारचे आधारस्तंभ बनतात. तेवढ्याने शेतकी व्यवसायातील अवस्थांतर घडून येऊ शकत नाही. रशियात झारशाहीत स्टोलिपिन याने शेतकीत अशाच प्रकारच्या सुधारणा घडवून आणल्या. त्यांचा मुख्य परिणाम म्हणजे हे सधन शेतकरी सरकारी यंत्रणेचे आधारस्तंभ बनले. तथापि त्यांच्यामुळे ह्या क्षेत्रातील भीषण परिस्थितीत सुधारणा होऊ शकली नाही, त्यामुळे परिस्थिती अधिक भीषण होत गेली व तिचे पर्यवसान १९१७ च्या क्रांतीमध्ये झाले.

आर्थिक क्षेत्रात राष्ट्रीय भांडवलदारांनी, साम्राज्यवाद्यांच्या भारतातील आर्थिक गुंतवणुकीची जपणूक करून, परकीय भांडवल मोठ्या प्रमाणात भारतात खेचून घेतले व त्यासाठी, निदान दहा वर्षे राष्ट्रीयीकरण केले जाणार नाही, असे परकीयांना आश्वासन दिले. त्यामुळे पुनर्रचना व यांत्रिकीकरणाचा प्रचंड कार्यक्रम कार्यवाहीत आणला गेला व उत्पादनात बऱ्याच प्रमाणात वाढ झाली. नेहरू-स्टॅलिन यांच्या पत्रव्यवहारानंतर भारत व रशिया यांनी सहकार्याने कार्य करावे असे ठरले, त्याप्रमाणे कोरियन युद्ध शांततेच्या मार्गाने संपुष्टात आणण्यासाठी दोन्ही देशांनी सहकार्याचे प्रयत्न करावे, असे ठरले. त्यानंतरच पंचवार्षिक योजना भारताने कार्यवाहीत आणण्याचे ठरविले. १९५१ ते १९६६ ह्या काळातील पहिल्या तीन पंचवार्षिक योजनांमुळे उत्पादनात १५९ टक्के वाढ झाली. साम्राज्यवाद्यांना वगळून, आर्थिक विकासासाठी रशियाने भारतास दिलेले साहाय्य महत्त्वाचे ठरले. १९५५ मध्ये रशियाने, साम्राज्यवाद्यांनी कधीही केली नव्हती अशी एक नवीनच योजना आखली, ती म्हणजे यांत्रिकीकरणाला सहकार्य देण्याच्या दृष्टीने भारतात एका पोलादाच्या कारखान्याची संपूर्ण उभारणी केली. त्या योजनेला अनुसरून रशिया, झेकोस्लोव्हाकिया व पोलंड या देशांनी, अविकसित देशांमध्ये आधुनिक प्रचंड 'इंजिनिअरिंग प्लँट्स' उभारली. ह्या उदाहरणामुळे लाज वाटून पाश्चिमात्य साम्राज्यवाद्यांनी, पश्चिम जर्मनीतून एक व ब्रिटनमधून एक, असे दोन पोलादाचे कारखाने भारतात काढले. ह्याचा परिणाम असा झाला की, १९५० मध्ये पोलादाचे उत्पन्न जे १.५ दशलक्ष टन होते ते १९६४ मध्ये ६.५

वीस

दशलक्ष टन झाले. ह्याच काळात विजेचे उत्पादनही दुप्पट झाले.

तथापि, ह्या आर्थिक प्रगतीत भांडवलशाहीच्या दृष्टीने उणेपणा होता. पार्लमेंटच्या डिसेंबर १९५४ च्या ठरावाप्रमाणे आणि काँग्रेसच्या १९५५ च्या अवादी अधिवेशनात ठरल्याप्रमाणे, 'समाजवाद' किंवा 'समाजवादी समाजरचना' हे काँग्रेसचे ध्येय म्हणून जाहीर करावे असे ठरले होते. तथापि काँग्रेसचा एक वजनदार श्रीमंत मक्तेवाला आणि काँग्रेसचा प्रमुख पाठपुरावा करणारा श्री. जी. डी. बिर्ला ह्याने १९६६ साली पंतप्रधान श्रीमती इंदिरा गांधी व काँग्रेस ह्यांना सहकार्याचा हात पुढे करताना कळविले की : ''लोकशाही समाजवाद ही आपली घोषणा आहे. प्रत्यक्षात तिचा काय निश्चित अर्थ आहे, हे कोणालाच माहीत नाही. आकाशवाणीवर भाषण करताना पंतप्रधान म्हणाल्या की, खासगी क्षेत्राला मदत आणि उत्तेजन दिले जाईल, हे विधान दिलासा देणारे होते.'' (जी. डी. बिर्ला- प्रॉब्लेम्स ऑफ इंडिया टुडे, 'इंडिया', विकली ऑर्गन ऑफ दि हाय कमिशनर इन लंडन, मार्च १०, १९६६). खरे म्हणजे, भांडवलाचे केंद्रीकरण झपाट्याने वाढत गेले आणि काही मातब्बर मक्तेवाल्यांनी भारताच्या मालकीच्या औद्योगिक कारखान्यावर स्वत:चे प्रभुत्व प्रस्थापित केले. ह्याच वेळी परकीय भांडवलाने आपले पाय पसरण्यास सुरुवात केलीच होती. त्यांनी आता भारतीय मक्तेवाल्यांशी संधान बांधले. १९६३ च्या सुरुवातीलाच ''सॅटर्डे इव्हिनिंग पोस्ट''ला दिलेल्या मुलाखतीत नेहरू म्हणाले,

''ब्रिटिश कंपन्या, ब्रिटिशांचे राज्य येथे होते त्या वेळेपेक्षा आता अधिक फायदा मिळवीत आहेत. सर विन्स्टन चर्चिल ह्याने ह्या गोष्टीबद्दल संपूर्ण समाधान व्यक्त केले आहे.''

एप्रिल १९६३ मध्ये काँग्रेसच्या ''फोरम फॉर सोशॉलिस्ट ॲक्शन'' समोर भाषण करताना नेहरू खेदपूर्ण शब्दांत म्हणाले की, ''अनेक प्रकारचे प्रयत्न करूनसुद्धा भारतातील श्रीमंत आणि गरीब ह्यांतील अंतर वाढतच आहे.''

''भारताच्या प्रगतीच्या प्रयत्नांत ज्यांच्याजवळ पैसा आहे असेच लोक फायदा उठवीत आहेत. ह्यामुळे श्रीमंत अधिक श्रीमंत होत आहेत तर गरीब मात्र होते तेथेच आहेत.''

परकीय भांडवलावरील परावलंबित्व मोठ्या प्रमाणात होते आणि त्यातील बराच भाग पूर्वीच्या भांडवलाचे व्याज देण्यात खर्च होई. पहिल्या पंचवार्षिक योजनेच्या अखेरीस बेकारीचे प्रमाण ५.३ दशलक्ष होते, ते दुसरी पंचवार्षिक योजना पुरी होईतो ७.१ दशलक्षापर्यंत वाढले, तर तिसऱ्या योजनेच्या शेवटी ते ९.६ दशलक्षापर्यंत पोहोचले. चौथी योजना संपता संपता हे प्रमाण १४ ते १८ दशलक्षांपर्यंत वाढले. १९६३ साली इंडियन प्लॅनिंग कमिशनने आपल्या रिपोर्टात म्हटले आहे की,

एकवीस

''भारतातील लोकसंख्या उपासमारीच्या पातळीवर जगते,'' (स्टेटसमन, जानेवारी २९, १९६३).

सामाजिक क्षेत्रात शिक्षण व आरोग्य ह्याबाबत सुधारणा करण्याचे प्रयत्न करण्यात आले. १९३१ मध्ये निरक्षरतेचे प्रमाण (ह्याच ग्रंथात पुढे दिले आहे) ९२ टक्के होते, ते १९६१ च्या शिरगणतीच्या रिपोर्टप्रमाणे ७६ टक्क्यांपर्यंत खाली आले. प्राथमिक आणि माध्यमिक शिक्षणात पुष्कळ वाढ झाली. मृत्यूचे प्रमाण १९३१-४१ मध्ये दर हजारामागे ३१.२ होते ते १९६० मध्ये १६.२ इतके कमी झाले.

सर्वांत महत्त्वाची गोष्ट म्हणजे, १९५० मध्ये नेहरू सरकारने आंतरराष्ट्रीय क्षेत्रात भारताच्या दृष्टीने नेत्रदीपक कामगिरी बजावली. भारत हा ब्रिटिश साम्राज्यातील एक वसाहत म्हणून पुढे आला पण प्रथमपासूनच भारताने अलिप्ततावादी धोरण अवलंबिले. ह्याचाच अर्थ साम्राज्यवादी देशांच्या आपसांतील कलहांत पडण्याचे त्याने नाकारले. उदाहरणार्थ, सॅटो (मूळ बगदाद करार) किंवा १९५४ मध्ये जन्मास आलेले सीटो, (ज्यामध्ये पाकिस्तान गुंतले गेले). १९५० मध्ये भारताने 'ब्रिटिश क्राउन'चे वर्चस्व झुगारून तो 'प्रजासत्ताक' म्हणून जन्मास आला व त्याने ब्रिटनला 'कॉमनवेल्थ'चा प्रमुख म्हणूनच मान्यता दिली. आंतरराष्ट्रीय क्षेत्रात, जागतिक शांततेचा कट्टा पुरस्कर्ता म्हणून भारत प्रसिद्धीस आला. एवढे असूनसुद्धा १९५० च्या वसंतऋतूपर्यंत भारताने, संयुक्त राष्ट्रसंघटनेतील अमेरिकेच्या कोरियातील चढाईबद्दलच्या बेकायदेशीर ठरावाचा पाठपुरावा केला. ह्यानंतर मात्र भारतातील लोकमत, पाश्चिमात्य साम्राज्यवाद्यांनी आशियाई देशांत चालविलेल्या स्वाऱ्या व त्यांची नासधूस करण्याच्या कार्यक्रमाच्या विरुद्ध गेले. १९४९ साली चायनाच्या प्रजासत्ताकाने मिळविलेल्या विजयानंतर आशिया खंडात सत्तेचा नवा समतोल निर्माण झाला आणि त्यामुळे भारताच्या परकीय धोरणाचा कल निश्चितपणे पौर्वात्य देशांच्या बाजूने झुकला.

जागतिक शांततेच्या दृष्टीने भारताची कामगिरी, १९५० च्या जुलै महिन्यात झालेल्या नेहरू-स्टॉलिन पत्रव्यवहारानंतर स्पष्ट होऊ लागली आणि त्याचे प्रत्यंतर, कोरियन लढा शांततेने मिटविण्यासाठी जे प्रयत्न झाले, त्यात आले. १९५४ साली आग्नेय आशियातील भीषण परिस्थितीत, व्हिएतनामचे राष्ट्रीय स्वातंत्र्य अबाधित राखण्यासाठी आणि अलिप्ततावाद व शांतता यांचा पुरस्कार करण्यासाठी, भारताने पाचही कोलंबो सत्तांचे अधिवेशन भरविण्यासाठी पुढाकार घेतला. १९५४च्या जून

महिन्यात भारत आणि चिनी सरकार यांनी शांततेच्या पंचशील तत्त्वांचा पुरस्कार करण्यासाठी एक संयुक्त पत्रक काढले. एप्रिल १९५५ मध्ये चायना आणि भारत सरकारांनी आफ्रिका आणि आशिया खंडांतील २९ देशांची बांडुंग येथे आफ्रो-एशियन परिषद भरविली. ह्या परिषदेला दीडशे कोटी लोकांचे प्रतिनिधी हजर होते. त्यांनी ह्या परिषदेत जागतिक शांतता व राष्ट्रीय स्वातंत्र्य ह्यांचा पुरस्कार केला. जागतिक नव्या सत्ता समतोलाचे हे एक दृश्य फल होय. १९५५ अखेर रशियाच्या पुढाऱ्यांनी भारतास भेट दिली. भारतीय जनतेने अपूर्व उत्साहाने त्यांचे स्वागत केले. १९५६ मध्ये अरबांच्या स्वातंत्र्याविरुद्ध इस्रायलने अँग्लो-फ्रेंच साम्राज्यवाद्यांचे सहकार्य घेऊन सुएझचा लढा चालू केला, तेव्हा भारताने ब्रिटिश साम्राज्यवाद्यांच्या विरुद्ध भूमिका घेतली. बांडुंग परिषदेत जो जगाचा नवा सत्तासमतोल स्पष्ट झाला त्यामुळे पाश्चिमात्य साम्राज्यवाद्यांच्या, विशेषत: ब्रिटिश व अमेरिकन साम्राज्यवाद्यांच्या मनात धडकी भरली. जगातील अत्यंत प्रचंड लोकसंख्या असलेले देश म्हणजे चीन व भारत होत. ह्या दोन देशांचे सहकार्य होऊन, नवीन, स्वतंत्र होणाऱ्या जगातील राष्ट्रांचा ते पुढाकार घेत होते. ही त्यांची एकजूट म्हणजे जागतिक समाजवादाने जगातील साम्राज्यवादाला दिलेले एक आव्हानच होते, असे पाश्चिमात्य साम्राज्यवाद्यांना वाटू लागले. साहजिकपणे भारतातील मक्तावाल्यांच्या सहकार्याने भारत व चीन यांच्या दोस्तीत पाचर मारणे हे साम्राज्यवाद्यांनी आपले ध्येय ठरविले. एवढ्यासाठी भारतीय सरहद्दीच्या प्रश्नाचा वाद निर्माण करण्यात आला आणि त्याचे पर्यवसान म्हणजे भारत आणि चीन यांच्यामधील सहकार्य व मैत्रीची जागा लढाई व शत्रुत्व ह्यांनी घेतली.

चायना व भारत यांच्या संघर्षाचा परिणाम भारतात व आंतरराष्ट्रीय क्षेत्रात हानिकारक ठरला. युद्ध पुढे थांबले, पण समझोता झाला नाही. तथापि पाश्चिमात्य साम्राज्यवादी आणि भारतातील प्रतिगामी मंडळींचा मुख्य हेतू ह्या युद्धामुळे सिद्धीस गेला. युद्धापूर्वीची चायना व भारत यांची मैत्री संपुष्टात आली. अमेरिकन व ब्रिटिश साम्राज्यवाद्यांचे मात्र आता फावले. प्रत्यक्ष भारतात प्रागतिक चळवळीला खीळ बसली. कम्युनिस्ट पक्षात फूट पडली आणि पुष्कळ जण तुरुंगात पडले. त्यानंतर फुटीची जागा संपूर्ण विभाजनाने घेतली. नेहरूंचा साम्यवादी सहकारी व संरक्षण मंत्री कृष्ण मेनन ह्याच्यावर टीकेची झोड उडाली आणि त्याला लोकसभेमधून आणि पार्लमेंटमधील काँग्रेसचा प्रतिनिधी ह्या नात्याने काँग्रेसमधून बाहेर पडावे लागले. पुढे १९६९ मध्ये एक स्वतंत्र उमेदवार म्हणून पश्चिम बंगालच्या युनायटेड फ्रंटच्या

सहकार्याने तो पुन्हा पार्लमेंटवर निवडून आला. ह्या उजव्यांच्या विरोधाने एवढी मजल गाठली होती की, तो नेहरूंवरसुद्धा टपून बसला होता आणि नेहरू एकाएकी निर्वतले नसते तर त्यांनासुद्धा ह्या विरोधाची झळ लागली असती.

अशा प्रकारे नेहरूंची शेवटची वर्षे अप्रिय अनुभवाने ढगाळली होती, ह्याला अनेक कारणे होती. ती अशी : भारताच्या वजनाला लागलेली घसरगुंडी, अलिप्ततावादी धोरणाच्या देशांनी भारताच्या सीमातंट्याबद्दल पाळलेले मौन, साम्राज्यवाद्यांचा वाढता चंचुप्रवेश, 'कॉन्सोर्टियम'च्या परकीय भांडवलदारांनी भारताच्या धोरणावर आणलेले वजन, आर्थिक क्षेत्रातील घसरगुंडी, बेकारीचा वाढता भस्मासुर, जनतेची निकृष्टावस्था, काँग्रेसमधील फाटाफूट व लाचलुचपत आणि उजव्या प्रतिगामी पुढाऱ्यांचे वाढते आव्हान वगैरे. राष्ट्रीय भांडवलदारांच्या पुढारीपणाखालील भारताची संपूर्ण प्रगती ही नेहरू पंतप्रधान असतानाच साधली गेली. प्रतिगामी शक्ती आता वाढत्या प्रमाणात साकार होऊ लागल्या. भारतीय जनतेच्या अभिनव प्रगतीसाठी, अनुकूल परिस्थितीचे नवयुग निर्माण होत होते.

१९६४ मध्ये झालेल्या नेहरूंच्या निधनानंतर आर्थिक परिस्थिती अधिक खालावली आणि ज्या वजनदार संस्था पूर्वी काँग्रेसला सहकार्य देत होत्या, त्या प्रामुख्याने पुढे आल्या. ज्या घटनांमुळे भारताची परिस्थिती भीषण होत होती व ज्यांचे भारतावर दूरगामी राजकीय परिणाम होणार होते, त्या अशा : परकीय भांडवलावरील वाढते परावलंबित्व, अंदाजपत्रकी तूट, भाववाढ, अन्नधान्याची प्रचंड आयात, उत्पादन वाढीतील मंदी, बेकारीची चढती कमान, मजुरीच्या खऱ्या मूल्यातील घट, जनतेच्या राहणीमानातील परागती वगैरे.

सरकारी इंडेक्सप्रमाणे, औद्योगिक क्षेत्रातील उत्पादनवाढ जी १९६० मध्ये शेकडा ११ टक्के होती, ती १९६४ मध्ये शेकडा ७ वर गेली. १९६५ मध्ये शेकडा ५.४ वर घसरली आणि १९६६ मध्ये शेकडा २.५ पर्यंत खालावली. आयुष्यातील अखेरच्या वर्षांत नेहरूंनी, श्रीमंती आणि गरिबी ह्यांतील वाढत्या फरकाबद्दल खेद व्यक्त केला होता. १९५३-१९५७ आणि १९६०-१९६१ ह्या काळातील उत्पन्नाच्या वितरणासंबंधी रिझर्व्ह बँकेने आपल्या पाहणीत म्हटले होते की समाजातील उच्च श्रीमंत दहा टक्के लोकांनी वरील काळात आपले उत्पन्न शेकडा २८ टक्क्यांवरून ३७ टक्क्यांपर्यंत वाढविले होते, तर कमी उत्पन्नाच्या ४० टक्के लोकांचे बाबतीत त्यांचे उत्पन्न शेकडा २० टक्क्यांवरून १३ टक्क्यांवर घसरले होते. 'इंडियन लेबर जंनरल'ने तयार केलेल्या खऱ्या उत्पन्नाच्या निर्देशांकाप्रमाणे

(१९५१ चा बेस १०० धरून) १९५६ मध्ये जो निर्देशांक ११५.४ होता तो १९६० मध्ये ११३.८ वर आला आणि १९६४ मध्ये १०४.१ वर घसरला. वार्षिक अन्नधान्याचा खप जो १९६१-६२ मध्ये माणशी ३७५ पौंड होता, तो १९६६-६७ मध्ये ३२३ पौंडावर घसरला. १९६१-६२ मध्ये कापसाचे कापड माणशी १६.२ वार लागत होते, तर १९६६-६७ मध्ये तो आकडा १५.१ वारावर आला.

ह्याच ओहोटीच्या काळात रुपयाच्या किमतीचे अवमूल्यन ३६    टक्क्यांनी झाले, त्यामुळे ज्या पौंडाची १३ रु. किंमत होती त्याला आता २१ रु. पडू लागले. अमेरिकन बँकर्सच्या वजनामुळे हे करावे लागले. त्याचे परिणाम भयंकर झाले. ह्याचा भारताच्या निर्यातीवर फारसा परिणाम झाला नाही, ह्याचे कारण भारत ज्या वस्तूची निर्यात करीत असे त्या सामान्य होत्या आणि त्या विदेशी बाजारपेठात चिक्कार होत्या. तथापि आयातीचा खर्च मात्र वाढला. ह्याचा परिणाम म्हणजे भारतातील वस्तूंच्या किमती वाढल्या आणि गरिबीला दैन्यावस्थेचे स्वरूप आले. परकीय कर्जावरील व्याज आणि परतफेड यांसाठी १३,६९० दशलक्ष रुपये जास्त लागू लागले.

पाश्चिमात्य साम्राज्यवाद्यांचा विशेषत: अमेरिकन बँकांचा हा गळफास प्राप्त परिस्थितीचा फायदा उठविण्याचे दृष्टीने अधिकच आवळला जाऊ लागला. अमेरिकेकडून मिळालेले प्रचंड आर्थिक साहाय्य, मागील कर्जाच्या व्याजाच्या व परतफेडीच्या रूपाने अमेरिकेकडे परत जाऊ लागले. शेवटी अशी परिस्थिती निर्माण झाली की, एक वर्षात साहाय्य म्हणून आलेल्या पैशापेक्षा, व्याज व परतफेडीसाठी लागणारा पैसा अधिक होता.

आजच्या परिस्थितीवरून पुढील अंदाज करावयाचा झाला तर असे दिसते की, १९८०-८१ पर्यंत भारताला १८ महापद्म पौंड (बिलियन) परकीय साहाय्य लागेल आणि त्याच काळात परतफेड आणि व्याज मिळून भारताला १४ महापद्म पौंड (बिलियन) द्यावे लागतील. ह्याचा अर्थ १९७५ नंतर अपेक्षित परतफेडीचा आकडा हा अपेक्षित येणाऱ्या पैशापेक्षा अधिक असेल (इकॉनॉमिस्ट, एप्रिल, १९६७).

ज्या प्रमाणात आर्थिक तंगी वाढत गेली, त्या प्रमाणात कर्जाच्या अटी अधिक तापदायक होऊ लागल्या.

‘‘अमेरिकेने उत्पादनविषयक अटी स्पष्ट केल्या आहेत (भारताच्या दृष्टीने त्यांना

लोढणे म्हणता येईल) आणि ह्या अटींवरच ह्यापुढील साहाय्य दिले जाईल. त्यामुळे भारतीय व परकीय भांडवलदारांचे फावेल, बंधने कमी राहतील आणि अमेरिकेच्या आर्थिक स्वरूपाच्या अटींशी मिळतेजुळते घ्यावे लागेल. (वॉशिंग्टन कॉरस्पॉन्डंट, दि टाइम्स, मे ३, १९६६).

हाच टाइम्सचा बातमीदार पुढे कळवितो की, ''अमेरिका आपल्या मदतीबरोबर लोढणे बांधून पाठविते, ही गोष्ट ते मुळीच अमान्य करीत नाहीत. परकीय खासगी भांडवल कोणत्या भारतीय प्रॉजेक्ट (योजने) मध्ये आणि कोणत्या अटीवर वापरावयाचे हे सुद्धा अमेरिका ठरवील. अमेरिकेने अन्नधान्य मदतीसाठी जो पीएल ४८० कायदा केला त्या कायद्यातच त्यांनी अशा अटींचा समावेश केला आहे.''

ह्या परिस्थितीमुळे काँग्रेसच्या राज्यकारभाराबद्दल लोकमत कलुषित झाले आणि त्याचा परिणाम १९६७ च्या निवडणुकांत दिसून आला. जवळ जवळ वर्षभर संप व टाळेबंदी, निदर्शने व मोर्चे हे मोठ्या प्रमाणात चालूच होते. आणि १९६७ च्या निवडणुकीत लोकांनी अनेक काँग्रेस मंत्र्यांचा निवडणुकीत संपूर्ण पराभव करून व त्यांचे मतांचे हुकुमी बालेकिल्ले जमीनदोस्त करून आपला असंतोष व्यक्त केला. ह्या निवडणुकीच्या धुमाळीत काही प्रमाणात लोकमताचा गोंधळही झाला. जो कम्युनिस्ट पक्ष काँग्रेसच्या खालोखाल जागा जिंकीत असे व काँग्रेसनंतर तोच पक्ष सत्तेवर येणार, अशी अनेकांची अपेक्षा होती, त्या पक्षाला, त्यांच्यातील अंतर्गत लाथाळीमुळे, लोकमताने आधार दिला नाही, कारण लोकांच्या दु:खांना एकजुटीने तोंड फोडून त्यांना तो सुखी करील, असे लोकांना वाटले नाही. त्यामुळे निवडणुकीच्या निकालात काँग्रेसची मक्तेदारी नष्ट झाली हे खरे असले, तरी त्या काँग्रेसच्या दुफळीचा फायदा निरनिराळ्या पक्षांनी उठविला. जरी डाव्या पक्षात एकजूट नव्हती तरी एकूण लोकमत डावीकडे झुकत होते एवढे खरे. ह्याचबरोबर काही उदाहरणे अशी होती की, मतदारांनी आपला कौल अगदी नव्या अशा उजव्या पक्षाला दिला. ह्या सर्व निवडणुकीच्या प्रकारावरून एवढे स्पष्ट झाले की, डाव्या पक्षाची एकजूट असलेली आघाडी हजर नसल्यामुळे व काँग्रेसच्या मक्तेदारीला जनता कंटाळलेली असल्यामुळे, कोणताही पक्ष, जो त्यांना सुखी करील अशी आशा वाटत होती, त्याला त्यांनी आपली मते दिली. परंतु ज्या ठिकाणी डाव्या पक्षांनी प्रयत्नपूर्वक आपली एकजूट टिकविली होती, तेथे त्यांना निश्चित यश मिळाले, हा अनुभव केरळमध्ये आला. त्यानंतर १९६९च्या पश्चिम बंगालमधील मध्यावधी पोटनिवडणुकीत असाच अनुभव आला. ह्यावरून डाव्या पक्षांनी एकजूट करून ती निवडणूक

होईपर्यंत टिकविली तर पुढील प्रगतीच्या दृष्टीने काय होऊ शकेल, हे स्पष्ट झाले.

कम्युनिस्ट पार्टीत फूट पडून सुरुवातीस दोन व नंतर तीन पक्ष निर्माण झाले. डाव्या आघाडीच्या प्रगतीवर ह्या दुहीचा अत्यंत अनिष्ट परिणाम झाला. कारण कम्युनिस्ट हा डाव्या आघाडीतील फार प्रभावी व मजबूत असा एकसंध पक्ष होता. १९६२ मध्ये कम्युनिस्टांचे ३० सभासद निवडून आले होते तर १९६७ मध्ये दोन्ही कम्युनिस्ट पक्षांचे मिळून ४४ सभासद निवडून आले होते, ते जर एकजूट टिकवू शकले असते तर सर्व पक्षांपैकी त्यांचा दुसरा क्रमांक लागला असता. तथापि त्यांच्यात फाटाफूट झाल्यामुळे, एकंदर निवडून आलेल्या पक्षनिहाय क्रमांकात त्यांचा दुसरा क्रमांक तर गेलाच, शिवाय त्यांच्यातील दुफळीचा फायदा स्वतंत्र पक्षाला मिळून त्यांची निवडून आलेल्या सभासदांची संख्या १८ वरून ४२ वर गेली. ह्यामुळे कायदेशीर विरोधी पक्षाचे स्थान उजव्या स्वतंत्र पक्षाला मिळाले. त्याच्या खालोखाल दुसरा उजव्यांचा पक्ष जनसंघ याने आपल्या जागा १४ वरून ३५ वर नेल्या. काँग्रेसच्या धोरणाला असलेल्या जनतेच्या विरोधातून उजव्या पक्षांना हा फायदा मिळाला आणि त्यातून सरकारी नवीन धोरण जन्माला येण्याचा ह्यांत धोका होता. स्वतंत्र आणि जनसंघ ह्या दोन्ही डाव्या पक्षांना मिळून एकंदर १३ दशलक्ष मते मिळाली होती. हे उजवे पक्ष पुराणमतवादी मतांचे पुरस्कर्ते असून, काँग्रेसच्या विघटनाचा फायदा घेण्यासाठी अलीकडेच जन्माला आले होते. स्वतंत्र पक्ष हा काँग्रेसमधील सनातनी मंडळींनी काँग्रेसच्या समाजवाद व राष्ट्रीयीकरण ह्या धोरणांना विरोध करण्यासाठी १९५९ मध्ये स्थापन केला होता. मोठे मक्तेवाले, जमीनदार, महाराजे, महाराण्या ह्यांनी पुन्हा डोके वर काढून, स्वतंत्र पक्षामार्फत, आपल्या पूर्वीच्या प्रजेच्या सहकार्यावर निवडणुकी लढविण्याचा चंग बांधला होता. ह्या मंडळींचा तोंडवळा अमेरिकेचे बडे उद्योगपती व सनातनी राजघराण्यातील मंडळी ह्यांच्याशी मिळताजुळता आहे. साम्राज्यवाद्यांनी 'फोडा आणि झोडा' ह्या धोरणाचा अंगीकार केल्यावर, काही प्रतिगामी, हिंदू जातीयवाद्यांचे प्रतिनिधित्व करण्यासाठी जन्मास आलेला, जनसंघ हा अलीकडचा पक्ष होय. आर.एस.एस. (राष्ट्रीय स्वयंसेवक संघ) ही जातीयवादी क्रांतिकारकांची संघटना आहे. त्यांच्याचपैकी गोडसे याने गांधीजींना ठार केले, म्हणून ह्या पक्षावर बंदी घालण्यात आली आणि त्यांची राजकीय शाखा, म्हणजे हिंदू महासभा हिचे वजन खलास झाले. ह्यांच्यापैकी काहींनी १९५१ मध्ये जनसंघ जन्मास घातला. त्यांच्या कार्यक्रमात फाजील देशभक्ती, अंधानुकरण, गेलेला प्रदेश परत घेणे, सैन्य वाढविणे, अण्वस्त्रांची तयारी करणे, जातीयवादी साधूंची भलावणी करणे, केंद्रीय कायदा करून गोहत्याबंदी करणे (ज्या

घोषणेला गांधीजींनी मागेच विरोध केला होता.), सामाजिक क्षेत्राला आर्थिक दृष्टीने संकुचित ठेवणे आणि खासगी क्षेत्रात सरकारी अडथळे न आणता त्याच्या वाढीस उत्तेजन देणे, वगैरे गोष्टींचा समावेश होतो. उजव्या पक्षाचा प्रचंड विरोध असतानाही, डाव्या पक्षात एकी घडवून आणून लोकशाही विचारसरणीच्या सभासदांचे सहकार्य मिळविण्यात डाव्या पक्षांनी बरीच प्रगती केली आहे. प्रांतिक निवडणुकीत युनायटेड फ्रंटने चांगलेच यश मिळविले, त्याचप्रमाणे काँग्रेसमधील लोकशाही विचारसरणीचे लोक आणि कम्युनिस्ट पार्टीचे सभासद ह्यांच्या सहकार्याने १९६९ मध्ये पंतप्रधान इंदिरा गांधी ह्यांच्या पुढारीपणाखाली युनायटेड फ्रंटची सरकारे स्थापन करण्यात आली. त्यांनी जुन्या 'सिंडिकेट' काँग्रेसचा धुव्वा उडवून, गिरी यांना अध्यक्षपदी निवडून आणले आणि चौदा बँकांचे राष्ट्रीयीकरण केले. इंदिरा गांधींच्या ह्या कार्यक्रमात त्यांना कम्युनिस्ट पक्ष व डाव्या विचारसरणीचे लोक ह्यांचे संपूर्ण सहकार्य लाभले.

प्राथमिक लोकशाही पद्धतीने जरी ही प्रगतीची सुरुवात झाली असली तरी आजची राजकीय जडणघडण अजून क्षणिक स्वरूपाची आहे आणि ह्या संधिकाळातील धोके स्पष्ट आहेत. ह्या घटनांची प्रतिक्रिया निरनिराळ्या उजव्या विचारसरणीची मंडळी यांची युती होऊन, लोकशाहीलाच धक्का देण्याच्या त्यांच्या धमक्या प्रसृत होत नाहीत.

भारतीय जनता जागृत आहे. प्रचंड लढे आणि दूरगामी स्थित्यंतरे यांच्या नवयुगात भारत प्रवेश करीत आहे. वादळी समस्या आणि प्रचीतीचे प्रसंग दृष्टिपथात आहेत. भारतीय जनतेच्या आर्थिक आणि राजकीय क्षेत्रातील क्रांतीचा अपूर्ण भाग आता प्रामुख्याने डोके वर काढीत आहे. आजची अस्थिर परिस्थिती आणि झपाट्याने होत असलेले बदल हे त्याचेच द्योतक आहेत. ज्या प्रमाणात लोकमतानुरूप प्रगती होत आहे, त्याच प्रमाणात उजव्यांकडून धोके निर्माण केले जात आहेत. आजची आर्थिक समस्या, शेतीची भीषण अवस्था, उपासमार, बेकारी आणि सधन आणि निर्धन ह्यांतील वाढते अंतर, हे प्रश्न आज गंभीर होऊन बसले आहेत. त्यावर त्वरित योजना आवश्यक आहे. जनतेला भेडसावीत असलेल्या अडचणींवर मात करून त्यांच्या समस्या सोडविणे आणि भावी भारताची पायाभरणी करून कामगारांचा भारत निर्माण करणे, हे प्रचंड कार्य फक्त साम्यवाद्यांची संघटित शक्ती आणि लोकशाही व प्रागतिक विचारसरणीची मंडळी, ह्यांनी जनतेतील बहुसंख्य समाजाला एकत्रित आणल्यासच शक्य होईल.

अनुक्रम

# खंड पहिला
## विद्यमान व भावी भारत



# खंड दुसरा
## भारतातील ब्रिटिश राजवट

## खंड तिसरा
### भारताचा शेतीविषयक मूलभूत प्रश्न



## खंड चौथा
### भारतीय जनतेतील जागृती

## खंड पाचवा
### साम्राज्यवाद आणि राष्ट्रीय विमोचन

# खंड सहावा

## उपसंहार

विद्यमान व भावी भारत

# प्रकरण १
## आधुनिक जगातील भारत

"मानवी घटनांच्या प्रवाहात जेव्हा एका राष्ट्रगटाला, ज्यांनी त्याला इतरांशी जखडले आहे असे आपले राजकीय संबंध संपुष्टात आणणे अगत्याचे वाटते, आणि ज्याला, भौगोलिक परिस्थितीने आणि निसर्गदेवतेने मान्यता दिली आहे, असे पृथ्वीवरील सत्तांमध्ये स्वतंत्र आणि समान अस्तित्व धारण करण्याची उत्कंठा लागते, तेव्हा मानवी मतांचा योग्य आदर बाळगावयाचा असेल तर, ज्या कारणांसाठी त्याला स्वतंत्र व्हावेसे वाटते, ती त्यांनी जाहीर करावीत."

आजच्या जागतिक राजकारणात 'भारताचे भवितव्य' हा एक महत्त्वाचा प्रश्न होऊन बसला आहे.

भारताची चाळीस कोटी लोकसंख्या म्हणजे मानवजातीचा जवळजवळ पाचवा भाग आहे. गेली दोनशे वर्षें ते ज्या परकीय राजवटीखाली आहेत, ती परकीय सत्ता आज संपुष्टात येत आहे. जागतिक पातळीवर आधुनिक जगात भारताचे पारतंत्र्य हा साम्राज्यशाहीचा प्रचंड व अत्यंत महत्त्वाचा आधारभूत सिद्धांत झाला आहे. त्या अफाट जगाची संपत्ती व साधने, येथील राहणीमान व मजुरीची साधनसंपत्ती पाश्चिमात्य भांडवलदारांच्या डोळ्यात येऊन त्यांनी चंचुप्रवेश केला, त्यातूनच अकारण आक्रमण, विस्तार व अखेरीस संपूर्ण सत्ता आणि बळजबरीची पिळवणूक सुरू होऊन आज कित्येक शतके ती चालू आहे. ह्या साम्राज्यशाहीचा शेवट झाला तर मानवजातीच्या एक-पंचमांश लोकांना नवीन भविष्यकाळ उपलब्ध होईल, इतकेच नव्हे, तर जागतिक हितसंबंधांना आगळे स्वरूप प्राप्त होईल, जगातील साम्राज्यवादाला उतरती कळा लागेल आणि जगातील मानवी स्वातंत्र्याच्या प्रगतीला जोर चढेल. स्वतंत्र चीनशेजारचा भारत स्वतंत्र झाला तर, आशिया खंडातील व सर्व वसाहतशाहीतील लोकांच्या स्वातंत्र्य चळवळीला एक निराळेच वळण लागेल.

आधुनिक जगातील सर्व समस्या व झगडे भारताकडे डोळे लावून बसले आहेत. भारतात जुन्या ऐतिहासिक संस्कृतीच्या अवशेषांमध्ये, जी आधुनिक विजेत्यांच्या प्रचंड दडपणाखाली दिसेनाशी होऊन जिचा कोंडमारा झाला आहे, अशी संस्कृती

चालू आहे. त्यामुळे एका बाजूला निकृष्ट जीवनपातळी, दैन्यावस्था व लाचारी दिसते, तर तिच्याच शेजारी अत्यंत प्रगत अशा वित्तीय भांडवलाने चालवलेली पिळवणूक पाहावयास सापडते. अनेक वर्षांची शेतीची भीषण परिस्थिती, दुष्काळ, कर्जोद्भव दास्य, जातीय व अस्पृश्यतेची बंधने, अमर्याद औद्योगिक पिळवणूक, श्रीमंती व गरिबी ह्यांतील भीषण विषमता, सामाजिक व धार्मिक झगडे, वर्गविग्रह, भारतातील तातडीच्या समस्या– ह्या सर्व परिस्थितीवरून परदास्यात खितपत पडलेल्या देशांत मागासपणा व कुंठित विकास का असतो त्याची कल्पना येते. परकीय राजवटीमुळे तर तिला आणखी भीषण स्वरूप प्राप्त होते. ह्या सर्वांचा परिणाम म्हणजे परकीयांपासून स्वातंत्र्य मिळवण्याचा जो मूलभूत प्रश्न आहे, त्यात अडथळे निर्माण होतात.

आजचा भारत हा गंभीर आर्थिक, सामाजिक व राजकीय क्रांतियुगात पदार्पण करत आहे. त्यातील पहिला टप्पा म्हणजे परदास्यातून सुटका करून घेणे आणि संपूर्ण स्वातंत्र्य मिळवणे, हा होय. आज दृष्टिपथात दिसत असलेले स्वातंत्र्य प्रत्यक्षात मिळाले म्हणजे त्याबरोबर भयंकर अंतर्गत समस्या, सामाजिक तणाव आणि झगडे प्रकर्षाने पुढे येतील. परकीय राजवटीमुळे ज्यांचा आजपर्यंत कोंडमारा झाला होता, त्यांना आता स्वातंत्र्याबरोबर नवीन धार चढेल आणि त्यावर उपाययोजना करणे अगत्याचे ठरेल. राजकीय आणि सामाजिक पुनर्रचनेचा प्रचंड प्रश्न आज भारतीय जनतेपुढे निर्माण झाला आहे.

## १. भारतीय स्वातंत्र्याचा उष:काल

जागतिक राष्ट्र संघटनेने हुकूमशाही सत्तांवर विजय मिळवल्यामुळे जी नवी परिस्थिती निर्माण झाली, तिच्यामध्ये भारतीय स्वातंत्र्य हा जागतिक राजकारणात प्रमुख प्रश्न म्हणून पुढे आला.

१९१४-१८ मधील पहिले जागतिक युद्ध संपल्यावर, क्रांतीची एक नवी लाट जगभर पसरली, त्यातून वसाहतीमध्ये व भारतात निरनिराळ्या बदलांचे नवयुग निर्माण झाले. १९२१-२२ व १९३०-३४ ह्या काळात जनतेच्या प्रचंड आंदोलनांनी भारत घुसळून निघाला. ब्रिटिश राजसत्तेने ह्या लढ्यांना दडपशाही करून व थोड्याबहुत सुधारणा करून मोडून काढले. मुख्य सत्तेची केंद्रे आपल्या हातात ठेवून, स्वराज्याचे शाब्दिक आश्वासन देऊन, काही घटनात्मक स्वरूपाच्या सुधारणा देण्यात आल्या. ह्या सुधारणांमुळे १९३७ साली ११ प्रांतांपैकी आठ

प्रांतांत काँग्रेसची मंत्रिमंडळे अस्तित्वात आली, त्यामुळे जनतेतील असंतोषाला पायबंद बसण्याऐवजी नवीन धार चढली. १९३९ साली दुसरे जागतिक युद्ध सुरू झाल्यावर ब्रिटिशांनी भारताला 'संयुक्त राज्यघटना' देण्याची तयारी चालू केली, तर असंतुष्ट जनतेने त्याला, स्वातंत्र्यासाठी प्रचंड आंदोलन सुरू करून उत्तर दिले. भारताचे मत न घेता ब्रिटिशांनी त्याला जागतिक युद्धात गोवले व त्यामुळे राज्यकर्तें व जनता ह्यांतील असंतोष वाढीस लागला.

दुसऱ्या जागतिक युद्धामुळे भारताच्या स्वातंत्र्याचा प्रश्न अधिक निकडीचा झाला. जागतिक संयुक्त राष्ट्रसंघटनेने असे जाहीर केले की, ''कोणत्या प्रकारच्या शासनपद्धतीत आपण राहावे हे ठरवण्याचा जनतेला हक्क आहे.'' संयुक्त राष्ट्रसंघाने संयुक्त आघाडी निर्माण केली. तिच्यात दोन साम्राज्यवादी सत्ता– ब्रिटन व युनायटेड स्टेटस्; आणि दोन प्रजावादी राष्ट्रे– एक राष्ट्रीय चीन व दुसरे समाजवादी रशिया अशी होती. सर्व जगभर राष्ट्रीय स्वातंत्र्याच्या प्रचंड चळवळी हुकूमशाहीतून सुटण्यासाठी चालू होत्या. अशा परिस्थितीत जगातील इतर राष्ट्रांप्रमाणे भारताने आपल्या स्वातंत्र्याची मागणी अत्यंत तीव्रतेने करून त्यासाठी जवानांना बलिदान करण्याचा आदेश द्यावा, ह्यात आश्चर्य करण्यासारखे काहीच नव्हते.

महायुद्धाच्या आशियातील परिस्थितीमुळे ही निकड अधिक तीव्र झाली. आशिया खंडातील ब्रिटिश साम्राज्यवाद्यांनी जपानच्या विस्तारवादाला सहकार्य देण्याचा वेडगळपणा केला होता. त्यांना पर्ल हार्बरमधील जपानच्या अतिक्रमणामुळे आश्चर्याचा धक्काच बसला. जेव्हा आग्नेय आशियातील देश हुकूमशाहीच्या आक्रमणाला प्रतिकार करण्याऐवजी शरण जाऊ लागले, तेव्हा जुनाट वसाहतवादी सत्तांचे पितळ उघडे पडले, कारण ज्यांच्यावर त्या सत्ता राज्य करत होत्या त्यांना संघटित करून व त्यांना दुसरीकडून सैन्याची मदत देऊन प्रभावी विरोधी आघाडी निर्माण करण्यात त्या अयशस्वी ठरल्या.

ह्या बेअब्रूचा भारतीय जनमनावर फार परिणाम झाला. ब्रिटिशांची अजिंक्य असल्याची फुशारकी उघडी पडली. जपानचे सैन्य भारतीय सरहद्दीवर येऊन थडकले. शत्रुराष्ट्रांनी भारतीय काँग्रेसचे माजी अध्यक्ष नेताजी सुभाषचंद्र बोस ह्यांना 'इंडियन नॅशनल आर्मी' संघटित करण्यास प्रोत्साहन दिले. भारत स्वतंत्र असता तर ह्या घटनेचा त्याच्यावर फारसा परिणाम झाला नसता, तथापि पारतंत्र्यात जखडलेल्या भारतावर वरील घटनेचा अनुकूल परिणाम होणे अटळ होते.

अशा प्रकारे दुसऱ्या जागतिक युद्धाने अशी परिस्थिती निर्माण केली की, केवळ लोकशाहीचे तत्त्वज्ञान सोडले तरी मित्रराष्ट्रांच्या हिताच्या दृष्टीने भारताची संरक्षणक्षम

मजबूत आघाडी निर्माण करणे अगत्याचे झाले व त्यासाठी भारताला त्वरित स्वातंत्र्य देणे आवश्यक ठरले. भारताच्या राष्ट्रीय पुढाऱ्यांनी जागतिक हुकूमशाही गटाविरुद्ध लोकशाही विचारसरणीच्या राष्ट्रांना सहकार्य करण्यात आपले हित आहे, ही गोष्ट प्रथमपासून जाहीर केली होती. प्रतिगामी व हुकूमशाही धोरणांना भारताचा प्रथमपासून विरोध होता. ह्याउलट ब्रिटनचे राज्यकर्ते अजूनही हुकूमशहांची तळी उचलून धरत होते व त्यांच्या आक्रमणाला प्रोत्साहन देत होते. भारतीय पुढाऱ्यांना हे निश्चितपणे माहीत होते की, ह्या जागतिक युद्धात मित्रराष्ट्र गटाचा जय होण्यात व हुकूमशाही गटाचा पराभव होण्यात भारत, चीन, रशिया व युरोपमधील लोकशाहीवादी राष्ट्रे ह्यांचे हित होते. भारताची प्रभावी आघाडी निर्माण करून, मित्रराष्ट्र संघटनेशी तह करून, युद्धात भाग घ्यावा असे वाटत असेल तर, भारताला स्वातंत्र्य देऊन त्याचा राज्यकारभार भारताच्या राष्ट्रीय सरकारकडेच सुपूर्द करण्यात आला पाहिजे– आणि भारताची ही मागणी रास्त होती. ह्या मागणीत मित्र-राष्ट्रांचेही हित होते. भारताच्या ह्या मागणीला संयुक्त राष्ट्रसंघांतील लोकशाहीवादी सर्व राष्ट्रांनी दुजोरा दिला. इतकेच नव्हे, तर, ब्रिटनच्या मित्रराष्ट्रांच्या प्रतिनिधींनी, विशेषत: प्रेसिडेंट रूझवेल्ट व मार्शल चिअँग कायशेक ह्यांनीही भारताच्या ह्या मागणीचा पाठपुरावा केला.

एवढे असले तरी, दुसरे जागतिक युद्ध संपुष्टात आले, पण भारताला स्वातंत्र्य मिळाले नाही. ब्रिटनमध्ये टोरी पक्ष सत्तेवर होता. भारताला स्वातंत्र्य देण्यास किंवा भारताच्या लोकप्रिय पुढाऱ्यांच्या हातात, युद्धकाळापुरता समझोता करून, महत्त्वाची सत्ताकेंद्रे देण्यास, त्यांचा प्रखर विरोध होता. ब्रिटनचा पंतप्रधान चर्चिल म्हणत असे की, ब्रिटिश साम्राज्याची चिरफाड करण्याच्या कार्यक्रमाचे पुढारीपण घेण्यासाठी तो पंतप्रधान झाला नव्हता. आणि ब्रिटनच्या राजकीय धोरणाचे हे मुख्य सूत्र अत्यंत भीषण परिस्थितीतही त्यने रेटत नेले. १९४२ सालची क्रिप्स योजना फसली. परिस्थितीच्या गुंतागुंतीमुळे विषण्ण झालेली राष्ट्रीय चळवळ ऑगस्टच्या ठरावानंतर अधिकच गोंधळात पडली. भारताचे राष्ट्रीय पुढारी तुरुंगात पडले आणि त्यांच्या बंदिवासानंतर दुय्यम पुढाऱ्यांची तुरळक चळवळ चालू होती, तीही त्यांना तुरुंगात टाकून दडपून टाकण्यात आली.

दुसरे महायुद्ध संपले तरी भारत परकीय सत्तेखालीच राहिला. राजकीय दृष्टीने भारताची कुचंबणा झाली होती.

तथापि मित्रराष्ट्रांनी हुकूमशहांवर मिळवलेल्या विजयामुळे एक नवीनच परिस्थिती निर्माण झाली. पहिल्या महायुद्धाच्या प्रतिक्रियेतूनच हुकूमशाही जन्मास आली होती आणि प्रत्यक्ष युद्धात मित्रराष्ट्रांनी त्यांचा जो पराभव केला, त्या विचक्यामुळे हुकूमशाहीला

प्रचंड हादरा बसला. सर्व देशात लोकप्रिय चळवळी अहमहमिकेने पुढे सरसावल्या. साम्राज्यवाद फार दुर्बल झाला. जर्मन, इटालियन व अमेरिका ह्यांची साम्राज्ये आणि फ्रान्स, बेल्जियम, हॉलंड व पोर्तुगाल ही वसाहतवादी राज्ये टिकून राहिली. हुकूमशाहीला, जी जुनी हुजूरपक्षीय राज्ये शरण गेली होती, त्यांची जागा आता नवीन लोकशाहीवादी सरकारांनी घेतली. ब्रिटनमध्ये निवडणुकीत टोरी पक्षाने प्रचंड आपटी खाल्ली व त्यांच्या जागी मजूर मंत्रिमंडळ सत्तेवर आले. सर्व आशिया खंडात वसाहतींत डांबल्या गेलेल्या देशांनी स्वातंत्र्याची जोराची मागणी केली. इंडोनेशियाच्या प्रजासत्ताकाने, अँग्लो-डच साम्राज्यवाद्यांशी यशस्वीपणे सामना दिला. भारतात १९४५-४६ मध्ये स्वातंत्र्याच्या मागणीने व राष्ट्रीय आंदोलनाने परिसीमा गाठली. हिंदू-मुस्लीम जनतेने प्रचंड निदर्शने केली आणि ही असंतोषाची लाट सैन्यापर्यंत पोहोचली.

मजूर मंत्रिमंडळाला प्राप्त परिस्थितीत आपल्या धोरणात बदल करणे अगत्याचे झाले. १९ फेब्रुवारी १९४६ रोजी पंतप्रधान अॅट्‌ली ह्यांनी भारताला 'कॅबिनेट मिशन' शिष्टमंडळ पाठवण्याचे निश्चित केले. १५ मार्च रोजी शिष्टमंडळाला निरोप देताना पंतप्रधान अॅट्‌ली म्हणाले;

"मागील योजना आजच्या परिस्थितीला लागू करणे योग्य नाही. १९४६ चे तापमान (राजकीय परिस्थिती) १९२०, १९३० किंवा १९४२ पेक्षा निराळे आहे."

"महायुद्धापेक्षा दुसऱ्या कशानेही जनतेच्या दृष्टिकोनात इतका झपाट्याने बदल होत नाही. ह्या प्रश्नात ज्याला रहस्य आहे त्याला १९१४-१८ मध्ये झालेल्या महायुद्धामुळे भारताच्या अपेक्षा व ध्येय ह्यावर काय परिणाम झाला, ह्याची पूर्ण कल्पना आहे. जनतेच्या आकांक्षांची भरती शांततेच्या काळात संथपणे येत असते, तथापि लढाईच्या काळात ती एकाकी वेग घेते. विशेषत: लढाई संपल्यावर हा फरक होतो. ह्याचे कारण लढाई चालू असतानाच अशा आकांक्षा आकार घेत असतात. माझी खात्री आहे की, आजच्या परिस्थितीत राष्ट्राभिमानाची लाट फार वेगाने भारतात वाहत आहे व ती आशिया खंडभर पसरली आहे."

"भारत हा ब्रिटिश राष्ट्रकुलात राहण्याचे ठरवील, अशी मला आशा आहे. माझी खात्री आहे की असे करण्यात भारताचा फायदा आहे. मात्र असा निर्णय भारताने स्वत: होऊन घेतला पाहिजे. कारण ब्रिटिश राष्ट्रकुल व साम्राज्य ही कोणत्याही बाह्य बंधनांनी एकत्र जखडलेली नाहीत, ती एक स्वतंत्र राष्ट्रांची स्वतंत्र संघटना आहे."

"तथापि, जर भारताने निराळे होण्याचा निर्णय घेतला तर तसे करण्याचा त्याला अधिकार आहे. असे झाले तर, हा विभक्तपणा शक्य तितक्या दिलजमाईने व सहज

घडवून आणता येईल असा प्रयत्न करणे आपले कर्तव्य आहे.''

ब्रिटिश मुत्सद्द्यांच्या सरकारी भाषणात, भारताच्या ध्येयाचा उल्लेख करताना 'स्वातंत्र्य' हा शब्द प्रथमच वापरला गेला, ही गोष्ट सर्वांच्या लक्षात आली.

तरीसुद्धा अनेकांच्या ज्या अपेक्षा होत्या की, शिष्टमंडळाच्या सूचनेनंतर भारताला स्वातंत्र्य दिले जाईल, त्या फोल ठरल्या. शिष्टमंडळाने केलेल्या शिफारशी व त्यानंतर सरकारने सुचवलेल्या घटनात्मक सुधारणा यांची चर्चा पुढे आली आहे. ह्या वाटाघाटी व योजना काय होत्या त्या पुढे प्रत्यक्ष अनुभवावरून कळून येतील. प्रत्यक्ष भारतीय स्वातंत्र्याचा पहिला हप्ता देण्याऐवजी, ब्रिटिश साम्राज्यशाहीने घटनात्मक सुधारणांचा सुचवलेला हा शेवटचा हप्ता होता, एवढे मात्र खरे.

१९४६ मध्ये सुद्धा भारत हा ब्रिटिश साम्राज्याचा घटक आहे. ब्रिटिश सरकारने खास निवडलेल्या घटना परिषदेने भारताच्या भावी घटनेचा आराखडा तयार करावा व भारताला कोणत्या पद्धतीचे स्वातंत्र्य असावे हे त्यांनी ठरवावे, असे ठरले.

येत्या काही वर्षांत जी सुधारणा अमलात येईल त्यावरून ब्रिटिश साम्राज्यशाहीला भारतात अजून काही काळ पण निराळ्या स्वरूपात आपली सत्ता चालू ठेवता येईल, हे उघड आहे. भारताच्या स्वातंत्र्याची लढाई अजून जिंकायची आहे.

आज घडत असलेल्या घटनांवरून एवढे स्पष्ट दिसते की, भारत हा स्वातंत्र्याच्या मार्गावर वेगाने जात आहे व नजीकच्या भविष्यकाळात तो स्वतंत्र होणार, ह्याबद्दल कोणासही संदेह नाही. ब्रिटिश साम्राज्यशाहीचा अखेरचा काळ, भारतात त्यांनी अनेक वर्ष गाजवलेली सत्ता व तिचे पर्यवसान आणि भारतीय जनतेने केलेली प्रगती ह्या संदर्भात भारताचा आज अभ्यास केला तर असे चित्र आपल्या डोळ्यांसमोर उभे राहते.


## २. साम्राज्यवाद व भारत

भारत हा, गेली कित्येक शतके, आधुनिक साम्राज्यवाद, त्याचा विस्तार आणि साम्राज्य सत्ता, ह्यांचा मुख्य पाया बनला आहे.

भारताचा विस्तार १८,०८,६७९ चौरस मैल म्हणजेच ब्रिटिश बेटाच्या पंधरापट व ग्रेट ब्रिटनच्या विस्ताराच्या वीसपट आहे. गेल्या १९४१ च्या शिरगणतीप्रमाणे, भारताची लोकसंख्या ३८९ दशलक्ष होती आणि आज ती चाळीस कोटींच्या घरात गेली आहे. म्हणजेच एकूण मानवजातीचा एक पंचमांश भाग

भारतात आहे.

भारताची चाळीस कोट लोकसंख्या म्हणजे ब्रिटिश साम्राज्याच्या एकूण लोकसंख्येच्या $\frac{3}{4}$ होते आणि ब्रिटिश साम्राज्याच्या सागरी लोकसंख्येच्या $\frac{4}{5}$ भरते, तर ब्रिटिश साम्राज्याच्या वसाहतींच्या लोकसंख्येच्या $\frac{9}{10}$ भरते.

महायुद्धापूर्वीच्या वसाहतवाल्या साम्राज्य सत्तांचा विचार केला, तर १९३८ साली ब्रिटिश साम्राज्याच्या अंकित असलेली भारतीय लोकसंख्या, ही जगातील एकूण वसाहतीत असलेल्या लोकसंख्येच्या अर्धीअधिक होती आणि फ्रान्स, जपान, डच, अमेरिका, बेल्जियम, इटली व पोर्तुगीज साम्राज्य ह्यांच्या एकूण वसाहतीतील लोकसंख्येच्या दीडपटीवर होती.

साम्राज्यशाह्यांच्या प्रचंड वसाहतीपासून भारत हा फार दूर आहे. भारत हा सर्वांत जुना आणि पिढ्यान्पिढ्या परदास्यांत जखडलेला आणि पिळवणूक झालेला असा देश आहे, एवढेच हे एक जिवंत उदाहरण आहे.

युरोपियन वसाहतवाल्यांची पहिली नजर भारतावर आणि भारताच्या संपत्तीवर लागली. भारताला जाण्याचा जलमार्ग शोधून काढताना ते अमेरिका आणि वेस्ट इंडिज येथे अकस्मात जाऊन पोहोचले. नंतरच्या काळात त्यांनी आफ्रिका, ऑस्ट्रेलिया, चीन व आशिया खंडांतील इतर देशांत आपल्या वसाहती स्थापन केल्या.

आपण नकाशा पाहिला तर भारत हा साम्राज्यवादी सत्तेचा केंद्रबिंदू कसा आहे, ते सहज कळते.

हिंदी महासागराच्या प्रचंड विस्ताराभोवती भारत हा केंद्रस्थानी आहे. तेथून पुढे पर्शियन गल्फ लागते. नंतर 'न्यू मिडल ईस्टर्न एम्पायर' दिसते आणि पश्चिम बाजूला अरबस्तान लागते. नंतर तांबडा समुद्र, इजिप्त आणि ईशान्य दिशेला आफ्रिका राहते. पूर्वेकडे ब्रह्मदेश, मलाया बेटे व ईस्ट इंडिज दिसतात. आग्नेय दिशेला ऑस्ट्रेलिया आणि सिंगापूरच्या मार्गाने किंवा आधुनिक बर्मा-युनान मार्गाने चीनकडे जाण्याचा मार्ग दिसतो.

उत्तर दिशेला प्रचंड पर्वतांची तटबंदी (वायव्य सरहद् सोडून) व बाकीच्या सरहद्दींना समुद्राचे वेष्टण ह्यामुळे भारत हा मध्यवर्ती कोटकिल्ल्यासारखा बनला आहे. सभोवारच्या सर्व प्रदेशांवर नजर ठेवणे भारताला सहज शक्य आहे. त्याचप्रमाणे भारतातील संपत्ती व साधने ह्यांवर सत्ता राखणे कठीण नाही.

युरोपियन भांडवलदारांचा भारतात पहिला प्रवेश म्हणजे इ.स. १५०० मध्ये पोर्तुगीजांनी कालिकत येथे घातलेली वखार होय. त्यानंतर त्यांनी इ.स. १५०६ मध्ये गोवा जिंकला, ह्याला आज चारशे वर्षे झाली. इ.स. १६०० मध्ये ब्रिटिश ईस्ट

इंडिया कंपनी स्थापन झाली. नंतर १६०२ मध्ये डच ईस्ट इंडिया कंपनी व १६६४ मध्ये फ्रेंच कंपनी देस् इंडिज स्थापन झाल्या. अठराव्या शतकाच्या मध्यावधीत ब्रिटिशांनी भारतात राज्य करण्यास सुरुवात केली. इ.स. १७५७ मध्ये झालेल्या प्लासीच्या युद्धानंतर इंग्रजांचे राज्य भारतात सुरू झाले असे समजले जाते. त्या पद्धतीनुसार आज ब्रिटिश साम्राज्याला भारतात दोनशे वर्षं झाली.

पाश्चिमात्य संस्कृतीने भारत देश जिंकला, त्याचे दूरगामी परिणाम झाले. युरोपमध्ये भांडवलवाढीच्या दृष्टीने भारत हा मुख्य आधारस्तंभ बनला. त्यातूनच ब्रिटिश सत्तेला जागतिक वर्चस्व प्राप्त झाले आणि त्यातून आधुनिक साम्राज्यशाहीची रचना निर्माण झाली. जवळजवळ दोन शतके, युरोपचा इतिहास हा त्यांच्या भारतावरील स्वामित्वातून निर्माण झाला आहे. ब्रिटनच्या स्पेन, पोर्तुगाल, हॉलंड, फ्रान्स, रशिया व जर्मनी ह्या देशांबरोबर झालेल्या लढायांचे मूळ कारण म्हणजे भारताकडे जाणारा मार्ग आणि भारत देश ह्यांवरील वर्चस्व होय. इंग्लंडमधील अंतर्गत राजकारणातसुद्धा वरकरणी दिसणाऱ्या सामाजिक व राजकीय उलाढालींच्या मुळाशी, भारतावरील सत्ता टिकवणे हेच मूलभूत कारण होते.

कित्येक वर्षं भारत हा ब्रिटिश साम्राज्याचा आस म्हणून समजला जातो. भारतातील विस्तारवादी साम्राज्याचा शेवटचा कर्तबगार व्हाईसरॉय लॉर्ड कर्झन म्हणतो :

"ज्याप्रमाणे डी. टॉकव्हेली म्हणत असे की, भारताचे स्वामित्व व सरकार ही अशी कामगिरी झाली आहे की, ज्यामुळे इंग्लंडला जागतिक राजकारणात मानाचे पान प्राप्त झाले आहे, त्याचप्रमाणे आशिया खंडातील इंग्लंडचे वजन व संपत्ती हे ब्रिटिश साम्राज्याच्या पायाचे आधारस्तंभ आहेत. तेथे आशिया खंडातील केंद्रस्थानी राहून ते पूर्वेवर राज्य करते. त्याची सत्ता भूप्रदेश व समुद्र यांवर खोलवर पसरली आहे. शक्तिदेवीप्रमाणे ते त्रिशूळ हाती धरते व राजचिन्ह म्हणून मुकुट धारण करते.'' (ऑन जी. एन. कर्झन- प्रॉब्लेम्स् ऑफ दि फार ईस्ट, १८९४, पान ४१९.)

चार वर्षांनंतर इ.स. १८९८ मध्ये साम्राज्यशाहीची धुंदी चढलेला हा स्तुतिपाठक लिहितो :

"भारत हा ब्रिटिश साम्राज्याचा आस आहे. साम्राज्याने एखादी अन्य वसाहत घालविली तरी ते टिकू शकेल, पण आपण जर भारत घालवला तर आपला साम्राज्य-सूर्य मावळला म्हणून समजावे.''

ह्या त्याच्या छद्मी भविष्यवाणीत साम्राज्याच्या भावी विनाशाची दुश्चिन्हे सहज सापडतात.

ब्रिटनला व ब्रिटिश भांडवलशाहीची रचना व वाढ होण्यास भारत हा आर्थिक

दृष्टीने अत्यंत उपयुक्त ठरला असे इतिहासावरून दिसते. ह्या दृष्टीने आता भारत जरी दुर्बळ झाला असला तरी, अजूनही त्याची उपयुक्तता महत्त्वाची आहे. एकोणिसाव्या शतकातील भारतीय बाजारपेठेची असलेली ⅚ मक्तेदारी आणि १९१४-१८ ह्या काळात असलेली ⅔ मक्तेदारी ही घटना आता इतिहासजमा झालेली आहे. १९२९ पासून भारतीय बाजारपेठ ही ब्रिटिश मालाची सर्वांत मोठी बाजारपेठ राहिलेली नाही. १९३८ मध्ये तर ती तिसऱ्या क्रमांकावर गेली. तरीही भारताच्या व्यापाराचा मोठा हिस्सा अजून ब्रिटिश व्यापाऱ्यांच्याच हातात आहे. इ.स. १९३३ मध्ये ब्रिटनचे भारतात असलेले भांडवल एक हजार कोटी पौंड होते. म्हणजेच ब्रिटनच्या सागरी गुंतवणुकीचा जवळजवळ चवथा हिस्सा भारतात होता. हा आकडा आता बराच कमी झाला आहे. तथापि दुसऱ्या जागतिक युद्धाचा ह्या गुंतवणुकीवर काय परिणाम झाला ते अजून निश्चितपणे कळलेले नाही. एवढे मात्र खरे की, युद्धाच्या दडपणामुळे ब्रिटनची इतर देशांतील सागरी गुंतवणूक सहज विकण्यात आली. तथापि भारतातील गुंतवणूक मात्र काळजीपूर्वक सांभाळण्यात आली. भारतातून लढाईसाठी जो माल किंमत दिल्याशिवाय आणला, त्यामुळे भारताचे इंग्लंडमधील 'स्टर्लिंग-बॅलन्स्' एवढे वाढले की, ते ब्रिटिश गुंतवणुकीच्या जवळजवळ सारख्या किमतीचे झाले. ह्या स्टर्लिंग-बॅलन्सचे पुढे काय होणार ते अजून ठरायचे आहे. भारताकडून ब्रिटन दरसाल जी देणगी घेते तिची किंमत १५० दशलक्ष पौंड भरते, म्हणजेच प्रत्येक ब्रिटिश नागरिकाला तीन पौंड वर्षाला मिळतात. ह्याचाच अर्थ ब्रिटनमधील सुपर-टॅक्स भरणाऱ्या प्रत्येक नागरिकामागे ब्रिटनला प्रतिवर्षी १७०० पौंड मिळतात. (शहा अँड खंबाटा-वेल्थ टॅक्सेबल कॅपॅसिटी ऑफ इंडिया- १९२१-२२ च्या गणतीप्रमाणे) ब्रिटिश साम्राज्याला भारताची वैशिष्ट्यपूर्ण मदत होते. एकतर भारताच्या आधारावर ब्रिटन आपल्या साम्राज्याचा विस्तार वाढवू शकेल व दुसरे असे की, राष्ट्रीय खजिना आणि सैन्यभरती ही भारताच्याच साहाय्याने होऊ शकली. त्यामुळे कित्येक सागरी युद्धे व लढाया ब्रिटनला करणे शक्य झाले. इतकेच नव्हे, तर, भूमध्यसमुद्र, सुवेझ कालवा, तांबडा समुद्र, पर्शियन गल्फ, मिडल ईस्टर्न एम्पायर व सिंगापूर वगैरे परिसरात ब्रिटनची सत्ता सांभाळण्याच्या दृष्टीने भारत हे केंद्रस्थान म्हणून उपयुक्त ठरले. लष्करी डावपेचाच्या दृष्टीने भारताचे हे महत्त्व दुसऱ्या जागतिक युद्धात प्रत्ययास आले.

# ३. भारतातील साम्राज्यशाहीचे दिवाळे

भारतातील साम्राज्यशाहीचे पर्यवसान कशात झाले?

ह्यासंबंधी सामाजिक व राजकीय दृष्टिकोन कितीही भिन्न असोत, एका मुद्द्यावर उजवे किंवा डावे सहमत आहेत. दोन शतकांच्या साम्राज्यशाहीच्या राजवटीनंतर भारतात इतके दारिद्र्य व दैन्यावस्था दिसते की, जिची जगातील कोणत्याही ठिकाणच्या दारिद्र्याशी तुलना होऊ शकत नाही.

ह्या परिस्थितीचे कारण देशाची नैसर्गिक निकृष्टावस्था किंवा साधनसामग्रीची उणीव हे नव्हे. भारतीय जनतेने जो प्रचंड प्रदेश व्यापला आहे तो नैसर्गिक साधनसंपत्तीने समृद्ध आहे. जमीन इतकी सकस व उत्पादनक्षम आहे की, जर तिचा संपूर्णपणे उपयोग करण्यात आला तर, आजच्यापेक्षाही अधिक लोकसंख्येला ती अन्नधान्य पुरवू शकेल. इतकेच नव्हे, तर, उच्च दर्जाच्या आधुनिक यांत्रिक उत्पादनासाठी कोळसा, लोखंड, तेल, पाणी व तांत्रिक कौशल्य वगैरे आवश्यक साधने ती उपलब्ध करू शकते (साम्राज्यशाहीची राजवट भारतात सुरू होण्यापूर्वी तांत्रिक उत्पादनात भारताने मिळवलेली आघाडी संपूर्णतया नष्ट झालेली नाही.)

एवढे असूनसुद्धा ही साधने व उत्पादनक्षमता अजून अविकसितच राहिली आहे. उत्पादनक्षमतेच्या साधनांकडे दुर्लक्ष करणे हा जर भांडवलशाहीचा दोष समजला, तर भारताच्या बाबतीत तो अत्युच्च कोटीला पोहोचला होता. एवढा की, दुसऱ्या कोणत्याही साम्राज्यशाही देशापेक्षा भारताची परिस्थिती मूलभूत दृष्टीने विकृत राहिली.

१९३४ पर्यंतच्या भारताच्या आर्थिक व औद्योगिक प्रगतीची संपूर्ण व सखोल पाहणी केल्यावर अमेरिकन प्रोफेसर बचनन याने पुढील उद्गार काढले आहेत :

"भारत हा देश असा आहे की, येथे अगदी मूळच्या स्वरूपातील वस्तूवर उत्पादन अवलंबून असते. गेली शंभर वर्षे परदेशातील कारखान्यांत तयार झालेला माल मोठ्या प्रमाणात तो आयात करतो. त्याने परदेशात पूर्णपणे तयार झालेली यंत्रसामग्री आणून काही थोडे अगदी मामुली स्वरूपाचे उद्योगधंदे भारतात चालू केले आहेत. येथे कच्चा कापूस, कच्चा गोणपाट, सहज काढता येणारा कोळसा, उच्च दर्जाचे लोखंड, मजुरीच्या अभावी उपासमार होत असलेले अनेक लोक, जगातील दुसऱ्या क्रमांकाने असलेला सोन्याचा व रूप्याचा साठा, जेथे परदेशात तयार झालेला माल विकला जातो अशी भारतात उपलब्ध असलेली मोठी बाजारपेठ-

इतक्या सर्व गोष्टी अनुकूल असूनही, गेल्या शंभर वर्षांनंतर भारत फक्त दोन टक्के लोकांना कारखान्यात रोजगार देऊ शकतो!''

(डी. एच. बचनन,- 'दि डिव्हलपमेंट ऑफ कॅपिटॅलिस्ट एन्टरप्राईझ् इन इंडिया,' १९३४, पान ४५०).

भारतीय अर्थशास्त्रावर ब्रिटिश तज्ज्ञ म्हणून समजले जाणारे डॉ. व्हेरा ऑनस्टे हे लंडन विश्वविद्यालयात वाणिज्य विषयाचे प्रोफेसर आहेत. त्यांच्या मते भारताच्या आर्थिक प्रगतीची कुचंबणा झालेली आहे. ते म्हणतात :

''भारतात आर्थिक क्षेत्रात कुचंबणा झालेली असावी हे मोठे चमत्कारिक वाटते. कारण अठराव्या शतकापर्यंत भारताची आर्थिक परिस्थिती प्रगत होती. भारतातील उत्पादन पद्धती व औद्योगिक आणि वाणिज्य क्षेत्रातील व्यवस्था इतकी उत्तम होती की, त्या वेळी जगातील कोणत्याही देशात चालू असलेल्या व्यवस्थेशी तिची सहज तुलना करता यावी.''

''ब्रिटिश राजवटीत आर्थिक क्षेत्रात भारताची प्रगती झालीच नाही, असा त्याचा अर्थ नाही. भारताचा ब्रिटनशी संबंध आल्यामुळे, भारताला ब्रिटनकडून तयार झालेला स्वस्त माल मिळू शकला, त्यामुळे भारतात तयार होणाऱ्या हरतऱ्हेच्या मालासाठी त्याचा उपयोग होत असे. त्याचप्रमाणे सार्वजनिक बांधकामे विशेषत: पाटबंधारे निर्माण झाले, त्यामुळे धान्योत्पादन वाढले, नवीन पद्धतीची शासनपद्धती उपलब्ध झाली, रेल्वे व जहाजांच्या वाहतुकीमुळे मोठ्या प्रमाणात उत्पादन झालेले धान्य व इतर माल यांची वाहतूक शक्य झाली. विशेषत: एकोणिसाव्या शतकातील दुसऱ्या सहामाहीत भारताचे उत्पादन व व्यापार प्रचंड प्रमाणात वाढला.''

तथापि ह्या बदलामुळे भारत व पाश्चिमात्य देश परस्परावलंबी झाले, ह्यामुळे भारत मुख्यत्वे कच्चा माल व अन्नधान्याचे उत्पादन निर्यात करू लागला आणि विणलेले कापड, लोखंड व पोलादाच्या वस्तू, यंत्र आणि परदेशात तयार झालेल्या भिन्न प्रकारच्या वस्तू आयात करू लागला. उत्पादनात झालेली वाढ लोकसंख्येतील वाढीमुळे फायदेशीर होत नव्हती, त्यामुळे दरडोई उत्पादनात वाढ झालेली दिसत नसे. ह्या माहितीमुळे भारताची आर्थिक क्षेत्रात का व कशी कुचंबणा झाली होती, ह्या गोष्टीवर स्वच्छ प्रकाश पडतो.

एकोणिसाव्या शतकाच्या अखेरीपर्यंत भारतीय जनतेच्या भरभराटीच्या दृष्टीने ब्रिटिश राजवटीचे झालेले परिणाम निश्चितपणे निराशाजनक होते.''

(व्ही. ऑनस्टे- 'दि एकॉनॉमिक डेव्हलपमेंट ऑफ इंडिया,

३ री आवृत्ती, १९३६. प्रस्तावना, पान ५).

अलीकडील काळाबद्दल काहीच बोलता येत नाही कारण काही वेळा असे सांगण्यात येते की, वरील परिस्थितीत आता बदल झाला आहे. कारण भारत आता औद्योगिक प्रगतिपथावर आहे. वरील ग्रंथकार १९३१ च्या शिरगणतीत मिळालेल्या माहितीवर निवेदन करताना निराशाजनक निष्कर्ष काढतो :

''आज झपाट्याने वाढत असलेल्या भारताच्या औद्योगिकीकरणाशी वरील आकड्यांचा मेळ घालणे कठीण आहे. शेतीत झालेल्या सुधारणांच्या मानाने औद्यागिकीकरणाची प्रगती क्षुल्लक आहे. तथापि अजूनही भारताला परकीयांवर अवलंबून राहावे लागते. कोणत्याही विकसित देशाला ह्या गोष्टी अत्यावश्यक समजल्या जातात. सुसंगत आर्थिक जीवन अजूनही भारतात निर्माण झालेले नाही आणि बहुसंख्य लोकांचे राहणीमान अजूनही निकृष्ट पातळीवर आहे.'' (किता, पान ८).

एका बाजूला अत्यंत समृद्धी तर दुसऱ्या बाजूला भीषण निकृष्टावस्था ह्या विरोधाभासाचा अर्थ काय असावा? (सामान्यपणे भांडवलशाही देशात असणाऱ्या अशा विरोधाभासाच्या मानाने भारतातील हा विरोधाभास फारच मोठा आहे). तांत्रिक दृष्टीने अत्यंत पुढारलेल्या व औद्योगिकदृष्ट्या अत्यंत विकसित अशा देशाने भारतावर २०० वर्षे राज्य केल्यावर भारताची आर्थिक दृष्टीने कुचंबणा का व्हावी?

ह्या विरोधाभासाची नीट कल्पना येण्यासाठी, भारतीय जनतेच्या सामाजिक व आर्थिक परिस्थितीच्या संदर्भात साम्राज्यशाहीच्या राजवटीचा अभ्यास करणे अगत्याचे आहे. ज्याप्रमाणे दोनशे वर्षांपूर्वी ब्रिटिश मध्यमवर्गाच्या भांडवलदारांनी, भारतावर स्वारी करताना, त्यांच्या आर्थिक सुबत्तेमुळे, येथील जहागीरदार सत्ताधीशांना नामोहरम करून (जरी अशा स्वाऱ्यांमुळे संपूर्ण नाश आणि विध्वंस झाला तरी) आपली सत्ता स्थापन केली, त्याचप्रमाणे भारताच्या उत्पादन साधनांची वाढ करण्याचे बाबतीत जी हेळसांड झाली, तिनेच आज भारतातील साम्राज्यशाहीच्या नरडीला नख लावले आहे.

भारतातील जुन्या जमान्याची दिवाळखोरी भारताच्या सामाजिक व राजकीय क्षेत्रांत स्पष्ट होत आहे आणि अशा परिस्थितीत विसाव्या शतकात जी साम्राज्यशाही वाढत्या प्रमाणात भारतात जबरदस्तीने राज्य करत आहे, तिच्याविरुद्ध भारतीयांची नवीन पिढी बंड करून उठली आहे.

भारतातील परिस्थिती राजकीय रूपांतरासाठी आता परिणतावस्थेस पोहोचली आहे आणि ती साम्राज्यशाहीने चालवलेल्या भारताच्या कुचंबणेचा शेवट करून त्या ठिकाणी आधुनिक प्रागतिक भारताची उभारणी करील.

## ४. भारतातील जागृती

साम्राज्यशाहीच्या उतरत्या आणि दिवाळखोर राजवटीविरुद्ध भारतीय जनता वाढत्या संपूर्ण उठावासाठी आता सज्ज झाली आहे.

भारताची राष्ट्रीय चळवळ[१] गेली शंभर वर्षे टप्प्याटप्प्यांनी वृद्धिंगत झाली असून, एकोणिसाव्या शतकाच्या तिसऱ्या विभागात तिने आधुनिक स्वरूप धारण केले आहे. ती कायदेशीर, बेकायदेशीर, घटनात्मक आणि क्रांतिकारक, अशा निरनिराळ्या अवस्थांतून विकसित झाली आहे. तिच्यात अनेक प्रवाह मिसळले आहेत- सनातनी व जातीयवादी आणि आधुनिक काळात समाजवादी व साम्यवादी.

सुमारे पन्नास वर्षांपूर्वी झालेल्या कायदेशीर चळवळीच्या मागण्या साम्राज्यशाहीच्या चौकटीतच सौम्य स्वरूपाच्या सुधारणांसाठी होत्या. ती संघटित चळवळ मूठभर सुशिक्षित मध्यमवर्गीयांपुरती मर्यादित होती. तथापि विसाव्या शतकापासून त्या चळवळीची ध्येये आणि विस्तार वाढतच आहे. पहिल्या जागतिक युद्धानंतर राष्ट्रीय चळवळीला जनतेच्या चळवळीचे स्वरूप प्राप्त झाले. ज्या मागण्या करण्यात आल्या, त्यांत स्वराज्याची मागणी होती आणि १९२९ नंतर ती विस्तारपूर्वक मांडण्यात आली. त्यामध्ये संपूर्ण स्वातंत्र्य आणि ब्रिटिश साम्राज्यापासून विभक्तपणा ह्यांचा समावेश झाला होता.

भारत जागृत होत आहे. जो भारत हजारो वर्षे नेत्यांचे भक्ष्य झाला होता, त्याला आता स्वतंत्र अस्तित्वाची जाणीव झाली आहे. जगात आपले निश्चित स्थान मिळवण्याच्या प्रयत्नात तो आहे. ही भारताची जागृती आमच्यादेखत प्रगत होत आहे. गेल्या पंचवीस वर्षांत एक नवभारत निर्माण झाला आहे. कितीही अडचणी आल्या तरी, त्यांच्यावर मात करून स्वातंत्र्याकडे जाणारी भारताची आजची झेप ही नजीकच्या भविष्यकाळातील विजयाची नांदी आहे, ही गोष्ट आता सर्वांना मान्य झाली आहे. तथापि भारताचे स्वातंत्र्य हे पारतंत्र्यात जखडलेल्या लोकांवरील साम्राज्यशाही वर्चस्वाचा पाया उखडणारे आहे.

---

१. 'भारतीय राष्ट्र' आणि 'भारतीय राष्ट्रीय चळवळ' ही येथे केलेली आणि पुढे आलेली शब्दयोजना. ही भारतीय जनतेच्या ब्रिटिश साम्राज्यशाहीविरुद्धच्या लढ्यातील एकता व्यक्त करण्यासाठी आणि भावी काळातील भारताची राजकीय जडणघडण ठरवण्यासाठी उपयोगात आणली आहे. पुढे भारत कोणता राजकीय आकार घेईल किंवा भावी भारतात बहु-राष्ट्रगटाच्या स्वरूपाची काय चिन्हे राहतील वगैरे ह्यातून ध्वनित होणाऱ्या अर्थावरून अंदाज बांधू नये. ह्या खास प्रश्नाची चर्चा पुढे स्वतंत्रपणे करण्यात येईल.

गेली कित्येक वर्षें ब्रिटिशांचे धोरण असे आहे की, प्रतिरोधाने, जबरीने, भेदनीतीने, लाच देऊन, किंवा प्रत्यक्ष विरोध करून राष्ट्रीय चळवळ मारून टाकावी किंवा ती मुळातच खच्ची करावी, ह्यासाठी कधी प्रखर दडपशाहीने तर कधी घटनात्मक डावपेचाने, कधी 'फोडा व झोडा' ही नीती वापरून, तर कधी वरच्या पुढाऱ्यांशी समझोता करून- अशा अनेक मार्गांनी त्यांनी आपले धोरण कार्यवाहीत आणले आहे. ब्रिटिशांचे साम्राज्यशाही धोरण हे अत्यंत कुशल, लवचीक व साम्राज्यवादी मुत्सद्देगिरीचा इरसाल नमुना आहे. त्यांनी अनेक उपाय एकत्रितपणे अमलात आणले, त्यात जुलूम व सुधारणा करून, कधी नवीन परिस्थितीशी मिळतेजुळतेही घेतले. तथापि काही दूरगामी सुधारणा प्रत्यक्ष कार्यवाहीत आणतानाही आपली सत्ता व पिळवणुकीचे तंत्र त्यांनी अबाधित राखले आहे. हळूहळू व शांततेच्या मार्गाने वसाहतींतील लोकांना सुधारण्याची संधी देऊन, ते लायक होताच, साम्राज्यांतर्गत स्वराज्य व स्वातंत्र्य त्यांना उपभोगता येईल, हे साम्राज्यवादी मवाळ सुधारकांचे तत्त्वज्ञान, प्रत्यक्षात किती फोल आहे, ते आता अनुभवाने कळून चुकले आहे. ह्या झगड्याचा निकाल काय लागतो ते इतिहास ठरवील आणि भावी भारतीयांनाच नव्हे तर, ब्रिटिश साम्राज्यशाहीलाही ते पुढे समजून येईल.

गेल्या पंचवीस वर्षांच्या इतिहासावरून असे दिसते की, येथील बदलत्या परिस्थितीशी जुळतेमिळते घेण्यासाठी साम्राज्यशाहीने बळजबरीने व काही सुधारणा देऊन अनेक प्रयत्न करून पाहिले. तथापि त्यामुळे राष्ट्रीय चळवळीचे स्वरूप मुळीच निवळले नाही किंवा भारताचा प्रश्न सोडवण्याच्या दृष्टीने एखादा उपायही निघाला नाही.

साम्राज्यशाहीच्या राजवटीखाली भारतीय जनतेतील सामाजिक, आर्थिक व राजकीय परिस्थितीतील निरनिराळे विरोध हे कमी न होता साम्राज्यात एकसूत्रीपणा आणण्याचे बाबतीत झालेले प्रयत्न त्यांनी असफल केले आहेत. वित्तीय भांडवलाने केलेली वरच्या पातळीवरील लोकांची पिळवणूक व प्रस्थापित केलेले वर्चस्व आणि खालच्या पातळीवर दिसून येणारी सामाजिक दैन्यावस्था व मागासपणा ही जणू काय कारण व परिणाम ह्यांच्या विणलेल्या जाळ्याप्रमाणे एकजीव झालेली दिसतात. ह्या दोन पातळ्यांमधील समाजात अगदी वरच्या थराला पिळवणुकीची प्रक्रिया चालू दिसते, तर अगदी खालच्या टोकाला भुकेली जनता तडफडताना दिसते. आणि ह्यांच्यामध्ये पिळवणुकीची अनेक प्रकारची यंत्रणा अस्तित्वात दिसते. वर्षानुवर्षे चालू असलेल्या ह्या पिळवणुकीतून भारतीय जनतेत राष्ट्रीय जागृती वाढत आहे व भुकेलेल्या जनतेच्या वाढत्या आर्थिक मागण्या निर्माण होत आहेत. ही परिस्थिती इतकी भीषण आहे की, जिच्या प्रत्येक स्थित्यंतरात सामाजिक असंतोषाचा स्फोटक दारूगोळा भरलेला आहे.

भारताची मूलभूत समस्या केवळ राष्ट्रीय स्वरूपाची नसून ती सामाजिक स्वरूपाचीही आहे. भारतीय जनतेचे साम्राज्यशाहीला आव्हान म्हणजे एकपंचमांश मानवजातीचा परकीय दास्यापासून स्वतंत्र होण्याचा प्रयत्न आहे. ही स्वातंत्र्याची मागणी केवळ राजकीय स्वातंत्र्यापुरती मर्यादित नाही, तर तिच्यात अनेक प्रकारच्या स्वातंत्र्यांचा आविष्कार झालेला आहे. हे आव्हान अनादिकालापासून चालू असलेल्या पिळवणुकीच्या पद्धतीला आहे आणि त्या पद्धतीचे मूळ लंडन शहरात आहे आणि तिने भारतात खास विशेष हक्क आणि त्यात पिळवणुकीचा हक्क संपादन केला आहे. एकाला उधळल्याशिवाय दुसरा हक्क नाहीसा होऊ शकत नाही.

ह्या दृष्टीने भारतीय समस्या ही शेवटी सामाजिक समस्या ठरते. भारताचा मूलभूत प्रश्न हा चाळीस कोटी जनतेचा आहे. त्यांतील बहुसंख्य लोक आज अत्यंत गरिबीत आणि अर्धपोटी दिवस कंठीत आहेत, त्याचबरोबर ते परकीयांच्या अमलाखाली आहेत. ती परकीय सत्ता त्यांच्या जीवनावर संपूर्ण हुकमत गाजवत आहे आणि बळजबरीने त्यांच्यावर जुनाट, सनातनी सामाजिक जीवनपद्धती लादत असून, त्यातूनच त्यांची आज असलेली भीषण अवस्था निर्माण झाली आहे. हे लाखो लोक आज जगण्यासाठी, जगण्याची साधने मिळवण्यासाठी आणि मानवाला आवश्यक असलेल्या मूलभूत स्वातंत्र्यासाठी झगडत आहेत. त्यांच्या झगड्याचा प्रश्न आणि ते आपली ध्येये कशी प्राप्त करून घेऊ शकतील, ही भारताची समस्या आहे.

भारताचा निकडीचा प्रश्न म्हणजे राष्ट्रीय स्वातंत्र्य आणि स्वराज्याचा लोकशाही हक्क मिळवणे, हा आहे. परंतु ह्या ध्येयातच एक सामाजिक प्रश्न समाविष्ट झाला आहे, तो म्हणजे भारतात सामाजिक क्रांती घडवून आणणे. अशा प्रकारे राष्ट्रीय आणि सामाजिक प्रश्न अभेद्य झाले आहेत आणि ह्या दोन्ही प्रश्नांतील एकजिनसीपणा समजला तरच भारताच्या खऱ्या समस्येची उकल होऊ शकेल.

सामाजिक सनातनीपणा हा भारतात खोलवर रुजलेला आहे आणि त्याचा, राष्ट्रीय समस्या आणि चळवळ ह्यांच्यावर भयंकर परिणाम होतो. अशा जुनाट आणि प्रतिगामी विचारसरणीमुळे राष्ट्रीय चळवळीत अडथळे उत्पन्न होतात. ज्याप्रमाणे साम्राज्यशाही आपला लूटमारीचा कार्यक्रम पार पाडण्यासाठी पौराणिकतेचा बुरखा पांघरते आणि सांस्कृतिक सुधारणेच्या प्रचाराचे ढोंग करते त्याप्रमाणे आपल्यामधील जुनाट कल्पना आणि आपल्या ध्येयाशी विसंगत असणारी बुरसट कथा-पुराणे ह्यांच्याबद्दल आपण सावधगिरी बाळगली पाहिजे.

कारण, साम्राज्यशाहीच्या पुराणमतवादी धोरणाला तोंड देण्यासाठी भारतातील

काही सनातनी मंडळींनी आपलेही एक पुराणमतवादी धोरण निर्माण केले आहे. साम्राज्यशाहीच्या वर्चस्वाची प्रतिक्रिया म्हणून काही भारतीयांनी, इंग्रजांची राजवट भारतात सुरू होण्यापूर्वी येथे 'सुवर्णयुग' होते, असा प्रचार चालू केला आहे. ज्या सामाजिक जीवनाच्या दोषांमुळे ब्रिटिशांच्या समोर भारत पराभूत झाला, त्यांच्याकडे मुद्दाम दुर्लक्ष करण्याचा तो प्रयत्न आहे. ऐतिहासिक पुराव्याच्या आधारावर त्यांची भलावणी करूनच ते थांबत नाहीत तर, ते दोष आदर्श होते आणि त्यांची भलावणी करणे अगत्याचे आहे, असा प्रचार ते करतात. त्यामुळे त्या दोषांचे निर्मूलन तर होत नाहीच आणि त्यामुळे सामाजिक एकता निर्माण करणे अशक्य होते. अशा प्रतिगामी अवशेषावर ते राष्ट्रीय भावना जागृत ठेवण्याचा प्रयत्न करतात. ह्याचा परिणाम असा होत आहे की, साम्राज्यवादाला विरोध करण्याऐवजी ते सर्वसाधारण पाश्चिमात्य संस्कृतीसच विरोध करतात. असे करण्यात ते स्वत: प्रागतिक होण्याऐवजी सनातनी बनतात.

असे करण्यात आपण राष्ट्रीय आघाडी अधिक मजबूत करत नसून, तिला कमजोर करतो. ब्रिटिश राजवटीमधून आपल्यामध्ये जे दोष आले आहेत किंवा आपल्या सामाजिक जीवनात जे प्रथमपासून आहेत, ते दूर न करण्यात आपला काहीच फायदा नाही. साम्राज्यशाहीची जडणघडण व तिच्यातील दोष हे तिचा विस्तार सहजतेने व्हावा म्हणून मान्य केले गेले, ते आपण ज्या प्रमाणात काढून टाकू त्या प्रमाणात आपली राष्ट्रीय आघाडी सबळ होईल. जोपर्यंत साम्राज्यशाही ही प्रगत आणि सुधारलेल्या लोकांचे प्रतिनिधित्व करत होती तोपर्यंतच तिच्यातील जुलूमजबरदस्तीच्या दोषाचे अस्तित्व पटत असूनही, ती आपले वर्चस्व गाजवू शकली. जोपर्यंत भारताची राष्ट्रीय आघाडी प्रागतिक अशा भारतीय जनतेचे पुढारीपण करील तोपर्यंत तिचे पुढारी साम्राज्यशाहीच्या प्रतिनिधीपेक्षा, प्रगत अशा भारतीय जनतेचे प्रतिनिधी म्हणून मानले जातील आणि तसे करण्यात ते निश्चितपणे यशस्वी होतील.

भारतीय समाजातील सामाजिक मतभेद आणि समस्या जेव्हा आजच्या भीषण अवस्थेत प्रामुख्याने पुढे येतात, तेव्हा त्या कोणत्याही समाजाच्या मूलभूत क्रांतिकारक प्रश्नापेक्षाही अधिक गहन व प्रचंड आहेत, ह्यात शंका नाही. भारताचा मागासपणा, अनेक वर्षांच्या परदास्यामुळे आलेल्या दोषांचे निर्मूलन, भारताची खुरटलेली वाढ आणि बुरसट सामाजिक रूढी ह्या समस्या स्वातंत्र्य मिळाल्याबरोबर चुटकीसरशी सुटणाऱ्या नाहीत, तर त्यांच्यावर उपाययोजना करण्यास स्वातंत्र्यामुळे वाव मिळेल, इतकेच. ह्या समस्या सोडवल्यावर भारतीय कामगार वर्ग जेव्हा जागृत होऊन आपले

भवितव्य ठरवण्यास समर्थ बनेल आणि भारताला आजच्या आर्थिक व सांस्कृतिक मागासलेपणातून जगातील विकसित देशांच्या पातळीवर आणील, तेव्हा भारतीय जनता ही समाजवाद जागतिक पातळीवर आणण्यात आघाडीवर राहील आणि त्यामुळे आज असलेले 'पौर्वात्य' आणि 'पाश्चिमात्य' किंवा 'विकसित' आणि 'अविकसित' असले भेद अंतर्धान पावतील.

संस्कृती व सुधारणा ह्यांच्या प्रत्येक पातळीवरील अतिप्राचीन काळापासून तो अतिअर्वाचीन काळापर्यंतचा प्रत्येक सामाजिक गट भारतात नांदत आहे. त्यामुळे सामाजिक, आर्थिक, राजकीय व सांस्कृतिक स्वरूपाची कोणतीही समस्या अतितीव्र स्वरूपात भारतात सापडते. निरनिराळ्या जातींच्या व धर्मांच्या लोकांचे सहजीवन, जुन्या सनातनी बुरसटलेल्या जाती व रूढी ह्यांचे निर्मूलन, शिक्षणाचा प्रसार, स्त्री-स्वातंत्र्य, शेतीची पुनर्रचना व उद्योगधंद्यांची वाढ, शहर आणि खेडे यांतील संबंध, अतितीव्र असे वर्गकलह, राष्ट्रवाद आणि समाजवाद ह्यांतील संबंध- हे आधुनिक जगातील सर्व प्रश्न भारताच्या संबंधात अतितीव्रतेचे आणि निकडीचे स्वरूप धारण करतात.

ह्या अनेक प्रश्नांवरील उपाय अलग अलगपणे मिळू शकणार नाहीत. हे सर्व प्रश्न मूलभूतदृष्ट्या ज्या मुख्य प्रश्नाशी निगडित आहेत तो प्रश्न म्हणजे राष्ट्रीय स्वातंत्र्य. राष्ट्रीय स्वातंत्र्य मिळाल्यावर नवभारताची उभारणी करण्यास माणसे व आवश्यक साधने उपलब्ध होऊ शकतील. भारतीय समस्यांची सोडवणूक म्हणजे, जे प्रश्न सर्व जगातील मानवाला भेडसावत आहेत, अशा अत्यंत वैशिष्ट्यपूर्ण, तीव्र स्वरूपाच्या व गुंतागुंतीच्या प्रश्नांचीच सोडवणूक होय.

भारतीय जनतेने जगाच्या इतिहासात थोर कामगिरी बजावली आहे, ती जेते म्हणून नव्हे, तर संस्कृती, विचारधन, कला आणि उद्योगधंदे ह्या क्षेत्रांतील आहे. भारतीय जनतेची राष्ट्रीय आणि सामाजिक स्वतंत्रता ही मानवासाठी नवीन समृद्धी निर्माण करील.

## प्रकरण २
## भारताची श्रीमंती व गरिबी

"भारताबद्दलचे आश्चर्यजनक वैशिष्ट्य म्हणजे भारताची जमीन सुपीक आहे, पण जनता दरिद्री आहे.'' –एम. एल. डार्लिंग. ('दी पंजाब पीझंट् इन् प्रॉस्पॅरिटी अँड् डेट्' -१९२५, पान ७३.) भारताच्या आजच्या परिस्थितीसंबंधी दोन गोष्टी नजरेत भरतात.

एक म्हणजे भारताची श्रीमंती– नैसर्गिक संपत्ती, विपुल साधने, आज सर्व लोकसंख्येच्या आवाक्यात असलेली मूलभूत समृद्धी व लोकसंख्या आणखी वाढली तरी तिला पुरेशी अशी सोय.

दुसरी गोष्ट म्हणजे भारताची गरिबी– बहुसंख्य प्रचंड जनतेचे दारिद्र्य. पाश्चिमात्य जगातील दारिद्र्याची कल्पना असलेल्या कोणत्याही व्यक्तीच्या कल्पनेपलीकडील दैन्यावस्था.

ह्या दोन अवस्थांमध्ये भारतातील आजची सामाजिक आणि राजकीय समस्या निर्माण झालेली आहे.

## १. भारताची समृद्धी

भारत हा गरीब लोकांचा देश आहे. तथापि हा देश गरीब नाही.

भारताची साधनसंपत्ती ही शेती आणि उद्योगधंदे ह्यांचा विकास केल्यास, लोकांना उत्कृष्ट स्वरूपाची समृद्धी निर्माण करून देण्यास अत्यंत अनुकूल आहे, इतकेच नव्हे, तर, ब्रिटिश राजवट भारतात सुरू होण्यापूर्वी भारताचा आर्थिक विकास हा जगाच्या आर्थिक पातळीत आघाडीवर होता.

प्राचीन काळात भारताची संपत्ती ही इतर देशांतील लोकांच्या दृष्टीने प्रचंड होती, हे सर्वश्रुत आहे. तथापि ह्या बातम्या दक्षतापूर्वक विचारात घ्याव्या लागतात, कारण त्या वेळच्या प्रवाशांच्या मते खरी संपत्ती म्हणजे जिचे लोकांमध्ये वितरण झाले होते ती नसून, समाजातील श्रीमंत व वजनदार लोकांच्या हातात जी खेळती होती ती होय. अशा बातमीदारांमध्ये क्लाईव्हची गणना होत. जेव्हा तो १७५७ मध्ये बंगालची त्या वेळची राजधानी मुर्शिदाबाद येथे आला तेव्हा त्याने ह्या विषयावर

लिहून ठेवले आहे, ते असे : ''हे शहर लंडन शहरासारखे प्रशस्त, लोकवस्तीने गजबजलेले आणि समृद्ध आहे, फरक एवढाच की, येथील लोकांच्यापेक्षा लंडनमधील लोकांच्या हातात प्रचंड प्रमाणात संपत्ती खेळती आहे.''

('कोटेड् इन् दि इंडियन इंडस्ट्रियल कमिशन रिपोर्ट, पान २४९.)

ह्या बातम्यांतील तफावत, अतिशयोक्ती आणि शास्त्रशुद्ध पुराव्याचा अभाव विचारात घेतल्यावर असे दिसते की, भारतात ह्या वेळी जे प्रवासी येऊन गेले त्यांनी भारतीय जनतेच्या व खेड्यातील लोकांच्याही समृद्धीची वर्णने लिहून ठेवली आहेत. त्यातील, खेड्यांची आजची परिस्थिती मात्र अगदी विसंगत दिसते.[१] सतराव्या शतकात टॅव्हर्नियर याने भारताला भेट दिल्यावर आपल्या प्रवासवर्णनात तो म्हणतो :

---

१. डब्ल्यू एच. मूरलँड ह्याने 'इंडिया अॅट् दि डेथ् ऑफ अकबर' (१९२०) आणि 'फ्रॉम अकबर टू औरंगजेब' (१९२३) ह्या आपल्या दोन्ही पुस्तकांत, सर्व विरोधी पुरावा गोळा करून असे दाखवले आहे की, भारतीय जनतेची दैन्यावस्था ही सतराव्या शतकात सुद्धा अशीच होती. एवढे असले तरी, जेव्हा तो आपल्या माहितीचा सारांश 'भारताची संपत्ती' या प्रकरणात 'इंडिया अॅट् दि डेथ् ऑफ अकबर' ह्या ग्रंथात सांगतो तेव्हा त्याला पुढील निर्णय घ्यावाच लागतो. तो असा;

''प्राथमिक उत्पादनात शेतीचे उत्पन्न आजच्याएवढेच येत असे, तीच परिस्थिती जंगलाच्या उत्पन्नाबद्दल होती. मच्छीमारीचे उत्पन्न कदाचित जास्त असेल, खाणीचे उत्पन्न निश्चितपणे कमी होते. पक्क्या मालासंबंधी म्हणावयाचे, तर शेतीचे उद्योगधंदे फारसा फरक दर्शवत नाहीत. हस्तव्यवसाय, लोकर विणणे, आणि जहाजबांधणी सोडून बाकीचा वाहतूक व्यवसाय ह्यांत भरीव वाढ झाली आहे, तथापि रेशीम विणण्याचा धंदा मात्र रोडावला आहे- ह्यातील तोटा खनिज उत्पन्न, वाहतूक व्यवसाय आणि संकीर्ण हस्तव्यवसाय ह्यात संपूर्णपणे भरून निघतो. तथापि ह्या फायद्यांचे महत्त्व जरी मोठे असले तरी शेतकी व्यवसायातील फायद्यांमुळे ते क्षुल्लक ठरते.'' (पान २८७)

''दुसऱ्या तीन उत्पन्नांच्या बाबींचा आपण सखोल अभ्यास केला तर जहाजबांधणी, परदेशी व्यापार, कापूस व ताग ह्यांचा पक्का माल ह्यांच्यामुळे एवढा काही अतिशय फायदा पूर्वी होत नसावा की, ज्यामुळे देशाच्या आजच्या सरासरी उत्पन्नापेक्षा ते अधिक झाले असावे.'' (पान २९३)

''भारत हा अकबराच्या काळी जेवढा समृद्ध होता त्यापेक्षा त्या काळी अधिक समृद्ध नव्हता, हे निश्चित. कदाचित आजच्यापेक्षा त्या वेळी तो गरीबच असावा.'' (पान २९४)

"अगदी लहानात लहान खेड्यातसुद्धा तांदूळ, पीठ, लोणी, दूध, मका, इतर भाजीपाले, साखर, खाऊ वाटेल तेवढा मिळत असे."

('टॅव्हर्नियर ट्रॅव्हल्स् इन इंडिया,' ऑक्सफर्ड युनिव्हर्सिटी प्रेस एडिशन. १९२४, व्हॉल्यूम १, पान २३८).

सतराव्या शतकात, व्हेनेटियन् मनुची हा औरंगजेबाचा मुख्य डॉक्टर होता, तो आपल्या 'आठवणी'त भारताच्या प्रांता-प्रांताच्या संपत्तीचे बेहोशीने वर्णन करतो. त्याने केलेले बंगालचे वर्णन, पुढे क्लाईव्ह व त्याच्या नंतरच्या राजवटीत बंगालचा झालेला विध्वंस व दैन्यावस्था विचारात घेता, अत्यंत वैशिष्ट्यपूर्ण वाटते.

"मोगलांच्या सर्व राज्यांमध्ये बंगालचे राज्य फ्रान्समध्ये प्रसिद्ध आहे. तेथून युरोपला जी प्रचंड संपत्ती पाठवली गेली ती बंगालच्या सुपीकपणाची साक्ष पटवते. आपण असेही म्हणू शकतो की, ते इजिप्तपेक्षा कमी प्रतीचे नाही. इतकेच नव्हे, तर, रेशीम, कापूस, साखर आणि नीळ ह्यांचे उत्पादन इजिप्तपेक्षा बंगालमध्ये अधिक होते. फळे, केळी, धान्य, मलमल, सोनेरी व रेशमी जर ह्या वस्तू बंगालमध्ये विपुल प्रमाणात मिळतात.

(एफ. एफ. कार्टन, 'दि जनरल हिस्ट्री ऑफ दि मोगल एम्पायर, एक्स्ट्रॅक्टेड फ्रॉम दि मेमॉयर्स ऑफ एम. मनुची, ए व्हेनिटियन् अँड चीफ फिजिशियन् टू अवरंगजेब, फॉर अबाउट् फॉर्टी इयर्स, 'पब्लिश्ड बाय् जॉन बॉयर, लंडन, १७०९).

त्याचप्रमाणे इ.स. १६६० च्या सुमारास फ्रेंच प्रवासी बर्नियर ह्याने बंगालला दोन वेळा भेट दिली, मोगल साम्राज्याच्या ऱ्हासापूर्वी भारतातील परिस्थिती कशी होती, ह्याचे त्याने वर्णन केले आहे. तो म्हणतो :

"बंगालला दोन वेळा भेट दिल्यावर मला जी माहिती मिळाली आहे त्यावरून असे म्हणावेसे वाटते की, इजिप्तपेक्षा बंगाल अधिक समृद्ध आहे. तो कापूस, रेशीम, तांदूळ, साखर व लोणी प्रचंड प्रमाणात निर्यात करतो. बंगालला लागणारा गहू, भाजीपाला, धान्य, पक्षी, बदके व हंस ह्यांचे भरपूर प्रमाणात उत्पादन करतो. बंगालमध्ये डुकरे, मेंढ्या आणि बकरे ह्यांचे अजस्र

---

अगदी दातओठ खाऊन केलेल्या ह्या विश्लेषणांतून एवढेच समजू शकते की, तीनशे वर्षे भारताची कुचंबणाच झाली होती. (ह्याच तीनशे वर्षांत युरोपियन देशांनी केलेल्या प्रगतीशी तुलना करणे उद्बोधक होईल.) ह्यावरून जागतिक परिस्थितीत किती अवनती झाली होती त्याची कल्पना येते.

कळप आहेत. प्रत्येक जातीचे मासे तेथे प्रचंड प्रमाणात आहेत. राजमहालपासून समुद्रापर्यंत अनंत कालवे खणले आहेत. ते प्राचीन काळात गंगानदीपासून आणले आहेत, त्यासाठी भयंकर कष्ट करावे लागले, त्यांचा उपयोग जलवाहतूक आणि पाणीपुरवठ्यासाठी करतात.''

(बर्नियर, कोटेड् बाय सर वुइल्यम् विलोक्स 'लेक्चर्स ऑन दि एन्शंट् सिस्टिम ऑफ इरिगेशन इन बेंगाल्' कलकत्ता युनिव्हर्सिटी, १९३०, पाने १८-१९).

ब्रिटिश राजवटीपूर्वी लोकांचे राहणीमान कसे होते याबद्दल मतभेद आहेत. तथापि एकंदर पुराव्यावरून व लोकमतावरून ते वरच्या पातळीवर होते असे दिसते.

ब्रिटिशांची सत्ता भारतात स्थापन होण्यापूर्वी, भारतातील औद्योगिक विकास हा जगातील इतर देशांच्या त्या वेळच्या विकासाच्या मानाने फारच प्रगत होता ही गोष्ट सर्वांनी मान्य केली आहे, ह्याबद्दल मतभेद नाहीत. दि इंडियन इंडस्ट्रीयल कमिशनने आपल्या १९१६ ते १९१८ च्या रिपोर्टची सुरुवात पुढीलप्रमाणे केली आहे :

''ज्या वेळी आजच्या औद्योगिक विकासाचे माहेरघर जे पश्चिम युरोप खंड ते असंस्कृत टोळ्यांनी गजबजलेले होते, त्या वेळी भारत हा आपल्या राजांच्या संपत्तीबद्दल आणि आपल्या लोकांच्या उत्कृष्ट हस्तकला कौशल्याबद्दल प्रसिद्ध होता. त्यानंतरच्या काळात पश्चिमेच्या साहसी व्यापाऱ्यांनी भारतात प्रथम प्रवेश केला, त्या वेळी भारतातील औद्योगिक प्रगती ही त्या वेळच्या अत्यंत प्रगत युरोपियन देशांनी केलेल्या औद्योगिक प्रगतीपेक्षा किंचितही कमी दर्जाची नव्हती.''

(इंडियन इंडस्ट्रीयल कमिशन रिपोर्ट, पान ६)

सर थॉमस हॉलंड, इंडस्ट्रीयल कमिशनचा चेअरमन आणि भारतीय खनिज उत्पादनावरील एक तज्ञ १९०८ मध्ये आपल्या रिपोर्टात म्हणतो :

''भारतात उत्पादन झालेल्या लोखंडाचा उच्च दर्जा, उत्तम दर्जाचे पोलाद निर्माण करण्यासाठी युरोपमध्ये आज वापरात असलेल्या नवीन पद्धतीची भारतातील आगाऊ प्रतिकृती आणि तांबे व पितळ ह्यांच्यापासून तयार केलेल्या सुंदर वस्तू ह्यांनी धातुशोधक विद्येच्या बाबतीत सर्व जगात भारताला एकेकाळी प्राधान्य मिळवून दिले होते.''

('दि मिनरल् रिसोर्सेस ऑफ इंडिया', रिपोर्ट बाय टी. एच. हॉलंड, १९०८).

लोखंड व पोलादाचे उत्पादन आणि विकास इतक्या उच्च पातळीला पोहोचला होता की, त्या उद्योगधंद्यातील पुढील आधुनिक विकासाला आवश्यक अशी पार्श्वभूमी भारतात तयार होती. ब्रिटिश राजवटीत, भारतातील ह्या प्रमुख उद्योगधंद्यांचा

नाश का झाला आणि भारत आर्थिक क्षेत्रात मागे का पडला, ते पुढील प्रकरणात पाहू.

आधुनिक आर्थिक उच्च विकासाला आवश्यक असणारी नैसर्गिक साधनसामग्री भारतात उपलब्ध आहे, ही गोष्ट सर्वांना मान्य आहे.

शेतकीच्या संबंधात सर जॉर्ज वॅट, रिपोर्टर ऑन् एकॉनॉमिक प्रॉडक्टस्, भारत सरकार, ह्यांचे मत पुढे दिले आहे :

"पाटबंधाऱ्याची वाढ, वाहतुकीच्या साधनांत संपूर्ण सुधारणा, शेतकी उत्पादनाच्या पद्धतीत सुधारणा आणि उत्पन्नाच्या क्षेत्राचा विस्तार झाल्यावर, भारताची उत्पादन-क्षमता कमीतकमी पन्नास टक्क्यांनी वाढेल, असे म्हणावयास प्रत्यवाय दिसत नाही. नैसर्गिक मूल्य आणि अविकसित साधने ह्यांच्याच दृष्टीने विचार केला तर, शेतीमध्ये सुधारणा करण्यास जेथे अत्युत्कृष्ट वाव आहे असा भारतासारखा देश जगात विरळाच होय."

(सर जॉर्ज वॅट, 'मेमोरँडम् ऑन दि रिसोर्सेस् ऑफ ब्रिटिश इंडिया,' कलकत्ता, १८९४, पान ५.)

औद्योगिक विकासासाठी आवश्यक असणारी साधने तर भारतात विपुल आहेत. भारतात कोळसा, लोखंड, तेल, मँगेनीज (मंगल), सोने, शिसे, चांदी आणि तांबे ह्यांचा मुबलक साठा आहे. (तेलाचे बाबतीत नवीन घटनेप्रमाणे ब्रह्मदेशाचे राजकीय विभक्तीकरण झाल्यामुळे तेलाचा मुख्य साठा भारताला दुरावला. ब्रह्मदेशाच्या तेलाच्या पुरवठ्यावर आपला कायमचा ताबा राहावा ह्या मुख्य हेतूनेच ब्रिटिश साम्राज्यशाहीने हे विभक्तीकरण घडवून आणले. परंतु आज जो पुरावा मिळतो त्यावरून भारतात जमिनीत दडलेले तेलाचे साठे उपलब्ध आहेत, पण त्यांची मोजदाद अजून झालेली नाही.)

इ.स. १९४२ साली, "भारतातील औद्योगिक साधनांची पाहणी करण्यासाठी आणि भारताचे युद्धसाहित्य वाढवण्याच्या दृष्टीने अमेरिका कोणत्या निरनिराळ्या मार्गांनी भारताला मदत करू शकेल ह्याबद्दल शिफारशी करण्यासाठी, अमेरिकन टेक्निकल मिशन[१] भारतात आले." त्यांनी दिलेला रिपोर्ट असा :

---

१. वाचकांच्या दृष्टीने आश्चर्यकारक गोष्ट अशी की, ह्या अमेरिकन टेक्निकल कमिशनने केलेली चर्चा व त्याचा अहवाल ह्यांवर त्या वेळी ब्रिटिश सरकारने 'अत्यंत गुप्त' असा शिक्का मारला आणि त्यामुळे हा अहवाल प्रसिद्ध तर झाला नाहीच, पण तो कार्यवाहीतही आणला गेला नाही.

''बंगाल आणि बिहारमधील कोळशाचे साठे, साठ 'महापद्म' (बिलियन) टन आहेत. त्यांपैकी वीस 'महापद्म' टन उपयोगी दिसतात आणि मध्यप्रदेश व बेरारमधील साठे १७ 'महापद्म' (बिलियन) टन असावेत. त्यांपैकी ३.१५० दशलक्ष टन उपयोगी दिसतात. ह्याशिवाय आसामच्या लानग्रिन प्लेटोमध्ये ६० ते ८० दशलक्ष टन व नानग्स्टोइनमध्ये ७० दशलक्ष टन साठे आहेत. मेटॉलर्जिकल कोक (दगडी कोळसा) तयार करण्यासाठी लागणारा कोळशाचा साठा ५०० दशलक्ष टन आहे, त्यापैकी जवळजवळ अर्धा, आजच्या सदोष पद्धतीने तो खाणीतून काढला जातो त्यामुळे फुकट जाईल. हे साठे आज दरसाल १५ दशलक्ष टन ह्या प्रमाणात खर्च होत आहेत आणि त्यांचा बराचसा उपयोग 'कोक' (दगडी कोळसा) तयार करण्याऐवजी अन्य कामांसाठी होत आहे. 'कोक' तयार करण्यासाठी उपयुक्त असलेले साठे केवळ त्याच कामासाठी वापरले गेले तर लोखंड आणि पोलाद ह्यांचे उत्पादन जरी प्रचंड प्रमाणात वाढले तरी, ते साठे कित्येक वर्षे पुरतील.'' (''रिपोर्ट ऑफ दि अमेरिकन टेक्निकल मिशन, ऑगस्ट'' १९४२, पान २५).

दि अमेरिकन टेक्निकल मिशनने असा अंदाज केला आहे की, भारतात बॉक्साईटचा साठा २,५०,०००,००० टन आहे. ''जगाच्या एकूण अशुद्ध मंगल (मँगेनीज) पैकी तीस टक्के भारतात उपलब्ध होते.'' जगातील एकूण स्तर (शीट) आणि गोळ्याच्या स्वरूपातील अभ्रकापैकी तीन चतुर्थांश अभ्रक भारतात मिळते. त्याचप्रमाणे जगातील लाखेच्या उत्पादनापैकी जास्तीत जास्त उत्पादन भारतात होते.

भारतातील विशेष महत्त्वाचे साठे म्हणजे अशुद्ध लोखंडाचे. अगदी बेताचा अंदाज घेतला तरी तो ३,००० दशलक्ष टनांचा आहे, ग्रेट ब्रिटनचा २,२५४ दशलक्ष टन, जर्मनीचा १,३७४ दशलक्ष टन, अमेरिकेचा ९,८८५ टन, फ्रान्सचा ४३६९ दशलक्ष टन आहे (सेसिल जोन्स ऑफ दि जिऑलॉजिकल सर्व्हें ऑफ इंडिया', कॅपिटल सप्लिमेंट, डिसेंबर, १९, १९२९). ''भारताच्या खाणीतील अशुद्ध लोखंडाचे साठे इतके प्रचंड आणि सकस आहेत की, आज तरी त्यांचा उपयोग करताना बराच भाग फुकट जातो, असे वाटते. नाहीपेक्षा अमेरिका, ग्रेट ब्रिटन, जर्मनी, स्वीडन, स्पेन, रशिया ह्यांचे सर्वसाधारण उत्पादन १६.२ दशलक्ष टन असताना भारताचेच मात्र १.८ दशलक्ष टनच का असावे? दुसऱ्या शब्दांत म्हणावयाचे तर भारताचे जेवढे उत्पादन व्हावयास पाहिजे त्यापैकी प्रत्यक्षात फक्त ११ टक्केच होते आणि ८९ टक्के फुकट जाते.'' (आर. के.

दास. 'दि इंडस्ट्रीयल इफिशिअन्सी ऑफ इंडिया' १९३०, पान १७).

भारतातील अशुद्ध लोखंडाच्या साठ्यांचा अगदी अलीकडील अंदाज अमेरिकन टेक्निकल मिशनने दिला आहे. तो असा :

"भारतातील अशुद्ध लोखंडाचा साठा (आयर्न ओअर) सर्व जगातील साठ्यांपेक्षा मोठा आहे आणि त्याचा कस सर्वोत्तम आहे. एका सिंगमग जिल्ह्यातच २०,००० दशलक्ष टनांचा साठा आहे आणि त्यांपैकी ३००० दशलक्ष टनांचा साठा असा आहे की, त्यात अस्सल लोखंडाचा अंश ६० टक्के आहे. बस्तार संस्थानात ७,२४,०००,००० दशलक्ष टनांचा साठा आहे आणि तो सर्व उत्तम प्रतीचा आहे. नजीकच्या मध्यप्रदेशात विपुल साठे आहेत त्यापैकी राजहना टेकडीतील साठाच २५,००,००० दशलक्ष टनांचा असून त्यातील शुद्ध लोखंडाचा भाग ६७⅛ टक्के आहे."

("रिपोर्ट ऑफ दि अमेरिकन टेक्निकल मिशन टू इंडिया," ऑगस्ट १९४२, पान २४).

इंडस्ट्रीयल कमिशनचा १९१८ चा रिपोर्ट म्हणतो की :

भारतातील खनिज पदार्थांच्या साठ्यांचे स्वरूप आणि विस्तार जिऑलॉजिकल सर्व्हे डिपार्टमेंटने व्यवस्थित रीतीने तपासले आहे. तथापि त्यांना ह्या कामासाठी नेमून दिलेले पैसे अपुरे पडल्यामुळे त्यांना ह्या विषयाचा संपूर्ण तपास लावता आला नाही.

"ह्या देशातील खनिज पदार्थांचा साठा एवढा मोठा आहे की, त्यांना त्यावर सर्व मुख्य उद्योगधंदे चालवता येतील, फक्त ज्या उद्योगधंद्यांना 'वनाट' (व्हॅनेडिअम्) निकले व गॉलिल्डीनम (रसायनशास्त्रांतील मूळधातू) हे धातू लागतात ते चालू ठेवता येणार नाहीत."

"अशुद्ध लोखंड (ओअर) भारतीय उपखंडाच्या कित्येक भागांत सापडते, तथापि चांगल्या प्रतीचे लोखंड जे कोळशाच्या खाणीच्या अगदी जवळ आहे, अशी उदाहरणे थोडी आहेत. तथापि आजच्या लोखंड व पोलादाच्या उद्योगधंद्याच्या वाढीस भरपूर पुरेल एवढे निश्चित आहे."

("इंडियन इंडस्ट्रीयल कमिशन रिपोर्ट," पान ३६).

डॉ. सी. एस. फॉक्स, 'ऑफिशिएटिंग सुपरिन्टेंडेंट ऑफ दि जिऑलॉजिकल सर्व्हे ऑफ इंडिया' यांनी अमेरिकन खाणींचा इंजिनिअर सी. पी. पेरिन् यांचा अंदाज दिला आहे. पेरिन् यांचा भारतीय लोखंड आणि पोलाद ह्या उद्योगधंद्याशी पंचवीस वर्षांचा संबंध आहे. पेरिन् म्हणतात : ज्या भौगोलिक चौकोनाच्या ईशान्य

दिशेच्या कोपऱ्यात कोलकाता येतो तेथून त्या शहराच्या पश्चिम बाजूला दोनशे मैल आणि दक्षिण बाजूला दोनशे मैल जमिनीत २०,००० दशलक्ष टन उच्च दर्जाचे अशुद्ध लोखंड (आयर्न-ओअर) आहे आणि ते बंगालच्या कोळशाच्या खाणींपासून सर्वसाधारपणे १२५ मैल अंतरावर आहे.

('रिपोर्ट ऑफ दि इंडियन टॅरिफ बोर्ड रिगार्डिंग दि ग्रँट ऑफ प्रोटेक्शन टू दि स्टील इंडस्ट्री,' १९२४).

येथे हे लक्षात ठेवण्यासारखे आहे की, 'कामगार व अधिकारी आणि योजनेची साधने' ह्यांच्यासाठी खर्च करण्यास लागणारा पैसा नाही म्हणून भूगर्भशास्त्रज्ञांच्या पाहणीखात्याला, पुरेशी पाहणी करून ह्या विपुल भारतीय खनिज संपत्तीचे उत्पादन करण्यासंबंधी माहिती जमवणे अशक्य झाले. त्यामुळे एखादा खगोलशास्त्रज्ञ ज्याप्रमाणे आकाशातील ताऱ्यांचा आराखडा काढतो, त्याच स्वरूपाची ह्या खात्याची पाहणी झाली आहे. १९३३-३४ ह्या वर्षात भारतात सर्व 'सायंटिफिक डिपार्टमेंटस्'वर झालेला एकूण खर्च हा सरकारच्या एकूण वार्षिक खर्चाच्या एक टक्क्याच्या एक तृतीयांश, आणि सरकारच्या सैनिकी खर्चाच्या एक सत्तरांशापेक्षाही कमी, एवढा झाला आहे. हेही लक्षात ठेवण्यासारखे आहे की, ह्या खात्याचा अहवाल एवढेच ढोबळ मानाने सांगून समाधान मानतो की, 'चालू लोखंड व पोलाद ह्या उद्योगधंद्याची वाढ केली तरी कोळसा आणि लोखंडाचे खनिज साठे भारतात भरपूर आहेत.'

सर्व भारताला वीजपुरवठा करण्यासाठी लागणाऱ्या जलशक्तीची साधने तर खनिजसंपत्तीच्या मानाने अधिक विपुल आहेत आणि त्याची चालू असलेली हेळसांडही तितकीच खटकणारी आहे. खालील तक्त्यांत जगातील प्रमुख देशांच्या जलशक्तीच्या साधनांचे आणि भारताशी तुलना करता, त्यांच्या होणाऱ्या उपयोगाचे प्रमाण स्पष्टपणे आपणास पाहावयास सापडते :

# जलशक्ती साधने

दशलक्ष अश्वशक्तीत

| देश | साधने | विकसित | शे. विकसित |
| --- | --- | --- | --- |
| अमेरिका (यू.एस.ए.) | ३५.० | ११.७ | ३३ |
| कॅनडा | १८.२ | ४.५ | २५ |
| फ्रान्स | ५.४ | २.१ | ३७ |
| जपान | ४.५ | १.७ | ३७ |
| इटली | ३.८ | १.८ | ४७ |
| स्वित्झर्लंड | २.५ | १.८ | ७२ |
| जर्मनी | २.० | १.१ | ५५ |
| भारत | २७.० | ०.८ | ३ |

जलशक्तीच्या साधनांच्या दृष्टीने भारताचा अमेरिकेच्या खालोखाल म्हणजे दुसरा क्रम लागतो. तथापि भारत फक्त शेकडा तीन टक्के साधने उपयोगात आणतो. तुलना करता स्वित्झर्लंड ७२ टक्के, जर्मनी ५५ टक्के, इटली ४७ टक्के, फ्रान्स व जपान ३७ टक्के आणि अमेरिका ३३ टक्के, उपयोगात आणते.

भारताच्या आर्थिक क्षेत्रातील प्रत्येक कप्प्यात तीच रडकथा ऐकू येते– साधनांची विपुलता व विकासाची हेळसांड, ही ब्रिटिश राजवटीतील भारताची परिस्थिती ब्रिटिश राज्यकर्त्यांच्याही लक्षात आली आहे, पण त्याचा इलाज नाही. सर आल्फ्रेड वॅटसन, कोलकात्यातील प्रमुख इंग्रजी वर्तमानपत्र ‘स्टेटस्मन्’चे संपादक आणि ‘टाईम्स’चे कोलकात्यातील बातमीदार, १९३३ साली’ रॉयल एम्पायर सोसायटी’च्या सभेत म्हणाले :

“भारत म्हणजे संधी गमावलेला देश आहे आणि त्याचा मुख्य दोष ब्रिटिशांकडे जातो. जरी भारताकडे औद्योगिकदृष्ट्या प्रचंड विकास करून घेण्यास आवश्यक अशी साधने विपुल होती, तरी आज तो आर्थिक दृष्टीने मागास देश म्हणून समजला जातो. औद्योगिक दृष्टीने तो अगदीच अविकसित राहिला आहे. औद्योगिकदृष्ट्या प्रचंड असलेल्या भारताच्या साधनशक्तीचा विकास करण्याचा खरा प्रयत्न झालाच नाही.”

“भारतीय जनतेच्या मागणीच्या पूर्ततेसाठी, भावी काळात भारताने अभूतपूर्व औद्योगिक विकास केला नाही, तर भारताचे राहणीमान, जे आज भयंकर खालच्या पातळीवर आहे, ते उपासमारीच्याही पातळीखाली जाईल.”

(सर आल्फ्रेड वॅटसन, लेक्चरर टू दि रॉयल एम्पायर सोसायटी, दि टाइम्स, जानेवारी ४, १९३३)

## २. भारताची दैन्यावस्था

शासनयंत्रणेच्या निरनिराळ्या कार्यपद्धतीसंबंधी भारतात आकडेवार माहिती जरी भरपूर असली तरी, जेव्हा ती आकडेवारी जनतेच्या परिस्थितीसंबंधात असते, तेव्हा ती अगदी अपूर्ण व निकृष्ट दर्जाची असते. भारताच्या राष्ट्रीय किंवा सरासरी उत्पन्नाचे खात्रीचे अंदाजपत्रक अजून उपलब्ध नाही. कित्येक सरकारी चौकशी मंडळांचे अहवाल अजून खाजगी व गुप्तच राहिले आहेत. ज्याप्रमाणे भारत किंवा ब्रिटिश अमलाखालील भारत ह्यांची आकडेवार माहिती उपलब्ध नाही, त्याचप्रमाणे भारताचे एकूण उत्पादन, मजुरीचा दर किंवा सर्वसाधारण मजुरीची पातळी, कामाचे तास, मजुरांची परिस्थिती, आरोग्य आणि घरबांधणी ह्यासंबंधी आकडेवार माहिती भारतात उपलब्ध नाही.

दरडोई सरासरी उत्पन्नासंबंधी अंदाजपत्रकाची जंत्री तयार झाली आहे. तथापि त्याबद्दल तीव्र मतभेद आहेत. त्यापैकी १८६८ पासून महायुद्ध संपेपर्यंतच्या काळातील आकडेवार माहिती पुढे दिली आहे :

| दरडोई राष्ट्रीय उत्पन्नाची अंदाजपत्रके | | | | | |
|---|---|---|---|---|---|
| अंदाजपत्रक करणारा | सरकारी किंवा बिनसरकारी | ज्या वर्षी केले ते वर्ष | ज्या वर्षा- साठी केले ते वर्ष | दरडोई वार्षिक उत्पन्न | |
| | | | | रुपये | शिलिंग |
| डी नवरोजी[१] | बिनसरकारी | १८७६ | १८६८ | २० | ४० |
| बारिंग आणि बारबौर | सरकारी | १८८२ | १८८१ | २७ | ४५ |
| लॉर्ड कर्झन | सरकारी | १९०१ | १८९७-९८ | ३० | ४० |
| डब्ल्यू डिग्बी[२] | बिनसरकारी | १९०२ | १८९९ | १८ | २४ |

(१) डी. नवरोजी- 'पॉव्हर्टी अँड ब्रिटिश रुल इन इंडिया,' १८७६.
(२) डब्ल्यू. डिग्बी- 'प्रॉस्परस ब्रिटिश इंडिया,' १९०२.

| फिंडले शिरॉस[३] | सरकारी | १९२४ | १९११ | ४९ | ६५ |
| वाडिया आणि[४] जोशी | बिनसरकारी | १९२५ | १९१३-१४ | ४४$\frac{३}{२}$ | ५९ |
| शहा आणि[५] खंबाटा | बिनसरकारी | १९२४ | १९२१-२२ | ७४ | ९५ |
| सायमन रिपोर्ट | सरकारी | १९३० | १९२१-२२ | ११६ | १५५ |
| व्ही. के. आर.[६] व्ही. राव | बिनसरकारी | १९३९ | १९२५-२९ | ७८ | ११७ |
| सेंट्रल बॅंकिंग इनक्वायरी कमिटी (शेतकरी वर्गापुरते) | सरकारी | १९३१ | १९२८ | ४२ | ६३ |
| फिडले शिरॉस[७] | सरकारी | १९३२ | १९३१ | ६३ | ९४$\frac{३}{२}$ |
| सर जेम्स ग्रिग[८] | सरकारी | १९३८ | १९३७-३८ | ५६ | ८४ |
| व्ही. के. आर व्ही. राव[९] | बिनसरकारी | १९४० | १९३१-३२ | ६२ | ९३ |

गणतीचा पाया एकच नसल्यामुळे आणि किमतीच्या पातळीमध्येही फार फरक झालेला असल्यामुळे हे आकडे तुलना करण्यासारखे नाहीत. भारतीय किमतीचा निर्देशांक १८७३ मध्ये १०० धरून (३९ वस्तूंना जादा फायदा दिलेला नसून आणि खाण्याच्या वस्तू १८९७ पर्यंत सोडून) १९०० मध्ये ११६, १९१३ मध्ये १४३, आणि १९२० मध्ये २८१ वर गेला, पुन्हा

---


(३) जी. फिडले शिरॉस- 'दि सायन्स ऑफ पब्लिक फायनान्स,' १९२४.

(४) वाडिया अँड जोशी- 'दि वेल्थ ऑफ इंडिया,' १९२५.

(५) शहा अँड खंबाटा- 'वेल्थ अँड टॅक्सेबल कपॅसिटी ऑफ इंडिया,' १९२४.

(६) व्ही. के. आर. व्ही. राव- 'इंडियाज् नॅशनल इन्कम,' १९३९.

(७) जी. फिडले शिरॉस- 'पॉव्हर्टी अँड किंड्रेड् इकॉनॉमिक प्रॉब्लेम इन इंडिया,' १९३२.

(८) सर जेम्स ग्रिग- 'फिनॅन्स मेंबर ऑफ दि गव्हर्मेंट ऑफ इंडिया बजेट स्पीच इन दि सेंट्रल लेजिस्लेटिव्ह असेंब्ली,' एप्रिल, १९३८.

(९) व्ही. के. आर. व्ही. राव- 'दि नॅशनल इनकम ऑफ ब्रिटिश इंडिया,' १९४०.

१९२१ मध्ये २१६, १९२५ मध्ये २२७, १९३० मध्ये १७१ आणि १९३६ मध्ये १२५ वर घसरला.

गणतीच्या पायामध्ये फार फरक झालेला दिसतो. त्यामुळे निरनिराळे अंदाज हे परिस्थितीची साधारण कल्पना देणारे, असे धरावयास पाहिजेत. जुनी सरकारी अंदाजपत्रके ही शेतीच्या एकूण उत्पन्नावर केलेली होती (त्यामुळे त्यातील अंदाज हा निश्चितपणे जास्त असणार). डिग्बीच्या आकड्यात सेवांचे उत्पन्न धरलेले नाही. जुन्यापैकी सुप्रसिद्ध आणि नेहमी सहजमान्य असलेली अंदाजपत्रके म्हणजे नवरोजीचे १८६८ सालाबद्दलचे, त्यावरून दरडोई २ पौंड उत्पन्न दिसते. मेजर बारिंगचे अंदाज (हा पुढे लॉर्ड क्रोमर झाला) १८८२ मध्ये बाहेर पडले. त्यावरून दरडोई उत्पन्न दोन पौंड पाच शिलिंग होते, असे दिसते. ब्रिटिशांनी भारतावर शंभर वर्षे राज्य केल्यावर, त्यांच्याच आकड्यांवरून भारताची स्थिती काय होती, त्याची कल्पना येते.

ह्यानंतरच्या आकड्यांत आणखी फरक दिसतो. ह्यावरून किमतीचा अस्थिरपणा कळून येतो. १९१२ ते १९१३ मध्ये किमती दुपटीवर झाल्या आणि नंतर दहा वर्षांनी १९३१ नंतर कमी होत होत त्यांनी महायुद्धापूर्वीची पातळी गाठली. प्रो. फिंडले शिर्रास हा भारत सरकारच्या आकडेशास्त्र खात्याचा १९१४-२१ ह्या काळात डायरेक्टर होता. त्याच्या मते लढाईनंतरच्या काळात बिगरशेतकी उत्पन्नाच्या प्रमाणात वाढ झाली होती.

सायमन कमिशन रिपोर्ट १९३० मध्ये बाहेर पडला. त्या अहवालाची पहिली आवृत्ती म्हणजे भारतातील ब्रिटिश साम्राज्यशाहीच्या राजवटीत भारताची जी पीछेहाट झाली त्याबद्दल खेद व्यक्त करून त्या अहवालाचा प्रसार करण्याचा प्रयत्न होता. त्याने आपल्या अंदाजपत्रकात आकडे वाढवून घेऊन, भारतात सर्वसाधारणपणे दरडोई वार्षिक उत्पन्न आठ पौंड असल्याचे जाहीर केले आणि ह्या सायमनच्या शोधाला फार प्रसिद्धी देण्यात आली. ज्या अर्थी हा अंदाज आजपर्यंतच्या कोणत्याही अंदाजापेक्षा जादा आहे, त्या अर्थी तो कोणत्या मूलभूत पायावर तयार करण्यात आला आहे हे पाहणे उद्बोधक होईल.

इ.स. १९३० मध्ये सायमनने जो आराखडा तयार केला, त्या वेळी महायुद्ध संपल्यानंतर ज्या किमती वाढलेल्या होत्या, त्या पाया (बेस) म्हणून त्याने धरल्या, त्या दहा वर्षांपूर्वीच्या होत्या. त्याने सर्वसाधारण उत्पन्नाची जंत्री तयार केली, ती १९१९ ते १९२०, १९२० ते १९२१ आणि १९२१ ते १९२२ ह्या काळात ७४ रुपयांपासून ११६ रुपयांपर्यंत वाढल्याचे दिसते. त्याने ह्यांपैकी सर्वांत मोठा आकडा मान्य केला (व्हॉ. १, पान ३३४). त्यानंतर कमिशनने हा

वैशिष्ट्यपूर्ण आकडा त्यानंतरच्या सर्व अंदाजांसाठी आधारभूत धरला. खरोखरी हा आकडा महायुद्धानंतरच्या तेजीच्या काळातील उच्च क्रमांकाचा होता. (आज किमती पुन्हा उतरल्या आहेत ही गोष्ट विचारात घेतली म्हणजे हा उत्पन्नाचा क्रमांक वाढता असणे संभवनीय नाही. व्हॉ. २, पान २०७- खरोखरी किमतीचा निर्देशांक १९२० मध्ये २८१ होता. तो १९३० मध्ये १७१ वर आला आणि १९३४ मध्ये ११९ वर आला.) आणि ह्या वाढीव आकड्याचे पौंडामध्ये समीकरण करून भारतीयांचे सरासरी उत्पन्न आठ पौंड वार्षिक ठरवण्यात आले आणि ह्याची सर्वसाधारण इंग्लंडमधील उत्पन्नाशी तुलना केली तर इंग्लिश माणसाचे वर्षाचे सरासरी उत्पन्न ९४ पौंड होते.

एवढे असले तरी, अत्यंत आशावादी सायमन कमिशनच्या अंदाजाप्रमाणे सुद्धा सर्वसाधारण भारतीयांचे वार्षिक उत्पन्न १९२१ ते १९२२ मध्ये पाच पेन्स रोज, ह्याप्रमाणे पडते.

तथापि खरी वस्तुस्थिती समजून घेण्यासाठी ज्या गोष्टीचा ह्या अंदाजात विचार झालेला नाही त्या विचारात घेणे आवश्यक आहे.

भारतीय किमतीचा सरासरी निर्देशांक जो १९२१ मध्ये २३६ होता तो १९३६ मध्ये १२४ ला टेकला– म्हणजे जवळजवळ निम्म्यावर आला. ह्या मंदीचा शेतकी उत्पन्नाच्या किमतीवर भयंकर परिणाम झाला आणि शेतीचे उत्पन्न ही भारतात मुख्य बाब आहे. १९२१ ते १९३६ ह्या काळात अन्नधान्याच्या किरकोळ किमतीत फार बदल झाला. तांदळाची किंमत ३५५ वरून १७८ वर आली, गहू ३६० वरून १५२, चणा ४०६ वरून १०५ वर, जव ३२५ वरून १३४ वर आला– म्हणजे सर्व धान्याच्या किमती अध्यार्खाली गेल्या.

त्यावरून शेती उत्पन्नाच्या किमती एकाएकी घसरल्या ही गोष्ट विचारात घेता, सायमन कमिशनने, १९२१-१९२२ सालचे ठरवलेले रोजचे पाच पेन्सचे उत्पन्न महायुद्धापूर्वीच्या काळात अडीच पेन्सच असले पाहिजे.

हे सुद्धा सर्वसाधारण गोळाबेरीज करून काढलेले उत्पन्न आहे, ते बहुसंख्य लोकांचे प्रत्यक्ष उत्पन्न नव्हे. त्यातून विलायत सरकारचे खर्च आणि साम्राज्यशाही विलायत सरकारला भारताच्या तिजोरीतून देत असलेली देणगी, ह्यांचा खर्च वजा करावयास पाहिजे (उदा. कर्जाचे व्याज, ब्रिटिशांच्या भांडवली गुंतवणुकीवरील फायदा, हुंडणावळ आणि महसुली उत्पन्न). शहा आणि खंबाटा यांच्या म्हणण्याप्रमाणे व वार्षिक उपसा भारताच्या एकूण उत्पन्नाचा दहावा भाग असतो हे विचारात घेतल्यावर भारतीयांचे दरडोई रोजचे उत्पन्न अडीच पेन्सवरून सव्वादोन पेन्सवर येते.

सरासरी उत्पन्नात ज्यांच्या उत्पन्नामध्ये अति विषमता आहे त्यांचा निराळा विचार करावयास हवा. उदाहरणार्थ, सायमन कमिशनने ब्रिटनमध्ये दरडोई सरासरी उत्पन्न ९५ पौंड धरले आहे, ते वैशिष्ट्यपूर्ण म्हणावे लागेल. ह्याचा अर्थ असा आहे की, ब्रिटिश कामगार ज्याला एक बायको आणि तीन मुले आहेत, त्याला वर्षाला ४७५ पौंड मिळावयास हवेत, प्रत्यक्षात ज्या कामगाराला ह्याच्या निम्मे उत्पन्न वर्षाला आहे तो सुखात राहतो. प्रत्यक्षात सर्वसाधारण कामगाराला त्याच्या $\frac{1}{2}$ उत्पन्न असते. काही वेळा त्याहीपेक्षा कमी असते. वितरणातील ही विषमता भारतात सुद्धा आहे. शहा आणि खंबाटा यांनी आपल्या 'वेल्थ अँड टॅक्सेबल कपॅसिटी ऑफ इंडिया' ह्या ग्रंथात असे दाखविले आहे की, एक टक्का लोकांना $\frac{1}{3}$ राष्ट्रीय उत्पन्नाचा भाग मिळतो, तर साठ टक्के लोकांना राष्ट्रीय उत्पन्नाचा तीस टक्के भाग मिळतो. ह्याचाच अर्थ साठ टक्के म्हणजेच बहुसंख्य लोकांना जे सरकारी दरडोई राष्ट्रीय उत्पन्न म्हणून दाखवले आहे त्यांपैकी प्रत्यक्षात अर्धेच मिळते.[१]

त्यावरून उत्पन्नाच्या वितरणाचे आकडे सायमन कमिशनच्या अत्यंत आशावादी अंदाजाला लावले आणि मागाहून आलेल्या किमतीतील मंदी, ब्रिटनमधील खर्चासाठी होणारा भारताच्या तिजोरीतील उपसा व भारताच्या तिजोरीतून ब्रिटनला दरसाल दिली

---

१. भारतातील उत्पन्नाचे वितरण आणि त्याची खालची पातळी ह्याबद्दल 'दि इंडियन मार्केट इन दि टाइम्स ट्रेड अँड इंजिनिअरिंग इंडियन सप्लिमेंट ऑफ एप्रिल १९३९' च्या व्यापारविषयक अंदाजावरून (कमर्शिअल एस्टिमेट) कल्पना येते. खास त्यांच्यासाठी तयार केलेल्या ह्या पत्रकात, ब्रिटिश भांडवलदारांचा प्रचार करण्याचा किंवा साम्राज्यशाहीच्या पिळवणुकीचे एखादे आकर्षक चित्र रंगवण्याचा हेतू नाही. त्यांना केवळ व्यापाराच्या दृष्टीने गिऱ्हाइकांच्या पातळीबद्दल खरी माहिती लागते आणि त्यातून ती परिस्थिती स्पष्ट होते ती सायमन कमिशनने दाखवलेल्या परिस्थितीपेक्षा अगदीच निराळी आहे. भारतीय कुटुंबाच्या उत्पन्नाची खरी पातळी पुढीलप्रमाणे आहे :

| रुपयांत उत्पन्न | इंग्रजी परिमाण | कुटुंबांची संख्या |
| --- | --- | --- |
| १००,००० वर | पौंड ७.५०० | ६,००० |
| सरासरी ५,००० | पौंड ३७५ | २७०,००० |
| सरासरी १,००० | पौंड ७५ | २५०,००० |
| सरासरी २०० | पौंड १५ | ३५०००,००० |
| सरासरी ५० | पौंड ३ शि. १० | राहिलेली सर्व |

जात असलेली देणगी हे सर्व खर्च वजा केले तर आपणास प्रत्यक्षात असे दिसून येईल की, भारतातील बहुसंख्य लोकांचे आजचे सरासरी दरडोई रोजचे राष्ट्रीय उत्पन्न एक ते सव्वा पेन्सच आहे.

हा तक्ता ब्रिटिश भांडवलदारांनी आपल्या खाजगी उपयोगाकरता तयार केला आहे, तेव्हा त्याचे महत्त्व उघड आहे.

ही गणती प्रत्येक घटक साम्राज्यशाहीला अनुकूल धरून व साम्राज्यशाहीने तयार केलेल्या आकड्यांवरूनच तयार केली आहे.

ह्या सर्वसाधारण अंदाजाचे समर्थन (निश्चित आकडे मिळत नसल्यामुळे तो आणखी मोठा असू शकणार नाही.) अलीकडे दोन सरकारी खात्यांकडून आलेल्या माहितीवरून करता येते. इ.स. १९३१ मध्ये 'इंडियन सेंट्रल बँकिंग इन्क्वायरी कमिटी'ने आपल्या अहवालात दिलेली माहिती अशी :

"प्रांतिक समित्यांनी दिलेली माहिती आणि इतर प्रसिद्ध झालेली आकडेवारी ह्यावरून शेतकी उत्पादनाची एकूण किंमत, १९२९ च्या किमतीच्या पातळीप्रमाणे, जवळजवळ १२०० कोटी रुपये होईल. ह्या प्रमाणात आणि शेतीच्या संदर्भातील

हे आकडे आजच्या जीवनमानाबद्दल काय दर्शवतात? प्रसिद्ध भारतीय अर्थशास्त्रज्ञ शहा आणि खंबाटा यांचे मत असे :

"सर्वसाधारण भारतीयांचे राष्ट्रीय उत्पन्न आज एवढेच आहे की, तीन माणसांच्या उत्पन्नात फक्त दोनच माणसांना अन्न देता येईल किंवा रोज तीन वेळा जेवण्याऐवजी जर त्यांनी, दिवसात दोनच वेळा जेवण पुरेल, असे कबूल केले तर तिघांना दिवसात फक्त दोनच वेळा जेवण मिळू शकेल. मात्र एका अटीवर हे शक्य होईल. ती अट म्हणजे, एवढे जेवण मिळाल्यावर त्यांनी, वस्त्रहीन, निवाऱ्याशिवाय सर्व वर्षभर कोठेही जगावे, त्यांना हौसमौज किंवा करमणूक करता येणार नाही. केवळ अन्नाखेरीज त्यांना दुसरे काहीही मिळणार नाही. आणि जे अन्न मिळेल ते सुद्धा सर्वांत हलक्या दर्जाचे आणि अगदी नि:सत्त्व असे असेल.''
(शहा अँड खंबाटा' -'दि वेल्थ अँड टॅक्सेबल कर्पॅसिटी ऑफ इंडिया,' १९२४, पान २५३.)
१९३३ मध्ये मेजर जनरल सर जॉन मेगॉ, इंडियन मेडिकल सर्व्हिसचा डायरेक्टर याने सामाजिक आरोग्यावर एक रिपोर्ट दिला. त्यात तो म्हणतो की, ३९ टक्के लोकांना बरे अन्न मिळते. ४१ टक्क्यांना जेमतेम सत्त्वाचे मिळते, तर २० टक्के लोकांना भिकार नि:सत्त्व अन्न मिळते. ह्याचा अर्थ दोन तृतीयांश लोक नि:सत्त्व अन्नावर जगतात. बंगालमध्ये तर ७८ टक्के लोक कमी सत्त्वाच्या अन्नावर जगतात. पुढे तो म्हणतो, "रोगराई ही भारतात मोठ्या प्रमाणात हजर आहे आणि ती जोराने पसरत आहे.''

दुय्यम व्यवसायातून येणारे एकूण शेतकी उत्पन्नाच्या वीस टक्के उत्पन्न विचारात घेऊन आणि गेल्या दहा वर्षांत झालेली लोकसंख्येची वाढ व १९२९ नंतर झालेली किमतीतील मंदी सोडून ब्रिटिश हिंदुस्थानातील शेतकऱ्यांचे सर्वसाधारण वार्षिक उत्पन्न बेचाळीस रुपयांवर होणार नाही म्हणजेच तीन पौंडावर थोडे होईल.''

(रिपोर्ट ऑफ दि इंडियन सेंट्रल बॅंकिंग इन्क्वायरी कमिटी, १९३१. व्हॉ. १, पान ३९.)

ह्यावरून शेतकरी वर्गाचे दरडोई दर दिवसाचे उत्पन्न दोन पेन्स ठरते. हा आकडा १९२८ च्या किमतीच्या पातळीवर काढला आहे. इ.स. १९२८ ते १९३६ ह्या काळात किमतीचा निर्देशांक २०१ वरून १२५ वर आला. ह्यामुळे वर दाखवलेले दोन पेन्स उत्पन्न आज सव्वा पेन्सवर आले.

एप्रिल १९३८ मध्ये सर जेम्स ग्रिग हा भारत सरकारचा फिनॅन्स मेंबर होता, त्याने भारताचे राष्ट्रीय उत्पन्न सोळा हजार दशलक्ष रुपये म्हणजेच बाराशे दशलक्ष पौंड धरले. एकूण राष्ट्रीय उत्पन्नाच्या प्रमाणात कराचे प्रमाण ठरवण्यासाठी हा आकडा धरला असावा. म्हणून तो फक्त ब्रिटिश इंडियालाच लागू आहे. (जर तो एकूण सर्व भारताचा असता तर दरडोई उत्पन्न त्या प्रमाणात कमी झाले असते.) ह्या आकड्याला, ब्रिटिश इंडियाच्या लोकसंख्येच्या आकड्याने भागले तर सर्वसाधारण एकूण दरडोई वर्षाचे उत्पन्न ५६ रु. होते. साठ टक्के लोकांना तीस टक्के उत्पन्न मिळते हे प्रमाण लावले तर, दरडोई भारतीयाला दर दिवसाला १.३८ पेन्स उत्पन्न पडते. डॉ. व्ही. के. आर. व्ही. राव. यांनी दरडोई वर्षाला बासष्ट रुपये उत्पन्न धरले आहे.[१] प्रो. शहा आणि खंबाटा ह्यांनी काढलेले प्रमाण ह्या उत्पन्नाला लावले तर बहुसंख्य भारतीयांना दरडोई, दर दिवशी दीड पेन्स उत्पन्न पडते.

भारताच्या दैन्यावस्थेची कमीतकमी कल्पना यावी ह्या दृष्टीनेच ह्या आकडेवारीला महत्त्व आहे.

---

१. डॉ. राव ह्यांच्या म्हणण्याप्रमाणे शहरी दरडोई उत्पन्न हे ग्रामीण उत्पन्नाच्या तीनपट असते. ग्रामीण उत्पन्न ५१ रु. असल्यामुळे शहरी उत्पन्न १६६ रु. होते. खेड्यांत आणि शहरांत राहणाऱ्या लोकांच्या आर्थिक परिस्थितीत भयंकर फरक आहे आणि शिवाय निरनिराळ्या सामाजिक गटांच्या मध्येही आणखी फरक आहे.

खेड्यांमध्ये, पुढे आपणास दिसून येईल की, जवळजवळ सर्व उत्पन्न जमिनीचा मालक किंवा सावकार बळकावून बसतो.

शहरांत सुद्धा जवळजवळ, अर्धे उत्पन्न हे एकूण शहरी लोकसंख्येच्या एक दशांश लोकांच्या मालकीचे असते. वर्षाला दोन हजार उत्पन्न असलेल्या सुखी

तुरुंगसंहिता व कामगारसंहिता ह्याच्याप्रमाणे होणाऱ्या खर्चाची तुलना केली तर थोडी कल्पना येऊ शकेल. १९३९ साली एक वर्षाचा एका कैद्याचा खर्च ११,६६७ रुपये होता. हा खर्च 'बँकिंग इन्क्वायरी कमिटी'ने भारतीय शेतकऱ्याचे जे सर्वसाधारण उत्पन्न दाखवले आहे त्याच्या तिप्पट आहे. १९२३ साली सरकारी चौकशी समितीने मुंबईतील कामगार वर्गाच्या जमाखर्चाची जी पाहणी केली त्यावरून कामगाराचे राहणीमान आणि तुरुंगसंहिता आणि दुष्काळसंहिता ह्यांच्याप्रमाणे असलेले राहणीमान ह्यांमधील फरक पुढील तक्त्यात दाखविला आहे :

## एका पुरुषाला रोज लागणारे अन्न

| प्रकार | मुंबईच्या कामगारांची अंदाजपत्रके | मुंबईचे श्रमजीवी कामगार | तुरुंग/कमी कष्ट करणारा कामगार | मुंबई दुष्काळ संहिता (खाणकामगार) |
|---|---|---|---|---|
| धान्य | १.२९ वजनी पौंड | १.५ वजनी पौंड | १.३८ वजनी पौंड | १.२९ वजनी पौंड |
| डाळी | ०.०९ वजनी पौंड | ०.२७ वजनी पौंड | ०.२१ वजनी पौंड | आकडे |
| मांस | ०.०३ वजनी पौंड | ०.०४ वजनी पौंड | ०.०४ वजनी पौंड | |
| मीठ | ०.०४ वजनी पौंड | ०.०३ वजनी पौंड | ०.०३ वजनी पौंड | उपलब्ध |
| तेल | ०.०२ वजनी पौंड | ०.०३ वजनी पौंड | ०.०३ वजनी पौंड | |
| इतर | ०.०७ वजनी पौंड | – | – | नाहीत |
| | १.५४ वजनी पौंड | १.४२ वजनी पौंड | १.६९ वजनी पौंड | |

---

लोकांमध्ये सुद्धा, ३८ टक्के लोकांना एकूण उत्पन्नाच्या फक्त १७ टक्के उत्पन्न मिळते, तर जवळजवळ एक टक्क्यापेक्षा थोडे जास्त लोक एकूण उत्पन्नाच्या एक दशांश इतके उत्पन्न पटकावतात (व्ही. के. आर. व्ही. राव 'दि नॅशनल इन्कम ऑफ ब्रिटिश इंडिया, १९३१-३२', पान १८९).

(मुंबईतील कामगारवर्गाच्या अंदाजपत्रकाच्या चौकशी समितीचा अहवाल मुंबई कामगार कचेरी, १९२३)

मुंबईचा कामगार हा खेड्यातील कामगारांच्या मानाने सुखी समजला जातो. त्याला सुद्धा दुष्काळग्रस्त लोकांना देण्यात येते तेवढ्या अन्नावर म्हणजे तुरुंगातल्या कैद्यांना[१] देण्यात येते त्यापेक्षा कमी अन्नावर जगावे लागते.

वर्षानुवर्षें लोकांची परिस्थिती कशी आहे याची सरकारी अहवालावरून कल्पना येते. ती अशी :

‘‘अत्यंत कुशल कामगार सोडून बाकीच्या भारतीय कामगारांना अशी मजुरी मिळते की, जिच्यावर त्यांना केवळ अन्न व वस्त्र ह्या गरजा भागविता येतात. प्रत्येक ठिकाणी गर्दी, घाण व दैन्यावस्था दृष्टीस पडते.’’

(इंडिया इन १९२७-२८)

‘‘भारतातील बहुसंख्य लोक अजून इतक्या दैन्यावस्थेत आहेत की त्यांच्यासारखी परिस्थिती पाश्चिमात्य देशांत पाहावयास मिळणार नाही, ते जेमतेम जगत आहेत, एवढेच.’’

(इंडिया इन १९२९-३०)

‘‘सत्तर ते ऐंशी टक्के लोक हे अजून जेमतेम जगत आहेत.’’

---

१.  वरील माहितीवर अशी टीका झाली की, त्या माहितीत आणखी काही गोष्टींचा समावेश व्हावयास हवा होता; उदा. गोडधोड, मसाले, मासे, भाजीपाला, फळे वगैरे जो कामगार खातो, ती त्यामुळे १९२५ मध्ये पुन्हा पाहणी केली, त्यावरून असे आढळले की, वरील कामगार तक्त्यात दाखवलेल्यापेक्षा ४.६ टक्के अन्न जास्त खातो. ह्याचाच अर्थ पूर्वीच्या पेक्षा ११३ उष्णताबीजे (कॅलरीज) अधिक घेतो. पूर्वी तो २४५० उष्णताबीजे घेत असे त्याऐवजी त्याला २५६३ उष्णताबीजे मिळतात. (बॉम्बे लेबर गॅझेट, एप्रिल १९२५, पाने ८४१-४२) ‘ब्रिटिश मेडिकल असोसिएशन’ने आपल्या अहवालात ३३९० उष्णताबीजे (कॅलरीज) असावीत, असे म्हटले आहे किंवा प्रो. आर. मुकर्जी ह्यांच्या मताप्रमाणे भारतातील परिस्थितीत कमीतकमी २८०० उष्णताबीजे (कॅलरीज) रोज मिळावीत, ह्या मताप्रमाणे भारतातील अन्नात मिळणारी उष्णताबीजे किती कमी असतात हे स्पष्ट होते.

पौष्टिक आहार तज्ज्ञ डॉ. अयक्रॉईड म्हणतो की, ‘‘भारतात नेहमी जवळजवळ १/३ लोकांना कमी सत्त्वाचा आहार मिळतो.’’ (कोटेड इन दी फूड ग्रेम्स पॉलिसी कमिटीज रिपोर्ट, १९४३, पान ३३).

(सर आल्फ्रेड चॅटरटन्- 'जर्नल ऑफ दि ईस्ट इंडिया असोसिएशन,' जुलै
१९३०.)

१९२६ मध्ये सरकारने भारतातील शेतीची चौकशी करण्यासाठी एका 'रॉयल'
कमिशनची नेमणूक केली. तिला चौकशीसाठी जो वाव दिला होता त्यात जमिनीची
मालकी व मक्तेदारी ह्याची माहिती काढणे, त्याचप्रमाणे, जमिनीचा सारा वगैरेबद्दल
चौकशी करण्यास वाव नव्हता. कमिशनकडे सरकारी अधिकाऱ्यांकडून माहितीचा
झरा चालू झाला. डॉ. डी. क्लाऊस्टन हा भारत सरकारचा शेतकी सल्लागार होता.
तो आपल्या पहिल्याच साक्षीत म्हणाला की, "खेड्यातील लोक शरीराने अशक्त
असून, साथींना बळी पडतात." कर्नल ग्रॅहामन् याने कमिशनला सांगितले :

"भारतीय जनतेला ज्या अडचणींना तोंड द्यावे लागते त्यात नि:सत्त्व आहार
किंवा उपासमार ही प्रमुख अडचण आहे. नि:सत्त्व आहार हा दूरगामी परिणाम
करणारा असून, तेच भारतातील रोगराईचे मुख्य कारण आहे," (ले. कर्नल
मॅकहॅरिसन, 'मेमोरँडम् ऑन मालन्युट्रिशन ॲज ए कॉज ऑफ फिजिकल
इनएफिशियन्सी अँड इल हेल्थ अमंग् दि मासेस इन इंडिया, एव्हिडन्स टू दि
रॉयल कमिशन ऑन ॲग्रिकल्चर' व्हॉ. १,२, पान ९५.)

१९२९ साली सरकारने रॉयल कमिशनची नेमणूक केली. त्यांना भारतातील
कामगारांच्या स्थितीची पाहणी करायची होती. त्याला असे आढळून आले की,
"बहुतेक औद्योगिक केंद्रांमध्ये एकूण कामगारांच्या दोन तृतीयांश लोक कर्जात आहेत.
बहुसंख्य लोकांच्या बाबतीत तीन महिन्यांच्या मजुरीपेक्षा कर्ज जास्त आहे  आणि काही
लोकांच्या बाबतीत ते ह्याहीपेक्षा जास्त आहे," (पान २२४). बऱ्यापैकी मजुरीचे दर
असणाऱ्या मुंबईतील कापड गिरण्यातील मजुरांना सर्वसाधारणपणे पुरुषाला महिन्याला
५६ शिलिंग्ज व बाईला महिन्याला २६ शिलिंग्ज मजुरी आहे. बिनकुशल कामगाराला
मासिक ३० शिलिंग्ज, कोळशाच्या खाणीतील कामगाराला झारिया येथील कोळशाच्या
खाणीत महिना साधारणपणे १५ ते २२ शिलिंग्ज, हंगामी चालणाऱ्या कारखान्यात
पुरुषाला सहा पेन्स ते एक शिलिंग दिवसाला व बाईला दिवसाला चार पेन्स ते नऊ पेन्स.
बंगाल, बिहार व ओरिसा येथे बिनकुशल कामगाराला दिवसाला पुरुषाला नऊ पेन्स,
बाईला सहा पेन्स आणि मुलाला चार पेन्स, मद्रास व संयुक्त प्रांतात, पुरुषाला दिवसाला
फक्त पाच पेन्स मिळतात. ज्या अनियमक कारखान्यामध्ये आणि उद्योगधंद्यात भारतातील
बहुसंख्य कामगार काम करतात आणि जेथे कामगार कायदा लागू नाही अशा ठिकाणी
'पाच वर्षांची मुलेही कामावर दिसतात, त्यांना दिवसात खाण्यासाठी सुटी किंवा
आठवड्याची रजा तर नाहीच. रोज दहा ते बारा तास त्यांना काम करावे लागते आणि

अशा अगदी कोवळ्या मुलांना रोजची मजुरी म्हणून फक्त दोन आणे मिळतात.'' (पान ९६)

निवाऱ्याच्या जागेच्या बाबतीत सर्वसाधारण कामगाराच्या एका कुटुंबाला एक खोलीसुद्धा मिळत नाही, बऱ्याच वेळा एका खोलीच्या थोड्या भागात त्याला भागवून घ्यावे लागते. १९११ मध्ये मुंबईच्या एकूण वस्तीच्या ६९ टक्के लोकांना प्रत्येकी एकच खोली मिळत असे (त्याच वेळी लंडनला अशी परिस्थिती सहा टक्के लोकांच्या वाट्यास येई). साधारणपणे ४-५ लोक एका खोलीत राहात असत. १९३१ च्या शिरगणतीवरून असे दिसून आले की, मुंबईच्या लोकसंख्येपैकी ७४ टक्के लोक एक-एका खोलीत राहात होते, ह्यावरून गेल्या वीस वर्षांत लोकसंख्येची गर्दी किती झाली आहे, हे स्पष्ट झाले. एक तृतीयांश लोकसंख्या, अशी राहात होती की, प्रत्येक पाच ते सहा लोक एका खोलीत राहात होते. २५६-३७९ लोक असे राहात की, त्यांच्यापैकी सहा ते नऊ लोकांना एकच खोली होती. ८.१३३ लोकांना प्रत्येकी दहा ते एकोणीस जणांना एकाच खोलीत राहावे लागे, १५.४९० लोक असे होते की, त्यांच्यापैकी प्रत्येक वीस किंवा अधिक लोकांच्या वाट्यास एकच खोली येत असे. सर्वसाधारण आकडा न विचारात घेता केवळ कामगार वर्गाच्या परिस्थितीची पाहणी केली तर भयंकर गर्दीचे स्वरूप अधिक स्पष्ट होईल.

'कापड कामगार चौकशी समिती' सरकारने १९३७ साली नेमली. त्यांनी आपला अहवाल १९४० साली सादर केला तो असा :

''मुंबईत प्रमुख कामगारवस्ती ई, एफ आणि जी ह्या वॉर्डांत आहे म्हणून सुरुवातीस ह्या वॉर्डांतील कामगारांची चौकशी करण्यात आली. जी माहिती मिळाली तिच्यावरून असे दिसते की, ज्या कुटुंबांची चौकशी झाली त्यांच्यापैकी ९१.२४ टक्के लोक सर्व एक-एका खोलीत राहतात व अशा प्रत्येक खोलीत सर्वसाधारणपणे ३.८४ माणसे राहतात आणि प्रत्येक इसमास जवळजवळ २६.८६ चौरस फूट आणि प्रत्येक खोलीला १०३.२३ चौरस फूट जागा मिळते.''

(कापड कामगार चौकशी समिती अहवाल, भाग २, १९४० पान २७३)

व्हिटले अहवालावरून असे दिसते की, कराची शहरात सर्व लोकसंख्येच्या एक तृतीयांश लोक प्रत्येक खोलीत सहा ते नऊ ह्या प्रमाणात राहात होते.

१९३१ पासून निवाऱ्याची परिस्थिती अत्यंत वाईट झाली आहे, विशेषतः महायुद्धानंतर हीच परिस्थिती दिसते. मुंबईची लोकसंख्या १९४१ मध्ये १४.८९ लाख होती ती १९३१ मध्ये ११ लाख झाली आणि १९४५ मध्ये २३ लाखांवर पोहोचली; ह्याबरोबर राहण्याच्या जागा १९३१ पासून फक्त ८३.८२८

ने वाढल्या. सर्वसाधारणपणे १९३१ मध्ये एका खोलीत जेथे ४.०१ माणसे राहात होती, त्याच खोलीत आता ७.०१ माणसे राहात आहेत. एका खोलीच्या जागांमध्ये मोठ्या जागांच्या मानाने गर्दी वाढली आहे.

मुंबई नगरपालिकेने 'हाऊसिंग पॅनेल' समिती स्थापन केली. तिला असे दिसून आले की, मुंबईत प्रत्येक व्यक्तीला साडेबारा चौरस फूट जागा मिळते. ह्याउलट 'मुंबई तुरुंग संहिते'प्रमाणे एका कैद्याला चाळीस चौरस फूट जागा मिळते, (हाऊसिंग पॅनेल अहवाल, जानेवारी १९४६.)

ह्याखेरीज, महायुद्धापूर्वी पाच टक्के लोक रस्त्याच्या फूटपाथवर झोपत असत, त्याऐवजी आता तेरा टक्के लोक मुंबईच्या 'फूटपाथ'वर निजताना दिसतात.

आरोग्यासंबंधी 'व्हिटले रिपोर्ट' म्हणतो :

"आरोग्याच्या बाबतीत, मुंबईत केरकचरा व मैला ह्यांचे ढीगच्या ढीग निष्काळजीपणाने पडून राहिलेले दिसतात आणि पायखान्यांच्या अभावामुळे, हवा आणि माती दूषित होत राहते. राहण्याच्या जागेला जोते व खिडक्या नसतात. खुली हवा मिळत नाही. जागा म्हणजे एक खोली असते. तिच्या आत शिरण्यासाठी अतिखोल मार्ग असतो, त्यातून जाताना वाकावे लागते. अशा खोलीत खाजगीपणा मिळवण्यासाठी, जुन्या तेलाच्या व पत्र्यांचा आणि पोत्यांचा पडद्यासारखा उपयोग करतात, त्यामुळे उजेड आणि हवा यांना येण्यास प्रतिबंध होतो. अशा भयंकर खोल्यांतून, मानवप्राणी जन्माला येतात, झोपतात, जेवतात, जगतात आणि मरतात." (पान २७१)

मुंबईच्या कामगारांच्या १९३२-३३ मधील जमाखर्चाची बॉम्बे लेबर ऑफिसने चौकशी केली, तेव्हा त्यांना असे आढळून आले की, पाणीपुरवठ्याचे बाबतीत २६ टक्के लोकांना, प्रत्येकी आठ खोल्या मिळून एक नळ दिला होता. जवळजवळ ४२ टक्के लोकांना प्रत्येकी नऊ ते पंधरा खोल्या मिळून एक नळ आहे आणि २९ टक्के लोकांना प्रत्येकी सोळा किंवा अधिक खोल्या मिळून एकच नळ आहे ('रिपोर्ट ऑफ इन्क्वायरी इन टू वर्किंग क्लास बजेटस् इन बॉम्बे' १९३५). ८५ टक्के लोकांना प्रत्येकी आठ खोल्यांना एक संडास आहे, बारा टक्के लोकांना प्रत्येकी नऊ ते पंधरा खोल्या मिळून एक संडास आहे, आणि २४ टक्के कामगार असे राहतात की, त्यांच्या बाबतीत प्रत्येकी सोळा किंवा अधिक खोल्या मिळून एकच संडास आहे. १९३५ साली अहमदाबादच्या कापड कामगार युनियनने औद्योगिक कामगारांच्या निवाऱ्याबद्दल चौकशी केली, तेव्हा त्याला असे आढळून आले की, २३.७०६ खोल्यांपैकी ५६६९ खोल्यांना पाणी पुरवठ्याची काहीच सोय नव्हती आणि ज्यांच्या

बाबतीत अशी सोय होती तेथे दोनशे किंवा अधिक कुटुंबांना एक किंवा दोन नळ दिले होते. पाच हजार खोल्यांना संडासाची सोय नव्हती आणि आरोग्यरक्षणाची आणि सांडपाण्यासाठी गटारांची सोय नव्हती.

एका साक्षीदाराने औद्योगिक कमिशनसमोर साक्ष दिली ती अशी : ''जरी मला दारिद्र्याचा जीवनात पुष्कळ अनुभव आला आहे आणि जरी, दैन्यावस्थेबद्दल मी पुष्कळ वाङ्मय वाचले आहे, तरी मुंबईतील गरिबांची राहणी प्रत्यक्ष पाहीपर्यंत मला तिचा खरा उबग व वीट आला नव्हता. मुंबईतील कामगारांचे जीवन पाहिल्यानंतर क्षणभर कोणालाही असे वाटेल की, आपण ज्याला पाहत आहोत हा मानवप्राणीच आहे? का पाताळातून कल्पनाशक्तीने निर्माण केलेला कोणी योगीपुरुष आहे?

(ए. एफ. मिराम्स- इंडस्ट्रीयल कमिशनरपुढे दिलेली जबानी भाग ४ पान ३५४.)

मुंबई सरकारने नेमलेल्या एका स्त्री डॉक्टरने जबानी दिली ती अशी : ''पंधरा फूट लांब व बारा फूट रुंद अशा एका चाळीच्या दुसऱ्या मजल्यावर एका खोलीत सहा कुटुंबे राहत असलेली मी पाहिली. एका मजल्यावरील सहा धुराड्यावरून मला वरील माहितीची सत्यता पटली. अधिक चौकशी केल्यावर मला असे समजले की ह्या खोलीत लहानमोठी मिळून तीस माणसे राहतात. ह्या खोलीत राहणाऱ्या सहा बायकांपैकी तीन बायका लवकरच प्रसूत होणार होत्या. रात्री ही खोली धुराने एवढी भरून जाई की, त्यामुळे कोणाही बाईला प्रसूतीपूर्वी आणि प्रसूतीनंतर तिला व तिच्या लहान मुलाला तेथे राहणे आरोग्याच्या दृष्टीने हानिकारक होते. मी ज्या अनेक खोल्या पाहिल्या त्यांपैकी ही एक होती. तळमजल्यावरील खोल्यांची परिस्थिती अधिकच वाईट होती. त्या खोल्यांत दिवसाचा प्रकाश क्वचितप्रसंगी आत डोकावू शके. पण सूर्यकिरणांना आत जाणे शक्य नव्हते.''

(बॉम्बे लेबर गॅझेट, सप्टेंबर १९२२, पान ३१.)

२१ एप्रिल १९४६ रोजी मी कापड कामगारांच्या चाळींना भेट दिली. ह्या चाळी परळच्या मध्यस्थानी आहेत. हा भाग म्हणजे मुंबईचा कामगार मोहोल्ला समजला जातो. येथे बारा फूट लांब व दहा फूट रुंद अशा एकेरी खोल्यांच्या एकावर एक जेमतेम रचलेल्या चाळी पाहावयास मिळाल्या. त्यांना हवा किंवा उजेड माहीत नाही. ह्या खोल्यांना खिडक्या नव्हत्या. खोल्यांत काळोख मेट होता. फक्त तेलाच्या दिव्याची वात त्याला भेदून जात आहे, असे वाटले. पलीकडील जळत्या स्टोव्हमुळे, उकाडा असह्य झाला होता. आम्ही पहिल्या खोलीत पाय टाकला तेथे दहा माणसे राहत होती. त्या खोलीला सात रुपये महिना भाडे आहे. दुसऱ्या खोलीत १३ लहान स्टोव्ह जळताना दिसले. त्यावरून त्या खोलीत १३ कुटुंबे राहत असावीत. माझा,

तेथे राहणारा मार्गदर्शक म्हणाला की, त्या खोलीत वीस किंवा अधिक माणसे राहत असावीत. तथापि खरोखरी तेथे किती माणसे राहत होती ते सांगण्यास तेथील रहिवासी तयार नव्हते. कारण खरा आकडा सांगितला तर भाडे वाढविले जाण्याची भीती होती. पहिल्या तीन रांगा मिळून त्या तीस खोल्यांत तीनशे माणसे राहत होती. त्यांच्यासाठी फक्त तीन नळ होते आणि ह्या नळांना एकदा सकाळी व एकदा संध्याकाळी पाण्याची तंतुकडी धार येत असे. तीन संडास तेथे होते. सांडपाण्याच्या मोठ्या गटाराच्या, बरोबर वर येईल, अशा बेताने जमिनीला भोके पाडली होती. त्यांपैकी एक भोक बुजले होते. त्यामुळे ते निरुपयोगी झाले होते. पुढच्या रांगेत १६० खोल्या होत्या आणि तेथे फक्त सहा नळ होते. पाणी सकाळी पहाटे दोन तास व संध्याकाळी दोन तास येत असे. ह्याचे कारण पाणीपुरवठा कमी होता, तरी श्रीमंतांच्या वस्तीमध्ये, मुंबईला पाणी मिळत होते.

ह्या अर्धपोटी, दाटीवाटीने व स्वच्छताविरहित गलिच्छ राहणीचा कामगारांच्या जीवनावर काय विपरीत परिणाम होत असावा ह्याची कल्पनाच केलेली बरी. ह्याचा प्रत्यक्ष परिणाम म्हणजे १९३७ साली १००० लोकांत २२.४ लोक मरत होते, ज्या वेळी इंग्लंड आणि वेल्समध्ये मृत्यूचे प्रमाण १२.४ होते. इंग्लंड व वेल्समधील आयुर्मर्यादेच्या मानाने भारतीयांची आयुर्मर्यादा अर्धी आहे.

“पाश्चिमात्य देशांतील लोकांच्या मानाने भारतीयांची आयुर्मर्यादा कमी आहे. १९२१ च्या शिरगणतीप्रमाणे सर्वसाधारण पुरुष व स्त्री ह्यांची आयुर्मर्यादा २४.८ व २४.७ होती किंवा सर्वसाधारण लोकसंख्येची २४.७५ वर्षे होती. ह्याच वेळी इंग्लंड आणि वेल्समध्ये ती ५५.६ वर्षे होती. ती १९३१ मध्ये कमी झाली, त्या वेळी पुरुषांची २३.२ व स्त्रियांची २२.८ वर्षे झाली.”

('इंडस्ट्रीयल लेबर इन इंडिया,' इंटरनॅशनल लेबर ऑफिस, १९३८, पान ८, बेस्ड् ऑन 'सेन्सस ऑफ इंडिया' १९३१, पान ९८).[१]

ह्यावरून भारतामध्ये मातांच्या मृत्यूचे प्रमाण हजारांत २४.५ पडते आणि हेच प्रमाण इंग्लंड आणि वेल्समध्ये ४.१ एवढेच आहे, ज्या ठिकाणी गलिच्छ राहणी आहे अशा अहमदाबाद शहरातील हजारी मृत्यूचे प्रमाण ४१.०५ आहे तर त्याच शहराच्या कॅन्टोन्मेंट भागात जेथे युरोपियन वस्ती आहे आणि जीवनाच्या सर्व सोयी मुबलक प्रमाणात उपलब्ध आहेत, तेथे मृत्यूचे प्रमाण १२.८४ एवढेच आहे आणि बालमृत्यूंच्या आकड्यांवरून हा फरक स्पष्ट होतो. उदा. भारतात १९४३ साली जन्मास

---

१. भारतातील शिरगणतीची महत्त्वाची मोजमापं अगदी अशुद्ध आहेत. १९३९ ची शिरगणती चूकभूल म्हणून वीस टक्के फरक मान्य करते. १८८१ ते १९११ ह्या काळातील आयुर्मर्यादेबद्दलचे सरकारी आकडे पुढीलप्रमाणे आहेत :

आलेल्या १००० मुलांपैकी १६३ मेली. ह्याच वर्षात इंग्लंड आणि वेल्समध्ये हे प्रमाण फक्त ४६ होते. कोलकत्यात ते २३६, मुंबईत २४८ आणि मद्रासमध्ये २२७ होते. (एकाच खोलीत जीवन जगणाऱ्यांमध्ये हे प्रमाण भयंकर मोठे होते. उदा. मुंबईत एका खोलीत राहणाऱ्यांमध्ये हजारी ५७७ मुले मरत. दोन खोल्यांच्या राहणीत हजारी २५४ मरत आणि रुग्णालयात हजारी १०७ मरत.)

भारतातील बहुसंख्य मृत्यूचे कारण सरकारी नोंदीत 'ताप' असे दाखवले आहे. (१९३२ ते १९४१ मध्ये भारतात दरवर्षी ६.२ दशलक्ष माणसांपैकी ३.६ दशलक्ष लोक मृत्यू पावले.) अर्धपोटी जीवन, दैन्यावस्था आणि त्यातून उद्भवणारी आरोग्याची हानी, ह्या खऱ्या कारणांवर सोयीस्कर पांघरूण घालण्यासाठी, खऱ्या कारणाला 'ताप' ही खास संज्ञा देण्यात आली आहे. ''भारतात प्रत्येक चार मृत्यूंपैकी तीन मृत्यू हे, दैन्यावस्थेतून उद्भवणाऱ्या रोगामुळे होतात'' असा निर्णय, भारतातील अर्थशास्त्रावरील एक तज्ज्ञ आणि साम्राज्यशाहीबद्दल सहानुभूती बाळगणारे एक विद्वान देतात. त्यांचे म्हणणे असे :

|  | १८८१ | १८९१ | १९०१ | १९११ |
| --- | --- | --- | --- | --- |
| पुरुष | २३.६७ | २४.५९ | २३.६३ | २२.५९ |
| स्त्रिया | २५.५८ | २५.५४ | २३.९६ | २३.३१ |

१९२१ च्या शिरगणतीच्या आकड्यांवरून १८८१ ते १९११ ह्या काळात आयुर्मर्यादा कमी झाली; १९२१ ची गणती झालेली नाही. गेल्या पन्नास वर्षांतील ही परिस्थिती इंग्लंड आणि वेल्स येथील परिस्थितीपेक्षा भिन्न आहे. तेथे आयुर्मर्यादा १८८१ ते १८९० ह्या काळात ४५.४ होती, ती १९३३ मध्ये ६०.८ पर्यंत वाढली.

१९३१ च्या गणतीप्रमाणे पुरुषांची आयुर्मर्यादा २६.९ वर्षे व स्त्रियांची २६.६ वर्षे झाली ह्यावरून थोडी वाढ स्पष्ट होते. जेव्हा आपण आयुर्मर्यादा व मृत्यूचे प्रमाण ह्यांच्या आकड्यांची तुलना करतो तेव्हा त्यातील तफावत स्पष्ट होते. जेव्हा आपण मृत्यूच्या प्रमाणाची मोजमापे १९३१ मधील आयुर्मर्यादेच्या आकड्यांवरून करतो तेव्हा पुरुषांचे मृत्यूचे प्रमाण १००० मध्ये ३७ आणि बायकांचे ३८ पडते. पूर्वीचा हा आकडा २३ आहे. आयुर्मर्यादेचे आकडे सदोष आहेत, तथापि सर्वसाधारणपणे ह्या आकड्यांवरून, भारतातील मृत्यूचे प्रमाण हजारात ३३ हे बरोबर दिसते.

(जी. चांद, 'इंडियाज् टीमिंग मिल्यन्स्' पान ११३.)

१९२६ च्या लोकसंख्येपैकी दर हजारी होणाऱ्या एकूण २६.७ मृत्यूंपैकी २०.५ मृत्यूंचे कारण, हगवण, देवी, प्लेग, ताप, संग्रहणी किंवा जुलाब हे होते. ही सर्व कारणे दारिद्र्यातून उद्भवली होती, ती अटळ नव्हती. चांगले आरोग्य रक्षण, स्वच्छ व मुबलक पाणीपुरवठा, अन्न दूषित होणार नाही अशी सोय, उत्तम गटारे व सांडपाणी जाण्याची व्यवस्था, चांगली निवाऱ्याची योजना आणि ह्यांच्याच जोडीला रुग्णालयांमार्फत औषधोपचार, योग्य वैद्यकीय मदत, वगैरे सोयी केल्यास मृत्यूचे प्रमाण निश्चित कमी होईल आणि क्षयासारखी दुखणी होणार नाहीत. पाश्चिमात्य देशांनी जशा सोयी केल्या आहेत तशा भारतात केल्या गेल्या तर मृत्यूचे प्रमाण निश्चित कमी होईल.

(व्ही. ॲन्स्टे- 'दि इकॉनॉमिक डेव्हलपमेंट ऑफ इंडिया,' पान ६९.)

भारत सरकारने ऑक्टोबर १९४३ साली सर जोसेफ भोर यांच्या नेतृत्वाखाली, 'दि हेल्थ सर्व्हें अँड डेव्हलपमेंट कमिटी' नेमली होती. त्यांचा अहवाल १९४६ साली प्रसिद्ध झाला, त्यात त्यांनी जे मत व्यक्त केले आहे, ते असे :

"लोकांचे आरोग्य सांभाळण्यासाठी काही मूलभूत गोष्टी कराव्या लागतात. त्यामध्ये आरोग्यदृष्ट्या योग्य वातावरण ठेवणे, सकस आहार घेणे, प्रकृती चांगली सांभाळण्यासाठी रोगप्रतिबंधक व रोगनिवारक अशी सर्वांसाठी उपाययोजना करणे आणि संबंधित लोकांचे सहकार्य मिळवणे, ह्या गोष्टी आवश्यक आहेत. आजचे मृत्यूचे मोठे प्रमाण हे अशा सोयी नसल्याचा पुरावा आहे. अर्धपोटी जीवन, नि:सत्त्व अन्न, अपुरी प्रतिकारशक्ती व अपुऱ्या आरोग्य रक्षण सेवा[१] ही आजच्या परिस्थितीची मुख्य कारणे आहेत. शिक्षणाच्या अभावी लोक अशी गलिच्छ राहणी सहन करतात. त्यामुळे दुखणी व आजार मोठ्या प्रमाणात चालू राहतात."

(रिपोर्ट ऑफ दि हेल्थ डेव्हलपमेंट कमिटी, १९४६, भाग १,  पान ११.)

सर्व जगातील अगदी खालच्या पातळीवरील भारतीय दारिद्र्य आणि दैन्यावस्था, ही सर्व बिनसरकारी लोकांनी मान्य केली आहे. एक अमेरिकन भारतातील खेड्यात राहण्यासाठी गेला. त्याला असे दिसून आले की भारतीयांची मूलभूत

---

१. सर्वसाधारण आणि खास रोग्यांसाठी 'ब्रिटिश इंडिया'मध्ये ज्या खाटा उपलब्ध होत्या, त्यांची इतर देशांतील अशा सोयींची तुलना केली आहे ती अशी :

| युनायटेड स्टेट्स् ऑफ अमेरिका | १०.४८ खाटा | १००० लोकसंख्येसाठी |
|---|---|---|
| इंग्लंड व वेल्स | ७.१४ | १००० लोकसंख्येसाठी |
| ब्रिटिश इंडिया | ०.२४ | १००० लोकसंख्येसाठी |

अडचण दारिद्रयाची आहे. त्यामुळे वैद्यकीय साहाय्याच्या मलमपट्टीने काम भागणारे नाही. तो म्हणतो :

"तीस ते चाळीस दशलक्ष लोकांना रोज एकदाच जेवण मिळते, ते कायम-स्वरूपाच्या अर्धपोटी जीवनावर दिवस काढतात. जे गरीब लोक मला भेटले त्यांना, सकस आहार ठेवा, असे सांगणे हास्यास्पद आहे."

"एखाद्या पटकी झालेल्या रोग्याचे कपडे आरोग्याच्या दृष्टीने जाळून टाका, असे सांगितले तर ते म्हणतात की, जर तो रोगी बरा झाला तर त्याला अंगावर घालण्यास कपडेच मिळणार नाहीत. दरिद्री लोकांना ही 'उधळपट्टी' करता येत नाही.

"भारतातील खेड्याला आज कशाची प्रथम गरज असेल तर ती म्हणजे अन्न आणि शिक्षण; औषधांच्या गोळ्यांची नव्हे."

(जी. इमर्सन- 'व्हाइसलेस इंडिया,' १९३१.)

"टाइम्सचा हुजूरपक्षीय साम्राज्यवादी, कोलकात्याचा बातमीदार भारताच्या परिस्थितीबद्दल म्हणतो की, भारताची जवळून चौकशी करू लागले म्हणजे तेथील लोकांचे अर्धपोटी जीवन डोळे दिपवून टाकते."

"भारताच्या कोणत्याही भागातून प्रवास करू लागले की, तेथील लोकांचे दारिद्रय, नि:सत्त्व अन्न, अर्धपोटी जीवन ह्यांनी डोळे मिटावेसे वाटतात. काही वेळा असेही मनात येते की, भारतातील पुष्कळ लोकांना 'पोटभर जेवणे' हा काय प्रकार आहे, हे माहीतही नसावे."

"त्याचप्रमाणे, ज्या बंगाल प्रांताची मला माहिती आहे तेथील आरोग्यतज्ज्ञ अधिकारी म्हणाले की तेथील लोकांत मागच्या पिढीला जसे सकस अन्न खावयास मिळत असे तसे त्यांना आता मिळत नाही."

(टाइम्सचा कोलकात्याचा बातमीदार, १ फेब्रुवारी १९२७.)

साम्राज्यशाहीने भारतावर १८० वर्षे राज्य केल्यावर जनतेची अशी दैन्यावस्था झाली.

भारतातील गरिबी ही स्थितिजन्य नाही, ही गोष्ट लक्षात ठेवली पाहिजे. ती गतिमान आणि प्रगतिशील आहे. भारताची परिस्थिती अधिक वाईट होत चालली आहे, हे टाइम्सच्या बातमीदाराचे मत पुष्कळांना मान्य आहे. बंगालचा 'डायरेक्टर ऑफ हेल्थ' १९२७-२८ च्या अहवालात म्हणतो की, "आजचे बंगालचे शेतकरी एवढेच अन्न खातात की, उंदीरसुद्धा त्यावर पाच आठवड्यांपेक्षा अधिक काळ जगणार नाहीत आणि अपुऱ्या अन्नामुळे त्यांची शक्ती आता इतकी क्षीण झाली आहे की, मोठ्या दुखण्यांना ते तोंड देऊ शकत नाहीत." त्याचप्रमाणे १९३३

साली, 'डायरेक्टर ऑफ दि इंडियन मेडिकल सर्व्हिस' ह्याने असे लिहिले आहे की, "सबंध भारतात रोगराई क्रमाक्रमाने पण वेगाने वाढत आहे.'' भारताच्या ह्या घसरगुंडीचा, साम्राज्यशाही राजवटीतील शेतकीच्या भीषण परिस्थितीशी, निकटचा संबंध आहे आणि सामाजिक व राजकीय बदल घडवून आणण्यास हीच परिस्थिती मुख्यत्वे कारणीभूत होणार आहे.

### ३. अति लोकसंख्येबद्दल गैरसमज

भारतीय जनतेच्या भीषण दारिद्रयाचे कारण काय?

ह्या प्रश्नाचे मूलभूत कारण काय, यासंबंधी विश्लेषण करण्यापूर्वी अलीकडे काही वरकरणी कारणे जी ठासून सांगितली जातात त्यांच्याबद्दल प्रथम चर्चा करू.

ह्यांतील एक कारण असे सांगण्यात येते की, भारतीयांच्या दारिद्रयाला त्यांचा मागासपणा, अज्ञान आणि वेडगळ समजुती ह्याच जबाबदार आहेत. त्यातच तंत्रांतील सनातनीपणा, जातिभेद, गायीची पूजा, आरोग्याकडे दुर्लक्ष, बायकांची सामाजिक परिस्थिती यांचा समावेश होतो. ह्या सर्व कारणांत थोडे तथ्य आहे आणि सामाजिक पुनर्रचनेत त्यांचा विचार करावयास हवा. तथापि भारतीय दैन्यावस्थेला हीच कारणे जबाबदार आहेत असे जेव्हा सांगण्यात येते तेव्हा, घोड्यापुढे गाडी लावण्याची विसंगती होत असते. सामाजिक व सांस्कृतिक मागासपणा, ही कारणे नसून, आर्थिक परिस्थिती आणि राजकीय पारतंत्र्य, ह्या कारणांचा तो प्रत्यक्ष परिणाम आहे. निरक्षरता हा, जे लोक शिक्षण घेण्यास तयार होत नाहीत, त्यांचा दोष ठरेल, हे खरे. तथापि, ज्या देशांत सरकार लोकांना शिक्षणाची संधी नाकारते, तेथे तो लोकांचा दोष असू शकत नाही. मूळ प्रश्न हा आर्थिक आणि राजकीय स्वरूपाचा असून, सांस्कृतिक प्रश्न त्यावर अवलंबून असतो. सामाजिक आणि सांस्कृतिक मागासपणा हा भाषणबाजी करून सुधारता येत नाही, जोपर्यंत आर्थिक पिळवणूक चालू राहते तोपर्यंत ती सामाजिक सुधारणेच्या प्रयत्नांना मोडून काढते. फक्त समाजातील आर्थिक रचनेचा मूळ पाया बदलला तरच ते शक्य होते. हा बदल घडवून आणण्यासाठी सामाजिक गटांमधील अंतर्गत संबंध बदलावे लागतात. ह्याचाच अर्थ शासन यंत्राची पुनर्रचना अटळ ठरते. एखादी संघटित लोकप्रिय चळवळ, साम्राज्यशाही व जहागिरदारी, ह्यांचे राष्ट्राच्या जमिनीवरील असलेले जुनाट ओझे दूर करून आर्थिक, सामाजिक आणि सांस्कृतिक बदल घडवून आणू शकेल.

ह्या दृष्टिकोनामागील वास्तवता सोव्हिएट रशियाच्या उदाहरणाने सिद्ध केली आहे. झारशाहीच्या राजवटीत, रशियन जनतेचा मागासपणा हा रशियन शेतकऱ्याच्या सामाजिक मागासपणाचा परिणाम होता, असे काही रशियन विद्वान सांगत असत. तथापि रशियातील झारशाहीची पिळवणूक उधळून लावण्याचा जेव्हा शेतकरी व कामकरी ह्यांनी निश्चय केला तेव्हा त्यांनी असा पराक्रम गाजवला आणि तांत्रिक व सांस्कृतिक क्षेत्रांत एवढी प्रचंड प्रगती केली की जगातील अत्यंत विकसित देशांनाही त्यांनी मागे टाकले. निरनिराळ्या स्तरांतून व अनेक मार्गांनी भारतीय जनताही तसेच करून दाखवील. भारतीय शेतकऱ्यांचा खरा मागासपणा हा वरवर दिसणाऱ्या तांत्रिक व सांस्कृतिक परिस्थितीचा परिणाम नसून, साम्राज्यशाही व जमीनदार यांच्या पिळवणुकीच्या धोरणाचा तो प्रत्यक्ष परिणाम होय. तथापि हा मागासपणा लवकरच संपुष्टात येत आहे आणि त्यातूनच भारताचा उज्ज्वल भविष्यकाळ प्रत्यक्षात येणार आहे.

'अति लोकसंख्या' हे आजच्या भारतीयांच्या दारिद्र्याचे प्रमुख कारण सांगितले जाते. ह्या कारणाचा प्रचार इतका करण्यात आला आहे की, दहापैकी नऊ पाश्चिमात्य वाचकांना तो इतका परिचयाचा झाला आहे की, त्यामागील वस्तुस्थिती कोणी पाहतच नाही. खरोखरी अति लोकसंख्या भारतात आहे, ही गोष्ट वस्तुस्थितीवरून खरी ठरत नाही.

क्रूर लोकांना आनंद देण्यास वरील विधान चांगले आहे. भांडवलशाही राजवटीत अति लोकसंख्येचे कारण हे बनवाबनवीसाठी सांगितले जाते. त्याचे आजचे स्वरूप हे प्रतिगामी माल्थस ह्याने जोराने प्रतिपादन केले. १७९८ मध्ये लोकसंख्येचा प्रश्न हा, माल्थस याने राजकीय दृष्टिकोनातून मांडला. फ्रेंच राज्यक्रांतीच्या काळात उदार मतप्रणाली म्हणून त्याने ती मांडली आणि ह्या कामगिरीबद्दल त्याला ईस्ट इंडिया कंपनीच्या कॉलेजमध्ये प्राध्यापकाची जागा देण्यात आली. मानवी प्रगतीच्या आकांक्षांवर डांबर फासणाऱ्या प्रतिगामी माल्थसचे म्हणणे अल्पलोकसत्ताक राज्यपद्धतीचा पुरस्कार करणाऱ्या इंग्रजांनी आनंदाने उचलून धरले, (मार्क्स 'कॅपिटल,' व्हॉ. १, भाग १५) आणि जरी माल्थसच्या ह्या तत्त्वप्रणालीची सर्व प्रकारच्या शास्त्रज्ञांनी आणि अर्थशास्त्रज्ञांनी टिंगल केली तरी प्रतिगाम्यांची आवडती तत्त्वप्रणाली म्हणून अजूनही ती जिवंत आहे. विकासाची मर्यादा ही ठराविक अपेक्षेपेक्षा जास्त जाणार नाही, असे निश्चित धरून त्याने आपल्या मतांचा प्रचार केला. तथापि ह्याच वेळी उत्पादनवाढ ही प्रचंड प्रमाणात प्रगतीच्या मार्गावर होती. संपत्तीची वाढ ही लोकसंख्येच्या वाढीच्यापेक्षा इतकी

प्रचंड प्रमाणात झाली की, दारिद्र्याचे खरे कारण हे वाढती लोकसंख्या नसून, दुसरे काहीतरी असले पाहिजे, ही गोष्ट स्पष्ट झाली. पहिल्या महायुद्धानंतर विसाव्या शतकात जेव्हा जागतिक आर्थिक परिस्थिती आणीबाणीची झाली, तेव्हा माल्थसच्या मतप्रणालीला पुन्हा उजळा देण्यात आला. पुन्हा एकदा आंतरराष्ट्रीय आकडेशास्त्रज्ञांनी व लोकांनी माल्थसची 'थिअरी' मोडीत काढली. महायुद्धात झालेल्या भीषण हानीनंतरही, लोकसंख्येच्या वाढीच्या मानाने कच्चा माल आणि औद्योगिक उत्पादन, ह्यांत झालेली वाढ फार मोठी होती, असे दिसून आल्यावर दारिद्र्याचे खरे कारण लोकसंख्येची वाढ नसून दुसरे काहीतरी असले पाहिजे, अशी लोकांची खात्री झाली. राज्यकर्त्यांनी संपत्तीची वाढ कशी रोखावी म्हणून नवीन नवीन प्रयोग सुरू केले. लोकसंख्येच्या बाबतीत त्यांचे म्हणणे असे होते की, युरोप आणि अमेरिका येथे सैन्याची गरज भागेल इतकी मुले जन्मास येत नाहीत. ह्याचा परिणाम असा झाला की, लोकसंख्येच्या वाढीसंबंधाने माल्थसचे विचार मागे पडून 'कमी संपत्ती व अधिक प्रजा,' ही घोषणा झाली.

युरोपात आणि अमेरिकेत माल्थसचे तत्त्वज्ञान वेडगळपणाचे ठरल्यावर, त्याची प्रतिगामी विचारसरणी आता आशियातील लोकांच्या गळी उतरवण्याचा प्रयत्न चालू आहे. भारत आणि चीन येथील दारिद्र्याचे कारण सामाजिक रचनेतील दोष नसून, 'अतिलोकसंख्या' हे ठरवण्यात आले.

साम्राज्यशाहीचे हितावह परिणाम म्हणजे भारतात लढाई बंद झाली आणि त्यामुळे दुष्काळाला पायबंद बसला, असे सांगण्यात येते. तथापि वरील विधान चुकीचे आहे, कारण ब्रिटिश राजवटीत १७७० पासून विसावे शतक सुरू होईपर्यंत लाखो माणसे मेली, (१९१८ पर्यंत शीतज्वराने १ कोटी ४० लक्ष माणसे मेली. अलीकडील बंगालच्या दुष्काळात ३.५ दशलक्ष माणसे मेली आणि बहुसंख्य लोकांना आज अर्धपोटी राहावे लागत आहे.) माल्थसच्या नैसर्गिक बंधनाने प्रजावाढ थांबली नाही. एवढेच नव्हे, तर, अगदी जगणेही अशक्य व्हावे, एवढी ती वाढली, त्यामुळे जमिनीच्या उत्पन्नावर जास्त भार पडला आणि लोकांची अन्नान्न दशा झाली. ब्रिटिश राजवटीपासून भारताचा हाच फायदा झाला आहे? युरोपियन लोक ज्याप्रमाणे आपली लोकसंख्या मर्यादित ठेवतात त्याप्रमाणे भारतानेही आता आपली लोकसंख्या मर्यादित ठेवण्यास शिकले पाहिजे.

भारताची समस्या ज्या प्रमाणात भीषण होत जात आहे त्या प्रमाणात साम्राज्यवादी गटामध्ये 'मर्यादित लोकसंख्या' हा एक परवलीचा शब्दप्रयोग झाला आहे. एक साम्राज्यवादी अर्थशास्त्रकार नाटकी भाषेत विचारतो की, 'भारतीय माल्थस' कोठे

आहे? भारताचा सत्यानाश करणारा नवीन जन्मास येणारा मुलांचा लोंढा कोण थांबवणार आहे? (ऑन्स्ट- 'इकॉनॉमिक डेव्हलपमेंट ऑफ इंडिया,' पान ४७५). दुसरा एक साम्राज्यवादी अर्थशास्त्रज्ञ म्हणतो की, ''माल्थसच्या मताची सत्यता भारत सिद्ध करत आहे, कारण लढाई किंवा दुष्काळ नसेल तर, जगणे शक्य होईल. एवढ्याच प्रमाणात लोकसंख्या मर्यादित ठेवण्यास दुसरा उपाय नाही.''

(एल. सी. नोबेल्स- 'दि इकॉनॉमिकल डेव्हलपमेंट ऑफ दि ब्रिटिश ओव्हरसीज एम्पायर,' पान ३५१.) हा दृष्टिकोन डाव्या मताच्या प्रागतिक मंडळींतही आता पसरत आहे. 'आशिया खंडांतील कुटुंब नियोजन परिषद १९३३' मध्ये, 'आंतरराष्ट्रीय कुटुंब नियोजन केंद्र', ह्या संस्थेच्या वतीने, 'लंडन स्कूल ऑफ हायजीन अँड ट्रॉपिकल मेडिसिन' ह्या संस्थेत भरली होती. आशिया खंडातील दारिद्र्याची समस्या आणि त्याच संदर्भात आर्थिक दृष्टीने कुटुंब नियोजनाची आवश्यकता, हा चर्चेचा विषय होता, (अहवाल पाहा : 'बर्थ कंट्रोल ऑफ एशिया,' 'बर्थ कंट्रोल इंटरनॅशनल सेंटर' प्रकाशन, १९३५). आता ही माहिती सरकारी रिपोर्टांत आढळते ती अशी :

''अन्नाचे उत्पादन वाढवून, राहणीमान सुधारणे किंवा अन्नाचा दर्जा वाढवणे हे अशक्य होत आहे. कारण ह्या सोयीस्कर वातावरणात लोकसंख्या झटकन वाढते. मागे ज्या लोकसंख्येला अन्नपुरवठा पुरेसा होईल एवढे उत्पादन देणे जमिनीला शक्य होत असे. कारण युद्धे, दुष्काळ आणि रोगराई ही संकटे लोकसंख्येची वाढ थांबवीत असत. आता युद्ध आणि रोगराईने होणारे मृत्यू बऱ्याच प्रमाणात कमी झाले आहेत. त्याचा परिणाम असा झाला आहे की जमिनीच्या उत्पन्नावरील बोजा वाढत आहे आणि वाढत्या लोकसंख्येमुळे राहणीमान खाली जात आहे, असे अनेकांना वाटते.''

(व्हिटले कमिशन रिपोर्ट ऑन लेबर इन इंडिया, १९३१, पान २१९.)

''माल्थसचे भाग्य पाहा, एका सरकारी रॉयल कमिशनवर त्याची नेमणूक झाली असून, पूर्वीच्या हाऊस ऑफ कॉमन्सच्या स्पीकरच्या मार्फत तो आपले विचार मांडत आहे,'' खरी वस्तुस्थिती काय आहे, ती पाहा :

वरील माहितीवरून असा भास होतो की, ब्रिटिशांच्या राज्यात भारताची लोकसंख्या इतर देशांत झालेल्या वाढीच्या मानाने फार झपाट्याने वाढली आणि त्यामुळे भारतात भयंकर दैन्यावस्था निर्माण झाली. तथापि ब्रिटिश राजवटीचा भारताचा इतिहास अगदी ह्याविरुद्ध माहिती देतो.

ब्रिटिश राजवटीत भारताच्या लोकसंख्येत झालेली वाढ ही त्या काळात,

कोणत्याही युरोपातील देशात झालेल्या वाढीपेक्षा निश्चित कमी होती आणि सर्व जगातील लोकसंख्येच्या वाढीचा अंदाज घेतला, तर भारतात झालेल्या लोकसंख्येच्या वाढीचे प्रमाण सर्वांत कमी होते. ही परिस्थिती भारतातील ब्रिटिश राजवटीच्या सर्व काळात किंवा गेल्या पन्नास वर्षांत अशीच होती.

१९७२ पर्यंत भारतात शिरगणती झाली नव्हती त्यामुळे त्याबद्दल अंदाजी आकडे घेऊनच भागवावे लागेल. सोळाव्या शतकाशेवटी भारताची लोकसंख्या, मोरलंड याच्या माहितीप्रमाणे दहा कोटी होती. ('इंडिया ॲट् दि डेथ ऑफ अकबर,' पान २२) आज ती पस्तीस कोटी वीस लाख आहे. ह्यावरून तीनशे वर्षांत भारताची लोकसंख्या साडेतीनपट झाली आहे. इ.स. १७०० मध्ये इंग्लंड व वेल्सची लोकसंख्या ५.१ दशलक्ष होती (फिनलैसन्, गव्हर्नमेंट ॲक्चुअरीची प्रस्तावना, सेन्सस रिटर्न्स १९३१). आजची लोकसंख्या ४०.४ दशलक्ष आहे. त्यावरून २⅔ शतकांत ती आठपट वाढली, हे सिद्ध होते. भारतीय लोकसंख्येच्या वाढीच्या प्रमाणात इंग्लंडच्या लोकसंख्येच्या वाढीचे प्रमाण दुपटीपेक्षाही जास्त पडते.[१]

औद्योगिक क्रांतीनंतर युरोपची मोठी विस्तारवाढ झाली. त्यानंतरच्या पन्नास वर्षांतील महत्त्वाची घटना म्हणजे लोकसंख्यावाढ स्थगित झाली. १९१४ नंतर युरोपखंडात अनेक देशांच्या प्रदेशांची अदलाबदल झाली व त्यातून अनेक कटकटी निर्माण झाल्या. त्या सर्व तूर्त बाजूला ठेवून आपण १९१४ पूर्वीचा भारत व युरोप ह्यांची तुलना विचारात घेऊ. १८७० ते १९१० ह्या काळात भारत आणि युरोपातील पुढारलेले देश ह्याच्या लोकसंख्येत झालेल्या वाढीचे आकडे असे :

---

१. ह्या संदर्भात प्रो. कार सॉडर्सचे म्हणणे लक्षात घेण्यासारखे आहे. प्रो. कार सॉडर्स् हा आपल्या 'वर्ल्ड पॉप्युलेशन्' ह्या ग्रंथात म्हणतो, (ए. एम. कार सॉडर्स- वर्ल्ड पॉप्युलेशन पास्ट ग्रोथ अँड प्रेझेंट ट्रेंडस् १९३६) की १६५० ते १९३३ ह्या काळात जगाच्या लोकसंख्येतील युरोपची लोकसंख्या शेकडा १८.३ ते २५.२ वाढली. त्याचबरोबर आशियाची लोकसंख्या शेकडा ६०.६ ते ५४.५ प्रमाणात घटली. प्रचलित गैरसमजाविरुद्ध, युरोपातील प्रचंड वाढीव लोकसंख्या आशियातील घडणाऱ्या लोकसंख्येची जागा घेत आहे, असे जगाचा भांडवलशाही काळांतील इतिहास दर्शवितो.

**१८७० ते १९१० मधील झालेली लोकसंख्येची वाढ**

| देशाचे नाव | शेकडा वाढ |
| --- | --- |
| भारत | १८.९ |
| इंग्लंड अँड वेल्स् | ५८.० |
| जर्मनी | ५९.० |
| बेल्जियम | ४७.८ |
| हॉलंड | ६२.० |
| रशिया | ७३.९ |
| युरोप (सर्वसाधारण) | ४५.४ |

(बी. नारायण. 'पॉप्युलेशन ऑफ इंडिया,' १९२५, पान ११.)

फ्रान्सचा अपवाद वगळता भारताच्या लोकसंख्येतील वाढीचे प्रमाण हे युरोपातील कोणत्याही देशातील लोकसंख्येच्या वाढीच्या प्रमाणापेक्षा कमी होते.

१८७२ ते १९३१ ह्या काळाचा विचार करता आपणास जी परिस्थिती दिसते ती अशी : ह्या काळात भारतात लोकसंख्या तीस टक्क्यांनी वाढली आणि त्याच वेळी इंग्लंड आणि वेल्समध्ये ही वाढ ७७ टक्के होती. इंग्लंड आणि वेल्समधील गेल्या साठ वर्षांतील लोकसंख्येची वाढ ही भारतात झालेल्या लोकसंख्येच्या वाढीच्या दुप्पट आहे. (फॅमिन् इन्क्वायरी कमिशन फायनल रिपोर्ट, १९४५, पान ७५.)

फक्त १९२१ ते १९४० ह्या काळात भारतातील लोकसंख्येच्या वाढीचे प्रमाण २१ टक्के आहे तर त्याच काळातील अमेरिकेतील हे प्रमाण २४ टक्के आहे. हे प्रमाण इंग्लंड किंवा इतर युरोपातील देशांच्या प्रमाणापेक्षा अधिक आहे. तथापि भारतातील दारिद्र्याचा प्रश्न १९२१[१] नंतर चालू झालेला नाही.

---

१. प्रमुख आकडेशास्त्रज्ञ डॉ. आर. आर. कुझिन्स्कि हा भारतात १९२१ ते १९३१ मध्ये एकाएकी झालेल्या लोकसंख्येच्या वाढीबद्दल जे सर्वसाधारण आडाखे बांधले जातात आणि भावी लोकसंख्यावाढीचे अंदाज केले जातात ह्याबद्दल शंका प्रदर्शित करतो. त्याचे म्हणणे असे :
'बऱ्याच देशांचे बाबतीत जेथे शिरगणती झालेली आहे त्यांच्या आजच्या लोकसंख्येबद्दल साधारण अंदाज बांधता येतील. तथापि जन्म व मृत्यूची विश्वसनीय नोंद नसल्यामुळे आपणांस लोकसंख्येच्या कलाबद्दल काहीच

सेंट्रल बॅंकिंग इन्क्वायरी कमिटीचा १९३१ चा अहवाल भारताच्या आर्थिक परिस्थितीची विचारपूर्वक व विश्वसनीय माहिती देताना भारतातील दैन्यावस्था ही 'अति लोकसंख्ये'मुळे निर्माण झाली आहे, हे विधान चुकीचे आहे असे सांगतो.

भारतातील लोकसंख्येपैकी दरडोई दर एकरी जमिनीचे उत्पन्न हे इतर देशातील अशा उत्पन्नापेक्षा कमी आहे. सर्वसाधारण शेतकरी हा अजूनही अर्धपोटी जीवन जगतो त्यामुळे त्याची शक्ती कमी होते, परिणामी देशातील मृत्यूचे प्रमाण वाढत जाते. ह्या परिस्थितीचे मूळ कारण वाढती लोकसंख्या किंवा जमिनीवरील वाढता बोजा, हे नाही. आपण भारतात झालेली लोकसंख्येची वाढ आणि त्याच वेळी इंग्लंडमध्ये झालेली लोकसंख्येची वाढ ह्यांची तुलना करू. दोन्ही देशांचे, गेल्या तीस वर्षांचे शिरगणतीचे आकडे उपलब्ध आहेत. ह्यावरून असे दिसते की, १८९१ ते १९०१ ह्या काळात इंग्लंड आणि वेल्स् येथील लोकसंख्येची वाढ १२.१७ टक्के होती. १९०१ ते १९११ मध्ये १०.९१ टक्के आणि १९११-१९२१ मध्ये ४.८ टक्के होती. त्यावेळी ब्रिटिश हिंदुस्थानातील वाढ २.४ टक्के, ५.५ टक्के आणि १.३ टक्के होती.

(रिपोर्ट ऑफ दि सेंट्रल बॅंकिंग इन्क्वायरी कमिटी, १९३१, पाने ४०-४१.)

---

सांगता येत नाही. भारताच्या शिरगणतीवरून एवढे सांगता येईल की, भारताची लोकसंख्या १९२१ ते १९३१ ह्या काळात ३४ दशलक्षांनी म्हणजेच १०.६ टक्क्यांनी वाढली. तथापि १९३१ च्या जीवन तक्त्यावरून मृत्यूचे प्रमाण जादा वाटते, तर १९३१ च्या चौकशीवरून असे दिसते की, प्रत्येक जोड्यामागून होणारा मुलांचा आकडा कमी आहे. त्याचप्रमाणे मुलांना जन्म न देणाऱ्या बऱ्याच बायका म्हणजेच विधवाही, वाढत्या प्रमाणात आहेत. ह्यावरून उत्पादनक्षमता कमी झाली आहे, असे दिसते. ह्यावरून एवढे स्पष्ट दिसते की, १९२१ ते १९३१ ह्या काळात भारताच्या लोकसंख्येत जी वाढ झाली म्हणून सांगण्यात येते, ते खरे नव्हे. कदाचित १८३१ च्या शिरगणतीतील काटेकोर मोजणी किंवा वयांची जुळवाजुळव ज्यामुळे जन्माचे प्रमाण उगाच मोठे दाखवले जाते, आणि मृत्यूचे प्रमाण जादा दाखवले जाते, त्याचा हा परिणाम असावा.''

(डॉ. आर. आर. कुझिन्स्कि- 'पॉप्युलेशन् टेंड्स् इन दि वर्ल्ड,' इन् दि स्टॅटिस्ट्, डिसेंबर २५, १९३७.)

भारतातील जन्मसंख्या ही हळूहळू कमी होत आहे, दर हजारी जन्माचे प्रमाण १९०१-१९१० मध्ये ३८ होते, ते १९३१-१९४० मध्ये ३४ वर आले आणि १९४३ मध्ये २६ पर्यंत घसरले.

भारतातील लोकसंख्येच्या दाटीचे काय? १९४१ मध्ये लोकसंख्येच्या दाटीचे प्रमाण एका चौरस मैलाला २४६ होते. इंग्लंड आणि वेल्सचे ७०३, बेल्जम् ७०२, हॉलंड ६३९, आणि जर्मनीचे ३४८ होते. निरनिराळ्या जिल्ह्यांतील लोकसंख्येच्या गर्दीतील विभिन्नतेमुळे ह्या आकड्यांना फारसे महत्त्व देण्यात अर्थ नाही. तथापि अत्यंत गर्दी असलेला बंगाल प्रांत जरी आपण विचारात घेतला तरी आपल्याला दाटीचे प्रमाण दर चौरस मैलास ७७९ दिसते. म्हणजेच इंग्लंड, वेल्स किंवा बेल्जम ह्यांच्यापेक्षा थोडे जास्त आढळते. हेही खरे आहे की बंगालमधील काही जिल्ह्यांत दाटीचे प्रमाण फार मोठे आहे. उदाहरणार्थ, डाका शहरात दर चौरस मैलात दाटीचे प्रमाण १.५४२ आहे. तिबेटमध्ये १.५२५, फरिदपूरला १.०२४ आहे. तथापि ह्या घनदाट वस्तीच्या जिल्ह्यांत सुद्धा, ही प्रचंड गर्दीची लोकसंख्या जमिनीच्या उत्पादनशक्तीच्या बाहेर गेली आहे किंवा कसे, हे भारतातील इतर प्रांतांची परिस्थिती विचारात घेतल्याशिवाय ठरवणे कठीण आहे. ह्यासंबंधात १९३१ च्या 'बंगाल सेन्सस् रिपोर्ट'मध्ये माहिती मिळते. (पाहा, पाने ५१-५२).

लोकसंख्येची वाढ ही उत्पादनाच्या मानाने जास्त झाली आहे काय? शेती सुधारण्याचे बाबतीत अक्षम्य निष्काळजीपणा झाला आहे. उत्पादनक्षमता असतानासुद्धा जमिनीचा अर्धवट उपयोग केल्यामुळे उत्पादनाचे उपलब्ध आकडे प्रतिकूल परिस्थिती दाखवतात. उत्पन्नाचा काही भाग तरीही निर्यात केला जातो. उत्पादन अपुरे होते ह्याची कारणे अनेक आहेत. उत्पादनाचे तंत्र सामान्य आहे. जमिनीची मालकी शेतकऱ्यांकडे नाही. शेतीवरील ओझे अवजड आहे. तरीही उत्पादनक्षमतेपेक्षा लोकसंख्येची वाढ जास्त नाही. ह्या उलट ह्या वेळपर्यंत उत्पादनाच्या वाढीचे प्रमाण हे लोकसंख्येच्या वाढीच्या प्रमाणापेक्षा जास्त आहे.

१८९१ ते १९२१ ह्या काळात लोकसंख्या ९.३ टक्क्यांत वाढली आहे. ह्याच काळात नांगराखालील जमिनीचे क्षेत्र १९.२ टक्क्यांनी वाढले आहे म्हणजेच लोकसंख्येच्या वाढीच्या प्रमाणापेक्षा दुप्पट वेगाने ते वाढले आहे.

प्रो. पी. जे. थॉमस यांनी १९३५ साली 'पॉप्युलेशन् अँड प्रॉडक्शन' हा ग्रंथ लिहिला. त्यांत ह्याविषयीची १९२१-३१ ह्या काळातील माहिती मिळते. १९२०-२१ व १९२१-२२ ह्या काळचा सर्वसाधारण पाया १०० धरून, १९३०-३१ आणि १९३१-३२ ह्या काळाचा सर्वसाधारण लोकसंख्येचा निर्देशांक त्याने ११०.४ काढला. शेतीच्या उत्पादनाचा निर्देशांक ११६ आणि औद्योगिक उत्पादनाचा १५१ काढला. ह्याचाच अर्थ ज्या दहा वर्षांत लोकसंख्या प्रचंड प्रमाणात वाढली असे समजले जाते, त्याच काळात लोकसंख्येची वाढ शेकडा १०.४ होती, तर

शेतकी उत्पादनात १६ टक्के आणि औद्योगिक उत्पादनात ५१ टक्के वाढ झालेली दिसते.

माल्थसचा खास शिष्य आणि भावी संकटाचा अंदाज घेणारा प्रो. राधाकमल मुकर्जी याने 'फूड प्लॅनिंग फॉर फोर हंड्रेड मिल्यन्स्' हा ग्रंथ १९३८ साली लिहिला. त्यात त्याला असे कबूल करावे लागले की, शेतीच्या उत्पादनवाढीने, लोकसंख्येच्या उत्पादनवाढीला मागे टाकले आहे आणि ह्या मताच्या अनुमतीसाठी त्याने दिलेले आकडे असे :

१९१० ते १९३३ सालातील भारताची लोकसंख्या व उत्पादन ह्यांची हालचाल (१९१०-११ ते १९१४-१५ यातील सर्वसाधारण वाढ हा पाया धरून निघालेले निर्देशांक)

| | लोकसंख्या | सर्व पिके | अन्नाची पिके | अन्ना-व्यति-रिक्त पिके | औद्योगिक उत्पादन |
|---|---|---|---|---|---|
| सर्वसाधारण वाढ १९१०-११ ते १९१४-१५ | १०० | १०० | १०० | १०० | १०० |
| १९३२-१९३३ | ११७ | १२७ | १३४ | १२१ | १५६ |

(आर. के. मुकर्जी-'फूड प्लॅनिंग फॉर फोर हंड्रेड मिल्यन्स', १९३८, पाने १७.२७.)

अन्नाच्या वाढीचे उत्पादन लोकसंख्येच्या वाढीच्या दुप्पट वेगाने वाढले आहे, तर औद्योगिक उत्पादन तिप्पट वेगाने वाढले आहे.

१९०० ते १९३० ह्या तीस वर्षांच्या काळाबद्दल प्रो. थॉमस थोडक्यात मथितार्थ सांगतो तो असा :

१९०० ते १९३० मध्ये भारताची लोकसंख्या १९ टक्क्यांनी वाढली. अन्नाची पिके आणि कच्ची पिके ३० टक्क्यांनी वाढली आणि औद्योगिक उत्पादन १८९ टक्क्यांनी वाढले. १९२१-३० ह्या दहा वर्षांत लोकसंख्येत एकदम बरीच वाढ झाली आहे. तथापि उत्पादनातही त्याप्रमाणे वाढ झाली आहे. नंतरच्या काळात जरी व्यापारात मंदी होती, तरी ही प्रगती चालूच राहिली.

औद्योगिक उत्पादनाचा निर्देशांक (१९१८-१००) १९३४ ते १९३५ मध्ये १४४ वर राहिला आणि चालू वर्षात तो वाढण्याचा संभव आहे.

"ह्या माहितीवरून एवढे स्पष्ट होते की, लोकसंख्येतील वाढ ही उत्पादन-वाढीपेक्षा जास्त नाही." "उत्पादनापेक्षा लोकसंख्येत होणारी वाढ धोकादायक आहे," हा प्रचार बिनबुडाचा आहे. ज्यांना भारतातील मुलांच्या संख्येतील होणारी वाढ उद्ध्वस्तकारक वाटते व म्हणून ते चिंताग्रस्त झाले आहेत, त्यांनी पुढील सुधारणा करण्याचा निश्चय करावा : राष्ट्रीय उत्पन्नाचे समान वितरण, अन्नाचा दर्जा, भौगोलिक परिस्थितीला अनुकूल ठरेल अशी लोकसंख्येची हलवाहलव संबंधित इतर सुधारणा."

(प्रो. पी. जे. थॉमस- 'इन दि टाइम्स,' ऑक्टोबर २४, १९३५.)

ह्या माहितीवरून एवढे निश्चितपणे म्हणता येते की, भारतातील दारिद्र्य हे उत्पादनवाढीपेक्षा लोकसंख्येची वाढ जास्त वेगाने होत आहे म्हणून नाही, कारण उत्पादनवाढ ही, लोकसंख्येच्या वाढीपेक्षा जास्त आणि जलद होत आहे. म्हणून गरिबीचे कारण अन्यत्र शोधले पाहिजे.[१]

ह्याचा अर्थ असा नव्हे की, जीवनाला आवश्यक असलेले आजचे उत्पादन,

---

१. भारतातील गरिबी ही साम्राज्यशाहीने लादलेल्या सामाजिक व आर्थिक परिस्थितीतून निर्माण झाली आहे, त्यामुळे शेतकऱ्यांचे दारिद्र्य वाढत आहे, आणि ह्याचा परिणाम म्हणजे, उत्पादन कमी होत आहे, ही गोष्ट भारतीय सरकारचा अधिकारी डब्ल्यू बन्स याने दिलेल्या पुढील तक्त्यावरून स्पष्ट दिसते :

| वर्ष | मुख्य अन्नधान्याचे क्षेत्र, दशलक्ष एकर | मुख्य अन्नधान्याचे उत्पादन, दशलक्ष टन | लोकसंख्या दशलक्ष |
|---|---|---|---|
| १९२१-२२ | १५८.६ | ५४.३ | २३३.६ |
| १९३१-३२ | १५६.९ | ५०.१ | २५६.८ |
| १९४१-४२ | १५६.५ | ४५.७ | २९५.८ |

शेतीची मालकी, मक्तेदारी, तंत्र, दास्यत्व व उपलब्ध मजुरांचा अपव्यय ह्या सर्व गोष्टी आजच्या लोकसंख्येच्या चालू परिस्थितीत योग्य आहेत. ह्याउलट त्या अपुऱ्या आहेत. कोणत्याही सामान्य शारीरिक कष्ट न करणाऱ्या माणसाची काम करण्याची शक्ती शाबूत ठेवण्यासाठी त्याला रोज २४०० उष्णताबीजांची गरज असते, आणि तो जे अन्न खातो त्यातून त्याला ती मिळवायची असते. जे सामान्य काम करतात त्यांना रोज २५०० ते २६०० उष्णताबीजांची गरज असते, जे फार शारीरिक कष्टाचे काम करतात, त्यांना जवळजवळ २८०० ते ३००० उष्णताबीजांची रोजची गरज असते.

'हेल्थ बुलेटिन' नं. २३ मध्ये 'दि न्युट्रिटिव्ह व्हॅल्यु ऑफ इंडियन फूडस अँड दि प्लॅनिंग ऑफ सॅटिसफॅक्टरी डायेटस्' या लेखात म्हटले आहे की, अपुरे आणि बेताल जेवण ज्यातून रोज फक्त १७५० जीवनबीजे मिळतात, असे रोजचे जेवण हे लाखो भारतीयांचे वैशिष्ट्यपूर्ण खाणे असते. हे मत डॉ. आयक्रॉइड्, डायरेक्टर ऑफ दि न्युट्रीशन् रिसर्च लॅबोरेटरीज, कुन्नूर ह्यांनी व्यक्त केले आहे.[१] (रिपोर्ट ऑफ ए हेल्थ सर्व्ह अँड डेव्हलपमेंट कमिटी, व्हॉ. १ पाने ६९-७०) शिवाय अशा अन्नात चरबी, जीवनसत्त्वे, सकसत्व ही फारच थोडी असतात. दुधाचे जे उत्पादन १,१३,००० दशलक्ष पौंड असते ते रोजच्या कमीतकमी समतोल आहाराच्या निम्म्याने असते.

भारतात नैसर्गिक साधनसंपत्ती विपुल असताना तिचा विकास करून जी आजची सामाजिक व आर्थिक संघटना जनतेच्या गरजा नीट रीतीने भागवू शकत नाही ती नालायक होय. तथापि ह्यावरून भारतातील लोकसंख्या जादा आहे, असे सिद्ध होत नाही. ह्या उलट तज्ज्ञ लोकांनी असे मत व्यक्त केले आहे की आजच्या भारतीय साधनसंपत्तीचा उत्तम उपयोग केला तर, ती भारतीय लोकसंख्येला भरपूर

---

(डब्ल्यू. बर्न्स- 'टेक्नॉलॉजिकल् पॉसिबिलिटीज् ऑफ ॲग्रिकल्चरल् डेव्हलपमेंट इन इंडिया,' १९४४.)
ज्या वेळी १९२१-२२ ते १९४१-४२ ह्या काळात ब्रिटिश हिंदुस्थानची लोकसंख्या ६२.२ दशलक्षांनी वाढली आहे, त्या वेळी मुख्य उत्पन्नाची नांगराखालील जमीन ही दोन दशलक्ष एकरांनी कमी झाली आहे, त्यामुळे प्रत्यक्ष उत्पादन ह्याहीपेक्षा भयंकर म्हणजे ८.६ दशलक्ष टनांनी घटले आहे.
१. सध्या सरकारी धान्यपुरवठ्यात भयंकर कपात केल्यामुळे रोज एका भारतीयाला सर्वसाधारणपणे ९६० जीवनबीजे मिळतात आणि तीच अमेरिकेत ३१५० व ब्रिटनमध्ये ३००० असतात.

होईल. इतकेच नव्हे, तर नजीकच्या भविष्यकाळात आजच्याहीपेक्षा मोठ्या लोकसंख्येला ती पुरेल. ज्या जमिनीतून पीक काढता येईल अशा जमिनीपैकी $\frac{2}{3}$ क्षेत्र अजून नांगराखाली आणले जात नाही आणि ज्या जमिनीतून उत्पन्न काढले जाते, ते इतक्या जुनाट साधनांनी काढले जाते की, ज्या क्षेत्रात हे उत्पन्न काढले जाते तेवढ्याच जमिनीत इंग्लंडमध्ये तिप्पट उत्पन्न काढतात. ह्या शेतकीच्या पद्धतीतील सुधारणेचा अभाव, हे भारतीय गरिबीचे मुख्य कारण आहे.

आणि ह्याच प्रश्नावर घोडे पेंड खाते. साम्राज्यवादी अर्थशास्त्रज्ञ, जहागीरदार, सावकार, ह्या सर्वांनी ह्या मूलभूत प्रश्नाला कलाटणी देऊन आपले पिळवणुकीचे तंत्र शाबूत राखण्यासाठी एकच हाकाटी उठवली आहे की, आजचे उत्पादन अपुरे आहे आणि भारतातील लोकसंख्या जादा आहे. जो. डॉ. ॲन्स्टे 'भारतीय माल्थस कोठे आहे' म्हणून टाहो फोडतो, तो शांतपणे पुढील युक्तिवाद मांडतो :

''भारताची लोकसंख्या जादा आहे, असे म्हणतात. तथापि भारताने उत्पादन, वितरण आणि उपयोग ह्यांत आवश्यक त्या सुधारणा घडवून आणल्या, तर भारत आजच्याहीपेक्षा अधिक लोकसंख्येला भरपूर अन्नधान्य पुरवू शकेल, हे जरी मान्य केले तरी भारताची योग्य लोकसंख्या किती हवी, हे मात्र सांगितलेले नाही.'' ''आजच्या परिस्थितीत एवढे खरे आहे की, ह्यापेक्षा कमी लोकसंख्या असली तर दरडोई उत्पन्न अधिक मिळेल.''

(व्ही. ॲन्स्टे, 'इकॉनॉमिक डेव्हलपमेंट ऑफ इंडिया,' १९३६, पान ४०.)

वरील विधानात, ''आजच्या परिस्थितीत'' हीच ग्यानबाची मेख आहे. वरवर वाचणाराला हे विधान सोज्वळ दिसते, तथापि त्यातच त्याचे उत्तर आहे की, 'आजची परिस्थिती' ही साम्राज्यशाही व सावकारी ह्यांच्या पिळवणुकीतून निर्माण झालेले भीषण सत्य आहे.

ह्याचप्रमाणे, भारतातील शेतीची चौकशी करण्यासाठी सरकारने एक शाही थाटाचे 'रॉयल कमिशन' नेमले. त्याने बरेच जाडजूड ग्रंथ निर्माण केले, तथापि शेतीची मालकी, मक्तेदारी आणि शेतसारा ह्या मूलभूत प्रश्नांची चौकशी करण्यास ह्या कमिशनला परवानगी नव्हती. अशा परिस्थितीत, 'भारतीय समस्या बिकट आहे आणि भारताची लोकसंख्या फार जादा आहे,' असे म्हणणे कमिशनला भाग पडले.

आजच्या अर्थशास्त्रज्ञांनी हाणलेला हा जबरदस्तीचा टोला आहे. आजच्या साम्राज्यशाही शासन पद्धतीत जर उत्पादनाची रीत सदोष आहे आणि त्यामुळे आजच्या लोकसंख्येला आवश्यक अन्नपुरवठा होऊ शकत नाही, तर ती बदलण्याचा किंवा सुधारण्याचा प्रयत्न न करता, 'लोकसंख्या जादा आहे, ती कमी करा,'

असे सांगण्यात येते, म्हणजे 'माणूस उंच आहे, म्हणून गादी मोठी वापरा,' असे न सांगता, 'त्या माणसाची उंची थोडी खच्ची करा,' असे सांगण्यासारखे आहे.

डॉ. कुझिन्स्क हा लोकसंख्येच्या प्रश्नावर एक थोर तज्ज्ञ समजला जातो. 'लंडन स्कूल ऑफ हायजिन् अँड ट्रॉपिकल मेडिसिन' ह्या संस्थेच्या वतीने १९३३ साली अध्यक्षपदावरून भाषण करताना 'कुटुंबनियोजन आणि आशिया' ह्या प्रश्नावर त्याने विदारक प्रकाश टाकला. तो म्हणाला :

"ह्या प्रश्नाचा आपण स्थितिजन्य किंवा जुनाट दृष्टिकोनातून विचार करता कामा नये. आज भारतात २०० दशलक्ष एकर जमीन लावली जाते, असे सांगण्यात येते. आणि आजच्या लोकसंख्येला पुरेसा अन्नपुरवठा करण्यासाठी भारताला ३५३ दशलक्ष एकर जमिनीची गरज आहे. तथापि आपणांस एवढ्या जादा जमिनीची गरज का भासावी आणि कोणत्या परिस्थितीमुळे ही उणीव भासत आहे? आपण खते वापरली नाहीत आणि शेतकीच्या पद्धतीत सुधारणा केली नाही, तर अशी गरज लागेल. आधुनिक शेतकी पद्धतीची ज्याला माहिती आहे तो नक्की म्हणेल की, आजच्या दोनशे दशलक्ष एकर जमिनीतून लोकांना पुरून उरेल एवढे उत्पादन करणे सहज शक्य आहे. ज्याप्रमाणे भारतातील मृत्यूचे प्रमाण योग्य उपाययोजना करून कमी करणे शक्य आहे, त्याचप्रमाणे शेतकीच्या पद्धतीत आमूलाग्र सुधारणा करून आजचा भारताचा अन्नाच्या तुटवड्याचा प्रश्न सोडवणे शक्य आहे."

'मेमोरॅन्डम् ऑन् दि रिसोर्सेस् ऑफ ब्रिटिश इंडिया'मध्ये सर जॉर्ज वॅट् म्हणतो की, उत्पादनाच्या बाबतीत भारताचे उत्पन्न आजच्या दुप्पट होऊ शकेल. जगात फार थोडे देश असे आहेत की, ज्यांच्याकडे भारतात आहेत इतकी उत्पादन-साधने उपलब्ध आहेत.

अगदी अलीकडे साम्राज्यशाहीबद्दल सहानुभूती बाळगणाऱ्या काही ब्रिटिश तज्ज्ञांनी माल्थसचे लोकसंख्येबद्दलचे तत्त्वज्ञान उधळून लावले आहे. ए. व्ही. हिले हा आपल्या पुस्तकाच्या प्रस्तावनेत म्हणतो की, काही साध्या व व्यवहारी स्वरूपाच्या सुधारणा भारतातील शेतकीच्या पद्धतीत केल्या तर भारताचे उत्पादन पंचवीस ते पन्नास टक्क्यांनी वाढू शकेल.

(ए फूड प्लॅन फॉर इंडिया, १९४५.)

ह्यासंबंधात बंगालच्या शिरगणतीच्या १९३१ च्या अहवालाच्या प्रस्तावनेत भारताच्या अन्नाच्या व लोकसंख्येच्या समस्येबद्दल माहिती मिळते, ती अशी :

"बंगालच्या लोकसंख्येत एवढी वाढ झाली आहे की, लोकसंख्येची इतकी

भयंकर दाटी जगात अन्यत्र नाही, त्यामुळे बंगालची लोकसंख्या आणखी वाढली तर तेथील उत्पादन वाढत्या लोकसंख्येला गरजेपुरता अन्नाचा पुरवठा करू शकणार नाही, अशी भीती वाटण्याचा संभव आहे. आजच बंगालमध्ये कित्येक लोकांना अर्धपोटी राहावे लागते, अशा परिस्थितीत तेथील लोकसंख्येत आणखी वाढ झाली आणि शेतकीच्या पद्धतीत सुधारणा झाली नाही, तर बंगालमध्ये बिकट परिस्थिती निर्माण होईल. तथापि उत्पादनक्षमता भरपूर वाढवण्यास बंगालमध्ये वाव आहे. त्यामुळे 'भावी काळात बंगालची लोकसंख्या आणखी वाढली तर काय होईल,'' अशी निराशा बाळगण्याचे कारण नाही. भारतातील इतर प्रांतांप्रमाणे बंगालही साधनांच्या बाबतीत अविकसित आहे. जमिनीचा कस आणखी खाली जाणे शक्य नाही. बंगालमध्ये खतांचा पुरवठा तुटपुंजा असल्यामुळे पिकेही अपुरी येतात. बऱ्याच वर्षांपासून जमिनीची उत्पादनक्षमता इतकी क्षीण झाली की, सामान्यतः फळझाडाला पाणी घालून जशी पिके काढतात तशी शेतीचीही परिस्थिती झाली. बंगालच्या शेतकऱ्याला जमिनीचा कस सुधारण्यासाठी खताचा उपयोग करतात, हे माहीतच नाही. खतांचा भरपूर उपयोग केला आणि आधुनिक पद्धतीची अवजारे वापरली, तर उत्पन्नात भयंकर वाढ होऊ शकेल. उत्पादनपद्धतीत सुधारणा घडवून आणल्या तर भारताचे उत्पन्न तीस टक्क्यांनी वाढू शकेल, असा अंदाज आहे, (जी. क्लार्क-प्रोसिडिंग्ज ऑफ दि सेव्हन्टीन्थ इंडियन सायन्स कॉन्फरन्स). शेतकीच्या सुधारलेल्या पद्धतीसाठी अधिक शेतकरी लागले तरी ते मिळू शकतील, कारण जगातील कोणत्याही शेतकऱ्यापेक्षा बंगालमधील शेतकरी कमी कष्ट करतो. आज जेवढ्या जमिनीतून उत्पादन शक्य आहे तिच्यापैकी फक्त ६७ टक्के लागवडीसाठी आणली जाते. जर सर्व जमिनीतून उत्पन्न काढले आणि ज्यांच्यामुळे तीस टक्के उत्पन्न वाढेल अशा सुधारणा घडवून आणल्या तर, आज बंगालमध्ये १९३० च्या शिरगणतीप्रमाणे जेवढी लोकसंख्या आहे, तिच्या दुप्पट लोकसंख्येला पुरेल इतका उत्पन्न पुरवठा बंगाल करू शकेल.''

(बंगाल शिरगणती अहवाल, १९३१ भाग १, पान ६३.)

भारत आणि युरोपातील देश ह्यांमध्ये असलेला मूलभूत फरक म्हणजे भारतातील लोकसंख्या ही युरोपातील देशाच्या लोकसंख्येच्या मानाने फार झपाट्याने वाढते, असे जे म्हटले जाते, ते खरे नाही. मुख्य फरक असा की युरोपातील देशात आर्थिक प्रगती आणि उत्पादनवाढ प्रचंड प्रमाणात झाली आहे, तर भारतात ब्रिटिश साम्राज्यशाहीने अशा सुधारणा मुद्दाम घडवून आणल्या नाहीत आणि त्याचा परिणाम म्हणजे शेतीवर अवलंबून असणारांचा बोजा भयंकर

प्रमाणात वाढला आहे, भारताची संपत्ती धुऊन नेली आहे. औद्योगिक आणि इतर वाढ यांचा कोंडमारा करून ठेवला आहे, शेतकीचे उत्पन्न– जे लोकांच्या जीवनाचे मुख्य साधन होते– त्यावर अवलंबून असणाऱ्यांची संख्या एवढी वाढवली आहे की, त्या बोजाखाली ती गुदमरून गेली आहे.

भारतातील दैन्यावस्थेचे कारण एखादी नैसर्गिक आपत्ती नव्हे, एकाएकी वाढलेली प्रचंड लोकसंख्या नव्हे. ब्रिटिश साम्राज्यशाहीखाली जी सामाजिक आणि आर्थिक कुचंबणा करण्यात आली, तेच खरे कारण आहे. ह्याचा पुरावा पुढील प्रकरणात देण्यात येईल. ह्या सर्व माहितीवरून एवढे स्पष्ट होते की, भारतीय जनतेला सुखाचे जीवन प्राप्त करून घ्यायचे असेल, तर सामाजिक व राजकीय दृष्टीने नवभारताची उभारणी करणे, एवढेच शक्य व उघड आहे.

■

# प्रकरण ३
## दोन जगांतील विषमता

"शंभर वर्षांच्या ब्रिटिश राजवटीनंतर अन्न व पाण्याचा बद्धमूल तुटवडा, स्वच्छता व वैद्यकीय मदत यांचा अभाव, दळणवळणाच्या साधनांची हेळसांड, शैक्षणिक मदतीची वानवा आणि सर्वत्र पसरलेला निराशावाद जो मी स्वत: भारतातील खेड्यांत प्रत्यक्ष पाहिला, त्यामुळे ब्रिटिशांच्या भलेपणाबद्दल माझा भ्रमनिरास झाला. लोकसत्ताक रशियाचा भारतात उल्लेख करणे हा गुन्हा समजला जातो, तरी सुद्धा तेथे दिसणारे प्रगतीचे चित्रमय वर्णन मला सांगितल्याशिवाय राहवत नाही. त्यांच्या देशात अन्नोत्पादन, शिक्षणप्रसार आणि रोगनिर्मूलन ह्यांची ज्या विलक्षण उत्साहाने, कुशलतेने व धडाडीने प्रगती चालू आहे, ती पाहून मला हेवा व आश्चर्य वाटले. लोकसत्ताक युरोप आणि लोकसत्ताक आशिया, ह्यामधील भेद दाखविण्याचा माझा हेतू नाही. तेथे आणि येथे मला ते प्रत्यक्ष दिसते, त्याची मी फक्त तुलना करत आहे आणि मला अशा निर्णयावर यावे लागते की, आजच्या ब्रिटिश साम्राज्यातील आपल्या ह्या अवस्थेला जर कोणी जबाबदार असेल तर तो म्हणजे स्वातंत्र्य आणि पारतंत्र्य ह्यांतील भीषण फरक होय."–

रविंद्रनाथ टागोर, १९३६

आजच्या भारताचे अगदी प्राथमिक स्वरूपाचे वर्णन आणि भावी काळात निर्माण होणारा भारत, ह्यांची प्रत्यक्ष कल्पना यावी म्हणून आता प्रयत्न करू. गेल्या वीस वर्षांपूर्वी अशी परिस्थिती होती की, ब्रिटिश साम्राज्यशाहीने भारतातील साधनसंपत्तीचा विकास केला नाही किंवा लोकांचे राहणीमान उंचावले नाही, ह्याबद्दल त्यांना दोष देणे शुद्ध वेडगळपणाचे समजले जाई. कारण येथील उत्पादनाचे जुनाट तंत्र आणि अत्यंत मागास आणि अशिक्षित समाज ह्या आशियातील दुर्दम्य समस्या होत्या. आणि ह्या प्रचंड समस्यांना तोंड देऊन ब्रिटिश राजवटीत भारताने जी काही थोडीबहुत प्रगती केली, त्यापेक्षा अधिक काही करणे कोणालाही शक्य झाले नसते, असे सांगण्यात येते. तथापि आजच्या परिस्थितीत असे सांगणे हास्यास्पद ठरेल. आज अगदी मागास देशांतही प्रयत्नपूर्वक प्रगती करणे सहज

शक्य आहे. पहिल्या महायुद्धानंतर तुर्कस्तानने केलेली प्रगती प्रत्यक्षात दिसत आहे. ह्या अनुभवावरून भारताला पुष्कळ शिकण्यासारखे आहे. विशेषत: गेल्या वीस वर्षांत रशियामध्ये झालेली समाजवादी क्रांती फार महत्त्वाची ठरते. रशिया हा विस्ताराच्या दृष्टीने प्रचंड, लोक मागास, उत्पादनाचे तंत्र अगदी जुनाट, अशिक्षित समाज, एवढ्या अडचणी असतानाही आणि युरोप व आशिया ह्या दोन खंडांतील निरनिराळ्या लोकांची बिकट समस्या असतानाही, रशियाने जी नेत्रदीपक प्रगती केली, ती पाहून सर्व जगातील आणि भारतातीलही लोक आश्चर्यचकित झाले आहेत. रशियाच्या ह्या प्रगतीबद्दल अधिक विस्ताराने लिहिणे आवश्यक आहे. कारण त्यामुळे भारताच्या आजच्या कुचंबणा झालेल्या परिस्थितीची स्पष्ट कल्पना येईल आणि अशाही परिस्थितीतून मार्ग काढून काय करता येते आणि सामाजिक व राजकीय परिस्थिती अनुकूल असेल तर केवढी प्रचंड मजल मारता येते ह्याची खात्री पटेल.


## १. वीस वर्षांतील समाजवाद व साम्राज्यवाद

रशियाच्या समाजवादी प्रजासत्ताकाचा विसावा वाढदिवस १९३७ मध्ये होता, आणि त्याच वर्षी, प्लासीची लढाई ही ब्रिटिश साम्राज्यशाहीची भारतातील मुहूर्तमेढ समजली तर, १९३७ मध्ये तिचा एकशे ऐंशीवा वाढदिवस होता. ह्याचाच अर्थ १९३७ पर्यंत समाजवादाला रशियात फक्त वीस वर्षांचा वाव मिळाला होता, तर ब्रिटिश साम्राज्यशाहीला नऊपट अवधी मिळाला होता. साम्राज्यशाहीखाली असलेला भारत आणि वसाहती देश म्हणून असलेला रशिया ह्यांच्या मूळच्या परिस्थितीत पुष्कळच फरक होता, तरी दोहोंमध्ये काही बाबतीत साधर्म्य होते. त्या म्हणजे प्रचंड निरक्षर जनता, निरनिराळ्या जातींच्या व धर्माच्या विभिन्न पातळीवरील प्रचंड लोकसंख्येने व्यापलेला विस्तीर्ण भूप्रदेश, अविकसित विपुल साधनसंपत्ती, मोडकळीस आलेल्या ग्रामपंचायत पद्धतीचा अपवाद सोडल्यास, लोकशाहीचा अनुभव नसलेली व हुकूमशाहीत भरडली गेलेली प्रजा वगैरे. अशा परिस्थितीत साम्राज्यशाहीने भारतात १८० वर्षांत काय केले आणि समाजवादाने वीस वर्षांत रशियात काय केले हे पाहणे उद्बोधक ठरते.

समाजवादाची पद्धत म्हणजे आधुनिक परिस्थितीत निर्माण झालेली, आधुनिक काळातील, उत्पादनासाठी झटणारी सामुदायिक संघटना होय. सुरुवातीस एक कल्पनाविलास म्हणून समजला जाणारा हा वाद गेल्या शतकात एक शास्त्रीय

तत्त्वज्ञान होऊन बसला आहे आणि अलीकडे आमच्या काळात ह्या शास्त्रातून प्रत्यक्ष अनुभवावरून एक नवीन समाजरचना निर्माण झाली आहे. आज समाजवाद हा प्रत्यक्ष अनुभवाने उपयुक्त म्हणून सिद्ध झाला आहे. त्यामुळे केवळ तात्त्विक चर्चा म्हणून नव्हे, तर प्रत्यक्ष अनुभवावरून, साम्राज्यवाद आणि समाजवाद ह्यांच्या उपयुक्ततेची तुलना करणे सहज शक्य आहे.

ह्या तुलनेसाठी, १९१७ सालातील, अराजकात गुरफटलेला झारशाहीतील रशिया न घेता, १९१३-१४ साली जेव्हा तो प्रगतीच्या शिखरावर पोहोचला असताना समाजवादी राजवटीने त्यास ताब्यात घेतले, त्या वेळचा रशिया, आणि समाजवादी राजवटीत १९३७ पर्यंतच्या वीस वर्षांचा प्रगत झालेला रशिया, ह्यांची तुलना करू. त्यानंतर १९१४ साली पहिल्या महायुद्धाच्या सावलीत असलेला भारत आणि १९३४ सालपर्यंत, म्हणजे साम्राज्यशाहीच्या राजवटीत वीस वर्षांत प्रगत झालेला भारत, ह्यांची तुलना करू. त्यानंतर, जेथे भारतात असलेल्या सर्व बिकट समस्या हजर होत्या आणि लोकांची सर्वसाधारण पातळी भारतीयांच्या मानाने सुरुवातीस फारच मागास होती, अशा मध्य आशियातील सोव्हिएट युनियनचे लोकसत्ताक राज्य आणि भारत ह्यांची तुलना करू. कारण ती फारच उद्बोधक होईल.

प्रथम आपण उत्पादन-साधनांच्या विकासाच्या मूलभूत स्वरूपाची चाचणी घेऊया.

सोव्हिएट रशियात प्रमुख औद्योगिक उत्पादनाचा निर्देशांक १९१३ मध्ये १०० होता, तो १९३७ मध्ये ८१६.४ इतका चढला, ह्याचाच अर्थ आठपट वाढला. ही वाढ म्हणजे सर्व जगात वाढीच्या बाबतीत अत्युच्च पातळी होय. ह्यावरून रशियातील निर्णायक स्वरूपाच्या औद्योगीकरणाची साक्ष पटते. एवढेच नव्हे तर, परकीय भांडवलाच्या मदतीशिवाय प्रचंड औद्योगिक धंदे आणि मोठे उत्पादन होऊ शकते, हे सिद्ध झाले. खरोखरी रशिया हा एक शेतकरीप्रधान मागास देश होता आणि त्यात परकीय भांडवलाच्या जोरावर काही उद्योगधंदे सुरू झाले होते. तथापि समाजवादी राजवटीत रशियाने युरोपमधील औद्योगिकीकरणाचे बाबतीत अत्युच्च शिखर गाठले. एवढेच नव्हे, तर जगातील दुसऱ्या क्रमांकाचा औद्योगिकदृष्ट्या विकसित झालेला देश, म्हणून तो प्रसिद्धीस आला. औद्योगिक उत्पादन आणि राष्ट्रीय उत्पादन यांचे रशियातील प्रमाण १९१३ मध्ये ४२ टक्के होते, ते १९३७ मध्ये ७७ टक्के झाले. ह्याचाच अर्थ जो रशिया मुख्यत्वे शेतीप्रधान देश होता, तो आता मुख्यत्वे उद्योगप्रधान देश बनला. एकूण कामगारांच्या संख्येचे सर्व लोकसंख्येशी असलेले प्रमाण १६ टक्क्यांवरून ३१

टक्क्यांवर गेले. राष्ट्रीय उत्पन्न जे १९१३ मध्ये २१,००० दशलक्ष रुबेल्स होते, ते १९३७ मध्ये ९६,००० दशलक्ष रुबेल्सवर पोहोचले. ह्याचाच अर्थ राष्ट्रीय उत्पन्न साडेचार पटींनी वाढले.

भारताच्या बाबतीत, सर्वसाधारण औद्योगिक उत्पादनाची आकडेवार माहिती किंवा निर्देशांक किंवा एकूण राष्ट्रीय उत्पादन किंवा उत्पन्न ह्यासंबंधी सुरुवातीस काहीच माहिती उपलब्ध नव्हती. औद्योगिक उत्पादनाचा बिनसरकारी निर्देशांकाचा अंदाज सर्वप्रथम डॉ. डी. बी. मीक याने काढला. त्याने १९३६ च्या एप्रिल महिन्यात, 'रॉयल सोसायटी ऑफ आर्ट्स' ह्या संस्थेत 'भारताचा निर्यात व्यापार' ह्या विषयावर एक निबंध वाचला. त्याने १९१०-११ ते १९१४-१५ ह्या काळाचा १०० पाया धरून सर्वसाधारण अंदाज १५६ काढला आणि १९३२-३३ ह्या वर्षात ५६ टक्के वाढ झाली असे सांगितले. याचाच अर्थ रशियात ज्या प्रमाणात निर्यातवाढ झाली होती, तिच्या $\frac{१}{१६}$ वाढ भारतात झाली. १९२१ मध्ये औद्योगिक शिरगणती करण्यात आली, पण १९३१ मध्ये तशी घेण्यात आली नाही. ह्यावरून ज्या मोठ्या उद्योगधंद्यांत वीस किंवा अधिक कामगार कामावर होते, त्यामध्ये पुढील प्रमाणात वाढ झाली; १९११ साली जेथे २.१ दशलक्ष कामगार कामावर होते, त्यांचा आकडा १९२१ मध्ये २.६ दशलक्ष कामगारांवर गेला, म्हणजेच वर्षाला २.४ टक्क्यांनी वाढ झाली, म्हणजे ती जर वीस वर्ष तशीच चालू राहिली असती तर ४८ टक्क्यांवर गेली असती (महायुद्धाच्या काळात जो दर वाढावयास हवा होता, तो वाढण्याऐवजी घटला.). १९११ मध्ये कामावर जाणारांची संख्या जी १७.५ दशलक्ष होती, ती १९३१ मध्ये १५.३ दशलक्षांवर आली, म्हणजे लोकसंख्येत जरी वाढ झाली होती तरी कामावर जाणाऱ्यांचा आकडा जो १९११ मध्ये १७.५ दशलक्ष होता तो १९३१ मध्ये १५.३ दशलक्षांवर आला, म्हणजे एकूण १२.६ टक्के कमी झाला. ह्यावरून आधुनिक उद्योगधंद्यांची वाढ न करता जे लघुउद्योग होते त्यांचा नाश झाला. ह्यामुळे शेतीवर अवलंबून असणारांची लोकसंख्या जी १९११ मध्ये ७२ टक्के होती, ती १९२१ मध्ये ७३ टक्के झाली आणि १९३१ पर्यंत स्थिर राहिली. एकूण लोकसंख्येतील कामगारांचे प्रमाण जे १९११ मध्ये ११.७ होते, ते १९३१ मध्ये दहा टक्के झाले. साम्राज्यशाहीमध्ये वीस वर्षांत अशी 'प्रगती' झाली.

हे सर्व वर्णन वाचल्यावर त्याहीपेक्षा अत्यंत महत्त्वाच्या अशा एका उत्पन्नाशी तुलना करून त्यातील निश्चित परिणाम पाहता येईल. भारतात कोळशाचे उत्पादन

१९१४ मध्ये १६.४ दशलक्ष टन होते ते १९३४ मध्ये २२ दशलक्ष टन झाले. म्हणजेच वीस वर्षात साडेपाच दशलक्ष टनांनी वाढले. ह्याचाच अर्थ चौतीस टक्के वाढ झाली. रशियातील कोळशाचे उत्पादन १९१३ मध्ये २९ दशलक्ष टन होते, ते १९३७ मध्ये १२८ दशलक्ष टन झाले. म्हणजेच ९९ दशलक्ष टन वाढ झाली. ह्याचाच अर्थ ३४० टक्के वाढ झाली. ही वाढ दसपट झाली. पोलादाचे उत्पादन भारतात महायुद्धाच्या पूर्वी नुकतेच सुरू झाले होते, ते १९३४-३५ पर्यंत एक दशलक्ष टनापर्यंत जेमतेम जात होते. सोव्हिएट रशियात १९३७ मध्ये पोलादाचे उत्पन्न १७$\frac{१}{२}$ दशलक्ष टन झाले होते, महायुद्धापूर्वीच्या उत्पादनाच्या मानाने ह्यांत १३ दशलक्ष टनांची वाढ झाली होती. रशियातील विजेचे उत्पादन १९१३ मध्ये १९०० दशलक्ष 'किलोव्हॅटस्' होते, ते १९३७ मध्ये ३६५०० दशलक्ष 'किलोव्हॅट्स' झाले, म्हणजे आठपटीपेक्षाही अधिक वाढले. भारतातील विजेच्या उत्पादनाची आकडेवार माहिती उपलब्ध नाही. तथापि १९३५ मध्ये विजेच्या उत्पादनाचा अंदाज २५०० दशलक्ष टनाचा होता. ह्याचाच अर्थ रशियाच्या उत्पादनाच्या मानाने ते $\frac{१}{१४}$ होते, आणि दरडोई मोजमाप करता रशियातील दरडोई प्रमाणाच्या मानाने $\frac{१}{३०}$ भरते.

शेतकी उत्पादनाच्या बाबतीत तर हा फरक फारच तीव्रतेने जाणवतो. बहुसंख्य लोकांच्या जीवनात क्रांतिकारक बदल झाल्याचा हा परिणाम आहे. झारशाहीत दारिद्र्याने बेजार झालेले व जमिनीसाठी आसुसलेले शेतकरी, जे जहागीरदार, सावकार व 'कुलक' ह्यांच्या पिळवणुकीमुळे पराधीन झाले होते, ते आज स्वतंत्र व भरभराट होत असलेले सामूहिक शेतकरी बनले आहेत. जगातील अत्यंत आधुनिक यंत्रे व तंत्रे ह्यांच्या साहाय्याने विस्तीर्ण शेते सामूहिक पद्धतीने लावण्याची सुरुवात झाल्याबरोबर, पहिल्या पाचच वर्षात, त्यांनी आपले उत्पन्न तिपटीने वाढवले आहे. लागवडीच्या क्षेत्रात १९१३ च्या मानाने $\frac{१}{३}$ ने वाढ झाली आहे. धान्योत्पादन जे १९१३ मध्ये ८०१ दशलक्ष 'सेंटनर्स' होते ते १९३७ मध्ये १२०२ दशलक्ष 'सेंटनर्स' झाले. ह्याचाच अर्थ, दीडपट झाले. कच्च्या कापसाचे उत्पादन जे १९१३ मध्ये ७.४ दशलक्ष 'सेंटनर्स' होते, ते १९३७ मध्ये २५.८ दशलक्ष 'सेंटनर्स' झाले, ह्याचाच अर्थ ते साडेतीनपट झाले. भारतात शेतीची आणीबाणीची परिस्थिती दरसाल अधिकच भीषण होत आहे, (तिच्याबद्दलची संपूर्ण चर्चा पुढे करण्यात येईल.). जमिनदार, सावकार व सरकार हे सर्वजण भारतीय शेतकऱ्याला भिक्षेकरी बनवत आहेत आणि शेतकी करणाऱ्यांना जमिनीवरून बाहेर काढत आहेत, ह्यामुळे लागवड झालेल्या क्षेत्रातील वाढ आणि उत्पन्नातील

वाढ ही लोकसंख्येतील वाढीच्या मानाने फारशी मोठी झालेली नाही. गेल्या काही वर्षांत ह्या बाबतीत संपूर्ण पीछेहाटीची चिन्हे स्पष्ट दिसत आहेत.

उत्पन्नाचा किंवा उत्पादन-साधनांचा विकास ह्याऐवजी आपण शिक्षणप्रसार आणि सार्वजनिक आरोग्य व लोकांची स्थिती ह्यांचा विचार करू लागलो तर साम्राज्यवाद आणि समाजवाद ह्यांतील फरक अधिक प्रखरतेने नजरेत भरतो.

शिक्षणाच्या क्षेत्रात झारशाहीने लोकांना जाणूनबुजून निरक्षर ठेवले होते. त्यामुळे ७८ टक्के लोक निरक्षर होते. ते प्रमाण समाजवादी राजवटीत आठ टक्क्यांवर आले आहे. सक्तीच्या प्राथमिक शिक्षणाच्या १९३० च्या कायद्यामुळे, सर्व लोकांना प्राथमिक शिक्षण उपलब्ध झाले व १९३४ च्या कायद्यामुळे सात वर्षांचा शिक्षणक्रम सक्तीचा झाला आणि आता प्रमुख औद्योगिक क्षेत्रातही दहा वर्षांचा सक्तीचा शिक्षणक्रम सुरू झाला आहे.

भारतात १९११ मध्ये ९४ टक्के लोक निरक्षर होते, १९३१ मध्ये ९२ टक्के निरक्षर होते, साम्राज्यशाहीच्या वीस वर्षांच्या राजवटीत एकूण लोकसंख्येच्या $\frac{१}{५०}$ ने निरक्षरतेचे प्रमाण कमी झाले.

सोव्हिएट रशियात १९३७ मध्ये प्राथमिक व माध्यमिक शाळांत शिकणाऱ्या मुलांची संख्या २९.४ दशलक्ष होती. (झारशाहीत ती ७.८ दशलक्ष होती.) म्हणजेच एकूण लोकसंख्येच्या १७.२ टक्के होती.

ब्रिटिश हिंदुस्थानात १९३४-३५ ह्या वर्षात प्राथमिक व माध्यमिक शाळांत शिक्षण घेणाऱ्या विद्यार्थ्यांची संख्या १३.५ दशलक्ष म्हणजेच एकूण लोकसंख्येच्या ४.९ टक्के होती. तथापि ह्या मुलांपैकी $\frac{२}{३}$ मुले पहिल्या वर्षाची परीक्षाही उत्तीर्ण झाली नाहीत. $\frac{१}{५}$ मुले चवथीपर्यंतही गेली नाहीत. ह्या इयत्तेत प्राथमिक शिक्षण संपले, असे समजले जात असे, (एज्युकेशन इन इंडिया, १९२८-२९, १९३१, पान २८). चार वर्षांचे प्राथमिक शिक्षण घेतलेच पाहिजे म्हणून ११.१ दशलक्ष मुलांनी ते घ्यावे असे ठरले होते. तथापि प्रत्यक्षात २.२ दशलक्ष मुलांनीच ते घेतले म्हणजेच ०.८ टक्क्यांनी ते घेतले. १९३७ साली सोव्हिएट रशियात विश्वविद्यालये किंवा त्यांच्यासारख्या संस्थांमध्ये उच्च शिक्षण घेणाऱ्या विद्यार्थ्यांची संख्या ५,५१,००० होती. (झारशाहीत ती १,२०,००० होती.) म्हणजेच एकूण लोकसंख्येत हजारी ३.२ होती.

१९३४-३५ साली ब्रिटिश हिंदुस्थानात विश्वविद्यालयात किंवा इतर संस्थांत उच्च शिक्षण घेणाऱ्या विद्यार्थ्यांची संख्या १०९८०० होती, म्हणजे एकूण लोकसंख्येत हजारी ०.४ होती म्हणजे रशियातील प्रमाणाच्या $\frac{१}{८}$ होती.

अविकसित देशांत विकास घडवून आणण्यासाठी तांत्रिक शिक्षण फार महत्त्वाचे असते. रशियात तांत्रिक शिक्षण देणाऱ्या दुय्यम शाळा आणि कारखान्यांच्या शाळा ह्यांचे जाळे पसरले आहे. अशा शाळा भारतात मुळीच नाहीत. १९३७ साली तांत्रिक शिक्षणतज्ज्ञ म्हणून पदवी घेणारांची संख्या ४,५९,००० होती. (ह्यात औद्योगिक विद्याविशारद, वास्तुविद्याविशारद, दळणवळण विद्याविशारद, शेतकी व्यवसायात यांत्रिकीकरण करणारे विद्याविशारद ह्यांचा समावेश होतो). भारतात १९३४-३५ ह्या वर्षांत यंत्रविद्याविशारद आणि शेतकी किंवा वाणिज्य विद्याविशारद ह्यांची संख्या ९६० होती. म्हणजे रशियाच्या मानाने हे प्रमाण $\frac{१}{४८}$ पडते आणि रशियातील लोकसंख्येच्या मानाने ते $\frac{१}{७८}$ पडते.

आता सांस्कृतिक विकासाच्या दृष्टीने छापखाने व प्रकाशने ह्यांचा विचार करू. १९१३ साली रशियात दैनिकांचा आकडा ८५९ होता, १९३७ मध्ये ८५२१ झाला, म्हणजेच दसपट झाला आणि त्यांचे दैनिक वितरण २.७ दशलक्ष होते ते ३६.२ दशलक्ष झाले म्हणजे चौपट वाढले. भारतात १९१३-१४ साली दैनिके ८२७ होती, ती १९३३-३४ साली १७४८ झाली. दैनिक वितरणाचा आकडा उपलब्ध नाही, तथापि तो अगदी लहान होता. रशियात १९१३ साली प्रसिद्ध झालेल्या पुस्तकांचा आकडा ८६.७ दशलक्ष होता, तो १९३७ मध्ये ६७३ दशलक्ष झाला म्हणजेच आठपट झाला. भारतात १९१३-१४ ह्या वर्षांत प्रसिद्ध झालेल्या पुस्तकांचा आकडा १२,१८९ होता, तो १९३३-३४ ह्या वर्षी १६,७६३ झाला. म्हणजे वीस वर्षांत एक तृतीयांशाने वाढला.

सामाजिक आरोग्याच्या दृष्टीने समाजातील सर्व लोकांना सर्व तऱ्हेची मदत देण्यासाठी अनेक संस्थांचे रशियात जाळेच पसरले आहे. जगात कोणत्याही देशात अशी उत्कृष्ट व्यवस्था नाही. आजार, अपघातात सापडलेले लोक, प्रसूतीसाठी सूतिकागृहे, पगारी सुट्ट्या, कामगारांसाठी विश्रांतिस्थाने, वृद्धांसाठी सोयी, अशा अनेक सोयींचा त्यात समावेश होतो. कित्येक देशांप्रमाणे विमा योजना सुद्धा भारतात नाही. सामाजिक आरोग्यासाठी कायदाही झालेला नाही, शहरांत किंवा खेड्यांत सार्वजनिक स्वच्छता व आरोग्य किंवा कामगारांसाठी सोयी करण्यात आलेल्या नाहीत.

सार्वजनिक आरोग्यासाठी सोव्हिएट रशियात १९१३ साली १२८ दशलक्ष 'रुबेल्स्' ठेवले होते, ते १९२८ साली ६९९ दशलक्ष 'रुबेल्स' करण्यात आले. १९३३ साली हा पुरवठा ३८०२ दशलक्ष झाला, तर १९३७ साली तो आकडा ९०५० दशलश 'रुबेल्स'वर गेला. म्हणजेच दरडोई ५३ 'रुबेल्स'

झाला. भारतात ह्यासंबंधात शासकीय बदल करण्यात आल्यामुळे, प्रांत व केंद्र ह्यांच्या योजनांचा आकडा नीटसा मिळत नाही. तथापि केंद्र व प्रांत ह्यांनी मिळून सार्वजनिक आरोग्यावर खर्च केलेला एकूण आकडा १९२१-२२ मध्ये जो ४७.३ दशलक्ष रुपये होता, तो १९३५-३६ साली ५७.२ दशलक्ष रुपयांवर गेला. म्हणजे केंद्र व प्रांत मिळून एकूण सार्वजनिक आरोग्यावरील खर्च जो १९२१-२२ मध्ये २.१ टक्के होता, तो १९३५-३६ मध्ये २.६ टक्क्यांवर गेला. १९३५-३६ सालातील ५७.२ दशलक्ष रुपये हे ४.३ दशलक्ष पौंडांबरोबर होतात म्हणजेच दरडोई २.७५ पेन्स पडतात.

तुलनेच्या दृष्टीने, खास सोयी आता विचारात घेऊ. उदाहरणार्थ, रुग्णालयातील बिछाने : सोव्हिएट रशियात १९१३ साली १,३८,००० खाटांची सोय होती, ती १९३७ साली ५,४३,००० झाली, म्हणजेच प्रत्येकी ३१३ लोकांना एका खाटेची सोय होती. ब्रिटिश हिंदुस्थानात (ह्यात सार्वजनिक व खासगी अशा सर्व संस्था समाविष्ट झाल्या आहेत, त्यांत काही खास युरोपियन लोकांसाठी होत्या.) १९१४ साली ४८,४३५ खाटांची सोय होती. १९३४ साली तो आकडा ७२,२७१ वर गेला, ह्याचाच अर्थ प्रत्येकी ३८१० लोकांना एक खाट, असे प्रमाण पडते- म्हणजे रशियातील सोयींच्या मानाने १/१२ पेक्षाही थोडे कमीच प्रमाण पडते.

१९१३ साली झारशाहीत रशियामध्ये मृत्यूचे प्रमाण हजारी २८.३ होते व भारतात त्या वेळी हे प्रमाण हजारी ३० होते. १९२६ पर्यंत सोव्हिएट रशियातील हे प्रमाण २०.९ वर आले आणि भारतात त्याच वर्षात २६.७ वर रेंगाळत राहिले. मॉस्को शहरात १९१३ साली मृत्यूचे प्रमाण हजारी २३.१ होते व १९२६ मध्ये ते हजारी १३.४ वर आले. मुंबईमध्ये १९१४ सालात मृत्यूचे प्रमाण ३२.७ होते आणि १९२६ मध्ये ते २७.६ झाले. मॉस्कोमध्ये लहान मुलांचे मृत्यूचे प्रमाण १९१३ मध्ये हजारी २७० होते, ते १९२८-२९ ला हजारी १२० वर आणले गेले. त्याच वर्षी मुंबईमध्ये लहान मुलांच्या मृत्यूचे प्रमाण हजारी २५५ होते.

आता आरोग्यरक्षण आणि त्याचे स्पर्शजन्य रोगांवर झालेले परिणाम पाहू. सोव्हिएट रशियात संसर्गजन्य तापाचे (टायफसचे) प्रमाण १९१३ साली दर हजारी ७.३ होते, ते १९२९ साली दर दहा हजारी २.० इतके कमी झाले म्हणजेच ७२ टक्क्यांनी कमी झाले. घटसर्पाचे दर दहा हजारी ३१.४ प्रमाण होते ते ५.९ वर आले म्हणजे ८० टक्क्यांनी कमी झाले. देवीचे प्रमाण ४.७

होते ते ०.३७ वर आले म्हणजे ९० टक्क्यांनी कमी झाले, (एच.ई सिगेरिस्ट-सोशलाइज्ड मेडिसिन इन दि सोव्हिएट युनियन' पान ३५७) भारतात संसर्गजन्य तापाची (टायफसची) व घटसर्पाची सरकारी नोंद नाही. तथापि देवीच्या दुखण्यामुळे मेले त्यांचे आकडे उपलब्ध आहेत, त्यावरून तुलना करता येते. भारतात १९१४ साली ७६५९० मृत्यू झाले, म्हणजेच दर दहाहजारी ३.२ प्रमाण पडते. १९३४ मध्ये देवीमुळे ८३९२५ मृत्यू झाले, ह्याचाच अर्थ दर दहाहजारी ३.० लोक ह्या रोगाने मेले. १९३५ साली ही मृत्यूंची संख्या थोडी वाढली. वीस वर्षांनंतर देवीच्या रोगामुळे सर्वसाधारण मृत्यूचे प्रमाण भारतात ३.२ व ३.०० दर दहाहजारी होते, ह्याच वेळी सोव्हिएट रशियात ते प्रमाण दर दहाहजारी ४.७ होते ते ०.३७ इतके खाली आले.

सोव्हिएट युनियनमध्ये डॉक्टरांची संख्या १९१३ मध्ये १९८०० होती, ती १९३७ मध्ये ९७००० झाली. भारतात १९३४-३५ मध्ये विश्वविद्यालयातून विशारद झालेल्यांची संख्या ६३० होती, त्यात काही इंग्लंडमध्ये जाऊन आलेल्यांची वाढ झाली.

मजुरांच्या काम करण्याच्या तासाबद्दल विचार करायचा तर सोव्हिएट रशियात १९२२ मध्ये सर्वत्र आठ तासांचा दिवस ठरवण्यात आला व १९२७ साली सात तासांचा दिवस केला गेला. जोखमीचे काम करणारांचा दिवस सहा तासांचा ठरवण्यात आला. हाच नियम खाणीत काम करणारे, कुशल कारागीर व सोळा ते अठरा वयातील मुले यांना लागू करण्यात आला. अपवाद म्हणून १४ ते १६ वयाच्या गटातील मुलांना चार तासांचा दिवस केला गेला, तर कोणत्याही परिस्थितीत चौदा वर्षांखालील मुलांना नोकरी करण्यास परवानगी नव्हती.

भारतात १९२२ सालच्या कारखान्यांच्या कायद्याने (फॅक्टरी अॅक्ट) अकरा तासांचा दिवस ठरवण्यात आला. १९३४ सालच्या कायद्याने दहा तासांचा दिवस केला. बारा वर्षांखालील मुलांना नोकरी करण्यास बंदी करण्यात आली. तथापि देखरेख करणारांचा (इन्स्पेक्टर्स) आकडा इतका कमी होता (व्हिटले कमिशनच्या अहवालाप्रमाणे १९१९ साली सर्व भारताकरता ३९ इन्स्पेक्टर्स होते.) की वर्षातून एकदासुद्धा प्रत्येक कारखान्याची पाहणी करणे अशक्य होते. ह्याचा परिणाम असा झाला की, मुलांना कामगार म्हणून घेऊ नये, ह्या नियमाचे उल्लंघन होऊ लागले. ह्याशिवाय दुसरे असे की, हा फॅक्टरी अॅक्ट अगदी थोड्या अशा औद्योगिक कामगारांना लागू होता. (१९३६ मध्ये १.६ दशलक्ष तर १९३१ च्या शिरगणतीप्रमाणे १७.७ दशलक्ष). भारतातील बहुसंख्य कामगारांच्या बाबतीत दिवसांतील कामाच्या

तासावर मर्यादा नव्हती. कामगारांना संरक्षण नव्हते किंवा लहान मुलांची पिळवणूक होऊ नये म्हणून कायदा नव्हता. व्हिटले कमिशनचा अहवाल म्हणतो की, पाच-पाच वर्षांची मुले दिवशी बारा-बारा तास काम करत असत.

वर दाखविलेला हा फरक, ही प्रत्येक क्षेत्रातील प्रत्यक्ष वस्तुस्थिती आहे. ह्या सत्य परिस्थितीच्या आधारावर राजकीय दृष्टिकोन बाजूला ठेवूनही, असे म्हणणे भाग आहे की, सोव्हिएट रशिया आणि भारत ह्यांतील कामगारांच्या परिस्थितीतील फरक म्हणजे सुधारणा आणि रानटी अवस्था यांतील फरक होय.

तथापि वीस वर्षांपूर्वी झारशाहीतील रशियन लोक आणि ब्रिटिश हिंदुस्थानातील लोक ह्यांच्यामध्ये इतका भीषण फरक नव्हता. वीस वर्षांच्या समाजवादी राजवटीने ही क्रांती घडवून आणली आहे. ह्यावरून भारतातील परिस्थितीतही, राजकीय अनुकूल वातावरण व वर्गा-वर्गाच्या संघटना अनुकूल झाल्यास, हा बदल घडवून आणणे सहज शक्य आहे.


## २. मध्य आशियातील प्रजासत्ताकांचा अनुभव

सोव्हिएट संघाच्या मध्य आशियातील प्रजासत्ताकांच्या अनुभवावरून वरील तुलनेतील सत्यता सहज सिद्ध होते.

१९१३ चा झारशाहीतील रशिया आणि आजचा भारत ह्यांची तुलना केली तर हे उघड आहे की, सुधारणापूर्व भारतातील परिस्थिती, ही झारशाहीतील १९१३ च्या रशियातील परिस्थितीपेक्षा, अधिक खालच्या पातळीवर होती. त्यानंतर जो विकास झाला त्यातील फरक स्पष्ट होण्यास ह्या तुलनेमुळे बाधा येत नाही. (खरोखरी १९१३ पूर्वीच्या दहा वर्षांत, झारशाहीतील रशिया हा उत्पादनाच्या जगातील पातळीच्या मानाने मागास होता.) तथापि सोव्हिएट संघाच्या मध्य आशियातील प्रजासत्ताकांच्या उदाहरणावरून वरील गोष्ट अधिकच स्पष्ट होते, कारण वीस वर्षांपूर्वी ही राज्ये आजच्या भारताच्या मानाने अधिकच मागास होती आणि त्यानंतर त्यांनी केलेली प्रगती ही आजच्या भारताला मौल्यवान प्रात्यक्षिक म्हणून अत्यंत उपयुक्त आहे.

सोव्हिएट युनियन आणि ब्रिटिश हिंदुस्थान ह्याची तुलना जितकी उद्बोधक आहे त्याहीपेक्षा मध्य आशियातील सोव्हिएट प्रजासत्ताकांची भारताबरोबरील तुलना अधिक खटकणारी आहे. येथे सुरुवातीची परिस्थिती भारतासारखीच मागास होती आणि भारतात ज्या अनेकविध समस्या भेडसावतात तशाच ह्या प्रजासत्ताकांत

होत्या. लोक तर भारतीयांपेक्षाही मागास होते, ते जुलमामुळे आणि दारिद्र्यामुळे भारतीयांच्या मानाने अधिक निराश झालेले होते. त्याशिवाय आशियातही आर्थिक परिस्थितीत आणि सामाजिक रचनेत प्रामुख्याने आढळणारे प्रश्न तेथेही होतेच. ह्यामुळे मागासलेल्या लोकांचा उत्कर्ष साधण्यासंबंधात, साम्राज्यशाहीचे वसाहतवादी धोरण आणि समाजवादी धोरण ह्यांच्यातील फरक इतका ठळकपणे दुसऱ्या कोणत्याच तुलनेत स्पष्ट होणार नाही.

मध्य आशियातील ही तीन समाजवादी प्रजासत्ताक राष्ट्रे ही स्वतंत्र व स्वयंपूर्ण प्रजासत्ताक राज्ये असून ती समाजवादी रशियाच्या सात संयुक्त संस्थानांत समाविष्ट झाली आहेत. त्यात तुर्कमेनिस्तान, उझबेकिस्तान व ताजिकिस्तान असून ह्याशिवाय 'काराकल्पक-स्वयंपूर्ण प्रजासत्ताक' आणि 'किरघिझ- स्वयंपूर्ण प्रजासत्ताक' ह्यांचाही समावेश होतो. तुर्कमेनिस्तानचे क्षेत्र १७१००० चौरस मैल असून, लोकसंख्या १.२५ दशलक्ष आहे. उझबेकिस्तानचे क्षेत्र ६६००० चौरस मैल व लोकसंख्या ५ दशलक्ष आहे. ताजिकीस्तानचे क्षेत्र ५५००० चौरस मैल व लोकसंख्या १.५ दशलक्ष आहे. ही पाच प्रजासत्ताक राष्ट्रे कझाकस्तानच्या दक्षिणेस असून, भारताच्या सरहद्दीजवळ आहेत.

"कझाकस्तानच्या दक्षिणेस मध्य आशिया येतो. त्यांत पाच समाजवादी प्रजासत्ताक राज्ये आहेत, त्यांच्या नावावरून त्यांचे राष्ट्रीक कोण असावेत ह्या गोष्टीची कल्पना येते. ते असे : उझबेक, तुर्कमन, ताजिक, किरघिज आणि कारा-कल्पक."

"समाजवादी प्रजासत्ताकांचा संयुक्त संघ म्हणजेच यू.एस.एस.आर. ह्याच्या अति -दक्षिणेस ही राष्ट्रे येतात. येथे पर्शिया, अफगाणिस्तान आणि पश्चिम-चीन ह्यांची सरहद्द लागते. मध्य आशियाच्या सरहद्दीपासून १५ किलोमीटर्सवर भारत देश राहतो.

"क्रांतिपूर्वी मध्य आशिया हा अर्धवट गुलाम व वसाहती मजुरांचा देश होता. आता तो समान राष्ट्रीक, सामूहिक पद्धतीने शेती करणारा आणि अलीकडील उद्योगधंदे करणारा देश झाला आहे."

(मिखैलॉव्ह- 'सोव्हिएट जिऑग्रॉफी,' १९३७, पाने ६.७.)

भारतापासून थोड्या मैलांवर असलेल्या ताजिकिस्तानची प्रथम माहिती घेऊ. मागच्या काळात ताजिक लोकांचे जीवन सुखी नव्हते. क्रांतिपूर्वी ते रशियाच्या झारच्या आणि बोखाराच्या अमिरांच्या धार्मिक जबरदस्तीखाली भरडलेले लोक होते. झारशाहीच्या साम्राज्याचे तुकडे झाल्यावर जे अंतर्गत लढे झाले ते १९२५ पर्यंत संपले नाहीत. १९२५ मध्ये ताजिकिस्तान हे स्वयंपूर्ण प्रजासत्ताक राज्य झाले व १९२९ मध्ये ते 'यू.एस.एस.आर.' मध्ये एक स्वतंत्र स्वायत्त प्रजासत्ताक राष्ट्र

म्हणून सामील झाले.

झारशाहीने ह्या लोकांना इतके मागास ठेवले होते की, एकूण लोकसंख्येतील अर्धा टक्का लोकांनाच लिहिता-वाचता येत होते (ह्या वेळी म्हणजे १९११ मध्ये भारतातील ६ टक्के लोक साक्षर होते.) १९३३ मध्ये ६० टक्के लोक साक्षर झाले. (भारतात १९३१ मध्ये ८ टक्के लोक साक्षर होते.) १९३६ मध्ये ह्या प्रजासत्ताकात तीन हजार शाळा होत्या. (म्हणजे प्रत्येकी पाचशे लोकांना एक शाळा होती.) त्यांत पाच उच्च शिक्षण देणाऱ्या संस्था आणि तीस तांत्रिक शिक्षण देणाऱ्या शाळा होत्या.

१९२४ मध्ये लागवडीखाली आलेले क्षेत्र १,००,०५,००० एकर होते. १९३६ मध्ये हे क्षेत्र १,६२,६०,००० एकर झाले. मुख्य उत्पन्न कापसाचे होते. बहुसंख्य शेतकरी कुटुंबांनी सामूहिक लागवडीची पद्धत स्वीकारली आहे. कापूस पिकवण्याच्या पद्धतीत बऱ्याच प्रमाणात यांत्रिकीकरण झाले आहे. नांगरणी, लावणी वगैरे कामे बहुतेक यांत्रिक नांगरांनी केली जातात. पाटबंधाऱ्यांच्या बाबतीत विशेष विकास करण्यात आला.

"कापसाच्या जमिनीची वाढ बऱ्याच प्रमाणात पाटबंधाऱ्यांवर अवलंबून आहे. १९२९ मध्ये ताजिकिस्तानने तीन दशलक्ष 'रुबेल्स' पाटबंधाऱ्यांच्या कामावर खर्च केले. १९३० मध्ये १२ दशलक्ष 'रुबेल्स' आणि १९३१ च्या बजेटमध्ये ६१ दशलक्ष 'रुबेल्स' बाजूला काढले. ह्याचाच अर्थ दरडोई ५० 'रुबेल्स' असे प्रमाण पडते आणि ह्यांतील बहुतेक पैसा तेथील लोकांवर कर बसवून न काढता सोव्हिएट रशियाच्या केंद्र सरकारकडून घेण्यात आला."

('के. कुनिल्झ- 'डॉन ओव्हर समरकंद,' १९३५, पान २३५).

ह्याच्या मानाने भारतातील पाटबंधाऱ्यांचा विकास थंड व मंदगतीने चालतो. पूर्वी जी कामे झालेली आहेत ती मोडली असली तरी तिकडे लक्ष दिले जात नाही. ज्या ठिकाणी नवीन पाटबंधाऱ्यांची कामे चालू झाली आहेत. (एकूण पाटबंधाऱ्याचे पाणी पुरविले जाते असे क्षेत्र १९१३-१४ मध्ये ४६.८ दशलक्ष एकर होते ते १९३३-३४ मध्ये ५०.५ दशलक्ष एकरावर गेले). ती कामे भांडवल गुंतवणुकीच्या पद्धतीची आहेत, त्यामुळे साधारणपणे ७ टक्के परत वसुलीचे धोरण आहे, त्यामुळे शेतकऱ्यांवर अधिक बोजा पडतो व हा फायदा गरीब शेतकऱ्यांच्या आवाक्याबाहेर जातो.

पूर्वी जेथे औद्योगिक कारखाने नव्हते तेथे झपाट्याने औद्योगिक विकास चालू आहे. समाजवादी व्यवस्थेमध्ये पूर्वीच्या वसाहतींतील जमिनी मागे राखून ठेवण्याचा

प्रश्न उद्भवत नाही. तथापि आजचे औद्योगिक कारखाने पूर्वीप्रमाणे खास शहरी विभागांत निर्माण केले आहेत. ह्याउलट पूर्वी जे मागास विभाग होते तेथे झपाट्याने औद्योगीकरण करण्याचा प्रयत्न चालू आहे.

"क्रांती होईपर्यंत ताजिकिस्तानमध्ये कोणाचेही उद्योगधंदे नव्हते. आज तेथे गेल्या काही वर्षांत खास कारखाने व रेशमाच्या गिरण्या तयार झाल्या आहेत. वरझोबस्क विद्युत केंद्र आता पुरे होत आले असून, त्या शहरातील औद्योगिक प्रकल्पांना ते वीज पुरवठा करू शकेल. स्टालिनाबाद येथे कापडाच्या गिरण्या जोरात चालू आहेत आणि लेनिनाबाद मध्ये रेशमी गिरण्यांचा गट तयार झाला आहे. एका प्रचंड कारखान्याच्या इमारतीचे काम सुरू झाले आहे, त्याचप्रमाणे एक दारू गाळण्याचा कारखाना आणि सिमेंटचा कारखाना तयार झाला आहे. दोन विटांचे कारखाने चालू आहेत. त्याचप्रमाणे दोन तेलाच्या गिरण्या, दहा कापूस स्वच्छ करण्याच्या गिरण्या व दहा छापण्याचे कारखाने निर्माण झाले आहेत.

(यू.एस.एस.आर. ट्रेड डेलिगेशन इन ब्रिटन, मंथली रिव्ह्यू, ऑक्टोबर १९३६, पान ५५२.)

क्रांतिपूर्व काळात ताजिकिस्तानमध्ये आधुनिक रस्ते नव्हते. पहिल्या पंचवार्षिक योजनेत ताजिकिस्तानने १८१ किलोमीटरचा रेल्वेमार्ग तयार केला, त्याचप्रमाणे १२००० किलोमीटरचा रस्ता पक्का केला, त्यापैकी सहा हजार किलोमीटरचा रस्ता उत्तम मोटार मार्ग म्हणून तयार केला आहे.

आता सार्वजनिक आरोग्याबद्दलची व्यवस्था पाहू. १९१४ मध्ये ताजिकिस्तानात १३ डॉक्टर होते. १९३९ मध्ये ४४० झाले. १९१४ मध्ये शंभर खाटा रुग्णालयात होत्या, त्या सर्वांना होत्या. १९३९ साली हा आकडा ३६७५ झाला. १९१४ मध्ये सूतिकांसाठी खाटा नव्हत्या. १९३७ मध्ये २४० खाटा आल्या. १९१४ मध्ये सूतिका व शिशु शुश्रूषा केंद्रे नव्हती. १९३७ मध्ये तेथे ३६ केंद्रे निघाली.

समाजवादी राजवटीत ताजिक लोकांच्यात एक नवचैतन्य निर्माण झाले व त्यामुळे ते किती बेहोष झाले होते त्याची प्रचीती सामूहिक शेती करणाऱ्या जोशुआ कुनिल्झ ह्या कवीने 'डॉन ओव्हर समरकंद' म्हणजेच 'समरकंदची प्रभात' ह्या आपल्या काव्यात ध्वनित केली आहे :

"माझा श्वास मोकळा आणि उत्साही होतो, जेव्हा :
जेव्हा मी, आपले कोरडे पठार नांगरलेले पाहतो,
जेव्हा मी, एखादे धरण पूर्ण झालेले पाहतो,

जेव्हा मी, माझ्या सवंगड्यांना आपले नवजीवन घडविताना पाहतो,

जेव्हा, एखादा पिता आपल्या पुत्रावर जसा सुखावतो, तसा मीही होतो,

आणि माझ्या बेहोषीतून उद्गार निघतात, 'धन्य सर्व नवजवान!'

जेव्हा मी, माझा मुलगा शेतात यंत्र चालविताना पाहतो,

जेव्हा मी, एखादा नांगर जमिनीची उखळणी करताना पाहतो,

तेव्हा माझा आनंद अनिवार होऊन, 'कष्ट करणाऱ्यांना धन्यवाद,'

असे उद्गार माझ्या तोंडून बाहेर पडतात.

जेव्हा मला, 'पूर्वपरिस्थिती पुन्हा अवतरेल' अशी धमकी मिळते,

तेव्हा मी धरणीवर कोसळतो, आणि भीतीने गारठतो,

'भाई, मला बंदूक दे, मला काही गोळ्या दे,

मी युद्धावर जाईन, मी माझ्या मातृभूमीचे, माझ्या समाजवादी भाग्यलक्ष्मीचे रक्षण करीन.'


आता आपण ज्या लोकसत्ताकाची लोकसंख्या साडेपाच दशलक्ष आहे अशा उझ्वेकिस्तानची माहिती घेऊ. क्रांतिपूर्वी येथे ३.५ लोकसंख्या साक्षर होती. १९३२ ला प्राथमिक शाळेत ५३१००० विद्यार्थी होते. माध्यमिक शाळेत १३०००० होते आणि निरक्षरता निर्मूलन करण्यासाठी निरनिराळ्या संस्थांत ७१०००० विद्यार्थ्यांची सोय केली होती. झपाट्याने विकास घडवून आणण्यासाठी सामूहिक शेतकीशिवाय उद्योगधंद्यांत वेग आणला गेला. १९१३ मध्ये उत्पादन २६९ दशलक्ष रुबेल्सचे होते, ते १९३६ मध्ये ११७५ दशलक्षांवर गेले. विजेचे उत्पादन १९२८ मध्ये ३४ दशलक्ष युनिटस होते ते १९३६ मध्ये २३० दशलक्ष युनिटवर गेले. औद्योगिक क्षेत्रात ५१ कापसाच्या गिरण्या, कोळशाच्या खाणी, शेतीची अवजारे तयार करण्याचे कारखाने, (ताश्कंदमध्ये) एक सिमेंटचा कारखाना, एक गंधकाची खाण, एक जीवनवायूचा कारखाना, एक कागदाची गिरणी, एक चामड्याचा कारखाना आणि कापडाच्या गिरण्या होत्या. १९१४ ते १९३७ ह्या काळात डॉक्टरांची संख्या १२८ वरून २१८५ झाली. क्रांतिपूर्वी ह्या देशाची अशी लिपी नव्हती. नवीन लॅटिन पद्धतीची लिपी मान्य करून ही अडचण दूर केली गेली. १९३५ मध्ये ह्या लोकसत्ताकांत ११८ वर्तमानपत्रे होती, ती पाच भाषांत निघत आणि त्यांचा वार्षिक वितरणाचा आकडा शंभर दशलक्ष प्रतीपर्यंत जाई.

ह्या प्रचंड घडामोडींना झालेला खर्च कसा भागवला गेला? ह्या प्रश्नाच्या

उत्तरातच, साम्राज्यवादी राजवटीतील वसाहतींच्या मागास लोकांची पिळवणूक आणि समाजवादी राजवटीतील निरनिराळ्या राष्ट्रांचे समान सहकारी तत्त्वावर निर्माण झालेले संबंध, ह्यांतील फरक डोळ्यांत भरतो. साम्राज्यशाही राजवटीत, वसाहतवादी सत्तेखाली भरडून निघणाऱ्या व गरिबीने जर्जर झालेल्या मागास लोकांकडून, सत्ताधीशांपैकी भांडवलदार वर्ग, प्रचंड वार्षिक देणगी वसूल करतो. समाजवादी राजवटीत, मागास लोकांचा विकास करून त्यांना झपाट्याने पुढे आणण्यासाठी लागणारा पैसा सोव्हिएट रशियाच्या वार्षिक अंदाजपत्रकात मोठ्या प्रमाणात योजनापूर्वक नेमून दिला जातो. ह्यामुळे ह्या संधिकालात ते जेवढा पैसा देऊ शकतात त्यापेक्षा अधिक पैसा ते घेऊ शकतात (आणि हे करताना त्यांना कर्जाचा प्रचंड बोजा वाढवावा लागत नाही). पुढील तक्त्यावरून १९२७-२८ ह्या वर्षात निरनिराळ्या सोव्हिएट लोकसत्ताक राज्यात दरडोई किती खर्च झाला ते वार्षिक अंदाजपत्रकावरून स्पष्ट होते :

### १९२७-२८ मध्ये सोव्हिएट लोकसत्ताकांचा
### दरडोई अंदाजपत्रकी खर्च रुबेल्समध्ये

| कारण | आर.एस एफ.एस.आर | युक्रेन | व्हाइट रशिया | ट्रॅन्स-कॉके-शिया | उझ्बे-किस्तान | तुर्कमे-निस्तान | ॲव्हरेज |
|---|---|---|---|---|---|---|---|
| सरकारी | ०.६९ | ०.८६ | १.०६ | २.२३ | १.६० | २.४५ | १.०२ |
| आर्थिक शासकीय खाती | १.०८ | ०.८८ | १.५७ | १.१३ | १.०४ | १.४६ | १.०६ |
| सामाजिक व सांस्कृतिक गरजा | २.१६ | १.९२ | २.५७ | ३.५९ | २.४८ | ३.८४ | २.२० |

| कारण आर | आर.एस एफ.एस. | युक्रेन | व्हाइट रशिया शिया | ट्रॅन्स-कॉके- | उझबे-किस्तान | तुर्कमे-निस्तान | ऑव्हरेज |
|---|---|---|---|---|---|---|---|
| राष्ट्रीय आर्थिक खात्यास भांडवली पुरवठा | १.६५ | १.६२ | २.३७ | ४.९५ | ३.३९ | ८.९० | १.९१ |
| स्थानिक लोकसत्ताकांच्या नावे | ५.८७ | ५.५६ | ५.५७ | ६.७० | ५.७७ | ५.५८ | ५.८३ |
| इतर खर्च | ०.०४ | | | ०.५३ | ०.२० | | ०.०६ |
| बेरीज | ११.४९ | १०.८४ | १३.१४ | १९.१३ | १४.४८ | २२.२३ | १२.०८ |

वरील तक्त्यावरून एवढे स्पष्ट होते की, रशियन व युक्रेनियन ही प्रमुख लोकसत्ताक राज्ये, फायद्याच्या बाबतीत इतरांच्या मागे आढळतात. रशियन संघ हा मागास असलेल्या राष्ट्रीय लोकसत्ताकांची जलद प्रगती घडवून आणण्यासाठी काळजी वाहतो.

१९३९ च्या अंदाजपत्रकावरूनही अशीच माहिती मिळते. सोव्हिएट युनियन आणि लोकसत्ताक ह्यांच्या एकत्रित अंदाजपत्रकात मागील सालच्या अंदाजपत्रकाच्या अंदाजापेक्षा १२.४ टक्क्यांनी वाढ दिसते. कझाकस्तानच्या अंदाजपत्रकात २०.१ टक्क्यांनी वाढ झालेली दिसते आणि तुर्कमेनिस्तानच्या बाबतीत २२.४ टक्क्यांनी वाढ झालेली दिसते. त्याचबरोबर रशियन सोव्हिएट लोकसत्ताकाला त्यांच्यात असलेल्या प्रदेशाकडून १८.८ टक्के महसूल मिळालेला दिसतो, तर ताजिकिस्तानच्या अंदाजपत्रकात १०० टक्के वाढ दिसते. १९२८-२९ ते १९३९ ह्या काळात सामाजिक आणि सांस्कृतिक कार्यावर एकत्रित सोव्हिएट संघाने पंचवीस पट जादा खर्च केलेला दिसतो. तुर्कमेनिस्तानच्या बाबतीत तो २९ पटींनी वाढला तर कझाकस्तानच्या बाबतीत ३१ पट झाला. नवीन औद्योगिक कारखाने अल्पसंख्याक राष्ट्रीय लोकसत्ताकांमध्ये वाढवण्यात आले. कझाकस्तानचे एकूण अंदाजपत्रक

१५१३ दशलक्ष रुबेल्सचे होते त्यांत ५०९ दशलक्ष रुबेल्स सोव्हिएट युनियनच्या भांडवलातून प्रचंड बलबवश पोलादाच्या कारखान्यासाठी देण्यात आले. आता सोव्हिएट युनियनमध्ये कोळशाच्या साठ्याच्या बाबतीत करागंडाचा तिसरा क्रमांक लागतो. अशा रीतीने समाजवादी राजवटीत नवीन औद्योगिकीकरणाचे योजनाबद्ध वितरण केले जाते. मिखैलॉव्ह ह्याने आपल्या सोव्हिएट भूगोलात म्हटल्याप्रमाणे, मागे झारशाहीत उद्योगधंदे हे सर्व मुलखात सारख्या प्रमाणात वितरण केले जात नसत. रशियाच्या औद्योगिक उत्पादनापैकी अर्धे उत्पन्न आजच्या मास्को, लेनिनग्राड व इर्ह़ॅनॉव्ह यांच्या परिसरात केंद्रीभूत झाले होते. आर्थिक बाबतीत हा भाग एखाद्या बेटासारखा झाला होता. येथे औद्योगिक भांडवलाचे उत्पादन व विकास होत असे आणि त्याच्या जोरावर विस्तीर्ण शेतीचा प्रदेश व उत्पादन साधन केंद्रे ह्यावर रशियातील झारशाहीची सत्ता चाले व तेथून प्रमुख औद्योगिक केंद्राला सर्व पुरवठा केला जाई. कच्च्या मालाच्या उत्पादनक्षेत्रापासून निर्मितीचे क्षेत्र फार दूर होते. स्थानिक मजूर बेकार राहिले व वसाहतींवर खर्च पडला. उझबेगच्या कापूस पिकविणाराला आपल्या मालाची योग्य किंमत मिळेना व तयार कापडाकरता त्याला भरमसाट पैसे द्यावे लागत. विजेच्या साहाय्यापेक्षा कुशल कामगारांचे साहाय्य स्वस्त होऊ लागले.

समाजवादी पद्धतीतील योजनेत समान राष्ट्रांच्या सहकारी तत्त्वावरील विकासाचे ध्येय अवलंबिले गेले.

समाजवादी योजनाबद्ध उत्पादनात वितरणातील केंद्रीय चढाओढ बंद झाली. जुने निर्बंधाचे नियम जाऊन त्यांच्या ठिकाणी राष्ट्रांतील दूरवर पसरलेल्या मुलखात औद्योगिक व सांस्कृतिक विकासाचे धोरण अमलात आले.

"यू.एस.एस.आर. मधील सर्व लोकांना समान हक्क आहेत. रशियन क्रांतीनंतर पहिल्याच दिवशी राष्ट्रीय पातळीवर समता जाहीर करण्यात आली. तथापि प्रत्यक्षात प्रचलित असलेली विषमता नाहीशी करण्यासाठी, रशियातील पूर्वीच्या वसाहतींतील लोकांमधील आर्थिक मागासपणा नाहीसा करणे आवश्यक आहे."

(एन. मिखैलॉव्ह- 'सोव्हिएट जिऑग्रॉफी,' १९३५, पान ५१.)

म्हणून १९२३ साली रशियाच्या साम्यवादी पक्षाच्या १२ व्या अधिवेशनात स्टॅलिन ह्याने पुढील धोरण जाहीर केले :

"भाषा आणि शाळांचे विचार बाजूस सारून रशियन कामगारवर्गाने हद्दीवरील लोकसत्ताकांतील मागास मुलखात औद्योगिक केंद्रे प्रस्थापित केली पाहिजेत. ह्या मागासपणाला तेच जबाबदार नसून, त्यापूर्वी त्यांना केवळ कच्चा माल पुरवणारी केंद्रे म्हणून समजण्यात आले होते, हे कारण आहे."

(स्टॅलिन-रशियन साम्यवादी पक्षाच्या, एप्रिल १९२३ मध्ये भरलेल्या बाराव्या अधिवेशनातील 'राष्ट्रीय समस्या' ह्या विषयावरील अहवाल.)

ह्या संदर्भात आपल्याला, साम्राज्यशाहीतील वसाहतींची पिळवणूक आणि समाजवादी राजवटींतील, अति मागास असलेल्यांचा झपाट्याने विकास करून त्यांना अति पुढारलेल्यांच्या पातळीवर आणून राष्ट्रीय समता निर्माण करण्याचे ध्येय, ह्या दोहोंतील फरक स्पष्ट दिसतो. मध्य आशियातील सोव्हिएट लोकसत्ताकांतील समता आणि वेगवान प्रगती ह्यांचे हे वर्णन भारतीय लोकांना काळजीपूर्वक विचार करण्यास भाग पाडील, ह्यांत शंका नाही. ह्या वर्णनाबरोबर ब्रिटिश साम्राज्यशाही राजवटीत भारतीयांची झालेली कुचंबणा, पिळवणूक व समाजवादी राजवटींतील प्रगती ह्यांतील फरक स्पष्ट होतो. ह्या माहितीवरून भारतालाही भावी काळात आपली प्रगती करून घेणे कसे सहज शक्य आहे, ह्याची खात्री पटेल. अर्थात ही गोष्ट, साम्राज्यशाहीचे भारतावरील जोखड जाऊन भारतीय कामगारवर्ग स्वत:च्या देशात स्वतंत्र झाल्यावरच कार्यवाहीत आणणे शक्य होईल.

■

भारतातील ब्रिटिश राजवट

# प्रकरण ४
## भारतीय दैन्यावस्थेचे रहस्य

''अजूनही एक वर्ग आहे, तो सर्वसामान्य असा आहे,

त्यात खास गुण नाही, तसा त्यांचा दावा नाही.

खुशालचेंडू माणसे, त्यांच्या मते वाम, वामच राहणार.

कातडी सोलण्याच्या दु:खाचा, त्यांना विचारच सुचत नाही.

वामांचा जन्म पिळवणूक करू देण्यासाठी, ही त्यांची समजूत,

भारतीयांचा जन्म निसर्गाने त्यासाठीच केला- अशीच त्यांची श्रद्धा,

आणि म्हणून, जेव्हा ते पराक्रमी आणि फार उच्चपदस्थ होतात,

तेव्हा, 'का' शब्दाइतका दुसऱ्या कशानेच त्यांना संताप येत नाही.''

('इंडिया,' एक तीन कडव्याचे काव्य, कवी : एक तरुण बंगाली सनदी नोकर, लंडन, १८३४.)

साम्राज्यशाहीचे भारतातील कार्य समजण्यासाठी काही ऐतिहासिक माहिती विचारात घेणे आवश्यक आहे.

अलीकडे भारतातील ब्रिटिश राजवटीचा इतिहास सरकारी दप्तरखान्यातून ओढून बाहेर काढून उजेडात आणला जात आहे. तथापि इंपीरियल गॅझेटियरचे संपादक सर विल्यम हंटर ह्यांनी १८५७ साली केलेले निवेदन अजूनही खरे आहे. तो म्हणतो : इंग्रज राजवटीतील भारतीयांचा खरा इतिहास निरनिराळ्या शंभर ठिकाणी विखुरलेल्या दप्तरखान्यांतून बाहेर काढून, एकत्र जुळवून तयार करावयास हवा आणि हे काम एवढे प्रचंड आहे की, ते कोणाही एका व्यक्तीच्या आवाक्याबाहेरचे आहे आणि ह्या कामाला लागणारा खर्चही एवढा अफाट होईल की, तो कोणाही एका श्रीमंत माणसास पुरवता येणार नाही.''

आयर्लंडच्या प्रश्नाबद्दल लॉर्ड रोजबरी म्हणाला होता की, आयर्लंडचा प्रश्न इतिहासात कधी आलाच नाही. कारण तो राजकीय शृंखलांतून कधी बाहेरच पडला नाही. भारताच्या बाबतीत हे खरे आहे. जेव्हा भारत स्वतंत्र होईल तेव्हाच त्याचा खरा इतिहास भारतीयांच्या दृष्टिकोनातून अभ्यासला जाईल.

इंग्रजांच्या इतिहासाबद्दल एकोणिसाव्या शतकातील एका कॉन्झर्व्हेटिव्ह (रूढीप्रिय)

पुढाऱ्याने पुढील उद्गार काढले आहेत :

"ज्याला विद्वत्ता आणि धैर्य आहे अशा एखाद्या इतिहासकाराने जर इंग्लंडचा इतिहास लिहिला तर नायवूरच्या प्रतिवार्षिक चोपड्यापेक्षा तो जगाला आश्चर्यचकित करील. सर्वसाधारणपणे सर्व महत्त्वाच्या घटनांना विकृती आणली आहे. सर्व महत्त्वाची कारणे लपवून ठेवली आहेत. काही मुख्य व्यक्तींचा उल्लेखही टाळला आहे, आणि ज्यांना मुद्दाम इतिहासात प्रामुख्याने पुढे आणले आहे त्यांचे वर्णन इतके गैरसमज पसरवणारे आणि विकृत आहे की, त्यातून केवळ धूळफेक केलेली दिसते.'' (डिझरेली, 'सिबिल' प्रकरण तीन).

इंग्रजांच्या इतिहासातील ही विकृती, भांडवलशाही युगापासून, विशेषत: 'ग्लोरियस् रेव्होल्यूशन'पासून सुरू झाली. मूठभर उमरावांच्या झब्बूशाहीवर पांघरूण घालण्यासाठी, पौराणिक भाकडकथांचा बुरखा खऱ्या इतिहासावर चढवला गेला.

तथापि ही जर इंग्रजांच्या इतिहासाबद्दल वस्तुस्थिती आहे तर त्यांच्या साम्राज्यशाहीच्या इतिहासाबद्दल बोलावयासच नको. जो इतिहास त्यांच्या राजकीय सत्ताधाऱ्यांचा पाया होता, जे त्यांचे, त्यांच्या प्रत्येक प्रतिस्पर्ध्याला जिद्दीने तोंड देण्याचे प्रभावी स्फूर्तिस्थान होते, जो त्यांच्या निर्णायक कर्तृत्वाचा अखंड झरा होता की, ज्याच्या जोरावर त्यांच्या साम्राज्याने तीनशे वर्षे सत्ता गाजविली, तो इतिहास म्हणजेच ब्रिटिश साम्राज्याचा इतिहास होय. पर्यायाने ब्रिटिश साम्राज्याच्या भारतावरील मगरमिठीचा तो वृत्तांत होय.

येथे इंग्रजांच्या राजकीय धोरणाचे स्फूर्तिस्थान आपणास आढळते व इंग्लंडमध्ये, अठराव्या शतकाच्या उत्तरार्धात आणि एकोणिसाव्या शतकात, एकाएकी निर्माण झालेल्या भांडवलशाहीच्या रहस्याचा प्रमुख धागा आणि त्यांच्या आजपर्यंतच्या राजकीय मुत्सद्देगिरीचा गाभा स्पष्ट होतो.

ह्या क्षेत्रात सरकारी भाकडकथा व खेद हेच प्रामुख्याने नजरेत भरतात. एखाद्या माहितीच्या सुरुवातीच्या घटनांमध्ये सुद्धा मध्यमवर्गीय संस्कृतीच्या मनोवृत्तीची साक्ष पटते. अशा घटना सामान्य जनांपासून मुद्दाम लपवल्या जातात. तथापि एखाद्या भारतीय किंवा आयरिश इसमाच्या खास आठवणीत त्या साठवलेल्या सापडतात. एखाद्या गंभीर ऐतिहासिक विश्लेषणाला ह्या इतिहासात एखाद्या पोरकट प्रेमप्रकरणाचे स्वरूप मुद्दाम दिलेले असते. प्रत्यक्ष साम्राज्यस्थापनेचा गंभीर, प्रचंड व जिद्दीचा प्रश्न, की ज्याला एखाद्या रॉकफेलरसारख्याचे कर्तृत्ववान आयुष्यही अपुरे पडले असते, अशा घटनेचे सामान्य इतिहासात "शून्य मन:स्थितीत किंवा नादात सहज एकाएकी घडून आलेली घटना" असे वर्णन केलेले सापडते.

'ब्रिटिश सम्राटाच्या मुकुटातील कोहिनूर हिरा' असे भारताचे कौतुकास्पद वर्णन ब्रिटिश साम्राज्याच्या इतिहासात केलेले सापडते. ब्रिटिशांनी केवळ भारतीयांना संरक्षण देण्यासाठी भारत देश आपल्या ताब्यात घेतला. असा बहाणा त्यात केलेला सापडतो. प्रत्यक्षात मात्र भारताची इतकी दैन्यावस्था झालेली आहे, की, ब्रिटिश साम्राज्यशाहीला ती लाजिरवाणी गोष्ट आहे.

इंग्लंड आणि भारत ह्यांच्या परस्परसंबंधात ह्या भाकडकथा फारच प्रामुख्याने जाणवतात.

अलीकडे ह्या भाकडकथांची प्रवृत्ती वाढतच आहे. मागे कधीकाळी एखादा वेलिंग्टन, बर्क, क्लाइव्ह, हेस्टिंग्ज किंवा ॲडम् स्मिथ स्पष्ट आणि बेडरपणे, भारतातून वसूल करून नेलेल्या पैशाला, ब्रिटिशांनी केलेली लूट, दरोडखोरी वगैरे शेलक्या शब्दांत त्याचा उल्लेख करीत असत, तर एखादा सॉलिस्बरी 'रक्तबंबाळ झालेला भारत' असे उद्गार काढी; आणि आज ब्रिटिशांची भारतातील सत्ता दुर्बळ झाली असल्यामुळे आजचे सनदी नोकर पंगूपणामुळे आलेल्या अशक्त, मृदू आवाजात परोपकाराची भाषा बोलतात, तथापि तिच्या मागे पिळवणुकीचा आणि इरसाल दडपशाहीचा संकेत दडलेला असतो.

अगदी अलीकडे काही भारतीय इतिहासकारांनी ब्रिटिशांच्या गेल्या पन्नास वर्षांतील धोरणाच्या फरकाला 'स्पष्टपणातून गुप्त आदेष्टाकडे' असे संबोधले आहे.

"ब्रिटिश-हिंदुस्तानवर गेल्या पन्नास वर्षांत लिहिल्या गेलेल्या इतिहासापेक्षा, शंभर वर्षांपूर्वी लिहिले गेलेले इतिहास हे निर्भीड, अधिक पूर्ण आणि मनोरंजक आहेत. त्या काळी कोणाच्या असे मनातही आले नाही की एक दिवस, "तुम्हांला भारतात राहण्याचा अधिकार काय?" असा सवाल एखादा हिंदी मनुष्य ब्रिटिशांना करील. त्या वेळची टीका ही सजीव आणि माहितीपूर्ण असून, राजकीय परिणामांची पर्वा न करता खरा न्याय दिला जात असे. अलीकडे साहजिकपणे वाढत्या प्रमाणात, सर्व भारतीय प्रश्नांकडे शासकीय दृष्टिकोनातून पाहण्याचे धोरण आहे; 'ह्या निर्णयामुळे राज्यशकट अधिक सरळ आणि शांततेने चालेल काय?' हे पाहावयाचे असते. आजच्या लेखकाला लेख लिहिताना त्याच्या लोकांखेरीज जगातील अनेक लोक त्याच्या लिखाणाकडे लक्ष देऊन आहेत आणि ते त्याच्या बांधवांइतकेच हळुवार आणि रागीट आहेत, ह्या गोष्टीची जाणीव ठेवावी लागते. 'जो आपल्या बाजूचा नाही, तो आपल्या विरुद्ध आहे' अशी त्यांची भावना आहे. ह्या जाणिवेमुळे त्यांच्या लिखाणावर सतत गुप्त आदेष्टा असल्याची त्यांना भीती

असते, ह्यामुळे ब्रिटिश हिंदुस्तानचा आजचा इतिहास हा आजच्या विद्वत्तेच्या गालिच्यातील घाणेरड्या ठिगळासारखा वाटतो.''

(ई. थॉम्पसन् अँड जी. टी. गॅरट्- 'राइज अँड फुलफिलमेंट ऑफ ब्रिटिश रूल इन् इंडिया,' १९३४, पान ६६५).

ब्रिटिश राजवटीच्या भारतातील इतिहासाची संपूर्ण माहिती घेण्याचे आपल्याला प्रयोजन नाही, कारण तसे करायचे झाल्यास एक संपूर्ण ग्रंथ लिहावा लागेल. आजची भारतातील परिस्थिती आणि समस्या ह्यांचा ज्या गोष्टींशी निकटचा संबंध आहे अशा विकासासंबंधीच्या घटनांचा आपण विचार करू.

झाले ते होऊन गेले आहे. भारतातील ब्रिटिशांची राजवट ही खऱ्या अर्थाने भूषणावह गोष्ट नाही. ज्या घटना शाळांच्या पुस्तकांतून मुद्दाम वगळल्या आहेत त्या इंग्रजांना कळावयास हव्यात म्हणजे साम्राज्यवादाबद्दलची त्यांची कल्पना निर्लेप होईल आणि भारतीयांना त्या समजल्या पाहिजेत म्हणजे भारतीय स्वातंत्र्यासाठी ते जिद्दीने लढा देण्यास तयार होतील. मागे घडलेल्या घटनांचा राष्ट्रीय ध्येयपूर्तीसाठी प्रचार करून किंवा पूर्वीच्या अन्यायाला उजेडात आणून काहीही फायदा होणार नाही. जुलूम करणारे व ज्यांच्यावर जुलूम झाला ते सर्वच आज दिवंगत आहेत. १९३४ सालच्या भारतात, गव्हर्नर-जनरलच्या शब्दांत सांगावयाचे तर ''भारतातील कोष्ट्यांची हाडे भारताची पठारे साफ करत होती'' तर आजच्या गव्हर्नर जनरलची हाडे त्याच्या कुटुंबीयांच्या थडग्यात विसावा घेत आहेत.

आजचा ज्वलंत प्रश्न म्हणजे आज चालू असलेला जुलूम होय, त्यातून स्वातंत्र्याकडे जाण्याचा मार्ग काढणे. ज्या ज्वलंतशक्ती मागे अस्तित्वात होत्या त्या आजही आहेत, हे दाखविण्यासाठी आपल्याला भूतकाळाचा उल्लेख करावा लागणार आहे. भारतीय इतिहासाचा अशा ज्वलंत दृष्टिकोनातून विचार करून, त्यावर शास्त्रीय पद्धतीचा प्रकाशझोत सोडून, भारतातील, ब्रिटिश राजवटीपूर्वी आणि नंतर, अस्तित्वात असलेल्या सामाजिक प्रभावी शक्ती, त्यांचे विकासकार्यातील भावी काळात असणारे महत्त्व दाखवून देणारा जर कोणी असेल तर तो म्हणजे आधुनिक समाजवादाचा संस्थापक कार्ल मार्क्स होय. त्याने भावी पिढ्यांसाठी हे प्रचंड कार्य एकोणिसाव्या शतकाच्या मध्यान्हात पार पाडले. जरी ते जवळजवळ पन्नास वर्षे काळोखात पडून राहिले, तरी त्याच्या तत्त्वज्ञानाचा प्रमुख गाभा सर्व जगाला माहीत झाला होता. गेल्या पंचवीस वर्षांत ते बऱ्याच विद्यार्थ्यांना माहीत झाले आणि भारतीय समस्यांवर आता त्याचा परिणाम होऊ लागला आहे. अलीकडे आधुनिक ऐतिहासिक संशोधन मार्क्सच्या तत्त्वज्ञानातील मुख्य आराखड्याला मान्यता देऊ लागले आहे.

# १. मार्क्सवाद व भारत

तेरा वर्षांपूर्वी एका प्रमुख इंग्रज समाजवादी लेखकाने म्हटले आहे की, मार्क्सवादाच्या दृष्टिकोनातून भारताच्या प्रश्नाचा विचार करणे हा एक बौद्धिक व्यायाम होऊ शकेल. त्यातून समाजवादाच्या प्रगतीच्या दृष्टीने काहीं महत्त्वाची बौद्धिक मदत होईल अशातला प्रकार नाही.

(एच. लास्की, 'कम्युनिझम्' १९२७, पान १९४.)

मार्क्सने आपल्या तत्त्वज्ञानात भारतावर सतत आणि प्रामुख्याने भर दिला होता, ह्या गोष्टीची जाणीव पाश्चिमात्य युरोपियन समाजवाद्यांना नसावी, हे थोडे विचित्र वाटते. खरोखरी १८५३ साली मार्क्सने भारताच्या प्रश्नावर जी लेखमाला लिहिली ती इतकी प्रसिद्ध आहे की, त्याच्या लेखातील ती माला अत्यंत मौल्यवान समजली जाते आणि आधुनिक विचारप्रणालीच्या सुरुवातीच्या समस्यांचा त्यात समावेश झाला आहे. मार्क्सच्या वाङ्मयाचा सखोल अभ्यास केला तर असे दिसते की, मार्क्सने जे प्रश्न आपल्या दृष्टीसमोर सातत्याने ठेवले होते त्यांत, आशियाची आर्थिक परिस्थिती, विशेषत: भारत व चीन यांची परिस्थिती, युरोपियन भांडवलशाहीचा त्यावर झालेला परिणाम, भावी काळातील जागतिक विकासाच्या दृष्टीने, त्यातून निघणारे तथ्य आणि भारतीय आणि चिनी लोकांची प्रगती, हे होत. मार्क्सच्या 'कॅपिटल्' ह्या ग्रंथात भारताचा पन्नास वेळा तरी उल्लेख आला आहे, आणि मार्क्स व एंजल्स यांच्या पत्रव्यवहारात ह्याहीपेक्षा पुष्कळ अधिक उल्लेख आढळतात.

'कम्युनिस्ट मॅनिफेस्टो'मध्ये भारतात आणि चीन देशात, भांडवली उत्पादनाच्या विकासासाठी बाजारपेठा उघडणे किती महत्त्वाचे आहे, ह्या प्रश्नावर मार्क्स आणि एंजल्स यांनी लोकांचे लक्ष वेधले होते. त्यानंतर १८४८ च्या क्रांतीची लाट बारगळल्यावर मार्क्सने ती क्रांती का फसली ह्यावर लक्ष दिले आणि त्यातून असा निष्कर्ष काढला की, भांडवलशाहीने आपले पाय युरोपबाहेर आशिया, ऑस्ट्रेलिया व कॅलिफोर्नियापर्यंत पसरले, हेच त्याचे कारण होय. ह्या विचारसरणीचा १८५२ मध्ये एंजल्सने लिहिलेल्या पत्रात उल्लेख आढळतो. (ऑगस्ट २१, १८५२ चे एंजल्सचे मार्क्सला पत्र), आणि त्याहीपेक्षा अधिक स्पष्ट विश्लेषण १८५८ च्या पत्रात सापडते, ते असे :

"पहिल्या सोळाशे वर्षांच्या काळात मध्यमवर्गीय व्यापारी समाज निर्माण झाला आणि तो आता दुसऱ्या सोळाशे वर्षांच्या काळात पदार्पण करीत आहे. ह्या काळात, जितक्या निश्चितपणे तो पहिल्या सोळाशे वर्षांत जन्मास आला, तितक्याच

निश्चितपणे तो दुसऱ्या सोळाशे वर्षांच्या काळात नष्ट होईल. ह्या मध्यमवर्गीय व्यापारी समाजाचे खास कार्य म्हणजे, कोणत्याही प्रयत्नाने जागतिक बाजारपेठ निर्माण करणे आणि त्या अनुरोधाने उत्पादन तयार करणे, हे होय. पृथ्वी वाटोळी असल्यामुळे, कॅलिफोर्निया व ऑस्ट्रेलिया येथे वसाहती स्थापन करून व चीन आणि जपान ह्या देशांबरोबर व्यापार चालू करून, त्यांनी आपल्या ध्येयाची पूर्तता केली. आपल्यासमोर आता जो महत्त्वाचा प्रश्न आहे, तो असा :

"आता युरोप खंडात क्रांती अटळ आहे आणि ती प्रथमपासून समाजवादी स्वरूप धारण करील, तथापि मध्यमवर्गीय व्यापारी समाजाची मुसंडी, फार विस्तीर्ण प्रदेशावर प्रगती करत असताना, ह्या छोट्याशा कोपऱ्यातील ही क्रांती निरुपयोगी ठरणार नाही काय?'' (मार्क्सचे एंजल्सला पत्र, ८ ऑक्टोबर १८५८.)

युरोपियन भांडवलाच्या खास विस्तारासाठी, भांडवलशाहीचा प्रयत्नपूर्वक विकास, आणि युरोपातील समाजवादी क्रांती, ह्यांचे मूलभूत रहस्य १८५० मध्येच मार्क्सच्या लक्षात आले होते, तथापि ही गोष्ट युरोपमधील समाजवाद्यांच्या लक्षात अगदी अलीकडे येऊ लागली आहे.

१८५३ मध्ये ईस्ट इंडिया कंपनीच्या परवान्याचे नूतनीकरण करण्याचा प्रश्न जेव्हा पार्लमेंटसमोर आला तेव्हा मार्क्सने 'न्यूयॉर्क डेली ट्रिब्यून'मध्ये भारतावर आठ लेखांची एक लेखमालाच लिहिली. हे लेख, 'कॅपिटल' ग्रंथातील माहिती, आणि पत्रव्यवहारात आलेले भारताचे उल्लेख, हे सर्व मिळून मार्क्सच्या भारतावरील तत्त्वज्ञानाचा गाभा निर्माण होतो.


## २. भारतीय ग्रामपंचायत पद्धतीचा विध्वंस

मार्क्सचे विश्लेषण आशिया खंडांतील आर्थिक परिस्थितीपासून सुरू होते, तिलाच भांडवलशाहीने उधळून लावले. पूर्वेकडील आर्थिक व्यवस्थेतील वैशिष्ट्य म्हणजे, जमिनीतील खासगी मालकीचा अभाव, असे एंजल्सने मार्क्सला जून १८५३ मध्ये लिहिले. सुरुवातीस पश्चिमेकडेही अशीच परिस्थिती होती. त्यानंतर पुढील बदल घडून आला :

"अलीकडे असा गैरसमज पसरला आहे की, खासगी मालमत्ता करण्याची पद्धत ही मूळ स्लव्होनिया व रशिया येथे सुरू झाली. ही प्राचीन पद्धत रोमन, ट्यूटन व सेल्ट लोकांमध्ये होती, आणि तशी उदाहरणे भारतातही आहेत. तथापि पुढे प्राचीन साम्यवादी पद्धत बंद पडून तिची जागा जातीयवादी मालकीने घेतली.

प्राचीन रोमन व ट्यूटन पद्धतींतील खासगी मालकी ही भारतीय साम्यवादी पद्धतीवरून निर्माण झाली असावी.''

(मार्क्स, 'दि क्रिटिक् ऑफ् पोलिटिकल एकॉनॉमी,' चॅप्टर १.)

हे जर खरे, तर पूर्वेकडील प्राचीन साम्यवाद जमिनीतील खासगी मालकी किंवा जहागीरदारी पद्धतींना बाजूस सारून पश्चिमेकडे का पसरला नाही? एंजल्सच्या मते, हवामान व भौगोलिक परिस्थिती त्यास जबाबदार होती.

''पौर्वात्य लोकांनी खासगी मालमत्ता किंवा जहागीरदारीची पद्धत का सुरू केली नाही? माझ्या मते, ह्याला मुख्य कारण म्हणजे, वाळवंटे असावीत. ती सहारा, अरबस्तान, पर्शिया, भारत व तार्तरी आणि पुढे आशियातील उंच प्रदेशांपर्यंत पसरली आहेत, तेथे कृत्रिम पाटबंधाऱ्यांची सोय असल्याशिवाय उत्पादन अशक्य होते, आणि हे काम सामूहिक गट, प्रांत किंवा केंद्र सरकारचे होते.'' (एंजल्सचे मार्क्सला पत्र, ६ जून १८५३.)

जमिनीतील मालकी ही शेतीच्या उत्पादनाला सोयीस्कर नव्हती. त्यामुळे 'आशियाई अर्थरचना' ही एक वैशिष्ट्यपूर्ण व्यवस्था निर्माण झाली. त्यात प्राचीन काळच्या खेड्यांतील साम्यवादी व्यवस्थेपैकी काही भाग रेंगाळत राहिला, तर केंद्रस्थानी एकाधिकार सत्ता निर्माण झाली. पाटबंधारे, सार्वजनिक बांधकामे, लढाया, लूटमार वगैरे गोष्टी केंद्राकडून केल्या जात असत.

प्राचीन खेड्यांतील रचना पद्धतीची माहिती घेणे म्हणजे प्राचीन काळची भारतीय आर्थिक जडणघडण समजून घेण्यासारखे आहे. तिचे यथार्थ वर्णन 'कॅपिटल' ह्या मार्क्सच्या ग्रंथात आले आहे.

''त्या लहान व अत्यंत प्राचीन काळच्या जमाती होत्या. त्यांच्यापैकी काही अजूनही अस्तित्वात आहेत. त्यांच्यामध्ये सामूहिक पद्धतीने जमिनीची मालकी राहत असे. त्यात शेती व हस्तव्यवसाय ही कामे सामूहिक स्वरूपाची असत. कामाची वाटणी ठरवलेली असे. जेव्हा जेव्हा एखादी नवीन जमात निर्माण होई तेव्हा अशीच योजना ती जमात चालू करी. त्यात शंभर एकरपासून हजारो एकर जमीन सामूहिक मालकीची असे. उत्पन्न सामूहिक पद्धतीने काढत. उत्पादन संबंधित लोकांच्या उपयोगासाठी असे. त्याला व्यापाराच्या वस्तूचे स्वरूप येत नसे. त्यामुळे उत्पादन हा स्वतंत्र व्यवहार असे. वस्तूंची देवघेव करून सामूहिक कामाची विभागणी केली जाई. समाजाची गरज भागून जे उत्पन्न जादा ठरत असे, तेवढेच व्यापारासाठी जात असे. ते केंद्राकडे गेल्यावर त्यातून, जमिनीचा सारा म्हणून, उत्पन्नाचा काही भाग केंद्र ठेवत असे.

''ह्या प्राचीन जमातींची घटना निरनिराळ्या भागांत निरनिराळी असे. त्यातील सर्वांत साधी घटना अशी : जमीन सामूहिक पद्धतीने लावली जात असे. उत्पन्न सर्वांमध्ये वाटले जाई, त्याचबरोबर सूतकताई व विणकाम करणे हे व्यवसाय प्रत्येक कुटुंबात पूरक व्यवसाय म्हणून चालत. अशा प्रकारे अनेक लोक एकाच व्यवसायात असत. ग्रामिकापैकी मुख्य हा न्यायाधीश, पोलीस व तलाठी म्हणून काम करी. कुळकर्णी हा सर्व खेड्याचा लावणी, कापणी वगैरेंचा जमाखर्च ठेवत असे. गावपाटील हा गुन्हेगारांना शिक्षा करी, परकीयांना संरक्षण देई आणि पुढच्या खेड्यांत जाण्यास त्यांना मार्गदर्शन करी. वेसदार हा हद्द सांभाळीत असे. ब्राह्मण धार्मिक कृत्ये करी, गुरुजी धूळपाटीच्या साहाय्याने मुलांना लिहिण्या-वाचण्यास शिकवी. ज्योतिषी शेतीच्या लावणीच्या, कापणीच्या व अन्य कामांसाठी शुभाशुभ वेळा सांगत असे. लोहार व सुतार शेतीची अवजारे दुरुस्त करीत, कुंभार गावाला लागणारी सर्व मडकी तयार करी. न्हावी, धोबी व सोनार आपले व्यवसाय सांभाळीत, काही ठिकाणी कुंभार हा सोनार म्हणून काम करी. काही जमातींत कुंभार हा गुरुजी म्हणून काम करी. ह्या सर्व बारा बलुत्यांचा योगक्षेम सामूहिक पद्धतीने जमात चालवीत असे. जमातीच्या संख्येत बरीच वाढ झाली तर एक नवी जमात, जुन्या जमातीच्या धर्तीवर तयार करत. ज्या जमिनीवर कोणी राहात नसत अशा ठिकाणी नवी वस्ती वसवत.

ह्या स्वयंपूर्ण जमातींची घटना अगदी साधी असे व ती उत्पादनाकरता निर्माण केलेली असे. त्यांच्यात वाढ झाली की अन्य नवीन जमात निर्माण होई. जेव्हा एखादी जमात एकाएकी नष्ट होई, तेव्हा त्याच ठिकाणी त्याच नावाने तशीच जमात निर्माण होई- आशियातील लोकांमध्ये बदल कमी दिसतो ह्याचे कारण हा जमातींच्या संघटनेमधील साधेपणा होय. त्यामुळे राजकीय क्षेत्रात काहीही स्थित्यंतरे झाली, तरी समाजातील आर्थिक मूल्यांची रचना कायम स्वरूपाची चालू राहात असे.'' (मार्क्स-कॅपिटल, 'भाग एक', प्रकरण १४, उपविभाग ४.)

प्राचीन काळापासून चालू असलेली भारताची ही आर्थिक रचना आहे. तिला परकीय भांडवलशाहीने उद्ध्वस्त केले. इतर सत्तांनी भारतावर मागे आक्रमणे केली होती, पण पुढे त्या सत्ता भारतीयांत विलीन झाल्या, ब्रिटिश मात्र परकीय राहिले. त्यांनी येथील आर्थिक रचना मोडली आणि येथील लूट इंग्लंडला नेली. ''युरोपात परकीय भांडवलाने त्यांची मूळ आर्थिक बैठक बिघडवली नाही. अशा परिस्थितीत भारताने प्राचीन व्यवस्था घालवली व नवी रचना तेथे आली नाही.''

"ह्यावरून ब्रिटिशांनी भारतात निर्माण केलेली दैन्यावस्था, इतर परकीय आक्रमकांनी केलेल्या नुकसानीपेक्षा भीषण ठरली. आशियाई हुकूमशाहीवर ब्रिटिश हुकूमशाही लादण्यात आली, ह्या गोष्टीला महत्त्व नाही. एवढे खरे की, ह्यामुळे अनन्वित जुलूमशाही प्रत्ययास आली."

"सर्व अंतर्गत यादवी, स्वाऱ्या, क्रांत्या, विजय, दुष्काळ ह्यांनी केलेले नुकसान वरच्यावर झाले. इंग्रजांनी भारतीय समाजाची सामाजिक रचनाच मोडीत काढली व नवीन निर्माण केली नाही. भारतीयांच्या आजच्या परिस्थितीला ह्या तऱ्हेच्या नुकसानीमुळे निराळीच दुर्दैवी धार चढली आणि त्यामुळे ब्रिटिश राजवटीतील भारताला प्राचीन रचना गमावून एक विकृत स्वरूप प्राप्त झाले."

(मार्क्स– 'दि ब्रिटिश रूल इन इंडिया,' न्यूयॉर्क ट्रिब्यून, जून २५, १८५३.)


## ३. ब्रिटिश सत्तेचे भारतातील विध्वंसक कार्य

मार्क्सने ह्या विध्वसंक कार्याचे काळजीपूर्वक विश्लेषण केले आहे. त्यात १८१३ पर्यंत ईस्ट इंडिया कंपनीने केलेले नुकसान व नंतर औद्योगिक भांडवलदारांनी ते काम हातात घेऊन केलेला भारताचा संपूर्ण विध्वंस येतात. पहिल्या काळात कंपनीने मक्तेदारीच्या जोरावर भारतातून प्रचंड लूट नेली, तर दुसऱ्या काळात पाटबंधाऱ्यांच्या सारख्या उत्पादनाला आवश्यक असणाऱ्या साधनांकडे दुर्लक्ष केले. नंतर जमिनीत खासगी मालकी व इंग्लिश क्रिमिनल कायद्याची सुरुवात झाली आणि अखेर भारतीय माल इंग्लंडमध्ये व पर्यायाने युरोपमध्ये आयात करण्यास प्रत्यवाय केला.

एवढे झाले तरी त्यामुळे भारताचा 'संपूर्ण विध्वंस' झाला नव्हता, ते कार्य एकोणिसाव्या शतकातील भांडवलशाहीने पूर्ण केले.

ईस्ट इंडिया कंपनीच्या भारतातील मक्तेदारीचा इंग्लंडमधील मूठभर श्रीमंतांशी निकटचा संबंध होता. त्यांनी इंग्लंडमधील 'विश' क्रांतीनंतर आपली सत्ता प्रस्थापित केली.

"ईस्ट इंडिया कंपनीच्या स्थापनेची खरी सुरुवात १७०२ पूर्वी झालेली धरण्यात अर्थ नाही. १७०२ मध्ये भारतावर मक्तेदारी मागणाऱ्या अनेक कंपन्या एकत्र झाल्या. हे होण्यापूर्वी मूळ ईस्ट इंडिया कंपनीचे अस्तित्व क्रॉमवेलच्या राजवटीत धोक्यात आणले होते व तिचा 'चार्टर' म्हणजे 'मक्तेदारीचा हक्क'ही डावलण्यात आला होता. त्यानंतर दुसऱ्या विल्यमच्या कारकीर्दीत पार्लमेंटनेच कंपनीच्या कारभारात हस्तक्षेप करून ती बरखास्त करण्याचा प्रयत्नही केला होता.

डच राजपुत्राच्या कारकीर्दीत 'विग' पक्षाने ब्रिटिश साम्राज्याच्या महसुलावर ताबा मिळवला, 'बँक ऑफ इंग्लंड' जन्मास आली. संरक्षक- जकात कायदा सुरू झाला आणि सत्ता समतोलाचे धोरण निश्चित झाले. ह्यानंतरच पार्लमेंटने ईस्ट इंडिया कंपनीला 'मक्तेदारीचा हक्क' दिला. ह्या नव्या युगात वरील मक्तेदारीला मुक्तद्वार देण्यात आले. राणी एलिझाबेथ किंवा पहिला चार्ल्स यांच्यासारख्या राजाझांवर ही मक्तेदारी नव्हती, तर पार्लमेंटने ह्या मक्तेदारीचे राष्ट्रीयीकरण केले.'' (मार्क्स, 'दि ईस्ट इंडिया कंपनी, इटस् हिस्ट्री अँड आऊटकम,' न्यूयॉर्क डेली ट्रिब्यून, जुलै ११, १८५३.)

पार्लमेंटने दिलेल्या ह्या मक्तेदारीवर इंग्लंडमध्ये चळवळ सुरू झाली. ह्यामुळे १७८३ मध्ये 'इंडिया बिल'वर वादळ उठले व फॉक्सचे मंत्रिमंडळ गडगडले. विरोधकांनी कंपनीच्या 'कोर्ट ऑफ डायरेक्टर्स'वर 'प्रोप्रायटर्स'ना रद्द करण्याची मागणी केली आणि त्यातून हेस्टिंग्जचे प्रकरण उजेडात आले व ते १७८६ ते १७९५ पर्यंत गाजले. एवढे झाले तरी औद्योगिक क्रांतीपर्यंत कंपनीची मक्तेदारी जीव धरून राहिली, औद्योगिक क्रांतीनंतर बडे भांडवलदार प्रभावी ठरले, त्यांनी कंपनीचा मक्तेदारीचा हक्क १८१३ मध्ये रद्द केला आणि १८३३ मध्ये कंपनी संपुष्टात आणली.

इ.स. १८१३ नंतर इंग्लंडमध्ये यांत्रिक पद्धतीने माल तयार होऊ लागला. त्यानेच भारताच्या आर्थिक चौकटीला प्रचंड हादरा बसला. एकोणिसाव्या शतकातील पहिल्या पन्नास वर्षांत ह्या हादऱ्याचा केवढा भीषण परिणाम भारतावर झाला, त्याचे यथार्थ वर्णन, प्रचंड पुरावा जमा करून मार्क्स याने केले आहे. इ.स. १७८० ते १८५० ह्या काळात भारतासाठी ब्रिटनने निर्यात केलेला माल ३८६१५२ पौंडांवरून ८०२४००० पौंडांपर्यंत वाढला. ह्याचाच अर्थ ब्रिटनच्या पूर्वीच्या निर्यातीत ज्याचे प्रमाणे $\frac{१}{३२}$ होते, त्याऐवजी आता ते $\frac{१}{८}$ इतके वाढले. ह्याचबरोबर इ.स. १८५० मध्ये कापडाच्या तयार मालासाठी भारताने परकीय बाजारपेठांना लागणाऱ्या एकूण कच्च्या मालापैकी $\frac{१}{४}$ मालाचा पुरवठा केला. त्यामुळे ब्रिटनमधील $\frac{१}{८}$ लोकसंख्येला रोजगार मिळाला. त्यामुळे ब्रिटनच्या एकूण राष्ट्रीय उत्पन्नापैकी आठवा हिस्सा भारताच्या कच्च्या मालामुळे पुरवला गेला.

इ.स. १८१८ ते १८३९ ह्या काळात, ब्रिटन भारताला जो दोरखंडाचा माल पुरवत असे त्याचे प्रमाण १:५२०० एवढे वाढले. इ.स. १८२४ मध्ये भारताला ब्रिटनने निर्यात केलेले तलम कापड जेमतेम सहा दशलक्ष वार होते. ते १८३७ मध्ये चौसष्ट दशलक्षांवर गेले. तथापि ह्याच काळात डाका शहराची वस्ती दीड

लाखांवरून वीस हजारांवर आली. भारतातील कापड विणण्याच्या धंद्यात प्रसिद्ध असलेल्या शहराची ही पीछेहाट हा (ब्रिटनमधील यांत्रिकीकरणाचा) भारतावर झालेला भयंकर परिणाम होय. भारतातील कृषिउद्योग व औद्योगिक व्यवसाय ह्यामध्ये असलेल्या सुसंवादी संबंधाला, ब्रिटनमध्ये वाफ व विज्ञान ह्या क्षेत्रांत लागलेल्या शोधांनी उद्ध्वस्त करून टाकले. (मार्क्स, दि ब्रिटिश रूल इन इंडिया, न्यूयॉर्क डेली ट्रिब्यून, जून १०, १८५३.)

इंग्रजांच्या कापड गिरण्यांचा भारतावर भयंकर परिणाम झाला. १८३४-३५ च्या अहवालात (रिपोर्टमध्ये) गव्हर्नर जनरल म्हणतो की, व्यापाराच्या इतिहासात ह्या परिणामाची तुलनाच होऊ शकत नाही. कोष्टी लोक उपाशी मरून त्यांच्या हाडांचा शुभ्रकक्षार भारताची पठारे सफेत करीत आहे. (मार्क्स, 'कॅपिटल', व्हॉ. १ चॅप्टर १५, सेक्शन ५.)

भारतीय खेड्यांतील जीवनपद्धती ही, शेतकी व उद्योगधंदे यांच्या सुसंवादावर अवलंबून होती. भारताची प्राचीन समाजरचना ही, हातमाग आणि चरखा ह्या ध्रुव-बिंदूंवर अधिष्ठित होती. तथापि ब्रिटिशांनी भारतावर आक्रमण करून भारतीयांचे माग आणि चरखे यांचा नायनाट केला. असे करण्यात ब्रिटिशांनी भारतात भीषण क्रांती घडवून आणली. खर्‍या अर्थाने आशिया खंडातील ती अभूतपूर्व अशी सामाजिक क्रांती होय. ह्या क्रांतीमुळे औद्योगिक शहरांची वाढ होऊ लागलीच व शहरांतील शेकडो लोक खेड्यांकडे धाव घेऊ लागले. ह्यामुळे खेड्यांतील आर्थिक स्थिर जीवनाचे वाटोळे झाले. ह्याचाच परिणाम म्हणजे शेतकीच्या धंद्यावर प्रचंड ताण पडला. एवढा की ह्या क्षणापर्यंत त्याची कमान चढतच राहिली आहे. ह्याचबरोबर शेतकर्‍यांकडून जास्तीत जास्त सारा उकळून त्यांची भयंकर पिळवणूक करण्यात आली. त्याच्या मोबदल्यात त्यांना आपले कार्यक्षेत्र वाढवण्यासाठी काहीही देण्यात आले नाही. १८५०-५१ मध्ये एक कोटी त्र्याण्णव लक्ष पौंडांच्या वसुलापैकी फक्त एक लक्ष सहासष्ट हजार तीनशे नव्वद पौंड सार्वजनिक कामांवर खर्च करण्यात आले. ह्यामुळे शेतकीचा विकास खुंटला.

ह्या भरमसाट सारा वसुलीमुळे शेतकर्‍यांची उत्पादन करण्याची क्षमता खच्ची झाली. उत्पादन साधने संपुष्टात आली. अधिक उत्पादन जवळजवळ अशक्यच झाले. केवळ जगण्यासाठी जेवढे उत्पन्न करणे अत्यावश्यक होते तेवढेच काढले जाई. ज्या वेळी औद्योगिकदृष्ट्या भरभराटीस असलेले राष्ट्र एखाद्या अविकसित राष्ट्रावर मात करते व त्याची पिळवणूक करते, त्या वेळी अशी परिस्थिती निर्माण होणे अपरिहार्य असते. आज इंग्रजांनी भारताला अशा अवस्थेत टाकले आहे.

(मार्क्स, 'कॅपिटल,' व्हॉ. ३, चॅप्टर ४७, सेशन ३.)

ब्रिटनने भारताकडून 'देणगीच्या' रूपाने जी वसुली केली तिचे पुढील शब्दांत मार्क्सने मूल्यमापन केले आहे.

"चांगली शासनयंत्रणा चालवल्याबद्दल, व्याजाबद्दल, आणि ब्रिटिशांच्या भांडवलावरील नफा म्हणून, भारताला पाच दशलक्ष पौंड ब्रिटिशांना द्यावे लागतात. ह्यात इंग्रजांचा जो नोकरवर्ग भारतात नोकरी करून पैसे शिल्लक टाकतो किंवा इंग्रज व्यापारी, व्यापारात जो नफा मिळवून इंग्लंडमध्ये पुन्हा भांडवल म्हणून गुंतवतात, ह्यांचा समावेश नाही.'' (मार्क्स, 'कॅपिटल,' व्हॉ. ८, चॅप्टर ३५, सेक्शन ४.)

भारतातील ग्रामपंचायत पद्धती किंवा भारतीय समाजाची प्राचीन सामाजिक चौकट ह्यांचा विध्वंस झाल्याबद्दल मार्क्स अश्रू ढाळीत नाही. मध्यमवर्गीय भांडवलदारांनी घडवून आणलेल्या ह्या भीषण सामाजिक क्रांतीचे अमर्याद दुष्परिणाम मार्क्सच्या आढळात आले. असे परिणाम अशा परिस्थितीत कोणत्याही देशात अटळ असतात. मात्र भारताच्या विशिष्ट परिस्थितीत ते अधिक भयावह ठरले. ग्रामपंचायत पद्धतींतील अत्यंत प्रतिगामी रचना त्याला खटकली. मानवाची प्रगती करावयाची असेल तर अशा प्रतिगामी रचनेचा नाश होणे अपरिहार्य होते,- असे त्यास वाटले. अशा प्रकारच्या प्रतिगामी ग्रामीण जीवनपद्धतीमुळे, मानवाच्या झालेल्या अध:पतनाचे मार्क्सने पोटटिडकीने वर्णन केले आहे. आजही भारतात किंवा युरोपखंडात, पुढील प्रागतिक झेप घेण्याऐवजी, प्राचीन काळातील प्रतिगामी परिस्थितीचे पुनरुज्जीवन करण्याची काही पुढाऱ्यांची धडपड चालू आहे आणि ब्रिटिशांचे राज्य नाहीसे करण्यासाठी प्राचीन काळातील कापड विणण्याचा माग आणि सूत काढण्याचा चरखा, ह्यांचे पुनरुज्जीवन करण्याची भाषा बोलली जाते, अशा वेळी मार्क्सच्या लिखाणातील तळमळ आजही जाणवल्याशिवाय राहात नाही.

प्राचीन ग्रामीण जीवनातील निरनिराळे उद्योगधंदे व पितृसत्ताक सामाजिक रचना ह्यांची मोडतोड झाली, मानवप्राणी दारिद्र्यात गाडला गेला, त्यातील व्यक्तिगत मानवाच्या प्राचीन संस्कृतीचा विध्वंस झाला, आनुवंशिक संपत्तीवर जेमतेम जगण्याची शक्यता लोप पावली. ह्या प्राचीन ग्रामीण, सामाजिक व निरुपद्रवी चौकटीचा नाश झाल्याबद्दल वाईट वाटण्याचे कारण नाही, कारण पौर्वात्य हुकूमशाहीचा तो पाया होता. त्याने मानवी मनाला ठराविक चाकोरीत जखडून ठेवून त्यांच्यातील अडाणी समजुती व रूढीप्रधान वेडगळपणा ह्यांवर मात करणे त्यास अशक्य करून टाकले आणि त्यांच्यातील अस्मितेलाच नामोहरम करून टाकले.

मोठमोठी साम्राज्ये रसातळाला जात असताना, अनिर्वाच्य जुलमाचा हैदोस चालू असताना, मोठमोठ्या शहरांतील नागरिकांची क्रूर हत्या होत असताना, तो केवळ निसर्गाचा प्रक्षोभ होता, असे मानणारा व आपल्या लहानशा जमिनीच्या तुकड्याच्या मालकीवर संतुष्ट राहून जगणाऱ्या गावंढळ अहंकारी माणसाला, आपणास विसरून चालणार नाही. अशा परिस्थितीचा अभ्यास करून ज्याने आक्रमण केले त्याचा तो गुलाम होणे अपरिहार्य होते.

अशा तऱ्हेने कुचंबणा झालेल्या, निकृष्ट व पशूप्रमाणे आळसात राहणाऱ्या आत्मसंतुष्ट जीवनातून रानटी, ध्येयहीन व प्रचंड अशी विनाशक शक्ती निर्माण होऊन, 'खून करणे' हा एक धार्मिक संस्कारच भारतात होऊन बसला.

हे लहान-लहान मानवी घटक जातिभेद आणि गुलामगिरी ह्यांनी ग्रासले होते. त्यांनी बाहेरील परिस्थितीवर मात करण्याची जिद्द मानवास न शिकवता त्यास परिस्थितीचा गुलाम करून सोडले, ही गोष्ट आपणांस विसरता येणार नाही. स्वप्रयत्नांनी प्रगत होणाऱ्या मानवी समाजाला, 'ठेविले अनंते तैसेचि राहावे' अशी आत्मसंतुष्टतेची शिकवण त्यानेच दिली. ह्यामुळे निसर्गपूजा निर्माण होऊन माणूस त्याचा दास झाला, इतकेच नव्हे, तर, निसर्गावर स्वार होण्याची शक्ती असणारा हा मानव माकड (हनुमान) व गाय ह्यांसारख्या प्राण्यांपुढे गुडघे टेकून त्यांना शरण जाऊन, त्यांचीच पूजा करू लागला. (मार्क्स, 'दि ब्रिटिश रूल इन इंडिया'.)

त्यामुळे ब्रिटिशांच्या भारतातील अर्थव्यवस्थेला, मार्क्स जरी डुक्करछाप पद्धती म्हणत असला (१४ जून १८५३ रोजी एंजल्स यास पाठविलेले पत्र) तरी ब्रिटिशांच्या भारतातील अतिक्रमणाला 'अहेतुकपणे इतिहास घडविणारे एक साधन' असे त्याचे वर्णन त्याने केले आहे.

भारतात सामाजिक क्रांती घडवून आणण्यात, ब्रिटिशांचा केवळ एकजिनसी स्वार्थ अभिप्रेत होता, आणि ती कार्यवाहीत आणण्याच्या पद्धतीत तर शुद्ध गाढवपणा होता. तथापि हा मुख्य प्रश्न नव्हे. खरा प्रश्न असा आहे की, आशिया खंडातील सामाजिक चौकटीत आमूलाग्र बदल केल्याखेरीज मानवाला आपल्या ध्येयसिद्धीची पूर्तता करणे शक्य आहे काय? जर नसेल, तर इंग्लंडचे कितीही अपराध असोत, त्यांनी, अहेतुकपणे का होईना, ती सामाजिक क्रांती घडवून आणली, हे ऐतिहासिक सत्य नाकारण्यात अर्थ नाही. (कित्ता)

४. ब्रिटिश राजवटीचे भारतातील पुनरुज्जीवनाचे कार्य :

मार्क्सच्या मते भारतात (राज्य करण्यात) इंग्लंडचा ''दुहेरी उद्देश होता : एक विनाशक, तर दुसरा पुनरुज्जीवनाचा- आशियाई देशांतील प्राचीन सामाजिक संस्कृतीचे निर्मूलन करणे आणि पाश्चिमात्य भोगवादी संस्कृतीचा आशिया खंडात पाया घालणे.'' ह्या वेळपर्यंत इंग्रजांच्या, भारतातील फक्त विध्वंसक कार्याचा आढावा आपण घेतला, तरी सुद्धा त्यात पुनरुज्जीवनाच्या कार्याची सुरुवात झालेली दिसते.

''ब्रिटिश लोक हे पहिले विजेते होते. सांस्कृतिकदृष्ट्या ते प्रागतिक असल्यामुळे हिंदू संस्कृतीत ते सामावण्यासारखे नव्हते. त्यांनी जुनी समाजरचना मोडली, देशी उद्योगधंद्यांचा विध्वंस केला आणि भारतीय समाजात जे-जे म्हणून उच्च आणि आदरणीय होते, ते भुईसपाट केले. अशा रीतीने त्यांनी भारतीय संस्कृतीचा नायनाट केला. भारतातील त्यांच्या राजवटीच्या इतिहासाची पाने अशा विध्वंसापलीकडे आणखी काही सांगत नाहीत. ह्या प्रचंड विध्वंसाच्या धुरातून पुनरुज्जीवनाच्या कार्याची प्रकाशकिरणे स्पष्टपणे डोकावू शकत नाहीत. तथापि त्या पुनरुज्जीवनाच्या कार्याला सुरुवात झाली होती, हे खरे आहे.'' (मार्क्स, 'दि फ्यूचर रिझल्टस ऑफ ब्रिटिश् रूल् इन् इंडिया,' न्यूयॉर्क डेली ट्रिब्यून, ऑगस्ट ८, १८५३.)

हे पुनरुज्जीवनाचे कार्य मार्क्सला ज्यांत दिसले त्याबद्दल त्याने अनेक उदाहरणे दिली आहेत;

(१) मोगलांच्या अमलाखाली भारत असताना, जी राजकीय एकता कधीही एवढी एकजिनसी होऊ शकली नाही, ती ब्रिटिशांनी घडवून आणली आणि ती 'इलेक्ट्रिक टेलिग्राफ'मुळे अधिक प्रभावी व दृढमूलक होईल, अशी व्यवस्था त्यांनी केली.

(२) त्यांनी 'भारतीय सेना' निर्माण केली होती, तथापि १८५७ च्या उठावानंतर ती मोडण्यात आली. त्यात मुद्दाम ब्रिटिश लोकांना जागा देऊन सर्व सैन्यांत निदान $\frac{1}{3}$ तरी ब्रिटिश सैन्य राहील, अशा रीतीने तिची पुनर्रचना करण्यात आली व ब्रिटिशांच्या सैनिकी हुकमतीला मजबुती आणली.

(३) आशिया खंडात छापखान्याचे स्वातंत्र्य प्रथमच देण्यात आले, ह्या दृष्टीने १८३५ मध्ये छापखान्याचे स्वातंत्र्य जाहीर करण्यात आले. १८७३ नंतर निरनिराळे 'प्रेस ॲक्ट्स' करण्यात आले, आणि आधुनिक काळात साम्राज्यशाहीची पकड जशी-जशी सैल होत गेली, त्या प्रमाणात छापखान्याचे स्वातंत्र्य हळूहळू वाढत गेले.

(४) जमिनींतील व्यक्तीचा मालकी हक्क, जो आशियाई समाजात कधीही नव्हता, तो त्यांनी सुरू केला.

(५) संथपणे व अगदी नाइलाज म्हणून, त्यांनी भारतीय सुशिक्षित समाजाची उभारणी केली. सरकारी शासनासाठी त्याचा उपयोग व्हावा आणि युरोपियन् विज्ञानाची महती त्यांना कळावी, असा त्यांचा त्यात दुहेरी हेतू होता.

(६) वाफेवर चालणाऱ्या बोटींच्या साहाय्याने युरोप खंडातील देशांबरोबर पद्धतशीर व जलदीच्या दळणवळणाची त्यांनी सोय केली.

तथापि ह्या सर्वांहून अधिक प्रभावी बदल म्हणजे औद्योगिक भांडवलातून भारताची झालेली आत्यंतिक पिळवणूक होय. भारतीय बाजारपेठांचा विकास करण्यासाठी भारताची औद्योगिक उत्पादनक्षमता वाढविणे आवश्यक होते. ह्याचा अर्थ असा की, भारताने कच्च्या मालाची निर्यात करावी व त्याच्या मोबदल्यात इंग्लंडमधील गिरण्यांत तयार झालेल्या मालाची आयात करावी. ह्या कार्यक्रमासाठी आगगाड्या, रस्ते व पाटबंधारे तयार करणे अटळ झाले. मार्क्सने जेव्हा आपला ग्रंथ लिहिला त्या वेळी वरील नवीन पर्वाला नुकतीच सुरुवात झाली होती. ह्या नवीन कार्यक्रमासंबंधात, मार्क्सने जे भविष्य वर्तविले होते ते, भारतासंबंधी त्याने केलेल्या सर्व विधानांमध्ये, अत्यंत जगप्रसिद्ध आहे :

"मला माहीत आहे की, इंग्लंडमधील धनाढ्य लोकांनी भारतात आगगाड्या चालू करण्याचे ठरविले, त्यामागील मुख्य हेतू असा होता की, त्यांच्या गिरण्यांना तयार माल करण्यासाठी लागणारा कापूस व कच्चा माल ह्यांचा जास्तीत जास्त प्रमाणात व कमी खर्चात पुरवठा व्हावा. तथापि एखाद्या देशाच्या जीवनात जेव्हा यंत्राचा शिरकाव होतो तेव्हा तेथील परिस्थिती पूर्णपणे बदलते, कारण लोखंड आणि कोळसा ह्यांची ह्या यंत्राला अत्यंत गरज असते. त्यामुळे यंत्रासाठी लागणारे लोखंड आणि कोळसा ही द्रव्ये उपलब्ध केली जातात, मग ह्याच द्रव्यांतून निर्माण होणाऱ्या अन्य वस्तू तयार करणे अपरिहार्य ठरते. एखाद्या प्रचंड देशात आगगाडी सुरू केल्यावर त्या यंत्राला लागणाऱ्या इतर मालाच्या गरजा भागवणे क्रमप्राप्त होते. त्यातून पुढे ज्या उद्योगधंद्यांचा रेल्वेशी प्रत्यक्ष संबंध नाही, असे अनेक उद्योगधंदे निर्माण होतात. ह्या विशिष्ट कारणामुळे भारतात आगगाडीचा जन्म होणे म्हणजे यांत्रिक युगाचा जन्म होणे होय. रेल्वेमुळे जन्मास येणारे आधुनिक उद्योगधंदे हे कामगारांतील आनुवंशिक भेदांना अर्धचंद्र देतील. ह्या भेदांवरच भारतातील जातिभेद अवलंबून आहेत आणि भारताच्या भावी प्रगतीच्या व शक्तीच्या मार्गांतील तेच प्रमुख अडथळे आहेत."
(मार्क्स्, 'दि फ्यूचर रिझल्ट्स ऑफ ब्रिटिश रूल इन इंडिया'.)

ह्यावरून भारतातील साम्राज्यवाद हा भारताला प्रगतिपथावर नेऊन भारतीय लोकांची उन्नती करणार होता व त्यांना प्रगतिपर सामाजिक जीवनाचा साक्षात्कार घडवणार होता, असे मार्क्सला म्हणावयाचे आहे काय? तसे नव्हे. मार्क्स जेव्हा ब्रिटिशांच्या राजवटीतील पुनरुज्जीवनासंबंधी बोलतो, तेव्हा त्यास एवढेच ध्वनित करायचे असते की, त्या राजवटींतून आधुनिक प्रगतीचा आराखडा आखला जाणार होता, एवढेच. ह्या प्रगतीचा प्रत्यक्ष अनुभव मिळण्यास भारतीयांना वेळ लागणार होता, त्यासाठी त्यांना ब्रिटिश साम्राज्यशाहीच्या सत्तेतून स्वतंत्र होणे आवश्यक होते. हे करण्यास त्यांना दोनच मार्ग उपलब्ध होते. एक मार्ग म्हणजे यशस्वीरीत्या बंड करून स्वतंत्र होणे, आणि दुसरा मार्ग म्हणजे ब्रिटनमधील मजूर पक्ष सत्तेवर येऊन त्याने भारतीयांना स्वातंत्र्य देणे, हा होय. तोपर्यंत, ब्रिटिश साम्राज्यशाहीने भारतात केलेल्या प्रगतीचा फायदा भारतीय जनतेला मिळणे शक्य नव्हते.

इंग्लंडमधील मध्यमवर्गीय व्यापारी भारतात नाइलाजाने जी प्रगती करतील त्यातून भारतीय जनतेची प्रगती होणे शक्य नाही, त्याची उत्पादनक्षमता सुधारणे किंवा त्या सुधारणेचा त्यांना उपयोग होणे शक्यच नाही. तथापि ह्याही परिस्थितीत त्यांचा निश्चित फायदा एवढाच होईल की, भावी काळात उत्पादन कसे वाढवावे व त्याचा उपयोग कसा करावा, ह्यासंबंधी त्यांना निश्चित आराखडा तयार करता येईल. व्यापारीवर्गाने त्यापेक्षा अधिक चांगले कधी काही केले आहे का? जनतेला रक्त दारिद्र्य व अवहेलना ह्या अग्निदिव्यांतून होरपळून काढल्यशिवाय त्यांना त्यांनी प्रगती करू दिली आहे काय?

''भारतात ब्रिटिश साम्राज्यशाहीने केलेल्या आधुनिक सुधारणांचा फायदा भारतीय जनतेला मिळावयाचा असेल, तर तो त्या मध्यमवर्गीय व्यापाऱ्यांकडून मिळणे शक्य नाही, त्यासाठी ब्रिटनमध्ये सत्तेवर असलेला व्यापाऱ्यांचा हुजूर पक्ष जाऊन तेथे गिरणी कामगारांचा मजूर पक्ष सत्तेवर आला पाहिजे, किंवा हिंदू लोकांनी आपले सामर्थ्य वाढवून इंग्रजांची भारतातील सत्ता उधळून लावली पाहिजे.'' (कित्ता)


ह्यासंबंधी, भारतातील क्रांतीची शक्यता व भारतीय वसाहतींतील लोकांना १८८२ मध्ये स्वातंत्र्य देण्याची आवश्यकता, ह्या विषयावरील एंजल्स याचे विचार उद्बोधक आहेत :

''बहुधा भारत क्रांती करील, भारतातील जागृत कामगार हे वसाहती युद्ध

देऊ शकणार नाहीत, त्यासाठी त्यांना भरपूर वाव दिला पाहिजे. असा लढा हा सर्व तऱ्हेचा नाश झाल्याशिवाय, पूर्ण होणार नाही, तथापि क्रांती म्हटली म्हणजे अशा घटना अटळ ठरतात. अशा तऱ्हेचे संघर्ष अल्जियर्स आणि इजिप्त येथेही होण्याचा संभव आहे. आणि तसे झाले तर ते आपणास फायद्याचेच ठरेल.''

(एंजल्स याने १२ सप्टेंबर १८८२ रोजी कोटस्कीला पाठविलेले पत्र.)

एकोणिसाव्या शतकाच्या मध्यापर्यंतच्या भारतातील परिस्थितीचे मार्क्सने जे विश्लेषण केले आहे त्याचे मुख्यत्वे तीन भाग पडतात. पहिला भाग म्हणजे, भारतातील ब्रिटिश राजवटीचे विध्वंसक कार्य– दुसरे पर्व म्हणजे अनिर्बंध व्यापारासाठी घातलेल्या भांडवलांतून अहेतुकपणे झालेले पुनरुज्जीवनाचे कार्य व त्यातून स्पष्ट झालेला भावी प्रगतीचा आराखडा, आणि तिसरा भाग म्हणजे विद्यमान परिस्थितीत भारतीय जनतेने ब्रिटिशांच्या साम्राज्य सत्तेला उधळून लावून, भारतात नवसमाज निर्माण करण्याची ज्वलंत पराकाष्ठा, हा होय.

आज भारतातील ब्रिटिश साम्राज्यशाही जगातील भांडवलशाहीप्रमाणे निरुपयोगी ठरली आहे. तिचे प्रागतिक किंवा पुनरुज्जीवनाचे कार्य संपुष्टात आले आहे. आज तिचे कार्य म्हणजे एका प्रतिगामी शक्तीच्या अडगळीसारखे झाले आहे. अशा परिस्थितीत मार्क्सने भाकीत केलेली राजकीय उलाढाल, हीच आजची पराकाष्ठेची गरज आहे.

# प्रकरण ५
## भारतातील इंग्रजी अंमल- पारंपरिक दृष्टिकोन

भारतातील ब्रिटिश राजवट म्हणजे अमर्याद अत्याचार व लूट असे समीकरण झाले आहे.

(लेनिन- 'इन्फ्लेमेबल मटीरियल इन वर्ल्ड पॉलिटिक्स', १९०८.)

भारतावर मार्क्सने जे लिखाण केले त्याला नव्वदावर वर्षे होऊन गेली. त्यानंतर अनेक दूरगामी बदल घडून आले. मार्क्सने केलेल्या ऐतिहासिक विश्लेषणातील मूळ आराखडा अजूनही उपयुक्त आहे. भारताच्या भावी काळासंबंधी त्याने जे विश्लेषण केले आहे त्या पद्धतीचे लिखाण भारतातील एकोणिसाव्या शतकातील कोणाही अन्य लेखकाने केलेले नाही. त्यानंतर ज्या घटना घडल्या त्यांच्या अनुभवावरून मार्क्सचा अंदाज खरा ठरला आहे, इतकेच नव्हे तर, त्याने जो राजकीय दृष्टिकोन मांडला तो आज प्रत्यक्ष अनुभवावरून खरा ठरत आहे.

आजही मार्क्सच्या विश्लेषणाचा, ब्रिटिश साम्राज्यशाहीत व भारताच्या भावी जीवनातील विकास योजनेत आपण उपयोग करू शकतो.

भारतातील साम्राज्यशाहीच्या इतिहासातील कालमानाचे तीन विभाग पडतात. पहिला विभाग म्हणजे ईस्ट इंडिया कंपनीच्या वेळचा व्यापारी भांडवलाचा काळ होय. तो जवळजवळ अठराव्या शतकाच्या अखेरपर्यंत चालू होता. दुसरा विभाग म्हणजे औद्योगिक भांडवलाचा काळ. ह्या काळात भारताची पिळवणूक करण्याचे एक नवीन तंत्र ब्रिटिशांनी उपयोगात आणले व ती पिळवणूक एकोणिसाव्या शतकात चालू राहिली. तिसरा विभाग म्हणजे वित्तीय भांडवलाचा म्हणजेच मुदतीच्या कर्जरूपी भांडवलाचा काळ होय. त्या काळात भारताच्या पिळवणुकीच्या कार्यक्रमाला एक प्रकारचे शिस्तवार वळण लावून त्याची अंमलबजावणी एकोणिसाव्या शतकाची अखेर व विसाव्या शतकातील जवळजवळ अर्धे शतक अविरतपणे चालू राहिली.

मार्क्सने भारतातील व्यापारी भांडवलाचा व औद्योगिक भांडवलाचा काळ ह्यांवर लिखाण केले. आपल्याला वित्तीय भांडवलाचा काळ आणि भारताच्या दृष्टीने वित्तीय भांडवलाचे धोरण ह्यांवर विश्लेषण करायचे आहे.

पहिल्या दोन्ही विभागांची माहिती आपल्या चर्चेला आवश्यक असल्यामुळे आपण त्यांचा थोडक्यात आढावा घेऊ आणि त्यानंतर वित्तीय भांडवलाच्या काळावर चर्चा करू.[१]

## १. भारताची लूटमार

ईस्ट इंडिया कंपनीचा कारभार हा साधारणपणे इ.स. १६०० मध्ये त्यांना इंग्रज सरकारकडून मिळालेल्या परवान्यापासून तो १८५८ मध्ये ब्रिटिश सरकारमध्ये ती विलीन होईपर्यंतचा काळ समजला जातो. खरोखरी कंपनीच्या भारतातील वर्चस्वाचा काळ म्हणजे अठराव्या शतकातील उत्तरार्ध होय.

सुरुवातीच्या व्यापाराच्या वखारी जरी सतराव्या शतकात प्रस्थापित झाल्या, (सूरत १६१२, फोर्ट सेंट जॉर्ज, मद्रास, १६३९, १६६९ साली पोर्तुगीज राजाकडून आंदण मिळाल्यानंतर, मुंबई आणि फोर्ट वुइल्यम्, कोलकाता, १६९६ मध्ये) तरी नव्या ईस्ट इंडिया कंपनीला पहिला परवाना (चार्टर) १६९८ मध्ये मिळाला. त्यानंतर तिने हिंदुस्तान जिंकला आणि १७०८ मध्ये तिला सुसंघटित स्वरूप प्राप्त झाले. ज्या ईस्ट इंडिया कंपनीने हिंदुस्तान जिंकला, ती एक वैशिष्ट्यपूर्ण, 'वुइग' क्रांतीनंतर सरकारमध्ये वजन असलेली, अल्प लोकसत्ताधाऱ्यांची मक्तेदार संस्था होती.

अठराव्या शतकाच्या मध्याला कंपनीने भारतात प्रादेशिक सत्ता प्रस्थापित करण्यास प्रारंभ केला. मोगल साम्राज्याच्या अस्तानंतर हिंदुस्तान देश अंतर्गत यादवीने बुजबुजला होता. इंग्लंडमधील 'वॉर्स ऑफ रोझेस्' किंवा जर्मनीतील ''तीस वर्षांचे युद्ध'' ह्या वेळी तेथे जशी परिस्थिती निर्माण झाली होती, तशीच जवळजवळ, भारतात झाली होती. युरोपमधील तांत्रिक व सैनिकी साहित्य उपलब्ध असलेल्या ह्या मध्यमवर्गीय व्यापाऱ्यांनी भारतातील व्यापाऱ्यांना पुढे येण्यास वाव दिला नाही. ह्याचा परिणाम असा झाला की मोगलांच्या अस्तानंतर भारतीय व्यापारी सत्तेवर येण्याऐवजी परकीय व्यापाऱ्यांनी राजकीय सत्ता बळकावली, त्यामुळे भारतातील व्यापाऱ्यांच्या सत्तेचे खच्चीकरण झाले व भारताचा विकास

---

१. ह्या प्रकरणासाठी, आर. सी. दत्त यांची 'इकॉनॉमिक हिस्टरी ऑफ इंडिया अंडर अर्ली ब्रिटिश रूल' (१९०१) आणि 'इकॉनॉमिक हिस्टरी ऑफ इंडिया इन दि व्हिक्टोरियन एज' (१९०३) ही दोन्ही पुस्तके अत्यंत उपयुक्त वाटली. त्यात एकोणिसाव्या शतकाच्या अखेरपर्यंतची माहिती आहे.

होण्याऐवजी, परकीय व्यापाऱ्यांच्या हितासाठी, भारतातील राजकीय सत्ता उधळली जाऊन, सामाजिक जीवन विस्कटले गेले.

अठराव्या शतकातील भारतातील हा अस्थिरतेचा संधिकाल म्हणजे परकीय आक्रमकांना एक सुवर्णसंधीच प्राप्त झाली. त्यातूनच संधिसाधू सत्ताधाऱ्यांचा संघर्ष निर्माण झाला. ह्या सत्तास्पर्धेच्या संघर्षात बलिष्ठ ब्रिटिश व्यापाऱ्यांनी इतरांवर मात केली. अठराव्या शतकाच्या उत्तरार्धात बंगालमध्ये ब्रिटिशांची प्रादेशिक सत्ता प्रस्थापित झाली आणि हळूहळू ती वाढत जाऊन एकोणिसाव्या शतकाच्या प्रारंभी भारतातील ती सर्वोच्च सत्ता बनली.

इ.स. १८५८ पर्यंत कंपनीचे अस्तित्व जेमतेम टिकून राहिले. खरोखरी भारतातील जिंकलेल्या प्रदेशावरील ब्रिटिशांचे प्रभुत्व, १७७३ साली लॉर्ड नॉर्थ याच्या रेग्युलेटिंग ॲक्टमुळे प्रस्थापित झाले. त्या कायद्याप्रमाणे 'गव्हर्नर जनरल' त्याचे 'काउन्सिल' व उच्च न्यायालय ही निर्माण झाली. पुढे १७८४ च्या पिट्‌च्या कायद्याप्रमाणे, लंडनमध्ये 'इंडियन सेक्रेटरी ऑफ स्टेट' ह्याची नेमणूक आणि 'बोर्ड ऑफ कंट्रोल' जन्मास आले. इ.स. १८१३ च्या कायद्याने कंपनीची मक्तेदारी संपुष्टात आली. मात्र चीनबरोबर व्यापार करण्यास तिला १८३३ पर्यंत वाव मिळाला. एकोणिसाव्या शतकातील पूर्वार्धात दुहेरी व्यवस्था जेमतेम चालू राहिली आणि १८५७ च्या उठावाने कंपनीची बेकार परिस्थिती उजेडात आली आणि १८५८ मध्ये कंपनी बंद पडली.

ह्यावरून एवढे स्पष्ट दिसते की, कंपनीच्या वर्चस्वाचा व भारतातील खास पिळवणुकीचा काळ म्हणजे अठराव्या शतकाचा उत्तरार्ध होय. आधुनिक भांडवलशाहीचा तो बीजरूप काळ समजला जातो. त्यानंतरच्या एकोणिसाव्या शतकातील पिळवणुकीचे स्वरूप हे पूर्वीपेक्षा भिन्न होते. ह्या वेळी औद्योगिक भांडवल प्रभावी ठरले, त्याचे स्वतंत्र विश्लेषण पुढे आले आहे.

ईस्ट इंडिया कंपनी स्थापन झाली तेव्हा तिचा उद्देश भारताबरोबर व्यापार करण्याचा होता, त्यासाठी व्यापारी भांडवल उभारावे, दूरदूरच्या देशांबरोबर व्यापार करण्याचा खास मक्ता घ्यावा आणि जास्तीत जास्त नफा मिळवावा, एवढेच तिचे ध्येय होते. मूलभूत उद्देश, इंग्लंडमध्ये तयार झालेला माल खपवण्यासाठी बाजारपेठ मिळवावी, असा नव्हता, तर भारत व पूर्वेकडील देश ह्यांचेकडून मसाल्याचे पदार्थ, कापूस व रेशमी कापड विकत घेऊन ते इंग्लंडला व युरोप खंडांत विकावे आणि भरपूर फायदा मिळवावा, एवढाच हेतू होता.

सुरुवातीस कंपनीपुढील यक्षप्रश्न अगदी निराळाच होता. परदेशातून निरनिराळा

माल आणावयाचा म्हणजे त्यासाठी त्यांना मान्य होईल अशा स्वरूपाचा मोबदला देणे आवश्यक होते. तथापि भारताला त्याच्या मालाबद्दल मोबदला म्हणून देता येईल असा कोणताही उपयुक्त माल किंवा वस्तू इंग्लंडमध्ये त्या काळी नव्हत्या. त्यातल्या त्यात इंग्लंडमध्ये जर काही तयार होत असेल तर ते म्हणजे, लोकरीचे कपडे, पण भारताला त्यांची गरज नव्हती. त्यामुळे भारतातील जिनसा खरेदी करण्यासाठी इंग्लंडला मौल्यवान धातू बाहेर काढणे आवश्यक होते.

ह्या, पूर्वेकडील व्यापार करण्यात प्रमुख अडचण म्हणजे पौर्वात्य देशांना ज्या वस्तूंची गरज होती अशी देण्यासारखी एकही वस्तू इंग्लंडजवळ नव्हती. राजदरबारी लागणाऱ्या काही चैनीच्या वस्तू, किंवा शिसे, तांबे, सोने ह्यांसारख्या काही वस्तू भारत घेऊ शकला असता, पण त्या इंग्लंडजवळ नव्हत्या. त्यामुळे भारतात पसंत पडेल अशी वस्तू म्हणजे चांदी इंग्लंडला बाहेर काढणे भाग पडले.''

(एल. सी. ए. नॉलेज, 'इकॉनॉमिक डेव्हलपमेंट ऑफ दि ओव्हरसीज एम्पायर,' पान ७३.)

ह्यामुळे सुरुवातीला ईस्ट इंडिया कंपनीला, दरसाल तीस हजार पौंड किमतीची चांदी, सोने किंवा परकीय चलन व्यापारासाठी निर्यात करण्याचा परवाना देण्यात आला. तथापि त्या वेळच्या व्यापारी भांडवलशाहीला अशी मौल्यवान धातूंची निर्यात पसंत पडणे शक्य नव्हते. कारण, कोणत्याही देशाची खरी संपत्ती म्हणजे त्या देशाजवळ असलेल्या मौल्यवान धातूंचा साठा होय. अशी त्या वेळची धारणा होती. व्यापार करण्यातील त्या वेळचा प्रमुख उद्देश म्हणजे आयातीपेक्षा निर्यातीचा व्यापार मोठ्या प्रमाणात वाढवावा व त्यातून 'अनुकूल व्यापार शेष' (फेवरेबल बॅलन्स ऑफ ट्रेड) निर्माण करावा, व अशा प्रकारे देशात मौल्यवान धातूंची समृद्धी सांभाळावी हा होता.

अगदी सुरुवातीपासून ईस्ट इंडिया कंपनीच्या ह्या 'धाडसी' व्यापाऱ्यांना हा मौल्यवान धातूच्या निर्यातीचा प्रश्न भेडसावत होता आणि ह्यातून मार्ग काढून प्रत्यक्षात मौल्यवान धातू भारताला दिल्याशिवाय, भारतातील जिन्नस कसे मिळवावेत, ह्याचा ते विचार करत होते. सुरुवातीस त्यांनी एक उपाय शोधून काढला तो असा :

निरनिराळ्या प्रदेशांशी व्यापार व दळणवळण सुरू करावे आणि मुख्यत्वे आफ्रिका आणि अमेरिका येथील वसाहतींतून लूट मिळवावी आणि ती भारताच्या मालाबद्दल त्याला द्यावी कारण त्या वेळेपर्यंत भारतात लूट मिळवण्यास त्यांना वाव नव्हता;

"भारताबरोबरील इंग्रजांचा व्यापार म्हणजे एक प्रकारची शर्यतच होती ती म्हणजे भारताला मान्य होईल अशी वस्तू मिळवणे, त्यासाठी वेस्ट इंडीज आणि

स्पॅनिश अमेरिका यांचेबरोबर गुलामांचा व्यापार करावा आणि त्यात जी चांदी मिळेल ती भारताला द्यावी, ह्या दृष्टीने गुलामांच्या विक्रीला फार महत्त्व होते.''

(नॉवेल्स- सदर, पान ७४.)

अठराव्या शतकाच्या मध्याला कंपनीचे भारतात वर्चस्व प्रस्थापित होऊ लागल्यावर देवाणघेवाण करण्यासाठी शक्तीचा उपयोग होऊ लागला, ह्यामुळे कमीत कमी पैशांत जास्तीत जास्त जिनसा मिळवणे शक्य होऊ लागले. सुरुवातीचे व्यापारी व्यापार आणि चाचेगिरी ह्यांत फारसा भेद मानत नसत. उत्पादन करणाऱ्या व्यक्तीपेक्षा व्यापारी अधिक सुरक्षित परिस्थितीत असे. पुढे व्यापारी आपला सौदा करताना आपल्या तलवारीचा म्हणजे शक्तीचा धाक दाखवून आपल्याला अनुकूल ठरेल असे करू लागला, त्यामुळे वस्तूचे मूल्य व व्यापाऱ्याने दिलेली किंमत, यांचा मेळ बसत नसे. १७६२ मध्ये बंगालचा नबाब कंपनीच्या एजन्टसबद्दल लिहितो :

''शेतकऱ्यांचा माल ते जुलमाने बळकावतात, मूळ किमतीची पाव किंमत त्याला देतात, आणि अत्याचार व जुलूम ह्यांचा उपयोग करून पाच रुपये किमतीची वस्तू एक रुपयास बळकावतात.''

(मेमोरॅन्डम ऑफ दि नबाब ऑफ बंगाल टू दि इंग्लिश गव्हर्नर, मे १७६२.)

ह्याचप्रमाणे इंग्रज व्यापारी वुइल्यम बोल्ट्स ह्याने १७७२ मध्ये प्रसिद्ध केलेल्या 'कन्सिडरेशन्स ऑन इंडिया अफेअर्स' ह्या पुस्तकात खालील माहिती दिली आहे :

इंग्लिश व्यापारी आपले बनिये आणि गुमास्ते यांच्यामार्फत किती माल, किती किमतीत ते नेणार हे जबरदस्तीने ठरवून टाकतात. गरीब कोष्ट्यांचे काय म्हणणे आहे, ते विचारलेच जात नाही. कंपनीच्या नोकरीत असलेला गुमास्ता त्याला वाटेल त्यावर कोष्ट्याला सही करण्यास लावतो. जर कदाचित काही कोष्ट्यांनी 'कमी किंमत' म्हणून घेण्यास नकार दिला तर त्यांच्या कंबरपट्ट्याने त्यांना बांधून झोडपण्यात येते. अशा कोष्ट्यांची नावे गुमास्त्याच्या यादीत दिलेली असत त्यांना इतरांसाठी काम करण्यास परवानगी नसे. त्यांचा गुलामाप्रमाणे उपयोग करत. ह्या संबंधात व्यापाऱ्यांनी केलेल्या लबाड्या अवर्णनीय आहेत. ह्या सर्वांचा परिणाम म्हणजे कोष्टी लोक लुबाडले गेले, कारण कंपनीचे गुमास्ते किंवा मालाची परीक्षा करून किंमत ठरवणारे परीक्षक, हे जी किंमत ठरवीत ती वस्तूंच्या मूळ किमतीपेक्षा पंधरा टक्के किंवा कधी-कधी चाळीस टक्क्यांनी कमी असे.

(वुइल्यम् बोल्टस्, 'कन्सिडरेशन्स ऑन इंडिया अफेअर्स,' १७७२, पाने १९१-९४.)

सर्वसाधारणपणे कंपनीच्या 'व्यापारा'ला 'लूट' हे नाव अधिक यथार्थ होते. तथापि १७६५ मध्ये बंगाल, बिहार आणि ओरिसा ह्या प्रांतांच्या दिवाणी कामाचे अधिकार कंपनीकडे गेल्यावर, 'व्यापारा'च्या नावाखाली मिळणाऱ्या फायद्याऐवजी, सरळ सरळ लूटमारीला ऊत आला. त्यानंतरची लूटमार इतकी निर्लज्जपणाची व अतिरेकी स्वरूपाची होती की, अठराव्या शतकातील कंपनीची कारकीर्द ही 'गौडबंगाल' ह्या खास नावाने भारतात ओळखली जाते. ह्या कंपनीच्या गोंधळावर 'हाऊस ऑफ कॉमन्स'ने (इंग्लंडचे) केलेला ठराव खालीलप्रमाणे आहे :

''पार्लमेंटने ह्या संबंधात चौकशी केली, त्यात असे आढळून आले की, ईस्ट इंडिया कंपनी ही संपूर्णपणे लाचखाऊ, वाईट वृत्तीची झाली आहे. राजकीय किंवा व्यापारी दृष्टीने विचार केला तरी हेच सत्य आढळून येते. लढाई व तह करण्याची परवानगी कंपनीला दिली, पण तिचा जास्तीत जास्त दुरुपयोग करून कंपनीने संघर्ष घडवून आणले. शांतता राखण्याच्या नावाखाली त्यांनी जे-जे केले त्या प्रत्येक तहांतून सामाजिक नीतीचा विध्वंस झाल्याचेच आढळात आले. जे प्रांत अत्यंत सुबत्तेत होते ते आज निर्जीव, सामर्थ्यहीन व निर्जन झाले आहेत.''

ह्याच संदर्भात, इ.स. १८५८ मध्ये कंपनीने ब्रिटिश पार्लमेंटकडे जो अर्ज पाठवला, त्यात त्यांनीच वर्णन केलेली कंपनीची परिस्थिती व त्याच संबंधात, जॉन स्टुअर्ट मिल ह्याने व्यक्त केलेले विचार उद्बोधक आहेत.

'सरकार' ह्या नात्याने त्यांनी जी जबाबदारी स्वीकारली आहे, त्याचे शासन अत्यंत पवित्र उद्देशाने ते चालवीत आहेत, इतकेच नव्हे, तर मानवास ज्ञान असलेल्या कोणत्याही शासनापेक्षा ते अधिक उपकारक आहे.''

ह्यावर, सर जॉर्ज कॉर्नवल ल्युइस् ह्याने १८५८ च्या पार्लमेंटमध्ये केलेले विश्लेषण असे :

''मी संपूर्ण आत्मविश्वासाने असे सिद्ध करण्यास तयार आहे की, १७६५ ते १७८४ ह्या काळात ईस्ट इंडिया कंपनीने जो राज्यकारभार केला तो इतका लाचलुचपतखोर, विश्वासघातकी व बळजबरीने पैसे उकळणारा होता की, ह्यापेक्षा अधिक वाईट सरकार पृथ्वीतलावर अजून जन्मास आलेले नाही.''

(सर जॉर्ज कॉर्नवल ल्युइश याने १२-२-१८५८ रोजी पार्लमेंटमध्ये केलेले भाषण.)

ईस्ट इंडिया कंपनीच्या शासनासंबंधी, क्लाइव्ह याने १७७२ साली पार्लमेंटमध्ये जे भाषण केले, ते खाली दिले आहे, (कंपनीने केलेल्या लूटमारीशिवाय, तिच्या नोकरवर्गाने जी खासगी लूट केली तिचा त्यात समावेश नाही.)

"कंपनीने भारतात जे साम्राज्य निर्माण केले आहे ते, फ्रान्स व रशिया वगळता, युरोप खंडातील कोणत्याही राज्यापेक्षा अधिक विस्तीर्ण आहे. त्याचे वार्षिक उत्पन्न चार दशलक्ष स्टर्लिंग आहे, त्याच प्रमाणात त्याचा व्यापार आहे. एवढ्या प्रचंड साम्राज्यावर अत्यंत काळजीपूर्वक लक्ष दिले जावे, अशी अपेक्षा करणे साहजिक आहे. ही गोष्ट विचारात घेतली गेली आहे काय? नाही, मला तसे वाटत नाही. हे साम्राज्य म्हणजे एखादे मजबूत व दर्जेदार राज्य न समजता, ते 'साऊथ सी बबल्' सारखे क्षुल्लक मानण्यात आले आहे. त्यांनी त्या संबंधात भविष्यकाळापेक्षा वर्तमान परिस्थितीवरच भर दिलेला दिसतो. त्यांचे धोरण असे : आज काय मिळेल ते उपटून घ्या. उद्याची फिकीर आज कशाला करा. त्यांनी तूर्त व ताबडतोबीच्या फायद्यापलीकडे काहीही विचार केलेला नाही.''

(क्लाइव्ह इन दि हाउस ऑफ कॉमन्स, ३० मार्च १७७२.)

कंपनीने जेव्हा बंगालमध्ये दिवाणी मिळवली आणि इतर प्रदेश जिंकले तेव्हा तिने कोणत्या स्वरूपाची शासनपद्धती अमलात आणली? दिवाणीचा हक्क हातात घेताना प्रत्यक्ष फायदा किती मिळवता येईल व त्यातील इंग्लंडमध्ये किती पाठविता येईल, हा क्लाइव्हचा मुख्य विचार होता. १७६५ मध्ये डायरेक्टरांना पाठविलेल्या खलित्यांत, अगदी साध्या व स्पष्ट शब्दांत वरील विषयाची चर्चा सापडते. त्यानंतरच्या सार्वजनिक हिताच्या बडबडीचा त्यात उल्लेखही नाही.

"येथील जिंकलेल्या मुलखाचे तुमचे यंदाचे उत्पन्न २५० लाख रुपयांपेक्षा कमी येणार नाही. त्यात पूर्वी घेतलेल्या बरद्दानच्या वसुलाचाही समावेश आहे. ह्यानंतर त्यात वीस ते तीस लाखांची वाढ होईल. तुमचा मुलकी व लष्करी खर्च शांततेच्या काळात साठ लाखांपेक्षा अधिक होणार नाही. नबाबाचा भत्ता कमी करून बेचाळीस लाखांवर आणला आहे, देणगी म्हणून मोगल बादशहाला २६ लाख रुपये द्यावे लागतील. ह्याचाच अर्थ कंपनीला नक्त फायदा १२२ लाख रुपयांचा होईल.''

(क्लाइव्ह, लेटर टू  दि डायरेक्टर्स ऑफ दि ईस्ट इंडिया कंपनी, ३०.९.१७६५.)

ह्या हिशेबात व्यापाऱ्याच्या खतावणीत असणारा सरळ व रोखठोक जमाखर्च आढळतो. लोकांकडून वसूल केलेल्या एकूण जमेपैकी पाव हिस्सा सरकारी खर्चास लागत असे, दुसरा पाव भाग नबाब आणि मोगल बादशहा ह्यांच्यासाठी लागे आणि शिल्लक राहिलेला, एकूण वसुलाचा अर्धा भाग म्हणजेच १५ लाख पौंड प्रत्यक्ष फायदा म्हणून कंपनीस मिळत असे. बॅटिम्लेचे 'बिझिनेस मॅन्स गर्व्हमेंट'

येथे पूर्वी कधीही नसेल, इतक्या पूर्णत्वाने प्रत्यक्षात आलेले आढळते.

कंपनीच्या भारतातील राज्यकारभाराबद्दल इ.स. १७७३ मध्ये कंपनीने बंगालचा महसूल आणि खर्च ह्या संबंधात पार्लमेंटला एक निवेदन सादर केले होते. त्यावरून कंपनीच्या पहिल्या सहा वर्षांच्या कारकिर्दीत तिचे उद्दिष्ट कितपत साध्य झाले ह्याचा मागोवा मिळतो. त्यात एकूण नक्त महसूल १३०६६७६१ पौंड दाखवला आहे. एकूण खर्च ९०२७६०९ पौंड दाखवला आहे. बाकी राहिलेले ४०३७१५२ पौंड इंग्लंडला पाठवले. अशा रीतीने बंगालच्या एकूण उत्पन्नातील १/३ महसूल केवळ फायदा म्हणून बंगालबाहेर पाठवला गेला.

तथापि ह्यामध्ये संपूर्ण देणगीचा समावेश होत नाही. कंपनीच्या नोकरांनी व्यक्तिगत कमाई म्हणून प्रचंड संपत्ती इंग्लंडला नेली. क्लाइव्ह जो भारतात येताना गरीब होता, त्याने घरी (इंग्लंडमध्ये) परत जाताना आपल्याबरोबर पंचवीस लाख पौंड नेले. ह्याशिवाय त्याने भारतात विकत घेतलेला जमीनजुमला होता, त्याचे वार्षिक उत्पन्न सत्तावीस हजार पौंड होते. त्याने आपल्या रिपोर्टमध्ये म्हटले आहे की, दोन वर्षांत त्याने एक लाख पौंड मिळवले. आयात आणि निर्यात ह्यांच्या आकड्यावरून एकूण देणगी किती मिळाली ह्याची कल्पना येऊ शकते. गव्हर्नर व्हेरेलेस्टच्या रिपोर्टप्रमाणे १७६६-६८ ह्या तीन वर्षांत एकूण निर्यात ६३११२५० पौंड झाली, तर आयात फक्त ६२४३७५ पौंड झाली. ह्यावरून ह्या व्यापारी कंपनीने इंग्लंडमधून जेवढे द्रव्य व्यापारासाठी बाहेर काढले त्याच्या दसपट परत इंग्लंडला पाठवले. भारतावरील कारभारातून कंपनीला मिळालेला हा मोबदला होता.

ईस्ट इंडिया कंपनीच्या व्यापाऱ्यांचे गोड स्वप्न अशा प्रकारे प्रत्यक्षात उतरले; भारतातून संपत्ती बाहेर न्यायची व त्याच्या मोबदल्यात काहीएक द्यायचे नाही- हेच ते गोड स्वप्न. "प्लासीच्या लढाईनंतर सुरुवातीलाच जी लूटमार कंपनीला करता आली त्यासंबंधी क्लाइव्हच्या कौन्सिलचा सभासद एल. स्क्रॅप्टन १७६३ मध्ये मोठ्या गौरवाने लिहितो की, भारतातील तीन वर्षे चाललेला व्यापार इंग्लंडमधून एक औंसाची सुद्धा लगड पाठवल्याशिवाय करता आला."

"ह्या प्रचंड विजयाने आपल्या राष्ट्राला जवळजवळ तीन दशलक्ष पौंड मिळवून दिले आहेत, कारण खरे म्हणावयाचे तर बंगालच्या सुभ्यातून मिळणारी प्रचंड संपत्ती इंग्लंडच्या तिजोरीत जमा होते. कंपनीने प्रत्यक्ष मिळविलेली किंवा 'बिल्स' व 'रिसीट'च्या रूपाने कलकत्त्यात कंपनीकडे जमा झालेली एवढी अफाट संपत्ती कंपनीच्या हाती आली की, गेल्या तीन वर्षांतील कंपनीच्या भारतातील

व्यापारासाठी एक औंस सोने किंवा चांदी सुद्धा इंग्लंडमधून बाहेर पाठवावी लागली नाही. ह्याशिवाय परकीय कंपन्यांमार्फत प्रचंड रकमा भारतातून पाठवण्यात आल्या आहेत त्या अनुकूल व्यापार शेषाच्या रूपाने इंग्लंडला मिळतील.''

(एल. स्क्रॅप्टन- रिफ्लेक्शन्स ऑन दि गव्हर्नमेंट ऑफ इंदोस्तान, १७६३.)

बंगालमधील संपत्ती जी इंग्लंडला पाठवण्यात आली ती कंपनीची 'गुंतवणूक' ह्या गोड नावाखाली जमा करण्यात आली. ह्या पद्धतीवर 'हाऊस ऑफ कॉमन्स'च्या सिलेक्ट कमिटीने १७८३ मध्ये जो रिपोर्ट दिला तो असा :

''बंगालच्या वसुलापैकी काही भाग पुष्कळ वर्षे बाजूला काढून ठेवण्यात येतो. इंग्लंडला जो माल पाठवायचा त्याची खरेदी करण्यासाठी ह्या रकमेचा विनियोग करण्यात येतो, म्हणून तिला ''गुंतवणूक'' असे म्हणतात. ह्या गुंतवणुकीचे महत्त्व म्हणजे ह्या खास व्यवस्थेवरून कंपनीच्या मुख्य अधिकाऱ्याचा कावेबाजपणा व्यक्त होतो. भारताची ही जी लूट चालू होती त्याचे मुख्य कारण म्हणजे भारत समृद्ध व संपन्न होता, हे होय! त्या देशाच्या व्यापारातील 'नफा' म्हणण्याऐवजी 'देणगी' ह्या ऐसपैस व भोंगळ नावाखाली ही लूट जमा केली जात होती.

''बंगाल आणि इंग्लंड ह्यांच्यामधील देवाणघेवाण विचारात घेतली, (कारण तो व्यापाराचा भाग नव्हता) म्हणजे, वरील खास 'गुंतवणुकी'चा बंगालवर किती भयंकर परिणाम झाला, ते सहज स्पष्ट होते. कारण बंगालमधून निर्यातीसाठी काढलेला सर्व माल हा कंपनीच्या देवघेवीतून घेतला गेला नसून, तो त्याची काही एक किंमत दिल्याशिवाय इंग्लंडला पुरवला गेला, ही गोष्ट सहज सिद्ध होते.''

('हाऊस ऑफ कॉमन्स सिलेक्ट कमिटीज नाइन्थ रिपोर्ट,' १७८३, पाने ५४-५५.)

ह्या पद्धतीचा बंगालच्या लोकसंख्येवर किती वाईट परिणाम झाला, त्याची कल्पनाच केलेली बरी. अधिक साऱ्याची मागणी इतक्या सातत्याने वाढत गेली व शेवटी इतकी शिगेला पोहोचली की, तिच्या पूर्ततेसाठी शेतकऱ्यांचे बी-बियाणे व गुरेढोरे नेण्यात आली. इ.स. १७६४-६५ मध्ये बंगालचा शेवटचा नबाब राज्य करीत असताना जमिनीचा एकूण वसूल ८१७००० पौंड झाला होता. १७६५- ६६ ह्या वर्षात कंपनीच्या राजवटीत जमीन महसूल १४७०००० पौंड झाला. १७७१-७२ मध्ये तो २३४१००० पौंडांवर गेला आणि १७७५-७६ साली त्याने २८१८००० पौंडांची मर्यादा गाठली. लॉर्ड कॉर्नवालिस् याने १७९३ मध्ये कायम-सारा पद्धती सुरू केली. त्या पद्धतीप्रमाणे जमीन महसूल ३४००,००० पौंड ठरवला गेला.

जमीन महसुलाच्या ह्या वाढत्या कमानीमुळे देशाचा सत्यानाश झाला, असे त्या वेळच्या साक्षीदारांनी दिलेल्या पुराव्यावरून स्पष्ट दिसते. त्यातून उद्भवलेल्या दुष्काळाने $\frac{1}{3}$ लोकसंख्या नाहीशी केली, त्याचा परिणाम म्हणजे त्या प्रदेशाचा $\frac{1}{3}$ भाग निर्जन होऊन केवळ रानटी पशूंची तेथे वस्ती झाली. १७६९ साली कंपनीचा मुर्शिदाबाद येथील निवासी (रेसिडेंट) बेचर आपल्या निवेदनात म्हणतो की :

''कंपनीला दिवाणीचे अधिकार प्राप्त झाल्यापासून येथील जनतेची परिस्थिती अधिक वाईट झाली आहे, ही गोष्ट मान्य करताना कोणाही इंग्रजाला दुःख झाल्याशिवाय राहणार नाही. मात्र ही वस्तुस्थिती आहे, हे मान्य केल्यशिवाय इलाज नाही. हा सुंदर देश एकतंत्री शासनाखालीही सुबत्तेत होता, तो आज, इंग्रजांच्या हातात त्याचे शासन असताना, विनाशाप्रत जात आहे.

मला पक्के स्मरते की, मुक्त व्यापाराच्या दिवसांत हा देश किती समृद्ध होता. त्याची आजची दुर्दशा पाहून काळजी वाटते, आणि ह्याचे मुख्य कारण म्हणजे, येथील उत्पादनासंबंधात जी मक्तेदारी दिली आहे, हेच होय.''

इ.स. १७७० च्या सुमारास, वरील भीषण परिस्थितीतच, अभूतपूर्व अशा भयंकर दुष्काळाचा प्रादुर्भव झाला. पुणिया प्रांतात जवळजवळ $\frac{1}{3}$ लोकसंख्या मृत्युमुखी पडली, आणि इतर प्रांतांत हीच अवस्था झाली. ह्या दुष्काळाने एक कोटी लोकांचा बळी घेतला असावा, असा अंदाज आहे. इतके असूनही, जमीन महसूल काटेकोर पद्धतीने वसूल केला गेला, इतकेच नव्हे, तर प्रत्यक्षात तो अधिक प्रमाणात वसूल केला गेला. १२-२-१७७१ रोजी कंपनीच्या कलकत्ता कौन्सिलने कळवले की, ''भीषण दुष्काळ व त्यामुळे झालेली लोकसंख्येतील घट, ह्या अडचणी आल्या असतानाही चालू वर्षी बंगाल आणि बिहार येथील महसूलात वाढच झाली आहे.'' हे कसे युक्तीने कार्यवाहीत आणले, त्याबद्दल १७७२ च्या रिपोर्टमध्ये वॉरन हेस्टिंग्ज म्हणतो :

''जवळजवळ $\frac{1}{3}$ लोकसंख्या मृत्युमुखी पडली होती आणि त्यामुळे लागवडीस आलेली जमीन कमी झाली होती, तरी सुद्धा १७७१ चा महसूल हा १७६८ मध्ये झालेल्या महसूलापेक्षा अधिक झाला. खरोखरी एवढ्या भीषण आपत्तीत ज्या प्रमाणात लोकसंख्या घटली त्याच प्रमाणात महसूल घटणे साहजिक होते. परंतु असे होऊ नये म्हणून जुलूमजबरदस्तीचा उपयोग करूनही महसुलाची वसुली पूर्ववत सांभाळली गेली.''

(वॉरन हेस्टिंग्ज, 'रिपोर्ट टू दि कोर्ट ऑफ डायरेक्टर्स', ३-११-१७७२.)

१०-१५ वर्षांनंतर वुइल्यम् फुलर्टन् एम. पी. ह्याने, कंपनीच्या बंगालमधील वीस वर्षांच्या राजवटीनंतर काय काय बदल घडून आले, त्याचे समग्र वर्णन केले आहे :

"पूर्वींच्या काळी बंगाल प्रांत हा देशाच्या धान्याचे कोठार आणि व्यापार, संपत्ती व उद्योगधंदे यांचे माहेरघर म्हणून प्रसिद्ध होता.

तथापि आपल्या नालायक सरकारच्या अवखळपणाचा एवढा भयंकर परिणाम झाला आहे की, अवघ्या वीस वर्षांच्या काळात ह्या प्रांतांतील कित्येक ठिकाणे आपण निर्जन व स्मशानवत करून सोडली आहेत. शेते आता लावली जात नाहीत. विस्तीर्ण प्रदेश झाडाझुडपांनी भरून गेला आहे, शेतकरी लुबाडला गेला आहे. उद्योगधंदेवाला जुलमाखाली भरडला गेला आहे. दुष्काळाची आवर्तने वरचेवर घडत आहेत. लोकसंख्या घटत आहे.''

(वुइल्यम् फुलर्टन् एम. पी., 'ए व्ह्यू ऑफ दि इंग्लिश इंटरेस्ट इन इंडिया,' १७८७.)

"छद्मी व अलंकारिक भाषेत बर्क याने पृच्छा केली की, इंग्रजांना भारतातून हाकलून लावले जाणार काय? लांच्छनास्पद अशा गेल्या वीस वर्षांच्या काळात हा प्रदेश इंग्रजांकडे होता हे सांगण्यास एखादा हिंस्र पशू किंवा वाघ ह्याखेरीज दुसरा- तिसरा तेथे कोणीही आढळणार नाही.''

१७८९ मध्ये जेव्हा गव्हर्नर जनरल लॉर्ड कॉर्नवॉलिस ह्याने ह्यासंबंधी रिपोर्ट दिला तेव्हा बेअब्रूचा प्रतिध्वनी पुन्हा ऐकू आला :

"मी असे खात्रीपूर्वक सांगू शकतो की, कंपनीच्या ताब्यात असलेल्या भारतातील प्रदेशांपैकी $\frac{1}{3}$ प्रदेश केवळ रानटी पशूंना राहण्याने जंगल होऊन पडला आहे.''

(लॉर्ड कॉर्नवॉलिस, मिनिट् ऑफ सप्टेंबर १८, १७८९.)


## २. भारत आणि औद्योगिक क्रांती

अठराव्या शतकाच्या उत्तरार्धात भारतातून जी लूट आणली गेली त्यातून आधुनिक इंग्लंडची उभारणी झाली.

अठराव्या शतकाच्या मध्याला इंग्लंड देश हा मुख्यत्वे शेतकीप्रधान होता. १७५० मध्ये उत्तरेकडील प्रदेशात, एकूण लोकसंख्येच्या $\frac{1}{3}$ लोकसंख्या राहात होती. लँकशायरपेक्षा ग्लोसेसस्टर शायरमध्ये अधिक दाट लोकवस्ती होती. (ए.

टॉनी- 'दि इंडस्ट्रियल रेव्होल्युशन,' पाने ९-१०.) लोकरीचा धंदा हा मुख्य उद्योगधंदा होता. १७७० मध्ये एकूण निर्यात होणाऱ्या मालापैकी ⅓ किंवा ¼ माल हा लोकरीचा होता. (बेन्स- हिस्ट्री ऑफ दि कॉटन मॅन्युफॅक्चर,' पान ११२) बेन्स म्हणतो की, लोकरीचा माल तयार करण्यासाठी जी यंत्रे उपयोगात आणली जात होती, ती १७६० पर्यंत तरी भारतात ज्या प्रकारची यंत्रे वापरत तितकी साधी होती.

सामाजिक दृष्टीने, वर्गविग्रह, मजूरवर्गाची निर्मिती आणि जबाबदार व्यापारी राजवट निर्माण करण्यासाठी आवश्यक अशी परिस्थिती उपलब्ध होऊन, औद्योगिक भांडवलाच्या प्रगतीला अनुकूल काळ आला होता. वाणिज्यिक (कमर्शियल) पाया घातला गेला होता. तथापि औद्योगिक भांडवलाच्या प्रगतीसाठी आवश्यक असा टप्पा अजून तयार झाला नव्हता, कारण त्यासाठी प्रचंड भांडवल आवश्यक होते आणि अठराव्या शतकाच्या मध्याला इंग्लंडमध्ये अशा प्रकारचे प्रचंड भांडवल उपलब्ध नव्हते.

नंतर १७५७ मध्ये प्लासीची लढाई झाली आणि भारतीय संपत्तीचा लोंढा इंग्लंडकडे सातत्याने वाढत्या प्रमाणात वाहत गेला.

ह्या परिस्थितीच्या लगोलग अनेक निरनिराळे शोध लागू लागले आणि त्यांनी औद्योगिक क्रांतीला प्रारंभ झाला. १७६४ मध्ये हारग्रीव्हजच्या सूत कातणाऱ्या यंत्राचा (स्पिनिंग जेनीचा) शोध लागला. १७६५ मध्ये वॅट् याचे वाफेचे यंत्र तयार होऊन १७६९ मध्ये त्याचे एकस्व (पेटंट) देण्यात आले. १७६९ मध्ये आर्कराइटचे 'वॉटर फ्रेम' तयार झाले. ह्यामागोमाग १७७५ मध्ये त्याच्या पिंजण्याच्या, खेचण्याच्या व सूत कातण्याच्या यंत्रांची 'एकस्वे' (पेटंटस्) देण्यात आली. १७७९ मध्ये क्रॉम्प्टनची पिंजणी (म्यूल) तयार झाली आणि १७८५ मध्ये कार्टराइटचा यंत्रमाग (पॉवरलूम) निर्माण झाला आणि १७८८ मध्ये झोतभट्टीसाठी वाफेच्या यंत्राचा उपयोग सुरू झाला.

ह्या निरनिराळ्या अनेक शोधांचा एकाच कालखंडात शोध लागावा ह्यावरून एकच गोष्ट सिद्ध होते की, त्यांच्या उपयोगासाठी ह्यापूर्वी लागलेल्या शोधांचा जेवढा फायदेशीर उपयोग करून घ्यावयास पाहिजे होता तेवढा केला गेला नाही. "इ.स. १७३३ मध्ये 'काय' ह्यांनी आपल्या 'द्रुतगती-धोट्याचे एकस्व (पेटंट) मिळवले. १७३८ मध्ये वॅट् याने जलशक्तीवर चालणारे व कताई करून गुंडाळी करणारे (रोलरस्पिनिंग) यंत्र शोधून काढले. तथापि ह्यांपैकी कोणतेही यंत्र प्रत्यक्षात उपयोगात आणले गेले नाही,'' (जी. एच. पेरिस, 'दि इंडस्ट्रियल हिस्ट्री ऑफ

मॉडर्न इंग्लंड,' पान १६.) इंग्रजांच्या उद्योगधंद्यांच्या इतिहासावरील एक तज्ज्ञ डॉ. कनिंगहॅम हे आपल्या 'ग्रोथ ऑफ इंग्लिश इंडस्ट्री अँड कॉमर्स इन मॉडर्न टाइम्स' ह्या ग्रंथात म्हणतात की, संशोधनाच्या युगाचा विकास हा "काही वैशिष्ट्यपूर्ण प्रकांड संशोधकांच्या अकल्पित जन्मावर अवलंबून नसून" तो प्रचंड भांडवलाच्या उपलब्धतेवर अवलंबून असतो, कारण अशा भांडवलामुळे भरपूर प्रमाणात व्ययशक्ती निर्माण होऊ शकते.

"नवकल्पकता व शोध अकल्पितपणे योगायोगाने निर्माण होत असतात. अठराव्या शतकात एकाएकी प्रकांड संशोधक प्रचंड प्रमाणात जन्मास आल्यामुळे नवीन यंत्रे निर्माण झाली, असे लोकांना वाटणे साहजिक आहे. आर्कराइट आणि वॅट जन्मास आले त्या वेळची परिस्थिती त्यांच्या शोधांना अनुकूल होती, असे म्हणण्यात त्यांच्या संशोधन क्षेत्रातील गुणाचे मूल्य कमी लेखण्याचा हेतू नाही. वुइल्यम् ली आणि डोडॉडडल्ले ह्यांच्या काळापासून अनेक कल्पक संशोधक होऊन गेले, तथापि त्यांच्या काळची परिस्थिती ही त्यांच्या शोधांना अनुकूल नव्हती.

महागडी उपकरणे उपयोगात आणण्यास फार खर्च लागतो. भरपूर भांडवल उपलब्ध असल्याखेरीज, एखादा इसम कितीही उत्साही असला तरी असली महाग उपकरणे वापरण्याचा प्रयोग त्याने करण्यात अर्थ नाही. कारण अशा प्रयोगासाठी मोठ्या बाजारपेठेशी संबंध असावा लागतो. अठराव्या शतकात अशी परिस्थिती वाढत्या प्रमाणात उपलब्ध होत होती. बँक ऑफ इंग्लंड किंवा अशा प्रकारच्या दुसऱ्या बँका यांच्या निर्मितीने भांडवल उपलब्ध होण्यास उत्तेजन दिले होते. कोणाही कर्तबगार माणसास आपल्या उद्योगधंद्याकरता महाग उपकरणे किंवा अवजारे कल्पकतेने वापरण्यासाठी आवश्यक भांडवल मिळवण्यास, पूर्वी कधीही नव्हती अशी अनुकूल परिस्थिती आता निर्माण झाली होती.

(डब्ल्यू. कनिंगहॅम- 'ग्रोथ ऑफ इंग्लिश इंडस्ट्री अँड कॉमर्स इन मॉडर्न टाइम्स,' पान ६१०.)

इ.स. १६९४ मध्ये बँक ऑफ इंग्लंड चालू झाली खरी तथापि त्या एकाच बँकेला, सुरुवातीला लागणाऱ्या भांडवलाचा पुरवठा करणे शक्य नव्हते. अठराव्या शतकाच्या मध्यापर्यंत बँकेचे स्थिर भांडवल आणि फिरते भांडवल हे बेताचेच होते. अशा परिस्थितीत अठराव्या शतकाच्या उत्तरार्धात एवढे प्रचंड भांडवल एकाएकी कोठून जमा झाले? मार्क्सच्या म्हणण्याप्रमाणे सुरुवातीच्या भांडवलाची वाढ व मध्यमवर्गीय व्यापाऱ्यांची तेजी ह्या घटना वसाहतींतून आलेल्या भांडवलामुळे घडून आल्या. त्यांत मेक्सिको आणि दक्षिण अमेरिका येथून आलेली चांदी,

गुलामांच्या व्यापारात झालेली प्रचंड कमाई आणि भारतातून आणलेली लूट ह्यांचा समावेश करावा लागतो. ऑजियर म्हणतो की, 'पैसा' हा गालात येणाऱ्या नैसर्गिक रक्तबिंदूप्रमाणे येत असला, तर 'भांडवल' हे डोक्यापासून पायापर्यंतच्या छिद्रा- छिद्रातून वाहत येते," (कॅपिटल- व्हॉ. १, चॅप्टर ३१.) अठराव्या शतकाच्या उत्तरार्धात इंग्लंडमध्ये एकाएकी जमा झालेले प्रचंड भांडवल हे भारताच्या लुटीतून निर्माण झाले.

"बँक ऑफ इंग्लंड चालू झाल्यापासून जवळजवळ पहिल्या साठ वर्षांपर्यंत, तिची लहानात लहान नोट ही वीस पौंडांची होती, आणि ती सुद्धा आकाराने इतकी मोठी होती की, लोंबार्ड रस्त्याच्या पलीकडे तिचा प्रसार होऊ शकला नाही. १७९० मध्ये लिहिताना बर्क म्हणतो की, १७५० मध्ये तो जेव्हा प्रथमच इंग्लंडमध्ये आला त्या वेळी फक्त बारा बँका होत्या तथापि १७९० मध्ये प्रत्येक व्यापारी पेठेत बँक निर्माण झाली होती. अशा रीतीने बंगालमधून आलेल्या पैशाने केवळ भांडवलातच वाढ झाली असे नसून, भांडवलाच्या प्रसारातही वाढ झाली, कारण १७५९ मध्ये बँकेने एकाएकी प्रत्येकी १० आणि १५ पौंडाच्या नोटा काढल्या आणि खासगी व्यापारी संस्थांमध्ये तर कागदी पैशांचा पूर झाला." (बुक्स ॲडॉम्स, 'दि लॉ ऑफ सिव्हिलिझेशन अँड डिके,' पाने २६३-६४.)

"भारतातून आलेल्या संपत्तीमुळे केवळ राष्ट्राच्या भांडवलात वाढ झाली एवढेच नव्हे, तर, त्याच्या लवचिकपणात (फ्लेक्सिबिलिटीत) व प्रसरणक्रियेतही वाढ झाली. प्लासीच्या लढाईनंतर लवकरच बंगालची लूट लंडनमध्ये दाखल झाली आणि ह्या घटनेचा त्वरित परिणाम झाला. ज्या औद्योगिक क्रांतीमुळे एकोणिसावे शतक हे मागील सर्व शतकांहून अगदी वैशिष्ट्यपूर्ण व निराळे मानले जाते, तिची सुरुवात १७६० मध्ये झाली, असे सर्व तज्ज्ञांचे मत आहे. बेन्सच्या म्हणण्याप्रमाणे १७६० पूर्वी सूतकताईसाठी लँकशायरला ज्या प्रकारची यंत्रे वापरली जात होती ती, त्या वेळी भारतात वापरल्या जाणाऱ्या यंत्रांइतकीच साधी होती. तथापि १७५० च्या सुमारास इंग्लंडमधील लोखंड तयार करण्याचा उद्योगधंदा अगदी उतरणीला लागला होता. कारण जळणासाठी सर्व अरण्यांचा फन्ना पाडण्यात आला होता. त्या वेळी राज्यात उपयोगात आणल्या जाणाऱ्या लोखंडापैकी ⅘ लोखंड स्वीडनमधून येत असे.

"प्लासीची लढाई १७५७ मध्ये झाली आणि त्यानंतर तितक्याच झपाट्याने परिस्थितीत बदल होत गेला. १७६० मध्ये उडत्या धोट्यांचा शोध लागला आणि लोखंड आटवण्यासाठी लागणाऱ्या लाकडाची जागा कोळशाने घेतली. १७६४

मध्ये हारग्रीव्हजने सूत कातण्याच्या यंत्राचा शोध लावला, नंतर क्रॉम्पटनची पिंजणी (म्यूल) निर्माण झाली. १७८५ मध्ये कार्ट राइटचा यंत्रमाग (पॉवरलूम) तयार होऊन त्याने त्याचे एकस्व (पेटंट) मिळवले. सर्वांत महत्त्वाचा शोध म्हणजे वॅट् याने १७६८ मध्ये वाफेवर चालणारे शोधून काढलेले यंत्र होय. जरी ह्या यंत्राने त्या वेळच्या परिस्थितीला गतिमान बनवले तरी ती प्रत्यक्षात गतिमान बनली नाहीत. शोध हे स्वत: निष्क्रिय असतात. त्यांतील अत्यंत महत्त्वाचे शोधसुद्धा कित्येक शतके कुजून पडले होते, कारण त्यांना गतिमान करण्यासाठी लागणारी चेतनाशक्ती उपलब्ध नव्हती. ही चेतनाशक्ती म्हणजेच पैसा किंवा भांडवल होय, आणि ते भांडवलसुद्धा स्थिर स्वरूपाचे नसून फिरते असावे लागते. भारतातील प्रचंड लूट येण्यापूर्वी व पत किंवा आर्थिक लायकी वाढण्यापूर्वी, शोधांना गतिमान करण्यास लागणारी शक्ती अस्तित्वात नव्हती. वॅट जर पन्नास वर्षे अगोदर जन्मास आला असता तर, तो आणि त्याचा शोध एकदम नाहीसे झाले असते. बहुधा जगाच्या सुरुवातीपासून, भारताच्या लुटीने जो फायदा मिळवून दिला तेवढा दुसऱ्या कोणत्याही भांडवलाने दिलेला नाही, कारण जवळजवळ पन्नास वर्षे ब्रिटनला दुसरा प्रतिस्पर्धी नव्हता. १६९४ पासून प्लासीच्या लढाईपर्यंत म्हणजेच १७५७ पर्यंत भांडवलातील वाढ बेताचीच होती. १७६० ते १८१५ ह्या काळात मात्र ती जलद गतीची आणि प्रचंड होती.''

(कित्ता, पाने २५९-६०.)

अशा प्रकारे भारताची लूट हा इंग्लंडच्या भांडवलाचा झरा होता आणि त्याच्याच-मुळे इंग्लंडमधील औद्योगिक क्रांतीला चेतना मिळून ती प्रत्यक्षात अवतीर्ण झाली.

तथापि एकदा औद्योगिक क्रांती घडून आल्यावर, इंग्लंडपुढे एक यक्षप्रश्न उभा राहिला, तो म्हणजे, इंग्लंडमध्ये प्रचंड प्रमाणात तयार होत असलेल्या मालाच्या उठावासाठी बाजारपेठा शोधून काढणे, हा होय. ज्यामुळे इंग्लंडला त्यांच्या आर्थिक धोरणात आमूलाग्र बदल घडवून आणणे अपरिहार्य झाले, तो क्रांतिकारक बदल म्हणजे वाणिज्यिक भांडवलाला (मर्कंटाइल कॅपिटॉलिझमला) अर्धचंद्र देऊन त्याची जागा अनिर्बंध व्यापारी भांडवलाला करून देणे, हा होय. आणि ह्याच्या अनुरोधाने वसाहतींच्या धोरणातही आवश्यक असे फेरबदल करणे भाग पडले.

ह्या नव्या गरजांमुळे भारतात, पूर्वीच्या मक्तेदारीऐवजी खुली बाजारपेठ निर्माण करणे अटळ झाले. जो भारत देश सर्व जगभर आपले कापड निर्यात करीत असे त्याला कापडाची आयात करणारा देश म्हणून निर्माण करणे, अत्यावश्यक झाले. ह्याचाच अर्थ भारतीय आर्थिक रचनेत आमूलाग्र बदल घडवून आणणे

जरूर होते. ह्यासाठी ईस्ट इंडिया कंपनीच्या भारतातील धोरणात क्रांतिकारक बदल घडवून आणणे भाग होते. भारताच्या पिळवणुकीच्या पद्धतीतही संपूर्ण बदल करणे अटळ होते. हे करण्यासाठी ईस्ट इंडिया कंपनीत ज्यांचे आर्थिक हितसंबंध जखडलेले होते त्यांच्या कडव्या विरोधाला तोंड देणे आवश्यक होते.

ह्या प्रकारचे बदल घडवून आणण्यासाठी अनुकूल अशी पार्श्वभूमी तयार करण्याचे काम अठराव्या शतकातील शेवटची पंधरा वर्षे सातत्याने चालू होते.

भारताची संपूर्ण पिळवणूक करण्याच्या दृष्टीने जे बेजबाबदार व नाशकारक धोरण कंपनीने चालू ठेवले त्यात बदल करणे जरूर होते. कंपनी व तिचे नोकर ह्यांनी जे वेडगळपणाचे व संहारक धोरण चालू ठेवले होते त्यामुळे देशातील उत्पादनक्षमताच खलास होत चालली होती. नंतरच्या काही वर्षांत लँकशायरच्या व्यापाऱ्यांच्या हावरेपणामुळे नऊ पिढ्यांची कमाई एकदम करण्यात आली आणि पुढील पिळवणुकीत सातत्य राहावे म्हणून मोठ्या उद्योगपतींच्या अधाशीपणावर सरकारला निर्बंध घालणे भाग पडले. त्याचप्रमाणे अठराव्या शतकातील शेवटच्या पंचवीस वर्षांत, भारतातील कंपनीच्या कारभारावर इंग्रज सरकारला बंधने घालणे भाग पडले. ह्याही वेळी हा हल्ला कंपनीच्या प्रतिस्पर्धी लोकांनी चालू ठेवला. कंपनीच्या भारतातील मक्तेदारीवर, निरनिराळे हितसंबंधी लोक एक होऊन त्यांनी कंपनीला विरोध करण्यास सुरुवात केली. ह्याच संबंधात कंपनीच्या भारतातील अनागोंदी कारभारावर अनेक ग्रंथ लिहिले गेले. हे वाङ्मय म्हणजे साम्राज्यवादी तत्त्वाला विरोध करणाऱ्यांनी आजपर्यंत निर्माण केलेल्या वाङ्मयात उत्कृष्ट ठरेल.

इंग्रज उद्योगपतींनी कंपनीवर ह्यापूर्वीच आग पाखडण्यास सुरुवात केली होती, कारण भारतातून कंपनीने जे विणलेले कापड इंग्लंडमध्ये आणले ते इंग्लंडमध्ये तयार झालेल्या कापडापेक्षा अधिक चांगले होते, त्यामुळे इंग्रज व्यापाऱ्यांना एक अडचणीचा प्रश्न निर्माण झाला होता. १७२० मध्ये ह्या व्यापाऱ्यांनी भारतातील रेशमी कापड व छापील मलमल इंग्लंडमध्ये आणण्यावर बंदी आणली आणि भारतात तयार झालेला माल जो इंग्लंडमध्ये आयात केला जाई, त्यावर मोठ्या प्रमाणात जकात बसविण्यात येई. भारतात तयार झालेला जो माल कंपनी इंग्लंडला नेत असे तो, इंग्लिश बंदरांचा गोदामांसारखा उपयोग करून, युरोपमधील इतर देशांत पाठवत असे.

तथापि अठराव्या शतकाच्या अखेरीस कंपनीच्या विरोधकांचा जो प्रखर हल्ला चालू झाला होता, त्याचे मुख्य लक्ष्य, कंपनीच्या भारतातील मक्तेदारीतून निर्माण झालेल्या कारभारातील लाचलुचपत, हे होय. ह्या विरोधाला, इंग्लंडमधील

मोठे उद्योगपती व ज्यांना कंपनीच्या मक्तेदारीत आपले हात धुऊन घेता आले नव्हते, असे असंतुष्ट भांडवलदार, ह्यांनी एकजुटीने धार आणली होती, आणि त्यातच औद्योगिक भांडवलशाहीच्या भावी विरोधाची चिन्हे स्पष्ट दिसत होती. त्यांनीच पुढे अशी मागणी केली की, भारताची बाजारपेठ ही सर्वांना खुली असावी व त्या बाजारपेठेचा सर्वांना व्यापारासाठी संपूर्ण फायदेशीररीत्या उपयोग करता यावा म्हणून, तेथील व्यक्तिगत लाचलुचपत व लूटमार ह्यांतून निर्माण होणारे अडथळे दूर केले जावेत.

साहजिकपणे ह्या विरोधाला, अनिर्बंध व्यापाराचा मूलभूत प्रणेता, भविष्यकाळाचा द्रष्टा व थोर अर्थशास्त्रज्ञ ॲडॅम स्मिथ ह्याने १७७६ मध्ये वाचा फोडली. त्याने १७७६ मध्ये 'वेल्थ ऑफ नेशन्स' हा ग्रंथ प्रसिद्ध केला. इंग्लंडच्या यंगर पिटसारख्या नवीन मुत्सद्द्याने त्याला 'बायबल'सारखा पवित्र ग्रंथ मानला. ह्या ग्रंथात एक स्वतंत्र प्रकरण त्याने ईस्ट इंडिया कंपनीवरील क्रूर व प्रचंड हल्ल्यासाठी खर्ची घातले आहे. त्याच्या विद्वत्ताप्रचुर व निर्भीड भाषेत तो म्हणतो,

''अशा मक्तेदारीच्या कंपन्या म्हणजे सर्व दृष्टींनी तापदायक होत. ज्या देशात त्या काढल्या जातात त्यांना त्या गैरसोयीच्या ठरतात, आणि त्यांच्या कारभाराखाली राहण्याचे दुर्भाग्य ज्यांच्या वाट्याला येते, त्यांना त्या हानिकारक ठरतात.''

''सत्ताधीश ईस्ट इंडिया कंपनीने युरोपमधून भारतात नेलेला माल जेवढा स्वस्त दरात विकता येईल तेवढ्या स्वस्तात विकणे हे तिच्या हिताचे आहे, त्याचप्रमाणे भारतात खरेदी केलेला माल जितक्या महाग दरात विकता येईल तेवढा विकणे हे त्यांच्या फायद्याचे आहे. तथापि व्यापारी ह्या दृष्टीने बरोबर ह्याच्या विरुद्ध कृती करणे हे त्यांच्या खऱ्या हिताचे आहे. सत्ताधीश ह्या दृष्टीने ज्या देशावर ते राज्य करतात त्या देशाचे व त्यांचे ध्येय एक असणे नैसर्गिक आहे, आणि व्यापारी ह्या दृष्टीने, त्यांचे सत्ताधीश ह्या नात्याचे धोरण त्यांच्या व्यापारी धोरणाशी विसंगत ठरते.

कंपनी सरकार हे एक अपवादात्मक सरकार आहे की, ज्याच्या शासनातील प्रत्येक व्यक्ती, त्या देशांतून बाहेर पडण्यास उत्सुक आहे आणि परिणामी कंपनी सरकारला शक्य तितक्या लवकर रामराम ठोकण्याची वाट पाहात आहे, म्हणजे त्याने जमवलेली संपत्ती घेऊन तो मायदेशी जाऊ शकतो. ज्या देशात त्याने नोकरी केली, तो सर्व देश धरणीकंपाच्या भक्ष्यस्थानी पडला, तरी त्याला त्याचे सुखदुःख काहीच नाही.''

(ॲडॅम स्मिथ– 'वेल्थ ऑफ नेशन्स' बुक ४, चॅप्टर ७.)

'एखादा श्रीमंत किंवा सामान्य इसम ईस्ट इंडिया कंपनीचे एक हजार पौंडांचे शेअर खरेदी करतो, त्यात त्याचा एवढाच हेतू असतो की, कोर्ट ऑफ प्रोप्रायटर्समध्ये एक मत देण्याचा त्याला अधिकार प्राप्त होतो व त्यामुळे त्याचे महत्त्व वाढते. त्याला त्यात स्वतःला जरी भारताच्या लूटमारीत भाग मिळत नसला तरी ते लुटारू निवडण्याच्या कार्यक्रमात त्याला भाग घेता येत असे. हे महत्त्व त्याला काही दिवस मिळावे असे वाटत असते, म्हणजे त्यातून त्याच्या काही मित्रांची त्याला वर्णी लावता येत असे, त्याच्या शेअरला किती फायदा मिळाला किंवा त्याने खरेदी केलेल्या शेअरची किंमत किती झाली, ह्याबद्दल तो बेफिकीर असतो. ज्या साम्राज्याच्या सरकारात त्याला मत असते त्या साम्राज्याच्या उत्कर्षाबद्दल त्याला काहीच काळजी वाटत नाही. ह्या व्यापारी कंपनीचे बहुसंख्य चालक, कोणत्याही अपरिहार्य नैतिक कारणामुळे असोत, आपल्या प्रजेच्या सुखदुःखासंबंधी, देशाच्या उत्कर्ष किंवा अपकर्षासंबंधात, किंवा त्यांच्या शासनाच्या मोठेपणाबद्दल किंवा बेअब्रूबद्दल, इतके संपूर्ण बेफिकीर आहेत की, असे सत्ताधीश मागे झाले नाहीत, किंवा पुढे होण्याचा संभव नाही.''

(कित्ता, बुक ५ चॅप्टर १.)

येथे आपणास उगवत्या उद्योगपतींचा ईस्ट इंडिया कंपनीच्या व्यापारी धोरणाविरुद्ध आवाज ऐकू येतो आणि ह्यातूनच पुढे औद्योगिक भांडवल व्यापारी भांडवलावर मात करणार, अशी स्पष्ट चिन्हे दिसू लागतात.

ईस्ट इंडिया कंपनीच्या सनातनी धोरणावर टीका करून ते बदलणे आवश्यक आहे, असे प्रतिपादन १७८२-८३ च्या हाऊस ऑफ कॉमन्सच्या सिलेक्ट कमिटीत केले गेले. १७८३ मध्ये फॉक्सने 'इंडिया बिल' मांडले. त्यात त्याने कोर्ट ऑफ डायरेक्टर्स आणि प्रोप्रायटर्स रद्द करून त्यांच्या जागी पार्लमेंटने कमिशनर्स नेमावेत असे सुचविले. तथापि विरोधकांनी हे 'बिल' फेटाळून लावले, त्यामुळे फॉक्सचे मंत्रिमंडळ गडगडले. फॉक्सच्या जागी पिट् आला, तो जवळजवळ वीस वर्षे अधिकारपदावर राहिला. ह्या पेचप्रसंगी भारत हा इंग्लंडच्या राजकारणाचा ध्रुवबिंदू असल्याचे प्रत्ययास आले. १७८४ मध्ये फॉक्सच्या धोरणाचाच पाठपुरावा करणारे पण थोडे मिळतेजुळते घेणारे पिट्चे बिल हेस्टिंग्ज् व कंपनी यांच्या विरोधाला डावलून संमत करण्यात आले. त्यात कंपनीच्या कारभारावर पार्लमेंटचा प्रत्यक्ष ताबा असावा हे मूलभूत तत्त्व मान्य करण्यात आले. १७८६ मध्ये लॉर्ड कॉर्नवॉलिस ह्याची गव्हर्नर जनरल म्हणून नेमणूक झाली. त्याने कंपनीच्या कारभारात आवश्यक असलेल्या सुधारणा कराव्यात, असा त्याला आदेश दिला होता.

भारतातील इंग्रजी अंमल- पारंपरिक दृष्टिकोन / ११३

१७८८ मध्ये, ज्या वॉरन हेस्टिंग्जने १७७२ ते १७८५ ह्या काळात गव्हर्नर व गव्हर्नर जनरल म्हणून काम केले होते, त्याच्यावर लाचलुचपत व शासनातील गोंधळ, असे आरोप ठेवून खटला भरण्यात आला. हा दावा पिट्च्या अनुमतीने सरकारनेच वॉरन् हेस्टिंग्जवर केला होता. फॉक्स, बर्क आणि शेरिडन् ह्यांचा प्रखर हल्ला, व्यक्तीपेक्षा मूलभूत सदोष कार्यपद्धतीवर होता. ह्या विरोधाच्या पुढील घटनेवर फ्रेंच राज्यक्रांतीची छाया पडली. त्यामुळे पिट्ने योजलेल्या सुधारणा बारगळल्या आणि मध्यमवर्गीय इंग्लिश प्रती क्रांतिकारकांचे औद्योगिक भांडवली धोरण स्पष्ट झाले. ज्या बर्कने भारतातील जुलूम-जबरदस्ती व गैरव्यवहार ह्यांच्यावर प्रखर टीकास्त्र सोडून लोकांचे चित्त वेधून घेतले होते तोच बर्क आता फ्रान्समधील व्यक्तिस्वातंत्र्याकरता झालेल्या क्रांतीवर तुटून पडला. ह्या त्याच्या धोरणामुळे युरोपमधील राजे लोक बर्कची वाहवा करू लागले. फिलिप् फ्रॅन्सिस् जो गव्हर्नर जनरलच्या कौन्सिलचा सभासद होता व ज्याने हेस्टिंग्जला कौन्सिलमध्ये सातत्याने विरोध करून त्याच्यावर करण्यात आलेल्या राजद्रोहाच्या खटल्यात बर्कला सर्व मुद्देमालाचा पुरावा पुरवला होता, त्याने बर्कच्या फ्रेंच राज्यक्रांतीवरील विरोधी धोरणाचा निषेध केला. हेस्टिंग्जवरील राजद्रोहाचा खटला सात वर्षे रेंगाळत राहून शेवटी त्या खटल्यात हेस्टिंग्ज १७९५ मध्ये निर्दोषी म्हणून सुटला. 'अनिर्बंध व्यापार' ह्या धोरणाचा पुरस्कार करणारा पिट् आता बचावाच्या धोरणाचा पाठपुरावा करू लागला. १८१३ पर्यंत फ्रेंच लढाया संपुष्टात येऊन औद्योगिक भांडवलाला स्थैर्य प्राप्त झाल्यावर भारताचा प्रश्न पुन्हा चर्चेला आला आणि नवीन धोरणाचे प्रकाशकिरण स्पष्टपणे दिसू लागले.

गव्हर्नर जनरल लॉर्ड कॉर्नवॉलिस याने कंपनीच्या कारभारात बऱ्याच सुधारणा केल्या, त्यामुळे व्यक्तिगत लाचलुचपत व लूटमार ह्यांना आळा बसला. त्याने पगारी सनदी नोकरांच्या नेमणुका केल्या. पूर्वीची वरचेवर सारावाढ करण्याची पद्धत त्याने बंद केली कारण असे केल्यामुळे शहरांची जागा जंगले घेऊ लागली व पिळवणुकीचे मूलभूत साधनच नष्ट होऊ लागले. बंगालमध्ये कायम-सारा पद्धत चालू करून एक नवीन जमीनदार वर्ग त्याने निर्माण केला, ह्यांतून ब्रिटिश साम्राज्याबद्दल सहानुभूती बाळगणारा वर्ग निर्माण होऊन त्याने ठराविक रक्कम सरकारला देण्याचे ठरले.

हे सर्व बदल 'सुधारणा' ह्या नावाखाली करण्यात आले. खरोखरी औद्योगिक भांडवलदारांच्या हितार्थ भारताची शास्त्रीय पद्धतीने पिळवणूक करण्यास साहाय्यभूत ठरेल अशी पार्श्वभूमी निर्माण करण्यासाठी वरील सुधारणांची आवश्यकता होती. त्यांनी औद्योगिक भांडवलाच्या साहाय्याने भारताची पिळवणूक करण्याचा नवीन

मार्ग निर्माण केला. ह्या मार्गाने भारताची पूर्वीची अशास्त्रीय लूटमार बंद करून, भारताच्या मूलभूत आर्थिक चौकटीलाच मोडून टाकण्याची व्यवस्था केली.

### ३. मूलोद्योगांचा ऱ्हास

१८१३ मध्ये उद्योगपती व त्यांचे सहायक ह्यांचा कंपनीच्या मक्तेदारीला असलेला विरोध यशस्वी होऊन, ईस्ट इंडिया कंपनीचा भारताबरोबरील व्यापाराचा मक्तेदारीचा हक्क रद्द झाला. औद्योगिक भांडवलाच्या साहाय्याने भारताची पिळवणूक करण्याचे नवे पर्व १८१३ मध्ये सुरू झाले.

१८१३ पूर्वी भारताबरोबरील व्यापार बेताचाच होता. १८८३ मध्ये सीली याने 'एक्स्पान्शन ऑफ इंग्लंड' हा ग्रंथ प्रसिद्ध केला, त्याने एकोणिसाव्या शतकात झालेल्या आमूलाग्र बदलासंबंधी माहिती दिली आहे, ती अशी :

"ॲडॅम स्मिथ ह्याच्या ग्रंथाला, मॅक्कुलॉक याने भारतावर एक टिप्पणी जोडली आहे, तीत तो म्हणतो की, १८११ पर्यंत, म्हणजे कंपनीचे व्यापारात स्वामित्व असताना, इंग्लंड आणि भारत ह्यांच्यामधील व्यापार अगदी क्षुल्लक म्हणजे इंग्लंड आणि जर्सी, किंवा इंग्लंड आणि "आइल ऑफ मॅन" ह्यांच्या बरोबरील व्यापाराइतका लहान होता."

"तथापि आता, भारताबरोबरील व्यापाराची तुलना जर्सी किंवा 'आइल ऑफ मॅन' ह्यांच्याऐवजी अमेरिका किंवा फ्रान्स ह्यांच्याबरोबर करावी लागते. इंग्लंडमधून आयात करणाऱ्या देशांमध्ये, अमेरिका वगळून, भारताचा क्रम फ्रान्स वगैरे सर्व देशांच्या वर लागतो."

(जे. आर. सीली 'एक्स्पान्शन ऑफ इंग्लंड,' १८८३, पान २९९.)

त्याचप्रमाणे कंपनीच्या १८१२ च्या रिपोर्टमध्ये स्पष्ट खुलासा केला आहे की, त्यांच्या सत्तेखाली भारत असताना भारताचे महत्त्व त्याच्यापासून प्रत्यक्ष देणगी किंवा लूट किती मिळते, ह्यावर ठरविले जाई. तयार माल विकणारी बाजारपेठ म्हणून भारताकडे पाहिले जात नसे;

"भारताच्या प्रचंड साम्राज्याचे महत्त्व ते राज्याच्या तिजोरीत दरसाल किती भर घालते, ह्यावर अवलंबून होते. राज्यातील उद्योगपतींचा किती माल ते घेते ह्या गोष्टीला महत्त्व नव्हते."

(रिपोर्ट ऑफ दि ईस्ट इंडिया कंपनी फॉर १८१२ कोटेड् इन परशद्, 'सम आस्पेक्ट्स् ऑफ इंडियाज् फॉरिन् ट्रेड,' पान ४९.)

१८१३ साली कंपनीच्या परवान्याच्या नूतनीकरणाचे वेळी, कंपनीची मक्तेदारी बंद करावी, याबद्दल झालेल्या चर्चेची माहिती १८१३ च्या पार्लमेंटच्या इन्क्वायरी कमिटीच्या कार्यवृत्तांतात वाचावयास सापडते. त्यावरून त्या वेळचा प्रचलित विचार असा होता की, इंग्लंडमध्ये यांत्रिक पद्धतीने तयार झालेला माल विकण्यासाठी, भारतीय बाजारपेठेचा विकास करावा. त्यासंबंधात कंपनीचा प्रतिनिधी वॉरन् हेस्टिंग्ज याच्या मते भारताच्या बाजारपेठेचा ह्या दृष्टीने विकास करणे शक्य नव्हते.

ह्या चौकशीच्या वेळी, भारतातून ब्रिटनमध्ये आलेल्या तलम कापडावर ७८ टक्के जकात बसवली होती. असे केले नसते, तर ब्रिटनचा कापसाचा उद्योगधंदा विकास करू शकला नसता.

त्या वेळच्या म्हणजे १८१३ मध्ये जमवलेल्या माहितीवरून असे दिसते की, भारतातून आयात केलेल्या कापसाच्या आणि रेशमी कापडाच्या ब्रिटिश बाजारपेठेतील विक्रीच्या किमती, शेकडा पन्नास ते साठ टक्के कमी करूनसुद्धा माल विकला तरी ब्रिटिश मालाच्या विक्रीत होणाऱ्या फायद्यापेक्षा, अधिक फायदेशीर होणार होते. ह्यामुळे भारतीय मालावर सत्तर ते ऐंशी टक्के जकात बसवून, ब्रिटिश मालाला संरक्षण देणे किंवा जरूर तर भारतीय मालाला इंग्लंडमध्ये येण्यास बंदी घालणे आवश्यक वाटू लागले. असे केले नसते तर पैस्ले आणि मँचेस्टर येथील गिरण्या सुरुवातीसच बंद पडल्या असत्या आणि वाफेचा उपयोग करूनसुद्धा त्यांचे पुनरुज्जीवन करणे अशक्य झाले असते. भारताच्या उद्योगधंद्याची गळचेपी करूनच इंग्लंडमधील गिरण्यांना जीवदान द्यावे लागले.''

(एच. एच. वुइल्सन, 'हिस्टरी ऑफ ब्रिटिश इंडिया,' व्हॉ. १ पान ३८५.)

एकोणिसाव्या शतकाच्या पूर्वार्धांत भारतीय मालावर इंग्लंडमध्ये प्रचंड जकात बसवून ब्रिटनमधील कापडधंद्याच्या विकासाला वाव देण्यात आला. १८४० मधील पार्लमेंटच्या चौकशी समितीला असे आढळून आले की, ब्रिटनमधील कापड आणि रेशमी माल जो भारतात आयात केला जात होता, त्यावर साडेतीन टक्के व लोकरीच्या मालावर दोन टक्के जकात पडे. भारतीय कापसाच्या मालाची ब्रिटनमध्ये आयात करून तेथे जो विकला जात होता, त्यावर दहा टक्के, रेशमी मालावर वीस टक्के आणि लोकरीच्या मालावर तीस टक्के जकात द्यावी लागत असे.

ह्यावरून एवढे उघड दिसते की, काही तांत्रिक-यांत्रिक उच्च कौशल्यामुळे ब्रिटनचे उद्योगधंदे भरभराटीस आले, असे नव्हे, तर त्याला दुसरी अनेक कारणे होती. ब्रिटिश मालाला भारताच्या बाजारपेठेत मुक्तद्वार, ह्याउलट भारतीय मालावर ब्रिटनमध्ये मोठी जकात, नॅव्हिगेशन कायद्याप्रमाणे भारतीय मालाला युरोपमधील

किंवा अन्य बाजारपेठांत निर्यात करण्यावर बंदी. भारतीय उद्योगधंद्यांची अशी मुस्कटदाबी करूनच ब्रिटिश उद्योगधंद्यांना मजबुती आणण्यात आली आणि ब्रिटिश मालाने भारतीय बाजारपेठ काबीज केली आणि भारतीय उद्योगधंद्यांचा नायनाट करण्यात आला.

हा कार्यक्रम अत्यंत काटेकोरपणे एकोणिसाव्या शतकाच्या पूर्वार्धात कार्यवाहीत आणला गेला आणि त्याचे परिणाम सर्व एकोणिसाव्या शतकात आणि विसाव्या शतकातही भारतास भोगावे लागले. ब्रिटिश उद्योगधंद्यांच्या संपूर्ण प्रगतीबरोबरच भारतीय उद्योगधंद्यांना उतरती कळा लागली होती.

१८१४ ते १८३५ ह्या काळात ब्रिटनचा कापड माल जो भारतात निर्यात केला गेला, त्याचे प्रमाण एक दशलक्ष वारावरून ५१ दशलक्ष वारावर गेले. त्याच काळात भारतीय कापड माल जो ब्रिटनमध्ये आयात केला गेला त्याचे प्रमाण साडेबारा लाखांवरून तीनशेसहा हजारांवर खाली आले आणि १८४४ च्या सुमारास ते प्रमाण त्रेसष्ट हजारांवर येऊन पडले.

मालाच्या किमतीतील फरकही फार होता. १८१५ ते १८३२ ह्या काळात भारतीय निर्यात केलेल्या कापडाची किंमत १.३ दशलक्ष पौंडांवरून एक लक्ष पौंडावर उतरली म्हणजेच सतरा वर्षांत झालेला तोटा $\frac{१२}{१३}$ झाला. त्याच काळात इंग्लंडमधून भारतात आयात केलेल्या कापडाची किंमत २६,००० पौंडांवरून चारशे हजार पौंडांवर पोहोचली म्हणजेच सोळापट वाढली. १८५० मध्ये अशी परिस्थिती निर्माण झाली की, ज्या भारताने कित्येक शतके जगातील सर्व देशांना कापड निर्यात केले होते त्याला ब्रिटनच्या निर्यातीच्या कापडापैकी $\frac{१}{४}$ माल भारतात आयात करावा लागला.

इंग्लंडमध्ये यंत्रावर तयार झालेल्या कापडाने भारतातील कोष्टी लोकांचा सत्यानाश केला, तर यंत्रावर तयार झालेल्या दोरखंडाने भारतातील विणकऱ्यांची वाट लावली. १८१८-१८३६ ह्या काळात इंग्लंडमधील कापसाच्या दोरखंडाची निर्यात बावनशेपट वाढली.

जवळजवळ हीच परिस्थिती रेशमी माल, लोकरीचा माल, लोखंडी भांडी, काचकाम आणि कागद ह्यांचे बाबतीत झाली.

भारतातील उद्योगधंद्यांचा हा जो संपूर्ण नाश करण्यात आला त्याचे भारताच्या आर्थिक परिस्थितीवर कल्पनातीत दुष्परिणाम झाले. इंग्लंडमध्ये पूर्वीच्या हातमाग चालविणाऱ्या कोष्ट्यांचा नाश झाला खरा, पण त्याचबरोबर तेथे नवीन विणणारी यंत्रे निर्माण झाली. तथापि भारतात मात्र हजारो कारागीर आणि शिल्पकार ह्यांचा नाश झाला, पण येथे अन्य प्रकारची यंत्रे निर्माण झाली नाहीत. जुनी, लोकवस्तीने

गजबजलेली, उद्योगधंद्यांचे बाबतीत प्रसिद्ध असलेली डाका, मुर्शिदाबाद, सुरत ह्यांसारखी शहरे काही वर्षांतच ओसाड पडली. ब्रिटिशांच्या सुधारलेल्या राजवटीत झालेला हा सत्यानाश इतका संपूर्ण होता की, मागील काळातील कोणत्याही लूटमारीने, साथीने किंवा दुष्काळाने असा नाश झाला नव्हता. १७५७ सालच्या डाका शहराबद्दल क्लाइव्ह म्हणतो की, "डाका शहर हे लंडन शहराइतके विस्तीर्ण, लोकवस्तीने भरलेले व समृद्ध शहर आहे. डाका शहराची लोकसंख्या दीड लाखांवरून तीस ते चाळीस हजारांवर आली आहे." १८४० मध्ये सर चार्ल्स ट्रेव्हेलिन् याने पार्लमेंटरी इन्क्वायरी कमिटीला निवेदन केले. राने आणि रोगराई ह्यांनी डाका शहरावर आक्रमण चालू केले आहे, असे तो म्हणतो. "एकेकाळी डाका शहर हे भारताचे मँचेस्टर होते, ते उत्कर्षाच्या शिगेवरून दारिद्र्याच्या खाईत कोसळले आहे. तेथील दैन्यावस्था खरोखरीच भीषण आहे."

'ब्रिटिश एम्पायर'चा प्राचीन इतिहासकार माउंट गोमेरी मार्टिन म्हणतो की, "सुरत, डाका आणि मुर्शिदाबाद आणि इतर शहरे ह्यांचा संपूर्ण विध्वंस झाला आहे. ह्याच ठिकाणी पूर्वी देशी उद्योगधंदे प्रचंड प्रमाणात चालत होते, पण आज ती शहरे ओस पडली आहेत. सरळ सरळ व्यापारधंद्यात ही घटना घडू शकत नाही. मला वाटते, ह्या दुर्दैवी घटनेच्या बाबतीत 'बळी तो कान पिळी' हाच न्याय लागू झाला असावा."

सर हेन्री कॉटन् १८९० मध्ये म्हणतो, "शंभर वर्षांपूर्वी डाक्याचा व्यापारधंदा एक कोटी रुपयांचा होता आणि तेथील लोकसंख्या दोन लाख होती. १७८७ मध्ये इंग्लंडला निर्यात केलेली डाक्याची मलमल तीस लाख रुपये किमतीची होती. १८१७ मध्ये ती तयार होत नाहीशी झाली. सूत कातण्याचा आणि विणण्याचा उद्योगधंदा, ज्याने शेकडो वर्षे कित्येक लोकांना रोजगार पुरवला, तो आता नामशेष झाला आहे. जी कुटुंबे एकेकाळी श्रीमंत समजली जात होती, त्यांना आज शहरे सोडून उदरनिर्वाहासाठी खेड्याची वाट धरावी लागली आहे. ही दुर्दैवाची कुऱ्हाड केवळ डाक्यावरच कोसळली नसून तिने सर्व जिल्ह्यांची वाट लावली आहे. दरवर्षी कमिशनर आणि जिल्हाधिकारी सरकारला पुन्हा पुन्हा कळवताना दिसतात की, देशातील उद्योगधंदा करणारे कारागीर दिवसेंदिवस भिकेला लागत आहेत."

१९११ च्या सेन्सस रिपोर्टमध्ये हीच रडकथा चालू असल्याचे म्हटले आहे. १९११ च्या रिपोर्टवरून असे दिसते की, कापडधंद्यातील कामगारांची संख्या शेकडा सहाने कमी झाली आहे. ह्याला कारण म्हणजे हाताने सूत काढण्याचे काम

अजिबात बंद पडले.

कातड्यांच्या किंवा धातुकामाच्या धंद्यांतील मजुरांमध्येही सहा टक्के घट झाली, असे १९११ चा सेन्सस रिपोर्ट म्हणतो, तथापि ह्याच काळात धातूचा व्यापार करणाऱ्यांची संख्या सहापटींनी वाढली. त्याला कारण असे : ''धातूच्या उद्योगधंद्यांतील कामगार सहा टक्क्यांनी घटले, तर धातूंचा व्यापार करणारांची संख्या सहापटींनी वाढली ह्याचे कारण, तांब्या-पितळेच्या भांड्यांची जागा युरोपमधून आयात केलेल्या, मिना लावलेल्या चकचकीत कथलाच्या भांड्यांनी घेतली.''

('सेन्सस् ऑफ इंडिया रिपोर्ट,' १९११.)

लोखंड आणि पोलाद ह्या उद्योगधंद्यांत तीच परिस्थिती निर्माण झाली. ''लोखंड वितळविण्याच्या देशी उद्योगधंद्याला, आयात केलेल्या स्वस्त लोखंड आणि पोलादाने अर्धचंद्र दाखवला. तथापि देशातील खोल खेड्यांत काही ठिकाणी, तो उद्योगधंदा अजून चालू आहे.''

(इम्पीरियल गॅझेटियर ऑफ इंडिया, १९०७, व्हॉ. ३, पान १४५.)

भारतात पोलादाचा उपयोग हत्यारे, कोरीव कामे वगैरेंसाठी करीत असत आणि उत्कृष्ट दर्जाच्या वस्तू तयार करत असत. जुनी हत्यारे उत्कृष्ट प्रतीची आहेत. दमास्कस पाते म्हणून जी प्रसिद्ध आहेत ती भारतातील हैदराबादहून पोलाद आणून बनवत असत. दिल्लीजवळील कुतुबमिनार हा वजनात सहा टनांवर असून, त्यावरील खोदलेला लेख इ.स. ४१५ मधील आहे. त्या काळात एवढा प्रचंड स्तंभ कसा घडवला असेल, ह्याची कोणालाही कल्पना करता येत नाही. भारतात मध्ययुगीन काळातल्या जुन्या लोखंड करण्याच्या भट्ट्यांचे अवशेष सापडतात ते त्या काळातल्या युरोपमधील अवशेषांसारखेच आढळतात.

''लोखंड वितळवण्याच्या भट्ट्या भारतात सर्वत्र विखुरलेल्या होत्या. निरनिराळ्या जिल्ह्यांतून लोखंड खाणींतून काढणाऱ्या लोकांना लोहार म्हणत असत. तथापि युरोपमधील स्वस्त लोखंड भारतात आल्यावर, भारतातील लोखंडाचा उद्योगधंदा बंद पडला आणि लोहार लोक अकुशल कामगार म्हणून काम करू लागले. १२५ वर्षांपूर्वी डॉ. फ्रॅन्सिस बचनान् ह्याला असे लोहार आढळले होते.''

(डी. एच. बचनान्, 'डेव्हलपमेंट ऑफ कॅपिटॅलिस्ट् एन्टरप्राइज इन इंडिया,' १९३४, पान २७४.)

जुनी उद्योगधंद्यांची केंद्रे असलेली शहरे निकालात निघाली आणि शहरवासीयांनी खेड्यांत गर्दी केली. इतकेच नव्हे, तर, शेतकी धंदा आणि खासगी उद्योगधंदा, ह्यांचा समन्वय साधून खेड्यांतील आर्थिक चौकट निर्माण केली होती, तिचा पायाच

भारतातील इंग्रजी अंमल- पारंपरिक दृष्टिकोन / ११९

कोसळून पडला. हजारो कारागीर, शिल्पकार, विणकरी, लोहार, कुंभार, कामगार वगैरे बेकार झाल्यामुळे, शहरे सोडून शेतीच्या व्यवसायासाठी, खेड्यांत गर्दी करून राहू लागले. अशा प्रकारे जो भारत देश शेतकी आणि उद्योगधंदे ह्या एकत्रित व्यवसायाबद्दल प्रसिद्ध होता, त्याला ब्रिटिश औद्योगिक भांडवलशाहीने, जुलमाने केवळ शेतकीप्रधान देश करून टाकला. ब्रिटिश राजवटीच्या ह्याच काळापासून आणि ब्रिटिश राजवटीचा प्रत्यक्ष परिणाम म्हणून, शेतीवर जगणाऱ्यांची भयंकर गर्दी झाली, तथापि ब्रिटिशांच्या सरकारी दप्तरात, भारत हा अनादिकालापासून कृषिप्रधान देश आहे, असे ठासून सांगण्यात येते आणि त्याची दैन्यावस्था ही फाजील लोकसंख्येमुळे निर्माण झाली आहे, असे निदान मानभावीपणे केले जाते. खरोखरी शेतीवर उदरनिर्वाह करणाऱ्यांची संख्या ही ब्रिटिश राजवटीत वाढत गेली आणि एकोणिसाव्या व विसाव्या शतकात ती सातत्याने वाढतच आहे. सेन्सस् रिपोर्टप्रमाणे, १८९१ ते १९२१ ह्या काळात शेतीवर अवलंबून राहणारांची संख्या शेकडा ६१ वरून ७३ वर गेली. (ह्याबद्दलची संपूर्ण माहिती प्रकरण ७ मध्ये दिली आहे.)

१८४० मध्येच, पार्लमेंटरी इन्क्वायरी कमिटीला, मांटेगोमेरी मार्टिन ह्याने धोक्याची सूचना दिली होती की, भारताला 'इंग्लंडचे कृषिक्षेत्र बनविण्याचा' उपद्व्याप धोकादायक होता.

"भारत हा शेतीप्रधान देश आहे, हे म्हणणे मला मुळीच पटत नाही. भारत हा जितका कृषिप्रधान आहे तितकाच औद्योगिक आहे. आणि जो कोणी भारताला कृषिप्रधान करण्याचा प्रयत्न करील, तो सांस्कृतिक दृष्टीने हलक्या दर्जाचा ठरेल. भारत देश हा इंग्लंडचे कृषिक्षेत्र बनेल असे मला मुळीच वाटत नाही. तो एक उद्योगधंद्यांबद्दल प्रसिद्ध देश आहे. त्याने उद्योगधंद्यांत निर्माण केलेल्या निरनिराळ्या चिजा शेकडो वर्षे टिकून आहेत, आणि ह्या बाबतीत त्याच्याशी कोणीही कधीही स्पर्धा करू शकलेले नाही. मात्र त्यांना न्याय्य वाव दिला गेला पाहिजे. आता भारताला कृषिप्रधान देश मुद्दाम बनवणे म्हणजे त्याच्यावर अन्याय करणे होय."

१८२९ मध्ये ईस्ट इंडिया कंपनीची व्यापारातील मक्तेदारी गेल्यावर व्यापारापेक्षा सारावसुलीबद्दल तिला जास्त कळकळ वाटू लागली. त्यामुळे भारतात व्यापारी क्रांती घडवून आणण्याचे बाबतीत, ती निराशाजनक भाषा बोलू लागली. ३०-५-१८२९ ला लॉर्ड वुइल्यम बेन्टिक ह्याने कोर्ट ऑफ डायरेक्टर्सना दिलेल्या माहितीवरून वरील गोष्ट स्पष्ट होते :

"बोर्ड ऑफ ट्रेडने कोर्ट ऑफ डायरेक्टर्सना दिलेल्या रिपोर्टबद्दल सहानुभूती वाटते. भारतात व्यापारी क्रांती घडवून आणण्याच्या प्रयत्नामुळे, भारतातील अनेक

लोकांना इतक्या हालअपेष्टांना तोंड द्यावे लागत आहे की, भारतातील व्यापाराच्या इतिहासात त्याला तोड नाही.''

"तथापि उद्योगपतींनी ह्या प्रश्नाचा पिच्छा पुरवण्याचे निश्चित केले होते. १८४० च्या पार्लमेंटरी इन्क्वायरीला काँप ए मॅक्लेसफील्ड ह्या उद्योगपतीने दिलेल्या निवेदनात असे म्हटले आहे की, ईस्ट इंडिया कंपनीच्या प्रयत्नाची मला कीव करावीशी वाटते. तथापि ह्याच वेळी ईस्ट इंडिया कंपनीच्या लोकांपेक्षा मला माझ्या लोकांबद्दल अधिक आपुलकी वाटते. मला वाटते, माझ्या परिस्थितीपेक्षा ईस्ट इंडिया कंपनीच्या मजुरांची परिस्थिती अधिक वाईट आहे म्हणून मी माझ्या लोकांच्या सुखाचा त्याग करावा हे योग्य नव्हे.''

औद्योगिक भांडवलदारांचे भारताविषयीचे धोरण स्पष्ट होते. भारताला ब्रिटिश भांडवलशाहीचे कृषिक्षेत्र बनविणे व त्यासाठी भारताने कच्चा माल पुरवून ब्रिटिशांचा तयार माल प्रचंड प्रमाणात आयात करत राहणे, हेच ते धोरण होय. भारताबरोबरील व्यापारासंबंधात मुख्य प्रश्न हा आहे की, आपण जो तयार माल त्यांना पुरवू त्याच्या मोबदल्यात ते त्यांच्या देशातील कच्चा माल आपल्याला पुरवू शकतील किंवा नाही. ७५ वर्षांपूर्वी भारताची पिळवणूक करण्यासाठी क्लाइव्हने आखलेली योजना स्पष्ट होती, तितकीच आताची नवीन प्रकारची पिळवणूक करण्याची युक्ती सुस्पष्ट होती.

भारतीय बाजारपेठेचा विकास करण्यासाठी भारतातील कच्च्या मालाचे उत्पादन आणि निर्यात वाढवणे अत्यावश्यक होते. ह्या ध्येयावर आता ब्रिटिश धोरणाचे लक्ष खिळले होते.

"ह्या शतकाच्या पूर्वार्धात इंग्लंडला भारताचे फार महत्त्व वाटले, कारण औद्योगिक क्रांतीला आवश्यक असा माल, म्हणजे कातडी, तेल, रंग, काथ्या व कापूस वगैरे जिन्नस, भारताने इंग्लंडला पुरवले आणि त्याचबरोबर लोखंड आणि कापूस ह्यांच्या तयार मालाला भारतीय बाजारपेठ उपलब्ध करून दिली.

(एल. सी. ए. नोलेस- 'इकॉनॉमिक डेव्हलपमेंट ऑफ दि ओव्हरसीज एम्पायर,' पान ३०५.)

ह्या नवीन धोरणाची पहिली पायरी म्हणजे १८३३ मध्ये काही इंग्रजांना भारतात जमीन खरेदी करून मळे चालू करण्यास परवानगी देण्यात आली. ह्याच वर्षी वेस्ट इंडीजमधील गुलामगिरी बंद पडली होती. नवीन मळे चालवण्याची पद्धत म्हणजेच मळ्यांच्या नावाखाली चालू केलेला नवीन गुलामगिरीचा प्रकार होता आणि ह्या मळेवाल्यांपैकी अगदी सुरुवातीचे मळेवाले, म्हणजे वेस्ट इंडीजमधील गुलामांचे मुकादम होते, ही गोष्ट लक्षात ठेवण्यासारखी आहे. अनुभवी मळेवाले

वेस्ट इंडीजमधून आणण्यात आले. सुरुवातीचे मळेवाले अगदी अडाणी होते, त्यांच्यापैकी काही अमेरिकेत गुलामांचे मुकादम होते आणि ते गुलामांबरोबर काही बाबतींत वाईट वर्तन करीत. (बचनान्, 'डेव्हलपमेंट ऑफ कॅपिटॅलिस्ट एंटरप्राइज इन इंडिया' पाने ३६-३७). १८६० च्या इंडिगो कमिशनने ते भीषण गुन्हे उजेडात आणले. आज दहा लाखांपेक्षा अधिक कामगार चहा, रबर आणि कॉफीच्या मळ्यात कामावर आहेत. हा आकडा कापडधंदा, कोळशाच्या खाणी, यंत्रे, लोखंड, पोलाद कारखाने वगैरे उद्योगधंद्यांत असलेल्या एकूण मजुरांच्या आकड्याएवढा आहे.

विशेषत: १८३३ नंतर भारताची कच्च्या मालाची निर्यात एकदम वाढली. कच्च्या कापसाची निर्यात १८१३ मध्ये नऊ दशलक्ष वजनी पौंड होती ती १८३३ मध्ये ३२ दशलक्ष पौंडांवर गेली आणि १८४४ मध्ये ८८ दशलक्ष वजनी पौंडांवर पोहोचली. मेंढीच्या लोकरीची १८३३ मध्ये ३.७ हजार वजनी पौंडांची निर्यात होती ती १८४४ मध्ये २.७ दशलक्ष वजनी पौंडांवर गेली. मोहरीची निर्यात १८३३ मध्ये २१०० बुशेल् (आठ गॅलनचे कैली माप-बुशेल्) होती ती १८४४ मध्ये २३७००० वर गेली, (पोर्टर, प्रोग्रेस ऑफ दि नेशन, १८४७ पान ७५०.)

१८४९ ते १९१४ ह्या काळात कच्च्या कापसाची निर्यात जी १.७ दशलक्ष पौंड किमतीची होती ती २२ दशलक्ष पौंड किमतीची झाली. वजनाच्या दृष्टीने कच्च्या कापसाची निर्यात जी १८३३ मध्ये ३२ दशलक्ष पौंड होती ती १९१४ मध्ये ९६३ दशलक्ष पौंडांची झाली म्हणजेच जवळजवळ तीसपट झाली. गोणपाटाची निर्यात जी १८४९ मध्ये ६८००० पौंड होती ती १९१४ मध्ये ८.६ दशलक्ष पौंड झाली म्हणजेच १२६ पट झाली.

अन्नधान्याच्या बाबतीत तर, उपाशी भारताने केलेल्या निर्यातीची कमान सातत्याने उंचावतच होती. १८४९ मध्ये तांदूळ आणि गहू यांची निर्यात जी ८५८००० पौंड होती, ती १८५८ पर्यंत ३.८ दशलक्ष पौंडांवर गेली. १८७७ मध्ये ७.९ दशलक्ष पौंड, १९०१ मध्ये ९.३ दशलक्ष पौंड आणि १९१४ मध्ये १९.३ दशलक्ष पौंडांपर्यंत वाढली म्हणजे बावीस पटीवर पोहोचली.

एकोणिसाव्या शतकाच्या उत्तरार्धात, ह्या निर्यातीच्या कार्यक्रमाबरोबर दुष्काळाचा प्रादुर्भाव वरचेवर व वाढत्या भीषण अवस्थेत उद्भवू लागला. एकोणिसाव्या शतकाच्या पूर्वार्धात एकूण सात वेळा दुष्काळ पडला आणि त्यात एकूण पंधरा लाख माणसांची आहुती पडली. एकोणिसाव्या शतकाच्या उत्तरार्धात एकूण चोवीस वेळा दुष्काळ पडला, त्यात १८५१ ते १८७५ ह्या काळात सहा वेळा आणि

१८७६ ते १९०० ह्या काळात अठरा वेळा दुष्काळ पडला आणि त्यात, सरकारी आकड्याप्रमाणे दोन कोटी माणसे मृत्युमुखी पडली. थोडक्यात म्हणजे एकोणिसाव्या शतकात शेवटच्या तीस वर्षांत दुष्काळांची संख्या चौपट वाढली, अशी परिस्थिती त्याच्याअगोदर शंभर वर्षांपूर्वी होती, आणि ती चौपट क्षेत्रावर पसरली होती, (डब्ल्यू. डिग्बी, 'प्रॉस्परस ब्रिटिश इंडिया,' १९०१), 'इंडिया अँड इट्स् प्रॉब्लेम्स' ह्या ग्रंथात डब्ल्यू. एस. लिली ह्याने सरकारी अंदाजावरून (एस्टिमेटस्) खालील सर्वसाधारण माहिती दिली आहे.

| वर्षे | दुष्काळाचे बळी |
|---|---|
| १८००-१८२५ | १०००.००० |
| १८२५-१८५० | ४००.००० |
| १८५०-१८७५ | ५०००.००० |
| १८७५-१९०० | १५०००.००० |

१८७८ मध्ये दुष्काळाच्या वाढत्या उपद्रवाबद्दल चौकशी करण्यासाठी 'फॅमिन् कमिशन' नेमण्यात आले. त्यांचा रिपोर्ट १८८० मध्ये प्रसिद्ध झाला. कमिशनला असे दिसून आले की, भारतातील भयंकर दुष्काळांचे मुख्य कारण असे आहे की, येथील सर्व लोकसंख्या शेतीवर अवलंबून आहे. शेतीखेरीज अन्य उद्योगधंद्यांतून उदरनिर्वाह करण्याचे साधन भारतात नाही.

"भारतातील लोकांच्या दैन्यावस्थेचे मूळ कारण म्हणजे, येथील सर्व लोकांना शेतीवर अवलंबून राहावे लागते, आणि दुष्काळाच्या वेळी, अन्य साधनांच्या अभावी, त्यांची परिस्थिती भीषण होते. आजच्या परिस्थितीत सुधारणा करायची असेल, तर येथील लोकांना शेतीव्यतिरिक्त अन्य उद्योगधंदे निर्माण करून देणे आवश्यक आहे. असे केले तर, आजच्या शेतीवर जी फाजील माणसे विनाकारण अवलंबून राहतात, त्यांना दुसऱ्या उद्योगधंद्यांवर उपजीविका करता येईल व त्यामुळे शेतीवरील बोजा हलका होईल." (इंडियन फॅमिन् कमिशन रिपोर्ट, १८८०.)

अशा रीतीने औद्योगिक भांडवलशाहीने भारतात केलेल्या आपल्या शतकृत्यावर निकालाचा बोळा फिरवला.

# भारतातील आधुनिक साम्राज्यवाद

शासन आणि पिळवणूक हे सहप्रवासी असतात– लॉर्ड कर्झन, १९०५.

१९१४-१८ च्या महायुद्धापासून भारतातील साम्राज्यवादाचे पूर्वीचे धोरण सुटून तो एका नवीन मार्गाने वाटचाल करू लागला. राजकीय क्षेत्रात १९१७ च्या जाहीरनाम्यानंतर पूर्वीची एकतंत्री सत्ता जाऊन 'साम्राज्यांतर्गत हळूहळू प्रगत होणारे जबाबदारीचे राज्य' हे ध्येय ठरले आणि त्यानंतरच्या इतिहासावरून ज्या घटनात्मक सुधारणा हळूहळू करण्यात आल्या, त्यावरून वरील ध्येय स्पष्ट होते. १६ मे १९४६ च्या ब्रिटिश कॅबिनेटच्या जाहीरनाम्यावरून हेच ध्येय प्रत्यक्षात आल्याचे दिसते.

आर्थिक क्षेत्रात व व्यापार क्षेत्रातील अनिर्बंध व्यापाराच्या धोरणाने भारतीय उद्योगधंद्यांचा नायनाट झाला, म्हणून ते धोरण बदलून नवे धोरण अमलात आणण्याचे ठरले. ह्या धोरणाप्रमाणे ब्रिटिश राजवटीच्या कृपाछत्राखाली ब्रिटिश भांडवलाच्या साहाय्याने भारताला उद्योगप्रधान देश करावा, असे ठरले. १९१८ नंतरच्या काळाची काळजीपूर्वक छाननी केली तर, त्याच्या उतरत्या काळात हा प्रागतिक साम्राज्यवाद प्रत्यक्ष कार्यवाहीत आल्याचे दिसत नाही.

खरोखरीच, अनिर्बंध व्यापार व औद्योगिक भांडवलशाही ह्यांच्या पिळवणुकीतून भारत सुटून त्याची परिस्थिती बदलली, हे खरे आहे. तथापि ह्या बदलाची सुरुवात १९१४ च्या महायुद्धामुळे सुरू झाली, असा जो समज आहे तो बरोबर नाही. त्यापूर्वी दहा वर्षे ज्या बदलाला सुरुवात झाली होती त्याला पहिल्या महायुद्धाने चालना दिली हे खरे. हा बदल म्हणजे पूर्वीच्या व्यापारी भांडवलशाहीची व नंतरच्या औद्योगिक भांडवलशाहीची जागा आता वित्तीय भांडवलशाहीने घेतली. ह्या नवीन धोरणाचा पाया अगोदरच घातला गेला होता. १९१४ च्या महायुद्धाने ह्या विकसनाला एकदम गती दिली. भांडवलशाहीचा निर्वाणीचा क्षण निर्माण झाला, त्याचबरोबर भारतात पूर्वी कधीही झाली नव्हती अशी प्रचंड राजकीय आंदोलने सुरू झाली. ह्या दुहेरी संघर्षातून भारताची आजची परिस्थिती निर्माण झाली आहे. ह्या घटनेमध्ये वित्तीय भांडवलाच्या साहाय्याने चाललेल्या राजवटीचा

भारताला मागोवा घेता आलेला आहे, त्याचबरोबर अभूतपूर्व अशा राजकीय आंदोलनांनी साम्राज्यशाहीच्या पायालाच हादरे बसले आहेत. ह्या दोन परिणामकारक घटनांनी आजचा नवभारत घडवलेला आहे.

घटनात्मक सुधारणा ह्या भारताच्या इतिहासात काही अलीकडील नवा शोध नव्हे. १८६१ च्या कौन्सिल ॲक्टपासून तो १८६५ व १८८२ मध्ये जन्मास आलेले म्युन्सिपल बोर्डस् व जिल्ह्याच्या बोर्डस्पर्यंत, त्याचप्रमाणे १८९२ चा कौन्सिल ॲक्ट आणि १९०९ च्या मोर्ले-मिंटो सुधारणा, ह्या सर्व त्यांचाच भाग होय. १९१४ पूर्वीच्या मोर्ले-मिंटो सुधारणा व १९१७ चा जाहीरनामा ह्यांनी प्रचंड सुधारणा म्हणून ज्यांचा गवगवा झाला, त्यांना सुरुवात झाली; तथापि मुख्य सत्ता ब्रिटिशांच्याच हातात ठेवली होती. मॉन्टेग्यु चेम्स्फर्ड सुधारणा ह्या मोर्ले-मिंटो सुधारणांपेक्षा प्रागतिक स्वरूपाच्या होत्या, तथापि त्यांनी सुरू केलेली दुहेरी (डायार्की) राज्य-पद्धती हा कडक टीकेचा विषय झाला. ह्यापूर्वीच्या सुधारणांनी स्वराज्य दिले नव्हते, त्याचप्रमाणे मॉन्टेग्यु-चेम्सफर्ड सुधारणांनीही दिले नाही. १९१८ नंतरचा काळ मात्र असा आला की, ज्या वेळी इंग्रजांची सत्ता थोडीफार कमी होऊन ती भारतीयांना दिली गेली. तथापि भारतीयांच्या दृष्टीने हे सर्व अपुरेच व उद्वेगजनक होते, कारण ज्या काही थोड्याशा सुधारणा ब्रिटिशांनी केल्या त्या मिळवण्यासाठी, खास व प्रचंड प्रमाणातील दडपशाही, तुरुंगवास, कल्पनातीत अत्याचार आणि गोळीबार, त्याचबरोबर अत्यंत बंधनकारक कायदे ह्या सर्वांना भारतीयांना आव्हानपूर्वक तोंड द्यावे लागले.

त्याचप्रमाणे नव्या आर्थिक धोरणाचे चटके विसाव्या शतकाच्या सुरुवातीसच बसू लागले. वाणिज्य आणि उद्योगधंदे हे खाते लॉर्ड कर्झन याने १९०५ मध्ये निर्माण केले आणि १९०७ मध्ये पहिली औद्योगिक परिषद भरवण्यात आली. १९१४ पूर्वीच्या वीस वर्षांत कापड उद्योगधंद्याने भारतात बरीच प्रगती केली होती, तेवढी त्यानंतरच्या वीस वर्षांत झाली नाही. औद्योगिकीकरणाच्या धोरणाचा त्यानंतरच जास्त पुकारा करण्यात आला, आणि नवीन जकात-पद्धती ही १९१८ नंतरच अमलात आणण्यात आली.

तथापि त्यातून जो प्रत्यक्ष लाभ झाला तो अपेक्षांच्या मानाने अत्यंत अपुरा ठरला आणि औद्योगिक व उत्पादन क्षेत्रांतील विकासाला असलेला इंग्रजांचा विरोध सातत्याने चालू राहिला व तो निरनिराळ्या प्रकारांनी दिवसेंदिवस वाढतच आहे. आधुनिक काळात भारताच्या परिस्थितीत काही महत्त्वाचा बदल झाला असेल तर तो म्हणजे त्यांनी केलेल्या स्वातंत्र्याच्या संघर्षातून निर्माण झालेली एक

प्रागतिक पातळी होय. मात्र ही प्रगती भारतीयांनी साम्राज्यशाहीच्या नाकावर टिच्चून प्राप्त करून घेतली आहे. आधुनिक काळातील भारतातील साम्राज्यशाहीच्या गतिमान कारणांचे विश्लेषण, औद्योगिक भांडवलशाहीचे वित्तीय भांडवलशाहीत जे रूपांतर झाले, त्या संधिकालात सापडू शकते. ह्या काळाची यथार्थ कल्पना येण्यासाठी औद्योगिक भांडवलशाहीचे वित्तीय भांडवलशाहीत जे रूपांतर झाले त्याची जडणघडण व तिचे परिणाम समजावून घेणे आवश्यक आहे.

१. वित्तीय भांडवलात
(दीर्घ मुदतीच्या कर्जरूपी भांडवलात) रूपांतर.

भारताची एकोणिसाव्या शतकात स्पष्टपणे औद्योगिक भांडवलाच्या साहाय्याने जी पिळवणूक केली जात होती, त्यात जुन्या प्रत्यक्ष लूटमारीच्या मार्गांचा समावेश होताच, फक्त ते अधिक प्रभावी करण्यात येऊन त्यांचे रूपांतर करण्यात आले. सरकारी अधिकारी जिला 'देणगी' म्हणून म्हणत, तिच्या रूपाने लाखो रुपये भारतातून इंग्लंडला पाठवले जात होते व कधी तिला 'घरचा खर्च' म्हणून नाव देत तर कधी 'खासगी शिल्लक' म्हणून ती पाठवली जाई व तिच्या मोबदल्यात इंग्लंडमधून भारतात काहीच येत नसे. हा कार्यक्रम एकोणिसाव्या शतकात सातत्याने व्यापाराबरोबर चालू होता. विसाव्या शतकात व्यापार थोडा कमी झाला होता तरी लुटीची गती वाढली होती.

१८४८ साली पश्चिम व पूर्व इंडिजमधील साखर व कॉफी ह्यांच्या लागवडी-संबंधात हाऊस ऑफ कॉमन्सने नेमलेल्या सिलेक्ट कमिटीसमोर ईस्ट इंडिया कंपनीचे एक डायरेक्टर कर्नल साइवस ह्यांनी वरील 'देणगी' ही दरसाल पस्तीस लाख पौंड असते, असे सांगितले. आयातीपेक्षा निर्यात जास्त असल्याकारणानेच भारत एवढी देणगीची रक्कम देऊ शकला. त्याचप्रमाणे ईस्ट इंडिया कंपनीचा एक व्यापारी एन. अलेक्झांडर याने सिलेक्ट कमिटीला असे निवेदन केले की, इ.स. १८४७ पर्यंत भारताची आयात साठ लाख पौंडांची होती, तर निर्यात नव्वद लाख पौंडांची होती. ह्या दोहोंतील फरक म्हणजे जवळजवळ चाळीस लाख पौंड देणगीच्या रूपाने कंपनीने भारतातून आणले.

१८५१ ते १९०१ ह्या काळात कंपनीच्या अधिकाऱ्यांनी खासगी रीतीने इंग्लंडला पाठविलेले पैसे सोडून, 'घरचा खर्च' म्हणजेच इंग्लंडचा खर्च म्हणून जे पैसे पाठविले ते २.५ दशलक्ष पौंडांवरून १७.३ दशलक्ष पौंडांवर गेले होते,

म्हणजेच सातपट वाढले होते. त्यांपैकी दोन दशलक्ष पौंड माल खरेदीच्या नावाने दाखवले होते. १९१३ ते १९१४ च्या सुमारास ही रक्कम १९.४ दशलक्ष पौंडांवर पोहोचली होती. त्यांपैकी फक्त १.५ दशलक्ष पौंड माल खरेदीकरता दाखवले होते. १९३३-३४ मध्ये सरकारी हिशोबात इंग्लंडमधील खर्च म्हणून २७.५ दशलक्ष पौंड दाखवण्यात आले होते, त्यांपैकी १.५ दशलक्ष पौंड माल खरेदीसाठी होते. रुपयाच्या हुंडण गावळीत झालेला फरक आणि भारतातील वस्तूंच्या किमतीत झालेला उतार ह्यांचा समन्वय घातल्यावर भारतावर जो बोजा पडला, तो १९१४ च्या किमतीत, तीस दशलक्ष पौंडांचा होता.

१८५१ ते १९०१ ह्या काळात भारताच्या निर्यातीतील वाढ तिप्पट झाली म्हणजेच ती ३.३ दशलक्षांवरून अकरा दशलक्ष पौंडावर गेली. त्यात मालाच्या किमतीतील वाढ ७.२ दशलक्ष पौंडावरून २७.४ दशलक्ष पौंड एवढी झाली. तथापि विसाव्या शतकात ही वाढ फार मोठ्या प्रमाणात जलदीने होऊ लागली. १९०१ ते १९१३-१४ ह्या काळात ही वाढ अकरा दशलक्ष पौंडावरून १४.२ दशलक्ष पौंडांवर गेली. १९१३-१४ हे वर्ष नेहमीच्या मानाने उताराचे ठरले. लढाईपूर्वीच्या पाच वर्षांचा सर्वसाधारण आढावा घेतला तर वार्षिक जादा निर्यात २२.५ दशलक्ष पौंडांची दिसते, म्हणजेच त्या दहा वर्षांत १९०१ च्या पातळीच्या मानाने दुप्पट भरते ('रिपोर्ट ऑफ दि इंडियन फिस्कल कमिशन', १९२२, पान २०).

१९३३-३४ ह्या सालात भारताच्या निर्यातीची वाढ ६९.७ दशलक्ष पौंडांवर पोहोचली. ह्यांपैकी २६.८ दशलक्ष पौंड मालाच्या रूपाने आणि ४२.९ दशलक्ष पौंड पैशाच्या रूपाने पाठवले गेले. ही शेवटची प्रचंड रक्कम भारतातील सोन्याच्या रूपाने इंग्लंडमधील पौंडाच्या किमतीतील स्थिरता सांभाळण्यासाठी नेण्यात आली. सोपी तुलना करायची तर १९३१-३२ ते १९३५-३६ हा काळ तुलनेसाठी घेऊ. ह्यावरून आयात-निर्यातीतील फरक ५९.२ दशलक्ष पौंड होतो, म्हणजे महायुद्धपूर्व काळातील (१९१०-१४) फरकाच्या तीनपट भरतो आणि १९०१ च्या मानाने पाचपट भरतो.

एकोणिसाव्या शतकाच्या मध्यापासून भारताने इंग्लंडला दिलेल्या प्रत्यक्ष देणगीतील ही वाढ (ह्यांतून भारतीय निर्यात व आयात ह्यांच्या किमतीच्या पातळीतील फरकामुळे होणारी पिळवणूक सोडून) खाली तक्त्याच्या रूपात दिली आहे, त्यावरून आपल्याला चटकन दिसून येते की, इंग्लंडने आधुनिक काळात भारताच्या पिळवणुकीच्या कार्यक्रमात किती झपाट्याने प्रगती केली. एवढे असले तरी, इंग्लंडने एकूण लूटमार किती केली तिच्या एखाद्या भागापेक्षा अधिक भागाचा अंदाज येत नाही.

### भारताकडून इंग्लंडने घेतलेल्या देणगीतील वाढ;
#### (दशलक्ष पौंडांत)

| वर्ष Year | १८५१ | १९०१ | १९१३-१४ | १९३३-३४ |
|---|---|---|---|---|
| घरचा खर्च<br>(Home Charges) | २.५ | १७.३ | १९.४ | २७.५ |
| भारतीय निर्यात वाढ<br>(Excess of Indian Exports) | ३.३ | ११.० | १४.२ | ६९.७ |

### किंवा दर पाच वर्षांचे व्यापाराचे संबंध विचारात घेतल्यास;
#### (दशलक्ष पौंडांत)

| पाच वर्षांचा काळ | १८५१-५५ | १८९७-१९०१ | १९०९-१० ते १९१३-१४ | १९३१-३२ ते १९३५-३६ |
|---|---|---|---|---|
| जादा निर्यात | ४.३ | १५.३ | २२.५ | ५९.२ |

वरील तक्त्यावरून लुटींत पैशाच्या दृष्टीने किती वाढ झाली ह्याहीपेक्षा पिळवणुकीची चढती कमान सहज स्पष्ट दिसते. त्यावरून पिळवणुकीच्या पद्धतीतील व तिच्या गुणवत्तेतील फरक उघड होतो.

एकोणिसाव्या शतकाच्या उत्तरार्धात भारताने इंग्लंडला दिलेल्या देणगीत प्रचंड वाढ झाली आणि ह्या वाढीतूनच विसाव्या शतकातील वाढीचा पाठपुरावा केला गेला. तथापि एकोणिसाव्या शतकातील खुल्या व्यापाराच्या तत्त्वाच्या गोंडस पांघरुणाखाली पिळवणुकीची ही नवीन तंत्रे दबा धरून बसली होती.

एकोणिसाव्या शतकातील खुल्या व्यापारी भांडवलाच्या गरजेसाठी ब्रिटिशांच्या भारतातील धोरणाला नवीन वळण देणे भाग पडले.

पहिली गोष्ट म्हणजे, ईस्ट इंडिया कंपनी बंद करून कंपनीच्या सरकारऐवजी, ब्रिटिश भांडवलदारांचे प्रतिनिधित्व करणाऱ्या ब्रिटिश सरकारचे शासन-यंत्र भारतात चालू करणे भाग पडले. १९३३ च्या चार्टर ऑक्टप्रमाणे हा बदल बऱ्याच

प्रमाणात घडवून आणण्यात आला. तथापि त्याची अंमलबजावणी १८५८ मध्ये करण्यात आली.

दुसरे असे की, वाणिज्यिक घुसवणुकीसाठी भारताचे मुक्तद्वार संपूर्णतया खुले करणे अगत्याचे होते. ह्यासाठी भारतात रेल्वेमार्गाचे जाळे तयार करणे जरूर होते. त्याचप्रमाणे रस्त्यांची वाढ व ब्रिटिशांच्या राजवटीत ज्या पाटबंधाऱ्यांकडे संपूर्णपणे दुर्लक्ष केले गेले होते त्यांची सुधारणा करणे, ह्या गोष्टी आवश्यक ठरल्या. त्याचप्रमाणे विद्युतप्रवाहावर चालणारी तारायंत्रे व एक पद्धतीच्या पोष्टाच्या व्यवस्थेची गरज होती. शासनाला लेखनिकांची व दुय्यम दर्जाच्या अधिकाऱ्यांची गरज भासणार होती म्हणून इंग्रजी पद्धतीचे शिक्षण देण्याची व्यवस्था करणे ओघानेच आले, पाश्चिमात्य धर्तीवर बँका उघडणेही भाग पडले.

खरोखरी आशिया खंडातील मोठ्या सरकारला सार्वजनिक हिताच्या दृष्टीने ज्या सुधारणा करणे अत्यंत अगत्याचे होते त्यांची जवळजवळ शंभर वर्षे हेळसांड करण्यात आली होती, तथापि पिळवणुकीच्या तंत्राला त्या आवश्यक ठरल्याबरोबर त्यांची योजना करणे अटळ झाले. तरी सुद्धा ज्या सुधारणा करण्यास सुरुवात केली गेली होती, तीसुद्धा एकमार्गी व विषमतोल स्वरूपाची होती. परकीय घुसवणुकीला वाणिज्यिक व राजकीय दृष्टीने अत्यावश्यक एवढ्याच बेताने त्या सुधारणा कार्यवाहीत आणल्या गेल्या आणि त्यासाठी सुद्धा लोकांवर जबरदस्त आर्थिक बोजा टाकण्यात आला.

१८५३ साली भारतीय रेल्वेसंबंधात लॉर्ड डलहौसी याने सादर केलेली टिप्पणी उद्बोधक आहे. तिच्या अनुरोधानेच भारतातील रेल्वेमार्गाच्या वाढीला उत्तेजन देण्यात आले. त्यात ब्रिटिशांच्या तयार मालासाठी भारताची प्रगत बाजारपेठ तयार करणे व ब्रिटनला कच्च्या मालाचा सातत्याने पुरवठा करणे शक्य व्हावे, हे व्यापारी उद्दिष्ट स्पष्ट करण्यात आले होते :

"ह्या सुधारणा करण्यात आल्या तर भारताचा आर्थिक व व्यापारी दृष्टीने एवढा प्रचंड फायदा होईल की, त्याची मला कल्पनाच करता येत नाही. आज भारत जो सर्वसाधारण कापूस तयार करून इंग्लंडला पुरवतो, त्याची ब्रिटिश व्यापारी वाहवा करतात, तथापि भारतीय कापसाला उत्कृष्ट बंदरे व वाहतुकीची साधने उपलब्ध करून देण्यात आली तर प्रचंड प्रमाणात व उत्कृष्ट दर्जाचा कापूस भारत सहज निर्माण करू शकेल. व्यापारासाठी आवश्यक असलेली प्रत्येक गरज भागवण्यात आली व त्यामुळे भारतात दूरवर पसरलेल्या बाजारपेठांतून सुद्धा युरोपमध्ये तयार झालेल्या मालाला प्रचंड प्रमाणात मागणी येऊ लागली. जगाच्या

ह्या भागात नवीन नवीन बाजारपेठा आपणासाठी उघडत आहेत व त्यांचा फायदा किती होईल याची शहाण्या लोकांना सुद्धा अंधुक कल्पना करता येणार नाही, मग भविष्यकाळात त्याची किती वाढ होईल, ते कल्पनेनेच ठरवलेले बरे.''

(लॉर्ड डलहौसी, गव्हर्नर जनरल १८४८ ते १८५६, मिनिट ऑन रेल्वेज, १८५३.)

तथापि ह्या सुधारणा करण्याच्या कार्यक्रमाचा– विशेषत: रेल्वेमार्गाची वाढ करण्याच्या धोरणाचा– मुख्य हेतू म्हणजे भारतात औद्योगिक भांडवलाची वाणिज्यिक क्षेत्रात घुसवणूक करता यावी, हा होता. त्याचप्रमाणे लोखंड, पोलाद व यांत्रिक मालाला मोठी बाजारपेठ उपलब्ध करून घ्यावी असा त्यात बेत होता, त्यातून एक नवीन योजना निर्माण झाली ती म्हणजे, भारतात ब्रिटिश भांडवलाच्या गुंतवणुकीचा विकास, ही होय.

साम्राज्यशाहीच्या विकासपद्धतीत त्या धोरणाला भांडवली-निर्यात असे म्हणतात. तथापि भारताच्या बाबतीत ह्या घटनेला भांडवली-निर्यात म्हणून संबोधणे हा शब्दच्छल ठरेल. कारण ब्रिटनने प्रत्यक्षात जे भांडवल निर्यात केले ते अगदीच थोडे होते. १९१४ पर्यंतच्या काळात फक्त १८५६-६२ हा सात वर्षांचाच काळ असा गेला की नेहमीच्या जादा निर्यातीची जागा जादा आयातीने घेतली व त्यामुळे ब्रिटनला २२.५ दशलक्ष पौंडांचे भांडवल सात वर्षांत निर्यात करावे लागले. १९१४ पर्यंत ब्रिटनने भारतात केलेल्या एकूण ५०० दशलक्ष पौंडांच्या भांडवली गुंतवणुकीच्या मानाने वरील भांडवल-निर्यात फार मोठी नव्हती. वरील काळात जे ब्रिटिश भांडवल भारतात आले त्यामानाने भारताने ब्रिटनला देणगीच्या रूपाने दिलेले भांडवल कितीतरी पटीने जास्त होते. ह्या कार्यक्रमात ब्रिटिश भांडवल म्हणून ज्या पैशाची भारतात गुंतवणूक करण्यात आली ते भांडवल म्हणजे ब्रिटिशांनी भारतीयांची केलेली लूट होती, तिला 'ब्रिटिश भांडवल' असे नाव देऊन त्याचे कर्जात रूपांतर करण्यात आले व कर्जाचे व्याज व लाभांश (डिव्हिडंड) म्हणून दरवर्षी देणे सुरू झाले. भारतात गुंतवलेल्या ब्रिटिश भांडवलाला लोक-ऋण म्हणून समजले जाई. ब्रिटिश अल्पाधिपक्षाचा (ऑलिगार्की) भारतीयांना लागलेला तो गळफासच होता. १८५८ साली ब्रिटिश सरकारने जेव्हा भारतीय शासनव्यवस्था आपल्या हातात घेतली तेव्हा त्यांनी ईस्ट इंडिया कंपनीकडून सत्तर दशलक्ष पौंडांचे कर्जही आपल्याकडे घेतले. भारतीयांच्या मते ईस्ट इंडिया कंपनीने देणगीच्या नावाखाली १५० दशलक्ष पौंडांची लूट नेली होती. ह्याशिवाय भारताबाहेर अफगाणिस्तान, चीन वगैरे देशांबरोबर ब्रिटनने केलेल्या युद्धांचा खर्च

म्हणून जो पैसा नेला, तो निराळाच; ह्या सर्व देवघेवीचा साकल्याने विचार करता, ब्रिटन, भारताचे कर्ज देणे लागत होते. तथापि त्यामुळे कर्ज अंगावर घेऊन तो आकडा फुगवण्यास ब्रिटनला काहीच अडचण नव्हती.

ब्रिटिशांच्या शासनात हे लोक-ऋण (पब्लिकडेट) अठरा वर्षांत सत्तर दशलक्ष पौंडांवरून एकशेचाळीस दशलक्ष पौंडांवर गेले म्हणजेच दुप्पट झाले. १९०० सालापर्यंत ते २२४ दशलक्ष पौंडांवर गेले. १९१३ मध्ये तो आकडा २७४ दशलक्ष पौंड झाला. दुसऱ्या जागतिक युद्धाच्या वेळी १९३९ मध्ये ते ११.७९० दशलक्ष रुपयावर गेले. अशा रीतीने ब्रिटिशांच्या प्रत्यक्ष शासनाच्या ७५ वर्षांच्या अमदानीत, लोक-ऋण बारापटीपेक्षा जास्त वाढले.

इंग्लंडमधील पौंडाच्या रूपाने ह्या लोक-ऋणात झालेली वाढ भयंकर होती. ईस्ट इंडिया कंपनीच्या अखेरीस म्हणजे १८५६ मध्ये इंग्लंडमधील कर्ज चार दशलक्ष पौंडांखाली होते. १८६० च्या सुमारास हा आकडा तीस दशलक्ष पौंडांवर गेला. १८८० मध्ये तो ७१ दशलक्ष पौंड झाला. १९०० मध्ये १३३ दशलक्ष पौंड, १९१३ मध्ये १७७ दशलक्ष पौंड आणि १९३९ मध्ये ३५१.८ दशलक्ष पौंड झाला.

ह्या लोक-ऋणाची मूळ सुरुवात, लढायांसाठी झालेल्या व इतर खर्चातून झाली आणि त्यानंतर रेल्वेमार्गाची उभारणी व सामाजिक बांधकामे ह्यांवर सरकारने जो खर्च केला, त्याची भर पडली. सुरुवातीचे सत्तर दशलक्ष पौंडांचे लोक-ऋण लॉर्ड वेलस्ली ह्याने केलेल्या लढाया, पहिले अफगाण युद्ध, शिखांबरोबरील युद्धे व १८५७ चा उठाव दडपण्यासाठी झालेला खर्च, ह्यासाठी ब्रिटिश सरकारने उभे केले. त्यानंतरचे सत्तर दशलक्ष पौंडांचे लोक-ऋण, जे ब्रिटिशांनी अठरा वर्षांत दुप्पट फुगविले, त्यांपैकी फक्त चोवीस दशलक्ष पौंड सरकारी रेल्वेमार्गाची उभारणी व पाटबंधाऱ्यांची कामे यांवर खर्च झाले होते. बाकीचे सर्व लोक-ऋण ब्रिटिशांनी जे निर्माण केले त्याचा खरोखरी भारताशी काडीएवढाही संबंध नव्हता, कारण ह्यांत असले अप्रस्तुत खर्च दाखवण्यात आले होते की, त्यात भारताचा संबंधही नव्हता. उदाहरणार्थ, लंडनमध्ये तुर्कस्तानच्या सुलतानाच्या स्वागतासाठी केलेला खर्च, चीन व पर्शिया येथे स्थापन केलेल्या ब्रिटिश वकिलांतीसाठी झालेला खर्च, ॲबिसीनियाबरोबरील झालेल्या युद्धाचा खर्च किंवा भूमध्य समुद्रातील नाविक दलावर झालेल्या खर्चापैकी काही भाग वगैरे. भारतावर अशा प्रकारचे लोक-ऋण सोयीस्करपणे लादण्यात यावे ही गोष्ट लांछनास्पद आहे आणि अशा किती गोष्टी नमूद कराव्या? भारतातील उठावाचा खर्च; कंपनीचे हक्क ब्रिटिश

पार्लमेंटकडे सुपूर्द करण्यात आले, त्यासाठी झालेला खर्च; चीन आणि ऑबीसिनिया ह्यांच्याबरोबर एकाच वेळी केलेल्या युद्धांचा खर्च; ज्याचा भारताशी दूरान्वयेही संबंध नाही असा लंडनमध्ये केलेला खर्च, उदा. इंडिया ऑफिसमधील घरकामासाठी ठेवलेला बायकांचा खर्च किंवा जी लढाऊ जहाजे युद्धात भाग घेण्यासाठी पाठविली होती; पण ज्यांना भाग घ्यावा लागला नाही, अशा युद्धनौकांवर झालेला खर्च, किंवा ज्या भारतीय पलटणी युद्धावर पाठवण्यासाठी त्यांना सहा महिने प्रशिक्षण देण्यात आले त्यांचा खर्च– हे सर्व खर्च, ज्या भारताला प्रतिनिधित्वही नव्हते अशा भारताच्या नावावर लादण्यात आले. तुर्कस्तानच्या सुलतानाने १८६८ साली लंडनला सरकारी भेट दिली, त्याच्या सन्मानार्थ इंडिया ऑफिस (लंडन) येथे नृत्याचा कार्यक्रम सरकारी खर्चाने आयोजित केला होता, त्याचा खर्च भारताच्या नावेच दाखवण्यात आला. ईलिंगमधील वेड्याच्या इस्पितळाचा खर्च, झांझिबारच्या शिष्टमंडळाला दिलेल्या देणग्या, चीन व पर्शिया येथील ब्रिटिश वकिलातींचा खर्च, भूमध्य समुद्रावरील नाविक दलाच्या कायम खर्चापैकी काही भाग, आणि इंग्लंड व भारत ह्यांमध्ये टाकण्यात आलेल्या टेलिग्राफ लाइनचा संपूर्ण खर्च, ह्या सर्व खर्चाचा बोजा भारतीय खजिन्यावर १८७० पूर्वी टाकण्यात आला होता. ब्रिटिश सरकारने भारताचे शासनयंत्र आपल्या ताब्यात घेतल्यापासून पहिल्या तेरा वर्षांत भारतीय महसूल, वर्षाला ३३ दशलक्ष पौंडांवरून ५२ दशलक्ष पौंडांवर गेला, ह्यांत आश्चर्य करण्यासारखे काहीच नाही आणि १८६६ ते १८७० मधील तुटीचा आकडा ११½ दशलक्ष पौंडांवर गेला. १८५७ ते १८६० ह्या दरम्यान भारताला ब्रिटनने कर्ज म्हणून ३०,०००,००० दशलक्ष पौंडांचा आकडा दाखवण्यात आला, आणि हा कर्जाचा बोजा हळूहळू वाढत गेला. त्याचबरोबर भारतीय हिशोबात कावेबाजपणे हातचलाखी करून काटकसर व वित्तीय कौशल्य दाखवल्याबद्दल ब्रिटिश मुत्सद्द्यांची वाहवा झाली. (एल. एच. जेंक्स, 'दि मायग्रेशन ऑफ ब्रिटिश कॅपिटल,' पाने २२३-२४.)

रेल्वेमार्गाची वाढ काही सरकारी खर्चाने तर काही खासगी कंपन्यांच्या सहकार्याने करण्यात आली. पुढे पुढे तर ती संपूर्ण सरकारी पैशाने करण्यात आली. ह्यामुळे लोक-ऋण प्रचंड प्रमाणात वाढले. रेल्वेच्या विकासासाठी अशी योजना आखली होती की, ब्रिटिश भांडवलदार जे भांडवल ह्या कामात गुंतवतील त्यांना त्यावर पाच टक्के व्याज मिळावे. ह्याचा परिणाम असा झाला की पैशाची उधळपट्टी करण्यात आली. १८७२ पर्यंत जो पहिला सहा हजार मैलांचा रेल्वेमार्ग तयार करण्यात आला त्याला शंभर दशलक्ष पौंड खर्च झाला ह्याचाच अर्थ दर

मैलाला सोळा हजार पौंड खर्च आला.

१८७२ साली भारतीय वित्तव्यवस्थेवर (इंडियन फायनान्सवर) विचार करण्यासाठी पार्लमेंटची जी चौकशी समिती नेमण्यात आली होती, तिला रेल्वेच्या माजी लेखापरीक्षकाने (ऑडिटरने) असे स्पष्टपणे सांगितले की, ''आर्थिक गुंतवणूक करणाऱ्या इंग्लिश भांडवलदारावर कडक नियंत्रणे घातली जाणार नाहीत, असे सरकार व भांडवलदार ह्यांच्यामध्ये ठरले होते. हिशोबाचे कागद तयार होईपर्यंत, किती पैसा खर्च झाला, ह्या गोष्टीची कोणालाही कल्पना नव्हती.'' ह्याच चौकशी समितीला एल्ब्यू. एन. मॅसे ह्या भारताच्या माजी अर्थमंत्र्याने सांगितले की, ''प्रचंड रकमांची उधळपट्टी करण्यात आली. कंत्राटदाराला काटकसर करण्याची इच्छाच नव्हती. सर्व पैसा इंग्लिश भांडवलदारांकडून येत होता आणि जोपर्यंत त्याला, त्याने पुरविलेल्या भांडवलावर पाच टक्के व्याज देण्याचे सरकारने आश्वासन दिले होते, तोपर्यंत, ह्याचे भांडवल हुगळी नदीत फेकले जात होते, किंवा त्याच्या साहाय्याने बांधकाम केले जात होते, ह्या गोष्टीची त्याला काहीच पर्वा नव्हती. मला वाटते, आजपर्यंत कधीही झाली नसेल अशी उधळपट्टी करून ही कामे केली गेली.''

एकोणिसाव्या शतकाच्या अखेरीपर्यंत रेल्वेवर २२६ दशलक्ष पौंड खर्च करण्यात आले त्यामुळे फायदा होण्याऐवजी चाळीस दशलक्ष पौंडांचे नुकसान झाले आणि ते भारतीय अर्थसंकल्पावर (बजेटवर) पडले. विसावे शतक सुरू झाल्यावर रेल्वेमधून फायदा काढण्यात आला आणि १९४३-४४ पर्यंत, पौंडाच्या रूपात रेल्वेला असलेले कर्ज जेव्हा इंग्लंडला परत करण्याचे ठरले, तेव्हा ते दरवर्षी दहा दशलक्ष पौंड ह्या प्रमाणात परत केले गेले. जेव्हा रेल्वे, व चहा, कॉफी आणि रबर यांचे मळे सुरू झाले तेव्हापासून म्हणजे एकोणिसाव्या शतकाच्या उत्तरार्धात ब्रिटिश भांडवल भारतात झपाट्याने येऊ लागले.

ह्याच सुमारास, ईस्ट इंडिया कंपनीचे प्रभुत्व संपुष्टात आल्यावर व बँकिंगवरील निर्बंध उठल्यावर, खासगी ब्रिटिश बँकांची भारतात प्रगती होऊ लागली. १८७६ च्या प्रेसिडेन्सी बँक्स ऑक्टमुळे तीनही प्रेसिडेन्सी बँकांना सरकारी संरक्षण मिळून त्यांच्या व्यवहारांना व्यवस्थितपणा आणण्यात आला व पुढे १९२१ मध्ये इंपिरियल बँक ऑफ इंडिया ह्या प्रचंड बँकेत वरील तीनही बँकांचे विलिनीकरण करण्यात आले. भारताबाहेर प्रमुख केंद्र असणाऱ्या चलनविनिमय बँकांचा (एक्सचेंज बँका) व्यवहार वाढीस लागला. चार्टर्ड बँक ऑफ इंडिया, ऑस्ट्रेलिया आणि चीन ह्यांना १८५३ साली सनद (चार्टर) मिळाली. ह्याच साली मर्कटाइल बँक ऑफ इंडियाला सनद मिळाली. नॅशनल बँक ऑफ इंडिया व हाँगकाँग अँड शांघाय बँकिंग

कॉर्पोरेशन ह्यांनी भारतात बँकिंगचे व्यवहार वाढवले. त्यांनी प्रेसिडेन्सी बँकांशी सहकार्य करून ब्रिटिश संरक्षणाखाली वित्तव्यवस्था (फायनान्स), वाणिज्य (कॉमर्स) आणि उद्योगधंदे ह्यांवर आपली हुकमत ठेवली. इंडियन जॉइन्ट स्टेट बँकेने वरील बँकांना मागे टाकण्याचा प्रयत्न केला तथापि तो यशस्वी झाला नाही. कारण ह्या परदेशी बँकांना काही खास सवलती होत्या. १९१३ च्या सुमारास प्रेसिडेन्सी बँकस् व एक्सचेंज बँक्स ह्या परकीय बँकांकडे एकूण बँकांच्या ठेवींच्या $\frac{2}{3}$ हिस्सा जमा झाला होता. ह्याउलट इंडियन जॉइंट स्टॉक्स बँक्सकडे $\frac{1}{8}$ पेक्षाही कमी ठेवी होत्या.

१९११ साली रॉयल स्टॅटिस्टिकल सोसायटीत सर जॉर्ज पैश ह्यांनी एक लिखाण (पेपर) वाचून दाखवले. त्यात त्याने भारत आणि सिलोन ह्या देशांत १९०९-१० सालांत ब्रिटिशांची भांडवली गुंतवणूक ३६५ दशलक्ष पौंड होती, असे म्हटले आहे. त्या गुंतवणुकीचे तपशीलवार स्वरूप खाली दिले आहे. (जर्नल ऑफ दि रॉयल स्टॅटिस्टिकल सोसायटी, व्हॉल्युम (७४), पार्ट १, दोन जानेवारी १९११, पान १८६.)

| (भांडवली गुंतवणूक) | (दशलक्ष पौंडांत) |
| --- | --- |
| गव्हर्नमेंट अँड म्युन्सिपल | १८२.५ |
| रेल्वेज | १३६.५ |
| प्लॅन्टेशन्स् (टी, कॉफी, रबर) (मळे) | २४.२ |
| ट्रॅम वेज् (ट्रॅम्बा) | ४.१ |
| माइन्स (खाणी) | ३.५ |
| बँका | ३.४ |
| ऑइल (तेल) | ३.२ |
| कमर्शियल अँड इंडस्ट्रियल (वाणिज्यिक व औद्योगिक) | २.५ |
| फिनॅन्स, लँड अँड इनव्हेस्टमेंट (वित्तव्यवस्था, शेती व गुंतवणूक) | १.८ |
| मिसलेनियस (संकीर्ण) | ३.३ |

वरील माहितीपूर्ण यादीवरून एवढे स्पष्ट होते की, ब्रिटिश भांडवलाच्या भारतातील गुंतवणुकीमुळे, भारतातील आधुनिक उद्योगधंद्यांचा विकास झाल्याचे दिसत नाही. १९१४ च्या जागतिक युद्धापूर्वी भारतात ज्या ब्रिटिश भांडवलाची

गुंतवणूक करण्यात आली, त्यांपैकी ९७ टक्के सरकार, वाहतुकीची साधने, मळे आणि वित्तीय व्यवस्था ह्यांसाठी खर्च करण्यात आले.

ह्याचाच अर्थ भारतात वाणिज्यिक घुसवणुकीला पूरक अशा क्षेत्रात गुंतवण्यात आले. ह्या मार्गाने कच्च्या मालाचा पुरवठा करणारे एक प्रचंड साधन व तयार ब्रिटिश मालाला एक मोठी बाजारपेठ म्हणून भारताचा उपयोग व्हावा, हा त्यामागील हेतू होता. त्यात भारतातील उद्योगधंद्यांचा विकास व्हावा असा हेतू मुळीच नव्हता.

सर जॉर्ज पैश ह्याने केलेले विधान भीत भीत केलेले होते. त्याने काही सहज न कळणाऱ्या गोष्टी उजेडात आणल्या नव्हत्या. १९१४ पूर्वी भारतात इतर क्षेत्रांत झालेली ब्रिटिश भांडवली गुंतवणूक विचारात घेता एकूण भांडवलाचा आकडा ४५० दशलक्ष पौंडांपर्यंत जातो, (एच. ई. हॉवर्ड- 'इंडिया अँड दि गोल्ड स्टँडर्ड,' १९११.) आणि 'इकॉनॉमिस्ट'च्या म्हणण्याप्रमाणे तो आकडा ४७५ दशलक्ष पौंड झाला होता, असे दिसते, ('दि इकॉनॉमिस्ट', २० फेब्रुवारी १९०९, 'अवर इन्व्हेस्टमेंट अॅब्रॉड' ह्या शीर्षकाखाली आलेला लेख.)


## २. वित्तीय भांडवल व भारत

पहिल्या जागतिक युद्धापूर्वी भारताची वित्तीय भांडवलाच्या साहाय्याने पिळवणूक करण्याची योजना जरी तयार झाली होती, तरी ती प्रत्यक्ष कार्यवाहीत आणण्याचे कार्य त्यापुढील काळात व्हावयाचे होते. भारतातील औद्योगिक परिस्थिती आणि व्यापार विचारात घेऊन वित्तीय भांडवलाच्या साहाय्याने भारताची पिळवणूक करण्याचा ब्रिटिश मुत्सद्द्यांचा विचार होता. असा विनिश्चय १९०९-१० ह्या काळात भारतात झालेल्या ब्रिटिश भांडवलाच्या गुंतवणुकीवरून सर जॉर्ज पैश यांनी काढला होता, त्यांत व्यापारासाठी गुंतवलेले भांडवल काढून घेऊन त्याच्या ठिकाणी नवे भांडवल गुंतवण्याचा विचार नसून, जुन्या गुंतवणुकीला पूरक ठरेल अशा क्षेत्रांत ही गुंतवणूक करायची होती. तथापि त्याच्या प्रमाणात महत्त्वाचा बदल आधुनिक युगात झाला.

एकोणिसाव्या शतकाच्या शेवटच्या ३५ वर्षांत, ब्रिटिशांची १९ व्या शतकातील औद्योगिक क्षेत्रांतील मक्तेदारी व जागतिक बाजारपेठेवरील त्यांची हुकमत हळूहळू घसरगुंडीला लागली. जगाच्या इतर भागांत नवीन युरोपियन आणि अमेरिकन प्रतिस्पर्ध्यांबरोबर इतरांची पीछेहाट चालू होती. भारतात ही घसरगुंडी फार हळू चालू होती. कारण राजकीय सत्तेच्या जोरावर ब्रिटिशांनी आपला भारतावरील गळफास घट्ट

धरून ठेवला होता. १९१४ च्या महायुद्धापर्यंत भारतीय बाजारपेठेपैकी $\frac{2}{3}$ बाजारपेठ ब्रिटिशांनी इतर सर्वांना तोंड देऊन आपल्या हुकमतीत ठेवली होती, तरीसुद्धा भारतात देखील ब्रिटिश घसरगुंडीला १८७४ पासून हळूहळू प्रारंभ झाला.

१८७४-७९ ह्या पाच वर्षांत भारतात आयात केलेल्या मालात ब्रिटिशांचा ८२ टक्के भाग होता. ह्याखेरीज साम्राज्यातील इतर देशांच्या आयातीचा ११ टक्के भाग होताच. ह्या वेळी भारतीय बाजारपेठेपैकी $\frac{1}{14}$ भाग जगातील इतर व्यापाऱ्यांसाठी होता. १८८४-८९ ह्या काळात ब्रिटिशांचा भाग ८२ टक्क्यांवरून ७९ टक्क्यांवर घसरला. १८९९ ते १९०४ ह्या काळात तो ६६ टक्क्यांवर आला. १९०९-१४ ह्या काळात तो ६३ टक्क्यांवर येऊन पडला.

तथापि ह्याच वेळी वित्तीय गुंतवणुकीवरील व्याज आणि घरचा (ब्रिटनचा) खर्च हे हळूहळू वाढत होते. १९१३-१४ ह्या वर्षांत ब्रिटन व भारत ह्यांमधील व्यापार ११७ दशलक्ष पौंड किमतीचा झाला, त्यातील दहा टक्के व्यापारी फायदा जमेस धरता तो आकडा बारा दशलक्ष पौंड होतो. ह्याशिवाय ब्रिटनमध्ये तयार झालेला जो माल भारताला पुरवण्यात आला, त्यावर जर कारखानदाराचा दहा टक्के फायदा जमेस धरला आणि ८ दशलक्ष पौंड जहाजवाहतुकीचे उत्पन्न म्हणून त्यात मिळवले तर ब्रिटनला १९१३ साली व्यापार, निर्माणक (मॅन्युफॅक्चरिंग) व जहाज वाहतूक ह्या नावाखाली एकूण अठ्ठावीस दशलक्ष पौंड फायदा भारतापासून झाला.

एच. ई. हॉवर्ड हा 'इंडिया अँड दि गोल्ड स्टँडर्ड' ह्या ग्रंथात म्हणतो की, १९११ पर्यंत भारतात ब्रिटिश भांडवलाची गुंतवणूक ४५० दशलक्ष पौंडांपर्यंत झाली होती आणि १९१४ च्या महायुद्धापूर्वी ती ५०० दशलक्ष पौंडांपर्यंत गेली होती. ह्या गुंतवणुकीवरील व्याजाचा दर पाच टक्के धरला तर व्याजच पंचवीस दशलक्ष पौंड होईल, त्यात व्यापाराव्यतिरिक्त अन्यत्र जी गुंतवणूक केली होती त्यावरील फायदा, आणि त्याचबरोबर वित्तीय कमिशन, हुंडणावळीतून होणारा फायदा, आणि बँकिंग व विमा ह्यांपासून होणारा फायदा मिळून १५ दशलक्ष पौंड धरले तर वार्षिक चाळीस दशलक्ष पौंडांपर्यंत तो आकडा जाईल. त्याचबरोबर घरचा खर्च (होम चार्जेस) जो १९१३-१४ पर्यंत नऊ दशलक्ष पौंड होता तोही हिशोबात घेतला तर, भांडवली गुंतवणुकीतून होणारा फायदा व देणगी म्हणून येणारी रक्कम ही पन्नास दशलक्ष पौंड भरेल.

तुलनात्मक दृष्टीने विचार केला तर असे हे अंदाज ठराविक मर्यादेपर्यंतच होऊ शकतात. तथापि प्रत्यक्ष पुराव्यावरून आता हे सिद्ध झाले आहे की १९१४ साली भांडवली गुंतवणुकीवरील व्याज व फायदा आणि प्रत्यक्ष देणगी ह्या दोन्ही

मिळून होणारी रक्कम ही, व्यापार, वस्तुनिर्मिती व वाहतूक ह्यांतून होणाऱ्या फायद्यापेक्षा जास्त होती. विसाव्या शतकात भारताची वित्तीय भांडवलाच्या द्वारे होणारी पिळवणूक हे एक महत्त्वाचे वैशिष्ट्य झाले होते.

१९१४-१८ मधील महायुद्धाने ह्या पिळवणुकीच्या तंत्राला अधिक गती दिली. भारतीय बाजारपेठेतील ब्रिटिशांचा हिस्सा हा दोन तृतीयांशावरून, थोडा एक तृतीयांशावर गेला. जपानी, अमेरिकन व जर्मन स्पर्धेने अधिक गती घेतली. भारतीय उद्योगधंद्यांचे उत्पादन अनेक अडथळ्यांना तोंड देऊनही वाढू लागले. त्यांना भांडवली अडचणी व सरकारी अडथळे १९१४ पूर्वीपासूनचे होतेच, फरक एवढाच झाला की, पूर्वी ते उघड उघड दिसत असत, ते महायुद्धानंतरच्या काळात पडद्याआडून चालू राहिले.

१९१३ ते १९३१-३२ ह्या काळात भारतीय आयातीतील ब्रिटनचा भाग ६४ टक्क्यांवरून ३५ टक्क्यांवर गडगडला. त्यानंतर भारतीयांच्या विरोधाला न जुमानता 'ओटावा करार' करण्यात आला. त्यामुळे १९३४-३५ पर्यंत वरील आयातीचे प्रमाण ४०.६ टक्क्यांवर गेले. तथापि १९३५-३६ साली ते प्रमाण पुन्हा ३८.८ टक्क्यांवर खाली आले आणि १९३६-३७ मध्ये ते ३८.५ टक्क्यांवर घसरले. जपानचे प्रमाण २.६ टक्क्यांवरून, १९३५-३६ साली १६.३ टक्क्यांवर वाढले. जर्मनीचे ६.९ वरून ९.२ टक्क्यांवर गेले, त्याच काळात युनायटेड स्टेटसचे प्रमाण २.६ वरून ६.७ टक्क्यांवर गेले, (इकॉनॉमिस्ट, फेब्रुवारी १३, १९३७.)

अलीकडे १९३७ पासून ब्रह्मदेश भारतापासून अलग केल्यामुळे वरील आकड्यांत थोडासा फरक पडला आहे. भारत सरकारच्या आर्थिक सल्लागाराने 'दि रिव्ह्यू ऑफ दि ट्रेड ऑफ इंडिया' हे पुस्तक प्रसिद्ध केले आहे, त्यावरून भारतीय बाजारपेठेत कोणत्या देशाचा किती भाग आहे, त्याची माहिती दिली आहे, ती अशी :

### भारतीय आयातीचे प्रमाण

(शेकडा)

|  | १९३५-३६ | १९३७-३८ | १९३९-४० |
|---|---|---|---|
| युनायटेड किंग्डम | ३१.७ | २९.९ | २५.२ |
| बर्मा | १७.५ | १४.९ | १९.० |
| जपान | १३.० | १२.८ | ११.७ |
| जर्मनी | ७.९ | ८.८ | ४.० |
| युनायटेड स्टेटस | ५.६ | ७.४ | ९.० |

दुसऱ्या जागतिक महायुद्धात भारताच्या व्यापारात बराच बदल झाला. शत्रु-देशांशी व्यापारी संबंध बंद पडले. यु.एस.ए., कॅनडा, ऑस्ट्रेलिया आणि इराण, इराक, टर्की, इजिप्त ह्यांसारखे मध्य पूर्वेकडील देश, ह्यांचा भारताबरोबरील व्यापारातील भाग बराच वाढला. 'दि रिव्ह्यू ऑफ दि ट्रेड ऑफ इंडिया इन १९४२-४३' ह्या पुस्तकात खालील माहिती मिळते :

१९४२-४३ मध्ये युनायटेड किंग्डमकडून भारताने केलेल्या आयातीचे प्रमाण शेकडा २६.८ होते, (१९३९-४० मध्ये ते २५.२ टक्के होते), यू.एस.ए.चे १७.३ टक्के होते (१९३८-४० मध्ये ते ९.० होते), कॅनडाचे ५.० टक्के (१९३९-४० मध्ये ०.८ टक्के), ऑस्ट्रेलिया २.९ टक्के (१९३९-४० मध्ये १.४ टक्के) व मध्य पूर्वेकडील देशांचे (इजिप्त सोडून) २०.२ टक्के (१९३९-४० मध्ये २.९ टक्के), इजिप्तचा भाग १९४२-४३ मध्ये ७.४ टक्के होता.

अजूनही ब्रिटनचा भाग सगळ्यांत मोठा म्हणजे इतर सर्व स्पर्धकांचे भाग एकत्र केले तरी त्याही एकत्रित भागापेक्षा मोठा होता. तथापि हा मोठा भाग मोठ्या प्रमाणात छोटा होत आहे. ह्या सिंहाला (ब्रिटनला) आपला भाग टिकवण्यासाठी परकीय व भारतीय स्पर्धकांवर आपली सत्तेची नखे अधिक संतापाने वापरावी लागत आहेत. १९३६ पासून भारत (ब्रह्मदेशासकट) हा ब्रिटनचे प्रमुख गिऱ्हाइक नाही, गेले शतक तसा तो होता. तथापि १९३७ साली तो दुसऱ्या क्रमांकावर आला व १९३८ साली तिसऱ्या क्रमांकावर घसरला.

१९१८ नंतर भारतीय बाजारपेठेतील ब्रिटनच्या मालाला लागलेली ही प्रचंड घसरगुंडी, एकोणिसाव्या शतकातील, औद्योगिक भांडवलाच्या साहाय्याने भारताला तयार माल पुरवून त्याची पिळवणूक करण्याच्या क्षेत्राची, भयंकर गळचेपी स्पष्ट करते. उद्योगधंदे व व्यापार ह्यांसाठी नेमलेल्या ब्लफोर कमिटीला असे आढळून आले की, ब्रिटनचा कापसाचा तयार माल, जो भारताला निर्यात केला जात होता, तो १९१३ ते १९२३ ह्या काळात ५७ टक्क्यांनी कमी झाला. १९१३ साली तो ३.०५७ दशलक्ष वार म्हणजे लँकशायरच्या एकूण ७.०७५ दशलक्ष निर्यातीच्या जवळजवळ अर्ध्यावर आला. १९२८ साली तो १.४५२ दशलक्ष व १९३९-४० मध्ये १४४ दशलक्ष वारावर येऊन ठेपला, १९४२-४३ मध्ये भारताची आयात फक्त अकरा दशलक्ष वार एवढीच होती.

तथापि जेव्हा जुने पिळवणुकीचे धोरण असफल होत होते त्याच वेळी वित्तीय भांडवलाच्या साहाय्याने पिळवणूक करण्याचे नवे धोरण सफल होत होते आणि वित्तीय भांडवल वाढत होते. १९२९ ला ब्रिटिशांची एकूण भांडवली गुंतवणूक,

बॉम्बे चेम्बर ऑफ कॉमर्सचे सेक्रेटरी श्री. सेयर ह्यांनी 'फिनॅन्शियल टाइम्स'मध्ये अगदी किमानपक्षी ५७३ दशलक्ष पौंड होती असा अंदाज केला, आणि बहुधा ती ७०० दशलक्ष पौंड असावी. त्याने केलेल्या गणतीवरून पुढे दिलेल्या प्रमाणे विभागणी स्पष्ट होते :

|  | दशलक्ष पौंड |
|---|---|
| गव्हर्नमेंट स्टर्लिंग डेट | २६१ |
| गॅरन्टिड रेल्वे डेट | १२० |
| पाच टक्के वॉर लोन | १७ |
| इन्व्हेस्टमेंटस इन कंपनीज् रजिस्टर्ड इन इंडिया | ७५ |
| इन्व्हेस्टमेंटस इन कंपनीज् रजिस्टर्ड आउटसाइड इंडिया | १०० |

भारतात व्यवहार करत असलेल्या कंपन्यांच्या भांडवलाचा दिलेला १७५ दशलक्ष पौंडाचा आकडा निश्चितपणे कमी आहे आणि सर्व भांडवलाचा एकूण आकडा ७०० दशलक्ष पौंड धरणे चुकीचे होणार नाही. तो पुढे म्हणतो :

"भारतातील आपल्या भांडवलाच्या मेखीचे महत्त्व किती आहे, ह्याची जाणीव ठराविक तज्ज्ञांना आहे. बहुतेक लोकांना ते किती आहे व किती प्रकारचे आहे, ह्याची कल्पना नाही. पुष्कळ व्यापारी, बँकर्स व निर्माणक जे ह्या व्यवसायात प्रत्यक्ष काम करत आहेत त्यांना किती भांडवल गुंतलेले आहे व किती सेवांचा त्यात संबंध आहे, ह्या गोष्टीचा अंदाज करणे कठीण आहे. परकीय भांडवल भारतात इतक्या अनेक मार्गांनी येते की त्याची गणती ही एक अंदाजाची बाब ठरावी," ('फिनॅन्शियल टाइम्स', जानेवारी ९, १९३०.)

"ब्रिटिश असोसिएटेड चेम्बर ऑफ कॉमर्स" ह्या संस्थेने अगदी अलीकडे १९३३ चा जो अंदाज काढला आहे त्याप्रमाणे एकूण भांडवल १००० दशलक्ष पौंडांचे आहे. त्यात ३७९ दशलक्ष पौंड गव्हर्नमेंट स्टर्लिंग डेट, ५०० दशलक्ष पौंड भारताबाहेर रजिस्टर झालेल्या कंपन्यांचे, आणि बाकीचे भारतात रजिस्टर झालेल्या कंपन्यांत गुंतवणूक करण्यासाठी आणि संकीर्ण गुंतवणुकीसाठी, मिळून होते.[१]

हे एक हजार दशलक्ष पौंड, म्हणजे ब्रिटिशांचा जगातील परकीय गुंतवणुकीचा

---

१. परकीय भांडवलाची गुंतवणूक भारतात किती आहे, ह्याचे निश्चित आकडे उपलब्ध नाहीत.
  'दि स्टॅटिस्टिकल ॲबस्ट्रॅक्ट फॉर ब्रिटिश इंडिया' प्रमाणे, भारताबाहेर रजिस्टर्ड झालेल्या पण ब्रिटिश इंडियात व्यवहार करणाऱ्या जॉईंट स्टॉक कंपन्यांचे भरणा

जो ४००० दशलक्ष पौंडाचा अंदाज आहे, त्याचा पाव हिस्सा ठरतो. जेव्हा सर जॉर्ज पैश याने १९११ साली अंदाज केला, तेव्हा त्याला असे आढळून आले की, ब्रिटिशांच्या भारतातील गुंतवणुकीत, जगातील ब्रिटिशांच्या एकूण भांडवली गुंतवणुकीचा अकरा टक्के भाग आहे. $\frac{1}{4}$ वरून $\frac{3}{4}$ वर व ११ टक्क्यांवरून २५ टक्क्यांवर झालेल्या प्रगतीमुळे भारताचे ब्रिटिश वित्तीय भांडवलाच्या दृष्टीने फार महत्त्व वाढले आणि ही वाढ आधुनिक साम्राज्यशाहीच्या धोरणाची गुरुकिल्ली होती. त्याचा मुख्य हेतू ब्रिटिशांच्या भारतातील वित्तीय भांडवलाला संरक्षण देणे, हा होता.

आजच्या साम्राज्यवादी पिळवणुकीच्या धोरणानुसार ब्रिटिशांनी भारतापासून प्रतिवर्षी देणगी म्हणून जी घेतली तिचे एकूण मूल्य किती? भारतीय अर्थशास्त्रज्ञ के. टी. शहा व के. जे. खंबाटा ह्यांनी १९२४ साली 'वेल्थ अँड टॅक्सेबल कॅपॅसिटी ऑफ इंडिया' हा ग्रंथ प्रसिद्ध केला, त्यात त्यांनी वरील एकूण देणगीचे मूल्यमापन केले आहे. १९२१-२२ सालच्या उपलब्ध सांख्यिकीवर त्यांनी आपला अंदाज केला आहे; त्यात पौंड व रुपये यांच्यामधील हुंडणावळीचा फरक विचारात घेता, त्यांनी दिलेली माहिती अशी :

**भारताने ब्रिटनला व अन्यत्र वार्षिक देणगी म्हणून दिली ती (१९२१-२२)**

|  | दशलक्ष रुपये | दशलक्ष पौंड |
|---|---|---|
| पोलिटिकल डिडक्शन्स किंवा होम चार्जेस | ५००.० | ३३.३ |
| इन्टरेस्ट ऑन फॉरिन् कॅपिटल रजिस्टर्ड इन इंडिया | ६००.० | ४०.० |
| फ्रेट अँड पॅसेंजर कॅरेज पेड् टु फॉरिन् कंपनीज् | ४१६.३ | २७.७ |
| पेमेन्टस ऑन अकाउंट ऑफ बॅंकिंग कमिशन्स | १५०.० | १०.० |
| प्रॉफिटस् एट्से, ऑफ फॉरिन् बिझिनेस अँड प्रोफेशनल मेन इन इंडिया | ५३२.५ | ३५.५ |
|  | २,१९८.८ | १४६.५ |

झालेले (पेड-अप) भांडवल, १९३८-३९ मध्ये ७४१.१ दशलक्ष पौंड होते. ह्यात भारत सरकारच्या पौंडी कर्जाचा (स्टर्लिंग डेटचा) व भारतात रजिस्टर्ड झालेल्या परकीय कंपन्यांच्या भांडवलाचा समावेश नाही. तरीसुद्धा १९१२ च्या वर्षाशी तुलना करता असे दिसते की गेल्या २६ वर्षांत भारतातील पौंडी गुंतवणुकीत ६६७.६ दशलक्ष पौंडांची वाढ झाली आहे. १९१८-१९ पासून २६८ दशलक्ष पौंडांची वाढ झाली आहे. बॅंकिंग व लोन कंपन्यांच्या भांडवलात, १९१८-१९ साली २८.५ दशलक्ष पौंडांवरून १९३८-३९ साली ९६.२ दशलक्ष पौंडांवर वाढ झाली आणि

हे जवळजवळ २२० कोटी रुपये (२२०० दशलक्ष रुपये) म्हणजेच जवळजवळ १५० दशलक्ष पौंड वाटले असता, ब्रिटनमधील लोकसंख्येत दरडोई तीन पौंड पडतात, म्हणजेच अंदाजाच्या वर्षात प्रत्येक सुपरटॅक्स भरणाराला वार्षिक १७०० पौंड पडतात.

१९२१-२२ सालच्या चढेल किमती खाली आल्यावर, एकूण देणगीचा, अगदी अलीकडे, म्हणजे १९३४ साली प्रसिद्ध झालेल्या त्यांच्या 'प्लॅंड इकॉनॉमी फॉर इंडिया' ह्या ग्रंथात सर एम. विश्वेश्वरय्या यांनी अंदाज काढला आहे. त्यांनी दिलेल्या आकड्यात, हुंडणावळीतील चालू फरक एक शिलिंग सहा पेन्स जमेस धरून, खालील आकडे दिले आहेत.

| | दशलक्ष रुपये | दशलक्ष पौंड |
|---|---|---|
| ब्रिटिश अँड फॉरिन् शिपिंग सर्व्हिस | ३५० | २६ |
| एक्सचेंज अँड अदर कमिशन पेएबल टु फॉरिन बँक्स | २१० | १६ |
| बिझिनेस गेन्स, सॅलरीज एटसे, ऑफ परसन्स ऑफ ब्रिटिश नॅशनॅलिटी एन्गेज्ड इन इंडियन इंडस्ट्रीज | ४०० | ३० |
| इन्टरेस्ट ऑन ब्रिटिश इन्व्हेस्टमेंट्स इन इंडिया | ६५० | ४९ |
| | १६१० | १२१ |

वरील अंदाजात, पेन्शन्स, दुसरे म्हणजे होमचार्जेस आणि ब्रिटिशेतर लोकांच्या जबाबदाऱ्या, ह्यासाठी पाठविले जाणारे पैसे हिशोबात घेतलेले नाहीत. १९३३-३४ मधील कर्जावरील व्याज सोडून केवळ होम चार्जेस विचारात घेतले, तर वरील अंदाजात आणखी १४ दशलक्ष पौंड मिळवावे लागतील म्हणजे वरील अंदाजाचा हा आकडा १३५ दशलक्ष पौंड होईल. भारतातील किमतीचा निर्देशांक जो १९२१ मध्ये २३६ होता, तो १९३३ मध्ये १२१ वर घसरला. त्यामुळे दहा वर्षांपूर्वी जो अंदाजाचा आकडा होता त्यांत आता बरीच वाढ झाल्याचे दिसते. निश्चित सांख्यिकी (स्टॅटिस्टिक्स) उपलब्ध नसल्यामुळे ह्या अंदाजपत्रकावरून वरील आकड्याची अंधुक कल्पना येऊ शकते.

व्यापारी व निर्माणक (मॅन्युफॅक्चरिंग) कंपन्यांच्या भांडवलात, त्याच काळात २०५.४ दशलक्ष पौंडांवरून ३४४.९ दशलक्ष वाढ झाली.

भारताने ब्रिटनला वार्षिक देणगी म्हणून दिलेल्या पैशाचा अगदी अलीकडील अंदाज लॉरेन्स के. रॉसिंजर ह्यांनी, 'इंडिपेन्डन्स ऑफ कलोनियल एशिया - दि कॉस्ट टु दि वेस्टर्न वर्ल्ड', ह्या रिपोर्टमध्ये दिला आहे, तो 'फॉरिन पॉलिसि असोसिएशन' ह्या अमेरिकन संस्थेने १९४५ साली प्रसिद्ध केला. त्याच्या माहितीप्रमाणे भारत देत असलेली वार्षिक देणगी ही १३५ दशलक्ष पौंड आहे व त्यांत खालील पृथक गोष्टींचा समावेश आहे :

| | | |
|---|---|---|
| ६७० दशलक्ष पौंड गुंतवणुकीवरील व्याज, ६-७-८ या ब्रिटिश व्याजाच्या दराप्रमाणे, दर शेकड्याला | ४६ | दशलक्ष पौंड |
| होम चार्जेस | ३३ | दशलक्ष पौंड |
| व्यापार | ३० | दशलक्ष पौंड |
| जहाजवाहतूक | २० | दशलक्ष पौंड |
| भारतात नोकरीवर असलेल्या ब्रिटिशांनी पाठवलेले | ६ | |
| | १३५ | दशलक्ष पौंड |

('हिंदुस्तान स्टँडर्ड', कलकत्ता, जुलै ६, १९४५.)

ज्या गोष्टींचा निश्चित अंदाज काढता येत नाही अशा वगळून सुद्धा एक सर्वसाधारण धोपट अनुमान काढता येते ते असे की, आजच्या परिस्थितीत भारताची ज्या प्रमाणात पिळवणूक चालू आहे ती पूर्वीच्या मानाने अतिशय प्रभावी आहे. ब्रिटिश पार्लमेंटने भारताचा राज्यकारभार आपल्या हातात घेण्यापूर्वीच्या ७५ वर्षांत, भारतातून ब्रिटिशांनी देणगीच्या रूपाने जो पैसा नेला तो १५० दशलक्ष पौंड होता. अलीकडील काळात महायुद्धापूर्वीच्या वीस वर्षांत इंग्लंडने भारताकडून दरसाल देणगीच्या रूपाने जो पैसा नेला त्याचा एकूण आकडा जवळजवळ १३५ ते १५० दशलक्ष पौंड आहे. वित्तीय भांडवलाच्या साहाय्याने भारताची जी सखोल पिळवणूक करण्यात येत आहे त्यातच भीषण परिस्थितीचा उगम आहे आणि त्यातूनच साम्राज्यवादाच्याविरुद्ध भारतात बंडाचा उठाव अभिप्रेत आहे.


## ३. औद्योगिकीकरणाचा प्रश्न

अलीकडे असे म्हटले जाते की, भारतातील ब्रिटिश राजवटीत आता आधुनिक वित्तीय भांडवलाचे युग सुरू झाले आहे. विशेषत: १९१४-१८ च्या महायुद्धानंतर हा

फरक कळून येतो. जरी वित्तीय भांडवलामुळे सखोल पिळवणुकीला वाव मिळाला आहे, हे खरे असले तरी, 'मुक्त-व्यापार' तत्त्वातून निर्माण झालेल्या औद्योगिक भांडवलशाहीतील अपक्षया (डीके) पेक्षा वित्तीय भांडवली युगात औद्योगिक प्रगती व आर्थिक विकास ह्यांना सुरुवात झाली आहे. अलीकडील साम्राज्यवाद्यांचा प्रचार असे आवर्जून सांगत असतो की, भारत हे जगातील औद्योगिकदृष्ट्या पुढारलेले राष्ट्र आहे. असे सांगण्यात त्यांचा हेतू एवढाच असतो की, आंतरराष्ट्रीय कामगार कचेरीत त्यांना एक अधिक जागा मिळावी आणि ह्या प्रचाराच्या अनुरोधाने भारतातील औद्योगिक विकासास पूरक असे धोरण चालू ठेवण्याचे तत्त्व ते मान्य करतात. १९२२ साली जिनेव्हा परिषदेत ब्रिटिशांनी भारताच्या औद्योगिक क्षेत्रातील केलेला भारताच्या पुढारीपणाचा दावा हा सांख्यिकी पुराव्यावर[१] सिद्ध होऊ शकत नाही.

प्रत्यक्ष वस्तुस्थिती पाहिली तर ब्रिटिशांचे हे म्हणणे निराधार दिसते. भारतात आधुनिक काळात १९१४ च्या महायुद्धापूर्वी व त्यानंतरच्या काळात औद्योगिक क्षेत्रांत थोडासा विकास झाला आहे हे खरे असले तरी, तेवढ्यावर भारताची युरोपमधील औद्योगिक क्षेत्रात खास प्रगत असलेल्या देशाशी तुलना करता येणार नाही. औद्योगिक क्षेत्रात जो विकास झाला आहे तो ब्रिटिशांच्या वित्तीय भांडवलाला व राजकीय धोरणाला प्रचंड तोंड देऊनच केला गेला आहे. ती प्रगती सुद्धा हलक्या फुलक्या उद्योगधंद्यांत झाली आहे. अवजड उद्योगधंद्यांत फारच थोडी प्रगती झाली आहे. पहिल्या प्रकरणात दाखवल्याप्रमाणे भारताने औद्योगिक क्षेत्रात सर्रास प्रगती केली आहे, असे म्हणता येणार नाही.

१९१४ सालपर्यंत भारतातील औद्योगिक विकासाला ब्रिटिश साम्राज्यशाहीचा उघड उघड विरोध होता. अमेरिकेच्या बाबतीत, अमेरिकेच्या स्वातंत्र्ययुद्धापूर्वी,

---

१. लीग ऑफ नेशन्सच्या कौन्सिलच्या, ऑक्टोबर १९२२ च्या अधिवेशनात लॉर्ड चेम्सफोर्ड यांनी भारत सरकारतर्फे असे जाहीर केले की; ''जगातील औद्योगिकदृष्ट्या पुढारलेल्या आठ प्रमुख राष्ट्रांत भारताला जागा मिळणे योग्य होईल, भारताचा हा दावा, सांख्यिकी पुराव्यापेक्षा ढोबळ पुराव्यावर आधारलेला आहे. कारखान्यात मजुरी करणारे असे वीस दशलक्ष कामगार भारतात आहेत. तथापि त्या वीस दशलक्षांत प्रामुख्याने हस्तव्यवसाय करणारे व घरगुती उद्योगधंद्यांत काम करणारे कामगार आहेत, हे सांगण्यास तो विसरला. १९२१ च्या इंडस्ट्रीयल सेन्सस रिपोर्टप्रमाणे औद्योगिक कारखान्यांत काम करणाऱ्या कामगारांचा आकडा २.६ दशलक्ष आहे व त्यांच्यापैकी एक दशलक्ष मळ्यात काम करणारे कामगार आहेत आणि प्रत्यक्ष फॅक्टरी अ‍ॅक्ट खाली येणारे कामगार १.३ दशलक्षच आहेत.

ब्रिटिशांची हीच वृत्ती होती. अमेरिकेत पोलादी भट्ट्या उभारण्याचे बाबतीत ब्रिटनने, भारतात जसे निर्बंध घातले, तसेच घातले होते, आणि हे ब्रिटिशांचे धोरण १९१४ पर्यंत चालू राहिले (अॅडॅम स्मिथ, 'वेल्थ ऑफ नेशन्स,' व्हॉ. ४, प्र. ७,२). "भारताच्या उत्कर्षाबद्दल ब्रिटिशांना असूया वाटते" हे सर व्हॅलेन्टाइन चिरोल ह्याचे १९२२ मधील उद्गार १९१४ च्या महायुद्धापर्यंत खरे होते.

"भारताच्या औद्योगिक विकासाचे बाबतीत मागील काळातील आपले धोरण फारसे स्तुत्य नाही, केवळ महायुद्धाच्या गरजांमुळे सरकारला पूर्वीचे, असूयेचे नसले तरी तुटकपणाचे, धोरण सोडून देणे भाग पडले." (सर व्हॅलेन्टाइन चिरोल- 'ऑब्झर्व्हर,' एप्रिल २, १९२२.)

त्याचप्रमाणे सरकारच्या वार्षिक अहवालात लिहिले होते की :

"महायुद्धापूर्वी, भारतात सरकारच्या साहाय्याने कारखाने काढून भारतीय औद्योगिक विकासाला उत्तेजन द्यावे, असे प्रयत्न केले गेले होते, तथापि ते व्हाइट हॉलने (इंग्लंडने) डावलले." ('मॉरल अँड मटीरियल प्रोग्रेस ऑफ इंडिया,' १९२१, पान १४४.)

१९०७ मध्ये सर जॉन हेक्टे याने जाहीर केले की :

"तांत्रिक आणि औद्योगिक शिक्षणाचा प्रश्न सरकार आणि जनता ह्यांच्या समोर गेली वीस वर्षे आहे. असा एकही प्रश्न नाही की ज्यावर, ह्या प्रश्नासंबंधी जे लिहिले गेले आहे त्यापेक्षा अधिक लिहिले गेले असेल आणि कमी कार्यवाहीत आले असेल." (सर जॉन हेवेट, लेफ्टनंट गव्हर्नर ऑफ दि युनायटेड प्रॉव्हिन्सेस अॅट दि इंडियन इंडस्ट्रीयल कॉन्फरन्स, १९०७.)

१९०५ मध्ये लॉर्ड कर्झन याने 'वाणिज्य आणि उद्योगधंदे' असे एक स्वतंत्र खाते काढावे, असे सूचित केले, आणि मद्रास सरकारने उद्योगधंद्यांचा संचालक म्हणून १९०८ मध्ये एक नेमणूक केली, त्या संबंधात 'व्हाइट हॉल'ने भारताच्या औद्योगिक विकासाच्या सूचनेला साफ डावलले, असा १९२१ च्या सरकारी अहवालात उल्लेख सापडतो. मद्रासच्या औद्योगिक खात्याच्या कामाला, स्थानिक युरोपियन व्यापारी मंडळींनी विरोध केला. त्यांच्या मते ह्या खात्याचे कार्य म्हणजे खासगी उद्योगधंद्यांवर कुऱ्हाड परजली असून, सरकारचा ज्या क्षेत्रांत काहीही संबंध नाही, अशा क्षेत्रांत सरकारने नसती ढवळाढवळ करण्यासारखे होते, असे ठरवले." (इंडियन इंडस्ट्रीयल कमिशन रिपोर्ट, पान ७०.). १९१० साली 'व्हाइटहॉल'चा अधिरोष, भारत-मंत्री लॉर्ड मोर्ले ह्यांनी पाठविलेल्या जावक-संदेशात (डिसपॅचमध्ये) व्यक्त झाला होता. तो असा :

''मद्रास सरकारने आपल्या प्रांतात नवे उद्योगधंदे चालू करण्याचा प्रयत्न केल्याची माहिती मला समजली. त्यासाठी बरेच श्रम व डोके चालवावे लागले असेल. सरकारने त्या दृष्टीने प्रयत्न करणे कितपत उपयुक्त ठरेल, ह्याबद्दल मला शंका आहे. ते उपयुक्त ठरावे असे वाटत असेल तर त्यांनी आपले कार्यक्षेत्र केवळ औद्योगिक क्षेत्राचे शिक्षण देण्यापुरते मर्यादित ठेवले पाहिजे व वाणिज्यिक साहस करण्याचे कटाक्षाने टाळले पाहिजे. औद्योगिक क्षेत्रासंबंधी माहिती देणारे केंद्र काढणे, किंवा नवीन उद्योगधंद्यांसंबंधी माहितीपूर्ण मार्गदर्शन करून, अशी माहिती प्रसृत करण्यास माझा विरोध नाही. तथापि खासगी उद्योगधंद्यांच्या क्षेत्रात कोणत्याही प्रकारची लुडबूड करण्यास माझा विरोध आहे.'' (लॉर्ड मोर्ले, जावक-संदेश, जुलै २९, १९१०.)

(ह्या जावक संदेशाचा (डिसपॅचचा) तेजोभंग (डेड्निंग इफेक्ट्) इंडियन इंडस्ट्रीयल कमिशन रिपोर्टच्या चवथ्या पानावर नमूद केला आहे.

भारतीय औद्योगिक विकासाचा विरोध हा फक्त शासकीय पातळीपुरता मर्यादित नव्हता, तर त्याला अशुल्क धोरणाचा (टॅरिफ पॉलिसी) आधार देण्यात आला. जेव्हा १८६०-१८७० ह्या काळात अविकसित कापूस उद्योगधंद्यात विकास होऊ लागला, तेव्हा भारतातील आयातीवरील जकात रद्द करण्याची चळवळ इंग्लंडमध्ये लगेच सुरू झाली, १८७४ मध्ये 'मँचेस्टर चेंबर ऑफ कॉमर्स'ने ह्या संबंधात एक निवेदन पाठवले आणि त्यासाठी इंग्लंडच्या लोकसभेने (हाउस ऑफ कॉमन्सने) १८७७ मध्ये एक ठराव पास केला. हा ठराव भारत सरकारकडे पाठवताना लॉर्ड सॅलिसबरी याने आपल्या खलित्यांत आपली काळजी व्यक्त करताना स्पष्टपणे म्हटले की, भारतात आणखी पाच गिरण्या चालू होणार ही भयप्रद घटना आहे, आणि असा अंदाज त्या खलित्यांत व्यक्त केला होता की, मार्च १८७० पर्यंत भारतात १,२३१,२८४ साचे कार्यवाहीत येतील (भारतातील गव्हर्नर जनरलला लॉर्ड सॅलिसबरी ह्याचे ३० ऑगस्ट १८७७ चे पत्र). ह्याला अनुसरून १८७९ मध्ये भारतात आयात होणाऱ्या जाड्याभरड्या कापडावरील जकात रद्द करण्यात आली आणि १८८२ मध्ये मीठ आणि दारू सोडून बाकी भारतात आयात होणाऱ्या सर्व मालावरील कर रद्द करण्यात आले. १८९४ मध्ये जेव्हा आर्थिक तंगीमुळे सर्व आयातीवर सर्वसाधारण आयात जकात बसवणे भाग पडले तेव्हा भारतात तयार होणाऱ्या सर्व गिरण्यांच्या कापडावर कर बसवण्यात आला. असा कर जगातील कोणत्याही देशात बसवलेला नाही. ही जकात १८९६ मध्ये साडेतीन टक्के होती, ती १९१७ पर्यंत कायम

राहिली. पुढे आयात-जकातीचा दर ३⅜ टक्क्यांवरून सात टक्क्यांवर वाढवण्यात आल्यामुळे वरील, गिरणी कापडावरील कराचा दुष्परिणाम कमी झाला आणि शेवटी १९२५ मध्ये गिरणी कामगारांच्या संपामुळे हा कर रद्द करण्यात आला.

अशा परिस्थितीत १९१४ पर्यंत भारतातील औद्योगिक विकास अत्यंत मंद व क्षुल्लक गतीने चालू होता. १९१४ च्या सुमारास कारखाना अधिनियमाखालील (फॅक्टरी ॲक्ट) गिरणी कामगारांची संख्या ९,५१००० होती. जो विकास होत होता तो फक्त कापसाच्या उद्योगधंद्यात होत होता, त्यात भारतीय भांडवल जोराने गुंतवले जात होते, त्याचप्रमाणे गोणपाटाच्या उद्योगधंद्यातील ब्रिटिश कामगार, चढेल मागण्या मागू लागल्यामुळे, ब्रिटिश भांडवल, भारतातील स्वस्त मजुरीच्या दराचा फायदा घेण्यासाठी अधिक गुंतवले जात होते. रेल्वेच्या सोयीसाठी यांत्रिक धंद्यात फक्त दुरुस्तीचे कारखाने (रिपेअर वर्कशॉप्स) चालू होते. १९१४ च्या महायुद्धापूर्वी लोखंड व पोलाद ह्यांच्या कारखान्यांना नुकतीच सुरुवात होत होती. त्यात यंत्रे तयार करण्यास सुरुवात झाली नव्हती.

पहिल्या महायुद्धाच्या काळात भारत सरकारने संपूर्णपणे निराळे धोरण सुरू केले. ज्याप्रमाणे राजकीय क्षेत्रात 'जबाबदारीची राज्यपद्धती' हे नवे सरकारी धोरण सुरू झाले होते त्याचप्रमाणे आर्थिक क्षेत्रात औद्योगिकीकरण हे सरकारचे नवे धोरण चालू झाल्याचे जाहीर करण्यात आले. हे नवे धोरण १९१५ मध्ये व्हॉइसरॉय लॉर्ड हार्डिन ह्याने जाहीर केले :

"महायुद्ध संपल्यानंतर भारताच्या औद्योगिक उत्पादनशक्तींत सुधारणा करण्यासंबंधी स्पष्ट, निश्चित स्वरूपाचे व जाणीवपूर्वक असे धोरण आखावे लागणार, ही गोष्ट अधिकाधिकपणे स्पष्ट होत आहे. तसे न केले तर परदेशातील निर्माणक (मॅन्युफॅक्चरर्स) भारताचा एक राशिपात (डंपिंग ग्राउंड) म्हणून उपयोग करतील. ते बाजारपेठांसाठी अधिक स्पर्धा करतील. कारण, प्रत्येक देशाचे राजकीय भवितव्य हे त्या देशाच्या आर्थिक सुबत्तेवर अवलंबून राहणार हे होय. ह्या प्रश्नासंबंधी भारतीय जनतेचा दृष्टिकोन एकजिनसी असून त्याकडे दुर्लक्ष करता येणार नाही." महायुद्ध संपल्यानंतर भारताला आपल्या सरकारकडून जास्तीत जास्त मदतीची अपेक्षा करण्याचा हक्क राहील आणि जगातील निर्माणक देशांत भारताला आपले स्थान मिळवण्यास सोपे जाईल."

(लॉर्ड हार्डिन- भारतीय सचिवाला पाठवलेला जावक-संदेश (डिसपॅच), नोव्हेंबर २६, १९१५.)

ह्याला अनुसरून 'इंडियन इंडस्ट्रीयल कमिशन'ची नेमणूक १९१६ साली

करण्यात आली. त्याचे प्रमुख म्हणून सर थॉमस हॉलंड ह्यांना नेमले. ते 'इन्स्टिटट्यूट ऑफ मायनिंग इंजिनिअर्स' ह्या संस्थेचे अध्यक्ष होते. त्यांनी आपला अहवाल १९१८ साली सादर केला. त्याच वर्षी भारताच्या घटनात्मक सुधारणांसंबंधी मॉंटेग्यू-चेम्सफर्ड ह्यांनी आपला अहवाल सादर केला. त्यात विशद केलेले भारताचे ध्येय असे :

''कोणत्याही दृष्टीने विचार केला तरी भारताच्या औद्योगिक विकासासंबंधात, प्रागतिक धोरण चालू करणे निकडीचे आहे. त्याचे मुख्य कारण भारताला आर्थिक स्थैर्य मिळवून द्यावे एवढेच नसून भारतीयांच्या अपेक्षांची पूर्तता व्हावी, हे आहे.''

''आर्थिक आणि सैनिकी दृष्टीने विचार करता, साम्राज्याच्या हितासाठी भारतातील साधनसंपत्ती ह्यापुढे अधिक चांगल्या प्रकारे उपयोगात आणणे आवश्यक आहे. औद्योगिकदृष्ट्या, प्रगत भारत ही साम्राज्याची केवढी प्रचंड शक्ती ठरेल, ह्याची आपणास कल्पनाच करता येत नाही.'' (मॉंटेग्यु-चेम्सफर्ड रिपोर्ट, पान २६७.)

वर जाहीर केलेला धोरणातील बदल हा महायुद्धाच्या चढउतारामुळे घडून आला होता आणि ही गोष्ट सरकारी निवेदनांवरून सहज स्पष्ट होते. ह्या बदलाला मुख्यत्वे तीन कारणे होती.

पहिले म्हणजे युद्धनीतीचे डावपेच. मेसोपोटेमियातील भानगडीपेक्षा, वाहतुकीची साधने आणि पुरवठा ह्यांत व्यत्यय आल्यामुळे, भारतीय साम्राज्यातील उणीव स्पष्टपणे दृष्टीस आली आणि ब्रिटिशांची पूर्वेकडील युद्धनीती कमकुवत ठरली. आधुनिक उद्योगधंद्यांच्या दृष्टीने अगदी सामान्य वस्तूसुद्धा निर्माण करण्याची क्षमता भारतात तयार न केल्यामुळे आणि महत्त्वाच्या गरजा भागवण्यासाठी दूरवर समुद्रापलीकडील देशावर अवलंबून राहावे लागल्यामुळे, वरील उणीव भासू लागली. ब्रिटिश राज्यकर्त्यांवर ह्या परिस्थितीचा किती खोलवर परिणाम झाला, ते मॉंटेग्यू-चेम्सफर्ड रिपोर्टमध्ये स्पष्ट केले आहे. त्यावरून भारताला विकसित औद्योगिक देश बनवून, त्याला पूर्वेकडील युद्धक्षेत्रांचा मुख्य आधार करावा, असे ठरले.''

''सागरी वाहतुकीच्या साधनांत व्यत्यय आल्यास, पूर्वेकडील युद्धक्षेत्रांची संरक्षण आघाडी म्हणून भारताचा, लष्करी साहित्याचे कोठार ह्या दृष्टीने उपयोग करावा लागेल. अलीकडे औद्योगिक दृष्टीने विकसित झालेल्या राष्ट्राच्या गरजा ह्या, लढाईच्या गरजांसारख्याच काही बाबतीत झाल्या आहेत. कदाचित त्या दारूगोळ्यांच्या साठ्याइतक्या प्रचंड नसतील, ह्यामुळे भारतातील साधनसंपत्तीचा विकास करणे ही एक सैनिकी गरज होऊन बसली आहे.''

दुसरे कारण म्हणजे आर्थिक स्पर्धा. परकीय स्पर्धक ब्रिटिशांच्या भारताच्या बाजारपेठेतील मिरासदारीला धक्का देण्याचा प्रयत्न करत होते, आणि लढाईच्या गरजांमुळे ब्रिटिशांच्या अडचणीचा फायदा घेऊन त्यांची परिस्थिती कठीण करण्यासाठी धडपडत होते, आणि भारताची बाजारपेठ ब्रिटिशांच्या हातातून जाण्याचा संभव होता. लॉर्ड हार्डिंजच्या म्हणण्याप्रमाणे परकीय निर्माणक भारताचा राशिपात (डम्पिंग ग्राउंड) म्हणून उपयोग करण्याच्या विचारात होते. जकात सुरू केल्यास ह्या दोन्ही अडचणींना तोंड देणे शक्य होते. प्रथम परकीय निर्माणकांची जागा भारताचे उद्योगधंदे वाढवून भारतीय निर्माणकांना देणे, हा पहिला उपाय होता. भारतीय बाजारपेठ परकीय उद्योगपतींच्या ताब्यात जाऊ देण्यापेक्षा ती भारतीय निर्माणकांच्या ताब्यात ठेवण्यात ब्रिटिशांचे हित होते. कारण ब्रिटिश भांडवलाच्या साहाय्याने तो फायदा ब्रिटनला मिळवणे शक्य होते. दुसरे म्हणजे ब्रिटनचा फायदा करून घेता येईल अशा पद्धतीने जकात बसवणे ब्रिटिशांना शक्य होते व त्यामुळे भारतीय बाजारपेठ ब्रिटिशांच्या हातात राहणार होती.

तिसरे म्हणजे आतील राजकीय कारणे. महायुद्धाच्या काळात आणि महायुद्धानंतरच्या प्रक्षुब्ध परिस्थितीत भारताला ताब्यात ठेवणे आवश्यक होते. त्यासाठी भारतातील मध्यमवर्गीय व्यापाऱ्यांचे सहकार्य घ्यावयास हवे होते, त्यासाठी त्यांना आर्थिक व राजकीय स्वरूपाची प्रलोभने दाखवणे भाग होते. लॉर्ड हार्डिंज ह्याच्या मताप्रमाणे भारतीयांच्या प्रवृत्तीकडे दुर्लक्ष करून चालण्यासारखे नव्हते.

ब्रिटिशांच्या भारतासंबंधीच्या धोरणात जो बदल करण्यात आला तो म्हणजे त्यांनी भारतात संरक्षण जकातीची पद्धत सुरू केली. ह्या धोरणातील पहिली पायरी म्हणजे कापडावरील कर १९१७ साली ७$\frac{1}{2}$ टक्के केला आणि पुढे १९२१ साली तो ११ टक्क्यांवर नेला. ह्याच वेळी कापडाच्या आयातीवरील जकात मात्र ३$\frac{1}{2}$ टक्के कायम राहिली, आणि १९२५ साली ती काढण्यात आली. आयातीवरील सर्वसाधारण कर १९२१ मध्ये ११ टक्क्यांवर नेला. आणि १९२२ मध्ये १५ टक्क्यांवर नेला. १९२२ मध्ये एक राजकोषीय (फिस्कले) कमिशन नेमण्यात आले. त्याचा हेतू भारतीय मालाला संरक्षण देण्यासाठी योजना तयार करावयाचा होता. ह्या संरक्षणाची विशिष्ट पद्धत ठरवावी, असा सरकारचा विचार होता, तर कमिशनवरील पाच भारतीय सभासदांनी संपूर्ण संरक्षणाची मागणी केली. अहवालात म्हटल्याप्रमाणे एक प्रशुल्क-मंडळ (टॅरिफ-बोर्ड) नेमण्यात आले. ह्या मंडळासमोर जो पहिला महत्त्वाचा प्रश्न आला तो म्हणजे लोखंड व पोलाद ह्यांच्या उद्योगधंद्याचा होय. १९२४ मध्ये लोखंड आणि पोलादाच्या कारखान्यांना ३३$\frac{1}{3}$ टक्के संरक्षण

व मदत करण्याची पद्धत ठरवण्यात आली. ह्या वेळी भारतातील औद्योगिक भांडवलदारांच्या अपेक्षा सरकारच्या मदतीच्या सहकार्यामुळे फार उंचावल्या. ह्या काळात स्वराज्य पार्टीने म्हणजे प्रागतिक विचारांचे धोरण असलेल्या भांडवलदारांच्या पक्षाने गांधीजींच्या असहकारवाद्यांचा पराभव केला व तो विजयी झाला आणि त्याने १९२३-२६ ह्या काळात आपली सत्ता गाजवली. सुरुवातीला कौन्सिलमध्ये शिरून सरकारचा कौन्सिलमध्ये पराभव करणे आणि सरतेशेवटी सन्मान्य सहकार्य करणे, हे त्या पक्षाचे धोरण होते. तथापि भावी काळात त्या अपेक्षा कवडीमोल ठरणार होत्या.

## ४. औद्योगिकीकरणाची पीछेहाट

१९१४-१८ च्या महायुद्धानंतर लोखंड आणि पोलाद ह्यांच्या उद्योगधंद्याला संरक्षण व आर्थिक सहकार्य जे सरकारकडून मिळाले ते अभूतपूर्वच म्हणावे लागेल. त्यानंतर मात्र ह्या मदतीला ओहोटी लागल्याचे प्रत्ययास आलेले दिसते.

भारतीय औद्योगिक कमिशनने सविस्तर योजना आखल्या होत्या. त्यांत 'इंपीरियल डिपार्टमेंट ऑफ इंडस्ट्रीज' असे खाते चालू करावे व त्याच्या मार्गदर्शनाखाली प्रत्येक प्रांतात तसे खाते चालू करून त्या खात्याचे देशभर एक सुसूत्र असे जाळेच निर्माण करावे, अशी ती भव्य योजना होती. तथापि ती प्रत्यक्षात आली नाही. केंद्रीय यंत्रणा कधीच जन्मास आली नाही. शिक्षणासारखी प्रांतिक खाती, 'सोपीव खाती' म्हणून ठरवण्यात आली. पैशाच्या अभावी ती अयशस्वी झाली आणि सरतेशेवटी ती खाती कार्यक्षम होऊ शकली नाहीत. ह्या अपयशाचे खापर भारतीय मंत्र्यांवर फोडण्यात आले. १९३४ पर्यंत ह्या खात्यांमार्फत काय प्रगती झाली, त्याचे यथार्थ वर्णन एका परकीय लायक निरीक्षकाने केले आहे, ते असे :

"दुर्दैवाने केंद्रीय यंत्रणा अजूनही निर्माण करण्यात आलेली नाही, आणि १९१९ च्या सुधारणा कायद्याखाली, प्रांतिक सरकारात शिक्षणासारखी खाती ही 'सोपीव' खाती करण्यात आली. आणि अशा तऱ्हेने निवडून आलेले जे सभासद स्थानिक कायदेमंडळाला जबाबदार होते, त्यांच्या हातात ती खाती देण्यात आली. दुर्दैवाने आवश्यक ते आर्थिक साहाय्य ह्या खात्यांना न मिळाल्यामुळे त्यांना कोणत्याही महत्त्वाच्या योजना कार्यवाहीत आणता आल्या नाहीत. ह्याखेरीज दुसरी महत्त्वाची गोष्ट म्हणजे औद्योगिक विकासाला उत्तेजन द्यायचे तर सरकारचे

त्यासाठी सुसूत्र व संपूर्ण योजनाबद्ध धोरण आवश्यक असते. कारण नुसता कच्चा माल उपलब्ध करून किंवा उत्पादन वाढवून भागत नाही, तर उत्पादन केलेल्या मालाला उपयुक्त अशी बाजारपेठ उपलब्ध करून द्यावी लागते. खरोखरी असे धोरण हे शिक्षण खात्याशी संबंधित ठेवावे लागते व प्रत्येक राष्ट्रीय योजनेत त्याचा संबंध ठेवावा लागतो. केवळ प्रांतिक पातळीवर चार कचेऱ्या उभारून औद्योगिक विकासाचे बाबतीत फारशी प्रगती संभवत नाही.''

(डी. एच. बचनान, 'दि डेव्हलपमेंट ऑफ कॅपिटॅलिस्ट एन्टरप्राइज इन इंडिया,'' १९३४, पाने ४६३-६४.)

माहिती व संशोधन ह्या कामासाठी एक केंद्रीय विभाग अलीकडे उघडण्यात आला व त्याच्या तीन वर्षांच्या खर्चासाठी ३७५०० पौंड बाजूला काढण्यात आले. त्यासंबंधात असे जाहीर करण्यात आले की, हा विभाग आपले लक्ष प्रामुख्याने रेशमाची मशागत व हातमागावरील विणकाम ह्यावर देईल.

''प्रत्यक्षात एवढेच जाहीर करण्यात आले की, औद्योगिक माहिती आणि संशोधन ह्यासाठी एक केंद्रीय विभाग लवकरच सुरू करण्यात येणार आहे व त्यासाठी येत्या तीन वर्षांत पाच लाख रुपये खर्च करण्यात येणार आहेत, रेशीम उत्पादन व हातमागावरील विणकाम ह्याकडे हा विभाग लक्ष देईल. अवजड उद्योगधंद्यांकडे लक्ष देणे अगत्याचे होते, पण ते वगळण्यात आले, आणि देशाच्या आर्थिक विकासाच्या दृष्टीने कोणती दीर्घकालीन कामे हाती घ्यावी ह्याबद्दल काहीच खुलासा नाही, त्याबद्दल संपूर्ण मुग्धताच आहे.''

(सर एम. विश्वेश्वरय्या- 'प्लॅन्ड इकॉनॉमी ऑफ इंडिया,' १९३६, पा. २४७.)

१९२४ साली लोखंड आणि पोलाद ह्या धंद्यांना संरक्षणकर बसवल्यावर, प्रशुल्क-मंडळाकडे (टॅरिफ बोर्डकडे) इतर अनेक उद्योगधंदेवाल्यांकडून संरक्षणासाठी अर्ज आले. जास्तीत जास्त अर्ज सिमेंट आणि कागद ह्या उद्योगधंदेवाल्यांकडून आले. तथापि त्या अर्जांवर शिक्कामोर्तब करण्यात आले नाही. एकाच उद्योगधंद्याच्या बाबतीत संरक्षण कर लादण्यास संमती मिळाली तो धंदा म्हणजे आगपेटीचा. आगपेटीच्या धंद्यात परकीय भांडवल गुंतवण्यात आले होते असे सांगण्यात आले.

१९२७ साली जेव्हा लोखंड आणि पोलाद ह्या उद्योगधंद्यांवर संरक्षणकराचे नूतनीकरण करण्याची वेळ आली त्या वेळी त्या सूचनेकडे काळजीपूर्वक लक्ष देण्यात आले. मूलभूत कर कमी करण्यात आले, आर्थिक साहाय्य बंद करण्यात आले, आणि सर्वांत महत्त्वाची गोष्ट म्हणजे एक नवीन धोरण चालू करण्यात आले, ते म्हणजे ब्रिटनमध्ये तयार झालेला जो माल भारतात येईल त्याला खास अधिक

दर देण्याचे ठरले.

प्रशुल्क-योजनेत (टॅरिफ सिस्टिममध्ये) साम्राज्यशाहीची भलावण (इंपीरियल एकरन्स) ही गुरुकिल्ली होऊन बसली. १९३० च्या सुमारास साम्राज्यशाहीच्या भलावणीचा फायदा कापडाच्या धंद्याला लागू करण्यात आला. १९३२ साली ओटावा करार करण्यात आला. त्यात साम्राज्यशाहीच्या भलावणीचे सर्वसाधारण तत्त्वच अमलात आणण्याचे ठरले. ह्या संबंधात अनेक भारतीयांनी व केंद्रीय कायदेमंडळाने आपला विरोध स्पष्टपणे नमूद केला. ह्या भलावणीचा परिणाम असा झाला की, ब्रिटनकडून भारताने आयात केलेल्या मालाचे प्रमाण जे १९३१-३२ मध्ये ३५.५ टक्के होते, ते १९३४-३५ मध्ये ४०.६ टक्के झाले. जपानी व ब्रिटिशेतर मालावर पन्नास टक्के जकात लादण्यात आली. आणि व्यापार स्पर्धा ऐन जोरात असताना ती जकात ७५ टक्क्यांवर नेण्यात आली, ह्याच वेळी ब्रिटिश कापडावरील जकात मात्र २० टक्क्यांवर खाली आणण्यात आली. १९३३ च्या प्रशुल्क-मंडळाच्या (टॅरिफ बोर्डच्या) अहवालातील साम्राज्यशाहीच्या भलावणीच्या तत्त्वावरील टीकेकडे दुर्लक्ष करण्यात आले.

प्रशुल्क-योजना (टॅरिफ-सिस्टिम) जी सुरुवातीला १९२० साली भारतीय उद्योगधंद्यांना मदत देण्याच्या दृष्टीने जन्मास आली, तिचे पुढे हळूहळू ब्रिटिश उद्योगधंद्यांना मदत करण्यासाठी साम्राज्यशाहीच्या भलावणीत (इंपीरियल-प्रेफरन्समध्ये) रूपांतर करण्यात आले. ह्याच वेळी भारताच्या निर्यातीच्या कच्च्या मालाचे दर वाढवून देण्यात आले. 'प्रशुल्क- योजनेतील ह्या बदलामुळे' तिला विकृत स्वरूप प्राप्त झाले. १९१४ च्या महायुद्धापूर्वी प्रतिगामी कर्झन सरकारने सुद्धा ह्या साम्राज्यशाही भलावणीच्या तत्त्वाला कडवा विरोध केला, कारण त्यामुळे भारताचे फार नुकसान होत होते. भारतीय बाजारपेठेतील सर्वांत मोठा मक्तेदार ह्या नात्याने हे तत्त्व ब्रिटिश निर्माणकाच्या हिताचे नव्हते. भारतीय उद्योगपतींनी परकीय निर्माणकांच्या विरुद्ध संरक्षण मागणे योग्य होते. इतर परकीय स्पर्धकांना विरोध करण्यासाठीच ब्रिटिश निर्माणकांना (मॅन्युफॅक्चरर्सना) प्रशुल्क-योजना (टॅरिफ-सिस्टिम) आवश्यक वाटत होती, म्हणून हिताहितांचा झगडा सुरू झाला. ह्या झगड्याला केंद्रीय कायदेमंडळात वाचा फुटली, आणि ओटावा कराराप्रमाणे साम्राज्यशाहीच्या भलावणीच्या तत्त्वाच्या विस्ताराचा जानेवारी १९३५ च्या व्यापारी-करारांत समावेश करण्याचा जेव्हा प्रयत्न झाला तेव्हा केंद्रीय कायदेमंडळात ह्यावरील ठराव ६६ विरुद्ध ५८ मतांनी उधळून टाकण्यात आला. तथापि कायदेमंडळाचा हा निकाल ब्रिटिश सरकारने आपल्या खास अधिकारांत रद्द ठरवला व मूळ करार करण्यात आला. अशा प्रकारे ब्रिटिशांचा विरोध स्पष्ट झाला. त्यामुळे १९१६-१८

मधील ब्रिटिशांचे लोकहितैषी (बेनिव्होलंट) धोरण मागे पडले.[१]

ब्रिटिशांची हीच वृत्ती विस्तृत आर्थिक क्षेत्रांतही प्रत्ययास येऊ लागली. महायुद्ध संपल्याबरोबर, इतर देशांपेक्षा भारतात अल्पायुषी तेजीला अधिकच धार चढली. कापडाच्या व तागाच्या गिरण्यांनी प्रचंड नफा मिळवला. १९२० साली मुंबईच्या कापड गिरणी मालकांनी १२० टक्के लाभांश (डिव्हिडंड) दिला. काही गिरणीवाल्यांनी २००, २५० व ३६५ टक्केही लाभांश वाटला. (अर्नो पिअर्स- 'दि कॉटन इंडस्ट्री ऑफ इंडिया') तागाच्या गिरणीमालकांनी सर्वसाधारण १४० टक्के लाभांश (डिव्हिडंड) दिला, तर काहींनी अधिलाभांश (बोनस) धरून ४०० टक्के लाभांश दिला. एकेचाळीस तागाच्या गिरण्यांच्या अहवालावरून १९१८-२१ ह्या काळात २२.९ दशलक्ष पौंड नफा मिळवला. ह्याशिवाय शिलकी गंगाजळीत (रिझर्व्हमध्ये) १९ दशलक्ष पौंड टाकण्यात आले. म्हणजे त्यांची एकूण कमाई सहा दशलक्ष पौंड भांडवलावर, चार वर्षांत, बेचाळीस दशलक्ष पौंड झाली. ह्या तागाच्या सर्व गिरण्या ब्रिटिश वर्चस्वाखाली होत्या.

महायुद्धानंतरच्या काळात, भारतात प्रचंड फायदा मिळवण्यासाठी ब्रिटिश भांडवल झपाट्याने येऊ लागले. सर जॉर्ज पैश याच्या हिशोबाने १९०८-१० ह्या काळात ब्रिटिशांचे भारत व सिलोन मिळून १४ ते १५ दशलक्ष पौंड भांडवल निर्यात होत असे. १९२१ मध्ये हा आकडा २९ दशलक्ष पौंडांवर गेला. १९२०-२१ व १९२१-२२ ह्या वर्षांत आयात निर्यातीपेक्षा थोडी अधिक होती. हा काळ म्हणजे १८५६-६२ होय. तथापि ह्याचे प्रमुख कारण म्हणजे ब्रिटिश सरकारने एक रुपयाची पौंडात किंमत दोन शिलिंग ठरवली होती. त्यामुळे भारतात आयात जास्त होई, भारताची निर्यात कमी होई आणि ही कृत्रिम हुंडणावळीची पद्धत सांभाळण्यासाठी ब्रिटिश सरकारला दरसाल ५५ दशलक्ष पौंड खर्च करावे लागत.

तथापि ही पद्धत १९२०-२१ ह्या काळात कोलमडून पडली. त्या वेळी ब्रिटिश सरकारने रुपयाची पौंडात किंमत दोन शिलिंगावरून १ शिलिंग ४ पेन्सवर आणली.

---

१. १९३९ च्या मार्च महिन्यात नव्या व्यापारी कराराचे वेळी, भारत आणि युनायटेड किंग्डम ह्यांचेमधील हा तंटा अधिक स्पष्ट झाला. हा करार भारताच्या १९३९ च्या केंद्रीय कायदेमंडळाने ५९ विरुद्ध ४७ मतांनी नामंजूर केला. इंडियन चेंबर ऑफ कॉमर्सच्या फेडरेशनच्या कमिटीनेही त्या ठरावाला विरोध केला; तरीही पुन्हा कायदेमंडळाचे म्हणणे ब्रिटिश सरकारने डावलून व भारतीय प्रतिनिधींचा स्पष्ट विरोध झिडकारून नव्या व्यापारी करारास मान्यता दिली.

ह्यामुळे आयातीवर भयंकर परिणाम झाला आणि त्यामुळे तीस दशलक्ष पौंडांची तूट आली. भारतात महायुद्धानंतरच्या तेजीचा फायदा उकळण्यासाठी ज्या कंपन्या जन्मास आल्या होत्या त्यांनी दिवाळे काढले. जेव्हा भारतात प्रचंड फायदा मिळवण्यास वाव राहिला नाही हे व्यापाऱ्यांना समजले, तेव्हा ब्रिटिश भांडवलाची भारतातील आयात रोडावली. १९२४ मध्ये ही भांडवलाची आयात २.६ दशलक्ष पौंडांवर आली, म्हणजेच ब्रिटिश भांडवलाच्या नेहमीच्या निर्यातीच्या एक-पंचमांशावर घसरली. पुढे १९२५ मध्ये ३.४ दशलक्ष पौंड, १९२६ मध्ये २ दशलक्ष पौंड, १९२७ मध्ये १ दशलक्ष पौंड म्हणजे ब्रिटिशांच्या नेहमीच्या एकूण निर्यातीच्या ⅓ दशलक्ष पौंडावर घसरली.

महायुद्धापूर्वीच्या व नंतरच्या काळात ब्रिटिश भांडवलाच्या भारत व सिलोन येथे झालेल्या निर्यातीचे आकडे खाली दिले आहेत. त्यांपैकी महायुद्धापूर्वीचे आकडे सर जॉर्ज पैश याचे आहेत. महायुद्धानंतरचे आकडे मिडलँड बँक विवरणातून (रिटर्न्समधून) घेतले आहेत :

ब्रिटिश भांडवलाची भारत व सिलोन ह्यांना झालेली निर्यात

| वार्षिक सरासरी | भारत व सिलोनला (दशलक्ष पौंड) | समुद्रपार पाठविलेले (दशलक्ष पौंड) | भारत व सिलोन (शेकडेवारीत) |
|---|---|---|---|
| १९०८-१० | १४.७ | १७२.३ | ८.५% |
| १९२१-२३ | ३०.२ | १२९.० | २३.७% |
| १९२५-२७ | २.१ | १२०.९ | १.७% |
| १९३२-३४ | ४.२ | १३५.१ | ३.१% |
| १९३४-३६ | १.० | ३०.२ | ३.३% |

महायुद्धानंतरच्या काळातील तेजीनंतर हे प्रमाण महायुद्धापूर्वीच्या पातळीवर आले. सरकारी विवरणाप्रमाणे (रिटन्स॔प्रमाणे) भारतात निघालेल्या कंपन्यांच्या भांडवलाचा आकडा कमी सूचक नाही.

ब्रिटिश भारतात नोंदणीकृत कंपन्यांचे (रजिस्टर्ड कंपन्यांचे) भरणा झालेले (पेड-अप) भांडवल :

(ब्रह्मदेश सोडून)

|  | १९१४-१५ | १९२४-२५ | १९३४-३५ | १९३९-४० |
|---|---|---|---|---|
| दशलक्ष रुपयांत | ७४४ | २,३९८ | २,६६६ | २,८८५ |

१९१४ ते १९२४ ह्या दहा वर्षांत २२२ टक्के वाढ होती, म्हणजेच वार्षिक सरासरी २२ टक्के. तथापि पुढील दहा वर्षांत म्हणजे १९२४-३४ ह्या काळात वाढ फक्त ११ टक्के होती, म्हणजेच वार्षिक सरासरी एक टक्का होती. पुढील पाच वर्षांत म्हणजे १९३४-३९ ह्या काळात, वार्षिक सरासरी फक्त १.५ टक्के होती. किमतीच्या चढउताराचा ह्या आकड्यावर होणारा परिणाम विचारात घेऊनसुद्धा, त्यातील फरक नजरेत भरतो आणि महायुद्धामुळे निर्माण झालेल्या तेजीनंतरची मंदी लक्षात आल्याशिवाय राहात नाही.

१९२७ साली 'दि स्टॅटिस्ट'ने भारतातील नोंदणीकृत नवीन कंपन्यांच्या भांडवलाचा १९१४ चा १०० पाया धरून निर्देशांक काढला आहे. तो असा :

### ब्रिटिश- भारतात गुंतवलेले नवीन भांडवल

| दरवर्षी नोंदणी झालेल्या कंपन्यांच्या भांडवलाचा निर्देशांक | १९१४ | १९२१ | १९२२ | १९२३ | १९२४ | १९२५ | १९२६ | १९२७ |
|---|---|---|---|---|---|---|---|---|
|  | १०० | २२१ | १२१ | ५१ | ४० | ३१ | ४५ | २९ |

१९१४ च्या पातळीखाली झालेल्या पीछेहाटीबद्दल, लंडन फिनॅन्शियल जर्नलने टीका केली, ती अशी :

ह्या आकड्यांवरून भारताची आर्थिकदृष्ट्या पीछेहाट झाली होती, हे स्पष्ट होते. ह्या पीछेहाटीला चलन आणि हुंडणावळ ह्याबद्दलचे भारत सरकारचे धोरण जबाबदार नव्हते असे नाही. (स्टॅटिस्ट, ऑगस्ट ६, १९२७.)

हे उघड आहे की भारतीय औद्योगिक विकासाची पीछेहाट जागतिक निर्वाणीच्या परिस्थिती पूर्वी (वर्ल्ड क्रायसिस) अगदी स्पष्ट झाली होती. टाटा कंपनीच्या शंभर रुपयांच्या शेअरची किंमत १९२६ मध्ये १० रुपयांवर आली आणि कंपनीला लंडनच्या बाजारपेठेत २ दशलक्ष ऋण रोख्यासाठी जाणे भाग पडले. ब्रिटिश वित्तीय भांडवलाने (फिनॅन्स-कॅपिटलने) महायुद्धानंतरच्या काही वर्षांत भारतीय

उद्योगधंद्यांवरील वित्तीय भांडवलाचा फास, जो तात्पुरता सैल केला होता, तो आता पुन्हा आवळला. हिल्टन यंग कमिशनचा भारतीय भांडवल आणि चलन ह्यावरील अहवाल १९२६ साली बाहेर पडला. त्याप्रमाणे भारतीय रुपयाचा पौंडाशी असलेला हुंडणावळीचा दर, जो महायुद्धापूर्वी एक रुपयाला १ शिलिंग ४ पेन्स होता, तो आता एक रुपयाला १ शिलिंग ६ पेन्स करण्यात आला, त्यामुळे भारतीय उद्योगधंद्यांना १९२७ साली आणखी एक जोराचा धक्का बसला. हे अवमूल्यन करण्याचे धोरण भारतीय भांडवलदारांचा सर्रास विरोध असतानाही करण्यात आले. भारतीय उत्पादकाला त्याच्या उत्पादनक्षमतेच्याही पलीकडे हा हादरा बसेल, असे, भारतीय भांडवलदारांचा पुढारी सर पुरुषोत्तमदास ठाकुरदास ह्यांनी चलन कमिशनच्या अहवालात आपला वरील योजनेस असलेला विरोध स्पष्ट करताना सांगितले. त्याचा भयंकर परिणाम चार-पंचमांश लोक जे शेतीवर अवलंबून आहेत त्यांच्यावर होईल. ज्या क्षेत्रात भारतीयांचा आर्थिक संबंध फारसा नाही अशा क्षेत्रातील सुद्धा आर्थिक संबंध काढून घेण्यात आला, ते क्षेत्र म्हणजे बँकिंग. हिल्टन यंग कमिशनने १९२१ साली इंपीरियल बँक ऑफ इंडिया स्थापन झाली असतानाही एक नवी इंडियन रिझर्व्ह बँक स्थापन करण्याची शिफारस केली आणि भारतीयांच्या विरोधाला न जुमानता १९३४ साली रिझर्व्ह बँक स्थापन करण्यात आली.

अशा ह्या कठीण परिस्थितीत, प्राथमिक स्वरूपाच्या उत्पादनावर संपूर्णतया अवलंबून असलेल्या भारतावर, जागतिक निर्वाणीच्या परिस्थितीचा जगातील कोणत्याही देशापेक्षा भयंकर परिणाम झाला. ज्या प्राथमिक स्वरूपाच्या उत्पादनावर $\frac{४}{५}$ जनता अवलंबून होती, त्याची किंमत अर्ध्यावर आली. १९२८-२९ व १९३२-३३ ह्या काळात, भारतीय निर्यातीच्या मालाची किंमत ३.३९० दशलक्ष रुपयांवरून १.३५० दशलक्ष रुपयांवर घसरली, भारताच्या आयातीची किंमत २६०० दशलक्ष रुपयांवरून १३५० दशलक्ष रुपयांवर आली. इतके झाले तरी, वार्षिक मोठी देणगी, कर्जावरील व्याज, व किमती घसरल्यामुळे दुप्पट झालेले 'होम चार्जेस' हे चालूच राहिले व ते वसूल करून घेण्यात आले. भारताच्या बाबतीत, युरोपमध्ये आहे तसा हूवर-विलंबावधी (मोरॅटोरियम)ची सोय नव्हती की ज्यामुळे कर्जाची फेड सवडीप्रमाणे करता येते. जर्मनीत आहे तशी कर्जे गोठविण्याची योजना भारतात नव्हती. अमेरिकेची उसनवारी करून ब्रिटनची कर्जफेड करणे शक्य नव्हते. देणगीची फेड करण्यासाठी सोने निर्यात करावे लागले. १९३१-३५ ह्या काळात २०३ दशलक्ष पौंड किमतीचे ३२ दशलक्ष औंस सोने भारताला निर्यात करावे लागले ('इकॉनॉमिस्ट,' डिसेंबर १२, १९३६)

किंवा जागतिक निर्वाणीच्या परिस्थितीत ब्रिटनकडे शिलकी सोने जे होते त्यापेक्षा जास्त द्यावे लागले. १९३६-३७ ह्या काळात भारताला ३८ दशलक्ष पौंड किमतीचे सोने निर्यात करावे लागले (इकॉनॉमिस्ट, २-४ ब १९३८), म्हणजेच १९३१ ते १९३७ ह्या सात वर्षांत २४१ दशलक्ष पौंड किमतीचे सोने भारताने ब्रिटनला निर्यात केले. ज्या देशांत बँकिंगसारख्या सोयी उपलब्ध नसतात त्या ठिकाणी, शेतकरी आणि गरीब लोकात प्रसंगी उपयोगी पडेल म्हणून सोन्याचा साठा करण्याची रूढी आहे. १९३१-३७ ह्या काळात भारतातील गरीब शेतकऱ्याने प्रसंगी उपयोगी पडावे म्हणून ठेवलेली सोन्याची शिदोरी ब्रिटिश वित्तीय भांडवलाने शास्त्रीय पद्धतीने लुबाडून नेली. त्यामुळे ब्रिटिशांची सोन्याची गंगाजळी इतकी फुगली की, 'बँक ऑफ इंटरनॅशनल सेटलमेंट'च्या अहवालाप्रमाणे १९३२ मधील ३,०२१ दशलक्ष गोल्ड खिस फँक वरून ७.९११ दशलक्षावर १९३६ अखेर गेली, म्हणजेच १६२ टक्क्यांनी वाढ झाली. औद्योगिक क्रांतीच्या काळात केलेल्या पिळवणुकीपेक्षा वित्तीय भांडवलाच्या साहाय्याने पुन्हा एकदा भारताची १९३३-३७ ह्या काळात पिळवणूक करून भारताच्या नाशातून ब्रिटिश भांडवलाची वसुली करण्यात आली.

१९३६ च्या इकॉनॉमिस्टच्या भारतीय पुरवणीमध्ये, भारतीय उद्योगधंद्यांच्या विकासाबद्दल कडवटपणे माहिती दिली आहे, ती अशी :

सर्वसाधारण लोकसंख्या जी उद्योगधंद्यावर अवलंबून असे ती आता रोडावत चालली आहे. विशेषत: तागाच्या व कापसाच्या उद्योगधंद्यात कामगारांची संख्या मोठ्या प्रमाणात कमी झाली आहे.

जरी भारत देश आता उद्योगधंद्यांचे आधुनिकीकरण करत आहे, तरी भारताचे औद्योगिकीकरण होत आहे, असे म्हणता येत नाही. (इकॉनॉमिस्ट, इंडियन सप्लिमेंट, 'ए सर्व्हें ऑफ इंडिया टुडे', डिसेंबर १२, १९३६.)


## ५. महायुद्धापूर्वींच्या वीस वर्षांचा आढावा

दोन महायुद्धांच्या मधील वीस वर्षांत भारताची औद्योगिक क्षेत्रात किती प्रगती झाली आणि इंडियन इंडस्ट्रीयल कमिशन नेमल्यानंतरच्या वीस वर्षांत किती विकास झाला, हे ब्रिटिशांनी दिलेल्या आश्वासनाच्या दृष्टिकोनातून आता पाहू.

ह्या वीस वर्षांत सोव्हिएट युनियनने समाजवादी पद्धतीने केलेल्या औद्योगिकीकरणाने युरोप आणि आशिया ह्या खंडांतील सर्व देशांना मागे टाकले आहे. भारताने काही प्रमाणात औद्योगिकीकरण केले आहे, पण ते म्हणजे १९१४ पूर्वी जे केले गेले तेच

पुढे, ब्रिटिशांच्या विरोधाला तोंड देऊन, पुढे लोटण्यात आले. काही उद्योगधंद्यांनी भारतीय बाजारपेठेला गरज लागेल तेवढीच प्रगती केली. कापडगिरण्या १९१४ पूर्वी भारताला लागणाऱ्या एकूण गरजेच्या $\frac{1}{4}$ गरजेपुरते कापड भारतात तयार करत असत. त्या १९३४-३५ मध्ये गरजेच्या $\frac{3}{4}$ तयार करू लागले. भारतातील पोलादाचे कारखाने जे पहिल्या महायुद्धापूर्वी जेमतेम चालू झाले होते, ते १९३२- ३३ च्या सुमारास, प्रशुल्क-मंडळाच्या (टॅरिफ-बोर्डाच्या) १९३४ च्या अहवालावरून, भारतीय बाजारपेठेच्या एकूण पोलादाच्या मागणीपैकी $\frac{3}{4}$ मागणी पुरी करू लागले. तथापि भारतीय बाजारपेठेची पोलादाची गरज ही अगदी मामुली आहे, कारण तो उद्योगधंदा विकास पावलेला नाही. १९३५-३६ मध्ये भारताने एकूण ८७९०००  टन पोलाद तयार केले ते त्याच वर्षाच्या पोलंडच्या पातळीपेक्षा कमी होते. खरोखरी पोलंडची लोकसंख्या भारताच्या लोकसंख्येच्या एक-दशांश आहे, आणि १९३६ मधील जपानच्या लोकसंख्येच्या $\frac{1}{6}$ पेक्षा कमी आहे किंवा सोव्हिएट युनियनच्या $\frac{1}{11}$ इतकी आहे.

भारतात कापडगिरण्यांनी १९१४ पूर्वी उत्पादनाला सुरुवात केली. तथापि औद्योगिकीकरणाच्या दृष्टीने त्यांची प्रगती नजरेत भरण्यासारखी नाही. औद्योगिकीकरणाच्या दृष्टीने अवजड कारखाने म्हणजे लोखंड व पोलाद आणि यंत्रे तयार करण्याचे कारखाने महत्त्वाचे ठरतात आणि ह्याच धंद्यांच्या दृष्टीने महायुद्धापूर्वीच्या काळात भारताचा कमकुवतपणा प्रत्ययास आला. यंत्रांच्या दृष्टीने भारताला परदेशांतील यंत्रसामग्रीवरच अवलंबून राहावे लागले.

"यंत्रांचे आणि विणण्याचे कारखाने ह्यांचे स्वरूप घरातील उद्योगधंद्यासारखे असते. एवढे खरे की ते चालविण्यासाठी कित्येक कामगारांची त्यांना गरज लागते. कापडाच्या गिरणीचे तसे नसते. तेथे मागाला माग आणि साच्याला साचा अधिक वाढवण्याचा प्रश्न असतो. दुरुस्तीच्या कारखान्यातील यांत्रिकीकरण हा व्यक्तिगत धंदा असतो. कोणत्याही देशात खरा बदल हा लोखंड आणि पोलाद ह्यांचे कारखाने यशस्वी रीतीने चालू लागले म्हणजे घडून येतो. धातुशोधनाच्या (मेटॅलर्जीच्या) उद्योगधंद्याचा विकास म्हणजे खरी औद्योगिक क्रांती होय. इंग्लंड, जर्मनी आणि युनायटेड स्टेट्स ह्या सर्व देशांनी विणण्याचे कारखाने काढण्यापूर्वी प्रथम लोखंड आणि पोलाद ह्यांचे उद्योगधंदे चालू केले." ('एल. सी. ए. नोलीज-इकॉनॉमिक डेव्हलपमेंट ऑफ दि ओव्हरसीज एम्पायर,' पान ४४३.)

हा खऱ्या औद्योगिकीकरणाचा अनुक्रम सोव्हिएट युनियनच्या समाजवादी औद्योगिक क्रांतीने अधिक स्पष्टपणे सिद्ध केला आहे. त्यांनी पहिल्या पंचवार्षिक योजनेत

अवजड उद्योगधंद्यांवर लक्ष केंद्रित केले, त्यानंतर दुसऱ्या पंचवार्षिक योजनेत लघुउद्योगांवर भर दिला. भारतातील औद्योगिकीकरण म्हणजे एका परतंत्र वसाहतीच्या देशाचा आर्थिक विकासातील उलट्या प्रयोगाचा नमुना होय.

आज, उद्योगधंदे आणि शेती ह्या व्यवसायात काम करणाऱ्या लोकांच्या प्रमाणाची १९१४ पूर्वींच्या प्रमाणाशी जर तुलना केली, तर औद्योगिक विकासाची क्षुद्र पातळी अधिक प्रकर्षाने उघड होते. शिरगणतीच्या विवरणावरून (सेन्सस-रिटर्न्सवरून) उद्योगधंद्यावर अवलंबून असणाऱ्या लोकांची संख्या १९११ ते १९३१ मध्ये कमी झालेली दिसते. त्याबरोबर शेतीवर उपजीविका करणाऱ्यांच्या संख्येत वाढ झालेली दिसते. उद्योगधंद्यावर अवलंबून असणाऱ्या लोकांचे प्रमाण जे १९११ मध्ये ११.२ टक्के होते ते १९२१ मध्ये १०.४९ टक्क्यांवर आणि १९३१ मध्ये १०.३८ वर घसरले.

प्रत्यक्ष उद्योगधंद्यात किती लोक गुंतलेले आहेत त्यासंबंधीचे सरकारी आकडे अधिक बोलके आहेत. त्यावरून ह्या धंद्यांतील लोकांचा आकडा भयंकर कमी झालेला दिसतो आणि एकूण ह्या क्षेत्रातील कामगारांच्या मानाने तो अगदीच रोडावलेला दिसतो.

## उद्योगधंद्यांत गुंतलेल्या कामगारांचे प्रमाण
### (१९११-३१)

|  | १९११ | १९२१ | १९३१ | बदलाची टक्केवारी १९११-३१ |
|---|---|---|---|---|
| दशलक्षात लोकसंख्या | ३१५ | ३१९ | ३५३ | १२.१ |
| दशलक्षात कामगारसंख्या | १४९ | १४६ | १५४ | ४.० |
| उद्योगधंद्यात लागलेले लोक- दशलक्षात | १७.५ | १५.७ | १५.३ | -१२.६ |
| उद्योगधंद्यांतील कामगारांचे एकूण |  |  |  |  |

| | | | |
|---|---|---|---|
| कामगार लोकसंख्येशी<br>प्रमाण | ११.७ | ११.० | १०.० | -९.१ |
| औद्योगिक कामगारांचे<br>एकूण लोकसंख्येशी<br>प्रमाण | ५.५ | ४.९ | ४.३ | -२१.८ |

ह्यावरून गेल्या वीस वर्षांचा आढावा असे दाखवतो की, औद्योगिक क्षेत्रात काम करणारांची संख्या दोन दशलक्षांनी कमी झाली, त्याचबरोबर एकूण लोकसंख्या बारा टक्क्यांनी वाढली. उद्योगधंद्यात गुंतलेल्या कामगारांचे प्रमाण १२ टक्क्यांनी कमी झाले, आणि औद्योगिक कामगारांचे एकूण लोकसंख्येशी असलेले प्रमाण $\frac{१}{६}$ पेक्षाही खाली आले.

१९११ पासूनच्या प्रमुख उद्योगधंद्यांचे विवरण (रिटर्न्स) हाच अधोगतीचा दाखला स्पष्ट करते :

## प्रमुख उद्योगधंद्यांतील कामगारांच्या आकड्यातील घट

| | १९११ | १९२१ | १९३१ |
|---|---|---|---|
| वस्त्रनिर्मिती उद्योग | ४,४४९,४४९ | ४,०३०,६७४ | ४,१०२,१३६ |
| पोषाख व<br>प्रसाधनांचे उद्योग | ३,७४७,७५५ | ३,४०३,८४२ | ३,३८०,८२४ |
| लाकूड कारखाने | १,७३०,९२० | १,५८१,००६ | १,६३१,७२३ |
| अन्न प्रयोगशाळा | २,१३४,०४५ | १,६४३,४६४ | १,४७६,९९५ |
| मृत्तिका शिल्पाचे<br>कारखाने | १,१५९,१६८ | १,०८५,३३५ | १,०२४,८३० |

ह्यावरून महायुद्धाच्या पूर्वी भारताची परिस्थिती म्हणजे ज्याला नि:औद्योगिकीकरण (डी-इंडस्ट्रीअलायझेशन) म्हणतात, तशी होती. म्हणजेच आधुनिक उद्योगधंद्यांचा विकास न करता, पूर्वीच्या हस्तव्यवसायाचा नाश होय. कारखान्याच्या उद्योगधंद्यांनी हस्तव्यवसायाची जागा घेतली, असे झाले नाही. एकोणिसाव्या शतकातील अपक्षय (डीके) विसाव्या शतकातही, म्हणजे १९१८ नंतरच्या काळातही, चालू राहिला. निष्कर्ष अटळ आहे. साम्राज्यशाहीच्या राजवटीत भारताचे औद्योगिकीकरण, हा एक कल्पनाविलास आहे. साम्राज्यशाहीच्या अगदी अलीकडील राजवटीत शेतकी व्यवसायातील भाऊगर्दी दिवसेंदिवस वाढतच आहे.

मोठी औद्योगिक केंद्रे थोडी आहेत. कारखाने जन्मास येण्यापूर्वी हस्तव्यवसाय जितक्या लोकांना काम पुरवीत असे, त्यापेक्षा कारखान्यात ज्यांना रोजगार मिळू शकतो, असे कामगार थोडे आहेत. अजूनही भारत देश जितका तयार माल निर्यात करतो, त्यापेक्षा कितीतरी अधिक आयात करतो. जरी ह्या प्रमाणात हळूहळू बदल होत आहे, तरी अजूनही, कच्चा माल निर्यात करणे व तयार माल आयात करणे, हे भारतीय आर्थिक जीवनाचे वैशिष्ट्य आहे. भारतात अनेक कारखाने निघाले असूनही आणि भारतीयांचे राहणीमान खालच्या पातळीवर असूनही, एक शतकापूर्वी, तयार मालाच्या बाबतीत, तो जितका स्वयंपूर्ण होता, त्यापेक्षा आज कमी स्वयंपूर्ण आहे. (डी. एच. बचनान- 'डेव्हलपमेंट ऑफ कॅपिटॅलिस्ट एन्टरप्राइज इन इंडिया,' १९३४, पान ४५१.)

१९३१ साली फॅक्टरी ऑक्ट खाली असलेल्या कामगारांची संख्या १.५ दशलक्ष होती, म्हणजेच एकूण कामगारांच्या लोकसंख्येच्या एक टक्क्यापेक्षा कमी होती. ह्यात आपण २६०,००० खाणीतील कामगार व ८२०,००० रेल्वे कामगार ह्यांचा समावेश केला, तर २.६ दशलक्ष औद्योगिक कामगार होतात. आणि एकूण कामगारांच्या लोकसंख्येच्या मानाने हे प्रमाण फक्त दीड टक्का भरते.

एवढेच नव्हे, तर, १९१४ नंतरच्या काळात, विकासाचा वेग वाढण्याऐवजी, औद्योगिकीकरणाची प्रगती झपाट्याने होत नसून, १९१४ च्या पूर्वीच्या मानाने ती मंदच आहे. खालील तक्त्यात फॅक्टरी ऑक्टखाली असलेल्या कामगारांच्या संख्येत किती वाढ झाली, ते दाखवले आहे. (१९२२ पर्यंत, पन्नास किंवा अधिक कामगार ज्या कारखान्यात आहेत. त्यांनाच फॅक्टरी ऑक्ट लागू होता. नंतर तो वीस किंवा अधिक कामगार नोकरीत असलेल्या कारखान्यांना लागू झाला, आणि काही बाबतीत दहा किंवा अधिक कामगार असलेल्या कारखान्यांनाही लागू झाला. हा बदल लढाईनंतरच्या आकड्यांना अधिक अनुकूल ठरतो. त्यामुळे वरील विधानास बळकटीच येते.)

| कारखान्यातील रोज-मजुरांच्या आकड्यांची सरासरी | |
|---|---|
| १८९७ | ४२१,००० |
| १९०७ | ७२९,००० |
| १९१४ | ९५१,००० |
| १९२२ | १,३६१,००० |
| १९३१ | १,४३१,००० |

१८९७ ते १९१४ ह्या सतरा वर्षांच्या काळात कारखान्यातील मजुरांची संख्या ५३०,००० ने वाढली.

१९१४ ते १९३१ ह्या काळात कारखान्यातील कामगारांचा आकडा ४८०,००० ने वाढला.

ह्यावरून, १९१४ नंतरच्या काळात, कामगारांच्या संख्येतील वाढीचे प्रमाण १९१४ पूर्वींच्या वाढीच्या प्रमाणापेक्षा कमी होते, इतकेच नव्हे, तर एकंदर झालेली वाढही १९१४ पूर्वींच्या वाढीच्या मानाने कमी होती.

कापडनिर्मितीच्या उद्योगधंद्यात झालेली वाढ ठळक आहे, तरी ती जपान किंवा चीन या देशांत झालेल्या वाढीच्या मानाने फार कमी आहे. १९१४ ते १९३० ह्या काळात भारत, जपान व चीन ह्या देशांत चाती किंवा साच्यामध्ये झालेली तुलनात्मक वाढ खालील तक्त्यावरून स्पष्ट होते : (बचनान- सदर, पान २२०) :

### सूतकताई करणाऱ्या चातींचा आकडा

|  | १९१४ | १९३० | वाढ |
|---|---|---|---|
| भारत | ६,३९७,००० | ८,८०७,००० | २,४१०,००० |
| जपान | २,४१४,००० | ६,८३७,००० | ४,४२३,००० |
| चीन | ३००,००० | ३,६९९,००० | ३,३९९,००० |

भारतातील वाढ ३७ टक्के आहे. जपान आणि चीनमध्ये त्याच काळातील वाढ १८८ टक्के आहे. १९१४ मध्ये जपान आणि चीन ह्यांच्या एकत्र चात्यांच्या आकड्याच्या दुप्पट आकडा भारतात होता. १९३० मध्ये जपान व चीन ह्यांच्या चात्या भारतापेक्षा अधिक होत्या (चीनचा बराच विकास जपानच्या वर्चस्वाखाली झाला होता).

साम्राज्यशाहीच्या राजवटीत भारतातील औद्योगिक विकासाचा वेग कमी का झाला असावा? ह्याला इतर अनेक कारणांबरोबर भारतातील समाजरचनाही कारणीभूत आहे. मुख्य कारण साम्राज्यशाहीच्या पद्धतीत पाहावयास सापडते. त्यांची राजवट स्वतंत्रपणे औद्योगिक विकासाला विरोधी आहे, आणि त्यामुळे इतर अडचणींवर मात करणे जरी भारताला शक्य असले तरी साम्राज्यशाहीची राजवट शक्यतो प्रयत्न करून, भारतीयांची कार्यक्षमता मोडीत काढते. त्यामुळे भारतीयांतील विरोधाभासाला अतिरिक्त स्वरूप देऊन, औद्योगिकीकरणाच्या कल्पना आणि आश्वासने कार्यवाहीत आणून दिली जात नाहीत. साम्राज्यशाहीची वसाहतवादी पद्धत,

त्यांच्या वर्चस्वाखाली असलेल्या लोकांच्या आर्थिक विकासाला प्रतिरोध करून ती निष्फळ करते.

हे प्रतिरोध केवळ भारतीय औद्योगिक विकासाला खीळ घालून थांबत नाहीत, तर भारतीय बाजारपेठेतील घसरगुंडीस लागलेली ब्रिटिशांची परिस्थिती कोणत्याही प्रयत्नांनी सुधारण्याची धडपड सतत चालू असते, शिवाय भारतीय औद्योगिक विकासामुळे ब्रिटनच्या बाजारपेठेत अनेक गुंतागुंतीचे प्रश्न निर्माण होतात आणि त्या प्रश्नांशी, दैन्यावस्थेत बुडून गेलेल्या भारतीय शेतकऱ्यांचा प्रश्न निगडित असतो. त्यांना साम्राज्यशाहीच्या पिळवणुकीमुळे राजकीय धोरणाच्या संदर्भात तोंड द्यावे लागते. प्रशुल्क-योजनेमुळे हा प्रश्न सुटू शकत नाही, उलट त्यामुळे शेतकऱ्यावरील बोजा वाढतो. भारताचा औद्योगिकीकरणाचा प्रश्न भारतीय शेतकीच्या प्रश्नाचा विचार केल्याशिवाय स्वतंत्रपणे सुटू शकत नाही, आणि शेतकीच्या प्रश्नात ब्रिटिश साम्राज्यशाहीच्या पायाचा प्रश्न निगडित आहे. ह्या सर्व अडचणी ब्रिटिश वित्तीय भांडवलाच्या कावेबाज गळफासात गुंतलेल्या आहेत आणि त्याच्या वर्चस्वाखाली हे सर्व प्रश्न येत असल्यामुळे, भारताचा अभ्युदय हा ब्रिटिश साहेबाच्या लहरीवर अवलंबून आहे.

## ६. वित्तीय भांडवलाचा गळफास

भारताबाहेर चर्चा करताना, भारतीय औद्योगिकीकरण, प्रशुल्क-सवलती (टॅरिफ-कन्सेशन) आणि भारतीय बाजारपेठेवरील ब्रिटिश वजनाला लागलेला उतार, वगैरे विषयांवर ब्रिटिश लोक तोंडभर बोलत असले तरी, ब्रिटिश वित्तीय भांडवलाचा भारताला बसलेला गळफास आणि त्याची पकड भारतीय प्रगतीविरुद्ध घट्ट धरून ठेवण्याची ब्रिटिशांची धडपड सतत चालू असते.

भारतीय भांडवलाची प्रगती चालू असली तरी ब्रिटिश वित्तीय भांडवलाची मक्तेदारी प्रकर्षाने चालू आहे. उदाहरणार्थ, बँकिंग, वाणिज्य व्यवहार, हुंडणावळ, विमा, जहाज वाहतूक, रेल्वे, चहा, कॉफी, रबराचे मळे आणि तागाच्या कापडाचा उद्योगधंदा, वगैरे. (तागाच्या उद्योगधंद्यात जरी भारतीय भांडवल आहे तरी ते ब्रिटिशांच्या वर्चस्वाखाली आहे.) सर्व राजकीय यंत्रणा हे वर्चस्व चालू राखण्यासाठी धडपडत असते. लोखंड आणि पोलाद ह्या उद्योगधंद्यात भारतीय भांडवलाला ब्रिटिश भांडवलाशी तडजोड करणे भाग पडले. कापड विणण्याच्या उद्योगधंद्यात सुद्धा, जरी भारत हे ह्या धंद्याचे माहेरघर असले तरी, ब्रिटिश भांडवलाचे, व्यवस्थापन-अभिकरण (मॅनेजिंग-एजंट) ह्या नात्याने, सहज कल्पना येत नाही इतके वर्चस्व आहे.

ही व्यवस्थापन-अभिकरण पद्धत भारतात आणि, आशियामधील ज्या देशांत साम्राज्यशाहीमार्फत उद्योगधंदे चालतात, अशा देशांत वैशिष्ट्यपूर्ण योजना म्हणून चालू आहे आणि ती भारतीय औद्योगिक विकासाला ब्रिटिशांच्या वर्चस्वाखाली दाबून ठेवण्याची टांगती तलवार आहे. ह्या पद्धतीत एक मूठभर लोक उद्योगधंदा चालू करतात, त्यावर वर्चस्व ठेवतात, आणि त्याच्या अनुषंगाने अनेक औद्योगिक समूहांना भांडवल पुरवतात, त्याचे कार्य आणि उत्पादन ह्यांवर ताबा ठेवतात, त्यांना बाजारपेठ उपलब्ध करून देतात आणि संबंधित कंपन्यांचे दिग्दर्शक-मंडळ (बोर्ड ऑफ डायरेक्टर्स) केवळ नाममात्र चालू असते. फायद्यातील सिंहाचा वाटा भागधारकांना न जाता तो व्यवस्थापन-अधिकरणाला मिळतो. १९२७ सालच्या 'टेरिफ बोर्ड कॉटन टेक्स्टाइल इन्क्वायरी कमिशन' समोर दिलेल्या पुराव्यावरून असे दिसून आले की, बॉम्बे कॉटन मिल्सनी १९०५ ते १९२५ ह्या मुदतीत व्यवस्थापन-अभिकरणाला ५.२ टक्के भरणा झालेल्या पैशावरील वार्षिक कमिशन म्हणून दिले, तथापि भागधारकांचा लाभांश म्हणून मिळणारा फायदा व खरेदी-विक्रीवरील कमिशन ही वरील वार्षिक कमिशनखेरीज दिली जात. काही गिरण्या तोट्यात चालत असता, व्यवस्थापन-अभिकरण (मॅनेजिंग-एजन्सी) जी गिरणी चालवत असे तिच्यात होणाच्या तोट्यापेक्षाही अधिक रक्कम फायदा म्हणून उपटत असे. १९२७ मध्ये मुंबईच्या ७५ कापडाच्या गिरण्यांना एकूण ७३६,३०९ रुपये जेव्हा तोटा झाला होता, तेव्हा व्यवस्थापन अभिकरणाने ३०८७,४७७ रुपये भत्ता व कमिशन मिळून घेतले (पी. एस. लोकनाथन- 'इंडस्ट्रीयल ऑरगनायझेशन इन इंडिया,' १९३५, पान १६८).

भारतात इंग्लिश व हिंदी अशा दोन्ही प्रकारची व्यवस्थापन-अभिकरणे आहेत. तथापि अत्यंत बलवान, फार पूर्वी स्थापन झालेली व त्यामुळे सरकारमध्ये व लंडनमध्ये फार वजन राखून असलेली अशी व्यवस्थापन-अभिकरणे इंग्लिश आहेत. ॲन्ड्रुड. एल. अँड कंपनी किंवा जार्डिन अँड स्कीनर ह्यांसारख्या व्यवस्थापन-अभिकरणांचा (मॅनेजिंग-एजन्सीजचा) भारतातील ब्रिटिश राजवटीच्या इतिहासात समावेश झालेला आहे. मुंबईच्या कापसाच्या उद्योगधंद्यासंबंधी १९२७ साली 'टेरिफ बोर्ड कॉटन टेक्स्टाइल इन्क्वायरी रिपोर्ट' बाहेर पडला. त्यात त्यांनी मुंबईच्या कापूस गिरण्यांपैकी ९९ टक्के गिरण्यांची सांख्यिकी सामग्री (स्टॅटिस्टिक्स) विचारात घेऊन, व्यवस्थापन-अभिकरण व गिरण्या ह्यांच्या संबंधावर लख्ख प्रकाश पाडला. (व्हॉल्यूम १, पान २५८ अपेंडिक्स १२ : खालील तक्ता त्या अपेंडिक्सच्या माहितीवर आधारलेला असून ही माहिती जून १९२८ च्या 'लेबर रिसर्च'मध्ये प्रसिद्ध झाली आहे.)

<h2 align="center">मुंबईच्या कापूस गिरण्या</h2>

| | गिरण्या | चात्या | माग | भांडवल दशलक्ष रुपयांत |
|---|---|---|---|---|
| इंग्लिश व्यवस्थापन अभिकरणाखाली असलेल्या (९) कंपन्या | २७ | १,११२,११४ | २२,१२१ | ९८.९ |
| भारतीय व्यवस्थापन अभिकरणाखाली असलेल्या (३२) कंपन्या | ५६ | २,३६०,५२८ | ५१,५८० | ९७.७ |

ह्या तक्त्यावरून एवढे स्पष्ट होते की, इंग्लिश व्यवस्थापन-अभिकरणांच्या देखरेखीखाली जरी फक्त २२ टक्के कंपन्या होत्या तरी त्यांचे वर्चस्वाखाली ३३ टक्के गिरण्या, ३२ टक्के चात्या, ३० टक्के माग आणि ५०.३ टक्के म्हणजे एकूण भांडवलाचा मोठा भाग होता. भारतीय भांडवलाच्या विकासाचे जे प्रमुख क्षेत्र होते, त्यात ही परिस्थिती होती.

ह्यानंतरच्या आर्थिक निर्वाणीच्या काळात ह्या व्यवस्थापन-अभिकरणांनी आपले वर्चस्व गिरण्यांवर पसरवले आणि काही वेळा भारतीय भागधारकांचे (शेअर-होल्डर्सचे) स्वामित्व हरण केले, अशी माहिती १९३१ साली 'इंडियन सेंट्रल बँकिंग इन्क्वायरी कमिटी'ने नमूद केली आहे :

''मुंबईत निर्माण झाली आहे, अशा प्रकारच्या निर्वाणीच्या वेळी (क्रायसिस) व्यवस्थापन अभिकरणांच्या वर्चस्वाखाली असलेल्या गिरण्यांना भांडवल पुरवल्यामुळे त्यांना भयंकर नुकसान सोसावे लागले, हे खरे असले तरी, अशीही काही उदाहरणे आहेत की, अशा अडचणीचा फायदा घेऊन, त्यांनी गिरण्यांना दिलेल्या तात्पुरत्या कर्जाचे, ऋण-रोख्यांत रूपांतर केले. त्याचा परिणाम असा झाला की, ह्या गिरण्या त्यांच्या हातात गेल्या आणि भागधारकांनी गुंतवलेल्या सर्व भांडवलाला त्यांना (भागधारकांना) मुकावे लागले.'' ('रिपोर्ट ऑफ दि सेंट्रल बँकिंग इन्क्वायरी कमिटी,' १९३१, व्हॉ. १, पा. २७९.)

ब्रिटिश भांडवलाची भारतीय उद्योगधंद्यावरील पकड अजूनही शाबूत आहे. ब्रिटिशांच्या भारतातील भांडवलाच्या परिसमापनाची (लिक्विडेशनची) निश्चित माहिती जरी उपलब्ध नसली, तरी जुलै १९४६ मध्ये 'हाऊस ऑफ कॉमन्स' मध्ये ह्याजे डॉल्टन ह्याने असे जाहीर केले की, भारतीयांच्या हाती ब्रिटिश भांडवल फारसे लागले नाही. त्याउलट भारतात ब्रिटिश भांडवल घुसत असलेले दिसते. परकीयांनी आपल्या दुय्यम कंपन्या भारतात उघडून त्या रजिस्टर्ड केल्या. लिव्हर ब्रदर्स, डनलॉप, इम्पीरियल केमिकल्स ह्यासारख्या प्रचंड कंपन्यांनी भारतात दुय्यम कंपन्या उघडल्या आहेत आणि ह्या 'मर्यादित कंपन्या' (लिमिटेड कंपन्या) रोजच्या रोज वाढत आहेत. भारतीय सरकारच्या वाणिज्य-मंत्र्याने (कॉमर्स-मेंबरने) केंद्रीय कायदेमंडळाच्या १९४५ च्या अर्थसंकल्पीय अधिवेशनात असे जाहीर केले की १९४२-४३ पूर्वीच्या चार वर्षांत, भारताबाहेरील पाच कंपन्यांनी आपल्या नावाच्या पाट्यांवर भारतातील व्यापारी शाखांचा उल्लेख केला आहे. प्रा. वाडिया व प्रा. मर्चंट ह्यांनी म्हटले आहे की, "मोठे भांडवल असलेल्या भारतीयेतर कंपन्यांनी सिगरेट्स, साबू, बूट, रबर, औषधी रसायने वगैरे वस्तूंचे प्रचंड प्रमाणात उत्पादन चालू केले असून, भारतीय कंपन्यांना मोडीत काढले आहे. मोठ्या उद्योगधंद्यांत ह्या स्पर्धा करतात एवढेच नव्हे तर भारतातील छोट्या उद्योगधंद्यांना सुद्धा त्या शह देऊ पाहतात." (वाडिया अँड मर्चंट- 'आवर इकॉनॉमिक प्रॉब्लेम,' १९४५, पा. ४६६.)

ह्या 'भारत-मर्यादित' (इंडिया-लिमिटेड) कंपन्यांनी भारतीय उद्योगधंद्यांना कसे संकटात आणले आहे, ह्या संबंधात 'दि बॉम्बे इंडस्ट्रीयल अँड इकॉनॉमिक इन्क्वायरी कमिटी'ने १९४० सालच्या अहवालात खालील माहिती दिली आहे :

छोट्या उद्योगधंद्यांना उत्तेजन द्यावे, हे जर आपल्या औद्योगिक धोरणाचे सूत्र असेल तर तो हेतू सफल होणार नाही. कारण ह्या मोठ्या कंपन्या, त्यांच्यावर योग्य निर्बंध नसतील, तर त्या वरील छोट्या उद्योगधंद्यांना जगू देणार नाहीत (रिपोर्ट १९४०, पान १६८).

सर्वांत महत्त्वाचे म्हणजे ब्रिटिश वित्तीय भांडवलाचे वर्चस्व, हे होय. सरकारच्या आर्थिक व हुंडणावळीच्या धोरणाशी संगनमत करून परकीय बँका ते टिकवून धरतात. जोपर्यंत आर्थिक सत्तेची मक्तेदारी ब्रिटिशांच्या हातात आहे तोपर्यंत, स्वतंत्र भारतीय भांडवलाच्या विकासाची अपेक्षा करणे फुकट आहे. ते एक दिवास्वप्न ठरेल.

आजची भारतातील बँकिंगची पद्धत ही चार निरनिराळ्या गट-विभागांमार्फत चालवली जाते.

(१) १९३४ च्या कायद्याप्रमाणे रिझर्व्ह बँक ऑफ इंडिया जन्मास आली व ती १९३५ पासून चालू झाली, ती ह्या मनोऱ्याचे शिखर आहे. बँक ऑफ इंग्लंडप्रमाणे ही बँक खासगी भांडवलदारांच्या मालकीची असून त्यांच्या वर्चस्वाखाली चालते. तथापि तिच्या हातात अनेक उद्योग आहेत. नोटा छापणे, हुंडणावळीचा दर ठरविणे, सरकारचा बँकिंग आणि भांडवल निर्यात व्यवहार सांभाळणे अशी कामे ती करते आणि बँक ऑफ इंग्लंडप्रमाणे सरकारची पत सांभाळते. गव्हर्नर, दुय्यम गव्हर्नर, पाच संचालक ह्यांची नियुक्ती सरकार करते. ह्या आठांपैकी फक्त सहांना मतदानाचा हक्क आहे. ह्या सरकारने नियुक्त केलेल्यांच्या सहा मतांखेरीज, आठ संचालक खासगी रीतीने निवडले जातात. त्यांना आठ मते असतात. अशा रीतीने राजकीय वर्चस्वापासून तिचे कायदेशीर रीतीने संरक्षण केले जाते. १९३५ साली खास कायदा करून त्याच वर्षी ही केंद्रीय बँक निर्माण करण्यात सरकारचा हेतू स्पष्ट होतो, तो असा की, राजकीय क्षेत्रातील घटनात्मक सुधारणांमुळे, केंद्रीय सरकारात जरी काही सत्ता भारतीयांच्या हातात गेली तरी, आर्थिक सत्तेचा हा बालेकिल्ला भारतीयांना उपलब्ध होऊ नये. 'लंडन टाइम्स''च्या शब्दांत (फेब्रुवारी ११, १९२८). सरकारची पत (क्रेडिट) व चलन (करन्सी) ह्यासंबंधीचे सरकारी धोरण, राजकीय वर्चस्वापासून निराळे ठेवून ते संपूर्णपणे स्वतंत्र राखले जावे. संचालक मंडळात निवडून आलेल्या सभासदांचे जरी बहुमत असले तरी ती केवळ धूळफेक आहे. खरी सत्ता सरकारच्याच हातात आहे. लढाईच्या काळात ह्या केंद्रीय बँकेने साम्राज्यशाही धोरणाचा कसा पुरस्कार केला, व एखाद्या सरकारी खात्याप्रमाणे तिचे व्यवहार कसे चालू होते, ह्यावरून वरील विधानाला पुष्टी मिळते. ह्या केंद्रीय बँकेच्या पहिल्या दहा वर्षांच्या कारकीर्दीसंबंधी 'दि ईस्टर्न इकॉनॉमिस्ट' म्हणतो :

''एक तांत्रिक व्यवस्थापक ह्या नात्याने, सरकारी धोरण अमलात आणण्याचे काम ह्या बँकेने उत्कृष्टपणे केले आहे. उपलब्ध असलेल्या पुराव्यांवरून व बँकेच्या प्रत्यक्ष व्यवहारावरून आम्हांला असा तर्क करावा लागतो की, रिझर्व्ह बँकेच्या केंद्र मंडळावर (सेंट्रल बोर्डवर) तिच्याबद्दलची नैसर्गिक असणारी जबाबदारी सोपविण्यात आलेली नाही. खरी वस्तुस्थिती अशी आहे की, ही बँक केवळ राजकीय वर्चस्वापासूनच नव्हे, तर जनतेच्या वर्चस्वापासूनही, स्वतंत्र असावी, असा सरकारचा हेतू होता.'' ('ईस्टर्न इकॉनॉमिस्ट,' मे २५, १९४५.)

(२) निरनिराळ्या तीन प्रांतिक बँकांना एकत्र करून १९२० च्या कायद्याप्रमाणे 'दि इंपीरियल बँक ऑफ इंडिया' काढण्यात आली व १९२१ पासून तिचे व्यवहार चालू आहेत. ही बँकसुद्धा खासगी मालकीची असून खासगी वर्चस्वाखाली

आहे. तिची स्थापना कायद्याखाली केली असून तिचे अधिकृत भांडवल (ऑथराइज्ड-कॅपिटल) नऊ दशलक्ष पौंड आहे. सुरुवातीला, सरकारच्या चलनी नोटा काढणे व सरकारच्या वतीने व्यापारी क्षेत्रात सरकारचा बँकर म्हणून काम करणे ह्यासाठी ह्या सेंट्रल बँकेची स्थापना करण्यात आली, तथापि १९३४ च्या सुधारणा कायद्याप्रमाणे ती व्यापारी क्षेत्रातील व्यवहार सांभाळून आता रिझर्व्ह बँकेशी सहकार्य करून व्यवहार करते. तिच्या चारशे शाखा व सब-एजन्सीज आहेत. ह्यांच्या साहाय्याने भारतातील एकूण बँकांच्या ठेवींचा ⅔ हिस्सा तिच्या ताब्यात असून ती भारतातील बँकिंग क्षेत्रात प्रभुत्व सांभाळून आहे. १९३६ च्या संचालक मंडळात अकरा इंग्रज व चार भारतीय होते.[१]

(३) भारतातील चलन विनिमय बँका म्हणजेच खासगी ब्रिटिश आणि परकीय बँका होत. ह्या बँकांची मुख्यालये भारताबाहेर असून प्रत्यक्षात त्या भारतीयेतर आहेत.[२] त्या निर्यात आणि आयात व्यापाराला भांडवल पुरवतात. १९४३ साली त्यांची संख्या सोळा होती. त्यांच्यापैकी अत्यंत महत्त्वाच्या म्हणजे दि चार्टर्ड बँक ऑफ इंडिया, ऑस्ट्रेलिया व चीन, दि मर्कटाइल बँक ऑफ इंडिया, दि नॅशनल बँक ऑफ इंडिया, दि हाँगकाँग बँक, शांघाय बँकिंग कॉर्पोरेशन, अँड लॉइड्स बँक. भारतातील बँकांच्या एकूण ठेवींपैकी जवळ-जवळ एकपंचमांश ठेवी ह्या बँकांच्या ताब्यात आहेत.

(४) 'दि इंडियन जॉइंट स्टॉक बँक्स' म्हणजेच भारतीय संयुक्त भांडवल बँका, ह्या वरील मनोऱ्याच्या तळाशी आहेत. ह्या बँकांमार्फत भारतीय भांडवलाला कार्य करण्यास वाव आहे, तथापि येथे सुद्धा अलाहाबाद बँकेसारख्या फार मोठ्या

---

१. १९३० साली इंपीरियल बँक ऑफ इंडिया, ह्या बँकेच्या भरणा झालेल्या भागधारकांच्या भांडवलात हिचे ५६.२५ दशलक्ष रुपये होते, अशी माहिती व्यवस्थापन संचालकाने (मॅनेजिंग डायरेक्टरने) सेंट्रल बँकिंग इन्क्वायरी कमिटीला दिली. त्यांपैकी २८.४ दशलक्ष रुपये भारतीयेतरांच्या हातात होते, आणि २७.८ दशलक्ष रुपये भारतीयांच्या हातात होते, (रिपोर्ट, व्हॉ. २, पान २६४). ह्यामुळे भारतीयेतरांची पूर्ण बहुसंख्या होती. खरे म्हणजे एक लहानसे भागधारक म्हणून, थोड्याशा इंग्लिश लोकांच्या हातातील सत्तेच्या जोरावर, बँकेच्या सर्व व्यवहारावर इंग्रजांची हुकमत चालते.

२. १९३६ साली 'सेंट्रल बँक ऑफ इंडिया' ह्या बँकेने 'दि सेंट्रल एक्स्चेंज बँक ऑफ इंडिया,' म्हणजे केंद्रीय चलनविनिमय बँक स्थापन केली. बँकिंग क्षेत्रात प्रवेश करण्याचा भारतीय बँकेचा हा पहिलाच प्रयत्न होता.

आणि 'चार्टर्ड बँक ऑफ इंडिया', ऑस्ट्रेलिया आणि चीन ह्यांसारख्या प्रचंड बँकेशी संलग्न असलेल्या बँकेला सुद्धा, परकीय ताबेदारी स्वीकारावी लागली. त्यामुळे त्यांची एकूण शक्ती, ही भारतीय बँकांची शक्ती म्हणून विचारात घेता येत नाही. ह्यांच्यावर अनेक गंडांतरे आली आणि काही वेळा अपयश पदरात घ्यावे लागले. उदाहरणार्थ, 'पीपल्स बँक ऑफ इंडिया', 'दि इंडियन स्पीसी बँक' आणि 'दि अलायन्स बँक ऑफ सिमला.' १९२२ ते १९२८ ह्या काळात जवळजवळ शंभर इंडियन बँका कोलमडल्या. ('इकॉनॉमिस्ट', एप्रिल १२, १९३०.)

दि इंपीरियल बँक ऑफ इंडिया (म्हणजे १९२१ पूर्वीच्या तीनही इलाख्यांच्या बँका) दि एक्सचेंज बँक्स आणि इंडियन जॉइंट स्टॉक बँक्स ह्या बँकांच्या १९१३, १९२० व १९३४ ह्या वर्षांतील ठेवींचे प्रमाण खालीलप्रमाणे होते :

**बँकांच्या ठेवी**

(दशलक्ष रुपयांत)

| | इंपीरियल बँक ऑफ इंडिया (२ लाखांच्या बँका) | | एक्सचेंज बँक (चलन विनिमय बँका) | | इंडियन जॉइंट-स्टॉक-बँक्स (संयुक्त भांडवल बँका) | |
|---|---|---|---|---|---|---|
| | रक्कम | शेकडा | रक्कम | शेकडा | रक्कम | शेकडा |
| १९१३ | ४२४ | ४३.५ | ३१० | ३१.८ | २४१ | २४.७ |
| १९२० | ८७० | ३६.९ | ७४८ | ३१.६ | ७३५ | ३१.६ |
| १९३४ | ७४९ | ३३.६ | ७१४ | ३२.२ | ७६८ | ३४.४ |

इंग्लिश आणि परकीय बँका, दि इंपीरियल बँक ऑफ इंडिया आणि दि एक्सचेंज बँक्स बँकिंग क्षेत्रात प्रभुत्व गाजवतात. पुढे इंडियन जॉइंट स्टॉक बँकांचा, ठेवीचा आकडा, १९१३-१९२० ह्या काळात, एकूण बँकांच्या ठेवींच्या $\frac{१}{४}$ वरून $\frac{१}{३}$ वर गेला. त्यानंतर ह्या बँकांची प्रगती फार मंद गतीने चालू आहे. ह्यांपैकी काही बँका परकीय देखरेखीखाली असतानाच त्यांना उतार लागला होता. त्यानंतर बहुधा भारतीय भांडवलाचे पुच्छगमनच (रिट्रॉग्रेशन) चालू असावे.

ही परिस्थिती लढाईच्या वर्षांत देखील फारशी बदलली नाही. ह्या तीनही बँकांच्या गटांकडे १९३८ नंतर एकूण ठेवी किती होत्या, त्याचा तौलनिक दृष्टीने अभ्यास करू.

ठेवी (दशलक्ष रुपयांत) [1]

| | १९३८ | १९४१ | १९४२ | १९४३ |
|---|---|---|---|---|
| १. इंपीरियल बँक ऑफ इंडिया | ८१५.१ | १०८९.२ | १६३४.६ | २१४५.३ |
| २. एक्सचेंज बँका | ६७२.० | १०६७.३ | ११६८.५ | १४०१.९ |
| एकूण परकीय बँकांत | १४८७.१ | २१५६.५ | २८०३.१ | ३५४७.२ |
| ३. शेड्यूल्ड बँका | ९१८.७ | १२९०.४ | १८९३.४ | ३१९६.५ |
| ४. नॉन-शेड्यूल्ड बँका | १४९.४ | २००.५ | २९०.१ | ४०२.३ |
| एकूण इंडियन जॉइंट स्टॉक बँकांत | १०६८.१ | १४९०.९ | २१८३.५ | ३५९८.८ |

वरील तक्त्यावरून इंपीरियल आणि एक्सचेंज बँकांचा संपूर्ण इंडियन जॉइंट स्टॉक बँकिंगवर १९४३ पर्यंत केवढा प्रभाव होता, ते स्पष्ट होते. १९४३ मध्ये मात्र भारतीय बँका बरोबरीला येतात आणि त्यांच्या ठेवी, इंपीरियल आणि एक्सचेंज बँकांच्या ठेवीपेक्षा दीड टक्क्यांनी अधिक दिसतात.

भारतातील बँकिंग उद्योगावरील ब्रिटिशांच्या वर्चस्वाचा, भारतीय उद्योगधंदे आणि स्वतंत्र आर्थिक विकास, ह्यांना विरोध करण्यासाठी आणि ब्रिटिशांच्या

---

१. ह्या तक्त्यातील आकडे 'भारतातील व ब्रह्मदेशातील बँका' ह्याविषयी १९४२ व १९४३ सालच्या रिझर्व्ह बँकेने प्रसिद्ध केलेल्या सांख्यिकी तक्त्यावरून (स्टॅटिस्टीकल टेबल्सवरून) घेतले आहेत.

फायद्यासाठी उपयोग केला गेला, अशी भारतीय उद्योगपतींची जोराची तक्रार आहे. ह्यासंबंधात टी. सी. गोस्वामी ह्यांचे एक्सटर्नल कॅपिटल कमिटीच्या रिपोर्टला जोडलेले निवेदन वैशिष्ट्यपूर्ण आहे.

''प्रत्यक्ष परिस्थितीचे अवलोकन करून लोकांचा सर्वसाधारण असा समज झाला आहे की, उधारी देण्याच्या बाबतीत जातीय व राजकीय भेदभाव केला जातो. भारतीयांना त्यांच्या ठेवींच्या मानाने जेवढी उधारी मिळावयास हवी, तेवढी मिळत नाही, ह्याउलट, ब्रिटिश व्यापाऱ्यांना नेहमी त्यांच्या ठेवींच्या मानाने व सर्वसामान्य व्यापारी तत्त्वाप्रमाणे जेवढी उधारी देता येते त्यापेक्षा जास्त उधारी दिली जाते.'' (टी. सी. गोस्वामी- मिनिट् अपेंडेड् टु दि एक्स्टर्नल कॅपिटल कमिटीज रिपोर्ट, पान २४.)

'इंडियन सेंट्रल बॅंकिंग इन्क्वायरी कमिटी'च्या मायनॉरिटी रिपोर्टने वरील विधानास दुजोरा दिला, 'मेजॉरिटी रिपोर्ट' ह्यासंबंधात गप्प राहिला. त्याला कारण असे सांगितले की, ''अधिक माहितीच्या अभावी मत व्यक्त करता येत नाही.''

''उधारीसाठी येणाऱ्या अर्जाचा विचार करताना, इंपीरियल बॅंक ऑफ इंडियाचे अधिकारी जातीय भेदभाव करतात, अशी तक्रार आहे. पुढे असे सूचित केले जाते की, बॅंकेचे युरोपियन मॅनेजर्स त्यांच्या राहणीच्या व सामाजिक सवयीमुळे, युरोपियन गिऱ्हाइकांशी अधिक जवळ येऊ शकतात आणि ह्या व्यक्तिगत स्नेहामुळे युरोपियन संस्थांना भारतीय संस्थांपेक्षा अधिक फायदेशीर वागणूक दिली जाते.

असेही सांगण्यात येते की, युरोपियन संस्थांना भारतीय संस्थांच्या मानाने अधिक सढळ हाताने उधारी दिली जाते. ज्या अनेक भारतीयांनी बॅंकेची मदत घेतली त्यांना हा वाईट अनुभव आलेला आहे. दुसरी तक्रार अशी की, भारतीय संस्थांना जी उधारी दिली जाते ती युरोपियन संस्थांना दिल्या जाणाऱ्या उधारीच्या मानाने कमी प्रमाणात दिली जाते. आम्हांला इंपीरियल बॅंकेकडून भारतीय व भारतीयेतर संस्थांना ज्या आगाऊ-रकमा (ॲडव्हान्सेस) दिल्या त्यांचे आकडे मिळाले आहेत, तथापि संपूर्ण माहितीच्या अभावी, आम्हांला ह्या तक्रारीची चौकशी करता येत नाही.'' (मेजॉरिटी रिपोर्ट ऑफ दि इंडियन सेंट्रल बॅंकिंग इन्क्वायरी कमिटी, १९३१, व्हॉ. १, पाने १७१-७२.)

त्याचप्रमाणे, इंडियन इकॉनॉमिक इन्क्वायरी कमिटीचे सरकारने नेमलेले चेअरमन सर एम. विश्वेश्वरैय्या ह्यांचे म्हणणे असे :

''भारतात उद्योगधंदा चालू करण्यातील एक अडचण म्हणजे भांडवल होय. ह्याचे मुख्य कारण म्हणजे आर्थिक शक्ती सरकारच्या हातात आहे आणि औद्योगिक

धोरणासंबंधात सरकार व भारतीय पुढारी ह्यांच्यामध्ये एकमत होऊ शकत नाही. भारतीय व्यापाऱ्यांच्या हातात असलेल्या बँका एकतर सरकारच्या वजनाखाली आहेत किंवा त्यांच्या बँका ह्या ब्रिटिश किंवा परकीय बँकांच्या शाखा आहेत.''

(सर. एम. विश्वेश्वरय्या- 'प्लॅन्ड इकॉनॉमी फॉर इंडिया,' १९३४, पान ९५.)

## ७. वित्तीय-भांडवल आणि दुसरे जागतिक महायुद्ध

वरील माहितीवरून एवढे उघड होते की, आधुनिक काळात ब्रिटिश वित्तीय भांडवलाने आपले वर्चस्व टिकवून धरले असून स्वतंत्र भारताच्या आर्थिक विकासाला त्याचा अडसर लागला आहे. दुसऱ्या जागतिक युद्धाने पूर्वेकडील भारताचा विकास करून त्याला एक पुरवठा केंद्र म्हणून निर्माण करणे आवश्यक आहे. ही गोष्ट सिद्ध झाल्यावरही, साम्राज्यवाद्यांच्या वृत्तीत बदल झालेला नाही. लढाईच्या सबंध मोसमात ब्रिटिशांचे धोरण भारताच्या औद्योगिक विकासाच्या विरुद्धच आहे. ३१ ऑगस्ट १९४५ चा 'ईस्टर्न इकॉनॉमिस्ट' म्हणतो :

''आम्हांला सर्व काही करणे शक्य आहे, पण आम्ही काहीही करू शकत नाही. आम्हांला ह्या भूतलावरील सर्व वस्तूंचा पुरवठा करणारे व दुरुस्त्या करणारे म्हणूनच ठेवण्यात आले. कोणतेही उत्पादन करण्यास आम्हांला वाव मिळाला नाही. आम्हांला काही पद्धत नाही की योजना नाही. खरे म्हणजे, महायुद्धानंतरच्या काळात, आमच्या औद्योगिक विकासाला खीळ कशी घालता येईल, ह्याबद्दलची स्पष्ट व संपूर्ण योजना तयार करण्यात आली.

नाइलाज म्हणून, युद्ध चालू असताना, औद्योगिक क्षेत्रात आमच्या हालचालीस थोडीशी गती मिळाली, एवढेच. १९४४ साली, भारतीय कारखान्यात काम करणाऱ्या कामगारांची संख्या (सरकारी ऑर्डनन्स म्हणजे सेनासामग्री कारखाने धरून) जी १९३९ मध्ये १,७५१,१३७ होती, ती २,५२०,००० झाली. ब्रिटिश भारतातील, संयुक्त-भांडवल कंपन्यांचे (जॉइंट-स्टॉक कंपन्यांचे) भरणा-झालेले भांडवल (पेड-अप कॅपिटल) जे १९३९-४० मध्ये २८८५ दशलक्ष रुपये होते, ते १९४३-४४ साली ३,२९२ दशलक्ष रुपयांवर गेले. औद्योगिक हालचालीचा निर्देशांक (भारतातील ब्रिटिश आर्थिक परिस्थितीसंबंधाने दर महिन्याला 'कॅपिटल' ह्या साप्ताहिकाने प्रसिद्ध केलेल्या माहितीवरून) जो १९३९-४० मध्ये ११४.० होता, तो मे १९४५ मध्ये १२०.५ वर गेला. ही परिस्थिती युरोपातील महायुद्धाच्या अखेरची आहे. ह्याचा उच्चांक जानेवारी १९४५ मध्ये

१३२.१ होता. काही विशिष्ट जातीच्या मालाच्या उत्पादनात सुद्धा वाढ झाली. कागदाचे उत्पादन जे लढाईच्या पूर्वकाळात ५९,००० टन होते ते १९४३-४४ साली ९०,००० टन झाले व पुढे १९४४-४५ मध्ये ७५,००० टनावर घसरले. लढाईच्या काळात गिरणीच्या कापडाचे उत्पादन जे ३८,००० दशलक्ष वार होते ते ४७,००० दशलक्ष वारावर गेले. ('ईस्टर्न इकॉनॉमिस्ट', जानेवारी ४, १९४६.)

लढाईला जसा जोर येत चालला तसे रासायनिक द्रव्यांचे उत्पादन वाढत गेले. पोलादाचे वार्षिक उत्पादन जे १९३९ मध्ये ७,५०,००० टन होते ते १९४३-४४ मध्ये ११,२५,००० टनांवर गेले. 'स्पेशल-अलॉय' आणि 'ऑसिड-स्टील' हे दोन नव्या प्रकारचे पोलाद प्रथमच निर्माण करण्यात आले. विमाने आणि जहाजे ह्यांच्या दुरुस्तीचे काम काही प्रमाणात होऊ लागले. इंडियन चेम्बर्स ऑफ कॉमर्स ॲन्ड इंडस्ट्रीजच्या फेडरेशनचे अध्यक्ष सर बद्रिदास गोयंका म्हणाले, "लढाईच्या काळात भारतात जे उत्पादन करण्यात आले ते, इतर युध्यमान देशांतल्याप्रमाणे, अधिक उत्पादनक्षमता असलेली नवीन यंत्रणा न वाढवता, आजच्या संयंत्रांना (प्लॅन्टस्ना) बेजबाबदारपणे फाजील वेळ वापरून, आणि कामगारांच्या कामाच्या पाळ्यांत वाढ करून, करण्यात आले. ('ईस्टर्न इकॉनॉमिस्ट,' मार्च ५, १९४६.)

लढाईपूर्वी भारतीय उद्योगधंद्यांत अतिरिक्त उत्पादनक्षमता कामात आणता येत नसे. उदाहरणार्थ, तागाच्या उद्योगधंद्यात $\frac{3}{4}$ ते $\frac{1}{4}$ अतिरिक्त उत्पादनक्षमता पडून होती. बॉम्बे मिल ओनर्स असोसिएशनच्या अंदाजाप्रमाणे, १९३९ च्या अखेरीस, देशातील परिपूर्ण असलेल्या ३८९ कापडगिरण्यांपैकी २२ गिरण्या काही प्रमाणात किंवा संपूर्णपणे निरुद्योगी होत्या (पी. सी. जैन- 'इंडिया बिल्डस हर वॉर इकॉनॉमी,' १९४३, पा. ४). लढाईच्या काळात सुरुवातीला ही अतिरिक्त उत्पादनक्षमता उपयोगात आणण्यात आली व पुढे उपलब्ध असलेल्या संयंत्रांना (प्लॅन्टस्) अधिकाधिक राबवण्यात आले. महत्त्वाची यंत्रे आयात करण्यास जवळजवळ परवानगीच नव्हती, मग ती नवीन उद्योगधंद्यासाठी असोत, किंवा उपलब्ध असलेल्या यंत्राच्या उपयोगासाठी असोत. त्यामुळे चालू यंत्रांवर किती ताण पडला ते पुढील उदाहरणावरून कळून येते, रेल्वे वाहतुकीचेच उदाहरण घेऊ. लढाईच्या पूर्वपरिस्थितीशी तुलना करता, एक प्रवाशांची आगगाडी बत्तीस टक्के जादा वजन वाहात असे, तर एक मालगाडी साडेआठ टक्के जादा वजन वाहात असे. इंजिने (यंत्रे) पूर्वीच्या दुपटीपेक्षाही अधिक अंतर धावत असत व नंतर शेडमध्ये जात. जवळजवळ २९ टक्के वयाधिक (ओव्हरएज) इंजिने आणि बऱ्याच वयाधिक वाघिणी (वॅगन्स) बदलल्याशिवाय तशाच चालू ठेवण्यात आल्या होत्या ('ईस्टर्न इकॉनॉमिस्ट,' फेब्रुवारी १५, १९४६).

कापड विणण्याचा उद्योगधंदा विचारात घेऊ. आज पन्नास टक्के माग बदलावयास झाले आहेत. 'ब्लोरूम' च्या यंत्रणेपैकी ११.५ टक्के यंत्रणा १८९० पूर्वी बसवली होती. ११.१ टक्के १९०६ ते १९१० ह्या काळात आणि १८.६ टक्के १९२१ ते १९२५ मध्ये व ११.४ टक्के १९३६-१९४० ह्या काळात बसवलेली आहे. आज चालू असलेल्या 'ड्रॉ' आणि 'स्पीड' पैकी ३५.५ टक्के यंत्रणा १९१० पूर्वी बसवली होती (कित्ता- जुलै ७, १९४४) आणि ह्या जुन्या यंत्रणेवर लढाईच्या निरनिराळ्या गरजा भागवण्याची जबाबदारी पडली. जहाजातील माल उतरण्यास भरपूर जागा नाही, ह्या नावाखाली व महत्त्वाच्या यंत्रांवर सरकारचा ताबा असल्यामुळे सरकारने, लढाईच्या काळात महत्त्वाची यंत्रे किंवा माल भारतात येणार नाही, अशी व्यवस्था केली होती. देशातील प्रचंड साधनसामग्रीचा[१] जाणूनबुजून उपयोग करण्यात आला नाही. असे करण्यात लढाईच्या भवितव्यावर परिणाम होईल, ह्याचीही त्यांनी फिकीर केली नाही. मोटारगाड्या किंवा जहाजे बांधण्याचे उद्योगधंदे चालू करून दिले नाहीत, त्यासाठी आवश्यक असलेली यंत्रे परदेशातून आयात करून दिली नाहीत, असा माल कोणी तयार केला तर तो सैन्यासाठी वापरला जाईल, असे आश्वासनही देण्यात आले नाही. 'अमेरिकन टेक्निकल मिशन'ने ह्या संबंधात केलेल्या शिफारशी सुद्धा सरकारने मान्य केल्या नाहीत (खरोखरी ह्या मिशनने सुद्धा 'हायड्रो-इलेक्ट्रिक प्रॉजेक्टस,' विमाने, प्रचंड नौका, मोठी रेल्वे इंजिने वगैरे बांधण्याचे मूलभूत स्वरूपाचे उद्योगधंदे भारतात चालू करण्यास स्पष्ट विरोध दर्शवला होता.).

अमेरिकन टेक्निकल मिशनला "घोड्याचे नाल, सैन्याच्या बुटांच्या पोलादी अण्या किंवा पत्र्या, आणि रेल्वेचे 'स्विच-गिअर' जहाजदुरुस्तीच्या एका संयंत्रात (प्लँटमध्ये) मुंबईस पाहावयास मिळाले. त्याच वेळी शंभरावर जहाजे बंदरात

---

१. ह्या बाबतीत "अमेरिकन टेक्निकल मिशन"ने केलेल्या शिफारशी लक्षात घेण्यासारख्या आहेत. त्यांच्या रिपोर्टच्या शेवटच्या परिच्छेदात 'मिशन' म्हणते की "औद्योगिक विकासाला आवश्यक असलेली नैसर्गिक साधने व मनुष्यबळ भारतात प्रचंड प्रमाणात उपलब्ध आहे."
'मिशन'ला असे वाटते की, "जर आवश्यक अशी यंत्रणा भारतात उपलब्ध करून दिली तर, आजच्या नैसर्गिक साधनांचा उपयोग, मोठ्या प्रमाणात वाढविता येईल आणि ह्या संबंधात, भारतीय कामगारांना गती आहे, अशी 'मिशन'ची खात्री झाली आहे. जर त्यांना योग्य असे उत्तेजन व सुखसोयी पुरविल्या तर थोड्याशा तांत्रिक प्रशिक्षणाने भारतीय कामगार उत्तम व कुशल कारागीर होऊ शकतील."

लहानमोठ्या दुरुस्त्यांसाठी खोळंबून राहिली होती (रिपोर्ट-पान ३). मिशनने, जहाजे आणि विमाने ह्यांची दुरुस्ती व इतर सर्व उद्योगधंद्यांत सुधारणा करण्यास सुचवले. ह्याचबरोबर 'मीटर-गेज' रेल्वे इंजिने आणि वाहतूक-गाड्या (फ्रेट्-कार्स) व इतर रेल्वेच्या वाहतुकीच्या साहित्याचे भारतात उत्पादन करावे, अशी शिफारस केली. मिशनने जरूर ती यंत्रे व तांत्रिक मदत अमेरिकेकडून मिळवून देण्याचे आश्वासन दिले. मिशनचे म्हणणे असे :

''भारतातील औद्योगिक उत्पादनाचा विकास करण्यासाठी, येथील तंत्रज्ञ लोकांच्या सल्ल्याप्रमाणे, जरूर ते साहित्य अमेरिकेकडून, निदान काही प्रमाणात तरी 'उधार-उसनवार' तत्त्वावर  आणले जावे.'' ('रिपोर्ट ऑफ दि अमेरिकन टेक्निकल मिशन,' पान ६.)

मिशनने केलेल्या मूलभूत शिफारशींत अमेरिकन तंत्रज्ञ व यंत्रे ह्यांच्या साहाय्याने, भारतात औद्योगिक उत्पादनाचा विकास करावा, अशी एक शिफारस होती, तथापि सरकारने मिशनच्या शिफारशी धाब्यावर बसविल्या, इतकेच नव्हे, तर, तो मिशनचा रिपोर्टच गुलदस्त्यात दडपून टाकला.

कॅनडा व ऑस्ट्रेलिया यांसारख्या वसाहतींना, उद्योगधंदे चालू करून आर्थिक विकास साधण्यासाठी, मदत देण्यात आली. तथापि भारताची आर्थिक घडी, जशीच्या तशी ठेवण्यात आली. अवजड उद्योगधंदे अविकसित राहिले.

भारताच्या विकासाची मुस्कटदाबी करण्यासाठी 'ईस्टर्न ग्रुप सप्लाय कौन्सिल'चा प्रामुख्याने उपयोग करण्यात आला. निरनिराळ्या ब्रिटिश साम्राज्याच्या वसाहतींकडून, लढाईला लागणाऱ्या आवश्यक मालाचा पुरवठा उपलब्ध करून त्याचे योग्य असे वितरण करण्यासाठी ही संस्था निर्माण केली होती व तिचे एक केंद्र भारतात होते आणि ह्याच संस्थेच्या सहकार्याने, सरकारने एवढी काळजी घेतली की, कोणत्याही परिस्थितीत भारतीय उद्योगधंद्यांचा विकास होता कामा नये. आणि ह्यासाठी अशी बतावणी केली की, वसाहतींकडून माल मिळत असता तोच माल भारतात उत्पादन करून घेतला, तर पुरवठा विनाकारण दुहेरी होईल, ह्यासाठी भारताकडे काळजीपूर्वक दुर्लक्ष करणे भागच पडले. 'ईस्टर्न ग्रुप सप्लाय कौन्सिल'मध्ये एक सरकारी अधिकारी, भारताचा प्रतिनिधी म्हणून होता. त्याने युद्धसाहित्यासाठी निरनिराळ्या देशांकडून मागण्या करताना, जाणूनबुजून पक्षपात केला. 'ऑल इंडिया मॅन्युफॅक्चरर्स ऑर्गनायझेशन'चे अध्यक्ष सर एम. विश्वेश्वरय्या म्हणतात :

''युद्धसाहित्याचा पुरवठा करण्यासाठी निरनिराळ्या वसाहतींना देण्यात आलेले आदेश, हे 'रॉजर मिशन'च्या आणि 'ईस्टर्न ग्रुप सप्लाय कॉन्फरन्स'च्या शिफारशीवरून

देण्यात आले होते. त्यांनी केलेली व्यवस्था अशी होती की, ज्या वस्तूंच्या उत्पादनाला फारसे तांत्रिक कौशल्य लागत नाही, अशा अगदी मामुली स्वरूपाच्या पुरवठ्याच्या मागण्या भारतीय कारखानदार व उद्योगपती यांच्याकडे केल्या होत्या. ज्या वस्तूंच्या निर्मितीसाठी अवजड संयंत्रांची (प्लॅन्ट्सची) गरज होती किंवा उत्कृष्ट तांत्रिक कौशल्य आवश्यक होते, अशा वस्तूंच्या पुरवठ्याचे आदेश, 'युनायटेड स्टेट्स ऑफ अमेरिका' व कॅनडा आणि ऑस्ट्रेलिया ह्या वसाहतींना देण्यात आले होते.'' (एम. विश्वेश्वरैय्या– 'ऑस्पेरिटी थ्रू इंडस्ट्री,' १९४३, पान १५.)

'ईस्टर्न ग्रुप सप्लाय कौन्सिल'च्या ह्या, भारताच्या दृष्टीने पुच्छगामी धोरणामुळे, प्रस्थापित ब्रिटिश हितचिंतकांना लढाईच्या सुरुवातीस म्हणजे डिसेंबर १९४० लाच हायसे वाटले. 'ईस्टर्न ग्रुप सप्लाय कौन्सिल'च्या १९४० ऑक्टोबरच्या अधिवेशनाला, गुड लोकॉक हा 'ब्रिटिश बोर्ड ऑफ ट्रेड' ह्या संस्थेचा प्रतिनिधी म्हणून हजर होता. त्याच्या ह्या भेटीसंबंधात लंडनचे 'रेल्वे गॅझेट' म्हणते की :

''बोर्ड ऑफ ट्रेडचा 'मिशन' वरील प्रतिनिधी ह्या नात्याने गुड लोकॉक ह्याजवर जी जबाबदारी टाकण्यात आली होती ती अशी : त्या वेळी युद्धपुरवठ्यासाठी चालू असलेल्या उत्पादनाचा भावी काळात ब्रिटिश उद्योगधंद्यांवर काय परिणाम होईल, तो अजमावणे. हे करीत असता, लढाईच्या प्रमुख गरजा भागवण्याकडे लक्ष ठेवणे. त्याचबरोबर लोकॉक म्हणतो की, 'मिशन'च्या भेटीमुळे, जे उत्पादन लढाईच्या दृष्टीने अत्यावश्यक नाही व ब्रिटिशांच्या भारतातील उद्योगधंद्यांना भावी काळात जे हानिकारक ठरेल, अशा प्रकारचे उत्पादन किंवा विकास करू दिलेला नाही, सुरुवातीस मात्र एकदा अशी फार भीती वाटत होती, पण तसे काही होणार नाही.''

(उद्धृत उतारा : सर एम. विश्वेश्वरय्या- 'रिकन्स्ट्रक्शन इन पोस्ट- वॉर इंडिया,' १९४४, पान १५.)

अमेरिकन टेक्निकल मिशनला पुढे असे आढळून आले की, युद्धजन्य परिस्थितीत झालेल्या बदलामुळे, समुद्रपार (ओव्हरसीज) गरजा भागवण्यासाठी भारत सरकारकडून कौन्सिलमार्फत युद्धसाहित्याचा पुरवठा करून घेणे सोयीचे होणार नाही. त्याप्रमाणे मिशनने अशी शिफारस केली की, समुद्रपार गरजांच्या मागण्या ज्या भारताकडे केल्या असतील त्या भारत सरकारच्या पुरवठा खात्याने पुऱ्या कराव्यात. त्यासाठी ईस्टर्न ग्रुप सप्लाय कौन्सिलचा संबंध आणण्याची आवश्यकता नाही, कारण कौन्सिलचे मुख्य काम, उत्पादन व पुरवठा ह्याबद्दलची माहिती संकलित करणे एवढेच आहे (रिपोर्ट, पान ७).

तथापि भारत सरकारने, वर उल्लेखिलेल्या कारणामुळे नकारार्थी उत्तर पाठवले.

मिशनच्या रिपोर्टवर भारत सरकारने अशी मल्लीनाथी केली की, ईस्टर्न ग्रुप सप्लाय कौन्सिलच्या घटनेप्रमाणे, "कौन्सिलने मागण्यांचे वितरण करायचे आहे व ती कामगिरी कौन्सिल टाळू शकत नाही."

भारत सरकारने भारतीय उद्योगधंद्यांच्या विकासाला विरोध केला, एवढेच नव्हे, तर निरनिराळी इतर कामे परकीय कंपन्यांना देऊन त्यांना प्रत्यक्ष मदत केली. उदाहरणार्थ, युनायटेड ट्रेड कमर्शियल कार्पोरेशन. ही संस्था लढाईच्या काळात जन्माला आली. त्या वेळी तिचे भरणा झालेले (पेड-अप) भांडवल पाच दशलक्ष पौंड होते. तिला निरनिराळ्या देशांबरोबर व्यापार करण्याचा संपूर्ण मक्ता, भारत सरकारने दिला. ह्याखेरीज भारतातील मोटारी जुळवणीच्या (असेंब्लिंगचे) कामाचे कंत्राट संपूर्णपणे, 'जनरल मोटर्स' व 'फोर्ड' ह्या अमेरिकन कंपन्यांना देण्यात आले.

ह्या काळात भारताचा औद्योगिक क्षेत्रात विकास होण्याऐवजी, ब्रिटिश राजवटीच्या इतिहासात, पूर्वी कधीही झाली नव्हती, अशी भयंकर पिळवणूक करण्यात आली. मागील महायुद्धात टाकली नव्हती एवढी मोठी जबाबदारी ह्या महायुद्धात भारतीयांवर टाकण्यात आली. नोव्हेंबर १९३८ मध्ये ब्रिटिश सरकारने भारत सरकारच्या वकिलाबरोबर एक आर्थिक करार केला. त्या करारात भारत सरकारने संरक्षणासाठी होणाऱ्या खर्चाचा भार सोसावा, असे ठरले. ह्या कराराप्रमाणे भारतावर खालीलप्रमाणे खर्च लादण्यात आला :

(१)  भारताचा, शांततेच्या काळातील संरक्षण खर्च म्हणून दरवर्षी ३६७.७ दशलक्ष रुपये भारताने द्यावेत, अधिक,

(२)  ह्या आकड्यांत, किमतीच्या वाढीमुळे होणारा फरक, अधिक,

(३)  भारताच्या संरक्षणासाठी जी काही उपाययोजना करावी लागली असेल, तिचा खर्च, अधिक,

(४)  साम्राज्याच्या संरक्षणासाठी समुद्रपार ठेवाव्या लागलेल्या सैन्याच्या खर्चापैकी, भारताचा हिस्सा म्हणून दहा दशलक्ष रुपये.

भारतात उभ्या केलेल्या सैन्याचा, त्याच्या प्रशिक्षणाचा, त्याला पुरवलेल्या युद्धसाहित्याचा व त्याच्या उदरनिर्वाहाचा, ते सैन्य भारताबाहेर जाईपर्यंतचा, सर्व खर्च भारताने करावा. ते सैन्य भारताबाहेर पाठवले गेले म्हणजे त्याच्या उभारणीचा, प्रशिक्षणाचा व त्याला पुरवलेल्या युद्धसाहित्याचा खर्च, ब्रिटिश सरकारकडून वसूल करून घ्यावा. त्यानंतरची त्या सैन्याची सर्व जबाबदारी ब्रिटिश सरकारने घ्यावी.

ह्याखेरीज, जे ब्रिटिश सैन्य भारतात राहील त्यांना केलेल्या पुरवठ्याचा व सेवांचा खर्च ब्रिटिश सरकारने देण्याचे कबूल केले. जपानने ह्या युद्धात उडी

घेतल्यावर वरील खर्च प्रचंड प्रमाणात वाढला.

हा करार, वरवर पाहणाऱ्याला सरळ व योग्य दिसेल व त्यावरून साम्राज्याच्या संरक्षणखर्चाच्या बाबतीत, भारतावर बोजा टाकला जाणार नाही असा भास निर्माण होतो, तथापि भारतावर संरक्षणखर्च लादण्याची ती एक कावेबाज योजना होती.

ब्रिटिश सरकार, भारत सरकार आणि भारताची रिझर्व्ह बँक ह्या तीन प्रमुख संस्थांनी असे ठरवले की, ब्रिटिश सरकारच्या वतीने जी देणी द्यावी लागतील ती देण्यासाठी भारताच्या रिझर्व्ह बँकेने आवश्यक त्या चलनी नोटा छापाव्यात आणि रिझर्व्ह बँकेने हा सर्व खर्च पौंडाच्या स्वरूपात बँक ऑफ इंग्लंडच्या जमा खाती घालावा. अशा प्रकारे भारताला हा सर्व खर्च पुढे देण्याचे केवळ वचन देण्यात आले आणि प्रत्यक्षात हा प्रचंड खर्च भारतालाच सोसावा लागला.

भारताच्या संरक्षणासाठी झालेला खर्च आणि ब्रिटिश सरकारच्या वतीने भारताला करावा लागलेला खर्च, हे दोन्ही खर्चांचे आकडे एकत्र केले म्हणजे भारताच्या अर्थव्यवस्थेवर केवढा ताण पडला असेल, ह्याची कल्पना येते.

कराराप्रमाणे, जो खर्च भारताचा संरक्षण खर्च म्हणून ठरविला गेला, तो इतक्या प्रचंड प्रमाणात वाढत गेला की, लढाईपूर्वीच्या काही वर्षांच्या राष्ट्रीय उत्पन्नाच्या जवळजवळ $\frac{1}{3}$ वर तो गेला.

## भारताचा संरक्षण खर्च

(दशलक्ष रुपयांत)

| वर्ष | भांडवली लेखा (कॅपिटल अकाउंट) | महसूल लेखा (रेव्हिन्यू अकाउंट) | बेरीज |
|---|---|---|---|
| १९३९-४० | | ४९५.४ | ४९५.४ |
| १९४०-४१ | | ७३६.१ | ७३६.१ |
| १९४१-४२ | | १०३९.३ | १०३९.३ |
| १९४२-४३ | ५२५.१ | २१४६.२ | २६७१.३ |
| १९४३-४४ | ३७४.६ | ३५८४.० | ३९५८.६ |
| १९४४-४५ | ६२८.३ | ३९५४.९ | ४५८३.२ |
| १९४५-४६ | १४९.३ | ३७६४.२ | ३९१३.५ |
| बेरीज | १६७७.३ | १९७२०.१ | १७३९७.४ |

(रिझर्व्ह बँक- इंडिया, १९४५-४६ चा करन्सी अँड फिनॅन्सचा रिपोर्ट) सुधारित अंदाज * (रिव्हाइज्ड एस्टिमेटस).

लढाईचा खर्च, जो ब्रिटिश सरकारकडून वसूल करायचा होता तोही असाच मोठा होता.

वसूल करण्याचा लढाईचा खर्च [1]

| वर्ष | दशलक्ष रुपयांत |
|:---:|:---:|
| १९३९-४० | ४०.० |
| १९४०-४१ | ५३०.० |
| १९४१-४२ | १९४०.० |
| १९४२-४३ | ३२५४.० |
| १९४३-४४ | ३७७८.७ |
| १९४४-४५ | ४१०८.४ |
| १९४५-४६* | ३४७०.७ |
| बेरीज | १७,१२१.८ |

*सुधारित अंदाज. (किता- पान ४८)

बँक ऑफ इंग्लंडमध्ये जून १९४६ पर्यंत ब्रिटिश सरकार भारताचे देणे लागत असलेल्या पैशाचा आकडा १५९६९ दशलक्ष पौंड म्हणजेच २१२९२५ दशलक्ष रुपये झाला व तो पुढे वाढतच राहिला.

सबंध लढाईच्या काळात हा सर्व पैसा भारतीयांपासून दूर राखण्यात आला. भारताला माल किंवा सोने ह्यांच्या व्यवहारासाठी ह्या पैशाचा विनियोग करण्यास परवानगी नव्हती. कर्जाचा आकडा सारखा फुगत चालला होता, तथापि भारतीयांना जरूर असलेली यंत्रे वगैरे माल खरेदी करण्यासाठी ह्या त्यांच्या पैशाचा त्यांना उपयोग करण्यास मनाई होती. भारताचे सत्ताधीश ह्या नात्याचा ब्रिटिशांनी जास्तीत जास्त फायदा उकळला. इतर देशांच्या कर्जासाठी ब्रिटिशांनी त्या देशातील त्यांची गुंतवणूक विटळवली. तथापि भारताचे बाबतीत भारतीयांना हा फायदा नाकारण्यात आला. फक्त ब्रिटिशांना भारताचे असलेले पौंडातील लोकऋण ३२३.४ दशलक्ष पौंड, हे परत करण्यास ब्रिटिशांनी मान्यता दिली. राहिलेले १२७३.५ दशलक्ष पौंड

---

१. अतिपूर्वेकडील, ब्रिटिशांच्या चुकीच्या धोरणामुळे, लढाईच्या खर्चाचे बिल प्रचंड प्रमाणात वाढत गेले. हे चुकीचे धोरण म्हणजे वसाहतीच्या जनतेला राजकीय स्वातंत्र्य नाकारणे आणि त्यांचा संपूर्ण विश्वास आणि सहकार्य संपादन करून त्यांच्या देशांतील सर्व उपलब्ध साधनांचा उपयोग न करून घेणे, हे होय.

कर्ज म्हणजे पूर्वींच्या कर्जाच्या जवळजवळ चारपट कर्ज बँक ऑफ इंग्लंडमध्ये कर्ज म्हणून राहिले. लढाई संपल्यावर हे कर्ज कमी करण्याच्या पुष्कळ योजना आखण्यात आल्या. त्यानंतर १९४६ साली एक अँग्लो अमेरिकन आर्थिक करार करण्यात आला.

ह्याशिवाय साम्राज्यवादी ब्रिटिशांनी भारताची डॉलरमधील गंगाजळी गिळंकृत केली. लढाई चालू असताना 'डॉलरपूल अरेंजमेंट' निर्माण करण्यात आली. ह्या योजनेप्रमाणे पौंडाचे चलन असलेल्या सर्व देशांनी अमेरिकेला माल पुरवून त्याबद्दल मोबदला म्हणून जे डॉलर त्यांना मिळतील, ती सर्व डॉलरची शिल्लक एकत्र केली पाहिजे. भारत व इतर देशांनी अमेरिकेत निर्माण केलेल्या डॉलरच्या साठ्यातून प्रत्यक्षपणे अमेरिकेहून खरेदी करू नये. त्या डॉलर शिलकेचा उपयोग सैन्याच्या पुरवठ्यासाठी फक्त युनायटेड किंगडमने करावा असे ठरले. प्रत्यक्ष डॉलरची शिल्लक किती झाली, ही माहिती सुद्धा इतर देशांना देण्यात आली नाही. त्यामुळे भारताचा वरील डॉलरशिलकेत किती भाग आहे, ह्याबद्दल मतभिन्नता आहे.

युनायटेड स्टेटसच्या वाणिज्य खात्याचे म्हणणे की १९४२-४५ ह्या काळात भारताचा युनायटेड स्टेट्स् बरोबर बऱ्याच प्रमाणात अनुकूल व्यापारशेष (बॅलन्स-ऑफन्टेड्) होता, तो ४२१ दशलक्ष डॉलर झाला होता. मनु सुभेदार यांच्या मते ११४० दशलक्ष रुपयाच्या किमतीचे डॉलर अजूनही भारताचे, युनायटेड स्टेट्सकडे येणे आहेत. ८ मार्च १९४६ च्या 'दि ईस्टर्न इकॉनॉमिस्ट'च्या अंदाजाप्रमाणे ऑक्टोबर १९४५ पर्यंत भारताने अमेरिकेच्या 'डॉलर पूल'मध्ये निदान ९०० दशलक्ष डॉलर जमा केले आहेत. भारत सरकारच्या अर्थमंत्र्यांच्या अंदाजाप्रमाणे 'साम्राज्य डॉलर पूल'मध्ये भारताच्या मार्च १९४६ पर्यंत ४९२ दशलक्ष रुपयांच्या किमतीचा भाग आहे.

ह्याप्रमाणे मार्च १९४५ पर्यंत भारताचे अमेरिकेकडे १००० ते २००० दशलक्ष रुपये जमा झाले आणि ती शिल्लक दरसाल वाढतच आहे. महत्त्वाच्या पुरवठ्याची आयात करण्याच्या उद्देशाने भारतापासून घेतलेला व राखून ठेवलेला हा संचय अजूनही महत्त्वाच्या उद्योगधंद्यांच्या मालाची अमेरिकेकडून आयात करण्यासाठी भारतास उपयोग करण्यास परवानगी नाही. १९४६ च्या अर्थसंकल्पीय भाषणात अर्थमंत्र्याने अमेरिकेत 'डॉलर-पूल' चालू ठेवणे भारताच्या कसे हिताचे आहे, ह्यावर मोठे भाष्य केले.

लढाईच्या खर्चासाठी पुन्हा पुन्हा चलनी नोटा छापून पैसा उभारण्याच्या साम्राज्यशाही

योजनेचा भारतीय आर्थिक घडीवर भयंकर परिणाम झाला. लढाईच्या कचाट्यातून भारत सुटला तेव्हा तो भयंकर गरीब व आर्थिक दृष्टीने असमर्थ बनला होता. लढाईच्या खर्चाचा खरा तडाखा अगोदर गरीब असलेल्या भारतीय जनतेला बसला.

चलनी नोटांचा फुगवटा कोणत्या थरापर्यंत नेण्यात आला होता ते प्रथम पाहू.

### फिरत्या नोटा

(दशलक्ष रुपयांत)

| | |
|---|---|
| ऑगस्ट १९३९ | १७८८.९ |
| १९३९-४० | २०९२.२ |
| १९४०-४१ | २४१४.१ |
| १९४१-४२ | ३०७६.८ |
| १९४२-४३ | ५१३४.४ |
| १९४३-४४ | ७७७१.७ |
| १९४४-४५ | ९६८६.९ |
| १९४५-४६ | ११६२६.४ |
| २८ जून १९४६ | १२३७८.४ |

रिझर्व्ह बँकेच्या अहवालावरून घेतलेल्या तक्त्यांवरून असे दिसते की, लढाईच्या काळात चलनी नोटांच्या आकड्यांत सहाशे टक्क्यांनी वाढ झाली आणि ती अजूनही चालूच आहे. तथापि औद्योगिक क्रियाशीलतेचा निर्देशांक जो १९३९-४० ह्या काळात ११४.० होता, तो जानेवारी १९४५ मध्ये, म्हणजे लढाईच्या काळात, १३२.५ ला पोहोचला.

ह्या तेजीचा परिणाम म्हणजे उद्योगपती आणि लढाईच्या काळातील कंत्राटदार ह्यांनी प्रचंड फायदा मिळवला.

कापड विणण्याच्या उद्योगधंद्यातील फायदा आपण पाहू. जरी सबंध भारतात ह्या उद्योगधंद्यात झालेल्या फायद्याचे आकडे उपलब्ध नसले तरी मुंबईच्या गिरण्यांचे आकडे सर्वसाधारण परिस्थितीची कल्पना देतात. मुंबईच्या कापडगिरण्यांनी १९४१ साली ६९.४ दशलक्ष रुपये फायदा मिळवला म्हणजे १९४० च्या मानाने १.२८८ टक्के अधिक फायदा मिळवला. मुंबईच्या काही विशिष्ट गिरण्यांनी, १९४० च्या मानाने, २२५० टक्के जास्त फायदा मिळवला (वाडिया अँड मर्चंट- 'अवर इकॉनॉमिक प्रॉब्लेम,' १९४५, पान २७०). मुंबईच्या पंधरा प्रमुख कापडगिरण्यांनी १९४० साली एकूण नऊ दशलक्ष रुपये फायदा काढला. १९४१ मध्ये २९.६

दशलक्ष रुपये, १९४२ साली ८०.५ दशलक्ष रुपये, १९४३ मध्ये १७५.२ दशलक्ष रुपये, आणि १९४४ई मध्ये १३०.६ दशलक्ष रुपये फायदा मिळवला (एच. टी. पारेख, 'कॉमर्स', जुलै ७, १९४५).

प्रेम सागर गुप्ताच्या परिगणनेने (कॅल्क्युलेशन) प्रमाणे, भरणा झालेले (पेड-अप) भांडवल १३९.३ दशलक्ष रुपये असलेल्या मुंबई बेटातील ६१ कापडगिरण्यांचा ह्या वर्षातील सरासरी फायदा १९३९ च्या फायद्याच्या २६ पट होता.

खाली दिलेल्या तक्त्यांवरून, निरनिराळ्या उद्योगधंद्यांच्या फायद्याच्या निर्देशांकावरून तशीच परिस्थिती स्पष्ट होते.

### सर्वसाधारण फायद्याचा निर्देशांक

(प्रत्येक उद्योगधंद्यातील)

(मूळ १९३९ बरोबर १००)

|  | १९३९ | १९४० | १९४१ | १९४२ | १९४३ |
|---|---|---|---|---|---|
| ताग | १०० | ५९० | ६१७ | ८९६ | ९२६ |
| कापूस | १०० | ७३ | २०५ | ३१३ | ६४५ |
| चहा | १०० | ११८ | २१४ | २५२ | ३९२ |
| साखर | १०० | १४३ | १२२ | १६० | २१८ |
| कोळसा | १०० | ८८ | १०७ | ९५ | १२४ |
| इंजिने (अभियांत्रिकी) | १०० | ११५ | १८० | ३६ | २२५ |
| संकीर्ण | १०० | १०४ | ३२६ | ३९४ | ४०१ |
| सर्व त-हा | १०० | १२७ | २८२ | २५९ | ३२७ |

(एम. एच. गोपाल- 'इंडस्ट्रीयल प्रॉफिट्स सिन्स १९३९', 'ईस्टर्न इकॉनॉमिस्ट,' मे १२, १९४४, पान ७३०.)

भारत सरकारच्या आर्थिक सल्लागाराने फायद्याचे सरकारी निर्देशांक दिलेले आहेत. ते १९४२ पर्यंतचेच असून ते कमी असणे, उघड आहे. खरोखरी १९४२ हे वर्ष हे तेजीच्या उच्चांकाचे वर्ष होते आणि म्हणून ते १९४३ पर्यंत चालू होते. ते खरी परिस्थिती किंवा तिचे वळण दृष्टिआड करू शकत नाहीत.

---

१. एकूण फायद्यातून, कार्यकारी म्हणजे चालू खर्च, एजंटांचे कमिशन व मोबदला, आणि मंदीमुळे झालेली तूट ही सर्व वजा घालून नक्त फायदा विचारात घेतला आहे.

## फायद्याचे निर्देशांक

(मूळ : १९२८ बरोबर १००)

|  | १९३९ | १९४२ |
|---|---|---|
| कापूस | १५४.६ | ७६०.७ |
| ताग | १३.६ | ४९.२ |
| चहा | ९६.२ | २१९.५ |
| कोळसा | १३९.१ | ११०.३ |
| साखर | १७९.४ | २१९.८ |
| लोखंड व पोलाद | २८९.३ | ४०३.३ |
| कागद | १५१.८ | ४८८.४ |
| सर्व उद्योगधंद्यांची बेरीज | ७२.४ | १६९.४ |

ह्या सर्व प्रक्रियेने किंवा प्रकाराने हजारो कामगारांना आणि शेतकऱ्यांना कल्पनातीत हालअपेष्टा सोसाव्या लागल्या. संपूर्ण सहा वर्षे भारतीय जनतेला अनेक प्रकारची पगारकपात, अन्न आणि कापड यांचा तुटवडा व देशभर दुष्काळ आणि दारिद्र्य ह्यांना तोंड द्यावे लागले.

भारत सरकारने दिलेला अन्नधान्याच्या घाऊक किमतीचा निर्देशांक, जो १९३९ च्या ऑगस्टमध्ये १००.० होता, तो १९४१ च्या ऑगस्टमध्ये १२२.९ झाला. १९४२ ऑगस्टमध्ये १६३.२, १९४३ जुलैमध्ये ३००.२ झाला. तो जानेवारी १९४४ मध्ये २३३.० खाली आला. तथापि हा उतार होण्याचे कारण खुल्या बाजारातील किमतीपेक्षा सरकारी स्वस्त धान्याच्या किमती खाली ठरवल्या गेल्या. त्यानंतर निर्देशांकात फारसा फरक झाला नाही. १९४५ डिसेंबरमध्ये तो २३८.८ होता. खरे म्हणजे किमतीतील वाढ फार होती, कारण सरकारने ठरवून दिलेल्या किमतीला त्या वस्तू क्वचितच मिळत. काळा बाजार हा सर्व देशभर एक सामान्य व्यवहार होऊन बसला.

किरकोळीच्या किमती अधिक प्रमाणात वाढल्या. मुंबईत दुधाची किंमत दोन आणे पौंड होती ती प्रथम एक रुपयावर व मागून पौंडाला दोन रुपयांवर गेली, टोमॅटोला पौंडाला दोन आणे पडत ते दहा आणे पडू लागले, बटाट्यांना पौंडाला एक आणा पडत होता तेथे चार आणे पडू लागले. गव्हाचे प्रमुख उत्पादन करणाऱ्या संयुक्त प्रांतात गव्हाची किंमत लढाईपूर्वी जी चार रुपये मण होती ती

जुलै १९४६ मध्ये अठरा रुपये मण झाली. पावाची किंमत आठ औंसाच्या तुकड्याला एक आणा होती ती सहा औंसाला अडीच आणे झाली. लढाईपूर्वी बारीकसारीक फळे सात आणे पौंड होती, ती जून १९४३ मध्ये ४२ आणे पौंड झाली. अन्नधान्याच्या किमतींचा निर्देशांक जो सप्टेंबर १९३९ मध्ये ९३ होता तो सप्टेंबर १९४३ मध्ये ५३० ला पोहोचला (पी. एस. लोकनाथन- 'इंडियाज पोस्ट-वॉर रिकन्स्ट्रक्शन अँड इट्स इंटरनॅशनल आस्पेक्ट्स,' १९४६, पा. ३१.)

कामगारांच्या राहणीच्या जीवनमानाचा निर्देशांक (नियंत्रित किमतीवर आधारलेला) मुंबईत जो ऑगस्ट १९३९ मध्ये १०० होता, तो ऑगस्ट १९४४ मध्ये २३८ झाला. पुन्हा मार्च १९४५ मध्ये २१४ वर आला आणि जुलै १९४६ मध्ये पुन्हा २५५ वर गेला. अहमदाबादला १९४३ साली तो ३२९ वर चढला, जून १९४६ मध्ये तो २६७ होता.

ह्या प्रमाणात कामगारांच्या उत्पन्नात वाढ झाली नाही. सर्व उद्योगधंद्यांतील कामगारांना राहणीच्या खर्चात ज्या प्रमाणात वाढ झाली होती, त्या प्रमाणात महागाई भत्त्यात वाढ नाकारली गेली, भारत सरकारने 'इंडियन लेबर गॅझेट' ह्या मासिकात जे आकडे दिले आहेत, ते जरी विश्वसनीय नसले तरी त्यावरून असे दिसते की, १९४४ मध्ये वस्त्रनिर्मितीच्या उद्योगधंद्यातील कामगारांच्या उत्पन्नातील वाढ १०० टक्के होती, यांत्रिकी उद्योगधंद्यात ती शंभर टक्क्यांपेक्षा कमी होती. लष्करी साहित्य खात्यात (ऑर्डनन्स) फक्त पन्नास टक्के होती आणि खाणीच्या उद्योगधंद्यात चोवीस टक्क्यांइतकी कमी होती. कामगारांच्या कमाईच्या खऱ्या मूल्यात झालेली कपात किती भयंकर होती, त्याची कल्पना त्यांच्या उपासमारीच्या जीवनपातळीवरून सहज स्पष्ट होते.

पुढे आपल्याला असे दिसून येईल की, ह्या वेळी खेड्यांतील जनतेचे राहणीमान ह्यापेक्षा चांगले नव्हते. भारताच्या आर्थिक घडीकडे साम्राज्यशाही दृष्टिकोनातून पाहिल्यामुळे – म्हणजेच इतर मित्रराष्ट्रे किंवा वसाहती ह्यांच्याप्रमाणे भारताला आपुलकी न दाखवता, एक अविकसित वसाहत म्हणून त्याला डांबून ठेवण्याच्या प्रवृत्तीमुळे भारत देश महायुद्धाच्या कचाट्यातून अधिक गरीब होऊन बाहेर पडला. अशा प्रकारे भारताची आर्थिक घडी नीट बसवण्याची ही संधी गमावली, इतकेच नव्हे, तर, लढाईच्या काळातील तणावामुळे आज औद्योगिकदृष्ट्या भारतासमोर एक भीषण समस्या निर्माण झाली आहे.

## ८. वित्तीय भांडवल आणि नवी घटनात्मक योजना

ब्रिटिश वर्चस्व, संरक्षण व हितसंबंध यांचा विकास हा ब्रिटिशांनी भारताला देऊ केलेल्या सर्व घटनात्मक सुधारणांचा मूलभूत पाया होय. १९४६ साली 'ब्रिटिश कॅबिनेट मिशन'ने दिलेला निवाडा (ऑवार्ड) तपासला असता, भारतीय स्वातंत्र्याच्या औपचारिक मुखवट्या (फॅकेड) मागे, ब्रिटिश साम्राज्यशाही भारतावरील आपले आर्थिक वर्चस्व टिकवण्यासाठी धडपडत आहे, असे दिसते. भारताच्या औद्योगिक प्रगतीत खीळ घालून ब्रिटिश भांडवलाचे हित साधण्याचा वारसा- हक्क त्यांना महायुद्धानंतरच्या काळातही चालू ठेवायचा होता. तथापि ह्या वेळचा पवित्रा मात्र बदलला होता, भारतातील उद्योगपती व संस्थानिक ह्यांच्याशी हातमिळवणी करून, भारतात हिंदी-ब्रिटिश उद्योगधंदे चालू ठेवण्याचा त्यांचा बेत होता.

१९३५ च्या इंडिया ऑक्टच्या सेक्शन तीन ते एकशे एकवीसने ब्रिटिशांच्या भारतातील हितसंबंधाचे संरक्षण व्हावे म्हणून, काही आर्थिक स्वरूपाची संरक्षण योजना आखली होती. ह्या कायद्याच्या कलमांत, आर्थिक व वाणिज्य क्षेत्रांत, भारताच्या बाबतीत भेदभाव न करण्याच्या बुरख्याखाली, भारतीय मंत्र्यांनी, वाणिज्य आणि औद्योगिक क्षेत्रांत ब्रिटिश हितसंबंधांना हानिकारक ठरेल अशा प्रकारचे सहकार्य भारतीय उद्योगपतींना देण्याचे ठरवल्यास त्याला मोडता घालता यावा म्हणून ब्रिटिश राजप्रमुखांना खास अधिकार देण्यात आले होते.

ब्रिटिश भांडवलाला अशा प्रकारचे संरक्षण देणे ह्यापुढे भारतात अशक्य होते. ''हे खास अधिकार नाहीसे करा'' ह्या मागणीत अनिवार्य जोश उत्पन्न झाला होता. ४ एप्रिल १९४५ रोजी केंद्रीय कायदेमंडळात हे खास अधिकार रद्द करण्याबद्दल मनु सुभेदार ह्यांचा ठराव एकमते पास झाला होता. २ मार्च १९४५ रोजी ह्या ठरावावर भाषण करताना मनु सुभेदार म्हणाले :

''युरोपियन कंपन्या जे खास प्रादेशिक अधिकार ह्या देशात मागतात त्याला ब्रिटिश राष्ट्रकुलातील कोणत्याही देशात प्रतिसंविधी (स्टॅट्युटरी काउंटरपार्ट) आढळत नाही.''

ह्याशिवाय महायुद्धाने अगदी नवीनच परिस्थिती निर्माण केली आहे. लढाईच्या भांडवलाच्या जडणघडणीत, लढाईचा सर्व खर्च भारताच्या माथी मारावा, ह्या कावेबाज धोरणाने अशी परिस्थिती निर्माण केली आहे की, साम्राज्यवाद्यांना भारताचा औद्योगिक विकास पूर्विपार पद्धतीने संपूर्णपणे रोखणे अशक्य आहे. ही जुनी पद्धत म्हणजे भारताची औद्योगिक विकासाची मागणी उघड उघड उधळून लावणे, ही होय.

भारतीय उद्योगपती पूर्वी कधीही नव्हते इतके आता शक्तिशाली बनले आहेत. महायुद्धामुळे झालेल्या प्रचंड फायद्यामुळे त्यांच्याजवळ प्रचंड भांडवल उपलब्ध असून त्याची लवकर गुंतवणूक करण्यासाठी ते धडपडत आहेत. ह्यामुळे भारताच्या औद्योगिकीकरणाच्या मागणीला आगळी धार चढली आहे.

ह्या प्रचंड भांडवलामुळे भारतीय उद्योगपतींना आपल्या आर्थिक सामर्थ्याची जाणीव झाली आहे. भारतासाठी स्वतंत्र आर्थिक योजना आखण्याच्या खटपटीत ते आहेत. लढाईनंतरच्या काळात अनेक खासगी योजना पुढे येत आहेत. त्यांत भारतीय उद्योगपतींनी आपली एक योजना पुढे टाकली आहे– तिचे नाव, 'ए प्लॅन ऑफ इकॉनॉमिक डेव्हलपमेंट फॉर इंडिया,' हिलाच 'बॉम्बे प्लॅन' असे म्हणतात. ह्या योजनेमुळे भारतीयांचे दरडोई उत्पन्न पंधरा वर्षांत दुप्पट होईल असा त्यांचा दावा आहे. ती कितीही प्रतिगामी असली तरी तिने सर्व देशाचे लक्ष वेधून घेतले आहे, कारण तिच्यामध्ये भारताच्या औद्योगिकीकरणाची अनिवार्य उत्कंठा व्यक्त झाली आहे. ह्याखेरीज भारतीय उद्योगपतींजवळ आवश्यक ते भांडवल हजर असल्यामुळे ते ब्रिटनला डावलून अमेरिका व इतर देश यांच्या सहकार्याची अपेक्षा करीत आहेत.

ब्रिटिश साम्राज्यवाद्यांना ह्या बदललेल्या परिस्थितीकडे दुर्लक्ष करून चालणार नाही. 'हाऊस ऑफ कॉमन्स'मधील एका चर्चेच्या वेळी प्रो. ए. व्ही. हिल. एम. पी. (हुजूरपक्षीय), रॉयल सोसायटीचा कार्यवाह म्हणाला :

"आपण जर धैर्य, औदार्य आणि दूरदर्शीपणा दाखवला, तर भारतीय उद्योगधंद्यांत सहकार्य करण्याची संधी आपणास मिळण्याचा संभव आहे, पण जर आपण असे वागलो नाही, तर, भारताचा औद्योगिक विकास तर थांबणार नाहीच, फक्त आपण सहकार्य करत नाही म्हणून भारतीय उद्योगपती मदतीसाठी अमेरिकेकडे धाव घेतील." ('इंडियन ॲन्युअल रजिस्टर,' १९४४, व्हॉ. २ पान ३०२.)

ही सर्व परिस्थिती लक्षात घेऊन ब्रिटिश साम्राज्यवाद्यांनी भारतीय औद्योगिक विकासाला असलेल्या विरोधाचा पवित्रा बदलला. राजकीय क्षेत्राप्रमाणे आर्थिक क्षेत्रातही साम्राज्यवाद नवीन युगाला मानवेल अशा रीतीने आपल्या धोरणात बदल करीत आहे. ब्रिटिशांचे भारतातील हितसंबंध ह्यापुढे भारतीय छोट्या भांडवलदारांशी मिळतेजुळते घेऊनच सुरक्षित राहणार आहेत. ह्यापुढे औद्योगिक विकासाला करायचा विरोध बाहेरून न करता छुप्या मार्गांनी करणे आवश्यक झाले. भारताला तांत्रिक मदत देण्याच्या नावाखाली साम्राज्यवाद्यांनी आपले आर्थिक हितसंबंध सांभाळण्यासाठी नवीन युक्ती योजली, ती म्हणजे, भारतीय उद्योगपतींबरोबर भागीदारी करायची, हीच ती

युक्ती. साम्राज्यशाहीने परस्पर-भरवसा आणि परस्परहित ह्यांसाठी प्रयत्न करण्याचे धोरण आखले. तथापि लवकरच आपणास दिसेल की, साम्राज्यवाद्यांची वक्तव्ये आणि घटना ह्यांवरून एवढे स्पष्ट होते की, ह्या भागीदारीतून त्यांना भारतावरील आपली वाणिज्यिक आणि आर्थिक मगरमिठी घट्ट करायची होती. ह्या सहकार्याच्या नावाखाली भारताच्या स्वतंत्र आर्थिक विकासाला संमती देण्याऐवजी आतूनच भारताच्या औद्योगिक विकासाला सुरुंग लावण्याचे उपद्‌व्याप सुरू झाले.

भारत सोडून जाताना भारताचा माजी अर्थमंत्री सर आर्चिबाल्ड रोलॉन्ड्स याने साम्राज्याचे नवे धोरण विशद करताना सांगितले की, दोन्ही देशांतील राजकीय संबंध ह्यापुढे कसेही राहोत, उद्योगधंदे, वाणिज्य आणि संस्कृती ह्या क्षेत्रांत त्यांनी पूर्वीपेक्षा अधिक एकमेकांजवळ येणे, हे दोन्ही देशांच्या हिताचे होईल ('कॉमर्स', मुंबई, जून ८, १९४६).

लॉर्ड वेव्हेल याचे निवेदन ह्या संबंधात अगदी स्पष्ट आहे :

"१९३५ च्या कायद्यात, भारतातील ब्रिटिशांच्या आर्थिक हितसंबंधाबद्दल जी 'वाणिज्य संरक्षणे' नमूद केली आहेत, ती अबाधित राहतील आणि त्या दृष्टीने भारत व ब्रिटन ह्यांची भागीदारी, ही ब्रिटिश हितसंबंधांच्या भावी काळातील सुरक्षिततेच्या दृष्टीने अत्यंत योग्य होय.''

कलकत्त्याच्या 'असोसिएटेड चेंबर ऑफ कॉमर्स'मध्ये १० डिसेंबर १९४५ रोजी केलेल्या भाषणात लॉर्ड वेव्हेल म्हणाला,

"आजच्या घटना-कायद्यात संपूर्ण बदल करून भारत व ब्रिटन यांच्यामध्ये वाणिज्य क्षेत्रात तह झाल्याखेरीज, आजच्या १९३५ च्या कायद्यातील बचावाची-कलमे (सेफगार्ड्स) रद्द करता येतील, असे मला वाटत नाही. भारतीयांना आपल्या देशातील मूलभूत उद्योगधंदे शक्यतो भारतीय भांडवलाच्या साहाय्याने वाढवावेत व चालवावेत असे वाटणे साहजिक आहे आणि ह्या गोष्टीची भारत सरकारला जाणीव आहे, ह्याबद्दल अनादर दाखवला जाणार नाही. सदिच्छा आणि आपुलकीचे संबंध हे दोन्ही देशांना, एखाद्या कायद्यातील कलमापेक्षा, अधिक महत्त्वाचे आहेत, असे मला वाटते आणि असे आपुलकीचे नाते निर्माण करणे, हेच दोन्ही देशांच्या परस्परहिताच्या दृष्टीने, खरे बचावाचे साधन होय. माझी अशी श्रद्धा आहे की, सद्भावनेच्या रज्जूंनी एकजीव झालेली ब्रिटिश आणि भारतीय उद्योगधंद्यांतील सहकार्याची भावना हीच भारताच्या अत्यंत जलद व प्रभावी औद्योगिक विकासाची खरी गुरुकिल्ली आहे.'' (टाइम्स ऑफ इंडिया, डिसेंबर ११, १९४५.)

केवळ दोन्ही देशांत सहकार्य असावे, एवढ्याचसाठी ही गोड भाषा आहे

असे वाटू नये म्हणून अधिक निश्चित स्वरूपाच्या मागण्या ब्रिटिश भांडवलदारांनी निरनिराळ्या पुढाऱ्यांमार्फत जाहीर केल्या.

भारतातील ब्रिटिश भांडवलदारांचे मुखपत्र 'कॅपिटल', १५ नोव्हेंबर १९४५ च्या आवृत्तीत म्हणते :

''ब्रिटिशांचा व्यापार आज किंवा ह्यापुढे ह्या देशातून बंद व्हावा असे वाटत नाही. जरी काही दिवस त्याला इतरांच्या दृष्टीने ह्या देशात दुय्यम दर्जा पत्करावा लागला तरी, ज्या देशाच्या उत्कर्षासाठी ब्रिटिशांनी टिकाऊ स्वरूपाची कामगिरी बजावली आहे, त्या देशातून त्यांचे भावी काळात उच्चाटन व्हावे, ह्या गोष्टीस कधीही संमती दिली जाणार नाही.''

सर रेनविक हॅडॉऊ ह्याने १० डिसेंबर १९४५ रोजी असोसिएटेड चेम्बर्स ऑफ कॉमर्सच्या अध्यक्षपदावरून असे भाषण केले की :

''युनायटेड किंग्डममध्ये असे अनेक उद्योगपती आहेत की, त्यांना जर योग्य फायदा मिळेल असे आश्वासन दिले गेले, तर ते भारतात कारखाने काढतील आणि त्यांचा भारताला कायमचा फायदा मिळेल. तथापि ते आपले भांडवल दुसऱ्याच्या हातात, त्याचा दुरुपयोग करण्यासाठी देण्यास तयार होणार नाहीत. ब्रिटनने भारताला भांडवली साहित्य व तंत्रज्ञ पुरवावेत आणि भारतीयांनी मात्र ब्रिटिशांना भारतात येऊन उद्योगधंदे चालू करण्यास किंवा नवे किंवा जुने उद्योगधंदे चालविण्यास विरोध करावा, अशी ब्रिटनच्या दृष्टीने एकमार्गी व्यवस्था होऊ शकणार नाही.' ('टाइम्स ऑफ इंडिया,' डिसेंबर ११, १९४५.)

रॉयल सोसायटीचा कार्यवाह प्रो. हिल. एव्ही. ह्याने अधिक निश्चित स्वरूपाच्या मागण्या केल्या :

''त्यांनी (भारतीयांनी) हे लक्षात घेतले पाहिजे की, ब्रिटिश उद्योगपती ही गोष्ट केवळ प्रेमाखातर करणार नाहीत. एखादा कारखाना ब्रिटिशांनी आपल्या कौशल्याने व भांडवलातून उभारावा आणि तो चालविण्यात, त्यांना एखादा फालतू भाग दिला जावा, अशी व्यवस्था ते मान्य करणार नाहीत. जर त्यांना विकास करायचा असेल तर त्यांना येथील लोकांबरोबर अर्धा वाटा मिळाला पाहिजे.'' ('भारतज्योती,' एप्रिल १, १९४६.)

भारतीय उद्योगपतींनी त्यांच्याबरोबर भागीदारी करावी म्हणून साम्राज्यवादी आपल्या भारतातील वर्चस्वाचा जास्तीत जास्त उपयोग करत आहेत. गेल्या महायुद्धात भारतीय उद्योगपतींनी प्रचंड फायदा मिळवून ते सामर्थ्यशाली झाले असले तरी ब्रिटिश भांडवलदारांचा वरचष्मा कायम आहे. राज्ययंत्रणेत त्यांचे वर्चस्व आहे आणि

त्यामुळे भांडवली स्वरूपाची आयात करण्यावर त्यांचा ताबा आहे. भारताची पौंडातील गंगाजळी सर्वस्वी त्यांच्या ताब्यात आहे. भारतीय बाजारपेठ उपभोग्य मालाने (कन्झूमर गुड्स) आज भरली आहे, तशी ते तुडुंब भरून टाकतील.[१] ह्या वर्चस्वाच्या हुकमी एक्क्याच्या जोरावर ते भारतीय उद्योगपतींना भागीदार करण्यास भाग पाडण्याचा प्रयत्न करत आहेत.

भारत, ब्रह्मदेश व सिलोनचा माजी ब्रिटिश ट्रेड कमिशनर सर टी. एन्स्काफ ब्रिटिश भांडवलदारांच्या एका सभेत बोलत असताना भारतीय व्यापारात ब्रिटिश भांडवलदारांनी भाग घेतला तर त्यांना किती तऱ्हेचे फायदे होतील, हे त्याने विशद केले.

"भारतीय व्यापारातील आपला अनुभव, भारताच्या विशिष्ट गरजा, भारतीय बाजारपेठेतील आपले हितसंबंध, आपले अजोड व्यापारी संबंध आणि भारताबरोबरील आपले आजचे ऋणकोचे नाते, ह्या सर्व गोष्टी विचारात घेता, भारत ही आपली महत्त्वाची निर्यात मालाची बाजारपेठ बनेल." ('बॉम्बे क्रॉनिकल,' मार्च ५, १९४५.)

भारतीय आणि ब्रिटिश भांडवलदारांच्या मध्ये अनेक व्यवहार झाले आहेत.

"जून १९४५ मध्ये, भारतातील एक सर्वांत मोठी मक्तेदार भांडवलदारांची कंपनी बिर्ला ब्रदर्स लिमिटेड हिने इंग्लंडच्या 'न्यू फिल्ड ऑर्गनायझेशन' बरोबर भारतात मोटारी तयार करण्याचा करार केला होता. बिर्ला– न्यू फिल्ड ह्यांनी एक संयुक्त भांडवल कंपनी भारतात काढायची असे ठरले, न्यू फिल्डचे, ह्या कंपनीत २५ ते ३० टक्के भांडवल असावे असे ठरले, त्याचप्रमाणे फायद्यात योग्य भाग व पेटन्ट्सचे अधिकार वगैरे देण्याचे कायम झाले. जे तांत्रिक भाग भारतात तयार करणे महाग पडेल ते न्यू फिल्डसने ब्रिटनमध्ये करावेत, न्यू फिल्डसच्या तंत्रज्ञांनी, कोणते भाग ब्रिटनमध्ये व कोणते भारतात तयार करावेत, हे ठरवावे असे ठरले." ('कॅपिटल,' जानेवारी ३, १९४६.)

---

१. जेव्हा महायुद्ध संपत आले होते तेव्हा सरकारने प्रथम जर एखादी गोष्ट केली असेल तर ती म्हणजे, भारतीय कंत्राटदारांना लढाईच्या मालाची दिलेली कंत्राटे हळूहळू रद्द करणे व लढाईच्या गरजांच्या मागण्या ब्रिटनकडे पाठविणे. मार्च १९४५ मध्ये ज्या हैदरी मिशनने इंग्लंडला भेट दिली त्याने २०६ दशलक्ष रुपये किमतीचा ब्रिटिश माल १९४५ मध्ये भारतात आयात करण्याचा आदेश दिला आणि १९४६ ला ४८० दशलक्ष रुपयाचा ब्रिटिश माल आयात करण्याचा आदेश दिला त्यात मुख्यत्वे उपभोग्य वस्तूच (कन्झूमर गुडस) होत्या.

डिसेंबर १९४५ मध्ये, भारतातील दुसरी मक्तेदार भांडवलदाराची कंपनी म्हणजे टाटाज ह्यानी. ब्रिटनमधील सर्वांत मोठी मक्तेदार भांडवलदारांची कंपनी, इंपीरियल केमिकल इंडस्ट्रीज ह्याबरोबर असाच करार केला. त्यांनी एक अवजड रासायनिक उद्योगधंदा भारतात चालू करावा, असे ठरले. वर्तमानपत्रांच्या रिपोर्ट्सप्रमाणे इंपीरियल केमिकल कंपनीने भांडवलातील चोवीस टक्के भांडवल द्यावे आणि राहिलेले बहुतेक भांडवल टाटांनी द्यावे असे ठरले. जोपर्यंत भारतात तयार झालेला माल भारतीय गरजा पुरवू शकत आहे तोपर्यंत, भारतात तयार झालेला माल व इंपीरियल केमिकलने आयात केलेला माल हे एकत्रित विकावेत.''

(ए. पी. आय मेसेज, डिसेंबर २२, १९४५) आणि हा कराराचा काळ पंधरा ते वीस वर्षांचा असावा असे ठरले.

ह्यासारखे दुसरे अनेक करार ब्रिटिश व भारतीय व्यापारी ह्यांच्यामध्ये होत आहेत.

भारतातील बड्या व मध्यम व्यापाऱ्यांखेरीज भारतातील एकतंत्री संस्थानिकाशी असे करार करून आपले आर्थिक धोरण ब्रिटिश लोक चालू ठेवणार आहेत. त्यांनी भारतीय संस्थानांतून अधिकाधिक ब्रिटिश भांडवलाची गुंतवणूक करायची आहे. एप्रिल १९४५ मध्ये सरकारने आपले औद्योगिक धोरण विशद करताना भारतातील संस्थानांच्या औद्योगिक विकासाबद्दल खास उल्लेख केला आहे. ते निवेदन असे :

''ब्रिटनमधून मालाची आयात करण्याबद्दल संस्थानिकांना जे परवाने दिले जातील, त्यांत संस्थानिकांच्या औद्योगिक विकास करण्याच्या धोरणाकडे दुर्लक्ष केले जाणार नाही.'' (हिंदुस्तान टाइम्स, एप्रिल २३, १९४५.)

हे परवाने संस्थानिकांना देताना औद्योगिक विकास केला जाणार नाही, ही तर काळजी ब्रिटिशांकडून घेतली जाईलच, पण इतर भारतीयांपेक्षा ब्रिटिश भांडवल व भांडवली साहित्य हे संस्थानिकांना जास्तीत जास्त प्रमाणात दिले जाईल. कारण संस्थानिक हे त्यांच्या भारताच्या दृष्टीने असलेल्या प्रतिगामी धोरणामुळे, ब्रिटिशांना अधिक फायदेशीर वाटले.

ब्रिटिशांच्या भारतातील आर्थिक हितसंबंधियांचे मुखपत्र, 'कॅपिटल'ने २४ जानेवारी, १९४६ च्या आवृत्तीत ह्यासंबंधीच्या ब्रिटिशांच्या धोरणाचा स्पष्ट खुलासा केला आहे :

''आपल्या संस्थानात औद्योगिक विकास करून घेण्यास सर्व संस्थानिक उत्सुक आहेत. अशा परिस्थितीत 'ब्रिटिश इंडिया'मधील लोकांची प्रवृत्ती इतकी असहकाराची आहे की, त्यामुळे नवीन उद्योगधंदे काढणारे ब्रिटिश उद्योगपती 'ब्रिटिश इंडिया'त

आपले भांडवल गुंतवून कटकटी वाढवून घेण्यापेक्षा, संस्थानात आपले भांडवल गुंतवण्यात अधिक खूष आहेत. त्यामुळे जे ब्रिटिश भांडवलदार संस्थानात कारखाने काढतील, त्यांच्या उद्योगात संस्थानिक ढवळाढवळ करणार नाहीत, असे त्यांना वाटते.''

आणि असे आश्वासन भारतातील संस्थानिकांनी ब्रिटिशांना दिलेले आहे. पतियाळा संस्थानाचा मुख्य प्रधान व भारतीय संस्थानांच्या औद्योगिक विकास मंडळाचा प्रमुख एच. एस. मलिक याने वरील स्वरूपाचे आश्वासन ब्रिटिशांना दिले आहे.

मलिक म्हणतो,

''आम्हांला असे वाटते की, जेव्हा एखादा ब्रिटिश किंवा अमेरिकन औद्योगिक विकासासाठी आपले भांडवल संस्थानात तीस किंवा चाळीस टक्के गुंतवील, तेव्हा तो उद्योगधंदा यशस्वी झालेला पाहावा म्हणून तो खटपट करणारच. तुम्ही त्यांच्यावर विश्वास टाकल्याशिवाय ते आपल्याशी संपूर्ण सहकार्य करण्याची तयारी तरी कशी दाखवतील?'' ('टाइम्स ऑफ इंडिया,' जानेवारी १७, १९४६.)

'इंडियन चेम्बर ऑफ प्रिन्सेस'चा कार्यवाह मकबूल अहमद याने 'एशियाटिक रिव्ह्यू'मध्ये एक लेख लिहिला आहे. त्यात तो म्हणतो : ''भारतीय संस्थानात औद्योगिक विकास करण्याच्या बाबतीत भारत आणि ब्रिटन ह्यांच्या भागीदारीस भरपूर वाव आहे.''

ह्यावरून एवढे स्पष्ट होते की, ब्रिटिश साम्राज्यवादी भारतातील आपल्या वित्तीय भांडवलाला भावी काळात अधिक सुरक्षित व प्रगतीकारक परिस्थिती निर्माण करण्यासाठी झटत आहेत. भारतीय उद्योगपतींशी मिळतेजुळते धोरण ठेवून ब्रिटिशांची भारतातील गुंतवणूक सुरक्षित राखण्याचा त्यांचा प्रयत्न आहे. त्यांनी अपेक्षा केलेली प्रतिक्रिया लगेच उपलब्ध झाली. भारतातील ब्रिटिशांच्या भांडवलासंबंधी बोलताना, भारताचा सर्वश्रेष्ठ मक्तेदार उद्योगपती, आणि 'न्यू फिल्ड' करारातील भागीदार जी. डी. बिर्ला यांनी जाहीर केले की :

''ब्रिटिश भांडवलाचे स्वामित्वहरण होणार नाही, त्यांनी आपले कारखाने चालू ठेवावेत.'' (हिंदुस्तान टाइम्स, एप्रिल ११, १९४६.)

भारतातील या वेळेपर्यंत गुंतविलेल्या भांडवलाला संरक्षण मागणे एवढेच त्यांचे धोरण नसून भारतात संस्थानिकांची एकतंत्री सत्ता चालू ठेवून ब्रिटिश भांडवल जास्त प्रमाणात भारतात घुसविण्याचा त्यांचा डाव आहे.

अशा व्यवहारातून भारताचे औद्योगिकीकरण कधीही होणार नाही आणि ही गोष्ट बिर्ला-न्यू फिल्ड किंवा टाटा-आयसीआय करारावरून सहज स्पष्ट होते. रसायने

ब्रिटनमध्येच तयार केली जातील आणि ती भारतात आणून त्यावर भारताचे व्यापार-चिन्ह (ट्रेड-मार्क) मारून भारतात विकली जातील, त्याचप्रमाणे ब्रिटनमध्ये तयार झालेले निरनिराळे अवयव भारतात आणून भारतात अवयव जुळविण्याचे केंद्र निर्माण होईल. ही वस्तुस्थिती अनुभवास आली. बिर्ला-न्यू फिल्ड कराराप्रमाणे 'हिंदुस्तान-टेन' ह्या मोटारीचे सर्व भाग ब्रिटनमध्ये मॉरिस कंपनीने तयार केले. ते भारतात आणले व जोडले, आणि ती 'हिंदुस्तान-टेन' गाडी भारताने तयार केलेली गाडी म्हणून प्रचार करून विक्री सुरू झाली. ह्यावरून 'इंडियन मॅन्युफॅक्चर'चा खरा अर्थ सहज स्पष्ट होतो.

ह्यावरून, असल्या ब्रिटिश भागीदारीच्या कंपन्यांमुळे 'अवजड उद्योगधंदे, रसायने किंवा यांत्रिकी साहित्य' प्रत्यक्षात भारतात तयार होणार नसून, भारताच्या खऱ्या विकासास अडसर घालून भारताची बाजारपेठ ब्रिटिश मालाला कायम मिळवून देण्याचा तो एक ब्रिटिशांचा डाव आहे. २७ डिसेंबर १९४५ च्या 'बॉम्बे क्रॉनिकल'ने असे म्हटले आहे की, असल्या करारामुळे भारताच्या खऱ्या औद्योगिकीकरणात अडथळे निर्माण केले जातील आणि पुढे लवकरच सत्तेवर येणाऱ्या राष्ट्रीय सरकारला ते करार त्रासदायक होतील.''

भारतीय उद्योगपती आणि ब्रिटिश मक्तेदार ह्यांच्यामधील करार १९४५ मध्ये जोरात होऊ लागले आणि १९४६ च्या घटनात्मक समझोत्याची त्यांनी पार्श्वभूमी तयार केली.


## ९. भारतातील साम्राज्यशाहीचा परिणाम

भारतातील ब्रिटिश राजवट ही भारतात सामाजिक क्रांती घडवून आणणार आहे आणि ती क्रांती घडवून आणणारी एक अहेतुक ऐतिहासिक घटना आहे, असे मार्क्स म्हणाला. असे म्हणण्यात त्याला दोन मुख्य गोष्टी सांगायच्या होत्या– पहिली म्हणजे जुन्या सामाजिक चौकटीचा नाश करणे व दुसरी म्हणजे, नवीन सामाजिक जडणघडणीची भौतिक बैठक तयार करणे. ह्या दोन्ही क्रिया भारतात अजून चालू आहेत. तथापि जुन्या सामाजिक चौकटीवर चालू झालेल्या साम्राज्यशाही राजवटीच्या विकसनाने त्या झाकाळून गेल्या आहेत.

जुने हस्तव्यवसाय हळूहळू खलास होत आहेत. पूर्वीच्या हस्तव्यवसायात काम करणाऱ्या कामगारांची संख्या अजूनही आधुनिक उद्योगधंद्यातील मजुरांच्या संख्येपेक्षा जास्त आहे. खेड्यांतील जुन्या उद्योगधंद्यांचा नाश हा आता प्रतीकात्मक स्वरूप

धारण करत असून लवकरच शेतकी धंद्यात निर्वाणीचा क्षण निर्माण होण्याची चिन्हे दिसत आहेत.

तथापि मार्क्सने भाकीत केल्याप्रमाणे, ब्रिटिशांनी घातलेल्या मूलभूत पायावर आधुनिक औद्योगिकीकरण हळूहळू आकार घेत आहे. त्यामुळे भारतीय समाजात एक नवा 'कामगार वर्ग' निर्माण झाला आहे आणि हाच वर्ग भावी काळातील 'नव-समाजाचा' रचनात्मक आधार ठरणार आहे.

तथापि मार्क्सने आपला ग्रंथ लिहिला त्या वेळी अस्तित्वात नसलेले काही नवे प्रवाह आज उपलब्ध झाले आहेत. वरील बदल घडून येत असताना एक नवीन परिस्थिती ते निर्माण करत आहेत. आज भारतातील परिस्थिती इतकी पूर्णावस्थेला पोहोचली आहे की, त्यातून भारताची उत्पादनक्षमता आजच्या पातळीवर आणता येणे शक्य आहे आणि ही गरज दरसाल प्रामुख्याने स्पष्ट होत आहे. तथापि जुन्या भांडवलशाही वर्चस्वात क्रांतिकारक बदल घडवून आणण्याचे कार्य आधुनिक साम्राज्यवाद करण्यास तयार नाही. जुन्या रचनेचा नाश करून त्यावर नवीन घडी बसवून भौतिक मार्गातून प्रगती साधण्याचा साम्राज्यशाही प्रयत्न करत नाही. इतकेच नव्हे, तर आजचा साम्राज्यवाद, वरील स्वरूपाची प्रगती होऊ नये म्हणून सर्व आर्थिक व राजकीय वर्चस्वाचा उपयोग करून घेत आहे. भारतातील भांडवलशाही राजवट अशा तऱ्हेचा बदल घडवून आणील हे शक्य दिसत नाही. भारतातील आजच्या साम्राज्यवाद्यांचा दृष्टिकोन हा संपूर्णपणे प्रतिगामी आहे.

जुन्या भांडवलशाहीने भारतातील सामाजिक चौकटीला एकोणिसाव्या शतकाच्या पूर्वार्धात धडक मारली. प्रतिरोधक धार्मिक समजुतींना हादरा दिला. राजेशाहीला धक्का दिला आणि पाश्चिमात्य शिक्षण व संस्कृती ह्यांना वाव देऊन, छापण्याच्या उद्योगाला स्वातंत्र्य दिले. ह्याच काळात भारतीय समाजातील एक गट पुढे येऊ लागला, तो म्हणजे मध्यम-वर्ग, त्याचा प्रतिनिधी म्हणून राममोहन रॉय म्हणता येईल, त्याने ब्रिटिश राजवटीला सहकार्य दिले. त्याला विगत होत असलेले प्रतिगामी, असंतुष्ट राजे आणि जमीनदार ह्यांनी विरोध केला आणि ह्या सर्वांचे पर्यवसान १८५७ च्या उठावात झाले. शेतकऱ्यांवरील होणाऱ्या या जुलुमाला व पिळवणुकीला वाचा फोडील असा एकही पुढारी त्या वेळी निर्माण झाला नाही आणि हा उठाव शेवटी फसला.

१८५७ च्या उठावानंतर भारतातील ब्रिटिश राजवटीने आपल्या धोरणात बदल केला. आजची भारतातील साम्राज्यशाही संस्थानिकांना आपल्या हातातल्या बाहुल्या करून त्यांची राजकीयदृष्ट्या भलावण करण्याचा प्रयत्न करते.,उदाहरणार्थ, कॅबिनेट

मिशनचा निवाडा (ॲवॉर्ड) सामाजिक आणि धार्मिक प्रतिगाम्यांचे काळजीपूर्वक संरक्षण करते, सुधारकांच्या वाजवी मागण्यांना विरोध करते, बळजबरीने भाषण आणि विचारस्वातंत्र्याची मुस्कटदाबी करते आणि सामाजिक, शैक्षणिक व औद्योगिक प्रगतीच्या जनतेच्या मागण्यांना विरोध करते. ह्या सर्व लक्षणांवरून एवढे निदान करता येते की, भारतातील आजची साम्राज्यशाही ही भारतीयांच्या सामाजिक, राजकीय व आर्थिक प्रगतीच्या मार्गांतील एक धोंड आहे.

ह्यामुळे सामाजिक क्षेत्रातील प्रागतिक विचाराचे लोक साम्राज्यशाहीला शत्रू लेखून राष्ट्रीय उठावासाठी अहमहमिकेने संघटित झाले. ह्याउलट खंगत चाललेल्या या प्रतिगामी शक्तीच साम्राज्यशाहीला मदत करताना दिसतात.

आजची भारताची वाढती उत्पादनक्षमता कालबाह्य झालेल्या आर्थिक चौकटीला रोखण्यासाठी, झगडणाऱ्या साम्राज्यशाहीच्या शृंखला तोडून टाकण्यासाठी झगडत आहे. आजच्या शेतीच्या क्षेत्रातील निर्वाणीची परिस्थिती ही त्याचे द्योतक आहे. अठराव्या शतकाच्या उत्तरार्धात ज्याप्रमाणे फ्रान्समध्ये क्रांती झाली किंवा झारशाहीत रशियात क्रांती झाली, तशी परिस्थिती भारतात शेतकरी निर्माण करील अशी चिन्हे दिसत आहेत. भारतात शेतीच्या क्षेत्रात असंतोष धुमसत आहे, पण त्याला राष्ट्रीय लोकशाही स्वातंत्र्याच्या चळवळीने वाव मिळवून दिला आहे आणि ती आज साम्राज्यशाहीविरुद्ध चालू आहे आणि ह्या दोन्ही शक्तींचे संघटन हे भारताचा नवा इतिहास घडवणार आहे.

आजची भारताची राजकीय परिस्थिती आणि राष्ट्रीय चळवळीचे प्रश्न ह्याचा आढावा घेण्यापूर्वी भारताच्या शेतीविषयक प्रश्नाकडे प्रथम पाहू.

■

भारताचा शेतीविषयक मूलभूत प्रश्न

# प्रकरण ७
## शेतजमिनीची भीषण अवस्था

### १. शेतकऱ्याच्या उत्पन्नावर असह्य भार

''शेतकऱ्याच्या आजच्या दैन्यावस्थेत भावी कृषिभूमिविषयक (ॲग्नेरियन्) क्रांतीची चिन्हे दिसतात.'' (प्रो. आर. मुकर्जी- 'लँड् प्रॉब्लेम्स ऑफ इंडिया,' १९३३)

भारतीय शेतकऱ्यांचे दारिद्र्य व दैन्यावस्था ही सर्व जगात अत्यंत भयंकर ठरतील. अलीकडे लिहिलेल्या आपल्या 'लँड प्रॉब्लेम्स ऑफ इंडिया' ह्या उत्कृष्ट ग्रंथात प्रा. राधाकमल मुकर्जी म्हणतात–

''भारतातील शेतकरी समाज अत्यंत अपुऱ्या सामग्रीवर जगतो. प्रत्यक्ष शेती करणारांची परिस्थिती आपण पाहिली तर वरील तुटपुंजी सामग्री सुद्धा अत्यंत विषम प्रमाणात वाटलेली दिसते. जमिनीच्या मालकी हक्कात व कूळवहिवाटीत गेल्या पन्नास वर्षांत झालेले बदल असे दर्शवितात की, मूळचे वितरणदोष दिवसेंदिवस वाढतच आहेत. लहान शेतकऱ्यांची खालावलेली परिस्थिती, ह्याउलट, जमीनदार व जमिनीचे स्वामित्व हरण झालेला शेतकरी ह्यांच्यातील वाढते अंतर, उत्पन्न घेणाऱ्या वर्गातील वाढ आणि काबाडकष्ट करणारे शेतकरी गुलाम ह्यांमधील फरक- ह्या सर्व परिस्थितीवरून शेतकी इतिहासात निर्वाणीचा क्षण लवकरच येणार असे दिसते.

शेतकरी वर्गातील अस्मितेची अंधुक जाणीव भारताच्या काही भागांत ऐकू येऊ लागली आहे. तीच आजच्या शेतकीच्या व्यवस्थेला आव्हान देईल.'' (पान ४).

त्यांनी काढलेला निष्कर्ष असा :

''शेतीच्या आजच्या व्यवस्थेत बदल करणे अत्यंत आवश्यक आहे, असे निरनिराळ्या राजकीय व आर्थिक क्षेत्रातील विचारवंतांचे मत आहे, आणि हे मत आता समाजातील सर्व थरांना पटले आहे. फार मोठी लोकसंख्या शेतीवर अवलंबून असल्याकारणाने शेतीवरील ओझे वाढले आहे, त्यामुळे जमिनीचे इतके लहानलहान तुकडे झाले आहेत की, एका सर्व कुटुंबाला काम करण्यास ते पुरेसे नाहीत, किंवा आजच्या खालच्या पातळीवर असलेली जीवनराहणीही त्याला पेलत नाही. ह्याचबरोबर

जमीनदार हा आता उत्पादन करणारा राहिला नसून फक्त उत्पन्न घेणारा झाला आहे. त्याने शेतीच्या व्यवसायातील पूर्वीच्या सहकार्याची भूमिका आता सोडली आहे. आज तो शेतीला आवश्यक असे भांडवल किंवा अवजारे देऊ शकत नाही किंवा शेत-लागवडीत भाग घेऊ इच्छित नाही. त्याच्याखाली एक नवा मध्यमवर्ग निर्माण झाला आहे. त्याने आजच्या गुंतागुंतीच्या शेतीच्या व्यवस्थेत आपला फायदा करून घेऊन शेतकऱ्याच्या गरिबीला आता भीषण स्वरूप प्राप्त करून दिले आहे. ही टीका नसून हे फक्त वस्तुस्थितीचे त्रोटक वर्णन आहे. जुनी व्यवस्था आता मोडकळीस आली आहे, म्हणून आजच्या कृषिविषयक व सामाजिक गरजांना उपयुक्त ठरेल अशी नवी घडी निर्माण करणे आवश्यक आहे.'' (पाने ३६१-६२).

आजच्या भारतातील शेतीची वरील समस्या सर्व विचारवंतांना पटली आहे. तथापि ह्यावर काय उपाय योजावेत व ते कसे कार्यवाहीत आणावेत, हा विचार करू लागलो म्हणजे, आजच्या साम्राज्यशाहीच्या राजवटीतील भारताची आर्थिक व सामाजिक परिस्थिती समोर उभी राहते. आजच्या शेतीच्या व्यवस्थेतच आजच्या सामाजिक चौकटीचा पाया साम्राज्यशाहीने कसाबसा सांभाळला आहे आणि त्यातूनच जनतेचे जीवन बरबाद होत आहे. ह्याच परिस्थितीत बदल घडवून आणण्यास आवश्यक असलेली जोरदार शक्ती बळावत आहे. तीच आजची व्यवस्था मोडून तिच्या जागी नवी रचना अमलात आणणार आहे. आजची समाजातील गट-रचना व सामाजिक संबंध आणि साम्राज्यशाहीच्या वर्चस्वाखाली सांभाळलेली आर्थिक चौकट ह्यांचा विचार केल्याखेरीज भारतातील कृषिविषयक प्रश्नाचा अलगपणे विचार करता येणार नाही.

भारतातील कृषिविषयक प्रश्नांचा विचार करण्यासाठी १९२६ साली रॉयल कमिशनची नेमणूक करण्यात आली. त्याचा रिपोर्ट १९२८ साली बाहेर पडला, तो आठशे पानांचा असून, त्याबरोबर पुराव्याचे सोळा ग्रंथ आहेत. रिपोर्टच्या उद्देशात असे म्हटले आहे की, शेतीत सुधारणा करण्याबद्दल आणि खेड्यांतील जनतेच्या उत्कर्षासंबंधी त्यात शिफारशी असाव्यात, तथापि त्याबरोबर असाही आदेश देण्यात आला आहे की, ''आज जमिनीची असलेली मालकी, कूळवहिवाट किंवा धारावसुलीचा आणि पाटबंधाऱ्यांचा खर्च, ह्याबद्दल कमिशनने काहीही सूचना करू नये.''

हा आदेश म्हणजे डेन्मार्कच्या राजपुत्राशिवाय हॅम्लेट करण्यासारखे आहे. भारतातील कृषिविषयक प्रश्नाचा विचार हा आजच्या शेतकी व्यवस्थेचा विचार केल्याशिवाय होऊच शकणार नाही.

आजच्या कृषिविषयक प्रश्नांतील प्राथमिक स्वरूपाचे मूलभूत प्रश्न की, ज्यामुळे

आज त्या क्षेत्रात निर्वाणीची परिस्थिती निर्माण झाली आहे, ते असे:

(१) आर्थिक प्रगतीचे दुसरे मार्ग बंद झाल्यामुळे जनतेचे शेतीवरील असह्य ओझे.

(२) जमिनीतील मक्तेदारीचे आणि शेतकऱ्यांवरील ओझ्याचे दुष्परिणाम.

(३) सामान्य तंत्र आणि त्याची सुधारणा करण्यातील अडथळे.

(४) ब्रिटिश राजवटीखाली शेतीतील कुंठितता व ऱ्हास.

(५) शेतकऱ्यांची वाढती दैन्यावस्था, जमिनीची तुकडेतोड आणि मोठ्या प्रमाणात धारणत्याग (डिस्पझेशन).

(६) समाजातील वाढता वर्ग-विग्रह व त्यामुळे शेतकऱ्यांच्या संस्थेतील घसरगुंडी जी $\frac{१}{२}$ वरून $\frac{१}{३}$ वर गेली व आता त्यातून निर्माण झालेला भूमिहीन श्रमजीवी (लँडलेस् प्रोलेटेरिएट्) वर्ग.

ह्या मूलभूत समस्यांचा अभ्यास केला तरच कृषिविषयक प्रश्नाला तोडगा सापडू शकेल.


## २. शेतकीवरील फाजील ओझे

ज्या भारताचा लोकशाही व समाजवादी दृष्टीने विकास व्हावा असे लोकांना वाटते त्यांना ह्या प्रगतीत नेहमी एक अडसर दिसतो तो म्हणजे भारत जरी खंडप्राय देश असला तरी तो वृत्तीने 'ग्राम-खंड' (व्हिलेज-कॉन्टिनंट) आहे, कारण बहुतेक जनता खेड्यांतच आहे.

बहुसंख्य समाज ग्रामीण भागात शेतीवर अवलंबून असून, काही लोक पाश्चिमात्य पद्धतीच्या सुधारणा शहरात करून राहात आहेत, त्यामुळे ह्या दोहोंतील फरकावरून भारतीय लोक मागास आहेत आणि त्यांच्यात सुधारणा करताना सावधगिरी बाळगिली पाहिजे असे म्हटले जाते.

१९१८ च्या माँटेग्यु-चेम्सफर्ड रिपोर्टमध्ये 'भारतातील परिस्थिती' ह्यावर एक वैशिष्ट्यपूर्ण परिच्छेद लिहिला आहे. तो असा :

''शेती हा लोकांचा प्रमुख व्यवसाय आहे. इंग्लंडसारख्या औद्योगिक विकास झालेल्या देशात १०० पैकी ५८ लोक उद्योगधंद्यांत असतात आणि फक्त ८ शेतावर राहतात. पण भारतात शेकडा ७१ लोक शेतीवर असतात. सर्व भारतात ३१५ दशलक्ष लोकांपैकी २२६ दशलक्ष शेतीवर असतात आणि त्यांपैकी २०८ दशलक्ष प्रत्यक्ष शेती करून राहतात.''

त्याचप्रमाणे १९३० साली इंग्लंडमधील जनतेला भारताची माहिती देण्याच्या

उद्देशाने जो 'सायमन रिपोर्ट' तयार केला गेला त्याची सुरुवात 'शेतीचे वर्चस्व' ह्या शीर्षकाखाली केली आहे, आणि शेवटी, ''भारतात होणारा बदल हा हळूहळू होणे साहजिक आहे.'' अशी मल्लिनाथी केली आहे.

''कोणताही सर्वसाधारण राजकीय बदल हा भारतात फार सावकाशीने होणे शक्य आहे. कारण खेड्यातील जनतेचा दृष्टिकोन रुंदावणे, गतानुगतिक चालू असलेल्या रूढींतून त्यांना वाटणाऱ्या हवा, पाणी, पिके आणि गुरेढोरे ह्या विषयींचा आदर कमी करणे; त्याचप्रमाणे सण, सोहळे व समारंभ ह्यांना बंधन घालणे आणि दुष्काळ व अतिअवर्षण ह्याबद्दलची त्यांची भीती नाहीशी करणे-ह्या सर्व गोष्टी एकदम बदलणे शक्य नाही.''

येथे दिलेली माहिती म्हणजे, भारतीय जनता शेतीवर जगते आणि औद्योगिक विकास झालेल्या देशांतील राहणी भारतातील राहणीपेक्षा निराळी आहे ही खरी आहे. तथापि ही माहिती देताना त्यामागे साम्राज्यशाहीच्या वसाहतीतील राजकीय धोरण सर्वस्वी जबाबदार आहे, हे न सांगितल्यामुळे, वरील विधान खोटे व गैरसमज पसरवणारे ठरते. त्यामुळे त्यातून काढलेला निष्कर्षही सर्वस्वी खोटा ठरतो. कारण भारतात कृषिविषयक क्षेत्रात निर्माण होत असलेली निर्वाणीची परिस्थिती हीच भारतात जलदीने सुधारणा घडवून आणणार आहे.

साम्राज्यशाहीच्या प्रचारातून आजच्या भारताचे जे चित्र रंगविले जाते, त्यात भारतीय जनता अडाणी व मागास असून $\frac{3}{4}$ भारतीय लोक शेतीवर जगतात, असे सांगण्यात येते, पण ही धूळफेक आहे. भारताची शेतीवर अवलंबून राहण्याची ही परिस्थिती अनादिकालापासून भारतात चालत आलेली नाही, ती संपूर्णपणे अर्वाचीन आहे, आणि तिचे पितृत्व साम्राज्यशाही राजवटीकडे जाते. शेतीवर जगणाऱ्यांच्या संख्येतील वाढ ब्रिटिश राजवटीत होत गेली. ह्याच साम्राज्यशाही राजवटीने मागील काळात शेती व उद्योगधंदे ह्यांवर समसमान जगणाऱ्या भारतीयांचे उद्योगधंदे नाश करून त्यांना संपूर्णपणे शेतीवर जगणे भाग पाडले.

गेल्या पन्नास वर्षांच्या सरकारी शिरगणतीवरून भारताचे खरे चित्र उपलब्ध होते. त्यामागील काळाचे आकडे मिळाले असते, तर ते चित्र जास्त बोलके झाले असते. एकोणिसाव्या शतकाच्या पहिल्या पंचाहत्तर वर्षांत ही भयंकर उलथापालथ घडून आली. त्यामुळे भारतीयांचे उद्योगधंदे जमीनदोस्त करण्यात आले. पूर्वीची भरभराटीत असलेली औद्योगिक केंद्रे कोलमडून पडली, लोकांना शहरे सोडून खेड्यांत जाणे भाग पडले आणि खेड्यांतील कित्येक कुशल कामगारांचे जीवन बरबाद करण्यात आले. ह्या काळाची सांख्यिकी आधारसामग्री उपलब्ध नाही, तथापि अलीकडच्या

काळातील शिरगणतीचे आकडे उपलब्ध आहेत त्यावरून हे स्पष्ट होते की, भारताचा हा सत्यानाश ज्या रीतीने पूर्वी केला गेला ती रीत आजही आपल्यासमोर चालू आहे.

पहिली शिरगणती १८८१ मध्ये घेतली गेली तथापि ती अत्यंत अपुरी होती आणि तिच्या आधारावर तुलना करता येत नाही. ११५ दशलक्ष व्यवसायी लोकांपैकी ५१ दशलक्ष शेतकरी होते. हे निम्म्यापेक्षाही कमी असलेले प्रमाण खात्रीने फार कमी आहे.

१८९१ ते १९२१ ह्या काळातील संख्या-विवरण उपलब्ध आहे, त्यावरून खालील परिस्थिती स्पष्ट होते. ते आकडे असे:

### शेतीवर जगणाऱ्या लोकसंख्येचे शेकडा प्रमाण

| | |
|---|---|
| १८९१ | ६१.१ |
| १९०१ | ६६.५ |
| १९११ | ७२.२ |
| १९२१ | ७३.० |

१९३१ साली हे वर्गीकरण अशा रीतीने बदलण्यात आले की, शेतीवर अवलंबून राहणाऱ्यांची शेकडेवारी ६५.६ व्हावी. तथापि हा बदल फक्त कागदावर झाला, वस्तुस्थितीत बदल होऊ शकला नाही. ह्यामुळे १९२१ ते १९३१ ह्या काळात शेतीवर अवलंबून राहणाऱ्यांच्या शेकडेवारीत दाखवण्यात आलेली घट ही केवळ धूळफेक आहे. तिचा परिणाम म्हणजे वर्गवारीत बदल दाखवता येईल, पण प्रत्यक्ष व्यवसायात नव्हे. ''शेतकी व बागायती ह्यात काम करणाऱ्यांची शेकडेवारी १९२१ ते १९३१ ह्या काळात मुळीच बदललेली नाही.'' (ऑन्स्टे- 'इकॉनॉमिक डेव्हलपमेंट ऑफ इंडिया,' पान ६१) 'इंडियन सेंट्रल बँकिंग इन्क्वायरी कमिटी'ने १९३१ साली रिपोर्ट दिला, (पान ३९) तो असा:

शेतीवर अवलंबून असणाऱ्या लोकांचे प्रमाण फार मोठे आहे आणि ते दिवसेंदिवस वाढतच आहे. ते प्रमाण १८९१ मध्ये ६१ टक्के होते ते १९०१ मध्ये ६६ टक्क्यांवर गेले आणि १९२१ मध्ये ७३ टक्क्यांवर चढले. शिरगणतीचे आकडे आम्हांला उपलब्ध नाहीत, तथापि हा आकडा १९३१ मध्ये अधिक वाढला आहे, असा अंदाज सहज करता येतो.

प्रोफेसर वाडिया आणि मर्चंट म्हणतात की, 'पूर्वीची वर्गवारी पद्धत शिरगणतीच्या साठी वापरात आणली असती तर शेतीवर अवलंबून राहणारांची १९३१ मधील एकूण शेकडेवारी लोकसंख्येच्या ७५ टक्के झाली असती.' ('अवर इकॉनॉमिक

प्रॉब्लेम' पान ८६). बदललेल्या वर्गवारीप्रमाणे सुद्धा सन १९३१ च्या आकड्याप्रमाणे ६६.६ टक्के लोक शेतीवर जगतात आणि हा आकडा १८९१ च्या ६१.१ टक्क्यांपेक्षा अधिक आहे.

शेतीवर वाढत्या प्रमाणात लोकांना राहावे लागत आहे, हा ब्रिटिश भांडवलदारी धोरणाचा परिणाम आहे, ही गोष्ट चॅप्टर ५.३ मध्ये सांगितलेली आहेच. ही कारणे शिरगणतीच्या १९११ च्या आयुक्ताने मान्य करताना असे म्हटले आहे की;

"युरोपातील स्वस्त कापडाचे तागे आणि पात्रे (युटेनसिल्स) प्रचंड प्रमाणात आयात करून आणि पाश्चिमात्य पद्धतीचे अनेक कारखाने भारतात काढून, खेड्यातील उद्योगधंद्यांचा नाश करण्यात आला आहे. शेतीच्या उत्पादनाच्या किमतीमुळे खेड्यातील कारागिरांनी आपले व्यवसाय बंद करून ते शेतकी व्यवसायाकडे वळले. खेड्यातील जुन्या उद्योगधंद्यांतील संस्थांचे हे विघटन मोठ्या प्रमाणावर चालू आहे. त्याचे प्रमाण निरनिराळ्या ठिकाणी निरनिराळे आहे. हा बदल प्रगत इलाख्यात नजरेत भरण्यासारखा आहे.'' (सेन्सस् ऑफ इंडिया रिपोर्ट, १९११, व्हॉ. १, पान ४०८)

१९११ पासून उद्योगधंद्यांची घसरगुंडी आणि त्याचा परिणाम म्हणून केवळ शेतीवर अवलंबून राहणारांचे प्रमाण हे आता अत्यंत वाढले आहे. १९११ ते १९३१ ह्या काळात उद्योगधंद्यावर अवलंबून असणारांचे प्रमाण दोन दशलक्षांनी घटले आणि त्याच काळात लोकसंख्या ३८ दशलक्षांनी वाढली.

**उद्योगधंद्यावर अवलंबून असलेल्या लोकांची शेकडेवारी**

| | |
|---|---|
| १९११ | ५.५ |
| १९२१ | ४.९ |
| १९३१ | ४.३ |

ह्या वीस वर्षांत लोकसंख्या १२ टक्क्यांनी वाढली. उद्योगधंद्यात कामावर असलेल्यांची संख्या १२ टक्क्यांनी कमी झाली आणि एकूण लोकसंख्येतील औद्योगिक कामगारांचे प्रमाण $\frac{1}{5}$ पेक्षा अधिक घटले. त्यात पुढे १९४१ मध्ये अधिक म्हणजे ४.२ टक्के घट झाली. ह्यावरून औद्योगिक व्यवसायाचा केवढा भयंकर नाश करण्यात आला ते दिसून येते. हस्तव्यवसायांचा अशा प्रकारे नाश केल्यावर त्या जागी आजचे उद्योगधंदे चालू करण्यात आले नाहीत. त्यामुळे शेतीवर जगणारांच्या संख्येत प्रचंड प्रमाणात वाढ झाली.

त्याचप्रमाणे अखाद्य वस्तूंचे उत्पादन खाद्य पदार्थांच्या उत्पादनापेक्षा वाढले. १८९२-९३ आणि १९१९-२० ह्या वर्षांत खाद्य पिकाच्या जमिनीचे क्षेत्र १८७

दशलक्ष एकरावरून २१० दशलक्ष एकरांवर गेले, म्हणजेच सात टक्क्यांनी वाढले. अखाद्य वस्तूंच्या उत्पादनाखालील जमिनीचे क्षेत्र ३० दशलक्ष एकरांवरून ४३ दशलक्ष एकरांवर चढले म्हणजेच ४३ टक्क्यांनी वाढले. (वाडिया अँड जोशी 'वेल्थ ऑफ इंडिया') हा बदल चालूच आहे. १९१०-११ ते १९१४-१५ व १९३४-३५ ह्या काळात अन्नधान्य उत्पादनाची जमीन १२.४ टक्क्यांनी वाढली. अखाद्य उत्पादनाची जमीन ५४ टक्क्यांनी वाढली (आर. मुकर्जींच्या 'फूड प्लॅनिंग फॉर फोर हंड्रेड मिलीयन्स' पान १६ वरील तक्ता). १९३४-३५ ते १९३९-४० ह्या काळात अन्नधान्य उत्पादनाच्या जमिनीत १.५ दशलक्ष एकराची घट झाली, तर अखाद्य वस्तूंच्या उत्पादनाच्या जमिनींत १.६ दशलक्ष एकरानी वाढ झाली. कच्च्या कापसाची निर्यात १९००-१ ह्या वर्षांत जी १७८००० टन होती ती १९३६-३७ ह्या वर्षांत ७६२.१३३ टन झाली म्हणजेच ३२८ टक्क्यांनी वाढ झाली. (१९३९-४० मध्ये ही निर्यात ५२६.४११ टन होती.) चहाची निर्यात १९००-१ मध्ये १९० दशलक्ष वजनी पौंड होती ती १९३९-४० मध्ये ३५९ दशलक्ष वजनी पौंड झाली. गळित धान्याची निर्यात १९००-१ मध्ये ५४९००० टन होती, ती १९३८-३९ मध्ये ११७२८०२ टन झाली.

अशा रीतीने शेतीवर अवलंबून राहणारांची भाऊगर्दी वाढत गेली आणि त्याचबरोबर अखाद्य वस्तूंचे उत्पादन वाढून त्याची निर्यात होऊ लागली. (ह्यातून भारतीयांची उपासमार सुरू झाली) हा ब्रिटिश भांडवली राजवटीच्या धोरणाचा परिणाम झाला व कच्च्या मालासाठी भारताच्या बाजारपेठेचा ब्रिटिशांना उपयोग होऊ लागला.

"शेतीवर अवलंबून राहणारांच्या संख्येत वाढ आणि शेतकऱ्यांची पिळवणूक ही भारताच्या दारिद्र्याची खरी समस्या आहे. शेतीवर अवलंबून राहणाऱ्यांच्या संख्येत सातत्याने चालू असलेली वाढ ही भारतीय जनतेची मुख्य समस्या आहे. भारतातील ब्रिटिश भांडवलशाहीची राजवट हीच तिला प्रामुख्याने जबाबदार आहे. १८८० च्या 'फॅमिन् कमिशन' ने ही गोष्ट मान्य केली आहे, त्याचा उल्लेख पूर्वी आलेला आहे.''

१८४० मध्ये सर चार्ल्स ट्रेव्हिलिन ह्याने 'हाऊस ऑफ कॉमन्स' च्या सिलेक्ट कमिटीला कळवले की :

"आपण त्यांच्या वस्तुनिर्मितीची (मॅन्युफॅक्चरसची) वाट लावली आहे. जमिनीच्या उत्पन्नाखेरीज अवलंबून राहण्यासारखे त्यांच्याजवळ काहीही नाही.''

नंतर शंभर वर्षांनी शेतीवरील रॉयल कमिशनने १९२८ च्या रिपोर्टमध्ये हीच दुर्दैवी कहाणी कथन केली (रिपोर्ट पान ४३३).

"जमिनीवर जगणाऱ्यांची भाऊगर्दी, उपजीविकेसाठी कोणत्याही पर्यायी साधनाचा

अभाव, ह्या परिस्थितीतून सुटण्याची अशक्यता आणि लहान वयातच अंगावर पडणारी कौटुंबिक जबाबदारी ह्या सर्व कारणांमुळे शेतकऱ्याला जेथे जमीन मिळेल तेथे व ती मिळेल त्या अटीवर घेऊन उत्पन्न काढणे आवश्यक झाले आहे.''

### ३. शेतीवरील फाजील ओझ्याचे परिणाम

शेतीवर फाजील ओझे असताना ह्या अविकसित शेतीतून अधिक उत्पन्न काढून ''अधिकांची गरज पुरवा'' ही मागणी, सातत्याने वाढणाऱ्या लोकसंख्येकडून येत असते.

ह्याउलट शेतजमिनीच्या उत्पादनाची मर्यादित क्षमता, मक्तेदारीच्या पद्धतीचे शेतीवरील दुष्परिणाम आणि न पेलणारे पिळवणुकीचे ओझे, ह्यामुळे वरील वाढत्या मागणीचा पुरवठा करणे अशक्य असते.

ह्या दुष्टचक्राच्या फेऱ्यात भारतीय शेतीव्यवसाय गुरफटला असून, त्यातून निर्वाणीचा क्षण जवळ येत आहे. त्याचे दुष्परिणाम म्हणजे शेतीविकासाची कुचंबणा, अति ओझ्याखाली दडपून गेल्यामुळे आजच्या उत्पादनक्षमतेची घसरगुंडी, आणि शेतकऱ्याच्या विपन्नावस्थेची परिसमाप्ती.

जमिनीवर अवलंबून असलेल्यांच्या संख्येत वाढ म्हणजे आज जी जमीन प्रत्येकास लागवडीस मिळत आहे ती कमी होत जाणे, हे होय.

१९११ मध्ये सर थॉमस होल्डरनेस लिहितो:

''संस्थाने धरून भारताची लोकसंख्या ३१५ दशलक्ष आहे. ह्यापैकी $\frac{3}{4}$ शेतीवर जगते. लागवडीखाली किती जमीन आहे, ते समजत नाही. कारण संस्थानिकांकडून आलेली विवरणे अपुरी आहेत. तथापि आमचा असा अंदाज आहे की, शेतीवर जे लोक जगतात त्यांना प्रत्येकी सव्वा एकरापेक्षा कमी जमीन लागवडीस मिळते.'

''भारतातील शेतजमिनीला, प्रचंड भारतीय लोकसंख्येला फक्त अन्नपुरवठा करावा लागतो एवढेच नव्हे, तर तिच्यातील मोठा हिस्सा, जे उत्पादन निर्यात करावे लागते त्याच्या लागवडीसाठी राखून ठेवावा लागतो. खरे म्हणजे हे उत्पन्न आयातीचा खर्च देते आणि आंतरराष्ट्रीय क्षेत्रात झालेल्या कर्जाचे निवारण करते. ही निर्यातीच्या उत्पादनासाठी लागणारी जमीन सोडली तर जी शिल्लक राहते, तिच्यापैकी दरडोई $\frac{2}{3}$ एकर जमीन लागवडीस मिळते. अशा प्रकारे माणशी दोन तृतीयांश एकरात जे उत्पादन मिळते त्यातून भारताची जनता अन्न व वस्त्रप्रावरण यांची गरज भागवते.

बहुधा जगात असा एकही देश नसेल की जेथे जमिनीकडून एवढी अपेक्षा केली जाते.' (सर थॉमस होल्डनेस 'पीपल्स अँड प्रॉब्लेम्स ऑफ इंडिया' १९११, पान १३९).

१९१७ साली बॉम्बे डायरेक्टर ऑफ ॲग्रिकल्चर डॉ. हॅरोल्ड एच. मान याने पुण्याच्या एका खेड्याची तपासणी करून ती प्रसिद्ध केली. त्याला असे आढळून आले की, १७७१ मध्ये सर्वसाधारणपणे चाळीस एकर जमीन प्रत्येकाकडे असे. १८१८ साली १७$\frac{१}{२}$ एकर होती. १८२०-४० ह्या काळात तो आकडा १४ एकरांवर घसरला. १९१४-१५ ह्या वर्षी तो सात एकर झाला. त्याला असे दिसले की, ८१ टक्के जमीन तिची मशागत करणाऱ्यांना पुरेसे अन्न देऊ शकत नव्हती. ह्यावरून त्याने पुढील अनुमान काढले :

"ह्या वरून हे उघड आहे की, गेल्या साठ किंवा सत्तर वर्षांत जमिनीच्या सुपीकपणात बदल झाला आहे. ब्रिटिश येण्यापूर्वींच, ते आल्यानंतरच्या काही वर्षांत, शेतकऱ्यांकडील जमीन पुरेशी होती. बहुधा माणशी ती नऊ ते दहा एकर असे. ज्यांच्याकडे फक्त दोनच एकर जमीन होती असे लोक फार थोडे होते, जवळजवळ नव्हतेच. आता जमिनीच्या गटांची संख्या दुपटीवर गेली आहे आणि ह्यांपैकी ८१ टक्के गट असे आहेत की, प्रत्येक गटांत दहा एकरापेक्षा कमी जमीन आहे आणि जवळजवळ साठ टक्के गटांत प्रत्येकी पाच एकरांपेक्षा ती कमी आहे.' (डॉ. एच. एच. मान 'लँड अँड लेबर इन ए डेक्कन व्हिलेज'व्हॉल्यूम १, १९१७, पान ४६)

दुसऱ्या इलाख्यांच्या पाहणीतून असेच निकाल मिळाले आहेत. डॉ. कोटिंग ह्याने असे मत व्यक्त केले आहे की, एका माणसाकडे, मुंबई इलाख्यात लागवडीसाठी असलेली जमीन एवढी कमी झाली आहे की, तिची योग्य लागवड करणे अशक्य आहे. डॉ. स्लेटर यास असे दिसले की, मद्रासमध्ये वरील सारखीच परिस्थिती आहे. इतर प्रांतांतही परिस्थिती जवळजवळ सारखीच आहे.

(ॲग्रिकल्चरल कमिशन रिपोर्ट, पान १३२).

१९२१ च्या शिरगणतीत, एका शेतकऱ्याकडे लागवडीखाली असलेली एकर जमीन पुढीलप्रमाणे होती :

| | | | |
|---|---|---|---|
| मद्रास | ४.९ | ब्रह्मदेश | ५.६ |
| युनायटेड प्रॉव्हिन्सेस | २.५ | पंजाब | ९.२ |
| आसाम | ३.० | सेंट्रल प्रॉव्हिन्सेस व बेरार | ८.५ |
| बिहार व ओरिसा | ३.१ | मुंबई | १२.२ |
| बंगाल | ३.१ | | |

हे आकडे सर्वसाधारण प्रमाणाचे आहेत. त्यात काही लोकांकडे वरील आकड्यांपेक्षा अति कमी प्रमाण असेल, तर काहींच्या बाबतीत ते जास्त असेल.

'सोशल अँड इकॉनॉमिक सर्व्हे ऑफ कोकण व्हिलेज' ह्यात मिळालेल्या (प्रसिद्ध करणार-प्रॉव्हिन्शियल को-ऑपरेटिव्ह इन्स्टिट्यूट, मुंबई रूरल-इकॉनॉमिक्स सीरीज नं.३) माहितीवरून, १९२ एकर जमीन लागवडीखाली असलेल्या एका खेड्यात असे दिसून आले की, ११३ एकर जमीन, जे शेतकरी नव्हते अशा २४ लोकांकडे होती म्हणजे सरासरी ४.७१ एकर, तर २८ शेतकऱ्यांकडे मालकीची ७८ एकर जमीन होती, म्हणजेच सरासरी २.८५ एकर होती.

'ए सर्व्हे ऑफ इकॉनॉमिक लाइफ इन ए मद्रास व्हिलेज' (प्रसिद्ध करणार, युनिव्हर्सिटी ऑफ मद्रास, इकॉनॉमिक सीरीज नं. २) ह्या ग्रंथावरून असे दिसून आले की, चौतीस टक्के जमीनधारकांकडे जेमतेम एक एकर जमीन होती.

ॲग्रिकल्चरल कमिशन रिपोर्ट, ज्यांना कायम मक्तेदारीने जमीन दिलेली नव्हती अशा शेतकऱ्यांबद्दल म्हणजेच बहुसंख्य शेतकऱ्यांबद्दल असे म्हणतो की, (पान १३३) पंजाब प्रांताचे आकडे उपलब्ध आहेत त्यावरून असे दिसते की, २२.५ टक्के शेतकरी एक एकर किंवा त्याहूनही कमी जमीन लावतात. १५.४ टक्के एक ते अडीच एकर जमीन लावतात. १७.९ टक्के अडीच ते पाच एकर आणि २०.५ टक्के पाच ते दहा एकर जमीन लावतात. मुंबई सोडून व ब्रह्मदेश वगळून दुसरे सर्व प्रांत असे आहेत की, तेथे ह्याहीपेक्षा कमी प्रमाणात जमीन एका शेतकऱ्याकडे आहे.

अशा रीतीने अधिक सुपीक अशा पंजाब प्रांतातसुद्धा जवळजवळ $\frac{1}{3}$ शेतकरी $२\frac{1}{2}$ एकरापेक्षा कमी जमीन लावतात आणि निम्म्याहून अधिक, पाच एकरापेक्षा कमी लावतात.

१९२१ चा शिरगणतीचा रिपोर्ट बंगालबद्दल म्हणतो की, लावलेल्या जमिनीचे प्रमाण दर शेतकऱ्यामागे २.२ एकर होते. ह्या आकड्यावरून जमीन लावणाऱ्या शेतकऱ्याची गरिबी उघड होते.

ह्या अशा सत्य गोष्टी आहेत की, त्यांच्याकडे दुर्लक्ष करून चालणार नाही.

ह्यातून भीतिदायक, जुनाट व वाढती जमिनीची भूक व्यक्त होते. ज्याप्रमाणे रशियातील कृषिविषयक प्रश्न एकच मार्ग दाखवत होता त्याप्रमाणेच वरील गोष्टी शेतकऱ्यांची भूक व्यक्त करतात.

## ४. शेतकीचा कोंडमारा व निकृष्टावस्था

ह्या जुनाट आणि वाढत्या जमिनीच्या गरजेवरून आपण असा निष्कर्ष काढावयाचा काय की लोकसंख्येच्या मानाने जमीन अतिशय थोडी आहे? ह्याउलट, जरी अनेकांचा असा समज असला तरी वस्तुस्थिती तशी नाही (चॅप्टर २,३).

जमीन अत्यंत अपुरी आहे, हा प्रश्न नाही. त्याला पहिले कारण म्हणजे, निरनिराळे निर्बंध व विकासाकडे दुर्लक्ष ह्यामुळे लागवडीसाठी उपलब्ध असलेली जमीन संपूर्णपणे लावली जात नाही. दुसरे असे की, आजच्या सामाजिक चौकटीमुळे शेतीवर पडत असलेले भयंकर ओझे, तांत्रिक सुधारणेतील अडचणी व प्रगल्भ संघटनेचा अभाव ह्या कारणांमुळे योग्य उत्पादन होत नाही.

आज आहे ह्या सामान्य तांत्रिक ज्ञानावर सुद्धा लागवड करता येण्यासारखी जमीन उपलब्ध करून घेतली व त्याला जरूर ती पाटबंधाऱ्याची मदत दिली, तर आज उपलब्ध असलेली जमीन ४४७ दशलक्ष लोकांना म्हणजे आजच्या लोकसंख्येच्यापेक्षा सत्तर टक्के अधिक लोकांना ती अन्न पुरवू शकेल (आर. मुकर्जी– 'फूड प्लॅनिंग फॉर फोर हंड्रेड मिलीयन्स.' पा. २६).

भारतीय अर्थशास्त्रज्ञ आर. के. दास म्हणतात की, आज लागवडीसाठी उपयोग करता येईल अशा जमिनीपैकी सत्तर टक्के जमीन पडीक म्हणून राहते व फक्त तीस टक्के लागवडीस येते.

जी जमीन प्रत्यक्ष लावली जाते ती २२८ दशलक्ष एकर आहे म्हणजे नांगरता येण्यासारख्या जमिनीपैकी ५३ टक्के आहे. तथापि ज्या जमिनीतून एका- पेक्षा अधिक पिके काढली जातात अशी जमीन मोजणीत घेतली तर, एकूण लावलेली जमीन २६२ दशलक्ष एकर भरेल. येथील हवापाणी असे अनुकूल आहे की, प्रयत्न केला तर नांगरता येणाऱ्या जमिनीतून वर्षाला दोन पिके काढता येतील. तथापि ह्या जमिनींचा काही भाग दोनदा नांगरता येत नाही आणि काही भाग तर काही काळ एकदाही लागवडीसाठी घेता येत नाही. ह्यावरून एवढे म्हणता येते की, सर्वसाधारणपणे लागवडीच्या जमिनीतून दोन पिके वर्षात काढता येतात. लागवड करता येईल अशी जमीन ८६४ दशलक्ष एकर आहे. त्यांपैकी २६२ दशलक्ष एकर म्हणजे जवळजवळ

तीस टक्के उत्पादनकार्यासाठी वापरली जाते आणि ६०२ दशलक्ष एकर म्हणजे सत्तर टक्के जमीन पडीक म्हणून राहाते. (आर. के. दास- 'दि इंडस्ट्रियल इफीशियन्सी ऑफ इंडिया', १९३०, पान १३).

खरे म्हणजे आज लागवड करता येण्यासारखी जमीन, आजच्या मंदीचे परिणाम होण्यापूर्वी लोकसंख्या ज्या प्रमाणात व वेगाने वाढत गेली त्या प्रमाणात वाढवली जात असे, असे खालील तक्त्यावरून दिसून येते.

**लोकसंख्या व लागवडीखालील जमीन ह्यांचा निर्देशांक**

|  | लोकसंख्या | पिकाची जमीन | अन्नधान्याची जमीन |
|---|---|---|---|
| लढाईपूर्वीची सरासरी (१९१०-११ ते १९१४-१५) | १०० | १०० | १०० |
| १९३०-३१ | १०७ | ११८.६ | ११३.९ |
| १९३४-३५ | १२० | ११७.२ | ११२.४ |

(आर मुखर्जी 'फूड प्लॅनिंग फॉर फोर हंड्रेड मिलियन्स', पाने १६-१७).

१९१०-१४ व १९३०-३१ ह्या काळात लोकसंख्या सात टक्क्यांनी वाढली, तर पिकाची जमीन १८.६ टक्क्यांनी वाढली. फक्त अगदी अलीकडील वर्षात, मंदीच्या काळात पिकांची जमीन कमी झालेली दिसते आणि अन्नधान्याची तर त्याहीपेक्षा अधिक घटलेली दिसते.

तथापि ह्यातील महत्त्वाची गोष्ट म्हणजे, पिकांच्या जमिनीचा मोठा भाग आज लागवडीखाली आणला जात नाही. चालू सांख्यिकी (स्टॅटिस्टिक्स)वरून खालील आकडे मिळतात :

## ब्रिटिश हिंदुस्थानातील शेतीची जमीन
### (ब्रह्मदेश सोडून)

दशलक्ष एकर

| | |
|---|---|
| व्यावसायिक पाहणीत आढळलेली निश्चित जमीन | ५१२.७ |
| वनचराई | ६८.१ |
| लागवडीस उपलब्ध नसलेली | ८९.३ |
| पडीक नसून ओसाड | ९७.२ |
| पडीक जमीन | ४७.३ |
| प्रत्यक्ष लागवडीखालील जमीन | २०९.९ |
| (स्टॅटिस्टिकल ॲबस्ट्रॅक्ट फॉर ब्रिटिश इंडिया) | |

ह्यावरून लागवडीस योग्य अशा ३५५ दशलक्ष एकर जमिनीत ५९ टक्के लावणीसाठी घेतली जाते. १३.२ पडीक राहते आणि २७.३ टक्के जमीन लावण्यासारखी असून ओसाड राहते. हेही लक्षात ठेवण्यासारखे आहे की, एकूण जमिनीच्या $\frac{1}{6}$ जमिनीवर सरकारने 'लागवडीस उपलब्ध नाही' असा शेरा मारून टाकला आहे. ॲग्रिकल्चर कमिशन रिपोर्टला हे कबूल करावे लागले की, ज्या सर्व जमिनीवर सरकारने 'लागवडीस उपलब्ध नाही' असा शेरा मारला आहे ती उपलब्ध नाही, की 'लागवडीस योग्य नाही' हे समजत नाही. ह्यामुळे असे म्हणावेसे वाटते की, लागवडीस लायक असून न लावली जाणारी अशा जमिनीचे प्रमाण २७.३ टक्क्यांनी अधिक होईल म्हणजे अशी जमीन जवळजवळ $\frac{1}{3}$ होईल. पडीक नसून ओसाड अशा जमिनीचे प्रमाण एवढे मोठे का असावे आणि अशी जमीन लावली का जात नाही? अशा जमिनीचे प्रमाण ठिकठिकाणी निरनिराळे आहे. बंगाल, मद्रास व उत्तर प्रदेश ह्या प्रांतांत, पडीक नसून लावली जात नाही अशा जमिनीचे प्रमाण बंगालमध्ये १८ टक्के, मद्रासमध्ये २१ टक्के आणि उत्तर प्रदेशात २०.३ टक्के आहे.

ह्याचे उत्तर १८७९ मध्ये फॅमिन कमिशन वरील सर जेम्स कैयर्ड याने भारत मंत्र्याला पाठविलेल्या रिपोर्टमध्ये सापडते.

"भारतात जी चांगली जमीन आहे ती सर्व उपयोगात आणली आहे. देशाच्या बऱ्याच भागात जंगलाखाली पडून असलेली बरीच जमीन आहे, ती मोकळी करून उपयोगात आणता येईल, तथापि ह्या कामाला पैसा लागेल आणि तो लोकांजवळ नाही."

(रिपोर्ट ऑफ सर जेम्स कैयर्ड याने भारतमंत्र्याला पाठविलेला रिपोर्ट, ऑक्टोबर

३१, १८७९.)

ही जमीन लागवडीखाली आणता आली नसती, असे नाही. तथापि शेतकऱ्याचे आत्यंतिक दारिद्र्य, त्यांच्याजवळ असेल नसेल ते उपटून घेतलेले, त्यांच्यापैकी बहुसंख्य लोक जेमतेम जीव धरून असलेले, अशा परिस्थितीत आवश्यक साधनांच्या अभावी त्यांना जमिनीवर पैसा खर्च करण्यास मिळत नाही. ही योजना सहकार्याने व सरकारी मदतीने अमलात आणून तिच्या सहकार्याने आजच्या उत्पादनांत वाढ करता येईल. तथापि ही जबाबदारी घेण्यास सरकार कधीच तयार नाही. ह्याच बाबतीत आजचे सरकार अपुरे पडते आणि पूर्वीच्या सरकारांनी जी सार्वजनिक कामे व पाटबंधारे बांधले होते ते त्यामागून आलेल्या शासनाने सांभाळले नाहीत. ह्याउलट लोकांची पिळवणूक झाल्याने जमिनही लावली जात नाहीशी झाली आहे. अगदी अलीकडे जमिनीचे पुनरुज्जीवन करून पाटबंधाऱ्याची कामे केली जात आहेत, तथापि एकूण गरजेच्या मानाने ती तुटपुंजी आहेत.

मूळची हेळसांड भीषण होती. त्यावर मार्क्स म्हणतो :

"आशिया खंडात अनादि कालापासून  तीन सरकारी खाती अमलात आहेत: पैसा किंवा लूट, लढाई, आणि सार्वजनिक कामांचे खाते. ब्रिटिशांनी त्यांच्या अगोदरच्या राज्यकर्त्यांकडून पैसा व लढाई ही दोन खाती घेतली. तथापि सार्वजनिक कामाच्या खात्याकडे त्यांनी संपूर्ण दुर्लक्ष केले. ह्यामुळे कृषिविषयक उद्योगधंद्यांची पीछेहाट झाली आणि त्यांच्या मुक्त चढाओढीच्या तत्त्वावर शेतीव्यवसाय चालू राहणे अशक्य आहे." (मार्क्स- 'दि ब्रिटिश रूल इन इंडिया', न्यूयॉर्क डेली ट्रिब्यून, जून २५, १८५३).

"रस्ते, तळी आणि कालवे जे हिंदू किंवा मुसलमान सरकारांनी देशाच्या उपयोगासाठी तयार केले ते नादुरुस्त होऊन निरुपयोगी झाले, तरी त्यांच्याकडे लक्ष दिलेले नाही आणि आता पाटबंधारे नसल्यामुळे दुष्काळ पडत आहेत. 'पब्लिक वर्क्स इन इंडिया' ह्या ग्रंथाचा लेखक सर आर्थर कॉटन हा आधुनिक भारतातील पाटबंधाऱ्याचा तज्ज्ञ. ह्याने १८५४ साली ह्या संबंधात मार्क्सपेक्षाही कठोर टीका केली आहे, ती अशी :

"सर्व भारतातील सार्वजनिक कामांकडे संपूर्णपणे दुर्लक्ष केले गेले आहे. आजचे ध्येय म्हणजे, 'काहीही करू नका, काहीही करून घेऊ नका, कोणीही काहीही करू नये', 'कितीही तोटा सोसा, लोक दुष्काळाने मरू द्या, पाण्याच्या व रस्त्यांच्या अभावी शेकडो मरू द्या. फिकीर करू नका.'

(लेप्टनंट कर्नल कॉटन- 'पब्लिक वर्क्स इन इंडिया' १८५४, पान २७२)

माँटगमेरी मार्टिन आपल्या 'दि इंडियन एम्पायर' ह्या ग्रंथात म्हणतो, ईस्ट इंडिया कंपनीने सुधारणा करण्यास सुरुवात केली नाही, इतकेच नव्हे, तर, ज्या पाटबंधाऱ्यासारख्या सार्वजनिक सोयींमुळे उत्पन्न मिळत होते, अशा कामांची दुरुस्ती सुद्धा केली नाही. ब्रिटनमधील 'मुक्त व्यापार' ह्या धोरणापेक्षा, हे हेलसांड करण्याचे मुक्त धोरण फार पुढे गेले. २४ जून १८५८ रोजी जॉन ब्राइट हाऊस ऑफ कॉमन्समध्ये म्हणाला, "मॅन्चेस्टरच्या लोकांना केवळ पाण्याचा पुरवठा करण्यासाठी जेवढा पैसा खर्च केला गेला, तो ईस्ट इंडिया कंपनीने १८३४ ते १८४८ ह्या काळात सर्व भारतातील सर्व प्रकारच्या सावर्जनिक कामावर खर्च केलेल्या पैशापेक्षा अधिक आहे.''

१९०० च्या सुमारास ब्रिटिशांच्या व्यापाराची घुसवणूक करण्याकरता सरकारी पैशांतून रेल्वेवर २२५ दशलक्ष पौंड खर्च करण्यात आले. ह्या वेळी ज्या कालव्यांचा शेतीला अत्यंत उपयोग होता, त्यांच्यावर फक्त पंचवीस दशलक्ष पौंड खर्च करण्यात आले, ते रेल्वेच्या खर्चाच्या मानाने $\frac{1}{9}$ होते.

कदाचित असे वाटण्याचा संभव आहे की, ही हेलसांड मागील काळची आहे. पण तसे नव्हे. बंगाल इरिगेशन डिपार्टमेंट कमिटी १९३० च्या रिपोर्ट- मध्ये म्हणते : "प्रत्येक जिल्ह्यात अंतर्गत पाण्यातील प्रवास जो कालव्यातून चालतो ते कालवे वरच्यावर गाळ साचून ओहोरतात. कालवे आणि नद्या ह्या पूर्व बंगालचे रस्ते व राजमार्गच आहेत. आणि होड्या व मचवे ह्यांना चालविण्यास त्यांचा उपयोग व्हावा म्हणून लोकांच्या आर्थिक जीवनाच्या हितासाठी ते चालू ठेवणे ह्याचे महत्त्व किती आहे, ह्याची कल्पनाच करता येत नाही.'' (पान ६)

(बंगालच्या इरिगेशन डिपार्टमेंट कमिटीचा रिपोर्ट १९३०).

प्रमुख हायड्रॉलिक इंजिनियर सर वुइल्यम वुइल कॉक्स ह्याचा 'बंगालमधील पाटबंधाऱ्यांचा नाश,' ह्या विषयावरील रिपोर्ट महत्त्वाचा आहे :

इजिप्त आणि मेसोपोटेमिया येथील प्रचंड पाटबंधाऱ्यांचा ज्याच्याशी संबंध आहे असा प्रसिद्ध हायड्रॉलिक इंजिनियर सर वुइल्यम वुइल कॉक्स ह्याने बंगालमधील पाटबंधाऱ्यांची पाहणी केली आहे. त्यात त्याला असे आढळून आले की, वरचेवर प्रवाह बदलणाऱ्या अनेक विध्वंसक लहान नद्या, हे मूळचे कालवे होते. इंग्रजांच्या राजवटीत त्यांनी आपले ठराविक मार्ग सोडून ते प्रवाह वाटेल तसे वाहू लागले. पूर्वी हे कालवे गंगेच्या पुराच्या पाण्याच्या वितरणास उपयोगी पडून, त्या जमिनीला त्यांचा गटारासारखा उपयोग होत असे, त्यामुळे बंगालचा उत्कर्ष साधला जाई. १८ व्या शतकाच्या

सुरुवातीस ईस्ट इंडिया कंपनीच्या आधाशी लोकांचे लक्ष बंगालकडे गेले. मूळच्या कालव्यांची सुधारणा करण्यासाठी त्यांनी काही एक केले नाही. इतकेच नव्हे, तर, त्यांना हटवून त्यांच्यावर रेल्वेचे मार्ग तयार करण्यात आले व कालव्यांचा सत्यानाश झाला. काही ठिकाणी गंगेच्या पाण्याचा होत असलेला पुरवठा बंद पडला आणि जमिनी ओसाड पडल्या, काही ओहरून गेल्यामुळे पाण्याचे तुंबारे बसले व त्यातूनच हिवतापाच्या साथीचा जन्म झाला. ज्या गंगेच्या पाण्यामुळे दरसाल खेडी, बागा आणि लागवडीची शेती धुपून जातात व सत्यानाश होतो, त्या गंगेचे पाणी जेथे उथळ आहे, तेथे तिला योग्य असे तीर बांधण्याचीही व्यवस्था केली नाही. सर वुइल्यम वुइल कॉक्स ह्याने आजच्या सरकारी अधिकाऱ्यांवर ताशेरे झाडले आहेत. तो म्हणतो, ''आजच्या अधिकाऱ्यांना तंत्रज्ञाची मदत मिळणे शक्य असताना, दरसाल अधिकाधिक भीषण होत चाललेल्या ह्या परिस्थितीला पायबंद घालण्याचा काहीही उपाय त्यांनी योजला नाही.'' (जी इमर्सन–'क्वॉइसलेसे मिल्यन्स', १९३१, पाने २४०-४१)

ह्या विषयावरील सर वुइल्यम वुइल कॉक्स ह्याच्या मताचे निवेदन त्याने दिलेल्या, 'बंगालमधील प्राचीन पाटबंधारे योजना व त्यांचा आजच्या समस्यांशी संबंध' ह्या विषयावरील भाषणात पाहावयास मिळते.' (कलकत्ता युनिव्हर्सिटी रीडरशिप लेक्चर्स, कलकत्ता युनिव्हर्सिटी-१९३०). ह्याचबरोबर ह्या संबंधात निर्माण झालेल्या वादाचीही माहिती मिळते. सी. ॲडेक्स वुइल्यम्स सी. आय. ई., बंगालच्या पाटबंधारे खात्याचा माजी प्रमुख इंजिनियर ह्याने सर वुइल्यम वुइल कॉक्स ह्याला विरोध केला. त्याला वुइल कॉक्स याने दिलेले प्रत्युत्तरही येथे सापडते.

(बंगाल सेक्रेटरिएट बुक डिपार्टमेंट-१९३१).

ह्यावरून ह्या विषयाची हेळसांड हा केवळ पूर्वींच्या ब्रिटिश राजवटीपुरता मर्यादित प्रश्न नसून, आजही तीच परिस्थिती चालू आहे. १९३० च्या सरकारी रिपोर्टवरून, ''आज जमीन लागवडीबाहेर जात आहे असे दिसते आणि ही परिस्थिती आज जेव्हा जमिनीचा भयंकर तुटवडा भासत आहे व जमिनीवर जगणाऱ्यांची भाऊगर्दी झाली आहे, त्या वेळची आहे. १७८९ साली लॉर्ड कॉर्नवॉलिस याने आपल्या रिपोर्टात म्हटले आहे की, कंपनीच्या प्रदेशापैकी बराच मोठा भाग आज जंगलमय होत आहे व त्यात फक्त रानटी पशू राहात आहेत. १९३० सालच्या रिपोर्टात सरकारी कमिटी म्हणते की, ''मध्य बंगालचा भाग इतक्या जोराने निकृष्ट होत चालला आहे की, त्याची घसरगुंडी आता थांबवणे अशक्य आहे व लवकरच तेथे एक दलदलीचा प्रदेश व जंगल निर्माण झालेले दिसेल.''

अति गर्दी असलेल्या कृषिविषयक क्षेत्रात शेतकऱ्यांना आज उपलब्ध असलेल्या फक्त ५९ टक्के जमिनीत उत्पन्न काढायचे आहे. एवढेच नव्हे, तर, त्यांना अनेक इतर समस्यांना तोंड द्यावयाचे असते. त्यांची सामाजिक परिस्थिती, त्यांच्यावरील असह्य आर्थिक ओझे, त्यांची दैन्यावस्था व प्राथमिक स्वरूपाचे तंत्र जे त्यांना त्यांच्या शक्तीवर सुधारता येत नाही, वगैरे. जगात जमिनीकडून कधीही केली जात नाही एवढी अपेक्षा बाळगताना, आर्थिक चौकटीतील विषमतेमुळे, कोणत्याही देशांतील उत्पादनाच्या मानाने, आपल्या जमिनींचे उत्पादन कमी प्रमाणात होते, ह्यात नवल नाही.

तांदूळ व गहू ह्याच्या भारतात होणाऱ्या उत्पादनाची जर चीन, जपान किंवा अमेरिका येथे होणाऱ्या उत्पादनाशी तुलना केली तर खालील फरक स्पष्ट होतो.

## क्विंटल (१०० किलोग्रॅम) मध्ये एकरी पीक

| | भारत | चीन | जपान | यू. एस. ए. (अमेरिका) |
|---|---|---|---|---|
| तांदूळ.. | १६.५ | २५.६ | ३०.७ | १६.८ |
| गहू.. | ८.१ | ९.७ | १३.५ | ९.९ |

('प्रॉब्लेम्स ऑफ दि पॅसिफिक', १९३१, पान ७०)

## राष्ट्रसंघाच्या आकड्यांवरून खालील तुलना करता येते

पौंडात (वजनी) एकरी उत्पन्न

| | तांदूळ | गहू |
|---|---|---|
| भारत... | १,३५७ | ६५२ |
| जपान... | २,७६७ | १,५०८ |
| इजिप्त... | २,३५६ | १,६८८ |
| यू. एस. ए. ... | २,११२ | ९७३ |
| इटली... | ४,६०१ | १,२४१ |
| जर्मनी... | – | १,७४० |
| युनायटेड किंग्डम... | – | १,८१२ |

(स्टॅटिस्टिकल इयरबुक ऑफ दि लीग ऑफ नेशन्स, १९३२-३३).

जमिनीवर काम करणाऱ्या कामगारांचा आकडा विचारात घेतला तर वरील फरक अधिक ठळकपणे लक्षात येतो. भारतात प्रत्येक २.६ एकरावर एक कामगार

काम करतो, तर युनायटेड किंग्डममध्ये १७.३ एकरावर एक माणूस असतो, तर जर्मनीत ५.४ एकराला एक माणूस लागतो. ह्या कामगारांच्या भयंकर दुरुपयोगावरून शेतीवर किती भाऊगर्दी झाली आहे व तिचे उत्पादनतंत्र निरस का आहे याची कल्पना येते.

ह्या कमी उत्पादनाचे कारण जमिनीची नैसर्गिक उत्पादनक्षमता कमी आहे असे नव्हे.

''भारताची जमीन कमी कसदार आहे, असे म्हणतात. पण ते खरे नव्हे. ती कमी कसदार झाली आहे. नदीचे खोरे सुरुवातीला जगात अत्यंत सुपीक असले पाहिजे. डेन्मार्क व जर्मनीमध्ये मूळ जमिनीतील मोठा भाग ओसाड, पडीक व वाळूमय होता त्यात कोरांटी (गोर्स) व काटेरी निवडुंग (हीदर रानटी झुडूप) ह्याव्यतिरिक्त उत्पादन होत नसे.'' (इंडियन सेंट्रल बँकिंग इन्क्वायरी कमिटी रिपोर्ट, एनक्लोजर १३, पान ७००: मेमोरँडम् ऑफ ए. पी. मॅकडुगल, मार्च १९, १९३१)

ते मेमोरंडम पुढे म्हणते:

जर उत्पादनाचे प्रमाण फ्रान्सच्या प्रमाणाइतके वाढवले तर, देशाची संपत्ती ६६९०००००० पौंडांनी वाढेल. जर उत्पादन इंग्लंडच्या प्रमाणात काढले तर ते १००००००००० पौंडांनी दरसाल वाढेल. तरीही इंग्लंडची लागवड उत्कृष्ट पद्धतीची नाही. ह्यामध्ये भारतात काही जमिनीतून दुबार पीक काढतात त्याचा विचार केलेला नाही. तक्त्यातील बाकीच्या देशांसंबंधी फक्त एकच पीक हिशोबात घेतले आहे. ह्या फायद्याचा अवर्षणासारख्या काळात उपयोग होऊ शकतो. डॅनिशच्या गव्हाच्या उत्पादनाच्या प्रमाणात पाहिले तर, वाढीव उत्पादन वर्षाला १५०० ००० ००० पौंड होईल. ह्यावरून भारताच्या शेतकऱ्यांच्या दैन्यावस्थेला भारतभूमी जबाबदार नाही.

आजचे उत्पादन कमी आहे एवढेच नव्हे, तर, उत्पादनक्षमता कमी होत आहे. मॅकडुगलच्या मेमोरँडमप्रमाणे उत्पादनक्षमता कमी होण्याचे कारण वर्षानुवर्षे उत्पन्न काढले जाते, पण खत टाकले नाही, त्याचप्रमाणे खताचा इंधनाऐवजी दुरुपयोग केला जातो. पाश्चिमात्य देशांत पेंढा व भाताचा गाळ ह्यांचा खतासाठी उपयोग केला जातो. भारतात पेंढ्यांचा उपयोग गुरांना वैरण म्हणून केला जातो. गाईच्या शेणाचा जळणासाठी भारतात उपयोग करतात. ती भारतीय शेतकऱ्यांची नुकसानकारक पद्धत आहे, असे समजतात. ह्या संबंधात ॲग्रिकल्चर कमिशनचा रिपोर्ट महत्त्वाचा आहे. रानातील लाकूड जळण म्हणून आणण्यावर निर्बंध आहेत, त्याचप्रमाणे त्याची

वाहतूक खर्चाची आहे, त्यामुळे केवळ आवड म्हणून सोडली, तरी गाईचे शेण हे बहुसंख्य शेतकऱ्यांना जळणासाठी मिळणारी खात्रीची वस्तू आहे. (पान २६४). ह्या परिस्थितीवर उपाय असा सुचवलेला नाही त्यामुळे जमिनीच्या उत्पादनक्षमतेची घसरगुंडी अटळ होऊन बसली आहे.

बंगालबद्दल रिपोर्ट म्हणतो :

शेतीचा कस खताच्या अभावी कमी-कमी होत आहे. निरनिराळ्या धान्यांचे पीक कमी-कमी होत आहे. (बंगाल प्रॉव्हिन्शियल बँकिंग इन्क्वायरी कमिटी रिपोर्ट, १९३०, पान २१)

ह्याबद्दलची सांख्यिकी खाली दिली आहे:

बंगालमध्ये एकरी, पौंडात सरासरी उत्पन्न

| पंचवार्षिक शेवट | गहू | हिवाळी तांदूळ | चणा, शिरस व मोहरी | |
|---|---|---|---|---|
| १९०६-७ | ८०१ | १,२३४ | ८८१ | ४९२ |
| १९११-१२ | ८६१ | ९८३ | ८८१ | ४९२ |
| १९१६-१७ | ६९८ | १,०३६ | ८६७ | ४६० |
| १९२१-२२ | ६८८ | १,०२९ | ८२६ | ४८५ |
| १९२६-२७ | ७२१ | १,०२२ | ८११ | ४८३ |
| वीस वर्षांतील घट | ८० | २१२ | ७० | ९ |

भारत सरकारचा खास अधिकारी डब्ल्युबर्न्स, सर्व भारताचे तसेच आकडे देतो :

पौंडात, तांदळाचे, एकरी सरासरी उत्पन्न

१९१४-१५ ते १९१८-१९ ची सरासरी .. ९८२

१९२६-२७ ते १९३०-३१ ची सरासरी .. ८५१

१९३१-३२ ते १९३५-३६ ची सरासरी .. ८२९

१९३८-३९ ..                     .. ७२८

('टेक्नॉलॉजिकल पॉसिबिलिटीज ऑफ ॲग्रिकल्चरल डेव्हलपमेंट इन् इंडिया,' १९४४, पान ५५).

गव्हाच्या उत्पादनातसुद्धा घट होत आहे, असे दिसते. सर्वसाधारण एकरी उत्पन्न जे १९०९-१३ ह्या काळात ७२४ पौंड होते ते १९२४-३३ ह्या काळात

६३६ पौंडांवर आले.

(किता, पान ५७).

ह्यावरून आपण भारतातील आजच्या कृषिविषयक उत्पादनाचा विचार भारताच्या एकूण आर्थिक चौकटीच्या दृष्टीने केला, तर भारतीय शेतीच्या बाबतीत निर्वाणीचा क्षण वाढत्या प्रमाणावर दिसतो.

भावी निर्वाणीच्या क्षणाचे बीज नैसर्गिक परिस्थितीत नसून, सामाजिक रचनेत आहे. शेतकऱ्यांना त्यांच्या मागासपणाबद्दल दोष देऊन त्यांची पिळवणूक चालू ठेवणे, त्यांना त्यांचे तंत्र बदलण्याबद्दल उपदेश करून आवश्यक साधने किंवा पैसा न पुरवणे, ही आजची परिस्थिती आहे.

खरोखर, आजच्या मर्यादित परिस्थितीत भारतीय शेतकऱ्याचे कसब व बुद्धी स्पष्टपणे आढळात आली आहेत. १८९९ साली सरकारने रॉयल ॲग्रिकल्चरल सोसायटीचा डॉ. जे. ए. व्होएलकर यास, भारतीय शेतीतील तंत्राचा अभ्यास करून त्यात सुधारणा सुचवाव्यात, म्हणून नेमले. त्याचा रिपोर्ट दोन वर्षांनी बाहेर पडला. आजही तो भारतीय कृषिविषयक प्रश्नावर एक आदर्श अहवाल समजला जातो.

डॉ. व्होएलकर म्हणतो:

भारतीय शेतकी व्यवसाय जुनाट व मागास आहे आणि त्यासाठी फारच थोडी सुधारणा केली जाते, असे इंग्लंडमध्ये आणि भारतातही जे सांगितले जाते ते खरे नव्हे. भारतीय शेतकरी हा सामान्य ब्रिटिश शेतकऱ्याइतका चांगला आहे कदाचित काकणभर सरसही ठरेल. आजच्या परिस्थितीचे कारण, त्याला आवश्यक अशी मदत व साधने मिळत नाहीत, हे आहे. शेतकऱ्यांची अशी कुचंबणा अन्यत्र कोठेही नसेल. अजूनही जनता ह्या परिस्थितीला तोंड देण्यासाठी शांत चित्ताने, न कुरकुरता झगडत राहील, जगात कोठेही असे चालणे शक्य नाही.

आणि मी असे म्हणतो, ह्याचे ब्रिटिश शेतकऱ्याला आश्चर्य वाटण्याचे कारण नाही. हे लक्षात ठेवले पाहिजे की, भारतीय शेतकरी, आपण इंग्लंडमध्ये गहू पिकवू लागलो, त्यापूर्वी शेकडो वर्षांपासून गहू पिकवत आहे. त्यामुळे त्याच्या पद्धतीत सुधारणा करण्यास वाव असणे साहजिक आहे. त्यांना मोठी पिके काढता येत नाहीत ह्याचे कारण त्यांना पाणी व खत ह्यांसारखी साधने उपलब्ध नाहीत.

तथापि शेतकी धंद्यातील संबंधित कार्यक्षमतेच्या दृष्टीने विचार केला तर भारतीय शेतकरी मागास नाही. जमिनीची बेणणी करणे, ती स्वच्छ राखणे, पाणी उचलण्याच्या निरनिराळ्या युक्त्या वापरात आणणे, जमिनीची प्रत लावणे, लावणी व कापणी ह्यांच्या अचूक वेळा निश्चित करणे वगैरेंचे ज्ञान अगदी सामान्य शेतकऱ्याला सुद्धा

आहे. दुबार लागवड, मिश्रशेती व पडीक जमीन ह्या गोष्टींची त्याला संपूर्ण कल्पना आहे.

"भारतातील शेतीपेक्षा अधिक काळजीपूर्वक लावणी केलेली शेते, त्याच- प्रमाणे दीर्घोद्योग, चिकाटी, व्यवहारज्ञान ह्यांसारखे गुण, मला अन्यत्र आढळले नाहीत.'' (डॉ. जे. ए. व्होएलकर- 'रिपोर्ट ऑन दि इम्प्रूव्हमेंट ऑफ इंडियन ॲग्रिकल्चर' १८९१.)

भारतीय शेतीव्यवसायात निर्वाणीची परिस्थिती निर्माण होत आहे. ह्याला शेतकऱ्याची नालायकी कारण नसून, साम्राज्यशाहीची राजवट व त्यांनी सांभाळलेली भारतीयांची सामाजिक चौकट कारणीभूत आहे. त्यामुळे शेतीवर ओझे पडले आहे. शेतकऱ्यास दैन्यावस्थेत, अर्धवट उपासमारीत जीवन कंठावे लागत आहे. शेतीची कुचंबणा चालू आहे. तिचा कस घटत आहे. ही परिस्थिती शेतकी क्षेत्रात क्रांती घडवून आणणार आहे. शेतकऱ्याच्या सामाजिक परिस्थितीचा सखोल अभ्यास करून, शेतीविषयक क्षेत्रात निर्वाणीचा क्षण ज्यामुळे येणार आहे, त्या परिस्थितीचा आता विचार करू.

■

## प्रकरण ८
## शेतकरी वर्गावरील ओझे

'शेती व्यवसाय कोलमडून पडला आहे आणि नवसमाज निर्मिती अटळ आहे'- जवाहरलाल नेहरू, १९३३ साली.

चालू राजवटीत शेतीच्या उत्पादनातील भीषण परिस्थितीला, त्या व्यवसायातील भाऊगर्दी, हलकी पातळी, कुचंबणा आणि कसाला लागलेली गळती, ही कारणे सांगण्यात येत असली तरी तो, शेतीव्यवसायातील सामाजिक जडणघडणींतून निर्माण झालेला अंतर्गत निर्वाणीच्या क्षणाचा बाहेरील आविष्कार आहे. साम्राज्य-शाहीच्या राजवटीत शेतकऱ्यांची संपूर्ण पिळवणूक चालू आहे. एवढी की, तिला जगात तोड नाही. साम्राज्यशाहीच्या वर्चस्वाच्या सुरक्षित झाकणाखाली, पिळवणूक करणारे अनेक गरिबांचे काळ निर्माण झाले आहेत. ते सरकारचे हस्तक असून, पिळवणूक यंत्रणेतील दुवे आहेत. ह्या पिळवणुकीच्या चरख्यातून बाहेर पडणारा शेतकरी हा भणंग, कर्जबाजारी, व्यसनी व सरतेशेवटी त्याच्या सर्वस्वापासून वंचित झालेला एक निराधार लाचार प्राणी बनतो. अशा परिस्थितीत एकतर तो गुलामासारखा जगतो, किंवा भूमिहीन श्रमजीवी वर्गाचा घटक बनतो. ही विशिष्ट जडणघडण म्हणजे भावी वादळाच्या आगमनाचा 'ओनामा' होय.

### १. जमिनीच्या मालकीची मक्तेदारी

भारतात ब्रिटिशांचे आगमन होण्यापूर्वी, पूर्वापार चालत आलेल्या शेतीच्या पद्धतीत, जमीन ही शेतकऱ्याच्या मालकीची असे आणि सरकार उत्पन्नाचा काही भाग घेत असे. "जमीन ही एखाद्या टोळीच्या किंवा तिच्या विभागाच्या मालकीची असे- तीच खेड्याची जनता, तोच खेड्यात राहणारा गट, जमीन ही राजाच्या मालकीची मालमत्ता कधीच नव्हती. (आर. मुखर्जी- 'लँड प्रॉब्लेम्स ऑफ इंडिया', १९३३, पान १६) सरंजामी पद्धतीत किंवा राजेशाहीत जमीन ही शेतकऱ्याखेरीज अन्य कोणाच्या मालकीची करण्याची कल्पनाच तेव्हा नव्हती (किता, पान ३६).

'राजाचा हिस्सा' म्हणजे उत्पादनातील राजाला द्यायचा भाग हा जुन्या हिंदू

राजांच्या राजवटीत, रूढीप्रमाणे $\frac{1}{6}$ किंवा $\frac{1}{12}$ असे. हा भाग लढाईच्या काळात $\frac{1}{4}$ केला जाई. मनुस्मृती म्हणते: ''ज्याप्रमाणे जळू, वासरू किंवा मधमाशी आपले भक्ष्य घेतात, त्याप्रमाणे राजाने रयतेकडून माफक कर वसूल करावेत. गुरेढोरे व सोने ह्यांत जी वाढ होईल तिचा पाचवा हिस्सा राजाने घ्यावा आणि शेतीच्या उत्पादनाचा $\frac{1}{8}$ किंवा $\frac{1}{6}$ किंवा $\frac{1}{12}$ भाग घ्यावा, मात्र क्षत्रिय राजाला लढाईच्या काळात उत्पन्नाचा $\frac{1}{4}$ भाग घेण्याचा हक्क आहे. मात्र त्याने आपल्या रयतेला शक्य तेवढे संरक्षण दिले पाहिजे.

मोगल बादशहांनी आपली सत्ता स्थिर झाल्यावर उत्पन्नाचा तिसरा हिस्सा घेण्यास सुरुवात केली. अकबराची राजाज्ञा म्हणते: 'प्राचीन काळी भारतातील राजे जमिनीच्या उत्पन्नाचा सहावा हिस्सा देणगी किंवा कर म्हणून घेत. सामान्य लागवडीखालील जमिनीच्या उत्पन्नाचा तिसरा हिस्सा सरकारी सारा म्हणून वसूल करण्याची बादशहाने आज्ञा काढली आहे.'

मोगल साम्राज्याच्या मोडकळीच्या काळात सारावसुलीचे काम ज्या जिल्ह्याधिकाऱ्यांकडे दिले होते आणि जे सह-सरंजामदार बनत होते, त्याचप्रमाणे स्वतंत्र सेनाधिकारी ह्यांनी सारा किंवा देणगी वाढवून ती उत्पन्नाच्या अर्ध्यापर्यंत पोहोचविली.

जेव्हा ब्रिटिशांनी मोगल साम्राज्याच्या पडझडीवर आपल्या साम्राज्याचा पाया घातला, तेव्हा त्यांनी जुनी साऱ्याची पद्धत सुरू केली. तथापि असे करण्यात त्यांनी काही मूलभूत स्वरूपाचे बदल केले आणि त्यातून आजची जमीनधारा पद्धत जन्मास आली.

जेव्हा ब्रिटिशांनी राज्यकारभार हातात घेतला तेव्हा सर्वत्र अंदाधुंदी होती. शेतकऱ्यांकडून घेतला जाणारा वसूल म्हणजे लूटमार होती. तरीही जुनी पद्धत आणि शेतकरी व राजा ह्यांचेमधील नाते अबाधित होते आणि जी देणगी घेतली जाई ती कधी पैशांत तर कधी मोबदल्यात घेत. ती वर्षाच्या उत्पन्नाच्या मानाने ठरवली जाई. जेवढी जमीन शेतकऱ्याकडे असे तिच्या क्षेत्रावर ती ठरवलेली नसे, ती उत्पादनाप्रमाणे बदलत असे.

अंदाधुंदीच्या काळात लूटवजा घेतलेली भयंकर मोठी देणगी ही नवीन जेत्यांना नेहमीचे वसुलीचे कायम प्रमाण ठरले. डॉ. बचमन आपल्या ''स्टॅटिस्टिकल सर्व्हें'त लिहितो, १९ व्या शतकाच्या सुरुवातीस जो वसूल कंपनीने केला तो भयंकर वाढीव होता. १८०० मध्ये घेतलेल्या पाहणीत व त्यानंतरच्या चौकशीत हेच दिसून आले, १८०७-१४ मध्ये उत्तर भारतात तीच परिस्थिती होती. बंगालमधील दिनाजपूर जिल्ह्याबद्दल तो म्हणतो :

''भारतीय जनतेचे असे म्हणणे आहे की, जरी मोगलांच्या अमदानीत त्यांच्याकडून

अतिशय पैसा वसूल करून घेत असत व नेहमी त्यांना तुच्छतेने वागवले जात असे, तरीही त्यांची राजवट आजच्या राजवटीपेक्षा आम्हांला अधिक आवडते, कारण हल्लीच्या पद्धतीत जर देणे शिल्लक राहिले तर त्यांच्या जमिनी विकून टाकतात, हे त्यांना सहन होत नाही. ह्याशिवाय अनेक वेळी लाच घेतली जाई. तरीही ती लाच धरून सुद्धा आज त्यांना जो पैसा द्यावा लागतो त्याच्या अर्ध्याने सुद्धा मोगल आमदानीत त्यांना द्यावा लागत नसे.''

(डॉ. फ्रॅन्सिस बचमन् 'स्टॅटिस्टिकल सर्व्हें', व्हॉ. ४, ७, हाऊस ऑफ कॉमन्सच्या सिलेक्ट कमिटीच्या पाचव्या रिपोर्टमध्ये दिलेले, १८७२.)

१८२६ मध्ये बिशब हेबर लिहितो :

''भारतीय किंवा युरोपियन शेतकरी, कोणीही असो, आजच्या भरमसाट करपद्धतीत त्यांची भरभराट होणे शक्यच नाही. जमिनीचे निम्मे उत्पन्न सरकार घेते. अधिकारी वर्गात अशी भावना आहे की, कंपनीच्या प्रांतांतील शेतकरी हे येथील राजांच्या प्रदेशांतील शेतकऱ्यांपेक्षा नाखूष आहेत, आणि ह्या भावनेशी मी सहमत आहे. मद्रासमध्ये जमीन निकृष्ट असल्यामुळे ही भावना तीव्र आहे. वस्तुस्थिती अशी आहे की, कोणीही येथला राजा, आपण जेवढा सारा मागतो तेवढा मागत नाही.''

(बिशप् हेबर- 'मे मॉयर्स अँड कॉरस्पॉन्डन्स', १८३०, व्हॉल्युम २, पान ४१३).

थॉमसन आणि गॅरेट् हे इतिहासकार लिहितात :

''बंडापूर्वीच्या काळातील सरकारी वसूल हा प्रत्यक्ष उत्पन्नाच्या आधारावर बसवला होता. बंगालमधील वसूल क्षेत्राचा लिलाव करण्यात जास्तीत जास्त पैसा काढण्याचा हेतू होता. हा प्रयत्न फसल्यामुळे 'कायमधारा पद्धती' जन्मास आली. मद्रास आणि मुंबईमध्ये प्रत्यक्ष उत्पन्नाच्या ४/५ हा साऱ्याचा दर ठरला. हा फार जादा ठरला. वायव्य सरहद्द प्रांतात असाच प्रयत्न झाला, पण तो १८४२ मध्ये फसल्यामुळे रद्द करावा लागला. एकोणिसाव्या शतकाच्या पहिल्या पंचवीस वर्षांत, मद्रास व मुंबईला साऱ्याच्या ओझ्यामुळे लोक हैराण झाले. पंजाबमध्ये पूर्वीच्या शिखांच्या राजांनी घेतलेल्या दरापेक्षा कंपनीचा दर थोडा कमी असूनही रोख पैसे मागितल्यामुळे आणि वसुली काटेकोरपणे केल्यामुळे तेथे असंतोष होता.''

(एच. कलव्हर्ट- 'वेल्थ अँड वेल्फेअर ऑफ दि पंजाब')

थॉमसन अँड गॅरट-राइज अँड फुलफिल मॅट ऑफ

ब्रिटिश रूल इन इंडिया पान ४२७.

डॉ. हॅरोल्ड मान ह्याने दक्षिणेतील एका खेड्याची दुसरी पाहणी केली तेव्हा त्याला ब्रिटिश पूर्वकाळातील आणि ब्रिटिश राजवटीतील जमीनसाऱ्यामध्ये फार

तफावत दिसली:

''ब्रिटिशांच्या वर्चस्वानंतर संपूर्ण बदल घडून आला. १८२३ मध्ये अभूतपूर्व सारावसुली म्हणजे रु. २१२१ करण्यात आली आणि खेड्याचा खर्च १८१७ साली होता त्याच्या निम्म्यावर नेण्यात आला.' (मान अँड कानिटकर— 'लँड अँड लेबर इन ए डेक्कन व्हिलेज', व्हॉल्युम २, १९२१ पान ३८).

१८४४ ते ७४ ह्या तीस वर्षांत सबंध खेड्याचा जमीन महसूल १६१ रु. म्हणजे एकरी नऊ आणे आठ पै झाला. १८७४ ते १९०४ ह्या तीस वर्षांत तो १४६७ रु. झाला म्हणजे एकरी अकरा आणे चार पै झाला. १९१५ मध्ये ह्यात पुन्हा वाढ केल्यावर तो १५८१ रुपये म्हणजे एकरी बारा आणे दोन पै करण्यात आला.[१] १९१७ साली केलेल्या पहिल्या पाहणीत डॉ. मान यास असे दिसून आले की, एकूण वसूल जो १८२९-३० मध्ये ८८९ रु. होता तो १८४९-५० मध्ये १११५ झाला आणि १९१४-१५ मध्ये १६६० रुपयांवर पोहोचला.

बंगालमध्ये १७६१-६५ हे मोगलांच्या मुनिमांचे अखेरचे वर्ष होते. ह्या वर्षात त्यांनी केलेला शेतसाऱ्याचा वसूल ८१८००० पौंड होता. १७६५-६६ साली ईस्ट इंडिया कंपनीने दिवाणी अधिकार घेतल्यावर पहिल्याच वर्षी त्यांनी शेतसारा वाढवून १४७०००० पौंडांवर नेला. १७९३ मध्ये बंगालात जेव्हा 'कायमधारा पद्धती' सुरू

[१]भारतीय खेड्याच्या जमीनसाऱ्यातील वाढ

| वर्ष | रु. जमीन सारा | एकरांत, जमिनीचे क्षेत्र |
|---|---|---|
| १६९८ | ३०१ | १,९६३ |
| १७२७ | ६२० | २,००० |
| १७३० | ११७३ | २,००० |
| १७७० | १६३२ | २,००८ |
| १७८५ | ५५२ | १,९५४ |
| १७९० | ६६ | १,९५४ |
| १८०३ | १,००९ | १,९८१ |
| १८०८ | ८१८ | १,९५४ |
| १८१७ | ७९२ | १,९५४ |
| १८२३ (ब्रिटिश राज्यांत) | २,१२१ | २,०८९ |
| १८४४-७४ | १,१६१ | २,०८९ |
| १८७४-१९०४ | १,४६७ | २,२७१ |
| १९१५ | १,५८१ | २,२७१ |

झाली तेव्हा तो ३०९१००० पौंड करण्यात आला.

जमिनीचा एकूण सारा इ.स. १८०० मध्ये जो कंपनीने वसूल केला तो ४.२ दशलक्ष पौंड झाला. ही वाढ प्रदेशाच्या वाढीमुळे व वाढीव आकारणीमुळे झाली. १८५७-५८ ह्या वर्षात सरकार-सारा १५.३ दशलक्ष पौंड झाला. ह्याच वर्षी ब्रिटिश पार्लमेंटने कंपनी ताब्यात घेतली. पार्लमेंटच्या आमदानीत १९००-१ ह्या वर्षी १७.५ दशलक्ष पौंड वसूल झाला तो १९११-१२ ह्या काळात २० दशलक्ष पौंडांवर गेला. १९३६-३७ ह्या वर्षात वसुलीचा आकडा २३.९ दशलक्ष पौंडांवर पोहोचला.

अलीकडील सारावसुलीतील वाढ ही सुरुवातीच्या ब्रिटिश राजवटीतील वाढीच्या मानाने कमी आहे. पूर्वीचा वसुलीचा अतिरेक पुढे चालू ठेवता आला नाही. तथापि आता पिळवणुकीचे अधिक प्रभावी उपाय कार्यवाहीत आणण्यात आले, त्यामुळे पूर्वीच्या जमीन महसुलाच्या वाढीने होणाऱ्या फायद्यावर ताण केली. त्यापैकी व्यापारी घुसवणूक, नेहमी उपयोगात असणाऱ्या वस्तूंवर जादा कर आणि वाढती कर्जबाजारी, ही प्रमुख होती. पूर्वी देणगीच्या नावाखाली मिळणारा पैसा हा केवळ जमीन महसुलातून निर्माण केला जात होता. त्याची जागा आता वित्तीय भांडवल आणि त्याच्या अनुषंगाने वापरात येणारी पिळवणुकीची इतर प्रभावी साधने ह्यांनी घेतली.

एवढे असले तरी महसुलात सतत वाढ करण्यात येतच होती. ह्यामुळे शेतकरी बेजार झाले व दंगे होऊ लागले. १९२८ साली बार्डोलीच्या ८७००० शेतकऱ्यांनी सारावाढीविरुद्ध सत्याग्रह केला आणि सरकारला, आपण केलेली वाढ अन्याय्य आहे हे कबूल करण्यास भाग पाडून सारा कमी करावा लागला.[१] 'लँड प्रॉब्लेम्स् ऑफ इंडिया' ह्या ग्रंथात आर. मुकर्जी म्हणतो की, मद्रास, मुंबई व विशेषत: उत्तर प्रदेश

---

१.  बार्डोलीच्या सत्याग्रहावर सरकारी अधिकारी आग पाखडतात, ती रास्त आहे. ह्या सत्याग्रहात, आग्रहामागील सत्य ते मान्य करतात. तथापि त्यांची मुख्य तक्रार अशी की, ह्या सत्याग्रहाने कोणतीही सारावाढ योग्य आहे किंवा नाही हे विचारण्याची 'प्रथा' त्याने पाडली.

"बार्डोलीतील सारावाढ रद्द करण्यात आली. सारावाढीच्या मागणीबद्दल राजकीय पुढाऱ्यांनी विरोध दर्शविला. नंतर सरकारने नेमलेल्या चौकशी कमिटीने, नवीन सारावाढ भरमसाट असल्याबद्दल सरकारची खात्री पटवून दिली. ह्या संबंधात परिणामावरून चळवळ योग्य ठरली, तथापि तिने पाडलेली नवी प्रथा हीच अत्यंत महत्त्वाची होती. ह्यापुढील कोणाचीही सारावाढ ही राजकीय चर्चेचा विषय होईल."

(डब्ल्यु. एच. मोरलंड, सी. एस. आय., ई- 'पीसंट्स, लँडहोल्डर्स अँड दि स्टेट' इन 'मॉडर्न इंडिया', १९३२, पान १६६).

येथे सारावाढ भरमसाट झाली आहे. त्याच्या म्हणण्याप्रमाणे १८१८-१९ आणि १८८०-९१ ह्या काळात जमीन महसुलाचा आकडा २४० दशलक्ष रुपयांवरून ३३० दशलक्ष रुपयांवर गेला. तो पुढे म्हणतो :

''गेल्या तीन दशकांत शेतकीचे उत्पन्न साधारणपणे तीस, साठ आणि तेवीस टक्क्यांनी वाढले, तर जमीन महसूल ५७,२२.६ आणि १५.५ टक्के अनुक्रमे उत्तर प्रदेश, मद्रास आणि मुंबई येथे वाढला. जमीनसाऱ्यातील ही भयंकर वाढ आणि तिची पैशांत आणि हंगामाच्या वेळी उत्पन्नात होत असणारी वसुली ह्यांनी, जेमतेम उत्पन्न होणाऱ्या जमिनी जे शेतकरी लावीत असत त्यांची दैन्यावस्था झाली आणि ह्या प्रांतातील बहुसंख्य शेतकरी असेच आहेत. (पान ३४५).

## २. शेतकी उत्पादनव्यवस्थेत आमूलाग्र बदल

शेतसाऱ्याच्या वाढीमुळे होणाऱ्या असह्य ओझ्यापेक्षाही ब्रिटिशांच्या वर्चस्वाखाली शेतकी उत्पादनव्यवस्थेत जो बदल करण्यात आला तो अधिक भयंकर होता. ह्यातील पहिले पाऊल म्हणजे, कर आकारण्याच्या पद्धतीतील बदल आणि जमिनीच्या मालकी हक्काची नोंदणी. ह्या दोन्ही गोष्टी क्रांतिकारक स्वरूपाच्या होत्या. इंग्रजी अर्थशास्त्र व कायदा ह्यावर अधिष्ठित असलेल्या त्यांच्या कल्पना, संपूर्णपणे निराळ्या असलेल्या संस्था व रूढींतून जडण-घडण झालेल्या भारतीयांच्या कल्पना ह्यांवर जुलमाने लादण्यात आल्या.

पूर्वीच्या आमदानीत महसूल हा त्या वर्षाच्या उत्पन्नाच्या मानाने ठरवला जाई व तो देणगी म्हणून, शेतकऱ्यांच्या गटाकडून किंवा सर्व खेड्याकडून राजाला दिला जाई. आता ठरवून दिलेला सारा हे कायम स्वरूपाच्या देण्यासारखे होते. मग शेत पिको अगर न पिको, ते कर्जासारखे रोख पैशांत दिलेच पाहिजे, त्यासाठी किती जमीन, किती लोक लावतात हा प्रश्न नव्हता. पैसा वसूल करण्यासाठी जमीनधारक हा व्यक्तिश: जबाबदार धरला जाई. ह्या वसुलाला 'भाडे' असे नाव देण्यात आले. ह्याचा अर्थ शेतकरी हा मालक राहिला नसून भाडेकरू झाला. मग तो राज्याचा किंवा इतरांचा. त्याच्याकडे रूढीप्रमाणे काही हक्क राहिले. उदा. जमिनीतील व्यक्तिगत हक्क. ह्या चालीचा तोंडवळा इंग्रजी आहे. ह्यातून गहाण, दान, फरोक्ताचे हक्क साहजिकच निर्माण झाले व त्यातूनच कायदा करणे, त्याची अंमलबजावणी करणे व त्यावर न्याय देणे, ह्या नव्या कटकटी, ज्या भारतीयांना माहीतही नव्हत्या, त्या त्यांच्यावर लादण्यात आल्या. ह्या क्रांतिकारक बदलामुळे ब्रिटिश जेते हे जमिनीचे

खरे मालक बनले व त्यांनी शेतकऱ्यांना भाडोत्री बनविले. त्यांना सरकार काढून टाकू शकेल, त्यांना जमिनदारांच्या वर्चस्वाखाली टाकू शकेल किंवा जरूर भासल्यास दोघांनाही जमिनीवरून घालवून देऊ शकेल. अशा प्रकारे शेतकऱ्यांच्या अनादि कालापासून चालत आलेल्या मालकी हक्काची व त्यांच्या शासनसंस्थेची ब्रिटिशांनी वाट लावली. ह्यानंतर बहुतेक जमिनी व्यक्तिगत शेतकऱ्याकडे 'भाडोत्री' ह्या नात्याने ठेवण्यात आल्या.

अशा प्रकारे वसाहतवादी वर्चस्वाचा भारतात संपूर्णपणे प्रारंभ झाला. ह्या नंतरच्या दीडशे वर्षांत ह्या कायद्याच्या चक्रव्यूहातून अनेक गुंतागुंतीचे छेद व प्रतिछेद निर्माण झाले व त्यातूनच ताबा, वहिवाट, रूढी व हक्क यांसारख्या कटकटी सुरू झाल्या. जमिनीच्या मालकी हक्काला गमावून शेतकरी त्याच्या जमिनीचा भाडोत्री झाला. तथापि त्याला जमीन गहाण, दान, फरोक्त करून देण्याचा हक्क होता आणि अशा प्रकारे त्याच्या भावी कर्जबाजारीपणाची सोय करून ठेवण्यात आली होती. ह्यातूनच कंगाल शेतकरी किंवा 'भूमिहीन श्रमजीवी' वर्ग निर्माण झाला आणि आज तो शेतकऱ्यांच्या संख्येच्या $\frac{1}{2}$ किंवा $\frac{1}{3}$ झाला आहे.

ह्या क्रांतीच्या पहिल्या पर्वाबद्दल लिहिताना मार्क्स म्हणतो की, भारताच्या प्राचीन ग्रामीण जीवनाचा सर्वनाश ब्रिटिशांनी जो केला, तो प्रत्यक्ष छोट्या भांडवलदारांच्या घुसवणुकीने नाही किंवा यंत्रावर तयार झालेला माल आत घुसवूनही नाही, तर तो प्रत्यक्ष राजकीय व आर्थिक सत्तासंपादनाने केला. त्यामुळे इंग्रज जेते हे खऱ्या अर्थाने राजे व मालक बनले. ह्याउलट चीनमधील बदल हा कोणत्याही प्रत्यक्ष राजकीय सत्तेतून निर्माण झाला नसल्यामुळे, तो संथपणे होत गेला.

"भांडवलशाही पद्धती भारतात जन्मास येण्यापूर्वी, राष्ट्रीय वृत्तीच्या उत्पादना- मागील एकजुटीने, सातत्याने आत चरत जाणाऱ्या इंग्रजी वाणिज्य जंतूला केलेला विरोध, इंग्रज लोकांना भारतात व चीनमध्ये प्रखरपणे जाणवला. ह्या उत्पादनमागील शक्ती ही शेतकी व घरगुती व्यवसाय ह्यांच्या एकजुटीवर अवलंबून असे. भारतात ह्या एकजुटीमागे, जमिनीतील सामूहिक मालकीचा आधार असे. चीनमध्येही हाच प्रकार होता. भारतातील ह्या छोट्या आर्थिक संघटनांचा नाश करण्यासाठी इंग्रजांनी आपले राजकीय व आर्थिक वर्चस्व प्रत्यक्षात स्थापन करून, ते खऱ्या अर्थाने भारताचे राजे व मालक बनले.''

वरील विधानाला जोडलेल्या तळटीपेत मार्क्स म्हणतो :

"एक राष्ट्राचा (भारताचा) इतिहास म्हणून जर तो असेल तर खऱ्या अर्थाने तो इंग्रजांनी भारताच्या कारभारात केलेल्या अयशस्वी व आचरट आर्थिक प्रयोगाचा

साखळदंड होय. बंगालमध्ये त्यांनी मोठ्या प्रमाणावर इंग्रज जमीनदारांचे एक रेखाचित्रच निर्माण केले. दक्षिण भारतात त्यांनी एक छोटा जमीनदार वर्ग जन्मास घातला, तर वायव्य सरहद्द प्रांतात त्यांनी सामूहिक जमीनधारकांचेच एक रेखाचित्र निर्माण करण्याचा शिकस्तीचा प्रयत्न केला.''

(मार्क्स– 'कॅपिटल', व्हॉल्युम ३, २०, पाने ३९२-९३)

### ३. जमीनदारी पद्धतीची निर्मिती

इंग्लंडमधील जमीनदारांप्रमाणे भारतात जमीनदारी पद्धत सुरू करण्याचा पाश्चिमात्य विजेत्यांनी पहिला प्रयत्न केला. १७९३ साली बंगालमध्ये लॉर्ड कॉर्नवॉलिस याने जी कायम-सारा-पद्धती निर्माण केली तिचा हा मुख्य भाग होता. प्रथम ही पद्धत बंगाल, बिहार व ओरिसात सुरू केली व नंतर ती उत्तर मद्रासमध्ये लागू केली. आजचे जमीनदार हे पूर्वीचे सारा वसूल करणारे अंमलदार होत. त्यांना $२\frac{१}{२}$ टक्के कायदेशीर कमिशन मिळे. ह्याशिवाय ते अधिक खात असत. त्यांना कायम स्वरूपाचे जमीनदार करण्यात आले व त्यांनी सरकारला $\frac{१०}{११}$ भाग द्यायचा व राहिलेला $\frac{१}{११}$ भाग स्वत:साठी घ्यायचा, असे ठरले.

सुरुवातीला वरील वितरण हे जमीनदार व शेतकरी ह्यांना तापदायक होते, तर सरकारला फायद्याचे होते. बंगालमध्ये तीन दशलक्ष पौंड जमीनदारांनी सरकारला द्यायचे होते. हा दर म्हणजे पूर्वीच्या आमदानीत कधीही नव्हता इतका भयंकर होता. पूर्वीच्या पद्धतीप्रमाणे जे जमीनदार शेतकऱ्यांना त्यांच्या अडचणीत थोडी माणुसकी दाखवत ते ह्या पद्धतीत मोडीत निघाले. एवढे की, त्यांच्या जमिनींचा लिलाव झाला. माणुसकी दाखवल्यामुळे स्वत:चे दिवाळे वाजवावे लागले असे काही जमीनदार नष्ट झाले. एका नवीन जातीचे आधाशी व्यापारी, जमीनदारांच्या जमिनी घेण्यास पुढे आले. त्यांनी आपला जास्तीत जास्त फायदा करून घेण्यासाठी लोकांना छळून नकोसे केले. कायम-सारा-पद्धतीत ह्या आधाशी लुटारूंचा 'सभ्य चालक' म्हणून उल्लेख आला आहे. १८०२ साली मिदनापूरचा कलेक्टर आपल्या रिपोर्टमध्ये म्हणतो:

"गेल्या काही वर्षांतील विक्री व जप्त्या ह्यांनी बहुतेक बड्या जमीनदारांना भिकेस लावले आहे; आणि पूर्वी कधीही, कोणत्याही देशात एवढ्या थोड्या काळात अंतर्गत व्यवस्थेमुळे आज बंगालमध्ये झाले आहेत एवढे जमिनीच्या व्यवस्थेत बदल झालेले नाहीत.''

नंतर मात्र सरकारला कल्पनाही नव्हती अशी कलाटणी वरील परिस्थितीला मिळाली. पैशाची खरी किंमत उतरल्यामुळे आणि शेतकऱ्यांकडून अमाप पैसा उकळल्यामुळे सरकारचा वार्षिक उत्पन्नात ठरवलेला तीन दशलक्ष पौंडांचा हिस्सा हळूहळू लहान वाटू लागला. ह्याउलट जमीनदारांचा हिस्सा वाढत गेला. आज बंगालच्या कायमधारा पद्धतीचे वार्षिक उत्पन्न बारा दशलक्ष पौंड आहे. त्यापैकी $\frac{1}{4}$ हिस्सा सरकारकडे जातो आणि $\frac{3}{4}$ हिस्सा जमीनदारांकडे[१] जातो.

कायमधारा पद्धतीवर सर्वांकडून टीका होत आहे. त्यात शेतकरी, सर्व भारतीय जनता (जमीनदार सोडून) आणि साम्राज्यवादी लोक यांचा समावेश आहे आणि ह्या पद्धतीत बदल व्हावा अशी चळवळ चालू आहे. (तत्कालीन साम्राज्यवादी म्होरक्यांचा कायमसारा पद्धतीवरील इरसाल हल्ला बघायचा असेल तर तो 'ऑक्सफर्ड हिस्ट्री ऑफ इंडिया' पाने ५६१-७० वर पाहावयास मिळतो.) साम्राज्यवाद्यांबद्दल सहानुभूती बाळगणारे काही गृणंग म्हणतात की, कायमसारा पद्धती सुरू करताना, जमीनदार हे पूर्वीचे मालक नव्हते, ह्या अहेतुक अज्ञानामुळे सर्व घोटाळा झाला. ह्यासंबंधी अन्स्टे हा 'इकॉनॉमिक डेव्हलपमेंट ऑफ इंडिया' (पा. ९८) ह्या ग्रंथात म्हणतो :

''सुरुवातीला भारतातील पद्धतीबद्दल कंपनीच्या नोकरांना काहीच कल्पना नव्हती. ते जमीनमालकाच्या शोधात होते. नंतर त्यांना असे आढळून आले की, आजचे हे 'जमीनदार' पूर्वी जमिनीचे मालक नव्हतेच, त्या वेळी इंग्लंडमधील कल्पनेप्रमाणे त्यांनाच ते जमीनदार समजू लागले.

ही गोड गोष्ट म्हणजे केवळ भाकडकथा आहे. त्या वेळच्या कागदपत्रावरून असे स्पष्ट दिसते की, लॉर्ड कॉर्नवॉलिस व इतर मुत्सद्दी ह्यांना एकूण परिस्थितीची पूर्ण कल्पना होती, त्यांना जाणूनबुजून एक नवा जमीनदार वर्ग निर्माण करायचा होता आणि हे करण्यामागे त्यांचा विशिष्ट हेतू होता.

कायमसारा पद्धती निर्माण करताना इंग्लंडमध्ये आहे असा एक नवीन जमीनदार वर्ग निर्माण करण्याचा हेतू होता. कारण असा वर्ग ब्रिटिश राजवटीचा पाठपुरावा

---

१. एकूण जो सारा वसूल केला जातो तो जुलमाने वाढविला आहे. १९३७ साली बंगालच्या कायदेमंडळाच्या दुसऱ्या अधिवेशनात जेव्हा कूळ-कायदा चर्चेसाठी आला तेव्हा बंगालचा एकंदर सारावसूल हा तीन सभासदांनी तीन प्रकारांनी सांगितला. तो असा : २९ कोटी, त्यात १७ कोटी कायदेशीर व १२ कोटी बेकायदेशीर; ३० कोटी त्यात २० कोटी कायदेशीर व १० कोटी बेकायदेशीर; २६ कोटी, त्यात २० कोटी कायदेशीर व ६ कोटी बेकायदेशीर. ह्या अंदाजावरून बेकायदेशीर वसूल धरून एकंदर वसूल जवळजवळ २० दशलक्ष पौंड जुलमाने घेतला जात असे.

करणारा झाला असता. भारतातील प्रचंड जनतेत मूठभर इंग्लिश लोक विस्तीर्ण मुलूख ताब्यात ठेवून राहणार होते, अशा वेळी, ज्यांना अशा राजवटीतीत लुटीचा काही भाग मिळणार होता ते त्या राजवटीची तळी उचलून धरणे स्वाभाविक होते. लॉर्ड कॉर्नवॉलिसने पाठवलेल्या खलित्यात तो स्पष्टपणे म्हणतो की, तो मुद्दाम एक नवा जमीनदार वर्ग निर्माण करत होता आणि ह्या नव्या जमीनदारांना असे हक्क देत होता की, जे पूर्वीच्या जमीनदारांना कधीही दिलेले नव्हते. जर जमीनदारांना जमिनीत मालकी हक्क दिला गेला नाही, तर अन्य काही लोकांना सार्वजनिक हिताच्या दृष्टीने असा हक्क द्यावा लागणार होता. सर रिचर्ड टॉपल आपल्या 'मेन अँड इव्हेन्टस् ऑफ माय टाइम इन इंडिया' (पान ३०) ह्या ग्रंथात म्हणतो की, ''कायमसारा पद्धती भारतात चालू करण्यात जमिनीविषयक असलेल्या इंग्लंडमधील संस्था बंगालच्या जनतेच्या माथी मारण्याचा लॉर्ड कॉर्नवॉलिस ह्याचा हेतू होता.'' ''१८२८ ते १८३५ ह्या काळात लॉर्ड वुइल्यम बेटिंक हा भारताचा प्रमुख राज्यपाल (गर्व्हनर-जनरल) असताना, एका सरकारी वक्तव्यात त्याने कायमसारा पद्धती हा क्रांतीविरुद्ध निर्माण केलेला बुरूज आहे, असे तिचे वर्णन केले होते.

''सार्वत्रिक संघर्षाविरुद्ध संरक्षण मिळवणे हाच जर कायमसारा पद्धती चालू करण्यामागील प्रमुख उद्देश असेल तर श्रीमंत जमीनदारांची एक अभेद्य फळी उभी करून व तिच्यामार्फत लोकांत वजन राखून ब्रिटिश राजवटीला बळकटी आणण्याचे श्रेय तिने मिळविले आहे हे निश्चित.''

(ए. बी. कीथ ह्याने आपल्या 'स्पीचेस अँड डॉक्युमेन्टस् ऑन इंडियन पॉलिसी १७५०-१९२१' व्हॉल्युम १, पान २१५ वर पुनर्मुद्रित केलेले लॉर्ड वुइल्यम बेटिंक ह्याचे ८ नोव्हेंबर १८२९ चे भाषण.)

ब्रिटिश राजवटीने आपले अस्तित्व भारतात टिकवण्यासाठी श्रीमंत जमीनदारां- बरोबर केलेले हे साटेलोटे अजूनही शाबूत आहे. तथापि ह्यातून इतके गुंतागुंतीचे प्रश्न निर्माण झाले आहेत की, त्यांची सोडवणूक करता करता ब्रिटिश राजवट व तिच्याबरोबर तिने लाडावून ठेवलेली ही बांडगुळे ह्या दोहोंचाही अंतकाल आता जवळ आला आहे. एकीकडे प्रत्येक प्रांतात जनता स्वातंत्र्यासाठी झगडत आहे, तर दुसरीकडे जमीनदार व जहागीरदारांच्या संघटना टाहो फोडून ब्रिटिशांशी असलेली आपली स्वामिभक्ती जगजाहीर करत आहेत. ह्या दृष्टीने १९२५ साली बंगालच्या जमीनदारांच्या संघटनेच्या अध्यक्षाने, व्हॉइसरॉयला उद्देशून केलेले भाषण एक नमुना म्हणून खाली देतो :

''महानान्यानी, जमीनदारांच्या मनापासून दिलेल्या आधारावर व प्रामाणिक

सहकार्यावर विश्वास ठेवावा.''

१९३८ साली जमीनदारांची पहिली अखिल भारतीय परिषद भरली, त्यात एक अंतर्गत संस्था निर्माण करण्याचा हेतू होता. ह्या वेळी मैमेनसिंगच्या महाराजाच्या अध्यक्षीय भाषणातील मुख्य भाग म्हणून त्याने असे जाहीर केले की, आपल्याला जमीनदार म्हणून जगायचे असेल तर सरकारचे हात बळकट करणे आपले कर्तव्य आहे. १९३५ च्या कायद्यात विधानसभेत व संघसभेत जमीनदारांना प्रतिनिधित्व देण्यासाठी खास कायदा करण्यात आला.

तथापि कायमसारा पद्धतीत केलेली चूक पुन्हा करण्यात आली नाही. त्यानंतरचे जमीनदारांचे करार तात्पुरत्या स्वरूपाचे केले गेले. हेतू हा की, हळूहळू सरकारला आपली मागणी वाढवण्यास वाव राहावा.

कायमसारा पद्धती सुरू झाल्यावर मद्रासपासून काही जिल्ह्यांत एक निराळ्याच स्वरूपाची योजना सुरू केली. त्याचा मुख्य हेतू असा की, सरकारने प्रत्यक्ष कुळांबरोबर ठराविक मुदतीचे करार करावेत म्हणजे ते पुन्हा बदलता यावेत, म्हणजे मधल्या फालतू लोकांना लुडबूड करण्यास वाव न देता सर्व लोण्याचा गोळा आपणास गिळंकृत करता येईल. ह्या पद्धतीलाच 'रयतवारी पद्धत' असे म्हणतात. ती थॉमस मन्रोच्या कारकिर्दीत मद्रासमध्ये अमलात आली. त्याला ती भारतीय संस्थांशी मिळतीजुळती वाटली. १८०७ मध्ये जमीनदारी पद्धती सुरू असताना मन्रोने रयतवारी पद्धतीचा पुरस्कार केला. १८२० मध्ये तो मद्रासचा गव्हर्नर असताना, मद्रास प्रांतातील बऱ्याच भागांत त्याने सर्वसाधारण सारापद्धती म्हणून ती अमलात आणली. त्यानंतर ही पद्धत निरनिराळ्या प्रांतांत मान्य झाली आणि आज ब्रिटिश इंडियाच्या जवळजवळ अर्ध्या भागात ती चालू आहे.

जरी रयतवादी पद्धतीचा चेहरामोहरा भारतीय संस्थांसारखा दिसण्यात होता तरी, वस्तुत: प्रत्यक्ष शेतकऱ्यांशी केलेले करार आणि उत्पादनाऐवजी जमिनीच्या क्षेत्रावर आधारलेली ही साऱ्याची पद्धती ह्या दोन दोषांमुळे जमीनदारी पद्धतीप्रमाणे हिनेही सर्व भारतीय संस्थांची वाट लावली. मद्रासच्या रेव्हिन्यु बोर्डाने रयतवारी पद्धतीवर बरेच आक्षेप घेतले व तिच्या जागी शेतकऱ्यांबरोबर शेतसाऱ्याचे सामूहिक करार करण्याची शिफारस केली. हिलाच 'मोजवारी पद्धती' असे म्हणतात. १८१८ साली ह्यांनी पाठवलेल्या खलित्यात रयतवारी पद्धतीवर त्यांनी केलेली टीका वाचनीय आहे. ती अशी :

''नवीन जिंकलेल्या प्रदेशांच्या उत्पादनक्षमतेची ज्यांना माहिती नाही किंवा तेथे महसूल पद्धती काय होती, ह्याची ज्यांना कल्पना नाही, असे काही परकीय येथे

येतात आणि ते येथील सामाजिक रचना, आर्थिक परिस्थिती व स्थानिक संघटना ह्यांचा विचार न करता, युरोपखंडात असलेल्या पद्धती व कल्पना मनात बाळगून काहीतरी भव्यदिव्य करण्याचे प्रयोग करतात, तथापि त्यांना हे माहीत नाही की, युरोपमध्ये जेथे सरकार व जनता एकरूप आहेत तेथे सुद्धा सरकार सारा हा प्रांत, जिल्हा किंवा अन्य कशावर मोजीत नसून, प्रत्यक्ष शेतावर म्हणजे त्याच्या उत्पादनक्षमतेवर बसवितात.

हे करताना ते, त्या देशातील सामाजिक रचना, प्राचीन संबंध व प्राचीन रूढी, ज्यामुळे खेडे हे संघटित गट केलेले होते, ते मोडून टाकण्याचा प्रयत्न करतात आणि असे करताना पूर्वी जी जमीन सामूहिक मालकीची म्हणून एका गावाची समजली जात असे, तिचे आता वाटप करून टाकण्यात येत आहे. असे करताना आपण प्रत्येक शेताप्रमाणे सारा घेतो असा बहाणा करावा. हा सारा अतिरिक्त मोठा ठरवावा, रयतेला आपल्या मर्जीप्रमाणे कर देण्यास लावावे, पूर्वींच्या मुसलमान सरकारप्रमाणे शेतकऱ्याला नांगराशी जुलमाने जखडून टाकावे, जादा आकारणी केली असूनही ती जमीन लावण्यास त्याला भाग पाडावे, तो सोडून जाईल तर त्याला धरून आणून कामाला जुंपावे, पीक आल्यावर येईल तेवढे घ्यावे आणि त्याला फक्त त्याचे बैल आणि बियाणे बाकी ठेवावे आणि ते शिल्लक न राहिल्यास त्याला जमीन पुन्हा लावण्यास भाग पाडण्यासाठी जरूर तर बियाणे द्यावे आणि ही जमीन शेतकऱ्याने स्वतःसाठी नव्हे तर सरकारसाठी लावावी.' (मद्रास बोर्ड ऑफ रेव्हिन्यूचे मिनिट, ५ जानेवारी १८१८.)

प्रत्यक्ष अधिकाऱ्याचे सामूहिक शेतीविषयीचे विचार उडवून लावण्यात आले. लंडन कोर्ट ऑफ डायरेक्टर्सनी रयतवारी पद्धत उचलून धरली. असे करण्यात शेतकऱ्याची खासगी मालकी करण्याचे उपकार ते करत होते असे त्यांना वाटले आणि त्यांच्या आज्ञेप्रमाणे सर थॉमस मन्रो भारतात आला व त्याने रयतवारी पद्धत चालू करण्याचे ठरवले.

आज जमीनधाऱ्याच्या पद्धती म्हणून तीन गट मानले जातात, त्या सर्व ब्रिटिश सरकारने केल्या आहेत आणि त्यांना प्रमुख जमीनदार तयार करण्याचा त्यांचा हेतू आहे.

पहिली म्हणजे कायमसारा पद्धत. ही बंगाल, बिहार आणि उत्तर मद्रासपैकी काही भाग येथे चालू झाली. तिच्याखाली एकूण ब्रिटिश प्रदेशाचा एकोणीस टक्के भाग होता.

दुसरी म्हणजे तात्पुरती जमीनदारी पद्धत. ही बहुतेक संयुक्तप्रांत, मध्यप्रदेश,

बंगालचा काही भाग आणि मुंबई व पंजाब (काही ठिकाणी एक किंवा अनेक शेतकऱ्यांबरोबर) चालू होती. तीस टक्के प्रदेश हिच्याखाली होता.

तिसरी म्हणजे रयतवारी पद्धत. ही पद्धत मुंबई, बहुतेक मद्रास, वऱ्हाड, सिंध, आसाम इतर ठिकाणी मिळून ५१ टक्के प्रदेशवार ती होती.

ह्याचा अर्थ ज्या ठिकाणी जमिनदारी पद्धत ब्रिटिश हिंदुस्थानात होती तो प्रदेश फक्त ४० टक्के होता, असे नव्हे. प्रत्यक्षात दुसऱ्याला जमीन देऊन किंवा सावकारांच्या कर्जामुळे जमीन घालवलेले शेतकरी, ह्यांच्या जमिनी जमीनदारांकडेच गेल्या आणि जेथे रयतवारी पद्धत चालू होती तेथे सुद्धा जमीनदारी सुरू झाली. मद्रास व मुंबई येथे तीस टक्क्यांवर जमिनी ह्या प्रत्यक्ष भाडेकरू (शेतकरी) लावीत नाही. (मुखर्जी– 'लँड प्रॉब्लेम्स ऑफ इंडिया', पान ३२९). मद्रासमध्ये १९०१ ते १९२१ ह्या काळात जमिनी न लावणाऱ्या मालकांची संख्या हजारात १९ वरून ४९ वर  गेली. जमीन लावणाऱ्या जमीनदारांची संख्या हजारात ४८४ वरून ३८१ वर घटली. जमीन लावणाऱ्या भाडेकरू शेतकऱ्यांची संख्या हजारात १५१ वरून २२५ वर गेली. १९२१ चा पंजाबचा शिरगणतीचा अहवाल म्हणतो की शेतीच्या उत्पन्नावर जगणाऱ्यांची संख्या जी १९११ मध्ये ६२६००० होती ती १९२१ मध्ये १००८००० वर गेली. उत्तर प्रदेशात १८९१ ते १९२१ ह्या काळात शेतीवर जगणाऱ्यांची संख्या ४६ टक्क्यांनी वाढली. ह्याच काळात मध्य प्रदेश आणि वऱ्हाडमध्ये केवळ उत्पन्नावर जगणाऱ्यांची संख्या ५२ टक्क्यांनी वाढली.

भारतातील जमीनदारीची ही वाढती लाट अतिशय वेगाने वाढत गेली. ह्यावरून शेतकऱ्यांच्या मालकीच्या जमिनी लाटण्यासाठी ज्या सावकारांना अन्य उद्योगधंद्यांत पैसा गुंतवून वाढवण्यास वाव नव्हता, त्यांनी पैशाच्या देवघेवीने शेतकऱ्यांच्या जमिनी ताब्यात घेतल्या. पोटभाडेकरूला जमीन देण्याचा कार्यक्रम एवढ्या प्रमाणात वाढला की, पोटभाडेकरूच्या जमिनी पन्नास टक्क्यांपर्यंत पोचल्या. ही पोटभाडेकरू शेतकरी करण्याची साथ एवढी पसरली की, वर मुख्य जमीनदार व खाली प्रत्यक्ष जमीन नांगरणारा, ह्यांच्यामध्ये पन्नास किंवा अधिक मधले पोटभाडेकरू शेतकरी निर्माण झाले. ('सायमन रिपोर्ट', व्हॉ. १, पान ३४०).

ह्याचा परिणाम असा झाला की, शेतीविषयक कायदा जो शेतकऱ्याचे संरक्षण करण्यासाठी जन्मास आला तो फक्त दुय्यम जमीनदारांपर्यंत पोहोचला आणि प्रत्यक्ष शेतकऱ्यांना संरक्षण तर मिळाले नाहीच, पण अनेक मध्यस्थ व सावकार ह्यांनी त्यांना भूमिहीन शेतकरी केले. त्याच्या पिळवणुकीत निरनिराळ्या मध्यस्थांनी भाग घेतला आणि सर्वांत शेवटी सरकारचे हक्क राहिलेच. ही जमीनदारीची पद्धत इतक्या

गटांगळ्या खात गेली की, तिचे एक विद्रूप स्वरूप निर्माण झाले. भारतात कृषिविषयक क्षेत्रात आज भेडसावणारा निर्वाणीचा क्षण, हे त्याचेच प्रतिबिंब आहे.

## ४. शेतकऱ्यांची दैन्यावस्था

भारतातील शेतीविषयक संबंधातून निरनिराळे वर्ग निर्माण झाले. १९३१ च्या शिरगणतीच्या रिपोर्टप्रमाणे भारतात कृषिविषयक क्षेत्रात खालील वर्ग निर्माण झालेले दिसतात.

| | |
|---|---|
| लागवड न करणारे पण मक्ता घेणारे | ४,१५०,००० |
| लागवड करणारे मालक व भाडोत्री लावणी करणारे | ६५,४९५,००० |
| शेतमजूर | ३३,५२३,००० |

ह्या वर्गवारीला फारसे महत्त्व नाही, कारण 'लावणारे मालक', 'भाडोत्री लावणारे' ह्या वर्गावरून जमिनीच्या क्षेत्राची कल्पना येत नाही. त्यामुळे मोठा शेतकरी, मध्यम शेतकरी व गरीब शेतकरी ह्यांमधील फरक स्पष्ट होत नाही. विशेषत: ज्यांच्या जमिनी किफायतशीर नाहीत, अशा बहुसंख्य शेतकऱ्यांची ह्यावरून कल्पना येत नाही आणि अशा शेतकऱ्यांना मोलमजुरी करून पोट भरावे लागते. लहान जमीन लावणारा पोट-भाडेकरू आणि मजूर ह्यांच्यातील फरक फार ठिसूळ आहे. म्हणून अधिक खरी परिस्थिती कळावी ह्यासाठी सर्वसाधारण शिरगणतीच्या विवरणात (रिटर्न्स) प्रादेशिक आणि सरकारी व बिनसरकारी चौकशीतून मिळालेल्या माहितीचा समावेश केला पाहिजे.

वर्गवारीत केलेल्या बदलामुळे पूर्वीच्या शिरगणतीच्या विवरणांची तुलना करता येत नाही. १९२१ च्या शिरगणतीत शेतकऱ्यावर अवलंबून राहणाऱ्यांचा समावेश केल्यामुळे शेती उत्पादनावर जगणाऱ्यांची संख्या २२१ दशलक्ष देण्यात आली. ह्याउलट १९३१ च्या शिरगणतीत ही संख्या १०३ दशलक्ष दाखवण्यात आली. त्यामुळे मागील शिरगणतीत शेतावर प्रत्यक्ष काम करणारांची संख्या १०० दशलक्ष धरणे भाग आहे. ती १९३१ च्या शिरगणतीत १०३ दशलक्ष आहे. अगदी सहज तुलना करायची तर असे म्हणावे लागते की, ही तुलना सुद्धा निरुपयोगी ठरते. कारण त्यानंतर वर्गवारीत पुन्हा बदल झाले. ह्या नव्या बदलात जेवढी माणसे शेतीव्यवसायात अप्रत्यक्षपणे मदत करीत त्यांचा आकडा निराळा करण्यात आला. विशेषत: खात दशलक्ष बायका व नातेवाईक जे शेतकी कामात मदत करीत असत त्यांना 'घरकाम' करणारे म्हणून दाखवण्यात आले. असे करून शेतीवर अवलंबून असणारांची संख्या पूर्वीच्या मानाने घटत होती, असे दाखवण्यात आले. (ही माहिती

मागे दिली आहे.) ह्या शेवटच्या बदलामुळे जो निर्णय अंतिम काढावा लागतो त्याची बाजू बळकट होते. ह्या दृष्टीने तुलना केली तर ती खालीलप्रमाणे दिसते.

| | १९२१ दशलक्ष | १९३१ दशलक्ष |
|---|---|---|
| लावणी न करणारे मालक - | ३.७ | ४.१ |
| लावणी करणारे (मालक किंवा भाडोत्री) - | ७४.६ | ६५.५ |
| शेतमजूर - | २१.७ | ३३.५ |

ह्या आकड्यांची वर आलेल्या कारणामुळे विशेषत: दुसऱ्या प्रकारच्या वर्गामुळे तुलना करता येत नाही. तथापि लावणी न करणाऱ्या जमीनमालकांच्या संख्येत होत असलेली वाढ स्पष्ट दिसत आहे. (१९११ च्या गणतीप्रमाणे हा आकडा २.८ दशलक्ष होता.) आणि भूमिहीन श्रमजीवी कामगारांच्या संख्येतही तशीच भयंकर वाढ होत आहे.

मद्रासचे विविध आकडे खाली दिले आहेत:

**मद्रासच्या शेतीव्यवसायातील वर्गविग्रह**

**(शेतकरी लोकांच्या दर हजारांत)**

| | १९०१ | १९११ | १९२१ | १९३१ |
|---|---|---|---|---|
| काम न करणारे जमीनमालक | १९ | २३ | ४९ | ३४ |
| काम न करणारे भाडेकरू शेतकरी | १ | ४ | २८ | १६ |
| कामकरी जमीनमालक | ४८१ | ४२६ | ३८१ | ३९० |
| कामकरी भाडेकरू शेतकरी | १५१ | २०७ | २२५ | १२० |
| शेतमजूर | ३४५ | ३४० | ३१७ | ४२९ |

(१९२०-२१ चे आकडे शिरगणतीच्या रिपोर्टवरून घेतले आहेत, ते पी. पी. पिलाइ यांच्या 'इकॉनॉमिक कन्डिशन्स इन इंडिया' ह्या ग्रंथाच्या पान ११४ वरून घेतले आहेत. १९३१ चे आकडे मद्रासच्या १९३१ च्या शिरगणतीच्या रिपोर्टवरून घेतले आहेत.)

१९०१ ते १९३१ ह्या तीस वर्षांच्या काळात, काम न करणाऱ्या उत्पन्न-खाऊंचा आकडा अडीचपट वाढला आहे. (म्हणजेच वीस हजारांवरून पन्नास हजारांवर गेला आहे.) जमीन लावणाऱ्या जमीनमालकांचा आकडा पंचवीस टक्क्यांनी कमी झाला आहे (म्हणजेच हजारी ६३५ वरून ५१० वर गेला आहे). भूमिहीन शेतमजुरांची संख्या $\frac{१}{३}$ वरून $\frac{१}{२}$ वर पोहोचली आहे (म्हणजेच हजारी ३४५ चे ४२९ झाले).

बंगालचे आकडे खाली दिले आहेत (शिरगणतीच्या विवरणावर आधारित)

|  | १९२१ | १९३१ | बदल |
|---|---|---|---|
| लावणी न करणारे जमीनमालक किंवा उत्पन्नखाऊ | ३९०.५६२ | ६३३.८३४ | + ६१% |
| लावणी करणारे मालक व भाडोत्री शेतकरी | ९,२७४,९२४ | ६,०७९,७१७ | - ५०% |
| शेतमजूर | १,८०५,५०२ | २,७१८,९३९ | + ३४% |

वर्गवारीत केलेल्या बदलामुळे तपशीलवर आकड्यांची तुलना करता येत नाही, ह्यामुळे एकूण शेतकरी लोकसंख्येत दोन दशलक्ष घट दाखवण्यात आली आहे. ती धूळफेक आहे. ह्यावरून एवढे निश्चितपणे म्हणता येते की, लागवड न करता उत्पन्न खाणाऱ्यांच्या व भूमिहीन मजुरांच्या संख्येत प्रत्यक्षात भयंकर वाढ झाली आहे. लागवड न करता उत्पन्न खाणाऱ्यांच्या संख्येत झालेल्या भयंकर वाढीसंबंधी मागे उल्लेख आलेलाच आहे आणि तो सर्व प्रकारच्या पुराव्यावरून सिद्ध झाला आहे. ह्यावरून शेतकऱ्यांच्या स्वामित्वहरणात होत असलेली वाढ स्पष्ट होते, एवढे खरे.

दुसऱ्या बाजूला भूमिहीन शेतजमजुरांच्या संख्येत होत असलेली वाढ अधिक बोलकी आहे. १८४२ मध्ये शिरगणतीचा आयुक्त सर थॉमस मन्रो आपल्या रिपोर्टमध्ये म्हणतो की, भारतात भूमिहीन शेतकरी नव्हते. (ही माहिती निश्चितपणे चुकीची होती. ह्यावरून एवढेच उघड होते की, त्यांच्या संख्येची मोजदाद करणे त्याला आवश्यक वाटले नाही.) १८८२ मध्ये शिरगणतीने असा अंदाज केला की, शेतीव्यवसायात साडेसात दशलक्ष भूमिहीन शेतमजूर होते. १९२१ च्या शिरगणतीने हा आकडा २१ दशलक्ष दाखवला म्हणजेच शेतीव्यवसायात असलेल्या लोकसंख्येच्या $\frac{१}{५}$ होय. १९३१ च्या शिरगणतीत हा आकडा ३३ दशलक्ष दाखवला, म्हणजे

शेतकी व्यवसायातील एकूण लोकसंख्येच्या $\frac{१}{३}$ इतका झाला. त्यानंतर हाच अंदाज १९३८ च्या टेनन्सी ॲक्टवर, बंगाल कायदेमंडळात झालेल्या चर्चेत मांडण्यात आला. वर दिलेल्या मद्रासच्या आकड्यांवरून हीच गोष्ट सिद्ध होते. आज ते प्रमाण जवळजवळ पन्नास टक्क्यांवर गेले आहे.[१]

ह्या मजुरांना मिळणाऱ्या मजुरीसंबंधी खालील तक्ता उद्बोधक ठरेल.

| | १८४२ | १८५२ | १८६२ | १८७२ | १९११ | १९२२ |
|---|---|---|---|---|---|---|
| शेतात काम करणाऱ्या शेतमजुराची, कोरडी, रोजची, आण्यांतील, मजुरी तांदळाची किंमत-एक | १ | $१\frac{१}{२}$ | २ | ३ | ४ | ४ ते ६ |
| रुपयास मिळणारे शेर | ४० | ३० | २७ | २३ | १५ | ५ |

(आर. मुकर्जी- 'लँड प्रॉब्लेम्स ऑफ इंडिया', पान २२२).

अशा प्रकारे ह्या काळात रोखीची मजुरी चार ते सहापट वाढली, तर तांदळाची किंमत आठपट वाढली. ह्याचाच अर्थ खरी 'मजुरी', 'प्रगती'च्या ह्या ऐंशी वर्षांत $\frac{१}{२}$ ते $\frac{१}{४}$ पर्यंत घसरली. उत्तर प्रदेशात १९३४ साली घेतलेल्या पंचवार्षिक मजुरीच्या पाहणीवरून असे दिसते की, सर्वसाधारण रोज मजुरी दिवसाला तीन आणे किंवा तीन पेन्स होती. ३२६ खेड्यांत ती दिवसाला दीड आणा किंवा दीड पेन्स होती.

अधिक खालच्या पातळीची पाहणी केली तर आपणाला असे दिसते की, भूमिहीनांचे बाबतीत गुलामगिरी, जबरदस्तीची मजुरी (वेट), कर्जफेडीची फुकट मजुरी, व पैशाशिवायची मजुरी असे भीषण प्रकार सर्व भारतभर चालू असल्याचे दिसते. तथापि ह्या संबंधात सांख्यिक विवरण गप्प आहे.

"भारतात आर्थिक दृष्टीने शेवटच्या पातळीवर शेतमजूर आढळतात. त्यांना रोख मजुरी क्वचितच मिळते. त्यांची परिस्थिती संपूर्ण गुलामगिरी ते अर्धीमुर्धी गुलामगिरी अशा स्वरूपाची असते. भारतातील कित्येक ठिकाणी जमिनदार, मालगुजार (सावकार)

---

किंवा लागवड करणारा मालक हे पैसे कर्जाऊ देऊन त्याच्या फेडीसाठी शेतमजुरांना राबवतात, कधी कधीतर एका पिढीच्या कर्जाची फेड फुकट मजुरी करून दुसऱ्या पिढीला करावी लागते.

मुंबई इलाख्यात दुबळे किंवा कोळी लोक आहेत, ते कमी-अधिक प्रमाणात बांधीलदार गुलाम आहेत. त्यांची बहुतेक कुटुंबे आपल्या धन्याची पिढ्यान् पिढ्या सेवा करताना दिसतात.

मद्रासच्या नैर्ऋत्य दिशेला इझाव, चेरूम, पुलेय व होलिय असे लोक आहेत. ते जवळजवळ गुलामच आहेत. पूर्व किनाऱ्यावर ब्राह्मणांचा जमिनीवरील ताबा मजबूत आहे आणि शेतमजूर मोठ्या प्रमाणात गुलामच आहेत. पाडियल हा एक गुलामगिरीतील नमुना आहे. तो कर्जापायी वंशपरंपरागत जमीनमालकाचा गुलाम झालेला असतो. अशा प्रकारच्या कर्जाची कधीही फेड होत नाही. ते कर्ज एका पिढीतून दुसऱ्या पिढीवर कोसळते आणि जर जमीनमालकाने जमीन विकली किंवा तो मेला तर हा पडियल पुन्हा नव्या मालकाकडे गुलाम म्हणून पाठवला जातो.

गुलामगिरीचा भीषण प्रकार बिहारमध्ये कमियांचे बाबतीत आढळतो. त्यांनी कर्ज घेतलेले असते व कर्जापोटी ते नोकरनाम्याने स्वत:ला बांधून देतात. ह्या कराराप्रमाणे कोणतेही हलक्या प्रतीचे काम त्यांना करावे लागते. ही नोकरी, म्हणजे गुलामगिरी, कर्जावरील व्याजाबद्दल त्यांना करावी लागते.

(आर. मुकर्जी, 'लँड प्रॉब्लेम्स् ऑफ इंडिया, पाने २२५-२९).

भारतात पुष्कळ ठिकाणी हे शेतमजूर आणि कर्जबाजारी लोक भारतातील आदिवासी समजले जातात. तथापि पूर्वीच्या स्वतंत्र शेतकऱ्याची परिस्थिती, कर्जापायी जमीन घालवून गुलामगिरी पत्करल्यावर वरील आदिवासींच्या परिस्थितीपेक्षा फारशी निराळी नाही. तो जवळजवळ कायदेशीर गुलामच असतो.

ह्यासारखीच परिस्थितीत चहा, कॉफी, रबर यांच्या मळ्यांवर काम करणाऱ्या दशलक्ष कामगारांची आहे. ह्या मळ्यांपैकी नव्वद टक्के मळे युरोपियन लोकांचे असून, त्यांना भरपूर नफा मिळतो. हे मजूर सर्व भारतामधून घेतलेले असतात. हे सर्व कामगार आपल्या कुटुंबासह मळ्यावरच राहतात. त्यांच्यावर मळेवाल्यांचा संपूर्ण ताबा असतो व त्यांना अगदी सामान्य, सामाजिक स्वातंत्र्यही दिले जात नाही. पुरुष, स्त्रिया व मुले ह्यांना अल्पमजुरी देऊन त्यांची पिळवणूक करण्यात येथे. हल्ली त्यांचे करार जरी रद्द करण्यात आले आहेत आणि १९३० च्या व्हिटले रिपोर्टप्रमाणे जरी निरनिराळे नियम करण्यात आले आहेत तरी कामगार आपल्या मालकाशी अनेक वर्ष जखडलेले असतात. इतकेच नव्हे, तर काहीजण आयुष्यभर तसेच जिणे

जगतात. शेतमजुरांची दैन्यावस्था ही भूमिहीन मजुरांच्या वाढत्या संख्येमुळे आहे व ही संख्या एकूण शेतकऱ्यांच्या संख्येच्या $\frac{1}{3}$ किंवा कधी $\frac{1}{2}$ इतकी असते. तथापि वस्तुस्थिती अशी आहे की, छोटीशी किफायतशीर नसलेली जमीन लावणारे व आधार नसलेले शेतकरी ह्यांची परिस्थिती शेतमजुरांच्या परिस्थितीसारखीच आहे. ह्यांच्या परिस्थितीतील फरक फारच किरकोळ आहे. १९३० च्या मद्रास बँकिंग इन्क्वायरी कमिटीच्या रिपोर्टमध्ये खालील माहिती मिळते :

'शेतमजूर आणि पोटभाडेकरू-शेतकरी ह्यांच्यामध्ये फारसा फरक दिसत नाही. पोटभाडेकरू हा पैशाच्या मजुरीवर नसतो. साधारणपणे तो भागीदारीत असतो. जमीनमालकाला चाळीस, साठ किंवा कधी ऐंशी टक्के उत्पन्नाचा भाग मिळतो आणि बाकीचा भाग पोट-भाडेकरूला मिळतो. अशा प्रकारे हा कूळ आपले जीवन वर्षानुवर्षे जेमतेम जगत असतो आणि जरूर लागते तेव्हा जमीन- मालकाकडून कधी कर्ज काढून, तर कधी बियाणे घेऊन, तर कधी अवजारे आणून कसेबसे भागवतो. ह्याउलट शेतमजूर मालकाचे बियाणे वापरतो. गुरेढोरे व अवजारे मालकाचीच असतात, वेळोवेळी मालकाकडून पैसे उचलतो आणि त्याच्या मोबदल्यात पैसे तरी देतो किंवा उत्पन्नाच्या रूपाने भरपाई करून देतो. कधी कधी शेतमजुराला थोडे रोख पैसे व थोडा उत्पन्नाचा भाग दिला जातो. कधीकधी पोट-भाडेकरू (कूळ) आपले नांगर वगैरे घेऊन जमीन लावतो. तथापि ह्या दोहोंमध्ये स्पष्ट अशी लक्ष्मण-रेषा नाही. जेव्हा मालक गैरहजर असतो तेव्हा जमीन कसणारा हा पोट-भाडेकरू आहे किंवा शेतमजूर आहे, हे निश्चितपणे कळत नाही.'

१९२७ साली ऑल इंडिया ट्रेड युनियन काँग्रेसमध्ये भाषण करताना एन. एम. जोशी म्हणाले की, शेतमजुरांची संख्या पंचवीस दशलक्ष आहे आणि पन्नास दशलक्ष अर्धवट मजुरी करणारे आहेत. ह्यावरून बहुसंख्य भारतीय शेतकरी म्हणजे खेड्यांतील कामगारवर्गच आहे, तो लहानसा शेतकरी वर्ग असा नाही.

१९३० सालचा, साम्राज्यशाहीच्या आत्मसंतुष्टपणाचा मूर्तिमंत पुतळा म्हणून समजला जाणारा सायमन रिपोर्ट म्हणतो, (ह्यात दोन वर्षांपूर्वीच्या शेतकी कमिशनच्या रिपोर्टचा प्रतिध्वनी उमटलेला आहे) :

"वैशिष्ट्यपूर्ण शेतकरी अजूनही आपली बैलजोडी सांभाळून थोडे एकर जमीन लावतो आणि त्यासाठी तो आपल्या कुटुंबाची आणि क्वचित प्रसंगी कामावर मजूर घेऊन आपली गरज भागवतो." (सायमन रिपोर्ट, व्हॉल्युम १, पान १८).

प्रत्यक्ष वस्तुस्थितीचे रेखाटलेले हे चित्र किती हास्यास्पद आहे ते वर दिलेल्या

माहितीवरून स्पष्ट होते. १९२७ साली शेतकी कमिशनसमोर मुंबईतील एक दशलक्ष एकराच्या एका जिल्ह्याचे विश्लेषण करण्यात आले. हा जिल्हा इतर अनेक जिल्ह्यांच्या मानाने अत्यंत सुखी होता. १९१७ ते १९२२ ह्या पाच वर्षांत जमीनधारणेच्या प्रमाणात किती बदल झाला ते खालील तक्त्यावरून कळून येईल. (व्हॉल्युम २ पुराव्याचा भाग १, पान २९२).

### धारणजमिनींची संख्या-वर्ष

| धारण जमिनीचे एकर | १९१७ | १९२२ | शेकडा, घट किंवा वाढ |
|---|---|---|---|
| पाचच्या खाली | ६,२७२ | ६,४४६ | वाढ २.६ |
| ५ ते १५ | १७,९०९ | १९,१३० | वाढ ६.८ |
| १५ ते २५ | ११,९०८ | १२,०१८ | वाढ ०.९ |
| २५ ते १०० | १५,५३२ | १५,०२० | घट ३.३ |
| १०० ते ५०० | १,२३४ | १,११७ | घट ९.५ |
| ५०० च्यावर | २० | १९ | घट ५.० |

साक्षीदार म्हणून आलेल्या सरकारी अधिकाऱ्याने केलेली टीका :

"ह्या पाच वर्षांच्या आकड्यांवरून असे दिसते की, पंधरा एकरापर्यंतच्या जमिनींची लागवड करणाऱ्या शेतकऱ्यांच्या संख्येत स्पष्ट वाढ झालेली आहे. परंतु काही विशिष्ट जमिनी सोडल्या तर एवढे क्षेत्र आर्थिक दृष्टीने बैलजोडी सांभाळण्यास पुरेसे नाही. धारण जमिनीत २५,१०० एकरांची घट दिसते ह्याचा अर्थ तुलनात्मक दृष्टीने शेतकरीवर्गात बरीच घट झाली आहे. त्यामुळे ते थोडासा पैसा बाजूला काढू शकतील.''

१९२२ च्या सुमारास शेतकरी जमीनधारकांमध्ये अर्ध्या धारकांजवळ सुद्धा, जे आर्थिक दृष्टीने बैलजोडी सांभाळू शकतील एवढी जमीन नव्हती आणि हे प्रमाण वाढतच होते.

शेतकऱ्याच्या प्रत्यक्ष स्थितीची कल्पना येण्यासाठी त्याच्याकडे किती जमीन आहे, हे पाहणे आवश्यक आहे. ह्यासंबंधीची माहिती ह्या प्रकरणाच्या दुसऱ्या भागात दिली आहे. जुन्या शिरगणतीत 'सामान्य उत्पादक' म्हणून ज्यांना संबोधिले आहे ते व भूमिहीन शेतमजूर ह्यांच्यातील फरक फारच अस्पष्ट आहे. त्यामुळे खरी वस्तुस्थिती समजत नाही. बहुसंख्य भूमिहीन शेतमजूर आणि आर्थिक दृष्टीने नामधारी धारक आणि थोडे किफायतशीर जमीनधारक, त्याचप्रमाणे शेती न करता उत्पन्न घेणारे

ह्यांच्यातील फरक, वरीलप्रमाणेच वरच्याइतकाही सुस्पष्ट नाही.

बंगाल लँड रेव्हिन्यु कमिशनसमोर दिलेल्या पुराव्यावरून असे सिद्ध झाले की, सर्वसामान्य कुटुंबाला जगण्यासाठी कमीतकमी पाच एकर जमीन पाहिजे. तथापि कमिशनने केलेल्या चौकशीत असे आढळून आले की, बंगालमधील लोकांपैकी $\frac{3}{4}$ कुटुंबे अशी होती की, त्यांना प्रत्येकी पाच एकरापेक्षा कमी जमीन मिळाली होती आणि ५७.२ टक्के तर अशी कुटुंबे होती की, त्यांना तीन एकरापेक्षाही कमी जमीन मिळाली होती.

डॉ. हॅरोल्ड एच मान ह्याचा 'लाइफ अँड लेबर इन ए डेक्कन व्हिलेज' हा ग्रंथ अधिक खुलासा ह्या बाबतीत करू शकतो. १९१४-१५ साली डॉ. मान ह्याने दक्षिणेतील एका खेड्याची कसून पाहणी केली. ह्या चौकशीत एका 'उजाड' खेड्यातील लागवड, पिके, जमीन-धारण, कर्जे, कुटुंबाचे उत्पन्न आणि खर्च ह्यांची पाहणी केली गेली. अशा प्रकारची ही पहिलीच चौकशी होती. त्या पाहणीत मिळालेली माहिती इतकी 'अनपेक्षित' आणि 'निराशाजनक' होती की, संबंधित खेड्याची माहिती ही एखाद्या विशिष्ट खेड्याची माहिती म्हणून ग्राह्य धरता येणार नाही असे म्हणत. खरोखरी अत्यंत शास्त्रशुद्ध पद्धतीने ती माहिती जमा केली होती. म्हणून डॉ. मान ह्याने चौकशीसाठी दुसरे एक खेडे निवडले आणि ती माहिती १९२१ मध्ये प्रसिद्ध केली. ती अगदी वरील माहितीप्रमाणेच होती. इतकेच नव्हे, तर ती निश्चित स्वरूपाची होती. त्यानंतर देशातील निरनिराळ्या ठिकाणांच्या पाहणीवरून त्याने काढलेल्या अनुमानाचा खरेपणा सहज सिद्ध झाला.

पहिल्या खेड्याच्या पाहणीत त्याला असे दिसून आले की, ८१ टक्के जमिनी अशा होत्या की, अत्यंत अनुकूल परिस्थितीत सुद्धा त्या त्यांच्या मालकांना जगवण्यास असमर्थ होत्या. जमिनींच्या १५६ गटांवरून खालील परिस्थिती स्पष्ट झाली.

| | |
|---|---|
| तीस एकरांपेक्षा अधिक............. | २ |
| वीस ते तीस एकर................ | ९ |
| दहा ते वीस एकर................ | १८ |
| पाच ते दहा एकर................ | ३४ |
| एक ते पाच एकर............. | ७१ |
| एक एकरापेक्षा कमी............. | २२ |

कीर्तिंगच्या अंदाजाप्रमाणे ''दक्षिणेत, पश्चिम विभागातील खेड्यात, जे सर्व-साधारण जीवन लोक जगतात, त्यासाठी त्या विभागात सर्वत्र असते अशी चांगली कोरडी जमीन असल्यास, फायदेशीर धारणेसाठी १० ते १५ एकर जमीन आवश्यक

आहे.'' प्रत्येक धारकाचा गट जरी स्वतंत्र धरला तरी तेथे ८१ टक्के असे गट आहेत की, ते वरील प्रमाणापेक्षा लहान आहेत. तुटपुंजे अन्न व वस्त्रप्रावरण आणि विजेच्या प्रकाशासारख्या सामान्य सुखसोयी वगळून शेतकऱ्यांचे जे निकृष्ट जीवन ते विचारात घेऊन हा अंदाज बसविला आहे. एकूण १०३ कुटुंबांची तपासणी करताना त्याला असे आढळून आले की, जी कुटुंबे जमिनीच्या साहाय्याने चांगल्या परिस्थितीत राहात आहेत, ती फक्त आठ आहेत. ज्या कुटुंबांना इतर काम करून आपल्या जमिनी सांभाळता येतात अशी २८ आहेत. तथापि ज्यांना बाहेर काम करून व जमीन लावूनही निकृष्टावस्थेत राहावे लागते अशी ६७ आहेत म्हणजे ६५ टक्के आहेत. वरील पहिल्या खेड्याच्या बाबतीत त्या खेड्याजवळच युद्धसाहित्य तयार करण्याचा कारखाना होता व त्या कारखान्यात तीस टक्के लोकांना नोकऱ्या होत्या आणि ह्या दृष्टीने तेथील परिस्थिती वैशिष्ट्यपूर्ण नव्हती.

दुसरे खेडे कारखाना किंवा औद्योगिक केंद्राजवळ नव्हते. तेथील लोकांपैकी ८५ टक्के कुटुंबे निकृष्टावस्थेत होती. ह्या खेड्यात कमीतकमी धारण जमीन जवळजवळ वीस एकर होती. तथापि तेथील ७७ टक्के धारण जमीन ह्या पातळीखाली होती. १४७ कुटुंबांपैकी दहा कुटुंबे, त्यांच्या जमिनीच्या जोरावर उत्तम परिस्थितीत राहात होती. १२ कुटुंबे जमीन लावून व शिवाय बाहेर इतर काम करून जगत होती आणि १२५ कुटुंबे म्हणजे ८५ टक्के कुटुंबे संपूर्ण जमिनीची लागवड करून व बाहेर काबाडकष्ट करूनही निकृष्टावस्थेत राहात होती. ह्या शेवटच्या गटात एकूण ७३२ लोकसंख्येपैकी ६६४ लोक होते– म्हणजे ९१ टक्के लोक अगदी निकृष्टावस्थेत जीवन कंठत होते.

हे मोठ्या बहुसंख्येतील लोक आपल्या कमीतकमी गरजा तरी कशा भागवत असावेत? ते त्यांना अशक्य आहे. नाइलाज म्हणून ते कर्जात खोल खोल रुतत जात आहेत. ते आपली जमीन घालवतात. भूमिहीन श्रमजीवी मजुरांत ते मिसळून जातात. चौकशीत असे दिसून आले की, खेड्यावरील कर्जाची मगरमिठी अधिकाधिक घट्ट होत आहे. पहिल्या खेड्याच्या पाहणीत असे दिसून आले की, वार्षिक कर्जफेड २५१५ रुपयांची होती, तर एकूण आवक ८३३८ रुपयांची होती. आज कर्जाचा बोजा गुदमरून टाकण्याएवढा वाढला आहे. खेड्याच्या एकूण भांडवली किमतीच्या ते बारा टक्के आहे आणि शेतकऱ्याचा जमिनीत उत्पन्न होणाऱ्या फायद्याच्या २४.५ टक्के फायदा कर्जापायी जातो. (पान १५२). दुसऱ्या पाहणीत असे दिसून आले की, कर्जफेडीसाठी एकूण ६७५५ रुपये द्यावे लागले, त्या वेळी जमिनीतून एकूण फायदा १५,८०७ रुपये झाला, म्हणजेच जमिनीच्या एकूण कमाईच्या पैकी $\frac{२}{५}$ पेक्षा

अधिक भाग सावकाराला गेला.

ह्या पाहणीच्या शेवटी डॉ. मान याने आपला सर्वसाधारण निर्णय दिला आहे. तो असा :

"आमच्या चौकशीतून व निरनिराळ्या गणतीवरून, खेड्यांतील जीवनाचा खरा मागोवा आम्हांस सापडला आहे असे गृहीत धरले तर, सर्वसाधारण प्रत्येक वर्ष खेड्याला अर्धपोटी ठेवून पूर्वीपेक्षा अधिक कर्जबाजारी बनवते आणि आजच्या वाढत्या लोकसंख्येत व आजच्या लागवडीच्या पद्धतीत, खेड्याला खरे आर्थिक स्वातंत्र्य मिळवणे, अशक्य करून सोडते.''

## ५. कर्जाचा बोजा

ज्या प्रमाणात शेतकऱ्याच्या अडचणी वाढत जातात, त्या प्रमाणात कर्जाच्या वाढत्या बोज्याखाली तो दडपला जातो आणि त्यामुळे त्याच्या अडचणी द्विगुणित होत जातात. हे शेवटचे दुष्ट वर्तुळ असते आणि त्यातून सुटका करून घेण्याचा एकच मार्ग म्हणजे धनिकाने शेतकऱ्याच्या जमिनीचे स्वामित्व हरण करणे, हा होय. अशा प्रकारे वाढती कर्जबाजारी, त्यातून आवश्यक ठरणारी जमीन गहाण टाकण्याची पद्धत व त्यातून निर्माण होणारी जमीन फरोक्त टाकण्याची गरज ह्यातून जमीन शेतकी न करणाऱ्यास विकली जाते. ह्यातूनच कृषिविषयक क्षेत्रांत निर्वाणीची परिस्थिती निर्माण झाली आहे.

शेतकऱ्यांपैकी फार मोठी संख्या सावकाराच्या कर्जावर जीवन जगतात, असे सायमन रिपोर्टमध्ये म्हटले आहे. (व्हॉल्युम १, पान १६).

कर्जबाजारीपणाची कमान ब्रिटिश राजवटीबरोबर सातत्याने चढत आहे आणि तो प्रश्न आज सर्वत्र तातडीचा झाला आहे, ही गोष्ट सर्वमान्य आहे. १९११ साली सर एडवर्ड मॅक्लॅगन म्हणतात :

"कर्जबाजारीपणा हा भारतात नवा नाही, हे सर्वांना माहीत आहे. मन्रो आणि एलफिन्स्टन ह्यांच्या लिखाणात असे म्हटले आहे की, भारतात ब्रिटिश राजवटीच्या सुरुवातीपासूनच कर्जबाजारीपणा चालू आहे. तथापि ब्रिटिशांच्या राज्यात तो मोठ्या प्रमाणात, विशेषत: गेल्या पन्नास वर्षांत फार वाढला आहे. वेळोवेळी आलेले अहवाल आणि दरसाल होणारी विक्री व गहाणखतांचा आकडा ह्यावरून गेल्या पन्नास वर्षांत हा कर्जाचा बोजा प्रचंड प्रमाणात वाढला आहे.''

(सर एडवर्ड मॅक्लॅगम याचा १९११ साली सेंट्रल बँकिंग इन्क्वायरी कमिटीच्या

१९३१ च्या अहवालात ५५ पानावर दिलेला उतारा.)

१८८० मध्ये फिनॅन्स कमिशनने म्हटले आहे की:

"जमीनधारकांपैकी $\frac{1}{3}$ लोक कर्जबाजारी झाले आहेत आणि आणखी तेवढ्याच लोकांना कर्ज आहे पण ते फेडता येण्याइतपत आहे."

त्यानंतर हे कर्जाचे प्रमाण मोठ्या प्रमाणात वाढले आहे. १९२८ च्या ॲग्रिकल्चरल कमिशनने म्हटले आहे की:

"चालू शतकात खेड्यातील एकूण कर्ज वाढले असणे शक्य आहे. उत्पादनाच्या प्रमाणात ते वाढले आहे किंवा कमी-अधिक प्रमाणात वाढले आहे किंवा ते शेतकऱ्यांतील धनिकांच्या बाबतीत वाढले आहे, हे सांगणे आम्ही जमा केलेल्या पुराव्यावरून कठीण दिसते." (रिपोर्ट ऑफ दि अ‍ॅग्रिकल्चरल कमिशन. १९२८, पान ४४१).

कर्जात झालेली ही वाढ १९३१ साली सेंट्रल बँकिंग इन्क्वायरी कमिटीने मान्य केली आहे. कमिटी म्हणते–

"शेतकीविषयक कर्ज वाढत आहे किंवा कमी होत आहे ह्यासंबंधी सामान्यपणे गेल्या शतकात ते वाढत आहे असे म्हणतात."

(रिपोर्ट ऑफ दि सेंट्रल बँकिंग इन्क्वायरी कमिटी, १९३१ पा. ५५). कमिटीने, १९३१ साली एकूण कर्ज ९०० कोटी रुपये होते म्हणजेच ६७५ दशलक्ष पौंड होते, असे म्हटले आहे. त्यानंतर आर्थिक क्षेत्रातील निर्वाणीच्या परिस्थितीत आणि शेतकीच्या किमतीतील घसरगुंडीमुळे अलीकडच्या गणतीत ते दुप्पट झाले आहे. (पाहा, पान २६२).

ही प्रचंड कर्जवाढ ब्रिटिश राजवटीत विशेषत: अलीकडे का झाली असावी? स्वत:ची इस्त्री न बिघडवता लिहिणारे आणि क्षमाशील वृत्तीच्या लेखकांना अजूनही असे वाटते की, शेतकऱ्यांच्या अदूरदर्शी उधळपट्टीमुळे हे कर्ज होते, त्याचप्रमाणे लग्नविधी, प्रेतयात्रा व कोर्ट-कज्जे आणि त्याचसारखे सामाजिक प्रसंग ह्या वेळी भरमसाट खर्च करण्याच्या शेतकऱ्यांच्या पूर्वापार सवयीमुळे हे कर्ज वाढत जाते. कठोर सत्यातून हे विश्लेषण टिकाऊ दिसत नाही. १८७५ सालीच 'डेक्कन रायट्स कमिशन'ने असे म्हटले आहे की;

"लग्नकार्य व इतर समारंभ ह्यासाठी होणाऱ्या खर्चाचा फाजील बागुलबोवा माजवला आहे. ह्यासंबंधीचा खर्च हा शेतकऱ्याच्या नेहमीच्या खर्चामध्ये एक महत्त्वाचा खर्च असतो हे खरे आहे. तथापि त्याच्या कर्जबाजारीपणाचा हा ध्रुवबिंदू आहे असे नव्हे."

खेड्याच्या सखोल पाहणीत, 'बंगाल प्रॉव्हिन्शियल बँकिंग इन्क्वायरी कमिटी'ला

असे आढळून आले की, वरील आरोप हा बिनबुडाचा आहे. उदाहरणार्थ, बोग्रा जिल्ह्यातील करिमपूर खेड्यात जेथे बावन्न कुटुंबे कर्जबाजारी झालेली होती त्यांच्या बाबतीत, १९२८-२९ ह्या वर्षात ज्या कारणांसाठी त्यांना कर्जे काढावी लागली ती अशी :

|  | रुपये |
|---|---|
| पूर्वीचे कर्ज फेडण्यासाठी.... | ३८९ |
| भांडवली व कायम स्वरूपाच्या | |
| सुधारणा आणि गुरेढोरे यांसाठी | १,०८७ |
| जमीनधारा व भाडे म्हणजे मक्ता यासाठी.. | ५७३ |
| लागवडीनिमित्त | ४३५ |
| सामाजिक व धार्मिक कामाप्रीत्यर्थ... | १५० |
| कोर्ट-दरबार खर्चासाठी... | १५ |
| इतर कारणासाठी... | ६६ |
| बेरीज : ... | २,७१५ |

सामाजिक व धार्मिक कार्यासाठी किंवा कोर्ट-दरबारासाठी झालेला खर्च हा एकूण खर्चाच्या $\frac{१}{१६}$ हिस्सा आहे. फक्त दुसऱ्या बाबीचा खर्च जो एकूण खर्चाच्या $\frac{२}{३}$ आहे तो उत्पादनवाढीचा खर्च समजण्यास हरकत नाही, त्यावरून शेतकऱ्याजवळ भांडवल नाही, एवढेच सिद्ध होते. बाकीचा जवळजवळ अर्धा खर्च हा चालू तातडीच्या गरजांसाठी झालेला आहे. उदाहरणार्थ, शेतसारा, भाडे म्हणजे मक्ता, कर्जफेड आणि चालू लागवडीचा खर्च.

त्याचप्रमाणे, १९३३-३४ साली बंगालमध्ये नैर्ऋत्य बिरभममध्ये केलेल्या चौकशीत जवळजवळ तशीच माहिती उपलब्ध झाली. येथे सहा खेड्यांतील ४२६ कुटुंबांपैकी, २३४ कुटुंबे म्हणजे पंचावन्न टक्के कुटुंबे कर्जात होती. त्यांचे एकूण कर्ज ५३,७९९ रुपये म्हणजे कुटुंबाला सरासरी २३० रुपये (१७ पौंड ५ शिलिंग) कर्ज होते.

कर्जाच्या कारणावरून खालील प्रमाण आढळून आले :

| | रुपये | शेकडा |
|---|---|---|
| भाडे म्हणजे मक्ता देण्यासाठी.... | १३,००७ | २४.२ |
| भांडवली स्वरूपाच्या सुधारणांसाठी.. | १२,७३६ | २३.७ |
| सामाजिक व धार्मिक कार्यासाठी.. | १२,०२१ | २२.३ |
| जुनी कर्जे फेडण्यासाठी... | ४,५०३ | ८.४ |
| लागवडीच्या खर्चासाठी... | २,४२३ | ४.५ |
| कोर्ट-दरबारासाठी... | ७०८ | १.३ |
| किरकोळ कामांसाठी... | ८,४०१ | १५.६ |

(एस. बोस. 'ए सर्व्हे ऑफ रूरल इंडेटेड्नेस इन साउथ-वेस्ट बिरभम, बंगाल १९३३-३४' इंडियन जर्नल ऑफ स्टॅटिस्टिक्स, सप्टेंबर १९३७.)

ह्या कर्जातील मुख्य बाब जी एकूण खर्चाच्या जवळजवळ $\frac{1}{4}$ आहे, ती म्हणजे भाडे म्हणजे मक्ता. भाडे व कर्ज मिळून एकूण खर्चाच्या $\frac{1}{3}$ भरतो. $\frac{1}{4}$ पेक्षाही कमी, भांडवली सुधारणांसाठी खर्च झाला. सामाजिक व धार्मिक बाबींवरील ह्या गावांतील खर्च, पूर्वींच्या उदाहरणाच्या मानाने जास्त आहे. तरीही तो $\frac{1}{5}$ पेक्षा किंचित जास्त आहे. मुख्य कर्ज हे आर्थिक गरजा भागवण्यासाठी झालेले आहे व त्यातील अल्पभाग हा उत्पादनवाढीसाठी झाला आहे.

भारतीय शेतकऱ्याच्या कर्जबाजारीपणाचे मुख्य कारण हे आर्थिक स्वरूपाचे आहे व ते जमीन महसूल व मक्ता ह्यांच्यातून निर्माण होणाऱ्या पिळवणुकीशी अगदी निगडित आहे. वरील चौकशी समितीच्या मताप्रमाणे कर्जबाजारीपणाचे मुख्य कारण म्हणजे शेतकरीवर्गाचे सर्वसाधारण दारिद्र्य हे होय. सर टी होप ह्या मुंबईच्या महसूल अधिकाऱ्याने १८७९ मध्ये 'डेक्कन ऑग्रिकल्चरिस्ट रिलीफ बिल' मांडताना जे भाषण केले त्यात तो म्हणाला, ''रयतेच्या कर्जबाजारी अवस्थेला आपली महसूल पद्धत थोड्या प्रमाणात जबाबदार आहे, ही गोष्ट प्रांजलपणे कबूल केली पाहिजे.'' १८९२ सालचे कमिशन, डेक्कन ऑग्रिकल्चरिस्ट रिलीफ ऑक्टची अंमलबजावणी करताना स्पष्टपणे म्हणते की, ''आजच्या महसूल पद्धतीतील साचेबंदपणा हा रयतेच्या कर्जबाजारी होण्याच्या कारणांपैकी एक ताजे कारण आहे.'' पीक कसेही असो अगर आर्थिक परिस्थितीत काहीही बदल होवो, महसूल वसूल करण्याचा एक साचेबंद आकडा हा वर्षानुवर्षे, तीस वर्षे, चालू ठेवणे हे जिल्ह्याधिकाऱ्याला किंवा हिशेबाच्या दृष्टीने सरकारी मुत्सद्द्यांना जरी सोयीचे असले तरी, ज्या रयतेला आपल्या

बदलत्या उत्पन्नातून हा साचेबंद कराचा आकडा द्यायचा असतो. त्याच्यावर एक संकटच कोसळते आणि ह्याचा परिणाम म्हणजे शेतकरी सावकाराला बळी पडतो. चेंगटपणाने दिलेली तात्पुरती सूट थोड्या प्रमाणात शेतकऱ्याचे हाल कमी करते, तथापि त्यामुळे वरील दुष्टचक्र संपत नाही. कमिशनने पुणे जिल्ह्यातील निरनिराळ्या खेड्यांतून सरकारसारा कसा वसूल केला जातो ह्याबद्दलचा पुरावा गोळा केला. त्या संबंधात आलेली उत्तरे फार बोलकी आहेत. ती खालील तक्त्यात दिली आहेत, ती अशी :

खेड्याचे           जमिनीचा धारा कसा दिला जातो.
नाव

वैवंद–        धारा देण्यासाठी रयतेला कर्ज काढावे लागते.
पिंपळगाव–    चांगल्या काळात सुद्धा थोडी उसनवारी करावी लागते.
देऊळगाव–    काही बाबतींत उसनवारी करावी लागते.
कानगाव–    सारा देण्यास उपयोग होईल अशा बेताने पिके वेळेवर पिकत नाहीत
             म्हणून रयतेला उसनवारी करावी लागते.
नांदगाव–    पाऊस वाईट असला तर ज्वारीच्या उभ्या पिकाला प्रतिभूत करून
             उसनवारी करावी लागते.
धोंड–        उभ्या पिकाला प्रतिभूत करून उसनवारी करणे.
गिरिम–       खात्यावर उसनवारी करणे भाग पडते. किंवा जर पत नसेल तर, उभे
             पीक विकावे लागते.
सोन्वारी–     शिलकी पैशांतून शेतसारा देता आला नाही तर उसनवारी करून किंवा
             गुरेढोरे विकून सारा द्यावा लागतो.
बढाणा–      उभ्या पिकाला प्रतिभूत करून, शेतसाऱ्याचा पहिला हप्ता द्यावा
             लागतो, जर पीक आले नसेल तर जमीन गहाण टाकून किंवा विकून
             सारा द्यावा लागतो.
मोरगोणा–    वरीलप्रमाणेच.
अंबी–        वरीलप्रमाणेच.
तारडोली–    उभ्या पिकाला प्रतिभूत करून पहिला साऱ्याचा हप्ता द्यावा लागतो
             किंवा जर पीक आले नसेल तर व्याजावर पैसे द्यावे लागतात.
कुसिगाव–    वरीलप्रमाणेच

     १९०० साली प्रसिद्ध झालेल्या 'दि ग्रेट फॅमिन' ह्या ग्रंथात वौधन नॉश हा

कमिशनच्या वरील तक्त्याची त्रोटक माहिती देताना म्हणतो की, ''मी मुंबईला गेलो असता मला संपूर्ण समाधान झाले. कारण सारा-वसुलीच्या संबंधात, सावकार हाच मुख्य माणूस आहे, अशी अधिकाऱ्यांची भावना होती.''

सावकार आणि कर्ज ह्या गोष्टी भारतातील सामाजिक वातावरणात नवीन नाहीत. भांडवली स्वरूपाच्या पिळवणुकीच्या दृष्टीने, सावकारीचे क्षेत्र फार वाढले असून, त्याला विशेषत: साम्राज्यशाही राजवटीला आगळे स्वरूप प्राप्त झाले आहे. पूर्वीच्या परिस्थितीत शेतकरी फक्त सावकारापासून कर्ज घेई व त्याला स्वत: जामीन राही. त्यामुळे  सावकाराचा व्यवहार हा धोक्याचा आणि अनिश्चिततेचा असे. प्रत्यक्षात खेड्यातील पतीवर त्याचे व्यवहार अवलंबून असत. पूर्वीच्या कायद्याप्रमाणे सावकाराला ऋणकोची जमीन घेता येत नसे. ब्रिटिश राजवटीत हा सर्व जमाना बदलला. ब्रिटिश कायदेपद्धतीप्रमाणे  ऋणकोला अटक करण्याचा आणि त्याची जमीन दुसऱ्याला देण्याचा अधिकार प्राप्त झाला आणि ह्यामुळे पोलिस आणि कायदा ह्यांच्या साहाय्याने शेतकऱ्याचे जीवन बरबाद करण्याचा अधिकार सावकाराला प्राप्त झाला. अशा प्रकारे सावकारामार्फत भांडवली पिळवणुकीला शेतकऱ्यांचे कुरण मोकळे झाले. शेतसारा वसुलीसाठी सावकार हा केंद्रबिंदू बनला. अशा प्रकारे सावकारीमध्ये धान्याचा व्यापारी व व्याजबट्ट्याचा धंदा करणारा ह्या दोन्ही गोष्टी केंद्रीभूत झाल्या. ऐन पिकाच्या हंगामात धान्य खरेदी करण्याची मक्तेदारी सावकाराला मिळाली. तो बी-बियाणे व अवजारे शेतकऱ्याला पुरवू लागला आणि शेतकरी, आपण सावकाराला किती पैसे दिले व किती देणे राहिले ह्याची तमा न बाळगता, त्याच्या जाळ्यात अधिकाधिक अडकू लागला. सावकार हा खेड्यात हुकूमशहा बनला. जसजशा जमिनी त्याला मिळू लागल्या, तसतसे त्याचे जाळे अधिक पसरू लागले. शेतकरी त्याचे मजूर होऊन, त्याच्या जमीन लावून येणाऱ्या पिकापैकी बहुसंख्य भाग व्याजाच्या रूपाने सावकाराच्या घशात घालू लागले. भारतीय खेड्यातील आर्थिक चौकटीत, शेतकऱ्यांना मजूर म्हणून राबवणारा, एक छोटा भांडवलदार, असे स्वरूप सावकाराला प्राप्त झाले. आपले सर्वस्व लुबाडून आपणावर दादागिरी करणारा ह्या दृष्टीने शेतकऱ्यांचा रोष सावकारावर होणे क्रमप्राप्त झाले. अधूनमधून होणाऱ्या सावकारांच्या खुनांमागे शेतकऱ्यांची नागवणूक व त्याच्यावरील जुलूम हाच व्यक्त होतो. तथापि सावकाराच्या ह्या दादागिरीला ब्रिटिश साम्राज्यशाहीचे पाठबळ आहे ही गोष्ट त्यांना हळूहळू समजून येते. वित्तीय भांडवलाच्या संपूर्ण यंत्रणेतील सावकार हा खालच्या पातळीवरील उत्पादनासंबंधात एक मुख्य दुवा झाला आहे.

ह्या सर्व पिळवणुकीच्या यंत्रणेत शेतकरी अजिबात नाहीसा झाला तर पिळवणुकीचा

व्यवहार बंद पडेल म्हणून ब्रिटिश राज्य, सावकार हा शेतकऱ्याला मुळासकट उपटून टाकीत नाही अशी खबरदारी घेते. व्याजबट्ट्याचा व्यवहार व जमिनी देण्यासंबंधात अनेक कायदे करण्यात आले. तथापि ह्या कायद्यांचा काहीएक उपयोग झाला नाही आणि वाढत्या कर्जबाजारीपणावरून ही गोष्ट सहज सिद्ध होते. (पाहा-ॲग्रिकल्चरल कमिशन्स रिपोर्ट ऑन 'फेल्युअर ऑफ लेजिस्लेशन' पाने ४३६-३७. खेड्यातील कर्जबाजारीपणाला आळा बसावा म्हणून केलेल्या कायद्याचा अनुभव).

कर्जबाजारीपणा आणि ब्रिटिश राजवटीत त्याचा प्रादुर्भाव ह्या प्रश्नाचा संपूर्ण आणि सखोल विचार एम. एल. डार्लिंग याच्या 'दि पंजाब पीझंट इन प्रॉस्पेरिटी अँड डेट' ह्या ग्रंथात पाहावयास मिळतो. हे पुस्तक प्रथम १९२५ मध्ये प्रसिद्ध झाले. नंतर ह्याच संदर्भात डार्लिंग ह्याने १९३० मध्ये 'रस्टिक्स लॉक्टिर' आणि १९३४ मध्ये 'वुइसेडम अँड वेस्ट इन ए पंजाब व्हिलेज' ही पुस्तके प्रसिद्ध केली. लेखकाची साधारणपणे क्षमाशील वृत्ती असून सुद्धा सत्य उजेडात येतेच. त्याच्या पहिल्या पुस्तकात ब्रिटिश राजवट भारतात सुरू झाल्यापासून पंजाबमध्ये कर्जबाजारीपणा कसा वाढीस लागला हे दाखवताना लेखक म्हणतो;

"शीख राजवटीत गहाणाचा व्यवहार जो क्वचितप्रसंगी होत असे तो आता प्रत्येक खेड्यात चालू आला आणि १८७८ च्या सुमारास सात टक्के प्रांत गहाण पडला. १८८० मध्ये लागवड करणारा शेतकरी आणि सावकार ह्यांच्यामधील चुरशीत सावकाराचा प्रचंड विजय झाला. पुढील तीस वर्षे सावकार उत्कर्षाच्या शिखरावर पोहोचला. त्याने आपली स्थिती एवढी सुधारली की, हुंडीवाले आणि सावकार ह्यांचा आकडा जो १८६८ मध्ये ५३,२६३ होता तो १९११ मध्ये १९३,८९० झाला." (एम. एल. डार्लिंग, 'दि पंजाब पीझंट इन प्रॉस्पेरिटी अँड डेट' पान २०८).

डार्लिंग याच्या मते १९११ मध्ये सावकाराचा उत्कर्ष शिगेला पोहोचला होता. १९२७ साली ॲग्रिकल्चरल कमिशनसमोर दिलेल्या पुराव्यात तो म्हणतो की, पंजाबमध्ये खेड्यातील सावकार आपला धंदा कमी करत होता. फक्त दोन जिल्ह्यांत ही परिस्थिती निराळी होती. आणि ह्याचे मुख्य कारण म्हणजे सहकारी चळवळ होय. कर्ज घेणाऱ्या शेतकऱ्याला कायदेशीर संरक्षण मिळाले होते आणि शेतकरी-सावकार वर्ग निर्माण झाला होता (रिपोर्ट पान ४४२). तथापि त्याचे दुसरे पुस्तक 'रस्टिक्स लॉक्टिर' १९३० मध्ये प्रसिद्ध झाले त्यात त्याच्या आशावादी सुराने भीतीची जागा घेतलेली दिसते. तो म्हणतो:

"लँड ऑलिनेशन ऑक्ट झाला असूनसुद्धा, शेतकऱ्याच्या जमिनीच्या स्वामित्वाचे

हरण पुन्हा एकदा मोठ्या प्रमाणात सुरू होईल, असा धोका आहे. पश्चिम पंजाबमध्ये अशी चिन्हे दिसू लागली आहेत. तेथे मोठे जमीनदार ह्या कायद्याचा आधार घेऊन शेतकऱ्याला बट्टा लावून आपल्या जमिनीत वाढ करण्यासाठी टपून बसले आहेत.''

१९३५ च्या सुमारास पंजाबचे जमीन महसूल अधिकारी लिहितातः

''शेतकरी सावकाराची गावठाणात शक्ती वाढत आहे.''

(रिपोर्ट ऑफ दि पंजाब लँड रेव्हिन्यू ॲडमिनिस्ट्रेशन, १९३५, पान-६)

१९१९ साली केलेल्या चौकशीत डार्लिंग यास असे दिसून आले की सतरा टक्के लोक निष्कर्जी होते, आणि सर्वसाधारण कर्ज ४३६ रुपये म्हणजे शेतसाऱ्याच्या बारापट होते.

बंगालमधील फरिदपूर जिल्ह्यात कर्जबाजारीपणातील वाढ ठळकपणे नजरेत भरते. १९०६ साली जे. सी. जॅक जो पुढे कोलकात्याच्या वरिष्ठ कोर्टाचा न्यायाधीश झाला, याने ह्या जिल्ह्यात पाहणी केली होती, त्यातील माहिती त्याने 'इकॉनॉमिक लाइफ इन ए बेंगॉल डिस्ट्रिक्ट' ह्या ग्रंथात १९१६ साली प्रसिद्ध केली. ती अशीः ''ह्या पाहणीवरून असे दिसते की, फरिदपूरमधील पंचावन्न टक्के कुटुंबे अजून निष्कर्जी आहेत.'' नंतर पंचवीस वर्षांनी म्हणजे १९३३-३४ साली ह्याच जिल्ह्यात 'बंगाल बोर्ड ऑफ इकॉनॉमिक इन्क्वायरी' ह्या संस्थेने पुन्हा चौकशी केली. त्यात असे आढळून आले की, त्या वेळी फरिदपूरमध्ये फक्त १६.९ टक्के कुटुंबे निष्कर्जी होती.


## ६. तिहेरी ओझे

उत्पादन काढणारा शेतकरी हा आज जरी भूमिहीन श्रमजीवी वर्गात सामील झाला नसला तरी आज त्याच्यावर तिहेरी ओझे पडले आहे. तो आपल्या छोट्याशा जमिनीच्या पट्टीतून मोडक्यातोडक्या साधनांच्या साहाय्याने जे काही अर्धेमुर्धे उत्पन्न काढतो त्यावर तीन राक्षसी डोळ्यांची नजर खिळून बसलेली असते आणि हे उत्पन्न एवढेच असते की, त्याच्या कुटुंबाला आणि त्याला ते जेमतेम पुरावे.

जमीन महसूलाचा सरकारी हक्क त्याच्यावर इतरांप्रमाणे असतोच. ह्याखेरीज त्याच्या तुटपुंज्या कमाईच्या साधनावरही सरकारी कर असतो.

(''भारतीय खेड्यांची स्वयंपूर्णता' ह्या संबंधात सायमन रिपोर्ट खेदाने म्हणतो की, खेड्यातील अबकारी करांना खेड्यात फारसा वाव मिळत नाही. तो फक्त मीठ, घासलेट आणि दारू ह्यापुरताच मर्यादित आहे. आणि ह्या वस्तू खेड्यांना त्याच्या

हद्दीबाहेरून पुरवल्या जातात. एवढे असले तरी जी अगदी किमान गरज समजली जाते अशा मिठावरील कर १९३९-४० मध्ये ८.१ दशलक्ष पौंड म्हणजे एकूण जमीन महसूलाच्या $\frac{३}{५}$ होतो.)

सरकारी शेतसाऱ्याखेरीज जमीनदाराचा उत्पन्नातील हक्क हा सर्वसामान्यांवर जादा कर म्हणून पडत असे. ब्रिटिश हिंदुस्थानच्या अर्ध्या भागात जमीनधारी पद्धत चालू होती तर रयतवारी पद्धतीतील $\frac{१}{३}$ जमीन पोट-भाड्याने शेतकऱ्यांना दिलेली असे.

जमीनदाराची वसुलाची मागणी बहुसंख्य शेतकऱ्यावर पडत असे आणि डार्लिंगच्या पाहाणीवरून व फरिदपूरच्या वस्तुस्थितीवरून ती जवळजवळ $\frac{४}{५}$ उत्पन्नाएवढी असे.

अशा प्रकारे उत्पादन करणाऱ्या शेतकऱ्याच्या उत्पन्नातून किती भाग लुबाडला जात असे? त्याला जगण्यासाठी किती शिल्लक राही? भारतातील शेतीविषयक माहितीत ह्यासंबधी विवरण उपलब्ध नाही. सरकार साऱ्याखेरीज जादा कर किती द्यावा लागतो व कर्जावरील व्याज म्हणून किती द्यावे लागते, ही माहिती उपलब्ध नाही. निश्चित माहिती न मिळाल्यामुळे, ''सेंट्रल बॅंकिंग इन्क्वायरी कमिटी, मायनॉरिटी रिपोर्ट' ने सर्वसाधारण माहिती देण्याचा प्रयत्न केला आहे (पाने ३६-३७). जमीनसारा अंदाजे ३५० दशलक्ष रुपये धरून कर्जावरील व्याज अगदी जुन्या सामान्य पद्धतीने काढले तरी ते १००० दशलक्ष रुपये भरते म्हणजे साऱ्याच्या तिप्पट होते आणि शेतसाऱ्याव्यतिरिक्त द्यावा लागणारा कर हा शेतसाऱ्याच्या दीडपट भरतो. ह्याचाच अर्थ, एकूण द्यावा लागणारा शेतकऱ्यावरील बोजा हा शेतसाऱ्याच्या पाचपट भरतो. एवढे असून रिपोर्टात म्हटल्याप्रमाणे हा अंदाज सुद्धा नेहमीच्या मानाने कमीच आहे. शेतसाऱ्याच्या दीडपट उत्पन्न मध्यस्थ लोक लाटतात ही माहिती मद्रासमध्ये मांडल्या गेलेल्या पण पास न झालेल्या बिलावरून उघड होते. हे बिल मांडण्यात परिस्थिती सुधारण्याचा विचार होता, म्हणजे निदान मध्यस्थांच्या मागण्या जास्तीत जास्त ह्यापेक्षा वाढू नयेत. तथापि ह्या सारावसुलीचे भयंकर प्रमाण बंगालमध्ये आहे. (तेथे एकूण भाडे किंवा वसुलाची मागणी ही जमीनसाऱ्याच्या चौपट व कधी कधी सहापट भरते.) आणि इतरही ठिकाणी अशीच बंगालच्या धर्तीवर असते. काही ठिकाणी तर ह्याहीपेक्षा जास्त असते. रिपोर्टवरून असे दिसते की, निरनिराळ्या ठिकाणी कुळांच्या कबुलायतीच्या अटी व जमिनींची उत्पादनक्षमता ही भिन्न असली तरी जेथे-जेथे मध्यस्थ माणसे आहेत तेथे-तेथे शेतकऱ्यावरील बोजाचे प्रमाण १:१$\frac{१}{२}$ ह्या पेक्षा पुष्कळच अधिक आहे. व्याजाचा दर म्हणजे ९००

दशलक्ष रुपयांवर १००० दशलक्ष रुपये म्हणजेच ११ टक्के, हा खरोखरी फार कमी आहे. सावकाराचा नेहमीचा व्याजाचा दर हा दर रुपयास, दर महिन्यास एक आणा, कधीकधी दीड आणा म्हणजे ७५ टक्के असतो. पूर्वीच्या हिशेबाने कर्जाची दुप्पट वाढ झाल्यामुळे ओझ्याचे वजनही दुप्पट होते. तथापि प्रत्यक्ष ओझे हे ह्या अंदाजात दाखवलेल्या पेक्षा अधिक जड असते आणि अशा परिस्थितीत, जर मिठावरील कर धरला, तर तो जवळजवळ वर्षाला दोन हजार दशलक्ष रुपये असतो. म्हणजेच प्रत्येक शेतकऱ्यामागे वीस रुपये पडतो. ह्याउलट, 'सेंट्रल बँकिंग इन्क्वायरी कमिटी मेजॉरिटी' रिपोर्ट म्हणतो की, ब्रिटिश हिंदुस्थानात शेतकऱ्याचे सरासरी उत्पन्न ४२ रुपये म्हणजेच वर्षाला तीन पौंडांवर थोडे भरते. (पान ३९).

एन. एस. सुब्रमणियन याच्या 'स्टडी ऑफ ए साउथ इंडियन व्हिलेज' (काँग्रेस पोलिटिकल अँड इकॉनॉमिक स्टडीज नं. २, १९३६) ह्या ग्रंथात ह्या पिळवणुकीचे अधिक बोलके चित्र उपलब्ध आहे. त्रिचनापल्ली जिल्ह्यात नेहरू नावाचे खेडे आहे, त्याची वस्ती ६२०० आहे. ह्या खेड्याच्या पाहणीत गावातील सर्व शेतकऱ्यांचे एकूण उत्पन्न एकूण निर्गमी आणि खर्चासाठी राहिलेली शिल्लक, ह्यांचे आकडे मिळाले आहेत. येथील पिळवणुकीचे प्रमाण अगदी स्पष्ट व बोलके आहे. कारण जमिनीची मालकी खेड्याबाहेर राहणाऱ्यांकडे आहे, कर्जेही खेड्याबाहेरील सावकारांची आहेत. त्यामुळे मुख्य उत्पन्न सारा आणि व्याज ह्यांच्या रूपाने खेड्याबाहेर जाते आणि त्यामुळे खेड्याच्या एकूण उत्पन्नातून किती वजावट केली जाते, ह्याची स्पष्ट कल्पना येते.

ह्या चौकशीवरून काय उजेडात आले? शेतीतून येणाऱ्या सर्व उत्पन्नाची बाजारच्या भावाने किंमत काढली तर ती ३,४४,००० रुपये होते. लागवडीचा खर्च वजा जाता, शेतीचे निश्चित उत्पन्न (ह्यात मजुरी व खेड्यातील खर्च सोडता) २,१२,००० रुपये झाले. शेतीव्यतिरिक्त उत्पन्न २४००० रुपये भरले, म्हणजे सर्व एकूण उत्पन्न २३६००० रु. झाले.

ह्याबरोबर खालील निर्गमीचे आकडे उपलब्ध आहेत :

जमिनसारा, पाटबंधारे व त्यासारखे खर्च, रु. ३०,००० खेड्याबाहेरील जमीन- मालकांचा मक्ता रु. ७०,००० द. म. व्याजाचा दर आठवरून कर्जावरील व्याज रु. ४०,०००, ताडी वगैरे दुकानांचा कर, झाडांवरील मालकांचा कर, रु. १२,००० ह्या सर्वांची बेरीज १५२,००० रुपये हे सरकार सारा, कर, मक्ता व व्याज ह्यासाठी जातात. ह्याखेरीज किरकोळ निर्गमी ४,००० रुपयांची असते. ह्या सर्व खर्चाची बेरीज १,५६,००० रुपये निर्गमी गेल्यावर, खेड्याला फक्त ऐंशी हजार रुपये

शिल्लक राहतात म्हणजेच दरडोई तेरा रुपये पडले.

ह्या खेड्यातील प्रत्येक मनुष्य वर्षाला ३८ रुपये म्हणजे दोन पौंड सतरा शिलिंग मिळवतो. तलाठी, जमिनदार आणि सावकार ह्यांनी आपला हिस्सा वसूल केला म्हणजे त्याच्याजवळ फक्त तेरा रुपये म्हणजेच एकोणीस शिल्लक राहतात. ह्यावर त्याला सर्व वर्षाची गुजराण करावयाची असते. $\frac{2}{3}$ हिस्सा घेतला जातो व $\frac{1}{3}$ त्याला राहतो.

एकूण उत्पन्नाचा $\frac{2}{3}$ भाग, जमीनसारा, जकातकर, व्याज आणि मक्ता मिळून दिला जातो. ह्या पाहणीत वरील निर्णय दिलेला सापडतो आणि तो ढोबळमानाने येथे दिला आहे.

"फ्रेंच राज्यक्रांतीच्या पूर्वसंध्याकाळच्या फ्रेंच शेतकऱ्यांच्या परिस्थितीचे बोलके वर्णन, कार्लाइल याने केले आहे, ते असे:

"आपल्या मुलांच्या जेवणासाठी विधवा कुयली जमा करीत आहे. त्यातीलही अत्तराचे फवारे उडवीत रेंगाळत असलेल्या जमीनदाराने हातचलाखीने तिसरी लांबवली व तिला 'रेंट' व 'लॉ' अशी नावे दिली."

भारतातील ब्रिटिश राजवटीत ह्याहीपेक्षा एक किमया प्रभावी ठरली आहे, तिच्या साहाय्याने एक कुयली शेतकऱ्याला ठेवून जमीनदार दोन लांबवतो.

■

# प्रकरण ९
## शेतकी क्रांतीच्या मार्गावर

'आता उठा शूर शेतकऱ्यांनो, जागे व्हा. श्रीकृष्णाचे[१] अनुकरण करा. चोर आणि दरोडेखोर आपल्या घरात घुसले आहेत. झोपू नका. आता उठा. शूर शेतकऱ्यांनो जागे व्हा, श्रीकृष्णाचे अनुकरण करा. वैशाख[२] महिन्यात जेव्हा शेतकरी कापणीत गुंतलेले असतात तेव्हा मालगुजार[३] जमीन जप्त करतात आणि जमिनदार पिके चोरतात. एक दिवसही शांतता नसते. ते तुमच्या कष्टाचे फळ तुमच्यादेखत लुटून नेतात आणि तुम्हांला खायला दाणाही ठेवत नाहीत. आता उठा. शूर शेतकऱ्यांनो, जागे व्हा, श्रीकृष्णाचे अनुकरण करा.''

सतोकी शर्मा, मथुरा जिल्ह्यांतील भूमिहीन शेतकरी कवी आणि फरिदाबाद येथे भरलेल्या, खेड्यांच्या कविसंमेलनाचे अध्यक्ष, मे १९३८.

वरील माहितीवरून कृषिविषयक क्षेत्रात निर्वाणीची परिस्थिती कशी वाढते आहे ह्याची कल्पना येते. तिची कारणे व विस्तार ही ब्रिटिश राजवटीशी निगडित असून, आज ती निर्वाणीचा क्षण निर्माण करत आहेत.

## १. शेतकी क्षेत्रातील निर्वाणीच्या परिस्थितीची वाटचाल

पहिली गोष्ट म्हणजे शेतकीमधील विषमतोल परिस्थिती व राष्ट्राच्या आर्थिक चौकटीवर त्याचे परिणाम, शेतीवर अवलंबून राहणारांची गर्दी व विकासाची मंद गती, ह्यातच वसाहतवादी राजकीय राजवटीमुळे औद्योगिक क्षेत्रातील विनाशकारक स्थिती. ही अवस्था इतर बाबींवर हानिकारक परिणाम करते.

---

१. महाभारतात सांगितल्याप्रमाणे वैशाख महिन्यातच श्रीकृष्णाने सारथी म्हणून अर्जुनाचा रथ कुरुक्षेत्रावर नेला. अर्जुनाला आपल्या चुलत्यांचा आणि नातेवाइकांचा पराभव करण्याचे बाबतींत आत्मविश्वास वाटत नव्हता, पण श्रीकृष्णाने त्याला युद्धाचे तत्त्वज्ञान विशद करून पटवून दिले व त्याला लढण्यास उद्युक्त केले.

२. हिंदू पंचांगांतील महिना.

३. खेड्यांतील जमिनदार किंवा मालगुजार.

दुसरे कारण म्हणजे शेतकी उत्पादनातील कुचंबणा व घसरगुंडी, उत्पादनातील घट, श्रमिकांचा दुरुपयोग, ज्यातून उत्पादन करून घेता येईल अशी जमीन पडीक ठेवणे, आज लागवडीखाली असलेल्या जमिनीचा विकास न करणे व उत्पादनातील वाढत्या घटीमुळे काही जमिनी लागवडीसाठी न घेणे आणि एकूण लागवड जमिनीचे क्षेत्र कमी होणे, वगैरे गोष्टी आहेत.

तिसरे कारण म्हणजे शेतकऱ्याची अधिक जमिनीची हाव, जमीनधारणेच्या क्षेत्राची घट, जमिनीची वाढती तुकडेतोड व त्यातून होणारे आर्थिक नुकसान. आज बहुतेक जमिनी ह्या अवस्थेत मोडतात.

चवथे कारण, जमीनदार पद्धतीत वाढ, पोटभाडोत्र्यांच्या आकड्यात बेसुमार वाढ, जमिनीवर काम न करणारे परंतु उत्पन्नाचा हिस्सा मागणारे अशा लोकांच्या संख्येत वाढ आणि शेतकी न करणाऱ्यांच्याकडे जमिनींची वाढत्या प्रमाणांतील मालकी जाणे, ह्या गोष्टी होत.

पाचवे म्हणजे, जमीनधारक शेतकऱ्यांच्या कर्जात वाढ आणि एकूण शेतकऱ्यांच्या कर्जात अलीकडे झालेली प्रचंड वाढ.

सहावे कारण म्हणजे कर्जबाजारीपणात झालेल्या वाढीमुळे शेतकऱ्यांच्या जमिनीवरील स्वामित्वाचे हरण आणि त्याचा परिणाम म्हणून जमिनींची मालकी सावकार किंवा सट्टेबाज ह्यांचेकडे जाणे आणि ह्या परिस्थितींतून निर्माण झालेली वाढती जमीनदारी आणि भूमिहीन श्रमजीवी शेतमजुरांच्या संख्येत झालेली प्रचंड वाढ.

सातवे कारण म्हणजे परिणामच आहे. वरील परिस्थितीमुळे फार झपाट्याने वाढत असलेली भूमिहीन श्रमजीवी शेतमजुरांची संख्या होय. १९२१ ते १९३१ ह्या दहा वर्षातच, ह्या भूमिहीन श्रमजीवींची संख्या एकूण शेतकऱ्यांच्या संख्येत जी $\frac{1}{5}$ होती ती $\frac{1}{3}$ झाली आणि ती अजून वाढतच आहे व ती एकूण संख्येच्या अंदाजे निम्मी होईल असे वाटते.

अति कर्जबाजारीपणामुळे जमिनीचे स्वामित्व हरण होते ही गोष्ट आता सर्वांना मान्य झाली आहे. १८९२ मध्ये - ॲग्रिकल्चरिस्ट रीलिफ ॲक्ट्च्या परिणामावर डेक्कन कमिशन म्हणते की, कृषिप्रधान देशात शेतकऱ्यांच्या जमिनी छळून उत्पन्न वसूल करणाऱ्या परकीयांकडे जाणे, हे वाईटच आहे. कारण ते जमिनीत सुधारणा करण्याकडे लक्ष देत नाहीत आणि अशा बेजबाबदार लोकांकडे जमिनींची मालकी जाणे अगदी अयोग्य होय. जमीनदार म्हणून वागतानाही तो सावकारी पद्धतीच्या अति क्रूर अटी शेतकऱ्यावर लादतो आणि तो शेतकरी त्याचा ऋणकोच असतो

आणि जवळजवळ गुलामापेक्षा थोडा बरा असतो. १९२८ साली ॲग्रिकल्चरल कमिशनने कबूल केले की, कर्ज काढल्याशिवाय इलाज नाही, अशी लोकांची खात्री झाल्यामुळे, सावकाराचे प्राबल्य फार माजते. ह्या परिस्थितीतून निर्माण होणाऱ्या निराशावादामुळे शेतकरी आपली जमीन सावकाराला देतो आणि त्याची सर्व सत्ता असहायतेमुळे मान्य करतो, (पान ४३५). तथापि हा सरकारी कमिशन्सचा, सात्त्विक संताप मान्य करूनही ती कमिशने सावकाराची जमिनीची हाव प्रत्यक्षात येण्यास त्याला सरकारचा आधार असतो, ही गोष्ट सांगण्याचे टाळतात, त्याचप्रमाणे सरकारचा जमीन महसूल वसूल करण्यासाठी जो कायद्याचा बडगा वापरण्यात येतो तोच बडगा शेतकऱ्याची जमीन काढून सावकाराला देण्यासाठी उपयोगात आणला जातो. ह्या गोष्टीचा उल्लेख ही कमिशने करत नाहीत. १९३१ साली सेंट्रल बॅंकिंग इन्क्वायरी कमिटीने सर्वसाधारण खात्रीचे मत व्यक्त केले, ते असे :

"कर्जबाजारीपणामुळे शेतकऱ्यांच्या जमिनी शेतकरी नसलेल्या सावकाराकडे जात आहेत आणि त्यांतून भूमिहीन श्रमजीवी कामगारांचा तांडा निर्माण होत आहे आणि त्यांची आर्थिक परिस्थिती अधिक वाईट होत आहे आणि ह्याचा परिणाम म्हणजे शेती व्यवसायातील कौशल्य नाहीसे होत आहे, कारण सावकार इतक्या भरमसाट मक्त्याने जमीन लागवडीस देतो की तिच्यातून चांगले उत्पन्न काढावे अशी उमेदच शेतकऱ्यांत राहात नाही." (रिपोर्ट् ऑफ दि सेंट्रल बॅंकिंग इन्क्वायरी कमिटी, पान ५९).

१९३१ चा शिरगणतीचा अहवाल म्हणतो की, "शेतकऱ्यांच्या जमिनी प्रचंड प्रमाणात, शेती न करणाऱ्या सावकारांच्या हातात जात आहेत" (सेंसस् ऑफ इंडिया, १९३१, व्हॉल्युम्, १ पार्ट् १, पान २८८).

ही सर्व घसरगुंडीची वाटचाल, जमिनीचे स्वामित्व हरण आणि वर्गविग्रहातील वाढती तीव्रता, ही फार झपाट्याने वाढत आहेत, आणि त्यांची कारणे म्हणजे जागतिक आर्थिक निर्वाणीची परिस्थिती, शेतकी उत्पादनाच्या किमतीची घसरगुंडी, दुसऱ्या जागतिक युद्धाची प्रतिक्रिया व त्यातून देशभर निर्माण होणारे दुष्काळ, ही होत.

डायरेक्टर जनरल ऑफ कमर्शियल इन्टेलिजन्स अॅंड स्टॅटिस्टिक्स ह्यांनी प्रसिद्ध केलेल्या सांख्यिकीवरून ह्या कोसळीची (कोलॅप्सची) कल्पना येते. १९२८-२९ साली म्हणजे मंदीची झळ लागण्यापूर्वी शेतीच्या उत्पादनाची सर्वसाधारण किंमत जवळजवळ १०,३४० दशलक्ष रुपये होती. १९३३-३४ साली ती फक्त ४,७३० दशलक्ष रुपये होती म्हणजे पंचावन्न टक्क्यांनी घसरली होती.

अगोदरच गरीब असलेल्या शेतकऱ्याचे उत्पन्न अशा प्रकारे एकाएकी निम्मे

झाल्यावर त्याची काय अवस्था झाली असेल ह्याची कल्पनाच केलेली बरी. त्याला जे पैसे द्यावे लागत होते, त्याच्या मोबदल्यात त्याला काहीच सूट मिळेनाशी झाली. ह्याउलट जो शेतसारा १९२८-२९ मध्ये ३३१ दशलक्ष रुपये होता तो १९३१-३२ पर्यंत ३३० दशलक्ष रुपये ठेवण्यात आला. जो थोडाबहुत कमी झाला त्याचे कारण तो देण्याची शेतकऱ्याजवळ शक्तीच नव्हती. त्यामुळे काही लोकांनी जमिनी देऊन टाकल्या. १९३३-३४ साली शेतसारा ३०० दशलक्ष रुपयांवर आला म्हणजेच नऊ टक्क्यांपेक्षा थोड्या अधिक प्रमाणात कमी झाला.

'बंगाल जूट इन्क्वायरी कमिटी'च्या १९३४ च्या रिपोर्टवरून, १९२०-२१ आणि १९३२-३३ ह्या काळात, खरेदी करण्याच्या शक्तीत वरच्यावर झालेल्या बदलावरून, बंगालमधील शेतकऱ्याची परिस्थिती किती भयंकर झाली होती, ह्याची कल्पना येते. वरील रिपोर्टच्या अंदाजावरून, बंगालच्या बाजारपेठेत येणाऱ्या उत्पन्नाची किंमत ज्या वेळी १९२०-२१ ते १९२९-३० ह्या काळात सर्वसाधारणपणे ७२४ दशलक्ष रुपये होती व १९३२-३३ मध्ये ३२७ दशलक्ष रुपये होती, त्या वेळी कर्जाची जबाबदारी २७९ दशलक्ष रुपयांवरून २८३ दशलक्ष रुपयांवर गेली. ह्याचाच अर्थ, खुल्या बाजारात खरेदी करण्याची शेतकऱ्याची शक्ती ४४५ दशलक्ष रुपयांवरून ४४ दशलक्ष रुपयांवर आली. ह्याच काळात कोलकत्यातील किमतीचा निर्देशांक सरासरी २२३ वरून त्याच काळात १२६ वर आला. म्हणजे शेकडा ४४ टक्के घटला आणि खुल्या बाजारातील खरेदीची शक्ती ९० टक्क्यांनी घटली.

ह्याच काळात, रूढीनुरूप शिल्लक म्हणून ठेवलेले सोन्याचे दागिने दिवाळखोरी टाळण्यासाठी धुऊन नेण्यात आले आणि त्यामुळे भारताकडून इंग्लंडला जाणारी वार्षिक देणगी, जी निर्यात मालाच्या किमतीतून पुरी होऊ शकत नव्हती, ती कशीबशी पुरी करण्यात आली. १९३१ ते १९३७ ह्या काळात भारतातून कमीतकमी २४१ दशलक्ष पौंड किमतीचे सोने नेण्यात आले. तथापि ह्या मारून-मुटकून काढलेल्या सोन्यामुळे एक वेळ सावरली गेली. तथापि त्यामुळे भावी काळातील दुर्दैवाचा प्रसंग कायमचा टाळता येणे शक्य नव्हते.

संयुक्त प्रांतात शेतसारा भरता येत नाही म्हणून ज्या शेतकऱ्यांनी जमिनी सोडल्या अशांची संख्या १९३१ मध्ये ७१,४३० होती. जुलमाने शेतसारा वसूल करण्यासाठी २५६,२८४ हुकूम सुटले. बंगालमध्ये १९३० साली पाटबंधाऱ्यावरील कमिटीने, 'जमीन लागवडीबाहेर जात आहे' असे म्हटल्याचे मागेच आले आहे.

१९३४-३५ च्या सुमारास शेतकी विवरणावरून असे दिसते की, लागवडी जमिनीच्या क्षेत्रात एकाएकी भयंकर म्हणजे पाच दशलक्ष एकरावर घट झाली.

१९३३-३४ मध्ये प्रत्यक्ष लावणी झालेली जमीन २३३.२ दशलक्ष एकर होती. १९३४-३५ साली ती २२६.९ दशलक्ष एकर झाली म्हणजेच ५,२६६००० एकर कमी झाली. अन्नधान्याच्या लागवड जमिनीतील घट ५,५८९००० एकर झाली.

१९३४ सालापासून तेजीमुळे किमतीत झालेली थोडी सुधारणा, मंदीचे परिणाम कमी करण्यास किंवा चालू असलेली घसरगुंडी थांबवण्यास असमर्थ होती. ऑन्स्टे म्हणतो (इकॉनॉमिक डेव्हलपमेंट ऑफ इंडिया, ४८८, २७). १९३४ सालापासून लोकांचे हाल अधिक वाढले आहेत.

शेतकऱ्याचे उत्पन्न निम्मे झाले व कर्ज मात्र दुप्पट झाले, ह्याचा साहजिक परिणाम म्हणजे त्याच्या कर्जात वाढ होत गेली, आणि आजचे कर्ज हे १९३१ साली असलेल्या कर्जाच्या पातळीच्या दुप्पट झाले आहे.

१९२१ साली एकूण शेतकीकर्ज ४०० दशलक्ष पौंड होते असा अंदाज होता (पाहा, 'डार्लिंग एम.एल.- दि पंजाब पीझंट् इन् प्रॉस्पेरिटी अँड डेट').

१९३१ साली दि सेंट्रल बँकिंग इन्क्वायरी कमिटीच्या रिपोर्टप्रमाणे एकूण शेतकी कर्ज ९०० कोटी रुपये म्हणजे ६७५ दशलक्ष पौंड होते.

१९३७ साली, रिझर्व्ह बँकेच्या ॲग्रिकल्चरल क्रेडिट डिपार्टमेंटच्या पहिल्या रिपोर्टप्रमाणे हे कर्ज एकूण १८०० कोटी रुपये म्हणजे १३५० दशलक्ष पौंड होते.

१९२१-३१ ह्या दहा वर्षांत हे कर्ज ४०० दशलक्ष पौंडांवरून ६७५ दशलक्ष पौंडावर गेले. १९३१-३७ ह्या सहा वर्षांत ते ६७५ दशलक्ष पौंडांवरून १३५० दशलक्ष पौंडावर गेले. ह्या काळातील शेतकऱ्यांच्या कर्जातील ह्या प्रचंड वाढीवरून शेतकी क्षेत्रांतील वाढती आणीबाणीची परिस्थिती स्पष्ट होते.

दुसऱ्या जागतिक युद्धात जपानने भाग घेतल्यावर जेव्हा ब्रह्मदेशचा तांदूळ येण्याचा बंद झाला तेव्हा भारतीय शेतकी क्षेत्रातील हलाखीची परिस्थिती उघडी पडली. त्यामुळे भारतात अन्नधान्याचा तुटवडा झाला व किमती वाढू लागल्या. खरोखरी अशा वेळी शेतकऱ्यावरील ओझे कमी करून व त्याला पाटबंधारे व इतर शेतीच्या सोयी करून देऊन उत्पादन वाढवण्याचा जोराचा प्रयत्न व्हावयास पाहिजे होता. दुसरे म्हणजे किमतीवर नियंत्रणे घालून व स्वस्त धान्याची दुकाने काढून फायदा झाला असता आणि तिसरा उपाय म्हणजे साठेबाज, काळाबाजारवाले व व्यापारी ह्यांच्यावर कडक वचक ठेवून परिस्थिती सुधारली असती, ह्याऐवजी सामान्य जनतेची पिळवणूक करून लढाईसाठी भांडवलाचा पुरवठा करण्याचे साम्राज्यशाही राजवटीने ठरवले, त्यामुळे तेजी सुरू झाली व किमती वाढत गेल्या. सामान्य जनतेसाठी अन्नधान्याचे योग्य वितरण करण्याऐवजी साम्राज्यशाहीने साठेबाजांचा

लढाईसाठी अन्नधान्य व इतर गरजा पुरवण्यासाठी उपयोग केला. ह्याचा परिणाम असा झाला की, १९४३ साली प्रत्यक्ष धान्याचा तुटवडा जरी १४००,००० टनांचा होता, म्हणजे भारताच्या एकूण गरजेच्या मानाने क्षुल्लक होता, तरी देशातील कित्येक भागांत दुष्काळ पडला व असंख्य भारतीय मृत्युमुखी पडले.

प्रा.के.पी. चटोपाध्याय याने केलेल्या पाहणीवरून, केवळ बंगालमध्ये पस्तीस लाख लोक उपासमारीने मरण पावले. 'फॅमिन इन्क्वायरी कमिशन' ह्या सरकारी समितीनेसुद्धा पंधरा लाख भूकबळी पडल्याचे मान्य केले.

दुष्काळाच्या मागोमाग साथी सुरू झाल्या आणि १९४४ च्या सप्टेंबरच्या सुमारास बंगालमध्ये १२,००,००० लोक निरनिराळ्या रोगांमुळे मरण पावले. (भोवानि सेन 'रूरल बेंगॉल इन रुइन्स', पान १८).

तो दुष्काळ मानवनिर्मित होता. बंगालमधील तुटवडा हा फक्त सहा आठवड्यांच्या अन्नाचा होता आणि धान्य आयात करून व सारखे वितरण करून तो भागवता आला असता. तथापि बंगालमधील लोकसंख्येच्या तिसऱ्या हिश्शापेक्षा अधिक लोक ह्या दुष्काळात होरपळले होते. संपूर्ण साठे बडे जमीनदार व व्यापारी ह्यांनी कोंडून ठेवले होते आणि लाचखाऊ नोकरशाहीने हे साठवून ठेवलेले धान्य व्यापाऱ्यांकडून अधिकाराने बाहेर काढण्याऐवजी, त्यांच्या किमती भरमसाट वाढवून, लाखो लोकांच्या जीविताशी खेळ खेळण्यास त्यांना साहाय्य केले. जानेवारी १९४२ मध्ये ज्या तांदळाचा भाव कलकत्त्यात एक मणाला सहा रुपये होता, तो त्याच वर्षाच्या नोव्हेंबरमध्ये ११ रु. झाला व १९४३च्या फेब्रुवारी ते एप्रिलमध्ये २४ रु. झाला. मे महिन्यात ३० रु., जुलैत ३५ रु., ऑगस्टमध्ये ३८ रु. व १९४३ च्या ऑक्टोबर महिन्यात ४० रुपयांवर गेला. उपनगरात तर ५० ते १०० रु. मण भाव झाला. सर्व दुष्काळाच्या काळात तांदूळ हवा तेवढा उपलब्ध होता, मात्र भाव एक मणाला शंभर रुपये होता.

मोठ्या व्यापाऱ्यांनी ह्या दुष्काळात काळ्या बाजाराची धमाल उडवून १५०० दशलक्ष रुपयांचा फायदा उपटला. (कित्ता. पा. १).

ह्या दुष्काळाचा पहिला तडाखा बंगालच्या पंचाहत्तर टक्के शेतकरी कुटुंबांना बसला, कारण त्यांच्याजवळ पाच एकर जमीन होती व तिच्यातून आवश्यक ते धान्योत्पादन करणे त्यांना शक्य नव्हते. मे १९४३ च्या सुमारास ह्या ७५ टक्के शेतकऱ्यांजवळ तांदूळ शिल्लक राहिला नव्हता. अन्नाचा साठा जोतेदार, व्यापारी, सरकारी गुमास्ते आणि कारखानदार ह्यांच्याच हातात होता, (कित्ता.पा.४). दुष्काळाची झळ सर्वांआधी अत्यंत गरीब जनतेला लागली व हळूहळू ती मध्यमवर्गीय शेतकऱ्यांकडे पसरली. अत्यंत गरीब शेतकऱ्याला सर्वांआधी आपले घरदार सामान-सुमान विकून,

कंगाल बनून, मृत्यूला कवटाळावे लागले. प्रा.पी.सी.महाल- नोबिस व इंडियन्
स्टॅटिस्टिकल इन्स्टिटट्यूटचे इतर लोक ह्यांनी केलेल्या पाहणीत असे आढळून आले
की :

"खरोखरी, दुष्काळापूर्वी प्रत्येक कुटुंबांच्या मालकीच्या, पिकलार जमिनीच्या
क्षेत्रावर ठरवलेल्या वर्गीकरणावरून दुष्काळाची झळ किती प्रमाणात लागली, ह्याचा
अंदाज काढता येत होता.''

(ए सॅम्पल सर्व्हे ऑफ आफ्टर-इफेक्ट्स ऑफ दि बेंगाल फॅमिन ऑफ १९४३,
पान ३, संख्या, व्हॉ.-७ पार्ट ४, १९४६.)

ह्या दुष्काळाचा परिणाम म्हणजे शेतकऱ्यांची परिस्थिती अधिक हलाखीची
झाली आणि जमीनदार व सावकार ह्यांच्या हातांत जमिनीचे केंद्रीकरण वाढले.

ह्या पाहणीवरून जवळजवळ १५९०,००० कुटुंबांनी (ज्यांच्यापैकी पंचवीस
टक्के लोकांजवळ दुष्काळापूर्वी पिकलार जमिनी होत्या, अशांनी) आपल्या जमिनी
एकतर संपूर्ण किंवा काही प्रमाणात विकून टाकल्या किंवा एप्रिल १९४३ ते एप्रिल
१९४४ ह्या दुष्काळी एक वर्षात, आपल्या पिकलार जमिनी गहाण टाकल्या.
ह्यांच्यापैकी २६०,००० कुटुंबांनी आपल्या जमिनी अजिबात घालवल्या व ते
भूमिहीन श्रमजीवी मजूर बनले. ६६०,००० शेतकऱ्यांनी आपल्या जमिनीचा काही
भाग विकला होता आणि ६७०,००० शेतकऱ्यांनी आपल्या पिकलार जमिनी गहाण
टाकल्या होत्या.

ज्या शेतकऱ्यांनी आपल्या जमिनी घालवल्या त्यांच्यापैकी एक टक्का शेतकऱ्यांना
सुद्धा कायद्याचे साहाय्य घेऊनही आपल्या जमिनी परत मिळवता आल्या नाहीत.
(रूरल बेंगॉल इन् रुइस.– ' पा. ६). दुष्काळाच्या काळात विकलेल्या ७१०,०००
पिकलारी जमिनीपैकी फक्त २०,००० एकर जमिनी खेड्यात परत विकत घेतल्या
गेल्या. ढोबळ मानाने ४२०,००० एकर पिकलारी जमिनी शेतकऱ्यांच्या हातांतून
निसटल्या, त्या बहुधा शेतकी न करणाऱ्या नागरी क्षेत्रात राहणाऱ्या लोकांच्या
मालकीच्या झाल्या ('सॅम्पल सर्व्हे,' पान. ४).

ह्या प्रसंगात फक्त जमिनीच विकल्या गेल्या असे नाही. लोकांचे संपूर्ण जीवन
उध्वस्त झाले. आईबापांना नाइलाज झाल्यामुळे आपल्या पोराबाळांना रस्त्याच्या
बाजूला सोडून द्यावे लागले. हेतू असा की, कोणालातरी त्यांची कीव येईल व
त्यांच्या तोंडात दोन घास दिले जातील. नवऱ्यांना, आपल्या बायका व मुले ह्यांना
वाऱ्यावर सोडून देणे भाग पडले. बायकांना अन्नाला मोताद झाल्यामुळे, शरीरविक्रय
करण्यासाठी वेश्यांच्या कुंटणखान्यांचा आसरा घ्यावा लागला. कलकत्त्याला आलेल्या

१२५,००० निराश्रितांपैकी जवळजवळ तीस हजार बायकांनी केवळ जगण्यासाठी कुंटणखान्यात प्रवेश केला.

लाखो लोक भुकेकंगाल झाले. 'सॅम्पल सर्व्हें' प्रमाणे मे १९४४ ला बंगालमध्ये १०८०,००० लोक निराश्रित झाले होते, त्यांपैकी ४८०,००० लोक केवळ लढाई व दुष्काळ ह्यांनी निर्माण केलेल्या परिस्थितीमुळे निराश्रित बनले होते, (कित्ता, पान.५). गरीब परंतु संपूर्णपणे निराश्रित न झालेल्यांची संख्या सहा दशलक्ष होती, ('रूरल बेंगॉल इन् रुइस-'' पा. १६).

खेड्यांची सबंध आर्थिक घडी विस्कटली गेली. कोळी, चांभार, लोहार, कुंभार व कोष्टी ह्यांच्यासारख्या खेड्यांतील कारागिरांची तर दुष्काळात सर्वांआधी दैना उडाली. दुष्काळाचा पहिला तडाखा त्यांना बसून ते भिक्षेकरी झाले.

वरील संकटातून जे जेमतेम जीवानिशी निसटले ते सुद्धा निराश्रित होण्याच्या मार्गावर आहेत. खेड्याच्या कारागिरांना पुन्हा स्थायिक होणे कठीण झाले आहे. तलम सूत, लोखंड, कोळ्याची जाळी, चामडे ह्यासारख्या त्यांना नेहमी लागणाऱ्या गरजेच्या वस्तू काळ्या बाजारात गेल्या आहेत. शेतकऱ्यांना जमिनी नांगरण्यासाठी गुरेढोरे राहिली नाहीत. कारण दुष्काळापूर्वी ३००,००० कुटुंबांनी म्हणजे उपनगरात राहणाऱ्यांपैकी जवळजवळ ८.५ टक्के कुटुंबांनी त्यांच्याजवळ असलेली गुरेढोरे घालवली होती. ह्या एका वर्षात वीस टक्के बैल मरून तरी गेले किंवा शेतकरी नसलेल्यांच्या ताब्यांत गेले.

कर्जबाजारी झालेल्या लोकांच्या प्रमाणात प्रचंड वाढ झाली आहे. किसान समितीने जमा केलेली माहिती खाली दिली आहे, तिच्यावरून दुष्काळग्रस्त भागात अजून राहत असलेल्या लोकांचा कर्जबाजारीपणा कसा वाढला आहे, ते दिसून येते :

| | कर्जबाजारी कुटुंबांची टक्केवारी | |
|---|---|---|
| | १९४३ | १९४४ |
| किसान (शेतकरी) कुटुंबे | ४३ | ६६ |
| निरनिराळी कारागीर कुटुंबे | २७ | ५६ |
| नाविध कुटुंबे | १७ | ४६ |

(कित्ता, पान १२)

शेतकऱ्यांचे अनेक गट आज असे झाले आहेत की, त्यांच्याजवळ जमीन नाही, बी-बियाणे नाही, गुरेढोरे नाहीत, आपल्या गरजा भागवण्यासाठी रोख पैसा नाही

आणि कित्येक मूळचे सुदृढ शेतकरी आज वरचेवर होणाऱ्या रोगांमुळे जर्जर झाले आहेत. वस्तुस्थिती अशी आहे की, एकेकाळचे धनिक शेतकरी आज खेड्यात ज्या शेतकऱ्याची परिस्थिती बरी आहे, अशावर, किंवा जमीन, गुरेढोरे, भाकरी व बियाणे ह्यांसाठी जोतेदारांवर अवलंबून आहेत. त्याला जमीन, गुरेढोरे व बियाणेही मिळवण्यासाठी जोतेदार सांगेल त्या अटीवर स्वत:ला विकून घ्यावे लागत आहे, नाहीपेक्षा त्याला रोजमजूर म्हणून काम करण्याची वेळ येणार आहे. (कित्ता, पान १०).

जी परिस्थिती सर्व देशात निर्माण झाली तिची भीषण अवस्था बंगालच्या वाट्यास आली. लढाईमुळे वाढलेल्या किमतीचा कोणत्याही शेतकऱ्याला फायदा झाला नाही. फक्त मध्यम स्थितीतील काही शेतकऱ्यांनी ह्या परिस्थितीचा फायदा घेऊन आपली कर्जे फेडली. बहुसंख्य शेतकऱ्यांची कर्जे सतत वाढत जाऊन त्यांनी आपल्या जमिनी गमावल्या. अलीकडे मद्रास सरकारच्या वतीने डॉ.बी. व्ही. नायडू ह्याने खेडेगावातील कर्जबाजारीपणाची तपासणी केली. त्या समितीने तयार केलेल्या निरनिराळ्या सांख्यिकीवरून प्रत्यक्ष परिस्थितीची खरी कल्पना येत नाही. तिची पाहणी पक्षपाती आहे. कित्येक बाबतींत त्यांनी जमिनदारांच्या बाजूने पासंग तोलले आहे व त्यांनाच झुकते माप दिले आहे. तरीही प्रत्यक्ष वस्तुस्थिती त्यांना लपवता आली नाही. छोटा जमीनधारक, कूळ व शेतमजूर ह्यांचा, लढाईमुळे कर्जबाजारीपणा वाढला आहे, ही गोष्ट चौकशी समितीला मान्य करावीच लागली.

महायुद्धाच्या काळात शेतकऱ्यांच्या स्वामित्वहरणाचा कार्यक्रम प्रचंड वेगाने चालू आहे आणि त्यातून तुटवडा, उपासमार व दुष्काळ ह्यांचा भारतभर पिंगा चालू आहे. मोठ्या दुष्काळानंतर तीनच वर्षांत म्हणजे १९४६ मध्ये भारतात अशी भीषण परिस्थिती निर्माण झाली आहे की, एकूण धान्याचा तुटवडा सहा दशलक्ष टनात गेला आहे आणि $\frac{1}{4}$ लोकसंख्या विलुप्त होण्याचे संकट उद्भवले आहे.


## २. शेतीच्या क्रांतीची आवश्यकता

अशा प्रकारे भारतीय शेतकरी समाजापुढे जीवन-मरणाची भीषण समस्या निर्माण झाली असून, त्यांतून मार्ग काढणे अत्यावश्यक झाले आहे.

आजही शेतकीची पद्धत व साम्राज्यशाहीची राजवट ह्यांना तोंड देऊन वरील समस्या सोडवता येईल काय?

आजच्या शेतीच्या व्यवस्थेत आमूलाग्र बदल करणे अत्यावश्यक आहे, ही गोष्ट सर्वांना मान्य झाली आहे. आजचे कूळ-मालक संबंध, जमिनीचे वितरण आणि शेती

उत्पादनाचे तंत्र, ह्यांत मूलभूत स्वरूपाचे बदल करणे जरूर आहे.

बंगाल प्रांतिक किसान सभेने फ्लाउड कमिशनला पाठविलेल्या संक्षेप लेखात केलेल्या सूचना अशा:

कायमसारा पद्धतीने जमिनदारांना अनिर्बंध सत्ता दिली आणि मक्तेदारी व जुलूमजबरदस्ती ह्यांचा गळफासासारखा दुरुपयोग करून ते शेतकऱ्यांना भरडून काढत आहेत. आमच्या अनुभवावरून असे म्हणावे लागते की, कायमसारा पद्धतीने एक लोखंडी चौकट निर्माण केली आहे आणि ती अशी आहे की, तिच्यामध्ये काही वास्तववादी सुधारणा घडवून आणणे अशक्य आहे. कायदा करून एखादी कायदेशीर सुधारणा (कागदावर) करता येईल. तथापि ती प्रत्यक्ष कार्यवाहीत आणताना, तिला निरुपयोगी करून टाकणे जमिनदारांच्या हातातील सत्तेला शक्य आहे. जुलमाखाली पिचून गेलेल्या शेतकऱ्याला असे निश्चितपणे वाटते की, ही कायमसाऱ्याची पद्धती जमिनदार, सावकार आणि पोलिस ह्यांच्या साहाय्याने, त्याला शेतीपासून वंचित करण्यासाठी सातत्याने झगडत आहे. अशा परिस्थितीत कायमसारा पद्धत नष्ट करा ही मागणी विचारांचा गोंधळ झाल्यामुळे निर्माण झालेली नसून आजच्या पद्धतीत कोणताही बदल करणे अशक्य आहे अशी खात्री झाल्यामुळे ती मागणी पुढे आली आहे (मेमोरॅन्डम, पाने ४ व ५).

जमिनदारीची पद्धत नष्ट झालीच पाहिजे. भारतात जमिनदारी पद्धती ही परकीय राजवटीने कृत्रिम पद्धतीने पाश्चिमात्य संस्था भारतावर लादण्यासाठीच येथे निर्माण केली आणि ह्या देशातील रूढीचा तिला आधार नाही. त्यामुळे जमिनदारी पद्धतीला ह्या देशात, परदेशातल्याप्रमाणे, खास असे कार्यच नाही, इतकेच नव्हे तर, जमिनीत सुधारणा घडवून आणण्याचे कार्य करण्यासाठी सुद्धा तिचा उपयोग नाही, ह्याउलट शेतकऱ्यांकडून भरमसाट मागण्या करून तिचा दुरुपयोगच होत आहे. तिचा शेतकऱ्यावरील गुलामगिरीचा दावा आहे आणि मोठ्या जमिनीचे बाबतीत अनेक वेळा शेती न करणाऱ्या लोकांना ह्या पद्धतीत प्राधान्य मिळून तिच्यातून उपजमीनधारक निर्माण होतात व तेही शेतकऱ्यांना छळतात. आधीच बेताचे उत्पन्न असलेल्या शेतकऱ्यांवर अशा प्रकारचा गुलामगिरीचा हक्क बजावण्यास वाव नाही. जे काही उत्पादन होते ते, प्रथमतः जगण्यासाठी, नंतर सामाजिक गरजांसाठी व त्यानंतर शेतीच्या विकासासाठी आवश्यक आहे.

हाच दृष्टिकोन सावकार व कर्जाचा डोंगर ह्यांना लागू पडतो. जबर कपात व अखेर निर्मूलन ही अटळ आहेत. तथापि एवढीच एकेरी सुधारणा निरुपयोगी ठरेल, ती तात्पुरती मलमपट्टी होईल, त्यासाठी, शेतकऱ्याला कर्जबाजारी होऊ देणार नाही

व सावकाराची जागा घेईल, अशी पर्यायी संघटना निर्माण केली पाहिजे. ह्याचा अर्थ, शेतकऱ्यावरील जादा मागण्या प्रथम थांबवल्या पाहिजेत व फायदेशीर जमीनधारणेसाठी संघटना पाहिजे. आणि दुसरी गोष्ट म्हणजे, स्वस्त पत पुरवली पाहिजे. सहकारी पद्धतीवर निर्माण केलेली संघटना काम करू लागल्यावर वरील पतनिर्मितीची गरज राहणार नाही.

कर्जविमोचन, मक्त्यांत छाटाछाट, व्याजाचा दर कमी करणे अशांसारखे उपाय त्वरित करता येतील आणि तसे काही उपाय, काँग्रेसची मंत्रिमंडळे अधिकारांवर आल्यावर, त्यांनी योजलेही. तथापि अधिक मूलभूत स्वरूपाचा बदल करायचा असला तर शेतकी पद्धतींतच आमूलाग्र सुधारणा कराव्या लागतील. तीस लाख छोटे जमिनदार, व सेवानिवृत्तांच्या पेन्शनसारखे उत्पन्न देणाऱ्या त्यांच्या खेड्यांतील जहागिऱ्या ह्यांचा, जमिनदारीच्या पद्धतीत बदल करणयास अडसर बसला आहे. त्यामुळे शेतकऱ्यांचा मक्ता कमी करणयासाठी कोणताही तात्पुरता उपाय योजायचा झाला तर, ह्याचा परिणाम फक्त मोठ्या जमिनदारांवरच होईल, अशा बेतानेच तो करावा लागतो. श्रेणीकरणाप्रमाणे आयकर वसूल केला तर बड्या जमिनदारांवर मजबूत बोजा पडून, छोट्या जमिनदारांना जवळजवळ वगळता येतील, अशी सूचना करणयात आली आहे. अशा प्रकारे आयकर वसूल केला तर राज्याला भरपूर पैसा मिळेल व लोकप्रिय काँग्रेस मंत्रिमंडळामार्फत त्याचा विनियोग शेतकी विकासासाठी होऊ शकेल. हे खरे असले तरी त्यामुळे शेतकऱ्यांवरील कर्जाचे ओझे त्वरित हलके करणयास त्याचा उपयोग होणार नाही. ते करायचे तर, अशा प्रकारे आलेल्या आयकराचा उपयोग जमिनीचा सारा व कुळांचा मक्ता कमी करणयासाठी करावयास पाहिजे. जमिनदारीच्या रोगाचे उच्चाटन करायचे असेल तर, सबंध आर्थिक चौकटीची मोठ्या प्रमाणावर पुनर्रचना करावयास पाहिजे. असे केले तर निराश्रित झालेल्या छोट्या जमिनधारकांना उदरनिर्वाहाचे एक पर्यायी साधन मिळू शकेल, त्याचप्रमाणे ज्या लाखो लोकांनी आज शेतकी व्यवसायांत भाऊगर्दी केली आहे, त्यांना ह्या व्यवसायातून दुसऱ्या व्यवसायात टाकता येईल. ह्या दृष्टीने शेती सुधारणा आणि औद्योगिक विकास हे जुळ्याचे दुखणे ठरते.

आजचा ज्वलंत प्रश्न हा केवळ जमिनदारी पद्धतीबद्दलचा नसून, सबंध शेतीची पद्धत व जमिनीचे वितरण, ह्या संबंधीच्या आजच्या व्यवस्थेची संपूर्णपणे पुनर्रचना करणे, हा आहे. आज किफायतशीर नसणाऱ्या व तुकडेमोड झालेल्या जमिनीचे पुनर्वितरण, ह्यापूर्वीच व्हावयास पाहिजे होते. हे लक्षात घेणयासारखे आहे की, मुंबई इलाख्यात ४८ टक्के शेतवाड्या ह्या पाच एकरांपेक्षा कमी आहेत, तरीही एकूण

क्षेत्राच्या मानाने त्यांचे क्षेत्र २.४ टक्क्यांपेक्षा अधिक नाही, (एव्हिडन्स ऑफ दि ॲग्रिकल्चरल कमिशन, व्हॉ. २, पार्ट १, पान ७६). ह्यावरून जमिनींच्या पुनर्वितरणाची जरुरी किती तातडीची आहे, ह्या गोष्टीची कल्पना येते. अशा प्रकारचे पुनर्वितरण करताना, बहुसंख्य लोकांचे हक्क व त्यांच्या वतीने बोलणाऱ्यांचे व्यक्तिगत हितसंबंध ह्यांचा गुंता इतका गोंधळाचा होईल की, तो, परकीय नोकरशाहीच्या मनात असले तरीही त्यांना सोडवता येणार नाही. ती बिकट कामगिरी, बहुसंख्य शेतकरी समाजाची उपक्रमशीलता व कर्तृत्व ह्यांच्या साहाय्याने, शेतकऱ्यांचे प्रतिनिधी म्हणून, त्यांचे हितरक्षण करत असलेल्या सरकारांतील प्रातिनिधिक पुढाऱ्यांच्या नेतृत्वाखाली पार पाडणे शक्य होईल.

शेतीचे पुनर्वितरण ही शेतकीच्या विकासातील पहिली पायरी आहे. त्यासाठी आधुनिक तंत्राचा उपयोग करणे, शेतीची यांत्रिक अवजारे वापरणे व लागवडीला उपयुक्त असलेली पण पडीक पडलेली जमीन पुन्हा लागवडीखाली आणणे, ह्या गोष्टी कराव्या लागतील. ह्या संबंधात सेंट्रल बँकिंग इन्क्वायरी कमिटीने केलेला अंदाज महत्त्वाचा आहे, (एन्क्लोजर १३, पान ७००) तो असा – इंग्लंडमध्ये जेवढे एकरी उत्पन्न काढतात तेवढे जर काढले गेले, तर दर वर्षाला एक हजार दशलक्ष पौंडांची संपत्तीत वाढ होईल. डॅनिश गव्हाच्या उत्पादनाच्या प्रमाणात उत्पादन वाढवले तर दर वर्षाला १५०० दशलक्ष पौंडांचे उत्पन्न वाढेल. (म्हणजे १९३३-३४ साली जे उत्पादन झाले त्याच्या पाचपट उत्पन्न होईल, म्हणजेच भारतीयांच्या उत्पन्नाची जवळजवळ दुप्पट होईल.) तथापि अशी प्रगती करावयाची तर अति छोट्या प्रमाणातील जुने तंत्र व सरकारी निष्काळजीपणा ह्यांना अर्धचंद्र देऊन, प्रचंड प्रमाणात सामुदायिक शेती करण्याची पद्धत उपयोगात आणावी लागेल.

साम्राज्यशाहीच्या तज्ज्ञांनी, प्रचंड प्रमाणात सामुदायिक तत्त्वावर भारतात शेती करण्याची गरज आहे, ही गोष्ट मान्य केली आहे. ''अशा प्रकारे सुरुवात करावयाची तर वाफेच्या शक्तीवर चालणारी नांगराची यंत्रे व 'गायरो-टिलर' उपयोगात आणावयास हवेत, हे उघड आहे. त्यांचा उपयोग विस्तीर्ण क्षेत्रांतच होऊ शकतो व त्याला लागणारा खर्च करण्याची क्षमता पाहिजे. त्यांचे काम नेहमी समाधानकारक असते. तथापि त्यांना वरील अटींचा अडसर आहे. अशा यंत्रांची वाढ मोठ्या प्रमाणात करायची तर ते सहकारी तत्त्वावर करणेच शक्य आहे. तथापि आजच्या परिस्थितीत ते करणे कठीण आहे.'

(विन सेयर ऑफ दि इंपीरियल ॲग्रिकल्चरल रिसर्च इन्स्टिट्यूट, नवी दिल्ली, 'युझ ऑफ मशिनरी इन् ॲग्रिकल्चरल', 'इन् दि टाइम्स, ट्रेड अँड इंजिनिअरिंग

सप्लिमेंट, एप्रिल १९३९).

अशा प्रकारचा विकास हा साम्राज्यशाहीच्या तज्ज्ञांमार्फत होणे कठीण आहे. तथापि निराश्रित झालेल्या शेतकऱ्यांचा वाढता सामाजिक उत्साह व भारतातील भूमिहीन श्रमजीवी वर्ग यांच्या सहकार्याने भावी काळात असा विकास साधणे कठीण नाही. ह्या बाबतीत सोव्हिएत रशियाचे उदाहरण भारताच्या दृष्टीने खास महत्त्वाचे आहे. रशियाची प्रगती वीस वर्षांत झपाट्याने झाली आहे. झारशाहीत दारिद्र्याने जर्जर झालेल्या वर्गाने, जमीनदारी पद्धत बंद केली, जमिनीचे पुनर्वितरण केले व आजच्या सामूहिक भरभराटीच्या शेतवाड्या निर्माण केल्या.


## ३. सरकारी सुधारणांच्या धोरणाचा फोलपणा

मूलभूत स्वरूपाचे बदल करून शेतकीचा विकास करणे हे साम्राज्यशाही राजवटीत शक्य आहे काय? ह्या प्रश्नातच त्याचे उत्तर आहे. अशा प्रकारची कल्पना करणे वेडगळपणाचे ठरेल. साम्राज्यशाहीची राजवट चालवणाऱ्या शासकाच्या वृत्तीचा प्रश्न क्षणभर बाजूला ठेवला तरी, साम्राज्यशाहीचे हितसंबंध अशा प्रकारचे गुंतागुंतीचे आहेत की, एका बाजूला जनतेवरील आपले राजकीय वर्चस्व टिकवण्यासाठी, अत्यावश्यक असलेल्या, जमीनदारी आणि कृतक-संरजामशाही ह्यांसारख्या संस्था सांभाळणे आणि दुसऱ्या बाजूला, वित्तीय भांडवलाच्या साहाय्याने हिंदी जनतेसारख्या मागासलेल्या कृषिप्रधान वसाहतीची पिळवणूक करणे, हे ज्यांचे ध्येय आहे, त्यांनी शेतकीच्या प्रश्नाला हात घालण्यास प्रतिरोध करणे, साहजिकच आहे.

साम्राज्यशाहीला शेतकीसारखा प्रश्न हाताळणे शक्य नाही ही गोष्ट साम्राज्यवाद्यांनीच कबूल केली आहे. १९२७ साली शेतकीच्या विषयाची चौकशी करण्यासाठी नेमलेल्या रॉयल कमिशनचे 'विचारार्थ विषय' (टर्म्स ऑफ रेफरन्स) पाहिले म्हणजे, वरील विधानाची सत्यता पटते. खरोखरी १७० वर्षांच्या इंग्रजांच्या आमदानीत नेमलेले हे पहिले कमिशन होते, तरीही शेतकीपद्धतीसंबंधाने चौकशी करण्यास कमिशनला परवानगी नव्हती. अशा प्रकारे व्यवहाराच्या दृष्टीने कमिशनचा वाव संकुचित केल्यामुळे त्याच्या शिफारशी निरुपयोगी स्वरूपाच्या ठरल्या, तरीही शेतीच्या विकासासंबंधी आणि शेतकी क्षेत्रात आणीबाणीची परिस्थिती निर्माण होऊ नये म्हणून, कोणत्या योजना आखाव्यात, ह्या संबंधीची सतरा खंडांत खच्चून भरलेली पुराव्याची खाण, आज वाचनालयाच्या मांडणीवर धूळ खात पडलेली आहे. आणि ह्या रिपोर्टनंतरच शेतीच्या क्षेत्रातील निर्वाणीचा क्षण अत्यंत गंभीर झाला.

व्यवहारज्ञानाची ही दिवाळखोरी, शेतकीविषयक प्रश्न हाताळण्यास साम्राज्यशाही कशी नालायक आहे, हे सिद्ध करते. अलीकडे शेतीविषयक संशोधन करण्यासाठी निर्माण केलेल्या तुटपुंज्या संस्था व केंद्रे ही जोपर्यंत त्यांना आवश्यक पैसा व साधने उपलब्ध करून दिली जात नाहीत, तोपर्यंत त्यांचा शेतकरी वर्गाला फारसा उपयोग होणार नाही, त्याचप्रमाणे जोपर्यंत शेतकऱ्यांची उपासमार, दास्यत्व व अज्ञान ह्यांना नाहीसे करण्याचा प्रयत्न होत नाही तोपर्यंत त्यांची सुधारणा होणे शक्य नाही.

शेतकऱ्यांचा कर्जबाजारीपणा वाढू नये म्हणून त्यांना मदत करण्यासाठी निरनिराळे कायदे केले आहेत, तथापि प्रत्यक्षात त्यांचा उपयोग होत नाही, असे ॲग्रिकल्चरल कमिशनच्या रिपोर्टवरून दिसते. (रिपोर्ट, पाने ४३६-३७) त्याचप्रमाणे शेतकऱ्यांना संरक्षण देण्यासाठी केलेले अनेक कायदे हे, झपाट्याने पसरत असलेली जमीनदारी, पोटभाड्याने देण्याची पद्धत व जबर खंडाने देण्याची प्रथा, ह्यांना प्रत्यवाय आणण्यास असमर्थ ठरले आहेत त्यामुळे खास सुरक्षित कूळे सुद्धा छोटे जमीनदार बनून असुरक्षित शेतकऱ्यांची पिळवणूक करत आहेत.

पूर्वीच्या जुन्या पाटबंधाऱ्यांकडे संपूर्ण दुर्लक्ष करून त्यांचा नायनाट झाल्यावर (पाहा. पाने.१७६-७८) एकोणिसाव्या शतकाच्या मध्यापासून जी पुन्हा पाटबंधाऱ्यांची कामे करण्यात आली, ती शेतकीच्या दृष्टीने मोठी कामगिरी झाली आहे, असे समजले जाते. तथापि ब्रिटिश इंडियामध्ये लागवडीखाली असलेल्या जमिनीच्या फक्त तेवीस टक्के जमिनींना पाटबंधाऱ्यांच्या पाण्याचा उपयोग होतो (१९३९-४० ह्या वर्षात एकूण २४५ दशलक्ष एकर जमिनीपैकी ५५ एकर जमिनींना हा फायदा मिळाला). सरकारी पाटबंधारे १० टक्के जमिनींना आहेत (२५ दशलक्ष एकर, १९३९-४० मध्ये). ह्याखेरीज भारतीय संस्थानांत जवळजवळ साडेदहा दशलक्ष एकर जमिनींना हा फायदा मिळाला. ह्यामुळे पाटबंधाऱ्यावर पिकणाऱ्या जमिनींचे एकूण क्षेत्र ६५.५ दशलक्ष एकर झाले. पाटबंधाऱ्यांवरचा कर शेतकऱ्यांच्या आवाक्याबाहेरचा आहे (बहुतेक शेतकऱ्यांवर तो निरनिराळा आहे). त्यामुळे त्यांच्यावरील ओझे वाढतच जाते. सरकारी पाटबंधारे योजनांना १९१८-२१ मध्ये ७.८ टक्के व १९३५-३६ मध्ये ५.७ टक्के फायदा मिळाला.

सहकारी पतपेढ्यांप्रमाणे सहकारी शेती सरकारच्या देखरेखीखाली चालू करणे हे शेतकीतील सर्व अडचणींवर सरकारी रामबाण उपाय किंवा सर्वौषध समजले जाते. सहकारी चळवळीतील सरकारच्या खास अपेक्षांच्या पूर्ततेसाठी, जमिनीचा मक्ता आणि धारा ह्यांबद्दल चळवळ करण्यास सहकारी शेती ही एक आश्चर्यकारक संरक्षक उपाययोजना आहे. ह्या विषयावर डार्लिंग याने अलीकडे कुत्सितपणाने विश्लेषण

केले आहे. काँग्रेसच्या मक्ता आणि साराबंदी चळवळीबद्दल त्याने पंजाब जिल्ह्यातील एका खेड्याचे उदाहरण दिले आहे. तो म्हणतो : "ह्या मूर्ख प्रचाराला पंजाबमधील एक खेडे बळी पडले. ह्या खेड्यांपैकी फक्त एकाच खेड्यात सहकारी पेढी होती." तो पुढे म्हणतो : "अशा प्रकारच्या चळवळीला सहकारी-शेती हाच योग्य प्रतिटोला आहे, गतवर्षी ह्या प्रांतातील वीस हजार पतपेढ्यांचा ह्या खेड्यावर सौम्यकारक परिणाम झाला, ह्यात शंका नाही आणि त्यामुळे इतर खेड्यांत कायदेभंगाच्या चळवळीचा जो वणवा पेटला त्याला येथे येण्यास वाव मिळाला नाही."

(एम्. एल. डार्लिंग– 'वेल्थ अँड वेस्ट इन दि पंजाब व्हिलेज', १९३४, पाने ८३-८४).

दुर्दैवाने, शेतकी सहकारी पतपेढीची चळवळ बहुसंख्य शेतकऱ्यांपर्यंत जाऊ शकत नाही. कारण, त्यांना अशा पतपेढीचे सभासदत्व मिळविण्यास आवश्यक असणारा पैसा उभारता येत नाही. ही चळवळ साधारणपणे मध्यम परिस्थितीच्या शेतकऱ्यांपर्यंत पोहोचू शकते, पण त्यांची परिस्थिती बरी असते आणि अशा चळवळीपासून अलिप्त राहाण्याची त्यांना गरज नसते.

'एका बाजूला असे सधन शेतकरी असतात की, अशा प्रकारच्या सहकारी पतपेढीचे सभासदत्व पत्करून, त्यामुळे अंगावर पडणारी अमर्याद जबाबदारी स्वीकारण्याची त्यांची इच्छा नसते. दुसऱ्या टोकाला असे शेतकरी असतात की, त्यांच्या दारिद्र्यामुळे त्यांना अशा पतपेढीचे सभासदत्व नाकारण्यात येते. ह्यामुळे, सहकारी चळवळींत भाग घेणारे लोक हे मध्यम परिस्थितीतील शेतकऱ्यांचे प्रतिनिधी असतात, असे म्हणणे चूक होणार नाही. (रिपोर्ट ऑफ दि बेंगॉल प्रॉव्हिन्शियल बँकिंग इन्क्वायरी कमिटी, पान.६९.)

'दुसरी मोठी अडचण म्हणजे अत्यंत गरीब जिल्ह्यांतील शेतकऱ्यांना पतपेढ्यांचा उपयोग नाही. कारण ते इतके गरीब असतात की, त्यांच्यापैकी बहुतेकांना मदतीची गरज असते. तथापि जे शेतकरी, त्यांच्याकडे असलेल्या जमिनीतील तुकडेतोडीमुळे, दूषित हवामानामुळे किंवा अन्य कारणांमुळे, आपल्या उत्पन्नातून पैसे परत करू शकणार नाहीत, अशा शेतकऱ्यांना कर्ज देणे वेडगळपणाचे ठरते. ह्यावरून ज्या ठिकाणी सुबत्ता आहे त्याच ठिकाणी सहकारी पतपेढ्या यशस्वी होतात." (ऑन्स्टे, 'इकॉनॉमिक डेव्हलपमेंट ऑफ इंडिया', पान २०२).

आजच्या परिस्थितीत, शेतकी क्षेत्रातील सहकारी चळवळ मर्यादित राहिली आहे. ह्यावरून वरील विधान स्पष्ट होते. १९३९-४० ह्या काळात ब्रिटिश इंडियात, सहकारी पतपेढ्यांच्या सभासदांची संख्या ४०९८,४२६ किंवा खेड्यातील लोकसंख्येच्या

१.६ टक्के होती. खेड्यांतील कुटुंबांचे प्रमाण ॲग्रिकल्चरल कमिशनने आपल्या रिपोर्टात दिले आहे, ते असे: (पान ४४७).

खेडेगावातील सहकारी पतपेढ्यांच्या सभासदांचे कुटुंबांशी असलेले प्रमाण

|  | शेकडा |
|---|---|
| बंगाल | ३.८ |
| मुंबई | ८.७ |
| मध्यप्रदेश | २.३ |
| मद्रास | ७.९ |
| पंजाब | १०.२ |
| संयुक्त प्रांत | १.८ |

रिपोर्टात पुढे अशी टीका केलेली आढळते की, पंजाब, मुंबई व मद्रास प्रांत सोडल्यास, बहुसंख्य प्रांतांतील फार थोड्या खेड्यांतील लोकांपर्यंत ही चळवळ पोहोचली आहे. 'ह्या प्रमाणावरून कोणत्या थरापर्यंत ही चळवळ पोहोचली आहे, ते कळते. कमी आकडे हे ज्या ठिकाणी गरिबीचे प्रमाण भयंकर आहे, त्यांचे आहेत. उदाहरणार्थ बंगाल किंवा संयुक्त प्रांत. ह्यावरून असे दिसते की, जोपर्यंत आजची असमर्थता आणि जबाबदाऱ्या चालू आहेत, तोपर्यंत शेतकीतील सहकारी चळवळ, ही शेतकरी समाजाचे प्रश्न सोडवू शकणार नाही.

आजच्या शेतीच्या पद्धतीत मूलभूत स्वरूपाची सुधारणा करून तिच्या जुन्या पायापासून बदल केल्याशिवाय भारतीय शेतीचा प्रश्न सुटणार नाही ही जाणीव असणे आवश्यक आहे, कारण भारतीय जनतेचा शेतीचा प्रश्न हा जीवन-मरणाचा प्रश्न आहे आणि अशा प्रकारची जाणीव साम्राज्यशाहीत निर्माण होणार नाही. तो प्रश्न भारतीय जनतेला आपल्या राष्ट्रीय सरकारकडूनच सोडवून घ्यावा लागेल. साम्राज्यशाहीबद्दल आपुलकी बाळगणाऱ्यांच्या लिखाणातूनसुद्धा आता ह्या प्रश्नाला प्राधान्य दिले जात आहे.

भारतीय खेड्यातील जीवनात सुधारणा करण्याची तातडीची गरज आहे, ही गोष्ट आता राजकीय पुढारी व अधिकारी ह्यांना पटू लागली आहे. तथापि, निश्चित उपाय म्हणून जे योजले गेले, ते एकतर अपुरे तरी पडले किंवा शेतीपद्धतीत क्रांतिकारक बदल करण्याची गरज त्यांनी स्पष्ट केली आणि हा बदल घडवून आणण्यासाठी, भारताला स्वायत्तता मिळेपर्यंत, थांबले पाहिजे, ('थॉम्प्सन् अँड गॅरट', 'राइज अँड

फुलफिलमेंट ऑफ ब्रिटिश रूल इन इंडिया,' १९३४, पान ६४८).

असे सुचविले जाते की, ह्या परिस्थितीत उत्तम उपाय म्हणजे एखादे विशिष्ट क्षेत्र एकामागून एक निवडावे आणि त्यातील जुनी पद्धत मुळापासून काढून टाकावी. त्यांत कुटुंबसंस्था, सर्व प्रकारचे कायदेशीर हक्क नष्ट करावेत, ('दि कन्सालिडेशन् ऑफ ऍग्रिकल्चरल् होलिंग्जे इन् दि युनायटेड प्रॉव्हिन्सस' वाय. एच. स्टॅन्ले जेव्हॉन्स, १९१८, बुलेटिन नं. ९ 'ऑफ दि इकॉनॉमिक्स डिपार्टमेंट ऑफ दि युनिव्हर्सिटी ऑफ अलाहाबाद.) तथापि भारतात संपूर्ण जबाबदारीचे सरकार निर्माण होईपर्यंत ही गोष्ट अशक्य वाटते (अन्स्टे, 'दि इकॉनॉमिक् डेव्हलपमेंट ऑफ इंडिया,'१९३०, पान १०१).

'आज ज्ञात असलेल्या सुधारणा मोठ्या प्रमाणात अमलात आणल्या तर शेती उत्पादनात क्रांतिकारक बदल घडून येईल. असे असले तरी, ज्या मूलभूत अडचणी आजच्या जलद प्रगतीला खीळ घालत होत्या, त्या नजीकच्या भविष्यकाळात नाहीशा करता येतील किंवा नाही ते निश्चितपणे सांगता येत नाही, कारण आवश्यक अशा सुधारणा अमलात आणल्या की, त्या धार्मिक व सामाजिक संस्था आणि रूढी ह्यांत ढवळाढवळ करतील आणि ती ढवळाढवळ, ज्या सरकारवर लोकांचा विश्वास नाही व ज्याला लोकांचे सहकार्य उपलब्ध नाही, अशा सरकारला दूर करणे शक्य होणार नाही.'' (कित्ता, पान १७७).

ह्या दृष्टिकोनातील मूलभूत तत्त्व खरे आहे, तथापि जे लोक ते प्रतिपादन करत आहेत त्यांचा हेतू, नजीकच्या काळात मूलभूत सुधारणा करायच्या नाहीत, निदान त्या लांबणीवर टाकायच्या, हा आहे (''निश्चितपणे थांबले पाहिजे, तोपर्यंत संपूर्णपणे अव्यवहार्य नजीकच्या भविष्यकाळात संशयास्पद'').

भारतीय शेती पद्धतीत ज्या प्रचंड सुधारणा तातडीने करणे आवश्यक आहे आणि ज्या आवश्यक आहेत, असे सर्वांचे म्हणणे आहे त्या म्हणजे भारतातील आर्थिक व सामजिक चौकटींत मूलभूत स्वरूपाचे बदल करणे अशा सुधारणा, भारतातील बहुसंख्य जनता, जे सरकार त्यांच्या संमतीने निर्माण झाले आहे आणि जे जनतेचे मनमोकळे प्रयत्न व सहकार्य मिळवू शकेल, अशा सरकारच्या नेतृत्वाखाली करून घेईल.''[१]

ह्याच कारणामुळे शेतीची पुनर्रचना ही निश्चितपणे राष्ट्रीय विमोचन व लोकशाही स्वातंत्र्य ह्यांच्याशी निगडित आहे. शेतीच्या क्षेत्रातील क्रांती ही लोकशाही क्रांतीशी संलग्न आहे.

# ४. शेतकऱ्यांच्या चळवळीची प्रगती

ह्या परिस्थितीत शेतकऱ्यांच्या चळवळीची प्रगती अलीकडच्या काळात भारतातील एक अत्यंत महत्त्वाची घटना ठरली आहे. ब्रिटिशांच्या राजवटीत शेतकऱ्यांची बंडे वरचेवर होऊ लागली. सुरुवातीच्या प्राथमिक उत्साहाच्या भरात, शेतकऱ्यांचा संताप व असंतोष, व्यक्तिगत सावकार, जमीनदार ह्यांच्याविरुद्ध, सूड व अत्याचार ह्यांच्या रूपाने व्यक्त होऊ लागला. मुंबई सरकारला केलेल्या १८५२ च्या रिपोर्टमध्ये म्हटले आहे की:

"आपल्या प्रांतांतील अगदी दोन टोकांना असणाऱ्या खेड्यांतील दोन सावकारांचे त्यांच्या ऋणकोंनी केलेले खून, ही सावकारांनी केलेल्या व्यक्तिगत जुलमाची प्रतिक्रिया नसून, सावकार वर्ग व शेतकरी वर्ग, ह्यांच्यामधील तणावाची परिस्थिती व्यक्त करतात आणि हे जर खरे असेल तर, एका बाजूने भयंकर जुलूम व दुसऱ्या बाजूला हालअपेष्टा, ह्यांचे भीषण दृष्य आपणास पाहावयास मिळते. ज्या परिस्थितीमुळे, सर्वसाधारणपणे शांत व सोशिक आणि काही प्रमाणात, वाईट वागणूक व अन्याय ही सहन करण्याची सवय असलेला शेतकरी समाज, हा आपल्यावरील अन्याय दूर करून घेण्यासाठी खून करण्यास प्रवृत्त होतो व त्यानिमित्त आपली आहुती देतो, ती परिस्थिती किती भयंकर असावी? त्यांची न्यायाची अपेक्षा किती गुदमरून गेली असावी? सरकारच्या कायद्याने आपणास न्याय मिळेल, ह्या बाबतींत ते किती निराश झाले असावेत की त्यांच्या नेहमीच्या संयमी व शांत स्वभावाने इतके बेफाम स्वरूप धारण करावे?"

---

१. अॅग्रिकल्चरल कमिशनच्या रिपोर्टमध्ये एक महत्त्वाचे विधान आले आहे आणि त्याचे महत्त्व, लेखकाच्या मनात नसेल, इतके व्यापक स्वरूपाचे आहे: 'जी समस्या पाच लाख खेड्यांबद्दल आहे, त्यांचे बाबतीत कोणतीही सरकारी संघटना त्या खेड्यातील प्रत्येक व्यक्तीपर्यंत पोहोचू शकणार नाही हे उघड आहे. हे करायचे असेल तर जनतेला संघटित करून आत्मोद्धार साधण्याचे शिकवले पाहिजे; त्यांच्या स्थानिक संघटना अधिक मोठ्या संघटित गटांत सामावून घेतल्या पाहिजेत आणि अशा प्रकारची एक यंत्रणा निर्माण केली पाहिजे की, जिच्यामार्फत तज्ज्ञ, खात्यांना जे काही म्हणायचे किंवा करायचे असेल, ते खेड्यापर्यंत पोहोचू शकेल (पान ४६८).

ह्या धूर्त इशाऱ्यांत तो अधिक धूर्तपणाचा आहे कारण तो देणारांना त्याची अंमलबजावणी करण्याचे कल्पनेतही नव्हते. ते फक्त प्रत्यक्ष वस्तुस्थितिपुरते लिहित होते. भावी काळातील खेड्यांच्या गटरचनेचे रशियन धर्तीचे, मूलभूत तत्त्व, अभिप्रेत आहे.

(सर जॉर्ज विनगेट्, रिपोर्ट टू दि बॉम्बे गव्हर्नमेंट इन् १८५२).

शेतकऱ्यांच्या बंडाच्या जोराच्या बातम्या एकोणिसाव्या शतकाच्या उत्तरार्धात येऊ लागल्या. त्यांपैकी १८५५ मधील संथालांचा उठाव व १८७५ मधील दक्षिणेतील दंगे महत्त्वाचे होते.

तथापि पहिल्या जागतिक युद्धानंतरच्या गेल्या वीस वर्षांत, विशेषत: जगात आर्थिक आणीबाणीची परिस्थिती निर्माण झाल्यापासून, गेल्या दहा वर्षांत, भारतातील शेतकऱ्यांच्या असंतोषाचा उद्रेक अभूतपूर्व प्रमाणात चालू झाला आणि दिवसेंदिवस तो अधिकाधिक क्रांतिकारक स्वरूप धारण करत आहे. जागतिक क्षेत्रातील आर्थिक निर्वाणीच्या परिस्थितीने भारतीय शेतकऱ्यांची आर्थिक घडीच मुळापासून उखडून टाकली. ह्यांतून निर्माण झालेली वाढत्या मक्त्यांची मागणी, गुलामगिरीत नेणारे कर्ज आणि जमिनीचे स्वामित्वहरण, ह्यामुळे सर्व देशभर असंतोषाचे वाढते उठाव होऊ लागले. जमिनींच्या स्वामित्वहरणाला तोंड देण्यासाठी, शेतकऱ्यांनी स्वयंस्फूर्तीने खेडुतांच्या समित्या स्थापन केल्या, अयोग्य रीतीने विक्रीस निघालेल्या जमिनी विकत न घेण्याचे त्यांनी ठरवले आणि सावकारांविरुद्ध संघटना निर्माण झाल्या.

स्वत:ची गाऱ्हाणी दूर करून घेण्यासाठी शेतकरी वर्ग राष्ट्रीय काँग्रेसच्या राजकीय आंदोलनात सामील झाला. तथापि राष्ट्रीय चळवळ ही स्थानिक खेडुतांच्या समितीत समरस झाली नाही. शेतकऱ्यांना आपली चळवळ वाढवावी असे वाटू लागले आणि आपल्या प्रचंड संघटना उभाराव्यात, असे बेत होऊ लागले. खेडुतांच्या खेड्यांतील समित्या जिल्हासमित्यांना जोडण्यात आल्या आणि त्यांचे सुरुवातीस सामान्य स्वरूपात प्रांतिक संघटनांत रूपांतर झाले.

१९३६ साली अखिल भारतातील शेतकऱ्यांची (किसानांची) संघटना 'अखिल भारतीय किसान सभा' ह्या नावाने निर्माण झाली. १९३६ साली राष्ट्रीय काँग्रेसचे अधिवेशन फैजपूर येथे झाले, त्या वेळी तेथेच वरील किसान सभेचे अधिवेशन भरले. वीस हजार शेतकऱ्यांनी त्यात भाग घेतला. अधिवेशनाला हजर राहाण्यासाठी काहीजण शेकडो मैलांवरून आले होते. ह्याच अधिवेशनात काँग्रेसने शेतकऱ्यांने कार्यक्रमाबद्दलचा ठराव संमत केला आणि अशा प्रकारे वरील दोन्ही संस्थांचे राजकीय ऐक्य निर्माण झाले.

१९३८ साली किसान सभेचे तिसरे अधिवेशन कोमिला येथे भरले. त्यावेळी किसान सभेच्या सभासदांची संख्या ५५०,००० झाली.

वीस भाषिक प्रांतांपैकी एकोणीस प्रांतांत किसानसभा स्थापन झाल्या. वरील अधिवेशनात, जमिनदारी आणि साम्राज्यशाही ह्यांच्याविरुद्ध लढा देणे आणि शेतकऱ्यांच्या

तातडीच्या मागण्यांसाठी चळवळ करणे, असा दुहेरी कार्यक्रम आखला गेला.

१९३७ साली काँग्रेसची मंत्रिमंडळे अधिकारावर आली, त्यामुळे शेतकरी संघटनेला मोठी चालना मिळाली. १९३८ साली सर्व भारतभर शेतकऱ्यांनी लढे दिले आणि त्यात थोड्याफार प्रमाणात यशही आले. त्यातील महत्त्वाची कारणे म्हणजे, मक्त्यांत वाढ करण्याचा प्रयत्न करणे, जमिनीवरून शेतकऱ्यांची हकालपट्टी करणे, जुलमाने काम करून घेणे, बेकायदेशीर वसूल घेणे आणि मक्ते कमी करून घेणे, वगैरे. ह्याच वेळी तीस-तीस चाळीस-चाळीस हजार शेतकऱ्यांचे मोर्चे व निदर्शने, साप्ताहिकांचे प्रकाशन, घोषणांची पत्रके काढणे आणि शेतकऱ्यांच्या शाळा चालू करणे वगैरे कार्यक्रमांतून शेतकरी चळवळीला प्रचंड शक्ती प्राप्त झाली. शेतकी व्यवसायात सुधारणा घडवून आणण्यासाठी आणि जमीनदारांचे मंत्र्यांवरील वजन निरुपयोगी करण्यासाठी जोराचे प्रयत्न करण्यात आले.

चौथी किसान सभा १९३९ साली गया येथे भरली. त्या वेळी आठशे हजार शेतकरी किसान सभेचे सभासद झाले होते. ह्या अधिवेशनात जो राजकीय ठराव पास केला, तो असा:

"गेल्या वर्षी भारतीय किसान संघटनेत प्रचंड वाढ झाली. देशाच्या लोकशाहीच्या चळवळींत त्यांनी बराच भाग घेतला. एवढेच नव्हे, तर, एक वर्ग ह्या दृष्टीने त्यांच्यात जागृती झाली आहे, भयंकर अशा सरंजामशाहीच्या व साम्राज्यशाहीच्या पिळवणुकीला तोंड देत, स्वतःचे अस्तित्व टिकवण्याचा त्यांचा निश्चय आहे. त्यांची वर्गसंघटना त्यामुळे वृद्धिंगत असून, त्यांचा असल्या पिळवणुकीविरुद्धचा लढा प्रखर झाला आहे. त्यांत पक्षनिहाय कित्येक उठावही झाले आणि त्यामुळे त्यांच्यात एक नवीन राजकीय जागृती निर्माण झाली आहे. ते कोणत्या शक्तीविरुद्ध लढत आहेत, ह्या गोष्टीची त्यांना जाणीव आहे. त्यांचे दारिद्रय व पिळवणूक ह्यावर खरा उपाय कोणता, हे त्यांना समजून चुकले आहे. देशातील साम्राज्यशाहीविरुद्ध झगडणाऱ्यांबरोबर त्यांनी जे सहकार्य केले, तेवढ्याचपुरता त्यांचा लढा मर्यादित नाही, हे त्यांना कळले आहे. त्यामुळे त्यांची अशी खात्री झाली आहे की, त्यांचा हा दैनंदिन चालणारा लढा, साम्राज्यशाहीविरुद्ध व ती समूळ नष्ट करण्यासाठी असून, त्यामुळे शेतकी व्यवसायात अशी क्रांती घडून येईल की, जिच्यामुळे त्यांना त्यांची जमीन मिळेल, सरकार व ते ह्यांमधील पिळवणूक करणारे गुमास्ते नाहीसे होतील. त्यांना कर्जमुक्त होता येईल आणि त्यांच्या कर्जाचे पूर्णपणे चीज होईल.''

दुसरे असे की, गेले वर्ष शेतकऱ्यांना थोडे सुखाचे गेले कारण प्रांतिक सरकारकडून त्यांना काही फायदे मिळाले होते. ह्या सुधारणांचा अपुरेपणा, संबंधित

लोकांनी ते रद्द करण्याबद्दल केलेले प्रयत्न व प्रांतिक स्वायत्तता राबवणारे प्रांतिक सरकार शेतीविषयक प्रश्न हाताळण्यास असमर्थ आहे हे सिद्ध करण्याची धडपड ह्या घटनांनी, प्रांतिक स्वायत्तता म्हणजे केवळ ढोंगबाजी आहे, ही गोष्ट सिद्ध केली. किसानांच्या संघटनेला आज जाहीर करण्यात स्वाभिमान वाटतो की, सरंजामशाही व साम्राज्यशाही ह्यांच्या पिळवणुकीतून स्वतःला मुक्त करण्यासाठी पूर्वी कधीही केला नव्हता असा प्रचंड प्रयत्न करण्याचा भारतीय किसानांचा दृढनिश्चय आहे.

"किसान सभा असे ठासून सांगते की, आता अशी वेळ आली आहे की, देशातील सर्व संघटित समाज, काँग्रेस, संस्थानी प्रजा, शेतकरी, कामकरी आणि समाजातील इतर संघटना ह्यांनी धडाडीने पुढचे पाऊल उचलावे, साम्राज्यवाद्यांनी गुलामी वर्चस्वासाठी केलेल्या घटनेवर हल्ला करावा, संपूर्ण स्वातंत्र्य आणि लोकशाही स्वराज्य ह्यांची मागणी करावी आणि त्यातून शेतकरी-कामकरी राज्य निर्माण करावे.'' (पीझंट्स् अँड वर्कर्स रूल).

गया येथील अधिवेशन होऊन वर्ष पुरे होण्यापूर्वींच महायुद्ध सुरू झाले. भारत संरक्षण कायद्याखाली भारतीयांवर दडपशाही करण्याची लाट सुरू झाली. मजुरांच्या आणि शेतकरी चळवळीच्या पुढाऱ्यांची धरपकड आणि विनाचौकशी तुरुंगांत रवानगी करण्यात आली. तथापि ह्या दडपशाहीला दाद न देता, साम्राज्यशाही व सरंजामशाही ह्यांच्याविरुद्ध प्रचंड विरोध करण्याचे शेतकऱ्यांनी चालूच ठेवले. पंजाबमध्ये लाहोर व अमृतसर येथील शेतकऱ्यांनी प्रचंड निदर्शने करून व मोर्चे काढून जमीनसारा कमी करण्याची मागणी केली. पाच हजारपेक्षा अधिक शेतकरी व काही बायका ह्यांना तुरुंगात टाकण्यात आले. त्यानंतर सहा महिन्यांत काही फायदे मिळवून चळवळ काढून घेण्यात आली. बिहार, आंध्र, बंगाल, सी.पी., यू.पी, मलबार, सिंध, व सर्मा खोरे येथे शेतकऱ्यांनी जुलूमजबरदस्ती आणि गैरवाजवी कर यांच्याविरुद्ध प्रचंड लढा दिला. १९४० च्या मार्च महिन्यात अखिल भारतीय किसान सभेचे पाचवे अधिवेशन पलासा येथे भरले. त्यांनी पास केलेला ठराव असा :

"शिवाय किसान सभेचा असा आत्मविश्वास आहे की, शांतता पाळण्यात शेतकऱ्यांना मोठा जुगार खेळायचा आहे. ते व मजूर लढ्याच्या आघाडीवर राहून, स्वातंत्र्यासाठी परकीय सत्तेला आव्हान देतील आणि भारताची लूटमार थांबवतील. ह्या दृष्टीने शेतकऱ्यांनी, ब्रिटिश राजवट आणि जे त्या राजवटीचे आधारस्तंभ आहेत, अशा जमीनदार व सावकार ह्यांच्याविरुद्ध, किसान सभेच्या पुढाऱ्यांच्या नेतृत्वाखाली, आपला दैनंदिन झगडा चालू ठेवावा. हे संघर्ष हळूहळू संघटित करून, कर-बंदी व मक्ताबंदीची चळवळ सर्व देशभर सुरू करून ह्या साम्राज्यशाहीच्या हस्तकांची

आर्थिक शक्ती खर्ची करून, ब्रिटिश सरकारच्या भारतांतील सत्तेला सुरुंग लावावा.''

१९४२-४५ हा काळ सर्व किसान चळवळीच्या कसोटीचा ठरला. १९४२च्या ऑगस्ट महिन्यात, देशभर चालू झालेल्या राष्ट्रीय आंदोलनावर ब्रिटिश सरकारने क्रूर दडपशाहीवर वरवंटा फिरवला. काँग्रेसच्या पुढाऱ्यांना तुरुंगात टाकल्यावर दडपशाहीच्या भस्मासुराला रान मोकळे करून दिले. ह्याच सुमारास देशाची आर्थिक चौकट ढासळली. जमीनदार, व्यापारी, साठेबाज व काळाबाजारवाले ह्यांनी लाचखाऊ नोकरशाहीशी संगनमत करून, लाखो लोकांच्या जीविताशी खेळ सुरू केला. प्रचंड शेतकरी समाज दुष्काळ व नुकसान ह्यांनी जर्जर झाला. बंगाल व काही इतर प्रांतांत शेतकरी लोक माशांसारखे मृत्युमुखी पडले.

अशा परिस्थितीत संघटित अशा किसान चळवळीवर प्रचंड जबाबदारी कोसळली. आपल्या ध्येयाला अनुसरून अखिल भारतीय किसान सभा व तिच्या प्रांतिक शाखा ह्यांनी राष्ट्रीय पुढाऱ्यांच्या सुटकेसाठी आणि राष्ट्रीय सरकार निर्माण करण्यासाठी सातत्याने चळवळ चालू ठेवली. त्यांनी सरकारच्या दडपशाहीला शौर्याने तोंड दिले. जुलमाने युद्धसाहाय्य वसूल करण्याविरुद्ध लढा दिला. अधिक धान्य पिकवण्याची आत्मबळावर चळवळ चालू केली. साम्राज्यशाही, साठेबाज आणि काळाबाजारवाले ह्यांना प्रत्येक खेड्यात तडाखा देण्याचा ह्या चळवळीचा हेतू होता.

हा सर्व काळ म्हणजे भारतीय शेतकऱ्यांच्या प्रगतीचे सुवर्णयुग समजण्यास हरकत नाही. आंध्र प्रांतात हजारो एकर पडीक जमीन लागवडीखाली आणण्यात आली. शेतकरी संघटित झाले, त्यांनी प्रचंड बंधारे बांधले आणि पुराने वाहून जाणाऱ्या जमिनीच्या विस्तीर्ण भागांना शाबूत राखले. बंगालमध्ये दुष्काळाचे चटके बसत असतानाही, बहुसंख्य खेड्यांतील शेतकऱ्यांनी, आपल्याला देता येईल तेवढे अन्न बाजूस काढून ते एकत्रित केले आणि तुटीच्या जिल्ह्यात उपासमार होत असलेल्या आपल्या भाऊबंदांना ते वाटून टाकले. अखिल भारतीय किसान सभेच्या नेतृत्वाखाली, बंगालमधील दुष्काळामुळे मरणाऱ्या लोकांना वाचवण्यासाठी सर्व देशभर चळवळ करण्यात आली. सर्व भारतातील किसानांनी ह्या हाकेला ओ दिली आणि गटागटांनी अन्न जमवून बंगालला ते पाठवून दिले. त्यांनी स्वतःच्या प्रांतात अन्नसमित्या स्थापन केल्या. काळ्याबाजारवाल्यांना चव्हाट्यावर आणले आणि त्यांचे लपवून ठेवलेले साठे उजेडात आणून ते गरजू लोकांना वाटण्यात आले. स्थानिक सरकारच्या किंवा अधिकाऱ्यांच्या विरोधाला तोंड देऊन त्यांचा प्रतिकार त्यांनी स्वसामर्थ्याने व धैर्याने केला.

अखिल भारतीय किसान सभा ही देशाच्या स्वातंत्र्यासाठी व सामान्य माणसांच्या

हक्कांसाठी झगडणारी व लोकांच्या अन्नाचा प्रश्न आपल्या आवाक्यात आणण्याचा प्रयत्न करणारी अशी संस्था असल्यामुळे, ती अत्यंत प्रभावी व लोकप्रिय संघटना झाली आहे. तिची सभासद संख्या १९४२ साली २२५,७८१ होती, ती १९४४ साली ४४३, ५५३,४२७ झाली आणि १९४५ साली ८२९,६८६ एवढी वाढली. लढाई संपल्यावर भारताच्या अर्धपोटी शेतकऱ्यांमध्ये एका नवीन जागृतीची लाट उसळली आहे. अन्नधान्याच्या बाबतीतील वाढती निर्वाणीची परिस्थिती, आवश्यक वस्तूंची टंचाई व भरमसाट किमती, सरकारचे अत्याचार व खेड्यातील जमीनमालकांचा जुलूम ह्या सर्व घटना भारतीय किसानांना आपल्या हक्काच्या जपणुकीसाठी अधिकाधिक आक्रमक बनवत आहेत. जमीनदारीची पद्धत बंद करण्यासाठी त्वरित कायदा करण्याची मागणी करत असतानाच, शेतकरी किसानसभेच्या नेतृत्वाखाली जमीनदारांच्या पडीक जमिनी आपल्या ताब्यात घेत आहेत आणि जमिनीवरील त्यांच्या हकालपट्टीला आणि वाढत्या मक्त्याच्या मागणीला प्रखर विरोध करत आहेत.

■

भारतीय जनतेतील जागृती

"ज्या क्षणाला बंडाचा वास येऊ लागतो, ते नंतर केवळ बंड राहू शकत नाही, तर तो राष्ट्रीय भावनेचा उद्रेक असतो आणि त्या क्षणापासून आशेची निराशा झालेली असते, अशा वेळी साम्राज्य टिकविण्याची आपली उत्कंठा सुद्धा संपुष्टात आली पाहिजे." (जे. आर. सीली, दि एक्स्पान्शन ऑफ इंग्लंड, १८८३.)

मागील प्रकरणात, भारतीय जनतेचा ऐतिहासिकदृष्ट्या दुर्दैवी परिस्थितीचा आढावा आपण घेतला. आता आपल्यापुढे अधिक आनंददायक माहिती येणार आहे, ती म्हणजे भारतीय लोकांचा इतिहास ही होय.

मागील प्रकरणावरून भारतातील परिस्थितीचे विश्लेषण आपणास माहीत झाले आहे. त्या परिस्थितीतून भारत देश स्वातंत्र्य मिळविण्यासाठी प्रगतिपथावर वाटचाल करीत आहे असे दिसते. सुरुवातीला ही चळवळ स्वातंत्र्य मिळविण्यासाठी लोकशाही स्वरूपाची वाटचाल करीत असताना दिसते आणि तिच्याबरोबर शेतकरी वर्ग जमिनदार आणि सावकार ह्यांच्या मगरमिठीतून सुटण्याचा प्रयत्न करीत असताना दिसते.

भारताच्या राष्ट्रीय चळवळीचा इतिहास म्हणजे राष्ट्रीय स्वातंत्र्यासाठी जागृत झालेल्या भारतीय जनतेच्या आंदोलनाचा इतिहास होय. सुरुवातीला मध्यमवर्गीय व धंदेवाईक लोकांनी विशिष्ट मर्यादेपर्यंत केलेली चळवळ, असे तिचे स्वरूप होते. तथापि त्या चळवळीने प्रगतीच्या दृष्टीने चांगलाच आकार घेतला असून त्यातून आपले स्वातंत्र्य मिळवून, भावी काळात सामाजिक पुनर्रचना करण्यासाठी ती तयारी करीत आहे.

## १. एकता व विविधता

सुरुवातीलाच आपणासमोर एक खास प्रश्न उभा राहतो व तो, जरी त्यात निरनिराळ्या वेळी थोडा बदल झाला असला तरी साम्राज्यशाहीबद्दल क्षमाशील वृत्ती

बाळगणारे, नेहमी विचारतात. भारतीय जनता हे एखादे राष्ट्र आहे काय? निरनिराळ्या वंशांचे व धर्मांचे, जाती व भाषा ह्यांनी विभागलेले, निरनिराळ्या सामाजिक व सांस्कृतिक पातळींवर असणारे आणि भारतासारख्या विस्तीर्ण देशात अलग अलग राहणारे लोक, हे राष्ट्र असू शकते काय किंवा होऊ शकते काय? संपूर्णपणे निराळ्या अशा पाश्चिमात्य संस्कृतीतून निर्माण झालेला हा गैरसमज नाही काय? भारतातील एकता ही ब्रिटिश राजवटीने त्यांच्यावर लादलेली एकी नव्हे काय?

ह्या मूलभूत प्रश्नाकडे पाहण्याच्या दृष्टिकोनात फार बदल झाले आहेत. साम्राज्यवाद्यांपैकी जुन्या पठडीतले लोक, ''भारत हे राष्ट्र आहे,'' ह्या गोष्टीचा तुच्छतेने तिरस्कार करत. विसाव्या शतकात, राष्ट्रीय चळवळींच्या वाढत्या वजनामुळे, निदान उदारमतवादी लोक तरी भारत हे राष्ट्र आहे, ही गोष्ट हळूहळू मान्य करू लागले आहेत. ह्या विचारांतून आणखी एक दांभिक विचार निघाला, तो म्हणजे, भारतावरील सुधारलेल्या ब्रिटिशांच्या उदार राजवटीमुळे भारताचे 'राष्ट्रात' रूपांतर होऊ शकले. अगदी अलीकडे, भारतीय जनतेतील राष्ट्रीय व राजकीय जागृती आणि बहु-राष्ट्रीयत्वाचे वैशिष्ट्य ह्यांनी ह्या प्रश्नाला नवीन अर्थ चिकटविला जात आहे. हा अर्थ नीट समजून घेतला तर भारतीय एकतेच्या तो मुळीच विरुद्ध असू शकत नाही. तथापि त्याला जाणूनबुजून विकृत स्वरूप देण्यात आले आहे. त्यातूनच 'हिंदू' व 'मुसलमान' ही दोन राष्ट्रे आहेत, अशा घोषणा करून 'पाकिस्तान' निर्मितीचा प्रचार करण्यात आला. साम्राज्यवाद्यांबद्दल सहानुभूती बाळगणाऱ्यांनी वरील दांभिक विचारसरणीचा भरपूर फायदा उठविला.

भारतात राष्ट्रीय आंदोलन सुरू होण्यापूर्वी, साम्राज्यशाहीचे पुराणवादी कैवारी आपल्या दांभिक आत्मविश्वासाला उजळा देण्यासाठी, 'भारत हे राष्ट्र नाही' असे आवर्जून सांगत असत.

''भारत, असे राष्ट्र कधीच नव्हते व नाही' असे सर जॉन स्ट्रॅची ह्याने, १८८८ मध्ये कंठशोष करून, पशुसंग्रहालयात एखादा शेतकरी ज्या आविर्भावाने चित्रोष्ट्राचे (जिराफाचे) मुस्कुट फिरवितो, त्याच थाटात जाहीर केले. तो म्हणाला की :

''भारताबद्दल सर्वप्रथम शिकण्यासारखी अत्यंत महत्त्वाची एखादी गोष्ट असेल तर ती म्हणजे, 'भारत' असा देश कधीच नव्हता व नाही. इतकेच नव्हे तर भारताचा असा एखादा भागही नाही की जेथे, युरोपियन लोकांच्या कल्पनेप्रमाणे, शारीरिक, राजकीय, सामाजिक किंवा धार्मिक ह्यांपैकी कोणत्याही प्रकारची एकता आहे. 'भारत' असे राष्ट्रच नाही, ज्यांच्याबद्दल आपण एवढे ऐकतो अशी 'भारतीय जनता'

अस्तित्वातच नाही'' (सर जॉन स्ट्रॅची, इंडिया : इट्स ॲडमिनिस्ट्रेशन ॲन्ड प्रोग्रेस, १८८८, पान ५)

सर जॉन सीली ह्याचाही असाच दृष्टिकोन होता. तो म्हणतो :

''भारत हे एक राष्ट्र आहे, असे म्हणणे, ही 'रानटी चूक' (व्ह्लगर एरर) आहे व ती खोडून काढणे हे आपल्या राज्यशास्त्रांचे ध्येय आहे. 'भारत' हे राजकीय नाव नाही, तर ती फक्त युरोप किंवा आफ्रिका ह्यासारखी एक भौगोलिक स्वरूपाची संज्ञा आहे. त्यावरून विशिष्ट प्रादेशिक मर्यादा किंवा भाषा व्यक्त होत नाही, तर अनेक राष्ट्रांचे व अनेक भाषांचे ते एक कडबोळे आहे, एवढेच सिद्ध होते.'' (सर जॉन सीली, 'दि एक्स्पान्शन ऑफ इंग्लंड,' १८८३, पाने २५४-७).

''एकदा सर जॉन फालस्टाफ ह्याने विचारले, 'ऑनर' म्हणजे काय? व स्वत:च त्याचे उत्तर दिले, 'एक शब्द.' 'ऑनर' ह्या शब्दात काय आहे? तो कोणता 'ऑनर' हवा.' ह्याचप्रमाणे अत्यंत वास्तववादी दृष्टीने, भारतातील लाखो लोकांच्या, परकीय वर्चस्वातून स्वतंत्र होण्याच्या आंदोलनाला, आधुनिक सर जॉन ह्याने 'रानटी चूक' म्हणून म्हटले आहे. त्याचप्रमाणे ऑस्ट्रियन साम्राज्यवाद्यांनी आत्मसंतुष्टतेसाठी असे सिद्ध केले होते की, 'इटली' ही एक भौगोलिक संज्ञा आहे.''

राष्ट्रीय चळवळीच्या पुराला थोपवून धरण्यास पूर्वीचे अकरणात्मक धोरण अपुरे पडल्यामुळे कॅन्यूट राजाच्या खुशमस्क्यांनी आता आपली चाल बदलली आहे. आता पर्यायी सवाल असा पुढे आला आहे की, साम्राज्यशाहीचे सर्व विरोधी प्रयत्न चालू असूनही, हिंदी राष्ट्र म्हणून जर ते अस्तित्वात असेल, तर मग ब्रिटिश साम्राज्यशाहीच्या खास कृपेनेच ते अस्तित्वात आले, असे म्हटले पाहिजे. हे म्हणणे ऐतिहासिक दृष्टीने कितपत योग्य आहे, त्याचा विचार पुढील प्रकरणात करू.

भारताला 'राष्ट्र' ही संज्ञा अजिबात नाकारण्यापासून तो ते एक राष्ट्र आहे, ही गोष्ट मान्य करण्यास शक्य ती टाळाटाळ करणे, हे धोरण अजूनही विविध प्रकारच्या वक्तव्यांत आढळून येते. भारताबद्दलच्या ब्रिटिश साम्राज्यशाहीच्या प्रचारतंत्रात, भारत हे राष्ट्रच नाही, ही गोष्ट मोठ्याने, आवर्जून, पुन्हा पुन्हा सांगितली जाते. सायमन रिपोर्टमध्ये, भारताबद्दलची सामान्य जनतेला माहिती देण्यासाठी म्हणून जो खास 'सर्व्हें व्हॉल्युम' १९३० साली तयार करण्यात आला, त्यातही वरील 'री'च ओढलेली आहे. हा सरकारी संस्मरणीय ग्रंथ अगदी सुरुवातीसच संथपणे म्हणतो की, ''ज्याला 'भारतीय जनतेचे राष्ट्रीय आंदोलन' असे संबोधले जाते (अशा शब्दयोजनेने त्याला क्षुल्लक लेखण्याचा प्रयत्न केल्यावर), ते प्रत्यक्षात खरोखरी,

प्रचंड हिंदी जनतेतील अत्यंत सूक्ष्म गटाशी संबंधित आहे. ह्या सूक्ष्म दृष्टीच्या नेत्रदीपक जावईशोधाला, १९३०-१९३४ ह्या काळातील भारतातील प्रचंड चळवळीने आणि १९३७च्या निवडणुकींनी सयुक्तिक प्रत्युत्तर दिले आहे. ह्यानंतर सायमन रिपोर्ट हा आपण निर्मळ सत्याचे संपूर्णपणे शास्त्रशुद्ध, नि:पक्षपाती व वस्तुनिष्ठ प्रतिपादन करीत आहो, असा दावा सांगताना, भारतीय समस्येच्या प्रचंडपणाचे व अफाट लोकसंख्येचे, भारतातील दोनशे-बावीस भिन्न-भिन्न भाषांच्या गुंतागुंतीचे, अनेक जाती-जातींच्या बिकट प्रश्नाचे, त्यांच्या धर्मातील अतर्क्य भेदाभेदांचे, हिंदू व मुसलमान ह्यांच्या एकमेकाला असलेल्या मूलभूत विरोधाचे, वंश आणि ध्येये ह्यांतील क्लिष्ट भेदांचे, वंश व धर्म ह्यांच्या किचकट गुंतागुंतीचे, अनेक प्रकारच्या निरनिराळ्या लोकांच्या कडबोळ्याचे नम्र व छद्मी शब्दांत भरगच्च वर्णन करून, नेहमीच्या खास पद्धतीप्रमाणे, वाचकाला भयभीत करण्याचे नाटक करतो.

ह्या दृष्टिकोनाचा हेतू स्पष्ट आहे. सर्वसामान्य पूर्वग्रहरहित वाचकाच्या मनात असे भरवून द्यायचे की, भारतासाठी एखादी त्वरित-स्वराज्याची योजना तयार करून देणे जवळजवळ अशक्य आहे व त्याला असा निर्णय घेण्यास सोयीचे पडावे, अशी परिस्थिती निर्माण करायची.

एच. डब्ल्यु. नेव्हिनसन ह्याने सायमन रिपोर्टचे समीक्षण एका समाजवादी नियतकालिकात केले आहे, ते असे :

'भारतासारख्या ज्या एका उपखंडात ५६० देशी संस्थाने (दिसण्यात स्वतंत्र), २२२ निरनिराळ्या भाषा बोलणारे वंश, दोन प्रमुख व प्रतिस्पर्धी धर्माचे लोक (फक्त ब्रिटिश हिंदुस्तानातच १६,८०,००,००० हिंदू व ६,००,००,००० मुसलमान आहेत) व १०,००० हरिजन म्हणजे अस्पृश्य आहेत, त्याची घटना तयार करण्यात (टीका करण्यात नव्हे) अनुल्लंघनीय अडचणी आहेत. जो कोणी भारताबद्दल विचार करतो, त्याला सुरुवातीसच ह्या कमीतकमी गोष्टी माहीत पाहिजेतच. जर त्याला माहीत नसतील, तर त्याने सायमन रिपोर्टचा पहिला खंड वाचावा. त्याला माहीत नसेल व तो वाचावयासही तयार नसेल, तर त्याने स्वस्थ बसावे.' (एच.डब्ल्यु. नेव्हिनसन, रिव्ह्यू ऑफ दि सायमन रिपोर्ट इन दि 'न्यू लीडर' जून २७. १९३०).

अशा प्रकारचा निर्णय, भारताबद्दल सहानुभूती बाळगणाऱ्या एच. डब्ल्यू. नेव्हिनसनूसारख्या डाव्या पक्षाच्या प्रतिनिधीने घ्यावा व तो एका समाजवादी नियतकालिकात प्रसिद्ध करावा आणि ह्या सरकारी प्रचाराचे, केवळ सरकारी वृत्तपत्रांनीच नव्हे, तर संपूर्ण डाव्या पक्षाच्या व मवाळ, मजूर आणि समाजवादी वगैरे सर्व पक्षांनी

वैशिष्ट्यपूर्ण स्वागत करावे, ह्यावरून ह्या सरकारी तंत्रांचे कौतुक करावेसे वाटते. कारण हा दृष्टिकोन, त्यातील नि:पक्षपाती बुरख्याखाली आणि मुत्सद्देगिरीने मांडलेल्या काही अप्रिय गोष्टी वगळल्या, तर शुद्ध प्रचार एकजिनसी आहे. प्रत्येकाने भारताबद्दल मिळविलीच पाहिजे अशा प्राथमिक स्वरूपाच्या उघडउघड दिसणाऱ्या गोष्टीची ही माहिती नसून केवळ जाणूनबुजून त्यांतील काही गोष्टी निवडून काढून आणि त्यांच्या मागे असलेल्या खऱ्या वस्तुस्थितीचा विपर्यास करून, ती मुद्दाम देण्यात आली आहे. भारतीय परिस्थितीच्या रेखाटलेल्या ह्या सरकारी चित्रात, भारताची आजची खरी परिस्थिती समजण्याचे दृष्टीने अत्यंत आवश्यक अशा अनेक गोष्टी दडपून टाकण्यात आल्या आहेत. उदाहरणार्थ, साम्राज्यशाहीने केलेली भारताच्या पिळवणुकीची संपूर्ण माहिती, ब्रिटिश वित्तीय भांडवलाने भारतात चालविलेला नंगानाच, ब्रिटिश राज्यकर्त्यांनी भारतापासून मिळविलेला फायदा, जनतेच्या दारिद्र्याला जबाबदार असलेल्या ब्रिटिशांच्या पिळवणुकीचे प्रकार, जनतेची वाढती आंदोलने (वांशिक किंवा धार्मिक भेद असतानाही) आणि अशा आंदोलनांना दडपून टाकण्यासाठी साम्राज्यशाहीने योजलेले उपाय वगैरे. ह्या भारताबद्दलच्या खऱ्या गोष्टी, खऱ्या समाजवादी नियतकालिकाने भारताबद्दलच्या माहितीसाठी आवश्यक आहेत, असे जाहीर करावयास पाहिजे होते. त्याऐवजी हा रिपोर्ट, भारताच्या दृष्टीने ज्या गोष्टी भारताला अनुकूल नाहीत, तेवढ्याच आस्थेवाइकपणाने सांगतो आणि 'फोडा आणि झोडा' ह्या सरकारी धोरणाचा पाठपुरावा करतो. (''सायमन कमिशनने आपले काम धैर्याने व संपूर्णपणे केले आहे, ह्या पहिल्याच केलेल्या रिपोर्टची आणि ज्या जागरूकतेने सायमन व त्याचे सहकारी ह्यांनी हा रिपोर्ट तयार केला त्यांची वाखाणणी केलीच पाहिजे. काही ढोबळ बाबतींत ह्या रिपोर्टमध्ये ज्या घोडचुका झाल्या आहेत त्यासंबंधी, अत्यंत राष्ट्रीय वृत्तीचा माणूस सुद्धा, त्या उजेडात आणील, असे मला वाटत नाही.'' (फ्रेनर ब्राक्वे इन दि 'न्यू लीडर', जून १३, १९३०).

एखाद्या अमेरिकन नागरिकाला खाली दिलेली त्याच्या देशाबद्दलची 'ब्रिटिश ब्ल्यू बुक'मधील नि:पक्षपाती माहिती वाचावयास मिळाली तर आश्चर्य वाटेल :

''अमेरिकेच्या उपखंडात ठिकठिकाणचे हवामान व भौगोलिक परिस्थिती ह्यांमध्ये भयंकर फरक आहे आणि तेथील नागरिकांमध्ये वंश आणि धर्म ह्या बाबतीत असेच फरक आहेत. अमेरिका हे एक राष्ट्र म्हणून संबोधले जाते, तेव्हा सामान्य ब्रिटिश माणसाला अमेरिकेतील निरनिराळ्या वंशांचे लोक आणि त्यांची निरनिराळी राहणी पाहून नवल वाटते. केवळ न्यूयॉर्क शहरातच निरनिराळे शंभर राष्ट्रीय गट पाहावयास

मिळतात. त्यांच्यापैकी काही इतके मोठे आहेत की, न्यूयॉर्क हे एकदम सर्वांत मोठे इटालियन, ज्यूइश् व निग्रो शहर वाटावे. इतक्या निरनिराळ्या गटांचे लोक एकत्र आल्यामुळे त्यांच्यामध्ये कठोर जातीय संघर्ष निर्माण होतात. विशेषत: दक्षिणेकडील संस्थानांत ह्यातून जातीजातींत दंगे व खून होतात आणि ते थांबविण्यासाठी बाहेरील राज्याचे सैन्य आणून कायदा व सुव्यवस्था सांभाळावी लागते. शिकागोचे शिकारी आणि चिनी व्यापारी ह्यांची भांडणे सोडविण्यासाठी अमेरिकन सरकारला, गटागटाने निरनिराळ्या राहणाऱ्या उटा येथील मोमन्स, मिनसोटा येथील फिक्स, मिसीसिपीजवळील मेक्सिकन आश्रित आणि पश्चिम किनाऱ्यावरील जपानी, ह्यांच्यापेक्षा अधिक लक्ष द्यावे लागते. ह्याशिवाय तेथील मूळच्या रहिवाशांना जगण्यास वाव द्यावा लागतो, तो त्रास निराळाच.[१]

तथापि सायमन रिपोर्टने भारतातील परिस्थितीची पाहणी करण्यासाठी म्हणून जी आपल्या कामाला सुरुवात केली ती ह्या वृत्तीने केली.

खरोखर हे लक्षात ठेवण्यासारखे आहे की, अमेरिकन क्रांतीपूर्वींच्या काळात, अमेरिकेतील लोकांत एकता असणे शक्य नाही, ह्यासंबंधीची, ह्याचसारखी प्रचंड विश्लेषणे व पुरावे, त्या वेळच्या इंग्लिश लिखाणात नेहमी वाचावयास मिळतात.

लेकी आपल्या इतिहासात म्हणतो :

''डच, जर्मन, फ्रेंच, स्वीडिश, स्कॉच व आयरिश ह्यांचे प्रचंड गट, इंग्लिश वंशजांत मिसळून, वसाहतीला एक बहुजातीय व बहुरंगी स्वरूप प्राप्त झाले, आणि त्यांनी इतक्या निरनिराळ्या प्रकारच्या शासनसंस्था, धर्म, व्यापारी हितसंबंध आणि सामाजिक ढंग निर्माण केले की, क्रांतीपूर्वी, त्यांच्यामधील एकी, अनेकांना अविश्वसनीय वाटली.'' (डब्ल्यु. ई. एच. लेकी. 'हिस्ट्री ऑफ इंग्लंड इन दि एटिन्थ सेन्चुरी,' व्हॉल्युम ४, पान १२).

आणि पुन्हा :

''ज्या देशात, लोकांतील इतका प्रचंड गट अलीकडेच बाहेरून आलेला आहे व जो निरनिराळ्या राष्ट्रांतून व निरनिराळी ध्येये असलेला आहे आणि जेथे प्रदेशाच्या विस्तीर्णपणामुळे आणि दळणवळणाच्या साधनांच्या अभावी त्यांचे एकमेकांशी

---

संघटन झालेले नाही आणि जेथे पैसे मिळवण्याची हाव विलक्षण आहे, अशा देशात, राष्ट्राभिमान किंवा एकता निर्माण होण्याचा संभव नाही.'' (कित्ता, पान ३४).

बर्बी याने १७५९ साली उत्तर अमेरिकेच्या वसाहतींत प्रवास केला. तो म्हणतो:

''उत्तर अमेरिकेच्या वसाहतींत एवढा भयंकर फरक आहे की, अग्नी आणि पाणी ह्यांतील फरक त्यापुढे काहीच नाही. निरनिराळ्या वसाहतींतील लोकांचा स्वभाव, चालीरीती, धर्म आणि आवडीचे विषय, ह्यांत एवढा फरक आहे की, मानवी मनाबद्दलची माझी धारणा चुकीची नसेल तर, त्यांना तसेच जर स्वतंत्र राहू दिले तर, त्यांच्यात, त्या उपखंडाच्या एका टोकापासून दुसऱ्या टोकापर्यंत लवकरच यादवी युद्ध सुरू होईल आणि इंडियन्स व निग्रो लोक धूर्तपणे व आतुरतेने त्यांना वसाहतींतून घालवून देण्याची संधी साधतील.''

प्रसिद्ध अमेरिकन देशभक्त ओटिस १७६५ मध्ये लिहितो:

''ह्या लोकांनी आपल्या देशाशी कृतघ्न होऊ नये, म्हणजे मिळविली. जेव्हा कधी अशी वेळ येईल, ती एका भीषण प्रसंगाची नांदी ठरेल. ह्या वसाहती जर स्वतंत्र राहिल्या, तर लवकरच अमेरिका ही रक्त आणि अराजक ह्यांचा उकिरडा ठरेल.''[१]

जर करता ब्रिटिश लोक भारत सोडून गेले तर भारतात नरमेध व अराजक माजेल (चर्चिल) ही आधुनिक कट्टर भारतविरोधी लोकांची मुर्दाड गुरगुर व भंपक किंकाळी आहे, तो एक वहिवाटलेल्या पठडीतील नाटकी 'वन्स मोअर' आहे.

लोकशाहीवादी लोक असल्या भविष्यवाद्यांबद्दल व साम्राज्यशकट चालविणाऱ्या शासकाच्या गैरसमज पसरविण्याच्या उपद्व्यापांबद्दल, स्वातंत्र्य आंदोलनाच्या विजयापूर्वी जागरूक राहतील.

प्राचीन काळातील भारतातील एकीचा प्रश्न इतिहासकारांवर सोपविता येईल. ही गोष्ट लक्षात घेण्यासारखी आहे की, आधुनिक ऐतिहासिक संशोधन, जे बऱ्याच प्रमाणात साम्राज्यशाहीच्या बाजूचे आहे, ते सुद्धा, तुटपुंज्या माहितीवर आधारलेले, पन्नास वर्षांपूर्वीच्या भारतातील परिस्थितीचे सीर्ली आणि स्ट्रॅची ह्यांनी केलेले वर्णन मान्य करण्यास तयार नाहीत.

भारताचे राष्ट्रीय ऐक्य जरी प्रत्यक्षात निर्माण झाले नव्हते तरी शेकडो वर्षे

---

१. हे आणि ह्यांसारखे अन्य उतारे मेजर बी. डी. बसू ह्यांच्या 'रूइन ऑफ इंडियन ट्रेंड ऑन्ड इंजस्ट्रीज,'' १९३५, (पाने २५४-६७) ह्या ग्रंथाच्या, ''कॉन्टॅम्पोररी इंडिया ऑन्ड अमेरिका, ऑन दि ईव्ह ऑफ बिकमिंग फ्री' ह्या मनोरंजक पुरवणीत पाहावयास मिळतील.

लोकांचे ते ध्येय होते. चक्रवर्ती राजा ही कल्पना संस्कृत वाङ्मयात आहे आणि कित्येक शिलालेखांत ती कोरलेली सापडते. कुरुक्षेत्रावर निरनिराळ्या राष्ट्रांचे लोक एकत्र आले होते आणि ही माहिती महाभारतात आहे. त्यावरून भारताच्या सर्व प्रांतातील, अगदी अति दक्षिणेकडील लोकसुद्धा एका भावनेने जोडलेले होते. युरोपियन लोकांना भारतातील एकीपेक्षा बेकी जास्त प्रामुख्याने माहीत आहे. ह्याला अपवाद म्हणून जोसेफ कनिंगहॅम ह्याचे नाव घेता येते. तो स्वतंत्र वृत्तीचा लेखक आहे. १८४५ मध्ये ब्रिटिशांच्या चढाऊ आगळीकीची शिखांना भीती वाटत होती. त्या संबंधात लिहिताना कनिंगहॅम म्हणतो, काबूलपासून आसामच्या खोऱ्यापर्यंत आणि दक्षिणेस सिलोन बेटापर्यंतच्या सर्व प्रदेशाला एक देश समजतात, आणि त्यातील वर्चस्व एका राजाचे असावे, असे लोकमत आहे. भारतामध्ये दोन हजार वर्षांपूर्वीपासून व आजही आदर्श राजकीय एकता आहे.

"मूलभूत स्वरूपाची खोल एकी भारतात आहे, ही गोष्ट संशयातीत आहे. आणि ती भौगोलिक परिस्थितीमुळे निर्माण होणाऱ्या एकीपेक्षा अधिक प्रभावी आहे किंवा राजकीय वर्चस्वातून तयार होणाऱ्या एकीपेक्षा मजबूत आहे. आणि ती इतकी खोल आहे की रक्त, रंग, भाषा, पोशाख, चालीरीती व गट ह्या प्रकारच्या कोणत्याही भेदांना ती पुरून उरली आहे.'' (व्हिन्सेंट स्मिथ, 'दि ऑक्सफर्ड हिस्ट्री ऑफ इंडिया,' १९१९, प्रस्तावना, पाने ९-१०).

भारतातील आजच्या परिस्थितीतील एकी फार महत्त्वाची आहे आणि ह्या संबंधात भारतीय जनतेमधील भेदांबद्दल थोडी चर्चा करणे आवश्यक आहे. कारण ह्याच भेदांना ब्रिटिशांनी फाजील प्राधान्य देऊन, "स्वराज्य देण्याच्या मार्गात त्यांचा एक अडसर आहे, आणि त्यांच्यामुळेच भारतात ब्रिटिश राजवटीची जरुरी आहे,'' असा साम्राज्यवाद्यांचा दावा आहे.


## २. जात, धर्म व भाषा ह्यांचे प्रश्न

ज्याप्रमाणे जगातील कोणत्याही लोकांना आनुवंशिक असे गुणावगुण आणि समस्या असतात, त्याचप्रमाणे भारतीय जनतेलाही आपल्या पूर्वजांपासून आलेल्या वारशाची जबाबदारी स्वीकारणे भाग आहे. त्यात सामाजिक वर्गभेद आणि विषमता ही महत्त्वाची आहेत. लोकांच्यामधील हे भेद नाहीसे करण्यासाठीच भारतीयांना स्वराज्याची अत्यंत जरूर आहे, कारण स्वातंत्र्यातच, त्यांना आपल्यामधील भेद

नाहीसे करून लोकशाही व समाजवाद ह्या मार्गांनी जनतेची प्रगती करणे शक्य आहे. गेल्या पन्नास वर्षांचा अनुभव असा आहे की, साम्राज्यशाही आज उतरणीवर असताना अस्पृश्यता, जातिभेद, जातीय वर्ग व निरक्षरता ह्यांसारख्या दोषांचे निर्मूलन करण्यास, भारताच्या राष्ट्रीय आंदोलनांतील पुढारी प्रामुख्याने भाग घेत आहेत, तर ह्याउलट साम्राज्यशाही त्यांना, त्यांच्या लोकांत सुधारणा करण्याचे बाबतीत, केवळ विरोध करीत आहे. इतकेच नव्हे तर, ते दोष कायम राहावेत आणि वृद्धिंगत व्हावेत म्हणून प्रयत्न करीत आहे.

जे राजकीय धोरण, प्रत्यक्ष कृतीत, आपल्या वर्चस्वाखाली असलेल्या लोकांचे सामाजिक भेद आणि मागासपणा वृद्धिंगत करून ते टिकविण्याचा प्रयत्न करते, आणि त्याच वेळी मानभावीपणे जाहीर करते की, हे दोष म्हणजे ह्या लोकांच्या स्वराज्यप्राप्तीसंबंधी नालायकीचा दुर्दैवी पुरावा आहे, ते स्वतःलाच नालायक ठरविते.

भारताच्या समस्येमधील जातीय किंवा धार्मिक भेद हा भारतीय जनतेपुढील अत्यंत गंभीर प्रश्न आहे. म्हणून त्यासंबंधी विस्तृतपणे पुढील प्रकरणात (पाहा- प्रकरण १३, पान २-३) चर्चा केली आहे.

धर्मभेद हा, सरकारने नाही म्हटले तरी, त्यांनीच वाढविला आहे, ह्या गोष्टीला भरपूर पुरावा आहे. हे करण्यामागे राजकीय धोरण आहे. सायमन रिपोर्टला नाइलाजाने कबूल करणे भाग पडले की, हिंदू-मुस्लीम तेढ हा प्रश्न ब्रिटिशांच्या प्रत्यक्ष शासनाखाली असलेल्या ब्रिटिश इंडियामध्ये अधिक ज्वलंत आहे (तुलनात्मक दृष्टीने हिंदी संस्थानांत तो नाही. पान २९). ब्रिटिश शासनात तो अधिक वाढला आहे. (ब्रिटिश हिंदुस्तानात एक पिढी पूर्वी, सामाजिक शांततेला धोका ठरेल असा धर्मभेद अत्यंत कमी होता. तथापि राजकीय सुधारणा चालू झाल्यावर, आणि त्या कार्यवाहीत आणल्यावर त्यांचे परिणाम अपेक्षित होते त्याप्रमाणेच झाले, आणि ते म्हणजे हिंदू- मुस्लीम प्रश्नाला अधिक धार चढली. पान २९). भारतातून साम्राज्यशाहीची राजवट गेल्याशिवाय हिंदु-मुसलमान प्रश्न सोडविला जाणार नाही.

हीच परिस्थिती देशी संस्थानांची आहे. त्यांचे अस्तित्व आणि वाढ ही ब्रिटिश साम्राज्याच्या कृपेवर अवलंबून आहेत.

जातिभेद आणि अस्पृश्यता ह्या संबंधात कार्लटन क्लबच्या प्रतिनिधींचा रंगभेद, जातीय निर्बंध आणि अस्पृश्यता ह्याबद्दलचा मनस्वी संताप ('जात' ह्या मूळ शब्दाचा अर्थ 'रंग' असा आहे, आणि ते भारतात आलेल्या आर्यांच्या उच्च दर्जाचे आणि विशेषत्वाचे प्रतीक समजले जात असे.) ब्रिटनमधील मेहेतरांकडून वाखाणला

जाईल, कारण त्यांना 'मेफेअर'च्या मेजवानीला निर्भीडपणे बोलाविले जाते. साम्राज्यशाहीच्या प्रतिनिधींनी ज्या हातचलाखीने अस्पृश्यांची संख्या फुगवून दाखविली, त्या त्यांच्या कौशल्याबद्दल त्यांची वाखाणणी न करणे अशक्य आहे. वर्षापूर्वी जेव्हा राजकीय परिस्थिती एवढी गंभीर झालेली नव्हती त्या वेळी हरिजनांची संख्या तीस दशलक्ष सांगितली जात असे. १९१० साली व्हॅलेन्टाइन चिरोल ह्याने हरिजनांची संख्या पन्नास दशलक्ष होती असे 'इंडिया ह्या ग्रंथात दाखविले. १९२९ साली ऑन्स्टे याचे 'एकॉनॉमिक डेव्हलपमेंट ऑफ इंडिया' हे पुस्तक प्रसिद्ध झाले. त्यात त्याने काहीही पुरावा दिल्याशिवाय हा आकडा साठ दशलक्ष असा फुगवून सांगितला आणि हाच आकडा सभेमध्ये आणि पार्लमेंटमध्ये झोकदार आकडा म्हणून सांगितला जातो. निमसरकारी परिसंवाद, 'मॉडर्न इंडिया' सर जॉन कमिंग ह्याने १९३१ साली प्रसिद्ध केला. त्यात तो, तीस ते साठ दशलक्ष, ह्या संख्यांत हेलकावे खाताना दिसतो. सायमन रिपोर्टने तो आकडा त्रेचाळीस दशलक्ष ठरविला, तथापि तो देताना एक पुस्ती जोडली की, 'बंगाल, यू. पी. आणि बिहार-ओरिसा ह्या प्रांतांत त्रेचाळीस पैकी अट्ठावीस दशलक्ष हरिजन आहेत आणि त्यांच्यामध्ये प्रत्यक्ष अस्पृश्यता आणि तांत्रिक अस्पृश्यता ह्यांमध्ये फार फरक आहे आणि खोल चौकशी केली तर ज्या हरिजनांना शाळा, पाणी वगैरे सोयी दिल्या जात नाहीत अशांची संख्या, एकूण हरिजनांच्या संख्येपेक्षा कमी आहे'' (पान ४१). ह्यामुळे ही संख्या अजून वादग्रस्त आहे.

अस्पृश्यतेविरुद्ध लढा हा ब्रिटिश सरकारने सुरू केला नसून तो प्रागतिक राष्ट्रीय चळवळीने चालू केला. ह्यासंबंधी आठवण ठेवण्यासारखा प्रसंग म्हणजे, दक्षिण भारतातील काही प्रसिद्ध देवळे जी पूर्वापार, हरिजनांना बंद होती, ती गांधीजींच्या चळवळीमुळे खुली करण्यात आली, आणि नंतर सरकारी पोलिस हरिजनांना देवळात जाण्यास मज्जाव करण्याकरता मुद्दाम पाठविण्यात आले. आणि त्याला असे कारण सांगण्यात आले की, अशा प्रकारे हरिजन देवळात गेले, तर लोकांच्या भावना दुखावतील, आणि अशा भावनांना जपणे सरकारचे कर्तव्य होते.

ब्रिटिश सरकारने हरिजनांसाठी स्वतंत्र मतदार संघ निर्माण करून त्यांना स्वतंत्र राखीव प्रतिनिधी पाठविण्याची खास व्यवस्था केली. असे करण्यात एक नवीन विभाग निर्माण करून राष्ट्रीय काँग्रेसला खच्ची करण्याचा डाव होता. अशा प्रकारे, स्वतंत्र मतदार संघाचे, मारुतीच्या शेपटीप्रमाणे लांबणाऱ्या शेपटीत, हरिजनांच्या स्वतंत्र मतदारसंघाची भर घालण्यात आली, (प्रत्यक्षात मात्र पुणे करारामुळे हा स्वतंत्र

मतदारसंघ मोडीत काढला गेला). तथापि ब्रिटिशांच्या ह्या प्रेमळ वागणुकीबद्दल, प्रत्यक्ष हरिजनांची काय प्रतिक्रिया होती, हे त्यांच्या ब्रिटिश सरकारने पुढारी म्हणून मान्य केलेल्या, शेड्यूल्ड क्लास फेडरेशनच्या अध्यक्षांच्या, म्हणजे डॉ. आंबेडकरांच्या, १९३० सालच्या ऑल इंडिया डिप्रेस्ड क्लासेस फेडरेशनच्या अध्यक्षीय भाषणात पाहावयास मिळते :

''ब्रिटिशांनी ज्या दुर्दैवी अटी जाहीर करण्याचे ठरविले, त्या मागे घेण्यासाठी नसून, त्या चालू ठेवण्यात, भारताच्या राजकीय प्रगतीस खीळ घालण्याची त्यांना संधी मिळते म्हणून होय!'' (डॉ. बी. आर. आंबेडकर, प्रेसिडेन्शिअल ॲड्रेस टू दि ऑल इंडिया, डिप्रेस्ड क्लासेस काँग्रेस, ऑगस्ट १९३०).

डॉ. आंबेडकर पुढे म्हणतात :

'ब्रिटिश लोक भारतात येण्यापूर्वी, अस्पृश्यतेमुळे तुम्ही लाजिरवाण्या परिस्थितीत होतात. ब्रिटिश सरकारने तुमची अस्पृश्यता जावी म्हणून काही केले आहे काय? ब्रिटिश लोक येण्यापूर्वी तुम्हाला खेड्यांतील विहिरीतून पाणी घेता येत नसे. इंग्रजांनी तुम्हाला विहिरीवरचा हक्क दिला आहे काय? इंग्रज येण्यापूर्वी तुम्हाला मंदिरप्रवेश बंद होता. आता तरी तुम्हाला देवळात जाता येते काय? इंग्रज येण्यापूर्वी तुमची पोलिसात भरती होत नव्हती. तुम्हांला पोलिसात इंग्रज लोक घेतात काय? इंग्रज येण्यापूर्वी तुम्हांला सैन्यात जाण्यास मज्जाव होता. तो पेशा तुम्हांला आज उपलब्ध आहे काय? सभ्य लोकहो, ह्यापैकी कोणत्याही प्रश्नाला तुम्हाला 'हो'कारार्थी उत्तर देता येणार नाही. ज्यांनी ह्या देशावर एवढी प्रचंड सत्ता इतकी वर्षे गाजविली, त्यांनी आपला काहीतरी फायदा करावयास हवा होता. तथापि तुमच्या मूलभूत परिस्थितीत काहीएक सुधारणा झालेली नाही. तुमच्यासंबंधी बोलायचे तर, इंग्रजांनी पूर्वीची जी सामाजिक परिस्थिती होती, ती जशीच्या तशी मान्य केली आहे आणि सांभाळली आहे. ह्या बाबतीत, एका चिनी शिंप्याची आठवण होते. एकदा त्याला एक अंगरखा शिवण्यास दिला, नमुना म्हणून एक भोके व ठिगळे असलेला जुना अंगरखाही दिला. ह्या बहाद्दराने जो नवा अंगरखा शिवला, त्याला नमुन्याच्या अंगरख्याप्रमाणे फाडून भोके व ठिगळे करून, सहीसही नमुन्याप्रमाणे, नवा अंगरखा करून दिला! तुमची दु:खे वाहत्या जखमेप्रमाणे जशीच्या तशी राहिली आहेत, ती नाहीशी झालेली नाहीत......''

''तुमच्या यातना कोणीही दूर करू शकणार नाही. त्या तुमच्या तुम्हालाच दूर केल्या पाहिजेत, आणि तुमच्या हातांत राजकीय सत्ता आल्याखेरीज हे होणे शक्य

नाही आणि जोपर्यंत ब्रिटिश सरकार येथे आहे, तोपर्यंत तुम्हांला राजकीय सत्ता मिळणे शक्य नाही. फक्त स्वराज्याच्या घटनेत, तुम्हांला थोडीफार राजकीय सत्ता मिळण्याचा संभव आहे आणि अशी सत्ता मिळाल्याशिवाय तुम्ही तुमच्या लोकांचा उद्धार करू शकणार नाही.''

हरिजनांचे हित आणि उद्धार हा राष्ट्रीय स्वातंत्र्याच्या चळवळीशी निगडित आहे.

जातिभेदाच्या मोडकळीस आलेल्या संस्था ह्या त्यांच्याविरुद्ध प्रचार करून किंवा त्यांची निंदा करून नाहीशा होणार नाहीत, तर आधुनिक स्वरूपाच्या औद्योगिकीकरणाचा विकास आणि राजकीय क्षेत्रातील लोकशाही ह्यांतून सामाजिक व सामूहिक हिताची नवीन स्वरूपाची जडणघडण निर्माण होईल व ती जातिभेदांना मूठमाती देईल. मार्क्स म्हणतो :

''आधुनिक उद्योगधंदे हे कामगारांतील आनुवंशिक भेद विरघळून टाकतील आणि ह्यांवरच जातिभेदांची संस्था उभी आहे. भारताच्या प्रगतीत आणि सामर्थ्यात त्यांचाच खरा अडसर आहे.'' (मार्क्स: फ्यूचर रिझल्टस ऑफ ब्रिटिश रूल इन इंडिया, न्यूयॉर्क ट्रिब्यून, ऑगस्ट ८, १८५३).

मार्क्सच्या ह्या भविष्यवाणीचा पडताळा, सत्तर वर्षे अगोदरच शिरगणतीच्या रिपोर्टात पाहावयास मिळतो:

''जमशेदपूरसारख्या शहरात, जेथे आधुनिक औद्योगिकीकरणाची परिस्थिती निर्माण झाली आहे, तेथे सर्व जातींचे व वंशांचे लोक, शेजारीच काम करणारे कामगार कोणत्या जातीचे आहेत ह्याची तमा न बाळगता, जवळ जवळ काम करतात.''

(बिहार ऑन्ड ओरिसा सेन्सस रिपोर्ट, १९२१).

ज्यांना अस्पृश्य किंवा हरिजन म्हणतात, त्यांच्या अस्पृश्यतेमुळे फार भयंकर स्वरूपाच्या समस्या निर्माण झाल्या असून, त्यांना समाजात अवहेलनेचे जिणे जगावे लागते. अशा ह्या भयंकर सामाजिक अवहेलनेमुळेच शेड्यूल्ड कास्ट फेडरेशन'' जन्मास आली आणि काही ठिकाणी तिला आता संघटित सामर्थ्य प्राप्त झाले आहे. तथापि ह्या समस्यांची उकल, कामगार चळवळ आणि लोकशाही ह्यांच्या प्रगतीवर अवलंबून आहे आणि लोकशाही-राष्ट्रीय-स्वरूपाची चळवळच ह्या अडचणी दूर करू शकेल. ह्या विशिष्ट गटाच्या, स्वतंत्र संघटनेच्या आर्थिक व सामाजिक चळवळीतून त्या दूर होऊ शकणार नाहीत.

भाषाभेदासंबंधात, साम्राज्यशाहीच्या प्रचारतंत्रासाठी, प्रसिद्ध २२२ निरनिराळ्या भाषांच्या बुजगावण्याचा, त्या अडचणीला भडक व आचरटपणे रंगवून आणि संशयास्पद सांख्यिकी तयार करून, निष्पाप लोकांचा गैरसमज करण्यासाठी उपयोग

करण्यात आला. निरनिराळ्या लोकांकडून निरनिराळे अंदाज उपलब्ध करण्यात आले ते १६ भाषांपासून ३०० भाषांपर्यंतचे आहेत. ह्या दोन आकड्यांमधील फरकावरून, ह्या अंदाजामागील राजकारण स्पष्ट होते. १९०१च्या शिरगणतीत १४७ भाषा दाखविल्या गेल्या. ह्या शिरगणतीची, सायमन रिपोर्टने जी १९२१ ची शिरगणती वापरली, तिच्याशी जर आपण तुलना केली, तर आपल्याला मती गुंग करणारी गोष्ट कळते, ती अशी: जेथे १९०१ मध्ये लोकसंख्या २९२ दशलक्ष होती, आणि जी, दुसरी कोणतीही परदेशी लोकसंख्या आयात न करता, १९२१ मध्ये ३१६ दशलक्ष झाली तेथे भाषांचा आकडा, १९०१ मधील १४० वरून, दुसरा एखादा जादा प्रदेश समाविष्ट झाल्याशिवाय, १९२१ मध्ये २२२ वर गेला. खरोखर हिंदी लोकांची, एका पिढीत विसाच्या पटीने नवीन भाषा निर्माण करण्याची कर्तबगारी कौतुकास्पद आहे!

"२२२ निरनिराळ्या भाषा" ही धाडशी बंडलबाजी असून तिचा सखोल अभ्यास केला तर, भारतीयेतरांवर[१] तिने वजन मारले आहे, असे दिसून येईल.

ह्या २२२ निरनिराळ्या भाषांपैकी १३४ भाषा 'तिबेट-ब्रह्मदेश' ह्या पोट-कुटुंबातल्या आहेत. ह्या भाषांचा दर्जा काय आहे? ह्या संबंधात, इंपीरियल गॅझेटियर ऑफ इंडिया, १९०९, व्हॉल्युम एक, पाने ३९०-९४ मध्ये १०३ इंडो-चिनी भाषांबद्दल अधिक माहिती आली आहे. ह्या १०३ भाषांच्या यादींत प्रत्येक भाषा किती लोक बोलतात ते दिले आहे, आणि त्यात जे आकडे आढळतात ते असे :

| भाषा | बोलणाऱ्यांची संख्या |
|---|---|
| कबुइ | ४ |
| ऑन्ड्रो | १ |
| कसुइ | ११ |
| श्रानु | १५ |
| अका | २६ |
| तैरॉंग | १२ |
| नोरा | २ |

---

१. १९३० च्या सप्टेंबरच्या 'लेबर मंथली' मध्ये 'फेक्ड इंडियन स्टॅटिस्टिक्स - ॲज ए इंपीरिऑलिस्ट प्रपोगंडा' ह्या विषयावर एक लेख प्रसिद्ध झाला आहे. त्यांत वरील विषयाचे सखोल विश्लेषण आले आहे. वर दिलेल्या भाषाभेदासंबंधी अधिक माहिती त्या लेखात आली आहे.

वरील यादीवरून ऑन्ड्रो नावाची भाषा फक्त एकच इसम बोलतो. ह्यावरून भाषा कोणाला म्हणावे, ह्या विषयाचे तत्त्वज्ञानच बदलावे लागेल कारण भाषा ही दोन किंवा अधिक मानवांमधील विचार एकमेकांना व्यक्त करण्यासाठी असते. नोरा ही फक्त दोनच माणसे बोलतात, ही सुद्धा ऑन्ड्रोसारखीच आहे.

ह्या विषयीच्या साम्राज्यशाहीच्या प्रचारतंत्राची कल्पना, ह्या विषयाचा खोल अभ्यास केल्यास येते, ती अशी: (१) इंडो-चिनी कुटुंबातील समजल्या जाणाऱ्या भाषा १९०१ साली ९२ होत्या, त्या १९२१ साली १४५ झाल्या. (२) ह्या भाषा भारतात मुळीच बोलल्या जात नाहीत, त्या हिमालयाच्या पलीकडील जिल्ह्यांत आणि ब्रम्हदेश-चीन सरहद्दीवर बोलल्या जातात. (३) ह्या भाषांपैकी बहुतेक भाषा, ह्या भाषा ह्या संज्ञेत बसत नाहीत. त्या अगदी सामान्य बोली-भाषा आहेत किंवा टोळ्यांची नावे आहेत. (४) ह्या १०३ भाषांपैकी १७ भाषा शंभरपेक्षा कमी लोक बोलतात. ३९ भाषा एक हजारांपेक्षा कमी लोक बोलतात. ६५ भाषा दहा हजारांपेक्षा कमी लोक बोलतात. ८३ भाषा पन्नास हजारांपेक्षा कमी लोक बोलतात. ९७ भाषा दोन लाख लोकांपेक्षा कमी लोक बोलतात. ह्या सर्व गटांत जिला भाषा म्हणता येईल, अशी एकच भाषा आहे, ती म्हणजे 'ब्रह्मी.'

अशा मोडक्यातोडक्या सामग्रीवर, ''२२२ निरनिराळ्या भाषा'' हे भव्य ढोलके, साम्राज्यशाहीच्या प्रत्येक सभेत, वर्तमानपत्रात आणि पार्लमेंटच्या चर्चेत, बडविले जाते.

त्यानंतर १९३१ च्या शिरगणतीत हा भाषांचा आकडा २०३ वर आणला गेला. हेही खरे आहे की, मध्यंतरीच्या काळात एक भाषा बोलणारा, एक, दोन, चार, असे भाषाभिमानी एकाएकी अविचाराने मरून गेले आणि ह्या त्यांच्या आचरटपणामुळे, भारताला स्वराज्य देण्याविरुद्ध तयार केलेल्या पुराव्याची इमारत ढासळून पडली. त्यानंतर १९३० साली ब्रह्मदेश भारतापासून निराळा केला गेला, त्यामुळे वरीलप्रमाणे १२८ भाषा असलेला, प्रचंड भाषाभेद असलेला गट, नाहीसा झाला. परिणामी भाषाभेदाचा भारतीयांवर लादलेला दोष फारच कमी झाला. ब्रह्मदेशाला निराळे काढण्यासाठी, जे निरनिराळ्या भाषाभेदांचे कारण स्वराज्याच्या मागणीला विरोध करण्यासाठी वापरण्यात आले, तेच कारण ब्रह्मदेशांतील भाषिक एकतेचा डांगोरा पिटण्यासाठी आता निवडले गेले. सायमन रिपोर्ट म्हणतो (पान ७०), ''जरी ब्रह्मदेशात १२८ निरनिराळ्या देशी भाषा वापरल्या जातात, तरी $\frac{७}{१०}$ लोकसंख्या ब्रह्मी भाषा किंवा तत्सम भाषा बोलतात.'' साम्राज्यवादी लोकांची सांख्यिकी धोरणपरत्वे एवढी लवचिक होऊ शकते.

राष्ट्रभाषेचा प्रश्न हळूहळू सुटण्याच्या मार्गावर आहे. त्यात हिंदुस्तानी (लिपीप्रमाणे हिंदी किंवा उर्दू) ही राष्ट्रभाषा म्हणून राष्ट्रीय काँग्रेसने मान्य केली आहे आणि बहुसंख्य भारतीय जनता ती बोलते किंवा तिला ती समजू शकते. गांधी म्हणतात, ('स्पीचेस ऑन्ड रायटिंग्ज,' पान ३९८), हिंदू प्रचारक आणि मुसलमान मौलवी भारतभर आपली प्रवचने हिंदी किंवा उर्दू भाषेतून करतात आणि निरक्षर लोकांनाही ती समजतात आणि भारतीय सैन्यात, जेथे ''२२२ निरनिराळ्या भाषांच्या बुजगावण्याला वाव नाही'' तेथे सर्व सैनिकी आज्ञा हिंदी भाषेतूनच दिल्या जातात. सर्व भारताची एक राष्ट्रभाषा, म्हणून इंग्रजी भाषेचे जे ढोल बडविले जाते, तो एक बुडबुडा आहे. इंग्रजांच्या शंभर वर्षांच्या राजवटीनंतर फक्त एक टक्का लोकांना इंग्रजी लिहिता किंवा वाचता येते (१९३१ च्या शिरगणतीप्रमाणे, ३५० दशलक्षांपैकी फक्त साडेतीन दशलक्षांत), ह्याउलट, हिंदुस्तानी, तिच्या बोली-भाषा धरून, १२० दशलक्ष लोक वापरतात आणि तिचा विस्तार चालूच आहे (ज.नेहरू, 'इंडिया ऑन्ड दि वर्ल्ड', पा.१८८). भारतातील भाषेची समस्या ही फक्त बारा किंवा तेरा भाषांचीच आहे, (भारतात फक्त बारा भाषाच प्रमुख आहेत, असे सर हारकोर्ट बटलर म्हणतो. 'मॉडर्न इंडिया,' १९३२, पान. ८). ह्यांपैकी नऊ उत्तर हिंदुस्तानातील आहेत आणि त्या एकमेकींना इतक्या जवळ आहेत की, १९२१ च्या शिरगणतीला ही गोष्ट थोड्या प्रमाणात मान्य करावी ती, अशी : ''उत्तर आणि मध्य भारतातील भाषांमध्ये इतके साधर्म्य आहे की, आपल्या बोलण्यात खास फरक केल्याशिवाय, त्या निरनिराळ्या भाषकांना समजू शकतात, आणि त्यामुळे एक राष्ट्र-भाषा निर्माण होणे सहज शक्य आहे.'' (सेन्सस ऑफ इंडिया, व्हॉल्युम १, पार्ट १, पान २९१[१]).

सायमन रिपोर्टने, गैरसमज निर्माण करणारी माहिती देण्याऐवजी जर वर - उद्धृत केलेला परिच्छेद आपल्या रिपोर्टात छापला असता, तर ते अधिक प्रामाणिकपणाचे झाले असते.

---

१. ही एक मोठी गमतीची गोष्ट आहे की, ज्या वेळी ब्रिटिशांना व्यापारी क्षेत्रात पिळवणूक करायची असते, म्हणून ते भारतीय बाजारपेठेत पदार्पण करतात, तेव्हा त्यांना, ज्या भाषाभेदाचा भारताविरुद्ध राजकीय कारणांमुळे प्रचंड डांगोरा पिटला जातो, तो अजिबात आड येत नाही:
''भाषांचे प्रश्न, केवळ वीस-पंचवीस भाषा भारतात असल्या तरीही एवढा अनुल्लंघनीय नाही'', (एच.जे.वेल्स, 'दि इंडियन मार्केट: हिन्टस टु दि ब्रिटिश एक्सपोर्टर, दि टाइम्स ट्रेड ऑन्ड इंजिनिअरिंग इंडिया सप्लिमेंट,' एप्रिल, १९३९).

हे खास प्रश्न, भारतीय एकतेच्या मार्गातील अनुल्लंघनीय समस्या म्हणून ज्यांचा मुद्दाम डांगोरा पिटला जातो आणि भारताच्या स्वराज्याच्या मार्गातील जलद प्रगतीला बसलेला अडसर म्हणून ज्याचे वर्णन करण्यात येते आणि जे प्रश्न सामान्य भारतीय मुत्सद्देगिरीला सहज सोडविण्यासारखे आहेत, त्यांची येथे मुद्दाम संपूर्ण चर्चा करावी लागली. हेतू एवढाच की ह्या प्रश्नांच्या आधारावरच साम्राज्यवाद्यांनी आपले धादांत खोटे प्रचारतंत्र सजविले आहे, ही गोष्ट उजेडात यावी आणि भारताबाहेरील लोकशाही प्रवृत्तीच्या लोकांचा, वरील प्रचारामुळे गैरसमज होऊ नये.

साम्राज्यशाहीविरुद्ध लढा देऊन, आपले राजकीय भविष्य घडविण्याच्या अधिकारासाठी, आवश्यक अशी भारतीय जनतेतील एकता व भारतीय राष्ट्राचे अस्तित्व, ही सिद्ध करणे किंवा ती खोडून काढणे, हे कार्य सांख्यिकांच्या मंडळांत किंवा पार्लमेंटच्या दिवाणखान्यात होणार नाही. ही गोष्ट सिद्ध केली जाईल, जात आहे आणि गेल्या पंचवीस वर्षांच्या अनुभवावरून ती प्रत्यक्षात सिद्ध झाली आहे, असे म्हणावयास हरकत नाही. कारण भारतातील विविधतेचा किंवा बहु-राष्ट्र गटांच्या एकीकरणाचा प्रश्न भारताच्या मूलभूत एकीच्या विरुद्ध असू शकत नाही. ते प्रश्न आहेत, हे खरे आहे आणि ते फक्त भारतीय लोकच सोडवतील, हे निश्चित.


## ३. भारतीय राष्ट्रवादाचा ओनामा

आजच्या काळात, भारत हे राष्ट्र आहे, ही गोष्ट ह्यापुढे नाकारता येणार नाही. ते तसे नसल्याचे जुने प्रतिध्वनी अजूनही ऐकू येतात. ह्यामुळे, गेल्या पिढीपूर्वी, भारत हे राष्ट्र नाही, अशी आरोळी काही लोक जोरजोराने मारीत होते. ती एक भौगोलिक संज्ञा आहे, असा त्यांचा दावा होता. तेच लोक आता, कोलांटी मारून उलट साम्राज्यशाहीच्या अहंकारात गरजतात की, जर करता भारत हे खरोखरीच राष्ट्र असेल आणि असे म्हणणे जर आता अटळ असेल, तर ही प्रचंड कामगिरी साम्राज्यशाहीचीच असली पाहिजे. कारण साम्राज्यशाही राजवटीनेच भारताला राष्ट्राभिमान शिकविला आणि ब्रिटिश लोकशाही ध्येयाची बीजे भारतात रोवली आणि आता तर एक प्रकारच्या हेतुवादी (टेलिऑलॉजिकल) कालक्रम विपर्यक (ॲनक्रॉनिझम) आविर्भावाने असेही सांगण्यात येत आहे की, असे भारत-राष्ट्र निर्माण करण्याचा, ब्रिटिश राजवटीचा प्रथमपासून खरा हेतू होता.

"भारतीय जनतेपैकी राजकीय दृष्टीने जागृत असलेला गट, ही बौद्धिक दृष्टीने

आपली मुले आहेत. आपण जी ध्येये त्यांच्यापुढे मांडली, ती त्यांनी आत्मसात केली आहेत आणि त्याबद्दल त्यांना योग्य तो मान आपण दिला पाहिजे. भारतातील आजची बौद्धिक आणि नैतिक चेतना, ही आपल्याला कमीपणाची गोष्ट नसून, ती आपल्या कामगिरीची शाबासकी आहे.'' (माँटेग्यु-चेम्सफर्ड रिपोर्ट, १९१८, पान ११५)

अशा प्रकारे, साम्राज्यशाहीशी अढळ निष्ठेने भारतीय जनतेने जो लढा दिला, तो त्यांना राष्ट्रीय स्वातंत्र्य मिळवण्यासाठी खरा मार्गदर्शक झालेला नसून, परोपकारी साम्राज्यशाही राज्यकर्त्यांचीच ती उपकारक कामगिरी आहे. आधुनिक सुधारलेला साम्राज्यवादी, आपल्या जाहीर भाषणात अशा प्रकारचा मालमसाला भरून, भारताबद्दलचे ढोंगीपणाचे चित्र रेखाटण्याचा प्रयत्न करतो. तथापि जुन्या काळची असली भंपकबाजी आता फारशी ऐकू येत नाही. (उदाहरणार्थ : जॉयन्सन-हिक्स मागे म्हणाला, ''आम्ही भारत जो जिंकला, तो भारतीयांसाठी नव्हे. मला माहीत आहे की, काही मिशनऱ्यांच्या सभांतून असा प्रचार केला जातो की, आम्ही भारतीयांची पातळी उंचावण्यासाठी भारत जिंकला. ते खोटे आहे. आम्ही तलवारीच्या जोरावर भारत जिंकला आणि त्याच जोरावर आम्ही तो ताब्यात ठेवू. ब्रिटिश मालाला एक उत्कृष्ट बाजारपेठ म्हणून तो आम्ही राखला आहे.'' लॉर्ड रोथरमिअर म्हणाला, ''अनेक तज्ज्ञांचा असा अंदाज आहे की, आमचा व्यापार, बँकिंग व शिपिंग ह्यांपैकी वीस टक्के उद्योग भारतावर अवलंबून आहे. भारत ही ब्रिटिश साम्राज्याची जबरदस्तीने काबूत ठेवलेली हिरकणी (लिंच- पिन) आहे. आम्ही भारत गमावला तर आमचे साम्राज्य कोसळलेच- (प्रथम आर्थिक दृष्टीने व नंतर राजकीय दृष्टीने.) असली भंपकबाजी आता वरच्या वर्तुळांत, हलक्या दर्जाचे द्योतक समजतात आणि राजकीय दृष्टीने अगोदरच भरपूर तापदायक झालेल्या परिस्थितीत ती अनिष्ट मानली जाते.

अलीकडे सरकारी वक्तव्यांतील भाषेच्या ठसक्यात बदल झाला किंवा नाही, हा प्रश्न नाही. तथापि अजूनही काही संशयी लोकांना असे वाटते की, हा ठसक्यांतील बदल हा वाढत्या राष्ट्रीय आंदोलनामुळे झाला असून ते परिवर्तन नाही. सरकारी वक्तव्यांतील नवीन धोरणाने, साम्राज्यशाहीचे धोरण आणि शक्ती ह्यांच्या वास्तववादी शक्यतेबद्दल किंवा साम्राज्यशाही कोणत्याही प्रकारे (विश्वासघात करून किंवा शस्त्रास्त्रांचे साहाय्य घेऊन) आपले भारतातील वर्चस्व टिकवू शकेल, असा गैरसमज पसरविण्यापेक्षा, अधिक धोकादायक धोरण कोणतेही नाही. ह्या प्रत्यक्ष परिस्थितीसंबंधी जेव्हा अगदी अलीकडील ब्रिटिश योजनेबद्दल विचार करू, तेव्हा ह्यावर चर्चा केली जाईल.

भारतीय राष्ट्राभिमानाचा उदय / २८९

ह्या दृष्टिकोनाचे प्रत्यक्ष महत्त्व उघड आहे. भारतीय राष्ट्राभिमानाला आपल्या कह्यात आणण्यासाठी, स्वतःच वाढविलेल्या मुलाला गोंजारावे, तसे बलहीन होत असलेल्या साम्राज्यशाहीचे गोंजारण्याचे प्रयोग, हे केवळ निरुपद्रवी आत्मसंतुष्टतेचे प्रयत्न नव्हेत. साम्राज्यशाहीची राजवट म्हणजे निरनिराळ्या लोकांत सुधारणा घडवून आणणारी एक परोपकारी संस्था आहे, जी निरनिराळ्या लोकांना प्रगती करण्यासाठी, त्यांच्यामध्ये राष्ट्रीयत्वाची भावना निर्माण करते, तिच्यावर ताबा ठेवते व सरतेशेवटी त्यांना स्वातंत्र्य देते. अशा प्रकारचा दावा काही तत्त्वभ्रष्ट समाजवाद्यांनी आणि मॅकडोनॉल्डसारख्या साम्राज्यशाहीच्या हस्तकांनी मांडला होता. आणि ह्याच महाभागाने तदनंतर साम्राज्यशाहीच्या सुधारणा घडून आणण्याच्या धोरणाचे प्रात्यक्षिक, भारतात, लोकशाहीचे हक्क मागितल्याबद्दल, दहशतीचे थैमान घालून व साठ हजार लोकांना तुरुंगात टाकून, करून दाखविले. साम्राज्यशाहीच्या आधुनिक पुरस्कर्त्यांनी एक वास्तववादी व्यवहार म्हणून हे धोरण मान्य केले आहे. ह्यांतील व्यवहारी दृष्टिकोन असा की, सुझ आणि रचनात्मक दृष्टीचा राष्ट्रीय वृत्तीचा गट, ब्रिटिश साम्राज्यशाहीला ह्यापुढे आपला शत्रू समजणार नाही, राष्ट्रीय स्वातंत्र्यासाठी आपले आंदोलन बंद करील. त्याच्या जागी साम्राज्यशाहीशी सहकार व तडजोड करण्याचा प्रयत्न करील आणि भारतीय जनतेला एक मार्गदर्शक सल्लागार म्हणून साम्राज्यशाहीला वाव मिळेल व त्यातून गुळमुळीत स्वरूपाचे, अनिश्चित आकाराचे स्वराज्य, भविष्यकाळात, साम्राज्यशाहीच्या सहकाराने ठरविले जाईल.

ब्रिटिश राजवटीतून भारतीय स्वातंत्र्याचा कोंब फुटून ते जन्मास येणे शक्य आहे काय?

अशी अपेक्षा करणे एका अर्थाने बरोबर आहे, हे निश्चित. तथापि अशी अपेक्षा करणारांचा त्यामागील जो हेतू आहे त्या दृष्टीने, ते खरे नव्हे.

ज्या जपानी लोकांनी चीनवर हल्ला केला, तेही असे म्हणू शकले असते की, त्यांच्या चीनवरील स्वारीचा उद्देश, चिनी लोकांच्यात एकता निर्माण करावी, हा होता आणि हा दावा एका अर्थाने खरा होता.

त्याचप्रमाणे, ज्या भारतीय राष्ट्रवादाने बाळसे घेऊन, आकार घेऊन जो आज साम्राज्यशाहीविरुद्ध लढा देण्यास सिद्ध झाला आहे, त्याच्या बाल्यावस्थेतून स्फूर्ती घेऊन वाढ होण्यास, ब्रिटिश साम्राज्यशाहीची राजवट कारण होती, असे म्हणता येईल. ज्याप्रमाणे रशियातील कामगारवर्गाची क्रांती झारशाहीत सुरू झाली किंवा क्रॉमवेलच्या कार्याला, चार्ल्स दि फर्स्टच्या कारकीर्दीचे कारण झाले, त्याचप्रमाणे

ब्रिटिश राजवटीचा अनुभव आहे.

तथापि आजच्या साम्राज्यशाहीच्या सहानुभूतीवाद्यांचा हा दृष्टिकोन नाही. त्यांचे असे म्हणणे आहे की, ब्रिटिश राजवटीमुळेच भारतात एकता निर्माण झाली व आधुनिक केंद्रीभूत स्वरूपाची शासनपद्धती भारतात जन्मास आली (ह्या त्यांच्या म्हणण्यात थोडे तथ्य आहे). इतकेच नव्हे, तर ब्रिटिश कायदा आणि सांस्कृतिक संस्था आणि पाश्चिमात्य पद्धतीची अगदी छोट्या गटालाही शिक्षण देण्याची सोय, ह्यांनीच भारतात राष्ट्रवादाचा पाया घातला आणि भारतीय सुशिक्षितांमध्ये संसदीय व लोकशाही शासन पद्धतीचे बीजारोपण केले. ''इंग्रजांच्या इतिहासाने, सामाजिक स्वातंत्र्य हप्त्याहप्त्याने कसे मिळवावे, हा धडा भारतीयांना दिला व बर्क आणि मिल ह्यांनी घोषित केलेल्या राजकीय विचारांनी, वरील शिकवणुकीला बळकटी आणली. त्यातूनच बौद्धिक दृष्टीने सुज्ञ असलेल्या भारतीय उत्साही सुशिक्षितांना, एका नवीन युगाची उबग आली, हे निश्चित.'' '(एल. एम. रूशबुक विल्यम्स, 'व्हॉट अबाउट इंडिया', १९३८, पान १०५)

ह्या म्हणण्यात सत्याचा अंश किती आहे?

आधुनिक काळातील लोकशाहीची उत्क्रांती, जी इंग्लंडसारख्या अनेक देशांत घडून आली, ती इंग्लंडमध्ये सर्वप्रथम निर्माण झाली, म्हणून ते काही इंग्लंडचे एकस्व (पेटंट) नव्हे, किंवा लोकशाहीची बीजे रोवण्यासाठी एखाद्या देशाला परकीय देशाचे वर्चस्व पत्करावे लागतेच असेही नाही. अमेरिकन स्वातंत्र्याची घोषणा किंवा त्याहीपेक्षा स्वातंत्र्य, समता व बंधुभाव ह्यांची जगजाहीर ग्वाही देणारी व इंग्लिश संसदीय राजेशाहीच्या तडजोडीपेक्षा निश्चितपणे अधिक प्रभावी, अशी फ्रेंच क्रांती, ही एकोणिसाव्या शतकातील लोकशाही उत्क्रांतीची खरी स्फूर्तिस्थाने होत. विसाव्या शतकातील १९०५ व १९१७ सालची रशियन क्रांती ह्यांनी वैशिष्ट्यपूर्ण कामगिरी बजावली आहे. आशिया खंडातील गुलामगिरीत खितपत पडलेल्या लोकांच्यात त्यांनी स्वाभिमानाची जागृती निर्माण केली व वसाहतीच्या खोड्यात अडकलेल्यांना राष्ट्रीय स्वातंत्र्य मागण्यास स्फूर्ती दिली.

भारतातील राष्ट्रीय जागृती ही जगातील निरनिराळ्या घटनांतून स्फूर्ती घेऊन निर्माण झाली आहे, ही गोष्ट तिच्या प्रगतीच्या टप्प्यांतून दाखविता येते. एकोणिसाव्या शतकाच्या पूर्वार्धात प्रसिद्धीस आलेला व भारतीय राष्ट्राभिमानाचा जनक राजा राममोहन रॉय हा जेव्हा १८३० साली जलमार्गाने प्रथमच इंग्लंडला गेला, तेव्हा गैरसोय सोसूनही तो एका फ्रेंच जहाजावरून गेला. त्यात त्याला फ्रेंच राज्यक्रांतीचा

आदर व्यक्त करायचा होता. राष्ट्रीय काँग्रेस ही सुरुवातीस जनतेतील असंतोषाला वाट काढून देण्यासाठी ब्रिटिशांच्याच स्फूर्तीने जन्मास आली, ती वीस वर्षे झोपली. पुन्हा १९०५ मध्ये क्रांतिकारकांच्या अराजकामुळे ती जागी झाली. जेव्हा क्रांतिकारकांची लाट ओसरली, तेव्हा ती मवाळ पुढाऱ्यांच्या हाती गेली. १९१७ नंतर जागतिक क्रांतीच्या लाटेत भारत पुन्हा एकदा समरस झाला.

इंग्लंडने भारतात प्रवेश केला नसता तर भारताने जागतिक घडामोडींत लक्ष घातले नसते व भारतीय स्वातंत्र्यासाठी चळवळ केली नसती, असे म्हणणे हा केवळ आत्मसंतुष्टतेचा प्रकार आहे. साम्राज्यशाही जेथे दृढमूल झालेली नाही, तेथे राष्ट्रीय लोकशाहीची जागृती किती प्रभावी ठरते, ते चीनच्या उदाहरणावरून स्पष्ट झाले आहे. ह्या राष्ट्रीय लोकशाही चळवळीला, आपल्या स्वातंत्र्यासाठी, साम्राज्यशाहीने काढलेल्या कुरापतींना व शिरकावाला सातत्याने तोंड द्यावे लागले.

भारतातील सुशिक्षित वर्गाला इंग्रजांनी बर्क, मिल, व मेकॉले वाचावयास सांगून, ग्लॅडस्टन व ब्राइट ह्यांची अलंकारयुक्त संसदीय भाषणे वाचावयास लावली, म्हणून भारतातील राष्ट्रीय चळवळ सुरू झाली काय? लोक असे म्हणतात. ही लोकवार्ता म्हणजे, आधुनिक फ्रान्स हा नेपोलियनमुळे निर्माण झाला किंवा ल्यूथरच्या व्यक्तिगत तऱ्हेवाईक वागणुकीमुळे कॅथॉलिक्सना प्रोटेस्टंट गटाला मान्यता द्यावी लागली, असे म्हणण्याइतकेच पोरकटपणाचे आहे. भारतीय स्वातंत्र्याची चळवळ ही, साम्राज्यशाहीने पिळवणूक केल्यामुळे तिचे सामाजिक परिस्थितीवर जे अनिष्ट परिणाम झाले त्यातून चालू झाली. भारतातील मध्यमवर्ग व त्याची पिळवणूक करणारा साम्राज्यवादी परकीय मध्यमवर्ग ह्यांच्यामध्ये चढाओढ सुरू झाली आणि भारतीय मध्यमवर्गीयांना जरी फक्त संस्कृत भाषेतून वेदांचे ज्ञान मिळाले असले तरी त्यांना त्यांच्या सभोवार येत असलेल्या माहितीवरून व वेदांमधून आपल्या आंदोलनाला आवश्यक अशा घोषणा मिळाल्या असल्याच पाहिजेत.

साम्राज्यशाहीच्या वतीने जेव्हा मेकॉलेने इंग्रजी शिक्षण पद्धती भारतीयांवर लादली आणि पौर्वात्यांचा पराभव केला तेव्हा त्याचा हेतू भारतीयांत राष्ट्रभिमानाची जागृती निर्माण करण्याचा नसून, भारतीय संस्कृतीचा मुळापासून नायनाट करावयाचा होता. झारने जुन्या रशियन साम्राज्यातील जिंकलेल्या देशांचे रशियीकरण करताना ह्याच मार्गाचा अवलंब केला. आपल्या लोकांशी असलेला संपूर्ण संबंध तोडून एक स्वतंत्र सुशिक्षित शासकीय गट, जो इंग्रजांचे धोरण प्रामाणिकपणे अमलात आणील, असा निर्माण करण्याचा होता. लोकशाहीच्या तत्त्वाचे बीजारोपण करण्याचे त्याच्या

मनातसुद्धा आले नव्हते. त्या बाबतीत त्याचे विचार जोरदार होते. मेकॉलेनेच असे जाहीर केले होते की, ''भारताला स्वतंत्र सरकार मिळणार नाही, हे आम्हांला माहीत आहे. तथापि त्याऐवजी त्याच्याच खालोखालची उत्कृष्ट पद्धती म्हणजे, निश्चयी नि:पक्षपाती हुकूमशाही त्याला मिळेल.'' साम्राज्यशाहीच्या हितासाठी सुरू केलेल्या शिक्षण पद्धतीने त्याच वेळी इंग्रजी लोकशाहीच्या प्रचंड आंदोलनाचा पूर सुरू केला. त्यात मिल्टन्स, शेलीज, बायरन वगैरे लोक, त्याच पद्धतीच्या जुलुमी राजवटीविरुद्ध लढत होते. काही वेळा त्याच वर्गातील राज्य चालविणाऱ्यांविरुद्ध झगडत होते. त्यांत पिट्स, हेस्टिंग्ज आणि वेलिंग्टन्ससारखे महाभाग भारताला गुलाम करून त्याची पिळवणूक करीत होते. हा सर्व साम्राज्यशाही राजवटीतील वैशिष्ट्यपूर्ण विरोधाभास होता आणि ती राजवट ज्या देशाचे लोक तेव्हा चालवीत होते, त्याच वेळी भारतीय जनता स्वातंत्र्यासाठी पुढे सरसावत होती. तथापि हा विरोधाभास त्या वेळी कळला नाही आणि त्यानंतरच्या साम्राज्यवाद्यांच्या पिढ्या १, त्याबद्दल खेद व्यक्त करीत आहेत आणि त्याचे दुष्परिणाम टाळण्यासाठी भारतात येणाऱ्या पुस्तकांवर अधिकाधिक बंदी घालीत आहेत.

ब्रिटिश राजवटीमुळे भारताचा बऱ्या-वाईट कारणामुळे जो ऐतिहासिक स्वरूपाचा फायदा झाला, तो त्यांनी खुशीने किंवा नाखुशीने किंवा परिस्थितीच्या निकडीमुळे, केलेला असो, तो नाकारण्यात अर्थ नाही. मार्क्सच्या पुस्तकांतील जे परिच्छेद आम्ही उद्धृत केले आहेत (चॅप्टर ४ चा ४), त्यात तो म्हणतो की, ''ब्रिटिश राजवटीमुळे भारताचे जे दोन फायदे झाले, त्यामुळे जरी ती राजवट अत्यंत खोट्या बुद्धीने भारताचे राज्य करीत होती तरी, भारताच्या विकासाच्या बाबतीत इतिहास घडविण्याचे श्रेय तिला मिळाले.''

भारत ब्रिटिशांनी जिंकल्यावर व त्याची पिळवणूक चालू केल्यावर जर त्यांनी एखादी महत्त्वाची कामगिरी केली असेल तर ती म्हणजे जुन्या सामाजिक रचनेचा नायनाट करणे ही होय. भारतात कोणतीही प्रगती करावयाची तर असा नाश करणे त्यांना आवश्यक होते. असा नाश हा ब्रिटिशांनी भारत जिंकला नसता तर झाला

---

१. ''भारतात पाश्चिमात्य पद्धतीचे शिक्षण सुरू करण्यासाठी ब्रिटिश सरकारने जे प्रयत्न केले व त्याचे जे परिणाम झाले, त्याचा ह्या ग्रंथाच्या लेखकाने अभ्यास केला आहे. ती एक राजकीय घोडचूक आहे.'' (सर आल्फ्रेड ल्याल, जी. सी. आय. ई. इन्ट्रोडक्शन् टू व्हॅलेन्टाइन चिरोल्स, 'इंडीयन अनरेस्ट' १९१० पान १३.)

नसता, असे नाही. ब्रिटिश भारतात आले नसते तरी भारतीय समाज विघटनाच्या मार्गावरच होता. त्यात मध्यमवर्गीय लोकांनी उपलब्ध साधनांनी हा बदल घडवून आणलाच असता. फक्त अशा परिस्थितीत ब्रिटिश आले, त्यामुळे त्यांच्यातील मध्यमवर्गीयांना ते सहज करता आले. त्यांनी ते केले आणि भारतावर आपले वर्चस्व प्रस्थापित केले. तथापि ऐतिहासिक दृष्टीने ही ब्रिटिश राजवटीची पहिली कामगिरी ठरली.

ब्रिटिशांनी केलेली दुसरी कामगिरी म्हणजे, नवीन रचनेला आवश्यक असणारे भारताचे एकीकरण घडवून आणणे, ही होय. ही कामगिरी जरी संपूर्ण झाली नाही, तरीही त्यामुळे भारताचा जागतिक बाजारपेठेशी संबंध आला. आधुनिक रेल्वे व तार ह्यांच्यासारखी दळणवळणाची आधुनिक साधने उपलब्ध झाली व आधुनिक उद्योगधंदे व त्यासाठी अत्यावश्यक असलेले प्रशिक्षण देऊन, शासकीय व शास्त्रीय माणसे तयार करण्यात आली.

ह्या कामगिरीमुळे भारताला स्वातंत्र्य मिळाले किंवा त्यांच्या नेहमीच्या परिस्थितीत सुधारणा झाली, असे नव्हे. फक्त ह्या दोन्ही गोष्टींना आवश्यक असलेला पाया तयार केला गेला. मध्यमवर्गीयांनी ह्यापेक्षा अधिक काही केले आहे काय? ''निरनिराळ्या व्यक्तींना आणि लोकांना, रक्त व घाण ह्यांतून जावयास लावल्याशिवाय किंवा दारिद्र्य व अपमान ह्यांचे चटके खावयास लावल्याशिवाय, त्यांनी कधी विकास घडवून आणला आहे काय?''

अजूनही तिसरी एक गोष्ट करणे आवश्यक आहे, ती म्हणजे, भारतीय जनतेने नवीन प्रेरक अशी शक्ती संपादन केली पाहिजे. तिच्या जोरावर स्वतःच्या प्रगतीसाठी ते संघटित होऊ शकतील. मार्क्सच्या मते, हे नवचैतन्य भारतीय जनता दोन मार्गांनी मिळवू शकेल. पहिला मार्ग म्हणजे, साम्राज्यशाहीविरुद्ध लढा देणे. दुसरा म्हणजे, ब्रिटिश सत्ता उधळून लावण्यासाठी आंदोलन करणे. भारताच्या स्वातंत्र्य चळवळींतील हा भाग इतिहास घडवील. त्यांची राजकीय स्वातंत्र्याची चळवळ ही भारतातील सामाजिक स्वातंत्र्याची पहिली पायरी होय.

एकोणिसाव्या शतकाच्या पूर्वार्धांत ब्रिटिश साम्राज्यशाहीच्या सुरुवातीस, ब्रिटिश लोक भारतीयांना हालअपेष्टा भोगावयास लावून व औद्योगिकदृष्ट्या त्यांचा सत्यानाश करीत होते. तथापि त्याही परिस्थितीत ते भारतीय समाजातील पुराणमतवादी व सरंजामी प्रवृत्तींना विरोध करून अप्रत्यक्षपणे त्यांची प्रगतीच साधीत होते. ब्रिटिशांच्या, सामिलीकरणासारख्या कठोर राजकीय धोरणामुळे जुन्या राजवटी मोडीत निघत

होत्या आणि ज्या जीव धरून होत्या, त्यांना भीतीने ग्रासले होते. हा काळ म्हणजे धडाडीने सुधारणा घडवून आणण्याचा काळ होता. त्यात भारतीय सुधारकांच्या सहकार्याने प्रतिबंध केलेली सतीची चाल, गुलामगिरीची बंदी, अर्भकहत्या विरोध, ठगीच्या चालीला प्रतिबंध, पाश्चिमात्य पद्धतीच्या शिक्षणास सुरुवात आणि लेखनस्वातंत्र्य वगैरे गोष्टींचा समावेश होतो. एकोणिसाव्या शतकातील मध्यमवर्गीय ब्रिटिशांच्या दृष्टिकोनातील ताठर वृत्ती व भारतीय रूढींतील मागासपणाला असलेला त्यांचा कडवा विरोध, हा मानवाच्या प्रगतीला पोषक होता, अशी ब्रिटिशांची श्रद्धा होती. अशा सुधारक ब्रिटिशांनीच भारतात सामाजिक सुधारणांना जोराने चालना दिली. त्यावरून त्या काळातील ब्रिटिश मध्यमवर्गीय पिढीची वृत्ती स्पष्ट होते. ह्यामुळे त्यांच्यापैकी सर हेन्री लॉरेन्स ह्यासारख्या पुढाऱ्यांना त्यांच्या संबंधितांकडून धन्यवाद मिळाले. त्या वेळच्या इतिहासात ब्रिटिश आणि भारतीय जनता ह्यांच्यामधील व्यक्तिगत आपुलकी स्पष्टपणे दिसून येते. भारतातील प्रतिगामी प्रवृत्तीचे राजे लोक, त्यांचे उच्चाटन करणाऱ्या ब्रिटिशांचे कडवे विरोधक होते. तथापि राममोहन रॉय ह्यांच्यासारखे प्रागतिक वृत्तीचे लोक किंवा ब्राम्हो समाजाचे प्रवर्तक हे मात्र ब्रिटिशांनी भारतात केलेल्या सुधारणांकडे आपुलकीने पाहात होते. त्यांनी त्यांच्या (ब्रिटिशांच्या) सुधारणांना उचलून धरले. ब्रिटिश लोक हे आधुनिक संस्कृतीचे युगप्रवर्तक होत, अशी त्यांची श्रद्धा होती.

१८५७ चा उठाव हा मुख्यत्वे जुनाट, पुराणमतवादी लोक, सरंजामदार आणि पदच्युत झालेले राजे ह्यांच्या नेतृत्वाखाली झाला होता. त्याचा मुख्य उद्देश म्हणजे, नष्ट होण्याच्या मार्गावर असलेले त्यांचे हक्क व मक्तेदाऱ्या वाचविण्याचा तो प्रयत्न होता. ह्या उठावामागील पार्श्वभूमी प्रतिगामी असल्यामुळे त्याला बहुजन समाजाचा पाठिंबा मिळाला नाही व तो कोलमडून पडला. एवढे असले तरी ह्या उठावामुळे जनतेचा प्रक्षोभ व असंतोष स्पष्ट झाला. त्यामुळे ब्रिटिश राज्यकर्त्यांच्या मनात एक प्रकारची भीती निर्माण झाली, ती ही की, "सर्व भारत देश आपला नाश होण्याची वाट पाहात आहे," आणि ही भीती अनेक वर्षे कायम राहिली. १८३५-३६ साली गव्हर्नर जनरल लॉर्ड मेटकाफ ह्याने असेच लिहून ठेवले होते, ('पेपर्स ॲन्ड कॉरस्पॉन्डन्स,' पान ११६, कोटेड इन जे. एल. मॉरिसन, 'लॉरेन्स ऑफ लखनौ,' पान ५५), "सर्वत्र अशी भावना आढळते की, आपला सत्यानाश झाला तर जनता आनंदाने टाळ्या वाजवील आणि अशी संधी लवकर यावी म्हणून आपल्याकडून शक्य ते प्रयत्न करतील, असे लोक भारतात थोडेथोडके नाहीत."

भारतीय राष्ट्राभिमानाचा उदय / २९५

१८५७ नंतर ब्रिटिशांचे धोरण आणि ब्रिटिश शासनाची पद्धत ह्यांत बदल झाला. ह्या वेळेपासून ब्रिटिश राज्यकर्त्यांनी भारतीय जनतेविरुद्ध, प्रतिगामी लोकांचे सहकार्य मिळविण्याचे धोरण चालू केले. प्रागतिक विचारांच्या मध्यमवर्गीय भारतीयांबरोबरचे आपुलकीचे संबंध जाऊन त्यांची जागा उदासीनता व संशय ह्यांनी घेतली. काही वेळा त्यातून विरोधाचा सूर निघू लागला व जनतेचा द्रोह करण्यास प्रवृत्त होतील अशा लोकांबरोबर आपुलकीचे धागेदोरे जुळले जाऊ लागले. भारतातील संस्थाने खालसा करून 'ब्रिटिश इंडिया' मध्ये ती सामील करून घेण्याचे धोरण बंद पडले. ह्या वेळेपासून भारतीय संस्थानिकांचे हक्क व त्यांची राज्ये काळजीपूर्वक जतन करण्याचे धोरण चालू झाले व ते 'सार्वभौम' असल्याचे मानण्यात आले. त्यातील हेतू हा की, त्यांनी सरंजामशाहीतील नेहमीची जुलूम-जबरदस्ती ब्रिटिशांच्या आधारावर भरपूर प्रमाणात चालू ठेवावी व शक्यतर ती वृद्धिंगत करावी. ह्यामुळे भारताच्या राजकीय नकाशात छोटे-छोटे संस्थानिक व त्यांच्या विभागलेल्या लहान लहान शासनसंस्था ह्यांची एकच भाऊगर्दी दिसू लागली. अगदी अलीकडे ह्या संस्थानिकांना ब्रिटिश साम्राज्यशाहीच्या लाचखाऊ हस्तकांची जागा देण्यात येऊन भारताच्या सांविधानिक विकासाला (कॉन्स्टिट्यूशनल डेव्हलपमेंटला) व राष्ट्रीय स्वातंत्र्याच्या आंदोलनाला अडसर घालण्यासाठी त्यांची योजना करण्यात आली आहे. सामाजिक सुधारणांना वाव न देता प्रत्येक प्रतिगामी धार्मिक विचाराला व चालीरीतीला खास संरक्षण देण्यास सुरुवात झाली ('दि एज ऑफ कन्सेंट अॅक्ट ऑफ १८९१' हा ह्या काळातील एक खास अपवाद म्हणावा लागेल.).

१८५८ साली राणीचा जाहीरनामा बाहेर पडला, त्यामध्ये भारतीय जनता आणि इंग्रज लोक ह्यांमध्ये वांशिक समता पाळण्यात येईल असे आश्वासन देण्यात आले होते (ह्यासंबंधी लॉर्ड लिटन ह्याने पुढे जाहीर रीतीने स्पष्ट केले की, ह्या अपेक्षा किंवा ही आश्वासने कधीही पुरी करता येणार नाहीत किंवा करता येण्यासारखी नाहीत–पाहा प्रकरण १४,२). ह्याच जाहीरनाम्यात असे सांगण्यात आले की, ''भारतीयांच्या धार्मिक भावना किंवा देवपूजा ह्या बाबतीत सरकार तटस्थ राहील. त्यांत हस्तक्षेप करावयाचा नाही, असा सरकारचा निश्चय आहे. त्याचबरोबर भारतीय समाजातील सनातनी वृत्तीच्या लोकांना असे आश्वासन देण्यात आले की, भारतातील पूर्वापार चालत आलेले हक्क, रूढी व चालीरीती ह्यांना योग्य तो मान दिला जाईल.'' १८७६ साली 'रॉयल टायटल्स अॅक्ट' पास झाला, त्या अन्वये इंग्लंडच्या साम्राज्ञीला 'भारताची राणी' ही पदवी देण्यात आली. त्या वेळी व्हॉइसरॉय लॉर्ड लिटन ह्याने एक नवीन धोरण जाहीर केले, त्याप्रमाणे

इंग्लडची राणी ही, बलाढ्य अशा भारतीय अमीर-उमरावांच्या आशा, आकांक्षा, सहानुभूती व हित ह्यांचे प्रतीक समजली जाईल, असे सांगण्यात आले. ह्या काळापासून हिंदू व मुसलमान ह्यांच्यामध्ये दुही निर्माण करण्याचे मुद्दाम प्रयत्न चालू झाले. त्यांचे पर्यवसान जातीय मतदारसंघ निर्माण करण्यात झाले. पुढे भारतीय राजकारणात ह्या प्रश्नाला प्रमुख स्थान देण्यात आले. त्याचबरोबर १८५७ नंतरच्या काळात ब्रिटिश नोकरशाही व भारतातील प्रागतिक पुढारी ह्यांच्यामधील तेढ वाढीस लागली. दोन्ही बाजूच्या पुढाऱ्यांना हा झालेला बदल स्पष्टपणे दिसत होता.

अशा रीतीने ब्रिटनमधील भांडवलशाहीच्या धोरणात जो बदल घडून आला त्याचे पडसाद जागतिक पातळीवर पोहोचले. पूर्वीच्या भरतीच्या काळाऐवजी, आता त्याला प्रतिगामी स्वरूपाची ओहोटी लागली आणि साम्राज्यशाहीच्या पूर्णावस्थेत त्यास उतरती कळा प्राप्त झाली. त्याचा परिणाम भारतातील ब्रिटिश शासनपद्धतीच्या धोरणावरही झाला. आधुनिक साम्राज्यशाहीच्या पूर्णावस्थेत किंवा भांडवलशाहीच्या पीछेहाटीत ही प्रतिक्रियात्मक वाटचाल अगदी स्पष्टपणे प्रत्ययास आली.

ह्याउलट भारतातील ब्रिटिश राजवटीच्या प्रगतीपर धोरणाचा काळ, एकोणिसाव्या शतकाच्या उत्तरार्धात संपुष्टात येत होता. त्याचबरोबर भारतीय जनतेत नवचैतन्य निर्माण होत होते. एकोणिसाव्या शतकाच्या उत्तरार्धात भारतातील मध्यमवर्ग पुढे येत होता. १८५३ मध्ये भारतात मुंबईला पहिली कापडगिरणी यशस्वीपणे चालू झाली. १८८० पर्यंत भारतात १५६ गिरण्या जन्मास आल्या आणि गिरणी कामगारांची संख्या ४४००० झाली. इ.स.१९०० मध्ये भारतातील गिरण्यांचा आकडा १९३ वर गेला आणि गिरणी कामगारांची संख्या १,६१००० ला पोहोचली. सुरुवातीपासूनच वस्त्र निर्माण करण्याच्या उद्योगधंद्यात मुख्यत्वे भारतीयांचा पैसा व हुकमत चालू झाली आणि त्यांना अनेक अडचणींना तोंड देऊनच आपला मार्ग आक्रमण करावा लागला. ह्याच सुमारास पाश्चिमात्य पद्धतीचे शिक्षण घेऊन भारतातील मध्यमवर्ग उदयास येत होता. त्यांच्यातूनच वकील, डॉक्टर, शिक्षक व प्रशासक तयार होऊन, एकोणिसाव्या शतकातील लोकशाही स्वरूपाच्या नागरिकत्वाची त्यांना जाणीव होऊ लागली होती. तथापि भांडवलशाही उद्योगधंद्यातील किंवा पाश्चिमात्य पद्धतीच्या शिक्षणाने विभूषित झालेल्यांची संख्या अजून बेताचीच होती. हा नवीन वर्ग उदयास येत होता व त्याला ब्रिटिश मध्यमवर्गीय लोक हे त्याच्या प्रगतिपथांतील अहंमन्य स्पर्धक होत, असे वाटू लागले. भारताच्या राष्ट्रीय आकांक्षांना वाचा फोडून त्याचे पुढारीपण त्यांच्याकडे जाणे अटळ झाले होते.

भारतातील मध्यमवर्गीय पुढारी व ब्रिटिश मध्यमवर्गीय पुढारी ह्यांच्यामधील मूलभूत स्वरूपाचा आर्थिक झगडा आता स्पष्ट होऊ लागला होता. अशा वेळी

१८८२ साली लँकशायरच्या उद्योगपतींच्या मागणीवरून, भारतात आयात होणाऱ्या कापसाच्या मालावरील सर्व कर सरकारने काढून टाकले. ही योजना भारताच्या उदयोन्मुख उद्योगधंद्याला मारक होती. ह्यानंतर तीन वर्षांनी 'इंडियन नॅशनल काँग्रेस' जन्मास आली.

ब्रिटिश भांडवलशाहीच्या घुसवणुकीमुळे शेतकरी वर्गाची गरिबी सातत्याने वाढत गेली आणि एकोणिसाव्या शतकाच्या शेवटच्या तीन दसकड्यांत (डीकेडस्) तिने एवढे उग्र स्वरूप धारण केले की, लोकांचा असंतोष स्पष्टपणे व्यक्त होऊ लागला. आपण मागे पाहिलेच आहे की, एकोणिसाव्या शतकाच्या पूर्वार्धांत एकूण सात दुष्काळ पडले व त्यांत १५ लाख भूकबळी पडले. त्याच शतकाच्या उत्तरार्धांत एकूण २४ दुष्काळ पडले व त्यांत दोन कोटी पंच्याऐशी लाख माणसे मृत्युमुखी पडली. ह्या २४ दुष्काळांपैकी १८ दुष्काळ हे एकोणिसाव्या शतकाच्या शेवटच्या २५ वर्षांत पडले. (चॅप्टर ५, पान १०६). १८७५ साली दक्षिणेतील शेतकऱ्यांच्या उठावांनी, वरील वाढत्या असंतोषाकडे सरकारचे लक्ष वेधले. त्याच साली 'डेक्कन रॉयट्स कमिशन'ची नेमणूक करण्यात आली. ह्या कमिशनने शेतकीविषयक प्रश्न व असंतोषाची कारणे ह्यांची सखोल चौकशी केली आणि १८७८ साली 'फॅमिन कमिशन'ची नेमणूक करण्यात आली.

अशा रीतीने एकोणिसाव्या शतकाच्या पहिल्या पंचाहत्तर वर्षांत कधीही नव्हती अशी भीषण परिस्थिती शेवटच्या पंचवीस वर्षांत निर्माण झाली आणि त्या वातावरणातच भारतात राष्ट्रीय चळवळीला प्रारंभ झाला.

## ४. राष्ट्रीय सभेचा उदय

भारतातील पहिली, आणि अजून राष्ट्रीय चळवळीत आघाडीवर असलेली संघटना म्हणजे 'इंडियन नॅशनल काँग्रेस' ही होय. हिची स्थापना १८८५ साली झाली.

ह्या राष्ट्रीय सभेच्या सुरुवातीसंबंधी अजूनही असे सांगण्यात येते की, ह्या राष्ट्रीय संघटनेला ब्रिटिश साम्राज्यशाहीनेच जन्म दिला व त्यामुळे भारतीयांना राष्ट्राभिमानाचा ओनामा ब्रिटिश साम्राज्यशाहीनेच शिकविला. ह्या संस्थेचा जन्म आणि त्यानंतरची तिची साम्राज्यशाहीविरोधी भूमिका आणि भारतात जन्मास आलेला राष्ट्राभिमान व साम्राज्यशाहीला होणाऱ्या विरोधाचा विकास ह्यावरून तिचा खरा उगम कशामुळे झाला, ते स्पष्टपणे व्यक्त होते.

राष्ट्रीय सभेचा जन्म हा त्यापूर्वींच्या घटना आणि भारतीय मध्यमवर्गाचा उदय

ह्या कारणांनी अटळ ठरला. त्या संबंधात एका इंग्रजाने पुढाकार घेतला, हे सर्वांना ठाऊक आहे. तथापि जी गोष्ट सामान्य लोकांना माहीत नाही ती अशी की, राष्ट्रीय सभा निर्माण करण्यात ब्रिटिश सरकारचे धोरणच कारणीभूत होते. ह्या संबंधात त्या वेळच्या 'व्हॉइसरॉय'शी सल्लामसलत होऊन, भारतात वृद्धिंगत होत असलेल्या जनतेतील असंतोषाविरुद्ध ब्रिटिश साम्राज्य सुरक्षित राखण्यासाठी, अशा संस्थेची आवश्यकता होती, हे निश्चितपणे ठरले.

तथापि कायदेशीर रीतीने ही संस्था जन्मास येताच तिचे क्षेत्र सरकारने जरी सुरुवातीस मर्यादित राखले होते, तरी त्या संस्थेत राष्ट्रीय भावनेचा प्रवाह हळूहळू पण निश्चितपणे स्पष्ट होऊ लागला. सुरुवातीला अगदी अल्प प्रमाणातसुद्धा राजनिष्ठेपेक्षा राष्ट्राभिमानाची कमान वरचढ राहू लागली. त्यानंतर लवकरच ह्या संस्थेच्या हालचालींविषयी ब्रिटिशांचे मनात संशयाचे वातावरण निर्माण होऊ लागले व शेवटी तर सरकारला ही संस्था म्हणजे राजद्रोहाचे केंद्रच वाटू लागले. त्यानंतरच्या राष्ट्रीय स्वरूपाच्या जनतेच्या उठावामुळे ह्या संस्थेला महत्त्व प्राप्त झाले. १९१४ च्या महायुद्धापूर्वींच ही संस्था प्रबळ झाली. महायुद्ध संपल्यावर तिचे स्वरूप आणखी प्रखर झाले व ती जनतेच्या आंदोलनांतून क्रांती करण्याची स्वप्ने पाहू लागली. लवकरच तिने संपूर्ण स्वातंत्र्याचे ध्येय जाहीर केले. तेव्हा सरकारने 'राष्ट्रीय सभा' बेकायदेशीर ठरविली व तिला दडपून टाकण्याचा निश्चय केला. आज भारतातील 'राष्ट्रीय सभा' हे संघटित अशा लाखो लोकांचे, राष्ट्रीय आंदोलनाचे प्रमुख साधन झाले आहे आणि ब्रिटिशांच्या मागून राजसत्ता हातात घेणारी संस्था हीच आहे, असे सर्वसाधारणपणे मानले जाते.

राष्ट्रीय सभेचा उदय आणि विकास ह्यांची खरी माहिती पाहिली म्हणजे तिच्या जन्माबद्दलच्या ब्रिटिश साम्राज्यशाहीचा वरील दावा किती भंपकपणाचा आहे, ते सहज स्पष्ट होते. आणि त्याचबरोबर हेही मान्य करणे भाग पडते की, त्या वेळी राष्ट्रीय भावनेचे वारे इतक्या सोसाट्याने वाहात होते की, ब्रिटिश साम्राज्यशाहीला ते ठराविक कोपऱ्यात कोंडून ठेवणे अशक्य होते.

राष्ट्रीय सभेचा जन्म सर्वसाधारणपणे १८८५ मध्ये झाला, असे मानण्यात येते. तथापि ह्या संस्थेच्या जन्मापूर्वी जवळजवळ पन्नास वर्षे राष्ट्रीय जागृतीचे वारे भारतात वाहू लागले होते.[१] १८२८ साली स्थापन झालेल्या 'ब्राम्हो समाज' ह्या संस्थेच्या

---

१. राष्ट्रीय सभेच्या जन्मापूर्वींची राष्ट्रीय जागृती आणि राष्ट्रीय चळवळ, ह्या संबंधी संपूर्ण माहिती, सी. एफ. अँड्रूज आणि जी. मुकर्जी ह्यांच्या 'दि राइज अँड ग्रोथ ऑफ दि काँग्रेस इन इंडिया' १९३८ ह्या ग्रंथात वाचावयास सापडते.

सामाजिक सुधारणांच्या चळवळीचा उल्लेख मागे आलेलाच आहे. १८४३ साली बंगालमध्ये 'ब्रिटिश इंडिया सोसायटी' ही संस्था स्थापन झाली. ह्या संस्थेचे ध्येय म्हणजे लोकहित सांभाळणे, रास्त हक्काची जपणूक करणे आणि समाजाच्या सर्व वर्गांच्या प्रगतीसाठी झटणे, हे होते. १८५१ मध्ये ही संस्था 'ब्रिटिश इंडियन असोसिएशन' ह्या संस्थेत विलीन झाली. पुढील वर्षी तिने ब्रिटिश पार्लमेंटला एक जाहीर निवेदन सादर केले. त्यात असे स्पष्टपणे सांगण्यात आले होते की, ग्रेट ब्रिटनशी त्यांनी ठेवलेल्या संबंधामुळे त्यांना ज्या प्रकारचा फायदा होईल अशी त्यांनी अपेक्षा बाळगली होती ती निरर्थक ठरली. त्याच निवेदनात आणखी काही गाऱ्हाणी मांडण्यात आली होती, ती अशी :

"महसूल पद्धतींतील दोष, वस्तुनिर्मितीचे बाबतीत उत्साहभंग, शिक्षण, शासनाच्या उच्च श्रेणीत प्रवेश मिळण्याचा प्रश्न आणि ज्याला जनतेच्या भावना व्यक्त करता येतील अशा प्रकारच्या लोकमतानुवर्ती कायदेमंडळाची निर्मिती. ह्यापूर्वीच्या संस्था मुख्यत्वे जमीनमालकांच्या हिताशी निगडित होत्या, आणि ज्या विलीनीकरणातून 'ब्रिटिश इंडियन असोसिएशन' निर्माण झाली, त्यात 'बेंगॉल लँड ओनर्स सोसायटी' ही संस्था समाविष्ट झाली होती. १८७५ साली सुरेन्द्रनाथ बॅनर्जी ह्यांनी 'इंडियन असोसिएशन' ह्या संस्थेची स्थापना केली. ह्या संस्थेत मोठ्या जमीनदारांऐवजी सुशिक्षित मध्यमवर्गाचे प्राबल्य होते. भारतात ह्या प्रागतिक 'इंडियन असोसिएशन'च्या आणि प्रतिगामी 'ब्रिटिश इंडियन असोसिएशन'च्या अनेक ठिकाणी शाखा स्थापन झाल्या. १८८३ साली कलकत्त्याच्या ''इंडियन असोसिएशन''ने पहिली अखिल भारतीय ''नॅशनल कॉन्फरन्स'' बोलाविली. ह्या परिषदेला बंगाल, मद्रास, मुंबई व संयुक्त प्रांत येथून प्रतिनिधी आले होते. ह्या परिषदेच्या अध्यक्षस्थानी आनंद मोहन बोस ह्यांची निवड झाली होती. श्री. बोस हे पुढे १८९८ साली राष्ट्रीय सभेचे अध्यक्ष झाले. आपल्या अध्यक्षीय भाषणात त्यांनी प्रथमच सांगितले की, 'नॅशनल कॉन्फरन्स' ही पुढे होणाऱ्या 'नॅशनल पार्लमेंट'ची सुरुवात होती. अशा रीतीने 'इंडियन नॅशनल काँग्रेस' निर्माण करण्याची कल्पना आगाऊच पुढे आली होती. तिच्या निर्मितीची तयारी भारतीय प्रतिनिधी करीत होते, इतक्यात सरकारने आपले घोडे पुढे दामटून, ती निर्माण करण्याचे श्रेय घेतले. जिला पूर्वइतिहास किंवा पार्श्वभूमी नव्हती, अशी एखादी नवीन चळवळ सरकारने चालू केली, अशातला हा प्रकार नव्हता. अशा रीतीने जी चळवळ भारतीय जनतेच्या प्रयत्नाने मूळ धरून अस्तित्वात येत होती व लवकरच नक्की येणार, अशी चिन्हे दिसू लागली होती, तिच्यावर सरकारने आपले

शिक्कामोर्तब केले, एवढेच.

'नॅशनल काँग्रेस' स्थापन करण्यात सरकारचा हेतू स्पष्ट होता, तो म्हणजे भावी क्रांतीला तोंड देण्याची किंवा उखडून काढण्याची ती आगाऊ तयारी होती. त्या वेळचे कागदपत्र व 'आठवणी' ह्यांवरून ही गोष्ट स्पष्ट दिसते. ह्या संबंधीचा संपूर्ण पुरावा सरकारचे खासगी दप्तरखाने जनतेला उपलब्ध होईपर्यंत मिळणे कठीण आहे. राजसत्तेत बदल होईपर्यंत ते दप्तरखाने गुलदस्त्यातच राहणार हे निश्चित.

ए.ओ. ह्यूम हा इंग्रज प्रशासक 'नॅशनल काँग्रेस'चा अधिकृत संस्थापक होता. तो १८८२ पर्यंत सरकारी नोकरीत होता. तो सेवानिवृत्त झाल्यावर त्याने 'काँग्रेसच्या' स्थापनेचे काम हातात घेतले. ह्यूम शासन यंत्रणेत अधिकारावर असताना, गुप्त स्वरूपाचे विपुल 'पोलिस' दप्तर त्याच्या ताब्यात होते. त्यावरून जनतेत सरकारविरुद्ध असंतोष वाढत असून त्यांतून गुप्त कटांची संघटना वाढत होती, हे त्याला समजले. १८६९-७८ ह्या काळात भीषण दुष्काळ व दारिद्र्य ह्यांनी नंगा नाच घातला होता आणि दक्षिणेतील शेतकऱ्यांच्या उठावावरून वाढता असंतोष स्पष्ट दिसत होता. १८७७ च्या भयंकर दुष्काळाच्या छायेतच महाराणी व्हिक्टोरिया हिचा भव्य दरबार भरविण्यात आला. तिला 'एम्प्रेस ऑफ इंडिया' हा बहुमान बहाल करण्यात आला. आणि दुसरे अफगाण युद्ध सुरू झाल्यावर असंतोषाला जुलमाने दडपून टाकण्यात आले. १८७८ च्या 'व्हर्नाक्युलर प्रेस ॲक्ट' ने छापखान्यांचे स्वातंत्र्य नष्ट करण्यात आले. १८७९ मध्ये 'आर्म्स ॲक्ट' पास करण्यात आला. त्यामुळे रानटी पशूंच्या हल्ल्यापासून स्वतःचा बचाव करण्याचे साधनही नाहीसे झाले. जाहीर सभा घेण्याचा हक्क डावलण्यात आला. ह्यूमचा चरित्रकार म्हणतो :

''ह्या अप्रयोजक प्रतिक्रियात्मक उपायांच्या जोडीला रशियन पद्धतीची पोलिसांची दडपशाही चालू झाली आणि त्यामुळे लॉर्ड लिटनच्या काळच्या भारताला क्रांतीच्या उंबरठ्यावर आणण्यात आले. अशा आणीबाणीच्या प्रसंगी ह्यूम आणि त्याचे भारतीय सल्लागार ह्यांना ऐनवेळी ह्या प्रकरणात लक्ष घालण्याची बुद्धी झाली.''

(सर वुईल्यम वेडरबर्न : 'ॲलन ऑक्टेव्हियन ह्यूम, फादर ऑफ दि इंडियन नॅशनल काँग्रेस,' १९१३, पान १०१).

सर वुईल्यम वेडरबर्न ह्याने वरील प्रकरणात लक्ष घातले, त्यामागील त्याचा हेतू स्पष्ट करताना तो म्हणतो :

''व्हॉइसरॉय लॉर्ड लिटन याच्या कारकीर्दीच्या अखेरच्या पर्वात म्हणजे १८७८-१८७९ ह्या काळात, ह्यूम ह्याची खात्री झाली की, भारतीय जनतेतील वाढत्या

असंतोषावर काहीतरी प्रतिक्रियात्मक उपाययोजना करणे अत्यंत आवश्यक होते. भारताच्या निरनिराळ्या भागांतील सरकारच्या हितचिंतकांकडून, 'सरकार- विरुद्ध निर्माण होत असलेले संकट, भारताची भावी सुरक्षितता, जनतेची आर्थिक दुर्दशा, आणि सुशिक्षितांचा विरोध' ह्यासंबंधी त्याला धोक्याच्या सूचना मिळाल्या होत्या (कित्ता, पान ५०).

सरकारी आशीर्वादाने काँग्रेसची स्थापना झाली, त्यापूर्वीच दडपशाहीचे सत्र सुरू झाले होते. वरील दोन्ही घटना एकमेकींविरुद्ध न ठरता साहाय्यभूत ठरल्या. क्रांतिकारकांची प्रचंड चळवळ दडपून टाकली जाईपर्यंत मवाळ किंवा नेमस्त स्वरूपाची कायदेशीर चळवळ काँग्रेसच्या पुढारीपणाखाली आकार घेण्याचा संभव नव्हता. अशा चळवळीनेच वाढत्या असंतोषाला मोडून काढावयाचे होते. हा दडपशाही व समझोता ह्यांचा दुहेरी किंवा पर्यायी डाव म्हणजेच जबरदस्त लढाऊ प्रवृत्तींना भरडून काढणे व मवाळ प्रवृत्तीच्या नेमस्तांना गोंजारणे, हे साम्राज्यशाही मुत्सद्देगिरीचे तंत्रच होते आणि त्यानंतरच्या काळात ते अनेक वेळा कार्यवाहीत आणले जाणार होते.

ह्यूमजवळ असा काय भक्कम पुरावा असावा की ज्याच्या जोरावर तो म्हणाला : "त्या वेळी मला शंका नव्हती व आता तर किंचितही नाही की, आपण त्या वेळी प्रचंड क्रांतीच्या भीषण ज्वालामुखीवर विराजमान झालेले होतो." त्याच्या कागदपत्रांत, त्याच्याच शब्दांत मिळालेला पुरावा पुढे देणे उपयुक्त ठरेल. (त्याचा चरित्रनायक सर वुईल्यम वेडरबर्न ह्याने त्याचे म्हणून उद्धृत केलेले परिच्छेद व इतर लिखाण खाली दिले आहे) :

"लॉर्ड लिटन भारत देश सोडून जाण्यापूर्वी जवळजवळ दीड वर्षे माझी खात्री झाली की, एका भीषण उठावाच्या छायेत आपण वावरत होतो. मला सात प्रचंड ग्रंथ दाखविण्यात आले, (ब्रह्मदेश, आसाम व इतर मामुली प्रदेश वगळून) भारताचे विभाजन करण्यासंबंधी ते ग्रंथ होते. त्यांत कित्येक उल्लेख केलेले आढळले. इंग्रजी कातर्णे किंवा भाषांतर–लांब किंवा आखूड–ते देशी भाषांतील निवेदनासारखे किंवा एक वा अनेक प्रकारचे लिखाण होते व ते सर्व जिल्हानिहाय, उपजिल्हानिहाय, उपविभाग व शहरे, तालुके व खेडी ह्यांच्या क्रमांकाप्रमाणे सर्व व्यवस्थितपणे लावून ठेवलेले होते. त्यातील नोंदींची संख्या प्रचंड होती. त्यात तीस हजार निरनिराळ्या बातमीदारांची बातमीपत्रे होती. ह्या नोंदींपैकी कित्येकांत अगदी खालच्या वर्गाच्या लोकांमधील संवाद किंवा बातचीत ह्यांचा समावेश होता. ह्या सर्व नोंदींतून एकच सूर

निघत होता. तो असा की, त्या वेळची परिस्थिती संपूर्णतया निराशाजनक होती. त्यांची खात्री झाली होती की, त्यांना उपासमारीत मरावे लागणार आणि त्यामुळे त्यांना 'काहीतरी' कृती करायची होती. 'काहीतरी' म्हणजे निश्चितपणे हिंसाचार होय. त्यांत कित्येक नोंदी अशा होत्या की, त्यावरून त्यांनी जुन्या तलवारी, भाले व (जुन्या) तोड्याच्या बंदुका हस्तगत केल्या होत्या. अशासाठी की, जरूर लागताच त्यांचा उपयोग व्हावा. ह्यावरून सरकारविरुद्ध लगेच बंडाचा उठाव होणार होता, असा त्याचा अर्थ नव्हे. त्यावरून एवढे अनुमान निश्चितपणे काढता आले की, ह्या हत्यारांच्या साहाय्याने तुरळक अत्याचार, खून, हुंडी किंवा पेढीवाल्यावर दरोडे, बाजारांची लूटमार त्यात अभिप्रेत होती. आजच्या अर्धपोटी, उपासमारीत जगणाऱ्या खालच्या वर्गाच्या लोकांचे अत्याचार हे त्यांच्यासारख्या अनेक मोठ्या अत्याचारांना चिथावणी देतील व त्यातून सर्वसाधारण गुंडगिरीचे वातावरण निर्माण होऊन त्यामुळे अधिकाऱ्यांचे शासन खिळखिळे होऊन मातब्बर वर्गाची प्रतिष्ठा धुळीस मिळेल. त्यातून असेही होणे शक्य होते की, लहानलहान गुंडांचे गट मोठ्या गटांशी हातमिळवणी करतील, देशातील सर्व गुंड संघटित होतील, हळूहळू त्यांची संख्या प्रचंड होईल. त्या वेळी असलेले असंतुष्ट सुशिक्षित लोक त्या चळवळींत सामील होतील, त्यांना मार्गदर्शन करतील व त्यातून एक प्रचंड राष्ट्रीय उद्रेक निर्माण होईल,'' (सर वुईल्यम वेडरबर्न, सदर, पाने ८०-८१).

१८८५ च्या पूर्वार्धात ह्यूम ह्याने 'व्हॉइसरॉय' लॉर्ड डफरिन ह्याची भेट घेऊन ही परिस्थिती त्याला निवेदन केली. ह्या सिमला येथे झालेल्या चर्चेत 'इंडियन नॅशनल काँग्रेस' स्थापन करण्याचे निश्चित करण्यात आले. काँग्रेसचा पहिला अध्यक्ष डब्ल्यु. सी. बॅनर्जी ह्याने ह्या संबंधात पुढे दिलेली माहिती प्रसिद्ध केली आहे :

''कित्येक भारतीयांना हे ऐकून नवल वाटेल की, आजची 'इंडियन नॅशनल काँग्रेस' (राष्ट्रीय सभा) ही मूळ चालू करण्यात व ती आहे अशी चालू ठेवण्यात मार्क्विस ऑफ डफरिन आणि आवा ह्यांचा प्रामुख्याने हात आहे. त्या वेळी डफरिन हा भारताचा गव्हर्नर जनरल होता. १८८४ साली श्री.ए.ओ.ह्यूम. सी.बी. ह्याच्या असे मनात आले की, जर भारतातील राजकीय पुढाऱ्यांना वर्षातून एकदा एकत्र आणले आणि त्यांच्याबरोबर सामाजिक प्रश्नांवर चर्चा केली आणि खेळीमेळीचे वातावरण निर्माण केले तर ते देशाच्या दृष्टीने हितावह होईल. अशा चर्चेत राजकीय प्रश्न आणले जावेत, अशी त्याची इच्छा नव्हती.''

''ह्या बाबतीत लॉर्ड डफरिन ह्याने फार लक्ष घातले. बराच विचार केल्यावर

त्याने ह्यूम ह्याला बोलावून घेतले आणि त्याला सांगितले की, त्याची (ह्यूमची) सूचना फारशी फायदेशीर होणार नाही. त्याचे असे म्हणणे पडले की, इंग्लंडमध्ये सरकारविरोधी पक्ष म्हणून जसे काम चालते त्या प्रकारचे काम करणारा असा येथे एखादा गट नाही. त्यांच्या व सरकारच्या हिताच्या दृष्टीने असे करता येईल की, भारतातील राजकीय पुढाऱ्यांनी वर्षांत एकदा एकत्र जमावे आणि सरकारच्या शासनात कोणत्या प्रकारचे दोष होते, त्यांत सुधारणा कशी करता येईल, वगैरे प्रश्नांवर त्यांनी चर्चा करावी. मात्र डफरिनच्या मते, अशा सभेचे अध्यक्षस्थान प्रांतिक राजप्रमुखाने स्वीकारू नये. कारण त्याच्या समक्ष लोकांना आपल्या मनातील खऱ्या गोष्टी बोलणे जमणार नाही. ह्यूम यास डफरिनचे म्हणणे तंतोतंत पटले आणि जेव्हा त्याने आपली स्वतःची व डफरिन याची अशा दोन्ही योजना, कलकत्ता, मुंबई, मद्रास वगैरे ठिकाणच्या राजकीय पुढाऱ्यांच्या पुढे मांडल्या तेव्हा त्या पुढाऱ्यांनी डफरिन ह्यांची योजना मान्य केली आणि तिला चालना देण्यास सुरुवात केली. लॉर्ड डफरिन ह्याने ह्यूम ह्यास अशी स्पष्ट अट घातली होती की, तो (लॉर्ड डफरिन) भारतात होता तोपर्यंत त्याचा हात ह्या योजनेत होता, ही गोष्ट कोणासही कळता कामा नये.'' (डब्ल्यु. सी. बॅनर्जी, 'इंट्रोडक्शन टु इंडियन पॉलिटिक्स,' १८९८).

साम्राज्यशाहीतील उदारमतवाद्यांचे पिढीजात धोरण येथे स्पष्टपणे दिसून येते. त्याचप्रमाणे राष्ट्रीय चळवळीच्या सुरुवातीसंबंधी अलीकडील इतिहासकार असे म्हणतात की :

''१८५७ नंतर व काँग्रेसची स्थापना होण्यापूर्वीचा संधिकाल हा फार भयंकर होता. फक्त ह्यूमलाच त्या परिस्थितीच्या गांभीर्याचा उबग आला आणि त्याने ते संकट निवारण्याचा प्रयत्न केला. तो सिमला येथे गेला आणि त्याने परिस्थितीची खरी जाणीव अधिकाऱ्यांना करून दिली. हे शक्य आहे की, त्या वेळचा नवा व्हॉइसरॉय हा राजकारणातील थोर मुत्सद्दी असल्यामुळे त्या वेळच्या परिस्थितीची खरी जाणीव त्याला झाली आणि त्याने ह्यूम यास काँग्रेस स्थापन करण्याचे बाबतीत प्रोत्साहन दिले. अशा प्रकारच्या अखिल भारतीय चळवळीला ती वेळ अगदी योग्य होती. सुशिक्षित वर्गाच्या सहकार्यातून निर्माण झालेल्या एखाद्या शेतकरी वर्गाच्या बंडापेक्षा, ह्या उपायामुळे नवीन होतकरू वर्गाला नवभारत निर्माण करण्यासाठी एक राष्ट्रीय व्यासपीठ निर्माण करून दिल्यासारखे होईल. एकंदरीत, अत्याचाराच्या साहाय्याने पुन्हा होणाऱ्या एखाद्या क्रांतीला, काँग्रेसच्या वरील निर्मितीमुळे वाव मिळाला नाही हे बरे झाले.'' (अँड्र्यूज अँड मुकर्जी, 'राइज ॲन्ड ग्रोथ ऑफ दि काँग्रेस

इन इंडिया,' पाने १२८-९).

ह्यावरून एवढे स्पष्ट होते की, राष्ट्रीय सभेचा, हिंसात्मक क्रांतिकारी चळवळीला असलेला विरोध हा गांधीजींच्या काळापासून सुरू झाला, असे नव्हे. हे तत्त्व साम्राज्यशाहीने काँग्रेसच्या सुरुवातीपासूनच काँग्रेसचे धोरण म्हणून सुरू केले होते.

काँग्रेसच्या धोरणासंबंधी ह्यूमचे मत खाली दिले आहे :

''आपल्या कृतीमुळे निर्माण झालेल्या असंतोषाच्या वाढत्या प्रचंड प्रक्षोभाला अडसर घालण्यासाठी, सुरक्षिततेच्या पडद्याची निकडीची गरज होती आणि आपल्या काँग्रेसच्या सनदशीर चळवळीपेक्षा अधिक सुरक्षित असा पर्यायी उपाय योजणे अशक्य होते.'' (वेडरबर्न, सदर, पान-७७)

काँग्रेसतर्फे सरकारला साहाय्यभूत ठरेल असा एक गट काँग्रेसमध्ये तयार करावा, असा लॉर्ड डफरिन याचा बेत होता. त्यासाठी जहालांपैकी काही राजनिष्ठ लोकांना त्यांच्या गटांतून फोडून निराळे करायचे होते. १८८६ साली म्हणजे काँग्रेस स्थापन झाल्यानंतरच्या दुसऱ्याच वर्षी, सुशिक्षित वर्गाच्या मागण्यासंबंधी त्याने (डफरिनने) जे भाषण केले त्यावरून हे स्पष्ट दिसते :

''भारत हा असा देश नाही की, जेथे युरोपातील लोकशाही राष्ट्रांच्या चळवळीच्या धर्तीवर, सहजासहजी चळवळ उभारता येईल. मला असे वाटते की, ह्या निरनिराळ्या चळवळीतून निर्माण झालेल्या मागण्या काय स्वरूपाच्या आहेत, त्यांचा प्रथम काळजीपूर्वक अभ्यास करावा, आणि जे काही देता येण्यासारखे आहे ते गोडीगुलाबीने देऊन मोकळे व्हावे. मात्र ते देताना ह्या सुधारणा पुढील दहा ते पंधरा वर्षांपर्यंत अखेरच्या समजाव्यात, असे स्पष्टपणे सांगावे आणि प्रचंड सभा व भडक भाषणे ह्यांना बंदी घालावी.

''जहाल पक्षाच्या मागण्या बाजूस सारून, अधिक प्रागतिक पक्षाच्या मागण्या विचारात घेतल्या तर त्या फार धोकादायक किंवा भरमसाट नाहीत. मी ज्या भारतीयांना भेटलो आहे त्यांच्यामध्ये असा एक मोठा गट आहे की, जो लायक व समजूतदार आहे आणि त्याच्या राजनिष्ठ सहकार्यावर एखाद्याला निश्चितपणे विश्वास टाकता येईल. त्याने सरकारशी सहकार्य केले तर सरकारच्या कित्येक योजना, ज्या आज कायदेमंडळातून सक्तीने पार पाडाव्या लागत आहेत, असे दिसते, त्या लोकप्रिय ठरतील आणि जर का त्यांच्या मागे एखादा भारतीय पक्ष उभा राहिला, तर आजचे भारताचे सरकार आज जसे, वादळी समुद्रात एखादा एकाकी खडक उभा असावा व त्यावर सृष्टीतील चारही बाजूच्या लाटांनी एकाच वेळी आदळआपट

करावी, अशा परिस्थितीत उभे असलेले दिसणार नाही.''

(सर आल्फ्रेड ल्यायल् : 'लाइफ ऑफ दि मार्क्विस ऑफ डफरिन अँड अवा' व्हॉल्युम २, पाने १५१-५२).

ह्यासंबंधीचा अंदाज अगदी स्पष्ट आहे आणि सुरुवातीला तो निश्चितपणे यशस्वी होणार, असे दिसले. पहिली काँग्रेस साम्राज्यशाहीला अत्यंत कर्तव्यदक्ष वाटली. तिच्या नऊ ठरावांत शासकीय सुधारणांच्या तपशीलवार सूचना समाविष्ट झाल्यासारख्या दिसतात. राष्ट्रीय लोकशाही स्वरूपाची पहिली मागणी म्हणजे निवडून आलेल्या काही सभासदांचा कायदेमंडळांत समावेश व्हावा, ही विनंती होय. ह्यूम याने त्याच्याभोवती जमा झालेल्या मेंढरांचा (भारतीयांचा) कळप किती चातुर्याने वळविला, ही पहिल्या काँग्रेसच्या दप्तरातील सरकारी रिपोर्टमध्ये, अखेरची घटना म्हणून नमूद केलेली आढळते :

"ह्यूम आल्यावर लोकांनी टाळ्या वाजवून त्याचे स्वागत केले, त्याचा स्वीकार करून लोकांना थांबवून ह्यूम म्हणाला की अभिवादन करण्याचे कर्तव्य त्याचे होते. जिच्या बुटांचे बंद सोडण्याचीही त्याची लायकी नव्हती अशी ती थोर व्यक्ती म्हणजे साम्राज्ञी महाराणी होय, आणि तिचे अभिवादन तीनदाच नव्हे, नऊ वेळा, नव्हे सत्तावीस वेळाही केले तरी ते अपुरेच पडावे. ह्या त्याच्या भाषणावर टाळ्यांचा कडकडाट झाला.

त्यानंतरचे ह्यूम याचे बोलणे टाळ्यांच्या कडकडाटातच विरून गेले, आणि पुन्हा पुन्हा टाळ्या वाजविल्या गेल्या.''

सुरुवातीस गुलामगिरीच्या वृत्तीने जेमतेम जीव धरून जगणाऱ्या काँग्रेसचे (अगदी हीन पातळीवर बूट चाटण्याच्या वृत्तीची भलावणी करण्याची प्रथा काँग्रेस- मध्ये पौर्वात्यांनी सुरू न करता ती इंग्रज लोकांनीच केली होती). जिच्यावर बंदी घालून तिला दडपून टाकण्याचा प्रयत्न करणे सरकारला भाग पडले व जिच्या- मध्ये स्वातंत्र्यासाठी झुंज देणाऱ्या लाखो देशभक्तांचा समावेश झाला होता, अशा काँग्रेसमध्ये रूपांतर होण्यास फार वर्षे लागली.

काँग्रेसच्या बाल्यावस्थेतील तिचे दुहेरी धोरण हे, त्यानंतर तिने जो इतिहास घडविला, त्या दृष्टीने फार महत्त्वाचे आहे. ह्या तिच्या जडण-घडणीतील दुहेरी धोरण हे तिच्या सर्व इतिहासात पाहावयास सापडते. एका बाजूला जनतेच्या प्रचंड आंदोलनात तिने साम्राज्यशाहीशी केलेले सहकार्य, तर दुसऱ्या बाजूला राष्ट्रीय संघर्षात तिने केलेले भारतीय जनतेचे पुढारीपण. अगदी सुरुवातीच्या गोखले यांच्या

राजकारणापासून तो गांधीजींच्या पुढारीपणापर्यंतच्या काळातील तिच्या धोरणातील विरोधाभास, हा सातत्याने पाहावयास मिळतो (ह्या दोघांच्या राजकीय धोरणातील हा फरक, जनतेतील उठावाच्या पातळीमधील फरकामुळे व त्यातून परिणामी वापरलेल्या राजकीय युक्त्या-प्रयुक्त्यांतील भेदामुळे उघड होतो.) एका अर्थाने त्या वेळच्या मध्यमवर्गाच्या दुहेरी प्रतिक्रियेवर  त्यामुळे प्रकाश पडतो. कधी ब्रिटिश मध्यमवर्गाशी संघर्ष करून भारतीय जनतेला मार्गदर्शन करताना, तर कधी फार वेगाने गेल्यामुळे आपली प्रगती साधण्याऐवजी, आपण साम्राज्यशाहीकडून मिळविलेल्या सुधारणांवर प्रतिकूल परिणाम होणार नाही ना, ह्या भीतीने मिळतेजुळते घेऊन, त्यांनी राजकारण केलेले दिसते. पुढे जनतेची चळवळ जसजशी प्रगती करीत पूर्णत्वास पोहोचत गेली व साम्राज्यशाहीशी विरोध करण्यातील फायदेतोटे त्यांच्या वजाबाकीतून त्यांची धोरणे निश्चित ठरू लागली, तसतसा त्यांच्या धोरणातील फरक अखेर नाहीसा होत गेला.

■

## राष्ट्रीय लढ्यांतील तीन टप्पे

"राष्ट्रीय उद्रेकाचे वेळी भारतीय जनतेला, हिंसाचाराचा धि:क्कार करा, शांततेवर प्रेम करा आणि धीराने घ्या, असा उपदेश जर केला गेला नसता, तर ह्या देशाला स्वातंत्र्य कधीच मिळाले नसते, हे सांगण्यात मला खेद वाटतो."

वुईल्यम इवर्ट ग्लॅड्स्टन.

गेल्या पन्नास वर्षांत भारतीय राष्ट्रवादाचा जो विकास झाला त्याची माहिती घ्यावयाची तर त्याचा स्वतंत्र अभ्यासच करावा लागेल, कारण भारतीयांना राष्ट्रीय ऐक्य सांभाळून स्वातंत्र्यासाठी जो झगडा करावा लागला, त्याला भयंकर अवस्थांतून जावे लागले. तथापि आजच्या राजकीय परिस्थितीचा आढावा घेण्यासाठी अत्यंत प्रमुख गोष्ट म्हणजे त्यांच्या राजकीय विकासात ज्या ठळक घटना घडल्या त्यांचा अभ्यास करणे जरूर आहे, कारण त्यामुळे सातत्याने चालू असलेल्या त्यांच्या प्रवृत्तीचा त्यांना उपयोग झाला. इतकेच नव्हे तर, त्यामुळे आजच्या चळवळीला विशिष्ट आकार दिला गेला.

भारतीय राष्ट्रवादाच्या ऐतिहासिक विकासांत तीन प्रचंड आंदोलने प्रामुख्याने दिसतात आणि त्यांत प्रत्येक आंदोलनाची कमान चढत गेलेली दिसते. त्यांतील प्रत्येकाने त्या चळवळीवर आपला ठसा उमटविला असून, त्यातूनच पुढील कमान आकार घेत गेलेली दिसते. सुरुवातीला भारताच्या राष्ट्रीय चळवळीत सधन मध्यमवर्गीय, जमीनमालकांपैकी प्रागतिक लोक, नवीन उद्योगपती आणि मातब्बर स्थितीतील विद्वान लोक आढळतात. १९१४ पूर्वी, प्रशांत अशा राजकीय महासागरात ज्या असंतोषाच्या वादळाने प्रथम लाटा उसळविल्या, त्यात शहरी छोट्या मध्यमवर्गीयांचा भरणा दिसतो, तथापि त्यात भारतीय बहुजनसमाज आला नव्हता. १९१४-१८ च्या महायुद्धानंतर मात्र ह्या आंदोलनात बहुजनसमाज, शेतकरीवर्ग, आणि नवीन निर्माण झालेला गिरणी कामगार वर्ग ह्यांचा समावेश झालेला दिसतो. प्रचंड अशी जनता-आंदोलने दोन झाली. पहिले आंदोलन महायुद्ध संपल्याबरोबर झाले आणि दुसरे, आर्थिक आणीबाणीच्या काळानंतर लगेच झाले. लढ्याच्या ह्या इतिहासावरून,

भारतीय राष्ट्रवाद हा सुरुवातीपासून कधीही नव्हता इतक्या उच्च शिगेस आज पोहोचलेला दिसतो. राष्ट्रीय सभेने १९४६ च्या निवडणुकीत प्रचंड विजय मिळवून आणि देशातील बहुसंख्य प्रांतांत आपली मंत्रिमंडळे बनवून, निश्चित स्वरूपाचे असे प्रातिनिधिक स्वरूप आपणास प्राप्त करून घेतले आहे, आणि आता त्या पुढारीपणामुळे निर्माण झालेली प्रचंड जबाबदारी तिने अंगावर घेतली आहे. पुन्हा एकदा राष्ट्रीय आघाडी दुभंगण्याच्या अवस्थेत आली आहे. आता सर्वांना कळून चुकले आहे की, ह्यापुढील आंदोलन हे ब्रिटिश साम्राज्यशाहीचे भवितव्य ठरविणारे होणार असून, तेच भारताचे भवितव्य घडविणार आहे. आजच्या ह्या परिस्थितीत राष्ट्रीय आंदोलनाच्या पूर्वीच्या टप्प्यांचा आणि त्यांच्यापासून मिळणाऱ्या अनुभवाचा एक धावता आढावा आपण घेऊ.

## १. राष्ट्रीय लढ्याचा पहिला प्रचंड उद्रेक, १९०५-१९१०

वीस वर्षे राष्ट्रीय सभा ही तिच्या निर्मात्यांनी आखून दिलेल्या चाकोरींतून वाटचाल करीत होती. ह्या वीस वर्षांत स्वराज्यासाठी मूलभूत स्वरूपाची अशी मागणी करण्यात आली नाही, इतकेच नव्हे, तर तशा प्रकारचा एखादा ठरावही करण्यात आला नाही. फक्त, ब्रिटिश शासनात भारतीयांना अधिक प्रतिनिधित्व मिळावे म्हणून विनंती करण्यात आली होती. जास्तीत जास्त मोठी मागणी म्हणजे प्रातिनिधिक संस्था निर्माण करण्याची होती, स्वराज्याची मागणीही अजून करण्यात आली नव्हती. नेमस्त पुढाऱ्यांची मागणी व तिचे स्वरूप काय होते ह्याची यथार्थ कल्पना, त्यांच्यापैकी त्या वेळचा थोर पुढारी व १८९० सालचा काँग्रेसचा अध्यक्ष रोमेशचंद्र दत्त ह्याने मांडलेल्या ठरावात वाचावयास मिळते, ती मागणी १९०१ मध्ये भारतीय जनतेच्या वतीने श्री. दत्त यांनी केली होती, ती अशी :

"भारतीय जनता ही तातडीचे बदल किंवा उलथापालथ करण्यास उत्सुक नाही. कायदेमंडळासारख्या बृहस्पतीकडून सुसज्ज सेनेसारख्या सर्वज्ञ घटना निर्माण करून मिळाव्यात अशी त्यांची अपेक्षा नाही. रुळलेल्या मार्गावरून वाटचाल करणे त्यांच्या प्रवृत्तीला अधिक मानवेल. त्यांच्या मनात आजचे सरकार अधिक मजबूत करून त्याच्याशी जनतेचा संपर्क जास्त वाढावा, अशी त्यांची इच्छा आहे. भारतीय शेती आणि उद्योगधंदे ह्यांच्या काही प्रतिनिधींना 'सेक्रेटरी ऑफ स्टेट' ह्यांच्या 'काउन्सिल' मध्ये व 'व्हॉइसरॉय' यांच्या कार्यकारी मंडळात  जागा मिळाव्यात अशी त्यांची अपेक्षा आहे. प्रत्येक प्रांतात कार्यकारी मंडळात भारतीय सभासद असावेत, अशी

त्यांची इच्छा आहे. शासनातील प्रत्येक महत्त्वाच्या शासकीय प्रश्नाच्या चर्चेत भारतीय जनतेचे हित विचारात घेतले जावे, असे त्यांना वाटते. साम्राज्य आणि प्रत्येक प्रांत याचे शासन हे जनतेच्या सहकार्याने चालविले जावे, असा त्यांचा प्रयत्न आहे.

भारतांतील प्रत्येक मोठ्या प्रांताला कायदेमंडळ आहे आणि ह्या कायदेमंडळावरील काही सभासद १८९२ च्या कायद्याप्रमाणे निवडले जातात. हा प्रयोग यशस्वी झाला आहे, आणि ह्या कायदेमंडळांची वाढ केल्यास शासन अधिक बलवान होईल आणि त्यामुळे त्याचा जनतेशी संपर्क वाढेल. ज्या प्रांतात तीस जिल्हे आहेत व तीन कोटी लोकसंख्या आहे त्याच्या कायदेमंडळात तीस सभासद असणे योग्य ठरेल. प्रत्येक जिल्ह्याला कायदेमंडळात आपला प्रतिनिधी असावा असे वाटणे साहजिक आहे.'' (रोमेशचंद्र दत्त, १९०१ प्रस्तावना, 'दि इकॉनॉमिक हिस्ट्री ऑफ इंडिया' व्हॉल्यूम १ 'इंडिया अंडर अर्ली ब्रिटिश रूल,' पान १८.).

ह्या मागण्यांतील नेमस्तपणा भारतीय मध्यमवर्गीयांच्या परिस्थितीची स्पष्ट कल्पना देतो. त्या काळची काँग्रेस ही त्या वेळच्या उच्च मध्यमवर्गीयांची प्रातिनिधिक संस्था होती. विशेषतः त्यांच्या सुशिक्षित वर्गाच्या ध्येयवादाचे प्रतिबिंब तिच्यात पडलेले दिसे. त्या विशिष्ट गटाचे प्रतिनिधित्व सुरुवातीपासूनच त्यांना मिळाले होते. इतके की, त्यांच्या प्रतिनिधींचा आकडा पहिल्यापासून मर्यादित ठेवावा लागे, कारण ह्या गटांतूनच प्रतिनिधी पुढे येत. १८८९ च्या काँग्रेसला ब्रिटिश पार्लमेंटचा सभासद डब्ल्यु. एस. केन हा इंग्रज हजर होता. तो म्हणतो की, ''ह्या काँग्रेसला जे चार हजार निवडक प्रतिनिधी हजर होते ते सर्व भारतातील वकील, डॉक्टर, इंजिनियर व साहित्यिक ह्या क्षेत्रांतील निवडक लोक होते.'' पूर्वीच्या नेमस्त पुढाऱ्यांना हे माहीत होते की, ते बहुजनसमाजाचे प्रतिनिधी नव्हते, आणि जनतेच्या वतीने जरी ते त्यांच्या मागण्या स्पष्ट करून मांडण्याचा प्रयत्न करीत होते, तरी ते त्यांचे प्रतिनिधी म्हणून आवाज उठवू शकत नव्हते. काँग्रेसच्या सुरुवातीच्या काळातील प्रमुख पुढारी सर फिरोजशहा मेथा म्हणत असत की, ''काँग्रेस हा बहुजनसमाजाचा आवाज नव्हे, तथापि त्यांच्याचपैकी सुशिक्षित वर्गाने त्यांची गाऱ्हाणी स्पष्ट करून मांडणे व त्यावर उपाययोजना सुचविणे हे त्यांचे कर्तव्य होते.''

त्या वेळच्या भारतीय मध्यमवर्गाला हे माहीत होते की, ब्रिटिश सत्तेला आव्हान देण्यास तो समर्थ नव्हता. ह्याउलट ब्रिटिश साम्राज्याकडे तो आपुलकीच्या भावनेने पाहात असे. त्याच्या दृष्टीने मुख्य शत्रू हा ब्रिटिश साम्राज्य नसून, भारतीय जनतेतील मागासपणा, देशातील आधुनिक सुधारणांचा अभाव, विरोधी शक्तींचा कमकुवतपणा,

अज्ञान आणि त्या विशिष्ट परिस्थितीला जबाबदार असलेल्या नोकरशाहीची शासकीय नालायकी, हे होत. ह्या वैगुण्यांशी झगडत असताना ब्रिटिशांच्या सहकार्याकडे तो आशायुक्त अपेक्षेने पाहत असे.

१८९८ च्या काँग्रेसचा अध्यक्ष आनंद मोहन बोस ह्याने जाहीरपणे सांगितले की, ''भारतातील सुशिक्षित वर्ग हा इंग्रजांचा मित्र आहे, शत्रू नव्हे. त्यांच्या समोर असलेल्या प्रचंड कार्यात आम्ही त्यांचे निसर्गनिर्मित सहाध्यायी आहोत.'' १८९० साली सर फिरोजशहा मेथा ह्याने तीच 'री' ओढली की ब्रिटिश मुत्सद्दी अखेर आपल्या हाकेला 'ओ' देतील. काँग्रेसचे पितामह दादाभाई नवरोजी ह्यांनी दुसऱ्या काँग्रेसच्या अध्यक्षीय भाषणात विनंती केली की, ब्रिटिश राज्यकर्त्यांनी भारतीय सुशिक्षित वर्गला आपल्या बाजूला मिळवून घेण्याऐवजी त्याला विरोधी पक्षात जाऊ देऊ नये. जुन्या काँग्रेसच्या पुढाऱ्यांपैकी एक अस्खलित प्रभावी वक्ता सुरेंद्रनाथ बॅनर्जी ह्याने असे जाहीरपणे सांगितले की, ब्रिटिशांबरोबर, हातचा न ठेवता मोकळेपणाने सहकार्य करा. कारण भारतातील ब्रिटिश राज्यकर्त्यांची जागा बळकावण्याचा आमचा हेतू नाही, त्याऐवजी त्या सत्तेच्या कक्षा रुंदावून घेण्याचा, तिचा दृष्टिकोन अधिक उदार होईल असे करण्याचा, तिची वृत्ती अधिक मातबर करण्याचा आणि भारतासारख्या एका राष्ट्राच्या आपुलकीच्या स्थिर अशा[१] पायावर तिची स्थापना करून देण्याचा आमचा हेतू आहे.

वरील निरनिराळ्या वक्तव्यांवरून, हे जुने काँग्रेस पुढारी परकीय सत्तेचे देशद्रोही हस्तक होते, असे समजण्याचे कारण नाही. ह्याउलट त्या काळात ते अत्यंत प्रागतिक विचाराचे प्रणेते होते. जोपर्यंत राष्ट्रातील कामगारवर्ग हा संघटित मुक्या ढलप्यासारख्या होता, तोपर्यंत, भारतीय मध्यमवर्ग ही एक अत्यंत प्रागतिक व क्रांतिकारक ध्येयवादी विचारसरणीची प्रचंड शक्ती होती. त्यांनी भारतात सामाजिक

---

१. ब्रिटिशांच्या संस्थांबद्दल जुन्या काँग्रेस पुढाऱ्यांच्या मनात नितांत आदर वसत असे व त्यामुळे ब्रिटिशांच्या संस्थांवर ते स्तुती-सुमनांचा वर्षाव करीत, तथापि त्यांतही एखादे असे विषादरूपी कोरांटीचे फूल असे की, ते आपले लक्ष वेधून घेतल्याशिवाय राहाणार नाही. हाच अनुभव आपल्याला १८९२ च्या काँग्रेसमध्ये केलेल्या सुरेंद्रनाथ बॅनर्जी ह्यांच्या भाषणातून येतो : ''आम्ही एका प्रचंड व स्वतंत्र साम्राज्याचे नागरिक आहोत. आणि आम्ही, जगात आजपर्यंत तयार करण्यात आलेल्यांपैकी एका अत्यंत उदार अशा घटनेच्या संरक्षणाखाली आहोत, इंग्रजांचे हक्क हे आमचेच आहेत. त्यांचे खास हक्क आमचेच आहेत, त्यांची घटना आमचीच आहे. मात्र आम्हांला त्यांच्यापासून वगळण्यात आले आहे.''

सुधारणा, प्रबोधन, शिक्षण आणि समाजात जे-जे म्हणून अडाणी व मागास प्रवृत्तीचे प्रतीक होते, त्याविरुद्ध आवाज उठविला आणि समाज सुधारण्यासाठी प्रचंड कार्य केले. त्यांनी भारताचा औद्योगिक व तांत्रिक क्षेत्रांत विकास व्हावा म्हणून धडपड केली.

तथापि त्यांच्या कार्यात ब्रिटिश साम्राज्यशाहीचे सहकार्य त्यांना मिळेल, ह्या त्यांच्या आशा व आकांक्षा धुळीस मिळाल्या. ब्रिटिश साम्राज्यशाहीला, त्या वेळच्या प्रागतिक पुढाऱ्यांना कदाचित माहीत नसेल, एवढा ह्या प्रागतिक विचारसरणीचा खरा अर्थ समजला होता. इतकेच नव्हे, तर, अखेरीस ब्रिटिश साम्राज्यशाहीची राजवट व पिळवणूक ह्याविरुद्ध ह्या प्रागतिकांबरोबर शेवटी संघर्ष निर्माण होणे अटळ होते, ह्या गोष्टीची त्यांना (ब्रिटिशांना) संपूर्ण जाणीव होती. ह्यामुळे सुरवातीपासून काँग्रेसला ब्रिटिशांकडून जी आपुलकी मिळाली तिने आता संशयी व विरोधी पवित्रा घेतला.

ज्या लॉर्ड डफरिनने काँग्रेसच्या स्थापनेस आशीर्वाद दिला होता तोच तीन वर्षांनंतर ''काँग्रेसमधील प्रातिनिधिक स्वरूप अगदीच क्षुल्लक आहे'' असे म्हणून तिला नावे ठेवू लागला. १८८७ मध्ये मिसेस बीसंट आपल्या 'इंडिया रॉट फॉर फ्रीडम' ह्या ग्रंथात म्हणते ''एक प्रतिनिधी त्याच्या जिल्हाधिकाऱ्याच्या हुकमाविरुद्ध काँग्रेसच्या अधिवेशनाला हजर राहिला म्हणून त्याला 'आपण शांतता पाळू' असे आश्वासन देऊन वीस हजार रुपयांचा जामीन द्यावा लागला.'' १८९० मध्ये सरकारने एक पत्रक प्रसिद्ध केले त्यात 'सरकारी अधिकाऱ्यांनी काँग्रेसच्या अधिवेशनाला प्रेक्षक म्हणून सुद्धा हजर राहाता कामा नये,' अशी आज्ञा केली होती. १९०० साली लॉर्ड कर्झन याने 'सेक्रेटरी ऑफ स्टेट'ला एक पत्र पाठविले त्यांत त्याने लिहिले, ''काँग्रेस कोलमडून पडत आहे, आणि माझे भारतात वास्तव्य आहे तोपर्यंत तिला शांततेने मूठमाती देण्यास मदत करणे, हे एक माझे मोठे ध्येय राहील,' (रोनॉल्डशे, 'लाइफ ऑफ लॉर्ड कर्झन,' व्हॉ. २, पान १५१).

ब्रिटिश साम्राज्यशाहीच्या सद्बुद्धीबद्दलचा, जुन्या काँग्रेसच्या पुढाऱ्यांचा लवकरच भ्रमनिरास झाला. नेमस्ताग्रणी गोखले हे आपल्या आयुष्याच्या अखेरच्या काळात कटुतेने म्हणाले की, ''ब्रिटिश नोकरशाही उघडउघड स्वार्थी व भारताच्या राष्ट्रीय आकांक्षांच्या अगदी विरोधी बनत चालली आहे, मागे ती अशी नव्हती,' (ऑफिशियल 'हिस्ट्री ऑफ दि इंडियन नॅशनल काँग्रेस', १९३५, पान १५१).

काँग्रेसचे जुने धोरण अयशस्वी ठरल्यावर, जुन्या पुढाऱ्यांना नावे ठेवणारा आणि साम्राज्यशाहीबरोबरील आपुलकीचे संबंध तोडून अधिक निश्चित स्वरूपाचा कार्यक्रम आणि धोरण पुढे ठेवणारा नवा गट काँग्रेसमध्ये निर्माण होणे अटळ होते. एकोणिसाव्या

शतकाच्या अखेरच्या दहा वर्षांत बी. जी. टिळक यांच्या नेतृत्वाखाली असा गट पुढे येऊ लागला होता, तथापि अनुकूल परिस्थिती निर्माण होईपर्यंत, म्हणजे जवळजवळ दहा वर्षे तो प्रभावी होऊ शकला नाही. टिळक हे महाराष्ट्रात मुंबई इलाख्यात प्रसिद्ध पुढारी झाले होते, ह्याच काळात शेतकऱ्यांचे बंड झाले होते, ह्याच काळात बंगालमध्ये नवीन पुढारी म्हणून बिपिनचंद्र पाल व अरविंद घोष आणि पंजाबमध्ये लजपत राय प्रसिद्धीस आले होते.

हे नवीन पुढारी आपल्याला 'नॅशनॅलिस्ट' (राष्ट्रीय) म्हणवून घेत असत. त्यांच्यामध्ये 'इंटिग्रल नॅशनॅलिस्ट' (एकजिनसी राष्ट्रीय) व 'ऑर्थोडॉक्स नॅशनॅलिस्ट' (सनातनी राष्ट्रीय) असे भेद असत. तथापि हे सर्व 'मॉडरेट्स' (मवाळ) व 'एक्ट्रीमिस्ट्स' (जहाल) ह्या नावाने सर्वत्र प्रसिद्धीस आले. 'मवाळ' व 'जहाल' ह्यांच्यामधील फरक म्हणजे 'रॅडिकल् लोअर वुइंग' आणि 'काँझर्व्हेटिव्ह माइंडेड राइट वुइंग' ह्यांच्यामधील फरका इतका सामान्य समजणे चुकीचे ठरेल. खरोखरी प्रत्यक्षात विरोधी परिस्थिती निर्माण झाली आणि त्या वेळच्या राष्ट्रीय चळवळीच्या विकासातील अपरिपक्वपणा स्पष्ट झाला.

जहाल पुढाऱ्यांनी मवाळ पुढाऱ्यांच्या विरोधाला केलेली सुरुवात म्हणजे पूर्वीचे साम्राज्यशाहीबरोबरचे मिळतेजुळते घेण्याचे धोरण सोडून, साम्राज्यशाही- बरोबर उघड उघड निकराचा संघर्ष सुरू करणे, हे होय. ह्या दृष्टीने त्यांची प्रवृत्ती जहाल आणि नि:संशय क्रांतिकारी स्वरूपाची होती. तथापि त्यांचा वरील संकेत सांकेतिक पातळीवरच राहिला. अशा प्रकारच्या प्रचंड व बहुजनसमाजातून निर्माण व्हावयाच्या संघर्षास आवश्यक असणारे बहुजन समाजाचे संघटन झाले नव्हते. त्यांचा प्रचार, अजूनही असंतुष्ट मध्यमवर्गातील खालचा गट, सुशिक्षित तरुण, विशेषत: गरीब विद्यार्थी, बेकार लोक, अर्धपोटी सुशिक्षित कामगार ह्यांच्या- पलीकडे पोहोचला नव्हता. ह्या सुशिक्षित अर्धपोटी राहणाऱ्या कामगारांची अवस्था विसाव्या शतकाच्या प्रारंभी तर भीषण झाली होती. त्यांना साम्राज्यशाहीच्या राजवटीत आपली प्रगती होणे शक्य नव्हते हे कळून चुकले होते. मातबर परिस्थितीत असलेल्या मध्यमवर्गीय पुढाऱ्यांच्या मंदगतीने होणाऱ्या  प्रगतीच्या आश्वासनांवर अवलंबून राहण्यास ते तयार नव्हते. जुन्या राजकीय धोरणांतील बदलानंतर अशा असंतुष्ट लोकांकडूनच सामाजिक संधिकालामध्ये अशांतता व क्रांती ह्यांना अत्यंत पोषक अशी प्रचंड शक्ती निर्माण करून घेता येते, तथापि त्यांना त्यांच्या विशिष्ट परिस्थितीमुळे त्यांच्यातील प्रचंड शक्तीची जाणीव झालेली नसते. त्यांना बहुजनसमाजाच्या चळवळीतच तिचा उबग येतो, नाहीपेक्षा ते, एकतर शाब्दिक आतषबाजी करीत राहतात, किंवा क्रांतिकारक

बनतात, आणि राजकीय दृष्टीने त्यांची कामगिरी परिणामकारक ठरत नाही.

जर नवीन पुढारी हे आधुनिक, सामाजिक व राजकीय प्रवृत्तीचे ठरले असते तर त्यांना हे कळून आले असते की, त्यांची मुख्य कामगिरी म्हणजे कामगारांची व बहुजन शेतकऱ्यांची संघटना उभारण्यात होती, त्यातूनच सामाजिक, आर्थिक व स्वातंत्र्यासाठी राजकीय आंदोलने करणे शक्य झाले असते. तथापि भारताच्या विसाव्या शतकातील परिस्थितींत अशी अपेक्षा करणे म्हणजे आजच्या सामाजिक विकासाच्या पातळीची आगाऊ अटकळ बांधण्यासारखेच ते ठरले असते.

एखाद्या वैज्ञानिक किंवा राष्ट्रीय तत्त्वज्ञानापासून अलिप्त असल्यामुळे, मवाळ पुढाऱ्यांच्या मिळतेजुळते घेण्याच्या धोरणातील निरुपयोगीपणा हा त्यांच्या (मवाळांच्या) राष्ट्राभिमानशून्य पाश्चिमात्य सुधारणांच्या अनुकरणाचा परिणाम होता, असे जहाल पुढाऱ्यांना वाटू लागले. म्हणून त्यांनी पाश्चिमात्य सुधारणांच्या अभिमान्यांवर आपले हल्ले केंद्रित केले. अशा प्रकारे ज्या पाश्चिमात्य चालीरीतींवर मवाळ पुढारी खूष होते, त्यांच्यावर जहाल पुढाऱ्यांनी झोड उठविली. ह्या कार्यक्रमात भारतातील बहुजन हिंदू समाजातील सनातनी वृत्ती हा आपल्या चळवळीचा पाया समजून, भारतातील प्राचीन काळची अध्यात्मवादी हिंदू किंवा आर्य संस्कृती ही पाश्चिमात्यांच्या भोगवादी संस्कृतीपेक्षा अधिक चांगली आहे, अशा प्रचाराला त्यांनी सुरुवात केली. त्यामुळे भारतातील राष्ट्रीय चळवळ म्हणजेच भारतातील अत्यंत प्रागतिक आंदोलन हे भारतातील अत्यंत जुन्या-पुराण्या धर्मावर व धर्मभोळेपणावर अधिष्ठित झाले. ह्या वेळेपासून राजकीय जहालपणा आणि सामाजिक प्रतिगामीपणा ह्यांची भारतात उपरोधिक एकता निर्माण झाली. हिचा राजकीय चळवळीवर इतका विपरीत परिणाम झाला की, त्याचे दुष्परिणाम अजूनही नाहीसे झालेले नाहीत.

जहाल राष्ट्रवाद आणि अत्यंत प्रतिगामी सनातनी हिंदू धर्म ह्यांच्या एकतेचे प्रतीक, टिळकांच्या धोरणात स्पष्ट झाले. १८९० साली संमतीवयाच्या बिलाला टिळकांनी विरोध केला. त्या बिलात मुलींच्या लग्नाची योग्य वयोमर्यादा ही दहा वर्षांवरून बारा वर्षांवर नेण्याचे ठरविले जात होते. ह्या बिलाला रानडे व जुने प्रागतिक पुढारी यांची संमती होती. टिळकांनी त्या बिलावर प्रचंड हल्ला चढविला, असे करण्यात त्यांना भारतातील अनेक सनातनी प्रतिगामी लोकांनी आधार दिला होता. त्यानंतर त्यांनी गोहत्या प्रतिबंधक संघटना उभारली. (हिंदू धर्माच्या तत्त्वज्ञानाप्रमाणे गायीचे पावित्र्य, त्या विशिष्ट पौराणिक काळात व परिस्थितीत समर्थनीय होते, तरी आजच्या आर्थिक दृष्टीने, ओसाड झालेल्या गायींना जपून ठेवणे वेडगळपणाचे होते. तसे करण्यात एकूण गायींच्या कार्यक्षमतेवर प्रतिकूल परिणाम होणार होता. इतकेच

नव्हे, तर, जे मुसलमान लोक गायी खातात, त्यांच्याशी तणातणी निर्माण होण्याचा संभव होता.) ह्यानंतर राष्ट्रीय उत्सव सुरू करण्यात आले, ते केवळ महाराष्ट्राचा राष्ट्रीय शिल्पकार म्हणून शिवाजीचा सन्मान करण्यासाठी नव्हे, तर त्यात हत्तीच्या तोंडासारखे जिचे तोंड असते अशा मूर्तींचा म्हणजेच गणपतीचा उत्सव आयोजित करण्यात आला. बंगालमध्ये विनाशाची देवी कालिमाता हिचा उत्सव काही उत्साही गटांनी सुरू केला.

ह्या धार्मिक स्वरूपाच्या चळवळीमागील राष्ट्रीय जागृती विचारात घेणे आवश्यक आहे. धर्माच्या नावाखाली प्रचंड राष्ट्रीय आंदोलन सुरू करण्यात आले. त्यांत वार्षिक उत्सव, प्रचंड जनसमुदाय ह्यामधून एक प्रचंड संघटना धर्माच्या नावाखाली उभारण्यात आली. तिच्यातून तरुणांच्या व्यायामशाळा स्थापन करण्यात आल्या. कोणत्याही तऱ्हेच्या प्रत्यक्ष राजकीय चळवळीला किंवा संघटनेला, साम्राज्यशाहीच्या भयंकर दडपशाहीच्या धोरणामुळे, वाव न राहिल्यामुळे आणि राजकीय चळवळीने बहुजनसमाजात स्थिर असे स्थान मिळविलेले नसल्यामुळे, अशा प्रकारची चळवळ करणे योग्यच होते. तथापि ही चळवळ कोणत्या आच्छादनाखाली केली जात होती किंवा कोणत्या राजकीय हेतूसाठी एखादी ऐतिहासिक घटना राबविण्यात येत होती, हा प्रश्न महत्त्वाचा नव्हता. तर राष्ट्रीय आंदोलनाचा आत्मा हा सनातनी हिंदू धर्म ठरविणे आणि प्राचीन सनातनी अध्यात्मवादी हिंदू संस्कृती ही आधुनिक पाश्चिमात्य संस्कृतीपेक्षा उजवी होती, असा प्रचार करणे वाईट होते, (ह्याला आधुनिक मानसशास्त्रज्ञ 'भ्रमाचा भोपळा' असे ठरवतील, हे निश्चित). त्यामुळे राष्ट्रीय चळवळीची आणि राष्ट्रीय जागृतीची पीछेहाट झाली. राजकीय चळवळीत हिंदूधर्मावर भर दिला गेल्यामुळे, चळवळीच्या प्रवाहातून मुसलमानांचा मोठा गट बाहेर पडला, त्याला हिंदूधर्मसापेक्ष चळवळ जबाबदार होती, हे उघड आहे.

भारताच्या राष्ट्रीय चळवळीच्या दृष्टीने ही विचारसरणी इतकी महत्त्वाची आहे की, पुढे गांधी-युगात ती अधिक तावून सुलाखून आचरणात आणली जाते, म्हणून तिचे काळजीपूर्वक विश्लेषण करणे आवश्यक आहे. ह्या विचारसरणीच्या मुळाशी एक निश्चित स्वरूपाची श्रद्धा आहे ती अशी की, भारतीय विकास आणि भारताचे स्वातंत्र्य, ही उद्दिष्टे साधण्यासाठी जुनी वैगुण्ये, भेदाभेद व हानिकारक रूढी ह्यांच्यावर मात करण्यासाठी सामाजिक सुधारणा घडवून आणणे, हा मार्ग नसून, जुन्या श्रद्धा व दृष्टीकोन ह्यांना उजळा देऊन त्यातून वरील ध्येयसिद्धी कार्यवाहीत आणण्याचा प्रयत्न करणे, म्हणजे एका अर्थाने सामाजिक सुधारणेच्या वाटेने प्रगती साधण्याऐवजी सामाजिक पीछेहाटीला वाव करून देणे, हा मार्ग निश्चित झाला.

ही विचारसरणी कोणत्या परिस्थितीत पुढे आली, हे आपण पाहिलेच आहे. सनातनी राष्ट्रवादी पुढाऱ्यांना, वरच्या वर्गातील मवाळ पुढारी हे राष्ट्राभिमानरहित दृष्टिकोन व मार्ग ह्यांनी भारावून गेले होते असे त्यांना वाटत होते. ब्रिटिश मध्यम-वर्गीय लोकांपासून सामाजिक जीवन आणि राजकारण ह्या बाबतींत आपण त्यांचे अनुकरण करावे, असा मवाळ पुढाऱ्यांचा विचार होता, अशी जहाल पुढाऱ्यांची श्रद्धा होती. ह्या राष्ट्राभिमानशून्य ब्रिटिश संस्कृतीची नक्कल करण्याच्या धोरणाला जहाल पुढाऱ्यांनी कडवा विरोध करण्याचे निश्चित केले. तथापि कोणत्या भूमिकेवरून ते हा विरोध प्रत्यक्षात आणणार होते?

खरोखरी मध्यमवर्गाच्या संकुचित वृत्तीत हे जहाल पुढारी स्वत:च जखडले गेले होते, (ह्या वेळेपर्यंत समाजवादाने भारताच्या राष्ट्रीय जीवनात प्रत्यक्षपणे प्रवेश केला नव्हता) आणि म्हणून भांडवलशाहीच्या कार्यक्षमतेतील फायदे व तोटे ह्यांची त्यांना यथार्थ कल्पना आलेली नव्हती. ह्याचा परिणाम असा झाला की, ज्या ब्रिटिश संस्कृतीला त्यांचा कडवा विरोध होता ती संस्कृती खरोखरी भांडवलशाही-संस्कृती होती आणि राष्ट्रीय चळवळ जोपर्यंत मध्यमवर्गीयांकडून चालविली जात होती, तोपर्यंत तिची बैठकही भांडवलशाही चौकटीवरच होती.  आणि त्या संस्कृतीला जर तत्त्वत: विरोध करायचा होता तर तो कामगार वर्गाकडूनच साधला जाणार होता. भारतातील त्या वेळच्या अनुभवावरून त्यांना कामगारवर्गीय दृष्टिकोन व संस्कृती ह्यांची कल्पनाच नव्हती. मध्यमवर्गीयांच्या संस्कृतीला तेवढाच पर्याय होता. त्यातून उपयुक्त भाग आत्मसात करून निरुपयोगी भागाचा त्याग करणे, एवढेच शक्य होते. ह्यामुळे हे जहाल पुढारी विजेत्यांच्या संस्कृतीला ठाम विरोध करण्यासाठी जेव्हा निश्चित अशी पार्श्वभूमी हुडकू लागले, तेव्हा त्यांना भारत परदास्यात जाण्यापूर्वीची व भारतात भांडवलशाहीचा उदय होण्यापूर्वीची, भारतीय संस्कृतीची पार्श्वभूमी अधिक उपयुक्त वाटली.

ह्यामुळे आज चिखलात रुतलेल्या, सडत असलेल्या, सदोष अध्यात्म-शास्त्रातून, मोडकळीस आलेल्या ग्रामपंचायतीच्या तुटक्याफुटक्या अवशेषांतून अदृश्य झालेल्या संस्कृतीतील दरबारी रुबाबाच्या निर्जीव आठवणींतून पुनर्जीवन व पुनर्रचना ह्यांच्या साहाय्याने, प्राचीन काळच्या हिंदूसंस्कृतीचे सोनेरी स्वप्न पुन्हा प्रत्यक्षात आणण्याचा त्यांनी प्रयत्न केला. शुद्ध हिंदू संस्कृती, जी काँग्रेस पुढारी आदर्श ध्येय व मार्गदर्शक म्हणून जगात मिरवू शकतील.

ब्रिटिश मध्यमवर्गीय संस्कृती आणि ध्येयवाद ज्याने भारतीय मध्यम आणि सुशिक्षित वर्ग ह्यांना भारावून टाकले होते, त्यांच्या प्रचंड लोंढ्याला थोपवून

धरण्यासाठी, जिला वास्तववादी जीवनात नैसर्गिक असा वाव नाही, अशा पुनर्रचना केलेल्या हिंदू ध्येयवादाच्या कमकुवत ढालीचा उपयोग करण्याचा त्यांचा प्रयत्न होता. ह्या नूतन ध्येयवादाच्या अतिरेकी अनुयायांनी, सर्व सामाजिक आणि वैज्ञानिक विकासाला, केवळ तो विजेत्यांच्या संस्कृतीचा भाग म्हणून नावे ठेवण्यास सुरुवात केली. पुरातन काळची प्रत्येक रूढी, अट्टहास, खास सवलत आणि आडमुठेपणा ह्यांना मानाचे पान देण्यात आले.

अशा प्रकारे जनतेचे हे जहाल राष्ट्रवादी पुढारी निर्भय आणि ध्येयवादी असूनही, ज्यांनी जनतेला आधुनिक सुधारणा आणि विज्ञान ह्यांच्या मार्गाने मार्गदर्शन करायचे ते प्रत्यक्षात, जातिभेद, खास सवलती ह्यांसारख्या प्रतिगामी धर्मभोळ्या कल्पनांना उजळा देऊन, ते भारतीय जनतेचे आधारस्तंभ आहेत, असा प्रचार करून ब्रिटिश लोक भारतात येण्यापूर्वीच्या भारतीय सामाजिक बंधनात जनतेला गुरफटवून, मायावी राष्ट्रवादाच्या नावाखाली त्यांना भारावून टाकीत होते.

ह्या सनातनी राष्ट्रवाद्यांना असे वाटत होते की, ते अशा प्रकारे ब्रिटिश साम्राज्यशाहीला विरोध करण्यासाठी बहुजनसमाजाची एक प्रचंड आघाडी निर्माण करू शकतील. टिळकांसारखा प्रकांड पंडित बालविवाह किंवा गो-संरक्षण संस्था ह्यांसारख्या चळवळींना धडाडीने उचलून धरतो ह्यातील मर्म हेच आहे.

तथापि हे धोरण तात्त्विक दृष्टीने चूक होते, एवढेच नव्हे, तर, ते तांत्रिक दृष्टीनेही निरुपयोगी होते. ह्यामुळे जनतेतील राजकीय जागृती आणि चळवळीतील स्पष्टपणा गढूळ झाला, (जवळजवळ जहाल पक्षातील बहुतेक पुढारी साम्राज्यशाहीशी सहकार्य करण्यास हळूहळू तयार झाले, आणि चळवळीच्या नंतरच्या कार्यक्रमात त्यांना उत्साह राहिला नाही.) ह्यामुळे आघाडीवरील लोकांत फूट पडली. सामाजिक प्रतिक्रियेच्या कार्यक्रमामुळे बऱ्याच लोकांची नाराजी झाली, ह्यापेक्षा अधिक कडव्या राष्ट्रीय आंदोलनाला त्यांनी आपले सहकार्य दिले असते, तथापि डाव्या बाजूच्या (आर्थिक) कार्यक्रमाऐवजी, प्रतिक्रियात्मक अध्यात्मवादी बुवाबाजीला उचलून धरण्यास ते तयार नव्हते. अनेक विचारी लोकांची मने त्यामुळे बिघडली, ह्याचे ठळक उदाहरण म्हणजे मोतीलाल नेहरू होत. मोतीलाल हे मवाळांपैकी अग्रणी होते, त्यांनी जहालांना कडवा विरोध केला, त्याच्यासंबंधी त्यांचा मुलगा म्हणतो :

"निश्चित विचारसरणी, प्रभावी भावना, प्रचंड अभिमान आणि थोर आत्मबल असलेला हा पुढारी मवाळांपेक्षा अगदी निराळा होता. आणि तरीही १९०७-०८ मध्ये आणि त्यानंतर काही वर्षे तो मवाळांतील मवाळ बनला आणि जहालांचा तो कडवा विरोधक बनला, तरी त्याला टिळकांबद्दल आदर होता, हा भाग निराळा.''

हे असे का झाले? त्यांची स्पष्ट विचारसरणी त्यांना सांगत होती की, उक्तीप्रमाणे कृती असल्याशिवाय, केवळ कठोर आणि जहाल शब्दांनी काहीही साधणार नव्हते. काही परिणामकारक कृती तर दृष्टिक्षेपात दिसत नव्हती. त्यातच ह्या सर्व चळवळीची पार्श्वभूमी धार्मिक राष्ट्रवादाची होती, ती त्यांच्या स्वभावाला मानवणारी नव्हती. भारतात, प्राचीन काळच्या संस्कृतीचे पुनरुज्जीवन व्हावे असे त्यांस वाटत नव्हते, तिच्याबद्दल त्यांना आदर किंवा जाणीव नव्हती. काही सामाजिक चालीरीती, जातिभेद वगैरे त्यांना अजिबात मान्य नव्हते, ते त्यांना प्रतिगामी वाटत. त्यांनी पाश्चिमात्यांकडे नजर टाकली आणि ते पाश्चिमात्य सुधारणांवर मोहित झाले आणि ह्या सुधारणा इंग्लंडशी सहवास ठेवूनच करता येतील, असे त्यांस वाटले.

सामाजिक दृष्टीने सांगावयाचे तर १९०७ मध्ये प्राचीन भारतीय संस्कृतीचे पुनरुज्जीवन हे निश्चितपणे प्रतिगामी स्वरूपाचे होते.'' (जवाहरलाल नेहरू, ऑटो बायॉग्राफी, पाने २३-२४).

ह्या सनातनी राष्ट्रवाद्यांनी धार्मिक पायावर उभारलेल्या चळवळीतून कोणत्याही प्रत्यक्ष कृतीची योजना पुढे टाकली नाही. त्यामुळे बहुजनसमाजापासून दूर असलेली व्यक्तिगत दहशतवादीची चळवळ निर्माण झाली. ह्यांतसुद्धा धर्माच्या भलावणीतून निर्माण झालेले गुप्त कट हाताच्या बोटांवर मोजण्याइतके थोडे होते (एवढे खरे की, साम्राज्यवाद्यांनी अशा तुरळक कटांना प्रचंड प्रसिद्धी दिली. त्यांनी स्वत: हद्दपारीचा बडगा मोठ्या प्रमाणात अनेकांवर कसा चालविला होता, ते अमृतसर कटाच्या वेळी उघडकीस आले.) आणि त्यांचा राजकारणावर फारसा परिणाम झाला नाही. त्यानंतर जेव्हा राष्ट्रीय लढ्याला अनुकूल वातावरण तयार होऊ लागले, तेव्हा वरील अनुभव विचारात घ्यावा लागला.

१९०५ साली जेव्हा राष्ट्रीय आंदोलन सुरू करण्याची परिस्थिती निर्माण होत होती, तेव्हा जो लढा द्यावयाचा त्याचे स्वरूप पूर्वीच्या धार्मिक किंवा अध्यात्मवादापासून अलिप्त असावे असे ठरले. त्याप्रमाणे लढ्याचे स्वरूप आधुनिक आर्थिक घडामोडींवर परिणाम करील असे निवडण्यात आले. असा लढा म्हणजे 'बहिष्कार' होय. ह्या उपायासंबंधी एवढे म्हणता येईल की, त्या वेळच्या परिस्थितीत 'बहिष्कार' एवढेच एक परिणामकारक शस्त्र उपलब्ध होते. ह्यावरून चळवळीतील मध्यमवर्गीय विचारसरणी स्पष्ट होते आणि ह्या चळवळीचा फायदा मवाळांनीसुद्धा करून घेण्यास कमी केले नाही.

१९०५ साली ह्या नव्या चळवळीसाठी ज्या शक्ती एकत्र आल्या त्यांच्यावर,

जपानने रशियातील झारशाहीचा जो पराभव केला, त्याचे पडसाद उमटलेले होते. (आधुनिक काळात जपानसारख्या एका आशियायी राष्ट्राने रशियासारख्या एका युरोपियन राष्ट्राचा पराभव केला, ह्या घटनेचा भारतीय राजकारणावर परिणाम झाला, हे निश्चित.) त्याचप्रमाणे पहिल्या रशियन क्रांतीने संपादन केलेल्या विजयाचाही भारतावर परिणाम झाला. भारतात ज्या कारणाने प्रत्यक्ष लढा सुरू झाला ते म्हणजे, 'बंगालची फाळणी' हे होय. 'बंगाल' हा त्या वेळी राजकीय चळवळींचा केंद्रबिंदू होता. फाळणीची योजना ही लॉर्ड कर्झन ह्याने तयार केली आणि त्याच्यामागून आलेल्याने (लॉर्ड मिंटोने) ती राबविली. बंगालच्या फाळणीमुळे सर्व भारतात असंतोषाचे वातावरण निर्माण केले गेले आणि ७ ऑगस्ट १९०५ रोजी परदेशी मालावर बहिष्कार जाहीर करण्यात आला.

ह्यामुळे राष्ट्रीय चळवळीला एकाएकी जोर चढला. १९०५ च्या काँग्रेसने बहिष्काराच्या चळवळीला काही अटींवर संमती दिली. तथापि १९०६ च्या कलकत्ता काँग्रेसमध्ये, जहालांच्या आग्रहामुळे, काँग्रेसचे पितामह दादाभाई नवरोजी ह्यांच्या नेतृत्वाखाली एक संपूर्ण नवा कार्यक्रम ठरविला गेला. ह्या कार्यक्रमात 'स्वराज्य' हे काँग्रेसचे ध्येय प्रथमच जाहीर करण्यांत आले. त्या 'स्वराज्य' शब्दाच्या अर्थाची फोड करताना, 'स्वराज्य' म्हणजे 'साम्राज्यांतर्गत स्वायत राज्य' असे सांगण्यात आले, (ब्रिटिश साम्राज्यात त्या वेळी जशा स्वायत्त वसाहती होत्या त्यांच्याच धर्तीवरील स्वायत्त वसाहत), त्याचबरोबर, बहिष्काराच्या चळवळीला पाठिंबा, स्वदेशी मालाचा व उद्योगधंद्यांचा पुरस्कार, आणि राष्ट्रीय शिक्षणाला प्राधान्य देण्यात आले. ह्याप्रमाणे स्वराज्य, बहिष्कार, स्वदेशी आणि राष्ट्रीय शिक्षण, ही काँग्रेसच्या चळवळीची मूलभूत अंगे निश्चित झाली. नंतर एक वर्षाने म्हणजे १९०७ मध्ये सुरत येथील काँग्रेसच्या अधिवेशनात काँग्रेस दुभंगली. गोखले यांच्या नेतृत्वाखाली 'मवाळ' पक्ष आणि टिळकांच्या पुढारीपणाखाली 'जहाल पक्ष' असे दोन गट पडले. त्या वेळी घडलेली एक घटना पुढे मोठा वादाचा विषय होऊन बसली, त्यांत तथ्य आहे : ती म्हणजे, जहालांचा काँग्रेसमधील वाढता जोर पाहून, मवाळांनी अनेक कारस्थाने करून, काँग्रेसमध्ये दुफळी घडवून आणली. त्यानंतर वरील दोन्ही पक्ष आपापल्या मार्गाने कार्य करीत होते, ते पुन्हा १९१६ साली एक झाले. तथापि १९१८ मध्ये मवाळांनी काँग्रेस कायमची सोडून 'लिबरल् फेडरेशन्'ची स्थापना केली.

राष्ट्रीय चळवळीला बाळसे येऊ लागल्यावर सरकारच्या दडपशाहीची कमान चढत गेली. १९०७ मध्ये 'सिडीशन् मिटिंग्ज अॅक्ट्' पास करण्यात आला. त्यानंतर

१९१० मध्ये नवा कडक प्रेस अॅक्ट तयार झाला. (पूर्वीचा १८७८ चा प्रेस अॅक्ट लॉर्ड रिपनच्या उदार धोरणामुळे १८८२ मध्ये सुधारण्यात आला होता.) १८१८ च्या एका कायद्यानुसार खटला भरल्याशिवाय हद्दपारी करण्याचे धोरण, जहाल पुढाऱ्यांच्या बाबतीत अमलात आणण्याचे सरकारने ठरविले. हे सर्व जेव्हा घडत होते तेव्हा उदारमतवादी लॉर्ड मोर्ले हा 'सेक्रेटरी ऑफ स्टेट' (भारतमंत्री) होता. १९०८ मध्ये, ज्या टिळकांना सरकार अत्यंत भीत होते, त्यांना सहा वर्षांची शिक्षा ठोठावण्यात आली, त्याला कारण त्यांच्या वर्तमानपत्रात (केसरी मध्ये) त्यांनी लिहिलेला लेख होय. टिळकांना १९१४ सालचे महायुद्ध होण्यापूर्वी एक महिना, एवढ्या मुदतीपर्यंत मंडालेच्या तुरुंगात डांबून ठेवण्यात आले. टिळकांना पकडल्यामुळे मुंबईच्या गिरणी कामगारांनी सार्वत्रिक संप पुकारला - ही भारतीय मध्यमवर्गामुळे घडून आलेली पहिली राजकीय घटना होती, आणि त्या घटनेसंबंधी, 'भविष्यकाळचे एक शुभचिन्ह' असे लेनिन् म्हणाला. बाकीच्या सर्व प्रमुख पुढाऱ्यांना हद्दपार करण्यात आले, तर काहींनी कारावास चुकविण्यासाठी अज्ञातवास पत्करला. १९०६-९ ह्या काळात केवळ बंगालमध्ये ५५० राजकीय खटले चालू होते. ह्या वेळी पोलिसांनी अत्यंत कठोर धोरण आखले. सभा उधळण्यात आल्या, पंजाबमधील शेतकऱ्यांचे उठाव अत्यंत क्रूरपणे दडपून टाकण्यात आले.

मागील काळातील अनुभवाप्रमाणे दडपशाहीच्या जोडीला, मवाळांची सहानुभूती मिळविण्यासाठी, राजकीय सुधारणा देण्यात आल्या. १९०९ च्या 'मोर्ले-मिंटो रिफॉर्म्स'मध्ये खळखळ करीत, प्रातिनिधिक निवडणुकीचे तत्त्व, अल्प प्रमाणात, १८९२ चा काउन्सिल अॅक्ट करताना मान्य करण्यात आले. त्याप्रमाणे, अप्रत्यक्ष निवडणुकीत निवडून आलेल्यांपैकी काही अल्पसंख्य लोकांना 'सेंट्रल लेजिस्लेटिव्ह काउन्सिल'मध्ये सभासदत्व देण्यात आले. ह्या 'काउन्सिल्स'ना (मंडळांना) सल्ला देण्याव्यतिरिक्त दुसरी परिणामकारक सत्ता दिलेली नव्हती. त्या वेळी मवाळ पुढाऱ्यांनी, काँग्रेस त्यांच्याच ताब्यात असल्यामुळे ह्या सुधारणा मिळण्याच्या संधीचा संपूर्ण फायदा उठविला आणि सरकारबरोबर आपले सूत असल्याचे जाहीर केले, १९१० साली नवा 'व्हॉइसरॉय' आला. त्याला मवाळांनी राजनिष्ठ स्वरूपाचे मानपत्र दिले आणि १९११ साली बंगालची फाळणी रद्द केल्याचे जेव्हा सरकारने जाहीर केले. तेव्हा काँग्रेसच्या मवाळ पुढाऱ्यांनी जाहीर रीतीने सांगितले की : 'प्रत्येक भारतीयाचा आत्मा ब्रिटिश साम्राज्याशी आदर आणि भक्तिभाव ह्यांनी एकजीव झाला आहे. ब्रिटिशांबद्दलचा पुनर्जीवित झालेला विश्वास आणि ब्रिटिश मुत्सद्देगिरीबद्दलची

कृतज्ञता ही दुथडी भरून वाहत आहेत.''

सरकारने १९११ साली बंगालची फाळणी रद्द केली, तिला बहिष्काराची चळवळ थोड्या प्रमाणात कारणीभूत होती. १९०६-११ ह्या काळात पुढे आलेली राष्ट्रीय चळवळ त्यानंतरच्या काळात टिकाव धरू शकली नाही. तथापि भारताच्या राष्ट्रीय चळवळीला जे एक महत्त्वाचे स्थान प्राप्त झाले, ते पुढे कधीही नाहीसे झाले नाही. १९१४ पूर्वीच्या अनेक प्रतिबंधनांतूनही मार्ग काढून, जहालांनी प्रचंड आणि शाश्वत स्वरूपाची कामगिरी बजावली. भारताच्या स्वराज्याच्या मागणीचा प्रश्न जागतिक राजकारणात त्यांनीच प्रथम आवर्जून मांडला. 'संपूर्ण स्वातंत्र्य' ह्या ध्येयाचे बीजारोपण त्यांनीच प्रथम केले, आणि त्यासाठी निश्चय- पूर्वक झगडा करण्याची राष्ट्रीय चळवळीची सुरुवात त्यांनीच केली, आणि भावी काळात बहुजनसमाजात ह्याच बीजारोपणाला निश्चित मुळे धरली.

## २. राष्ट्रीय चळवळीची दुसरी भयंकर लाट, १९१९-१९२२

पहिल्या प्रचंड जागतिक युद्धाने साम्राज्यशाहीच्या बालेकिल्ल्यावर पडलेला आघात आणि १९१७ नंतर सर्वत्र सुरू झालेली क्रांतीची लाट ह्यांच्यामागोमाग भारतात बहुजनसमाजाच्या पहिल्या आंदोलनाला सुरुवात झाली.

ज्याप्रमाणे १९०५च्या जागृतीचे पडसाद सर्व जगभर पसरले, त्याहीपेक्षा अधिक प्रचंड प्रमाणात ह्या आंदोलनाने, भारतातील ब्रिटिश राजवटीच्या पायाला हादरे बसले आणि ते १९१७ नंतरच्या काळात चालू राहिले. जागतिक संघर्षाच्या काळातच भारतात राष्ट्रीय आंदोलन सुरू झाले, ह्या घटनेला खास महत्त्व आहे. विशेषत: भारतात अशी एक पद्धत आहे की, काही राजकीय पुढारी अशा चळवळीतील काही व्यक्तींनाच महत्त्व देतात, आणि त्यांच्या यशाच्या किंवा पराजयाच्या परिणामावरून त्या व्यक्तीचे मूल्यमापन करतात. भारतातील राजकीय चळवळ ही काही ठराविक मध्यमवर्गापुरती मर्यादित न राहता, तिने बहुजन- समाजात प्रवेश केला, तो १९१७ नंतर होय. तथापि ही परिस्थिती भारतातच होती, असे नाही.

पाश्चिमात्य साम्राज्यशाहीचा पराभव करणे, हे कधीही शक्य होणार नाही, असा आशिया खंडातील लोकांचा जो गैरसमज होता त्याला जपानने १९०५ साली, रशियाच्या झारशाहीचा पराभव करून पहिला धक्का दिला, तर १९१४ च्या महायुद्धाने वरील गैरसमजाला मूठमाती दिली. साम्राज्यशाही सत्तांच्या आपसांतील

आत्मघातकी चुरशीमुळे, परदास्यात खितपत पडलेल्या कोट्यवधी लोकांच्या मनात आशेचा नवा किरण निर्माण झाला. कारण त्या वेळच्या साम्राज्यांना खग्रास ग्रहण लागण्याचा काळ समीप आला होता, हे त्यांना कळून चुकले होते.

नवीन निर्माण झालेली परिस्थिती काबूत ठेवण्यासाठी साम्राज्यशाहीने, भारत संरक्षण कायद्यासारखे कायदे करून खास अधिकार निर्माण करून घेतले आणि त्यांच्या साहाय्याने क्रांतिकारकांपैकी हटवादी गुन्हेगारांना तुरुंगाची किंवा नजरकैदेची शिक्षा देण्यास सुरुवात केली. ह्या कार्यक्रमात सुरुवातीला साम्राज्यशाही युद्धांत गुंतली असताना, राजकीय चळवळींतील वरच्या दर्जाच्या काही म्होरक्यांनी सरकारला स्वखुशीने सहकार्य दिले.

मवाळांच्या ताब्यात असलेल्या काँग्रेसने दरवर्षीच्या काँग्रेसच्या अधिवेशनात ठराव करून साम्राज्यशाहीच्या युद्धात, राजनिष्ठा व सहकार्य यांचे आश्वासन दिले. लढाईच्या चार वर्षांत हा कार्यक्रम दरसाल कार्यवाहीत आणला गेला. १९१८ साली महायुद्ध संपल्यावर दिल्ली अधिवेशनात ठराव करून, राजाबद्दल निष्ठा आणि ''लढाईत यश मिळाल्याबद्दल त्याचे अभिनंदन'' करण्यात आले. ह्या निष्ठेच्या मोबदल्यात काँग्रेसवर सरकारची कृपा झाली. १९१४ च्या काँग्रेसच्या अधिवेशनाला मद्रासचा गव्हर्नर लॉर्ड पेंटलँड् हजर होता, १९१५ च्या काँग्रेसच्या अधिवेशनात मुंबईचा गव्हर्नर लॉर्ड विलिंगडन् हजर राहिला आणि संयुक्त प्रांताचा गव्हर्नर सर जेम्स मेस्टन् हा १९१६ च्या काँग्रेस अधिवेशनाला गेला होता. ह्या सरकारी प्रतिनिधींचे उत्साहपूर्वक स्वागत करण्यात आले. लढाई चालू झाल्यावर लंडनमध्ये असलेल्या भारताच्या प्रतिनिधींनी सरकारला आपले सहकार्य जाहीर केले. त्या वेळी काँग्रेसचे शिष्टमंडळ लंडनला होते, त्यांच्यामध्ये लजपतराय, जिना, सिंह आणि इतर मंडळी होती, त्यांनी 'सेक्रेटरी ऑफ स्टेटला' (भारतमंत्र्याला) एक पत्र पाठविले. त्यांत त्यांनी असे खात्रीपूर्वक सांगितले की, ''भारतातील संस्थानिक आणि भारतीय प्रजा अत्यंत खुशीने आणि जास्तीतजास्त सहकार्य सरकारला देतील आणि त्यांच्याजवळ असलेले सर्व तऱ्हेचे साहित्य लढाईच्या उपयोगासाठी देतील आणि अशा प्रकारे सरकारला लवकर जय मिळावा म्हणून प्रयत्न करतील. गांधीजी त्या वेळी दक्षिण आफ्रिकेतून नुकतेच लंडनला आले होते. सेसिल् हॉटेलमध्ये त्यांचा सन्मान करण्यात आला, त्या वेळी त्यांनी तरुण हिंदी मित्राला आग्रहाने सांगितले की, ह्या बाबतीत नि:पक्षपातीपणे विचार करा आणि आपले कर्तव्य करा, नंतर त्यांनी स्वत:ची व काही इतर सह्या घेऊन 'सेक्रेटरी ऑफ स्टेटला' (भारतमंत्र्याला) पत्र पाठवून सहकार्याचे

आश्वासन दिले :

"साम्राज्यावर कोसळलेल्या आजच्या संकटसमयी जे हिंदी लोक आज 'युनायटेड किंग्डम'मध्ये राहत आहेत आणि जे पुढे राहू शकतील त्यांनी सरकारला आपली सेवा बिनशर्त देऊ करावी. आमच्यापैकी बऱ्याच जणांना असे करणे इष्ट वाटते. आमच्यातर्फे आणि सोबतच्या यादीत ज्यांची नावे लिहिली आहेत, त्यांच्यातर्फे, ''आम्ही आपली सेवा करण्यास तयार आहोत असे कळवू इच्छितो.''

त्यानंतर गांधीजींनी लंडनमध्ये रुग्णांसाठी एक स्वयंसेवक पथक निर्माण केले, हे सर्वांना माहीतच आहे. भारतात परत आल्यावर त्यांनी ''आपण आपली सेवा सरकारला देण्यास तयार आहोत,'' असे व्हॉइसरॉयला कळविले. आणि मेसोपोटेमियामध्ये जाणाऱ्या स्वारीत रुग्ण वाहतूक सेवेसाठी स्वयंसेवकांचे पथक उभारण्यास आपण तयार असल्याचे त्याला कळविले. गांधीजींना ''प्रकृतीच्या कारणामुळे आपण घेण्यास असमर्थ आहोत'' असे व्हॉइसरॉयने कळविले आणि पुढे पुस्ती जोडली की, ''ह्या आणीबाणीच्या प्रसंगी आपले वास्तव्य भारतात असणे हे परदेशांत जाऊन करण्याच्या कोणत्याही सेवेपेक्षा अधिक उपयुक्त ठरेल.'' १९१७ साली व्हॉइसरॉयने 'वॉर कॉन्फरन्स' बोलाविली तिला गांधीजी हजर होते आणि जुलै १९१८ मध्ये ते गुजरातेत 'रिक्रूट' भरती करीत होते आणि लोकांना सांगत होते की, तुम्ही, स्वराज्य मिळवावयाचे असेल तर सैन्यात शिरा.

मवाळांच्या ह्या 'राजनिष्ठे'च्या प्रदर्शनांचा सरकारने असा अर्थ लावला की, ब्रिटिश लोकांनी भारताचे राज्य उत्तम रीतीने चालविल्याबद्दलच्या कृतज्ञतेचे व उत्साहाचे हे प्रतीक आहे. ह्या पुढाऱ्यांची अशी कल्पना होती की, लढाईत गुंतलेल्या सरकारला आपण ह्या प्रसंगी मदत केली तर भारताला स्वातंत्र्य मिळविण्याचे बाबतीत ती फार उपयुक्त ठरेल.

''ह्या सर्व प्रयत्नांत माझी अशी श्रद्धा होती की सरकारची अशी सेवा आपण केली तर ब्रिटिश साम्राज्यात माझ्या देशबांधवांना समानतेचा दर्जा प्राप्त होईल.''

पुढे लवकरच त्यांनी आपला भ्रमनिरास झाल्याचे कबूल केले.

लढाईच्या परिस्थितीमुळे जनतेत वाढत चाललेला असंतोष वरच्या स्तरातील राजकीय पुढाऱ्यांच्या बावळटपणामुळे वाढण्याचा थांबला नाही. लढाईच्या खर्चासाठी, गरिबीने गांजलेल्या भारतीय जनतेकडून जुलमाने वसूल केलेला अमाप पैसा, वाढत्या किमती, आणि बेजबाबदार नफेबाजी ह्यांनी बहुमतसमाजाला दारिद्र्याच्या खाईत लोटले आणि त्यातूनच, पूर्वी कधीही आली नव्हती अशी 'इन्फ्ल्युएन्झा'ची

साथ आली. त्या वेळी महायुद्ध संपत आले होते. ह्या साथीत एक कोटी चाळीस लक्ष माणसे मेली. ह्या असंतोषातून पंजाबमध्ये गदर चळवळ निर्माण झाली. सैन्यात झालेली बंडे फाशीची व सक्तमजुरीची शिक्षा, ह्यांच्या साहाय्याने क्रूरपणे दडपून टाकण्यात आली. १९१७ साली 'किंग्ज बेंच'च्या आधिपत्याखाली रौलेट कमिटी नेमण्यात आली. तिला भारतातील क्रांतिकारकांच्या चळवळीतील फौजदारी कटांबाबत चौकशी करण्यास आणि ते दडपून टाकण्यासाठी कायदे करण्याची शिफारस करण्यास सांगितले.

१९१६ नंतरच्या काळात वाढत्या असंतोषाचे पडसाद राजकीय चळवळीत उठू लागले. १९१६ साली टिळकांनी 'होम रूल फॉर इंडिया लीग'ची स्थापना केली. त्यांच्या ह्या चळवळीत ब्रम्हविद्यावादी इंग्रज स्त्री श्रीमती ॲनी बेझंट सामील झाली. सुरुवातीला ती साम्राज्यनिष्ठा बाळगून चळवळ करू लागली व नंतर असहकाराच्या चळवळीची ती विरोधक बनली. १९१६ च्या लखनौ काँग्रेसमध्ये जहाल आणि मवाळ यांच्यात एकी झाली, इतकेच नव्हे तर, काँग्रेस आणि १९०५ साली स्थापन झालेली 'मुस्लिम लीग' ह्यांच्या एकोप्यासाठी १९१३ साली, कराची काँग्रेसच्या वेळी जे प्रयत्न चालू झाले होते त्यांना १९१६ मध्ये यश आले. ह्या घटनेचे मुख्य कारण म्हणजे तुर्कस्तानवर इंग्रजांनी चढाई केल्यामुळे, मुसलमान समाजात इंग्रजांविरुद्ध असंतोष धुमसत होता आणि १९१५ च्या 'मुस्लिम लीग कॉन्फरन्स'मध्ये वरील असंतोषाला वाचा फुटली. १९१६ साली काँग्रेस व मुस्लिम लीग ह्या दोन्ही संस्थांमध्ये नवीन सुधारणांसंबंधी एक करार करण्यात आला, त्याला 'लखनौ ॲक्ट' असे म्हणतात. ह्या 'लखनौ ॲक्ट' (करारा) प्रमाणे साम्राज्यांतर्गत स्वराज्य स्वीकारण्याचे ठरले, (कायदे मंडळामध्ये निवडून आलेल्या सभासदांची बहुसंख्या, कायदे मंडळाच्या सत्तेत वाढ, आणि 'व्हॉइसरॉय' च्या कार्यकारी मंडळात निम्मे सभासद भारतीय असावेत) हिलाच 'काँग्रेस लीग योजना' असे म्हणतात. ह्याच वेळी असेही ठरले की, 'साम्राज्यांतर्गत स्वायत्त वसाहतीचा दर्जा मिळविणे' हे भारताचे ध्येय ठरले.

राजकीय क्षेत्रात अशी परिस्थिती असताना १९१७ साली रशियात क्रांती झाली, त्यामुळे जागतिक राजकारणाला निराळे वळण लागले. त्याचा परिणाम ग्रेट ब्रिटन आणि भारत ह्यांच्यातील संबंधांवर झाला. राष्ट्रीय स्वयंनिर्णय आणि जुन्या साम्राज्यांचे विघटन हे प्रश्न, दोन्ही बाजूच्या साम्राज्यशाह्यांना अत्यंत तापदायक ठरले आणि त्यांनी राजकारणात प्रमुख स्थान मिळविले. रशियातील झारशाहीची सत्ता संपुष्टात येऊन पाच महिने होतात न होतात तोच ब्रिटिश सरकारने एक जाहिरनामा काढला,

(ह्या जाहीरनाम्याला 'माँटेग्यु डेक्लरेशन' असे म्हणतात. त्या वेळी माँटेग्यु हा भारतमंत्री होता म्हणून त्याचे नाव ह्या जाहीरनाम्याला दिले गेले. खरोखरी हा जाहीरनामा कर्झन आणि ऑस्टेन चेम्बरलेन ह्यांनी तयार केला होता). ह्या जाहीरनाम्यात भारतातील ब्रिटिश सरकारचे भारतासंबंधीचे ध्येय स्पष्ट करण्यात आले, ते असे : ''भारताला क्रमाक्रमाने राजकीय सुधारणा देऊन, हिंदुस्तानात साम्राज्यांतर्गत वसाहतीच्या दर्जाचे स्वयंशासित राज्य निर्माण करणे' आणि 'ह्या मार्गाने शक्यतो लवकर आपले राजकीय धोरण कार्यवाहीत आणण्याचे ठरविले.' ह्या जाहीरनाम्यातील शब्दरचना इतकी मोघम व घाईघाईने केली होती की, तो जाहीर केल्याबरोबर, ह्यातून निश्चितपणे काय द्यायचे ते ठरविण्याचे प्रयत्न सुरू झाले. ह्यानंतर 'माँटेग्यु-चेम्सफर्ड' रिपोर्ट एक वर्षाने तयार झाला. ह्या सुधारणा (प्रांतीय सरकारात 'डायार्की' म्हणजे द्विदल राज्यपद्धती म्हणजेच ब्रिटिश आणि भारतीय मंत्री ह्यांच्या कामाची वाटणी) १९१९च्या अखेरपर्यंत कार्यवाहीत आणल्या गेल्या नाहीत, तर त्या १९२० साली अमलात आल्या. ह्या सुमारास भारतातील सर्व राजकीय परिस्थितीत बदल झाला होता.

मोर्ले-मिंटो सुधारणांप्रमाणे माँटेग्यु-चेम्सफर्ड सुधारणाही काही प्रमाणांत यशस्वी झाल्या. कारण 'फोडा व झोडा' हे सरकारचे धोरण काही प्रमाणात कार्यवाहीत आणता आले. त्यामुळे मुख्य राजकीय पुढाऱ्यांत मतभेद निर्माण झाले. तथापि त्या वेळच्या राजकीय प्रगतीचा विचार करता, मवाळांचे, सरकारला मिळालेले साहाय्य फारसे प्रभावी ठरले नाही. १९१७ अखेर भरलेल्या कलकत्ता काँग्रेसमध्ये श्रीमती बेझंट ह्यांनी एक ठराव पास करून घेतला. तो असा : ''भारतातील सर्व प्रजाजनांच्या वतीने ही काँग्रेस ब्रिटिश सम्राटाला अत्यंत नम्रपणे व आदरपूर्वक कळवू इच्छिते की, आम्ही आपल्या पायाशी अत्यंत राजनिष्ठ असून, आपल्या सिंहासनाबद्दल आम्हांला नितांत अभिमान आहे. ब्रिटिशांशी असलेल्या आमच्या राजनिष्ठेवर आमची अढळ श्रद्धा आहे, आणि कोणत्याही बिकट परिस्थितीत, पडेल तो स्वार्थत्याग करून आम्ही आपणाशी राजनिष्ठ राहू, हे निश्चित.'' तथापि १९१८ च्या ग्रीष्म ऋतूत जेव्हा रिपोर्ट बाहेर पडला तेव्हा काँग्रेसचे खास अधिवेशन मुंबईला भरवण्यात आले. त्या अधिवेशनात 'रिपोर्ट' मध्ये केलेल्या सूचना 'निराशाजनक' व 'असमाधानकारक' ठरविण्यात आल्या. ह्या अधिवेशनानंतर मवाळ पक्षातील गांधीजी सोडून बाकीच्या पुढाऱ्यांनी काँग्रेस सोडली व 'इंडियन लिबरल फेडरेशन'ची स्थापना केली. त्यांच्यामध्ये ज्या मध्यमवर्गीय मवाळांना ब्रिटिश साम्राज्यशाहीशी सहकार्य करण्याची इच्छा होती, त्यांचा समावेश झाला. १९१९ च्या डिसेंबर महिन्यापर्यंत सुधारणा मान्य कराव्यात,

असेच काँग्रेसचे धोरण होते, गांधीजी आणि श्रीमती बेझंट ह्यांनी 'सुधारणा' मान्य कराव्यात अशी खटपट चालू केली, तर सी.आर.दास ह्यांनी 'सुधारणा' अमान्य ठरविल्या. शेवटच्या ठरावात 'सुधारणा' वर टीका करण्यात आली आणि "स्वयंनिर्णयाच्या तत्त्वावर जबाबदारीचे स्वायत्त राज्य द्यावे" असा ठराव मांडण्यात आला. तथापि गांधीजींनी त्याला पुस्ती जोडली की, अशा तऱ्हेचा बदल केला जाईपर्यंत, काँग्रेसची अशी श्रद्धा आहे की, लोक ह्या सुधारणा अशा तऱ्हेने राबवतील की, त्यांतून जबाबदारीचे स्वायत्त शासन निर्माण होईल.

१९१९ अखेरपर्यंत गांधीजी सुधारणांना अनुकूल होते व त्या राबवाव्या ह्यासाठी त्यांनी आपल्या साप्ताहिकात, त्या वर्षाच्या अखेरीस सुधारणांची तरफदारी केली, ती अशी :

"सुधारणांचा कायदा आणि जाहीरनामा ह्यावरून, भारताला न्याय देण्याच्या बाबतीत ब्रिटिशांचा कळकळीचा हेतू दिसतो, आणि म्हणून त्यासंबंधीची आपण साशंकता सोडली पाहिजे. सुधारणांवर कठोर टीका न करता त्या यशस्वी कशा करता येतील, ह्यासंबंधी आपण शांत रीतीने प्रयत्न करणे, हे आपले कर्तव्य आहे,"

(एम.के.गांधी. 'यंग इंडिया', ३१ डिसेंबर, १९१९).

हे जाहीर लिखाण महत्त्वाचे आहे, कारण 'रौलेट ॲक्ट', अमृतसरच्या घटना, पंजाबमधील 'मार्शल लॉ', वगैरे ज्या घटनांवरून पुढे असहकाराची चळवळ करण्यात आली, त्या घटना हा वेळपर्यंत घडून गेलेल्या होत्या आणि ह्यावरून हे सिद्ध होते की, सुधारणा राबविण्याचा निकाल हा निराळ्या हेतूने घेण्यात आला होता, आणि ह्या उलटलेल्या घटनांमुळेच पुढील वर्षी असहकाराची चळवळ सुरू करण्यात आली त्या वेळचे राजकारण निराळे होते.

खरोखरी ब्रिटिशांशी सहकार्य करण्याचे काँग्रेसचे तुणतुणे जरी अजून चालूच होते तरी, १९१९ साली भारतातील राजकीय परिस्थिती बदलत होती आणि सहकार्य करणाऱ्या काँग्रेसच्या पायाखालील वाळू घसरत चालली होती. १९१९ साली बहुजन समाजातील क्रांतिकारी असंतोषाच्या लाटेने भारताला घेरले होते. १९१८ च्या अखेरीस व १९१९ च्या सुरुवातीस, पूर्वी कधीही झाली नव्हती एवढ्या प्रचंड प्रमाणात संपाची चळवळ सुरू झाली. १९१८ च्या डिसेंबरमध्ये मुंबईच्या गिरणी कामगारांचा जो संप सुरू झाला होता त्यात जानेवारी १९१९ मध्ये १२५००० कामगार सामील झाले होते. रौलेट कायदा १९१९ च्या सुरुवातीस मांडला गेला व मार्चमध्ये पास केला गेला, त्याचा मुख्य हेतू म्हणजे लढाईच्या

काळात तात्पुरती सोय म्हणून केलेल्या कायद्यांची मुदत भरल्यावर, तीच सत्ता पुढे राबविण्याचा सरकारचा हेतू होता म्हणून रौलेट ॲक्ट करावा लागला. ह्या कायद्याच्या साहाय्याने नेहमीची न्यायदानाची पद्धत मोडीत काढून खटला न भरता कोणालाही तुरुंगात डांबणे शक्य व्हावे, हा सरकारचा दुष्ट हेतू होता. सुधारणांच्या मायावी पांघरुणाखाली, साम्राज्यशाहीने निर्माण केलेला हा दडपशाहीचा वरवंटा पाहून बहुजनसमाजात एकच संतापाची लाट उसळली. दक्षिण आफ्रिकेत मिळविलेल्या अनुभवाच्या साहाय्याने गांधीजींनी रौलेट ॲक्ट विरुद्ध शांततामय प्रतिकाराची चळवळ संघटित करण्याचे ठरविले आणि फेब्रुवारी महिन्यात सत्याग्रहींची तुकडी तयार केली. सहा एप्रिल रोजी सर्वत्र हरताळ पाळण्याचे ठरले. बहुजनसमाजातून एवढा प्रचंड प्रतिसाद मिळाला की, तो पाहून चळवळ सुरू करणारांनाही आश्चर्याचा धक्का बसला. मार्च व एप्रिल महिन्यात जनतेची प्रचंड निदर्शने, संप, असंतोष, काही ठिकाणी दंगली, आणि दडपशाहीच्या आसुरी बडग्याखाली कित्येकजण जखमी झाले तरी, धैर्याचा प्रतिकारही सर्व भारतभर पाहावयास मिळाला. त्या वर्षाच्या सरकारी रिपोर्टात, जनतेतील नवीन एकी, आणि हिंदू-मुस्लिम तंट्याबद्दलचा सरकारी पातळीवरील चुकलेला अंदाज, ह्याबद्दल भीतियुक्त आश्चर्य व्यक्त करण्यात आले.

'त्या एकूण आंदोलनातील एक आश्चर्यकारक दृश्य म्हणजे, हिंदू व मुसलमान ह्यांच्यामधील अपूर्व आपुलकी, हे होय. त्यांच्या पुढाऱ्यांतील एकी, ही आता राजकीय पातळीवरील एक निश्चित योजना ठरली होती. ह्या जनता आंदोलनात खालच्या पातळीवरील लोकांनी सुद्धा आपले मतभेद विसरण्याचे ठरविले. अभूतपूर्व अशी खेळीमेळीची दृश्ये निदर्शनास आली. हिंदूंनी व मुसलमानांनी जाहीर रीतीने एकमेकांकडून पाणी घेऊन ते पीत असताना दिसले. घोषणा आणि पताका ह्यांवरून हिंदू-मुस्लिम एकी, हा ह्या मिरवणुकीतील परवलीचा शब्द होता. हिंदू पुढाऱ्यांना मशिदीच्या व्यासपीठावरून प्रचार करण्यास परवानगी होती.'' (इंडिया इन् १९१९).

दडपशाहीचे खास उपाय अमलात आले, ह्याच वेळी अमृतसरला भीषण अत्याचार करण्यात आला. जेथून बाहेर जाण्यास मार्ग नाही अशा कोंडलेल्या जागेत जमलेल्या नि:शस्त्र जमावावर जनरल डायर ह्याने गोळ्यांच्या १६०० फैरी झाडल्या, त्यामुळे (सरकारी आकड्याप्रमाणे) ३७९ लोक प्राणास मुकले व १२०० जण जखमी झाले. त्यांना काही एक उपचारही मिळाले नाहीत. ह्या अघोरी कृत्याचा मुख्य हेतू असा होता की, लष्करी दृष्टीने, ह्या घटनेचा केवळ तेथे जमलेल्या लोकांवरच नव्हे, तर पंजाबमधील सर्व जनतेवर एक भीतिदायक परिणाम व्हावा. ह्या दडपशाहीसंबंधी

सर्व भारतात एवढी गुप्तता राखण्यात आली होती की, ह्या भीषण खुनाखुनीची चाहूल काँग्रेसच्या पुढाऱ्यांना सुद्धा चार महिने लागली नाही. ह्याबद्दलची सर्व बातमी सरकारी शासनाने दडपून टाकली इतकेच नव्हे तर, ती पार्लमेंटला किंवा ब्रिटिश जनतेलाही कळू देण्यात आली नाही. काँग्रेसची चळवळ आणि चौकशी चालू झाल्यामुळे, सरकारने मुत्सद्देगिरी चालवून, सरकारतर्फे एका चौकशी समितीची नेमणूक करून ह्या अत्याचाराचा निषेध करण्यात आला. तथापि जनरल डायरला, ह्या भीषण अत्याचाराबद्दल वीस हजार पौंडांची थैली देण्यात येऊन त्याची वाहवा करण्यात आली, 'हाऊस ऑफ लॉर्ड्स'ने डायरचा हा अत्याचार समर्थनीय ठरवला. पंजाबमध्ये लष्करी कायदा पुकारण्यात आला, ह्या संबंधात सर्रास गोळीबार, फाशी, हवेतून टाकलेले बाँब, आणि लष्करी अधिकाऱ्यांनी दिलेल्या भयंकर शिक्षा ह्यांची केवळ तुटपुंजी माहिती मागाहून केलेल्या चौकशीतून मिळू शकते.

"काँग्रेसच्या चळवळीला आता ब्रिटिशांच्या राज्याविरुद्ध संघटित बंडाचे स्वरूप प्राप्त झाले होते, हे नाकारण्यात अर्थ नाही,'' (सर व्हॅलेन्टाइन चिरोल, 'इंडिया,' १९२६, पा.२०७). ह्या स्फोटक होत चाललेल्या परिस्थितीचा गांधीजींना धक्काच बसला. कलकत्ता, मुंबई, अहमदाबाद व इतर ठिकाणच्या प्रशासकांविरुद्ध जनतेने चालू केलेल्या तुरळक अत्याचारांमुळे, ''हिमालयाएवढी घोडचूक मी केली'' असे गांधीजींनी जाहीर केले. कारण खरे सविनय सत्याग्रही बाजूस राहून, वाईट वृत्तीच्या लोकांनी अराजक चालू केले. हरताळ पाडल्यापासून एक आठवड्याच्या आतच, एप्रिलच्या मध्याला, गांधीजींनी सविनय कायदेभंगाची चळवळ काढून घेतली. खरोखरी ह्या वेळेला चळवळ अगदी शिगेला पोहोचली होती. २१ जुलै रोजी वर्तमानपत्राकडे पाठविलेल्या पत्रात गांधीजी म्हणाले, ''सविनय सत्याग्रही कधीही सरकारला अडचणीत आणू इच्छित नाहीत.'' 'सत्याग्रहा'चा हा सुरुवातीचा अनुभव (शब्दश: 'सत्यासाठी आग्रह' म्हणजेच सविनय प्रतिकाराचे तंत्र) पुढेही फार मोठ्या प्रमाणात आचरण्यात आणला गेला.

१९१९ च्या डिसेंबरमध्ये सुधारणा राबविण्याचा काँग्रेसचा प्रयत्न होता, हे आपण पाहिलेच आहे, आणि गांधीजींचे असे आग्रहपूर्वक सांगणे होते की, सुधारणा राबवून यशस्वी करणे, ही राष्ट्रीय चळवळच होती. तथापि हे स्वप्न प्रत्यक्षात आणण्यासारखा परिस्थितींत वावच राहिला नाही. बहुजनसमाजातील क्रांतिकारक असंतोषाची लाट, जी १९१९ साली नजरेत भरत होती ती १९२० व १९२१ साली अधिकच उंचावली, आणि १९२० च्या उत्तरार्धातील भीषण आर्थिक परिस्थितीमुळे

तिने अधिक गंभीर स्वरूप धारण केले होते. १९२० च्या पूर्वार्धात संपाची लाट शिगेला पोहोचली होती, त्या काळात दोनशे संप झाले व पंधरा लाख कामगारांनी त्यात भाग घेतला होता. अशा वाढत्या क्रांतिकारक लाटेसमोर 'शांतपणे सुधारणा राबवा' हा उपदेश थट्टेचा विषय झाला. सप्टेंबर १९२० च्या काँग्रेसच्या खास अधिवेशनात अध्यक्षांनी जाहीर केले की :

"आपण क्रांतिकारक काळामधून जात आहोत, ह्या गोष्टीकडे डोळेझाक करण्यात अर्थ नाही. आपल्या वृत्तीचा आणि रूढीचा विचार करता, क्रांत्यांचा आपल्याला तिटकारा आहे. वृत्तीच्या दृष्टीने आपण संथपणे जाणारे लोक आहेत, तथापि जेव्हा आपण हालचाल करण्याचे ठरवितो तेव्हा आपण जलद आणि उड्या मारीत चालतो. कोणत्याही जिवंत जातकाला आपल्या जीवनयात्रेत क्रांतीपासून 'संपूर्णपणे अलिप्त राहणे शक्य नाही." (लजपत राय, राष्ट्रीय सभेच्या कलकत्ता येथील खास अधिवेशनातील अध्यक्षीय भाषण, सप्टेंबर १९२०).

काँग्रेसच्या अध्यक्षांनी केलेले मुख्य मुद्द्याचे विश्लेषण बरोबर आहे. काँग्रेसच्या प्रमुख पुढाऱ्याने जाहीर रीतीने केलेल्या विश्लेषणाचा अन्वयार्थ लावायचा तर, वृत्तीने व रूढीपरत्वे, क्रांतीबद्दल नैसर्गिक तिटकारा असलेल्या आमच्या लोकांपुढे, वाढत्या चळवळीला मार्गदर्शन करण्याचा गंभीर प्रश्न निर्माण झाला होता. भारतात इतर देशाप्रमाणेच, जागतिक युद्धांनंतर परस्परविरोधी परिस्थिती निर्माण झाली होती. ह्याचे कारण महायुद्धाने निर्माण करून दिलेल्या अनेक संधींचा फायदा उचलण्यासाठी राजकीय चळवळ आवश्यक अशा पूर्णावस्थेस पोहोचली नव्हती.

अशा परिस्थितीत १९२० साली गांधीजी व काँग्रेसमधील मुख्य पुढारी (ज्यांना पूर्वीच्या मवाळांनी सोडले होते), ह्यांनी आपल्या धोरणात मूलभूत स्वरूपाचा फरक घडवून आणला. त्यांनी सुधारणा राबविण्याचे तंत्र सोडले. बहुजनसमाजाच्या चळवळीचे पुढारीपण करण्याचे ठरविले आणि त्यासाठी 'अहिंसक असहकारा'ची योजना आखली. ह्यानंतर बहुजनसमाजाची चळवळ काँग्रेसने करायची असे ठरले, मात्र हे पुढारीपण पुरविण्याबद्दल, लढ्याचे स्वरूप 'अहिंसक' म्हणजे शांततामय ठेवलेच पाहिजे, असे ठरले.

काँग्रेसच्या १९२० च्या कलकत्त्याच्या खास अधिवेशनात 'अहिंसक' असहकाराची नवी योजना मान्य करण्यात आली. तिला विरोध झाला, तथापि गांधीजी, मोतीलाल नेहरू व त्या वेळच्या खिलाफत चळवळीचे प्रमुख नेते अलिबंधू, ह्यांच्या एकजुटीमुळे तो ठराव पास झाला. (खिलाफत चळवळ म्हणजे, सेव्हर्सच्या तहात प्रमुख मुस्लिम

राष्ट्र जे 'टर्की' त्यावर  जो अन्याय झाला होता त्याचा खरा प्रतिरोध, पण एका अर्थी मुस्लिम बहुजन समाजातील असंतोषाचा उद्रेक). त्या ठरावात असे जाहीरपणे सांगण्यात आले की, 'प्रागतिक अहिंसक असहकार' हे काँग्रेसचे धोरण गांधीजींनी ठरविले होते आणि वरील अन्याय दूर होईपर्यंत आणि स्वराज्य मिळेपर्यंत ते चालू राहणार होते. ह्या धोरणात पायरीपायरीने निरनिराळ्या गोष्टी करायच्या होत्या. सुरुवातीस सरकारी पदव्यांचा त्याग करायचा होता, आणि (कायदेमंडळे, न्यायालये आणि शिक्षणसंस्था ह्यांवर बहिष्कार घालायचा होता) त्याच्याच जोडीला हाताने सूतकताई व सूत विणण्याचे काम प्रत्येक घरात चालू करायचे होते, आणि ह्यानंतरच्या शेवटच्या पायरीला पोहोचल्यावर 'कर-बंदी'ची चळवळ करायची होती. ह्या चळवळीत, मध्यमवर्गीय सरकारी नोकर, वकील व विद्यार्थी ह्यांनी बहिष्कार घालून चळवळ सुरू करायची होती, बहुजन समाजाला रचनात्मक कार्य म्हणजे हाताने सूत काढणे व विणणे, हे होते. बहुजन समाजाने कर-बंदी, (म्हणजे सरकार-सारा किंवा कर भरण्याचे बंद करणे) चळवळ करायची होती ती पुढील काळासाठी राखून ठेवली होती.

नोव्हेंबर महिन्यात नवीन कायदेमंडळे निर्माण झाली. त्यांच्या निवडणुकींवर काँग्रेसने बहिष्कार घातला, तो इतका प्रभावी ठरला की,  मतदारांनी मतदान केलेच नाही. शाळांवरील बहिष्कार बऱ्याच प्रमाणात यशस्वी झाला. ज्या विद्यार्थ्यांनी शाळांवर बहिष्कार घातला ते असहकाराच्या चळवळीत उत्साहाने सामील झाले. वकिलांचा बहिष्कार बेताबेतानेच पाळला गेला. मात्र मोतीलाल नेहरू व सी. आर. दास ह्यांसारख्या प्रसिद्ध वकिलांनी बहिष्कार टाकला.

काँग्रेसचे वार्षिक अधिवेशन १९२० च्या डिसेंबर महिन्यात नागपूर येथे भरले. नवीन कार्यक्रम जवळजवळ सर्वानुमते मान्य करण्यात आला. काँग्रेसचे पूर्वीचे ध्येय बदलण्यात आले. पूर्वी 'साम्राज्यांतर्गत वसाहतीचे राज्य' हे ध्येय होते व ते शांततेच्या आणि सनदशीर मार्गांनी मिळवायचे होते, त्याऐवजी आता 'शांततेच्या आणि कायदेशीर मार्गांनी स्वराज्य मिळविणे' हे ध्येय ठरविण्यात आले. पूर्वीची काँग्रेसची संघटना ढिली होती ती आता आधुनिक राजकीय पक्षाच्या घटनेप्रमाणे करण्यात आली. तिच्या शाखा आता खेड्यात व इतर ठिकाणी पसरल्या गेल्या व तिच्या रचनेत १५ लोकांचे एक कार्यकारी मंडळ निवडण्यात आले.

गांधीजींनी काँग्रेसमध्ये चालू केलेला नवा कार्यक्रम व धोरण ह्यांमुळे काँग्रेसच्या जीवनात प्रचंड विकास झाला. बहुजनसमाजाला सरकारविरुद्ध करायच्या आंदोलनात

मार्गदर्शन करून राष्ट्रीय स्वातंत्र्य संपादन करण्यासाठी काँग्रेस हा एक राजकीय पक्ष निर्माण झाला. ह्या वेळेपासून राष्ट्रीय सभा हे राष्ट्रीय चळवळीचे क्रेंद्रस्थान बनले, (ह्या बदलामुळे पूर्वींच्या काळातील क्रियाशील राष्ट्रवाद्यांचे डोळे दिपून गेले.)

तथापि ह्या नवीन कार्यक्रमात व धोरणात एक निराळेच मूलभूत तत्त्व समाविष्ट होऊन राहिले. ते बहुजनसमाजाच्या लढ्याला विरोधी होते. त्यात छोट्या मध्यमवर्गीयांच्या 'नैतिक श्रद्धा' व 'सुधारकी समजावणी' ह्यांचा आविष्कार होता, आणि तो 'अहिंसक' ह्या भोळसट दिसणाऱ्या शब्दांत दडून राहिला होता. हा शब्दप्रयोग गांधीजींनी आपल्या धार्मिक तत्त्वज्ञानाच्या प्रसारासाठी अत्यंत वक्तृत्वपूर्ण व भक्तिपूर्ण पद्धतीने केला होता. त्याचा तोंडवळा प्राचीन भारताच्या अध्यात्ममार्गी तत्त्वज्ञानाच्या चेहरेपट्टीशी मिळताजुळता होता. तथापि तो विचार, टॉलस्टॉय, थोरो आणि इमर्सन ह्यांच्यासारख्या आधुनिक तत्त्वज्ञान्यांच्या विचारसरणीतून घेतला गेला असावा. गांधीजी पूर्वायुष्यात इंग्लंडमध्ये राहात असताना, ह्या विचारवंतांचे तत्त्वज्ञान अधिक प्रभावी होते, त्याचा गांधीजींच्या जडणघडणीवर परिणाम झाला असावा. तोच शब्दप्रयोग गांधीजींच्या अनेक अनुयायांनी मान्य केला. तो एक तत्त्वज्ञानाचा भाग म्हणून त्यांनी त्याचा स्वीकार केला नव्हता, तर भारतासारख्या निःशस्त्र लोकांना, ब्रिटिशांसारख्या शस्त्रसज्ज लोकांच्या राजवटीविरुद्ध लढा द्यायचा होता आणि अशा वेळी व्यवहारज्ञानाला अनुसरून त्यांनी 'अहिंसक' लढा हे एक धोरण म्हणून मान्य केले. तथापि त्यानंतर ज्या घटना घडल्या आणि 'अहिंसक' ह्या शब्दाच्या अर्थाच्या विश्लेषणातून जे निरनिराळे अर्थ काढण्यात आले, त्यावरून, हा शब्द दिसण्यात जरी निरुपद्रवी व माणुसकीची उबग असलेला, असा भासला, तरी प्रत्यक्षात त्याच्या अर्थमध्ये अनेक गुंतागुंतीचे प्रश्न निगडित होते. केवळ अखेरच्या संघर्षालाच त्याचा विरोध होता एवढेच नव्हे तर, नजीकच्या काळातील लढासुद्धा उधळून लावण्याचे सामर्थ्य त्याच्यात दडलेले होते. त्याचे कारण ह्या शब्दाचा उपयोग, बहुजनसमाजाच्या हिताचा, मध्यमवर्गीयांच्या व जमीनदारांच्या हितांशी तडजोड करण्यासाठी उपयोग व्हावा, अशासाठी केला होता. अखेरच्या लढ्याला, जमीनदारांच्या हिताचा विरोध होता, ही गोष्ट खरी आहे. जरी पहिल्याच संघर्षात व त्यानंतर दहा वर्षांनी केलेल्या आंदोलनात, भारताची प्रचंड प्रगती झाली होती तरी, हा मूलभूत स्वरूपाचा तात्त्विक विरोधच चळवळीच्या अपयशाला कारणीभूत होता. ह्याचमुळे नवीन धोरणाच्या साहाय्याने चुटकीसरशी मिळविण्याचा स्वराज्याच्या स्वप्नाचे दिलेले निश्चित आश्वासन हवेत विरून गेले.

स्वराज्यप्राप्ती लवकर व्हावी म्हणून सरकारविरुद्ध क्रियाशील चळवळ उभारण्याचा ठराव काँग्रेसने पास केल्याबरोबर, बहुजनसमाजाच्या आंदोलनाने आघाडी मारली. गांधीजींनी तर ह्या बाबतींत जाहीर रीतीने निश्चित भविष्य वर्तविले (जरी ते भोंगळ स्वरूपाचे होते तरीही उत्साहाच्या भरात त्यांच्या अनुयायांनी त्यावर विश्वास ठेवला) की, स्वराज्य बारा महिन्यांत मिळविले जाईल. त्याची निश्चित तारीखही जाहीर करण्यात आली, ती म्हणजे ३१ डिसेंबर १९२१ ही होय. गांधीजी तर इतके पुढे गेले की, १९२१ च्या सप्टेंबरमधील एका मेळाव्यात त्यांनी असे जाहीर केले की, १९२१ साल संपण्यापूर्वी स्वराज्य मिळणार ह्या गोष्टीबद्दल त्यांची एवढी खात्री होती की "स्वराज्याशिवाय ३१ डिसेंबरनंतर त्यांना जगणे अशक्य होते.'' (सुभाष बोस 'दि इंडियन स्ट्रगल,' पान ८४) तथापि त्यानंतर त्यांना राजकारणात अनेक वर्षे काढावी लागली तरीही त्यांचे स्वराज्याचे स्वप्न साकार होण्याचा योग आला नाही.

गांधीजींच्या चळवळीचा कार्यक्रम हा स्वराज्य मिळण्याच्या तारखेपेक्षाही अधिक भोंगळ होता, 'हिस्ट्री ऑफ दि इंडियन नॅशनल काँग्रेस'मध्ये म्हटले आहे की :

'बहुजनसमाजाचा सविनय कायदेभंग' ही काय चीज आहे ते पाहण्यास लोक उत्सुक होते. तो काय होता? तो कसा होईल? गांधीजींनी त्याची व्याख्या कधीच केली नाही, त्याचे स्पष्टीकरण केले नाही, स्वत:च्या मनात सुद्धा त्याचा अंदाज काढला नाही. ज्याप्रमाणे घनदाट अरण्यातील रुळलेली पायवाट वाटसरूला, तो जसजसा मार्ग आक्रमीत जातो, तसतशी मार्गदर्शन करीत जाते, त्याप्रमाणे आत्मविश्वास असलेल्या, निर्मळ मनाच्या, सम्यक दृष्टीने पाहणाऱ्या सत्याग्रहीला, त्याच्या आशेचा किरण त्याच्या मार्गाची उकल हळूहळू आपोआपच करीत जाईल,'' अशी त्यांची श्रद्धा होती. (ऑफिशियल 'हिस्ट्री ऑफ दि इंडियन नॅशनल काँग्रेस' १९३५, पान ३७६).

१९२१ च्या आणीबाणीच्या काळात, गांधीजींचा एक तरुण अनुयायी सुभाष बोस त्यांना भेटला आणि त्याने चळवळीची संपूर्ण माहिती, चळवळीच्या पुढील पायऱ्या, गांधीजींची योजना, आणि ब्रिटिश नोकरशाहीच्या हातातून सत्ता हिसकावून घेण्याचे तंत्र, वगैरे बाबतींत खुलासा मागितला. तथापि त्याला काहीच उत्तर मिळाले नाही :

"त्यांची (गांधीजींची) खरी अपेक्षा काय होती ते मला कळू शकले नाही, कदाचित त्यांना त्यांची गुप्त योजना आगाऊ सांगायची नसावी, किंवा ज्यामुळे सरकारला सत्तांतर करणे भाग पडेल त्यासाठी कोणत्या क्लृप्त्या योजाव्यात, ह्या-

बद्दल त्यांना (गांधीजींना) स्पष्ट कल्पना आलेली नसावी.'' (सुभाष बोस 'दि इंडियन स्ट्रगल', १९२०-१९३४,' पान ६८.)

गांधीजींच्या 'हसू आणणाऱ्या भोंगळपणा' बद्दल जवाहरलाल नेहरू म्हणतात :

''आमच्यापैकी बहुतेक पुढाऱ्यांना स्वराज्य हे स्वातंत्र्यापेक्षा काहीतरी कमी होते, असे वाटणे उघड होते. ह्या बाबतीत गांधीजींचा भोंगळपणा हसू आणण्यासारखा होता, त्यांनी त्याची स्पष्ट कल्पना यावी म्हणून प्रोत्साहन दिले नाही.''

(जवाहरलाल नेहरू, 'ऑटोबायाग्राफी', पान ७६).

तथापि ते (नेहरू) पुढे म्हणतात :

''गांधीजी हे एक थोर, असामान्य आणि अत्युत्तम पुढारी होते असे आम्हां सर्वांस वाटे आणि त्यांच्यावर विश्वास टाकल्यावर आम्ही त्यांना जवळजवळ कोरा 'चेक' त्या वेळेपुरता तरी दिला.'' (कित्ता, पान ७३)

१९२१ साली चळवळीची प्रगती अशी होत गेली की, तिच्यामुळे 'असहकार' वाढत्या प्रमाणावर होऊ लागला. इतकेच नव्हे, तर, तिचे पडसाद सर्व देशांत निरनिराळ्या क्षेत्रांत उठू लागले: आसाम-बंगाल रेल्वेचा संप, मिदनापूरची कर-बंदी चळवळ, दक्षिणेस मलबार किनाऱ्याजवळ मोपल्यांचे बंड, आणि सरकारने आधार दिलेल्या, पंजाबमधील श्रीमंत मोहंताविरुद्ध चालू झालेले क्रियाशील 'अकाली' आंदोलन.

१९२१ अखेर चळवळीने नवीन उच्चांक गाठला. सर्व परिस्थितीबद्दल चिंता वाटून गांधीजींविरुद्ध हुकमी एक्का खेळण्याचे सरकारने ठरविले. गतवर्षी 'ड्यूक ऑफ कॅनॉट'ला आणले होते त्याच्या ऐवजी 'प्रिन्स ऑफ वेल्स'ला भारताचा दौरा करण्यासाठी आणण्याचे सरकारने ठरविले. त्याने लोकांची समजूत घालावी म्हणून नव्हे, तर पौर्वात्य लोकांना 'राजा' ह्या संस्थेबद्दल अत्यादर व श्रद्धा आहे अशी प्रत्येक अँग्लो-सॅक्सन तज्ज्ञाची अटकळ होती आणि राजपुत्राला आणून पौर्वात्य लोकांवर त्याचा परिणाम झाला तर पाहावा असा सरकारचा बेत होता. तथापि त्या बाबतीत सरकारच्या अपेक्षांचा कल्पनातीत भंग झाला. १७ नोव्हेंबरला 'प्रिन्स ऑफ वेल्स' भारताला भेट देण्यासाठी आला. तथापि सर्व देशभर अभूतपूर्व व अत्यंत यशस्वीपणे हरताळ पाडून भारतीय जनतेने राजपुत्राला आपला असंतोष उत्कटपणे व्यक्त करून दाखविला. लोकांचा विरोध आणि तो दडपून टाकण्यासाठी सरकारने चिडून केलेली दडपशाही ह्यांतून रक्तरंजित संघर्ष निर्माण झाले. गांधीजींनी ते थांबविण्याचा प्रयत्न केला तथापि त्यांना यश न मिळाल्यामुळे, 'स्वराज्याची माझ्या नाकाला घाण येते''

असे ते म्हणू लागले.

ह्यानंतर राष्ट्रीय स्वयंसेवक संघटना अधिक संघटित होऊ लागली. हा वेळपर्यंत ती काँग्रेसच्या पुठ्ठ्यातच किंवा 'खिलाफती'च्या नावाखाली संघटित केली होती आणि तिचे 'अहिंसक असहकार' हेच ध्येय होते, तथापि पुष्कळ स्वयंसेवक एक पद्धतीचा पोषाख करीत, संचलन करीत, हरताळ पाडीत आणि शांततामय आर्जवे करून परदेशी मालावर बहिष्कार टाकीत.

ह्या राष्ट्रीय स्वयंसेवक संघटनेवर (आर.एस.एस.नव्हे) सरकारच्या दडपशाहीचा वरवंटा फिरला. 'स्टेट्समन्' आणि 'इंग्लिशमन्' ह्यांसारख्या सरकारधार्जिण्या वर्तमानपत्रांनी एकच आरोळी ठोकली की, कलकत्त्याचा ताबा राष्ट्रीय स्वयंसेवक संघटनेने घेतला असून, सरकार मोडीत निघाले आहे, म्हणून सरकारने त्वरित उपाययोजना करावी. सरकारने स्वयंसेवक संघटना बेकायदेशीर ठरविली. हजारो लोकांची धरपकड झाली. हजारो विद्यार्थी आणि गिरणी कामगार ह्यांनी स्वयंसेवकांच्या जागा भरून काढल्या.

डिसेंबरअखेर, गांधीजी सोडून बाकीचे सर्व काँग्रेसचे प्रमुख पुढारी तुरुंगात डांबण्यात आले. वीस हजार राजकीय कैद्यांनी तुरुंग भरून गेले. पुढील वर्षाचे सुरुवातीला जेव्हा चळवळ शिगेला पोंहोचली होती तेव्हा तीस हजार काँग्रेसजन तुरुंगात होते. लोकांच्या उत्साहाला उधाण आले होते.

सरकार चिंताग्रस्त झाले व त्याचा धीर सुटू लागला. सरकारचे कायदे मोडण्याची लाट शहरांतून वाहत जाऊन जर लाखो शेतकऱ्यांपर्यंत पसरली तर ब्रिटिश साम्राज्याची वाट लागली असती. तीस कोटी जनतेच्या प्रचंड आंदोलनापुढे सरकारच्या सर्व बंदुका व विमाने ह्यांची धार बोथट झाली असती. पंडित मालवीय यांचेमार्फत व्हॉइसरॉयने राजकीय कैद्यांशी तुरुंगांत बोलणी करण्यास सुरुवात केली. त्याने राष्ट्रीय स्वयंसेवकांवरील बंदी काढून राष्ट्रीय पुढाऱ्यांची तुरुंगातून सुटका करण्याचे मान्य केले व त्याच्या मोबदल्यात सविनय कायदेभंगाची चळवळ काढून घेण्यात यावी असे सुचविले. ही बोलणी निरुपयोगी ठरली.

अशा परिस्थितींत वर्षअखेर अहमदाबादला काँग्रेसचे अधिवेशन भरले. बंगालचे प्रसिद्ध पुढारी सी.आर.दास ह्यांनाच अध्यक्ष करायचे होते, पण ते तुरुंगात होते. तेव्हा तुरुंगाबाहेर असलेल्या गांधीजींनी एका इंग्रज पाद्र्याला काँग्रेसच्या अधिवेशनात सुरुवातीचे भाषण करण्यास पाचारण केले. त्याने ही संधी साधून परदेशी मालाच्या होळ्या पेटविण्याविरुद्ध लोकांना बोधामृत पाजले.

उत्साह ओसंडून जात असताना अहमदाबादच्या काँग्रेसने 'सविनय कायदेभंगा'ची

चळवळ अधिक जोराने चालू ठेवण्याचा आपला दृढनिश्चय एका ठरावाच्या द्वारे जाहीर केला, ''हा सविनय कायदेभंग, स्वराज्य मिळून भारतावरील सरकारची सत्ता लोकांच्या हातांत जाईपर्यंत चालू ठेवायचा होता. त्याचबरोबर अठरा वर्षांवरील सर्वांनी बेकायदेशीर ठरविलेल्या स्वयंसेवक संघटनेत जावे आणि सविनय कायदेभंगाच्या चळवळीवर लक्ष केंद्रीभूत करून बहुसंख्येने किंवा व्यक्तिगत, आक्रमक किंवा बचावाचा ''सविनय कायदेभंग' करण्याची शपथ घ्यावी, आणि ह्यासंबंधात संपूर्ण अधिकार काँग्रेसने सर्वाधिकारी म्हणून महात्मा गांधींना देण्यात यावेत.''

गांधीजी आता काँग्रेसचे सर्वाधिकारी बनले. चळवळीने आता परमोच्च बिंदू गाठला होता. यश मिळेपर्यंत संघर्ष चालू ठेवण्याचा संपूर्ण अधिकार त्यांना देण्यात आला होता. सत्याग्रहाच्या शक्तीची परीक्षा पाहण्याचा क्षण येऊन ठेपला. बहुजन समाजाला सविनय कायदेभंग करण्याचा आदेश देण्याची वेळ जवळ आली होती. सर्व देशाचे डोळे गांधीजींकडे लागून राहिले होते. ते काय करतात?

राष्ट्रीय आंदोलनाचा उत्साह अशा प्रकारे दुथडी भरून वाहत असताना, काँग्रेसमधील एक व्यक्ती ह्या घडामोडीबद्दल चिंताग्रस्त झाली होती. ही व्यक्ती म्हणजे गांधीजी. त्यांची ही चळवळ ज्या मार्गाने व्हावयास व वाढावयास हवी होती त्या मार्गाने ती वाढत नव्हती. काहीतरी चुकत होते. त्यांनी ज्या आदर्श, संपूर्ण व तात्त्विक दृष्टीने अहिंसक आंदोलनाचे चित्र मनात रंगविले होते, ते हे नव्हते. त्यांनी एका राक्षसाला मोकाट सोडले होते. दुष्ट व्यक्ती चोरवाटेने आत घुसत होत्या. त्यांच्या मुस्लिम स्नेह्यांपैकी काही बेजबाबदार लोक 'अहिंसेची अटच काढून टाका' अशी मागणी करीत होते. १९२१ च्या शेवटच्या आठवड्यात, अधिकाधिक लोक तसे उघड उघड म्हणू लागले. त्याच वेळी हजारो लोक गांधीजींच्या नावाचा जयघोष करीत तुरुंगांत जात होते, आपल्या मनातील भीती आणि उद्वेग व्यक्त करण्यासाठी, ''स्वराज्याची माझ्या नाकाला घाण येते'' असे ते म्हणत.

अहमदाबादला, पाय मागे घेण्यास सुरुवात झाली. पुढील अपेक्षित संघर्षासाठी झालेल्या तंग वातावरणात, ती उघड उघड बोलली जात नव्हती, तथापि पुसट चिन्हे दिसू लागली होती. अहमदाबाद काँग्रेसच्या अधिवेशनाचा प्रसंग हा एक ऐतिहासिक क्षण होता, एक आदर्श घडी होती. सर्व देशभर तमाम जनतेने सविनय कायदेभंग करावा, असा आदेश देण्याची तीच वेळ होती. त्यातूनच ज्या विजयाची जनता आतुरतेने वाट पाहत होती त्यासाठी अखेरच्या संघर्षाचा आदेश देण्याची तीच वेळ होता. भारताच्या तरुण साम्यवादी पक्षाने अहमदाबादच्या काँग्रेसच्या अधिवेशनाला

खालील जाहीरनामा पाठविला :

''आज जो संघर्ष सर्व भारताला हादरे देत आहे त्याचे पुढारीपण जर काँग्रेस करणार असेल तर तिने फक्त निदर्शने व वरवर दिसणारा क्षणभंगूर उत्साह ह्यांवर समाधान मानू नये. तिने कामगार संघटनांच्या मागण्या ह्या आपल्याच मागण्या कराव्यात, किसान सभांचा कार्यक्रम हा आपलाच कार्यक्रम करावा, आणि लवकरच अशी वेळ येईल की, काँग्रेस कोणत्याही अडथळ्याला जुमानणार नाही, असे झाले तर काँग्रेसच्या चळवळीला, आपल्या खास आर्थिक हितासाठी झगडत असलेल्या संपूर्ण जनतेच्या अनुल्लंघनीय शक्तीचा प्रचंड पाठिंबा मिळेल.''

(मॅनिफेस्टो ऑफ दि कम्युनिस्ट् पार्टी ऑफ इंडिया टू दि अहमदाबाद नॅशनल काँग्रेस, १९२१).

संघर्ष चालू करण्याचा आदेश अहमदाबाद येथे देण्यात आला नाही. ह्या- उलट काळजीपूर्वक निरीक्षकांना असे दिसून आले की, कर-बंदी चळवळीचा कोणताही उल्लेख अहमदाबाद येथे केलेल्या ठरावात करण्यात आला नाही. बहुजनसमाजाच्या सविनय कायदेभंगाबद्दलचे उल्लेख 'जर' 'तर' च्या खोड्यात अडकून पडले होते: 'योग्य त्या खबरदारीने'', ''आदेश देण्यात येईल त्याप्रमाणे'' 'अहिंसेच्या पद्धतीत'', बहुजन समाज, जेव्हा संपूर्ण प्रशिक्षण घेऊन तरबेज होईल. नंतर 'रिपब्लिकन् मुस्लिम लीडर हजरत मोहानी ह्याचे प्रकरण उद्भवले. त्याने 'स्वराज्य' ह्या शब्दाची व्याख्या केली. ती अशी : कोणत्याही प्रकारच्या परकीय ताबेदारीपासून संपूर्ण स्वातंत्र्य. गांधीजींनी त्याला कडवा विरोध केला, (त्याचे मला दुःख होते. कारण त्यात जबाबदारीची जाणीव दिसत नाही.) हजरत मोहानीचा ठराव फेटाळला गेला.

सरकारने अहमदाबाद अधिवेशनाकडे काळजीपूर्वक लक्ष देऊन तेथील परिस्थितीचा मागोवा घेतला आणि काळजीमुक्त झाल्याचा सुस्कारा सोडला. व्हाइसरॉयने भारतमंत्र्याला तारेने लंडनला कळविले की :

''ख्रिसमसच्या आठवड्यात काँग्रेसने आपले अधिवेशन अहमदाबाद येथे भरविले. मुंबईत झालेल्या दंग्याचा गांधीजींवर फार परिणाम झाला. त्यांनी त्या वेळी केलेल्या भाषणावरून हे स्पष्ट दिसले. बहुजनसमाजाच्या कायदेभंगात किती धोका आहे, ह्या गोष्टीची वरील दंग्यामुळे त्यांची खात्री झाल्याचे दिसले. काँग्रेसने केलेले ठराव हे ह्या विधानाचा पुरावा आहे. खिलाफत पक्षाने अहिंसेची अट काढून टाकण्याबद्दल खटपट केली, पण गांधीजींनी त्यांची सूचना अमान्य केली. दिल्लीला ठरलेल्या अटीप्रमाणे सविनय कायदेभंगाची चळवळ चालू ठेवण्याबद्दल जरी आग्रहाने सांगण्यात

आले तरी कर-बंदी चळवळीचा उल्लेखही टाळण्यात आला.'' ('टेलिग्राफिक कॉरस्पॉन्डन्स रिगार्डिंग दि सिच्युएशन इन् इंडिया', सी.एम.डी, १५८६, १९२२).

गांधीजी आता काय करणार? अहमदाबाद काँग्रेस काहीही योजना आखल्याशिवाय समाप्त झाली. गांधीजींना सर्वाधिकार देण्यात आले. पॅरिसच्या वेढ्यात ज्याप्रमाणे पॅरिशियन लोकांना असे वाटले होते की, जनरल टोचजवळ योजना होती त्याचप्रमाणे, साम्राज्यशाहीच्या दडपशाहीखाली खचून गेलेल्या भारतीय जनतेला असे वाटत होते की, गांधीजी काहीतरी क्लृप्ती बाहेर काढतील.

गांधीजींचे वागणे विचित्र होते. ते एक महिना वाट पाहत बसले. ह्या महिन्यात जिल्हा काँग्रेसचे लोक त्यांना भेटले व कर-बंदी चळवळ चालू करण्याचा आदेश मागितला. गंटूर जिल्ह्याने परवानगीशिवाय कर-बंदी चळवळ चालू केली. गांधीजींनी गंटूर जिल्हा काँग्रेसला कळविले की, सर्व कर ठराविक वेळी भरण्याची व्यवस्था करावी. त्यानंतर त्यांनी असा एक जिल्हा निवडला की, जेथे संपूर्ण अहिंसा सांभाळणे शक्य होते. हा जिल्हा म्हणजे बार्डोली होय. त्याची लोकसंख्या ८७००० होती. म्हणजे जी भारतीय जनता कर-बंदी चळवळ चालू करण्याची वाट पाहात होती तिच्या संख्येच्या $\frac{१}{४०००}$ जनतेला कर-बंदीची चळवळ चालू करण्याचा आदेश मिळणार होता.

एक फेब्रुवारीला गांधीजींनी व्हॉइसरॉयला निर्णायक खलिता पाठविला त्यात असे कळविण्यात आले की, तुरुंगांतील कैद्यांची सुटका झाली नाही व दडपशाही बंद झाली नाही, तर, बहुजनसमाजाचा सविनय कायदेभंग फक्त बार्डोलीत चालू करण्यात येईल. ही योजना गांधीजी कार्यवाहीत आणतात न आणतात तोच, बातमी आली की, उत्तर प्रदेशातील चौरीचौरा ह्या खेड्यात संतप्त शेतकऱ्यांनी पोलिसचौकी उधळून जाळून टाकली आणि लोकांना अप्रिय झालेले पोलिस जळून खाक झाले. शेतकऱ्यांमधील ह्या वाढत्या असंतोषामुळे, सर्व भारतात क्रांती घडवून आणण्याच्या प्रश्नाचा निकाल ताबडतोब घेण्याचे गांधीजींनी ठरविले. १२ फेब्रुवारीला बार्डोली येथे कार्यकारी मंडळाची घाईघाईने एक सभा घेण्यात आली. ह्या सभेत असे ठरविण्यात आले की, ''चौरीचौरा येथे जनतेने जी अमानुष हिंसा केली'' तिच्यामुळे बहुजनसमाजाची सविनय कायदेभंगाची चळवळ, स्वयंसेवकांच्या मिरवणुकी, बंदी असूनही घ्यावयाच्या सभा वगैरे सर्व  एकदम बंद करण्यात आले आणि त्यांच्या जागी सूतकताई, दारूबंदी, शिक्षण ह्यांसारखा रचनात्मक कार्यक्रम आखण्यात आला. लढाई संपली. सर्व चळवळ संपुष्टात आली. डोंगर पोखरून फक्त उंदीर बाहेर आला.

बार्डोलीस घेतलेल्या वरील निकालामुळे काँग्रेस-वर्तुळात 'त्रेधातिरपिट' उडाली, असे म्हणणे, हा शब्दच्छल होय. कारण त्या वेळी ह्या निकालामुळे जनतेत इतकी संतापाची लाट उसळली होती की, तिचे त्रेधातिरपिट म्हणून वर्णन करणे म्हणजे, त्या भाषेत योग्य शब्दाचा अभाव होता, असे म्हणण्यासारखे आहे. इंग्रजी वाचकांना ह्या घटनेची यथार्थ कल्पना द्यायची तर असे म्हणता येईल की, १९२६ सालचा सार्वत्रिक संप एकाएकी काढून घेण्याची घटना, आणि १९२२ साली बार्डोलीला सविनय कायदेभंगाची चळवळ एकाएकी काढून घेण्याचा निर्णय, ह्यांची थोड्या प्रमाणात तुलना करता येते.

"चळवळीच्या दृष्टीने जनतेचा उत्साह जेव्हा शिगेला पोहोचला होता तेव्हा पीछेहाटीचा आदेश देणे, हे राष्ट्रीय संकटच म्हणावयास हवे. गांधीजींचे प्रमुख साहाय्यक देशबंधू दास, पंडित मोतीलाल नेहरू आणि लाला लजपत राय ह्या सर्वांची प्रतिक्रिया अशीच होती. मी त्यावेळी देशबंधूंबरोबर होतो आणि ते दु:खाने आणि रागाने लाल झाले होते.'' (सुभाष बोस, 'दि इंडियन स्ट्रगल,' पान ९०).

मोतीलाल नेहरू आणि लजपत राय व इतर ह्यांनी संतापजनक लांब लांब पत्रे गांधीजींना पाठवून, त्यांच्या निकालाविरुद्ध विरोध व्यक्त केला. गांधीजींनी शांत रीतीने उत्तर पाठविले. तुरुंगातील लोक हे 'व्यवहाराचे दृष्टीने मृतवत' असतात आणि त्यांना धोरणाचे बाबतीत काही एक बोलण्याचा हक्क नाही.

उत्स्फूर्त अशी बहुजनसमाजाची चळवळ निर्माण होणार नाही, आणि एका सर्वाधिकाऱ्याच्या संपूर्ण इच्छेनुरूप सर्व काही चालेल, अशी काळजी आंदोलन चालू करण्यापूर्वी घेतली होती. असा संघर्ष अयशस्वी ठरला आणि बार्डोलीच्या निर्णयामुळे सर्वत्र गोंधळ आणि निराशा झाली. हे अटळ होते. जवाहरलाल नेहरूसुद्धा, हा निर्णय बरोबर होता, असे म्हणतात, कारण ती चळवळ हाताबाहेर गेली असती आणि ती हिंसेच्या मार्गाने वाटचाल करू लागली असती, हे निश्चित. त्यांतून सरकारबरोबर रक्तरंजित संघर्षाचा प्रसंग आला असता आणि त्यात सरकारचा नक्की जय झाला असता, तथापि ते कबूल करतात की, ज्या पद्धतीने निर्णय घेतला गेला तिने जनतेचा विश्वास खच्ची झाला. अशा प्रकारे एवढ्या प्रचंड चळवळीचे नाक एकाएकी बंद केल्यामुळे, देशात दुसरी भीषण घटना निर्माण होणे शक्य होते. तुरळक आणि राजकीय लढ्यातील निरुपयोगी हिंसेचा मार्ग बंद करण्यात आला, तथापि ह्या दाबून धरलेल्या हिंसेला मार्ग शोधणे भाग होते आणि त्यानंतरच्या काळात कदाचित हिनेच जातीय कटकटींना प्रोत्साहन दिले असेल.'' (जवाहरलाल नेहरू, 'ऑटोबायॉग्राफी,' पान ८६.)

अशा प्रकारे चळवळ, काँग्रेसनेच मोडीत काढून खच्ची केल्यामुळे सरकारचा आत्मविश्वास बळावला. मार्च १० रोजी गांधीजींना पकडण्यात येऊन सहा वर्षांची शिक्षा देण्यात आली. जनतेच्या चळवळीत काडीसुद्धा हलली नाही. दोन वर्षांच्या आतच गांधीजींची सुटका करण्यात आली. आणीबाणीची परिस्थिती बदलली होती.

बार्डोलीच्या निर्णयामुळे राष्ट्रीय चळवळीवर झालेले प्रतिकूल परिणाम आणि आंदोलनाला त्यानंतरच्या सहा वर्षांत लागलेली ओहोटी ह्यामुळे वरील निर्णयावर बरीच वादावादी चालू आहे. चळवळ काढून घेण्याचे कारण चौरीचौरा येथे घडून आलेल्या हिंसात्मक घटना, हे काँग्रेसतर्फे सांगण्यात आले. तथापि वरील निर्णयाचे खरे कारण दुसरे काहीतरी असले पाहिजे, आणि ते शोधून काढले पाहिजे. आता अशी वेळ आली आहे की, चळवळ बंद करणे आवश्यक आहे. कारण 'तिच्यामुळे जनतेची शक्ती आणि सर्वत्र प्रत्ययास आलेला प्रचंड उत्साह जरी स्पष्ट झाला असला, तरी चळवळ दुभंगणार हे निश्चित.'' (नेहरू 'ऑटोबायॉग्राफी,' पान ८५.) कोणत्या कारणामुळे चळवळ अयशस्वी होणार हे ठरविले गेले, असा प्रश्न विचारता येण्यासारखा आहे. ह्याचा असा जर अर्थ असेल की, सुधारणावादी-शांततावादी तत्त्वप्रणालीचा चळवळीवरील ताबा दुबळा होत होता, तर तो निश्चितपणे खरा आहे. तथापि ज्या प्रमाणात चळवळ प्रगत होत जाणार त्या प्रमाणात असे होणे हे तिच्या यशाचे अविभक्त चिन्ह होते. (नेहरू म्हणतात की, अखिल भारतीय पातळीवर हिंसाचार झाले असते तर त्यात सरकारचा विजय झाला असता, ही अटकळ सरकारनेसुद्धा बांधलेली नव्हती.) ह्याउलट, बहुजन समाजाची परिणामकारक शक्ती संपुष्टात आली होती, असे म्हणावे, तर ते खरे नव्हे. चळवळीबद्दल फारशी भलावणी न करणारेसुद्धा, असे सूचित करीत नाहीत. बार्डोलीला पीछेहाट घेतली जाण्यापूर्वी तीनच दिवस अगोदर सरकारने चळवळीच्या एकूण प्रगतीचा जो आढावा घेतला, तो ह्या संबंधात अत्यंत स्पष्ट असा पुरावा आहे. ९ फेब्रुवारी १९२२ ला व्हॉइसरॉयने तारेने लंडनला कळविले की :

"शहरातील खालच्या वर्गावर असहकाराच्या चळवळीचा भयंकर परिणाम झाला आहे. काही ठिकाणी शेतकऱ्यांवर परिणाम झाला आहे. उ. आसाम खोऱ्याचा काही भाग, संयुक्त प्रांत, बिहार, ओरिसा आणि बंगाल. पंजाबच्या बाबतीत अकाली चळवळ ही खेड्यातील शिखांपर्यंत पोहोचली आहे. देशातील मुसलमान लोकांपैकी बराच मोठा गट असंतुष्ट व नाराज–भीषण परिस्थिती–भारत सरकार ह्याहीपेक्षा मोठ्या अराजकाला तोंड देण्यास समर्थ आहे. तथापि ह्या परिस्थितीमुळे फार चिंता निर्माण

केली आहे ही गोष्ट नाकारण्यात अर्थ नाही.''

(व्हॉइसरॉय टु सेक्रेटरी ऑफ स्टेट फॉर इंडिया, फेब्रुवारी ९, १९२२, 'टेलिग्राफिक कॉरस्पॉन्डन्स रिगार्डिंग दि सिच्युएशन इन् इंडिया,' सी. एम.डी.१५८६, १९२२.)

१२ फेब्रुवारी रोजी बाडोंलीच्या निर्णयामुळे जेव्हा सर्व चळवळ काढून घेण्यात आली त्याअगोदर तीन दिवसांपूर्वी एकूण परिस्थितीचे सरकारने जे चित्र रेखाटले ते असे आहे.[१]

बहुजनसमाजातील शिस्त आणि अखेरच्या लढ्याबद्दलची उत्सुकता ही गंटूरच्या उदाहरणावरून स्पष्ट होतात, गंटूरच्या बाबतीत गांधीजींचा आदेश गेला होता तरीही, काही गैरसमजामुळे कर-बंदीची चळवळ चालू झाली होती.

पाच टक्के करसुद्धा वसूल झाला नाही, इतक्यात कर-बंदीची चळवळ करू नका अशी गांधीजींची आज्ञा गेली. ह्याच पद्धतीने काँग्रेसच्या केंद्राकडून 'कर-बंदी चळवळ चालू करा,' असा आदेश गेला असता तर सर्व देशभर जमीनसारा आणि कर देण्याचे बंद झाले असते. तथापि ह्यामुळे साम्राज्यशाहीच नव्हे, तर जमीनदारीही उखडून गेली असती.

बाडोंलीच्या निर्णयामागे ही कारणे होती, ही गोष्ट, त्या ठरावातील मुख्य मजकुरावरून सिद्ध होते. काँग्रेसच्या कार्यकारी मंडळाने १२ फेब्रुवारी रोजी बाडोंलीला

---

१.  १९२२ च्या लढ्यासंबंधी सरकारची प्रतिक्रिया, आणि केवळ गांधीजींनी चळवळ काढून घेतली म्हणून ते वाचले, ह्या अर्थाचे आपले मत, त्या वेळचा मुंबईचा राज्यपाल लॉर्ड लॉइड ह्याने एका मुलाखतीत व्यक्त केले आहे.
    'त्याने आम्हांस भिवविले. त्याच्या चळवळींमुळे आमचे तुरुंग भरले. तुम्ही लोकांना कायम पकडत बसू शकत नाही. विशेषत: जेव्हा त्यांची संख्या ३१९०००,००० एवढी आहे. आणि त्यांनी चळवळीतील पुढील पाऊल उचलले असते आणि कर देणे बंद केले असते, तर आपली काय अवस्था झाली असती ते देव जाणे.''
    ''जगाच्या इतिहासात गांधीजींचा हा प्रचंड प्रयोग होता, आणि तो यशाच्या सावलीत झाला होता. तथापि त्याला (गांधीजींना) लोकांच्या भावनांवर ताबा ठेवता आला नाही. ते हिंसा करू लागले आणि त्याने (गांधीजींनी) चळवळ मागे घेतली. पुढील हकिगत आपणास माहीत आहे. आम्ही त्याला (गांधीजींना) तुरुंगात टाकले.''
    (लॉर्ड लॉइड इन् ऍन इंटरव्ह्यू वुइथ ड्यू पीअरसन, कोटेड बाय सी.एफ.ऍन्ड्रूझ् इन् दि न्यू रिपब्लिक, एप्रिल ३, १९३९.)

पास केलेला ठराव इतका महत्त्वाचा आहे की, तो जसाच्या तसा उद्धृत करणे योग्य होईल आणि त्याचा काळजीपूर्वक अभ्यास करणे फायदेशीर ठरेल. कारण त्यामुळे राष्ट्रीय चळवळीला अनुकूल आणि प्रतिकूल शक्ती कोणत्या होत्या ह्यावर प्रकाश पडेल : महत्त्वाचे भाग असे :

**परिच्छेद १** - चौरीचौरा येथे लोकांनी केलेल्या अमानुष हिंसेबद्दल कार्यकारी मंडळ खेद व्यक्त करते. ह्या अत्याचारात काही शिपाई ठार मारले गेले व पोलिस चौकी जाळली गेली.

**परिच्छेद २** - बहुजनसमाजाने सविनय कायदेभंगाची चळवळ चालू केली म्हणजे प्रत्येक वेळी हिंसाचार घडतात, ह्यावरून एवढे उघड होते की, देश अजून पाहिजे तेवढा अहिंसक झालेला नाही, म्हणून काँग्रेसचे कार्यकारी मंडळ असा ठराव करते की, बहुजनसमाजाची सविनय कायदेभंगाची चळवळ तूर्त स्थगित करावी, आणि ठिकठिकाणच्या काँग्रेस कमिट्यांना असा आदेश देते की, त्यांनी शेतकऱ्यांना जमिनीचा सारा व इतर कर सरकारमध्ये भरण्यास सांगावे आणि कोणत्याही प्रकारची हिंसात्मक चळवळ स्थगित करावी.

**परिच्छेद ३** - गोरखपूरला झालेले अत्याचार, आणि मुंबईला १७ नोव्हेंबरला आणि मद्रासला १३ जानेवारीला झालेली गुंडगिरी पुन्हा होणार नाही अशी खात्री होण्याइतके एकंदर वातावरण अहिंसक होईपर्यंत, सविनय कायदेभंगाची चळवळ स्थगित ठेविली जाईल.

**परिच्छेद ५** - सरकारी कायद्याचा भंग करण्यासाठी, ज्या-ज्या स्वयंसेवकांच्या मिरवणुकी काढायच्या होत्या, व जाहीर सभा घ्यायच्या होत्या, त्या बंद करण्यात याव्यात.

**परिच्छेद ६** - कार्यकारी मंडळ काँग्रेसच्या कार्यकर्त्यांना आणि संघटनांना असा आदेश देत आहे की, त्यांनी शेतकऱ्यांना असे सांगावे की, जमिनदारांना सारा न देणे, ही गोष्ट काँग्रेसच्या ठरावाच्या विरुद्ध आहे, आणि देशाच्या हिताच्या दृष्टीने हानिकारक आहे.

**परिच्छेद ७** - कार्यकारी मंडळ जमीनदारांना असे आश्वासन देत आहे की, काँग्रेसची चळवळ ही कोणत्याही दृष्टीने त्यांच्या कायदेशीर हक्कांची पायमल्ली करू इच्छित नाही, आणि ज्या ठिकाणी रयतेच्या तक्रारी असतील, त्या त्यांनी एकमेकांच्या समजुतीने, आणि लवादामार्फत, दूर करून घ्याव्यात, अशी कार्यकारी मंडळाची इच्छा आहे.

ह्या ठरावावरून एवढे उघड आहे की, ज्यांनी वरील ठराव केला तो केवळ

अहिंसेची तरफदारी करण्यासाठी केलेला नाही. वरील परिच्छेदात निदान तीन परिच्छेद तरी (निराळ्या लिपीत दिलेले) असे आहेत की ते निश्चितपणे, जोरदारपणे आणि त्वरेने, शेतकऱ्यांनी जमीनदारांना किंवा सरकारला शेतसारा भरण्याबद्दल सांगत आहेत. येथे हिंसेचा किंवा अहिंसेचा प्रश्न नाही. पिळवणूक करणारे आणि ज्यांची पिळवणूक केली जात आहे, ते, ह्यांपैकी कोणत्या वर्गाच्या हिताची काळजी घ्यावयाची, हा प्रश्न आहे. 'कर-बंदी' चळवळीला कोणीही 'हिंसक' चळवळ असे म्हटले नसते. ह्याउलट, विरोध दर्शविण्याचे ते अत्यंत शांततेचे साधन आहे, (जरी ते अत्यंत क्रांतिकारक आहे.) हे जर खरे, तर हिंसेला निंद्य ठरविण्यासाठी जो ठराव केला गेला त्याने 'कर-बंदी' चळवळीवर किंवा जमीनदारांच्या हक्कांवर एवढे रामायण का रचावे किंवा काळजीपूर्वक खास लक्ष का द्यावे? ह्याला एकच उत्तर आहे. एका वर्गाच्या हिताला जपण्यासाठी, आणि दुसऱ्या वर्गाची होत असलेली पिळवणूक चालू ठेवण्यासाठी, अहिंसा हा एक हेतूपुरस्सर किंवा अहेतुकपणे उपयोगात आणलेला शब्दविन्यास आहे, पांघरुणासारखे वापरण्याचे ते एक तुणतुणे आहे, ही गोष्ट उघड झाली आहे.

गांधीजींच्या देखरेखीखाली असलेल्या काँग्रेस पुढाऱ्यांनी चळवळ काढून घेतली, कारण तिच्यामुळे जनतेत जागृती निर्माण होईल, अशी *त्यांना भीती वाटली.* बहुजनसमाजाच्या आंदोलनाची त्यांना भीती वाटत होती, ह्याचे कारण, ज्या श्रीमंत लोकांशी काँग्रेसचे हितसंबंध जखडले गेले होते, त्यांच्याच हिताला अशा आंदोलनाने धक्का लागण्याचा संभव होता.

'हिंसा' किंवा 'अहिंसा' हा मूलभूत प्रश्न नव्हता, तर वर्गहित विरुद्ध जनता संघर्ष ह्याच समस्येच्या खडकावर, १९२२ साली राष्ट्रीय चळवळीचे तारू आपटून फुटले. 'अहिंसे'चा खरा अर्थ हा होता.

### ३. राष्ट्रीय आंदोलनाचे तिसरे प्रचंड पर्व, १९३०-१९३४

बार्डोलीच्या आघातानंतर जवळजवळ पाच वर्षे राष्ट्रीय चळवळ गारठून पडली होती. काँग्रेसला ओहोटी लागली होती. १९२४ साली गांधीजींनी असे जाहीर केले की, काँग्रेसचे सभासद एक कोटी करण्याचे उद्दिष्ट जाऊन त्याऐवजी दोन लाख सभासद करण्याचे ठरले होते. "आम्ही राजकारणी लोक, सरकारला विरोध करायचा नसेल तर जनतेचे प्रतिनिधित्व करू शकत नाही." त्या वर्षी गांधीजींनी काँग्रेसच्या सभासदांना अशी अट घातली होती की, प्रत्येकाने दरमहा दोनशेचार स्वत: काढलेले

सूत पाठविलेच पाहिजे. त्यामुळे १९२५ च्या शरद ऋतूपर्यंत काँग्रेसला फक्त दहा हजार सभासद मिळू शकले, ह्यामुळे ती अट सक्तीची न ठेवता वैकल्पिक करावी लागली. १९२५ साली 'बॉम्बे क्रॉनिकल'ने काँग्रेसला पक्षघात आणि कुचंबणा झाल्याचे म्हटले आहे. त्याच वर्षी लजपत राय म्हणाले की, काँग्रेसमध्ये गोंधळ आणि घोटाळा माजला होता. राजकीय परिस्थिती निराशामय आणि निरुत्साही झाल्याचे त्यांनी सांगितले. लोक उदासीन झाले होते. ''तत्त्वे, आचरण, पक्ष आणि राजकारण ही सर्व विस्कळीत आणि विसर्जित अवस्थेत दिसतात.'' राष्ट्रीय चळवळीला आलेल्या ह्या मरगळीमुळे, जातीय भांडणांचे दुर्दैवी चिन्ह डोके वर काढीत होते. 'मुस्लिम लीग' काँग्रेसमधून पुन्हा फुटून निराळी झाली. हिंदुमहासभेने कोता आणि प्रतिगामी विरोधी प्रचार चालू केला.

बार्डोलीचा ठराव झाल्यानंतर सी.आर.दास व मोतीलाल नेहरू ह्यांनी गांधीजींचा कार्यक्रम निरुपयोगी आणि अव्यवहारी ठरवून एक नवा पक्ष काढण्याचे ठरविले. काँग्रेसमध्येच राहून निवडणुका लढवून नवीन कायदेमंडळात काम करण्याचे त्यांनी ठरविले. ह्या नवीन पक्षाचे नाव 'स्वराज्य पार्टी' असे ठेवण्यात आले. बहुजनसमाजाच्या चळवळीतील अकार्यक्षमता पाहून निवडणुकी व कायदेमंडळे ह्यावरील बहिष्कार उठविण्याचे ठरविण्यात आले. ह्या धोरणाला काँग्रेसमधील निरुपद्रवी जुनाटमतवादी मंडळींनी विरोध केला, ते गांधीजींच्या धोरणाला चिकटून राहिले व सूतकताई, दारूबंदी, अस्पृश्यतानिवारण यांसारखे समाज हिताचे कार्य हेच प्रगतीचे साधन त्यांनी ठरविले, तथापि काँग्रेसमधील ज्या लोकांनी अधिक वास्तववादी धोरण अमलात आणण्याचे ठरविले त्याला जुनाटमतवादी लोकांकडून प्रत्यवाय होणे शक्य नव्हते. १९२५ साली काँग्रेसने स्वराज्य पार्टीला संपूर्ण सहकार्य देण्याचे ठरविले, त्या वेळी काँग्रेसमध्ये स्वराज्य पार्टीच्या लोकांचे बहुमत होते, त्यांच्या पुढाऱ्यांनी काँग्रेसमध्ये आपले वर्चस्व स्थापन केले आणि गांधीजी काही काळपर्यंत मागे राहिले.

स्वराज्यपार्टीच्या पुढाऱ्यांनी गांधीजींचे धोरण सोडले कारण त्यामुळे चळवळीची गती खुंटली होती, त्याचबरोबर बहुजनसमाजाला आपल्याबरोबर घेण्याचे धोरणही त्यांनी सोडून दिले. गांधीजींच्या धोरणामुळे जर काही निश्चित प्रगती झाली असेल तर ती म्हणजे वरच्या वर्गाच्या लोकांचे काँग्रेसमधील महत्त्व खलास झाले होते. त्यांनीच राष्ट्रीय चळवळीला खीळ घातली. गांधीजींच्या धोरणाप्रमाणे नवीन राष्ट्रीय चळवळीचा पाया म्हणजे कामगार व किसान हे ठरले. त्यांनाच फक्त साम्राज्यशाहीशी तडजोड मान्य नव्हती. केवळ एक तत्त्व म्हणून नवीन 'स्वराज्य पार्टी'ने वरील धोरण मान्य केले. सी.आर.दास ह्यांनी एक घोषणा दिली तिचा प्रतिध्वनी दूरवर उठला. ती घोषणा

म्हणजे : ''९८ टक्के जनतेसाठी स्वराज्य,'' आणि नवीन कार्यक्रमात शेतकरी व कामकरी लोकांच्या संघटनेबद्दल अनुकूल भाषणे केली. तथापि प्रत्यक्षात 'स्वराज्य पार्टी' हा प्रागतिक मध्यमवर्गीयांचा पक्ष होता. त्या पक्षाचे अस्तित्त्व वरील वर्गाच्या लोकांवरच मुख्यत्वे अवलंबून होते. त्या पक्षाचे पुढारी प्रागतिक मध्यमवर्गातीलच होते, आणि शेतकरी व कामकरी ह्यांच्या हितासंबंधी त्यांनी कितीही भावनाप्रधान भाषणे केली तरी त्यांना एक गोष्ट स्पष्ट करावीच लागे की, त्यांचे अस्तित्त्व हे जमीनदार आणि पुंजीपती ह्यांच्यामुळेच स्थिर होते. ह्यामुळे ह्या पक्षाला आपल्या ध्येयामध्ये एक कलम घालावेच लागले की, 'खासगी व्यक्तिगत मालमत्तेला मान्यता दिली जाईल व ती पाळली जाईल. त्याचप्रमाणे व्यक्तिगत स्थावर व जंगम मालमत्तेच्या वाढीला परवानगी देण्यात येईल.' पुढील स्पष्टीकरणाच्या निवेदनामुळे, 'स्वराज्य पार्टी' ही जमीनदारांच्या विरुद्ध आहे असे कोणाला वाटू नये, अशी व्यवस्था करण्यात आली. ''हे खरे आहे की, 'स्वराज्य पार्टी' शेतकऱ्याला न्याय मिळवून देण्यास बांधलेली आहे, तथापि तो न्यायाचा तराजू जर जमीनदाराला अन्यायकारक ठरणार असेल तर तो हीन दर्जाचा ठरेल.''

स्वराज्य पार्टीने प्रगतीचे एक पाऊल टाकण्याचे जरी ठरविले असले तरी प्रत्यक्षात, क्रांतिकारक चळवळीच्या ओहोटीचेच प्रतिबिंब तिच्या धोरणात दिसत होते. वरच्या दर्जाच्या राष्ट्रीय पुढाऱ्यांची मध्यमवर्गीय विचारसरणी तिच्यात स्पष्ट दिसत होती. स्वराज्य पार्टी हा प्रागतिक मध्यमवर्गीयांचा पक्ष होता, त्यांना संसदीय कार्यात साम्राज्यशाहीशी सहकार्य करायचे होते. अगदी सुरुवातीपासून शत्रू म्हणून मानलेल्या सरकारशी मिळतेजुळते घेण्याचे त्यांचे धोरण होते. कायदेमंडळात शिरण्याचे वेळी सुरुवातीला ती विरोध करून मोडीत काढण्याचे ध्येय होते. ह्या ध्येयामुळे १९२३ च्या निवडणुकीत ह्या पक्षाला चांगले यश लाभले. हा पक्ष 'सेंट्रल असेंब्ली' मध्ये सर्वांत मजबूत असा एक पक्ष बनला, ह्यासाठी त्याने 'स्वतंत्र' आणि 'नेमस्त' (पूर्वीचे मवाळ) लोकांशी सहकार्य करून, ओढूनताणून चंद्रबळ आणलेला असा बहुसंख्याक पक्ष निर्माण केला. आत शिरकाव झाल्याबरोबर पक्षपुढारी सी.आर.दास ह्यांनी जाहीर केले की, ''त्यांचा पक्ष सहकार्य देण्यासाठी कायदेमंडळात शिरला होता. जर सरकारने त्यांच्या सहकार्याचा स्वीकार केला तर त्यांना स्वराज्य पार्टीचे लोक हे त्यांचेच आहेत, असे आढळून येईल.'' १९२५ साली सी.आर.दास ह्यांनी फरिदपूरला एक जाहीर घोषणा केली की, 'सरकारच्या वृत्तीत बदल झाल्याची चिन्हे त्यांना (सी.आर.दासना) दिसत होती. (दास यांचे हे निवेदन प्रत्यक्षात खरे नव्हते. कारण त्या वेळचा भारतमंत्री लॉर्ड बर्कनहेड ह्याने एका जाहीर भाषणात, दास ह्यांच्या

सहकार्याचे 'बिनबुडाचे राष्ट्रवादी भूत' असे कुत्सित वर्णन केले) आणि त्यांनी सरकारला काही अटींवर आपल्या पक्षाचे सहकार्य देऊ केले त्यात क्रांतिकारकांच्या चळवळीला दोघांनी मिळून तोंड द्यावे, असे सुचविले. नेमस्तांग्रणींनी जाहीर रीतीने सांगून टाकले की, त्यांच्यात आणि 'स्वराजिस्ट्स' मध्ये महत्त्वाचा फरक राहिला नाही. १९२६ च्या वसंत ऋतूत, साबरमती 'पॅक्ट' पुढे आला. त्यामध्ये मंत्रिपदे स्वीकारण्यास मान्यता मागितली होती, तथापि सर्वसाधारण सभासदांनी ती सूचना उधळून लावली. १९२६ च्या शरद ऋतूत नवीन निवडणुकी झाल्या, त्यांच्यांत मद्रास सोडून इतर ठिकाणी स्वराज्य पार्टीला निश्चित पीछेहाटीचा अनुभव आला.

साम्राज्यशाहीबरोबर सुरळीत सहकार्य करण्याची मध्यमवर्गीय पुढाऱ्यांची स्वप्ने हवेत विरून गेली. राष्ट्रीय चळवळ थंडावली, आणि स्वराज्य पार्टीचे पुढारी बहुजनसमाजाच्या चळवळीपासून अलग पडून समझोता करण्याचा प्रयत्न करू लागले, तेव्हा सरकारने आपल्या यंत्राची दिशा बदलली. गेल्या काही वर्षांत मध्यमवर्गीयांना दिलेल्या थोड्याफार आर्थिक सवलती सरकार काढून घेऊ लागले, आणि आर्थिक क्षेत्रात आपले वर्चस्व स्थापन करण्यासाठी सरकारने आक्रमक आघाडी उघडली. तिचाच भाग म्हणून १९२७ मध्ये 'करन्सी बिल' मांडण्यात आले. रुपयाची हुंडणावळीची किंमत एक शिलिंग सहा पेन्स ठरविण्यात आली, (ह्या बाबतीत सर्व भारताने विरोध दर्शविला होता). १९२७ चे नवीन 'स्टील प्रोटेक्शन बिल' मांडण्यात आले, ह्यामुळे १९२४ च्या कायद्याने दिलेले संरक्षण उडवून देण्यात आले आणि ब्रिटिश पोलादाला वाढीव दर देण्यात आले. १९२७ सालच्या अखेरीस भारताची भावी घटना ठरविण्याचे दृष्टीने 'सायमन कमिशन'ची नेमणूक करण्यात आली. तथापि त्यात एकही भारतीय प्रतिनिधी नव्हता.

अशा प्रकारे भारताच्या मध्यमवर्गीय पुढाऱ्यांना नाइलाज म्हणून आपले सरकारबरोबर असलेले सहकार्याचे धोरण बदलावे लागले. सरकारबरोबर फायदेशीर सौदा करण्याचे दृष्टीने, बहुजनसमाजाचा पाठिंबा मिळविण्याचाच प्रयत्न करू लागले. तथापि दहा वर्षांपूर्वीच्या मानाने आता राजकीय परिस्थिती फार कठीण व गुंतागुंतीची झाली होती. मध्यंतरीच्या काळात जनतेत नवीन जागृती निर्माण होत होती. राष्ट्रीय दृष्टीने स्वतंत्र विचार व ध्येये साध्य करण्यासाठी, केवळ साम्राज्यशाही- विरुद्धच नव्हे, तर, जनतेची पिळवणूक करणाऱ्या भारतीयांच्या विरुद्धही, स्वतंत्र असे आंदोलन उभारण्याची स्वप्ने तिला पडत होती. असा हा तिहेरी सामना म्हणजे एका अर्थाने साम्राज्यशाही व भारतीय जनता ह्यांचेमधील प्रखर लढा व त्यात मध्यमवर्गीय भारतीय पुढाऱ्यांचे कचखाऊ धोरण, हे आता अधिक प्रभावीपणे स्पष्ट होत होत अशा प्रकारे ह्या पुढील

लढ्याची ही वैशिष्ट्यपूर्ण पार्श्वभूमी हळूहळू आकार घेत होती. त्याची पहिली सलामी १९२७ च्या अखेर झडली व पूर्णावस्था १९३०-३५ मध्ये प्रत्ययास आली. एका बाजूला विस्तीर्ण, संपूर्ण, सखोल असे लढ्याचे स्वरूप, दुसरीकडे हप्त्याहप्त्याने डोके वर काढणारे तुरळक उठाव, वळणावळणाने जाणारे डळमळीत ध्येयधोरण, पुन्हा पुन्हा चालू असलेले समझोत्याचे अयशस्वी प्रयत्न, व अखेरचा पाडाव.

१९२० च्या मध्याला एका नवीन विचाराने राष्ट्रीय लढ्याला नवस्फूर्ती दिली. तिचा पुढाऱ्यांवर परिणाम झाला नाही. ती स्फूर्ती म्हणजे औद्योगिक कामगारांचा एक स्वतंत्र गट उदयास आला. तो आपला लढा अत्यंत उत्साहाने आणि शौर्याने देऊ लागला व त्यातून आपले पुढारी निर्माण करू लागला. ह्या प्रगतीमुळे कामगारवर्गाची समाजवादी, नवीन तत्त्वप्रणाली प्रथमच निर्माण झाली. तिला राजकीय स्वरूप प्राप्त झाले. त्या तत्त्वप्रणालीचा तरुण मंडळी आणि 'डाव्या' विचारसरणीचे राष्ट्रभक्त ह्यांच्यावर परिणाम होऊ लागला, त्यामुळे नवजीवन, नवीन उत्साह आणि प्रगत दृष्टिकोन ह्यांचा प्रसार सुरू झाला. १९२४ च्या कानपूर कटाच्या खटल्याच्या चौकशीत साम्राज्यशाही, क्रांतिकारक कामगार वर्गाच्या राजकारणाचा सुरुवातीलाच समूळ उच्छेद करण्यासाठी धडपडत होती, हे दिसून आले. १९२६-२७ साली शेतकरी-कामकरी पक्ष पुढे आला आणि १९२८ साली मजूर-चळवळ आणि संप, ह्यांना सुरुवात झाली. १९२८ च्या संपाच्या प्रचंड चळवळीमुळे ३१६४७००० कामाचे दिवस फुकट गेले. गेल्या पाच वर्षांत एकूण कामाचे दिवस जितके फुकट गेले होते त्यापेक्षा हे जास्त होते. मुंबईच्या गिरणी कामगारांची 'गिरणी कामगार युनियन' किंवा 'लाल निशाण युनियन' निर्माण होऊन एका वर्षात तिचे ६५,००० सभासद झाले. एकूण कामगार चळवळीतील सभासदांच्या संख्येत सत्तर टक्क्यांनी वाढ झाली. त्या वर्षात 'सायमन कमिशन' समोर जी निदर्शने करण्यात आली त्यात कामगारांनी भाग घेतला. कामगारांचा हा पहिलाच राजकीय लढा होता. मजुरांच्या लढाऊ प्रवृत्ती आणि १९२९ साली 'ट्रेड युनियन काँग्रेस'मध्ये डाव्या मताच्या कामगारांनी मिळविलेला विजय ह्या अग्रेसर प्रभावी शक्तीतून भारतीय संघर्षाची नवी लाट उसळली.

ह्या प्रगतीचे प्रत्यक्ष प्रत्यंतर म्हणजे काँग्रेसमध्ये आणि राष्ट्रीय चळवळींत एक नवीन 'डावी' आघाडी निर्माण झाली. १९२७ च्या अखेर जवाहरलाल नेहरू हे युरोपखंडाचा दीड वर्षाचा दौरा करून आले. ह्या दौऱ्यात समाजवादी पुढारी आणि समाजवादी तत्त्वप्रणाली ह्यांच्याशी त्यांची (नेहरूंची) ओळख झाली. १९२७ अखेर

मद्रासच्या काँग्रेसच्या अधिवेशनात विशेषत: तरुण मंडळींत ही 'डावी' प्रवृत्ती वाढीस लागलेली आढळून आली. 'संपूर्ण स्वातंत्र्य' हे राष्ट्रीय चळवळीचे ध्येय आहे, अशा आशयाचा ठराव, सर्वानुमते पास करण्यात आला. ह्यापूर्वी अशा ठरावाला पुढाऱ्यांचा विरोध असे. (हा ठराव गांधीजींच्या गैरहजेरीत पास झाला तथापि त्याला मागून गांधीजींनी, 'उतावीळपणे तयार केलेला आणि अविचाराने पास केलेला, ठराव' असे म्हटले). 'सायमन कमिशन'वर बहिष्कार घालण्याचे ठरले, त्याचबरोबर पर्यायी घटना तयार करण्यासाठी 'ऑल पार्टीज कॉन्फरन्स' (सर्व पक्ष परिषद) मध्ये भाग घेण्याचे ठरले. नवीन निर्माण झालेल्या 'इंटरनॅशनल लीग अगेन्स्ट इम्पीरिऑलिझम' ह्या संस्थेशी काँग्रेस संलग्न झाली. तरुण मंडळींचे आणि काँग्रेसमध्ये 'डाव्या' प्रवृत्तीच्या वाढत्या प्रवाहाचे पुढारी जवाहरलाल नेहरू व सुभाष बोस ह्यांना काँग्रेसचे कार्यवाह नेमण्यात आले.

१९२७ च्या काँग्रेसमध्ये 'डाव्या' मतांच्या लोकांचा जो विजय झाला तो क्षणभंगूर ठरला. कारण त्या वेळी विरोध करावयास कोणीच नव्हते. तथापि १९२८ साली अनेक घटना घडल्या. सायमन कमिशनसमोर झालेली यशस्वी निदर्शने, संपाच्या चळवळीची प्रगती, नवीनच निर्माण झालेली 'इंडिपेन्डन्स लीग' आणि तरुणांच्या व विद्यार्थ्यांच्या संघटना. ह्या घटनांवरून जुन्या पुढाऱ्यांना हे समजून आले की, 'डाव्या' मताच्या लोकांची शक्ती वाढत होती आणि ती झटकन काँग्रेसचा ताबा घेईल. सर्व पक्ष परिषदेत काँग्रेसच्या जुन्या पुढाऱ्यांनी काँग्रेस- बाहेरील काही मवाळ व प्रतिगामी पुढाऱ्यांचे सहकार्य घेऊन, 'नेहरू योजना' (थोरल्या नेहरूंच्या नावाने केलेला नेहरू रिपोर्ट) निर्माण केली. त्या योजनेतील घटनेमध्ये 'साम्राज्यान्तर्गत जबाबदारीचे राज्य' ही मागणी केली होती, अशा रीतीने स्वातंत्र्याची मागणी डावलली गेली. तथापि ह्या योजनेला होत असलेला विरोधाचा चढता सूर विचारात घेता, ती काँग्रेसमध्ये मान्य केली जाणे कठीण होते.

अशा भयंकर रस्सीखेचीमध्ये, पुढील भीषण आंदोलने व त्यातून, दहा वर्षांपूर्वी झाली त्याहीपेक्षा अधिक बिकट निर्माण होणारी परिस्थिती विचारात घेऊन 'उजव्या' मताच्या पुढाऱ्यांनी पुन्हा एकदा गांधीजींकडे धाव घेतली. खरोखरी मागे ह्याच गांधीजींना त्यांनी बाजूस सारले होते. तथापि पुन्हा एकदा गांधीजींना उच्चीचे ग्रह आले. १९२८ साली काँग्रेसच्या कलकत्ता येथील अधिवेशनात, गांधीजींनी काँग्रेसची धुरा आपल्या हातात घेतली. त्यांच्या (गांधीजींच्या) व्यक्तिगत खुळचटपणाबद्दल मवाळ पुढाऱ्यांची काहीही मते असोत, गांधीजी हे जुन्या पिढीतील एक अत्यंत गूढ आणि मुरब्बी मुत्सद्दी होते, ह्याबद्दल दुमत नव्हते. बहुजन समाजातील त्यांचे वजन

अद्वितीय होते, आणि जागतिक प्रसिद्धीमुळे आता ते इतके वाढले होते की, गांधीजी हे भारतातील सर्वोच्च पुढारी ठरले होते. विनयाच्या, अत्यंत धार्मिक व आदर्श तत्त्वज्ञानाच्या पांघरुणाखाली, दारिद्र्याची प्रशंसा करणारा आणि त्याचबरोबर खासगी मालमत्तेच्या तत्त्वाचा पाठपुरावा करणारा साधू, म्हणजे गांधीजी होत. अध्यात्मवादी ब्रह्मज्ञानी, वितंडवादात अजिंक्य असलेला, काहीही व कितीही वेडगळपणा असला तरी, स्पष्टीकरण व वादविवाद ह्यांच्या गूढ जाळ्यांची आश्चर्यकारक गुंफण करून, तो वाजवी आहे, असे सिद्ध करून, त्यातून एकवाक्यता निर्माण करू शकेल, असा जादूगार, म्हणजे गांधीजी होत. सामान्य माणसाचे बाबतीत जी बडबड म्हणजे खोटा शब्दच्छल ठरला असता, ती ह्या पृथ्वीतलावर मॅकडोनॉल्ड किंवा गांधीजी ह्यांच्यासारख्यांच्या बाबतींत अध्यात्मवादाच्या उच्च पातळीवरील तात्त्विक चर्चा समजली जाते, जेथे मध्यमवर्गीय मवाळ पुढाऱ्यांना ऐकून घेण्यासाठी श्रोते मिळत नसत, त्याच समाजात, ज्याचा आशीर्वाद कोणत्याही बहुजनसमाजाच्या चळवळीला मिळाला, तर तिचा फजितवडा होणार हे ठरलेलेच असे, अशा पुढाऱ्याच्या, सदाचरण व नि:स्वार्थीपणा ह्या गुणामुळे, बहुजनसमाजाच्या हृदयाची कवाडे त्याच्यापुढे सताड उघडली जात, असा भविष्यवादी, म्हणजे गांधीजी होत. क्रांतीचा हा अपशकुनी मनुष्य (जोना), अखंड संकटांचा हा पुढारी, भारतीय लढ्याच्या प्रत्येक प्रगत लाटेचा, मध्यमवर्गीय पुढाऱ्यांचा शुभशकुनी पुढारी ठरला. अशा प्रकारे आधुनिक भारतीय राजकारणाचे वैशिष्ट्य पुन्हा एकदा प्रत्ययास आले. त्यानंतरच्या प्रत्येक भारतीय घटनेत ते अलिखित तत्त्व होते, ते म्हणजे गांधीजींचे अत्यावश्यक पुढारीपण (प्रत्यक्षात वर्गीय शक्तीच्या दुर्दशेचा तो पुरावा होता.) यशस्वी सौदा करण्यासाठी, जेमतेम पुरेल एवढीच जनतेची शक्ती उपयोगात आणण्यासाठी, आणि त्याच वेळी भारताला क्रांतीपासून वाचविण्यासाठी, मध्यमवर्गीयांच्या सर्व आशा (विरोधी लोक त्यांना साम्राज्यशाहीच्या आशा म्हणतील) गांधीजींवर विसंबून होत्या.

१९२८ च्या डिसेंबर महिन्यातील कलकत्ता काँग्रेसमध्ये नेहरू रिपोर्टला मान्यता मिळविणे गांधीजींना कठीण गेले. त्यांनी ठरावाचा जो मसुदा तयार केला त्यात असे आश्वासन दिले की, ह्या रिपोर्टमुळे आपण संपूर्ण स्वातंत्र्याचे ध्येय बदलले असे कोणीही समजू नये, आणि जर नेहरू रिपोर्ट सरकारने ३१ डिसेंबर १९२९ पूर्वी (गांधीजींनी मूळ मसुद्यात १९३० म्हणजे दोन वर्षांचा अवधी सरकारला देण्याचे ठरविले होते. पण १९२९ वर्ष पास झाले) मान्य केला नाही, तर काँग्रेस सविनय कायदेभंगाची चळवळ पुन्हा चालू करील, आणि ह्या वेळी कर-बंदीच्या आंदोलनाने सुरुवात करील. हा ठराव सुद्धा थोड्या मताधिक्याने पास झाला. १३५० मते

अनुकूल व ९७३ प्रतिकूल होती, ह्याचे कारण 'डाव्या' मताचे पुढारी बोस आणि तरुण नेहरू ह्यांनी 'नेहरू-रिपोर्ट' ऐवजी, तातडीच्या संपूर्ण स्वातंत्र्याची उपसूचना मांडली होती. अशा प्रकारे प्रत्यक्ष कृतीसाठी बारा महिने थांबणे भाग पडले. खरोखरी १९२८ च्या घटनांवरून जनतेतील असंतोष त्याच वेळी शिगेला पोहोचला होता. साम्राज्यशाहीला तयारी करण्यासाठी बारा महिन्यांचा अवधी देण्यात आला. समजुतीने घेण्याचा कलकत्ता काँग्रेसचा ठराव, मौल्यवान वेळ फुकट घालविण्यास कारणीभूत झाला, असे सुभाष बोस म्हणाले. (''दि इंडियन स्ट्रगल,' पान १८१) ह्याच सुमारास कलकत्त्याच्या २०,००० कामगारांनी निदर्शने केली, त्यावरून परिस्थितीचे गांभीर्य स्पष्ट झाले (ऑफिशियल 'हिस्ट्री ऑफ दि नॅशनल काँग्रेस' प्रमाणे ५०,००० कामगारांनी निदर्शने केली). वरील कामगार कलकत्ता काँग्रेसकडे गेले आणि 'राष्ट्रीय स्वातंत्र्य' व 'इंडिपेंडन्ट सोशलिस्ट रिपब्लिक ऑफ इंडिया' पाहिजे अशा अर्थाच्या घोषणा दिल्या. त्यांनी सभामंडपाचा दोन तास ताबा घेतला. त्या वेळी राष्ट्रीय सुधारक पुढाऱ्यांना कामगारांसाठी जागा करून द्यावी लागली आणि राष्ट्रीय स्वातंत्र्यासाठी अखेरच्या संघर्षाची कामगारवर्गाच्या मागणीची घोषणा, त्यांना ऐकणे भाग पडले.

बारा महिन्यांच्या अवधी साम्राज्यशाहीला जरूर ती व्यवस्था करण्यास मिळाला. साम्राज्यशाहीने आपली संधी फुकट दवडली नाही. १९२९ साली कामगार चळवळीत पुढे येत असलेल्या भारतातील सर्व प्रमुख पुढाऱ्यांना पकडण्यात आले आणि मीरत येथे नेण्यात आले. तेथे त्यांच्यावर खटला चालणार होता. खटल्याचे काम चार वर्षे चालू राहिले आणि त्या काळात त्यांना तुरुंगात ठेवण्यात आले, आणि त्यांचा हा तुरुंगवास, नंतरची चळवळ चालू असेपर्यंत आणि त्यांना शिक्षा दिली जाईपर्यंत, लांबविण्यात आला. पकडलेल्यांपैकी तीन पुढारी असे होते की, ते कामगार चळवळीत, व शेतकरी-कामकरी पक्षात काम करीत व त्याशिवाय ऑल इंडिया काँग्रेस कमिटीत ते असत. राष्ट्रीय सभेच्या कार्यकारी मंडळावर ते निवडून आलेले होते अशा प्रकारे कामगार पक्षाच्या शक्तीची खच्ची करण्यात आली आणि अत्यंत प्रबळ, समजूतदार आणि निश्चयी असे कामगार पुढारी, जे सर्वसामान्य जनतेत वजन बाळगून होते त्यांना, काँग्रेसच्या पुढाऱ्यांनी आपली चळवळ चालू करण्यापूर्वी, हलविण्यात आले. त्याचबरोबर व्हाइसरॉयने 'पब्लिक सेफ्टी ऑर्डिनन्स' जाहीर केले त्याचा मुख्य डोळा क्रांतिकारक चळवळीवर होता.

अशा, काँग्रेसच्या आणीबाणीच्या प्रसंगी व संघर्षाच्या वर्षी गांधीजींना काँग्रेसचे अध्यक्ष करण्यात आले. तथापि त्यांनी प्राप्त परिस्थितीचा संपूर्ण मागोवा घेतला आणि निवडणुकीतील स्वतःचे नाव काढून घेऊन आपल्यातर्फे 'इंडिपेन्डन्स लीग'चा

आणि समाजवादी विचारसरणी असलेला तरुणांचा पुढारी जवाहरलाल नेहरू, ह्याचे नाव अध्यक्षपदासाठी सुचविले त्या सूचनेमागील त्यांचा युक्तिवाद खाली दिला आहे :

'देशभक्तीच्या बाबतीत त्याच्यावर कोणीही ताण करू शकणार नाही. तो शूर आणि रागीट आहे आणि ह्या वेळी हे गुण अत्यंत आवश्यक आहेत. संघर्षाचे बाबतीत जरी तो रागीट आणि निग्रही असला, तरी त्याच्याजवळ, मुत्सद्द्यांची सारासार विचारशक्ती आहे. शिस्तीचा तो भोक्ता असून, ज्या निर्णयांचे बाबतीत त्याचे मत अनुकूल नाही,अशाही वेळी, प्रत्यक्षात अशा निर्णयांना मान देण्याइतकी कुवत त्याच्यापाशी आहे. अतिरेकाला न जाण्याइतका तो नेमस्त आणि व्यवहारी आहे. देशाची सूत्रे त्याच्या हातात असली तर देश सुरक्षित राहील.''

साम्राज्यशाहीशी मिळते-जुळते घेण्याचा एक अखेरचा प्रयत्न मवाळ पुढाऱ्यांनी करून पाहिला. ३१ ऑक्टोबर १९२९ रोजी व्हॉइसरॉयने एक मोघम निवेदन केले, त्यामध्ये 'वसाहतीच्या दर्जा'च्या ध्येयाचा उल्लेख आला होता, आणि ते ध्येय भविष्यकाळात केव्हातरी साध्य व्हावयाचे होते. (ह्या निवेदनाबद्दल, दुसऱ्या दिवशी 'टाइम्स'ने लिहिले की, ''ह्या निवेदनामध्ये कोणत्याही प्रकारची आश्वासने नाहीत किंवा धोरणातील बदल स्पष्ट केलेला नाही.'') ह्या निवेदनाची प्रतिक्रिया म्हणून, भारतातील पुढाऱ्यांनी एकत्र येऊन एक जाहीरनामा काढण्याचे ठरविले, त्याला 'दिल्ली मॅनिफेस्टो' असे म्हणतात, त्यांत संपूर्ण सहकार्याचे आश्वासन आहे. ''ह्या निवेदनामागील तळमळ आम्ही जाणतो. भारताच्या गरजेला योग्य ठरेल अशी वसाहतीची घटना तयार करण्याचे योजनेत, सरकारला सहकार्य देण्याची आम्हांला संघी मिळेल, अशी आम्ही अपेक्षा करतो.'' ह्या निवेदनावर गांधीजी, श्रीमती बेझंट, मोतीलाल नेहरू, सर तेजबहाद्दर सप्रू, जवाहरलाल नेहरू व इतर ह्यांच्या सह्या होत्या. नेहरूंनी ती योजना नापसंत केली व पुढे तिला 'चुकीची आणि धोकादायक' ठरविली, एवढे असले तरी, नेहरूंच्याच कबुलीवरून त्यांना चर्चेमध्ये गुंतवून सही करण्यास भाग पाडले गेले. कारण नाहीतर, भावी-अध्यक्ष या नात्याने, त्यांनी 'एकी मोडली' असा दोष त्यांना लागला असता. नंतर गांधीजींकडून नेहरूंना एक समजावणीचे पत्र गेले. त्याने त्यांचे शंकानिरसन झाले. काँग्रेसचा 'दिल्ली मॅनिफेस्टो' हा साम्राज्यशाहीने काँग्रेसच्या कमजोरीचे प्रतीक म्हणून मानला (''कालच्या रात्रीच्या निवेदनाचा एवढाच अर्थ आहे की, ज्या कार्यक्रमासाठी काँग्रेस लाहोरला भरणार होती, तो कार्यक्रम मोडीत काढला जावा.'' 'दि टाइम्स', नोव्हेंबर ४, १९२९.) ह्या निवेदनामुळे, काँग्रेसच्या अनुयायांत गोंधळ उडवून देण्यापलीकडे काहीच निष्पन्न झाले नाही.

काँग्रेसच्या अधिवेशनाच्या आदल्या रात्रीची व्हॉइसरॉयबरोबरील भेट निरुपयोगीच ठरली.

१९२९ अखेर, लाहोर येथे भरलेल्या काँग्रेसच्या अधिवेशनात ठरल्याप्रमाणे प्रत्यक्ष कृती करण्याचा ठराव पास झाला. ज्या 'नेहरू रिपोर्ट'मध्ये 'वसाहतीच्या दर्जा'ची मागणी करण्यात आली होती, तो कालबाह्य ठरविण्यात आला आणि ह्यापुढे 'पूर्ण स्वराज्य' हेच काँग्रेसचे ध्येय ठरविण्यात आले. काँग्रेसने 'ऑल इंडिया काँग्रेस कमिटी'ला 'कर बंदीसह' 'सविनय कायदेभंगा'ची चळवळ त्यांना योग्य वाटेल त्या वेळेला चालू करण्याचा आदेश दिला. मध्यरात्री, जेव्हा १९३० वर्ष सुरू झाले तेव्हा भारताच्या स्वातंत्र्याचा झेंडा (लाल-पांढरा व हिरवा-पुढे त्यातील लाल रंग काढून त्याची जागा केशरी रंगास देण्यात आली) उभारण्यात आला. २६ जानेवारी १९३० ला पहिला 'स्वातंत्र्य दिन' सर्व भारतभर पाळण्यात आला. त्यानिमित्त प्रचंड निदर्शने करण्यात आली. त्या प्रसंगी संपूर्ण स्वातंत्र्यासाठी झगडा देण्याची शपथ जाहीर रीतीने वाचण्यात आली. ती अशी : ''ह्यापुढे ब्रिटिश राजवटीला शरण जाणे हा मानव व ईश्वर यांच्याविरुद्ध गुन्हा ठरेल.'' त्यात पुढे अशी खात्री व्यक्त करण्यात आली की, 'जर आपण स्वखुशीने सरकारला देत असलेली मदत काढून घेतली आणि आपणास कितीही डिवचले तरीही हिंसा न करता कर देण्याचे बंद केले, तर ही अमानुष राजवट निश्चितपणे संपुष्टात येईल.''

आता जो लढा चालू व्हावयाचा होता त्याचे उद्दिष्ट काय होते? ह्या चळवळीची योजना काय होती? समझोता करण्यासाठी कोणत्या कमीत कमी अटी निश्चित करण्यात आल्या होत्या? कोणत्या तऱ्हेने ब्रिटिश सरकारवर अनिवार्य दडपण आणावयाचे होते, की ज्यामुळे ही अमानुष राजवट संपुष्टात आणणे त्यांना भाग पडावे? ह्या सर्व प्रश्नांवर सुरुवातीपासून काहीही स्पष्टीकरण झालेले नव्हते.

संपूर्ण स्वातंत्र्य हे ह्या आंदोलनाचे उद्दिष्ट ठरविलेले होते, असे दिसते. काँग्रेसच्या अनुयायांना आणि काँग्रेसच्या हाकेला ज्या बहुमानसमाजाने ओ दिली त्यांनाही असेच वाटत असावे. गांधीजी-आयर्विन करार पुरा होण्याच्या आदल्याच दिवशी मोतीलाल नेहरू निवर्तले. मृत्युशय्येवर त्यांनी काढलेल्या शेवटच्या उद्गारांवरून त्यांनाही असेच वाटत असावे, असे दिसते. ते म्हणाले, ''जर मला मरण यावयाचेच आहे तर ते स्वतंत्र भारतमातेच्या कुशीत येऊ दे. मला माझी शेवटची निद्रा लागू दे. पण ती परदास्यात असलेल्या देशात नव्हे, तर स्वतंत्र भारतात.''

गांधीजींचा दृष्टिकोन असा नव्हता. लाहोरचे अधिवेशन संपल्याबरोबर नऊ जानेवारीला 'न्यूयॉर्क वर्ल्ड'मधून त्यांनी एक निवेदन प्रसिद्ध केले की, ''स्वातंत्र्याच्या

ठरावाने कोणासही भिण्याचे कारण नाही.'' (मार्चमध्ये व्हॉईसरॉयला पाठविलेल्या पत्रात हेच लिहिले होते), आणि तीस जानेवारीला त्यांच्या 'यंग इंडिया'मध्ये त्यांनी एक अकराकलमी मागणी जाहीर केली, तिच्यात अनेक सुधारणांचा समावेश झाला होता. (रुपयाचा हुंडणावळीचा दर एक शिलिंग चार पेन्स, संपूर्ण दारूबंदी, जमीनसारा व सैन्यावरील खर्चात कपात, परदेशी कापडावर संरक्षण जकात वगैरे) आणि ह्यांच्या मोबदल्यात सविनय कायदेभंगाची चळवळ काढून घेण्यास ते तयार असल्याचे जाहीर केले होते. चळवळीच्या आदल्या दिवशी आपली अकराकलमी योजना जाहीर करून गांधीजींनी सरकारला जवळजवळ असेच सांगितले की, चळवळीच्या सौद्यात 'स्वराज्याची मागणी' ही 'सांगायची किंमत' होती आणि 'अकरा कलमी योजना' ही घ्यायची किंमत होती. नेहमीच्या बाजारातील देवघेवीच्या व्यवहारात, किंमत ठरविण्याच्या बाबतीत अशी ओढाताण करण्याची पूर्वापार पद्धत आहे तिचाच गांधीजी यांनी अवलंब केला.

चळवळीचे शोकपर्यवसायी नाटक तितकेच अस्पष्ट होते. पुन्हा एकदा फेब्रुवारी १९३० मध्ये साबरमती येथे काँग्रेस कमिटीची सभा झाली. तिने गांधीजी व त्यांचे सहाध्यायी ह्यांचे हातात चळवळीची सूत्रे दिली. हेतू असा की, ज्यांना 'अहिंसा' हे त्यांच्या जीवनातील परमपवित्र ध्येय वाटते अशाच सत्याग्रहींनी चळवळ सुरू करावी आणि चालू ठेवावी. तथापि अशा तऱ्हेने चळवळ चालविण्याची कामगिरी इतरांच्या हातात देताना, निवडून आलेल्या काँग्रेसच्या पुढाऱ्यांनी, चळवळ चालविण्याचे बाबतीत, कोणती मार्गदर्शक तत्त्वे सांभाळण्यास त्यांना सांगितले होते? लाहोर काँग्रेसच्या संबंधात सुभाष बोस लिहितात :

'डाव्या' बाजूच्या वतीने एक ठराव लेखकाने (सुभाष बोसने) मांडला होता, त्याचा आशय असा होता की, काँग्रेसने देशात पर्यायी सरकार चालू करण्याचे ध्येय ठरवावे आणि त्या दृष्टीने कामगार, शेतकरी आणि तरुणवर्ग ह्यांना संघटित करावे. हा ठराव नापास झाला. त्याचा परिणाम असा झाला की, जरी काँग्रेसने 'संपूर्ण स्वातंत्र्य' हे आपले ध्येय ठरविले तरी, त्या ध्येयाप्रत जाण्यासाठी कार्यक्रम ठरविण्यात आला नव्हता किंवा नवीन येणाऱ्या वर्षासाठी एखादा कार्यक्रम निश्चित करण्यात आला नव्हता. ह्यापेक्षा अधिक केविलवाण्या परिस्थितीची कल्पनाही करता येत नाही.'' (सुभाष बोस, 'दि इंडियन स्ट्रगल', पान २००)

जवाहरलाल नेहरू लिहितात, ''अजूनही आम्ही भविष्यकाळाबद्दल संदिग्ध होतो. काँग्रेसच्या अधिवेशनात जरी उत्साह दिसत होता तरी प्रत्यक्ष कृतीच्या आदेशाला कितपत प्रतिसाद मिळेल ह्याबद्दल कोणालाही कल्पना नव्हती. आम्हीतर

उडी घेतली होती आणि आता परतणे शक्य नव्हते, तथापि आमच्या पुढे असलेला देश हा आम्हांला नवखा व माहीत नसलेला असा होता.'' (जवाहरलाल नेहरू, 'ऑटोबायॉग्राफी', पान २०२).

ज्यांनी चळवळीचा कार्यक्रम जाणून घेण्याची मागणी केली, त्यांना 'ऑफिशियल काँग्रेस हिस्ट्री'ने दोष दिला आहे.

''साबरमतीला जमलेल्या मंडळींनी गांधीजींजवळ योजनेच्या तपशिलाबद्दल चौकशी केली. त्यांनी अशी चौकशी करणे चूक नव्हते. तथापि हेही खरे आहे की, महायुद्धाच्या आदल्या दिवशी लॉर्ड किचनेर किंवा मार्शल फोश किंवा व्हॉन हिंडेनबर्ग ह्यांच्याकडे त्यांच्या योजनेबद्दलची माहिती कोणी मागितली नसती. योजना त्यांच्याजवळ होत्या, पण त्या त्यांनी उघड केल्या नसत्या. सत्याग्रहाच्या बाबतीत असे नव्हते. आपल्या योजनांबद्दल गुप्तपणा काहीही नव्हता. त्याचबरोबर त्या निश्चितपणे ठरवलेल्या नव्हत्या. ज्याप्रमाणे धुके असलेल्या सकाळी, जोराने धावणाऱ्या मोटारीला वाऱ्यावर तिचा मार्ग आपोआप कळत जातो. त्याप्रमाणे चळवळीचा पुढील कार्यक्रम, चळवळ सुरू झाल्यावर, आपोआप ज्ञात होत जाणार होता. सत्याग्रहींच्या कपाळावर टेहळणीचा दिवा लावलेला होता. पुढील पायरीचा मार्ग तो दाखविणार होता.'' (ऑफिशियल 'हिस्ट्री ऑफ दि नॅशनल काँग्रेस,' पान (६२८).

गांधीजींची चळवळीबद्दल जी कल्पना होती तिच्यावर सर्व काही अवलंबून होते. देश आणि त्याचे भवितव्य गांधीजींच्या मार्गदर्शनावर सोडले होते.

ध्येयाच्या कल्पनेप्रमाणे चळवळीचे दोन परस्परविरुद्ध प्रकार होणार होते, हे उघड आहे. एक तर सर्व शक्ती एकवटून केला जाणारा हा अखेरचा लढा होता की, ज्यामुळे भारतीय जनता ब्रिटिश राजवटीचा शेवट करून भारताचे संपूर्ण स्वातंत्र्य प्रस्थापित करणार होती. ('ए फाइट टु दि फिनिश', ऑफिशियल काँग्रेस हिस्ट्रीच्या एका प्रकरणाचे शीर्षक) किंवा ठराविक मर्यादित निदर्शनातून ब्रिटिश राजवटीकडून अधिक चांगल्या सुधारणा मिळवण्याचा तो एक प्रयत्न होता. लाहोर काँग्रेसच्या ठरावात पहिला प्रकार अभिप्रेत होता. भारतातील जनतेची तीच अपेक्षा होती. हा जर खरा उद्देश असेल तर, एवढ्या प्रचंड संघर्षासाठी शत्रूची प्रचंड शक्ती निरुपयोगी करणे आणि त्यासाठी शत्रूला भिवविणे व त्याला प्रतिकार करणे अशक्य करून टाकण्यासाठी, काही गोष्टी करणे आवश्यक होते. उदा. सार्वत्रिक हरताळ पुकारणे व त्यासाठी काँग्रेसची व कामगार संघटनांची सर्व शक्ती उपयोगात आणणे, सर्व शेतकऱ्यांना सारा किंवा कर न देण्याचा आदेश देणे आणि पर्यायी राष्ट्रीय सरकार, त्याचे विभाग, न्यायालये, स्वयंसेवक संघटना, ह्यांचे सर्व देशभर जाळे पसरविणे.

जनतेच्या राष्ट्रीय भावना शिगेला पोहोचलेल्या असताना, जर असा संघर्ष अत्यंत वेगाने आणि निश्चयाने चालू केला असता, तर शत्रूचा उत्साह खच्ची होऊन, त्याचे सैन्य निरुपयोगी ठरून, संघर्षाला यश मिळण्याचा बराच संभव होता. (गरवालीचे बंड आणि पेशावर आणि सोलापूर येथील अनुभवावरून अशी शक्यता होती) आणि स्वातंत्र्य मिळविणे शक्य होते.

तथापि गांधीजींचा बेत असा नव्हता. खरे म्हणावयाचे तर, त्या वेळची गांधीजींची भाषणे आणि त्यानंतरच्या त्यांच्या हालचाली ह्यांवरून लढ्याला असे स्वरूप येऊ द्यावयाचे नाही, हीच त्यांना काळजी होती. १९३१ च्या मे महिन्यात त्यांनी एक लेख लिहिला. त्यामध्ये त्यांनी स्वच्छपणे सांगून टाकले की, त्यांच्या अहिंसेच्या तत्त्वाचा जर का काडीमात्र भंग होऊन यश मिळणार असले, तर त्यापेक्षा त्यांना पराभव झालेला परवडणार होता.

''अहिंसेच्या तत्त्वाला केसभरसुद्धा बाध आणून, एखादा संशयास्पद विजय मिळणार असेल, तर त्यापेक्षा निर्भेळ अहिंसा तत्त्वावर चालविलेल्या चळवळीतून, मला संपूर्ण अपयश आले तरी मी त्याचे स्वागत करीन.'' (गांधी, इन मे १९३१ कोटेड् इन 'दि टाइम्स' मे ८, १९३१.)

मार्च १९३० मध्ये व्हॉइसरॉयला पाठविलेल्या पत्रात गांधीजींनी लढ्याच्या मागील शक्तीचे विश्लेषण केले आणि अशा संघर्षाचे नेतृत्व करण्यामागील त्यांचा हेतू स्पष्ट केला.

''हिंसावादी गट प्रभावी होत आहे आणि तो आपले अस्तित्व व्यक्त करीत आहे. माझा हेतू ती शक्ती (अहिंसेची) ब्रिटिशांच्या संघटित हिंसेच्या शक्तीविरुद्ध आणि वाढत्या हिंसावादी गटाच्या असंघटित शक्तीविरुद्ध कार्यवाहीत आणण्याचा आहे. (अशा वेळी) शांत राहणे म्हणजे वरील दोन्ही शक्तींना कुरघोडी करण्यास वाव करून देण्यासारखे होणार आहे.'' (गांधी, लेटर टु दि व्हॉईसरॉय, मार्च २, १९३०).

अशा प्रकारे संघर्ष सुरू होण्याच्या आदल्या रात्री गांधीजींनी जाहीर केले की, त्यांना दोन आघाड्यांवर युद्ध करायचे होते. केवळ ब्रिटिश राजवटीविरुद्ध नव्हे, तर, भारतातील अंतर्गत शत्रूबरोबरसुद्धा लढा द्यायचा होता. दुहेरी आघाडीवर युद्ध करण्याची ही कल्पना म्हणजेच, साम्राज्यशाहीच्या वाढत्या झगड्यामुळे ज्याच्या पायाखालील वाळू सरकून जाऊन जो भयभीत झाला होता असा मध्यमवर्ग आणि बहुजनसमाजाची चळवळ, ह्या दोघांनी लढ्याचे पुढारीपण घेणे गांधीजींना, ते एक 'वेडे धाडस' होते तरी, (गांधीजींनी व्हॉइसरॉयला पाठविलेल्या पत्रातील हा शब्दविन्यास

आहे) भाग पाडले. कल्पना अशी होती की, त्यायोगे त्यांना मर्यादित ठेवता येईल. (''स्तब्ध राहणे म्हणजे वरील दोन्ही शक्तींना सत्ता देण्यासारखे होते.'') आणि दोघांचीही 'अहिंसे'च्या जादूच्या कांडीने समजूत घालता येईल. तथापि, पुढील काळात लोकशाही सत्तांनी स्पेनच्या बाबतीत आचरणात आणलेल्या ''अलिप्तता'' वादासारखी ''अहिंसा'' ही ''एकमार्गी अहिंसा होती.'' ती फक्त भारतीय जनतेसाठी होती, जिने आपल्या मनाला मानेल इतकी हिंसा केली आणि लढाई जिंकली,[१] अशा साम्राज्यशाहीसाठी ती नव्हती.

लढ्याच्या ह्या पार्श्वभूमीला अनुसरून गांधीजींनी आपले धोरण ठरविले होते. ह्या भूमिकेवर, स्वातंत्र्याच्या चळवळीत यश मिळविणे ह्यासाठी ते धोरण नव्हते, तर एका प्रचंड क्रांतिकारक लाटेत, बहुजनसमाजाचे पुढारीपण सांभाळणे, आणि असे करताना तिच्यावर जास्तीत जास्त अटी व बंधने घालणे, असे ते कावेबाज व समर्थ धोरण होते. चळवळीचे पहिले उद्दिष्ट ठरविण्यातील त्यांचे उत्कृष्ट धोरण आणि ती चालविण्याची पद्धत ह्याबद्दल उल्लेख आलेलाच आहे. त्यांनी सरकारच्या मिठावरील स्वामित्वाबद्दल लढा देण्याचे ठरविले. ह्यामुळे लढ्यात कामगारवर्गाने भाग घेण्याची शक्यता दुरावली. कामगारांच्या ह्या शक्तीबद्दल गांधीजींना नेहमी भीती वाटत असे, हे त्यांनी स्पष्ट केले होते. ही शक्ती शेतकऱ्यांची मने आपल्याकडे वळवून घेण्यास समर्थ होती आणि ती जमीनदारांच्या विरुद्ध लढ्यात उपयोगात आणणे शक्य होते. त्यांनी दिलेले आश्वासन निश्चितपणे पाळण्यासाठी, नवी होणारी चळवळ प्रथम त्यांनी स्वत: व निवडक शिष्य ह्यांच्यापुरती मर्यादित करण्याचा बेत केला.

---

१.  १९३० साली गांधीजींनी जी असहकाराची चळवळ चालू केली त्याचे कारण क्रांतिकारकांची हिंसक चळवळ चालू होणार होती. तिच्याअगोदर आघाडी मारून अहिंसक चळवळ चालू करण्याचे त्यांनी ठरविले, ही माहिती त्यांची निवेदने व पत्रव्यवहार ह्यावरून स्पष्ट होते. त्यांचे शिष्य सी. एफ ॲन्ड्रूज लिहितात : ''त्यांची (गांधीजींची) मला पत्रे आली आहेत त्यावरून त्यांची स्वत:ची कारणे स्पष्ट दिसतात. आणि त्यांनी अशी भडक दिसणारी कृती करण्याची कारणे स्पष्ट होतात. उदाहरणार्थ, त्यांनी मला असे लिहिले की, सरकारची दडपशाही दिवसेंदिवस वाढत आहे आणि तिची प्रतिक्रिया म्हणजे भारतीय तरुणांत संताप निर्माण झाला आहे. ह्याला एकमेव उपाय म्हणजे तिला मागे टाकील अशी अहिंसक चळवळ लागू करणे, आणि असे करण्यात कितीही धोका असला तरी तिचे नेतृत्व गांधीजींनी स्वत: करणे हो होय.' (सी. एफ. ॲन्ड्रूज, इन दि 'स्पेक्टेटर,' सप्टेंबर २७, १९३०)

"माझा विचार, ही चळवळ माझ्या आश्रमातील सत्याग्रहींनी चालू करावी त्याचप्रमाणे ज्यांना तिची शिस्त आणि पद्धत मान्य आहे त्यांनी तिच्यात भाग घ्यावा." (गांधी, इन 'यंग इंडिया,' फेब्रुवारी २७,१९३०).

अशा प्रकारे गांधीजी व त्यांचे निवडक ७८ सत्याग्रही ह्यांची दांडीची यात्रा सुरू झाली, ती तीन मौल्यवान आठवडे चालू होती. जगातील निरनिराळ्या वार्ताहरांनी तेथे जाऊन फोटो काढले, आणि बहुजनसमाज एकत्र जमून आदेशाची वाट पाहत राहिला. ह्या दांडीच्या सत्याग्रहाला वर्तमानपत्रे, सिनेमा व इतर साधने ह्यांमधून जी प्रचंड प्रसिद्धी देण्यात आली, त्यावरून काँग्रेसच्या पुढाऱ्यांना, बहुजनसमाजात जागृती निर्माण करून संघटन वाढविण्याचे बाबतीतील गांधीजींच्या योजक कल्पकतेबद्दल आश्चर्य वाटले : बहुजनसमाजातील मागास वर्गावर ह्या प्रसिद्धीचा परिणाम झाला हे निश्चितपणे खरे होते, तथापि साम्राज्यशाहीने ह्या प्रचाराला उत्तेजन आणि परवानगी दिली आणि ती तिच्या नंतरच्या धोरणाला जुळून नव्हती (ह्याच वेळी 'डाव्या' मताचा राष्ट्रीय पुढारी सुभाष बोस ह्याला स्वातंत्र्यदिनापूर्वी व चळवळ सुरू व्हावयाच्या अगोदर त्वरेने पकडण्यात आले.) ह्याचा अर्थ सरकारला त्याचे मर्म समजले नव्हते असा नव्हे, तर त्याचे मर्म त्याने अचूकपणे हेरले होते, ते म्हणजे, बहुजनसमाजाच्या चळवळीत ह्या तंत्रामुळे फूट पडणार होती, आणि त्याच धोरणाने गांधीजींची पावले पडत होती.

एवढे असले तरी, सहा एप्रिल रोजी समुद्रकिनाऱ्यावर खारट पाणी उकळण्याचा गांधीजींचा सोहोळा तीन आठवडे चालल्यावर जनतेची प्रचंड चळवळ जी देशभर उसळली त्यामुळे दोन्ही बाजूंच्या पुढाऱ्यांना आश्चर्याचा धक्का बसला. काँग्रेसकडून जे आदेश देण्यात आले होते ते फार मर्यादित व निरुपद्रवी प्रकारच्या सविनय कायदेभंगाबद्दल होते : मिठाच्या कायद्याविरुद्ध सत्याग्रह, परकीय कापडावर बहिष्कार, विलायती कापडाच्या दुकानावर व सरकारी दारूच्या दुकानांवर निरोधने. चळवळीबद्दलचा गांधीजींचा दृष्टिकोन नऊ एप्रिल रोजी त्यांनी दिलेल्या आदेशावरून स्पष्ट होतो :

"आमचा मार्ग आमच्यासाठी अगोदरच निश्चित झाला आहे. प्रत्येक खेड्याला अनधिकृत मीठ आणू दे किंवा तयार करू दे, भगिनींनी दारूच्या दुकानांवर त्याचप्रमाणे अफूच्या गाद्या, आणि परकीय कापडाची दुकाने ह्यांवर निरोधन करावे. तरुण व प्रौढ गृहस्थांनी टकळी चालवावी, सूत काढावे आणि रोजच्या रोज सुताचे ढीग विणून टाकावेत. परदेशी कापड जाळून टाकावे, हिंदू लोकांनी अस्पृश्यता काढून टाकावी. हिंदू, मुसलमान, शीख, पारशी व ख्रिश्चन लोकांनी मनापासून एकी करावी. अल्पसंख्याकांना काय हवे ते देऊन मग राहिलेल्यावर बहुसंख्याकांनी समाधान मानावे. विद्यार्थ्यांनी सरकारी शाळा व कॉलेजे सोडावीत आणि सरकारी

नोकरांनी आपल्या जागेचे राजीनामे द्यावेत व त्यांनी आपणास लोकसेवेला वाहून घ्यावे. आणि आपल्याला लवकरच दिसून येईल की, पूर्ण स्वराज्य आपल्या पायाशी लोळण घालील.''

बहुजनसमाजाची चळवळ जी एप्रिलमध्ये मोठ्या प्रमाणात चालू होती ती ह्या सामान्य मर्यादेपलीकडेच गेली होती. वाढते संप, जनतेची प्रचंड निदर्शने, बंगालमधील चितागाँगची शस्त्रास्त्रांवरील झडप, जे पेशावर दहा दिवस लोकांच्या ताब्यात होते तेथील घटना आणि कित्येक ठिकाणी शेतकऱ्यांनी स्वयंस्फूर्तीने चालू केलेली कर-बंदी चळवळ, विशेषतः, संयुक्त प्रांतातील कर-बंदी चळवळ, जिच्या बाबतीत काँग्रेस पुढाऱ्यांनी निदान पन्नास टक्के तरी सारा भरावा म्हणून खटपट केली पण ती व्यर्थ गेली.

पुढील काळाच्या दृष्टीने अत्यंत महत्त्वाची घटना म्हणजे पेशावरच्या गढवाली शिपायांनी केलेले बंड होय. स्थानिक पुढाऱ्यांना अटक केल्याबरोबर संतप्त लोकांच्या निदर्शनांना काबूत आणण्यासाठी चिलखती गाड्या पाठविण्यात आल्या. एक चिलखती गाडी जाळण्यात आली. तिच्यातील लोक पळून गेले, नंतर गोळीबार करण्यात आला, त्यात जमावातील शेकडो लोक मेले किंवा जखमी झाले. अठराव्या 'रॉयल गढवाली रायफल्स'पैकी दुसऱ्या 'बटालियन'च्या दोन तुकड्या पाठविण्यात आल्या, मुसलमानांच्या गर्दीत हिंदू सैन्य होते, तरीही त्यांनी गोळीबार करण्याचे नाकारले. बाहेर पडले, जमावात सामील झाले आणि काहींनी आपली शस्त्रे लोकांना दिली. लगेच सैन्य आणि पोलिस पेशावरमधून संपूर्णपणे काढून घेण्यात आले. पंचवीस एप्रिल ते चार मे ह्या काळात पेशावर शहर लोकांच्या ताब्यात होते, तेव्हा हवाई जहाजांसह ब्रिटिश फौज पेशावर पुन्हा ताब्यात घेण्यासाठी पाठविली गेली. नंतर तेथे प्रतिकार झाला नाही. सरकारने त्यानंतर पेशावरच्या घटनांबद्दल चौकशी करण्याचे साफ नाकारले. गढवाली रायफल्सच्या सतरा शिपायांना क्रूर तऱ्हेच्या सैनिकी शिक्षा देण्यात आल्या. एकाला जन्मठेपेची शिक्षा झाली, दुसऱ्या एकाला पंधरा वर्षांची सक्तमजुरीची शिक्षा झाली आणि पंधराजणांना तीन वर्षांपासून दहा वर्षांपर्यंतच्या निरनिराळ्या शिक्षा फर्मावण्यात आल्या.

ज्या गढवाली शिपायांनी आपल्या देशबांधवांवर गोळ्या झाडण्याचे नाकारले ते अहिंसेचे यशस्वी उदाहरण म्हणून धरावयास हवे होते, ते गांधीजीना आवडावयास हवे होते. तथापि गांधीजींचे मत असे नव्हते. खरोखरी ही 'अहिंसा' अशा दर्जाची होती की, जिने ब्रिटिश राजवटीच्या पायालाच हादरे दिले. गांधी-आयर्विन करारामध्ये बंदिवान लोकांच्या सुटकेची अट होती, पण तिच्यातून गढवालि लोकांचे नाव मुद्दाम

गाळण्यात आले. ऑफिशियल 'काँग्रेस हिस्ट्री' मध्ये छोट्या दहशतवादी कित्येक घटनांचा उल्लेख आहे आणि त्यांच्यामुळे राष्ट्रीय भावना निर्माण झाल्याचे म्हटले आहे, तथापि गढवालि प्रकरणाबद्दल ह्या ग्रंथात उल्लेख नाही. कित्येक वर्ष गढवालि लोकांना आपल्या शिक्षा भोगाव्या लागल्या, आणि १९३० मध्ये जेव्हा काँग्रेसची मंत्रिमंडळे अधिकारावर आली तेव्हाच त्यांची तुरुंगातून सुटका होऊ शकली. त्यांची आठवण लोकांच्या मनात ठाम आहे आणि स्वतंत्र भारताच्या भावी इतिहासात तिचा गौरवपूर्ण उल्लेख केला जाईल, ज्या वेळी कित्येक राजकारणी लोकांचा जनतेला विसर पडलेला असेल. पुढे गांधीजी गोलमेज परिषदेसाठी लंडनला गेले असताना एका फ्रेंच बातमीदाराने त्यांची मुलाखत घेतली. गढवालि शिपायांचा सत्याग्रह त्यांना का पसंत नव्हता ह्याबद्दल त्याने विचारपूस केली. तेव्हा गांधीजी म्हणाले :

"जो सैनिक गोळी झाडण्याची आज्ञा पाळत नाही तो त्याने घेतलेली शपथ मोडतो आणि तो फौजदारी गुन्ह्याबद्दल जबाबदार ठरतो. अधिकारी आणि सैनिक ह्यांना कायदा मोडण्याबद्दल मी सांगू शकत नाही, कारण जेव्हा मी सत्तेवर येईन तेव्हा मला बहुतेक त्याच अधिकाऱ्यांचा आणि त्याच सैनिकांचा उपयोग करावा लागेल. मी जर त्यांना आज्ञाभंग करण्याचे शिकविले तर मला वाटते, मी सत्तेवर आल्यावर ते तसेच करतील." (गढवाली सैनिकांबद्दल फ्रेंच जर्नलिस्ट् चार्ल्स पेट्राश ह्यांना गांधीजींनी दिलेले उत्तर, मंडे, फेब्रुवारी २०, १९३२.) हे वाक्य (गांधीजींच्या प्रत्येक शांततावादी चाहत्याला हे वाक्य अभ्यसनीय ठरावे) बार्डोलीला घेतलेल्या निर्णयाइतकेच "अहिंसे"च्या खऱ्या अर्थावर प्रकाशझोत टाकणारे आहे.

जनतेची चळवळ तिला घालून दिलेल्या मर्यादा ओलांडू लागली ही गोष्ट स्पष्ट झाल्यावर, आणि गांधीजींना मोकळे ठेवले होते तरी त्यांची हुकमत कमी होऊ लागल्यावर, पाच मे रोजी सरकारने त्यांना अटक केली. त्यांना पकडणे किती योग्य होते ह्यासंबंधी सरकारने एक जाहीर पत्रक काढले, ते असे :

"हिंसेच्या उद्रेकांना दोष देण्याचा गांधीजींचा उपक्रम जरी चालू आहे तरी त्यांच्या अनावर अनुयायांवर त्याचा परिणाम कमी-कमी होत आहे, आणि हे उघड आहे की, ते त्यांना आवरू शकत नाहीत—त्यांच्या स्थानबद्धतेच्या काळात त्यांची प्रकृती आणि सुखसोयी ह्यांकडे शक्य तितके लक्ष दिले जाईल."

त्यांच्या अटकेची प्रतिक्रिया, सर्व देशभर उसळलेल्या हरताळ आणि सार्वत्रिक संप ह्यांच्या लाटेवरून स्पष्ट होते. मुंबई इलाख्यातील औद्योगिक केंद्र सोलापूर ह्या शहराची एकूण वस्ती १४०,०००. त्यांपैकी गिरणीकामगार ५०००० होते. गिरणीकामगारांनी सोलापूर शहराचा ताबा घेतला व ते एक आठवडा आपल्या

ताब्यात ठेवले, पोलिस बदलले, शासकीय व्यवस्था स्वत:ची सुरू केली. शेवटी १२ मे रोजी लष्करी कायदा लागू करण्यात आला. जनतेला स्वत:चे राज्य स्थापन करायचे होते. काँग्रेस पुढारीही त्यांना आवरू शकले नाहीत, ही गोष्ट १४ मे १९३० रोजी 'टाइम्स'च्या बातमीदाराने कळविली. पुण्याच्या 'स्टार' वर्तमानपत्राने कळविले की, त्यांनी 'शासन' आपल्या ताब्यात घेतले आणि आपले स्वत:चे कायदेकानून चालू करण्याचा त्यांनी प्रयत्न केला. त्या वेळच्या पुराव्यावरून त्यांनी शांतता प्रस्थापित केली होती, असे दिसते.

साम्राज्यशाहीने केलेली दडपशाही अनिर्बंध होती. एकामागोमाग एक सरकारी वटहुकूम निघाले व त्यामुळे लष्करी राजवटीसारखी परिस्थिती निर्माण झाली. जून महिन्यात काँग्रेस आणि तिच्या सर्व शाखा बेकायदेशीर ठरविण्यात आल्या. १९३१ च्या वसंत ऋतूत जो गांधी-आयर्विन करार झाला त्याच्या अगोदरच्या एक वर्षांत साठ हजार सत्याग्रहींना तुरुंगात टाकण्यात आले, असे सरकारी आकड्यावरून दिसते. हे आकडे निश्चितपणे अपुरे आहेत कारण त्यांमध्ये ज्या अनेकांना, दहशत घालणे, दंगल करणे वगैरे कारणांमुळे शिक्षा झाली होती ते आकडे समाविष्ट केलेले नाहीत. ज्यांना सरकारने राजकीय कैदी ठरविले त्यांचीच नोंद वरील आकड्यांत आहे. संपूर्ण माहिती देणाऱ्या राष्ट्रीय दप्तराप्रमाणे हा आकडा ९०००० होता. १९३०-३१ मध्ये दहा महिन्यांच्या अवधीत नव्वद हजार पुरुष, स्त्रिया आणि मुले ह्यांना तुरुंगात डांबण्यात आले, (हिस्ट्री ऑफ दि नॅशनल काँग्रेस, पान ८७६). हे सर्व, मजूर सरकार (इंग्लंडमध्ये) सत्तेवर असताना घडले. २७ एप्रिल १९३० रोजी 'ऑब्झर्व्हर' ह्या प्रतिगामी वर्तमानपत्राने कुत्सितपणे लिहिले : 'मजूर मंत्रिमंडळ' त्या वेळी सत्तेवर होते ही एक 'ईश्वरी योजना' होती. भारताच्या दृष्टीने, सामाजिक निकड म्हणून मजूर मंत्रिमंडळ सत्तेवर ठेवणे योग्य होय.''

'तुरुंगात टाकणे' हा दडपशाहीतील अगदी सामान्य प्रकार होता. तुरुंग तुडुंब भरून गेले, आणि एक गोष्ट स्पष्ट झाली की सरसकट लोकांना तुरुंगात टाकले तरी चळवळ थांबणार नव्हती. त्यामुळे मुख्य हत्यार जे परजले गेले ते म्हणजे 'शारीरिक दहशत' होय. सरसकट लाठीहल्ले, मारझोड, नि:शस्त्र जमावावर गोळीबार, पुरुषांना व स्त्रियांना ठार मारणे, (काही बिकट प्रसंगी गोळ्या घालणे, फाशी देणे, रणगाडे व चिलखती गाड्या वापरणे, आणि हवेतून दारूगोळे टाकणे) ह्यांची नोंद एवढी मोठी आहे की तिची तुलना करण्यास, कोणत्याही देशातील तत्सम उदाहरणच उपलब्ध नाही. अत्यंत अनुभवी आणि निगरगट्ट झालेल्या बातमीदारांना सुद्धा, जे घडत होते, त्याचे अत्यल्प दर्शन सुद्धा वीट आणणारे होते.[१] जे काही प्रत्यक्षात

घडत होते, ते गुप्त ठेवण्यासाठी, अत्यंत कडक उपाययोजना करण्यात आली होता. तथापि काँग्रेसच्या काळजीपूर्वक ठेवलेल्या दप्तरांतून, प्रत्यक्ष घटनांच्या वर्णनांच्या सही-शिक्क्यांच्या नकलांचे ग्रंथच्या ग्रंथ उपलब्ध आहेत, आणि ते, सरकारने अमलात आणलेल्या क्रौर्यावर काही प्रकाश टाकतात.

एवढे असले तरी चळवळीचा जोर १९३० साली अधिकाऱ्यांच्या अंदाजापेक्षा कल्पनातीत वाढला. दडपशाहीला तोंड देऊन संघर्षाची प्रगती चालूच होती आणि त्यातून साम्राज्यवादी वर्तुळात चिंता निर्माण झाली. १९३०च्या ग्रीष्म ऋतूत त्यांच्या चिंतेला वाचा फुटली, कारण ब्रिटिश व्यापारीवर्गाला बहिष्कारामुळे मनस्वी फटका बसला. ही परिस्थिती प्रामुख्याने मुंबईस आढळात आली. मुंबई हा औद्योगिक कामगारवर्गाचा बालेकिल्ला समजला जातो. येथे दडपशाहीने धुमाकूळ घातला होता, तरीही येथे चळवळ शिगेस पोहोचली होती. पोलिसांनी पुन्हा पुन्हा लाठीहल्ले केले तरी सत्याग्रही पुन्हापुन्हा रस्ते ताब्यात घेत. काँग्रेसच्या पुढाऱ्यांनी पांगण्यास सांगितले तरीही जनतेने प्रचंड निदर्शने चालूच ठेवली. ह्या निदर्शनांत तिरंगी झेंड्याबरोबर लाल झेंडेही असत. काही वेळा लाल झेंड्याची भाऊगर्दी असे. ‘ऑब्झर्व्हर’च्या बातमीदाराने २९ जूनला कळविले, ‘‘कलकत्ता आणि इतर शहरांतून आलेले लोक मुंबईला जी अवकळा आणली होती, ती पाहून आश्चर्यचकित झाले आहेत.’’ पाच जुलैच्या ‘स्पेक्टेटर’ मध्ये प्रसिद्ध झालेल्या मुंबईच्या पत्रात म्हटले आहे, ‘‘सैन्य आणि सशस्त्र पोलिस नसते तर, मुंबईचे सरकार एका दिवसात उधळून दिले गेले असते आणि सर्वांच्या संमतीने काँग्रेसने मुंबईचे शासन आपल्या हातात घेतले असते.’’ मुंबईतील ब्रिटिश व्यापारी ‘मिल् ओनर्स असोसिएशन’ (ज्यांच्यामध्ये $\frac{1}{3}$ युरोपियन होते) आणि ‘चेंबर ऑफ कॉमर्स’ ह्यांचेमार्फत भारतीय व्यापाऱ्यांना मिळाले आणि भारताला वसाहतीच्या दर्जाचे स्वराज्य द्यावे अशी मागणी करू लागले. सर्वांत आश्चर्याची घटना म्हणजे मुंबईच्या ‘टाइम्स ऑफ इंडिया’ ह्या वर्तमानपत्राने, केंद्रामध्ये जबाबदारीचे संसदीय सरकार निर्माण करावे, अशी मागणी केली. सहा जुलैला ‘ऑब्झर्व्हर’ ह्या पत्राने भारतातील युरोपियन लोकांच्या निष्ठाहीनतेबद्दल चिंता व्यक्त केली.

कलकत्त्याच्या ‘स्टेट्समन’ मधील स्तंभ सोडल्यास इतरत्र विफलता स्पष्ट दिसत होती. अशा विश्वसनीय बातम्या पसरल्या होत्या की, ‘‘कलकत्त्याचे आणि

---

१.  १४ जुलै १९३० रोजी, ‘लेजिस्लेटिव्ह असेंब्ली’ मध्ये जे सरकारकडून उत्तर देण्यात आले, त्यावरून एक एप्रिलपासून चौदा जुलैपर्यंत, लोकांवर जे गोळींबार करण्यात आले, त्यांत १०३ लोक मेले आणि ४२० जखमी झाले.

मुंबईचे ब्रिटिश व्यापारी व काँग्रेस ह्यांमध्ये, कायम स्वरूपाचा राजकीय समझोता करून त्याच्या बदल्यात शक्य तितक्या लवकर बहिष्कार आणि इतर चळवळी काढून घेतल्या जाव्यात, अशाबद्दल बोलणी चालू होती. युरोपियन लोकांची निष्ठाहीनता– तथापि ही निष्ठाहीनता सर्वत्र आढळत नव्हती. कलकत्त्यामध्ये त्याविरुद्ध प्रभावी जनमत होते.'' ('ऑब्झर्व्हर', जुलै ६, १९३०).

ऑगस्ट महिन्यात 'ऑब्झर्व्हर'चा कलकत्त्याचा बातमीदार 'मुंबईचा कमकुवतपणा' (वुइकनेस इन बॉम्बे) ह्या शीर्षकाखाली लिहितो :

"मुंबईहून अशी बातमी आली आहे की, ब्रिटिशांच्या देखरेखीखाली असलेल्या काही गिरण्यांना काँग्रेसच्या अटी मान्य करणे पडले आणि एका प्रमुख नागरिकाला 'बॉम्बे लाइट हॉर्स' मधील आपल्या 'कमिशन'चा राजीनामा द्यावा लागत आहे, ह्यामुळे येथील मंडळींना धक्का बसला आहे. ह्याचप्रमाणे 'युरोपियन असोसिएशन'ची मुंबई शाखा कोलमडून पडली आहे. तिच्या सभासदांपैंकी बहुसंख्य सभासदांनी 'सायमन रिपोर्ट'चा पाठपुरावा करण्याचे नाकारले आहे, कारण ते कमिशन भारतीय जनतेला मान्य नाही. मुंबई शाखेने गोलमेज परिषदेचा आपला उमेदवारही मागे घेतला आहे.' ('ऑब्झर्व्हर,' ऑगस्ट २४, १९३०.)

अशा प्रकारे 'धमकावण्या' व 'दडपशाही' ह्यांचा धिंगाणा चालू असताना सुद्धा 'वैफल्य' आणि 'निष्ठाहीनते'ची जवळजवळ घबराटीच्या परिस्थितीची चिन्हे साम्राज्यवादी वर्तुळात दिसू लागली आहेत आणि ह्यामुळे साम्राज्यशाहीला, काहीही झाले तरी समझोत्यासाठी वाटाघाटी करणे आवश्यक झाले आहे. भारतीय जनतेने केलेला संघर्ष आणि त्याग ह्यांमुळे काँग्रेसच्या पुढाऱ्यांचे धोरण चढेल बनले आहे. आता साम्राज्यशाहीला बचावाचा आधार म्हणून मवाळ राष्ट्रीय पुढाऱ्यांचे सहकार्य घेणे भाग आहे, कारण बहुजनसमाजाच्या चळवळींचा विस्तार आणि अकल्पित अपेक्षा ह्याबद्दलची त्यांची भीती खरी ठरली आहे. सप्टेंबर महिन्यात गांधीजींची मुलाखत घेतल्यावर, बर्मिंगहॅमच्या 'सेली ओक' कॉलेजचा 'इंटरनॅशनल रिलेशन्स' ह्या विषयाचा प्राध्यापक एच.जी. अलेक्झांडर याने गांधीजींचा दृष्टिकोन कळविला, तो असा :

"तुरुंगाच्या एकलकोंडेपणातसुद्धा, त्यांना (गांधीजींना) तीव्र जाणीव आहे की, ही कटुता वाढत आहे, आणि म्हणून शांतता आणि सहकार्य प्रामाणिकपणे निर्माण करता आले तर, त्यांना ते हवे आहे. त्यांचे वजन अजून प्रचंड आहे, तथापि अधिक धोकादायक आणि अनिवार शक्ती रोजच्या रोज वाढत आहेत.' (प्रोफेसर एच.जी.अलेक्झांडर, 'मिस्टर गांधीज् प्रेझेंट आउटलुक' इन दि 'स्पेक्टेटर,' जानेवारी ३,१९३१.)

अशा प्रकारे दोन्ही बाजूंनी भीतीचे वातावरण निर्माण झाले, आणि अशा भीतीच्या पाश्वर्भूमीवर समझोत्याची शक्यता निर्माण झाली—भारतीय जनतेच्या विरुद्ध.

१९३० च्या शरद ऋतूत वाटाघाटी सुरू झाल्या, तथापि त्यातून निष्पन्न काहीही झाले नाही. २० जानेवारी १९३१ रोजी (ब्रिटिश) पंतप्रधान मॅकडोनॉल्ड ह्याने गोलमेज परिषदेत जाहीर केले की,

''मी प्रार्थना करतो की आमच्या प्रयत्नामुळे भारताला आज जे हवे आहे ते त्याला मिळेल, ते म्हणजे 'ब्रिटिश कॉमनवेल्थ ऑफ नेशन्स'मध्ये भारताला वसाहतीचा दर्जा प्राप्त होईल. त्याबरोबर जबाबदारी आणि काळज्या, जोखीम आणि अडचणी येतील, तथापि त्यात अभिमान आणि जबाबदारीचे स्वयंशासन मिळाल्याचा आनंदही असेल.''

गुळमुळित शब्दविन्यासात पैज मारण्याचा आव आणला गेला, तथापि प्रत्यक्षात सरकारतर्फे कोणतेही आश्वासन दिले गेले नाही. नंतरच्या घटनांवरून ही गोष्ट सिद्ध होते. काँग्रेसला गोलमेज परिषदेत भाग घेता यावा म्हणून परिषद स्थगित करण्यात आली.

२६ जानेवारीला गांधीजी आणि काँग्रेसच्या कार्यकारिणीचे सभासद ह्यांची बिनशर्त सुटका करण्यात आली, आणि त्यांना भेटण्यास मुभा मिळाली. गांधीजींनी जाहीर केले की, त्यांनी अगदी खुल्या दिलाने तुरुंग सोडला, (क्रांतिकारक चळवळीच्या पुढाऱ्याने, कावेबाज व कपटी शत्रू समोर असताना असे विधान करणे धोक्याचे होते.) वाटाघाटीचे गुऱ्हाळ चालू झाले. चार मार्च रोजी गांधी-आयर्विन करारावर सह्या झाल्या आणि चळवळ तात्पुरती स्थगित करण्यात आली.

गांधी-आयर्विन करारामुळे काँग्रेसच्या ध्येयापैकी कोणताही मुद्दा यशस्वी झाला नाही (मिठाच्या कराचे सुद्धा निरसन केले गेले नाही). सविनय कायदेभंगाची चळवळ काढून घ्यायची होती. ज्या गोलमेज परिषदेवर काँग्रेसने बहिष्कार पुकारला होता तिच्यामध्ये काँग्रेसने भाग घ्यायचा होता. स्वराज्याच्या संबंधात एकही गोष्ट निश्चित स्वरूपाने देण्यात आली नाही. गोलमेज परिषदेतील चर्चेची पाश्वर्भूमी म्हणजे भारताला जबाबदार 'संघीय घटना' देणे, ही होय. तथापि तिच्यामध्ये 'भारताच्या हिताच्या दृष्टीने संरक्षणात्मक आरक्षणे' घातली होती. सरकारी वटहुकूम काढून घ्यायचे होते आणि राजकीय कैद्यांची सुटका करायची होती—तथापि ज्यांनी हिंसात्मक गुन्हे केले होते किंवा ज्यांनी हिंसेची चिथावणी दिली होती किंवा ज्या सैनिकांनी आज्ञाभंग केला होता, त्यांना सोडायचे नव्हते. परकीय मालावरील बहिष्कार चालू ठेवण्यास परवानगी होती—तथापि तो खास ब्रिटिश मालापुरताच घालायचा नव्हता.

हा बहिष्कार राजकीय कारणांसाठी घालावयाचा नव्हता, किंवा त्यासाठी ज्यांमुळे बळजबरी, दमदाटी, निर्बंध, विरोधक निदर्शन किंवा सार्वजनिक गैरसोय होईल, अशी निरोधने करायची नव्हती. अशा अटी, की ज्यांनी एका हाताने दिल्याचा आव आणून दुसऱ्या हाताने घेण्याची व्यवस्था केली जाईल, जास्तीत जास्त फायदा असेल तर तो म्हणजे परदेशी मालावर शांततामय बहिष्कार घालण्यास परवानगी होती, की जी भारताच्या निश्चितपणे हिताची होती, हीच वरील कराराची फलश्रुती म्हणावी लागेल.

ज्या राष्ट्रीय काँग्रेसला सरकारने बेकायदेशीर संस्था ठरविली होती आणि जिला चिरडून टाकण्याचा त्याने चंग बांधला होता, त्या काँग्रेसच्या पुढाऱ्यांबरोबर सरकारला जाहीर तह करणे भाग पडावे, हे राष्ट्रीय चळवळीच्या प्रचंड सामर्थ्याचे निश्चित द्योतक होय. सुरवातीस ह्या घटनेमुळे सर्वत्र उत्साह आणि विजय यांची भावना निर्माण झाली. तथापि राजकारणातील मुरब्बी मुत्सद्द्यांना तसे वाटले नाही. त्यांनी काय घडले ह्याचे सार काढले, ते हे की, वाटाघाटीच्या मेजावर, सर्व चळवळ आणि तिच्यासाठी केलेला त्याग, मोडीत काढला गेला. हळूहळू जेव्हा कराराचा अन्वय व अर्थ लावला जाऊ लागला, तेव्हा विजयाच्या भ्रमाचा भोपळा फुटला. लाहोर काँग्रेसमध्ये, संपूर्ण स्वातंत्र्य मिळालेच पाहिजे, साम्राज्यशाहीशी तडजोड नाही, वगैरे ज्या घोषणा उच्च कंठरवाने जाहीर केल्या गेल्या होत्या, त्या धुळीस मिळाल्या. काँग्रेसलाच न सांगता गांधीजींनी समझोत्यासाठी तयार केलेली खास अकराकलमी योजना सुद्धा आता हवेत विरून गेली. त्यातील एकही मुद्दा साध्य झाला नाही. ज्या गोलमेज परिषदेस कोणताही संघर्ष केल्याशिवाय, (सुरुवातीलाच गोलमेज परिषदेत काँग्रेसला अधिक प्रतिनिधित्व असावे, असा आग्रह तिने धरला असता तर तिला ते सहज मिळाले असते) काँग्रेसला सहज भाग घेता आला असता, तथापि जिच्यावर तिने संपूर्ण बहिष्कार टाकला होता, त्याच परिषदेत भाग घेण्यास आता काँग्रेसला होकार देणे भाग पडले.

गांधी-आयर्विन कराराचे बाबतीत, बार्डोलीच्या अनुभवाची मोठ्या प्रमाणात पुनरावृत्ती झाली. पुन्हा एकदा चळवळ जेव्हा शिगेला पोहोचली होती, तेव्हा ती एकाएकी आणि अकल्पितपणे काढून घेण्यात आली. ("आपली चळवळ बारगळण्याच्या बेतात होती, असे जे सांगितले जाते, ते खोटे आहे. चळवळीमध्ये किंचितही शिथिलतेची चिन्हे दिसत नव्हती". गांधी, इंटरव्ह्यू टू मोन्डे, फेब्रुवारी २०, १९३२, ऑन दि सिच्युएशन ॲट दि टाइम ऑफ दि ॲग्रीमेंट.) "असा विजय एखाद्या व्हॉइसरॉयला, कृपा म्हणून क्वचितच मिळाला असेल," अशी आनंदाची आरोळी 'टाइम्स'ने पाच मार्च रोजी ठोकली. "काँग्रेसने आपला जय झाला असे कधीच

म्हटलेले नाही’’ असे गांधीजींनी आश्चर्यचकित झालेल्या बातमीदारांना पाच मार्चला सांगितले आणि अशा प्रकारे ‘गांधी-आयर्विन’ कराराचे समर्थन केले. (गांधी, ‘स्पीचेस् अँड राइटिंग्ज’, पान ७७८), आणि आपल्या धोरणाची सत्यता खात्रीपूर्वक पटवून दिली. त्यानंतर त्यांनी आपले विचार अधिक स्पष्ट केले : ‘‘आजच्या क्षणाला आपण स्वराज्याची घटना मिळविण्याचा प्रयत्न सोडून द्यावा.’’ (‘यंग इंडिया’, जून, १९३०) आपले ध्येय आपल्याला राजकीय सत्तेशिवाय गाठता येईल,’’ त्याचप्रमाणे ६ मार्चला एका मुलाखतींत त्यांनी सांगितले, ‘‘पूर्ण स्वराज्याचा खरा अर्थ अंतर्गत शिस्तबद्ध स्वराज्य, आणि त्यात ‘इंग्लंडचे साहचर्य’ डावलले पाहिजे असे नाही (‘साहचर्य’ हे नाजूक असते– विशेषत: जेव्हा ते बंदूक रोखून सांभाळले जाते.) अशा प्रकारे एका बाजूला गांधीजी आणि दुसऱ्या बाजूला मॅकडोनॉल्ड ह्यांनी शब्दविन्यासाची लयलूट चालविली होती आणि त्यातील मुख्य हेतू म्हणजे लाहोरला जाहीर केलेले स्वराज्याचे ध्येय. (‘‘ब्रिटिशांच्या वर्चस्वापासून आणि त्यांच्या साम्राज्यशाही पासून संपूर्ण स्वातंत्र्य’’) बेफाम शब्दविन्यास, आणि उच्च पातळीवरील आध्यात्मिक गूढगुंजन, ह्यांत हातखंडा असलेले गांधीजी व मॅकडोनॉल्ड ह्यांनी सशर्त शरणागती आणि गुलामगिरी, ह्यांच्या वास्तवतेवर पांघरूण घालून, कायदेशीर स्पष्टीकरणाच्या भेंडोळ्यात आणि ईश्वरशास्त्रविषयक वितंडवादात स्वराज्याच्या ध्येयाला इतके गुदमरून टाकले का, ह्यांत दोघांपैकी श्रेष्ठ कोणाला म्हणावे, हे सांगणे कठीण आहे.

त्याच महिन्यात धावपळ करून कराचीला काँग्रेसचे अधिवेशन भरविण्यात आले आणि (गांधी-आयर्विन) कराराला सर्वानुमते अनुमोदन देण्यात आले. जवाहरलाल नेहरूने ‘मानसिक ओढाताण होत असताना व दु:खाने’ ठराव मांडला. ह्याचकरता का आपले लोक वर्षभर शौर्याने लढले? हा विचार त्याच्या मनात आला. आपली शौर्याची भाषा आणि कृती ह्यांचे हेच पर्यवसान व्हावयाचे होते का? तथापि ठरावाला विरोध दाखविणे म्हणजे आपला अहंकार व्यक्त केल्यासारखे होईल असे त्यांना वाटले. सुभाष बोसला वाटले की, ठरावाला विरोध करणे म्हणजे आपल्या राष्ट्रीय आघाडीत मतभेद होते, असे जाहीर केल्यासारखे होईल. जवाहरलाल नेहरूंच्या माहितीप्रमाणे कराराला लोकमत अनुकूल नव्हते, तथापि काँग्रेसच्या अधिवेशनात त्याला विरोध करण्यास जवळजवळ कोणीच पुढे आले नाही. एक प्रतिनिधी म्हणाला की, गांधीजींशिवाय दुसऱ्या कोणी असला ठराव पुढे आणला असता तर त्याला समुद्रात फेकून देण्यात आले असते. तथापि जाहीर अधिवेशनात असले विधान अपवादात्मक होते. काँग्रेसची साचेबंद यंत्रणा आणि बहुजनसमाजाची चळवळ ह्यांतील मतभेद कराचीच्या अधिवेशनात स्पष्ट झाल. सुभाष बोस म्हणाले की, ह्या

करारावर मतदान करण्याचा अधिकार फक्त निवडून आलेल्या काँग्रेसच्या प्रतिनिधींनाच होता, आणि कराराच्या विरोधकांना त्या प्रतिनिधींचा दुजोरा मिळाला नसता. एवढे मात्र खरे की, सर्वसामान्य सभासद आणि तरुण मंडळी ही बहुसंख्येने त्याच्या (बोसच्या) बाजूची होती, ('दि इंडियन स्ट्रगल', पान २३३.) काँग्रेसच्या आतील ह्या मोठ्या गटाचा आवाज उठवणारा कोणी नव्हता. कराचीच्या काँग्रेसमधील 'डाव्या' राष्ट्रीय आघाडीची ही पीछेहाट पाहिली म्हणजे गांधीजींचे वजन किती होते, त्याची कल्पना येते.

काँग्रेसच्या बाहेर, वरील करारावर तरुण मंडळींनी आणि कामगार चळवळीतील पुढाऱ्यांनी कडक टीका केली. तरुणांच्या संघटना आणि परिषदा ह्यांमधून जे कित्येक ठराव पास केले गेले ते आणि गांधीजी गोलमेज परिषदेला जाताना मुंबईच्या कामगारांनी जी निदर्शने केली त्यावरून ती परिस्थिती उघड होते. 'टाइम्स' म्हणतो, दहा वर्षांपूर्वी अशी निदर्शने होणे अशक्य होते.

भ्रमनिरास जोराने अधिकाधिक पसरत होता. १९३१ साली, लंडनच्या गोलमेज परिषदेतील गांधाजींनी बजावलेली कामगिरी, हा एक थट्टेचा विषय झाला म्हणून त्यावर पांघरूण टाकण्यात आले. (इंग्लंडमध्ये उच्चपातळीवरील गांधीजींच्या नीतिमान अनुयायांनी, निरनिराळ्या स्वागत-समारंभात व मेळाव्यात, त्यांच्याभोवती गांधीजींसारख्या जागतिक विचारवंताचे विचार ऐकण्यासाठी, भाऊगर्दी केली, पण त्यांची निराशा झाली.) साम्राज्यवादी रोम शहरात ज्याप्रमाणे कैदी घेऊन जात, त्याप्रमाणे ब्रिटिश सरकारने आपला पाठपुरावा करण्यासाठी आणलेल्या बगलबच्च्यांमुळे, काँग्रेसमधील सावळा गोंधळ व अंतर्गत दुफळी उघडकीस आली आणि त्यामुळे पार्लमेंटच्या कायदेपंडितांची करमणूक झाली आणि काँग्रेसचे वजन कमी झाले. परत येताना मुसोलिनीची भेट घेऊन गांधीजी परत आले. गोलमेज परिषदेला हजर राहून गांधीजींना काहीच फायदा मिळाला नाही.

परत आल्यावर गांधीजी बोलले की, लढा पुन्हा चालू करण्याची गरज पडणार नाही, पोर्ट सय्यदहून त्यांनी (गांधीजींनी) 'इंडिया ऑफिस'ला तारेने कळविले की, शांतता निर्माण करण्यासाठी ते प्रयत्नांची शिकस्त करतील. परत आल्यावर लगेच ह्याच दृष्टीने त्यांनी एका ठरावाचा मसुदा तयार केला. तथापि त्यांनी यजमानाचा विचार घेतला नव्हता.

साम्राज्यशाहीला एकदा हातात चाबूक मिळाल्यावर त्याचा जास्तीत जास्त फायदा उठविण्याचा, तिचा निर्धार होता. सुरुवातीपासूनच हा समझोता 'एकमार्गी' होता. दडपशाही चालूच होती. १९३१ अखेर गांधीजी परत आले तेव्हा त्यांना

त्यांच्या सहकाऱ्यांकडून भारतातील दुर्दैवी परिस्थिती समजली. लगेच त्यांनी व्हॉइसरॉयला तार पाठवून त्याची मुलाखत मागितली. ती नाकारण्यात आली. साम्राज्यशाहीने त्या कराराच्या नऊ महिन्यांपैकी प्रत्येक दिवस, अखेरच्या लढ्याला तोंड देण्यासाठी जय्यत तयारी करण्यात उपयोगात आणला. (त्याच वेळी (गोलमेज परिषदेचा) आनंदपर्यवसायी खेळ लंडनला चालू होता.) जुलूम-जबरदस्तीच्या राजवटीचा आयलँडमधील अनुभव असलेला सर जॉन अँडरसन याला आवश्यक ती व्यवस्था करण्यासाठी बंगालचा गव्हर्नर म्हणून नेमण्यात आले. ह्या वेळी कोणत्याही घटनेबद्दल आश्चर्य वाटण्याचे कारण नव्हते. काँग्रेसला धडा शिकवायचा होता. बिनशर्त शरणागतीचा तो अखेरचा लढा व्हायचा होता.

चार जानेवारी १९३२ ला धडाक्याचा जबरदस्त धक्का देण्यात आला. त्याच दिवशी वाटाघाटी बंद करण्यात आल्या. व्हॉइसरॉयने जाहीरनामा काढला. अनेक वटहुकूम, एकाच वेळी काढण्यात आले. (१९३० साली वटहुकूम एकामागून एक, पावसाच्या थेंबाप्रमाणे पडल्यासारखे निघत होते, तसा प्रकार ह्या वेळी नव्हता. तर एकाच वेळी, पहिल्याच दिवशी, पण निरनिराळ्या खात्यांतून धडाधड ते बाहेर पडले.) सर्व देशातील काँग्रेसचे सर्व पुढारी व संघटक ह्यांना पकडण्यात आले. काँग्रेस आणि तिच्या सर्व शाखा बेकायदा संस्था ठरविण्यात आल्या. त्यांच्या छापखान्यांवर बंदी घालण्यात आली. त्यांच्या जागा, पैसे, मालमत्ता जप्त करण्यात आल्या. सरकारी संघटनेचा तो विजय होता.

सरकारने जाहीर केले की, काँग्रेसला ह्या वेळी ते उखडून काढणार होते. सर सॅम्युअल होअर ह्याने 'हाऊस ऑफ कॉमन्स'ला सांगितले की ह्या वेळी वटहुकूम जबरदस्त व कडक काढण्यात आले आहेत आणि ह्या वेळी 'बरोबरी'चा सामना व्हायचा नाही. भारत सरकारचे गृहमंत्री सर हॅगि हेग म्हणाले की, कृत्रिम कायदे करून ह्या वेळी आम्ही चळवळ हाताळणार नाही. सरकारच्या दृष्टीने वेळेच्या मर्यादेचा प्रश्न नव्हता. मुंबई सरकारच्या पुढाऱ्यांनी कायदेमंडळात सांगितले, "हातमोजे घालून लढाई लढविली जात नाही.''

काँग्रेसच्या पुढाऱ्यांना आश्चर्य वाटले. गोलमेज परिषदेतील वातावरणाच्या दृष्टीने हा बदल एकाएकी झाला होता. त्यांनी काहीही तयारी केली नव्हती. १९३० मध्ये काँग्रेस अग्रेसर होती. आता तिला संरक्षक आघाडी पत्करावी लागली. गांधी-आयर्विन कराराचे खरे मर्म त्यांच्या (काँग्रेसच्या पुढाऱ्यांच्या) ध्यानात आले नव्हते. डॉ.सय्यद अहमद हे काँग्रेस कार्यकारिणीत होते, त्यांनी 'इंडिया लीग डेलिगेशन'ला कळविले–

''गांधीजीनी ठरावाचा जो मसुदा तयार करून काँग्रेसच्या कार्यकारी मंडळासमोर ठेवला त्याबद्दल कोणाला काहीच माहीत नाही. महात्माजी (सरकारशी) सहकार्य करण्यासाठी धडपडत होते. सरकारला सहकार्याची गरज नव्हती. आतील वर्तुळांतून मिळालेल्या माहितीवरून मी असे म्हणू शकतो की, काँग्रेस संघर्ष करण्याच्या तयारीत नव्हती. आम्हांला आशा वाटत होती की, लंडनहून परत आल्यावर महात्माजी कसेतरी करून शांतता प्रस्थापित करतील.'' ('कंडिशन ऑफ इंडिया' रिपोर्ट ऑफ इंडिया लीग डेलिगेशन १९३३, पान २७.) त्याने पुढे म्हटले आहे की, ''तो आणि त्याचे स्नेही ह्यांना अशी निश्चित माहिती समजली होती की, सरकारची दडपशाही करण्याची योजना नोव्हेंबरमध्येच तयार झाली होती, ज्या वेळी गांधीजी लंडनमध्येच होते, आणि सरकारच्या पहिल्याच आकस्मिक तडाख्यामुळे काँग्रेस लटपटू लागली.''

१९३०-३१ मधील दडपशाहीच्या मानाने १९३२-३३ मधील दडपशाहीची पातळी फार रुंदावली होती. २ मे १९३२ ला पंडित मालवीय ह्यांनी पाठवलेल्या जाहीर रिपोर्टवरून ८०००० लोकांना पकडले होते. पंधरा महिन्यांनंतर म्हणजे १९३३ च्या मार्चअखेर, एप्रिल १९३३ च्या कलकत्त्याच्या काँग्रेसच्या बेकायदेशीर अधिवेशनाला पाठवलेल्या रिपोर्टवरून पकडलेल्या लोकांची संख्या १२०००० पोहोचली होती. १९३३ साली प्रसिद्ध झालेल्या 'कंडिशन ऑफ इंडिया' (भारताची परिस्थिती) ह्या विषयावर जो 'इंडिया लीग डेलिगेशन रिपोर्ट' बाहेर पडला त्यावरून सरसकट हिंसा, शारीरिक अत्याचार, शिक्षात्मक मोहिमा, खेड्यांवर सामुदायिक दंड, शेतकऱ्यांच्या जमिनी व मालमत्ता यांची जप्ती, हा सर्व दडपशाहीचा भाग होता.

सहा आठवड्यात ह्या संघर्षाचा फडशा उडवायचा असा सरकारचा बेत होता. राष्ट्रीय चळवळीचा कणखरपणा इतका होता की, विरोधी परिस्थिती असतानाही हे आंदोलन एकूण तीस महिने चालले व अखेर थांबले. पुढाऱ्यांच्या योजनेशिवाय लढलेले हे शिपायांचे (सत्याग्रहींचे) युद्ध होते. परिस्थितील अवैधता व अत्याचारी दडपशाही ह्यांच्या पुढे पुढाऱ्यांना वाव मिळणेही तितकेच कठीण होते. तथापि गांधीजी आणि उच्चपदस्थ पुढारी ह्यांच्या वागणुकीमुळे परिस्थिती निवळली नाही, त्यांनी काही केले नाही, एवढेच नव्हे तर पुढारीपणाला विरोध केला. गुप्तपणाच्या विरुद्ध आज्ञा गेल्या होत्या, कारण तो, काँग्रेसच्या तत्त्वज्ञानाचा विपर्यास होता, (परिस्थितीत अवैधता असताना सुद्धा) एक ठराव करून, तो जमीनदारांना पाठविण्यात आला, त्यात त्यांना असे आश्वासन देण्यात आले की, जी चळवळ त्यांच्या हिताला

मारक ठरेल, अशा चळवळीला मान्यता दिली जाणार नाही. १९३२ च्या ग्रीष्मऋतूमध्ये गांधीजींनी राष्ट्रीय चळवळीतील आपले लक्ष पूर्णपणे काढून घेतले आणि हरिजनांच्या उद्धारासाठी आपणास वाहून घेतले. त्यांचे (गांधीजींचे) सप्टेंबर महिन्यातील आमरण उपोषण हे जीवन-मरणाच्या राष्ट्रीय लढ्याविरुद्ध चालू असलेली दडपशाही थांबविण्याकरिता नव्हते, तर हरिजनाच्या स्वतंत्रमतदार संघामार्फत प्रतिनिधी पाठविण्याच्या योजनेविरुद्ध होते. त्यांत गांधीजींचा अंतही झाला नाही किंवा त्यांचे उद्दिष्टही साध्य झाले नाही तर त्या मधून 'पुणे-करार' निर्माण झाला आणि त्यामुळे हरिजनांच्या राखीव जागा दुप्पट करण्यात आल्या. ह्या उपोषणामुळे, जनतेचे लक्ष राष्ट्रीय लढ्यावरून दुसरीकडे गेले, तरीही ते राष्ट्रीय लढ्याचे जबाबदार पुढारी समजले जात होते.

मे १९३३ मध्ये गांधीजींनी पुन्हा उपोषण चालू केले, ते सरकारविरुद्ध नव्हते तर त्यांच्या देशबांधवांची मने बदलण्यासाठी होते. हे उपोषण म्हणजे त्यांची (गांधीजींची) आणि त्यांच्या सहकाऱ्यांची मने शुद्ध व्हावी आणि त्यांनी हरिजनांच्या बाबतींत अधिक लक्ष घालून जागरूक रहावे म्हणून निर्मळ मनाने केलेली प्रार्थना होती. आनंदित झालेल्या सरकारने त्यांची बिनशर्त मुक्तता केली, त्यात त्यांचा हेतू एवढाच की, त्या निर्मळ माणसाने आपले काम चालू ठेवावे. गांधीजींच्या शिफारशीवरून हंगामी अध्यक्षाने सविनय कायदेभंगाची चळवळ सहा आठवडे स्थगित केल्याचे जाहीर केले, असे करताना सरकारने काही अटी मान्य केल्या किंवा करण्याचा संभव होता, असे नव्हे, तर गांधीजींच्या उपोषणकाळात जनता अत्यंत निलंबित मन:स्थितींत राहील आणि म्हणून काही वेळ चळवळ स्थगित करणे योग्य होते, (जरी सरकारने आम्ही दडपशाही स्थगित केली नाही तरी).[१]

जुलै १९३३ मध्ये, गांधीजींनी व्हॉइसरॉयच्या मुलाखतीची मागितलेली परवानगी नाकारताना, त्याने स्पष्टपणे कळविले की, प्रथम सविनय कायदेभंगाची चळवळ

---

१. ह्या निर्णयाच्या धक्क्याने असंतोष कळसास पोहोचला, आणि त्याचा परिणाम म्हणजे भारताबाहेर असलेले सुभाष बोस आणि व्ही पटेल ह्यांनी एक जाहीरनामा काढला, तो असा - "सविनय कायदेभंगाची चळवळ काढून घेण्याचा गांधीजींचा अगदी अलीकडील निर्णय म्हणजे आपल्या (गांधीजींच्या) पराभवाची कबुली देणे होय आमचे असे स्पष्ट मत आहे की, एक राजकारणी पुढारी ह्या नात्याने गांधीजींचा पराभव झाला आहे. नवीन तत्त्वज्ञानावर काँग्रेसची आमूलाग्र पुनर्रचना करण्याची आता वेळ आली असून, नवीन धोरण ठरवून, नवीन पुढारी निवडणे आवश्यक झाले आहे.''

संपूर्णपणे संपुष्टात आणल्याशिवाय, मुलाखत मिळणार नाही, तेव्हा काँग्रेसच्या पुढाऱ्यांनी जनतेची सविनय कायदेभंगाची चळवळ बंद करून तिच्याऐवजी वैयक्तिक सविनय कायदेभंगाची चळवळ सुरू ठेवण्याचे ठरविले. ह्याच बरोबर काँग्रेसच्या हंगामी अध्यक्षाने काँग्रेसच्या सर्व संघटना रद्द केल्याचे जाहीर केले. सरकारने तरीही प्रतिसाद तर दिला नाहीच उलट वैयक्तिक सत्याग्रहींवर कठोर दडपशाहीची कुऱ्हाड परजली. ऑगस्ट महिन्यात गांधीजींना पुन्हा पकडण्यात आले. तथापि त्यांनी पुन्हा उपोषण चालू केल्यामुळे, महिना संपण्यापूर्वीच त्यांची मुक्तता करण्यात आली. शरदऋतूमध्ये गांधीजींनी सद्सद्विवेक बुद्धीचा कौल घेऊन प्रत्यक्ष राजकारणापासून अलिप्त राहण्याचे ठरविले आणि हरिजन कार्यासाठी दौऱ्यावर निघाले. दरम्यान लढा रेंगाळत राहिला, तो संपलाही नाही किंवा त्याला मार्गदर्शनही मिळाले नाही.

१९३० साली प्रचंड भव्य शक्तींतून निर्माण झालेला हा लढा मे १९३४ मध्ये संपुष्टात आला. एप्रिल महिन्यात गांधीजींनी एक निवेदन प्रसिद्ध केले, त्यात त्यांनी चळवळीच्या अपयशाच्या कारणांची मीमांसा केली होती. चूक जनतेची होती. गांधीजी म्हणाले, ''मला वाटते, सत्याग्रहाचा खरा संदेश जनतेला अजूनही मिळालेला नाही, कारण तो त्यांच्याशी पोहोचेपर्यंत त्यात भेसळ होते.'' माझी खात्री झाली आहे की, अध्यात्मशास्त्राच्या उपकरणांची अंत:शक्ती, जेव्हा त्यांचा वापर जडवादी किंवा भौतिक (''नॉन-स्पिरिच्युअल'') माध्यमांतून शिकविला जातो, तेव्हा हिणकस होते. अनेकांचा बेपर्वाईचा सविनय प्रतिकार, राज्यकर्त्यांची मने हेलावू शकला नाही. जनतेच्या सविनय कायदेभंगाचे, वैयक्तिक सविनय कायदेभंगात केलेले रूपांतर सुद्धा, जनतेच्या चळवळींतील अनिवार्य प्रवृत्तीची समस्या सोडवू शकले नाही. त्याचा निर्णय, निर्दोष तर्कशास्त्राच्या साहाय्याने घेण्यात आला. 'सत्याग्रह हा एकावेळी एकाच अर्हताप्राप्त किंवा सक्षम सत्याग्रहीपुरता मर्यादित ठेवावयास हवा.' 'विद्यमान परिस्थितींत एकानेच म्हणजे मीच स्वत:, तूर्त तरी, सविनय कायदेभंगाची जबाबदारी अंगावर घेतली पाहिजे.' भारतीय जनतेचा स्वातंत्र्याचा मार्ग म्हणून असलेला, गांधीजींचा अहिंसक असहकाराच्या तत्त्वज्ञानाचा अखेरचा अयुक्त सिद्धांत (रिडविशओ अॅड् अॅवसर्डम्), हा असा होता.

मे १९३४ मध्ये, सविनय कायदेभंगाची चळवळ बिनशर्त मागे घेण्यासाठी, ''ऑल इंडिया काँग्रेस कमिटीला'' ''पाटणा'' येथे जमण्याची परवानगी मिळाली (त्याला गांधीजींनी सुचविलेला एक अपवाद होता.) सरकारकडून कोणत्याही अटी किंवा सूट देण्यात आली नाही. त्याचबरोबर, अगोदर ठरल्याप्रमाणे नवीन सुधारणांनुसार

होणाऱ्या निवडणुकी, प्रत्यक्ष काँग्रेसच्या वतीने लढविण्याचा निर्णय घेण्यात आला.

जून १९३४ मध्ये सरकारने, काँग्रेसवरील बंदी उठविली. तथापि तिच्या उपशाखा 'युथ ऑर्गनायझेशन' शेतकऱ्यांचा संघटना, आणि वायव्य सरहद्द प्रांतांतील 'रेड् शटर्स' संघटना ह्यांवरील बंदी उठविली नव्हती. जुलै १९३४ मध्ये सरकारने 'कॉम्युनिस्ट पार्टी ऑफ इंडिया' ह्या पक्षावर बंदी घातली. नवीन कार्यक्षेत्र निर्माण होत होते.

१९३४ च्या शरदऋतूत गांधीजींनी, त्यावेळची त्यांची काँग्रेसमधील कामगिरी संपली, असे समजून काँग्रेसच्या सभासदत्वाचा राजीनामा दिला. अखेरच्या ताटातुटीच्या निवेदनात त्यांनी स्पष्टपणे सांगितले की, ''काँग्रेसच्या अनेक सभासदांच्या आणि माझ्या (गांधीजींच्या) दृष्टिकोनात मूलभूत स्वरूपाचे फरक वाढत आहे.'' काँग्रेसच्या बहुसंख्य सभासदांना 'अहिंसा' हे मूलभूत स्वरूपाचे तत्त्वज्ञान आहेत, असे वाटत नाही, ते एक धोरण आहे, असे ते मानतात, ही गोष्ट आता स्पष्ट झाली आहे. काँग्रेसमधील समाजवादी गटांची संख्या आणि वजन वाढत आहे: 'त्यांचा जर निर्णयक जोर झाला आणि तसे होणे शक्य आहे, तर मला काँग्रेस मध्ये राहता येणार नाही.' हा नवीन बदल आता आपला प्रभाव पाडीत आहे, आणि तो जुन्या कल्पनांना मानवणारा नाही.

गांधीजींनी काँग्रेस सोडली. तथापि काँग्रेस सोडण्यापूर्वी त्यांनी काँग्रेसच्या घटनेला प्रतिगामी स्वरूप दिले आणि तो बदल तिच्या प्रागतिक विकासाच्या आड आजही येत आहे. त्यानंतर गांधीजी हे काँग्रेसच्या पाठीशी, अत्यंत प्रभावी असे वजन राखून राहिले. हेतू हा की जरूर पडल्यास पुन्हा नव्याने काँग्रेसचे पुढारीपण करणे शक्य असावे. १९३९-४० आणि १९४२ च्या आणीबाणीच्या परिस्थितीत त्यांनी काँग्रेसचे प्रत्यक्ष पुढारीपण केलेही.

१९३०-३४ च्या प्रचंड झंझावाती संघर्षाच्या दुर्दैवी शेवटामुळे, त्यातून झालेल्या प्रचंड फायद्याकडे डोळेझाक करून चालणार नाही. तिने काही खोल आणि टिकाऊ स्वरूपाचे धडे शिकविले आणि काही कायम स्वरूपाचे प्रचंड फायदेही तिच्यामुळे झाले. ज्या युक्त्या आणि मार्ग उपयोगात आणले गेले ते चळवळीच्या तात्पुरत्या अपयशाला जरी कारणीभूत झाले असले, तरी तिच्या मागे जनतेचा अमर्याद उत्साह, भक्ती आणि त्याग ह्यांचा पाठपुरावा होता आणि हा अनुभव भावी काळासाठी काळजीपूर्वक लक्षात ठेवणे जरूर आहे. ह्या वर्णनात त्या कारणांचा अप्रत्यक्षपणे समावेश झालेला आहे. तथापि राष्ट्रीय चळवळ ही त्या वर्षांचा इतिहास घडविण्यात प्रमुख होती, ही आदरणीय गोष्ट आहे. त्या अनेक वर्षांत, आधुनिक शस्त्रागारातील,

जुलमाचे प्रत्येक अद्ययावत हत्यार दडपशाहीसाठी वापरून, आंदोलन चिरडून, भारतीय जनतेला आपल्या पायाशी लोळण घालण्यास लावून, स्वातंत्र्याची चळवळ मुळासकट उधळून लावण्याची स्वप्ने साम्राज्यशाही रंगवित होती. ती फसली. त्या भयंकर तडाख्यानंतर दोन वर्षांत राष्ट्रीय चळवळ, पूर्वी कधीही नव्हती, इतक्या शक्तीने पुन्हा पुढे येऊ लागली. लढा फुकट गेला नव्हता. त्या काळातील संघर्षाच्या भट्टीतून नवजागृती, राष्ट्रीय एकता, आत्मविश्वास, स्वाभिमान आणि निश्चय ह्यांसारखे महत्त्वाचे गुण जन्मास आले आणि त्यांतून नवजागृती निर्माण झाली. त्याची फळे आज चाखावयास मिळत आहेत. अखेरचा लढा आता दृष्टिपथात आलेला आहे. त्यासाठी आवश्यक असणारी उत्सुकता पूर्वीपेक्षाही आज अधिक जोमाने प्रत्ययास येत आहे.

■

# कामगार चळवळ व समाजवाद यांचा उदय

''भारतीय श्रमिक वर्ग, वर्ग-जागृत व राजकीय स्वरूपाचा जनता-संघर्ष करण्याच्या दृष्टीने आता पूर्णपणे लायक झाला आहे. आणि असे असल्यामुळे 'अँग्लो-रशियन' पद्धती भारतात निरुपयोगी आहे.''

लेनिन, 'इन्' १९०८.

सदतीस वर्षांपूर्वी ब्रिटनमधील एखाद्या समाजवादी पुढाऱ्याला ज्याने ब्रिटिश श्रमिक-वर्गात उमेदवार म्हणून समाजवादी जागृती निर्माण करण्याचे व संघटनेचे कार्य केले होते आणि जो भारतीयांचा चाहता म्हणून व ब्रिटिश राजवटीचा टीकाकार म्हणून भारतात गेला त्याने— भारतातील श्रमजीवी-वर्गाचा उल्लेख केल्याशिवाय किंवा भारतात भावी काळात कामगार चळवळ चालू होण्याचा संभव आहे, असा अंदाज केल्याशिवाय भारतावर पुस्तक लिहिणे शक्य होते (''इंडिया : इम्प्रेशन अँड सजेशन्स'' पब्लिशड इन १९०९.). त्याचप्रमाणे मॅकडोनॉल्डच्या ''दि अवेकनिंग ऑफ इंडिया'' ह्या १९१० साली प्रसिद्ध झालेल्या ग्रंथात, एक केवळ अंदाज केलेला सापडतो की, भारतातील श्रमिक वर्ग काही वर्षांनी ''ट्रेड कॉम्बिनेशन'' सारखी एखादी संघटना निर्माण करण्याचा संभव आहे. ही ''कॉम्बिनेशन्स'' पुढे भारतातील जातीय संघटना आणि ग्रेट ब्रिटनमधील 'ट्रेड युनियन्स' ह्यांचा सुवर्णमध्य गाठून एखादी नवीन स्वरूपाची संघटना निर्माण करतील,'' (पान १७९).

भावी काळातील भारताच्या निर्णायक शक्तीच्या वाढीबद्दल ही संकुचित कल्पना मुद्दाम केलेली नव्हती. फक्त मार्क्सवादीची माहिती असलेला मनुष्य, त्या वेळी पृष्ठ पातळीवर दिसणाऱ्या शक्तीच्या पोटात किती शक्ती सामावलेली होती, आणि भावी काळात तिला किती महत्त्व येणार होते, ह्या गोष्टीचा सखोल अंदाज घेऊ शकला असता. १९०८ सालीच लेनिन याने, भारताचा श्रमिक वर्ग, वर्ग-जागृत व राजकीय स्वरूपाचा संघर्ष करण्यास लायक झाला होता, असे सांगितले, त्या साली टिळकांना शिक्षा झाल्यावर, त्या शिक्षेला आपला विरोध होता हे व्यक्त करण्यासाठी मुंबईच्या गिरणी कामगारांनी राजकीय संप केला, ह्या घटनेवरून लेनिन ह्याने वरील विधान

केले, आणि ही घटना म्हणजे, भारतातील ब्रिटिश साम्राज्याचा बालेकिल्ला लवकरच कोसळणार, ह्याचे पूर्वचिन्ह होते, असे लेनिन म्हणाला.

ह्या सूक्ष्म दूरदृष्टीची प्रचीती आज निरनिराळ्या घटनांच्या शक्तीवरून सहज स्पष्ट होते. पूर्वीची बेफिकिरी ह्या पुढे चालू शकणार नाही. भारताच्या राष्ट्रीय संघर्षाच्या इतिहासाने, लढ्याच्या प्रत्येक नवीन पर्वात, कामगार वर्गाचे वजन आणि महत्त्व वाढत गेले, ही गोष्ट दाखवून दिली आहे, आता भारतीय राजकारणाच्या चर्चेत समाजवाद किंवा साम्यवाद, हे प्रश्न प्रमुख होऊन बसले आहेत.

१९१४ पूर्वीच्या काळात कामगार वर्गातील जागृती सुप्तावस्थेत होती. ती राष्ट्रीय लढ्यापूर्वी प्रत्यक्षात नव्हती, त्यानंतर प्रत्ययास आली. कामगार वर्गातील जनतेत भरण्यासारखी राजकीय घटना म्हणजे टिळकांना झालेल्या सहा वर्षांच्या शिक्षेविरुद्ध मुंबईच्या गिरणीकामगारांनी केलेला राजकीय संप, हा होय.

जागृतीच्या नवीन पर्वात, पहिले जागतिक युद्ध संपल्यानंतर १९१८-२१ साली जी संपाची लाट उसळली. ती राष्ट्रीय क्रांतीकारक आंदोलनाची अग्रदूत ठरली, तिच्यातून काँग्रेसची १९२०-२२ सालची असहकाराची चळवळ निर्माण झाली.

ह्यानंतर दहा वर्षांनी कामगार वर्ग ही एक स्वतंत्र संघटित अशी शक्ती तयार झाली. त्यातून तिचे स्वत:चे ध्येय व कार्यक्रम ठरला गेला. तथापि तो अजून पूर्णावस्थेस पोहोचला नव्हता, १९२८ च्या प्रचंड संपाच्या चळवळीमुळे नवीन जागृती निर्माण झाली, तिच्यात लढाऊ वृत्तीच्या वर्ग-जागृत श्रमजीवी कामगारांनी भाग घेतला होता, त्याच्यामुळे तरुण आणि छोटे मध्यमवर्गीय ह्यांच्यामध्ये जागृती निर्माण झाली आणि तिच्यातून राष्ट्रीय लढ्याची नवी लाट निर्माण झाली. ह्या नवीन लढ्यात, १९३०-३४ साली मध्यमवर्गीय पुढाऱ्यांनी उघड उघड आपला लढा दोन आघाड्यावर असल्याचे जाहीर केले, त्या आघाड्या म्हणजे, एक, तळातून होणाऱ्या जमीनदारांच्या विरुद्ध चळवळीला विरोधी व दुसरी, साम्राज्यशाहीच्या विरुद्ध होय.

दुसरे जागतिक युद्ध सुरू झाल्यानंतर कामगार वर्ग, पूर्वी कधीही नव्हता इतका स्पष्टपणे, भारताच्या भावी राजकारणातील एक निर्णायक शक्ती म्हणून समजला जातो.

## १. औद्योगिक कामगार वर्गाचा उदय

आधुनिक अर्थाने भारतातील औद्योगिक कामगार वर्ग हा लोकसंख्येच्या मानाने मोठा नाही, तथापि त्याला काही केंद्रांत निर्णायक शक्ती आहे, आणि तो गट

संलग्न, प्रागतिक, निश्चयी आणि तत्त्वत: जनतेतील एक क्रांतीकारक भाग समजला जातो.

ऑक्टोबर १९२२ मध्ये ''कौन्सिल ऑफ दि लीग ऑफ नेशन्स'' समोर ब्रिटिश सरकारच्या वतीने भाषण करताना लॉर्ड चेल्म्सफर्ड म्हणाला की, भारतात औद्योगिक मजुरांची संख्या त्या वेळी दोन कोटी होती :

''आठ प्रमुख औद्योगिक राज्यांत भारताची निश्चित गणना व्हावयास पाहिजे. तिचा हा हक्क सर्वसाधारण विशाल विस्तारावर आधारलेला आहे. त्याला सांख्यिकी पद्धतीने सिद्ध करण्याचे प्रयोजन नाही, भारतात उद्योगधंद्यात मजुरी मिळविणारी लोकसंख्या आहे, तिची गणती साधारणपणे दोन कोटी भरेल. ह्या शिवाय शेतकीच्या कामात मजुरांचा मोठा वर्ग काम करतो.''

भारताची, जगातील प्रमुख औद्योगिक देशांत गणना करण्यास सांगणे, हा शुद्ध आचरटपणा होता, एका अर्थाने ती मुत्सुद्देगिरीतील थाप होती, जिनिव्हा येथे ब्रिटिश सरकारला अधिक एक मत मिळविण्याचा तो प्रयत्न होता. वरील दोन कोटी मजुरांमध्ये बहुसंख्य लोक हातावर पोट भरणारे आणि घरगुती काम करणारे होते, त्यांचा आधुनिक उद्योगधंद्यांशी काही एक संबंध नव्हता.

त्याचप्रमाणे १९२७-२८ मध्ये ''ब्रिटिश ट्रेड युनियन काँग्रेस''चे जे शिष्टमंडळ भारतात आले. त्याने भारतात ''संघटित करता येण्यासारख्या'' कामगारांची संख्या अडीच कोटी वर होईल, असा अंदाज केला. तथापि ह्या अडीच कोटीपैकी दोनशे पंधरा लक्ष कामगार शेतकऱ्यांपैकी श्रमजीवी वर्गातील होते. त्यांची परिस्थिती, मोठ्या भांडवलदारांच्या मळ्यावर (फार्म) असते त्यापेक्षा निकृष्ट होती, (दहा लाख मोठ्या मळ्यावर होते ते वगळता). त्यांची नोकरी अशाश्वत होती. अत्यंत दरिद्री अशा शेतकऱ्यांकडे ते नोकर होते, त्यामुळे नेहमीच्या कामगार संघटनेला तेथे फारच कमी वाव होता (जरी शेतकऱ्यांच्या चळवळीत मोठे कार्य करण्याची त्यांची लायकी होती, हे खरे असले तरी). ''संघटित करता येण्यासारखे'' औद्योगिक कामगार वरील विश्लेषणाप्रमाणे पस्तीस लाख होते.

भारतातील कामगार वर्गाची संख्या ठरविताना, फार मोठा निर्धन श्रमजीवी वर्ग आणि आधुनिक उद्योगधंद्यातील छोटे छोटे मजुरांचे गट, हे निराळे समजले पाहिजेत हे मजुरांचे गटच फक्त असे आहेत की त्यांना निर्णायक, संघटित, जागृत आणि भारतीय कामगारांची मार्गदर्शक शक्ती असे म्हणता येईल.

भारतीय कामगार वर्गाची संख्या किती आहे, ह्याबद्दल सांख्यिकी उपलब्ध नाही.

१९३१ च्या शिरगणतीच्या निवेदनाप्रमाणे, असे दिसते की : "भारताच्या लोकवस्तीच्या मानाने, संघटित कामगार म्हणून काम करणाऱ्यांची संख्या अत्यंत लहान आहे. ब्रिटिश इंडिया मध्ये ज्यांना 'फॅक्टरी ऑक्ट' लागू आहे अशा कारखान्यांत, रोज मजूर म्हणून काम करणारांची सर्वसाधारण संख्या १,५५३,१६९—१९२१ साली, मळे, खाणी, उद्योगधंदे व वाहतुकीची साधने ह्यांत काम करणारांची एकूण संख्या २४,२३९,५५५ होती. त्यापैकी फक्त २, ६८५,९०९ स्थिर अशा कारखान्यांत होते. जेथे प्रत्येक कारखाना दहा किंवा अधिक कामगार कामावर घेत असे.

"१९३१ साली वरील शीर्षकाखाली येणाऱ्यांचा एकूण आकडा २६,१८७,६८९ होता. त्याचसारख्या कारखान्यांत जर त्याच प्रमाणात कामगार असले तर त्यांची आताची संख्या २,९०१,७७६ होईल. सर्वसाधारण रोज कामावर घेतल्या जाणाऱ्या मजुरांच्या संख्येवरून असे दिसते की, गेल्या दहा वर्षांत ती जवळजवळ तीस टक्क्यांनी वाढली आहे, अशा परिस्थितीत तिचा आता आकडा ३,५००,००० झाला आहे. बहुधा ५०,००,००० ही भारतांतील १९३१ सालची संघटित कामगारांची संख्या सहज धरता येईल." (सेन्सस ऑफ इंडिया, १९३१, व्हॉ.१, पार्ट १ पान २८५.)

"ढोबळ मानाने भारतातील मजुरांची संख्या सहा कोटी भरेल. "इंडियन फ्रॅनचाइज कमिटी"च्या सांख्यिकीप्रमाणे, १९३१ साली त्यांची संख्या पाच कोटी पासष्ट लाख होती."

"शेतीवर काम करणारांची संख्या, १९२१ साली २१.५ दशलक्ष दाखविली होती ती १९३१ च्या शिरगणतीत ३१.५ दशलक्ष भरली. त्यांच्यापैकी २३ दशलक्ष मजूर, १९३१ च्या "इंडियन फ्रॅनचाइजकमिटी"च्या निवेदनावरून "जमिनरहित" होते. शेतीव्यतिरिक्त काम करणारांची संख्या "इंडियन फ्रॅनचाइज कमिटी"च्या अंदाजाप्रमाणे २५ दशलक्ष होती. ह्यावरून भारतात ५६.५ दशलक्ष मजूर आहेत आणि भारतात निरनिराळ्या धंद्यांत काम करणारांची एकूण संख्या १५४ दशलक्ष आहे. दुसऱ्या शब्दांत सांगावयाचे म्हणजे छत्तीस टक्के लोक निरनिराळ्या धंद्यात, पोटासाठी मजुरी करून जगतात." (आय. एल. ओ. रिपोर्ट १९३८, "इंडस्टियल लेबर इन इंडिया," पान ३०)

संकुचित अर्थाने, छोटे उद्योगधंदे वगळता, इतर आधुनिक उद्योगधंद्यांतील श्रमजीवी वर्ग, १९२१ च्या 'इंडस्ट्रियल सेन्सस' प्रमाणे एकूण २.६ दशलक्ष होता आणि तो दहा किंवा अधिक मजूर लागणाऱ्या कारखान्यांत होता. त्यानंतर "इंडस्ट्रियल

सेन्सस'' घेण्यात आलेली नाही. तथापि वर दिलेल्या १९३१ च्या सेन्ससच्या अंदाजाप्रमाणे, एकूण संख्या साडेतीन दशलक्ष ठरते. अगदी निश्चित माहिती ''फॅक्टरी ऑक्ट ॲडमिनिस्ट्रेशन''ने तयार केलेली आहे. अगदी अलीकडील १९३४ च्या ''फॅक्टरीज ऑक्ट'' खाली, विजेवर चालणारे आणि वीस किंवा अधिक व काही, दहा किंवा अधिक कामगार कामावर घेणारे, अशा कारखान्यांचा त्यात समावेश होता, १९३८ सालची एकूण संख्या १,७३७,७५५ होती. ह्या संख्येत, मोठ्या औद्योगिक समूहात काम करणारे २९९,००३ कामगारांची वाढ करावयास हवी. हे कामगार भारतातील संस्थानांतले आहेत. ह्या सर्वांची बेरीज २,०३६,७५८ होते. हे सर्व भारतातील आधुनिक मोठ्या औद्योगिक कारखान्यांतील कामगार होत.

ह्या आकड्यांवरून खालील माहिती काढली आहे :

### मध्यम आणि मोठ्या कारखान्यांतील कामगार

| | |
|---|---:|
| (वरील आकड्यांप्रमाणे) | २,०३६,७५८ |
| खाणीत काम करणारे | ४१३,४५८ |
| रेल्वे कामगार | ७०१,३०७ |
| वॉटर ट्रान्स्पोर्ट (डॉकर्स अँड सीमेन) | ३६१,००० |
| एकूण | ३,५१२,५२३ |

हे पस्तीस लाख लोक म्हणजे, भारतातील आधुनिक औद्योगिक धंद्यांतील, औद्योगिक श्रमजीवी कामगारांचा गाभा आहे. बाकी राहिलेले सर्व कामगार छोट्या उद्योगधंद्यांतील आहेत (ज्या कारखान्यांत दहापेक्षा कमी कामगार चालतात, असे), त्याचप्रमाणे जे कारखाने विजेच्या शक्तीवर चालत नाहीत, अशा मोठ्या कारखान्यांतील आहेत (उदाहरणार्थ, सिगारेट करणारे कारखाने ज्यांमध्ये काही ठिकाणी पन्नासहून अधिक कामगार काम करतात). संघटित कामगार चळवळीच्या प्रभावी शक्तीच्या दृष्टीने, आपणाला दहा लाखांहून अधिक आकडा त्यात मिळविला पाहिजे, तो म्हणजे मळ्यात काम करणारे लोक ते प्रचंड अशा उद्योगधंद्यात आहेत तथापि त्यांची परिस्थिती गुलामांच्यासारखी आहे, त्यांनी अशांततेच्या काळांत उच्च दर्जाची लढाऊ वृत्ती दाखविली आहे. संघटित चळवळींपासून त्यांना दूर राखले आहे. संपूर्ण अलिप्तता आणि गुलामगिरी, अशा अवस्थेत त्यांना ठेवण्यात आले आहे, ह्याशिवाय, छोट्या उद्योगधंद्यांतील काही व मोठ्या तथापि अस्थिर धंद्यांतील काही, ह्यांचा त्यात समावेश करावयास पाहिजे. ह्यावरून भारतीय कामगारांपैकी लगेच परिणाम करतील,

अशा संघटित होण्यासारख्या कामगारांची संख्या पन्नास लाख भरेल.

औद्योगिक श्रमजीवी वर्गातील वाढ ही ''फॅक्टरी ॲक्ट्स''च्या सांख्यिकीवरून पाहावयास मिळते. (त्यात कायद्याने वाढविलेला वावही स्पष्ट होतो.) :

कारखान्यांची संख्या-सर्वसाधारण रोज कामावर असलेले

| | | |
|---|---|---|
| १८९४ | ८१५ | ३४९,८१० |
| १९०२ | १,५३३ | ५४१,६३४ |
| १९१४ | २,९३६ | ९५०,९७३ |
| १९१८ | ३,४३६ | १,१२२,९२२ |
| १९२२ | ५,१४४ | १,३६१,००२ |
| १९२६ | ७,२५१ | १,५१८,३९१ |
| १९३० | ८,१४८ | १,५२८,३०२ |
| १९३५ | ८,८३१ | १,६१०,९३२ |
| १९३६ | ९,३२३ | १,६५२,१४७ |
| १९३८ | ९,७४३ | १,७३७,७५५ |
| १९३९ | १०,४६६ | १,७५१,१३७ |
| १९४३ | १३,२०९ | २,४३६,३१० |
| १९४४ | १४,०७१ | २,५२२,७५३ |

## २. कामगार वर्गाची परिस्थिती

भारतातील औद्योगिक कामगारांच्या परिस्थितीबद्दल सर्वसाधारण माहिती दुसऱ्या प्रकरणात दिलेली आहे. ह्यासंबंधी ''ब्रिटिश ट्रेड्स युनियन काँग्रेस''च्या १९२८ साली भारतात आलेल्या शिष्टमंडळाने घेतलेले निर्णय विचारात घेणे उपयुक्त ठरेल. ''आम्ही केलेल्या सर्व चौकशीवरून असे दिसते की, भारतातील बहुसंख्य कामगारांना रोज एक ''शिलिंग'' (आजचे भारतीय रु. ० पैसे ९३) पेक्षा अधिक मजुरी मिळत नाही. बंगाल प्रांतात जेथे औद्योगिक कामगारांची संख्या सर्वात मोठी आहे, त्यांची पाहणी केली असता असे दिसून आले की, शेकडा साठ टक्के कामगाराला सर्वात जास्त, म्हणजे दिवसाला एक शिलिंग दोन पेन्स (आजचे भारतीय रु. १ पैसे ८) रोख मजुरी मिळते. आणि सर्वात कमी म्हणजे सात ते नऊ पेन्स म्हणजे (आजचे भारतीय रु. १ पैसे ३० ते रु. १ पैसे ६७) पुरुषाला, आणि तीन पेन्स ते सात पेन्स (आजचे भारतीय रु. ० पैसे ५६ ते रु. १ पैसे ३०) मुलांना किंवा बायकांना प्रत्येकी

रोजमजुरी मिळते. आम्ही केलेल्या चौकशीवरून हे आकडे खरे दिसतात. खरे म्हणजे असे काही लोक आमच्या माहितीत आले की, ज्यांच्या बाबतीत रोजमजुरी बायकांना ३$\frac{3}{4}$ पेन्स (आजचे भारतीय रु. ० पैसे ७०) आणि पुरुषांना सात पेन्स (आजचे भारतीय रु. १ पैसे ३०) किंवा त्याहीपेक्षा कमी रोजमजुरी मिळते.''

(ए. ए. परसेल व जे हॉल्सवर्थ, ''रिपोर्ट ऑन लेबर कंडिशन्स इन इंडिया'', ट्रेड्स युनियन काँग्रेस, १९२८, पान १०.)

त्याच शिष्टमंडळाने कामगारांच्या घरांसंबंधी दिलेली माहिती अशी :

''आम्ही ज्या ज्या ठिकाणी राहिलो तेथील कामगारांच्या राहण्याच्या जागा आम्ही पाहिल्या. आणि आम्ही त्या पाहिल्या नसत्या, तर इतक्या भीषण जागा असू शकतात, ह्या गोष्टीवर आमचा विश्वास बसला नसता. येथे बरीच घरे रांगांत आहेत. त्यांचा मालक प्रत्येक भाडेकरूला प्रत्येक खोलीमागे महिना चार शिलिंग सहा पेन्स (आजचे भारतीय रु. ४ पैसे १७) भाडे आकारतो. प्रत्येक खोली नऊ फूट लांब व नऊ फूट रुंद आहे, तिला चिखलाच्या भिंती व सुट्या कौलांचे छप्पर आहे. प्रत्येक घर एकच खोलीचे आहे, ही खोली सर्व प्रकारच्या कामासाठी उपयोगात आणली जाते. उदा. राहणे, स्वयंपाक, झोपणे वगैरे. अशी ही खोली काळोखी आहे, तिच्यासमोर सुटी जागा आहे. तिचा एक कोपरा शौचकुपासाठी वापरतात, खोलीला हवा येण्याची सोय म्हणजे छपराला पडलेले भोक किंवा आत येण्यासाठी ठेवलेला दरवाजा, जेव्हा तो उघडा असेल तेव्हा, उपयोगी पडतो. राहण्याच्या जागेबाहेर एक अरुंद गटारवजा गल्ली आहे. तिच्यात सर्व प्रकारची घाण टाकलेली असते आणि तेथे डास, माशा वगैरे प्राणी प्रचंड प्रमाणात घोंघावत असतात. सर्व घरांच्या बाहेर, गल्ल्यांच्या मध्ये एक अरुंद जागा आहे, त्या जागेच्या प्रत्येक कडेला उघड्या गल्ल्या आहेत. त्यांच्या वाटेत काही ठिकाणी खरकटे, कुजलेले अन्न व इतर घाण पसरल्यामुळे, जाण्या-येण्याचा रस्ता अडलेला असतो ह्या घाणीतून असह्य दुर्गंधी सुटलेली असते. ह्या गल्ल्या मुलांच्या मल-मूत्र विसर्जनासाठी वापरण्यात येतात, हे उघड आहे.

''प्रत्येक ठिकाणी असलेली भयंकर दाटी व अस्वच्छता ह्यावरून संबंधित अधिकाऱ्यांची बेपर्वाई व दुर्लक्ष स्पष्टपणे कळण्यात येते.'' (कित्ता, पाने ८-९)

हे प्रतिवेदन दहा वर्षांपूर्वी दिलेले होते. त्यानंतर ''ब्रिटिश ट्रेड्स युनियन काँग्रेस''ने भारताला शिष्टमंडळ पाठवलेले नाही.

वरील परिस्थितीत अजूनही फारशी सुधारणा झालेली नाही. इतकेच नव्हे तर,

ती अधिक खालावलेली आहे, हे दाखविण्यासाठी आपण भारतीय कामगारांचे प्रतिनिधी श्री. एस. व्ही. परुळेकर यांचेच प्रतिवेदन विचारात घेऊ, ते १९३८ साली, जिनिव्हा येथील आंतरराष्ट्रीय मजूर परिषदेला (''इंटरनॅशनल लेबर कॉन्फरन्स''ला) गेले होते, त्यांनी तेथे दिलेले हे प्रतिवेदन आहे.

''भारतामध्ये प्रचंड बहुसंख्य कामगारांना जी मजुरी मिळते ती जीवनाच्या कमीत कमी गरजा भागविण्यासाठीही अपुरी आहे. १९२१ साली, फिन्ले शिरास यांनी मुंबईच्या कामगार वर्गाच्या अर्थसंकल्पाची चौकशी करून जे प्रतिवेदन दिले, त्यात ते म्हणतात की, ''औद्योगिक कामगार 'फेमिन कोड'ने मान्य केलेले जास्तीत जास्त कडधान्य खातो, तथापि 'बॉम्बे प्रिझन कोड'प्रमाणे तुरुंगात कैद्यांना जे अन्न देतात, त्याहीपेक्षा ते कमी असते. हे प्रतिवेदन प्रसिद्ध झाल्यानंतरच्या काळात, परिस्थिती आणखी खालावलेली आहे, ह्याचे कारण, १९२१ साली कमाईचे जे प्रमाण होते, ते आज कमी झाले आहे.

''१९३५ साली मुंबई सरकारने जी मजुरी-प्रगणना (वेज सेन्सस्) तयार केली तिच्यावरून असे स्पष्ट दिसते की, कापड विणणाऱ्या गिरण्यांचा उद्योग हा अगदी सुरुवातीचा आणि सुसंघटित उद्योगधंदा आहे. त्यामध्ये 'गोकाक'मधील अठरा टक्के कामगारांना मासिक वेतन तीन शिलिंग (म्हणजे आजचे भारतीय रु. २ पैसे ७८) ते नऊ शिलिंग (आजचे भारतीय रु. ८ पैसे ३४) ह्यांचे दरम्यान होते. सोलापूर गिरणीमधील बत्तीस टक्के कामगारांना सात शिलिंग सहा पेन्स (आजचे भारतीय रु. ६ पैसे ९४) ते पंधरा शिलिंग (आजचे भारतीय रु. १३ पैसे ८८) आणि वीस टक्के कामगारांना बावीस शिलिंग सहा पेन्स (आजचे भारतीय रु. २० पैसे ८५) पेक्षा कमी, आणि बत्तीस टक्के कामगारांना बावीस शिलिंग, सहा पेन्स (आजचे भारतीय रु. २० पैसे ८५) ते तीस शिलिंग, (आजचे भारतीय रु. २७ पैसे ८१) अशी मजुरी मुंबई शहरात मिळते.

''भारतात असंघटित उद्योगधंदे फार मोठ्या प्रमाणात आहेत. त्यांच्यातील मजुरीची पातळी इतकी खालची आहे की, तिचे वर्णन करण्यापेक्षा कल्पना केलेलीच बरी. जमीन घालवून बसलेल्या शेतकऱ्यांची संख्या प्रचंड प्रमाणात वाढत आहे. त्यांच्या अगतिकतेचा फायदा घेऊन मालकांनी मजुरीची पातळी अधिक खाली नेली आहे. इतकेच नव्हे तर उद्योगधंद्याच्या प्रगतीला अनुसरून ती वाढविणे शक्य असूनही ते ती वाढवून देत नाहीत.

''भारतातील कामगार वर्गाला आजार, बेकारी, म्हातारपण व मृत्यू यांमुळे

निर्माण होणाऱ्या जोखमासाठी विम्याचे संरक्षण दिले जात नाही. सरकारने बेकार लोकांना जिचा फायदा मिळेल अशी कोणतीही योजना करण्याचे वारंवार नाकारले आहे. बेकारीच्या राक्षसाला भिऊन आत्महत्या केल्याची उदाहरणे कामगारांत आहेत आणि उपासमारीने मेलेल्यांची नोंद मुंबई म्युनिसिपालिटीने ठेवली आहे.

"१९३१ च्या शिरगणतीच्या निवेदना (सेन्सस रिपोर्ट)मध्ये म्हटले आहे की, भारतातील अत्यंत औद्योगिकरण झालेल्या मुंबईसारख्या शहरातील घरांची स्थिती ही कोणत्याही सुधारलेल्या लोकांना कमीपणा आणण्यासारखी आहे. मुंबई शहरातील ९५ टक्के कामगारांची कुटुंबे एका खोलीत राहतात, व ह्या खोलीचे सर्वसाधारण क्षेत्र ११० चौरस फूट आहे. मुंबईत असे हजारो कामगार आहेत की, ज्यांच्या बाबतीत पदपथ (फूटपाथ) हेच त्यांचे घर किंवा निवाऱ्याचे साधन असते.

"१९३३-३४ साली मुंबईमध्ये जन्मास आलेल्या एक हजार मुलांपैकी, बालमृत्यू किती झाले, त्यांचा तक्ता खाली दिला आहे, त्यावरून कामगार वर्गातील बालमृत्यूचे प्रमाण इतर वर्गात होणाऱ्या बालमृत्यूंच्या मानाने किती भयंकर आहे, त्याची कल्पना येते.

| एक खोली किंवा त्याहून कमी | ५२४.० |
|---|---|
| दोन खोल्या | ३९४.५ |
| तीन खोल्या | २५५.४ |
| चार किंवा अधिक खोल्या | २४६.५ |

त्यानंतर परिस्थितीत सुधारणा झालेली नाही. कामगारांना आरोग्यदायक घरात राहता यावे म्हणून सरकारने काहीच केले नाही, अशा घरासाठी द्यावे लागणारे पैसे कामगारांजवळ नाहीत, त्यामुळे त्यांना बालमृत्यूचे किंवा अधिक कठोर पण सयुक्तिक शब्दांत सांगावयाचे तर कत्तल करण्याचे प्रमाण कमी करता येत नाही."

(आंतरराष्ट्रीय मजूर परिषदेला, जिनीव्हा येथे जुलै १९३८ मध्ये भारतीय कामगारांचे प्रतिनिधी म्हणून गेलेले एस. व्ही. परुळेकर ह्यांचे भाषण.)

१९३१ च्या "व्हिटले कमिशन"च्या निवेदना व्यतिरिक्त, भारतीय मजुरीच्या पातळ्यांची संपूर्ण सर्वसाधारण पाहणी आणि भारतीय उद्योगधंद्यांतील मजुरीचा चढउतार, डी. एच. बचनानच्या, "दि डेव्हलपमेंट ऑफ कॅपिटॅलिस्ट एन्टरप्राइज इन इंडिया" (१९३४, प्रकरण पंधरा, पाने ३१०-६०) ह्या ग्रंथात पाहावयास मिळतो. त्यात लेखिकाने असा निर्णय दिला आहे की, "१८६०-१८९० ह्या काळात भारतातील गिरणीकामगारांच्या वास्तव (रिअल) उत्पन्नात फारच थोडा बदल झाल्याचे

दिसते.'' १८९० ते १९१४ ह्या काळात ''वस्तूंच्या किमती बऱ्याच वाढल्या आणि मजुरीही त्या प्रमाणात नसली, तरी वाढली,'' लढाईच्या तेजीत मजुरी कित्येक वर्षे तीच राहिली. नंतर एकदम वाढली, तथापि समान पातळीवर वाढली नाही. काही ठिकाणी मात्र वाढीव किमतीच्याही ती पुढे गेली. ''अशा प्रकारे १९१४-१८ चे महायुद्ध संपेपर्यंत, वास्तव वेतनात (रिअल वेजेस) काहीही वाढ झालेली नव्हती, झालीच असेल तर पीछेहाट झाली होती. फक्त त्यानंतरच्या काळात बदल होऊ लागला. ''महायुद्ध संपल्यानंतर मजुरीवरून कित्येक तंटे झाले. जरी काही ठिकाणी मजुरी घटली असली तरी काही ठिकाणी नजरेत भरण्यासारखी वाढ झाली आहे.'' ''काही उद्योगधंद्यांत विशेषत: मुंबईच्या कापसाच्या गिरण्यांत, राहणीच्या खर्चपिक्षाही वेतनवाढ मजबूत झाली, आणि अलीकडील काही वर्षांत किमती ठळकपणे उतरल्या असूनही, मजुरीची तीच पातळी कायम राहिली आहे, मजूरवर्ग इतका जागृत झाला आहे की, वेतनात घट करणे अत्यंत कठीण आहे.'' 'मंदी'मुळे वेतनात काट झाली. त्यामुळे फार तोटा झाला. त्यातच बेकारीही वाढली तरीही काही वास्तव वेतनांतील फायदे चालू राहिले आणि लढाईपूर्वीच्या काळात नवीन वाढ मिळविण्यात आली. उदाहरणार्थ, १९३८ साली कानपूरच्या गिरण्यांत झालेला संप, ह्यावरून असे दिसून येते की, भारतीय औद्योगिक कामगारांच्या वास्तव वेतनातील वाढ, आणि कामगार चळवळीची प्रगती, ह्या दोन्ही एकाच वेळी घडलेल्या घटना आहेत आणि कामगार चळवळीची शक्ती आणि विशिष्ट ठिकाण ह्यांच्या अनुरोधाने ती झालेली आहे. तथापि मागास कामगारांच्या कित्येक गटांवर फारसा परिणाम झालेला नाही.

भारतात सर्वसाधारण वेतन सांख्यिकी असे नाही किंवा ठराविक अशी वेतन पातळी नाही, एकाच औद्योगिक केंद्रावर, एकाच तऱ्हेच्या कामासाठी एकच वेतन पातळी असेल, असे नाही. अर्ध-कुशल औद्योगिक कामगारांच्या सर्वसाधारण वेतनाच्या दरासंबंधी, ''वर्कमेन्स कॉम्पेनसेशन ॲक्ट'' खाली झालेल्या केसेस वरून थोडी कल्पना येते. १९२५-२९ ह्या पाच वर्षांतील केसेसचे विश्लेषण ''व्हिट्ले कौन्सिल''च्या प्रतिवेदनात पाहावयास मिळते. ह्या केसेसमध्ये, जे अर्ध-कुशल कामगार किंवा कमी वेतनवाले कामगार, अगतिक होते किंवा ज्यांना हा कायदाच माहीत नाही, म्हणून ज्यांनी ह्या कायद्याचा फायदा घेतला नाही, अशांचा समावेश झालेला नाही. एवढे आहे तरी ही सोयिस्कर माहिती अधिकृतपणे अर्धकुशल कामगारांच्या वेतनपातळीची संघटित उद्योगधंद्यांतील (ह्यांतून मुले, बिन-कुशल कामगार, आणि अस्थीर उद्योगधंद्यांतील अल्प-वेतन मिळणारे कामगार वगळून,) पूर्णपणे नजरेत भरण्यासारखी स्थिती

व्यक्त करते. भारतीयेतर वाचकांसाठी स्पष्टीकरण करावयाचे म्हणजे, आम्ही रुपयांच्या आकड्यांचे इंग्रजी चलन पद्धतीत, एक शिलिंग सहा पेन्स बरोबर एक रुपया, ह्या प्रमाणे रूपांतर केलेले नाही, त्याच प्रमाणे मासिक वेतनाचे, आठवड्याच्या वेतनात, एक महिन्या ४ १/३ बरोबर आठवडे ह्या प्रमाणात गणना केली आहे. ह्या पद्धतीने गणती केली तर खाली दिल्याप्रमाणे परिस्थिती दिसते :

संघटित उद्योगधंद्यातील सज्ञान अर्ध-कुशल कामगारांची सर्वसाधारण कमाई.

शेकडेवारीत कमाई      आठवड्याचे सममूल्य

| | ४ शिलिंग ६ पेन्स पेक्षा कमी | ४ शिलिंग ६ पेन्स ते ६ शिलिंग | ६ शिलिंग ते ७ शिलिंग ९ पेन्स | ७ शिलिंग ९ पेन्स ते ९ शिलिंग ६ पेन्स | ९ शिलिंग ६ पेन्स ते ११ शिलिंग ३ पेन्स | ११ शिलिंग ३ पेन्स आणि वर |
|---|---|---|---|---|---|---|
| संयुक्त प्रांत | २६ | २७ | १५ | ९ | ७ | १६ |
| मद्रास (तामिळनाडू) | २२ | २५ | १९ | १५ | ४ | १५ |
| मध्य प्रदेश | १८ | ३८ | १७ | ८ | ४ | १५ |
| बिहार व ओरिसा | २१ | २४ | २१ | १२ | ८ | १४ |
| बंगाल | १३ | १८ | १८ | १५ | १० | २६ |
| मुंबई | ३ | १० | १९ | २३ | १३ | ३२ |

(हा तक्ता ''रिपोर्ट ऑफ दि व्हिटले कमिशन ऑन लेबर इन इंडिया'' पान २०४ मधून घेतला आहे आणि वर दिलेल्या मूळ पायावर इंग्रजी चलनाच्या सममूल्यांत दिला आहे.)

अशा प्रकारे संयुक्त-प्रांतातील सज्ञान अर्ध-कुशल कामगारांपैकी पंचवीस टक्क्यावर कामगार प्रत्येकी आठवड्याला ४ शिलिंग ६ पेन्स (आजचे भारतीय रु.४ पैसे १७) आणि पन्नास टक्क्यांवर प्रत्येकी आठवड्याला ६ शिलिंगपेक्षा कमी (आजचे भारतीय

रु.५ पैसे ५५) मिळवतात निम्मेपेक्षा अधिक मध्यप्रांतात, जवळजवळ निम्मे मद्रास, बिहार आणि ओरिसा मध्ये आठवड्याला प्रत्येकी ६ शिलिंगपेक्षा कमी (आजचे भारतीय रु.५ पैसे ५५ पेक्षा कमी) मिळवतात. बंगालमध्ये निम्मे कामगार प्रत्येकी आठवड्याला ७ शिलिंग ९ पेन्स (आजचे भारतीय रु. ७ पैसे १८) मिळवतात, आणि जेथे राहणीचा खर्च जास्त आहे अशा मुंबईत सुद्धा, निम्मे पेक्षा अधिक कामगार प्रत्येकी आठवड्याला ९ शिलिंग ६ पेन्स (आजचे भारतीय रु.८ पैसे ७८ पेक्षा कमी मिळवतात.)

हे आकडे त्यातल्या त्यात बऱ्यापैकी वेतन मिळविणारांचे आहेत. ते सर्वसाधारण कामगारांचे वेतनाचे प्रमाण नाही. अगदी अलीकडे कामगार कुटुंबांच्या बजेट (अर्थ संकल्प) संबंधी बऱ्याच प्रकारची चौकशी ''प्रॉव्हिनशियले लेबर डिपार्टमेंट''ने केली आहे आणि त्यांचे मुंबईबद्दलचे निर्णय (१९३२ ते ३३ सालासाठी) १९३५ मध्ये प्रसिद्ध झाले, अहमदाबादबद्दलचे १९३७ साली आणि मद्राससंबंधीचे १९३८ साली प्रसिद्ध झाले, ह्या पूर्वी अशीच चौकशी सोलापूर बद्दल १९२५ सालासाठी केली असून तिचा निर्णय १९२८ साली प्रसिद्ध झाला आहे.

वरील निर्णयावरून असे दिसले की, सर्वसाधारण कुटुंबाचे उत्पन्न (व्यक्तीचे नव्हे) मुंबईत महिना रु. ५० किंवा आठवड्याला १७ शिलिंग ४ पेन्स, अहमदाबाद मध्ये महिना रु.४६ किंवा आठवड्याला १५ शिलिंग ११ पेन्स, सोलापूरला महिना रु. ४० किंवा आठवड्याला १३ शिलिंग १० पेन्स, आणि मद्रासमध्ये, संघटित उद्योगधंद्यातील कामगारांना महिना रु.३७ किंवा आठवड्याला १२ शिलिंग १० पेन्स, आणि असंघटित उद्योगांत आणि धंद्यांत, महिना रु.२० ते २७ किंवा आठवड्याला ७ शिलिंग ते ९ शिलिंग ३ पेन्स. सर्वसाधारण कुटुंबांत (मुंबई, सोलापूर व अहमदाबाद येथील चौकशी प्रमाण) चार माणसे होती. त्यांपैकी दीड ते दोन व्यक्ती मजुरी मिळविणाऱ्या होत्या. सर्वसाधारण वेतन काढण्यासाठी वरील आकड्यांत $\frac{१}{३}$ ते $\frac{१}{२}$ कपात केली पाहिजे. असे केले तर, मुंबईतील आठवड्याचे सर्वसाधारण वेतन ९ शिलिंग १० पेन्स होते अहमदाबादेत ९ शिलिंग १ पेन्स, सोलापूरला ७ शिलिंग ११ पेन्स, आणि मद्रासमध्ये, संघटित उद्योगधंद्यातील कामगारांना ७ शिलिंग ४ पेन्स आणि असंघटित उद्योगधंद्यातील कामगारांना ४ शिलिंग ते ५ शिलिंग ३ पेन्स होते.

येथे हे ही विचारात घ्यावयास पाहिजे की, वर दिलेले आकडे हे नाममात्र (नॉमिनल) आहेत. ते निरनिराळ्या नावाखाली कमी केले जातात. उदाहरणार्थ,

दलाली (कमिशन), दंड, 'फोरमन'ना नेहमीची लाच आणि कर्जाच्या मोठ्या बोजाचे भयंकर प्रमाणात होणारे व्याज (बहुतेक ठिकाणी) वेतन हे दर महिने महा दिल्या कारणाने कर्ज काढणे अटळ होते, काही ठिकाणी पंधरवड्याला पगार देतात, तर काही वेळा प्रत्यक्ष पगार महिना संपल्यावर १० ते १५ दिवसांनंतर देतात, असे करण्यात कामगारापासून सहा आठवड्याचे व्याज मिळवितात.) 'व्हिटले कमिशन'च्या अंदाजाप्रमाणे बहुतेक औद्योगिक केंद्रातील कर्ज असलेली कुटुंबे किंवा व्यक्ती ह्या २/३ शा पेक्षा कमी नाहीत'' आणि बहुतेकांच्या बाबतीत हे कर्ज, तीन महिन्यांच्या वेतनापेक्षा अधिक असते आणि अनेकवेळा ह्याहीपेक्षा ते अधिक असते.'' त्या नंतरच्या चौकशीवरून असे दिसले की, २/३ लोकच कर्जात असतात 'हे विधान न्यून (अंडर) आहे. वर दिलेल्या मुंबईच्या चौकशी समितीप्रमाणे ७५ टक्के कुटुंबे कर्जात असलेली सापडली. मद्रासच्या प्रतिवेदनावरून, संघटित उद्योगधंद्यांतील ९० टक्के कुटुंबे कर्जात होती आणि त्या कर्जाची रक्कम साधारणपणे सहा महिन्यांच्या पगाराएवढी होती.

गोदींतील कामगार वर्गाचे वेतनसुद्धा फार कमी आहे. 'रेगे कमिटी' च्या चौकशी (१९४६) प्रमाणे, कोचीनच्या गोदींत, एकूण कामगारांच्या ३०१/२ टक्के कामगारांना प्रत्येकी रोज एक रुपया वेतन मिळते आणि ६८ टक्के कामगारांना एक ते दोन रुपये रोज मिळतात. शिंद्यांच्या नौनिर्मिती स्थानांत (शिपयार्डमध्ये) ८२ टक्के कामगारांना प्रत्येकी रोज, एक रुपया पेक्षा कमी वेतन मिळते.

खाणीत काम करणारांना अगदीच कमी वेतन मिळते आणि त्यांची वेतने अलीकडे फारच कमी केली आहेत. कोळशाच्या खाणीत काम करणाऱ्या एकूण कामगारांपैकी ४/५ कामगार राणीगंज आणि झारीया येथील कोळशाच्या खाणीत काम करतात. १९१४ पूर्वी राणीगंज येथील कोळशाच्या खाणीत कामगारांना रोजी ६ आणे किंवा ६ पेन्स रोज मिळत असे. लढाईनंतर त्यात वाढ झाली, १९२९ साली रोजचे वेतन तेरा आणे किंवा एक शिलिंग दोन पेन्स झाले. १९३६ च्या सुमारास रोजचे वेतन साडेसात आणे किंवा आठ पेन्स झाले. फेब्रुवारी १९३७ मध्ये ''नॅशनल असोसिएशन ऑफ कॉलरी मॅनेजर्स''च्या अध्यक्षाने कामगारांचे वेतन फारच लहान असल्याची ओरड केली. भारताच्या कोळशाच्या खाणीतील एका कामगाराचे वर्षाचे सर्वसाधारण कोळशाचे उत्पादन, जमिनीवर आणि जमिनीखाली १३१ टन होते. जपान मध्ये हेच उत्पादन २०७ टन, ''युनायटेड किंग्डम'' मध्ये २९८ टन आणि युनायटेड स्टेट्स मध्ये ६७१ टन होते.

मळ्यात काम करणारांची परिस्थिती तर अत्यंत भिकार होती. ''आसामच्या खोऱ्यांतील चहाच्या मळ्यांत (भारतातील जास्तीत जास्त चहा आसाम आणि बंगाल मध्ये काढतात) राहणाऱ्या पुरुष कामगारांचे मासिक वेतन ७ रु. १३ आणे आहे, बायकांचे ५ रु. १४ आणे, मुलांचे ४ रुपये ४ आणे आहे.'' (शिवा राव ''दि इंडस्ट्रियल वर्कर इन इंडिया,'' १९३९, पान १२८.) म्हणजेच पुरुषांना आठवड्याला २ शिलिंग ८ पेन्स, बायकांना आठवड्याला २ शिलिंग आणि मुलांना प्रत्येकी १ शिलिंग ५⅜ पेन्स. फुकट राहण्याची जागा, फुकट औषधपाणी आणि इतर सोयी ह्यामुळे तेथील गुलामगिरीच व्यक्त होते. सुरमा खोऱ्यांत तर वेतनाचे दर ह्याहीपेक्षा खालच्या पातळीवर आहेत. 'रेगे कमिटी'ने मासिक वेतनाची पातळी दिली आहे, ती म्हणजे आसाम खोऱ्यांतील पातळीपेक्षा सुरमा खोऱ्यांतील पातळी २ रुपयांनी खालची आहे. दक्षिण भारतातील मळ्यांत वेतन श्रेणी रोजी ४ ते ५ आणे (४⅜ पेन्स, ५⅜ पेन्स) प्रत्येकी पुरुषाला आणि बायकांना तीन आण्यापेक्षा कमी (३⅜ पेन्स) असते.

ह्या पद्धतीच्या पिळवणुकीद्वारे उपटला जाणारा फायदा हाही तितकाच भयंकर आहे, पहिल्या जागतिक युद्धानंतरच्या तेजीच्या काळात तर हा फायदा शिगेला पोहोचला होता. ''दंडी ज्यूट ट्रेड युनियन्स''नी तागाच्या उद्योगधंद्यासंबंधी चौकशी करण्यासाठी १९२५ साली भारताला शिष्टमंडळ पाठविले होते :

''जेव्हा राखीव निधी आणि फायदा हे एकत्र केले जातात, तेव्हा भागीदारांना दहा वर्षांत (१९१५-२४) झालेल्या फायद्याचा आकडा प्रचंड म्हणजे तीनशे दशलक्ष पौंड किंवा एकूण घातलेल्या भांडवलाच्या नव्वद टक्के भरतो. तेथे तीन लाख ते तीनशे सत्तावीस हजार लोक कामावर असतात, त्यांना सर्वसाधारण मजुरी म्हणून वर्षाला १२ पौंड १० शिलिंग देतात. दहा वर्षांत तीन लाख कामगारांकडून तीनशे दशलक्ष पौंड फायदा करून घेणे म्हणजे माणशी एक हजार पौंड फायदा उपटण्यासारखे आहे. ह्याचाच अर्थ वर्षाला, प्रत्येक कामगाराकडून १०० पौंड फायदा काढल्यासारखे होते. आणि सर्वसाधारण वेतनाचा दर, माणशी १२ पौंड १० शिलिंग असल्यामुळे, सर्वसाधारण वार्षिक फायदा हा वार्षिक वेतन ''बिलाच्या आठ पट भरतो.''

(टी. जॉनस्टन अँड जे. एफ. सिमे, ''एक्सप्लॉयटेशन इन इंडिया'' पाने ५-६.)

कापडगिरण्यांच्या उद्योगधंद्यासंबंधी ''प्रशुल्क-मंडळ'' चौकशी समितीने १९२७ साली निवेदन केले की :

''मुंबईच्या गिरण्यांच्या १९२० सालच्या ताळेबंद जमाखर्चाची पाहणी केली त्यावरून असे दिसले की, पस्तीस कंपन्यांनी ज्यांच्या पोटांत ४२ गिरण्या समाविष्ट आहेत. चाळीस टक्क्यावर लाभांश (डिव्हिडंट) जाहीर केला. त्या पैकी दहा कंपन्यांनी ज्यांच्या पोटांत चौदा गिरण्या आहेत- शंभर टक्क्यावर आणि दोन गिरण्यांनी दोनशे टक्क्यांवर लाभांश दिला. १९२१ साली, सत्तेचाळीस गिरण्या समाविष्ट असलेल्या ४१ कंपन्यापैकी अकरा गिरण्या समाविष्ट असलेल्या नऊ कंपन्यांनी शंभर टक्क्यांवर लाभांश दिला.'' (रिपोर्ट ऑफ दि इंडियन टॅरीफ बोर्ड, कॉटन टेक्सटाइल इन्क्वायरी १९२७, व्हॉल्युम १ पान ८३.)

तीनशे पासष्ट टक्के लाभांश झालेल्यासुद्धा, काही कंपन्या होत्या. १९२७ साली नागपूरच्या ''एम्प्रेस मिल्स''च्या सुवर्णमहोत्सवानिमित्त काढलेल्या स्मरणिकेत (सूव्हेनिअरमध्ये) अभिमानाने जाहीर केले की :

''पहिल्या वीस वर्षांचा लाभांश सोळा टक्क्यांवर होता, आणि जागतिक युद्धानंतरच्या तेजीच्या काळात, भागीदारांना सर्वसाधारणपणे २३ टक्के नफा देण्यात आला. तेजीच्या काळात एवढा फायदा झाला की, साधारणपणे नव्वद टक्क्यांवर लाभांश देणे योग्य ठरले. टाटा यांची अशी महत्त्वाकांक्षा होती की, एम्प्रेस मिल्सनी शंभर टक्के लाभांश दिला पाहिजे. जरी त्याच्या निधनापर्यंतही ही लाभांशाची पातळी गाठता आली नाही, तरी शेवटी ती गाठली गेली, ह्यावरून कंपनीने संस्थापकाच्या अपेक्षेप्रमाणे आपला उद्योगधंदा किती यशस्वीपणे चालविला, त्याचा हा पुरावा होय. १९१९ साली पाचशे रुपयांच्या सर्वसाधारण भागावर ३५० रु. लाभांश देण्यात आला. तथापि १९२२ साली, जरी गिरण्या अनेक अडचणींना तोंड देऊन चालविल्या गेल्या, तरी लाभांशाचा दर पुन्हा ५२५ वर दिला गेला–१९२३ साली गिरण्यांच्या उद्योगधंद्यात मंदीची लाट चालू असून सुद्धा, आणि गिरण्यांत संप चालू असून सुद्धा, प्रत्येक सर्वसाधारण विभागधारकाला २८० रु. लाभांश देण्यात आला.''

ज्या मूळ धारकांना अधिलाभांश विभाग (बोनस-शेअर्स) मिळाले होते आणि ज्यांना तोच लाभांश देण्यात आला, त्यांना १९२० साली प्रत्यक्ष लाभांश ४८८ टक्के झाला–

''साधारणपणे हे लक्षात ठेवण्यासारखे आहे की, ३० जून १९२६ पर्यंत एम्प्रेस मिलला झालेला फायदा एकूण ९२,२१४,४२७ रु. होता, म्हणजे मूळ विभाग-धारकांच्या भाग-भांडवलावर, जवळजवळ, भागभांडवलाच्या ६१.४७ पट फायदा देण्यात आला, आणि त्या वेळेपर्यंत कंपनीने साधारण भागावर ५९,४३१,२६७

रु. लाभांश म्हणून दिला, म्हणजेच मूळ भांडवलावर वार्षिक ८०.८६ टक्के नफा देण्यात आला–अशा प्रकारे मूळ भागधारकाला, कंपनीचा भरणा झालेला ५०० रुपयांचा भाग मिळण्याचे भाग्य होते म्हणून त्याला २.०५ भाग फुकट देण्यात आले. त्यांची आजच्या बाजारभावाने ७८३८ रु. किंमत होते, आणि त्याने त्याला लाभांशाच्या द्वारे १९,८१० रुपये फायद्याचे मिळवून दिले.''

(''दि एम्प्रेस मिल्स, नागपूर गोल्डन ज्युबिली, १८७७-१९२७,'' पाने ९०-९३.)

नफेबाजीची ही मायावी सुवर्णभूमी शाश्वत टिकणे शक्य नव्हते. एवढे खरे की, जागतिक आर्थिक तंगीची परिस्थिती निर्माण होईपर्यंत फायदा प्रचंड प्रमाणांत देण्यात आला. अशा प्रकारे १९२८, १९२९ व १९३० मध्ये एम्प्रेस मिलने २८, २६ व २४ टक्के लाभांश दिला. तागाच्या धंद्यात गोरेपूर मिल, जिने १९१८ मध्ये २५० टक्के लाभांश दिला होता, ती १९२७ मध्ये १०० टक्के, १९२८ मध्ये ६० टक्के आणि १९२९ मध्ये ५० टक्के लाभांश देत होती. कोळशाच्या उद्योगधंद्यांत, चार प्रमुख कंपन्यांनी १९२९ मध्ये ७०,५५,३६ आणि ३० टक्के लाभांश दिला. चहाच्या धंद्यांत, भारतात समाविष्ट असलेल्या ९८ कंपन्यांनी, १९२८ मध्ये २३ टक्के आणि १९२९ मध्ये ७४ कंपन्यांनी २० टक्के लाभांश दिला.

आर्थिक अरिष्ट (क्रायसिस) आणि आर्थिक मंदी ह्यांनी भारतीय उद्योगधंद्यांना चांगलाच तडाखा दिला. फायदे कायम टिकविण्यासाठी, शास्त्रीयीकरण व वेतन-कपात ह्यासारखे बेडर उपाय योजण्यात आले. विशेषत: हे उपाय कापड गिरण्यांच्या बाबतीत करण्यात आले. कापसाच्या बाबतीत, जो ठराव १९२२-२३ मध्ये ४.७ दशलक्ष क्वार्टर होता तो १९३४-३५ मध्ये १०.९ दशलक्ष म्हणजेच साठ टक्के वाढविण्यात आला. ह्याच बरोबर कामावर घेतलेल्या कामगारांची संख्या ३५६००० रा वरून ४१४ हजारावर गेली, म्हणजेच १६ टक्के वाढ झाली. तागाच्या बाबतीत, १९२२-२३ मध्ये गिरणीला ४.७ दशलक्ष गसड्या लागत होत्या, त्या १९३५-३६ मध्ये सहा दशलक्ष लागू लागल्या, म्हणजेच त्यात २८ टक्के वाढ झाली, तथापि कामावर घेतलेल्या कामगारांची संख्या ३२१००० वरून २७८००० वर घसरली, म्हणजेच १३ टक्के घटली. रेल्वे कामगारांची संख्या जी १९२९-३० मध्ये ८१७००० होती ती १९३६-३७ मध्ये ७१०००० वर घसरली. कोळशाच्या धंद्यात जे उत्पादन १९२१ मध्ये १९.३ दशलक्ष टन होते ते १९३५ मध्ये २३ दशलक्ष टन काढण्यात आले. त्याचबरोबर कामावरील कामगारांची संख्या २०५०००

वरून १७९००० वर घटविण्यात आली.

लढाईच्या पूर्वी होणारे फायदे, १९१४-१८ च्या तेजीच्या काळानंतर जरी तेवढेच राहिले नाही तरी, प्रचंड प्रमाणात पिळवणूक चालू होती, हे सहज स्पष्ट होते. ह्याचप्रमाणे तागाच्या धंद्यात ''दि रिलायन्स ज्यूट मिल्स कंपनी''ने १९३५ साली पन्नास टक्के लाभांश दिला १९३६ साली ४२$\frac{3}{8}$ टक्के १९३७ मध्ये ३० टक्के लाभांश दिला. कापडधंद्यात ''दि मूर मिल्स कंपनी'' ने १९३५ साली ३५ टक्के, १९३६ साली २७$\frac{3}{8}$ टक्के व १९३७ साली २२$\frac{3}{8}$ टक्के लाभांश दिला. चहाच्या धंद्यात ''दि न्यू डूअर्स टी कंपनीने १९३५ व १९३६ ह्या दोन्ही वर्षी ५० टक्के लाभांश दिला. ''दि नगइसुके टी कंपनी''ने १९३५ साली ६० टक्के व १९३६ साली ५० टक्के लाभांश दिला आणि ''दि ईस्ट होप एस्टेट्स कंपनी''ने १९३५ साली २३ टक्के १९३६ साली ३३ टक्के व १९३७ साली ४० टक्के लाभांश दिला आणि लढाईच्या काळात हा चढेल आकड्यांच्या पटीने फायदा मिळाला (प्रकरण सहा, पाने १५२-५३ पाहा.).

१९१४-१८ च्या जागतिक युद्धानंतरच्या तीस वर्षांतील प्रचंड फायद्यातील अगदी छोटासा भाग, म्हणजे शेकडो दशलक्ष पौंड, ह्या रकमेचा उपयोग केला असता तर कामगारांच्या निवाऱ्याच्या भयंकर दुर्घट परिस्थितीत पुष्कळ सुधारणा करता आली असती, आणि आरोग्य व सामाजिक संरक्षणासारखे मूलभूत स्वरूपाचे बहुतेक उपाय कार्यवाहीत आणता आले असते. ज्या उपायांमुळे ह्या सुधारणा करून घेणे शक्य होते, ते कार्यवाहीत आणण्याची जबाबदारी भारताच्या त्या वेळच्या राजवटीने कधीही अंगावर घेतली नाही. कर घेण्याच्या बाबतीत भारतात, श्रीमंत लोकांचे जे लाड पुरविले जातात तसे जगातल्या कोणत्याही पुढारलेल्या देशांत पुरविले जात नाहीत, ह्याच वेळी करांचा मुख्य बोजा गरिबांना मात्र सम प्रमाणांत स्वीकारावा लागतो. शेतकऱ्यांना शेतसारा भरावा लागतो. तर जमीनदारांच्या उत्पन्नाला करांतून वगळण्यात येते. कामगारांना जीवघेण्या अप्रत्यक्षकराचा बोजा स्वीकारावा लागतो, ह्या उलट वरच्या पातळीवरील उत्पन्नावर प्राप्तिकराचे प्रमाण कमी असते. भारत सरकारचे अर्थमंत्री सर जेम्स ग्रिग एप्रिल १९३८ साली म्हणाले, एकूण वार्षिक अप्रत्यक्ष कर, हा प्रत्यक्ष कराच्या एकूण बेरजेच्या आठ पट होता. १९३६-३७ साली प्राप्तीवरील एकूण कर साडेअकरा दशलक्ष पौंड म्हणजे एकूण महसुली उत्पन्नाचा $\frac{1}{4}$ भाग होता, आणि हे उत्पन्न राष्ट्रीय उत्पन्नाच्या एक टक्क्याहूनही कमी होते. ह्या उलट ब्रिटनमध्ये प्राप्तीकर, जादा कर आणि मृत्युशुल्क मिळून होणारे

उत्पन्न हे ब्रिटनच्या राष्ट्रीय उत्पन्नाच्या दहा टक्क्यावर असते, असे सर जेम्स ग्रिग म्हणाले.

कामगार आणि सामाजिक कायदे भारतात मागासच आहेत, आणि हा मागसपणा कागदावर दिसतो त्यापेक्षा प्रत्यक्षात फारच जास्त आहे. कारखाना-अधिनियम (फॅक्टरी-ॲक्ट) करण्यास १८८१ साली सुरुवात झाली. ह्याला मुख्य कारण म्हणजे भारतातील गिरण्यांच्या वाढीमुळे लँकशायुरच्या उद्योगपतींना भीती वाटू लागली. कित्येक वर्षे कारखाना अधिनियम हा एक लुप्तार्थ कायदा म्हणून पडून राहिला होता, जरी त्याचा वाव अगदी मर्यादित होता तरी ही स्थिती होती. ह्याचे कारण तो कार्यवाहीत कसा आणावयाचा ह्याचे, त्यात स्पष्टीकरण केलेले नसे.

“१९०५ च्या सुरुवातीला कारखान्यांच्या पाहणीची पद्धत मोडकळीस आली होती. एक कारखाना-अधिनियम करण्यात आला होता, तथापि तो लुप्तार्थ कायदा म्हणून पडून होता. मुंबई शहरात ७९ कापड गिरण्या होत्या व त्यांच्यामध्ये रोज सर्वसाधारण ११४००० कामगार कामावर असत. एवढे असले तरी, मुंबईच्या गिरण्यांच्या तपासणीचे काम ज्या अधिकाऱ्याला दिलेले असे, त्याला इतर अनेक कामे करावी लागत. “चीफ इन्स्पेक्टर ऑफ फॅक्टरीज” हा अधिकारी ‘असिस्टंट् कलेक्टर’ ही असे, तो तरुण सनदी नोकरांच्या श्रेणीतला असे. १९०५ साली ही जागा सहा निरनिराळ्या नोकरांना देण्यात आली होती. त्या सर्वांना अनुभव नव्हता. आणि त्यांच्या नानाविध कामांमध्ये, कारखान्यांची तपासणी, हे एक महत्त्वाचे काम आहे, असे त्यांना कधीच वाटत नसे. कारखान्यांसाठी सर्व वेळ देणारा असा एक निरीक्षण अधिकारी नेमला होता, “कॉटन एक्साइज् ॲक्ट”च्या दृष्टीने तयार झालेल्या मालाची सरकारी पाहणी करणे, हे त्याचे मुख्य काम असे. अशा परिस्थितीत कारखाना अधिनियम, कार्यवाहीत आणला गेला नाही, त्यात आश्चर्य नव्हते. कलकत्त्यामध्ये, कारखान्यांची पाहणी न केल्यामुळे ज्या अनेक दुर्दैवी घटना घडल्या, त्या अगदी बोलक्या होत्या. कलकत्त्यातील एका गिरणीच्या व्यवस्थापकाने “सेकंड फॅक्टरी लेबर कमिशन”ला स्पष्टपणे सांगितले की, त्याने कारखाना-अधिनियमाकडे लक्षच दिलेले नव्हते. दुसरीकडे, दुसऱ्या एका व्यवस्थापकाने, त्याच्या गिरणीत चारशे मुले कामावर घेतली असूनही स्पष्टपणे सांगितले की, कारखाना अधिनियम आणि अधिनियमाप्रमाणे लहान मुलांना कामावर घेता येत नाही, हे त्याने कधी ऐकलेलेही नव्हते. (लोव्हट् फ्रेझर, “इंडिया अंडर कर्झन अँड आफ्टर,” पाने ३३०-३१)

अगदी अलीकडे म्हणजे १९२४ साली, ज्याच्या देखरेखेखाली त्या वर्षाचा

"ॲन्युअल फॅक्टरीज रिपोर्ट'' (वर कारखान्यांचा वार्षिक अहवाल) तयार करून काढला गेला (त्यामध्ये अनुषंगाने लिहिले होते की, प्रत्येक कारखान्यात नियमबाह्य गोष्टी घडत होत्या), त्या मुंबईच्या कलेक्टरने प्रस्तावनेत शासकीय दृष्टिकोन म्हणून मांडला, तो असा :

"कारखान्यांचे नियम व अधिनियम कडक केल्यामुळे एक प्रकारचा साचेबंदपणा निर्माण झाला आहे व त्यामुळे उत्पादनात अडथळा होता, असे मला वाटते—काही विशिष्ट (जॉब्स) कधी कधी सुटीच्या दिवसांत किंवा ठराविक वेळेनंतर काम करण्यास परवानगी नसणे, ही गोष्ट कारखानदारांना व कामगारांनाही त्रासदायक आहे. अशा वेळी संबंधित लोक काम करण्यास तयार असतात, त्यामुळे त्यांना त्रास होत नाही, आणि जादा वेळ काम केल्याबद्दल खास मजुरीही मिळते. म्हणून काही वेळा वरील नियमांत वाजवी अपवाद केले जावे, अशी सरकारी शिफारस आहे.'' (''ॲन्युअल फॅक्टरी रिपोर्ट ऑफ दि प्रेसिडेन्सी ऑफ बॉम्बे, १९२४:'' फ्रीप्रेस बाय दि कलेक्टर ऑफ बॉम्बे.)

आजच्या १९३४ च्या कारखाना-अधिनियमाप्रमाणे (फॅक्टरी ॲक्ट) कायम स्वरूपाच्या कारखान्यांत, दहा तासांचा एक दिवस आणि चोपन्न तासांचा आठवडा ठरविला आहे, आणि मोसमी (सीझनल) कारखान्यांत (जे अर्ध्या वर्षावर चालत नाहीत) अकरा तासाचा एक दिवस ठरविला आहे (मात्र बायकांच्या बाबतीत दहा तासांचा दिवस मोजला आहे.) आणि चौसष्ट तासांचा आठवडा मान्य झाला आहे. आणि त्यात विवरण केलेले तास तेरा ठरले आहेत, आणि नियमाबाहेर जादा वेळ काम करण्यास परवानगी आहे. रात्रपाळीला स्त्री-कामगारांना कामावर घेण्यास बंदी आहे. बारा वर्षाच्या खालील मुलांना कामावर घेण्यास बंदी आहे, बारा ते पंधरा वर्षाच्या मुलांना दिवसा पाचच तास काम करण्यास परवानगी आहे, त्यात एका वेळी वितरण केलेल्या साडेसात तासापर्यंत काम करण्यास मनाई नाही. हा अधिनियम फक्त पंचवीस लाख कामगारांना लागू होतो (१९४४).

खाणीच्या कामगारांच्या बाबतीत १९३५च्या खाण-अधिनियमा (माइन्स ॲक्ट) प्रमाणे रोज जमिनीवर १० तास व खाणीत ९ तास आणि वितरण केलेले असल्यास बारा तास काम करण्यास परवानगी आहे, पंधरा वर्षाखालील मुलांना खाणीच्या कामावर घेण्यास बंदी आहे. हा अधिनियम अडीच लाख कामगारांना लागू पडतो. १९३७ साली बायकांना खाणीच्या आत काम करण्यास बंदी करण्यात आली, तथापि १९४३ च्या वटहुकूमा अन्वये, लढाईच्या काळापुरता हा निर्बंध काढून

घेण्यात आला आहे.

रेल्वेच्या धंद्यात साठ तासांचा आठवडा ठरविण्यात आला आहे. १९३१ च्या ''इंडियन पोर्ट्स ऑक्ट''ने बारा वर्षांखालील मुलांना कामावर घेण्यास बंदी घातली आहे आणि गोदी कामगारांसाठी काही मर्यादित स्वरूपात सुरक्षा कायदे करण्यात आले आहेत.

१९३४ चा ''दि वर्कमेन्स कॉम्पेनसेशन ऑक्ट'' साठ लाख कामगारांना लागू आहे. तथापि जाचणूक होईल ह्या भीतीने प्रत्यक्षात फारच मर्यादित प्रमाणात त्या अधिनियमाचा फायदा घेतला जातो.

१९३६ चा ''दि पेमेंट चेजेस ऑक्ट''प्रमाणे वेतन हे एक महिन्याने देण्यास परवानगी आहे (आठवड्याने किंवा पंधरवड्याने वेतन देण्यास नकार देण्यात आला), महिना भरल्यावर एक आठवड्यात वेतन द्यावेच लागते. त्याचप्रमाणे आर्थिक स्वरूपाची शिक्षा किंवा दंड ह्यांना कायद्याने मर्यादा घातली आहे.

वरील माहितीवरून भारतात कामगारविषयक अधिनियम अत्यंत मर्यादित कसे आहेत, ह्या गोष्टीची कल्पना येते.

कारखाने, खाणी, मळे, गोद्या, रेल्वे, बंदरे वगैरे संबंधीचे सर्व अधिनियम विचारात घेतले तर सत्तर ते ऐंशी लाख कामगारांपलीकडे त्या कायद्यांचा फायदा इतर कोणालाही मिळत नाही. राहिलेले औद्योगिक कामगार जे वरील कामगारांपैकी संख्येने अधिक ते विनियमित (रेग्युलेटेड) नाहीत, अशा छोट्या उद्योगधंद्यांत काम करतात. (शिव राव, ''दि इंडस्ट्रियल वर्कर इन इंडिया,'' १९३९, पान २१०)

१९४४ चा मुख्य कारखाना-अधिनियम, भारतातील एकूण कामगारांच्या संख्येत अत्यंत छोट्या अपूर्णांकाला म्हणजे फक्त २,५२२,७५३ कामगारांना लागू आहे. ह्यातही, हा अधिनियम कार्यवाहीत आणण्यासाठी, आवश्यक अशा यंत्रणेच्या अपुरेपणामुळे, त्याचा परिणाम व्हावा तसा होत नाही. १९४४ च्या कारखाना अधिनियमाखाली १४०७१ कारखान्यांची नोंद झाली असता, फक्त ११.७१३ म्हणजे ३३.२ टक्के कारखान्यांची पाहणी केली गेली. २३५८ कारखान्यांची तपासणी वर्षात झालीच नाही. आणि बऱ्याच कारखान्यांची पाहणी वर्षात फक्त एकदाच झाली. ह्या कायद्याच्या पूर्ततेच्या परिणामाबद्दल कल्पना केलेलीच बरी. १७७५ मध्ये सुद्धा ह्या कायद्याखाली करण्यात आलेल्या शिक्षा किंवा बसवलेले दंड इतके क्षुल्लक होते की, त्यामुळे त्या कायद्याचा भंग करण्यास उत्तेजन मिळावे. संयुक्त प्रांताच्या प्रतिवेदनात असा विचार व्यक्त करण्यात आला (आणि हेच मत इतर प्रांतांनीही व्यक्त केले होते)

की, ''अशा प्रकारचे क्षुल्लक दंड केल्यामुळे, गुन्हेगार सुधारण्याऐवजी पुन्हा कायदा मोडण्याचा प्रयत्न करतील. कारण कायदा मोडल्याबद्दल द्याव्या लागणाऱ्या दंडापेक्षा, कायदा मोडल्यामुळे होणारा फायदा बराच मोठा आहे.'' (''इंडियन लेबर गॅझेट,'' १९४६ पान ७५).

भारतातील संस्थानांत जे उद्योगधंदे आहेत त्यांना कारखाना अधिनियम मुळीच लागू नाही.

भारतातील प्रमुख उद्योगधंद्यांचा गट विनियमित (रेग्युलेटेड) नाही. ह्या उद्योगधंद्यांत अल्पवयीन मुलांना कामावर घेण्याची सर्रास पद्धत आहे. कामाचे तास अमर्याद असतात. आरोग्याचे प्राथमिक नियमसुद्धा तेथे नाहीत. वर उल्लेख आलेला १९३८ चा मद्रासचा रिपोर्ट म्हणतो की, असंघटित उद्योगधंद्यांत लहान मुलांना कामावर घेण्याचे प्रमाण वाढत आहे. चामड्याचे कारखाने, गालिचे तयार करण्याचे कारखाने आणि सिगारेट करण्याचे कारखाने ह्यांमध्ये अशी भयंकर परिस्थिती आहे की तिचे वर्णनही करणे शक्य नाही. सिगारेट करण्याच्या कारखान्यांत पाच-पाच, सहा-सहा, वर्षांची मुले कामावर घेतात. त्यांना रोज दहा ते बारा तास काम करावे लागते व आठवड्याची विश्रांतीची रजाही नसते. दहा ते बारा तास रोज काम करून ह्या मुलांना रोज मजुरी दोन आणे किंवा दोन पेन्स दिली जाते

आजच्या सामाजिक दृष्टीचे अधिनियम येथे अजिबात नाहीत. येथे प्रकृतीचा विमा नाही, औषधपाण्याची सोय नाही, आजाराबद्दल पैसे नाहीत, म्हातारपणा बद्दल सोय नाही, बेकारीचा विमा नाही आणि शिक्षणाची सर्वसाधारण सोय नाही. येथील कामगार वस्तींत सार्वजनिक आरोग्याच्या प्राथमिक गरजा, रस्त्यांची साफसफाई, पाणीपुरवठा, दिवाबत्ती, कचरा वगैरे वाहून नेण्याची व्यवस्था ह्यांचा मागमूसही नाही. ह्या उलट युरोपियन लोक व वरच्या दर्जाचे भारतीय लोक राहात असलेली घरे, सर्व सोयींनी समृद्ध आहेत आणि वसूल केलेल्या करातून ह्या घरांवर खर्च करण्यात येतो. कुजट झोपडपट्ट्या, ज्यांमुळे रोग व अल्पवयीन मृत्यू ह्यांना कामगारांना तोंड द्यावे लागते. पण मालकांना वर्षास तीस ते चाळीस टक्के उत्पन्न बिनचूक येते, त्यांना सार्वजनिक अधिकाऱ्यांनी कुजून जाण्याची मुभा दिलेली आहे. खासगी मालक व विश्वस्त ह्यांच्या ताब्यांत असलेल्या ह्या गलिच्छ वस्तींत, रस्त्यांची साफसफाई करण्याची पद्धत नाही, घरांच्या रांगामधील अरुंद गल्ल्यांत कचरा आणि कुजलेले अन्न ह्यांचे ढीग साठून राहतात. जवाहरलाल नेहरू हे जेव्हा अलाहाबादचे नगराध्यक्ष होते, तेव्हा त्यांनी आपला अनुभव लिहून ठेवला आहे, तो असा :

''भारतीय शहरांत दोन भाग स्पष्ट दिसतात : पहिला भाग म्हणजे अत्यंत दाटीवाटीने गजबजलेले लोकवस्तीचे मुख्य शहर. दुसऱ्या भागात, विस्तीर्ण कुंपणाचे आवार किंवा बागा यांचे प्रशस्त व्याप्तिक्षेत्र सभोवार असलेले बंगले किंवा कुटिरे, ज्यांना इंग्रज लोक ''सिव्हिल लाइन्स'' असे म्हणतात, त्यांचा समावेश होतो. ह्याच ''सिव्हिल लाइन्स'' मध्ये इंग्रज अधिकारी, उद्योगपती, वरच्या दर्जाचे भारतीय लोक, धंदेवाईक लोक, बडे अधिकारी वगैरे राहतात. नगरपालिकेला ''सिव्हिल लाइन्स'' पेक्षा मुख्य शहरांतून उत्पन्न अधिक येते. तथापि खर्च मात्र शहरापेक्षा ''सिव्हिल लाइन्स'' वर बराच जास्त होतो. कारण ''सिव्हिल लाइन्स''चे व्याप्तीक्षेत्र मोठे असते. त्याला अधिक रस्ते लागतात. ते दुरुस्त करून, स्वच्छ करून, पाणी टाकून, दिवाबत्ती पुरवून चांगले ठेवावे लागतात. सांडपाण्याची गटारे, पाणीपुरवठा व साफसफाई भागाकडे नेहमी दुर्लक्ष केले जाते. अगदी गरीब वस्तीच्या भागाकडे लक्षच दिले जात नाही. ह्या भागात चांगले रस्ते थोडे असतात. आणि बहुतेक अरुंद गल्ल्यांत उजेडाची सोय जेमतेम असते. येथे सांडपाणी जाण्याची किंवा साफसफाईची चांगली सोय नसते.'' (जवाहरलाल नेहरू, ''ऑटोबायॉग्राफी,'' पान १४३)

नेहरूंनी जमिनींच्या मूल्यांवर नवीन कर बसवून सुधारणा करण्याचा प्रयत्न केला. त्याला जिल्हाधिकाऱ्यांनी लगेच थांबविले. त्यांनी नेहरुंना सांगितले की, अशी सूचना ही जमीनधारकांसाठी केलेल्या अनेक कायद्यांच्या विरुद्ध ठरेल, असा कर मुख्यत्वे सिव्हिल लाइन्समधील बंगलेवाल्यांवर पडेल. अशा प्रकारे सुधारलेल्या ब्रिटिश राजवटीच्या उद्बोधक आधाराखाली, घाणेरड्या गलिच्छ वस्त्या, अमर्याद पिळवणूक, आणि भारतीय कामगारांची गुलामगिरी, ह्या गोष्टी हिरिरीने जोपासल्या जातात. काळजीपूर्वक सुरक्षित सांभाळलेल्या व आरोग्यदृष्ट्या उत्तम अशा राजवाड्यांत राहून हे युरोपियन मालक आपल्या दारिद्र्य व दैन्यावस्थेच्या राज्यावर सत्ता गाजवितात.

''हौऱ्यांतील 'बस्ती' (कामगारांच्या झोपडच्या) व कलकत्त्याच्या उत्तरेकडील उपनगरे, ह्यामधील ओंगळपणा, घाण व दुर्गंधी ही इतकी भयंकर आहेत की, त्यासारखी तीच—तागाच्या गिरण्यांमधील बहुसंख्य कामगारांना खासगी बस्तीत राहणे भाग पडते.'' बेंगाल म्युनसिपॅलिटीज ऑक्ट'' प्रमाणे हे उकिरडे सुधारण्याची कामगिरी मालकांवर सोपविली आहे, कारण गरीब भाडेकरूंकडून ते भरपूर भाडे उकळतात. तथापि गुंतलेले हितसंबंधी लोक, वरील कायद्याची अंमलबजावणी केली जाणार नाही, अशी काळजी घेतात. ह्या वस्तीच्या परिस्थितीचे यथार्थ वर्णन करणे अशक्य आहे. खिडक्या व धुराडी नसलेले आणि गुडघ्यापर्यंत मान  वाकविल्याशिवाय,

आत जाणे अशक्य असलेले हे "घाणेरडे, रोगट उकिरडे" आहेत असे म्हणतात, त्यात उजेड नाही किंवा पाण्याची सोय नाही. साहजिकपणे साफसफाईचे नाव नाही. ह्या वस्तींकडे जाण्याचा मार्ग हा साधारणपणे दुर्गंधीने भरलेल्या, भोगदावजा नळकांड्यांतून गेलेला आहे येथून सर्व वर्षभर घाणीची असह्य दुर्गंधी व तिच्यातून जन्मास येणारे अनंत कीटक व प्राणी घोंघावत असतात, विशेषत: पावसाळ्यात असंख्य डास व माशा ह्यांचे हे बोडकेच बनते."

बंगालमधील दुसऱ्या दर्जाची जेथे म्युनिसिपालटी आहे, अशा हौऱ्याच्या दुसऱ्या एका भागांतील परिस्थिती, ही कलकत्त्याच्या उत्तरेकडील उपनगरांतील परिस्थितीपेक्षाही अधिक भयंकर आहे. तेथे जमीन अत्यंत मौल्यवान असल्यामुळे, अगदी शेवटच्या फुटापर्यंत घरबांधणी झालेली आहे. तेथील बस्तींच्या दोन्ही बाजूच्या गल्ल्या तीन फुटापेक्षा रुंद नाहीत, आणि इतर गिरणगावांत असतात त्याप्रमाणे येथेही, वरील तीन फूट रुंदीच्या गल्ल्यांमधून उघडी गटारे सोडलेली आहेत. (शिव राव, "दि इंडस्ट्रीयल वर्कर इन् इंडिया" पाने ११३-१४.).

ज्या तागाच्या उद्योगधंद्यात युरोपियन कंपन्या शेकडो टक्के फायदा उकळतात, आणि मूळ गुंतवणुकीच्या कितीतरी पटीने फायदा उपटतात, त्या तागाच्या उद्योगधंद्यातील कामगारांच्या राहणीची ही आजची दुर्दैवी अवस्था आहे.

भारतातील मजूर चळवळीची ही पार्श्वभूमी आहे. अशा परिस्थितींत जेमतेम जगणाऱ्या लाखो गरीब कामगारांच्या मनात, समाजवाद आणि कामगार चळवळ, ह्यांनी प्रथमच आशेचा किरण निर्माण केला आहे, इतकेच नव्हे तर संघटनेचे महत्त्व, आणि ज्यामुळे त्यांची ही दुर्दशा संपेल, ही ध्येय प्रथमच त्यांच्यापुढे ठेवण्यात आले आहे.


### ३. मजूर चळवळीची जडणघडण

भारतातील मजूर चळवळीची सुरुवात पन्नास वर्षांपूर्वींच झाली, तथापि मजुरांची, सातत्याने काम करणारी संघटित चळवळ अशी पहिल्या जागतिक युद्धानंतर चालू झाली.

एकदा १८७० मध्ये औद्योगिक कारखाने संघटितपणे प्रस्थापित झाल्यानंतर संपांना सुरुवात व्हावी, हे साहजिकच होते. सुरुवातीचे संप हे प्राथमिक स्वरूपाचे आणि सुसंघटित असे नव्हते. १८७७ साली नागपूरला वेतन वाढीसाठी एम्प्रेस

मिलच्या कामगारांनी संप केला होता. १८८० ते १८९० ह्या काळात मुंबई आणि मद्रास इलाख्यांत पंचवीस संप झाल्याची नोंद सापडते.

कामगार चळवळीचा संकेतमान्य इतिहास, मुंबईतील गिरणीकामगाराच्या १८८४ च्या जाहीर सभेपासून सुरू झाला, असे मानले जाते. ही सभा मुंबईतील वृत्तपत्र संपादक एन्. एम्. लोखंडे याने बोलावली होती. त्याने मागण्यांचे एक विज्ञापन तयार केले, त्यांत अनेक मागण्या समाविष्ट करण्यात आल्या होत्या; कामाच्या तासांना मर्यादा, विश्रांतीसाठी आठवड्याची रजा, दुपारी सुट्टी, आणि काम करीत असताना होणाऱ्या जखमांबद्दल नुकसानभरपाई वगैरे. हे मागण्यांचे विज्ञापन, मुंबईच्या गिरणीकामगारांतर्फे ''फॅक्टरीज कमिशन''ला सादर करण्यात आले. लोखंडे याने स्वत:ला ''बॉम्बे मिलहॅन्डस् असोसिएशन''चा अध्यक्ष म्हणून म्हटले होते. हीच संस्था भारतातील पहिली कामगार संघटना म्हणून समजली जाते. लोखंडे याने पुढे ''दीनबंधू'' नावाचे एक वृत्तपत्र चालू केले.

लोखंडेने सुरू केलेली ही चळवळ भारतीय कामगार चळवळीच्या इतिहासाच्या दृष्टीने जरी महत्त्वाची असली तरी ती भारतीय कामगार चळवळीची सुरुवात समजणे गैरसमजाचे ठरेल, आणि ती तशी होती, ह्याचा पुढेही पुन्हा उल्लेख करावा लागेल. कारण खऱ्या कामगार चळवळीला बोलके स्वरूप देण्यात, त्या वेळी भयंकर अडचण होती, ''दि बॉम्बे मिल हॅन्डस असोसिएशन'' ही खऱ्या अर्थाने कामगार संघटना नव्हती, तिला सभासद नव्हते, पैसे नव्हते किंवा नियम नव्हते. ''मुंबईच्या गिरणीकामगारांना, सुसंघटित अशी कामगार युनियन नाही. हे स्पष्ट केले पाहिजे की, जरी लोखंडे ह्याने शेवटच्या ''फॅक्टरी कमिशन'' वर असताना स्वत:ला बॉम्बे मिलहॅन्डस असोसिएशनचा अध्यक्ष म्हणून संबोधले असले तरी, ती एक संघटना संस्था, म्हणून अस्तित्वात नाही. संघटित संस्था अशी ती कधीच नव्हती, तिच्याकडे सभासदांची यादी नव्हती, पैसे नव्हते, नियम नव्हते. मला असे समजते की जो कोणी गिरणी कामगार त्याच्याकडे जाई, त्याला तो मार्गदर्शन करीत असे. (रिपोर्ट ऑन दि वर्किंग ऑफ दि फॅक्टरी ॲक्ट इन् बॉम्बे, फॉर १८९२ पान १५.) लोखंडे हा कामगारांसाठी कायदे करण्याची खटपट करणारा, कामगारांच्या हितासाठी झटणारा, एक परोपकारी इसम होता, तो कामगार संघटनेचा किंवा कामगारांच्या संघर्षाचा आद्यप्रवर्तक नव्हता.

भारतातील कामगार चळवळीचा इतिहास लिहावयाचा असला तर १८८० नंतर जे संप झाले, त्यांची माहिती व त्यासंबंधीची कागदपत्रे, एकत्र करून लिहावा

लागेल. त्या काळात, कामगार संघटना अस्तित्वात नव्हती, तथापि त्याही परिस्थितीत, प्रत्यक्ष कृतीतील एकतेची वाढ,व भारतीय कामगारांमधील प्राथमिक स्वरूपाची वर्ग-जागृती, ह्यांना योग्य ते महत्त्व दिलेच पाहिजे, कारण ह्या घटना १९१४ च्या जागतिक युद्धाच्या पूर्वीच्या काळातील होत्या. १८९५ साली बजबज येथील तागाच्या गिरणीत झालेल्या संपाबद्दल ''डायरेक्टर्स रिपोर्ट'' म्हणतो, ''ह्या अर्ध्या वर्षात कामगारांनी संप केला व त्यामुळे गिरण्या सहा आठवडे बंद पडल्या, हे नमूद करण्यास खेद वाटतो.'' १८८५ साली अहमदाबाद येथे आठ हजार कोष्ट्यांनी अहमदाबाद ''मिल ओनर्स असोसिएशन'' विरुद्ध संप केला. ही गोष्ट १८९५ च्या ''बॉम्बे फॅक्टरी रिपोर्ट'' मध्ये वाचावयास सापडते.

कमिशन रिपोर्टसमोर सर्वांनी असे सांगितले की १८८० ते १९०८ ह्या काळात प्रत्यक्ष युनियन्स अशा नव्हत्या, तथापि एवढे मात्र खरे की एका विशिष्ट गिरणीतील कामगार एकत्र येऊन कृती करीत असत, एक गट म्हणून ते स्वतंत्र होते. १८९२ मध्ये बॉयलर इन्स्पेक्टरने सांगितले की काही विशिष्ट लोकांमध्ये एक युनियन स्थापन झाली होती, तिला नाव नव्हते किंवा लेखी घटना नव्हती. मुंबईच्या कलेक्टरने कळविले जरी आज ही (युनियन) हवेत असली तरी ती प्रभावी आहे. त्याने पुढे सरकारला कळविले ती बरेच दिवस चालू असलेली वाढीव वेतनाची मागणी म्हणजे एक प्रकारच्या मक्तेदारीच्या वेतनाची मागणी होती, आणि त्यात वरील अदृष्य युनियनचा हात होता. १९०८ साली सर ससून डेव्हिड म्हणाला, ''जरी त्यांची आवश्यक अशी संघटना नसली तरी त्यांच्या आपसांत काही संकेत आहे.'' ''मुंबई इलाख्याचा 'डायरेक्टर ऑफ इंडस्ट्रीज' मि.भरुचा म्हणाला, मालकाच्या विरुद्ध कामगार फार बलवान होते आणि जरी अजून त्यांची युनियन अशी झालेली नसली तरी ते केव्हाही एकी करतील. ह्या विधानात जरी थोडाबहुत अतिरेक असला तरी, वर्धा येथील ब्रिटिश डेप्युटी कमिशनरने ह्यावर आघाडी मारली. तो म्हणाला, एकूण परिस्थिती कामगारांच्या काबूत होती, त्यांच्यापेक्षा गिरणी मालकांना खरी संरक्षणाची गरज                                  होती.''
(डी. एच्. बचनान, ''दि डेव्हलपमेंट ऑफ कॅपिटॅलिस्ट् एन्टर प्राइज इन् इंडिया,'' पान ४२५.) वरील उद्गारांत, भारतीय कामगारांतील आरंभीच्या वर्ग-जागृती बद्दलची मालकांची चिंता, व्यक्त होते.

१९०५-९ ह्या काळात राष्ट्रीय चळवळीत ज्याप्रमाणे लढाऊवृत्ती प्रत्ययास आली त्याप्रमाणे ह्याही क्षेत्रात, नजरेत भरण्यासारखी प्रगती झाली. कामाचे तास वाढविल्याबद्दल मुंबईच्या गिरण्यांत झालेला संप, रेल्वे वरील प्रखर संप, विशेषत:

''ईस्टर्न बेंगाल स्टेट रेल्वे''मध्ये झालेला संप, रेल्वेच्या कारखान्यात झालेला संप, आणि कलकत्त्याच्या सरकारी छापखान्यात झालेला संप, ही ह्या काळातील ठळक उदाहरणे होत. १९०८ साली टिळकांना सहा वर्षांच्या कैदेची शिक्षा झाल्यामुळे, मुंबईच्या गिरणी कामगारांनी जो सहा दिवसांचा राजकीय संप केला, त्यावरून कामगारांमधील जागृती त्या वेळी शिगेस पोहोचली होती, हे उघड आहे. अजूनही एखादी स्थिर अशी संघटना करणे शक्य नव्हते. ह्याचे मुख्य कारण म्हणजे कामगारातील भयंकर दारिद्र्य, आणि आवश्यक सोयी नसल्यामुळे त्यांच्यातील अशिक्षितपणा, हे होय. ह्याचा अर्थ, ते मागास होते किंवा शूर नव्हते, असा नव्हे. अजूनही संघटना करण्याची शक्यता इतरांच्या हातात होती. अशा रीतीने १९१० साली मुंबईतील लोककार्य करणारांनी 'कामगार हितवर्धक सभा' ह्या संस्थेची स्थापना केली. तिचा मुख्य उद्देश म्हणजे, सरकारला अर्ज पाठविणे आणि मालक व कामगार ह्यांच्यामधील तंटे मिटविणे. खऱ्या अर्थाने मजूर चळवळ ही १९१४ पूर्वी फक्त वरच्या वर्गापर्यंत पोहोचली होती. ते वर्ग म्हणजे रेल्वेमधील 'युरोपियन' व 'अँग्लो इंडियन' आणि सरकारी नोकर, हे होत. अशा प्रकारे ''दि अमलगमेटेड सोसायटी ऑफ रेल्वे सर्व्हन्ट्स्'' ही संघटना निर्माण झाली व १८९७ मध्ये तिची 'कंपनीज ऑक्ट''खाली नोंदणी करण्यात आली. तिचे मूळ कार्य म्हणजे मैत्रीतून फायदा मिळविणे, आणि जरी ती आधुनिक काळातही अस्तित्वात होती, (तिने १९२८ साली आपले नाव बदलून ते ''नॅशनल यूनियन ऑफ रेल्वेमेन'' असे ठेवले) तरी तिने भारतीय कामगार चळवळींत कोणताही भाग घेतलेला नाही.

पहिले महायुद्ध झाल्यानंतरची परिस्थिती, रशियातील क्रांतीची प्रतिक्रिया, आणि जागतिक क्रांतीची लाट, ह्या घटनांमुळे भारतातील कामगार वर्ग कृतीसाठी संघटित झाला आणि त्या संघटनेतूनच भारतातील आधुनिक कामगार चळवळ जन्मास आली. आर्थिक आणि राजकीय परिस्थितीही वरील जागृतीस कारणीभूत झाली. लढाईच्या काळात किमती दुप्पट झाल्या होत्या. तथापि त्या प्रमाणांत वेतनात वाढ झाली नव्हती, मालकांनी प्रचंड फायदे उपटण्याचा सपाटा चालविला होता, राजकीय क्षेत्रात नवीन मागण्या पुढे येत होत्या. 'काँग्रेस' व 'मुस्लिम लीग' ह्यांची त्वरित स्वराज्य मिळविण्याच्या कार्यक्रमासाठी, एकी घडवून आणली होती, क्रांतीच्या पहिल्या लाटांचे पडसाद भारतात उठत होते.

१९१८ साली झालेल्या संपाच्या चळवळीने १९१९ व १९२० साली सर्व देशाला हादरा दिला, इतके तिचे स्वरूप भयंकर होते. १९१८ च्या अखेरीस, मुंबईच्या कापड गिरण्यांतील संपामुळे संपूर्ण कापड उद्योगधंद्याला धक्का दिला.

१९१९ च्या जानेवारी महिन्यांत सर्व गिरण्यांतील मिळून १,२५,००० कामगार संपावर गेले. ''रौलेट ॲक्ट''च्या विरुद्ध, काँग्रेसने १९१९ साली जो हरताळ पुकारला, त्यात कामगारांनीही भाग घेतला, आणि राष्ट्रीय झगड्यात राजकीय क्षेत्रातही कामगार वर्ग आघाडीवर होता, हे सिद्ध केले. १९१९ साली सर्व देशभर संप झाले. १९१९ च्या अखेरीस व १९२० च्या सुरुवातीस संपाची लाट शिगेस पोहोचली.

''ह्या काळांत झालेल्या संपाची शक्ती व विस्तार ह्यांची थोडीबहुत कल्पना, खाली दिलेल्या घटनांवरून येईल. ४ नोव्हेंबर १९१९ ते २ डिसेंबर ह्या काळात 'कानपूर वुलन मिल्स' मधील १७,००० लोक संपावर गेले. ७ डिसेंबर १९१९ ते ९ जानेवारी १९२० ह्या दरम्यान, जमालपूरचे १६,००० रेल्वे कामगार संपावर गेले. ९ जानेवारी ते १८ जानेवारी १९२० ह्या काळात कलकत्त्याच्या तागाच्या गिरण्यांतील ३५,००० कामगार संपावर गेले. २ जानेवारी ते ३ फेब्रुवारी ह्या काळात मुंबईला सार्वत्रिक संप झाला, त्यात दोन लाख कामगार संपावर गेले. २० ते ३१ जानेवारी ह्या दरम्यान रंगूनचे २०,००० गिरणी कामगार संपावर गेले, ३१ जानेवारी रोजी मुंबईच्या 'ब्रिटिश इंडिया नॉव्हिगेशन कंपनी'तील १०,००० कामगार संपावर गेले. जानेवारी २६ ते फेब्रुवारी १६ दरम्यान सोलापुरचे १६,००० गिरणी कामगार संपावर गेले. २ ते १६ फेब्रुवारी ह्या काळात २०,००० 'इंडियन मरिन डॉक वर्कर्स' संपावर गेले. २४ फेब्रुवारी ते २९ मार्च ह्या काळात 'टाटा आयर्न ॲड स्टील' कंपनीतील ४०,००० लोक संपावर गेले. ९ मार्चला मुंबईचे ६०,००० गिरणी कामगार संपावर गेले. २० मार्च ते २६ मार्च ह्या दरम्यान, मद्रासचे १७,००० गिरणी कामगार संपावर गेले. १९२० च्या मे महिन्यात अहमदाबादचे २५,००० गिरणी कामगार संपावर गेले.'' (आर. के. दास. ''दि लेबरम् मूव्हमेंट इन् इंडिया,'' १९२३ पाने ३६-३७). १९२० च्या पहिल्या सहा महिन्यांत २०० संप झाले आणि त्यात पंधरा लाख कामगारांनी भाग घेतला.

अशा परिस्थितीत भारतातील कामगार चळवळीचा जन्म झाला. सर्व मुख्य उद्योगधंदे आणि केंद्रे ह्यांतील कामगारांच्या युनियन्सनी ह्याच परिस्थितीतून सुरुवात केली आणि काही अपरिहार्य अडचणींमुळे संघटना अव्याहतपणे चालू राहिल्या नाहीत. ह्याच लढाऊ वृत्तीच्या काळात भारतातील मजूर चळवळीचा जन्म झाला.

ह्या परिस्थितीचा फायदा घेऊन अनेक कामगारांच्या युनियन्स जन्मास आल्या. त्यांपैकी बऱ्याच संप समित्या होत्या. संघर्ष सुरू होण्याच्या काही दिवस अगोदर त्या जन्मास येत, तथापि सत्ता संपादित करित नसत. जेव्हा कामगार संपावर जाण्यास तयार असत त्यावेळी युनियनच्या कार्यालयातील सोयी इतरांच्या हातांत असत.

ह्यामुळे पूर्वींच्या मजूर चळवळीमध्ये आपणास विरोधाभास पाहावयास मिळतो. ह्या वेळेपर्यंत समाजवादाचा पुरस्कार करण्यासाठी, कामगारांना अभिप्रेत असलेला समाजवाद व वर्गकलह, ह्या दृष्टिकोनांतून एखादी राजकीय चळवळ चालू झाली नव्हती. ह्याचा परिणाम निराळाच झाला, कामगारांशी संबंध नसलेले हे बाहेरचे मदतनीस, समाजात निराळ्या वर्गात होते, ते निरनिराळ्या कारणांमुळे, कामगारांना संघटन करण्याचे बाबतीत मदत करण्यासाठी म्हणून पुढे आले. सुरुवाती-सुरवातीला त्यांची मदत अगदी आवश्यक ठरली, तथापि त्यांना कामगार चळवळीची ध्येये व धोरणे माहीत नव्हती आणि ह्या क्षेत्रात येताना त्यांनी आपल्या बरोबर मध्यम वर्गाची राजकीय विचारप्रणाली आपल्याबरोबर आणली होती. काही जणांचे बाबतीत, त्यांचे ध्येय परोपकार करण्याचे होते, असे दिसते, तर दुसऱ्या काहीजणांनी स्वत:च्या मोठेपणासाठी हा पेशा स्वीकारला असावा, किंवा त्यांच्या मनात राजकारणातील राष्ट्रीय संघर्षाबद्दल आपुलकीची भावना निर्माण होऊन असे काहीतरी आपणही करावे, ह्या हेतूने ते आले असावे, तथापि त्यांनी ह्या कामगार चळवळीच्या विरोधी विचारप्रणाली घेऊन ते आले होते, मात्र तरुण कामगार चळवळीतून वर्ग-संघर्षाच्या तत्त्वज्ञानांतून संघर्षाची प्रगती साधण्याची कुवत त्यांच्या अंगी नव्हती. ह्या दुर्दैवी घटनेमुळे भारतातील कामगार चळवळ चकली आणि त्यामुळे कामगारातील लढाऊ वृत्ती आणि शौर्यही गढूळ झाले, आणि तो वारसा अजूनही टिकून आहे.

१९१८ साली मिसेस बेझंट ह्यांचे सहयोगी बी. पी. वाडिया यांनी ''मद्रास लेबर युनियन'' ह्या संस्थेची स्थापना केली, आणि तिच्यांतून स्फूर्ती घेऊन भारतीय कामगार संघटना सुरू झाली, असे सर्वसाधारणपणे मानले जाते. आजच्या भारतीय कामगार वर्गाच्या इतिहासाच्या दृष्टीने, वरील माहिती ही थोडा गैरसमज करणारी आहे. कामगार संघटना सुरू करण्याचे सुरुवातीचे प्रयत्न, ह्या काळात सर्व भारतभर चालू होते. अहमदाबादच्या ताणाकारानी (वार्पर्स) १९०७ मध्ये आपली युनियन स्थापन केली. तथापि संघटनेचा पाया फार ठिसूळ होता व लढाऊवृत्ती आणि चळवळ ह्या दृष्टीने ही युनियन फार मागास होती. मद्रास लेबर युनियन हा मजूर संघटनेच्या चळवळीच्या दृष्टीने, निश्चितपणे पहिला व्यवस्थित असा प्रयत्न होता. तिच्यामध्ये भारतातील औद्योगिक केंद्रातील बहुसंख्य कामगार सभासद होते. त्यांची वर्गणी नियमितपणे वसूल केली जाई व येणे असलेली बाकी हिशेबांत दाखविली जाई. सुरुवातीच्या ह्या कामगिरीचे श्रेय तिच्या संस्थापकांना दिले पाहिजे. तथापि एका लहानशा औद्योगिक केंद्रावरील ही सुरुवात (१९२१-३३ ह्या काळात संपाच्या दिवसाचे मद्रासमधील प्रमाण २.८ दशलक्ष होते तर बंगालमध्ये तेच प्रमाण २०

दशलक्ष आणि मुंबईत ६० दशलक्ष होते) म्हणजे, परिस्थितीनुरूप निर्माण झालेले तिचे अस्तित्व स्पष्ट होते आणि भारतातील सर्वसाधारण मजूर चळवळींवर तिचे वजन होते, असे म्हणणे अतिरेकाचे होईल. तिचा संस्थापक बी. पी. वाडिया याच्या दृष्टिकोनाची मर्यादा लवकरच उघडकीस आली. एप्रिल १९१८ मध्ये मद्रासच्या कामगारांनी, वाडियाच्या अध्यक्षतेखाली युनियन निर्माण केली व कामगारांच्या मागण्या मालकांना सादर केल्या. तथापि त्या मान्य झाल्या नाहीत तेव्हा त्यांनी संपाचा आदेश मागितला. वाडियाने संपाला परवानगी नाकारली कारण, ब्रिटिश साम्राज्यशाहीशी एकनिष्ठ राहण्याच्या तत्त्वाच्या दृष्टीने, संप करणे चुकीचे होते, (राष्ट्रीय चळवळीत मिसेस बेझंट हिचा असाच दृष्टीकोन होता) ३ जुलै १९१८ रोजी केलेल्या भाषणांत वाडिया म्हणाला :

"तुम्ही संपावर गेल्यामुळे बिनी आणि कंपनीचे आर्थिक नुकसान झाले, तर मला त्याचे काही वाटत नाही, कारण त्यांनी पुष्कळ पैसा मिळविला आहे, तथापि असे केल्यामुळे मित्रराष्ट्रांच्या ध्येयाचा तुम्ही घात कराल, ज्या आपल्या सैनिकांना कपड्याची गरज आहे, त्यांची गैरसोय होईल, आणि जे आपल्या राजासाठी लढाया मारीत आहेत, त्यांना त्रास देण्याचा तुम्हाला हक्क नाही. केवळ ह्या गिरणीशी व सरकारशी संबंध असलेले काही युरोपियन्स वाईट रीतीने वागत आहेत, म्हणून तुम्ही संप करणे, योग्य होणार नाही. म्हणून आपल्याला संप करणे नाही."

संप घडवून न आणण्याच्या बाबतीत तो यशस्वी झाला, तथापि वाडियाच्या राष्ट्रीय वृत्तीचा, बिनी आणि कंपनीवर परिणाम झाला नाही, व त्यांनी संप पुकारला. कामगार ह्या घटनेला तोंड देण्याच्या तयारीत नव्हते, त्यांनी संपाचे हत्यार परजू नये, म्हणून त्यांना आग्रह करण्यात आला होता, त्यामुळे आयत्या वेळी त्यांनी आपल्या मागण्या मागे घेतल्या. मद्रासमध्ये मुख्य संघर्ष १९२१ साली घडून आला, प्रथम टाळेबंदी झाली व नंतर संप झाला, तथापि कंपनीने सरकारची निषेधाज्ञा आणण्याचे ठरविले. हायकोर्टाने युनियनला सात हजार पौंड दंड केला, आणि कंपनीने कायदेशीर कटकटी करू नये म्हणून, वाडियाला कामगार चळवळीतून अंग काढून घेण्यास भाग पाडले. भारतातील कामगार चळवळ मोडून काढण्याच्या बाबतीत केलेले हे सुरुवातीचे उघड प्रयत्न होते.

इतर केंद्रांत कामगार चळवळ आपल्या ताब्यात ठेवण्यासाठी मालकांशी घनिष्ठ संबंध असलेले लोक, कामगारांना मदत करण्यासाठी म्हणून पुढे आले. अहमदाबादमध्ये, गिरणी मालकांच्या सहानुभूतीने, वर्ग सलोखा सांभाळण्यासाठी, गांधीजींनी एक स्वतंत्र कामगार संघटना स्थापन केली, आणि ह्या वेळेपर्यंत 'अहमदाबाद लेबर

असोसिएशन' ही संस्था भारतीय कामगार चळवळीपासून अलग आहे.

ह्याच काळात १९२० साली 'इंडियन ट्रेड युनियन काँग्रेस' ह्या संस्थेची स्थापना झाली. सुरुवातीचे अधिवेशन मुंबईला ऑक्टोबर १९२० मध्ये भरविले गेले, त्या वेळचे राष्ट्रीय पुढारी लजपतराय हे अध्यक्ष होते आणि जोसेफ बॅप्टिस्टा यांना उपाध्यक्ष करण्यात आले. सुरुवातीच्या काळात ही संघटना खास उच्च दर्जाची समजली जाई, तिच्या पुढाऱ्यांपैकी फारच थोड्या लोकांचा, कामगार चळवळीशी अगदी मर्यादित संबंध असे. ही संस्था स्थापन करण्यामागील मुख्य हेतू असा होता की, जिनीव्हा येथे भरणाऱ्या आंतरराष्ट्रीय कामगार परिषदेसाठी, प्रतिनिधी नियुक्त करणारी एक संस्था पाहिजे होती. अगदी सुरुवातीच्या पुढाऱ्यांपैकी एन्. एम. जोशी हे एक होते. त्यांनी ''दि ट्रेड युनियन मूव्हमेंट इन् इंडिया'' (पान १०) ह्या नावाचे पत्रक प्रसिद्ध केले, त्यावरून वॉशिंग्टनला झालेल्या कामगार परिषदेतून स्फूर्ती घेऊन, त्यांनी ''इंडियन ट्रेड युनियन काँग्रेस,'' ही संस्था स्थापन केली, असे दिसते. ह्यावरून एवढे उघड दिसते की भारतात मजुरांची चळवळ चालू करावी, इतकेच नव्हे तर त्यांच्यामध्ये एकजिनसीपणा आणला जावा म्हणजे त्यांच्या एकजुटीने केलेल्या मागण्यांना महत्त्व प्राप्त होईल हा विचार रूढ झाला होता. १९२४ साली भरलेल्या चौथ्या अधिवेशनाला, अध्यक्ष म्हणून, स्वराज्य पक्षाचे पुढारी सी. आर. दास ह्यांची योजना करण्यात आली होती. अध्यक्षाच्या अधिकृत भाषणात, वर्ग सलोखा सांभाळणे, आणि कामगारांची नैतिक व सामाजिक सुधारणा, त्यांचा उद्धार व त्यांच्या प्रगतीसाठी व कल्याणासाठी कायदे करणे, ह्या विषयांवर भर देण्यात आला होता. 'ट्रेड युनियन काँग्रेस'च्या सुरुवातीच्या काळात मध्यमवर्गीय पुढाऱ्यांचा जुना विशिष्ट दृष्टिकोन आपल्या प्रत्ययास येतो. १९२६ साली भरलेल्या सहाव्या 'ट्रेड युनियन काँग्रेस'च्या चेअरमनच्या (सभापतीच्या) भाषणांतील खालील उतारा असा : काँग्रेस काँग्रेस

''मुंबईच्या 'सेंट्रल लेबर बोर्ड'ने चालू केलेल्या 'प्यूरिटी मिशन'च्या उपयुक्त कामगिरीची मी मन:पूर्वक शिफारस करतो–हे 'मिशन' चालू करण्याचा मुख्य उद्देश म्हणजे, कामगाराने वाईट व्यसने सोडून द्यावी व सचोटीने, शांततेने व संतुष्टपणे आपले जीवन जगावे, व ह्या बाबतींत त्याला उत्तेजन द्यावे, हा होय. सामाजिक कार्यकर्ते कामगार वस्त्यांना भेट देतात आणि दारू पिणे, जुगार खेळणे, ह्यांसारख्या व्यसनांचे दुष्परिणाम त्यांना समजावून सांगतात. कामगाराला ज्या शिक्षणाची आज गरज आहे, ते हे आहे आणि हेच त्याला सामाजिक व आर्थिक दृष्टीने सुसंस्कृत बनवील.'' (अॅडेस ऑफ दि प्रेसिडेंड व्ही. व्ही. गिरी, टु दि सिक्थ ट्रेड युनियन

काँग्रेस, मद्रास, १९२६.)

१९२७ साली, कानपूर येथे भरलेल्या आठव्या 'ट्रेड युनियन काँग्रेस'च्या प्रमुख कार्यवाहाच्या प्रतिवेदनात, संप करण्याच्या प्रवृत्तीचा स्पष्ट उल्लेख आढळतो. तो असा :

"प्रतिवेदनांच्या काळात, कार्यकारी मंडळाने संप करण्याचा आदेश दिला नव्हता, तथापि भारतातील अनेक ठिकाणी निरनिराळ्या उद्योगांत निर्माण झालेल्या तणातणीच्या परिस्थितीमुळे, काही संप व टाळेबंद्या घडून आल्या, आणि त्यात काँग्रेसच्या अधिकाऱ्यांना लक्ष घालणे भाग पडले."

(१९२७ साली, कानपूर येथे भरलेल्या आठव्या 'ट्रेड युनियन काँग्रेस' चे प्रमुख कार्यवाह, एन.एम.जोशी ह्यांचे निवेदन.)

१९२७ सालपर्यंत, कामगारांच्या संघर्षाशी 'ट्रेड युनियन काँग्रेस' चा प्रत्यक्ष संबंध फारच मर्यादित होता. एवढे असले तरी तिने, नवीन स्थापन होणाऱ्या युनियन्सच्या पुढाऱ्यांना एकत्र येण्यासाठी एक ठिकाण तयार केले आणि कामगार वर्गाच्या चळवळीला त्या ठिकाणी पोहोचण्यास किती वेळ लागणार, एवढाच प्रश्न होता. हे नवे पर्व १९२७ साली सुरू झाले. १९२७ सालपर्यंत 'ट्रेड युनियन काँग्रेस'ने सत्तावन युनियन्सना आपल्यामध्ये सामील करून घेतले व त्या वेळी त्यांच्या पटावर १,५०,५५५ सभासद नोंदविले गेले.


## ४. राजकीय जागृती

भारतीय कामगार चळवळ ही सुरुवातीच्या काळातील नामधारी पुढाऱ्यांनी चालविलेली ही चळवळ होती. हे जरी खरे असले तरी, शेवटच्या वीस वर्षांत निर्माण झालेल्या ह्या कामगार चळवळीबद्दल, सरकारचा काहीही गैरसमज नव्हता. ह्या चळवळीचे खरे स्वरूप, त्यांना पूर्णपणे माहीत होते. पुढील निरनिराळ्या संस्था निर्माण करण्यामागील, सरकारची दृष्टी स्पष्टपणे व्यक्त होते, उदाहरणार्थ १९२१ साली स्थापन झालेली "दि बेंगाल कमिटी ऑन इंडस्ट्रियल् अनरेस्ट," १९२२ सालची "दि बॉम्बे इंडस्ट्रीयल डिसप्यूट्स् कमिटी" , आणि १९१९-२० सालचे 'दि मद्रास लेबर डिपार्टमेंट', आणि नंतर जन्मास आलेले "दि बॉम्बे लेबर डिपार्टमेंट." १९२१ साली एक 'ट्रेड युनियन बिल' तयार करण्यात आले तथापि १९२६ पर्यंत ते पूर्णपणे मंजूर झाले नव्हते. १९२१ पासून औद्योगिक क्षेत्रांत निर्माण झालेल्या तंट्यांची रीतसर सांख्यिकी तयार करण्यात आली. ही सांख्यिकी महत्त्वाची आहे

कारण तिच्यावरून कामगार चळवळीची प्रगती स्पष्ट होते (पुढे दिलेला तक्ता पाहा.) ह्या बेरजेपैकी, अध्र्याच्यापेक्षा बरेच जास्त कामाचे दिवस कापडाच्या गिरण्यांतील आहेत, त्यांतही अध्र्यापेक्षा बरेच अधिक दिवस मुंबईतील आहेत.

ह्यावरून तीन मुख्य संघर्षाचे कालखंड नजरेत भरतात. पहिला संघर्ष हा पहिल्या जागतिक युद्धानंतरच्या लाटेतून निर्माण झाला, १९२५ सालचा मुंबईचा कापड गिरण्यांचा यशस्वी संप हा त्यांतील होता, तो वेतन-कपातीवरून उद्भवला. तीन महिन्यांच्या संघर्षानंतर तो संप काढून घेण्यात आला. दुसरा संघर्ष म्हणजे १९२८-२९ मधील संप, हा राजकीय व औद्योगिक असंतोषातून निर्माण झाला होता. तिसरा संघर्ष हा काँग्रेसने १९३७ साली मंत्रिमंडळे बनवून सत्ता स्वीकार केल्यानंतर झाला, आणि तो अजूनही प्रगतीपथावर वाटचाल करीत आहे.

औद्योगिक तंटे

| वर्ष | संप व टाळेबंदी यांची संख्या | संपात गोवले गेलेल्या कामगारांची संख्या | फुकट गेलेल्या कामाच्या दिवसांची संख्या |
|---|---|---|---|
| १९२१ | ३९६ | ६००.३५१ | ६,९८४,४२६ |
| १९२२ | २७८ | ४३३,४३४ | ३,९७२,७२७ |
| १९२३ | २१३ | ३०१,०४४ | ५,०५१,७०४ |
| १९२४ | १३३ | ३१२,४६२ | ८,७३०,९१८ |
| १९२५ | १३४ | २७०,४२३ | १२,५७८,१२९ |
| १९२६ | १२८ | १८६,८११ | १,०९७,४७८ |
| १९२७ | १२९ | १३१,६५५ | २,०१९,९७० |
| १९२८ | २०३ | ५०६,८५१ | ३१,६४७,४०४ |
| १९२९ | १४१ | ५३२,०१६ | १२,१६५,६९१ |
| १९३० | १४८ | १९६,३०१ | २,२६१,७३१ |
| १९३१ | १६६ | २०३,००८ | २,४०८,१२३ |
| १९३२ | ११८ | १२८,०९९ | १,९२२,४३७ |
| १९३३ | १४६ | १६४,९३८ | २,१६८,९६१ |

| वर्ष | संप व टाळेबंदी यांची संख्या | संपात गोवले गेलेल्या कामगारांची संख्या | फुकट गेलेल्या कामाच्या दिवसांची संख्या |
|---|---|---|---|
| १९३४ | १५९ | २२०,८०८ | ४,७७५,५५९ |
| १९३५ | १४५ | ११४,२१७ | ९७३,४५७ |
| १९३६ | १५७ | १६९,०२९ | २,३५८,०६२ |
| १९३७ | ३७९ | ६४७,८०१ | ८,९८२,००० |
| १९३८ | ३९९ | ४०१,०७५ | ९,१९८,७०८ |
| १९३९ | ४०६ | ४०९,१८९ | ४,९९२,७९५ |
| १९४० | ३२२ | ४५२,५३९ | ७,५७७,२८१ |
| १९४१ | ३५९ | २९१,०५४ | ३,३३०,५०३ |
| १९४२ | ६९४ | ७७२,६५३ | ५,७७९,९६५ |
| १९४३ | ७१६ | ५२५,०८८ | २,३४२,२८७ |
| १९४४ | ६५८ | ५५०,०१५ | ३,४४७,३०६ |
| १९४५ | ८४८ | ७८२,१९२ | ३,३४०,८९२ |

ज्यांच्या संघर्षाच्या शक्तीची, जागतिक युद्धानंतरच्या कालखंडात, सर्व भारतात कल्पना आली होती, त्या कामगार चळवळीत जर वर्ग-कलहाची जाणीव असलेल्या पुढाऱ्यांच्या मार्गदर्शनाखाली चिवट संघटना तयार झाली, आणि तिच्यात राजकीय जागृती निर्माण झाली, तर ती साम्राज्यशाहीच्या पायालाच हादरे देईल, ह्या संकटाची कल्पना, सरकारच्या अनेक कमिट्या व कमिशने ह्यांना आली होती, आणि त्यांनी सरकारला ह्या धोक्याची स्पष्ट जाणीव दिली होती. ह्या चळवळीला योग्य प्रकारच्या मार्गाने कार्यप्रवण कशी करावयाची, ही त्यांच्यापुढे प्रमुख समस्या होती. त्यांच्या निवेदनात ह्याबद्दलचा उल्लेखही सापडतो–एका साम्राज्यशाहीच्या राजवटीतील परिस्थितीपेक्षा, एका वसाहतीच्या दर्जाच्या शासनात, हे मार्गक्रमण करावयाचे होते, व हाच त्यांच्यापुढे बिकट प्रश्न होता. १९२६च्या 'ट्रेड युनियन ॲक्ट' मागील पार्श्वभूमी ही अशी होती. म्हणूनच सरकारने कामगार चळवळीला, राजकीय क्षेत्रात उतरण्यास प्रत्यवास केला होता. कामगार चळवळींत राजकीय जागृती निर्माण कामा नये, ह्या गोष्टीवर सरकारची करडी नजर होती.

सुरुवातीला कितीही गोंधळ झाला किंवा अडथळे आले, तरीही, कामगार वर्गांतील राजकीय जागृतीची सरुवात व त्यात समाजवादी व साम्यवादी तत्त्वज्ञानाचा शिरकाव, लढाईनंतरच्या कालखंडात हळूहळू होत राहिला. १९२० नंतरच्या काळात 'कम्युनिस्ट् पार्टी ऑफ इंडिया' हा राजकीय पक्ष जरी लहान असला, तरी त्याचे साम्यवादी साहित्य कामगार वर्गात येण्यास सुरुवात झाली होती. १९२४ साल पासून, एस्.ए.डांगे ह्यांच्या संपादकत्वाखाली, 'सोशालिस्ट्' नावाचे नियतकालिक मुंबईत सुरू झाले. डांगे हे पुढे 'ट्रेड युनियन काँग्रेस'चे साहाय्यकारी कार्यवाह झाले. सरकारने तडाखा देण्यास विलंब लावला नाही. १९२४ साली (इंग्लंडमध्ये मजूर पक्ष सत्तेवर असताना) चार साम्यवादी पुढाऱ्यांविरुद्ध 'कानपूर'चा खटला चालू झाला, त्यात डांगे, शौकत उस्मानी, मुझफर अहंमद आणि दासगुप्ता ह्यांचा समावेश झाला होता. चौघांनाही चार वर्षांची कैदेची शिक्षा झाली. अशा प्रकारे भारतातील राजकीय कामगार चळवळीचा नामसंस्कार करण्यात आला.

जागृतीची प्रगती दडपशाही अडवू शकली नाही. १९२६-२७ च्या सुमारास समाजवादी विचारसरणी (भारतात) हळूहळू पसरत होती. एक नवीन राजकीय कामगार वर्ग, आणि समाजवादी संघटना, शेतकरी व कामकरी वर्गात निर्माण होऊ लागली. त्यानी कामगार चळवळीतील 'नॅशनल काँग्रेस'मधील 'डाव्याट वृत्तीच्या लढाऊ सभासदांना एकत्र आणले. १९२६ च्या फेब्रुवारी महिन्यात, बंगालमध्ये पहिली 'वर्कर्स अँड पीझन्ट्स् पार्टी' तयार करण्यात आली. हिच्या मागून, मुंबई, संयुक्त प्रांत, व पंजाबमध्ये असे पक्ष निर्माण झाले. ह्या सर्व पक्षाना, १९२८ साली 'ऑल इंडिया वर्कर्स अँड पीझंटस पार्टी'मध्ये एकत्र करण्यात आले. त्यांची पहिली महासभा (काँग्रेस) डिसेंबर १९२८ मध्ये भरली. ह्या राजकीय जागृतीत जरी सुरुवातीला अनेक प्रकारचे गोंधळ होते, तरी तिच्यातून एक नवशक्ती निर्माण होऊन, ती कामगार चळवळीच्या जागृतीच्या पहिल्या लाटेत समरस झाली, व तिचा पहिला चमत्कार १९२७ साली प्रत्ययास आला.

'ट्रेड युनियन काँग्रेस'चे दिल्लीचे अधिवेशन १९२७ च्या वसंत ऋतूत भरले होते (ह्या अधिवेशनाला ब्रिटिश पार्लमेंटचा साम्यवादी सभासद शापूरजी सकलातवाला हजर होते). त्या अधिवेशनात, आणि त्यानंतर त्याच वर्षात भरलेल्या कानपूरच्या अधिवेशनात, 'ट्रेड युनियन काँग्रेस'च्या पुढाऱ्यांपैकी जास्त लढाऊ वृत्तीच्या पुढाऱ्यांना विरोध होऊ लागला. लवकरच एक गोष्ट उघडकीस आली की नवीन कामगार चळवळीच्या पुढाऱ्यांना बहुसंख्य कामगारांचा पाठिंबा होता, तथापि मतदानाचा हक्क

असलेल्या सभासदांच्या नोंदणीचे काम, इतके थंडपणे चालु होते की, १९२९ पर्यंत अधिकृत बहुसंख्य पक्षाला मान्यता मिळण्यास वाव नव्हता. १ मे १९२७ हा प्रथमच मुंबईला 'कामगार-दिन' म्हणून पाळण्यात आला. भारतीय मजूर चळवळीत आता एक नवे पर्व सुरू झाले होते आणि आंतरराष्ट्रीय मजूर चळवळीचा, भारतातील मजूर चळवळ, हा महत्त्वाचा दुवा होता, हे सिद्ध झाले.

जागतिक युद्धानंतरच्या कालखंडात १९२८ साली भारतात मजूर चळवळीने अभूतपूर्व अशी प्रगती आणि वाटचाल केली होती. ह्या प्रगतीचे मुख्य केंद्र 'मुंबई' होते. कामगारांना कारखान्यात जवळ असलेला, वर्गविग्रहाची जाणीव असलेला, आणि आर्थिक व राजकीय क्षेत्रात एकच आवाज उठविणारा, असा कामगारांचा एक पुढारीवर्ग निर्माण झाला. कामगारांची प्रतिक्रिया प्रचंड होती. फेब्रुवारी महिन्यांत 'सायमन कमिशन' भारतात आले. त्याविरुद्ध राजकीय संप व निदर्शने कामगारांनी केली, ह्या मुळे काही कामगारवर्ग राष्ट्रीय लढ्याच्या आघाडीवर गेला. काँग्रेसचे पुढारी आणि ट्रेड युनियन सुधारक पुढारी ह्या दोन्ही गटांना वरील घटना आवडली नाही, तथापि त्यांच्या विक्रमाचे त्यांना (पुढाऱ्यांना) आश्चर्य वाटले. मुंबई म्युनिसिपालिटीतील अनेक कामगारांना छळवाद सोसावा लागला, व त्यांनी वरील निदर्शनात भाग घेतल्याबद्दल नोकरीवरून त्यांना काढून टाकण्यात आले. त्यानंतरच्या एका संपामुळे वरील कामगारांना पुन्हा नोकरीवर घेण्यात आले.

कामगार संघटनेला एकदम तेजी आली. सरकारी आकड्यांवरून, ट्रेड युनियनचे सभासद, जे १९२३-२६ ह्या तीन वर्षांत ४८,६६९ वरून ५९,५४४ झाले होते, ते १९२७ साली ७५,६०२ झाले. मार्च १९२८ पर्यंत त्यांची संख्या ९५,३२१ झाली, आणि मार्च १९२९ मध्ये २,००,३२५ चा उच्चांक तिने गाठला. ह्या सर्वांमध्ये प्रसिद्ध म्हणजे गिरणी कामगार (लाल निशाण) युनियन होय, ती ह्याच वर्षात चालू झाली, तेव्हा तिचे फक्त ३२४ सभासद होते. सरकारच्या 'लेबर गॅझेट'च्या विवरणाप्रमाणे १९२९ च्या डिसेंबर महिन्यात, ती संख्या ५४००० झाली, आणि १९२९च्या पहिल्या तिमाहीत ६५,००० वर गेली. ह्याच सुमारास, १९२६ साली स्थापन झालेली जुनी 'बॉम्बे टेक्सटाइल लेबर युनियन' ही 'ट्रेड युनियन काँग्रेस'चे कार्यवाहक व सुधारक पुढारी एन. एम. जोशी ह्यांच्या पुढारीपणाखाली असूनही, आणि तिला सरकारी प्रोत्साहन व कामगारांचा पाठिंबा असूनही, तिची सभासद संख्या, जी सरकारी आकड्याप्रमाणे, १९२८च्या ऑक्टोबर मध्ये, ८४३६ होती, ती त्याच वर्षाच्या डिसेंबर महिन्यात, ६७४९ला गेली. कामगारांची आवड

स्पष्ट होती. 'गिरणी कामगार' युनियनची वाढती संख्या ही, कामगारांशी प्रत्यक्ष कामात संघटित केलेल्या 'मिल कमिटीज्' वर अवलंबून होती.

१९२८ सालच्या संपाच्या चळवळीमुळे, ३१.५ दशलक्ष कामाचे दिवस झाले, किंवा गेल्या पाच वर्षांत एकूण जितके झाले होते, त्या पेक्षा जास्त झाले. जरी मुंबईचे गिरणी कामगार, हे केंद्र होते, तरी ही चळवळ, सर्व भारतभर पसरली होती. एकूण २०३ तंट्यांपैकी, मुंबईचे १११ होते, बंगालमध्ये ६०, बिहार व ओरिसामध्ये ८, मद्रासमध्ये ७, आणि पंजाबचे २ होते. ११० तंटे कापडाच्या आणि लोकरीच्या उद्योगधंद्यात होते, १९ तागाच्या उद्योगधंद्यात, ११ अभियांत्रिकी कारखान्यात, (कर्मशाळेत), ९ रेल्वेवर, व रेल्वेच्या कर्मशाळेत, आणि १ कोळशाच्या खाणीत. बाकीच्या सर्व संपावर, मुंबईच्या गिरणी कामगारांच्या संपाने मात केली, भारताच्या इतिहासात तो सर्वांत मोठा संप झाला. त्या संपात १,५०,००० कामगार, एप्रिल ते ऑक्टोबर ह्या सहा महिन्याच्या काळात, सर्व प्रकारची प्रलोभने, व सरकारी अत्याचार, ह्यांना न जुमानता, सर्व कामगारांनी एकजूट टिकविली. हा संप मुख्यतहा उद्योगधंद्यांच्या पुनसंघटनावर, आणि ७$\frac{3}{8}$ टक्के वेतनकपातीविरुद्ध, करण्यात आला, आणि जसजसा तो विस्तार पावत गेला, तसतशा मागण्याही वाढत गेल्या. सुधारक पुढाऱ्यांनी, सुरवातीला वरील संपाला विरोध केला. एन. एम. जोशी ह्यांच्या दृष्टीने कामगारांची स्थिती संशयग्रस्त माणसासारखी झाली होती, तथापि ते संपात ओढले गेले होते. संप फोडण्याचे सर्व प्रयत्न फसल्यावर, सरकारने 'फॉसेट् कमिटी' ची नेमणूक केली, त्या कमिटीने ७$\frac{3}{8}$ टक्के केलेली वेतनकपात रद्द करावी, अशी शिफारस केली, आणि कामगारांच्या दुसऱ्या काही मागण्या मान्य केल्या.

अशा प्रकारे १९२९ च्या सुरुवातीला एक कठीण परिस्थिती निर्माण झाली होती. कामगारांची चळवळ, ही आर्थिक व राजकीय क्षेत्रांतील चळवळींच्या मानाने, विकास पावत होती. जुन्या सुधारकांचे पुढारीपण बाजूला सारले जात होते. १९२७-२८ साली साम्राज्यशाहीला 'ब्रिटिश ट्रेड्स युनियन काँग्रेस' बद्दल आशा वाटत होती (अलीकडे 'ब्रिटिश ट्रेड्स् युनियन काँग्रेस' भारतीय मजूर चळवळीत जे लक्ष घालीत आहे, त्यामुळे जर भारतीय कामगार युनियन्सचे संघटन सुधारले, आणि त्यांच्या युनियन्समधून साम्यवादी लोकांना बाजूला सारण्यात आले तर, फार फायद्याचे होईल. लंडन ''टाइम्स'' जून १४,१९२८), ती असफल झाली. कारण 'इंडियन ट्रेड युनियन काँग्रेस' ही सुधारकांच्या युरोपमधील 'ट्रेड युनियन इंटरनॅशनल' मध्ये सामील होण्यास संभव राहिला नाही. सरकारची भाती गुप्त राहिली नाही. जानेवारी

१९२९ मध्ये व्हॉइसरॉय 'लॉर्ड आयर्विन' याने 'लेजिसलेटिव्ह असेंब्लीत' भाषण करताना सांगितले की साम्यवादी तत्त्वज्ञानाच्या त्रासदायक प्रसारामुळे (मला) काळजी वाटते,'' आणि त्याविरुद्ध, सरकार उपाययोजना करील, असे त्याने जाहीर रीतीने आश्वासन दिले. 'इंडिया इन् १९२८-२९' ह्या भारत सरकारच्या वार्षिक प्रतिवेदनात सरकार म्हणते ''काही मोठ्या शहरांतील विशेषत: औद्योगिक कामगार वर्गात, साम्यवादी तत्त्वज्ञानाचा प्रचार आणि वजन वाढत आहे, ह्या गोष्टीची अधिकाऱ्यांना काळजी वाटते.'' इंग्लंडमध्ये 'उदारमतवादी' वर्तुळात धोक्याचा प्रतिध्वनी उमटला. ऑगस्ट १९२९ मध्ये 'मॅन्चेस्टर गार्डियन'ने मोठ्या केंद्रातील औद्योगिक कामगार, ही तत्त्वशून्य साम्यवादी संघटकांच्या हातांत सहजसाध्य खेळणी बनली आहेत.' भारतातील राष्ट्रीय वृत्तीची वर्तमानपत्रेही वरील आरोळीत सामील झाली. मे १९२९ मध्ये, ''बॉम्बे क्रॉनिकल'' म्हणतो, 'समाजवाद दृष्टिक्षेपांत आला आहे, भारतात गेले काही महिने, निरनिराळ्या परिषदांत, विशेषत: शेतकरी-कामकरी मेळाव्यांत, समाजवादी तत्त्वज्ञानाचा प्रचार चालू आहे.' 'सुधारक' पुढाऱ्यांना आपले पुढारीपण निसटणार, असे वाटून त्यांनी ह्याविरुद्ध कडक उपाययोजना केली जावी, अशी सरकारकडे मागणी केली. 'ट्रेड युनियन काँग्रेस' च्या कार्यक्रम मंडळाचा प्रमुख शिवराव ह्याने, मे १९२८ मध्ये जाहीर केले की, 'आता अशी वेळ आली आहे की कामगार संघटनांनी आपल्या मधील कलागती लावणाऱ्या लोकांना म्हणजे साम्यवाद्यांना निवडून बाहेर काढले पाहिजे. ही धोक्याची सूचना आवश्यक झाली आहे कारण, काही लोक संप हे वेदवाक्य समजून, त्याचा प्रचार करीत असतात.'

१९२९ साली सरकारने कृतीला सुरुवात केली, कामगार चळवळ वाढू नये म्हणून त्यांनी आपली चढाईची सर्व मारक शक्ती उपयोगात आणली. सप्टेंबर १९२८ मध्ये 'पब्लिक सेफ्टी बिल' मांडण्यात आले. सरकारी प्रतिवेदनावरून, त्याचा हेतू असा होता की, भारतातील साम्यवादी चळवळीला आळा घालावा, तथापि ते 'लेजिसलेटिव्ह असेम्ब्लीनें' फेटाळून लावले. १९२९ च्या वसंत ऋतूत व्हॉइसरॉयने एक खास वटहुकूम काढून ते जाहीर केले. मजुरांसाठी 'व्हिटले कमिशन'ची नेमणूक झाली. 'ट्रेड डिसप्युट्स अॅक्ट' पास करण्यात आला. त्याचा मुख्य उद्देश असा होता की, समझोत्याची यंत्रणा पुरवावी, सहानुभूतीपर संपांना बंदी करावी, आणि समाजाच्या उपयोगी- सेवांमध्ये, संप करण्याच्या हक्कावर मर्यादा घालण्यात यावी. ''दि बॉम्बे रॉयट् एन्क्वायरी कमिटी'' ची स्थापना करण्यात आली, तिने अशी शिफारस केली की, 'सरकारने मुंबईतील साम्यवाद्यांविरुद्ध कडक उपाययोजना

करावी,' वरील 'कमिटी'ने असा प्रश्न उपस्थित केला की 'ट्रेड युनियन ऑक्ट' अशा प्रकारे सुधारता येणार नाही का, की ज्यामुळे नोंदल्या गेलेल्या ट्रेड युनियनच्या व्यवस्थापनातून साम्यवाद्यांना वगळले जाईल.''

## ५. मीरत कट खटला

मार्च १९२९ मध्ये सरकारचा प्रचंड तडाखा बसला. अखिल भारतातील कामगार चळवळीतील सर्व प्रमुख चळवळे पुढारी पकडण्यात आले, आणि औद्योगिक केंद्रापासून दूर अशा, मीरतसारख्या छोट्या बेटवजा शहरांत, खटल्यासाठी नेण्यात आले. इतिहासातील एका दीर्घसूत्री व मोठ्या परिश्रमाने निर्माण केलेल्या अशा सरकारी खटल्याला सुरुवात झाली.

प्रथमत: एकतीस पुढाऱ्यांना पकडण्यांत आले आणि नंतर आणखी एकाची त्यात भर पडली. त्यांच्या नावांची नोंद करणे योग्य ठरेल कारण त्यानंतरच्या काळात त्यांच्या विचारसरणीत किंवा कार्यक्षेत्रांत काहीही बदल झाला असला तरी भारतातील कामगार चळवळीचे ते आद्यप्रवर्तक होते हे निश्चित, आणि त्यांच्यापैकी अनेक, आजही कामगार चळवळीतील मार्गदर्शक शक्ती म्हणून समजले जातात. त्यांची नावे अशी :

१) एस. ए. डांगे : साहाय्यक कार्यवाह. 'ट्रेड युनियन काँग्रेस' मागे कानपूर खटल्यात शिक्षा झाली होती, प्रमुख कार्यवाह, गिरणी कामगार युनियन.

२) किशोरीलाल घोष : बंगाल 'ट्रेड युनियन्स'च्या प्रांतिक महासंघाचा (फेडरेशनचा) कार्यवाह.

३) डी. आर. ठेंगडी : माजी अध्यक्ष आणि 'ट्रेड युनियन काँग्रेस'च्या कार्यकारी मंडळाचा सभासद. 'ऑल इंडिया काँग्रेस कमिटी' चा सभासद.

४) एस. व्ही. घाटे : ट्रेड युनियन काँग्रेसचा, साहाय्यक कार्यवाह, (१९२७) आणि 'बॉम्बे म्युनिसिपल वर्कर्स युनियन' चा उपाध्यक्ष.

५) के. एन. जोगळेकर : संघटक कार्यवाह, 'जी. आय. पी. रेल्वेमेन्स युनियन,' 'ऑल इंडिया काँग्रेस कमिटी'चा सभासद.

६) एस. एच. साबवाला : 'ऑल इंडिया रेल्वेमेन्स फेडरेशन'चे संघटक कार्यवाह गिरणी कामगार युनियनचे माजी उपाध्यक्ष.

७) शौकत उस्मानी : कानपूर खटल्यात शिक्षा झाली होती. मुंबईतील

कामगार वर्गाच्या उर्दू नियतकालिकाचा संपादक.

**८) मुझफ्फर अहंमद :** 'ट्रेड युनियन काँग्रेस' चा उपाध्यक्ष, बंगालच्या शेतकरी कामकरी पक्षाचा कार्यवाह. कानपूर खटल्यात शिक्षा झाली होती.

**९) फिलिप स्प्रॅट :** 'ट्रेड युनियन काँग्रेस' च्या कार्यकारी मंडळाचा माजी सभासद.

**१०) बी.एफ.ब्रॅडेल :** ब्रिटन मधील 'लंडन डिस्ट्रिक्ट् कमिटी ऑफ दि अमलगमेटेड इंजिनिअरिंग युनियनचा' पूर्वींचा सभासद. 'जी. आय. पी. रेल्वेमेन्स युनियन' आणि 'गिरणी कामगार युनियन' यांच्या कार्यकारी मंडळाचा सभासद. 'ऑल इंडिया रेल्वेमेन्स फेडरेशन' चा उपाध्यक्ष, आणि मुंबईच्या कापड गिरण्यांतील संपाच्या, संयुक्त संप समितीचा कोषाध्यक्ष.

**११) एस. एस. मिरजकर :** गिरणी कामगार युनियनचा साहाय्यक कार्यवाह.

**१२) पी. सी. जोशी :** संयुक्त प्रांताच्या शेतकरी कामकरी पक्षाचा कार्यवाह.

**१३) ए. ए. अल्व्हे :** गिरणी कामगार युनियनचा अधिकारी.

**१४) जी. आर. कस्ले :** गिरणी कामगार युनियनचा अध्यक्ष.

**१५) गोपाळ बसक :** १९२८ भरलेल्या समाजवादी युवक परिषदेचा अध्यक्ष.

**१६) जी. एम्. अधिकारी :** पी. एच.डी. मुंबईचे समाजवादी नियतकालिक 'स्पार्क' याला लिखाण पाठविणारा.

**१७) एम. ए. अमजिद :** खिलाफत चळवळीसंबंधात १९२० साली भारत सोडून गेला. रशियाला भेट देऊन आला, परत आल्यावर तुरुंगात डांबला गेला. पंजाबच्या कीर्ती किसान (शेतकरी) पक्षाचा कार्यवाह, आणि पंजाब युवक संघाचा संस्थापक.

**१८) आर. एस्. निंबकर :** 'बॉम्बे ट्रेड्स काउन्सिल'चा कार्यवाह आणि बी.पी.सी.सी.चा सेक्रेटरी, 'आखिल भारतीय शेतकरी कामकरी' पक्षाचा प्रमुख कार्यवाह, 'ऑल इंडिया काँग्रेस कमिटी'चा सभासद.

**१९) विश्वनाथ मुखर्जी :** संयुक्त प्रांताच्या शेतकरी कामकरी पक्षाचा अध्यक्ष.

**२०) केदारनाथ सेहगल :** 'पंजाब काँग्रेस कमिटी' चा अध्यक्ष. 'पंजाब प्रॉव्हिन्शियल काँग्रेस कमिटी' चा वित्तीय (फिनान्शियल) कार्यवाह, अखिल भारतीय युवक संघाचा सभासद.

**२१) राधा रमण मित्र :** 'बेंगाल जूट वर्कर्स' युनियनचा कार्यवाह.

**२२) धरणी के. गोस्वामी :** बंगालच्या शेतकरी कामकरी पक्षाचा साहाय्यक कार्यवाह, कामगार चळवळीतील प्रमुख.

२३) **गौरी शंकर :** संयुक्त प्रांताच्या शेतकरी कामकरी पक्षाच्या कार्यकारी मंडळाचा सभासद.

२४) **शमसुल हुडा :** 'बेंगाल ट्रान्सपोर्ट वर्कर्स युनियन'चा कार्यवाह.

२५) **शिबनाथ बॅनर्जी :** 'बेंगाल जूट वर्कर्स युनियन'चा अध्यक्ष, खरगपूर रेल्वे संपाच्या संबंधात मागे एक वर्ष शिक्षा झालेला.

२६) **गोपेंद्र चक्रवर्ती :** 'ईस्ट इंडिया रेल्वे युनियन' चा अधिकारी, खरगपूर रेल्वे संपाच्या संबंधात पूर्वी दीड वर्ष शिक्षा झालेला.

२७) **सोहन सिंग जोश :** अखिल भारतीय शेतकरी कामकरी पक्षाच्या पहिल्या परिषदेचा अध्यक्ष.

२८) **एम.जी. देसाई :** मुंबईचे समाजवादी वर्तमानपत्र 'स्पार्क' याचा संपादक.

२९) **अजुघ्या प्रसाद :** बंगालच्या शेतकरी कामकरी पक्षाचा कृतीवीर सभासद.

३०) **लक्ष्मणराव कदम :** झाशीच्या 'म्युनिसिपल वर्कर्स युनियन'चा संघटक.

३१) **एच.एल.हटचिन्सन् :** 'न्यू स्पार्क' नियतकालिकाचा संपादक.

बत्तिसावा मागून पकडलेला पुढारी लेस्टर हटविन्सस हा इंग्रज पत्रकार होता. त्याने पकडला गेल्यावरही 'न्यू स्पार्क' ह्या नियतकालिकाचे संपादकत्व स्वीकारले, म्हणून तो मीरत खटल्यात गोवला गेला.

ह्यावरून एवढे स्पष्ट होते की जे लोक पकडले गेले त्यांच्यामध्ये उपाध्यक्ष, एक माजी अध्यक्ष, आणि दोन ट्रेड युनियन काँग्रेसचे साहाय्यक कार्यवाह होते. मुंबई आणि बंगाल येथील प्रांतिक ट्रेड युनियन काँग्रेसच्या महासभेचे कार्यवाह होते, गिरणी कामगार युनियनचे सर्व अधिकारी, 'जी. आय.पी. रेल्वेमेन्स युनियन' चे सर्व अधिकारी आणि इतर 'युनियन' चे अधिकारी आणि बंगाल, मुंबई, व संयुक्त प्रांत येथील शेतकरी कामकरी पक्षाचे कार्यवाह व इतर अधिकारी, त्यांच्या मध्ये होते. 'ऑल इंडिया काँग्रेस कमिटी'चे तीन सभासद आणि मुंबई प्रांतिक काँग्रेसचा कार्यवाह ह्यांनाही पकडण्यात आले होते. ज्या चौघांना कानपूर खटल्यात शिक्षा झाली होती, त्यापैकी तिघे पुन्हा मीरत खटल्यात गोवले गेले. तिघे इंग्रजही ह्या खटल्यात सापडले होते. इंग्रज कामगार वर्गाच्या चळवळीचे हे तीन प्रतिनिधी भारतीय मजुरांबरोबर खटल्यात उभे राहिले आणि नंतर त्यांच्याबरोबर शिक्षेलाही गेले, हे उदाहरण, म्हणजे आंतरराष्ट्रीय कामगार चळवळीच्या एकतेचे जिवंत ऐतिहासिक निदर्शकच होते, ह्यामुळे माणसामाणसांत तुटकपणा उत्पन्न करणारी परकेपणाची कुंपणे कोलमडून पडली आणि ब्रिटिश व भारतीय जनतेमध्ये भावी काळात भ्रातृभाव निर्माण करणारे

हे अत्यंत बोलके व उद्बोधक प्रतिक होय.

भारतीय कामगार चळवळीच्या पकडलेल्या पुढाऱ्यांनी असे बेडर वर्तन ठेवले होते की, जरी भारतीय कामगार चळवळ ही संघटनेच्या दृष्टीने बाल्यावस्थेत होती, तरी तिच्या पुढाऱ्यांना ध्येयाबद्दल संपूर्ण जाणीव आणि स्वाभिमान होता हे सहज स्पष्ट झाले. बचावाच्या वेळी केलेली भाषणे इतकी प्रभावी व महत्त्वपूर्ण होती की ते भारतीय कामगार चळवळीचे जिवंत पुरावे म्हणून अमर राहतील.

न्यायाधीशांसमोरील पिंजऱ्यातून कैद्यांनी केलेल्या ह्या भाषणांवरून एका नवभारताचे दर्शन घडले.

"हा खटला असा आहे की त्यात राजकीय व ऐतिहासिक अर्थ ओतप्रोत भरलेला आहे. एकतीस गुन्हेगारांविरुद्ध पोलिसांनी भरलेला हा सामान्य खटला नव्हे. वर्गसंघर्षाची ती गीता आहे. ह्या संबंधात, खटला भरणे आणि तो चालविणे, हा निश्चित अशा राजकीय धोरणाचा भाग आहे. ब्रिटिश साम्राज्यवादी भारत सरकारच्या वतीने केलेला हा प्रचंड प्रयत्न आहे. त्याचे उद्दिष्ट, ज्या शक्तीला ब्रिटिश साम्राज्यशाही आपला खरा शत्रू समजते, जी शेवटी ब्रिटिश राजवटीला भारतात उलथून पाडणार आहे, जिने ब्रिटिश साम्राज्यशाहीविरुद्ध असंधेय विरोधाचा पवित्रा घेतला आहे, जिने आजच आपली भयानक हिंमत प्रत्ययास आणून दिली आहे, अशी ही शक्ती. म्हणजेच ह्या देशातील दरिद्री व पिळवणूक झालेल्या जनतेचा संताप, अनावर झाल्यामुळे, ह्या साम्राज्यवादी सरकारने तिच्यावर हेतुपुरस्सर हाणलेला हा प्रहार आहे." (राधारमण मित्र याचे निवेदन)

"मी राजाविरुद्ध कट केला, असा माझ्यावर आरोप करण्यात येत आहे. मी कट केलेला नाही व मी गुन्हेगार नाही, ही गोष्ट सर्व शक्तीने मी सांगू इच्छितो. साम्यवादी मनुष्य व्यक्तीविरुद्ध कट करीत नसतो. साम्यवादी लोक, कामगार वर्गातील अत्यंत प्रागतिक विचाराचे असतात. सर्वसाधारणपणे ते श्रमजीवी मध्यमवर्गात पुढारलेले असतात, आणि श्रमजीवी वर्गाच्या चळवळीचे निर्णायक तत्त्वज्ञान त्यांना माहीत असते, तिची जडण-घडण आणि तिचे भावी परिणाम, ह्यांची त्यांना कल्पना असते, त्यामुळे ते संबंधित समाजातील निश्चित आर्थिक परिस्थितीतील, वर्ग-संघर्षाची उकल स्पष्ट करून सांगण्याचे, कर्तव्य करीत असतात.

"माझ्या, वर स्पष्ट केलेल्या दृष्टिकोनामुळे व उद्देशामुळे, जर मला ह्या न्यायालयात शिक्षा होणार असेल तर त्याचा खरा अर्थ, मी भांडवलशाहीचा, भारताच्या पिळवणुकीचा वाव नाहीसा करणे, हाच माझा उद्देश समजतो आणि असे करून, कष्ट करणाऱ्या

श्रमजीवी लोकांचा उद्धार साधून, त्यांना पिळवणुकीतून सोडविणे, हेच माझे ध्येय समजतो, हाच माझा गुन्हा ठरेल. मी असे करणे, हा न्यायाधीशाच्या दृष्टीने जर गुन्हा असेल, तर तो मी करीत आहे, ही गोष्ट मला मान्य आहे.''

(धरणी गोस्वामी याचे निवेदन.)

''भांडवलशाहीच्या जुलमातून व पिळवणुकीतून कामगारांना सोडवून त्यांचा उत्कर्ष साधणे, हे माझे ध्येय असल्यामुळे, कामगार संघटनेच्या कार्याला भक्तिभावाने वाहून घेणे, हे माझे मूलभूत स्वरूपाचे कर्तव्य ठरते, कारण ह्या संघटना त्यावेळी फार कमकुवत व अविकसित होत्या.

एखाद्या उद्योगधंद्यातील श्रमजीवी कामगारांना एकत्र आणून, त्यांना वर्गपातळीवर संघटित करणे, हे कामगार चळवळीत, एक मूलभूत तत्त्व आहे. कोणाचीही संघटना, ही जर खऱ्या अर्थाने कामगार संघटना असेल तर, मालक व भांडवलदार वर्ग ह्यांच्या विरुद्ध, कामगार वर्गाच्या आर्थिक हिताचे प्रतिनिधित्व तिने केले पाहिजे. जर एखादी कामगार संघटना, कामगारांना वर्गजागृती व संघटना, ह्या बद्दल स्पष्ट कल्पना देणार नसेल, तर ती आपल्या ध्येयाची प्रतारणा करते, असे होईल.''

(गोपेन(द्र) चक्रवर्ती यांचे निवेदन)

''मी तरुणांमध्ये काम केले व युवक संघ स्थापन केला, असा माझ्यावर आरोप आहे. होय, तरुण मंडळीमध्ये काही काम करण्याचा मी प्रयत्न केला आहे, हे खरे आहे. ज्याप्रमाणे भारतातील प्रत्येक तरुणाला भारत स्वतंत्र व्हावा असे वाटते, तसे मलाही वाटते, मला भारताचे संपूर्ण स्वातंत्र्य व संपूर्ण औद्योगिकीकरण व्हावे आणि भारताला आर्थिक स्वातंत्र्य मिळावे असे वाटते, तथापि स्वातंत्र्याची इच्छा असणे आणि त्यासाठी काम करणे, हा गुन्हा होऊच शकत नाही—''

''जर करता भारतीय तरुणाला सुख हवे असेल तर त्याची दोन ध्येये असलीच पाहिजेत, एक स्वातंत्र्याचे व दुसरे समाजवादी समाजरचनेचे.''
(गोपाळ बसक यांचे निवेदन)

''हा खटल्याचा मामला असा आहे की आरोपीला बचाव करण्याचा प्रश्नच उद्भवत नाही. मुख्य प्रश्न असा आहे की 'पार्टीचा' तिच्या तत्त्वज्ञानाचा तिचे अस्तित्व टिकविण्याचा आणि तिला 'कॉम्युनिस्ट इंटरनॅशनल' ह्या संस्थेशी संलग्न राहून तिच्याकडून मदत घेण्याचा जो हक्क आहे, त्याचा बचाव करणे, हा आहे. फिर्यादीने साम्यवाद, साम्यवादी आणि आंतरराष्ट्रीय साम्यवादी संघटना ह्यांच्यावर ओगळ गरळ ओकले आहे. आम्ही केलेला गुन्हा केवळ राज्याशीच नव्हे तर सर्व

समाजाशी केला आहे, असा फिर्यादीचा दावा आहे. त्यांच्या ओंगळ आरोपावर मी तितकाच ओंगळ प्रत्यारोप करतो, इतकेच नव्हे तर साम्राज्यवादी व त्यांचे भाडोत्री बडे हस्तक 'ह्यांच्या तोंडावर' ते मानवजातीचे शत्रू आहेत, असा मी प्रत्यारोप करतो. 'समाजाचे गुन्हेगार कोण आहेत,' असे मी विचारतो, ज्यांनी पृथ्वीवरील सर्व खंडातून बंदूक व तलवार ह्यांचा नंगा नाच चालू ठेवला आहे, ज्यांनी रक्तरंजित जुलमाची राजवट सातत्याने चालविली आहे, ज्यांनी सर्व खंडातील मानवजातीला दारिद्र्याच्या खाईत लोटून असह्य गुलामगिरीत जखडबंद केले आहे, आणि मानवजातीलाच समूळ नष्ट करण्याची धमकी ज्यांनी दिली आहे, असे रक्त शोषण करणारे साम्राज्यवादी गुन्हेगार आहेत का, जे साम्यवादी सर्व जगातील श्रमजीवी वर्गाच्या क्रांतिकारक शक्तीची संघटना करून, ती अनिर्बंध जुलूम आणि पाशवी पिळवणूक ह्यांच्या तोंडावर फेकण्याचा प्रयत्न करीत आहेत, त्या जुलूम जबरदस्तीला चिरडून टाकून तिच्या ठिकाणी नवसमाज व्यवस्था निर्माण करीत आहेत, आणि अशा प्रकारे मानवजात व मानवी संस्कृती ही ज्या दुर्दैवी सत्यनाशाच्या खाईत पडण्याची निश्चितपणे वाटचाल करीत आहेत, त्यांचे संरक्षण करण्याचे कार्य जे करीत आहेत- ते साम्यवादी गुन्हेगार आहेत. सामाजिक गुन्हेगारीचे खरे अधिकृत प्रतिनिधी, ह्या खटल्यात, फिर्यादीच्या जागेवर बसलेले आहेत.

''कॉम्युनिस्ट इंटरनॅशनल'' ही संस्था मी सांगितल्याप्रमाणे, शंभर वर्षांच्या, आंतरराष्ट्रीय कामगार चळवळीच्या घटनात्मक प्रगतीचा तो परिपाक आहे, तिच्या- पूर्वीच्या दोन आंतरराष्ट्रीय संघटनांच्या क्रांतिकारक परंपरेचा तो वारसा आहे. श्रमजीवी वर्गाच्या अनेक वर्षांच्या संघर्षाच्या अनुभवावर विश्वास ठेवून, 'कॉम्युनिस्ट इंटरनॅशनल' ही संस्था आज समाजवादाकरता क्रांतिकारक कामगार चळवळीचे मार्गदर्शन करीत आहे. हा समाजवाद, भांडवलशाही देशात सुरू करून. साम्राज्यवाद्यांविरुद्ध वसाहतीतील राष्ट्रीय क्रांतिकारक चळवळीचा पाठपुरावा करीत आहे, आणि शेवटी, सर्व पृथ्वीच्या सहाव्या भागावर, प्रत्यक्ष समाजवादी समाजरचना निर्माण करण्यासाठी, ती मार्गदर्शन करीत आहे. ह्या पृथ्वीवर ''कॉम्युनिस्ट इंटरनॅशनल''ने जी प्रचंड कामगिरी बजावली आहे, तीच, भांडवलशाही देशातील श्रमजीवी लोकांमधील, आणि जुलमाने जर्जर झालेल्या, वसाहतींतील लाखो श्रमजीवी कामगारांमधील वाढत्या शक्तीला व वजनाला, जबाबदार आहे.

''कॉमिनटर्न''ने पुढाकार घेतलेल्या आंतरराष्ट्रीय कामगार चळवळीचा 'यू.एस.एस.आर.' (युनियन ऑफ सोशालिस्ट सेव्हियट् रिपब्लिक्स) चे अस्तित्व,

हा आज प्रचंड आधार झाला आहे. ह्या आधारावर ''कॉम्युनिस्ट इंटरनॅशनल'' ही संख्या पुढारलेल्या देशांतील श्रमजीवी वर्ग आणि त्याचप्रमाणे वसाहतीतील लाखो श्रमजीवी कामगार, ह्यांच्या सहकार्याने, भांडवलशाही आणि साम्राज्यशाही ह्यांचे अखेरीस उच्चाटन करील.

''कॉम्युनिस्ट इंटरनॅशनल'' ही संस्था आज जगाच्या इतिहासातील एक प्रचंड कारखानाच झाला आहे, हा कारखाना मानवजातीला आणि मानवी संस्कृतीला एक नवीन अपूर्व आधार देईल, आणि ज्या भांडवलशाही राजवटीमुळे त्यांच्या अस्तित्वालाच धोका निर्माण झाला आहे, त्यापासून त्यांचे संरक्षण करील.

''तथापि मध्यमवर्गीय व्यापाऱ्यांच्या नादान भाडोत्री हस्तकांना हे समजणार नाही. त्यांच्या दृष्टीने ''कॉम्युनिस्ट इंटरनॅशनल'' हा एक गुप्त कट आहे, आणि तो फौजदारी कायद्याच्या कलमाने निपटून काढलाच पाहिजे.'' (डॉ. जी. एम. अधिकारी यांचे निवेदन)

ह्या खटल्यात भारतातील कामगार संघटनेने, आंतरराष्ट्रीय कामगार चळवळीची उत्कृष्ट पातळी सांभाळली, आणि भारतात ह्या पुढे ज्यांच्यावर कामगारांचे निशाण आणि समाजवाद ह्यांची प्रगती साधावयाची जबाबदारी आहे, त्यांना स्फूर्ती आणि उत्तम उदाहरण घालून दिले.

सरकारने हा खटला साडेतीन वर्ष लोंबकळत ठेवला. भारताच्या इतिहासातील चार आणीबाणीची वर्षे, की ज्या मुदतीत कामगार वर्गाच्या उत्तम पुढाऱ्यांना त्यांच्यामधून नेऊन कोंडून ठेवले होते, फौजदारी कायद्याच्या सेक्शन १२१ अ खाली, पुरावा देऊन औपचारिक आरोप साबित करण्यासाठी पुरावा दाखल करण्याचा प्रयत्नच करण्यात आला नाही. फौजदारी कायद्याचा १२१ अ सेक्शन असा :

''जो कोणी, भारतात किंवा भारताबाहेर 'सेक्शन' १२१ अ खाली ज्या गुन्ह्यांबद्दल शिक्षा आहे, अशा गुन्ह्यांपैकी एखादा गुन्हा करण्याचा कट करील, किंवा बादशहाला, भारताच्या किंवा त्याच्या एखाद्या भागाच्या सार्वभौमत्वापासून वंचित करण्याचा प्रयत्न करील, किंवा गुन्हेगारी प्रयोगाच्या साहाय्याने, भारतीय सरकार किंवा एखादे प्रादेशिक सरकार यांना उलथून टाकण्याचा कट करील, त्याला जन्मभर किंवा त्यापेक्षा कमी मुदतीची हद्दपारीची शिक्षा दिली जाईल किंवा ह्यापैकी कोणत्याही प्रकारच्या कैदेची शिक्षा दिली जाईल आणि ती मुदत दहा वर्षे पर्यंत असू शकेल.''

केलेला आरोप सिद्ध करण्यासाठी कोणत्याही कायद्याचा आधार पुढे आणण्यासारखा नव्हता, हे मान्य करण्यात आले. हायकोर्टच्या न्यायाधीशाने समारोप केला, तो असा :

''हे मान्य करण्यात येत आहे की आरोपींनी कट केल्याचा जो आरोप करण्यात आला आहे, त्याला अनुसरून, त्यांनी एखादे उघड उघड बेकायदेशीर कृत्य केल्याचा, त्यांच्यावर आरोप केलेला नाही.'' सरकारी वकिलाने सांगितले :

''आरोपींची मते साम्यवादी आहेत, हा त्यांच्यावर आरोप नाही, तथापि बादशहाला भारताच्या सार्वभौमत्वापासून वंचित करण्यासाठी त्यांनी कट केला आहे, हा त्यांच्यावर आरोप आहे, आरोपींनी प्रत्यक्षात एखादी कृती केली किंवा नाही हे ह्या दाव्यासाठी सिद्ध करण्याची गरज नाही, आरोपींनी कट केला एवढे सिद्ध झाले, म्हणजे पुरे.''

कट केलेलाच नव्हता. आरोपींची समाजवादी मतप्रणाली उघड होती आणि ती सर्वांना माहीत होती. कामगार संघटनेचे कार्य उघडपणे चालू होते. तेथे 'गुन्हेगारी बल प्रयोग' नव्हता. काय होते, ते म्हणजे, कामगार चळवळीची संघटना आणि तिचे पुढारी, एवढेच.

खरा आरोप कायदेशीर आरोपपत्रिकेत उघड झाला, त्यात ''आरोपींनी भांडवलदारांविरुद्ध कामगारांना चिथावणी दिली.'' ''शेतकरी कामकरी पक्ष काढले, युवक संघ स्थापन केले, 'युनियन्स' स्थापन केल्या वगैरे आणि संपांना प्रोत्साहन दिले. पुराव्याचा सर्व भर ह्या चळवळीवर, विशेषत: ''ट्रेड युनियन'' चळवळीवर होता. सरकारी वकिलाने एका आरोपीबद्दल असे सांगितले की तो बंगालच्या तागाच्या गिरण्यांमधील कामगार ''युनियन''चा कार्यवाह असताना त्याने जेव्हा कलकत्त्याच्या भंग्यांच्या संपामध्ये स्वत: भाग घेतला, तेव्हा आरोपीत कटातील त्याची भूमिका स्पष्ट झाली. न्यायाधीशाने न्यायनिवाड्यांत खटल्याचा जेव्हा समारोप केला, तेव्हा त्यामागील प्रमुख उद्देश उघडा पडला, तो असा :

''कदाचित खटल्यांतील प्रखर तीव्रता म्हणजे मुंबईच्या कापड गिरण्यातील कामगारांवर, आरोपींचे असलेले वजन, आणि ते १९२८ च्या संपात प्रत्ययास आले, आणि दुसरे म्हणजे गिरणी कामगार युनियनचे क्रांतिकारक धोरण, हे होय.''

प्रगत कामगार चळवळीला दडपून टाकण्यासाठी भरलेल्या ह्या ऐतिहासिक खटल्याचा तोंडवळा, शंभर वर्षांपूर्वी ब्रिटिश कामगार चळवळीच्या इतिहासांत गाजलेल्या डोरचेस्टरच्या कामगारांविरुद्ध खटल्याशी जुळता मिळता आहे. तो, मजूर सरकार सत्तेवर असतानाच झाला होता आणि त्यांनी त्याची सर्व जबाबदारी स्वीकारली, (''आम्ही सर्व जबाबदारी स्वीकारतो—भारतमंत्री भारत सरकारचा उत्साहाने पाठपुरावा करीत आहे.'' १९२९ साली ब्रायटन येथे भरलेल्या मजूर परिषदेत डॉ. ड्रमंड शेल्स बोलला.) ''कायद्याची यंत्रणा कार्यवाहीत आणलीच पाहिजे,'' असा अभिप्राय २५

जून १९२९ च्या ''डेली हेराल्ड''ने निकालपत्रावर लिहिताना व्यक्त केला. ''इंडियन ट्रेड युनियन काँग्रेस'' ने ''ब्रिटिश ट्रेड युनियन काँग्रेस'' ला केलेल्या 'अपिलाला' उत्तर देताना, १ ऑक्टोबर १९२९ रोजी सर वॉल्टर सिट्रीने म्हणाला, ''खटला शक्य तितक्या लवकर निकालात काढला पाहिजे.'' ज्या गुन्ह्याबद्दल आरोप करण्यात आला आहे, तो राजकीय स्वरूपाचा आहे, आणि ''जनरल काऊन्सिल''च्या मते भारतातील कामगार चळवळीवर, त्याचा प्रत्यक्ष परिणाम होण्यासारखा नाही. ''पुढे खटल्याचा निकाल लागल्यावर आणि मजूर मंत्रिमंडळ सत्तेवरून गेल्यावर १९३८ साली ''ट्रेड युनियन काँग्रेस''चे ''नॅशनल जॉइंट काऊन्सिल'' व मजूर पक्ष यांनी एक पत्रक काढले. त्यात ते म्हणतात, ''सुरुवातीपासून शेवटपर्यंतचे खटल्याचे कामकाज असे चालविले होते की त्या विरुद्ध बचाव करण्यास वावच नव्हता आणि त्या सर्वांचे वर्णन करावयाचे तर ''न्यायिक अपप्रवाद'' (ज्युडीशियल स्कँडल) म्हणून करावे लागेल.''

जानेवारी १९३३ मध्ये क्रूर शिक्षा ठोठावण्यांत आल्या. मुझफर अहंमदला जन्मठेप, डांगे, घाटे, जोगळेकर, निंबकर, आणि स्प्रॅट् ह्यांना १२ वर्षे हद्दपारी, ब्रॅडले, मिरजकर, आणि उस्मानी ह्यांना १० वर्षे हद्दपारी, आणि अशी उतरती भाजणी शेवटी तीन वर्षांच्या सक्तमजुरीपर्यंत थांबली. ह्यानंतर जी आंतरराष्ट्रीय चळवळ करण्यात आली, त्यांत ह्या शिक्षांविरुद्ध 'अपील' करण्यात आले व त्या शिक्षा आमूलाग्र कमी करण्यात आल्या.[१]

---

१. त्यानंतर जवळजवळ ३३ वर्षांनी दप्तरखान्यात एक पत्र उघडकीस आले, ते मीरत खटल्यांतील शिक्षांसंबंधात, भारतमंत्र्याने व्हॉइसरॉयला पाठविले होते: खासगी व गुप्त तार, भारतमंत्री प्रती 'व्हॉइसरॉय' 'होम डिपार्टमेंट' सं ४४४, तारीख १८-२-३३: ''मीरत खटल्यांत दिल्या गेलेल्या शिक्षांपैकी काही शिक्षां- बद्दल माझ्या मनात विचारांचे काहूर माजले आहे, आणि मला वाटते की तुम्हाला त्या संबंधात कळविणे योग्य होईल, येथे निरनिराळ्या गटांत ह्या शिक्षांबद्दल चिंता व्यक्त करण्यात येत आहे. आज खटला अपिलात पडून असल्यामुळे, ह्या परिस्थितीत सरकारला काहीही करणे कठीण आहे. ह्या गोष्टाची मला जाणीव आहे, तथापि अपील चालू होण्यास फार विलंब लागला, आणि ह्या खटल्याचा अपिलाचा निकाल लागण्यास आणखी सहा महिने लागले, तर त्या वेळेपर्यंत, माझ्या येथील अडचणींतील अस्वस्थता कमी होणार नाही.

## ६. मीरत खटल्यानंतर कामगार वर्गाचे पुनरुत्थापन

मीरत खटल्यानंतरची सुरुवातीची काही वर्षे भारतीय मजूर चळवळीला त्रासाची गेली. मीरत खटल्यासारख्या प्रत्येक खटल्याचा परिणाम असा होतो की त्यामुळे मजूर चळवळीची मुळे अधिक खोल रुजत जातात आणि त्यामुळे चळवळीची शक्ती वाढून जय मिळणे सोयीचे होते. हे जरी खरे असले तरी, अशा खटल्यांमुळे चळवळीला तात्पुरता पण त्वरित हादरा बसतो.

भारतीय कामगार चळवळ ही त्यावेळी इतकी अविकसित होती की सरकारने ज्या पुढाऱ्यांना तुरुंगात डांबले त्यांच्या जागा घेण्यासाठी दुसरे लोक सहज मिळणे कठीण होते. ह्या काळातील आर्थिक परिस्थिती तंग असल्यामुळे, कामगारांच्या संपांना जबर तडाखे बसले. त्या नंतरच्या राष्ट्रीय संघर्षाच्या आणीबाणीच्या काळात, साम्राज्यशाहीच्या अपेक्षेप्रमाणे, राजकीय क्षेत्रातील कामगारांची चळवळ कमकुवत झाली.

कामगार चळवळींतही अनेक अडचणी आल्या. ''ट्रेड युनियन काँग्रेस''मधील 'डाव्या' मताच्या पुढाऱ्यांचे बहुसंख्याबळ, आणि मागील दोन वर्षांतील संघटनाची कामगिरी आणि प्रत्यक्ष काम, ही १९२९ अखेर नागपूरला जे ''ट्रेड युनियन काँग्रेस'' अधिवेशन भरले, त्यांत प्रत्ययास आली. 'सुधारक' पुढारी अल्पसंख्येत गेल्यामुळे लोकशाही पद्धतीने, 'बहुसंख्य' सभासदांनी घेतलेले निकाल मानण्यास ते तयार नव्हते, त्यामुळे ''ट्रेड युनियन काँग्रेस''मध्ये दुफळी झाली, त्यांच्या मताच्या युनियन्स त्यांनी आपल्या बरोबर घेऊन ''ट्रेड युनियन फेडरेशन'' ह्या संस्थेची स्थापना केली. ''ऑल इंडिया ट्रेड युनियन काँग्रेस'' च्या कार्यकारी मंडळाच्या कार्यवृत्तावरून हे उघड दिसते की, काँग्रेस मधील बहुसंख्य सभासदांनी जे धोरण निश्चित केले होते, त्याच्याशी 'सुधारक' पुढारी सहमतच नव्हते, आणि ह्या संबंधात एन. एम. जोशी, शिव राव, गिरी, दिवाण चमणलाल व इतर पुढारी ह्यांनी एक निवेदन प्रसिद्ध केले. त्यांत ते म्हणतात : ''काँग्रेसमध्ये 'डाव्या' मताच्या पुढाऱ्यांचे निर्णायक बहुमत होईल, ह्याबद्दल आम्हाला शंका नाही. आम्हाला कार्यकारी मंडळाच्या ठरावाशी मुळीच संबंध ठेवता येणार नाही, आणि आम्हाला असे वाटते की, काँग्रेसच्या कामकाजांत भाग घेऊन, आम्हाला काहीही उपयुक्त कार्य करता येणार नाही.''

ज्या 'डाव्या' मतवाल्या पुढाऱ्यांच्या ताब्यात 'ट्रेड युनियन काँग्रेस' आली, त्यांच्यातही एकमत नव्हते, निरनिराळ्या मतांचे पुढारी त्यांच्यामध्ये होते, आणि कामगार वर्गाने स्वतंत्रपणे राजकीय क्षेत्रांत उतरावे किंवा नाही, ह्या प्रश्नावर पुन्हा

फूट पडली, साम्यवादी गट, जो राजकारणात भाग घ्यावा ह्या मताचा होता, त्याने, ''रेड ट्रेड युनियन् काँग्रेस'' स्थापन केली.

ह्या फुटाफुटीमुळे 'ट्रेड युनियन काँग्रेस'ची चळवळ कमकुवत झाली, कामगारांनी स्वतंत्रपणे संप घडवून आणले, ते केवळ आर्थिक कारणामुळेच नव्हते तर त्यांच्या होत असलेल्या छळाविरुद्ध ते होते. तो छळ म्हणजे त्यांना संघटना करण्यास होत असलेला विरोध होय. संपाच्या संख्येत जी वाढ होत गेली, त्यावरून वरील विधान स्पष्ट होते, उदाहरणार्थ १९२९ साली १४१ संप झाले, १९३० मध्ये १४८ आणि १९३१ मध्ये १६६ संप झाले आणि त्यांत दरसाल एक लाखावर लोकांनी भाग घेतला. ''रेड् ट्रेड युनियन काँग्रेस''च्या साम्यवादी पुढाऱ्यांनी वरील संपात पुढारीपण केले, आणि सरकारला मान खाली घालून कबूल करणे भाग पडले की, जरी मीरतच्या कटांतील पुढाऱ्यांना आम्ही तुरुंगात डांबून ठेवले आहे तरी ''साम्यवाद्यांचा उपद्रव चालूच आहे, इतकेच नव्हे तर तो अधिक प्रखर झाला आहे.'' (''इंडिया,'' १९३२-३३).

ह्या निरनिराळ्या संपाच्या संघर्षातून, गिरणी मालकांच्या ''सुसूत्रीकरण-योजनां''च्या विरुद्ध १९३४ साली जो प्रचंड लढा देण्यात आला, त्याची पार्श्वभूमी तयार झाली. मजुरांकडून दाबून काम करून घेऊन त्यांची अधिक पिळवणूक करावयाची, हीच ती ''सुसूत्रीकरणा''ची योजना होय, ह्या संपाच्या लाटेची गती आणि प्रखरता एवढी जबरदस्त होती की १९३३ साली १४६ संप झाले, त्यामध्ये १६४,९३८ कामगारांनी भाग घेतला होता, ह्या संपामुळे एकूण २,१६८,९६१ कामाचे दिवस फुकट गेले, १९३४ साली १५९ संप करण्यात आले, त्यांत २२०,८०८ कामगारांनी भाग घेतला होता, त्यामुळे ४,७७५,५५९ कामाचे दिवस फुकट गेले होते. त्यांच्या दुप्पटीपेक्षाही अधिक दिवस ह्या वर्षात फुकट गेले. मुंबईत एप्रिल ते जून ह्या महिन्यांत कापड गिरण्यांत सार्वत्रिक संप झाला, त्याचप्रमाणे जबरदस्त दडपशाहीला तोंड देऊनही सोलापूरच्या गिरण्यांत फेब्रुवारी ते मे ह्या महिन्यांत संप झाला. ह्या घटनांवरून एवढे स्पष्ट झाले की, कामगारांनी आपली विखुरलेली शक्ती एकत्र आणून तिच्यात संघटितपणा निर्माण करून, त्यांच्यामधून लढाऊ वृत्तीचे कित्येक पुढारी निर्माण केले.

पुन्हा एकदा सरकारने प्रहार केला. ''इमर्जन्सी पॉवर्स ऑर्डिनन्स'' काढण्यात आले, खटला भरल्याशिवाय साम्यवादी पुढारी आणि कामगार चळवळीचे पुढारी ह्यांना तुरुंगात टाकण्यात आले. 'कॉम्युनिस्ट' पक्ष बेकायदा ठरविण्यात आला.

बारापेक्षा जास्त, नोंदविल्या गेलेल्या 'ट्रेड युनियन्स' बेकायदेशीर ठरविण्यात आल्या. 'यंग वर्कस लीग' ह्या संस्थेवर बंदी पडली, कामगारांची लढाऊ वृत्तीची क्रांतिकारक संघटना चिरडून टाकण्यासाठी गोळीबारही करण्यात आले.

ह्या प्रचंड संपाच्या संघर्षातून, कामगार वर्गाच्या विस्कटलेल्या संघटना पुन्हा एकदा संघटित कराव्या, असा विचार प्रसृत झाला. १९३५ साली, 'रेड ट्रेड युनियन काँग्रेस' आणि'' दि ऑल इंडिया ट्रेड युनियन काँग्रेस'' एक झाल्या आणि ''ऑल इंडिया ट्रेड युनियन काँग्रेस'' च्या स्वागत समितीचा अध्यक्ष एस्. एच. झाबवाला यांनी असे जाहीर केले की:

"माझ्या व्यक्तिगत अनुभवावरून मी असे निश्चितपणे सांगू शकतो की, साम्यवाद्यांबरोबर काम करण्यांत मला फार आनंद वाटतो, त्यांच्यापैकी काही जण एकतेचा अविरतपणे पुरस्कार करणारे आहेत, आणि ते कामगारांच्या दैनंदिन कामांत उत्कटतेने काम करणारे आहेत,''

(''रिपोर्ट ऑफ दि फ्मिटीन्थ सेशन ऑफ दि ऑल इंडिया ट्रेड युनियन काँग्रेस, बॉम्बे,' मे १९३६.)

ह्या अधिवेशनाच्या व्यासपीठावरून, 'नॅशनल फेडरेशन ऑफ दि ट्रेड युनियन्स'च्या सुधारक पुढाऱ्यांना जाहीर विनंती करण्यात आली की, मध्यवर्ती पुढाऱ्यांच्या मध्ये एकी घडवून आणावी, कारण मालक आणि सरकार ह्यांच्या चढाईखोरपणाला, ''अखिल भारतीय कामगार वर्गाच्या'' चढाईखोरपणाशिवाय प्रतिकार करणे शक्य होणार नाही. एकी सांभाळण्यासाठी त्यांच्या सर्व अटी पाळल्या जातील, मात्र दोन मूलभूत गोष्टी त्यांनी पाळाव्या. एक म्हणजे कामगार चळवळीसाठी आवश्यक असलेला वर्ग-संघर्ष, दुसरी म्हणजे कामगार संघटनेत अंतर्गत लोकशाही. फेडरेशनच्या पुढाऱ्यांनी त्वरित रचनात्मक एकीला विरोध केला. म्हणून १९३६ साली एक संयुक्त समिती निर्माण करण्यात आली. नंतर १९३८ साली नागपूरला, ''नॅशनल फेडरेशन ऑफ ट्रेड युनियन्स'' ही संस्था ''ऑल इंडिया ट्रेड युनियन्स काँग्रेस''शी संलग्न झाली. 'काँग्रेस'च्या नियामक मंडळावर, दोन्ही संस्थांना सारखे प्रतिनिधित्व देण्यात आले. 'दि ट्रेड युनियन काँग्रेस' ही संस्था पुन्हा एकदा, भारतातील सर्व कामगार चळवळीला जोडणारा दुवा ठरला. फक्त अहमदाबादची ''टेक्स्टाइल लेबर असोसिएशन'' ही संस्था गांधीजींच्या नेतृत्वाखाली स्वतंत्र राहिली.

राजकीय क्षेत्रांतही नवीन घटना घडून आल्या. शेतकरी कामकरी पक्षात प्रथम पासून दोन भिन्न गट दिसत असत, मीरत खटल्यापर्यंत ते तसेच राहिले, त्यांत राजकारणात भाग घेईल असा स्वतंत्र गट तयार झाला नव्हता. त्यामुळे वरील

एकतेत त्या पक्षाचा समावेश झाला नाही. जरी साम्यवादी पक्षावर सरकारची बंदी होती, तरी साम्यवादी, समाजवादी, व मार्क्सवादी विचारसरणीचा प्रसार चालूच होता, सरकारी प्रतिकाराचा त्याच्यावर परिणाम झाला नाही. १९३०-३४ सालची सविनय कायदेभंगाची राष्ट्रीय चळवळ थांबल्यावर, कामगार चळवळीत अधिक लोक सामील झाले. राष्ट्रीय काँग्रेसच्या चळवळीत मिळालेल्या अनुभवाचा उपयोग, कामगारांच्या चळवळीत करून घेण्याचे त्यांनी ठरविले.

१९३४ साली, राष्ट्रीय वृत्तीच्या 'डाव्या' मताच्या तरुण गटाला, मार्क्सचे तत्त्वज्ञान पटल्यामुळे, त्याने ''काँग्रेस सोशालिस्ट पार्टी''ची स्थापना केली. त्यात एक मूलभूत अट अशी होती की ह्या पक्षात येणारा उमेदवार हा काँग्रेसचा सभासद असलाच पाहिजे, अशा प्रकारे हा नवा पक्ष काँग्रेसमध्येच निर्माण झाला. त्याला सार्वत्रिक स्वरूप येऊ शकले नाही. कार्यक्रम आणि संघटना ह्यांच्या दृष्टीने (मूळ संस्थापकांचे विचार कितीही प्रागतिक स्वरूपाचे असले तरी) ह्या पक्षाचा मुख्य उद्देश म्हणजे कामगार चळवळीचे पुढारीपण स्वतंत्र न ठेवता, राष्ट्रीय काँग्रेसच्या अधिपत्याखाली ते आणावे, असा होता. म्हणजेच एका अर्थाने मध्यमवर्गीय छोट्या व्यापाऱ्यांच्या पुढारीपणाखाली ते आणावे, असा होता, ''काँग्रेस सोशॅलिस्ट पार्टी''च्या सुरुवातीलाच हा खोडा त्यांनी घालून घेतल्यामुळे, ती कामगार चळवळीच्या प्रत्येक निर्वाणीच्या क्षणाला, अगतिक झालेली दिसते. त्यानंतरच्या प्रत्यक्ष चळवळीच्या संदर्भात, हा विरोध वरचेवर जाणवू लागला. समाजवादी पक्षातील काही सदस्यांना, साम्यवाद्यांशी आणि कामगार चळवळीशी सहकार्य करावयाचे होते, तथापि ह्यांच्याबरोबर विरोधी टोकाला, उजव्या मतवाल्यांचे काही सदस्य होते. त्यांचा, साम्यवादी पक्ष आणि स्वतंत्र कामगार चळवळ ह्यांना कडवा विरोध होता. ह्या दोन परस्पर विरोधी सदस्यांतील हा झगडा पुढे तर अगदी स्पष्टपणे उघडकीस येऊ लागला.


## ७. युद्धपूर्व उठाव

राष्ट्रीय काँग्रेसने निवडणुका जिंकल्या आणि काँग्रेसची मंत्रिमंडळे प्रांतिक सरकारांत सत्तेवर आली, ह्याचबरोबर कामगार चळवळीत नवीन लाट उसळली. तिच्यामधून १९३७-३८ साली संप झाला, लढाईच्या शस्त्रास्त्रांच्या शर्यतीत, भांडवलशाहीत जी तेजी निर्माण झाली होती. त्याची प्रतिक्रिया म्हणजे जागतिक संपाची लाट होय. वरील संप हा त्या लाटेचाच एक भाग होता.

कामगार चळवळीची कमान ह्या काळात चढतच गेली, तिच्यातून नवीन

युनियन्सची स्थापना झाली आणि ह्या चळवळीचा परिणाम मोसमी चालणारे कारखाने आणि असंघटित उद्योगधंदे ह्यांच्यावरही घडून आला, १९२८ साली नोंदल्या गेलेल्या युनियन्सची संख्या जी फक्त २९ होती, ती १९२९ साली ७५ झाली. १९३४ साली १९१ आणि १९३८ साली २९६ वर गेली, ह्यांच्यातील एकूण सभासद संख्या २,६१,०००होती, आणि ह्या ट्रेड युनियन्स म्हणजे, त्यांच्याकडे असलेल्या सभासदांच्या कितीतरी पट आणखी सभासद नोंदवू शकतील, अशी ती केंद्रे होती.

१९३७ साली संपांची संख्या ३७९ झाली, १९२१ नंतर झालेल्या संपाच्या संख्येत हा आकडा सर्वोच्च होता. ह्या संपात ६,७६,०००कामगारांनी भाग घेतला होता. हा आकडा पूर्वीच्या मानाने सर्वांत अधिक होता. ''ट्रेड युनियन् ची सभासद संख्याही तिपटीवर गेली होती, आणि कामाचे जे दिवस फुकट गेले त्यांची संख्या ८,९८३,००० होती, ती १९२९ नंतर सर्वोच्च होती.

एकूण संपापैकी ४५ टक्के संपात कामगार वर्ग आपल्या मागण्या मिळविण्यात यशस्वी झाले होते.

ह्या सर्वांचा कळस म्हणजे बंगालमधील तागाच्या गिरण्यांतील संप होय. सरकारी दडपशाही चालू असतानाही, ह्या संपाचे पर्यवसान सार्वत्रिक संपात झाले. त्यात २,२५,००० कामगारांनी भाग घेतला. १९२९ च्या मंदीच्या काळापासून असंतोष धुमसत होता. त्या वेळी १,३०,००० कामगारांना काढून टाकण्यात आले. प्रचंड प्रमाणात 'गतिवाढ' आणि 'सुसूत्रीकरण' करून पिळवणूक करण्यात आली. वेतन कमी करण्यात आले. १९३१-३६ ह्या काळांत मागांची संख्या जरी तेराच टक्क्यांनी वाढली होती, तरी तागाचे उत्पादन ६५ टक्क्यांनी वाढविण्यात आले. बंगालच्या तागाच्या गिरण्यांचा एक बडा भांडवलदार सर ऑलेक्झांडर मरे म्हणाला की, जरी सर्व जगभर मंदीची लाट चालू होती, तरीही त्यांनी योग्य असा फायदा मिळविला होता. १९३६ नंतर तागाच्या उद्योगधंद्यात पुनरुत्थान होत होते, आणि तागाच्या धंद्यातील कामगारांनी वेतनकपात बंद करून वेतन वाढवून घेण्यासाठी संप केला. त्या वेळचा प्रतिगामी वृत्तीचा मंत्री फझल हक्क ह्याने संप चिरडून टाकण्याचा पराकाष्ठेचा प्रयत्न केला, त्याचे म्हणणे असे होते की, संपाला आर्थिक दृष्टीने योग्य कारण नव्हते, तो संप साम्यवाद्यांनी भारतात क्रांती घडवून आणण्यासाठी त्यांनी घडवून आणला होता, म्हणून त्याने भरपूर दडपशाही केली. तरीही तो संप मे महिन्यापर्यंत चालू राहिला. कामगारांनी उत्कृष्ट एकी सांभाळली. ''बंगाल प्रांतिक काँग्रेस कमिटी''ची सहानुभूती त्यानी मिळविली, काँग्रेसच्या पुढाऱ्यांनी, तागाच्या

गिरणीतील संपावर असलेल्या कामगारांसाठी जनतेकडून पैसा जमा केला, सरते-शेवटी कामगारांच्या युनियनला मान्यता मिळाली आणि गिरणीमालकांनी वेतन-कपात बंद करण्याचे तत्त्व मान्य केले.

ह्या संपातील वैशिष्ट्यपूर्ण घटना म्हणजे त्याची लाट अहमदाबादपर्यंत पसरली, पूर्वी तेथे गांधीजींच्या 'वर्ग-शांती' संघटनेचे प्राधान्य होते, येथे मुंबईच्या काँग्रेस सरकारने लोकांना अप्रिय असलेले फौजदारी कायद्याचे १४४ अ कलम लागू केले, ह्या कलमान्वये पाच किंवा अधिक लोकांना एकत्र जमण्यास बंदी होती आणि ह्याच कलमाविरुद्ध राष्ट्रीय काँग्रेसने सातत्याने विरोध दर्शविला होता.

कानपूरच्या कापड गिरण्यांतील चळवळीमुळे संपाची लाट शिगेस पोहोचली, तेथील संप १९३७ साली सुरू झाला, नंतर त्याला सार्वत्रिक संपाचे स्वरूप प्राप्त झाले, त्यांत चाळीस हजार कामगारांनी भाग घेतला त्यांच्या जोडीला इतर उद्योगधंद्यांतील कामगार, सहानुभूतीपर संपात गेले. अशा धंद्यांमध्ये, मॅच फॅक्टरी, आर्यन फाऊंडरी आणि बर्माशेल डेपो ह्यांचा समावेश होता. काँग्रेसच्या चौकशी समितीचा निवाडा, कामगारांनी मान्य केला होता. तथापि मालकांनी तो कार्यवाहीत आणण्यास नकार दिला. ह्या संपात काँग्रेस व कामगार ह्यांच्या एकतेचे आदर्श निर्माण झाले होते. संयुक्त प्रांताच्या काँग्रेस कमिटीने तर असे जाहीर केले की, "कानपूरचे कामगार हे केवळ आपल्या स्वत:च्या हितासाठी लढत नसून, ते सर्व भारतातील कामगारवर्गासाठी लढा देत आहेत," आणि "त्याचबरोबर त्यांचा लढा हा मानवी हक्कांसाठी आहे," त्यांनी जनतेला असा आदेश दिला की, "कानपूरला ज्या कामगारांनी संघर्ष चालू केला आहे, त्याना शक्य ती मदत द्यावी." पंचावन्न दिवसांच्या ह्या लढ्यात, हिंदू व मुसलमान कामगारांनी भाग घेतला होता, त्यांच्यामध्ये जातीय विष निर्माण करण्याचा, मालकांच्या हस्तकांनी पुष्कळ प्रयत्न केला, पण त्यांत त्यांची डाळ शिजली नाही, अशा प्रकारे कामगारांच्या युनियनला मान्यता मिळाली व कामगारांनी मोठाच विजय संपादन केला.

१९३८ साली मुंबईला 'निषेध-संप' झाला, त्यामध्ये ९०,००० कामगारांनी भाग घेतला होता, त्यांना 'युनायटेड ट्रेड युनियन काँग्रेस'ने संपूर्ण पाठिंबा दिला होता, हा संप "इन्डस्ट्रियल डिसप्युट्स बिला"विरुद्ध निषेध दर्शविण्यासाठी केला होता, (ह्याचे कारण, सरकारने 'समेट-यंत्रणा' कामगारांवर लादली, ह्या यंत्रणेप्रमाणे कामगाराच्या संप करण्याच्या हक्कांवर, चार महिने थांबण्याचे बंधन घालण्यात आले, त्याचप्रमाणे युनियन्सची नोंदणी करण्यासंबंधात नवीन अडथळे निर्माण केले, आणि ते, कंपन्याच्या युनियन्सना सोयिस्कर होते.). ह्या निषेध-संपामुळे कामगारवर्गातील

जागृती स्पष्टपणे व्यक्त झाली. त्याचप्रमाणे मुंबईच्या काँग्रेस सरकारला, त्यांनी निवडणूक जाहीरनाम्यांत 'ट्रेड युनियन'चे हक्क कामगारांना देण्याचे जे आश्वासन दिले होते, ते पुरे करण्याबद्दल इशारा देण्यात आला.

रेल्वेच्या कामगार युनियनच्या अग्रभागी जरी 'सुधारक' पुढारी होते तरी, रेल्वे कामगारांमध्ये एक जोरदार पुनरुत्थान होत असल्याचे स्पष्ट दिसत होते. "बेंगाल नागपूर रेल्वे"वरील संप एक महिना चालला. त्यांत ४०,००० कामगारांनी भाग घेतला होता, त्यांनी फैजपूरच्या काँग्रेसची सहानुभूती मिळविली. "ऑल इंडिया रेल्वेमेन्स फेडरेशन" मध्ये 'सुधारक' पुढाऱ्यांचे प्राबल्य होते. त्यांनी १७ टक्के कामगारांना काढून टाकलेले पाहिले, त्यांचे वेतनही कमी करण्यात आले, कामात वाढ करण्यात आली. ह्यांचा परिणाम असा झाला की अपघातांत पन्नास टक्के वाढ झाली आणि रेल्वे कंपन्यांच्या फायद्यातही वाढ झाली. तथापि कामगार चळवळीची प्रगती होत होती, त्यामुळे सुधारक पुढारी आणि लाल निशाण युनियनचे पुढारी ह्यांच्यामध्ये एकी झाली. "ग्रेट इंडियन पेनिनशुला रेल्वे"मध्ये असलेल्या वरील पुढाऱ्यांच्या युनियन्स एक झाल्या आणि ह्या संयुक्त युनियनचे २०००० सभासद झाले. ह्याच धर्तीवर, 'बॉम्बे बरोडा सेंट्रल इंडिया', 'दि मद्रास अँड सदर्न मराठा' आणि 'दि साऊथ इंडियन रेल्वे' ह्या रेल्वेवरही एकच संयुक्त युनियन निर्माण झाली. तथापि रेल्वेच्या व्यवस्थापकांनी ह्या संघटित युनियन्समध्ये मुद्दाम फूट पाडण्याचा प्रयत्न केला. हेतू हा की त्यामुळे लढाऊ वृत्तीच्या कामगार संघटनेला तडा जावा, त्यासाठी त्यांनी "बॉम्बे बरोडा सेंट्रल इंडिया रेल्वे"च्या युनियनला जोपर्यंत 'सुधारक' पुढारी जमनादास मेहता त्यांच्या प्रमुख होता, आणि साम्यवादी त्या संघटनेत नव्हते, तोपर्यंत तिला मान्यता देण्यात आली. तथापि "ऑल इंडिया ट्रेड युनियन काँग्रेस" आणि "नॅशनल फेडरेशन ऑफ ट्रेड युनियन" ह्यांची एकी झाली आणि रेल्वे कामगारांनी रेल्वेमध्ये एकच संयुक्त युनियन असावी असा निश्चय केल्यामुळे, अशा प्रकारच्या फूट पाडण्याचा प्रयत्नांना उधळून लावण्याचा मार्ग आपोआप मोकळा झाला.

३० ऑक्टोबर १९३८ रोजी "ट्रेड युनियन काँग्रेसचा वाढदिवस" साजरा झाला. त्या वेळी तिच्या पटावर सुसंघटित असे ३,२५,००० कामगार सभासद होते. साम्राज्यशाहीची दडपशाही व दुष्कृत्ये ह्यांच्या विरुद्ध, आणि राष्ट्रीय मागण्यांचा पाठपुरावा करण्यासाठी कामगार वर्गने निषेधपर प्रचंड निदर्शने केली, त्यांच्याबरोबर दैनंदिन संघर्ष केले आणि साम्राज्यशाही विरोधक एक प्रचंड संघटित शक्ती, म्हणून तो (कामगार वर्ग) प्रसिद्धीस आला.

ह्या घटना घडत असताना, आणि त्यांच्याच परिणामी कामगार वर्गाची राजकीय भूमिका आणि तिचे वजन, राष्ट्रीय चळवळीत प्रत्ययास येऊ लागले. कित्येक कामगार युनियन्सच्या पाठिंब्याने आणि काँग्रेसमधील जहाल पुढाऱ्यांच्या सहकार्याने, साम्यवादी पक्षावरील बंदी उठविण्यात यावी, अशी चळवळ चालू झाली. बंदी चालू असतानाही, काँग्रेसच्या मंत्रिमंडळाच्या कारभारात सामाजिक स्वातंत्र्य जास्त प्रमाणात दिले गेले. त्यामुळे साम्यवादी पक्षाला इंग्रजी साप्ताहिक ''नॅशनल फ्रंट'' व मराठी साप्ताहिक ''क्रांती'' ही दोन्ही नियतकालिके प्रसिद्ध करणे शक्य झाले. ''क्रांती'' हे मराठीत काढण्याचे कारण मुंबईतील बहुसंख्य कामगार वर्ग मराठी भाषक आहे. ह्या वृत्तपत्रामुळे संयुक्त राष्ट्रीय आघाडीची कल्पना लोकप्रिय होऊ शकली. साम्राज्यशाही आणि वाढत्या प्रमाणावर असलेल्या हुकूमशाहीला तोंड देण्यासाठी त्यांची गरज भासत होती. कामगार, शेतकरी आणि संस्थानातील भारतीय जनता, ह्यांच्या संघर्षाला लोकांकडून पाठिंबा मिळविण्यासाठी, त्यांचा फार उपयोग झाला. साम्यवादी लोकांना, काँग्रेसमधील महत्त्वाच्या कार्यकारी स्थानांवर घेण्यात आले. काँग्रेसमधील सर्वोच्च पातळीवरील ऑल इंडिया काँग्रेस कमिटींत वीस साम्यवादी पुढारी होते. काँग्रेस मधील साम्यवादी आणि समाजवादी तत्त्व-प्रणालीच्या सदस्यांमध्ये एकजूट घडवून आणण्याचे पुन्हा पुन्हा प्रयत्न करण्यात आले. हेतू असा की, काँग्रेसमधील 'उजव्या' मताच्या पुढाऱ्यांच्या प्रबळ पडखाऊ धोरणाला पायबंद बसावा, तथापि अशा प्रयत्नांना फारसे यश लाभले नाही. ह्याचे कारण, काँग्रेसमधील समाजवादी पक्षांतील प्रतिगामी पुढाऱ्यांच्या गटाच्या प्रखर विरोध, हे होय.

## ८. दुसऱ्या जागतिक युद्धांतील कामगार वर्ग

सप्टेंबर १९३९ मध्ये दुसरे जागतिक युद्ध सुरू झाले आणि भारतांत, भारतीय स्वातंत्र्याच्या चळवळीच्या दृष्टीने आणि कामगार वर्गाच्या बाबतीत एक निर्णायक काळ निर्माण झाला.

जरी भारतीय पुढारी सरकारशी मिळतेजुळते घेण्याचा प्रयत्न करीत होते तरी, कामगार चळवळीने राजकीय विरोध व्यक्त करण्यासाठी २ ऑक्टोबर १९३९ रोजी संप केला, त्यात मुंबईच्या ९०,००० कामगारांनी भाग घेतला, सर्व जगातील कामगार चळवळीत, लढाई विरुद्ध संप हा पहिलाच होय. एक बलशाली सुसंघटित गट ह्या दृष्टीने, भारतांतील कामगार वर्ग भारतातील साम्राज्यशाहीच्या शक्तीला तोंड देण्यासाठी सज्ज झाला होता.

भारत सरकारचा आर्थिक सल्लागार डॉ.टी.ई.ग्रेगरी ह्याने हे कबूल केले की, लढाईमुळे किमती वाढल्या, पण त्याचबरोबर वेतनात वाढ करण्यात आलेली नव्हती, पुढे त्याने सांगितले की सामान्य वस्तूंच्या किमतीचा निर्देशांक, सप्टेंबरच्या किमती १०० धरल्या तर १३७ वर गेल्या होत्या. ह्या खेरीज किरकोळ विक्रेत्यानी जो फायदा मिळविला, तो निराळाच. ''बॉम्बे क्रॉनिकल''चा खास बातमीदार म्हणाला की बाजरी, ज्वारी, तांदूळ व गहू ह्या धान्यांच्या व्यापारांत सप्टेंबरच्या किमतीवर, सर्वसाधारणपणे अठ्ठावीस टक्के फायदा व्यापाऱ्यांनी मिळविला. ह्या शिवाय किरकोळ विक्री करणाऱ्यांनी आठ ते चौदा टक्के त्यांचा फायदा काढला, ह्या वरून गरिबांच्या खिशाला किती चाट बसला, ह्याची स्पष्ट कल्पना येते. (''बॉम्बे क्रॉनिकल,'' डिसेंबर ६, १९३९)

५ मार्च १९४० रोजी मुंबईत, लढाईमुळे वाढलेल्या ह्या आर्थिक बोजामुळे कामगारांनी महागाई भत्त्यासाठी संप केला. त्यांत १,७५,००० कापड गिरणी कामगारांनी भाग घेतला, ह्या संपात पोलिसांनी संपावर असलेल्या कामगारांच्या घरात शिरून त्यांना मारझोड करून, दमदाटी केली, आणि संप नेत्यांना पकडले, तरीही संप संपूर्ण झाला आणि तो ४० दिवस टिकला. १० मार्च रोजी, ट्रेड युनियन काँग्रेसने आदेश दिल्यावरून सर्व गटांतील कामगारांनी आपली संपूर्ण एकी व्यक्त करून ३,५०,००० कामगार, १० मार्चला एक दिवसाच्या संपावर गेले.

मुंबईच्या संपाने सर्व देशभर संपाची लाटच प्रसृत केली. कानपूरच्या कापड गिरणयातील २०,००० कामगार, कलकत्त्याच्या म्युनिसिपालटीतील २०,००० कामगार, बंगाल व बिहारमधील तागाच्या गिरणयांतील कामगार, आसाममधील कोळशाच्या खाणीतील कामगार, जमशेदपूरच्या लोखंड व पोलादाच्या कारखान्यातील कामगार आणि इतर कित्येक उद्योगधंद्यातील कामगार, ह्यांनी महागाइभत्त्याची मागणी मिळविण्यासाठी संप केला. सर्व कामगारवर्ग चळवळ करण्यासाठी उद्युक्त झाला होता, हे उघड झाले.

सरकारने पुन्हा एकदा प्रहार केला. ''नॅशनल फ्रंट'' व 'क्रांती' या नियतकालिकांवर सरकारी बंदी पडली. ''संरक्षण कायदा'' सर्वत्र उपयोगात आणला गेला. सर्व देशातील साम्यवादी व इतर जहाल पुढाऱ्यांना पकडण्यात आले. जानेवारी १९४१ मध्ये गृहमंत्री रेजिनॉल्ड मॅक्सवेल ह्याने जाहिरपणे सांगितले की, खटला भरल्याशिवाय तुरुंगात टाकलेल्या ७०० कैद्यांपैकी जवळ जवळ ४८० लोक तरी असे आहेत की ते निश्चितपणे साम्यवादी आहेत किंवा साम्यवाद्यांच्या हिंसक-जनता-क्रांतीचा पाठपुरावा करणारे आहेत. (लेजिस्लेटिव्ह असेंब्ली डीबेटस, फेब्रुवारी १२, १९४१.). गुन्ह्यांबद्दल

शिक्षा झालेले ६,४६६ होते आणि १६६४ पेक्षा अधिक लोक असे होते की त्यांच्यावर बंधने तरी होती, हद्दपार तरी केलेले होते तिंवा स्थानबद्ध तरी करण्यात आले होते.

साम्यवादी पक्षावर सरकारने केलेल्या प्रहाराबरोबरच, काँग्रेसमधील समाजवादी पुढाऱ्यांनाही त्यांच्यावर हात उगारला. जे साम्यवादी होते किंवा ज्यांना साम्यवादाबद्दल सहानुभूती होती अशांना, गांधीजींचे अहिंसेचे तत्त्वज्ञान मान्य नव्हते म्हणून, काँग्रेसमधून काढून टाकण्यात आले. ''असे काही बेजबाबदार, अविचारी व बेपर्वा असलेले लोक आहेत, की ते हिंसावादाचा प्रसार करतील — गांधीजींनी हे स्पष्टपणे दिसत होते की काँग्रेसमधील समाजवादी सदस्य, हे शांततामय आणि विधायक स्वरूपाचा जनता-संघर्ष करण्यास अनुकूल होते, (जनरल सेक्रेटरी, जयप्रकाश नारायण यांनी काँग्रेस सोशालिस्ट पार्टींच्या सदस्यांना पाठविलेले परिपत्रक.). ह्या काळांत काँग्रेस सोशालिस्ट पक्षातील काही लढाऊ वृत्तीच्या लोकांनी तो पक्ष सोडला आणि सरकारी बंदी असलेल्या साम्यवादी पक्षांत ते सामील झाले, कारण समाजवादी पुढाऱ्यांनी वर्ग-संघर्षाचे तत्त्वच सोडून दिले होते आणि ते गांधाजींच्या अहिंसेच्या तत्त्वज्ञानाचे गुलाम बनले होते. त्यानंतर काँग्रेसमधील समाजवादी पक्ष म्हणजे असा एक पुढाऱ्यांचा गट झाला की, ज्याला जनतेत मिसळण्यासाठी संघटना नाही, किंवा कामगार वर्गात, खरे व्यासपीठ नाही.

सरकारच्या हल्ल्यामुळे साम्यवाद्यांच्या संघटनेची मोडतोड झाली नाही किंवा साम्यवादी पक्षाची चळवळ थांबली नाही. जरी त्या पक्षाचे सर्वच पुढारी तुरुंगात पडले होते, तरी पक्षाचे कार्य सातत्याने चालू होते. काही जण पोलिसांचा पाठलाग चुकवून यशस्वीरीतीने भूमिगत झाले. बेकायदेशीर क्रांतिकारक प्रचाराचा, जनतेच्या कायदेशीर चळवळींशी संपर्क साधला गेला. संख्येने कमी, आणि सरकारचे त्यांच्यावरील कडक निर्बंध, ह्यांमुळे निरनिराळ्या घटनांवर त्यांचे निर्णायक स्वरूपाचे वजन पडू शकले नाही. एवढे असले तरी, साम्यवादी गट, हा एक प्रभावी राजकीय पक्ष, आणि कामगार वर्गाची एक मूलभूत स्वरूपाची शक्ति, ह्या नात्याने भारतीय राजकारणांत टिकाव धरून राहिला.

ह्याही परिस्थितीत, सर्व देशभर झालेल्या कामगार संघटनांच्या प्रचारामुळे केंद्रीय ''ट्रेड युनियन'' संघटनेत संपूर्ण एकी निर्माण झाली. ''नॅशनल फेडरेशन ऑफ ट्रेड युनियन्स'' ही संस्था ''ऑल इंडिया ट्रेड युनियन काँग्रेस'' ह्या संस्थेत संपूर्णपणे विलीन झाली. तथापि ह्या विलिनीकरणापूर्वी, तिने घटनेत असे एक खास कलम घालून घेतले की, ''सर्व राजकीय प्रश्न, संपविषयक प्रश्न, आणि कोणत्याही

परदेशी संस्थेशी, सामिलीकरण करण्याचे प्रश्न, हे ३/४ बहुसंख्य सभासदांच्या संमतीने ठरविले जावे.'' एकी सांभाळण्यासाठी, लढाऊ वृत्तीच्या कामगार पुढाऱ्यांनी ही अट मान्य केली. ह्यामुळे भावी काळात, राजकारणात आघाडी सांभाळणारी सुसंघटित कामगार संघटना, ह्या नात्याने ती प्रभावी ठरू शकली नाही.

जागतिक युद्धात निर्माण झालेल्या नव्या समस्या हाताळण्याच्या वेळी, साम्यवादी पक्षातील ही अगतिकता स्पष्ट झाली. त्या समस्या अशा : नाझी जर्मनीची रशियावर स्वारी, जपानचे लढाईत पदार्पण आणि आग्नेय आशियातील त्याने मारलेली धडक, मित्रराष्ट्रांचा आपसांतील तह आणि जपानकडून भारताला निर्माण झालेला वाढता धोका, ह्या होत.

''ऑल इंडिया ट्रेड युनियन काँग्रेस'' चे कानपूर अधिवेशन फेब्रुवारी १९४२ मध्ये भरले. दरम्यानच्या काळात कामगारांच्या दृष्टीने, राहणीमान अधिक वाईट झाले होते. जपानची सैन्ये मलाया आणि ब्रह्मदेश ह्यांत घुसून त्यांनी भारताला धोका निर्माण केला होता.

कामगार चळवळीच्या केंद्रीय पुढाऱ्यांनी निश्चित असे राजकीय मार्गदर्शन केले नाही. राष्ट्रीय संरक्षणाच्या दृष्टीने सरकारला बिनशर्त सहकार्य द्यावे, अशा अर्थाच्या साम्यवाद्यांच्या ठरावाला बहुसंख्य लोकांनी पाठिंबा दिला, त्याचबरोबर, राष्ट्रीय संरक्षण परिणामकारक करण्यासाठी राष्ट्रीय स्वरूपाच्या मागण्या कराव्या आणि त्या मिळविण्यासाठी लढा द्यावा असा ठराव पुढे आला. तथापि, ह्या ठरावाला जरी बहुसंख्य सभासदांची अनुकूल मते पडली, तरी त्याला आवश्यक लागणारी ३⁄४ सभासद संख्या, अनुकूल नव्हती. ह्यामुळे कामगार चळवळीतील प्रत्येक राजकीय गटाला त्याला योग्य वाटेल त्या मार्गाने जाण्यास स्वातंत्र्य होते.

१९४२-४५ हा काळ कामगार वर्गाच्या आणि सर्व भारताच्या कसोटीचा क्षण ठरला. लढाईचा खर्च भागविण्यासाठी चलन वाढीचे सरकारने योजलेले अमर्याद उपाय, आवश्यक गरजांच्या वस्तूंचा साठेबाजार आणि काळाबाजार, राहणीमानाच्या खर्चात झालेली दोनशे टक्के वाढ, राष्ट्रीय पुढाऱ्यांचा बंदिवास आणि त्यांतून उद्भवलेली सर्व देशातील भयंकर दडपशाही–ह्या सर्व घटनांमुळे राष्ट्रीय संताप इतक्या शिगेला पोहोचला होता की वरील कारणांपैकी कोणत्याही एका कारणावर कामगार वर्ग संपावर जाण्यास तयार झाला असता. तथापि कामगारांतील विशाल वर्गहित, आणि प्रागतिक स्वरूपाची राष्ट्रीय जागृती, आणि साम्यवादी पक्षाचा समंजसपणा, ही त्यावेळी ठळकपणे प्रत्ययास आली. बदललेल्या परिस्थितीची

त्यांना कल्पना होती, त्याचप्रमाणे राष्ट्राच्या संरक्षणाची आवश्यकता त्यांना पटली होती. त्यामुळे संपाचे हत्यार त्यांनी उपसले नाही. अशीही उदाहरणे घडली की कामगारांपैकी काही गटांना, त्यांनी संप करावा, म्हणून लाच देण्यात आली, एवढे मात्र लक्षात ठेवण्यासारखे आहे की त्यावेळी, म्हणण्यासारखे संप हे फक्त, गांधीजींच्या युनियनचा बालेकिल्ला, जे अहमदाबाद शहर, तेथेच झाले व ते तीन महिने टिकले. त्याचप्रमाणे जमशेदपूरच्या ''आयर्न अँड स्टील वर्क्स'' मध्ये संप झाले. त्याला मालक आणि कामगार दोघेही जबाबदार होते.

या काळांत साम्यवादी पुढाऱ्यांच्या मार्गदर्शनाखाली असलेल्या कामगारांनी साम्राज्यशाहीच्या दडपशाहीला निश्चयाने तोंड दिले. ''ट्रेड युनियन काँग्रेस''ने २५ सप्टेंबर १९४२ हा, दडपशाही-निषेध दिन पाळण्याचा कामगारांना आदेश दिला. राष्ट्रीय संरक्षणाबद्दल नव्या कल्पना त्यांनी लोकप्रिय केल्या, आणि किमतींवर निर्बंध, 'रेशनिंग,' साठेबाजी व काळाबाजार ह्याचे विरुद्ध लढा, ह्यांसाठी त्यांनी जोराची चळवळ चालू केली आणि साम्राज्यवाद्यांच्या किंवा जपानच्या लाडीगोडीच्या जाळ्यांत न सापडण्याबद्दल जनतेला इशारा दिला.

ह्यामुळे कामगार चळवळीचा विकास झाला आणि कामगार संघटनेत साम्यवादी पुढाऱ्यांचे वजन वाढले. ज्या साम्यवादी पक्षावर १९३४ पासून आठ वर्षे सरकारची बंदी होती, तो पक्ष १९४२ साली सरकारने कायदेशीर ठरविला, हा कामगार चळवळीचा विजय होय. कामगार चळवळीची किती प्रगती झाली होती, ह्या गोष्टीची कल्पना, खाली दिलेल्या, ''ट्रेड युनियन काँग्रेस''च्या सभासदांच्या संख्येवरून स्पष्ट होते :

| वर्ष | ट्रेड युनियन्सची संख्या | नोंद केलेली सभासद संख्या |
|---|---|---|
| १९३८ | १८८ | ३६३,४५० |
| १९४० | १९५ | ३७४,२५६ |
| १९४१ | १८२ | ३३७,६९५ |
| १९४२ (फेब्रुवारी) | १९१ | २६९,८०३ |
| १९४३ | २५९ | ३३२,०७९ |
| १९४४ | ५१५ | ५०९,०८४ |

१९४२-४५ ह्या काळात अनेक अडचणींना तोंड देऊन साम्यवाद्यांनी ज्या नानाविध चळवळी केल्या, त्यामुळे त्या पक्षाच्या सभासदांच्या संख्येत प्रचंड वाढ झाली. १९४२ च्या जुलै महिन्यात त्यांची सभासदसंख्या ४,००० होती, ती मे १९४३ मध्ये १५,००० झाली. जानेवारी १९४४ मध्ये ३०,००० आणि १९४६ च्या उन्हाळ्यात ती संख्या ५३,००० ला पोहोचली.

लढाईच्या काळात एम. एन. रॉय याच्या हस्तकांनी, ''ट्रेड युनियन'' चळवळीत फूट पाडण्याचा प्रयत्न केला, पण तो फसला. पुढे ते ब्रिटिश साम्राज्यशाहीच्या धोरणांत संपूर्णपणे एकरूप झाले. १९४१ साली त्याच्या (एम.एन.रॉयच्या) अनुयायांनी ''इंडियन फेडरेशन ऑफ लेबर'' ह्या नावाची संस्था काढली. तिला सरकारकडून मासिक तेरा हजारांचा मलिदा मिळत असे. तिचा प्रचार खूप झाला होता तरीही कामगार वर्गात परिणामकारक वजन ती मिळवू शकली नाही. सप्टेंबर १९४६ मध्ये सरकारने एक चौकशी समिती नेमली. तिने शेवटी असे मान्य केले की ७०,०,००० सभासदसंख्या असलेली ''ऑल इंडिया ट्रेड युनियन काँग्रेस'' ही भारतीय कामगार क्षेत्रातील निर्णायक प्रतिनिधित्व असलेली प्रमुख संस्था होय.

काँग्रेसच्या १९४२ च्या ठरावानंतर आणि काँग्रेसच्या पुढाऱ्यांना तुरुंगात टाकल्यानंतर (प्रकरण १६ पहा), १९४० साली ज्या काँग्रेस समाजवादी पक्षांत, फक्त प्रमुख पुढारीच उपलब्ध होते, त्यांनी एक भूमिगत संघटना उभारण्याचा प्रयत्न केला. काँग्रेसच्या पुढाऱ्याच्या धरपकडीनंतर समाजात जी असंतोषाची लाट उसळली तिचा संघटन करण्यासाठी उपयोग करून घेण्यात बेत केला, तथापि त्यांच्या ह्या प्रयत्नांत कामगारांचे सहकार्य मिळविण्यात त्यांना यश आले नाही. नंतर, आलेली लाट ओसरली, आणि त्यांचे प्रयत्न निरुपयोगी ठरले, हुकूमशाहीबद्दल अलिप्त राहण्याच्या त्यांच्या धोरणापासून ते पुन्हा सुभाष बोसच्या अनुयायांच्या धोरणासारखे (सुभाष बोसने, जर्मनी व जपान ह्या हुकूमशाही सत्तांच्या सहकार्याने भारताचे स्वातंत्र्य मिळविता येईल, ह्या आशेवर, त्यांच्याशी मैत्री ठेवली होती.) आपले धोरण ठेवू लागले. इतके असले तरी, हे मात्र खरे की, लोकांच्या प्रचंड शौर्याची तारिफ करण्यासाठी, बेकायदेशीर साहित्याचा झरा त्यांनी चालू ठेवला आणि काही प्रमाणात घातपाती कृत्ये करण्यासाठी संघटना केली, आणि ह्यामुळे तरुण राष्ट्रीय मंडळींवर त्यांचा प्रभाव पडला, विशेषत: विद्यार्थ्यांत त्यांचे वजन वाढले. मात्र कामगार वर्गात त्यांना मान मिळाला नाही. जागतिक युद्ध संपल्यानंतर त्यांनी साम्यवाद्यांच्या आणि रशियाच्या विरुद्ध विरोधी प्रचाराची प्रचंड आघाडी उघडली.

लढाईच्या काळात कामगार वर्गाच्या चळवळीमुळे, त्यांच्या प्रगतीचे एक

निश्चित असे नवे पर्व निर्माण झाले. लढाई संपल्यावर आणि हुकूमशाहीवर विजय मिळाल्यावर, कामगार चळवळ, ही अत्यंत सुसंघटित, शिस्तबद्ध आणि साम्राज्यशाहीशी अविरतपणे संघर्ष करणारी एक प्रभावी संघटना ठरली आणि ही गोष्ट, लढाई संपल्यावर प्रचंड प्रमाणात जे जनता-संघर्ष झाले त्यावरून सिद्ध झाली. तिने हिंदु, मुसलमान, अस्पृश्य ह्यांना एकत्रित आणून त्यांना संघटित केले आणि संघटित राखले. खरोखरी त्या वेळी राजकीय क्षेत्रातील उच्चपदस्थ पुढाऱ्यांमध्येही ह्या जातीयवादी दुहीने थैमान मांडले होते. त्यानंतर राष्ट्रीय आणि सामाजिक स्वातंत्र्यासाठी जे संघर्ष झाले, त्यात कामगार वर्गाने लढाऊ आघाडीवर राहण्याचा मान मिळविला.

समाजातील वजन, ह्या दृष्टीने साम्यवादी पक्ष हा काँग्रेस किंवा मुस्लिम लीग ह्यांच्याशी तुलना करण्याइतका प्रबळ नाही, हे खरे असले तरी, भारतीय राजकारणात त्याला मिळालेले तिसरे स्थान, हे कामगार वर्गातील त्याच्या प्रगतीचे प्रत्यंतर होय.

लढाईनंतर भारतात जे राजकीय वादळ उसळले व राष्ट्रीय भावनेच्या झंझावातात जनता-संपाची जी प्रचंड चळवळ झाली, तिच्या मध्ये कामगार वर्गाच्या प्रगत शक्तीने, जनता-संघर्षातील तिचे आघाडीवरील स्थान टिकवून धरले. इतकेच नव्हे तर, आजही ती प्रगतीपथावर वाटचाल करीत आहे.

■

# प्रकरण १३
## भारतीय लोकशाहीपुढील समस्या

''फोडा आणि झोडा'' हे रोमन साम्राज्याचे आदर्श वचन किंवा धोरण होते आणि आपलेही तेच असले पाहिजे—''

–लॉर्ड एल्फिन्स्टन्, गव्हर्नर ऑफ बॉम्बे,

मिनिट ऑफ मे १४,१८५९.

भारतीय राष्ट्रवादाची चढती कमान, शेतकऱ्यांचा उठाव आणि कामगार वर्गांतील जागृती, ह्यांमधून भारतीय समाजाचे प्रगत दर्शन घडते. तथापि, त्यावरून भारतीय समाजाची संपूर्ण प्रतिमा आपल्या डोळ्यांसमोर येत नाही. जरी त्यांच्यामध्ये भारतीय लोकांपैकी बहुसंख्य जनता समाविष्ट झाली असली, तरी तिच्यामध्ये संपूर्ण भारतीय जनतेचा आविष्कार झालेला नाही. जर तसे असते, म्हणजेच अपेक्षित संघर्षमध्ये, संघटित अशी भारतीय जनता एका बाजूला आणि मूठभर ब्रिटिश लोक दुसऱ्या बाजूला, असे असते, तर तो एव्हाना संपला असता. कदाचित इंग्रजांचे वर्चस्व निर्माण झालेच नसते.

साम्राज्यशाहीच्या राजवटीखाली, विकासाच्या दृष्टीने कोंडमारा झालेल्या भारतासारख्या देशात, समाजातील सनातनी वृत्तीच्या लोकांना त्यांच्या संख्येच्या मानाने, फाजील महत्त्व प्राप्त व्हावे, हे अटळ असते. मूळ शिकार पचनी पाडण्यासाठी ह्या खंगत चाललेल्या शक्तींचा फार उपयोग झाला. ज्या प्रमाणांत राष्ट्रीय जागृतीची भावना फोफावत गेली, त्या प्रमाणात ह्या पुराणमतवादी शक्तींचे महत्त्व वाढत गेले. त्याचे निश्चित कारण म्हणजे, साम्राज्यशाही राजवटीच्या अस्तित्वाचा त्या आधार बनल्या.

सायमन निवेदनाप्रमाणे, भारतातील ब्रिटिशांची एकूण संख्या १,५६,००० होती (युरोपियन्स म्हणून नोंद झालेले परंतु बहुसंख्येने ब्रिटिश असलेल्यांची संख्या.). १९३१ च्या शिरगणतीप्रमाणे ती १,६८,००० होती. ह्यांपैकी ६०,००० सैन्यात होते, २१,००० उद्योगधंद्यांत किंवा खासगी उद्योगात होते, आणि १२,००० सरकारी सनदी नोकरीत होते. ह्यावरून, एक लाखापेक्षां कमी लोक साम्राज्यशाहीच्या राजवटीचे वर्चस्व टिकवून धरण्यासाठी लागत होते म्हणजेच

चार हजार भारतीयांमागे एक ब्रिटिश इसम भारतात होता. भारतीय प्रजेला नि:शस्त्र करून ठेवण्यासाठी सर्व काळजी घेतल्यावरसुद्धा, सर्व अवजड शस्त्रास्त्रे, तोफखाने आणि हवाई दलाची सामग्री, संपूर्णपणे ब्रिटिश अधिकाऱ्यांच्या हातांत ठेवण्यासाठी एवढे लोक लागत असत. तरीही चाळीस कोटी भारतीयांना केवळ लष्करी सत्तेच्या जोरावर सातत्याने काबूत ठेवणे कठीण होते. भारतीय लोकांपैकी एक सामाजिक गट उपयुक्त ठरेल असा सांभाळणे अटळ होते.

भारतीय प्रजेपैकी, साम्राज्यशाहीच्या राजवटीला अनुकूल राहील असा गट सांभाळणे, ही गोष्ट साम्राज्यशाहीची राजवट सातत्याने टिकविण्यासाठी अत्यावश्यक होती. प्रतिगामी राजवटीत, विशेषत: परकीयांच्या प्रतिगामी राजवटीत, प्रजेमध्ये फूट पाडून ती टिकविणे, ही राज्यकर्त्यांच्या मुत्सुद्देगिरीतील एक गुरुकिल्ली असते. तथापि, साम्राज्यशाहीविरुद्ध संघर्ष करण्यासाठी जे प्रागतिक विचाराचे लोक पुढे येतात, त्यांच्यामध्ये अशी खास सामाजिक पातळी मिळू शकत नाही. प्रजेच्या सार्वजनिक हिताशी, ज्यांचे हित विरोधी असते, अशा प्रतिगामी लोकांत असा गट मिळू शकतो. ब्रिटिशांनी आपल्या साम्राज्याच्या बांधणीला पूरक ठरेल असा एक जमीनदार वर्ग, जाणूनबुजून निर्माण केला. त्यासाठी साम्राज्याचे धोरण म्हणून खास कायदेही केले. ह्याच्याच जोडीला, व्यापारी वर्ग आणि सावकार वर्ग हा साम्राज्यशाहीच्या पिळवणुकीच्या उद्योगांत सहभागी राहील, व साम्राज्यशाहीच्या संरक्षणाखाली, आपले पिळवणुकीचे तंत्र चालू ठेवील, असा निर्माण केला, आणि त्यांच्या जोडीला दुय्यम दर्जाचे सरकारी नोकर आवश्यक ठरले. सुमारे शंभर वर्षांपूर्वी साम्राज्यशाही भारतात सामाजिक सुधारणा करण्याच्या प्रयत्न करीत होती, तथापि, ते धोरण त्यांनी बदलले आणि त्याउलट प्रत्येक प्रतिगामी आणि सनातनी प्रवृत्तीला (नि:पक्षपाती अलिप्तवादी धोरणाच्या नावाखाली लोकांच्या जुनाट सामाजिक आणि धार्मिक अडाणी चालीरीती संभाळणे) त्याचप्रमाणे लोकांच्या जीवनात सांस्कृतिकदृष्ट्या जे जे जुनाट व मागास स्वरूपाचे असेल, ते बदलून सुधारणा घडवून आणण्याची सुधारक गटाची मागणी डावलूनही, ते टिकविण्याचा पराकाष्ठेचा प्रयत्न सरकार करते, त्याचप्रमाणे समाजात पूर्वापार चालू असलेल्या जातिभेदासारख्या अनिष्ट सामाजिक रूढी काळजीपूर्वक जतन करते, (हरिजनांना स्वतंत्र मतदार संघ देणे किंवा जातीय तत्त्वावर निर्माण झालेल्या पक्षांना प्रोत्साहन देणे.). तथापि, अलीकडे ज्या दोन गटांत अशा प्रकारचे सरकारचे खास धोरण स्पष्टपणे व्यक्त होते, ते म्हणजे भारतातील संस्थानिक आणि जातीय समस्या, विशेषत: हिंदू व मुसलमान ह्यांच्यामधील धार्मिक विरोध, हे होत.

भारतांतील प्रतिगामी शक्तींच्या संबंधात, भारताच्या राष्ट्रीय चळवळीला, ज्या समस्येला प्रामुख्याने तोंड द्यावे लागत आहे, तिचे हे दोन कप्पे आहेत. जसजशी राष्ट्रीय स्वातंत्र्याची चळवळ प्रगती करीत आहे, तसतशी ह्या प्रतिगामी शक्तीची भलावणी करण्याची पराकाष्ठा सरकार करीत आहे. आजच्या काळात हे मूलभूत स्वरूपाचे वैशिष्ट्य आहे. साम्राज्यशाही राजवटीच्या मोडतोडीची ही वैशिष्ट्ये आहेत, तिच्या धडपडीचा तो निर्वाणीचा आधार आहे.

भारतात लोकशाही यशस्वी व्हावयाची असेल तर ह्या प्रश्नांची उकल झालीच पाहिजे.


## १. संस्थानिक

साम्राज्यशाहीने भारताचे विषम विभाग केले आहेत—''ब्रिटिश इंडिया'' म्हणजे ब्रिटिशांच्या प्रत्यक्ष शासनाखालील भारताचा प्रदेश, आणि ''इंडियन स्टेट्स'' म्हणजे भारतातील ब्रिटिश शासनाच्या अप्रत्यक्ष वर्चस्वाखालील भारताचा प्रदेश. हे विभाजन केवळ शासकीय स्वरूपाचे नसून तऱ्हेवाईक व तर्कशून्य पद्धतीचे आहे आणि त्याचा परिणाम सामाजिक, आर्थिक व राजकीय क्षेत्रांतही स्पष्टपणे झालेला दिसतो. भारताचा नकाशा पाहिला म्हणजे ह्या गोष्टीची यथार्थ कल्पना येते. एकोणिसाव्या शतकापूर्वी झालेल्या जर्मनीच्या विभाजनाशी तुलना करता, जर्मनीचे विभाजन हे काही तात्त्विक पद्धतीचे होते. ह्या उलट भारतांतील विभाजन म्हणजे, ब्रिटिश राजवटीतील सावळा गोंधळ आणि छोट्या छोट्या संस्थानांची भाऊगर्दी, हाच भारताचा नकाशा होऊन बसला आहे.

पश्चिमेकडून पूर्वेकडे, उत्तरेकडून दक्षिणेकडे, काठेवाडातील दोनशे संस्थानांपासून, किंवा पश्चिमेकडील राजपुतान्यांच्या विसाव्या गटांतील संस्थानांपासून मणिपूर पर्यंत, किंवा अती पूर्वेकडील विसाव्या गटातील खासी टेकड्या-प्रमुखांपर्यंत, काश्मीर व उत्तरेकडील सिमल्याच्या छोट्या टेकडी संस्थानापासून तो दक्षिणेतील म्हैसूर व मद्रासच्या संस्थानापर्यंत, छोटी मोठी, शेकडो तऱ्हेची, अनंत संस्थाने भारताच्या दोनपंचमांश किंवा अर्ध्या भागावर (आता ब्रम्हदेश भारतापासून अलग केल्यामुळे ४५ टक्के भागावर) विखुरलेली दिसतात, आणि त्यांच्या भौगोलिक सीमा अशा आहेत की, त्या नकाशाकाराची मती कुंठित करून सोडतात. ५६३ संस्थाने अशी आहेत की त्यांचे क्षेत्रफळ ७,१२,००० चौरस मैल असून त्यांची लोकसंख्या आठ कोटी दहा लक्ष (१९३१ च्या शिरगणती प्रमाणे) आहे, म्हणजे

एकूण संस्थानी प्रजेच्या एक चतुर्थांश (२४ टक्के) आहे. त्यांच्यामध्ये इटलीच्या आकाराचे, एक कोटी चाळीस लाख लोकसंख्या असलेले हैद्राबादसारखे संस्थान आहे, तर लावासारखी– १९ चौरस मैल क्षेत्रफळाची, किंवा एखाद्या जहागिरी सारखी, सिमल्याची टेकडी संस्थाने आहेत. त्यांचा दर्जा आणि अधिकारिता (ज्युरीस डिक्शन) अनाकलनीय आहेत. मोठी अशी १०८ संस्थाने आहेत की ज्यांचे संस्थानिक नरेंद्र मंडळात (चेंबर ऑफ प्रिन्सेस) समाविष्ट आहेत. छोटी अशी १२७ संस्थाने आहेत, जी अप्रत्यक्ष निवडणुकीतून आपले बारा प्रतिनिधी नरेंद्रमंडळावर पाठवितात. ह्याशिवाय ३२८ संस्थाने आहेत, प्रत्यक्षात ती जहागिरी-वजा आहेत. त्यांना सरंजामशाही स्वरूपाचे हक्क आहेत पण त्यांची अधिकारिता फार मर्यादित आहे. बऱ्याच महत्त्वाच्या संस्थानांत, निर्णायक सत्ता "ब्रिटिश रेसिडंट" ची असते. छोट्या संस्थानांचे गट केले आहेत, त्यांच्यावर "ब्रिटिश पोलिटिकल एजंट" असतात. निरनिराळ्या भौगोलिक प्रदेशांतील छोट्या छोट्या गटांवर त्यांचा अधिकार चालतो.

त्यांना 'संस्थान' म्हणून म्हणणे ही अपसंज्ञा आहे, कारण ती कृत्रिमरीतीने सांभाळलेली भुते किंवा पूर्वीच्या खऱ्या संस्थानाचे भग्न अवशेष आहेत. आजचे 'संस्थानिक' म्हणजे एका परकीय सत्तेने राजकीय कारणांसाठी मुद्दाम जतन केलेले हे नामधारी राजे आहेत. ह्या संस्थानात किरकोळ जुलूम, छळ, हुकूमशाही पद्धतीची अव्यवस्था वगैरे चालू ठेवण्यास जरी परवानगी असली, तरी सर्व राजकीय निर्णायक सत्ता, ब्रिटिशांच्या हातांत असते. मार्क्सने १८५३ साली ह्या संस्थानांबद्दल जे लिहिले ते आजही खरे आहे :

"ज्या क्षणाला ही संस्थाने कंपनीची मांडलिक किंवा संरक्षित बनली, त्याच क्षणाला खऱ्या अर्थाने ती नष्ट झाली. ज्या अटींवर त्यांना थोडेबहुत स्वातंत्र्य देण्यात आले, त्या त्यांच्या कायमच्या विनाशाच्या अटी आहेत. त्यातून त्यांना सुधारणा करणे अशक्य आहे. इतरांच्या मेहेरबानीने नाइलाज म्हणून ज्यांना जगावे लागते, त्यांचे अस्तित्व अशाश्वत असते, त्याचप्रमाणे मूलभूत कमकुवतपणा हे संस्थानच्या अस्तित्वाचे गमक असल्यामुळे त्यांचे अस्तित्व अशाश्वत आहे. ह्यामुळे भारतातील 'संस्थाने' हा मुख्य प्रश्न नसून, त्यांचे संस्थानिक आणि दरबार सांभाळणे, हीच खरी समस्या आहे. आजच्या गर्हणीय इंग्रजी राजवटीचे संस्थाने हे बालेकिल्ले आहेत, आणि ते भारताच्या प्रगतीतील प्रचंड अडथळे आहेत." (मार्क्स : "दि नेटिव्ह स्टेट्स," न्यूयॉर्क डेली "ट्रिब्यून," जुलै २५, १८५३.).

ही परिस्थिति ८६ वर्षापूर्वी होती. भारतांतील संस्थाने किंवा संस्थानिक अजूनही

''कायम-मोडतोडीत'' जीव धरून आहेत आणि अजूनही काही घटनात्मक स्वरूपाची धूळफेक करून ह्या संस्थानरूपी मढ्यांना उजाळा देण्याचा दु:खद प्रयत्न चालू आहे. (भारत १५-८-१९४७ रोजी स्वतंत्र झाल्यावर ही सर्व संस्थाने भारतात विलीन झाली.)

भारत देश जिंकल्यानंतर भारतातील सर्व शासकीय सावळा गोंधळ बंद करून त्याला घटनात्मक राजकीय व शासकीय चौकटीत बसवून व्यवस्थित केल्याचा दावा ब्रिटिश लोक करतात. त्यांनी ही संस्थाने तशीच ठेवून, त्यांचे डळमळीत अस्तित्व हे असेच कायम स्वरूपाच्या गोंधळात राहावे म्हणून मुद्दाम प्रयत्न का करावा? ह्या संस्थानांच्या अस्तित्वामुळे शासकीय, नियामक किंवा सांख्यिकी संबंधात एकजिनसीपणा राहूच शकत नाही. अशी संस्थाने कशासाठी टिकवून धरावयाची मध्यम वर्गीय छोट्या किंवा मोठ्या व्यापाऱ्यांच्या हिशोबांचे दृष्टीने, किंवा भांडवल गुंतविण्याच्या भांडवलदारांच्या दृष्टीने, सर्व देशाच्या भागांत व्यापार पसरून त्यांत शासकीय एकजिनसीपणा आणण्याच्या दृष्टीने ही संस्थाने टिकविणे, वेडगळपणाचे आहे. आजच्या इंग्लंडमध्ये शेजारीही किंवा अभिजात सत्ता आणण्याइतकेच, आज ही संस्थाने (ह्याच निसत्व व भक्ति अवस्थेत) सांभाळणे वेडगळपणाचे आहे. त्याला असलेली कारणे ही संस्थानी-कारणे आहेत. भारतात, परकीय मध्यमवर्गीय राजवट टिकविण्यासाठी ह्या सरंजामशाही भुताची गरज लागते.

ह्या नामधारी नरेंद्रांना टिकविण्यासाठी चालू असलेला पराकाष्ठेचा प्रयत्न म्हणजे आधुनिक काळापर्यंत चालू असलेले सयुक्तिक धोरण नव्हे. एकोणिसाव्या शतकाच्या पूर्वार्धात, जेव्हा ब्रिटिशांचे वर्चस्व जोरदारपणे आणि आत्मविश्वासाने प्रगती करीत होते, त्यावेळी ही मोडकळीस आलेली संस्थाने, काहीतरी कारणे दाखवून ''ब्रिटिश इंडियात'' विलीन करून घेण्याचे ब्रिटिशांचे निश्चित धोरण होते. तथापि १८५७ च्या उठावानंतर ह्या धोरणांत फरक पडला. हा उठाव म्हणजे जुन्या सरंजामशाहीच्या मोडकळीस आलेल्या सनातनी, परकीय वर्चस्वाची लाट परतविण्यासाठी केलेला शेवटचा प्रयत्न होता. मागे स्पष्ट केल्याप्रमाणे, त्या वेळचा सुशिक्षित आणि नवा व्यापारी वर्ग ह्यांनी वरील उठावाविरुद्ध ब्रिटिश राजवटीचा पाठपुरावा केला. उठाव मोडून काढण्यात आला, तथापि राज्यकर्त्यांनी त्यापासून धडा घेतला. त्यानंतर सरंजामशाही शक्तींनी ब्रिटिश राजवटीला मूलभूत स्वरूपाचा विरोध केला नाही, तर जागृत होत असलेल्या जनतेच्या प्रगतीला विरोध केला. त्या वेळेपर्यंत ज्या प्रागतिक शक्तींचा ब्रिटिशांनी पाठपुरावा केला, त्यांच्याकडे आता, जागृत जनतेचे प्रभावी पुढारी, ह्या संशयाने ब्रिटिश सत्ता पाहू

लागली. ह्यापुढील ब्रिटिशांचे धोरण हे निश्चितपणे असे ठरले की, जुन्या सरंजामशाह्या अधिकाधिक वाढवाव्या, आणि संस्थानिक व संस्थाने ह्यांचा ब्रिटिश साम्राज्याचा भारतातील आधार, हा नात्याने त्यांची जपणूक करावी.

१८५७ च्या उठावापूर्वी सर वुइल्यम् स्लिमन् ह्याने गव्हर्नर जनरल लॉर्ड डलहौसी ह्याला बजावून सांगितले होते की, ''औंध संस्थान खालसा केल्यामुळे, ब्रिटिशांना, अशा दहा राज्यांचे मूल्य घालविण्याइतके नुकसान सोसावे लागेल आणि त्याचे पर्यवसान निश्चितपणे शिपायांच्या बंडात होईल,'' आणि पुढे असे भाकीत केले होते की, ''भारतीय संस्थाने ही, ब्रिटिश साम्राज्याविरुद्ध येणाऱ्या भावी धोक्यांचे पाणी अडविणारे बंधारे समजण्यात यावे, कारण जेव्हा ती सर्व खलास होतील, तेव्हा आपल्याला भारतीय सैन्यावरच अवलंबून राहावे लागेल, आणि ते, सदासर्वदा आपल्या पूर्णपणे ताब्यात राहीलच, असे नाही.'' तथापि डलहौसी हा विस्तारवादी धोरणाचा तडफदार आणि कट्टा पुरस्कर्ता असल्यामुळे, त्याला स्लिमन् याचे म्हणणे पटले नाही, आणि ब्रिटिशांच्या धोरणांत निर्णायक स्वरूपाचा बदल घडवून आणण्याची कामगिरी १८५७ च्या उठावाने केली.

१८५८ च्या राणीच्या जाहीरनाम्यांत, नवीन धोरण जाहीर करण्यात आले, की ''संस्थानिकांचे हक्क, दर्जा आणि मान ह्यांना आम्ही आमचे स्वतःचेच समजू.'' १८६० साली डलहौसीच्या जागी गव्हर्नर जनरल म्हणून लॉर्ड कॅनिंग ह्याची नेमणूक झाली. त्याने नवीन धोरणांतील हेतू स्पष्टपणे विषद केला. तो असा :

''सर जॉन मालकम् ह्याने मागेच असे भाकीत केले होते की, आपण जर सर्व हिंदुस्थानचे जिल्हे (ब्रिटिश डिस्ट्रिक्टस्) पाडले तर आपले साम्राज्य पन्नास वर्षांवर टिकण्याचा संभव नाही. तथापि जर आपण काही संस्थाने, त्यांना राजकीय सत्ता दिल्याशिवाय राजविलेख म्हणून थाटामाटांत सांभाळली, तर मात्र, जोपर्यंत आपले नाविक वर्चस्व टिकून राहिल, तोपर्यंत आपण (आपले वर्चस्व) भारतात टिकून राहणे शक्य होईल. माझ्या ह्या मनातील मूलभूत सत्याबद्दल मला संशय नाही, आणि आज ज्या घटना घडत आहेत त्यामुळे, माझ्या वरील मताकडे लक्ष देणे, पूर्वी कधीही नव्हते, इतके आज आवश्यक झाले आहे.'' (लॉर्ड कॅनिंग, ३० एप्रिल, १८६०)

अशा प्रकारे भारतीय नरेंद्रांनी, ब्रिटिशांची राजवट स्थिर राखण्यासाठी राजकीय सत्ता विरहित, राजविलेख म्हणून संभाळली होती. ह्यानंतर १५ वर्षांनी व्हाइसरॉय लॉर्ड लिटन् ह्याने १८७६ साली ''रॉयल टायटल्स बिल'' प्रसृत केले. त्याप्रमाणे महाराणी क्वीन व्हिक्टोरीया हिला भारताची सम्राज्ञी म्हणून जाहीर करण्यात आले,

आणि त्याबरोबर एक नवे धोरण जाहीर केले गेले. त्याप्रमाणे इंग्लंडचा राजमुकुट हा भारतीय संस्थानिकांच्या आशा, आकांक्षा, सहानुभूती आणि हित ह्यांचे प्रतीक समजण्यात आला.

भारतातील संस्थाने ही आज ना उद्या नष्ट होणार हे स्पष्ट दिसत असले तरी त्यांना मुद्दाम टिकविणे व संभाळणे हा आधुनिक ब्रिटिश धोरणाचा एक राजविलेख होय. भारतातील प्राचीन संस्था आणि रूढी सांभाळण्याचा तो प्रयत्न नव्हता. नरेंद्रांच्या वतीने सरकारी प्रचार करणारा प्रो. रूशबुक विल्यम्स (पूर्वींच्या ''इंडियन प्रिन्सेस स्पेशल ऑर्गनायझेशन''चा संचालक, गोलमेज परिषदेला गेलेल्या संस्थानिकांच्या शिष्टमंडळाचा सल्लागार, आणि १९२५ सालपर्यंत भारत सरकारचा ''डायरेक्टर ऑफ पब्लिक इन्फर्मेशन'') ह्याने १९३० साली जाहीर केले की :

''भारतीय संस्थानांचे नरेंद्र हे ब्रिटिश सरकारशी अत्यंत राजनिष्ठ आहेत. त्यांच्यापैकी काहींचे अस्तित्व, हे ब्रिटिश न्यायदेवता व शस्त्रे ह्यांच्यामुळे टिकले आहे. अठराव्या शतकाच्या उत्तरार्धांत व एकोणिसाव्या शतकाच्या पूर्वार्धांत, जे संघर्ष झाले, त्यांत त्यांना ब्रिटिश सत्तेने मदत केली नसती, तर ते आज अस्तित्वातच नसते. त्यांचे प्रेम आणि राजनिष्ठा, ही ब्रिटिशांच्या आजच्या अडचणीच्या काळात आणि भावी पुन:समायोजनात, एक महत्त्वाचा आधार आहे.

''ह्या सरंजामशाह्यांची आजची भौगोलिक परिस्थिति अशी आहे की, आज सर्व भारतभर ती विखुरलेली असून, त्यांची एक संरक्षणफळीच झाली आहे. त्यांचे अस्तित्व म्हणजे कटकटीच्या प्रदेशात निर्माण केलेल्या दोस्त-किल्ल्यांचे ते जाळेच आहे. ब्रिटिशांच्या विरुद्ध सर्वत्र उठाव करून भारत पादाक्रांत करणे, ही गोष्ट ह्या बलशाली राजनिष्ठ भारतीय संस्थानाच्या जाळ्यामुळे कठीण आहे.'' (एल्. एफ्. रूशबुक विल्यम्स, इन दि ''ईव्हिनिंग स्टँडर्ड,'' मे २८, १९३०.)

तथापि ह्या प्रतिगामी गुलामी-संस्थानांचा, मवाळ सरकारी प्रचारक बहाणा करतो, असले बलवान ''किल्ले'' ते नाहीत. भारतातील हे बहुसंख्य नरेंद्र, त्यांच्या प्रजेच्या इच्छेविरुद्ध वर्चस्व गाजवीत आहेत. ते केवळ त्यांच्या मागे ब्रिटिश सत्तेचे पाठबळ आहे, म्हणूनच होय, ही वस्तुस्थिति सर्वांना माहीत आहे.

''संस्थानांतील प्रजेचे मत आजमाविले तर ती ''ब्रिटिश इंडियात'' विलीन होण्यास आनंदाने होकार देतील. संस्थाने आज अस्तित्वात आहेत, ती केवळ ब्रिटिशांची मेहेरबानी त्यांच्यावर आहे म्हणूनच होय.'' (एस्. सी. रंगा अय्यर, ''इंडिया : पीस ऑर वॉर'')

''आधुनिक काळांत, राज्य (स्टेट) ह्या संज्ञेस पात्र होण्यास जे गुणविशेष

लागतात, तसे आज जवळ जवळ कोणत्याच संस्थानात नाहीत. त्याच्या सरहद्दी कृत्रिम आहेत. त्यांत वंश, भाषा किंवा संस्कृती ह्यांच्या फरकावर त्या आधारलेल्या नाहीत. शिवाय संस्थानावर जो राज्य करतो तो त्या राजवंशाचा वारस असतोच, असे नाही, तो रूढीमुळे किंवा कृत्रिम कारणामुळे, राजा झालेला असतो, आणि त्याचा वारसा २०० वर्षांहूनही कमी असतो. ह्याउलट ज्या सांस्कृतिक व सामाजिक नात्यामुळे, संस्थानी प्रजेचे "ब्रिटिश इंडिया"मधील जनतेशी नाते असते, ते अत्यंत दृढ व पूर्वापार चालत असलेले असते. ह्यामुळे संस्थानिकांचे त्यांच्या प्रजेवरील वजन प्रत्यक्षात फारच कमकुवत असते." (जे. टि. स्विन, "काँग्रेस अँड दि स्टेट्स" मॅन्चेस्टर गार्डियन, मे १२, १९३९.)

१९२९ च्या "बटलर कमिटी"च्या प्रतिवेदनात, संस्थानिकांचे, "बंड व स्वाऱ्या" ह्यापासून संरक्षण करणे, हे ब्रिटिश सत्तेचे कर्तव्य आहे, असे म्हटले आहे :

"बंड किंवा स्वारी ह्यांच्यापासून संस्थानांचे संरक्षण करणे, हे परमोच्च सत्तेचे कर्तव्य आहे. हे कलम, संस्थानिकांबरोबर झालेल्या तहांत, सनदापत्रांत व रूढीत समाविष्ट झालेले आहे, त्याचबरोबर बादशहाने, संस्थानिकांचे खास विशेषाधिकार, हक्क आणि दर्जा सांभाळला जाईल व त्याला पदच्युत करून दुसऱ्या एखाद्याला सिंहासनावर बसविण्याचा प्रयत्न केल्यास, किंवा निराळे सरकार स्थापन करण्याचा प्रयत्न झाल्यास, त्या प्रसंगी संस्थानिकाला मदत करण्याचे, वचन दिले आहे.' (रिपोर्ट ऑफ दि इंडियन स्टेटस् कमिटी, १९२९, सेशन्स् ४९ व ५०).

असे करण्यात ब्रिटिश सत्तेने कोणत्या प्रकारची राजवट सांभाळली आहे? जवाहरलाल नेहरु यांनी आपल्या आत्मचरित्रात, भारतीय संस्थानातील एकंदर वातावरण कसे असते, त्यासंबंधी वर्णन केले आहे, ते असे :

"जुलमाची भावना जाणवते, गुदमरल्यासारखे वाटते आणि श्वासोच्छ्वास करणे कठीण वाटते, खोल खाली संथ किंवा हळूहळू जात असलेल्या पाण्याची जाणीव होते. खाली कोंडलेल्या कुजट घाणीची दुर्गंधी येते. माणसाला कोंडमारा झाल्यासारखे, अडवणूक केल्यासारखे वाटते, मन आणि शरीर दडपून गेल्यासारखा भास होतो, आणि लोकांचा संपूर्ण मागासपणा आणि हालअपेष्टा, प्रत्ययास येतात, आणि ह्याच्या अगदी उलट दुसऱ्या बाजूला दृष्य दिसते, ते असते राजमहालाचे, तेथे झगझगाट आणि ऐषआराम नांदत असते. जनतेच्या पैशापैकी किती पैसा राजाच्या व्यक्तिगत गरजा आणि चैन ह्यांसाठी राजवाड्यात जातो आणि जनतेच्या सोयींनिमित्त किती खर्च होतो—

"ह्या संस्थानांभोवती रहस्यमय पडदा गुंडाळलेला असतो. तेथे वर्तमानपत्रांना

प्रोत्साहन दिले जात नाही, फारतर एखादे साहित्यविषयक किंवा निम-सरकारी साप्ताहिक तेथे चालू शकते. बाहेरच्या वर्तमानपत्रांना येथे बंदी असते. येथे साक्षरता प्रसार अत्यंत कमी असतो. त्रावणकोर किंवा कोचीनसारखी संस्थाने अपवाद होत, तेथे ''ब्रिटिश इंडिया''मध्ये आहे त्याही पेक्षा फार मोठ्या प्रमाणांत साक्षरता आहे. संस्थानांत महत्त्वाची बातमी म्हणजे व्हॉइसरॉयची भेट, तिचा रुबाब, तिच्यानिमित्त समारंभ, एकमेकांची स्तुतीपर भाषणे, किंवा राजवाड्यातील उधळपट्टीने होणारी लग्ने, किंवा संस्थानिकाचा वाढदिवस किंवा शेतकऱ्यांचा उठाव. संस्थानिकावर टीका होऊ नये म्हणून खास कायदे केलेले असतात, ''ब्रिटिश इंडिया''मध्ये किंवा संस्थानांत, अगदी सौम्य टीकासुद्धा कडकपणे दडपली जाते, जाहीर सभा बहुधा नसतातच, आणि खास कामासाठी बोलाविलेल्या सभांवर सुद्धा नेहमी बंदी घातली जाते.'' (जवाहरलाल नेहरू, ''ऑटोबायॉग्राफी'' पान ५३९.)

२५ जून १८९१ च्या भारत सरकारच्या जाहीर आदेशाप्रमाणे संस्थानांतील छापखान्यांवर खास निर्बंध घालण्यात आले :

''ब्रिटिश इंडिया''मध्ये नसलेल्या पण ''गव्हर्नर जनरल इनकौन्सिल'' ह्याच्या शासकीय देखरेखीखाली असलेल्या कोणत्याही भारताच्या प्रदेशांत कोणतेही वर्तमानपत्र किंवा अन्य छापील पुस्तक, नियतकालिक किंवा अन्य कोणतेही, ज्यांत सार्वजनिक माहिती किंवा अशा माहितीवर टीका आहे, असा छापील मजकूर, त्या वेळी कामावर असलेल्या 'पोलिटिकल् एजंट'च्या लेखी परवानगीशिवाय छापता येणार नाही. त्यानंतर १९३४ च्या ''स्टेट्स प्रोटेक्शन ॲक्ट'' मध्ये आणखी निर्बंध घालण्यात आले. त्यांत ''ब्रिटिश इंडिया''मध्ये छापल्या जाणाऱ्या कोणत्याही मजकुरांत, संस्थानांतील परिस्थितीवर टीका करण्यास प्रतिबंध घालण्यात आला.

ब्रिटिशांच्या संरक्षणाखाली असलेल्या भारतीय नामधारी नरेंद्राच्या राजवटीशी तुलना करता येईल अशी एखादी राजवट इतिहासात असू शकेल किंवा काय, ह्याचा संशयच वाटतो. ''ब्रिटिश इंडिया''मध्ये अगदी खालच्या पातळीवर जे शासन आहे, असे समजले जाते, त्यापेक्षा वरच्या पातळीवर ज्यांचे शासन आहे, अशी काही संस्थाने भारतात आहेत. अशा ह्या संस्थानांत सक्तीच्या शिक्षणाच्या योजना पूर्णपणे कार्यवाहीत आणल्या गेल्या असून, अगदी प्राथमिक स्वरूपाची, मर्यादित सल्लागार प्रतिनिधी मंडळे अस्तित्वात आलेली आहेत. तथापि, हे अपवाद आहेत. बहुसंख्य संस्थानांत दास्य, हुकूमशाही आणि जुलूम एवढ्या प्रमाणात आहेत की त्यांचे वर्णनही करता येत नाही. आशिया खंडातील हुकूमशाहीच्या

इतिहासात, लाच-लुचपत आणि जुलूमशाही ही पूर्ण परिचयाची आहेत. तथापि, त्यांना बाहेरून होणाऱ्या स्वारीची किंवा अंतर्गत बंडाची भीती असल्यामुळे, स्वत: होऊन वरील जुलूमशाहीवर काही निर्बंध ठेवणे आवश्यक झाले. ब्रिटिश संरक्षणामुळे वरील दोन्ही निर्बंध नाहीसे झाले, संस्थानिकांच्या राजवटीवर देखरेख ठेवणे किंवा संस्थानांतील व्यवस्थेत अंधाधुंदी चालू झाल्यास राजाला काढून टाकणे, हे हक्क ब्रिटिश सत्तेला आहेत. तथापि त्यांचा उपयोग प्रत्यक्षात, अव्यवस्थित शासन सुधारण्यासाठी केला जात नसून, राजनिष्ठेच्या अभावावर वापर करण्यात येतो. अवमानित भूमिका वठविण्यासाठी, कर्तव्यरहित असलेले, हे नामधारी नरेंद्र आहेत. भारतात असलेल्या मागासपणापेक्षाही, अत्यंत मागास अशा अवस्थेत, संस्थानातील प्रजेला भयंकर अवमानित व हालअपेष्टांचे जीवन कंठावे लागते.

संस्थानी प्रजा परिषदेच्या १९३९ च्या जाहीरनाम्यांत (लोकप्रिय लोकशाही चळवळीचे संस्थानांतील मुखपत्र) संस्थानांतील नरेंद्रांच्या राजवटीच्या नमुन्याचे थोडक्यांत वर्णन केले आहे, ते असे :

ह्या छोट्या मोठ्या संस्थानांत, काही अपवाद वगळता, व्यक्तिगत हुकूमशाहीची राजवट चालते. तेथे कायद्याचे राज्य नसते, करपट्टी भयंकर आणि असह्य असते. सामाजिक स्वातंत्र्य संपुष्टात आणलेले असते. राजाची खासगी गंगाजळी ही सर्वसामान्यपणे ठरलेली नसतेच, आणि ज्या ठिकाणी ती ठरवलेली असते तेथे तशी अंमलबजावणी होत नसते. एकीकडे राजाची उधळपट्टी आणि चैन चालू असते तर दुसरीकडे प्रजेला भीषण दारिद्र्याचे चटके बसत असतात.

"दारिद्र्याने त्रस्त झालेल्या, हालअपेष्टा भोगीत असलेल्या प्रजेच्या घामाचा पैसा वसूल करून, त्याच्या जोरावर, परदेशात आणि भारतात, संस्थानी नरेंद्र, अमाप उधळपट्टी आणि बेछूट चैनबाजी, ह्यांत मग्न असतात. ही पद्धत चालू ठेवणे शक्य नाही. कोणताही सुधारलेला समाज हे सहन करणार नाही. इतिहासाचा संपूर्ण दाखला तिच्याविरुद्ध आहे. भारतीय जनतेची प्रवृत्ती अशा पद्धतीला शरण जाणार नाही." (अखिल भारतीय प्रजा परिषदेच्या स्थायी समितीचे निवेदन, जून १९३९).

संस्थानी राजवटीच्या कारभाराचे स्पष्ट दर्शन त्यांच्या अर्थसंकल्पावरून उघड होते :

"इंग्लंडच्या राजाला राष्ट्रीय उत्पन्नांत १६०० त एक भाग मिळतो. बेल्जियमच्या राजाला १००० त एक भाग, इटलीच्या राजाला ५०० त एक भाग, डेन्मार्कच्या राजाला ३०० त एक भाग, जपानच्या राजाला राष्ट्रीय उत्पन्नांत ४०० त एक भाग

मिळतो. त्रावणकोरच्या महाराणीला राष्ट्रीय उत्पन्नांत १७ त एक भाग मिळतो (आणि हे संस्थान भारतातील संस्थानांत अत्यंत प्रगत समजले जाते). हैद्राबादच्या निजामाला १३ त एक भाग, बडोद्याच्या महाराजाला असाच १३ त एक भाग, आणि काश्मिर आणि बिकानेरच्या महाराजांना ५ त एक भाग मिळतो. संस्थानिकांपैकी अनेक नरेंद्र आपल्या संस्थानच्या उत्पन्नांतील तिसरा किंवा दुसरा भाग लुबाडतात, हे ऐकून जगाला आश्चर्याचा धक्का बसेल.' (ए. आर. देसाई, ''इंडियन फ्यूडल स्टेट्स अँड दि नॅशनल लिबरेशन स्ट्रगल.'')

१९२९-३० च्या बिकानेर संस्थानच्या ज्या अर्थसंकल्पावर साम्राज्यशाहीकडून स्तुतीसुमनांचा वर्षाव झाला, ते असे :

|  | रूपये |
| --- | --- |
| राजपत्रितांची सूची (सिव्हिल लिस्ट्) | १,२५५,००० |
| संस्थानिकाचे लग्न | ८२,५०० |
| इमारती व रस्ते | ६,१८,३८४ |
| राजवाड्यांची वाढ | ४२६,६१४ |
| राजघराणे | २२२,८६४ |
| शिक्षण | २२२,९७९ |
| वैद्यकीय सेवा | १८८,१३८ |
| सार्वजनिक सोयी | ३०,७६१ |
| साफसफाई | ५,७२९ |

शिक्षण, वैद्यकीय सेवा, सार्वजनिक सोयी आणि साफसफाई ह्या सर्वांसाठी, राजाला जो पैसा दिला जातो, त्याच्या प्रमाणांत चवथा हिस्सा खर्च केला जातो. जामनगर संस्थानाचे बाबतीत, १९२६-२७ साली आलेल्या दहा दशलक्ष पौंडाच्या उत्पन्नापैकी सात लक्ष पौंड राजाच्या खासगी खर्चासाठी दिले गेले, त्याच वेळी शिक्षणावर १.५ टक्के आणि वैद्यकीय मदतीसाठी ०.९ टक्के खर्च करण्यात आले.

अशा प्रकारच्या राजवटींत ज्या लोकांना राहण्याची 'संधी' प्राप्त झाली, त्यांची अवस्था काय असेल? सरंजामशाही पद्धतीतीलही भारतांतील संस्थानांत शेतकऱ्यांच्या बाबतीत अत्यंत मागास अशी अर्थव्यवस्था आहे. अगदी थोड्या संस्थानांत काही औद्योगिक विकास झाला आहे. बऱ्याच संस्थानांत गुलामगिरी चालू आहे.

''राजपुतान्यांतील बरीच संस्थाने ''वेस्टर्न इंडिया स्टेट्स एजन्सी'' आणि काठेवाडमधील संस्थाने ह्यांमध्ये गुलामांच्या जमाती आहेत. १९२१ च्या शिरगणतीच्या प्रतिवेदनाप्रमाणे, राजपुताना आणि ''सेंट्रल इंडिया'' ह्यामध्ये चकर आणि दरोगा जातीचे १६०,७३५ गुलाम आहेत.'' (पी. एल. चुदगर, ''इंडियन प्रिन्सेस अंडर ब्रिटिश प्रोटेक्शन,'' १९२९, पान ३३)

कोणत्याही प्रकारच्या कामासाठी, वेतन असे काहीही न देता, केवळ अन्नवारी वेठीला मजूर बोलावणे, ही नेहमीची प्रथा आहे.

''भारतांतील बहुतेक सर्व संस्थानांत ''वेठ व बिगार'' ही पद्धत आहे. हिचा अर्थ, पैशाशिवाय, केवळ अन्न पुरवून, वाटेल त्या वेळी, मजुरांना जुलमाने कामाला लावणे, ही पद्धत होय. सर्व वर्गाच्या मजुरांना, कामगारांना आणि कारागिरांना राजाकडे आणि त्याच्या अधिकाऱ्याकडे कामाला बोलावल्यावर, जावेच लागते, आणि काही मजुरांच्या बाबतींत त्यांना वेतन वगैरे काही एक न देता केवळ अन्नाचा पुरवठा केला जातो. ह्या मजुरांना कोणत्याही वेळी आणि कितीही दिवस राबविले तरी त्यांना काम करावेच लागते—तरुण किंवा वृद्ध, विवाहित किंवा विधवा बायकांना सुद्धा अशा वेठीच्या बाबतीत वगळण्यात येत नाही. ह्यांच्यापैकी कोणी जर आजारी असले आणि त्यामुळे काम नीट करीत नाहीत, असे दिसले तर त्यांना चाबकाने झोडण्यांत येते किंवा अन्य प्रकारे त्यांचा छळ केला जातो.

''लेखकाच्या माहितीप्रमाणे साठीपुढच्या गरीब वृद्ध बायकांना, शिपायांकडून जाम झोडपून काढण्यांत आले. ही मारझोड बांबूच्या काठ्यांनी भररस्त्यात केली गेली, आणि ह्या शिक्षेचे भयंकर कारण काय तर, त्यांची प्रकृती बिघडलेली असल्यामुळे त्यांच्याकडून सक्तीने काम करून घेऊ नये, अशी त्यांनी विनवणी केली, हे होय.'' (कित्ता, पान ३७.)

संस्थानांत नागरिक अधिकार नाहीत.

''राजा, मुख्य प्रधान किंवा संस्थान ह्यांनी कोणाच्याही हक्कांचा भंग केला तर त्या विरुद्ध दाद मागण्याचा हक्क नाही. राजा हा कोणत्याही प्रजाजनाचे हक्क किंवा मालमत्ता जप्त करू शकतो किंवा रद्द करू शकतो. तो प्रजाजनाला वाटेल तेवढा दंड करू शकतो आणि तो वसूल करण्यासाठी वाटेल ते उपाय उपयोगांत आणू शकतो. कोणालाही त्याच्यावर आरोप ठेवल्याशिवाय किंवा खटला भरल्याशिवाय, बेमुदत तुरुंगात टाकू शकतो.'' (कित्ता, पाने ७२-७३).

राजवाड्याच्या न संपणाऱ्या मागण्या पुऱ्या करण्याकरता, गरिबांत गरीब प्रजेला भरडून, मनाला लागेल तशी करआकारणी करण्यात येते.

"नवानगर संस्थानांत जी करआकारणी केली जाते तिच्यावरून सर्व संस्थानांत काय पद्धतीची करांची आकारणी केली जाते, ह्या गोष्टीची योग्य कल्पना येईल. करांच्या पहिल्या यादींत, धंदे, व्यक्ती, कामगार, कलाकार, गुरेढोरे, लग्नसमारंभ, लग्ने, जन्म, मृत्यू, अंत्यविधी, विधवांनी चालविलेल्या हाताने दळणाच्या गिरण्या, ह्या त्यांच्या उपजीविकेसाठी एकाकी असे साधन असते, तथापि त्यांच्यावरसुद्धा करपट्टी असते, ही गोष्ट लक्षांत ठेवण्यासारखी आहे—

"आता जमीन साऱ्याबद्दल पाहू—ज्या ठिकाणी पैशाच्या रूपात कर वसूल करतात, तेथे एकरी चार शिलिंग म्हणजे ३.७० रु. सारा घेतात, वस्तूच्या रूपाने सारा वसूल करावयाचा असतो तेव्हा, एकूण उत्पन्नाचा चवथा हिस्सा, सारा म्हणून वसूल करतात. प्रत्यक्षांत हा दर वाढत जातो. सरकारचा भाग चाळीस टक्क्यांपर्यंत असतो. बाकीच्या सर्व करांचा बोजा, सर्वसामान्यपणे दहा टक्के असतो. ह्याचाच अर्थ शेतकऱ्याला फक्त पन्नास टक्के भाग राहतो–

"ह्याखेरीज राजाच्या लग्नखर्चाचा काही भाग त्याला द्यावा लागतो, किंवा राजघराण्यांत लग्न असल्यास त्याच्या खर्चाचा भाग, त्याचप्रमाणे राजाला मुलगा झाला तर त्याबद्दल राजाला जकात, किंवा राजाची आई किंवा बायको निवर्तली तर तिच्या अंत्यसंस्काराच्या खर्चाचा भाग म्हणून, राजाला कर द्यावा लागतो." (कित्ता, पाने ४५-४७).

भारतांतील संस्थानिकांची राजवट म्हणजे अत्यंत जुलूम-जबरदस्ती व हालअपेष्टा ह्यांचा नंगानाच होय. त्याला आधुनिक जगात तोड नाही, ह्याचे कारण, त्यांत एका बाजूला, रानटी अवस्थेतील गुलामगिरीपासून सरंजामशाहीतील सर्व प्रकारचा जुलूम असतो तर दुसऱ्या बाजूला, प्रचंड साम्राज्यशाहीची सत्ता आणि पिळवणूक चालू असते, अशा ह्या दुहेरी कात्रीमध्ये संस्थानी प्रजा सापडली जाते.

भारतांतील दोनपंचमांश जनतेवर, ब्रिटिशांनी केवळ लादलेलीच नव्हे, तर काळजीपूर्वक जतन केलेली ही राजवट, आधुनिक काळात, पुन्हा पुन्हा पुढे आणली जाते, आणि सर्व भारताच्या भवितव्यतेचा, तिच्याशी प्रामुख्याने संबंध जोडण्यात येतो. ज्या प्रमाणात स्वातंत्र्याची राष्ट्रीय चळवळ वाढत जात आहे, त्या प्रमाणात साम्राज्य सत्तेने, भारतीय संस्थानिकांना आपल्या धोरणाचा पाठपुरावा करण्यासाठी, खास महत्त्व दिले आहे, आणि राष्ट्रीय चळवळीला शह देण्यासाठी, गरीब गोगलगाय प्रजेच्या ह्या धेनुवल्लभांना प्राधान्य दिले जात आहे. १९२१ साली ''नरेंद्र-मंडळ'' ह्या संस्थेची स्थापना झाली. १९३५ च्या कायद्याने वरिष्ठ कायदेमंडळात त्यांना दोनपंचमांश आणि प्रांतिक विधिमंडळात एकतृतीयांश प्रतिनिधित्व

देण्यात आले. अशा प्रकारे १९३५ कायद्याप्रमाणे जी घटना तयार करण्यात आली, तिच्यामध्ये ह्या नरेंद्राना कोनशिलेचे महत्त्व देण्यांत आले. ''पार्लमेंट''मधील चर्चेत लॉर्ड रीडिंग ह्याने त्याबद्दल स्पष्टपणे खुलासा केला होता. तो असा :

''जर नरेंद्र भारतीय संघराज्यात आले तर राजकारणात स्थैर्य संभाळण्यासाठी त्यांचा उपयोग होईल. मग आपल्याला एवढी काळजी करण्याचे कारण काय? असे काही लोक आहेत, की ज्यांना, भारताला स्वातंत्र्य मिळावे आणि त्याला ब्रिटिश साम्राज्यामधून फुटून निघण्याचा हक्क मिळावा, असे वाटते. मला वाटते की ह्या मताचे लोक अत्यल्प आहेत. तथापि ते बोलघेवडे आहेत आणि त्यांच्यामागे काँग्रेसचे पाठबळ आहे, म्हणून ज्या धोरणामुळे आपणाला वरील विचारसरणींत स्थैर्य आणता येईल, असे धोरण आपण आचरणात आणले पाहिजे. नवीन घटनेप्रमाणे जवळ जवळ ३३ टक्के नरेंद्र कायदेमंडळात सभासद असतील आणि त्यांच्यापैकी ४० टक्के वरिष्ठ कायदेमंडळात असतील. भारतात असे अनेक लोक आहेत की ज्यांना, काँग्रेसचे वरील धोरण मान्य नाही. म्हणून ह्या लोकांचे संघ-राज्यांत सहकार्य मिळाल्यावर काँग्रेसने जरी जास्तीत जास्त मते मिळविली तरी पुढे काय होईल, ह्या गोष्टीची मला किंचितही काळजी वाटत नाही.''

अगदी अलीकडच्या काळात, राष्ट्रीय लोकशाही चळवळीने इतकी आघाडी मारली आहे की, तिच्या झंझावाती वेगामुळे, नामधारी संस्थानांचे कुजलेले अडथळे, कोलमडून पडले आहेत. ''संस्थानी प्रजा परिषद'' जी संस्थानातील स्वातंत्र्याची चळवळ चालविते, तिच्या सामर्थ्यामध्ये एकाएकी वाढ झाली आहे. सामान्य नागरी हक्कांसाठी प्रभावी संघर्ष वाढत आहेत आणि ही परिस्थिती अनेक संस्थांनांत निर्माण झाली आहे.

संस्थानांतील ह्या लोकप्रिय चळवळीमुळे राष्ट्रीय काँग्रेसच्या संस्थांविषयक धोरणातही बदल झालेला दिसतो. ह्यापूर्वी काँग्रेस संस्थानात प्रत्यक्षपणे चळवळ चालू करण्यास तयार नसे. संस्थानांचे संबंधात साधारणपणे अलिप्ततावादाचे धोरण काँग्रेस अनुसरत असे. असे करण्यात काँग्रेसचा हेतू असा होता की, जरूर तेव्हा 'नरेंद्रांशी' मैत्री ठेवून एकता निर्माण करावी, तथापि असे करण्यात, त्यांच्या जुलूमी राजवटीखाली भरडून निघत असलेल्या आठ कोटी संस्थानी प्रजेकडे काँग्रेसकडून दुर्लक्ष केले गेले. गोलमेज परिषदेत गांधीजी म्हणाले, ''हा वेळपर्यंत संस्थानिकांच्या खासगी आणि अंतर्गत कारभारात ढवळाढवळ न करता, काँग्रेसने 'नरेंद्रांची' सेवा करण्याचा प्रयत्न केला आहे. आणि मला माहीत आहे की त्यांना त्यांच्या प्रजेविषयी मनात कळकळ आहे. ते आणि मी ह्यांमध्ये फरक नाही. फरक

एवढाच की ते आणि मी जरी एकच लोक असलो तरी ईश्वरी संकेताप्रमाणे ते राजे आहेत. त्यांचे भले व्हावे हीच माझी इच्छा आहे. त्यांचा संपूर्ण उत्कर्ष होवो.''

तथापि परिस्थितीने हे दुर्दैवी धोरण निरुपयोगी ठरविले. काँग्रेसने स्वत: होऊन ''ब्रिटिश इंडिया'' हेच आपल्या चळवळीचे क्षेत्र ठरवून टाकले, आणि आपल्या काँग्रेस पक्षाला जरी 'अखिल भारतीय' असे नाव दिले असले तरी, संस्थानात काँग्रेसची संघटना निर्माण करण्याचा प्रयत्न केला नाही. तथापि, जेव्हा ''ब्रिटिश इंडिया'' मध्ये चळवळीमुळे जनतेत जागृती निर्माण होऊ लागली, तेव्हा तिचे पडसाद संस्थानांत उठू लागले. संस्थानी प्रजेने अगदी प्राथमिक स्वरूपाचे नागरी हक्क मागण्यास सुरुवात केली, तेव्हा त्यांना नरेंद्रांनी अगदी क्रूरपणे दडपून टाकले. त्रावणकोर आणि म्हैसूरसारख्या, स्वत:ला प्रागतिक समजणाऱ्या संस्थानांनी सुद्धा, अशा चळवळीला निर्दयपणे भरडून टाकले, अशा प्रकारे अगदी नाइलाज झाल्यावर भारतातील राष्ट्रीय चळवळीला संस्थानात चळवळ चालू करणे अटळ झाले. १९३८-३९ साली अशा घटना घडल्या की त्यामुळे राष्ट्रीय काँग्रेसला संस्थानातील प्रजेला लोकशाही स्वरूपाचे हक्क आणि जगण्याचा मूलभूत हक्क मिळवून देण्यासाठी चळवळ करणे भाग पडले. संस्थानांत सविनय कायदेभंगाची चळवळ चालू करणे किंवा तिचा पाठपुरावा करणे हा राष्ट्रीय काँग्रेसपुढे महत्त्वाचा प्रश्न निर्माण झाला.

१९३८ च्या राष्ट्रीय काँग्रेसच्या हरिपुरा येथे भरलेल्या अधिवेशनाने, संस्थानां- संबंधी राष्ट्रीय काँग्रेसने आपले धोरण जाहीर केले, ते असे :

''ब्रिटिश इंडिया''मध्ये ज्या प्रकारचे राजकीय, सामाजिक व आर्थिक स्वातंत्र्य आहे, तसेच ते संस्थानांतही असावे, असे काँग्रेसचे मत आहे, आणि भारतातील संस्थानांचा प्रदेश हा अखिल भारताचाच निगडित किंवा एकसंध भाग असून तो निराळा करता येणार नाही. काँग्रेसने ज्या पूर्ण स्वराज्याची मागणी केली आहे, त्यात संपूर्ण भारताचा, म्हणजे संस्थानांचा प्रदेश धरून, सर्व भारताचा समावेश आहे, कारण परदास्यांत भारत असताना त्याचे अखंडत्व ज्याप्रमाणे आहे ते स्वतंत्र भारतातही राहिलेच पाहिजे.

''जे संघराज्य भारतीय काँग्रेसला मान्य होण्याचा संभव आहे ते असे असेल की, सर्व संस्थाने ही अंतर्गत शासनाचे दृष्टीने स्वतंत्र असू शकतील, आणि त्यांच्या प्रजेला, ''ब्रिटिश इंडिया'' मध्ये ज्याप्रमाणे जनतेला लोकशाही आणि स्वातंत्र्य ह्यांचे हक्क आहेत, त्याप्रमाणे त्यांनाही मिळत राहतील.''

''संपूर्ण जबाबदारीचे शासन आणि नागरी स्वातंत्र्याचे हक्क, संस्थानातील

प्रजेला मिळालेच पाहिजेत, असे काँग्रेसचे मत आहे, आणि आज कित्येक संस्थानात असलेला मागासलेपणा, स्वातंत्र्याचा अभाव व नागरिक स्वातंत्र्याचा जो कोंडमारा चालू आहे, त्याबद्दल काँग्रेस दुःख व्यक्त करते.''

हरिपुऱ्याच्या अधिवेशनात काँग्रेसने संस्थानांतील चळवळीसंबंधी काही मर्यादा आपल्यावर घालून घेतल्या. तो ठराव असा :

''संस्थानांतील जनतेला लढा हा काँग्रेसच्या आजच्या कार्यकर्त्यांनी करू नये, त्यासाठी संस्थानात जर संघटना नसेल, तर स्वतंत्र संघटना चालू करावी, जेथे संघटना असेल तेथे ती चालू ठेवावी.''

१९३९ साली त्रिपुरी येथील काँग्रेसच्या अधिवेशनाने वरील ठरावात थोडाफार बदल केला :

''काँग्रेसचे असे मत आहे की, हरिपुरा येथील अधिवेशनात, संस्थानांतील प्रजेने ज्या अपेक्षा बाळगल्या होत्या, त्या दृष्टीने संस्थानांतील लोकांनी संघटना करून, नागरी स्वातंत्र्याची चळवळ उभारावी व त्याला काँग्रेसची सहानुभूती मिळेल, असे जे आश्वासन दिले होते, त्याचा योग्य परिणाम झाला आहे. हरिपुरा येथील ठराव हा, संस्थानांतील लोकांना स्वतःच्या विश्वासावर चळवळ करून आपली शक्ती वाढवावी, ह्या हेतूने केला होता, हे धोरण त्या वेळच्या परिस्थितीला अनुसरून होते, तथापि, त्यात एखादी कृती केलीच पाहिजे, असे बंधन नव्हते. संस्थानी प्रजेला मार्गदर्शन करणे व आपल्या वजनाचा फायदा त्यांना उपलब्ध करून देणे हा काँग्रेसचा अधिकार आहे आणि ते तिचे कर्तव्यही आहे. जनतेत जी जागृती निर्माण होत आहे, त्यामुळे परिस्थितीत सुधारणा होईल किंवा काँग्रेसने आज जो संयम पाळला आहे, तो दूर करून, संस्थानांतील प्रजेच्या हितसंबंधात व अडचणीत काँग्रेसला एकरूप व्हावे लागेल.''

ह्या ठरावाला अनुसरून राष्ट्रीय पुढाऱ्यांनी संस्थानांतील प्रजेच्या चळवळीत सक्रिय भाग घेण्यास सुरुवात केली. अखिल भारतीय संस्थानी प्रजा परिषदेचे अधिवेशन फेब्रुवारी १९३९ मध्ये लुधियाना येथे भरले. त्याचे अध्यक्ष म्हणून जवाहरलाल नेहरू यांची निवड झाली आणि पट्टामी सितारामय्या ह्यांना उपाध्यक्ष करणयात आले. परिषदेने, जबाबदारीचे सरकार मिळविण्यासंबंधी संस्थानी प्रजेने जी प्रगती केली होती, तिच्याबद्दल त्यांना धन्यवाद दिले आणि असे जाहीर केले की :

''आता अशी वेळ आली आहे की, संस्थानातील प्रजेचा लढा हा भारतीय स्वातंत्र्याच्या लढ्याशी एकरूप करण्यात आला पाहिजे, असा एकत्रित लढा हा अखिल भारतीय काँग्रेसच्या मार्गदर्शनाखाली चालविला पाहिजे.''

लढाईनंतर, अखिल भारतीय संस्थानी प्रजा परिषदेचे अधिवेशन, उदेपूर येथे डिसेंबर १९४५ मध्ये भरविण्यात आले, त्यात असा ठराव मंजूर करण्यात आला की, संस्थाने ही स्वतंत्र व भारतीय संघराज्याचा अविभाज्य घटक असून संस्थानांतील प्रजेने पूर्ण जबाबदारीचे सरकार मिळविण्यासाठी, शांततामय व कायदेशीर मार्गांनी चळवळ करणे, हे आमचे ध्येय आहे. अध्यक्षीय भाषणात नेहरू म्हणाले :

"अनेक संस्थाने अशी आहेत की जी आर्थिक दृष्टीने स्वयंपूर्ण गट म्हणून राहू शकणार नाहीत, त्यांना शेजारच्या प्रदेशात विलीन करून घेणे अटळ आहे. अशा छोट्या संस्थानांच्या राजांना एखादे पेन्शन देण्यात यावे आणि जर ते दुसरे काही काम करण्यास लायक असतील, तर त्यांना निराळ्या प्रकारचे काम करण्यास उत्तेजन द्यावे.

"दुसरी पंधरा-वीस संस्थाने अशी आहेत की, ती भारतीय संघराज्यात, स्वतंत्र गट म्हणून राहू शकतील. त्यांच्या राजांना, लोकशाही पद्धतीच्या शासनामध्ये सांविधानिक प्रमुख म्हणून राहता येईल. त्यांच्यापैकी काही राजे, इतिहास व रूढी ह्यांच्याशी संबंधित अशा प्राचीन घराण्यांतील आहेत.''

लोकनियुक्त मंत्रिमंडळे सत्तेवर आल्यावर आणि क्रांतिकारक भावनांच्या उद्रेकाच्या छायेत, सांविधानिक चर्चा चालू असताना, भारतातील संस्थानांना, राजकीय वातावरणातील वादळी-केंद्राचे स्वरूप प्राप्त झाले. सरंजामशाहीच्या स्वयंसत्ता पद्धतीत असलेल्या संस्थानांच्या विरुद्ध स्वयंस्फूर्त संघर्ष सुरू झाले, आणि संस्थानिकांनी "ब्रिटिश पॉलिटिकल्स डिपार्टमेंट"च्या सहकार्याने, कठोर दडपशाही करून ते दडपून टाकले. काश्मिरच्या बाबतीत हा झगडा शिगेला पोहोचला. काश्मीरमध्ये डोग्रा वंशाच्या राजाच्या स्वयंसत्ता पद्धतीविरुद्ध जनतेने प्रचंड उठाव करून, "काश्मीर सोडा'' अशा उघड उघड घोषणा दिल्या.

आजच्या काँग्रेसचे धोरण अजूनही असे आहे की, संस्थानांच्या चालू चौकटीत सामाजिक व राजकीय सुधारणा घडवून आणाव्या आणि संस्थानिकांची राजवट चालू राहावी. ह्यातील सुधारणा अर्धवट ठरतील, त्यामुळे राजकीय जागृतीला वाव मिळेल, एवढेच.

१९४६ च्या ब्रिटिश सांविधानिक सूचनांमुळे, संस्थानिकांच्या भावी भूमिकेसंबंधात एक नवी पातळी निर्माण झाली. नवीन सूचित केलेल्या "कॉन्स्टिट्युअंट असेंब्ली'मध्ये ३८६ जागांपैकी संस्थानिकांना ९३ जागा द्यावयाच्या होत्या, म्हणजे एकूण सर्व जागांचा पाव हिस्सा द्यावयाचा होता, आणि निवडणुकीसाठी कोणत्याही लोकशाही पद्धतीची योजना केली नव्हती. १९३५ च्या संघराज्य घटनेमध्ये संस्थानिकांना,

सूचित केलेल्या ''ऑल इंडिया युनियन''मध्ये आणावयाचे होते. तथापि ज्या अटींवर त्यांना आत घ्यावयाचे होते, ते सर्वस्वी त्यांच्या इच्छेवर अवलंबून ठेवण्यात आले होते. तथापि हे स्पष्टपणे सांगण्यात आले होते की, इंग्रजांच्या हातातून सत्तांतर झाल्यावर, सार्वभौम सत्तेचे तत्त्व रद्द होईल आणि संस्थानिक हे कायदेशीर रीतीने आणि राजकीय दृष्टीने ''स्वतंत्र आणि सार्वभौम'' होतील, मात्र जर काही पर्यायी योजना त्यांच्या सहकार्याने करण्यात आली, तर ती मान्य केली जाईल.

भारतीय लोकशाहीच्या निश्चित अशा भवितव्यतेसाठी, भारतीय राजकारणात संस्थानांची असलेली अनिश्चित आणि विचित्र परिस्थिति, एकदा केव्हातरी कायमची निकालात काढणे अत्यंत आवश्यक आहे. त्याचबरोबर ह्या संस्थानातील एकाधिकार सत्ता पद्धतीची संस्थानांतील चौकट एकदा मोडीत काढलीच पाहिजे. स्वतंत्र भारतात आजच्या संस्थानांना अस्तित्व राहू शकणार नाही. भारताचे 'ब्रिटिश इंडिया' आणि भारतातील संस्थानांचा प्रदेश, हे ब्रिटिशांनी जे भौगोलिक विभाग पाडले आहेत, त्यांना कोणताही नैसर्गिक पाया नाही. असे करण्यामागे ऐतिहासिक गरज अशी काही नव्हती, किंवा त्याच्यामागे जनतेची काही विशिष्ट भावना होती अशातला काही प्रकार नव्हता. जनतेला, निरनिराळ्या गटांत किंवा विभागात वाटून ठेवण्याचा तो साम्राज्यशाहीच्या शासकीय धोरणाचा एक मुत्सद्देगिरीचा डाव आहे. राष्ट्रीय चळवळीच्या दृष्टीने सर्व भारतभर लोकशाही पद्धतीची शासनसंस्था निर्माण करणे व तिच्यामध्ये संपूर्ण समता आणि समान नागरिकत्वाचे हक्क सर्वांना उपलब्ध करून देणे हे एकच ध्येय असावे.

**भारतातील संस्थाने संपूर्णपणे नाहीशी करणे, सरंजामशाहीच्या जुलमाचे स्मारकावशेष (रेलिक्स) निपटून काढणे, भारतातील सर्व जनतेसाठी, नैसर्गिक, भौगोलिक, आर्थिक व सांस्कृतिक विभाग आणि गट काळजीपूर्वक विचारात घेऊन त्यांच्या पायावर आधारलेले असे खरे संघराज्य (ज्या नामधारी संघराज्यात आजची एकाधिकार सत्ता जतन केली जाईल आणि जनतेच्या आशा व आकांक्षा चिरडून टाकल्या जातील, अशी एखादी प्रशस्त चौकटीची यंत्रणा नव्हे) निर्माण करणे, हे भारतीय जनतेचा निश्चित पद्धतीने विकास साधण्यासाठी, खऱ्या अर्थाने लोकशाहीचे सर्व फायदे जनतेला उपलब्ध करून देण्यासाठी, भारतीय जनतेत राष्ट्रीय ऐक्य निर्माण करण्यासाठी आणि अखिल भारतीय समाजाचा उत्कर्ष साधण्यासाठी अत्यंत आवश्यक आहे.**

## २. जातीयवादी विभाजन

ज्याप्रमाणे ब्रिटिशांनी भारतीय जनतेपासून संस्थानिकांना निराळे काढून भारतीय जनतेत दुफळी निर्माण केली, त्याचप्रमाणे हिंदु आणि मुसलमान ह्यांना, त्यांच्या-मधील धार्मिक भेदामुळे, ब्रिटिशांनी एकमेकांपासून निराळे केले.

येथे हिंदु व मुसलमान ह्यांच्यामधील धार्मिक फरक हा एक सर्वसाधारण स्वरूपाचा भेद आहे, तथापि त्याचा फायदा उठविण्यासाठी इंग्रजांनी त्याला राजकीय महत्त्व देऊन, मुसलमानांना त्यांच्या अल्पसंख्येची पुन:पुन्हा जाणीव करून दिली ह्याचा प्रत्यक्ष परिणाम म्हणजे मुसलमानांनी ''मुस्लिम लीग'' ह्या नावाची स्वतंत्र संस्था काढली, आणि ह्या संस्थेला, ब्रिटिशांनी फाजील राजकीय महत्त्व दिल्यामुळे, ''मुस्लिम लीगने'' स्वतंत्र सुभ्याची म्हणजेच पाकिस्तानची मागणी केली. ह्या ''मुस्लिम लीग''ने महत्त्वाचे राजकीय प्रश्न निर्माण केले, त्यांची चर्चा पुढील प्रकरणात केली जाईल, तथापि हिंदु व मुसलमान ह्यांच्यामध्ये खरी जातीय तेढ काय स्वरूपाची आहे, ह्याची माहिती प्रथम मिळविणे आवश्यक आहे.

''जातीय समस्या'' म्हणून समजली जाणारी ही चीज, म्हणजे निश्चितपणे काय आहे, ते प्रथम पाहू. मुख्यत्वे हा प्रश्न म्हणजे निरनिराळ्या धार्मिक जमातींचे एकमेकांबरोबरील हितसंबंध होत. ह्यामध्ये हिंदू हे भारतीय जनतेत $\frac{2}{3}$ आहेत, मुसलमान एकूण भारतीय लोकसंख्येच्या $\frac{1}{4}$ आहेत आणि इतर धर्माचे अल्पसंख्य लोक हे एकूण लोकसंख्येच्या $\frac{1}{10}$ आहेत. त्यांना भारतात महत्त्व आहे आणि राष्ट्रीय चळवळीच्या दृष्टीने ते खास स्वरूपाचे आहे. तथापि अशा प्रकारे धार्मिक दृष्टीने अत्यंत अल्पसंख्येत असलेला गट, आणि त्यामुळे निर्माण होणारा प्रश्न हा भारतामध्येच आहे, असे नाही, जगात इतर देशांतही तो आहेच.

निरनिराळ्या वांशिक व धार्मिक भेद असलेल्या जमाती जेव्हा एखाद्या देशात येऊन स्थिर होतात, तेव्हा अनेक समस्या साहजिकपणे निर्माण होतात. कधी कधी अशा परिस्थितीमुळे दंगे व रक्तपातही होतात. उत्तर आयर्लंडमधील ऑरेंजमेन व कॅथॉलिक्स परमाझेखाली राहणारे पॅलेस्टाइनमधील अरब व ज्यू लोक, झारच्या रशियांतील स्लाव्ह व ज्यू नाझी जमातीतील 'आर्यन्स' म्हणून ज्यांना खास संज्ञा आहे ते आणि ज्यू लोक, ह्या सर्वांनी विसाव्या शतकात मोठ्या समस्या निर्माण केल्या आहेत. त्यामुळे अशा समस्या हुडकून काढण्यासाठी भूतकाळाचा शोध घेण्याची गरज नाही. आज-कालच्या युरोपातील सेमायटिक विरोध (सेमायटिक हे प्राचीन काळचे व अर्वाचिन राष्ट्रीय होत. आधुनिक काळात ते भाषाभेदांवरून ओळखले जातात. उत्तर अरेबियन्स, दक्षिण अरेबियन्स, ॲबिसीनियन्स, बॅबिलॉनियन्स,

ॲसीरियन्स, आर्मीनियन्स, फोनीशियन्स, कॅननाइट्स व हिब्रु हे सर्व सेमायटिक आहेत. ते आपल्याला ''शेम''चे वंशज समजतात. ख्रिश्चन धर्म, इस्लाम व जुडाइझम हे सर्व धर्म सेमायटिक्सपासून निघाले आहेत.) हे आधुनिक काळातील वांशिक व धार्मिक विरोधाचे अत्यंत कडवट व ज्वलंत प्रतीक आहे.

ह्या प्रकारची समस्या कोणत्या परिस्थितीत निर्माण होते, ते ऐतिहासिक अनुभवावरून निश्चितपणे सांगणे शक्य आहे.

पॅलेस्टाइनमध्ये ब्रिटिश परमाझेपूर्वी अरब व ज्यू लोक शेकडो वर्ष गुण्यागोविंदाने नांदत होते. तेथे ब्रिटिशांची राजवट चालू झाली आणि साम्राज्यशाहीच्या लष्करी सत्तेखाली आणि पाश्चिमात्यांच्या वित्तीय भांडवलाच्या जोरावर, झिओनिस्टांना बळजबरीने तेथे वसविण्यात आले, आणि त्यातून भयंकर उग्र स्वरूपाचे संघर्ष सुरू झाले. त्यांना कधी कधी वांशिक व धार्मिक भेदातून निर्माण झालेले 'झगडे' असे संबोधण्यात येते, वस्तुत: ते परकीय स्वारी व वर्चस्व ह्याविरुद्ध होत असलेले राष्ट्रीय संघर्ष आहेत.

झारच्या रशियामध्ये विशेषत: अलीकडे झारशाहीची सत्ता संपुष्टात येण्याच्या बेतात असताना, ज्यू लोकांच्या टोचानी (पोग्रोम्स म्हणजे टोचणयाचे एक हत्यार) इतिहासाची पाने काळीकुट्ट झाली. इतकेच नव्हे तर त्या क्रौर्याने सर्व जगाच्या सद्‍सदविवेकबुद्धीला शिसारी आणली. हे टोचणीचे प्रयोग म्हणजे, अडाणी व रानटी रशियन जनतेने केलेले अनुल्लंघनीय क्रौर्याचे प्रतीक होते, असा सर्वत्र समज होता. त्यानंतर पोलिसांच्या गुप्त खात्याच्या प्रसिद्ध झालेल्या निवेदनांवरून असे सिद्ध झाले की जो आरोप म्हणून केला जात होता आणि सरकार व ''काळी-जमात'' ह्यांच्या संबंधावरून तो खरा असावा असा समज होता, किंवा राष्ट्रीय वृत्तीच्या गुंडांची ती गुंडगिरी असावी, असे वाटत होते, तो प्रत्यक्षात सरकारनेच सुरू केलेल्या व चालविलेल्या छळाचा प्रकार होता. ज्या दिवशी रशियन लोकांनी राज्याची सत्ता आपल्या हातात घेतली, त्या दिवसापासून रशियातील टोचा मारण्याची पद्धत अजिबात बंद झाली. रशियन लोकसत्ताकामध्ये निरनिराळ्या वंशाचे व धर्माचे लोक सुखाने एकत्र राहतात.

जर्मनीमध्ये वायमार लोकसत्ताक राज्यांत जर्मन आणि ज्यू लोक एकत्र शांततेने नांदत होते. नाझीची जर्मनीमध्ये सत्ता असताना झारच्या रशियांतील 'टोचा'च्या राजवटीने आपला मुक्काम रशियातून हालवून मध्य युरोपात तळ दिला.

ह्यावरून निरनिराळ्या वंशाच्या किंवा धर्माच्या जमातींनी एकत्र राहण्यात, एखादी नैसर्गिक अडचण अटळ असते असेच काही नाही. सामाजिक व राजकीय

परिस्थितीमधून अडचणी निर्माण होतात. विशेषत: एखाद्या देशात एखादी प्रतिगामी राजवट जेव्हा जनतेच्या चळवळीविरुद्ध आपले वर्चस्व टिकविण्याचा प्रयत्न करते, तेव्हा अशा अडचणी निर्माण होतात. अशा राजवटीचे अस्तित्व संपुष्टात आल्याची ती निश्चित चिन्हे होत.

भारतामध्ये आपल्यासमोर अशीच समस्या आहे. भारतामध्ये एकूण जनतेच्या संख्येच्या ६५.९३ टक्के लोक म्हणजे २५४ दशलक्षावर लोक हिंदु आहेत (१९४१ च्या शिरगणतीप्रमाणे). त्यांच्यापैकी १९० दशलक्ष लोक ''ब्रिटिश इंडिया''मध्ये आहेत. त्यांची संख्या एकूण लोकसंख्येच्या ६४.५ टक्के आणि ६५ दशलक्ष (म्हणजे एकूण संस्थानांतील लोकसंख्येच्या ७०.५७ टक्के) संस्थानात आहेत, ९२ दशलक्ष मुसलमान आहेत, ते एकूण लोकसंख्येच्या २३.८१ टक्के आहेत, त्यांच्यापैकी, ''ब्रिटिश इंडिया''मध्ये ७९ दशलक्ष म्हणजे २६.८४ टक्के आहेत आणि संस्थानांत १२ दशलक्षांवर म्हणजे १३.९३ टक्के आहेत.

ब्रिटिशांची राजवट चालू होण्यापूर्वी आज ब्रिटिशांच्या राजवटीत हिंदु-मुसलमान तेढीचा जो प्रश्न प्रामुख्याने दिसतो तो तसा नव्हताच. विशेषत: अलीकडे ब्रिटिशांच्या शासनात ह्या प्रश्नाला फार महत्त्व प्राप्त झाले आहे. ज्या संस्थानांचे राजे हिंदू किंवा मुसलमान होते अशा संस्थानांमध्ये लढाया झाल्या होत्या, तथापि ह्या लढ्यात हिंदू विरुद्ध मुसलमान असा प्रश्न कधीच उद्भवला नव्हता, मुसलमान राजांनी हिंदूंना आणि हिंदू राजांनी मुसलमानांना नोकरीवर ठेवले होते.

ही जी परिस्थिती ब्रिटिश राजवट येण्यापूर्वी होती, ती अजूनही संस्थानातून आहे. सायमन रिपोर्टला असे म्हणणे भाग पडले की, ''ब्रिटिश इंडिया''शी तुलना करता ''संस्थानांत हिंदू व मुसलमान ह्याच्यामध्ये जातीय तेढ नाही.'' संस्थानात जातीय दंगे झाल्याचे जे सांगण्यात येते, तेथे प्रत्यक्षात जातीय स्वरूपाचा संघर्ष नसतो. उदाहरणार्थ, १९३१-३२ मध्ये झालेले काशिमर संस्थानातील दंगे. खरोखरी ह्या दंगलीत जातीय तेढीचा काहीएक संबंध नव्हता, त्या दंगलीचे स्वरूप अगदी निराळेच होते. काशिमरमध्ये राजा हिंदू होता आणि बहुसंख्य प्रजा मुसलमान होती. त्या पैकी $\frac{४}{५}$ मुसलमान प्रजेने राजाविरुद्ध दंगा केला. ह्या दंग्याला जातीय दंगलीचे स्वरूप देण्यात आले, तथापि ब्रिटिश वर्तमानपत्राला हे कबूल करणे भाग पडले की, ''ज्या दंग्याला जातीय दंगा म्हणून समजले गेले त्या दंग्यात एकही हिंदू मुसलमानांनी मारल्याचे ऐकिवात नाही.'' जातीय दंगलीतील ''हा प्रकार चमत्कारिक आहे.'' (''डेली टेलिग्राफ'', फेब्रुवारी ८, १९३२). तथापि, ज्या प्रमाणात ''ब्रिटिश इंडिया''मधील राष्ट्रीय चळवळ आकार घेऊ लागली,

त्या प्रमाणात तिचा प्रतिध्वनी संस्थानातून उठणे साहजिक होते, त्याप्रमाणे संस्थानी प्रजा परिषदेची चळवळ वाढू लागल्या- बरोबर नेहमीच्या अनुभवाप्रमाणे संस्थानातही प्रतिगामी लोकांचा गट तयार होऊन, लोकांच्यामध्ये दुफळी होण्यास हळूहळू संस्थानांतही सुरुवात झाली आहे.

'हिंदू-मुस्लीम' विरोधासंबंधात, सायमन रिपोर्टलासुद्धा दोन विशिष्ट घटनांचा उल्लेख करणे आवश्यक वाटले : पहिली म्हणजे, ज्या ''ब्रिटिश इंडिया''मध्ये शासनव्यवस्था ज्या ब्रिटिश राजवटीच्या प्रत्यक्ष देखरेखीखाली चालते, त्या प्रदेशात ''हिंदु-मुस्लिम'' प्रश्न प्रामुख्याने प्रत्ययास येतो आणि त्या प्रमाणात संस्थानांतून तो आढळत नाही. खरोखरी दोन्ही ठिकाणी दोन्ही जमातींना एकमेकांशी मिसळण्याचे प्रसंग निश्चितपणे येतात, आणि ''ब्रिटिश इंडिया'' व संस्थाने ह्यांच्यामधील सीमा ह्या केवळ शासकीय सोयींच्या दृष्टीने निश्चित केल्या गेल्या आहेत. दुसरे असे, की ''ब्रिटिश टेरिटरी''मध्ये म्हणजे संस्थानांत ''हिंदू-मुस्लिम'' समस्या ही अगदी अलीकडे तोंड वर काढू लागली आहे. ह्या उलट ''ब्रिटिश इंडियामध्ये ती एका पिढीपूर्वीपासून अस्तित्वात आहे. तरीहि, सामाजिक शांततेला धोका निर्माण होईल अशी परिस्थिती क्वचित होती.'' **जातीय तेढ, हे ब्रिटिश राजवटीचे खास वैशिष्ट्य आहे, आणि ते विशेषतः वरील राजवटीचे प्रामुख्याने अलीकडे, म्हणजेच साम्राज्यशाहीच्या वर्चस्वाला उतरती कळा लागल्यापासून, खास पुढे येत आहे.**

भारतात जातीय तेढ निर्माण करण्याचे उपद्व्याप ब्रिटिश राजवटीनेच केले, (ह्याचा अर्थ अशा प्रकारच्या दुसऱ्या नसत्या उठाठेवी ब्रिटिश राजवटीने केल्या नाहीत, असा नव्हे.) ह्या बातमीमुळे, सरकारी उच्च वर्तुळात नेहमी संतापाची लाट उसळते. तथापि ब्रिटिश राजवट हा आरोप टाळू शकत नाही, कारण तो सिद्ध करण्यास भरपूर साक्षीपुरावा आणि ऐतिहासिक साधने उपलब्ध आहेत. उच्च वर्तुळात संताप व्यक्त केला जातो, हा युक्तिवाद (आर्ग्युमेंट) असू शकत नाही, कारण साम्राज्यशाही ही (सीझरच्या पत्नीप्रमाणे) संशयातीत नाही. साम्राज्यशाहीच्या दुटप्पी व दुहेरी धोरणासंबंधी जगाची खात्री पटविण्यासाठी इतका प्रचंड पुरावा उपलब्ध आहे की तिने, 'तो मी नव्हे' म्हणून कितीही टाहो फोडला, तरी त्याचा काडीमात्र उपयोग होणार नाही.

सुरुवातीच्या काळात, ''फोडा आणि झोडा'' ह्या धोरणाचा उघड उघड पुरस्कार करण्यात येत असे. त्यानंतरच्या काळात असा पुरस्कार जाहीर रीतीने करण्याचे टाळले जाई. १८२१ च्या सुमारास, मे १८२१ च्या ''एशियाटिक

रिव्ह्यू''मध्ये 'कर्नाटिक्स' ह्या टोपण नावाने लिहिताना एका ब्रिटिश अधिकाऱ्याने स्पष्टपणे सांगितले की भारतातील आपल्या शासनाच्या दृष्टीने "फोडा आणि झोडा" हेच आपले धोरण असले पाहिजे, मग ते क्षेत्र राजकीय, दिवाणी अगर सैनिकी ह्यांपैकी कोणतेही असो. मोरादाबादचा 'कमांडर' लेप्टनंट कर्नल कोक ह्याने, एकोणिसाव्या शतकाच्या मध्याला, एक तत्त्वच ठरवून ठेवले होते, ते असे :

'निरनिराळे धर्म आणि वंश ह्यांच्यामध्ये आज जो भेदाभेद (आपल्या दृष्टीने भाग्यशाली) आहे तो जसाच्या तसा टिकवून धरण्याचा आपला प्रयत्न पाहिजे. त्यांना एकत्र करण्याचा प्रयत्न करता कामा नये. "फोडा आणि झोडा" हे भारताच्या सरकारचे मूलभूत सूत्र असले पाहिजे.` १८८८ मध्ये भारतावरील मुख्य माहीतगार सर जॉन स्ट्रॅची म्हणतो की, "स्पष्टपणे खरे सांगावयाचे तर, भारतात एकमेकांना विरोधी अशा जमाती जवळजवळ आहेत ही गोष्ट, भारतातील आपल्या राजकीय भवितव्याचे दृष्टीने हितकारक आहे.''

(सर जॉन स्ट्रॅची, "इंडिया" १८८८, पान २२५)`

गांधीजींनी असे सांगितले की, काँग्रेसचा संयुक्त निर्माता ह्यूम ह्याने त्यांच्याजवळ एकदा उघडपणे कबूल केले की, "ब्रिटिशांचे भारतावरील वर्चस्व, हे "फोडा आणि झोडा'' ह्या धोरणामुळेच भारतात टिकून राहिले.'' (जे. टी संडरलँड ह्याच्या "इंडिया इन बॉडेज'' पान २३२ वरून उद्धृत केले.)

---

१. बी. डी. बसु ह्यांच्या "कन्सॉलिडेशन ऑफ दि ख्रिश्चन पॉवर इन् इंडिया'' पान ७४, मधून उद्धृत केलेले.

२. ह्या पुस्तकाच्या नंतरच्या आवृत्तीत सर जॉन स्ट्रॅची याने आपले वरील विधान थोडी भाषा बदलून दिले आहे. तरीही त्यात मूळ विधानाचे सत्य नाहीसे झालेले नाही. नवीन विधान असे :

"भारतात आपल्या सरकारने "फोडा आणि झोडा'' हे जे धोरण अवलंबिले आहे आणि जे सर्रास कार्यवाहीत आणले जात आहे, त्याला जास्तीत जास्त विरोध व्हावयास हवा, सर्व वर्गाच्या लोकांमध्ये शांतता टिकविणे हे सदासर्वदा आपल्या 'युद्धखोर संस्कृतीचे' एक प्रमुख कर्तव्य आहे. त्याचबरोबर हेही सत्य आपणास विसरता येत नाही की, एकमेकांशी विरोध असलेल्या जमाती एकमेकांजवळ असणे, ही गोष्ट आपल्या भारतातील राजकीय अस्तित्वाच्या दृष्टीने महत्त्वाची आहे. मुसलमानांपैकी मातबर वर्ग हा आपल्या स्थैर्याला उपयुक्त आहे. त्यामुळे आपणास त्रास होणार नाही. एकूण लोकसंख्येत त्यांची अल्पसंख्या आहे. तथापि ते उत्साही आहेत, त्यांची राजकीय मते

१९१० साली मुस्लीम लीगच्या स्थापनेसंबंधात, जे. रॅम्से मॅकडोनॉल्ड असे म्हणाला की :

''ऑल इंडिया मुस्लिम लीग'' ह्या संस्थेची स्थापना ३० डिसेंबर १९०६ रोजी झाली. लीगच्या प्रयत्नांना राजकीय दृष्टीने जे प्रचंड यश प्राप्त झाले आहे त्यावरून, ह्या त्यांच्या यशामागे काहीतरी काळेबेरे असावे, असा संशय येण्यास जागा आहे. मुसलमान पुढाऱ्यांना ह्या संबंधात काही अँग्लो इंडियन लोकांनी चिथावणी दिली आणि ह्या अधिकाऱ्यांनी सिमला आणि लंडन येथे सूत्रे हलविली आणि हिंदुंविरुद्ध द्रेष निर्माण केला आणि मुसलमानांना खास मेहेरबानी दाखवून हिंदु व मुसलमान जमातीमध्ये वितुष्ट निर्माण केले.'' (जे. आर. मॅकडोनॉल्ड, ''दि अवेकनिंग ऑफ इंडिया'', १९११ पाने २८३-४.)

त्यानंतर उपलब्ध झालेल्या पुराव्यामुळे वरील ''संशयास बळकटीच येते.''

१९२६ साली लॉर्ड ऑलिव्हर हा भारतमंत्री झाल्यावर त्याला सर्व दप्तर पाहता येणे शक्य झाले. त्याने ''टाइम्सला'' एक पत्र लिहिले. ते असे :

''ज्याला भारतातील घडामोडींची माहिती आहे असा कोणीही मनुष्य ही गोष्ट नाकबूल करणार नाही की भारतात सरकारी गोटांत मुसलमान जमातीबद्दल खास आपुलकीची भावना आहे, त्याचे एक कारण म्हणजे त्यांच्याबद्दल असलेली नैसर्गिक आपुलकीची भावना आणि दुसरे म्हणजे हिंदु लोकांतील राष्ट्राभिमानाला प्रत्युत्तर देण्यासाठी उपयुक्त ठरेल अशी जमात म्हणून होय.'' (लॉर्ड ऑलिव्हर, १० जुलै १९२६ च्या ''टाइम्स'' मधील पत्र)

अधिक अलीकडील काळात, तेच धोरण अधिक गर्भित अर्थाने व्यक्त करण्यात आले आहे. ''टाइम्स'' १९४१ साली म्हणतो :

''हिंदू-मुस्लीम सलोख्याला फाजिल महत्त्व देणे म्हणजे ब्रिटिश लोक ''फोडा आणि झोडा'' ह्या तत्त्वाचा अवलंब करतात, असा नव्हे. त्यांच्यातील भेद अस्तित्वात आहेत आणि जोपर्यंत ते आहेत, तो पर्यंत ब्रिटिश राजवट कायम

---

आपल्यासारखीच आहेत आणि ते कोणत्याही परिस्थितींत भारतातील आपल्या वर्चस्वापेक्षा हिंदूंच्या वर्चस्वाला जवळ करणार नाहीत.'' (''सर जॉन स्ट्रेची, 'इंडिया'' १८९४ पान २४१)

ह्या दोन प्रकारच्या विधानात एक सरळ सत्य व दुसरी त्याला जोडलेली मुत्सद्देगिरीची पुस्ती, साम्राज्यशाहीच्या वाढत्या अगतिकतेचा वास येतो. तथापि त्यावरून एक गोष्ट निश्चितपणे सत्य आहे की, ह्या खास मुत्सद्देगिरीच्या व ढोंगीबाजीच्या वक्तव्यांतही, मूळ धोरण बदललेले दिसत नाही.

राहणार हे निश्चित.'' ('दि टाइम्स', जानेवारी २१, १९४१.)

सरकारी धोरणाबद्दलचा पुरावा, हा अशा प्रकारे प्रमुख सरकारी प्रतिनिधींच्या विश्वसनीय विधानांवर आधारित आहे.

तथापि वरील सर्वसाधारण धोरण हे शासकीय यंत्रणेच्या कार्यवाहीत आणण्याची सुरुवात अलीकडे झाली आहे. ज्या प्रमाणात राष्ट्रीय संघर्ष वाढत गेला, आणि घटनात्मक सुधारणा होऊ लागल्या, त्याच प्रमाणात जातीय भेदांना धार दिली गेली आणि ह्याचे प्रत्यक्ष प्रत्यंतर म्हणजे सुधारणा राबविण्यासाठी सुरू केलेल्या निवडणुकीची खास पद्धत होय. ही नवी प्रथा १९०६ पासून सुरू करण्यात आली म्हणजेच, राष्ट्रीय अशांतता आणि प्रगती ह्यांची जी पहिली लाट उसळली, तोच तो काळ होय.

ह्या घटनेची पार्श्वभूमि समजण्यासाठी, सामाजिक व आर्थिक क्षेत्रांतील चुरशीची बीजे तपासली पाहिजेत. वस्तुत: त्यांचा परिणाम बहुसंख्य हिंदू जमात किंवा मुसलमान जमात ह्यांच्यावर होत नाही, तर विकसत असलेल्या मध्यम वर्गावर होत असतो. व्यापार, वाणिज्य व शिक्षण ह्यांचा विकास मुंबई, कलकत्ता किंवा मद्रास ह्या शहरांमध्ये होऊ लागला आणि येथे हिंदू लोक बहुसंख्य होते. त्या मानाने मुसलमानांची वस्ती असलेल्या उत्तर प्रदेशात तेवढा लवकर झाला नाही. १८८२ च्या हंटर कमिशनच्या रिपोर्ट प्रमाणे, विश्वविद्यालयीन शिक्षणात मुसलमान लोकांचे सर्वसाधारण प्रमाण फक्त ३.६५ टक्के होते. आजसुद्धा हिंदूंमधील साक्षरतेचे प्रमाण, मुसलमानांतील साक्षरतेच्या प्रमाणापेक्षा अधिक आहे. ह्या मुळे भारतातील मध्यमवर्ग प्रगत होऊ लागल्याबरोबर, विभागीय चुरस सुरू झाली, आणि तिला जातीयवादाचा बुरखा मिळाला. मुसलमानांतील उच्च जमीनदार वर्गाला, मध्यम वर्गाच्या व्यापारी व औद्योगिक क्षेत्रातील प्रगतीबद्दल चुरस वाटू लागली, आणि ती प्रगती म्हणजे हिंदु जमातीची प्रगति, असे वाटू लागले. त्यालाच 'हिंदु बनियाचा छळ', असे नामाभिधान प्राप्त झाले. प्रगत मध्यमवर्गात, व्यापारी गटागटांमधील चुरशीमुळे जातीय विरोधाला वाव मिळालाच होता, आणि ह्यावेळी मुसलमानांच्या गटांत मागासपणा होता. शासनात, नोकऱ्या मिळविण्यासाठी शैक्षणिक लायकीची गरज असते, त्याही क्षेत्रात मुसलमानांना फायदा उठविता आला नाही. त्यानंतर प्रातिनिधिक संस्थांचा विकास होऊ लागला. त्यामध्ये मतदानाचा अधिकार, मालमत्ता व शिक्षण असलेल्यांनाच मिळाला. ह्याही क्षेत्रांत मुसलमान मागे पडले आणि ह्या अगतिकतेच्या पोटी, स्वतंत्र मतदार संघाच्या मागणीचा जन्म झाला. अशा प्रकारच्या सोईस्कर परिस्थितीत, सरकारी

धोरणाला, विझलेल्या विरोधाग्नीवर फुंकर घालण्यास वाव मिळाला, आणि सबंध राजकीय चौकट, त्या धर्तीवर निर्माण करता आली.

१८९० च्या सुमारास, सरकारकडे वळण असलेल्या सर सय्यद अहमद खान ह्यांच्या नेतृत्वाखाली एका मुसलमान गटाने मुसलमानांना खास सवलती व नोकऱ्या मिळाव्या, अशी सरकारला विनंती केली. तथापि ह्या घटनेला काही जबाबदार मुसलमानांनी विरोध केला, ''मुस्लिम हेरॉल्ड'' ह्या वर्तमानपत्राने, वरील विनंतीचा धिक्कार करताना स्पष्टपणे सांगितले की, अशा सवलतींमुळे जिल्ह्यातील व खेड्यातील सामाजिक जीवन बरबाद होईल आणि भारत हा एक उकिरडा ठरेल. त्यानंतर वरील विनंतीतून काहीच निष्पन्न झाले नाही.

१९०९ साली, भारतातील पहिल्याच लोकप्रिय राष्ट्रीय चळवळीच्या उठावाबरोबर ब्रिटिश सरकारने एक नवीन धोरण अमलात आणण्याचे ठरविले, ज्यामुळे जिल्ह्यातील व खेड्यातील सामाजिक जीवन विषारी होणार होते आणि भारताचा उकिरडा बनविण्यात येणार होता. मुसलमानांचे एक शिष्टमंडळ व्हॉइसरॉयला भेटले आणि निवडणूक पद्धतीत मुसलमानांना स्वतंत्र आणि खास सवलतीचे प्रतिनिधित्व मिळेल, अशी व्यवस्था व्हावी अशी मागणी केली. व्हाइसरॉय लॉर्ड मिंटो याने वरील विनंतीस लगेच मान्यता दिली. ती अशी :

''तुमच्या लोकसंख्येच्या प्रमाणात तुम्हाला प्रतिनिधित्व मिळावे, ही तुमची मागणी योग्य आहे, तथापि तुमच्या जमातीचे राजकीय महत्त्व आणि तुम्ही साम्राज्याची केलेली सेवा ह्या दोन्ही गोष्टी विचारात घेऊन, मी तुमचे म्हणणे मान्य करतो.''

(लॉर्ड मिंटो याने १९०६ साली मुस्लिम शिष्टमंडळाला दिलेले उत्तर, 'लाइफ ऑफ लॉर्ड मिंटो' ले. जॉन बुचन पा. २४४)

त्यानंतर, १९२३ सालच्या राष्ट्रीय सभेच्या अधिवेशनात, मुसलमान पुढारी महंमद अलि ह्याने आपल्या अध्यक्षीय भाषणात स्पष्टपणे जाहीर केले की, वरील मुसलमानी शिष्टमंडळ हे सरकारने घडवून आणलेले ''खास नाटक'' होते. शिष्टमंडळाची मूळ कल्पना, सरकारी अधिकाऱ्याचीच होती, ही गोष्ट लॉर्ड मोर्ले याने, लॉर्ड मिंटो ह्याला १९०६ च्या अखेर पाठविलेल्या पत्रात उघड केली आहे, ती अशी :

''आपल्या मुसलमानांसंबंधीच्या मतभेदात मी आपले अनुकरण करू शकणार नाही. आपला मान राखून मी आपणास पुन्हा एकदा आठवण करून देऊ इच्छितो की, आपल्या पूर्वीच्या भाषणांतील मुसलमानांच्या खास सवलतींच्या उल्लेखामुळेच, मुसलमानांच्या मागणीचे हे भूत उठले आहे.'' (लॉर्ड मोर्ले ह्याचे लॉर्ड मिंटो यास

पाठविलेले ६ डिसेंबर १९०९ चे पत्र : मोर्ले, ''रेकलेक्शन्स,'' भाग २ पान ३२५.)

अशा प्रकारे जातीय मतदार संघ आणि जातीय प्रतिनिधित्व देण्याची पद्धत सुरू झाली आणि तिने लोकशाही निवडक पद्धतीच्या काळजालाच हात घातला. अशा एखाद्या उदाहरणाची कल्पना करावयाची तर असे म्हणता येईल की उत्तर आयर्लंड मध्ये 'कॅथोलिक्स' आणि 'प्रोटेस्टंट्स' ह्या धार्मिक भेद असलेल्या जमातींना स्वतंत्र मतदारसंघ दिले, तर काय होईल, जे लोक निवडून येतील ते त्या मतदार विभागातील रहिवाश्यांचे प्रतिनिधी राहणार नाहीत, तर जे 'कॅथोलिक्स' मधून निवडून आले ते कॅथोलिकांचे प्रतिनिधी होतील आणि 'प्रोटेस्टंट' हे 'प्रोटेस्टंट्स' जमातीचे प्रतिनिधी ठरतील. ह्यापेक्षा अधिक जातीय आणि धार्मिक भेद माजवू शकेल, असा दुसरा उपाय सापडणे कठीण आहे आणि स्वतंत्र 'मुस्लिम लीग' ह्या संस्थेची स्थापना डिसेंबर १९०६ पासून झाली.

बहुसंख्य हिंदूंनी अल्पसंख्य मुसलमानांना आपल्या बहुसंख्येच्या जोरावर डावलून टाकू नये म्हणून असे जातीयवादी स्वतंत्र मतदार संघ आणि प्रतिनिधित्व देण्याची योजना अढळ ठरली. ह्या म्हणण्यामागील वेडगळपणा, त्याच काळात झालेल्या स्थानिक स्वराज्य संस्थांच्या निवडणुकीत प्रत्ययास आला. ह्या निवडणुका जुन्या संयुक्त मतदारसंघ असलेल्या पद्धतीनेच केल्या गेल्या होत्या. संयुक्त प्रांतात १९१० साली संयुक्त मतदार संघाची पद्धत चालू असताना, जेथे मुसलमान जमात, संख्येने एकूण लोकसंख्येच्या फक्त $\frac{1}{7}$ होती, तेथे जिल्हा परिषदेत १८९ मुसलमान आणि ४४५ हिंदू उमेदवार निवडून आले आणि म्युनिसिपाल्टीमध्ये ३१० मुसलमान आणि ५६२ हिंदू उमेदवार निवडून आले.

दोन जमातींमध्ये पाचर ठोकून त्यांना अलग करण्याचे कारस्थान, केवळ स्वतंत्र जातीय मतदारसंघ तयार करून आणि त्यांच्यामार्फत प्रतिनिधित्व देऊन पुरे झाले नाही, तर मुसलमान जमातीला खास सवलतीचे प्रतिनिधित्व देण्याची व्यवस्था करण्यात आली. जास्त प्रतिनिधित्व देण्याची खास योजना आखण्यात आली. ह्या पद्धतीत मोर्ले-मिंटो सुधारणानुसार प्रतिनिधित्वाचा म्हणजे मतदानाचा हक्क मिळविण्यासाठी मुसलमान नागरिकाला वार्षिक ३००० रु. उत्पन्नावर आयकर दिला म्हणजे भागत असे, तथापि तोच मतदानाचा हक्क मिळविण्यासाठी एका हिंदू नागरिकाला तीन लाख उत्पन्नावर प्राप्तीकर देत असल्यासच तो मिळत असे, किंवा मुसलमान पदवीधराला पदवी मिळवून तीन वर्षे झाली म्हणजे मतदानाचा हक्क मिळत असे, ह्या उलट मुसलमानेतर नागरिकाला पदवी मिळविल्यावर तीस वर्षांनी मतदान करण्याचा हक्क मिळे. प्रतिनिधित्व करण्याच्या बाबतीतही

असाच भेदभाव करण्यात आला होता. असे करण्यामागील मुख्य हेतू हा की एका जमातीला असा खास सवलतींचा मलिदा देऊन तिचे संपूर्ण सहकार्य मिळवावयाचे आणि अशा भेदभावामुळे बहुसंख्य जमातीला राग यावा आणि त्यांनी तो राग सरकारवर न काढता दुसऱ्या जमातीवर काढावा.

ही पद्धत पुढे घटनात्मक योजनांतही मोठ्या प्रमाणात कार्यवाहीत आणण्यात आली, आणि ह्या धोरणाचा अतिरेक १९३५ च्या घटनेत करण्यात आला... ह्याच घटनेप्रमाणे आजही (१९४६ मध्ये) 'कॉन्स्टिट्यूशन' तयार करण्यासाठी जी 'कॉन्स्टिट्युअंट असेंब्ली' निवडण्यात आली, तिच्या अप्रत्यक्ष निवडणुकीस ह्याच कायद्याप्रमाणे आकार देण्यात आला. १९३५ च्या कायद्याप्रमाणे केवळ मुसलमानांनाच नव्हे तर शीख, अँग्लो-इंडियन्स, इंडियन ख्रिश्चन[१], हरिजन, युरोपियन्स, जमीनदार, वाणिज्य आणि उद्योगधंदे ह्या सर्वांना स्वतंत्र मतदार संघ देण्यात आले. 'फेडरल असेंब्ली' मध्ये २५० जागांपैकी ८२ जागा म्हणजे $\frac{1}{3}$ जागा, $\frac{1}{4}$ लोकसंख्या असलेल्या मुसलमानांसाठी राखून ठेवण्यात आल्या. त्याचबरोबर 'सर्वसाधारण जागा' ज्या खास बहुसंख्य लोकांना द्यावयाच्या होत्या त्याची संख्या कमी करून

---

१. हे लक्षात ठेवण्यासारखे आहे की, भारतातील ख्रिश्चन पुढाऱ्यांनी "स्वतंत्र मतदार संघ" ह्या पद्धतीला कडवा विरोध केला आहे. ही पद्धत सरकारने आपल्या स्वत:च्या फायद्यासाठी केली असून ख्रिश्चन जमातीच्या इच्छेविरुद्ध ती त्यांच्यावर लादण्यात आली आहे. १९३८ साली भरलेल्या "ऑल इंडिया ख्रिश्चन कॉन्फरन्स"च्या अध्यक्षाने जाहीरपणे सांगितले की :
"स्वतंत्र मतदारसंघांना माझी मुख्य हरकत अशी आहे की, त्यामुळे आम्हाला इतर जमातींच्या सान्निध्यात येणे अशक्य केले आहे. आमच्या जुन्या पुढाऱ्यांच्या नेतृत्वाखाली असताना, त्यांच्यापैकी काही आज हयात नाहीत. एक जमात ह्या दृष्टीने आम्ही स्वतंत्र मतदारसंघांना विरोध केलेला आहे, आणि आमच्या इच्छे- विरुद्ध ते आमच्यावर लादले गेले. आजच्या जातीय मतदार संघामुळे भारताच्या ठिकऱ्या उडाल्या आहेत. माझ्या पूर्वींच्या लोकांनी, स्वतंत्र मतदार संघ स्वीकारल्यास आमच्या जमातीचे कसे नुकसान होईल, हे सालोसाल दाखवून दिले आहे. मला वाटते की आपण सर्व जमातींच्या पुढाऱ्यांना पुन:पुन्हा विनंती करावी की सामुदायिक रीतीने प्रचंड प्रयत्न करून, शक्य तितक्या लवकर, आपल्या देशाच्या नावाला लागलेला हा काळिमा दूर करावा."
(डॉ. एच. सी. मुकर्जी, प्रेसिडेंट, "ऑल इंडिया ख्रिश्चन कॉन्फरन्स" मद्रास, डिसेंबर १९३८.)

१०५ वर आणण्यात आली, म्हणजेच ? करण्यात आली, आणि ह्यापैकी १९ जागा हरिजनांसाठी राखून ठेवण्यात आल्या.

निवडणुकांच्या बाबतीत हातचलाखी व बनवाबनवी करून साम्राज्यशाहीने जे रूपांतर घडवून आणले, त्याचे विकृत स्वरूप हे असे आहे.[१]

ह्या निवडणूक धोरणाचा परिणाम असा झाला की, सरकारच्या शासकीय क्षेत्रात सर्वत्र ह्या विषारी भुताने नंगानाच चालू केला, त्यामुळे जातीय विरोधाला जास्तीतजास्त धार देण्याची व्यवस्था करण्यात आली.

हा जातीय विरोध चेतावण्यामागे पिळवणूक आणि साम्राज्यशाहीची राजवट ह्यांचे हित साधावे हा मुख्य हेतू होता. मध्यमवर्गीय जातीयवाद्यांची दर्जा आणि नोकऱ्या ह्यासाठी नंतर जी चुरस चालू झाली, तिच्यावरून हे उघड होते, ज्याठिकाणी जातीयवाद बहुजन समाजात पोहोचला तेथे तर हे दृश्य उघड दिसते. बंगाल व पंजाब मधील हिंदूंमध्ये श्रीमंत जमीनदार, व्यापारी आणि सावकार ह्यांचा भरणा फार आहे. ह्यांच्यामध्ये मुसलमान लोक बहुतेक गरीब शेतकरी किंवा कर्जबाजारी आहेत. दुसऱ्या ठिकाणी हिंदू शेतकऱ्यांमध्ये मुसलमान मोठे जमीनदार आहेत. पुन:पुन्हा जो जातीय संघर्ष म्हणून सांगण्यात येतो त्यामागे खरा झगडा 'हिंदू जमीनदारांविरुद्ध मुसलमान शेतकरी' असा असतो. कर्जबाजारी मुसलमानांचा 'हिंदू जमीनदारांविरुद्ध किंवा हिंदू कामगारांचा संप मोडण्यासाठी आणलेल्या मुसलमान पठाणांविरुद्ध झगडा असतो. त्याला खास जातीय दंग्याचे स्वरूप दिले

---

१. मुसलमान जमातीला त्यांच्या संख्येच्या मानाने फार जास्त जागा दिल्या गेल्या, ह्याचे कारण, हिंदूंच्या मानाने ते अल्पसंख्य असल्यामुळे त्यांना संरक्षण मिळावे, असा होता. हा केवळ कांगावा कसा होता, ते १९३५ च्या कायद्याप्रमाणे, बंगाल लेजिस्लेटिव्ह असेंब्लीच्या जागांच्या वाटणीवरून उघडकीस येते. बंगालमध्ये आजच्या सीमा विचारात घेतल्या तर, मुसलमान बहुसंख्येत आहेत, तरीही त्यांना आज चालू असलेले जादा प्रतिनिधित्व दिलेले आहे. मुसलमानांची संख्या ५५ टक्के असूनही त्यांना ११७ जागा दिल्या आहेत. येथे हिंदूची संख्या एकूण लोकसंख्येच्या ४५ टक्के आहे तरीही त्यांना सर्वसाधारण जागांमध्ये फक्त ७८ जागा आहेत. (त्यापैकी ३० जागा हरिजनांसाठी राखून ठेवल्या आहेत, आणि सर्वसाधारण जागांपैकी फक्त ४८ जागा हिंदूंसाठी मोकळ्या ठेवल्या आहेत.) लोकसंख्येच्या प्रमाणात हिंदूंना ७८ जागा मिळावयास हव्या होत्या. त्या प्रमाणात मुसलमानांना ९९ जागा मिळावयास हव्या होत्या. मुसलमान अल्पसंख्य आहेत ह्या कारणामुळे त्यांना संरक्षण द्यावयास हवे, ह्या मानभावीपणाच्या नावाखाली, पक्षपात करून त्यांना मुद्दाम किती जादा जागा

जाते. (ह्यांच्यामागे अज्ञात लोक चिथावणी देत असतात). त्यात कामगार संघटित व प्रगत असले की पोलिसांचा गोळीबार व मृत्यू हे ठरलेलेच कार्यक्रम असतात. उदाहरणार्थ, संपाच्या मोठ्या चळवळीनंतर मुंबईमध्ये १९२९ साली झालेले संघर्ष किंवा १९३८ साली झालेल्या प्रचंड यशस्वी संपानंतर कानपूरमध्ये १९३९ साली झालेले दंगे हे होत. सामाजिक व आर्थिक हेतू पोटात ठेवून प्रतिक्रियात्मक उपायाच्या नावाखाली कामगारांची एकजूट मोडण्याचा मग प्रयत्न केला जातो.[१]

भारतातील बहुजन हिंदू आणि बहुजन मुसलमान जमातींना निरनिराळी ध्येये असू शकत नाहीत. मुसलमानांसाठी खास गरिबी व दास्य आणि हिंदूसाठी निराळी गरिबी आणि दास्य असू शकत नाहीत. जे काय असते ते म्हणजे भारतीय गरिबी आणि दास्य. भारतातील लाखो खेड्यांत प्रचंड संख्येने हिंदू आणि मुसलमान आहेत. ते सर्व एकाच जहागीरदारीच्या ओझ्याखाली, एकाच सावकारीच्या लूटमारीखाली, एकाच साम्राज्यशाहीच्या भरड्यात भरडून निघत आहेत. अशा परिस्थितीत त्यांच्यामध्ये विभाग पाडणे म्हणजे पिळवणुकीच्या पद्धतीला भरपूर वाव मिळावा म्हणून सोईस्कर मार्ग करून देण्यासारखे आहे.

---

दिल्या आहेत त्या ठिकाणी ते अल्पसंख्य म्हणून जादा जागा व जेथे ते बहुसंख्य आहेत तेथे, अखिल भारतीय पातळीवर ते अल्पसंख्य आहेत, म्हणून जादा जागा अशी ही जागांची खिरापत वाटली आहे.

ह्या उदाहरणावरून सरकारचा ढोंगीपणाचा युक्तिवाद उघडा पडतो. (हे जातीय मतदारसंघ का तयार केले गेले, ते, "सायमन" "रिपोर्ट आणि माँटेग्यु चेल्मफर्ड" रिपोर्टमध्ये युक्तिवाद करून सांगितले आहे.) हे जातीय मतदार संघ 'लखनौ' करारला अनुसरून केले गेले, असा सरकारचा दावा आहे. 'लखनौ' करार हा १९१६ साली, काँग्रेस आणि मुस्लिम लीग ह्या दोन्ही संस्थांनी आपसात तडजोड म्हणून केला होता. त्यात लॉर्ड मिंटो आणि लॉर्ड मोर्ले ह्यांनी सुरू केलेले विषारी तत्त्व नाइलाज म्हणून मान्य करावे लागले. तथापि, त्यांनी हे तत्त्व स्पष्ट केले होते की, जादा जागांची सवलत, ज्या ठिकाणी जी जमात, अल्प संख्येत होती तिला दिली जावी, त्याप्रमाणे ज्या ठिकाणी मुसलमान अल्पसंख्येत होते, त्या ठिकाणी त्यांना वरील सवलतीच्या जादा जागा मिळाल्या असल्या आणि बंगालसारख्या ठिकाणी, जेथे ते बहुसंख्येत होते, तेथे त्यांना थोडे कमी प्रतिनिधित्व मिळाले असते. तथापि, साम्राज्यशाहीच्या अधिकाऱ्यांनी 'लखनौ' करारापासून त्यांना जागांचे विभाजन करण्याची स्फूर्ती मिळाली असे सांगत असतानाच, प्रत्यक्षात मुसलमानांना, मग ते एखाद्या ठिकाणी, अल्पसंख्येत असोत किंवा बहुसंख्येत

जातीय समस्येला खरा तोडगा म्हणजे सामाजिक व आर्थिक विकास करून आणणे हा होय, कामगार आणि शेतकरी ह्यांच्या युनियन्समध्ये हिंदु व मुसलमान हे कोणताही भेद न ठेवता एक होतात. (त्यांना स्वतंत्र मतदारसंघाची गरज भासत नाही.) त्यांना वर्गीय एकता, समान सामाजिक व आर्थिक गरजा, असू शकतात, कृत्रिम, धार्मिक किंवा जातीय भेदभाव तेथे नष्ट होतात. जातीय समस्येला कायमची मूठमाती द्यावयाची असेल तर हाच त्यावर रामबाण उपाय आहे. जातीय तेढ कायमची नाहीशी करावयाची असेल तर, बहुजन समाजाच्या हितासाठी, बहुजन समाजाच्या चळवळीची प्रगती करणे, आणि सर्वसाधारण लोकशाही मूल्यांचा विकास घडवून आणणे, हा शेवटचा उपाय होय.

भारतीय जनतेमध्ये धर्माच्या नावाखाली दोन ''राष्ट्र-गट'' निर्माण करणे, हे प्रतिगामीपणाचे, अवास्तववादी आणि लोकशाही स्वातंत्र्याच्या दृष्टीने चुकीचे आहे. राष्ट्रीय चळवळीचे मूलभूत धोरण म्हणून जे ''डेक्लरेशन ऑफ राइट्स'' मध्ये मांडले गेले आणि जे १९३१ साली राष्ट्रीय सभेने मान्य केले, ते अगदी विचारपूर्वक केलेले आहे. त्याप्रमाणे समान लोकशाही नागरिकत्व, ज्यात जात, पक्ष किंवा लिंगभेद केलेला नाही असे, सर्व अल्पसंख्याकांना सांस्कृतिक संरक्षण आणि सदसद्विवेकबुद्धी सांभाळण्याचे स्वातंत्र्य, हे मान्य केलेले आहे.

तथापि त्याचबरोबर संपूर्ण लोकशाही पद्धतीची जी योजना ठरविण्यात येईल, त्यात प्रांतिक व राष्ट्रीय स्वायत्ततेचे नवीन प्रश्न निर्माण होणार आहेत, तथापि आज ते हिंदु-मुस्लीम समस्येच्या जाळ्यात गुरफटले गेले आहेत. आज ''मुस्लिम लीग'' ह्या संघटनेचे जनता संघटनेत रूपांतर झाल्यामुळे आणि तिने पाकिस्तानची मागणी केल्यामुळे, तिच्या मागण्यात ''हिंदु-मुस्लिम'' प्रश्नाचा ओघाने संबंध येत आहे. काँग्रेस आणि मुस्लिमलीग ह्यांचे संबंध अलीकडे जास्त जोराने पुढे येत आहेत. हा प्रश्न त्वरित निकालात काढणे अत्यंत आवश्यक आहे, कारण १९४६ साली ''कॅबिनेट मिशन''च्या वाटाघाटीत जे प्रत्ययास आले त्यावरून काँग्रेस आणि मुस्लीम लीग ह्यांच्यामधील मतभिन्नतेत साम्राज्यशाहीचे धोरण आपले

---

असोत, त्यांना सर्रास जादा जागा देण्याची व्यवस्था केली, आणि अशा प्रकारे 'लखनौ' कराराला धाब्यावर बसविले. त्यांनी आपल्या कृतीने हे सिद्ध केले की, अल्पसंख्येत असणाऱ्यांना संरक्षण देण्याचे तत्त्व ही शुद्ध ढोंगबाजी होती. त्यात एका वांशिक जमातीला दुसऱ्या तशाच जमातीविरुद्ध खास सवलतीचे व पक्षपाती जादा प्रतिनिधित्व देऊन त्यांच्यामध्ये कलागती लावून त्यांना एकमेकांपासून अलग करण्याची खास व्यवस्था केली.

उद्दिष्ट साध्य करण्याचा प्रयत्न करीत आहे, हे उघड आहे. ह्यासाठी जी उपाययोजना करावयास पाहिजे, तिच्यामध्ये हिंदू-मुस्लिम ऐक्याचा सर्वसाधारण प्रश्न किंवा ह्या दोन जमातींमधील जातीय तेढ विचारात घेऊन भागणार नाही तर ज्या नवीन राजकीय समस्या निर्माण झाल्या आहेत, त्यांचाही विचार व्हावयास हवा.

### ३. बहुराष्ट्रवाद आणि पाकिस्तान

बहुराष्ट्रवाद आणि पाकिस्तान किंवा काँग्रेस व लीग ह्यांच्या ऐक्यासंबंधी चर्चा करण्यापूर्वी काँग्रेस आणि मुस्लिम लीग, ह्या संस्थांच्या विकासाची पार्श्वभूमी विचारात घेणे आवश्यक आहे.

मुस्लीम लीग ह्या संस्थेची स्थापना १९०६ च्या डिसेंबर महिन्यात करण्यात आली. ज्याप्रमाणे काँग्रेस ह्या संस्थेच्या स्थापनेसंबंधात ब्रिटिश मुत्सद्द्यांच्या धोरणाचा बराच भाग होता, त्याचप्रमाणे मुस्लिम लीगच्या स्थापनेतही ब्रिटिशांचा हात होता. ब्रिटिश मुत्सद्द्यांची अशी अपेक्षा होती की, जातीय मतदारसंघ निर्माण केल्यावर, स्वतंत्र अशी मुसलमानांची राजकीय संस्था असली, तर राष्ट्रीय चळवळीला धक्का

---

१. जातीय दंग्याकडे सरकारी अधिकारी मुद्दाम दुर्लक्ष करतात, ही गोष्ट १९३१ साली ''कानपूर रायट इन्क्वायरी कमिटीला'' आढळून आली, ती अशी: 'प्रत्येक जातीच्या साक्षीदाराने एक गोष्ट न चुकता सांगितली, ती अशी की दंग्यांतील निरनिराळ्या घटना घडत असताना, पोलिसांनी बेपर्वाई आणि अकार्यक्षमता दाखविली. ह्या साक्षीदारांमध्ये अनेक प्रकारचे लोक होते. युरोपियन व्यापारी, सर्व मतामतांचे मुसलमान व हिंदू, सैनिकी अधिकारी, ''अप्पर इंडिया चेंबर ऑफ कॉमर्स'' चा कार्यवाह, भारतीय ख्रिश्चन जमातीचे प्रतिनिधि आणि इंडियन अधिकारीसुद्धा त्यांच्यात होते. पुराव्यातील ह्या एकजिनसीपणाकडे दुर्लक्ष करणे अशक्य आहे. दंग्याच्या पहिल्या तीन दिवसांत, त्यांच्या कर्तव्याचे दृष्टीने त्यांच्याकडून ज्या हालचालीची अपेक्षा होती, ती त्यांनी दाखविली नाही, ह्या बाबतीत आमच्या मनात संदेह नाही. अनेक साक्षीदारांनी असे सांगितले की, पोलिसांच्या डोळ्यांदेखत गुन्हे घडत होते, तथापि त्यांच्या मनात त्या गुन्ह्यांमुळे तळमळ निर्माण झाली नाही. आम्हाला अनेक साक्षीदारांनी असे सांगितले, आणि जिल्हाधिकाऱ्याने आपल्या पुराव्यात ते स्पष्ट केले आहे की, त्या वेळी पोलिसांच्या बेपर्वाईबद्दल आणि निष्क्रियतेबद्दल अनेक तक्रारी केल्या गेल्या, ह्या तक्रारीबद्दल कोणताही कडक उपाय अमलात आणला गेला नाही, ह्याबद्दल खेद वाटतो. (कानपूर रायट्स रिपोर्ट, १९३१, पान ३९)

देता येईल, आणि काँग्रेसच्या वाढत्या शक्तीला पायबंद बसेल. ह्यासंबंधात व्हॉइसरॉय लॉर्ड मिंटो याला एका ब्रिटिश अधिकाऱ्याने पाठविलेले पत्र अगदी बोलके आहे, ते असे :

"साहेब बहादुरांना मुद्दाम कळवावे असे वाटते की, आज एक फार फार मोठी अशी घटना घडली आहे. मुत्सद्देगिरीची एक झलक की तिचा परिणाम भारत आणि भारताचा इतिहास ह्यात अनेक वर्षें दुमदुमत राहील. ती घटना म्हणजे सहा कोटी वीस लक्ष लोकांना (मुसलमानांना) राजद्रोही अशा विरोधी संस्थेत (काँग्रेसमध्ये) समाविष्ट होण्यापासून, परावृत्त करण्यात आले आहे.' (लेडी मिंटो, "इंडिया, मिंटो ॲंड मोर्ले" १९३४, पान ४७)

लेडी मिंटो पुढे म्हणते की, 'व्हाइटहॉल' मध्येही हीच प्रतिक्रिया आढळून आली.

सुरुवातीला मुस्लिम लीग ही संकुचित वृत्तीची एक जातीय संस्था समजली जात असे, त्यावेळी वरच्या वर्गाच्या मुसलमान जमीनदारांना तिचे आवाहन असे. तथापि हळूहळू साम्राज्यविरोधी, राष्ट्रीय भावनेचा प्रवाह, काँग्रेसप्रमाणे, मुस्लिमलीग मध्येही वाहू लागला. १९१३ च्या सुमारास मुस्लीम लीगने, "साम्राज्यान्तर्गत स्वराज्य" हे आपले ध्येय ठरविले, आणि ह्या ध्येयाच्या पूर्ततेसाठी, इतर जमातींबरोबर सहकार्य करण्याचे तिने निश्चित केले. काँग्रेस आणि मुस्लिम लीग ह्यांच्यामध्ये वाटाघाटी चालू झाल्या. १९१६ मध्ये काँग्रेस व लीग ह्यांच्यामध्ये 'लखनौ-करार' करण्यात आला. त्याप्रमाणे दोन्ही संस्थांची एकी झाली. ह्या करारात जरी स्वतंत्र मतदारसंघाचे तत्त्व मान्य केले गेले होते तरी दोन्ही संस्थांनी वसाहतीचे स्वराज्य (डोमिनियन स्टेट्स) मिळविण्यासाठी सहकार्याने झगडावे, असे ठरले.

लखनौ येथे काँग्रेस आणि लीग या संस्थांचे संयुक्त अधिवेशन भरविण्यात आले. काँग्रेसच्या अधिवेशनात मुरब्बी पुढारी टिळक ह्यांनी जाहीर केले की :

"सभ्य गृहस्थहो, असे म्हणतात की आपण आपल्या मुसलमान बांधवांपुढे फार नमते घेतले आहे. तथापि अखिल भारतातील हिंदूंच्या वतीने मी असे सांगतो की, आपण फार नमते घेतलेले नाही. ज्यावेळी आपल्याला एका परक्या शत्रूशी लढा द्यावयाचा आहे, अशा समयी आपण ह्या ठिकाणी एकत्र म्हणून उभे आहो, ही घटना अत्यंत महत्त्वाची आहे, ही आपली एकी अत्यंत अपूर्व आहे, कारण आपण ह्या क्षणी वांशिक दृष्टीने एक झालो आहोत, धार्मिकदृष्ट्या एक झालो आहोत, निरनिराळ्या राजकीय मतप्रणालींच्या दृष्टीनेही आपण एक झालो आहोत."

ह्याचप्रमाणे, काँग्रेस व लीग ह्यांची एकी व्हावी म्हणून ज्याने अत्यंत परिश्रम घेतले होते तो मुस्लिम लीगचा पुढारी एम. ए. जिना, लीगच्या अधिवेशनात

अध्यक्षीय भाषणात म्हणाला की :

"मी प्रथमपासून काँग्रेसचा कट्टर अनुयायी आहे, आणि मला जातीयवादी घोषणा आवडत नाहीत. तथापि, मला असे वाटते की, कधी कधी मुसलमानांत फुटीर वृत्ती आहे अशी टीका केली जाते. मला अशी टीका अयोग्य आणि अप्रस्तुत वाटते, कारण आजची ही जातीय संस्था, संयुक्त भारताच्या निर्मितीसाठी वेगाने वाटचाल करीत आहे.''

पहिल्या जागतिक युद्धानंतर जो वादळी उठाव निर्माण झाला, त्यात हिंदु-मुसलमान एकी अधिक दृढ झाली. गांधीजींच्या पुढारीपणाखाली असलेली काँग्रेस आणि लढाऊ वृत्तीचे अलिबंधू पुढारी असलेली खिलाफत कमिटी, ह्यांच्यामध्ये सरकारविरुद्ध व स्वराज्य मिळविण्यासाठी, प्रचंड संयुक्त आघाडी निर्माण करण्यात आली. उत्साही लोकांनी रस्त्यारस्त्यामधून हिंदु-मुसलमान एकीच्या घोषणा दिल्या. १९१९ च्या अधिकृत सरकारी प्रतिवेदनात हिंदु व मुसलमान ह्यांच्यामध्ये अभूतपूर्व अशी एकी झाल्याचे कळविण्यात आले. 'बंधुभावनेचे अपूर्व प्रयोगनिर्देशन' असे त्याचे वर्णन करण्यात आले.

राष्ट्रीय उद्रेकाच्या ह्या काळात मुसलमान पुढारी व जनता ह्यांनी, काँग्रेसच्या बरोबरीने आपली लढाऊ वृत्ती प्रत्ययास आणून दिली. मुसलमान पुढारी, अलिबंधू आणि हुसेन अहमद मदानी ह्यांनी सैन्यामध्ये उघडाउघड राजद्रोहाची चिथावणी दिली आणि त्याबद्दल त्यांना सहा वर्षांच्या कैदेची शिक्षा झाली. मलबारच्या मोपला शेतकऱ्यांनी, जमीनदार आणि साम्राज्यशाही ह्यांच्या जुलमाविरुद्ध एकाएकी बंड उभारले, आणि त्यात निर्भयपणे लढले आणि संघर्ष आणि त्याग ह्यांचे आश्चर्यकारक प्रत्यंतर आणून दिले.

स्वराज्य म्हणजे संपूर्ण स्वातंत्र्य, अशी व्याख्या करण्याचा आग्रह, सर्वप्रथम, खिलाफतच्या पुढाऱ्यांनी धरला. १९२१ साली अहमदाबादला, मौलाना हजरत मोहानी ह्यांनी ही मागणी केली. हे लक्षात ठेवण्यासारखे आहे की ह्या मागणीला विरोध करण्यात गांधीजींनी पुढाकार घेतला आणि त्यावर ते उद्गारले, "ह्या मागणीमुळे मला दुःख झाले, कारण ती करण्यात जबाबदारीच्या जाणिवेचा अभाव व्यक्त होतो.''

त्याचप्रमाणे १९१९ साली अमृतसरच्या अधिवेशनात मुस्लिम लीगने एक ठराव पास केला, त्यात मुसलमानांनी सैन्यात दाखल होऊ नये, असा आदेश देण्यात आला.

१९२२ च्या जून महिन्यात, खिलाफत आणि जमायत-उल-उमेला ह्यांचे

संयुक्त अधिवेशन लखनौ येथे भरले. त्यात त्यांनी एक ठराव पास केला की, ''भारताच्या हिताच्या दृष्टीने काँग्रेसने आपले ध्येय म्हणून ''स्वराज्य'' ह्या शब्दाचा उपयोग केला आहे, तो शब्द बदलून त्याच्या जागी 'संपूर्ण स्वातंत्र्य' अशी शब्दयोजना करण्यात यावी.''

दुर्दैवाने, ह्या काळच्या काँग्रेसच्या पुढाऱ्यांनी, ही सूचना मान्य केली नाही. त्याला त्यांनी असे कारण सांगितले की, तसा बदल केला तर, काँग्रेसच्या घटनेत मूलभूत स्वरूपाचा बदल करावा लागेल.

काँग्रेस व खिलाफत ह्यांनी सरकारविरुद्ध केलेल्या संघर्षात जी एकता निर्माण केली होती, ती पुढे टिकू शकली नाही. गांधीजींच्या मार्गदर्शनाखालील काँग्रेसने चालू केलेला लढा एकाएकी काढून घेतला. त्यामुळे त्यांच्यामध्ये मतभेद झाले. जेव्हा १९२२ च्या फेब्रुवारी महिन्यात, गांधीजींनी असहकाराची चळवळ काढून घेतली तेव्हा खिलाफतच्या सर्व पुढाऱ्यांनी, लढा बंद केल्याबद्दल विरोध व्यक्त केला.

ह्यानंतरच्या निराशाजनक परिस्थितीत काँग्रेस व लीग ह्यांच्यामध्ये पुन्हा फूट पडण्यास सुरुवात झाली, आणि तेव्हापासून हिंदू-मुसलमान तेढीला पुन्हा प्रारंभ झाला. साम्राज्यशाहीने ह्या सुवर्णसंधीचा पुरेपूर फायदा उठविला. ह्यानंतरच्या काळात स्वातंत्र्यासाठी जेथे सहकार्याने संघर्ष देण्यात आला होता त्याची जागा आता जातीय दंग्यांनी घेतली. जातीय प्रतिक्रिया प्रभावीपणे पुढे आली. मुस्लिम लीगला शह देण्यासाठी १९२५ साली, अखिल भारतीय पातळीवर लजपत राय यांच्या अध्यक्षतेखाली, 'हिंदु महासभा' ह्या संस्थेची स्थापना करण्यात आली. १९२७ साली काँग्रेस आणि मुस्लिम लीग ह्यांनी सायमन कमिशनवर बहिष्कार टाकण्याचे बाबतीत एकी केली, तथापि १९२८ साली, सर्व पक्ष-परिषदेत एकी घडवून आणण्यासाठी पुन्हा प्रयत्न करण्यात आले पण ते फसले.

अशा प्रकारे १९३५ च्या घटनेप्रमाणे, वाढीव मतदान हक्क मिळाल्यावर प्रांतिक कायदेमंडळाच्या १९३७ साली ज्या निवडणुका झाल्या, त्यांच्यामध्ये काँग्रेस व मुस्लिम लीग, हे दोन्ही पक्ष एकमेकांचे विरोधी पक्ष म्हणून पुढे आले. काँग्रेसने सर्वसाधारण जागांपैकी बहुसंख्य जागा मिळवून प्रचंड यश संपादन केले. त्याचप्रमाणे प्रांतिक विधिमंडळात सर्व प्रांतांच्या एकूण जागांपैकी निम्म्या जागा काँग्रेसने जिंकल्या (१५८५ पैकी ७११ जागा जिंकल्या), तथापि मुसलमानांच्या ४८२ जागांपैकी, फक्त ५८ जागांसाठी काँग्रेसने उमेदवार उभे केले होते. त्यांपैकी फक्त २५ जागा काँग्रेसने जिंकल्या. (वायव्य सरहद्द प्रांतात १५ आणि बाकीच्या सर्व देशातील जागांपैकी फक्त ११) ह्या उलट निरनिराळे गट आणि पक्ष

ह्यांच्यातील चुरशीमुळे मुस्लिम लीगने अगदी सामान्य यश मिळविले. त्या संस्थेला एकूण मुसलमानांच्या मतांच्या संख्येपैकी फक्त ४.६ टक्के मते मिळाली. (एकूण मुसलमान मते ७३,१९,४४५ : मुस्लिम लीगने मिळविलेली मते ३,२१,७७२.)

१९३७ च्या निवडणुका झाल्यावर मुसलमान पुढाऱ्यांनी, काँग्रेसच्या पुढाऱ्यांबरोबर प्रांतिक मंडळे बनविण्यासंबंधात आणि जागांची वाटणी करण्याचे बाबतीत बोलणी केली. ह्यावेळी काँग्रेसने आपली अनुकूल भूमिका लक्षात ठेवून मुस्लिम लीगची विनंती मान्य केली नाही, लीगला राजकारणात वाव आहे, ही गोष्ट काँग्रेसने नाकारली आणि काँग्रेस ही सर्व राष्ट्राचे प्रतिनिधित्व करते, असा दावा मांडला. जानेवारी १९३७ मध्ये जिनाला पाठविलेल्या पत्रात नेहरू म्हणतात :

"अखेरच्या विश्लेषणात एवढे सिद्ध झाले आहे की, भारतात फक्त दोनच शक्ती आहेत. ब्रिटिश साम्राज्यशाही आणि भारतीय राष्ट्राभिमानाचे प्रतिनिधित्व करणारी काँग्रेस. मुस्लिम लीग ही एका मुसलमान गटाचे प्रतिनिधित्व करते, ह्यात संशय नाही. तो गट मान्यवर मुसलमानांचा आहे. तथापि तो मध्यम वर्गाच्या वरच्या पातळीवर काम करणारा आहे. त्याचा बहुजन मुसलमानी जनतेशी संबंध नाही आणि मध्यम वर्गातील खालच्या पातळीवरील फारच थोड्या मुसलमानांशी त्यांचा संबंध आहे." ह्या प्रसंगापासून काँग्रेस आणि मुस्लिम लीग ह्यांच्यामधील तंटा अटीतटीचा होत गेला. जिना ह्यांच्या प्रभावी नेतृत्वाखाली मुस्लिम लीगने आपली संघटना मजबूत करण्यास सुरुवात केली. बहुसंख्य मुसलमान जनतेशी आपला संपर्क वाढविला. लीगमधील असंतुष्ट मुसलमानांना एकत्रित आणण्याचा प्रयत्न केला, आणि अशा प्रकारे मुस्लिम लीग ही भारतातील मुसलमानांची प्रतिनिधित्व करणारी प्रभावी संघटना आहे हे सिद्ध करण्याचा प्रयत्न केला. ह्या धोरणाला बरेच यश आले. १९३७-४५ ह्या काळात मुस्लिम लीगने मुसलमान जनतेचे सहकार्य मिळविल्यामुळे तिचे वजन आणि शक्ती ह्यात चांगलीच वाढ झाली. १९२७ साली ज्या मुस्लिम लीगची सभासदसंख्या १३३० होती ती १९३८ मध्ये लाखोंनी वाढली आणि १९४४ च्या सुमारास, तिच्या सभासदसंख्येचा अधिकृत आकडा २,०००,००० झाला. १९४६ च्या निवडणुकीने बदललेली परिस्थिती उघड केली. केंद्रीय आणि प्रांतिक कायदेमंडळाच्या निवडणुकीत मुस्लिम लीगने, मुसलमानांच्या ५३३ जागांपैकी ४६० जागा जिंकल्या. ह्या काळात भारतातील मुसलमानांमध्ये प्रबळ राजकीय संस्था म्हणून मुस्लिम लीगने आपले वजन प्रस्थापित केले, ह्यात शंका नाही.

ह्या काळात मुसलमानी जनता मुस्लिम लीगकडे प्रचंड प्रमाणात आकर्षित

झाली. ह्याची कारणे काय असावी? त्याची पुष्कळ कारणे सापडू शकतात.

गेल्या दहा वर्षांतील राजकीय जागृतीमुळे पूर्वी ज्यांना मागास म्हणून समजले जात होते, असे आणि काही नवीन लोक राजकारणासंबंधी जागृत होऊन संघटित होण्यास तयार झाले. ह्या काळात काँग्रेस आणि मुस्लिम लीग, ह्या दोन्ही संस्थांची सभासद संख्या वाढली. १९३५-३६ आणि १९३८-३९ ह्या काळात काँग्रेसची सभासद संख्या नऊ पट म्हणजे ४.४ दशलक्षापर्यंत वाढली. तथापि ह्या पैकी फारच थोडे मुसलमान होते. १९३८ च्या जानेवारी महिन्यात नेहरूंनी एक जाहीर निवेदन केले. त्याप्रमाणे, काँग्रेसच्या ३.१ दशलक्ष सभासदांमध्ये १,००,००० सभासद किंवा ३.२ टक्के सभासद मुसलमान होते. नवीन जागृत झालेली मुसलमानांची प्रचंड बहुसंख्या राजकारणातील मार्गदर्शक संस्था म्हणून मुस्लिम लीगला जाऊन मिळाली.

दुसरे कारण म्हणजे, खुद्द मुस्लिम लीगमध्ये एक तरुण, कडवा गट तयार झाला. त्याने वरच्या पातळीवरील मुसलमान पुढाऱ्यांपैकी प्रतिगामी लोकांच्या विरुद्ध लोकशाहीच्या दृष्टीने प्रगत विचारांचा आवाज उठविण्यास सुरुवात केली. ह्या गटाने पंजाब आणि बंगालमधील काही प्रांतांत व जिल्ह्यांत जनतेच्या सामाजिक व आर्थिक प्रश्नावर चळवळ चालू केली. ह्यामुळे मुसलमानांमधील गरीब वर्ग मोठ्या संख्येने त्यांच्या बाजूला ओढला गेला. ह्या नवीन धोरणाचे प्रत्यक्ष प्रत्यंतर पंजाबमध्ये १९४६ च्या निवडणुकीत आले, ह्याचा परिणाम असा झाला की, मुस्लिम लीग पुढे येण्यापूर्वी जुनी पण प्रभावी युनियनिस्ट पार्टी जी आपले वजन सांभाळून होती, ती मोडीत निघाली.

तिसरे कारण असे : मुसलमानांत जागृत झालेला प्रचंड लोंढा, आणि काँग्रेसमध्ये असलेले मुसलमान जमातीचे अत्यल्प प्रतिनिधित्व ह्यावरून काँग्रेसमधील राजकीय व वास्तववादी धोरणांतील कमकुवतपणा उघडकीस आला, आणि काँग्रेसची संघटनयंत्रणा अपुरी असल्याचे निदर्शनास आले. काँग्रेसचे प्रथमपासूनचे असे धोरण होते की हिंदु व मुसलमान सभासदांची संख्या काँग्रेसमध्ये सारखी असावी. तथापि जे सभासद करण्यात आले, त्यात असे प्रमाण ठेवता आले नाही. आपण ह्यापूर्वी पाहिलेच आहे की १९२२ साली असहकाराची चळवळ शिगेस पोहोचली असताना ती एकाएकी काढून घेतली गेल्यामुळे काँग्रेस व खिलाफत कमिटी ह्यांनी घडवून आणलेल्या एकीला हादरा बसला व अनेक मुसलमानांनी काँग्रेस सोडली. काँग्रेसने मंत्रिमंडळे बनविल्यावर, मुस्लिम लीगने काँग्रेसशी सहकार्य करण्याचा प्रयत्न केला. तथापि, काँग्रेसने त्यांची विनंती अमान्य केली. ह्यावरून

मुस्लिम लीगला, मुसलमानी जनमानसात जे वजन होते, ते अगदी सामान्य होते, अशी काँग्रेसची समजूत होती, आणि तिची प्रतिक्रिया अशी झाली की, मुस्लिम लीगने काँग्रेसच्या गर्वाचे आव्हान स्वीकारून प्रचंड प्रमाणात आपली संघटना वाढविली, आणि काँग्रेसला कडवट विरोध करण्याचा तिने विडा उचलला. लढाईच्या वेळी गुंतागुंतीची परिस्थिती, आणि तिच्या पूर्वीची पार्श्वभूमी ह्यामुळे काँग्रेसचे मार्गदर्शन, त्यातील परस्पर विरोधी हेलकावे आणि काँग्रेसच्या पुढाऱ्यांमधील राजकीय धोरणांतील तणातणी, ह्यांनी सर्वत्र एकच गोंधळ माजविला (बोस यांची अध्यक्षपदी निवडणुक आणि त्यांचा राजीनामा : साम्राज्यशाहीच्या सावलीतील लढाईच्या पर्वामधील काँग्रेसचे निष्क्रिय धोरण : लढाईच्या तयारीसाठी, सहकार्य देण्याच्या प्रश्नावरील, अनिश्चिततेचे धोरण; वैयक्तिक सत्याग्रह : जपानने आघाडी मारल्यावर केलेला दुर्दैवी ''ऑगस्ट ठराव'' नंतरची पुढाऱ्यांची धरपकड : बेकायदेशीरपणासंबंधी बिकट परिस्थिती : अधूनमधून झालेले उठाव : त्या वेळी ते उठाव काँग्रेसचे नव्हेत, अशी पुढाऱ्यांनी दिलेली ग्वाही : मागून त्याच उठावांना 'राष्ट्रीय संघर्ष' ठरवून त्यांच्यावर केलेले काँग्रेसचे शिक्कामोर्तब). : लढाईच्या परिस्थितीत आर्थिक अडचणी आणि दुष्काळ ह्यांनी जनता त्रस्त झालेली असताना, पुढाऱ्यांची बेफिकिरी दुर्दैवी ठरली. ह्या कारणांमुळे एक प्रकारचे राजकीय विघटन निर्माण झाले, लढाईच्या पुढील पर्वात, जनतेच्या आत्मविश्वासाला तडा गेला. अशा परिस्थितीत संयुक्त राष्ट्रीय आघाडी निर्माण करून चळवळ करण्याच्या आदेशाला जनतेचा प्रतिसाद मिळणे कठीण होते.

मुस्लिम लीगच्या सामर्थ्यात झालेल्या वाढीवरून, एक गोष्ट स्पष्ट होते की, मुसलमान बहुजन समाजाशी जवळीक करून त्याला काँग्रेसमध्ये आणण्यासाठी सातत्याने अविरत प्रयत्न करण्याचे बाबतीत काँग्रेस अयशस्वी ठरली. ह्याच्या बरोबर उलट परिस्थिती वायव्य सरहद्द प्रांतात दिसली. तेथे अब्दुल गफार खान ह्यांच्या नेतृत्वाखाली खुदाई खिदमतगारांनी प्रचंड प्रमाणात जनतेत जागृती निर्माण करून संघटना प्रबळ केली आणि मुसलमानांना काँग्रेसच्या संघटनेत सामावून घेतले. बहुजन मुसलमान समाजाला काँग्रेसमध्ये असलेल्या प्रबळ हिंदू धार्मिक वातावरणातील प्रचाराबद्दल, विशेषत: 'उजव्या प्रवृत्तीचे गांधीजी व त्यांच्यासारखे इतर पुढारी, ह्यांच्याबद्दल ओढ वाटत नव्हती. काँग्रेसचे धोरण जातीय वादातीत होते आणि तिच्या सभासदांमध्ये काही प्रभावी राष्ट्रीय पुढारीही होते, हे खरे असले तरी बहुजन मुसलमान समाजावर त्यांचे वजन पडू शकले नाही.

राष्ट्रीय चळवळीत आघाडीवर असलेल्या प्रमुख पुढाऱ्यावर, वरील परिस्थितीची जबाबदारी टाकावी लागते. सुरुवातीच्या लढाईपूर्वीच्या प्रचंड राष्ट्रीय जागृती नंतर

झालेल्या चळवळीत लढाऊ वृत्तीच्या पुढाऱ्यांमध्ये टिळक, अरविंद घोष वगैरे पुढारी आघाडीवर होते, त्यांनी आपली चळवळ आणि प्रचार हिंदु धार्मिक पातळीवर चालू केला, आणि राष्ट्रीय जागृतीत हिंदु धर्माचे पुनरुत्थान करण्याचा प्रयत्न केला. ह्या धोरणामुळे मुसलमान समाज काँग्रेसपासून दुरावला आणि १९०६ साली मुस्लिमलीग स्थापन करून काँग्रेसच्या राष्ट्रीय चळवळीला विरोध करण्यासाठी सरकारने संपूर्ण तयारी केली.

ही दुर्दैवी चूक पूर्वीच्या काळात राष्ट्रीय किंवा जहाल पुढाऱ्यांनीच केली, असे नव्हे, ती आजच्या काळातही चालू राहिली आणि गांधीजींच्या संपूर्ण चळवळीत आणि प्रचारात धार्मिक वातावरणाचे प्राबल्य शेवटपर्यंत चालू ठेवले गेले. गांधीजींच्या सर्व प्रचारात हिंदु धर्माचा प्रचार, त्यांच्या हिंदुधर्मातील निष्ठा आणि सर्वसाधारण राजकीय ध्येयाचा प्रचार ह्या सर्वांचे अभूतपूर्व मिश्रण झाले होते. १९२०-२२ ह्या काळात जेव्हा राष्ट्रीय असहकाराची चळवळ शिगेला पोहोचली होती, आणि जेव्हा गांधीजी हे त्या संयुक्त राष्ट्रीय चळवळीचे अग्रणी होते, तेव्हा त्यांचे प्रत्येक निवेदन हे संयुक्त राष्ट्रीय चळवळीचा नेता, ह्या जबाबदारीची जाणीव ठेवून व्हावयास पाहिजे होते. तथापि गांधीजी स्वतःला जाहीररीतीने, ''मी सनातनी हिंदु आहे'' (कडवा, अतिरेकी, संन्यासी हिंदू) असे म्हणत असत:

''मी स्वतःला सनातनी हिंदु समजतो कारण...

(१) माझा वेद, उपनिषदे, पुराणे आणि ज्याला 'धार्मिक ग्रंथ' श्रुति, स्मृति, पुराणे, रामायण, महाभारत वगैरे म्हणतात, त्यांच्यावर विश्वास आहे, आणि म्हणून 'अवतार' आणि 'पुनर्जन्म' ह्यांच्यावर माझी श्रद्धा आहे.

(२) माझा वर्णाश्रम धर्मावर म्हणजे एका अर्थाने वैदिक धर्मावर विश्वास आहे. तथापि आजच्या लोकप्रिय व अडाणी धर्मावर नाही.

(३) गायीचे संरक्षण करण्यावर माझी श्रद्धा आहे. त्यात आजच्या लोकप्रिय श्रद्धेपेक्षा माझी श्रद्धा उच्च पातळीवरील आहे.

(४) माझी मूर्तीपूजेवर श्रद्धा नाही.

(गांधी इन ''यंग इंडिया'', ऑक्टोबर १२, १९२१.)

सर्वसामान्य जनतेला ''सनातनी'' ह्या शब्दाचा अर्थ समजून घ्यावयाचा असल्यास, त्यासंबंधी नेहरू यांनी केलेले वर्णन वाचावे, ते असे :

''ह्या गजगतीने हालचाल करणाऱ्या जमातींत हिंदु महासभेला सनातनी मंडळींनी फार मागे टाकले आहे. कारण त्यांच्यामध्ये धार्मिक दुर्बोधता आणि उच्च कंठरवाने व्यक्त होत असलेली ब्रिटिश राजवटीबद्दलची राजनिष्ठा ह्यांचे मिश्रण आहे.''

''(जवाहरलाल नेहरू, ऑटोबॉयॉग्राफी,'' पान ३८२)

हिंदु व मुसलमान ह्यांची एकी व्हावी म्हणून गांधीजींनी जे निवेदन केले ते एका राष्ट्रीय पुढाऱ्याने दोन्ही जमातींना उद्देशून केलेले आवाहन नसून एका हिंदू पुढाऱ्याने करावे असे होते. त्यात हिंदूंना ''आपण'' आणि मुसलमानांना ''ते'' म्हणून संबोधले होते :

''आत्मशुद्धीसाठी आपणास तपस्या करावयास हवी, जर आपणास मुसलमानांची मने जिंकावयाची असतील तर.'' (गांधी इन ''यंग इंडिया'' सप्टेंबर, १९२४)

आजच्या सबंध राष्ट्रीय चळवळीत गांधीजी वाटेल त्या क्षणाला राजकारणातून धार्मिक सुधारणेच्या चळवळीत भाग घेत असत. (१९३२-३३ च्या चळवळीच्या आणीबाणीच्या वेळी त्यांनी केले तसे) किंवा परत राजकारणात भाग घेऊ लागत.

अशा प्रकारे राष्ट्रीय काँग्रेसचा प्रमुख पुढारी आणि जनतेच्या दृष्टीने तिचा मुख्य शिल्पकार हा सर्वकाळ हिंदुधर्माचा पुढारी आणि हिंदुधर्माचा सुधारक म्हणून ओळखला गेला. अशा परिस्थितीत (आणि ह्या बाबतींतील मुख्य गुन्हा हा जेथे गांधीजींनी केला होता, तेथे त्यांच्यापेक्षा दुय्यम पुढाऱ्यांनी विशेषत: ज्यांनी काँग्रेसमध्ये असताना गांधीजींच्यापासून स्फूर्ती आणि वृत्ती घेतली होती, त्यांनी तशीच जीवन पद्धत व वागणूक आचरणात आणणे साहजिक होते.) व अशा अधिकृत पुढारीपणाखाली आणि प्रचारतंत्रामुळे राष्ट्रीय सभेवर तिच्या शत्रूंनीच नव्हे तर तिच्या अनुयायांपैकीसुद्धा काहींनी, ती एक हिंदुची संस्था आहे, अशी टीका केली, तर त्यात आश्चर्य कसले? अशाही परिस्थितीत काही मुसलमान पुढारी तिच्यामध्ये प्रामाणिकपणे तिला चिकटून राहिले. हे त्यांच्या खऱ्या राष्ट्राभिमानाचे द्योतक होय. तथापि अशा प्रकारच्या वागणुकीमुळे सामान्य मुसलमानी जनता काँग्रेसकडे जाऊ शकली नाही.

ब्रिटिश सरकारने जातीय भेदांचा फायदा उठविण्यासाठी, जनतेच्या चळवळीविरुद्ध अति निंद्य हत्यार वापरले ह्यात शंका नाही, पण टिळकवाद आणि गांधीवाद ह्यांनी ते निंद्यशस्त्र ब्रिटिश सरकारच्या हातात देण्यात मदत केली.

मुस्लिम लीगच्या मागे मुसलमान समाज मोठ्या प्रमाणात जाऊ लागला. विशेषत: १९४० नंतर पाकिस्तानची मागणी पुढे आल्यावर, त्यांची संख्या प्रचंड प्रमाणात वाढू लागली. ह्याला दुसरे एक खास कारण होते. पाकिस्तानच्या निर्मिती संबंधाने पुढे सविस्तर वर्णन येईल, तथापि पाकिस्तानची मागणी करण्यामागे मुसलमानांना, भारताच्या ज्या वायव्य आणि ईशान्य भागात मुसलमान बहुसंख्येत होते, तेथे स्वतंत्र सार्वभौम असे खास मुसलमानी राज्य स्थापन करावयाचे होते.

त्यानंतर त्या मागणीला आणखी बाळसे आले आणि त्यांनी स्वतंत्र, सार्वभौम, मुस्लिम राज्य सहा प्रांतांत करण्याचा मनसुबा रचला. ह्या कार्यक्रमावर टीका करण्यासाठी पुष्कळ ढोबळ कारणे आहेत. तथापि अगदी अलीकडील काळात पाकिस्तानची मागणी राजकीय क्षितिजावर प्रामुख्याने पुढे आली त्यावरून आणि ह्या प्रांतांमधून त्या मागणीला प्रचंड मुसलमान समाजाचा जो पाठिंबा मिळाला त्यावरून एवढे स्पष्ट झाले की, त्याची ती मागणी कितीही अपरिपक्वपणे पुढे आली असली तरी बहुसंख्य मुसलमानी जनतेच्या खऱ्या भावना आणि उत्कट इच्छा तिच्यामागे होत्या. पाकिस्तानच्या मागणीमागे आणि तिला मुसलमानी जनतेचा जो प्रचंड पाठिंबा मिळाला, त्याच्यामागे भारतातील राष्ट्रीय जीवनात एक नवीन मूलतत्त्व (एलिमेन्ट) निर्माण होत होते, हे निश्चित.

राष्ट्रीय चळवळ जसजशी प्रगत आणि पसरट होत गेली, तसतसे, राष्ट्रीय जागृतीचे नवे कप्पे पृष्ठभागावर उगवू लागले होते आणि त्यातून भारतीय जीवनाच्या राष्ट्रीय पातळीवरील निरनिराळी मूलतत्त्वे प्रत्ययास येऊ लागली. विशेषत: वायव्य आणि ईशान्य दिशेकडे राहणाऱ्या मुसलमानी गटात मुसलमानी धर्माचे प्रचंड वर्चस्व होते. अशा समाजात, मुसलमानांसाठी स्वतंत्र सार्वभौम राज्य ह्या मागणीला जनतेचा प्रचंड पाठिंबा साहजिकपणे मिळाला. कारण त्याच्यामागे ह्या राष्ट्रीय जागृतीतील मूलतत्त्व विकास पावलेलेच होते. भारतीय जनतेतील ह्या बहुराष्ट्रवादाच्या मूलतत्त्वाचा उदय भविष्यकाळात होणार, ह्याबद्दल स्टॅलिनने १९१२ मध्येच भाकीत केले होते, ते असे :

"भारताच्या बाबतीतसुद्धा, असे अनुभवास बहुधा येईल की राष्ट्रीय जागृतीतील कित्येक मूलतत्त्वे जी आजपर्यंत अचेतन होती, ती मध्यम वर्गाच्या विकासाबरोबर पुन्हा चैतन्यमय होतील.''

साम्राज्यशाही विरुद्ध स्वातंत्र्याच्या चळवळीतील भारतीय जनतेतील एकी आणि स्वतंत्र भावी भारताच्या प्रागतिक उत्कर्षाच्या ध्येयासाठी त्यांच्यामधील स्पष्ट होत असलेली, आर्थिक आणि राजकीय क्षेत्रातील एकता ह्यावरून भारतातील सर्व जनता ही एकजिनसी व एकजातीय असलीच पाहिजे, असा त्याचा अर्थ नव्हे. ह्या उलट भारतातील जनतेमध्ये बहुराष्ट्रवादाचे अनेक कप्पे आहेत, हे सिद्ध करण्यास भरपूर पुरावा आहे. राष्ट्रीय काँग्रेसने ह्या भिन्न भिन्न गटांचे अस्तित्व थोड्याफार प्रमाणात मान्य केले आहे, आणि त्याला अनुसरून पूर्वींचे स्वेच्छेनुसार केलेले प्रादेशिक विभाग रद्द करून त्यांच्या जागी सांस्कृतिक व भाषिक जागृती लक्षात घेऊन त्याप्रमाणे नवे प्रांतिक विभाग निर्माण केले आहेत, आणि स्वतंत्र भारताच्या घटनेतही ह्या प्रांतिक गटांना संपूर्ण अंतर्गत

स्वायत्तता देण्यात आली आहे. तथापि ह्या काळात काँग्रेसने ह्या घटकांची राष्ट्रीय भावना मान्य करण्यास खळखळ केली आणि त्यांच्या स्वायत्ततेचा संपूर्ण अधिकार मान्य करण्यास विरोध केला.

तथापि भारतीय जनतेतील हा बहुराष्ट्रवादाचा प्रश्न आणि मुस्लिम लीगने पुढे टाकलेला पाकिस्तानच्या निर्मितीचा प्रश्न ह्या दोहोंमध्ये निश्चित स्वरूपाचा फरक आहे.

''पाकिस्तान'' ची मागणी (जरी त्यावेळी तिला ''पाकिस्तान'' हे नाव मिळाले नव्हते) मुस्लिम लीगने १९४० साली ठराव करून मांडली. मागे १९३० च्या सुमारास जेव्हा काही लोकांनी ही सूचना केली (इक्बाल कवीने १९३० साली व केंब्रिजच्या काही विद्यार्थ्यांनी ती १९३३ साली केली होती) तेव्हा मुस्लिम लीगच्या राजकीय पुढाऱ्यांनी १९३३ साली 'जॉइन्ट कमिटी ऑफ कॉन्स्टिटट्यूशनल रिफॉर्म' समोर साक्ष देताना, तिला 'विद्यार्थ्यांचे स्वप्न' आणि 'काल्पनिक व अवास्तववादी' अशी नावे ठेवून ती उधळून लागली. अगदी अलीकडे म्हणजे १९३७ साली मुस्लिम लीगच्या वार्षिक अधिवेशनाने ''स्वतंत्र भारतीय संघराज्यात, स्वतंत्र लोकशाही राज्ये'' स्थापन करणे हे आपले ध्येय असल्याचे मान्य केले होते. तथापि १९४०च्या मुस्लिम लीगच्या अधिवेशनाने पुढील ठराव पास केला. तो असा :

''ह्या अखिल भारतीय मुस्लिम लीग अधिवेशनाचे असे ठाम मत आहे की, कोणतीही घटनात्मक योजना, खाली दिलेल्या मूलभूत तत्त्वांवर आधारलेली नसेल, तर ती ह्या देशातील मुसलमानांना मान्य होणार नाही, किंवा ती कार्यवाहीत येऊ शकणार नाही :''

''भौगोलिकदृष्ट्या एकमेकांना लागून असलेल्या प्रदेशाचे जरूर ती जुळवाजुळव करून असे भाग करावे, की ज्याच्या क्षेत्रात मुसलमान हे संख्येच्या दृष्टीने बहुसंख्य राहतील. उदाहरणार्थ भारताचे वायव्येकडील व ईशान्येकडील प्रदेश, त्याचा एक स्वतंत्र राज्य म्हणून एकत्र गट करावा आणि तो गट म्हणजे एक स्वायत्तता आणि सार्वभौम राज्य म्हणून मान्य केला जावा.''

त्यानंतर वरील भोंगळ ठरावाला निश्चित असे स्वरूप देण्यात आले. १० डिसेंबर १९४५ रोजी, दिलेल्या एका मुलाखतीत जिना यांनी मुस्लिम लीगची मागणी विशद केली, ती अशी :

''भारताची आजची कोंडी ही मुख्यत्वे इंडिया आणि ब्रिटिश ह्यांच्यामधील नाही. ती 'हिंदु काँग्रेस' व 'मुस्लिम लीग' ह्यांच्या मधील आहे. 'पाकिस्तान' दिल्याशिवाय काहीही करता किंवा सोडवता येणे शक्य नाही. एक नव्हे तर दोन घटना समित्या आवश्यक आहेत, एक भारताची घटना ठरवून ती तयार करण्यासाठी आणि दुसरी

पाकिस्तानची घटना ठरवून तयार करण्यासाठी.

"आपण भारताचा प्रश्न दहा मिनिटांत सोडवू शकू, जर गांधींनी पाकिस्तान असावे असे मान्य केले तर. मला हे मान्य आहे की भारताचा सहा प्रांतांचा चवथा हिस्सा सिंध, बलुचिस्तान, पंजाब, वायव्य सरहद्द प्रांत, बंगाल व आसाम ह्यांच्या आजच्या सीमा धरून, 'पाकिस्तान राज्य' तयार करावे."

"काही ठिकाणी लोकांची अदलाबदल करावी लागेल, जर ती स्वत:हून केली गेली तर शक्य आहे. त्याचप्रमाणे सीमांची जुळवाजुळव करावी लागेल. हे सर्व होईल. तथापि आजच्या प्रांताच्या सीमा ह्या भावी पाकिस्तानच्या सीमा म्हणून मान्य केल्या जाव्या, आमचे पाकिस्तान हे बहुधा 'संघराज्य' होईल आणि त्यात स्वायत्त असे प्रांत केले जातील...

"मला स्वत:ला ब्रिटिश सरकारच्या प्रामाणिकपणाबद्दल संशय नाही. तथापि संपूर्ण पाकिस्तानची मागणी मान्य केल्याखेरीज काहीतरी तोडगा शोधून ही समस्या सोडविता येईल असे ज्यांना वाटते, त्यांच्या प्रामाणिकपणाबद्दल मला निश्चित संशय आहे."

शेवटी १९४६ साली एप्रिल महिन्यात "मुस्लिम लेजिसलेटर्स कनव्हेन्शन" भरून त्यांनी पाकिस्तानची व्याख्या केली, ती अशी :

ही क्षेत्रे म्हणजे ईशान्येकडील बंगाल व आसाम आणि पंजाब, वायव्य सरहद्द प्रांत, सिंध, बलुचिस्तान हे भारताच्या वायव्य दिशेचे प्रांत म्हणजेच पाकिस्तानी क्षेत्रे, ज्यात मुसलमानांची हुकमी बहुसंख्या आहे, त्यांचे सार्वभौम, स्वतंत्र राज्य करण्यात यावे.

पाकिस्तानची उपपत्ती ही हिंदु आणि मुसलमान ही दोन ';राष्ट्रे" आहेत ह्या तत्त्वावर आधारलेली आहे. हिंदु व मुसलमान हे सर्व भारतभर सरमिसळीने राहात आहेत आणि भारताच्या प्रत्येक प्रांतात ते तसे आहेत. हिंदू आणि मुसलमान हे एकाच कुटुंबाचे घटक असू शकतात, तथापि त्यांना दोन "राष्ट्रे" म्हणून जाहीर करण्यात आले आहे. हे उघड आहे की, राष्ट्रीयत्व हे धर्मावर (धर्माच्या अनुषंगाने येणाऱ्या सर्वसाधारण संस्कृतीवर) ठरविणे हे "राष्ट्र" म्हणून समजल्या जाणाऱ्या आंतरराष्ट्रीय व सर्वमान्य ऐतिहासिक संज्ञेच्या विरुद्ध आहे. युरोपमधील कॅथोलिक्सना "राष्ट्र" म्हणून म्हणण्याइतकेच हे म्हणणे अवास्तववादी ठरेल आणि वरील युक्तिवादाच्या तर्कशास्त्रात हाच अर्थ अभिप्रेत आहे. "राष्ट्र" असणे म्हणजे मुसलमान असणे, असाच अर्थ काढावयाचा म्हटले तर उत्तर आफ्रिका आणि हिंदुस्तान हे एकच "राष्ट्र" ठरेल आणि ह्या पाकिस्तानी युक्तिवादाचे पर्यवसान "पान - इस्लामिझम"मध्ये होईल.

राष्ट्र कशाला म्हणावे, ह्यावरील "माक्सिइम" चे विचार स्टॅलिन ह्याने त्याच्या प्रसिद्ध व्याख्येत "माक्सिइम अँड दि नॅशनल अँड कलोनियल क्वेश्चन" ह्यात केले आहे, ते असे :

"राष्ट्र म्हणजे ऐतिहासिक परंपरेतून भाषा, प्रदेश, आर्थिक जीवन व मानसिक जडणघडण ह्यांच्यामधून निर्माण झालेला स्थिर असा मानव समुच्चय होय, ज्यात निरनिराळे सांस्कृतिक प्रवाह स्पष्टपणे आढळून येतात." ह्यात स्टॅलिन याने आपला एक अकरणात्मक महत्त्वाचा मुद्दा आणखी घातला, तो असा : "हे निश्चितपणे समजून घेतले पाहिजे की, वरीलपैकी कोणताही एक गुणधर्म, एकाकी स्वत: "राष्ट्र" ह्या संज्ञेची व्याख्या करण्यास पुरा नाही. ह्या उलट, वरील गुणधर्मांपैकी एखादा गुणधर्म ह्या मानव समुच्चयात जर नसण्याचा संभव आहे, तसे असेल तर, तो मानव समुच्चय "राष्ट्र" ह्या संज्ञेत पात्र ठरत नाही."

ह्या निवेदनावरून हे उघड आहे की भारतातील मुसलमानांना "राष्ट्र" म्हणता येत नाही. त्यांच्या भाषा, भौगोलिक प्रदेश व संस्कृति ही निरनिराळी आहेत. मानववंशीयदृष्ट्या ते निरनिराळे आहेत. पठाण आणि बंगाली मुसलमान ह्यांच्यामध्ये कायम गुणधर्म असेल, तर तो धर्माचा व काही थोड्या स्मारकावशेषाचा, तथापि ह्यावरून "राष्ट्र" सिद्ध होऊ शकत नाही. जुन्या रशियन साम्राज्यात ज्यू लोक निरनिराळ्या प्रदेशात राहिले आणि निरनिराळ्या भाषा बोलू लागले. स्टॅलिन याने त्यांना "राष्ट्र" म्हणण्यास नकार दिला. त्याला कारणे अशी :

"त्यांच्या दैनंदिन जीवनात काही सामान्य (कॉमन) गुणधर्म असतील तर ते म्हणजे, त्यांचा धर्म, मूळ वंश, आणि काही राष्ट्रीय स्वरूपाचे स्मारकावशेष (रेलिक्स) हे होत, ह्याबद्दल प्रश्न नाही. तथापि असे निश्चितपणे म्हणता येईल का, की अश्मीभूत (पेट्रिफाइड) केलेले धार्मिक संस्कार आणि मावळत असलेले मानसिक स्मारकावशेष हे, आज ते ज्या सामाजिक, आर्थिक, आणि सांस्कृतिक वातावरणात वाढत आहेत, त्यांच्यापेक्षा अधिक प्रभावीपणे त्यांचे भवितव्य घडवू शकतील."

येथे प्रश्न आहे तो "राष्ट्र" ह्या संज्ञेची केवळ एक अधिकृत व्याख्या करण्याचा नाही. जर तो केवळ "संज्ञे"चाच प्रश्न असता तर ह्या वादविवादात तथ्य नव्हते. तथापि "धर्मावर" राष्ट्र ठरविण्याची चुकीची सुरुवात करण्याला फार गहन राजकीय अर्थ आहे. कारण गद्यस्वरूप सर्वसाधारण दृष्टीने "राष्ट्र" हे निश्चित अशा भौगोलिक प्रदेशावरच अवलंबून असते. हा सिद्धांत राजकीय सैध्दांतिकांनी तयार केलेला आहे. तो जमिनीतून उगवलेला नाही. ह्याचा परिणाम असा झाला की, कोणत्याही अपेक्षित 'राष्ट्र'निर्मितीसाठी, कृत्रिमपणे पण निश्चित स्वरूपाचा असा भौगोलिक प्रदेश ठरविणे, आवश्यक झाले. ज्या

क्षणाला 'पाकिस्तान'चा भौगोलिक गुणधर्म तपासला जातो, त्या क्षणाला ह्या नव्या सिद्धांतातील कमीपणा उघड होतो.

जे सहा प्रांत पाकिस्तानमध्ये घातले जावे आणि त्यांच्या आजच्या सीमा त्याच असाव्या, अशी मागणी करण्यात आली आहे, त्यांची लोकसंख्या १०७ दशलक्ष आहे. त्यांच्यामध्ये मुसलमानांची लोकसंख्या ५९ दशलक्ष किंवा ५५ टक्के आणि मुसलमानेतरांची संख्या ४८ दशलक्ष किंवा ४५ टक्के आहे. ह्याचाच अर्थ मुसलमानेतर ह्या नव्या मुस्लिम राज्यात जवळ जवळ निम्मे असतील आणि त्याचवेळी ३५ दशलक्ष मुसलमान म्हणजे भारतातील एकूण मुसलमानांच्या संख्येच्या जवळ जवळ $\frac{3}{5}$ हे नव्या मुस्लिम राज्याच्या बाहेर राहतील. ह्या वरून सरमिसळ करून राहत असलेल्या, हिंदु व मुसलमान ह्या जमातींच्या मधील जातीय समस्या ही केवळ स्वेच्छेनुसार काही प्रदेशांची जुळवाजुळव करून सोडविण्याचा प्रयत्न करावयाचा झाल्यास, त्याला किती मर्यादा आहेत, ह्या गोष्टीची सहज कल्पना येते. पूर्व पंजाबात बहुसंख्य मुसलमानेतर आहेत, शिखांनी, त्यांना कोणत्याही मुसलमानी राज्यात गोवले जाऊ नयेत, म्हणून आपला जोराचा विरोध जाहीर केला आहे, कलकत्ता धरून पश्चिम बंगालमध्ये बहुसंख्य लोक मुसलमानेतर आहेत, आसामने बहुसंख्य मुसलमानेतर उमेदवारांना निवडून दिले आहे आणि वायव्य सरहद्द प्रांतात प्रचंड प्रमाणात मुसलमानी लोकसंख्या असूनही तो प्रांत म्हणजे काँग्रेसचा बालेकिल्ला समजला जातो.

ह्या प्रांतांचे राजकीयदृष्ट्या विभाजन करणे, हे जर त्या त्या प्रांतांतील लोकसंख्येपैकी प्रचंड बहुसंख्य लोकांनी, तशी मागणी केली, तर त्यांचे विभाजन करणे सयुक्तिक ठरेल. ज्याप्रमाणे भारतीय जनतेने, आम्हाला ब्रिटिश राजवटीपासून निराळे व्हावयाचे असे म्हटले तरी त्या म्हणण्याला ते परदास्यात आहेत, तोपर्यंत अर्थ नाही. त्याचप्रमाणे परदास्यात असलेल्या प्रांताचे विभाजन करावे, हे संबंधित लोक आज व्यवहारीदृष्ट्या सांगू शकणार नाहीत आणि ते गृहीत धरणे अयोग्य ठरेल. आता जी मागणी करण्यात येत आहे, ती अत्यंत वादग्रस्त आहे. ही मागणी अगदी अलीकडे राजकीय सैद्धांतिकांनी वरच्या पातळीवर जोराने पुढे आणली आहे, आणि ती ज्या वेळी जातीय वादाचे विष आणि द्वेष शिगेला पोहोचलेला आहे, अशा अनिष्ट वेळी खालच्या पातळीवर प्रसृत करण्यात येत आहे. ह्या मागणीमागे अत्यंत वादग्रस्त वातावरण पसरलेले आहे, आणि ज्या प्रांतांचे विभाजन करण्याची मागणी आहे, तेथील जनता अनेक निरनिराळ्या गटांत विभागली गेलेली आहे. अशा परिस्थितीत संबंधित जनतेची, अशा विभाजनासंबंधात काय इच्छा आहे, ती सार्वमत किंवा तत्सम दुसरे लोकशाहीतील उपलब्ध मार्ग उपयोगात

आणून, प्रथम अजमावून घेणे अत्यंत आवश्यक आहे. हे सार्वमत (ज्या ठिकाणी मुसलमान लोक बहुसंख्य आहेत, अशा प्रदेशातील संपूर्ण जनतेचे मत अजमावणे) घेण्याची सूचना १९४२ साली सी. राजगोपालाचारी यांनी केली होती आणि गांधीजी व जिना ह्यांच्या १९४४ साली वाटाघाटी झाल्यावर, गांधीजींनी केली होती. तथापि ही सूचना मुस्लिम लीगच्या वतीने जिना ह्यांनी झिडकारून टाकली. जिना ह्याने प्रथमच असा पवित्रा घेतला की, ज्या ज्या ठिकाणी मुसलमान बहुसंख्य आहेत, तेवढ्याच भागाला म्हणजे भू-प्रदेशाला जर मर्यादा टाकण्यात आल्या तर त्यातून जे पाकिस्तान निर्माण होईल ते म्हणजे काटछाट करून चेहरा विद्रूप केलेले, मोडके तोडके, वाळवीनी खाल्लेले असे तयार होईल. दुसरे असे की, ज्या प्रांतांचे विभाजन करावयाचे त्यांतील सर्वच लोकांचे सार्वमत ह्या विषयावर घेतले, तर मुसलमान म्हणून खास मुसलमानांच्या स्वयंनिर्णयाच्या हक्काला बाध येईल. ह्याचा अर्थ असा होईल की कोणतेही सार्वमत हे मुसलमानांपुरतेच मर्यादित करावे लागेल, ह्याचाच अर्थ ते फक्त ५५ टक्के लोकांपुरतेच घेतले जावे. त्याचा उघड अर्थ म्हणजे, एकूण जनतेच्या संख्येच्या अठ्ठावीस टक्के लोकांनी, (म्हणजे ५५ टक्क्यांचा ५१ टक्के) सर्व जनतेच्यावतीने निर्णय घ्यावा. कोणीही लोकशाही मानणारा मनुष्य अशा सूचनांना पाठिंबा देणार नाही. अशा प्रकारे, पाकिस्तानची मागणी, अधिकृतरीत्या, बहुजन समाजाच्या इच्छेविरुद्ध आणि कोणत्याही लोकशाही तत्त्वाशी विसंगत असूनही, एक आव्हान म्हणून पुढे टाकण्यात आली. ती प्रत्यक्षात प्रतिगामी लोकशाहीच्या तत्त्वांच्या विरुद्ध आणि फुटीर स्वरूपाची असूनही, साम्राज्यशाहीच्या हातात गवसली.

तथापि पाकिस्तानच्या मागणीमागे, खरी राष्ट्रीय स्वरूपाची भावना अधिप्रेत होती, हे नाकारण्यात अर्थ नाही.

ह्या प्रश्नाचा अखेरचा निकाल, लोकशाही पद्धतीनीच करावा लागेल. लोकशाहीमधील स्वयंनिर्णयाच्या तत्त्वाला हे मान्य आहे की, ज्यावेळी, एका ठराविक प्रदेशात, स्वयंनिर्णयाची स्पष्ट मागणी पुढे आली असेल, म्हणजेच जेथे एका ठराविक प्रदेशातील बहुसंख्य जनता, आपली राष्ट्रीय भावना आणि संस्कृति स्वतंत्र आहे ह्या कारणास्तव, स्वतंत्र राजकीय संस्थांची मागणी करील तेथे जर भौगोलिक व आर्थिक दृष्टीने असे करणे शक्य असेल, तर त्यांना अशा स्वतंत्र राजकीय संस्था मागण्याचा हक्क आहे, कारण त्यांच्या इच्छेविरुद्ध राजकीय संस्था त्यांच्यावर लादणे हे प्रतिवाद्य होणार नाही. लोकशाहीतील स्वयंनिर्णयाचे तत्त्व जर सुसंगतपणे कार्यवाहीत आणले तर, भारतातील बहुराष्ट्रवादाच्या प्रश्नाला योग्य मार्गाने निर्णयापर्यंत जाणे सुकर होईल आणि स्वखुशीने एकत्र येण्यास अनुकूल

परिस्थिती निर्माण होईल. ह्या अडचणीवरील उपाय अशा प्रकारचा असू शकेल की, ज्याच्या योजनेमुळे सोव्हिएट रशियासारख्या बहुराष्ट्रवाद असलेल्या देशाने, राष्ट्रवादाची समस्या उत्कृष्ट रीतीने हाताळून नमुनेदार यश संपादन केले आहे.

हे तत्त्व मान्य केले तर, भारतीय जनतेतील कोणताही गट, ज्याला एकजिनसी प्रदेश आहे, ऐतिहासिक परंपरा आहे, एक भाषा आहे, एक संस्कृती आहे, समान मानसिक जडणघडण आहे, आणि समान आर्थिक जीवन आहे, त्याला स्वतंत्र भारतात एक स्वतंत्र राष्ट्रीयत्व म्हणून टिकविणे, आणि अशा गटाची इच्छा असल्यास स्वयंपूर्ण राज्य म्हणून स्वतंत्र भारताच्या संघराज्यात जगणे (निराळ्या होण्याच्या हक्कासह) शक्य होईल.

अशा प्रकारे उद्याचा स्वतंत्र भारत हा एक संघराज्य किंवा निरनिराळ्या राष्ट्रीय निष्ठा असलेल्या स्वयंपूर्ण राज्याची 'युनियन' म्हणून राहू शकेल. अशा युनियनमध्ये पठाण, पंजाबी, सिंधी, हिंदुस्थानी, राजस्थानी, गुजराती, बंगाली, आसामी, बिहारी, ओरिया, आंध्र, तामिळ, कन्नडिग, महाराष्ट्रीयन वगैरे, स्वयंपूर्ण स्वतंत्र राज्ये भारतीय संघराज्यात किंवा युनियनमध्ये नांदू शकतील. अशा तऱ्हेने तयार झालेल्या राज्यात जर भाषिक अल्पसंख्य असतील तर त्यांची स्वतंत्र संस्कृती, भाषा, शिक्षण वगैरे बाबतीत कायद्याने ती संरक्षित केली जातील आणि त्यासंबंधात कायदा मोडल्यास त्याला कायदेशीर शिक्षा केली जाईल. सर्व नि:समर्थता (डिसॲबिलिटीज), विशेषाधिकार, आणि जात, वंश, जमात यांसारखे भेदभाव रद्द केले जातील, जर कोणी त्यासंबंधीचे कायदे मोडले तर त्यांना कायदेशीर शिक्षा केली जाईल.

अशा प्रकारची लोकशाही स्वरूपाची योजना, १९३१ च्या 'काँग्रेस डेक्लरेशन ऑफ राइट्स'मध्ये समाविष्ट केलेले आणि १९४६ च्या 'काँग्रेस इलेक्शन प्रोग्रॅम' मध्ये पुन्हा नमूद केलेले लोकशाहीचे तत्त्वज्ञान पूर्णावस्थेत नेईल यात शंका नाही.

पुरुष किंवा स्त्री कोणीही असो, भारतातील प्रत्येक नागरिकाला समान हक्क मिळालेच पाहिजेत, असे काँग्रेसचे ध्येय आहे. सर्व जमातींमध्ये व धार्मिक गटामध्ये एकी नांदावी, आणि त्यांच्यामध्ये क्षमाशीलता व सद्भावना नांदावी, असा काँग्रेसचा प्रयत्न आहे. सर्व लोकांना समान संधी मिळून त्याची इच्छा आणि कुवत असेल त्याप्रमाणे त्यांना आपली वाढ व विकास करता आला पाहिजे, असे काँग्रेसचे मत आहे. प्रत्येक गटाला व प्रादेशिक क्षेत्राला ह्या राष्ट्रांत आपले जीवन व संस्कृती वाढविण्यास स्वातंत्र्य मिळाले पाहिजे, असे काँग्रेसचे ध्येय आहे, असा विकास साधता यावा म्हणून प्रत्यक्ष भौगोलिक क्षेत्र व प्रांत हे शक्यतो भाषिक व सांस्कृतिक पायावर, निर्माण केले जावे, असे काँग्रेसचे म्हणणे आहे. ज्या लोकांना

सामाजिक जुलूम व अन्याय सहन करावा लागतो, त्यांचे हक्क अबाधित राखून समानता सांभाळण्यात येणारे सर्व अडथळे दूर करण्याचा, काँग्रेसचा प्रयत्न राहील.

घटनेत नमूद केल्याप्रमाणे सर्व नागरिकांना मूलभूत हक्क व स्वातंत्र्य मिळेल, असे स्वतंत्र व लोकशाही राज्य निर्माण करण्याचा काँग्रेसचा प्रयत्न आहे.

''काँग्रेसच्या दृष्टीने ही घटना संघराज्याची असावी. तिच्यात प्रत्येक घटकाला स्वयंनिर्णयाचा हक्क असावा, आणि तिची विधिमंडळे सार्वत्रिक प्रौढ मताधिकारावर निवडलेली असावी. भारताचे संघराज्य हे त्याच्या घटक अवयवानी स्वखुषीने निर्माण केलेले असलेच पाहिजे. प्रत्येक घटक अवयवाला जास्तीत जास्त स्वातंत्र्य मिळावे म्हणून, समान आणि आवश्यक अशा संघराज्यात्मक कमीतकमी विषयांची एक यादी केलीच पाहिजे. ती सर्व घटक अवयवांना लागू पडेल, शिवाय दुसरी एक विकल्पीय समान विषयांची यादी राहील. ती ज्या घटक अवयवांची इच्छा असेल त्यांनी ती मान्य करावी.''

तथापि, भारताचा एकजिनसीपणा, त्याच्या भावी प्रागतिक विकासासाठी टिकविणे, हे अत्यंत उचित आहे, असे काँग्रेसचे धोरण (आणि ते योग्य आहे) असल्यामुळे हा वेळपर्यंत राष्ट्रीय स्वयंनिर्णयाचे तत्त्व, संपूर्णपणे कार्यवाहीत आणण्याच्या बाबतीत तिने विरोध केला आहे. सप्टेंबर १९४५ च्या पुण्याच्या ठरावात काँग्रेसने ह्या विषयाची आपली भूमिका स्पष्ट केली आहे, ती अशी :

''कोणत्याही घटक अवयवाला किंवा प्रादेशिक विभागाला, भारतीय 'युनियन' पासून म्हणजे संघराज्यापासून फुटून बाहेर पडण्याचे स्वातंत्र्य देऊन, भारताची शकले पाडण्याच्या विचाराशी काँग्रेस सहमत होऊ शकत नाही. एप्रिल १९४२ च्या काँग्रेसच्या कार्यकारी मंडळाने, जाहीर केल्याप्रमाणे काँग्रेस ही संस्था भारताचे स्वातंत्र्य व एकजिनसीपणा, सांभाळण्याच्या बाबतीत वचनबद्ध आहे. आधुनिक काळात सर्व जगात, संघराज्यांचा विस्तार वाढविण्याची सर्वसाधारण जनतेची प्रवृत्ती असताना भारताच्या एकजिनसीपणाचे विघटन करणे, हे सर्व संबंधित लोकांच्या हिताच्या दृष्टीने हानिकारक असून तशी कल्पना करणेही तापदायक आहे. असे असून सुद्धा, कार्यकारी मंडळ असे जाहीर करते की, कोणत्याही प्रादेशिक घटकांतील लोकांना त्यांच्या इच्छेविरुद्ध भारताच्या संघराज्यात बळजबरीने डांबून ठेवण्याचा कार्यकारी मंडळाचा विचार नाही.''

ह्या ठरावाच्या दोन भागात वैधर्म्य आहे, एकामध्ये स्वयंनिर्णयाच्या हक्काला विरोध आहे. दुसऱ्यामध्ये कोणत्याही घटक अवयवाला जुलमाने संघराज्यात डांबून ठेवण्यास विरोध आहे.

निराळे होण्याच्या हक्कासकट, स्वयंनिर्णयाचा तत्त्वाला मान्यता देणे म्हणजे फुटून बाहेर पडलेच पाहिजे, असे नव्हे. ह्या उलट प्रागतिक लोकशाहीच्या वाढीला, भारत एकजिनसी असणे, अत्यंत आवश्यक आहे. भारताच्या सर्व घटक अवयवांची झपाट्याने प्रगती होण्यासाठी भारताची एकतेची गरज आहे, त्यामुळे समान सहकार्य, अखिल भारतीय पातळीवर आर्थिक नियोजन व विकास आणि सामाजिक जीवनाच्या पातळीची प्रगती, ह्या गोष्टी सहज शक्य होतील, तथापि अशी एकी ही स्वेच्छेने झालेली असावी.

हे धोरण भारताच्या साम्यवादी पक्षाने सर्वआधी १९४२ च्या ठरावात स्पष्ट केले. त्यात भारतातील बहुराष्ट्रवादाच्या प्रश्नाचा प्रथमच काळजीपूर्वक अभ्यास केलेला दिसतो. त्यानंतर अलीकडे १९४६ साली 'ब्रिटिश कॅबिनेट मिशन'ला त्या पक्षाने पाठविलेल्या निवेदनातही, ह्या प्रश्नावर चर्चा केलेली आहे, ती अशी :

"घटना समिती नेमण्याच्या प्रश्नावरील काँग्रेस व लीग ह्यांच्यामधील प्रखर विरोध हा, स्वयंनिर्णयाचे तत्त्व प्रामाणिकपणे कार्यवाहीत आणल्यास, आपोआप शांत होईल.

"आमची अशी सूचना आहे की, प्रांतिक सरकारांना सीमारेषा ठरविण्यासाठी, सीमा-समिती नेमण्यास सांगावे. त्यांनी प्रत्येक जमातीचा नैसर्गिक प्राचीन वांशिक प्रदेश लक्षात घेऊन सीमारेषा पुन्हा ठरवाव्या. अशा प्रकारे पुन्हा आकार दिलेले प्रांत, असे व्हावे की, भाषेच्या आणि संस्कृतीच्या दृष्टीने ते एकजिनसी राष्ट्रीय घटक व्हावे, उदाहरणार्थ सिंध, पठाण प्रदेश बलुचिस्तान, पश्चिम पंजाब वगैरे १ हा प्रत्येक घटकांतील लोकांना अनिर्बंध स्वयंनिर्णयाचा हक्क असला पाहिजे, म्हणजेच, भारतीय संघराज्यात राहावे किंवा त्यातून फुटून दुसरे स्वतंत्र सार्वभौम राज्य निर्माण करावे, किंवा दुसरी 'इंडियन युनियन' निर्माण करावी हे तो ठरवू शकेल. घटना समितीत जावे किंवा नाही, ते ह्या मूलभूत स्वयंनिर्णयाच्या हक्काप्रमाणे ठरविले जावे. निवडणुकीपूर्वी, संघराज्यात राहावयाचे आहे किंवा फुटून बाहेर पडावयाचे आहे, ते राजकीय पक्षांनी लोकांना विचारावे. प्रत्येक राष्ट्रीय घटक, जे उमेदवार निवडील त्यांनी बहुमताच्या तत्त्वावर, ते अखिल भारतीय घटना समितीत जाऊन 'इंडियन युनियन' तयार करणार किंवा बाहेर राहून ते आपल्यापुरते स्वतंत्र सार्वभौम राज्य तयार करणार, किंवा दुसऱ्या

---

१. भारतातील संस्थाने ब्रिटिश इंडियात विलीन झाल्यावर, वर सुचविल्याप्रमाणे सर्व प्रांतांची पुनर्रचना झाली, म्हणजे जे राष्ट्रीय घटक निर्माण होतील, ते असे : तामिळनाडू, आंध्रप्रदेश, केरळ, कर्नाटक, महाराष्ट्र, गुजरात, राजस्थान, सिंध, बलुचिस्तान, पठाणदेश, काश्मीर, पंजाब, हिंदुस्थान, बिहार, आसाम, बंगाल आणि ओरिसा.

एखाद्या ''इंडियन युनियन'' मध्ये सामील होणार, ते ठरवावे.

''सार्वभौम घटकांचे स्वतंत्र, स्वेच्छेने निर्माण केलेले, लोकशाही पद्धतीचे, भारतीय संघराज्य व्हावे, असे भारतीय साम्यवादी पक्षास वाटते. त्याची अशी पक्की खात्री आहे की, भारतीय जनतेचे जास्तीत जास्त हित, एक भ्रातृभाव असलेल्या एकत्र समान संघराज्यात राहून साधले जाईल, असे केले तर आपले स्वातंत्र्य टिकविणे आणि ज्यासाठी सर्वांच्या सहकार्याची आवश्यकता आहे, अशी दारिद्र्याची समस्या सोडविणे, सहज शक्य होईल. वर सांगितल्याप्रमाणे, स्वयंनिर्णयाचे तत्त्व कार्यवाहीत आणले तरच भारतीय एकता टिकविता येईल.

''ह्या सर्व समस्यांची अत्यंत सोईस्कर उकल, ह्या योजनेप्रमाणे सहज साधली जाईल.''

■

साम्राज्यवाद आणि राष्ट्रीय विमोचन

# प्रकरण १४
## सांविधानिक रणभूमी

''ग्रेट ब्रिटनने स्वत: होऊन आपल्या वसाहतीवरील आपले सर्व वर्चस्व काढून द्यावे, आणि त्यांना आपले न्यायाधीश निवडण्यास सांगावे, आपले कायदे करणयास सांगावे, योग्य वाटेल तेव्हा तह किंवा युद्ध करणयास द्यावे असे सुचविणे, म्हणजे जगात आजपर्यंत, जे कोणत्याही राष्ट्राने, कधीही केले नाही, किंवा करणार नाही ते करणयास सांगण्यासारखे आहे. कोणत्याही राष्ट्राने, दुसऱ्याच्या प्रांतावरील आपले वर्चस्व, स्वत: होऊन, कधीही काढून घेतलेले नाही.''

–ॲडम स्मिथ, ''वेल्थ ऑफ नेशन्स'', १७७६ भाग ४, प्रकरण ७.

ज्या प्रकाशनाचे महत्त्व प्रत्येक नवीन वर्षांबरोबर वाढतच आहे, अशा १९०६ च्या ''रिफॉरमर्स इयरबुक''मध्ये एक पान १९०५ मधील रशिया, ह्या विषयासाठी दिलेले आहे. त्या वर्षांतील महत्त्वाच्या घटना तीस ओळींत लिहिलेल्या आहेत, त्यापैकी तेवीस ओळी रशियाच्या 'ड्यूमा' (पार्लमेंट) वर आहेत, त्यात 'ड्यूमा'ची स्थापना, रचना, निवडणुकीचा पाया, व अधिकार आणि त्यांचा वाव ह्यांची माहिती आहे. त्यात फादर गर्पॉन ह्यांचा थोडक्यात उल्लेख आहे. बाकींच्या पानांत अशी माहिती देण्यात आली आहे की, ''त्या वर्षांत कामगार संघटनांचा जोराने विकास होऊ शकला नाही, कारण राष्ट्रीय अरिष्ट आणि पोलिसांचे अतिरेकी क्रौर्य, हे होय. रशियाच्या प्रत्येक भागात दंगे व बंडे चालू होती.'' त्या वेळच्या 'सुधारक' पाश्चिमात्य लोकांच्या दृष्टीने, १९०५ च्या रशियन क्रांतीने असे स्वरूप धारण केले होते.

गेल्या तीस वर्षांतील १९१४-१८ च्या महायुद्धानंतरचा भारताचा प्रश्न ह्या विषयाचीही परिस्थिती तशीच आहे. भारताच्या विषयीचे जे प्रचंड इंग्रजी साहित्य प्रसिद्ध झाले आहे, त्यापैकी $\frac{९}{१०}$ भाग हा 'घटना' ह्या विषयावर आहे, तो साम्राज्यशाहीने भारतीय जनतेला हप्त्याहप्त्याने दिलेला आहे. त्याच्या पार्श्वभूमीत, सांविधानिक प्रश्नाच्या चौकटीसारखी, अशांततेची झलक आणि जहाल पुढाऱ्यांच्या चिथावणीमुळे प्रत्ययास आलेल्या दुर्दैवी घटना, ह्यांचा उल्लेख आहे, गांधीजींच्या गूढ व्यक्तिमत्त्वाबद्दलचीही थोडी माहिती त्यात आहे. होऊ घातलेल्या भारतीय

क्रांतीचे, सर्व गहन, सामाजिक व राजकीय प्रश्न, रखरखीत वाळवंटाच्या सांविधानिक पांडित्यात इतके गाडले गेले आहेत की, ब्रिटिश राजकारणी जनता, भारतीय विषयांत लक्ष घालण्याचे सोडून देते. मानव जातीच्या एकपंचमांश चळवळ्या भागाबद्दलच्या ज्वलंत सत्यकथा, मायावी नवसांविधानकाच्या धुराड्यांतून, केंद्र व त्याच्या कक्षा, ह्यांच्या रूपाने जेमतेम दिसतात.

लॅसले एकदा म्हणाला की, खरी राज्यघटना म्हणजे एका ठराविक समाजातील सत्तेचे प्रत्यक्ष संबंध होत. ह्या विधानातील सत्य, भारतीय घटनेच्या प्रश्नांत जितके स्पष्टपणे प्रत्ययास येते, तितके ते अन्यत्र कोठेही आढळत नाही.

साम्राज्यशाहीने भारतासाठी केलेल्या राज्यघटना किंवा सांविधानिक योजना ह्या भारतीय प्रश्नावर उपाय तर नाहीतच, इतकेच नव्हे तर, ते उपाय शोधण्याचे खरे प्रयत्नही नव्हते. ते फक्त संघर्षाचे डावपेच आहेत. साम्राज्यशाही आणि राष्ट्रवाद ह्यांतील भावी संघर्षाची पातळी किंवा युद्धक्षेत्रे, ह्यांची त्यात ओधाने कल्पना येते. त्यातील सत्य म्हणजे युद्ध होय, संघर्षाचे भूत म्हणजे सांविधानक होय.


## १. साम्राज्यवाद आणि स्वराज्य

अलीकडे सरकारचे समर्थन करणाऱ्या वर्तुळांतून, कधीकधी असे ऐकविण्यात येते की, भारतातील ब्रिटिश राजवटीचा खरा उद्देश, असा आहे की, भारतीय जनतेला शिक्षण देऊन स्वराज्य चालविण्यास लायक करावे.

सुरुवातीला भारतात, जे ब्रिटिश लोक राज्य करीत होते, त्यांचा असा दृष्टिकोन नव्हता. राष्ट्रीय स्वातंत्र्याच्या चळवळीची शक्ती वाढू लागल्यावर, तिच्यामुळेच स्वराज्याचा प्रश्न राजकीय आखाड्यात डोके वर काढू लागला. अशा प्रकारची एखादी घटना घडण्याचा संभव आहे, असे म्हणाल्यास, ब्रिटिश राज्यकर्ते तिच्याकडे तुच्छतेने मान फिरवीत. फक्त पुराणमतवादी लोकांचाच हा दृष्टिकोन नव्हता, तर स्वत:ला उदारमतवादी समजणारेसुद्धा, ब्रिटिश वर्चस्वाच्या अभिजात (क्लासिक) काळात ह्याच मताचे होते. १८३३ मध्ये मेकॉले ह्याने असे जाहीर केले की :

"भारतात तुम्हाला प्रतिनिधिक संस्था सुरू करता येणार नाहीत."

"भारतीय राजकारणावर ज्या अनेक लोकांनी आपले अंदाज व मते व्यक्त केली आहेत, त्यापैकी माझ्या माहितीप्रमाणे एकानेही, तो स्वत: लोकशाहीचा पुरस्कर्ता असला तरी, ह्या वेळी भारताला प्रतिनिधिक संस्था द्याव्या असे कधीही सांगितलेले नाही."

(टी. बी. मेकॉले याचे "हाऊस ऑफ कॉमन्स" मधील भाषण, जुलै १०, १८३३).

उदारमतवादाचा खंदा प्रेषित व प्रातिनिधिक संस्थांचा प्रणेता जॉन स्टुअर्ट मिल हा, भारताला अशा प्रातिनिधिक संस्था देऊ नयेत, अशा ठाम मताचा होता. मेकॉले याने आपल्यावरील भाषणांत मिल याचे विचार उद्धृत केले आहेत, ते असे :

"त्याने (मिल याने) कडक लिहिले आहे– अतिशय कडक,

"मला वाटते– शुद्ध लोकशाहीच्या हिताच्या दृष्टीने–

तथापि जेव्हा त्याला गतवर्षी "कमिटी" समोर विचारण्यात आले की, "प्रातिनिधिक सरकार भारतात व्यवहार्य ठरेल काय?" तेव्हा त्याने उत्तर दिले : "संपूर्णपणे विचार करण्यापलीकडे!"

भारताच्या प्रश्नावर ग्लॅडस्टन आणि ब्राइट यांच्यामध्ये एकोणिसाव्या शतकात झालेल्या संवादावरून उदारमतवादी पुढाऱ्यांच्या बौद्धिक पातळीची कीव येते :

"आज संध्याकाळी भारताच्या प्रश्नावर माझे बराच वेळ बोलणे झाले. भारताच्या बाबतीत, लोकांकडून लोकांचे राज्य चालविणे, फार कठीण आहे, म्हणजे भारताचे शासन, पूर्णपणे संसदीय पद्धतीने चालविणे, कठीण आहे." (ग्लॅडस्टन याचे २३ एप्रिल १८५८ चे सर जेम्स ग्रॅहॅम याला पत्र : "लाइफ अँड लेटर्स ऑफ सर जेम्स ग्रॅहॅम" भाग २ पान ३४०)

तथापि एकोणिसाव्या शतकांतील ह्या उदारमतवादी पुढाऱ्यांपैकी कोणालाही, किंचितसुद्धा कल्पना आली नाही, (आणि ब्राइट याने जर भारतातील अनागोंदी कारभाराबद्दल, चळवळ करून भारताची फार मोठी सेवा केली होती.) की, भारतीय जनतेला आपले शासन चालविणे शक्य होते.

पहिल्या जागतिक युद्ध-वेधांतील साम्राज्यशाहीचा दृष्टिकोन, लॉर्ड क्रोमर याने, जोरदार भाषेत व्यक्त केला होता, तो असा :

"आजच्या परिस्थितीत भारताला स्वराज्य देण्याचा विचार करणे, म्हणजे संयुक्त-युरोपला स्वराज्य देण्याचा पुरस्कार करण्यासारखे आहे. ही कल्पनाच विचित्र आहे, असे नव्हे तर ती केवळ अवास्तववादी आहे. मी पुढे जाऊन असेही म्हणेन की, ती कल्पना विचारात घेणे म्हणजे सांस्कृतिक सुधारणांचा अपराध करणे होय, आणि विशेषत: ज्या भारतीयांचे हित पाहणे, हे आपले कर्तव्य आहे. अशा लाखो नि:शब्द भारतीयांविरुद्ध तो गुन्हा ठरेल."

(लॉर्ड क्रोमर, "एन्शंट अँड मॉडर्न इम्पीरियॉलिझम." १९१० पान १२३)

त्याच काळात उदारमतवादी लॉर्ड मोर्ले ह्याचे वक्तव्यही त्याच ताला-सुरांतील

होते, सांविधानिक सुधारणा म्हणजेच "मोर्ले मिंटो रिफॉर्म्स" भारतात सुरू करते वेळी, त्याने पुन:पुन्हा बजाविले की, भारतात वरील सुधारणा सुरू करण्यात संसदीय शासन पद्धतीची, ती सुरुवात होती, असे कोणीही समजू नये :

"हा सुधारणांचा हप्ता म्हणजे, भारतात संसदीय पद्धत चालू करण्याची ही सुरुवात आहे. असे जर कोणी म्हणेल तर, माझ्यापुरते मी असे म्हणेन की मला त्यांच्याशी काहीही कर्तव्य नाही."

(लॉर्ड मोर्ले, याने १७ डिसेंबर १९०८ रोजी "हाउस ऑफ लॉर्ड्स्" मध्ये केलेले भाषण.)

१९१७ पर्यंतचा भारताबद्दलचा साम्राज्यशाहीचा समसांद्र (कन्सिस्टंट्) दृष्टिकोन असा होता. १९१७ नंतर ह्या दृष्टिकोनात एकाएकी बदल घडून आला, "संस्कृती विरुद्ध गुन्हा" हे वक्तव्य नाहीसे झाले आणि त्याची जागा "अधिकृत जाहीर केलेले ध्येय" ह्या शब्दप्रयोगाने घेतली. धोरणात एकाएकी झालेला हा बदल किंवा बहाणा केलेले धोरण हे मूळ हेतूने सहज निर्माण झालेले नव्हते, फक्त परराष्ट्रीय घटनांच्या कठोर आघातांची ती प्रतिक्रिया असणे शक्य आहे.

प्रत्यक्षांत आता किती बदल झाला आहे?

१९१७ पासून धोरण व दृष्टिकोन ह्यांतील फरकामुळे जो बदल झाला तो सहज झालेला नसून मुख्यत्वे परिस्थितीच्या दडपणामुळे झालेला होता. त्याचा मूलभूत हेतू म्हणजे ब्रिटिशांचे भारतातील वर्चस्व दातओठ खाऊन टिकविणे हाच होता आणि आजही (१९४६) ते वर्चस्व त्यांनी सोडलेले नाही.

हाच महत्त्वाचा प्रश्न आता आपणास तपासावयाचा आहे.


## २. १९१७ पूर्वींचे सुधारणांचे धोरण

पहिल्या जागतिक युद्धापर्यंत, साम्राज्यशाहीचा जाहीर केलेला उद्देश असा होता की, साम्राज्यशाहीच्या शासनिक यंत्रणेत अधिकाधिक भारतीयांना, त्यांची संख्या हळूहळू वाढवीत प्रवेश द्यावयाचा. साम्राज्यशाहीच्या शासन पद्धतीतील आपले शासकीय यंत्र चांगल्या रीतीने चालविण्यासाठी अशा उद्दिष्टांची गरज असतेच. (भारतात सरकारी नोकरीत असलेल्या १५ लाखांपैकी एखाद्या अपूर्णांकापेक्षा जास्त आकडा, इंग्रज नोकरांचा असणे अशक्य आहे,) ही गोष्ट सुसंगतपणे जाहीर करण्यात आली आहे, तथापि असे करताना सर्व महत्त्वाच्या जागांवर आपले वर्चस्व अबाधितपणे राखण्याची काळजी जवळ जवळ शंभर वर्षे घेतली गेली आहे. ह्या ध्येयाचा स्वराज्याशी

काहीही संबंध नाही, एका अर्थाने वरील ध्येय हे स्वराज्याच्या ध्येयाशी विरोधी आहे, आणि त्यात १९१७ पर्यंत सुसंगतपणे विरोध केला गेला होता, ह्या दोन उद्दिष्टांबद्दलच्या गोंधळाने, जबाबदारीच्या शासन संस्थेसंबंधात ते ध्येय हळूहळू गाठले जात होते असा गैरसमज पसरविण्यासारखे चित्र रेखाटले जात होते.

१८३३ च्या सनदेत असे म्हटले आहे की :

''कोणत्याही भारतीयाला, त्याचा धर्म, जन्मठिकाण, वंश, वर्ण, किंवा ह्यापैकी कोणत्याही कारणावरून, कोणतीही नोकरीची जागा, हुद्दा किंवा कोणतीही नोकरी ह्या सरकारात करण्यास नालायक ठरविले जाणार नाही.''

कोर्ट ऑफ डायरेक्टर्सनी वरील कलमाचा अर्थ स्पष्ट केला, तो असा :

''ह्या कलमाचा ''कोर्ट'' असा अर्थ काढते की, ब्रिटिश इंडिया'' मध्ये राज्यकर्त्यांची अशी जात असणार नाही. लायकी संबंधात, ज्या काही अटी घालण्यात येतील त्यामध्ये वंश किंवा धर्म, ही अट असणार नाही.''

१८५८ चा राणीचा जाहीरनामा, ही नवीन धोरणाची सुरुवात म्हणून समजण्यात येते, तथापि खरे म्हणजे वरील धोरणाची ती सुधारलेली आवृत्ती होय.

''आमची अशी इच्छा आहे की आमच्या प्रजेपैकी कोणीही, कोणत्याही वंशाचा किंवा पक्षाचा असला, तरी त्याला, मोकळेपणाने व निःपक्षपातीपणाने, आमच्या शासनाच्या नोकरीत घेण्यात येईल, असे काम करण्यासाठी आवश्यक असे शिक्षण, लायकी व प्रामाणिकपणा, हेच गुण त्याच्या जवळ असले पाहिजेत.''

राज्यकर्ते आणि प्रजानन ह्यांच्यामध्ये संपूर्ण समानता बाळगली जाईल. अशी वचने व आश्वासने भारताला दिली होती. ती सर्वसाधारण अर्थाने कार्यवाहीत आणण्यासाठी दिली गेलेली नव्हती. ह्यामुळे १८७६-८० ह्या काळात व्हॉइसरॉय असलेला लॉर्ड लिटन ह्याने भारतमंत्री लॉर्ड क्रॅनबुक ह्यास 'खासगी' म्हणून पाठविलेल्या पत्रात, भारतातील ब्रिटिश धोरणाबद्दल शेलक्या व आता प्रसिद्ध असलेल्या, शब्दांत म्हणतो, ''ज्यांनी आश्वासनाचे ते शब्द, कानात उच्चारले, ते आज काळीज चिरणारे ठरले.''

''आपणा सर्वांना माहीत आहे की, हे हक्क किंवा अपेक्षा कधीही पुऱ्या करता येण्यासारख्या नाहीत, किंवा त्या कधीही पुऱ्या केल्या जाणार नाहीत, ''त्यांना प्रत्यवाय करणे'' किंवा ''फसविणे'' ह्यांपैकी आम्हास एक पर्याय निवडणे भाग होते, अशा परिस्थितीत, आम्ही जो कमीतकमी सरळमार्ग आहे, तो निवडला— मी हे खासगीरीत्या लिहीत आहे. मी असे निःस्संदिग्धपणे म्हणतो की, इंग्लंडचे व भारताचे ही दोन्ही सरकारे ह्या क्षणाला मला समाधानकारक उत्तर देण्यास

असमर्थ दिसतात, कारण त्यांना उपलब्ध असलेल्या प्रत्येक साधनाने त्यांनी जे शब्द कानांत उच्चारले ते आज काळीज चिरणारे ठरले.'' लॉर्ड सॉलिसबरी ह्याने त्याच्या धडक पद्धतीप्रमाणे ब्रिटिशांनी भारताला दिलेली आश्वासने ही ''राजकीय ढोंगबाजी'' आहे असे त्यांचे वर्णन केले. (लॉर्ड सॉलिसबरीने, आधुनिक परिस्थितीत, बाल्डविन, लॉर्ड जॉर्ज, मॅकडोनॉल्ड आणि चेंबरलेन ह्यांना काय, सुनावले असते, ह्याचा अंदाज करणे, हा एक आनंददायक कल्पनाविलास ठरेल.)

गैरसमज करणाऱ्या आतषबाजीच्या ढंगांत, गेल्या शतकात दिलेली आश्वासने व जाहीर भाषणे ह्यांच्यामागील खरे उद्दिष्ट, (हा वेळपर्यंतचा त्यांचा अनुभव जमेस धरूनही, आपण त्याच पद्धतीत आणखी पुढील पातळीवर आलो आहो.) म्हणजे, साम्राज्यशाहीच्या शासकीय यंत्रणेत, काळजीपूर्वक ताब्यात ठेवलेल्या दुय्यम दर्जाच्या भारतीयांच्या सहकार्याने, प्रशिक्षित वरच्या व मध्यम दर्जाच्या भारतीयांचा उपयोग, बहुजन समाजाला, आपल्या वर्चस्वाखाली ठेवण्यासाठी करणे, हे होय.

हे उद्दिष्ट डोळ्यांसमोर ठेवून, सनदी नोकऱ्यांमधील भारतीयांसाठी ठेवलेल्या जागा, सावधगिरी वाढवून (तथापि कधीही निर्णायक ठिकाणी नव्हे) १८६१ नंतर, सुधारणांच्या बऱ्याच योजना कार्यवाहीत आणल्या गेल्या.

१८६१ मध्ये, ''इंडियन कौन्सिल्स ऑक्ट'' प्रमाणे व्हॉइसरॉयच्या विधान मंडळावर, अनधिकृत नियुक्त केलेल्या सहा सभासदांची भर पडली आणि ह्या नियुक्त केलेल्या सभासदांमध्ये काही काळजीपूर्वक निवड केलेले सभासद होते. हे लक्षात ठेवण्यासारखे आहे की, ह्या नंतरच्या प्रत्येक सुधारणांच्या हप्त्यानंतर, अशा सुधारणांबरोबर एक नवीन दडपशाहीचे हत्यार पसरले जात असे. व्हॉइसरॉयला ज्यांना जाहीर झाल्यापासून सहा महिने, कायद्याचे स्वरूप राहील असे वटहुकूम काढण्याचा अधिकार दिला गेला. ही सत्ता आधुनिक काळात सर्रास वापरली जाते.

१८८३-८४ ह्या काळात, स्थानिक स्वराज्याचे कायदे करण्यात आले. स्थानिक स्वराज्य संस्थांच्या रचनेत निवडणुकीची पद्धत सुरू झाली आणि ग्रामीण संस्था (ग्रामपंचायती) व जिल्हा परिषदा निर्माण झाल्या.

१८९२ मध्ये ''इंडियन कौन्सिल्स ऑक्ट'' ने प्रांतिक विधिमंडळावर अप्रत्यक्ष रीतीने निवडून आलेले काही सभासद घेण्यात आले. (प्रत्यक्षात हे सभासद स्थानिक स्वराज्य संस्थांनी अधिकृतपणे निवडून दिलेले नसून, त्यांची नावे संमतीसाठी पाठविली जात) आणि त्यांच्यामार्फत, त्याच अप्रत्यक्ष पद्धतीचा अवलंब करून त्यांना व्हॉइसरॉयच्या विधिमंडळावर घेतले गेले.

१९०९ च्या ''इंडियन कौन्सिल्स ऑक्ट'' म्हणजेच मोर्ले-मिंटो सुधारणा

प्रमाणे, प्रांतिक विधिमंडळात निवडून आलेल्या सभासदांची बहुसंख्या होईल अशी व्यवस्था झाली. (ह्यांच्या मध्ये काही प्रत्यक्ष निवडणुकींतून व काही अप्रत्यक्ष निवडणुकींतून आले होते) आणि व्हॉइसरॉयच्या विधिमंडळात निवडून आलेल्यांची अल्पसंख्या राहील, अशी योजना होती, (जमीनदारांच्या जागा व मुसलमानांच्या जागा सोडून, बाकीचे अप्रत्यक्ष पद्धतीने निवडून आलेले होते.) ह्या विधिमंडळांचे कार्य इतके मर्यादित होते की त्यांना शासकीय किंवा वित्तीय खात्यांवर सत्ता नव्हती, त्यांनी तयार केलेले कायदे, अमान्य झाल्यास, आणि नकाराधिकाराने ते रद्द केले जात, मतदानाचा हक्क अत्यंत मर्यादित होता, आणि निवडून देणाऱ्या अनेक गटांमध्ये, स्वतंत्र मुसलमानी मतदारसंघ, निर्माण करण्यात आले.

राष्ट्रीय चळवळ सर्वत्र चालू झाल्यामुळे आणि स्वराज्याची मागणी जोराने पुढे आल्यामुळे, "मोर्ले-मिंटो-रिफॉर्म्स" ह्या पहिल्याच सुधारणा अशा ठरल्या की, ज्या ऐन चळवळ चालू असताना कार्यवाहीत आणल्या गेल्या आणि त्यात मुख्य राजकीय उद्दिष्ट म्हणजे चळवळ मोडीत काढणे हेच होते. मोर्लेच्या शब्दांत म्हणजे "मवाळांना एकत्र करा." हाच आदेश होता. ह्या सुधारणा प्रथमतः १९०५ मध्ये सुचविल्या गेल्या. त्याचे कारण परकीय मालावर बहिष्कार घालून स्वदेशी कापड वापरण्याची मोठी चळवळ काँग्रेसने चालू केली होती. १९०५ मध्ये रशियात क्रांती होऊन झारशाहीतील पौर्वात्य देशांतील अनेक हुकूमशहांना हादरा बसला होता. अशा आणीबाणीच्या परिस्थितीत ह्या किरकोळ सुधारणा म्हणजे एका "नव युगाची नांदी" असा मोठा प्रचार करून, जाहीर करण्यात आल्या. त्यानंतर निर्माण झालेल्या "माँटेग्यु-चेम्सफर्ड" रिपोर्टमध्ये "त्या परिस्थितीच्या व उत्साहाच्या भरात अतिरिक्त अपेक्षा करण्यात आल्या होत्या, असे म्हटले गेले. (ह्या रिपोर्टमध्ये वरील सुधारणाची, थोडी वाढीव आवृत्ती काढण्यात आली होती.) ह्या भोळसट अपेक्षा अल्पजीवी ठरल्या."

ह्या सुधारणांच्या नावाखाली राष्ट्रीय चळवळ मोडीत काढण्याचा साम्राज्यशाहीचा डाव होता. ही गोष्ट लॉर्ड मोर्ले यांच्या अंदाजात, स्पष्ट करण्यात आली आहे.

"ह्या प्रकारची योजना कार्यवाहीत आणताना आपल्याला तीन प्रकारच्या लोकांना, विचारांत घ्यावयाचे आहे. भारतात "जहाल" पुढारी आहेत की ज्यांना "एक दिवस ब्रिटिशांना भारताबाहेर हाकलून देता येईल." अशी आचरट स्वप्ने पडत आहेत... दुसरा गट असा आहे की त्याला असल्या अपेक्षा नाहीत, तथापि त्याला वसाहतीच्या पद्धतीचे, अंतर्गत स्वायत्तता असलेले शासन मिळावे, अशी अपेक्षा आहे, आणि तिसरा एक गट असा आहे की ज्याला, आपल्या शासनात

सहकार्य करण्यात वाव मिळावा, एवढीच अपेक्षा आहे.

''ह्या सुधारणांचा परिणाम असा आहे, होत आहे व केला जाईल की, दुसऱ्या गटाच्या लोकांना म्हणजे ज्यांना वसाहतीच्या दर्जाचे अंतर्गत स्वायत्तता असलेले शासन हवे आहे, त्यांना तिसऱ्या गटात ओढले जाईल की ज्यांना आपल्या शासनात योग्य व संपूर्ण सहकार्य करण्यास वाव पाहिजे आहे. अशी माझी अटकळ आहे.''

(विल काउंट मोर्लें याचे, २३ फेब्रुवारी १९०९ चे ''हाऊस ऑफ लॉर्ड्स्'' मधील भाषण.)

**अशा प्रकारे सांविधानिक सुधारणांच्या चालीच्या अनुरोधाने आपल्या ''शासनात सहकार्य घेणे'' ही साम्राज्यशाहीची खास पद्धत होती, जिच्यायोगे, स्वराज्याचे राष्ट्रीय ध्येय मोडीत काढण्याची त्यांची अपेक्षा होती.**

''स्वराज्याच्या मार्गावरील एक टप्पा'' असे सुधारणांचे वर्णन करण्याचे ह्या वेळी कारण नव्हते. कारण लॉर्ड मोर्लें ह्यांनी अगदी स्पष्ट शब्दात सांगितले होते की, ह्या सुधारणा म्हणजे, भारतात संसदीय पद्धतीचे शासन निर्माण करण्याचा, प्रत्यक्ष किंवा अप्रत्यक्ष प्रयत्न होता, असे कोणीही समजू नये. त्याचप्रमाणे लॉर्ड मोर्लें याने लॉर्ड मिंटो यास कळविले व त्यात त्याच्या (मिंटोच्या) म्हणण्याप्रमाणे किंवा त्याचे म्हणणे जोरदारपणे मांडून सांगितले की, त्यानंतर किंवा पुढे, भारतात जबाबदारीचे शासन निर्माण करण्याचा प्रश्नच नव्हता.

''भारतात पाश्चिमात्य पद्धतीची प्रातिनिधिक शासन संस्था निर्माण करण्याचे बाबतीत भारत सरकार पुरस्कार करणारे आहे. ह्या संबंधात, आपण व्यक्त केलेला आपला अस्वीकार (डिसक्लेमर) हा अपेक्षेबाहेर नाही. युरोपात प्रातिनिधिक पद्धतीचा अत्यंत जोरदारपणे पुरस्कार करणाऱ्यांपैकी काहींनी भारतातील आपला अनुभव जमेस धरून आपल्याच (मिंटोच्या) शब्दात सांगितले आहे की अशी प्रातिनिधिक पद्धत, भारतीय साम्राज्यात राहणाऱ्या निरनिराळ्या अनेक वंशांच्या जनतेच्या मनोवृत्तीस धरून नाही. युरोपातील प्रातिनिधिक स्वरूपाची शासनाची पद्धत, भारतीय प्रदेशात चालू करण्यात आपली (मिंटोची) इच्छा किंवा प्रयत्न नसून, आपण आपल्या विधिमंडळात जे सांगण्याचा प्रयत्न केलात, त्याचा अर्थ आजची यंत्रणा सुधारणे किंवा सुशिक्षित लोकांच्या अपेक्षा पूर्ण करण्यासाठी त्यांच्या देशाच्या शासनात भाग घेण्यास त्यांना संधी देणे, एवढाच आहे. आपल्या ह्या कपटकारस्थानात आपल्या साम्राज्य सरकारचे आपणास आपुलकीचे सहकार्य मिळेल, हे सांगण्याची जरुरी नाही.

''सार्वभौम सत्तेच्या किंवा स्थैर्याच्या जोरावर, ज्या नव्या सूचना देण्यात येतील, त्याचा जो परिणाम होईल, तीच भारतातील धोरणाच्या मार्गदर्शनात ज्यांना भाग

घ्यावयाचा आहे, त्यांच्या प्रचीतीची किंवा परीक्षेची वेळ आहे.. मग ते व्हाइट हॉलमध्ये असोत किंवा कलकत्त्यात असोत.''

(लॉर्ड मोर्ले टू लॉर्ड मिंटो, कोटेड इन दि माँटेग्यूचे ल्यूफर्ड रिपोर्ट. पान ६४)

ह्या वेळपर्यंतचे साम्राज्यशाहीचे धोरण स्पष्ट व बिनचूक आहे. स्वराज्य देण्याच्या दृष्टीने प्रगती करण्याचा प्रश्नच उरत नाही. सार्वभौम सत्तेचे हित निर्णायक आहे. सांविधानिक सुधारणा देण्याचा हेतू म्हणजे साम्राज्यशाहीच्या हिताच्या दृष्टीने वरच्या वर्गातील अल्पसंख्य लोकांचे सहकार्य मिळविणे हा होय.

### ३. वसाहतीच्या स्वराज्याचा प्रश्न

ह्यानंतर अनेक घटना घडल्या : १९१४-१८ चे महायुद्ध, साम्राज्यशाहीच्या पायाचा कमकुवतपणा, इतर सर्व वसाहतींप्रमाणे भारतातील जागृती, हिंदू-मुसलमान एकी व १९१६ सालची स्वराज्याबद्दलची काँग्रेस-लीग योजना, मार्च १९१७ ची रशियन क्रांती व तिच्यामुळे सर्व जगात उसळलेली प्रगतीची लाट आणि राष्ट्रीय स्वयंनिर्णयाच्या तत्त्वाच्या सर्व जगात उठणाऱ्या घोषणा ह्या होत.

२० ऑगस्ट १९१७ रोजी, नवीन निर्माण झालेल्या परिस्थितीला तोंड देण्यासाठी, ब्रिटिश सरकारने आपले नवीन धोरण जाहीर केले : तेव्हापासून ते धोरण म्हणजे आधुनिक साम्राज्यशाहीच्या सांविधानिक योजनेचे मुख्यतत्त्व होऊन बसले आहे :

''साम्राज्य सरकारचे धोरण आहे व त्याच्याशी भारताचे सरकार सहमत आहे, ते असे : शासनातील प्रत्येक शाखेत भारतीयांची वाढती संख्या घेतली जावी व स्वयंशासित संस्थांचा हळूहळू अशाप्रकारे विकास होत जावा की भारतात जबाबदारीच्या शासनाची वाढती प्रचीती यावी, आणि हे घडत असता, भारत हा ब्रिटिश साम्राजाचा अतूट घटक म्हणून राहावा ह्या दृष्टीने, शक्य तितक्या लवकर भरीव कृती करण्याचे त्यांनी ठरविले आहे. — ह्या धोरणाची प्रगती क्रमाक्रमाने होणे शक्य आहे. साम्राज्य सरकार आणि भारत सरकार, ज्यांच्यावर भारतीय जनतेचे कल्याण आणि प्रगती ही अवलंबून आहेत, ती सरकारे किती वेळात व किती प्रगती झाली हे ठरवितील, ज्यांना सेवेच्या नवीन संधी उपलब्ध करून दिल्या जातील त्यांचे सहकार्य वरील सरकारना मार्गदर्शक ठरेल आणि त्यांच्यातील जबाबदारीची जाणीव विचारांत घेऊन ती सरकारे पुढील निर्णय घेतील.''

ह्या जाहीरनाम्याला माँटेग्यू जाहीरनामा म्हणतात, कारण तो त्या वेळी भारतमंत्री होता आणि त्याच्याच मार्फित हा जाहीरनामा काढला गेला. त्याचा मसुदा ब्रिटिश

साम्राज्यशाहीचे मुरब्बी व कट्टर विरोधी कर्झन व ऑस्टिन चेंबरलेन ह्यांनी केला होता. लॉर्ड कर्झन याचे त्या मसुद्यात "जबाबदारीचे सरकार" हे शब्द घातले. (रानॉल्ड शे. "लाइफ ऑफ कर्झन" भाग ३ पान १६७) हे लक्षात येईल की १९०५ साली भारत सोडताना, निरोप देण्याच्या समारंभातील भाषणात लॉर्ड कर्झन म्हणाला होता : "माझी अशी मनापासून अपेक्षा आहे की, भारताचा व्हॉइसरॉय हा भारत सरकारचा संपूर्ण अर्थाने प्रमुख म्हणून कायम राहील."

हा जाहीरनामा इतक्या घाईगर्दीने काढण्यात आला की, तो जाहीर झाल्यावर त्यासंबंधात काय करावयास पाहिजे ते पाहण्यासाठी एक सरकारी चौकशी समिती नेमण्यात आली आणि त्या चौकशीतून भारत सरकारचा १९१९ चा कायदा निर्माण झाला.

ह्या जाहीरनाम्याचा अर्थ म्हणजे ब्रिटिश सरकारचा भारताला इतर वसाहतींप्रमाणे वसाहतीच्या दर्जाचे स्वराज्य देण्याचा होता किंवा काय, (हा शब्द प्रयोग जाहीरनाम्यात नाही) आणि असेल तर, हे ध्येय काही ठराविक मुदतीत पूर्ण व्हावयाचे होते किंवा काय हा एक वादग्रस्त प्रश्न म्हणून राहिला आहे.

ह्या धोरणातील मेख म्हणजे "हप्ते" ही होय. ब्रिटिश राज्यकर्त्यांनी "किती वेळात आणि किती प्रमाणात प्रत्येक हप्ता द्यावयाचा हे ठरवावयाचे होते." "पहिल्या हप्त्यापर्यंत जाण्यास दोन वर्षे लागली. दुसऱ्या हप्त्याला लागलेल्या विलंबाच्या मानाने पहिला हप्ता विद्युत वेगाने मिळाला. "माँटेग्यु-चेम्सफर्ड" रिपोर्टने दर दहा वर्षांनी चौकशी व्हावी आणि प्रगतीचा नवा हप्ता, ठरविला जावा असे सुचविले होते. ह्यानंतर सात वर्षे संपूर्ण चौकशी झाल्यावर १९३५ चा कायदा म्हणजे दुसरा टप्पा पूर्ण झाला. ह्याचा अर्थ ह्या टप्प्याला सोळा वर्षे लागली. सायमन रिपोर्टने, दहा वर्षाच्या कालावधीची अट रद्द करावी असे सुचविले. कारण ही मुदत फार लहान होती. "नवीन पद्धतीचा, शासनावर होणारा खरा परिणाम, अजमावण्यासाठी दहा वर्षांचा कालावधी हा पुरेसा नाही." (सायमन रिपोर्ट, भाग २ पान ७) असे सायमन रिपोर्टात म्हटले आहे.

पंतप्रधान मॅकडोनॉल्ड याने उत्क्रांतिवादी चौकशीची वृत्ती आणि साम्राज्यशाहीचे गोगलगाईच्या वेगाने प्रगती करणारे, भारतातील नवीन धोरण नेमके हेरले, (जेव्हा प्रत्यक्ष उपाय कार्यवाहीत आणण्याची वेळ येई तेव्हा ते कमी उत्क्रांतिवादी व चेंगट होत असे, उदाहरणार्थ, एकाच वेळी लादलेली "बेंगाल इमर्जन्सी ऑर्डिनन्सेस" व चौकशीविना तुरुंगात डांबण्याची पद्धत ही होत.) आणि ते त्याने त्याच वर्षाच्या एप्रिल महिन्यात यॉर्क यथे भाषण करताना, भारताला ऐकविले ते असे :

''ब्रिटिश लोकशाहीवर तुम्ही विश्वास ठेवा. मजूर सरकारवर तुम्ही जरूर विश्वास ठेवा. भारत सरकार मार्फत चौकशी चालू होती. मजूर सरकारला त्या चौकशीतून काहीतरी निश्चितपणे कळेल, आणि भारताच्या घटनेचा तो पाया ठरेल. ती कार्यवाहीत कशी आणावी व तिची उपयुक्तता किती ठरते, त्यावरून भारतीयांना त्या कार्यात सहकार्य करावे असे वाटेल व त्याच मार्गाने अशी यंत्रणा निर्माण होईल की तीच स्वयंशासित घटना ठरेल.'' ह्या कार्यक्रमाचा आशावादी आराखडा आणि आश्वासन ह्यात साम्राज्यशाहीच्या भारताबद्दलच्या धोरणाचे सार प्रतिबिंबित झाले आहे. ते प्रमाणभूत पद्धतीने व नक्कल करता येणार नाही अशा मॅक्डोनॉल्ड याच्या खास पद्धतीने स्पष्ट करण्यात आले आहे.

नवीन धोरण कार्यवाहीत आणण्यासाठी दोन कायदे करण्यात आले आहेत.

पहिला कायदा म्हणजे भारत सरकारचा १९१९ चा कायदा, त्याने द्विदल राज्यपद्धत भारतात सुरू केली. केंद्रीय सरकारात आरोग्य, शिक्षण ह्यासारखे रचनात्मक विषय, ज्यांच्यासाठी पैसा नव्हता तथापि प्रांतिक सरकारात, आरोग्य, शिक्षण ज्यांच्यासाठी पैसा  ते कायदेमंडळाला जबाबदार असलेल्या भारतीय मंत्र्यांकडे देण्यात आले. त्याचबरोबर पोलिस व जमीन महसूल ह्यांसारखी महत्त्वाची खाती, राजप्रमुखाला जबाबदार असलेल्या मंत्र्यांकडे 'राखीव' म्हणून ठेवण्यात आली. निवडून आलेल्या सभासदांची बहुसंख्या राहील अशा पद्धतीने प्रांतिक कायदेमंडळे तयार करण्यात आली. त्यासाठी मतदानाचा हक्क मालमत्तेवर ठेवला होता. त्यामुळे एकूण लोकसंख्येपैकी फक्त २.८ टक्के लोकांना मतदान करता आले. प्रांतिक राजप्रमुखांना जे कायदे मान्य नसतील त्यावर नकाराधिकार (व्हेटो) वापरून, त्यांना ते रद्द करण्याची सत्ता होती व जे त्यांना पसंत असत त्याची शिफारस करण्याचा अधिकार होता. मग ते कायदेमंडळाने मान्य केलेले नसले, तरी अडचण नव्हती. केंद्रामध्ये दोन मंडळे निर्माण करण्यात आली होती, एक मंडळ म्हणजे ''कौन्सिल ऑफ स्टेट'' ह्या मध्ये अर्धे सभासद नामनिर्देशित केलेले (नॉमिनेटेड) व अर्धे अत्यंत मर्यादित अशा वरच्या वर्तुळातून निवडून आलेले होते, (सर्व देशात फक्त १८००० किंवा त्याहून कमी मतदार ह्या वर्तुळात होते) आणि एक विधान मंडळ म्हणजे ''लेजिस्लेटिव्ह असेंब्ली''. ह्या मंडळात निवडून आलेल्या सभासदांची बहुसंख्या होती. त्या निवडणुकीसाठी जो मतदानाचा हक्क होता, तो प्रांतांच्या निवडणुकीसाठी ठेवलेल्या हक्काच्या मानाने, अधिक मर्यादित होता. (एकूण लोकसंख्येच्या अर्ध्या टक्क्याहूनही कमी होता) गव्हर्नर जनरलला नकाराधिकार (व्हेटो) वापरण्यासाठी किंवा शिफारस करण्याची अमर्याद अधिभावी सत्ता (ओव्हर-रायडिंग पॉवर) होती.

द्विदल राज्यपद्धतीला केवळ भारतीयांकडूनच नव्हे तर काही वर्षांच्या अनुभवानंतर राज्यकर्त्यांकडूनही नावे ठेवण्यात आली आणि तिचे मर्यादित कार्यक्षेत्र अत्यंत सदोष होते. तथापि त्या विषयावर येथे चर्चा करण्याची गरज नाही. १९२५ साली भारतमंत्र्याने त्या घटनेला ''लपवाछपवीची पांडित्यपूर्ण घटना'' असे म्हटले आहे. अशा घटनांना ऑन्लो सॅक्सन जमाती सहकार्य करीत नाहीत– आणि ज्या लोकांच्या राजकीय कल्पना, अँग्लो सॅक्सन प्रवाहातून आलेल्या आहेत ते अशा घटनेकडे सहानुभूतीने पाहणे शक्य नाही, (लॉर्ड बर्कन हेड इन दि ''हाऊस ऑफ लॉर्ड्स्'' जुलै ७, १९२५). भारतीय मंत्र्यांवरील ''जबाबदारी'' हे केवळ नाटक होते. सायमन रिपोर्टने ह्या द्विदल पद्धतीतील दोष स्पष्टपणे उघड्यावर मांडले. त्या पद्धतीत भारतीय मंत्री हे मुख्यत्वे 'सरकारी अधिकाऱ्यांवर' अवलंबून राहतील, अशीच व्यवस्था होती. ह्या अधिकाऱ्यांना 'सरकारी बगलबच्चे' म्हणून म्हणत. एकजिनसी सरकार असावे, ह्या बद्दल इतके अनिवार्य व प्रभावी लोकमत होते की, त्याच्यासमोर विभक्त जबाबदारीच्या कागदी योजना कोलमडून पडल्या. खरोखर ज्या नि:पक्षपाती न्यायाने त्यानंतरची साम्राज्यशाहीची प्रत्येक घटना, तयार केली गेली, तिने तिच्या पूर्वीच्या घटनेतील दोष, निर्भीडपणे उघड्यावर मांडले आहेत. ''मोर्ले मिन्टो रिफॉर्म्स''मधील बिनबुडाच्या अपेक्षांवर माँटेग्यु-चेम्स्फर्ड रिपोर्टने कोरडे ओढले आहेत. ''माँटेग्यु चेम्सफर्ड रिपोर्ट'' मधील दोषावर टीका करण्यात ''सायमन रिपोर्टने'' तेच टीकेचे धोरण अवलंबिले आहे. तथापि चालू घटना ही, नेहमीप्रमाणे, 'सद्गुणांची पुतळी' आहे असे मानले जाते, तिला फक्त अदूरदर्शी भारतीय जनतेनेच नावे ठेवली आहेत?

१९१९ च्या कायद्यानंतर, १९३५ चा कायदा हा दुसरा सांविधानिक कायदा आहे. १९३७ पासून ही राज्यघटना चालू असल्याकारणामुळे (जरी संघराज्यविषयक भाग कार्यवाहीत आणलेला नाही, आणि लढाई नंतर तो बेमुदत लोंबकळत पडलेला आहे) पुढच्या प्रकरणात त्यावर अधिकचर्चा करण्यात येईल. त्यात मुख्य हेतू असा की, स्वराज्याकडे जाण्याच्या दृष्टीने कोणता प्रगतीचा टप्पा त्याने गाठला किंवा तो म्हणजे, साम्राज्यशाहीची सत्ता, अधिक परिणामकारक करण्याची ती एक योजना आहे किंवा काय ते अजमावता येईल.

१९१७ नंतरची १९ वर्षे ही घटना करण्याच्या संबंधात सातत्याने प्रयोग करण्यात व घटना करण्यात गेली आहेत. पाच शतकाच्या अखेरीस साम्राज्यशाहीची सत्ता आहे तशीच सार्वभौम आहे.

भारताला वसाहतीचा दर्जा देण्याचे आजच्या साम्राज्यवादी धोरणाचे ध्येय आहे काय? आणि तसे असेल तर कोणत्या अर्थाने? 'वसाहतीचा दर्जा' ह्या

शब्दांचा सामान्य माणूस जो अर्थ समजतो, त्या अर्थाने म्हणजे ऑस्ट्रेलिया व कॅनडा यांना ज्या प्रकारचा वसाहतीचा दर्जा आहे त्या अर्थाने? का, काही खास अर्थाने उदाहरणार्थ, १९२९ साली भारतमंत्री सर वेजवुड् बेन याने त्याच्या श्रोत्यांना आश्चर्याचा धक्का बसेल, असे एक, भारताबद्दल जाहीर निवेदन केले. त्यात तो म्हणाला, भारताला वसाहतीचा दर्जा कधीच मिळालेला आहे, कारण भारताने स्वतंत्रपणे लीग ऑफ नेशन्समध्ये प्रतिनिधित्व केले होते आणि व्हर्सेलिसच्या तहावर स्वतंत्रपणे स्वाक्षरी केली होती. आणि ही ध्येयपूर्ती किती वर्षांत व्हावयाची होती? ह्या सर्व प्रश्नाला परस्पर विरोधी उत्तरे देण्यात आली आहेत, तशीच विरोधी वक्तव्येही आढळतात. हा सर्व प्रश्न, मुत्सद्देगिरीच्या पाल्हाळिक धुक्यात अदृष्य झाला आहे.

"इंग्रज इसमाचा शब्द हा त्याचा परवलीचा शब्द समजला जातो.'' (मात्र तो इंग्रज, राज्यकर्त्यांपैकी असावयास पाहिजे.) हा मामला समजावयास, तुम्ही वकील असावयास पाहिजे, आणि तरीही तो दुसरा वकील बोलावून आणील कशा करता? तर तो जे म्हणत होता, त्याचा अर्थ तसा नव्हता, हे सांगण्यासाठी?

१९१७ च्या जाहीरनाम्यात "वसाहतीचा दर्जा''चा उल्लेखसुद्धा नाही. भारत सरकारच्या १९१९ च्या कायद्यातही तसा उल्लेख नाही. ह्या शब्द-समूहाचा पहिला उल्लेख व्हॉइसरॉयला, १९२१ च्या मार्च महिन्यात, ह्या नव्या कायद्यासंबंधात जे "रॉयल इन्स्टुमेंट ऑफ इन्स्ट्रक्शन्स'' दिले गेले त्यात आहे. त्यात भारताचे ध्येय म्हणून "ब्रिटिश इंडिया, आमच्या वसाहतीमध्ये आपले योग्य स्थान मिळवील.'' असे म्हटले आहे. ह्यातून वाटेल तो अर्थ निघू शकेल.. किंवा काहीही अर्थ निघणार नाही. भारत सरकारच्या १९३५ च्या कायद्याच्या प्रस्तावनेत "वसाहतीचा दर्जा'' चा स्पष्ट उल्लेख केला जावा, म्हणून जी मागणी केली होती, ती डावलण्यात आली.

कायद्याचे कागदपत्र वगळूनही वेळोवेळी निरनिराळ्या भाषेत निरनिराळी वक्तव्ये व निवेदने, निश्चित स्वरूपाची अशी केली गेली तथापि त्यांत कोणत्याही प्रकारची बंधनकारक भाषा नाही. १९२८ साली पंतप्रधानाचे पद सोडल्यावर मॅक्डोनॉल्ड ह्याने जाहीर केले की :

"मला अशी आशा आहे की, काही वर्षांत नव्हे, तर काही महिन्यांतच, आपल्या राष्ट्रकुलांत एका नवीन वसाहतीची भर पडणार आहे, ही वसाहत निराळ्या वंशाची असेल, तिला राष्ट्रकुलात समान दर्जा मिळाल्याबद्दल धन्यता वाटेल. माझा उल्लेख भारताला आहे.''

(२ जुलै १९२८ ला ''ब्रिटिश कॉमनवेल्थ लेबर कॉन्फरन्स'' मध्ये जे. आर. मॅक्डोनॉल्ड ह्याने केलेले भाषण)

''काही महिन्यातच, काही वर्षांत नव्हे'' जे घडले ते म्हणजे धाकदडपशाहीचे राज्य, स्वातंत्र्यासाठी चळवळ केल्याबद्दल मॅक्डोनॉल्डने एक लाख भारतीयांना तुरुंगात डांबले.

१९२९ साली व्हाइसरॉय लॉर्ड आयर्विन ह्याने गोलमेज परिषदेसाठी आवश्यक पाश्र्वभूमी तयार करण्यासाठी, एक जाहीर निवेदन केले, ते असे :

''साम्राज्यसरकारच्या वतीने मला असे सांगण्याचा अधिकार देण्यात आला आहे की, त्या सरकारच्या अपेक्षा, म्हणजे भारत. भारताला सांविधानिक प्रगतीचे ध्येय म्हणजे वसाहतीचा दर्जा, प्राप्त व्हावा, ही गोष्ट १९१७ च्या जाहीरनाम्यात अभिप्रेत आहे.''

(३१ ऑक्टोबर १९२९ चे लॉर्ड आयर्विन ह्याचे निवेदन)

ह्या निवेदनामुळे ''ब्रिटिश पार्लमेंट'' मधील थोरल्या मुत्सद्यांनी विरोधाचे काहूर उठविले त्या वेळच्या भारतातील बिकट राजकीय परिस्थितीत वरील निवेदनाचा अत्यंत उत्तम परिणाम झाला, म्हणून ते विधान करणे, अखेरीस योग्य ठरले. तथापि भारतमंत्र्यांनी ''वरील निवेदनाचा अर्थ काय?'' असा प्रश्न त्याला (व्हॉइसरॉयला) विचारण्याचे शांत रीतीने टाळले. ''त्यांनी केलेले जाहीर निवेदन आहे तसेच आहे आणि माझी सभासदांना अशी विनंती आहे की त्यांनी अधिक अडचणी निर्माण करण्यासाठी, माझी उलटतपासणी करू नये.''

''वसाहतीचा दर्जा'' हा शब्द-योजनेचा अर्थ काय? ह्या बाबतीत निरनिराळी उत्तरे आहेत. ह्या पूर्वी आपण पाहिलेच आहे की, भारतमंत्र्याने १९२९ च्या डिसेंबर महिन्यातच एक प्रभावी युक्तिवाद सादर केला की, दहा वर्षांपूर्वी जेव्हा भारताने व्हर्सेलिसच्या तहावर सही केली आणि ''लीग ऑफ नेशन्स''चा तो सभासद झाला, त्याच दिवशी भारताला वसाहतीचा दर्जा प्राप्त झाला. वरचेवर पुढे मांडण्यात आलेला हा युक्तिवाद आणि व्हॉइसरॉयने आपल्या निवेदनात जाहीर केल्याप्रमाणे भारताच्या सांविधानिक प्रगतीचे ध्येय म्हणजे ''वसाहतीचा दर्जा मिळविणे'' ह्या दोन्ही गोष्टीमधील सयुक्तिपणा स्पष्ट करण्यात आला नाही.

अधून मधून असा युक्तिवाद करण्यात येतो की, ''वसाहतीचा दर्जा'' ह्या शब्दसमूहाची व्याख्या करणे कठीण आहे. (जरी 'वेस्टमिन्सटरच्या स्टॅच्यूट्' ने त्याची व्याख्या केली आहे.) अशा प्रकारे १९३५ साली ''टाइम्स''ने भारताचे ध्येय, वसाहतीचा दर्जा प्राप्त करून घेण्याचे आहे म्हणून त्याचा ''गव्हर्नमेंट ऑफ

इंडिया''च्या बिलाच्या प्रस्तावनेत समावेश करण्यासंबंधात ''टाइम्स'' लिहितो :

''निश्चित सांविधानिक कागदपत्रांत ''वसाहतीचा दर्जा'' ह्या शब्द-समूहाची व्याख्या करण्याइतका तो स्पष्ट व ग्रहणक्षम नाही. ह्या शब्दसमूहाचा अर्थ करण्यात निरनिराळ्या वेळी निरनिराळे हेतू अभिप्रेत असू शकतात. आज तो निरनिराळ्या शासनांच्या संबंधात वापरला जातो. त्यामुळे सर्वांना मान्य होईल अशी त्याची व्याख्या करणे, आणि पार्लमेंटरी बिलाच्या प्रस्तावनेत त्याचा समावेश करणे, निरर्थक ठरेल.''

(२५ जानेवारी १९२५ चा ''टाइम्स''चा संपादकीय लेख)

अशा प्रकारे वरील आकर्षक ध्येय अज्ञात व अतक्र्य वातावरणात विरून गेले. ''स्टॅच्यूट ऑफ वेस्ट मिनिस्टर''ने ''वसाहतीचा दर्जा'' ह्या शब्द-समूहाची 'सांविधानिक कागदपत्र' व पार्लमेंटरी बिल ह्यांचे संदर्भात स्पष्ट व्याख्या केल्यानंतर सुद्धा हे रामायण घडले. तथापि त्या वेळची ती व्याख्या कॅनडा, ऑस्ट्रेलिया व दक्षिण आफ्रिका ह्यांचे संदर्भात होती– भारतासाठी नव्हती.

ज्याची व्याख्या झालेली नाही किंवा होऊ शकत नाही असे, हे वसाहतीच्या दर्जाचे ध्येय किती दूर आहे? कोणालाही ठाऊक नाही. कोणतीही तारीख ठरलेली नाही. तथापि साम्राज्यशाहीचे प्रमुख जबाबदार मुत्सद्दी वरील ध्येय फार फार दूर असल्याबद्दल त्यांची खात्री आहे. हे सांगण्यात विसरलेले नाहीत.

१९२९ साली माजी भारतमंत्री लॉर्ड बर्कनहेड म्हणाला :

भारताला वसाहतीचा दर्जा प्राप्त होण्यास किती काळ जावा लागेल ह्या संबंधात कोणीही शहाणा मनुष्य निश्चितपणे काही सांगू शकणार नाही. भारतीय जनतेला लवकरच नजिकच्या भविष्य काळात वसाहतीचा दर्जा प्राप्त होईल असे सांगण्याचा कोणालाही अधिकार नाही.

(५ नोव्हेंबर १९२९ चे लॉर्ड बर्कनहेडचे ''हाऊस ऑफ लॉर्ड्स्'' मधील भाषण)

त्याचप्रमाणे बाल्डविन हाही कमजोर अभावसूचक नव्हता :

''स्वयंशासित राज्य केव्हा सुरू होईल, हे कोणालाही सांगता येणार नाही. ते कोणता आकार घेईल हे कोणीही सांगू शकणार नाही... भारतात जबाबदारीचे सरकार चालू झाल्यावर, ती कोणत्या प्रकारची वसाहत होईल, ह्याबद्दल कोणीही काही सांगू शकणार नाही. ती तारीख जवळची किंवा दूरचीही असेल.''

(७ नोव्हेंबर १९२९ चे स्टन्ले बाल्डविनचे ''हाऊस ऑफ कॉमन्स'' मधील भाषण.)

अशाप्रकारे अनिश्चित ध्येय अभेद्य अंतरांत अज्ञान भविष्यात अमूर्त झाले.

१९३९ साली, दुसरे जागतिक युद्ध सुरू झाल्यावर सरकारी प्रमुखांनी स्वातंत्र्याच्या

मागणीला पर्यायी उपाय म्हणून वसाहतीच्या दर्जाचे ध्येय पुन्हा पुढे आणले. १७ ऑक्टोबर १९३९ रोजी क्व्हॉइसरॉय लॉर्ड लिन्लिथ्गो ह्याने जाहीर केले की :

"साम्राज्य सरकारचा असा हेतू व काळजी आहे की, गव्हर्नर जनरलच्या "इंस्ट्रूमेंट ऑफ इंस्ट्रक्शन्स"मध्ये नमूद केल्या प्रमाणे साम्राज्यात "भारत व युनायटेड किंग्डम" ह्या मधील सहकार अशा प्रकारे वाढवावा की भारताला प्रचंड वसाहतीमध्ये योग्य स्थान मिळेल. 'ते योग्य स्थान' म्हणजे कोणते हे निश्चितपणे सांगितले नव्हते. क्व्हॉइसरॉयच्या जाहीरनाम्यानंतर पार्लमेंटमध्ये जी चर्चा झाली, त्यात सरकारच्या वतीने सर सॅम्युअल होअर ह्याने पुन्हा सांगितले की भारताचे ध्येय हे "१९२६ सालचा वसाहतीचा दर्जा" हे होय :

काही लोकांना वाटते तसा वसाहतीमध्ये दोन प्रकारचा दर्जा नाही. आम्ही जेव्हा 'वसाहतीचा दर्जा' म्हणून म्हटले तेव्हा १९२६ चा वसाहतींचा दर्जा आमच्या मनात होता."

(२६ ऑक्टोबर १९३९ चे सर सॅम्युअल होअर ह्याने "हाउस ऑफ कॉमन्स" मधील भाषण.)

तथापि लगेच त्याने एक नवा जादूटोणा घातला :

"वसाहतीचा दर्जा हे एखाद्या निर्णायक जमातीला दिलेले बक्षीस नव्हे, तथापि ते वस्तुस्थितीचे प्रतीक असते. ही वस्तुस्थिती भारतात निर्माण होताच आणि माझ्या स्वत:च्या दृष्टीने ती जेवढी लवकर निर्माण होईल तेवढी चांगली, आमच्या धोरणाचे ध्येय सिद्धीस जाईल."

भाषणाच्या प्रचारांतील थाटामागे अस्पष्ट असे काही नव्हते. सर सॅम्युअल होअर याने आपल्या पुढील भाषणात एक निवेदन केले, त्यामुळे तो नेहमीच्या आश्वासनांच्या विदुषकी कळपात घुसल्यासारखे वाटले. त्याचे कारण असे :

"असे करण्यात काही अडचणी असतील तर त्या आम्ही निर्माण केलेल्या नाहीत. एका मोठ्या उपखंडात अनेक वर्ग आणि जमातींमध्ये अनेक विभाग असणे, हे नैसर्गिक आहे. संस्थानिकांना "ब्रिटिश इंडिया" मधील लोक त्यांच्यावर वर्चस्व गाजवितील किंवा काय ह्याची भीती वाटते, केंद्रामध्ये हिंदूंची बहुसंख्या असणे ह्या गोष्टीला मुसलमानांचा तीव्र विरोध आहे. दलित वर्ग व इतर अल्पसंख्या असलेले लोक ह्यांना असे वाटते की जर भारताला जबाबदारीचे सरकार दिले तर पर्यायाने ते बहुसंख्य हिंदूंवर अवलंबून असणार. अशा परिस्थितीत अल्पसंख्याकांचे हित डावलले जाईल. ह्या काळज्या अजूनही आहेत. माझी अशी इच्छा आहे की त्या नसाव्या. तथापि जोपर्यंत त्या अस्तित्वात आहेत तो पर्यंत एका ठराविक तारखेला केंद्रामध्ये संपूर्ण

जबाबदारीचे सरकार त्वरित निर्माण करण्याची मागणी मान्य करता येत नाही.''

अशा प्रकारे नेहमीची हातचलाखी पुन्हा एकदा पुढे आली आहे. एका बाजूला वसाहतीच्या दर्जाचे ध्येय निश्चित अशी योजना किंवा तारीख सांगितल्याशिवाय पुढे केले आहे. दुसऱ्या बाजूला भारतीय जनतेतील विभागांचे फाजील महत्त्व वाढवून, वरील ध्येय कार्यवाहीत न आणण्यासाठी कारण म्हणून त्यांचा उपयोग करण्यात येणार आहे. वसाहतीच्या दर्जाच्या शासनाची देणगी पुढे करणे म्हणजे भारतातील भीषण परिस्थितीला तोंड देण्यासाठी पुढे केलेले ते मुत्सद्देगिरीचे प्यादे होय आणि अशा प्रकारे संपूर्ण स्वातंत्र्याची मागणी डावलण्याचा तो प्रयत्न आहे. वरील पुढे केलेली देणगी इतक्या 'जरी-तरी' च्या काट्यात गुरफटलेली आहे की त्यातून प्रत्यक्ष ध्येय हे अज्ञान काळाच्या हिंदोळ्यावर, अनिश्चिततेचे झोके घेत कायम लोंबकळत राहावे.

ह्या अमर्याद अनिश्चिततेच्या अस्थिर धुक्याच्या अगदी विरुद्ध परिस्थितीही पाहावयास मिळते. जेव्हा एखादे दिलेले वचन पाळण्याचा प्रसंग येतो, उदाहरणार्थ १९१७ साली भारताला दिलेले वचन किंवा त्यानंतर भारतात जबाबदारीचे सरकार निर्माण करण्याचे वचन, तेव्हा, वरीलसारख्या अमर्याद अनिश्चितेच्या अस्थिर धुक्याचे ढग सर्वत्र पसरू लागतात, तथापि ह्या उलट जेव्हा भावी काळात भारतात ब्रिटिश राजवट स्थिर राखण्याचा प्रश्न उद्भवतो, तेव्हा वरील दृष्य एकदम बदलते, वरील धुक्याची जागा निश्चिततेचे अत्यंत टणक दगड घेताना दिसतात. अशा टणक दगडांजवळ आता आपण आलो आहोत येथे आवाजी कंपायमान व आत्मविश्वासाची होते.

अशाप्रकारचे पंतप्रधान लॉईड जॉर्ज ह्याचे १९२२ साली केलेले प्रसिद्ध ''पोलादी-चौकटी'' चे भाषण असे :

''कोणत्याही परिस्थितीत ब्रिटिश लोक हे आपली भारतातील जबाबदारी सोडणार नाहीत, हे मूलभूत तत्त्व आहे. ते केवळ आजच्याच सरकारचे आहे असे नव्हे तर भावी काळातही जे सरकार जनतेच्या इच्छेप्रमाणे अधिकारावर राहील त्याचेही ते ध्येय राहील.

ब्रिटिश सनदी नोकरांच्या मार्गदर्शनाचा आणि मदतीचा मुगुटमणी, भारताला फेकून देता येईल असा काळ मला दिसत नाही. सर्व शासकीय यंत्राची ती पोलादी चौकट आहे.

(२ ऑगस्ट १९२२ चे लॉर्ड जॉर्ज याचे ''हाउस ऑफ कॉमन्स'' मधील भाषण)

त्याच प्रमाणे चर्चिल याने १९३० साली जाहीर केले :

भारतीय जीवन व प्रगती ह्यांवरील परिणामकारक वर्चस्व ब्रिटिश राष्ट्र कधीही कायमचे सोडणार नाही.

आमच्या राजाच्या मुगुटांतील, निश्चितपणे अत्यंत तेजस्वी व मौल्यवान रत्न फेकून देण्याचा आमचा मुळीच विचार नाही. हे आमच्या सर्व आश्रित देशांमध्ये आणि वसाहतीमध्ये, ब्रिटिश साम्राज्याचे भूषण व सामर्थ्याचे प्रतीक म्हणून गणले जाते.''

(११ डिसेंबर १९३० चे विन्स्टन् चर्चिल याचे 'इंडियन एम्पायर सोसायटी' मधील भाषण.)

वरील प्रमाणे पंतप्रधान बाल्डविन ह्याने निश्चितपणे जाहीर केले की :

''आज सर्व जगात होत असलेले बदल व संधी ह्यांचा संपूर्ण विचार केल्यावर माझे असे निश्चित मत झाले आहे की, तुम्हाला भारताचे संपूर्ण उपखंड साम्राज्यात कायमचे ठेवण्याची सुवर्णसंधी मिळाली आहे.''

(४ डिसेंबर १९३४ रोजी, स्टॅन्ले बाल्डविन याने ''दि सेंट्रल कौन्सिल ऑफ दि नॅशनल यूनियन ऑफ काँझरव्हेटिव्ह ॲन्ड यूनियनिस्ट असोसिएशन''मध्ये केलेले भाषण.)

त्याचप्रमाणे १९३१ साली भाषण करताना, सांविधानिक सुधारणांमागील हेतू त्याने विशद केला, तो असा :

''ग्रेट ब्रिटन व भारत ह्यांना ज्या दुव्यांनी जोडले आहे, ते कमकुवत न करता, आम्ही पूर्वी कधीही नव्हती अशी घट्ट एकी करण्याची आमची इच्छा आहे. तशी घट्ट एकी करण्याच्या कामात आम्ही तूर्त गुंतलेले आहोत.''

(६ मार्च १९३१ चे स्टॅन्ले बाल्डविन याचे न्यूटन् ॲब्रटमधील भाषण.)

ह्या पहाणीवरून निघणारा निर्णय अटळ आहे. ह्या व ह्यांच्या सारख्या इतर निवेदनांचा काय संकलित परिणाम झाला असेल त्याची कल्पना करवत नाही. भारताला जबाबदारीची शासन संस्था मिळण्याविषयीचा दुर्दैवी निराशावाद, ब्रिटिश राजवट भारतात टिकवून धरण्याचा निश्चय व हट्टीपणा, निरनिराळ्या सांविधानिक कुडमुड्या सुधारणा व योजना, ज्यामुळे प्रत्येक महत्त्वाची बाब ब्रिटिशांच्या हातात तिप्पट संरक्षणाच्या उपायांनी सुपूर्द केली जाईल अशी व्यवस्था - ह्या व अशा अनेक घटनांमुळे ब्रिटिश धोरणाची आधुनिक काळात निश्चित परिणिती कशात होणार त्याची कल्पना करता येत नाही. असे करण्यात कोणत्याही प्रकारची म्हणजे आंधळेपणा, अनिश्चितता किंवा भोळसटपणा अशी सबब सांगता येणार नाही.

साम्राज्यशाहीच्या मूळ धोरणात बदल झालेला नाही. फक्त डावपेचात फरक

झाला आहे.

भारतातील राजकीय पुढाऱ्यांना, सहकार्याच्या खोड्यात अडकविण्यासाठी एक काल्पनिक अज्ञात बेमुदतीच्या वसाहतीच्या दर्जाचा, मृगजळासारखा सोनेरी मायावी भास निर्माण करण्यात आला. तथापि वस्तुत: सांविधानिक सुधारणा ह्या संपूर्णपणे निराळ्या स्वरूपाच्या आहेत.

साम्राज्यशाहीचे वर्चस्व टिकवून धरण्याचे मूलभूत धोरण पूर्वीप्रमाणेच आजही चालू आहे. 'सुधारणा' देण्याचा बहाणा हा १९१७ साली होता, तो आजही चालू आहे. फक्त फरक असेल तर तो म्हणजे, सुधारणांच्या अनुरोधाने घातल्या जाणाऱ्या अटी अधिक किचकट होत आहेत. त्यावरून साम्राज्यशाहीच्या गाड्याचा उतरणीवरील वेग आणखी वाढला आहे, हे स्पष्ट होते. त्यांचे ध्येय भारतातील साम्राज्यशाहीची राजवट अधिक वेगाने मोडीत काढून ती भारतीयांच्या हाती सुपूर्द करण्याचे नसून भारतातील साम्राज्यशाही वाचविण्यासाठी भारतीय जनतेतील वरच्या वर्गातील अल्पसंख्याकाना अत्यंत काळजीपूर्वक सुरक्षिततेचे साखळदंड बांधून, सहकार्याच्या खोड्यात त्यांना गुंतवून, त्यांच्या निरुपद्रवी सहकार्याने भारतीय जनतेला ब्रिटिशांच्या दास्यात डांबून ठेवून साम्राज्यशाहीची राजवट व पिळवणूक सातत्याने चालू ठेवण्याचे ब्रिटिशांचे ध्येय आहे. मोठा गाजावाजा करून देण्यात आलेल्या सांविधानिक सुधारणा व नवा दृष्टिकोन ह्यांच्या मागील मुख्य कावेबाजपणाची झलक ही होती. ह्या संबंधात, १९३५ ची राज्यघटना तयार करणाऱ्या बाल्डविनचे उद्गार असे :

"भारतातील आपले व्हॉइसरॉय व गव्हर्नर आणि त्यांच्या हाताखालील सनदी नोकर, ज्यांची नेमणूक भारतमंत्री करील आणि ज्यांच्या हिताचे संरक्षण 'पार्लमेंट' करील व जरूर तेव्हा त्यांना योग्य ते साहाय्य मिळेल. त्यांचे हे कर्तव्य ठरेल की, भारतीय मंत्री आणि कायदेमंडळ ही ज्या कार्यासाठी राजकीय सत्ता राबविली जावी असे आम्हास वाटेल त्याच कामासाठी ती वापरली जाईल.''

(५ फेब्रुवारी १९३५ रोजी, "गव्हर्नमेंट ऑफ इंडिया'' बिलावरील स्टॅन्ले बाल्डविन याचे आकाशवाणीवरील भाषण.)


## ४. १९३५ ची राज्यघटना

१९३५ च्या 'गव्हर्नमेंट ऑफ इंडिया अॅक्ट' मध्ये समाविष्ट झालेली राज्यघटना १९३७ साली कार्यवाहीत आणली गेली. म्हणजे माँटेग्यु ह्याच्या जाहीरनाम्यानंतर

वीस वर्षांनी ती अमलात आली. अलीकडच्या काळातील भारतासाठी साम्राज्यशाहीने तयार केलेली ही तिसरी राज्यघटना आहे. जर आपण "मोर्ले मिंटो सुधारणा" ही पहिली राज्यघटना धरली तर "सायमन कमिशन" ची नेमणूक झाल्यावर ब्रिटनमध्ये बरीच वादावादी झाली. भारतात संघर्ष झाला आणि कमिशनची नेमणूक झाल्यावर सात वर्षे लोंबकळत पडलेली ही राज्यघटना सांगोपांगपणे मांडण्यात आली.

ब्रिटिश वक्तव्यांप्रमाणे ही घटना म्हणजे वस्तुत: भारताला स्वराज्य मिळाल्यासारखेच आहे. नाही म्हणायला तिच्यामध्ये काही आवश्यक असे तात्पुरते संरक्षक उपाय योजण्यात आले आहेत. निदान स्वराज्याचा उदार हप्ता म्हणून तरी ती ठरावी. ही घटना राष्ट्रीय काँग्रेसनेच नव्हे तर नेमस्त व मवाळांनी उडवून लावली, आणि भारतीय जनतेने तर सर्वानुमते ती नाकारली, ह्याचे आश्चर्य वाटले. वसाहतीच्या लोकांचे विषय सोडून, इतर विषयांवर ज्यांचे नेहमी लोकशाहीला पूरक उदार व दृष्टिकोन असतात, अशा लोकांना वरील नकाराचे आश्चर्य वाटले.

ह्या घटनेच्या प्रत्यक्ष कलमांची काळजीपूर्वक छाननी केली म्हणजे वरील विरोधाचे कारण स्पष्ट होते आणि भारतातील राजकीय पुढारी त्या घटनेचा ज्या यंत्रणेतून निश्चित स्वरूपाचा फायदा करून घेणे शक्य आहे, विशेषत: प्रांत विषयक विभागात, त्यांचा राष्ट्रीय विकास आणि राष्ट्रीय चळवळ, ह्यांच्यासाठी जास्तीत जास्त उपयोग करून घेऊन संपूर्ण घटना ह्या दृष्टीने त्यांनी तिचा अव्हेर केला. मुख्यत्वे संघराज्य विषयक जी कलमे आहेत, ती कार्यवाहीत आणल्यास, स्वराज्य मिळण्याचे तर राहोच, पण साम्राज्यशाहीची भारताभोवती असलेली मगरमिठी अधिक घट्ट केली जाईल, अशी त्यांची खात्री होती.

घटनेचे मुख्य दोन भाग आहेत. एक संघराज्याचा भाग, त्यात "ब्रिटिश इंडिया" व संस्थाने मिळून केंद्र सरकारच्या अधिपत्याखाली निर्माण होणारे संघराज्य आणि दुसरा प्रांतिक विभाग हा "ब्रिटिश इंडियातील सर्व प्रांतांचा एक गट म्हणजेच संघराज्याचा दुसरा भाग. प्रांताचा विभाग १९३७ साली कार्यवाहीत आणला गेला.  संघराज्याचा विभाग कार्यवाहीत कधीच आणला गेला नाही (जरी त्या वेळच्या सरकारने काही प्रमाणात तो कार्यवाहीत आणला.) राष्ट्रीय काँग्रेसने प्रांताच्या विभागाखाली बहुसंख्य प्रांतात मंत्रिमंडळे बनवली तरी संघराज्याचा विभाग कार्यवाहीत आणण्यास त्यांचा विरोध होता.

ह्या घटनेचा मुख्य गाभा, म्हणजे संघराज्य निर्मिती, ह्याच बाबतीत त्यांनी (ब्रिटिशांनी) निश्चित असा नवा पायंडा पाडलेला दिसतो आणि ह्याच भागात त्यांची प्रचंड प्रतिगामी वृत्ती दडलेली दिसते.

भारताची राजकीय, सामाजिक व आर्थिक प्रगती व्हावयासाठी भारताचे राजकीय एकीकरण अत्यंत आवश्यक आहे. प्रत्येक पक्षाच्या आणि प्रवृत्तीच्या प्रतिनिधीने ही गोष्ट मान्य केली आहे. भारताचे निरर्थक अडथळा निर्माण करणाऱ्या शेकडो छोट्या छोट्या संस्थांनात विभाजन, भारताचे अखंडत्व मोडीत काढून मुद्दाम केलेले दोन विभाग, एका विभागात ४५ टक्के व दुसऱ्यात ५५ टक्के प्रदेश समाविष्ट करून केलेले गैरवाजवी विभाजन, भौगोलिक, आर्थिक, वांशिक, भाषिक किंवा सांस्कृतिक ह्यांपैकी कोणतीही मूल्ये विचारात न घेता, एकमेकांत गुंतागुंत होईल, अशा पद्धतीने निर्माण केलेल्या कृत्रिम सीमा :  हा सर्व कालक्रमविपर्याय (अनक्रॉनिझम) ह्यापूर्वी कधीच नाहीसा करावयास हवा होता. भारतातील ब्रिटिश राजवटींतील प्रत्येक प्रतिगामी सुधारणा राबविण्यासाठी केलेली ही खास सोय होय. कारण ह्यापूर्वी आपण पाहिलेले आहे की ही भारतातील संस्थाने, कोलमडून न देता, कृत्रिम रीतीने केवळ ब्रिटिश सत्तेच्या जोरावर ती सांभाळली होती. भारतीय जनतेला त्यांची आवश्यकता होती म्हणून नव्हे, तर ब्रिटिश राजवटीचे प्रतिगामी ठेकेदार म्हणूनच होय. अधिकृत सरकारी पुढाऱ्यांच्या शब्दांत त्यांचे वर्णन करावयाचे तर ही संस्थाने म्हणजे ''वादग्रस्त प्रदेशातील हितकारिणी बालेकिल्ले होत.''

तथापि ह्या संघराज्यविषयक योजनेचा हेतू वरील चिपट्या-मापट्यासारखी ही संस्थानी तुकडेतोड नाहीशी करावयाची नव्हती, किंवा कालबाह्य झालेल्या ह्या छोट्या हुकूमशाह्या बंद करण्याचा नव्हता किंवा एखादी कमीतकमी एकजिनसी स्वरूपाची शासन संस्था निर्माण करावयाची नव्हती, तर ह्या प्रतिगामी कालक्रमविपर्यकांची संख्या व सत्ता वाढविण्याचा होता, इतकेच नव्हे तर त्यांना भारताच्या केंद्र सरकारच्या आतील कप्प्यात प्रवेश देऊन भारतातील ब्रिटिश राजवटीचे वर्चस्व वाढवून, राष्ट्रीय चळवळीला, कोलदांडा घालण्याचा होता म्हणजेच जी चळवळ राष्ट्रीय एकतेच्यासाठी झगडत होती, तिचा बिमोड करण्याचा होता.

संघराज्य म्हणजे काय? कोणत्याही खऱ्या संघराज्याची प्राथमिक स्वरूपाची तत्त्वे कोणती? ह्या प्रश्नाचे उत्तर देण्यासाठी अमेरिकेची संयुक्त संस्थाने, स्विसचे प्रजासत्ताक किंवा 'सोव्हिएट' समाजवादी प्रजासत्ताक, ह्यांच्यासारख्या मोठ्या ऐतिहासिक संघराज्याच्या रचना तपासणे, अत्यंत आवश्यक आहे.

संघराज्य म्हणजे समान राजकीय हेतू, ध्येये किंवा बाहेरील गरजा, ह्यामुळे समान सार्वभौम केंद्रीय साधन निर्माण करण्यास प्रवृत्त झालेला, स्वतंत्र सार्वभौम घटकांचा स्वेच्छेने निर्माण केलेला असा गट होय. हा गट इतर घटकांवर अवलंबून असतो आणि त्यांना किंवा त्यांच्या लोकांना जबाबदार अशी मर्यादित काही प्रमाणात

समान संघटना देणारा असतो. जिच्यामध्ये संपूर्ण केंद्रीकरणापेक्षा कमी केंद्रीकरण असते. तथापि इतकेच कमी की, स्वेच्छेने मान्य असलेल्या मर्यादांमध्ये एकच संघराज्याचा कायदा, संघाच्या सर्व लोकांकरता मान्य होईल.

**ह्या सर्व चिकित्सा लक्षात घेता भारतासाठी देऊ केलेले संघराज्य, ही संपूर्णपणे अपसंज्ञा (मिसनॉमर) होय. स्वच्छंद जुलमी हुकूमशाहीचे वर्णन करण्यासाठी योजलेली ती भाषेची चलाखी आहे. त्याच्या रचनेमध्ये काही खास प्रतिगामी देखावे निर्माण केलेले आहेत.**

पहिली गोष्ट म्हणजे सार्वभौम सत्ता संघराज्यात नव्हती, कायद्याने ती संघराज्याबाहेर असलेल्या ब्रिटिश राजसत्तेमध्ये, स्पष्टपणे नोंदविली होती. म्हणजे ब्रिटिश राजमुगुटात लंडनहून ज्याची नेमणूक होते व जो ब्रिटिश सरकारला जबाबदार असतो आणि ज्याला हुकूमशाही स्वरूपाची सत्ता आहे अशा गव्हर्नर जनरलमध्ये आणि ब्रिटिश पार्लमेंटला जबाबदार असतो अशा भारतमंत्र्यांमध्ये आणि शेवटी निर्णायक सत्ता असलेल्या ब्रिटिश पार्लमेंटमध्ये ती होती. प्रत्यक्ष संघराज्यात किंवा त्याच्या घटक अवयव असलेल्या सभासदांत ती नव्हती. म्हणजेच जे 'संघराज्य' नव्हते, हुकूमशाही राजवटीची ती एक निश्चित शासकीय योजना होती.

दुसरे असे की सार्वभौम सत्तांनी स्वेच्छेने निर्माण केलेले असे ते साधन नव्हते. बगलबच्चा संस्थानिकांची जरी त्याला संमती असली, म्हणजे ज्यांना प्रत्यक्षांत ब्रिटिशांच्या आज्ञेप्रमाणे वागणे भाग पडते, आणि जे ब्रिटिश सत्तेचे केवळ दाखविण्याचे दात आहेत, त्यांचे सहकार्य हे मुत्सद्देगिरी पुरते 'स्वेच्छेचे' आचरण आहे असे जरी मानले (ज्यांच्या प्रदेशांतील नऊ कोटी प्रजेला त्यात काहीही भाग किंवा वाव नाही) तरी, ज्याची संघराज्यात ७५ टक्के शक्ती आहे अशा ब्रिटिश इंडियातील प्रांताचे त्यांत सहकार्य नसून, तो एक बाहेरून लादलेला जुलमाचा 'रामराम' होय. ती स्वेच्छेची संमती नव्हे.

तिसरी आणि 'संघराज्य' ह्या कल्पनेच्या दृष्टीने अत्यंत विलक्षण गोष्ट म्हणजे ह्या संघराज्याला, त्याचा असा कायदा नाही किंवा विधिमंडळ किंवा शासनसंस्था अभिप्रेत नाही. संघराज्याला त्याच्या लोकांची मूलभूत हक्कांची अशी जाहीर सनद नाही. संस्थानिकांचे प्रजाजन हे हक्कांशिवाय राहिले. संघराज्याचा त्यांच्यावर काहीच परिणाम नाही. तथापि ब्रिटिश इंडियातील अर्धवट मतदानाचा हक्क असलेल्या लोकांसाठी कायदे करण्याच्या कामात फेडरल चेम्बर्समध्ये हुकूमशहा संस्थानिकांना भाग घेण्याचा अधिकार होता. संघराज्याचे कायदेमंडळ संघराज्यासाठी कायदे करणार नव्हते, तर त्याच्या एका भागासाठी म्हणजे ब्रिटिश इंडियासाठी

कायदे करणार होते. 'संघराज्य' ह्या कल्पनेला इतके विकृत स्वरूप दिलेले कधी कोणी पाहिले आहे काय? पुन्हा एकदा हे लक्षात ठेवले पाहिजे की ह्या नाममात्र संघराज्यामुळे, सर्व भारतात अधिक संघटितपणा आणला गेला किंवा काही बदल घडून आला असे नाही, जर काही झाले असेल तर ते म्हणजे काही नवे प्रतिगामी विचाराचे लोक ब्रिटिश इंडियात आणले गेले.

सुरुवातीलाच हे लक्षात घेतले पाहिजे की संघराज्याचा प्रश्न म्हणजे भारताच्या राजकीय एकीकरणाचा प्रश्न नव्हताच, खरोखरी ते आवश्यक होते. सर्व लोकांना ते आवश्यक वाटले, आणि जेव्हा भारताचे खरे संघराज्य करण्याची वेळ येईल आणि ती येणारच आहे, त्यावेळी भारताचे राजकीय एकीकरण करावेच लागणार आहे. राज्य घटनेतील ह्या नामधारी 'फेडरेशन'चा प्रश्न, म्हणजे लोकशाही विरोधक प्रश्न ठरला, ज्यात आज असलेला राजकीय तुकडेतोडीचा दोष व हुकूमशाही राजवट जशीच्यातशी ठेवून भारताच्या एका भागात जेथे काही अर्धवट लोकशाही संस्था सुरू झाल्या होत्या आणि राष्ट्रीय चळवळीने जेथे प्रगती केली होती, तेथे नवीन प्रतिगामी शक्ती सुरू करण्याचा प्रश्न ठरला.

**म्हणून ही नामधारी 'फेडरेशन'ची योजना म्हणजे, जे ब्रिटिश मालकाशिवाय अन्य कोणालाही जबाबदार नाहीत, अशा भारतातील हुकूमशहा संस्थानिकांना, 'ब्रिटिश इंडिया'मधील २७० दशलक्ष लोकांसाठी कायदे करण्याची सत्ता देण्याचा होता.** ह्या पुढे जेथे जेथे 'फेडरेशन'चा किंवा राज्यघटनेच्या संबंधात चर्चा करताना, राष्ट्रीय काँग्रेसच्या विरोधाचा प्रश्न येईल, तेथे वर स्पष्ट केलेला अर्थ अभिप्रेत समजावा.

ही नामधारी 'फेडरेशन' देण्यामागील प्रत्यक्ष हेतू म्हणजे ब्रिटिश इंडियामध्ये प्रतिगामी शक्तींची वाढ करणे हा होता आणि गोष्ट संबंधित संघराज्याच्या विधिमंडळाच्या दोन्ही सभागृहात संस्थानिकांना जे खास प्रतिनिधित्व आणि विशेष सवलती दिल्या आहेत, ह्यावरून सहज स्पष्ट होते.

संघराज्याच्या कायदेमंडळाचे दोन भाग होते - एक 'अपरचेंबर' म्हणजे 'काउन्सिल ऑफ स्टेट' (वरचे गृह) आणि एक 'लोअर चेंबर' म्हणजे 'फेडरल असेंब्ली' (खालचे गृह). संस्थानिकांना ह्या दोन्ही गृहात नुसतेच प्रतिनिधित्व नव्हते तर खास सवलतीचे प्रतिनिधित्व होते ज्यात त्यांच्या संबंधित संस्थानाच्या आकाराचा प्रश्न नव्हता.

''कौन्सिल ऑफ स्टेट''मध्ये २६० जागांपैकी १०४ जागा म्हणजे $\frac{2}{5}$ जागा संस्थानिकांना दिल्या होत्या.

''फेडरेल असेंब्ली''मध्ये ३७५ जागांपैकी १२५ जागा म्हणजे जागा संस्थानिकांना देण्यात आल्या होत्या.

भारतातील संस्थानी लोकसंख्या ही सर्व भारताच्या एकूण लोकसंख्येच्या २४ टक्के म्हणजे पावसुद्धा नाही.

जर वित्तीय पातळी विचारात घेतली तर वरील प्रमाणातील विषमता अधिक स्पष्ट होईल. संघराज्याच्या महसुलापैकी ९० टक्के महसूल ब्रिटिश इंडियातून घ्यावयाचा होता आणि फक्त दहा टक्के संस्थानिकांकडून घ्यावयाचा होता. असे असूनही संस्थानिकांना 'वरच्या गृहात' $\frac{2}{3}$ प्रतिनिधित्व आणि खालच्या गृहात $\frac{1}{3}$ प्रतिनिधित्व मिळणार होते.

**अशाप्रकारे ह्या नामधारी प्रातिनिधिक पद्धतीत सुरुवातीलाच प्रत्यक्ष निवडणूक पद्धतीतून निवडून आलेला, प्रतिनिधित्व नसलेला, पूर्वीच्या अधिकृत गटाऐवजी एक नवा प्रतिगामी गट, प्रत्येक गृहावर लादून त्या प्रातिनिधिक पद्धतीचा चोळाबोळा करण्यात आला.** ही पद्धत अधिक प्रतिगामी आणि मॉंटेग्यु-चेम्सफर्ड कॉन्स्टिट्यूशनपेक्षाही जास्त प्रमाणात प्रतिगामी होती. (जुन्या लेजिसलेटिव्ह असेंब्लीमध्ये एकूण १४५ सभासदांमध्ये निवडणुकीमार्फत न आलेला अधिकृत गट ४० चा होता म्हणजे २५ टक्क्यापेक्षा थोडा जास्त होता.)

ह्या अमोल गृहांच्या अधिकारावर आपणास अजून चर्चा करावयाची आहे. ती केली म्हणजे, ज्याला घटनेने खास दिला आहे असे म्हणतात तो केंद्रातील काल्पनिक ''जबाबदारी''चा शेवटचा अवशेष कसा विरघळून जातो ते आपणास कळून येईल.

''गव्हर्नर जनरल'' याने निवडलेले आणि जे त्याला जबाबदार राहील असे मंत्र्यांचे मंडळ निवडावयाचे होते. तथापि त्यांचा वाव अगदी मर्यादित राहावयाचा होता. 'संरक्षण', 'परकीय संबंध' 'धार्मिक बाबी' आणि 'वगळलेले प्रदेश' ही खाती गव्हर्नर जनरलच्या खास अधिकारात ठेवावयाची होती. दुसरे इतर अनेक विषय हाताळण्यासाठी खास निरनिराळे अधिकारी निवडावयाचे होते. वित्तीय स्थैर्य आणि पत सांभाळण्यासाठी, वित्तीय सल्लागार नेमावयाचा होता. कायद्याच्या कामांसाठी महाअधिवक्ता ॲडव्होकेट जनरल, आणि 'फेडरल' बँक व रेल्वेसाठी इतर अधिकारी नेमावयाचे होते. सनदी-नोकर आणि पोलिस ह्यांच्या नेमणुका संपूर्णपणे भारत मंत्र्याने करावयाच्या होत्या. ब्रिटिश सत्तेचे मूलभूत कायदे, ब्रिटिश आर्थिक हिताचे संरक्षण, अल्पसंख्याकांचे हक्क व संस्थानिकांचे हक्क, ह्यांना कोणत्याही तऱ्हेचा बाध येऊ नये म्हणून कित्येक खास कलमे घटनेत घातली होती आणि ह्या सर्वांवर 'गव्हर्नर जनरल' ची अधिभावी शक्ती (ओव्हर-

रायडिंग पॉवर) होती ती निराळीच. मंत्र्यांच्या अधिकारात काय शिल्लक राहिले ते ठरविणे कठीण आहे. बहुधा हे शक्य होते की, मंत्र्यांना पोस्टाचे काम व्यवस्थितपणे चालू होते किंवा नाही ह्यासाठी त्यावर देखरेख करण्यास परवानगी होती.

मंत्र्यांनी कायदेमंडळाला जबाबदार राहिले पाहिजे, ह्या विषयी कायद्यात काहीच म्हटलेले नव्हते. त्यांचे पगार कायदेमंडळाने पास करावयाचे नव्हते. बहुसंख्य सभासदांनी जर त्यांच्यावर अविश्वास व्यक्त केला तर त्यांनी राजिनामा द्यावा अशी अट कायद्यात नव्हती. गव्हर्नर जनरलच्या ''इन्स्टूमेंट ऑफ इन्स्ट्रक्शन्स' मध्ये असे सांगितले होते की, जे मंत्री निवडले असता कायदेमंडळात स्थिर बहुसंख्या टिकवू शकतील अशांचीच निवड करावी, त्याच बरोबर संस्थानांच्या आणि अल्पसंख्य जमातींच्या प्रतिनिधींचा त्यात समावेश केला जावा.

कायदेमंडळाच्या अधिकाराबद्दल काय? प्रातिनिधिक संख्येने सत्ता ठेवण्याची प्रमुख गोष्ट म्हणजे वित्तव्यवस्थेबद्दल काय परिस्थिती होती?

अर्थसंकल्पाचे दोन भाग होते : 'संघराज्यावर आकारण्यात येणारा खर्च', आणि 'इतर खर्च.' संघराज्याच्या खर्चात भारी खर्चाच्या बाबींचा समावेश केला आहे. उदाहरणार्थ, संरक्षण खर्च, कर्जावरील व्याज, प्रमुख वेतने व पेन्शने यांचा खर्च. ह्या बाबी कायदे मंडळाच्या मताला म्हणजे संमतीला टाकावयाच्या नव्हत्या. ह्या बाबींवरील खर्च हा एकूण खर्चाच्या $\frac{3}{4}$ ते $\frac{4}{5}$ इतका होता. जी. एन. जोशी ह्याने त्याच्या ''इंडियन ॲडमिनिस्ट्रेशन'' ह्या पुस्तकात त्या खर्चाचा अंदाज ७५ टक्के असा केला आहे (पान ६९), नॅशनल काँग्रेसने त्याचा अंदाज ८० टक्क्यांपर्यंत केला आहे. त्यातील एखादा खर्च अदेयमत (नॉनव्होटेबल) आहे किंवा काय, ते गव्हर्नर जनरलने ठरवावयाचे होते.

ज्यावर कायदेमंडळ आपले मत व्यक्त करू शकेल असा खर्च वीस किंवा पंचवीस टक्के होता. फक्त मत व्यक्त करण्यास त्यास वाव होता. ह्या मर्यादित खर्चाच्या बाबतीतसुद्धा कायदे मंडळाला अधिकार नव्हता. गव्हर्नर जनरलच्या आगाऊ परवानगीशिवाय कोणतेही अर्थविषयक बिल किंवा देणगीची सूचना कायदे मंडळापुढे आणण्यास परवानगी नव्हती. जर 'असेंब्लीने' एखादी 'ग्रँट' नामंजूर केली किंवा ती कमी केली तर, गव्हर्नर जनरल त्याच्यावरील 'खास जबाबदारी'च्या अधिकारात तो ती योग्य ठरवून पास करील आणि कायदेमंडळाने तिच्याविरुद्ध मत व्यक्त केले तरी त्या खर्चास मंजुरी देईल. **अशा प्रकारे कोणत्याही जबाबदार प्रातिनिधिक संस्थेतील अर्थविषयक पहिली प्राथमिक सत्ता येथे पूर्णत्वाने अविद्यमान (ॲबसेंट) होती.**

प्रातिनिधिक संस्थेने सत्ता गाजविण्याची दुसरी बाब म्हणजे, सैन्य व नोकरशाही ह्याविषयक राज्ययंत्रणेवर ताबा ठेवणे ही होय.

संरक्षण खाते हे कायदेमंडळाच्या कक्षेबाहेर 'राखीव' खाते म्हणून ठेवले होते. सनदी नोकर आणि पोलिस ह्यांच्या नेमणुका भारत मंत्र्याने करावयाच्या होत्या. त्यांचे हक्क व नोकरीच्या अटी ह्यांचे खास कायदे करून संरक्षण केले होते. पोलिसांचे नियम गव्हर्नर जनरलच्या हातात होते. गुप्त आणि राजकीय पोलिस ह्यावर त्याचा संपूर्ण ताबा चाले.

तिसरे सत्तेचे साधन म्हणजे कायदे करण्याची, कायदे पास करण्याची किंवा सुचविलेल्या कायद्यांना अमान्य करण्याची सत्ता होय.

हे खरे आहे की कायदेमंडळ कायदे करू शकत असे. त्यातील काही मर्यादित विषयांवरील कायदे सरकार मान्य करीत असे. हा कायदे करण्याचा वाव, बरीच लांबलचक कलमे करून मर्यादित केला गेला होता. गव्हर्नर जनरलची आगाऊ मान्यता असल्याशिवाय कायदे मंडळाला अर्थविषयक योजनांवर चर्चा करण्याससुद्धा परवानगी नव्हती. ज्यांचा परिणाम ब्रिटिश राजसत्तेच्या मूलभूत पायावर होईल– उदाहरणार्थ सैन्याचे प्रश्न, सनदी नोकरांचे प्रश्न, संस्थानिकांचे प्रश्न, अल्पसंख्याकांचे प्रश्न अशा बाबतीत कायदे मंडळाला कायदा करण्याच्या कामाला स्पर्शसुद्धा करण्यास परवानगी नव्हती. विशेषत: संघराज्याच्या कायदेमंडळाला खालील प्रकारचे कायदे करण्यास वाव नव्हता :

(अ) ज्यांना युनायटेड किंग्डममध्ये नागरिकत्वाचे अधिकार मिळाले आहेत त्यांना भारतात येण्याचा, प्रवास करण्याचा, राहण्याचा, मालकी घेण्याचा, मालमत्ता खरेदी करण्याचा किंवा विकण्याचा, सरकारी हुद्याची जागा घेण्याचा किंवा कोणताही धंदा, व्यापार किंवा उद्योगधंदा करण्याचा हक्क आहे, त्या हक्कावर कोणत्याही तऱ्हेचे बंधन घालणारा कायदा.

(ब) युनायटेड किंग्डमच्या कोणत्याही नागरिकाला किंवा विधिसंस्थापित कंपनीवर कर बसविण्याचे बाबतीत भेदाभेद करण्याचा कायदा.

(क) ज्या जहाजांची युनायटेड किंग्डममध्ये नोंद झाली आहे अशी जहाजे, खलाशी, प्रवासी किंवा माल ह्यांचे बाबतीत भेदाभेद करणारा कायदा.

(ड) युनायटेड किंग्डमच्या कायद्याखाली युनायटेड किंग्डममध्ये विधिसंस्थापित झालेल्या आणि भारतात धंदा करणाऱ्या कंपन्यांना देणगी, प्राचुर्य (बाउंटी), अर्थसाहाय्य हे संघराज्याच्या महसुलांतून देताना भेदाभेद करणारा कायदा.

भारतीय उद्योगधंदे, व्यापार किंवा जहाज वाहतूक ह्यांना उत्तेजन देण्याचे

बाबतीत किंवा अर्थसहाय्य देण्याचे बाबतीत (ज्या प्रमाणे ब्रिटिश सरकार, ब्रिटिश उद्योगधंदे, व्यापार किंवा जहाज वाहतूक ह्यांना मदत करते), साहाय्य करण्याचा कायदा जर संघराज्याने केला, तर तो कायदा ब्रिटिश वाणिज्य व उद्योगधंदे ह्यांनाही लागू केला पाहिजे. नाही पेक्षा गव्हर्नर जनरल आपला नकाराधिकार (व्हेटो पॉवर) वापरून तो कायदा मोडीत काढील. वरील शरणागतीच्या अटींवरून ब्रिटिश सरकार, भारतातील आपल्या वित्तीय भांडवलाला जपण्यासाठी कसा जिवाचा आटापिटा करीत असे ते स्पष्ट होते.

अशा प्रकारे कायदे मंडळाचा कायदे करण्याचा वाव इतका मर्यादित केल्यावरसुद्धा राहिलेल्या मर्यादेतही कायदेमंडळाला कायदा करण्याचे स्वातंत्र्य नव्हते. सरकारची इच्छा नसताना, जर एखाद्या विषयावर कायदेमंडळाने एखादे बिल पास केले आणि अत्यंत प्रतिगामी असलेल्या 'कौन्सिल्स ऑफ स्टेट' नेही पास केले, तर गव्हर्नर जनरल आपली मान्यता संपूर्णपणे थांबवू शकेल त्याचबरोबर तो एखादे वेळी पुन्हा विचार करण्यासाठी ते राखून ठेवील आणि अशा परिस्थितीत जर करता ते बील बारा महिने पडून राहिले तर ते रद्द झाले असे समजले जाईल. त्याचप्रमाणे जर त्याने आपली संमती त्या बिलाला दिली आणि नंतर पुन्हा त्याचे मन बदलले, तर त्या बिलाला तो परवानगी नाकारू शकेल आणि ते मोडीत निघेल.

ह्याउलट, सरकारला आवश्यक वाटणारे एखादे बिल, कायदेमंडळाने विचारात घेतलेच नाही, तर गव्हर्नर जनरल ते पास करील आणि त्या परिस्थितीत ते पास केलेले बिल कायदा ठरेल. ह्या उलट गव्हर्नर जनरल वटहुकूम काढू शकेल आणि तो एकावेळी सहा महिने कायदा म्हणून राहू शकेल.

कायदे मंडळाचे अधिकार हे असे होते. त्यांची निवड करण्यात घेतलेली मेहनत गैरवाजवी होती.

तथापि हे सर्व करण्यात साम्राज्यशाहीच्या अधिकाऱ्यांची काळजी आणि सावधगिरी संपुष्टात आली. त्यांना एकाच काळजीने ग्रासले होते म्हणून त्यांनी तीन तीन वेळा खात्री करून घेतली की, ह्या टाळेबंद दरवाजांतून स्वराज्याच्या शक्यतेची एखादी कुजबूज चुकूनसुद्धा बाहेर पडू नये. अजून आपल्याला राखीव अधिकारांच्या मोहक राज्याची व सुरक्षा कायद्याची, संपूर्ण पाहणी करावयाची आहे.

जेव्हा आपण 'कायदे मंडळाचे अधिकार' ह्या क्षेत्रातून 'गव्हर्नर जनरलचे अधिकार' ह्या क्षेत्रात प्रवेश करतो, तेव्हा आपण काळ्याकुट्ट अंधारांतून, झगझगीत सूर्यप्रकाशात गेल्यासारखे वाटते.

ह्या कायद्यांतील ९४ कलमे केवळ गव्हर्नर जनरलच्या स्वेच्छाधीनशक्ती (डिसक्रेशनरी

पॉवर्स) साठी खर्ची घातली आहेत. अशा प्रकारे गव्हर्नर जनरलला आपल्या स्वेच्छाधीन शक्तीच्या जोरावर अनेक गोष्टी करणे शक्य होते. त्यांपैकी काही अशा–

१. मंत्र्यांची नेमणूक करणे किंवा त्यांना काढून टाकणे.

२. कायदेमंडळाने पास केलेल्या कायद्यावर नकाराधिकार (व्हेटो) वापरणे.

३. कायदेमंडळाने अमान्य केलेला कायदा पास करणे.

४. कायद्यावर चर्चा करण्यास मनाई करणे.

५. वटहुकूम काढणे.

६. प्रांतिक राजप्रमुखांना वटहुकूम काढण्याची आज्ञा करणे.

७. प्रांतिक कायद्यांवर नकाराधिकार (व्हेटो) वापरणे.

८. पोलिसांसाठी नियम करणे.

९. सैन्याच्या उपयोगावर ताबा ठेवणे.

१०. कायदेमंडळाचे विसर्जन करणे.

११. घटना निलंबित (सस्पेंड) करणे.

गव्हर्नर जनरलच्या स्वेच्छाधीन शक्तींपैकी (डिसक्रेशनरी पॉवर्स) ह्या काही निवडक होत.

ह्यांच्याबरोबर ''राखीव सत्तांचा'' समावेश होतो. 'राखीव खाती' म्हणून त्याच्या संपूर्ण सत्तेखाली असलेली खाती म्हणजे संरक्षण खाते, परराष्ट्रीय संबंध, धार्मिक बाबी आणि अपवर्जित म्हणजे वगळलेले प्रदेश, ही होत. सरतेशेवटी एवढी काळजी घेऊनही जर करता एखादे गवाक्ष किंवा पळवाट शिल्लक राहिली किंवा तशी राहिली आहे अशी कल्पना केली, तर तिच्यासाठी गव्हर्नर जनरलला ''खास अधिकार'' व ''खास जबाबदाऱ्यांसाठी अधिकार'' देण्यात आले होते. गव्हर्नर जनरलवर ज्या खास जबाबदाऱ्या टाकण्यात आल्या होत्या, त्यांच्यासाठी त्याला खास अधिकार देण्यात आले होते. गव्हर्नर म्हणजे त्यायोगे त्याच्या बुद्धीला जे जे काही करणे आवश्यक वाटले, ते ते करण्यास त्यास वाव होता. ह्या खास जबाबदाऱ्या (सर्वसाधारणपणे ज्यांना संरक्षक उपाययोजना समजतात) त्यांच्यामध्ये खालील बाबींचा समावेश होतो :

१. भारतात किंवा भारताच्या कोणत्याही भागात, शांतता व सुव्यवस्था, ह्यांना गंभीर धोका निर्माण झाल्यास त्याला प्रत्यवाय करणे.

२. संघराज्याचे आर्थिक स्थैर्य आणि पत ह्यांचे संरक्षण करणे.

३. अल्पसंख्याकांच्या कायदेशीर हिताचे संरक्षण करणे.

४. सरकारी नोकरीत असलेल्यांच्या, सेवानिवृत्त झालेल्यांच्या व त्यांच्यावर

अवलंबून असलेल्यांच्या हक्कांचे व ''कायदेशीर हितांचे'' संरक्षण करणे.

५. भारतात किंवा ''युनायटेड किंग्डम''मध्ये विधिसंस्थापित (इन कॉर्पोरेटेड) ब्रिटिश कंपन्या किंवा ब्रिटिश लोक जे व्यापार करतात, त्यांच्यासंबंधात वाणिज्य आणि आर्थिक बाबतीत भेदभाव दाखविण्याचा प्रयत्न झाल्यास, त्याला विरोध करणे.

६. ब्रिटनमधून भारतात आयात होणाऱ्या मालासंबंधी भेदभाव दाखविण्याचा प्रयत्न झाल्यास त्याला विरोध करणे.

७. संस्थाने व संस्थानिक ह्यांचे संरक्षण करणे.

८. शेवटचा भव्य व सर्वसमावेशक सुरक्षा कायदा असा : ज्या बाबींसंबंधात, गव्हर्नर जनरल कायदेशीर रीतीने कार्य करीत असताना ह्या कायद्याखाली स्वतःच्या बुद्धीने वागण्याचा जो खास अधिकार, त्याला दिला आहे, त्या खाली जी खास व्यवस्था केली जाईल, तिच्यामुळे त्याने केलेल्या दुसऱ्या कामाचा विरोध होऊ लागल्यास, तो होणार नाही, अशी व्यवस्था करण्याचा अधिकार.

ह्या कायद्यातील खास व अत्यंत लांब अशा कलमांचा विचार करावयाचा तर, एकूण घटनेची पाहणी करण्यास फार वेळ लागेल, कारण त्यात ब्रिटिश वित्तीय भांडवलाच्या गुंतवणुकीच्या हितासाठी केलेल्या खास योजना, व त्यांचे विषय ह्यांची माहिती घ्यावी लागेल. उदाहरणार्थ, भारतात व्यापार करणाऱ्या ब्रिटिश कंपन्यांचा व्यापार व गुंतवणूक कर्जे, रेल्वे, बँकिंग वगैरे. तथापि हे कबूल करणे भाग आहे की ह्या कायद्याची ही कलमे म्हणजे संपूर्ण घटनेमागील मूलभूत हेतू काय होता, ह्यावर लख्ख प्रकाश टाकतात. ही घटना म्हणजे भारतात वित्तीय भांडवलाच्या मार्फत जी पिळवणूक करावयाची, तिची सविस्तर यंत्रणा होय.

घटनेतील प्रांतिक शासनाबद्दलची कलमे ही वस्तुतः स्वयंसत्ताक, प्रतिगामी अशा केंद्रीय यंत्रणेच्या अधीन आहेत. सर्वसाधारणपणे प्रांतिक यंत्रणा म्हणजे केंद्रीय यंत्रणेचीच बहीण आहे. फक्त काहीशी शांत स्वभावाची आहे. राजप्रमुखालासुद्धा गव्हर्नर जनरलला आहेत तशा अधिभावी शक्ती (ओव्हर रायडिंग पॉवर्स) आहेत. तो कायद्यावर नकाराधिकार (व्हेटो) वापरू शकतो किंवा स्वतंत्र कायदा करू शकतो. पोलिसांवर परिणामकारक ताबा ठेवू शकतो. त्याचप्रमाणे शांतता व सुव्यवस्था सांभाळणे व वित्त व्यवस्थेवर ताबा ठेवणे हे त्याचे कर्तव्य आहे. त्याचप्रमाणे, त्याच्या खास जबाबदाऱ्या पार पाडण्यासाठी त्याला खास अधिकार दिला आहे. कायदेमंडळे व त्यांची रचना जातीय तत्त्वावर केलेली आहेत. पूर्वी प्रांतिक पातळीवर वरची गृहे

(अप्पर चेंबर्स) नव्हती. ती आता काही प्रमुख प्रांतांवर लादली आहेत. उदाहरणार्थ बंगाल, मुंबई, मद्रास, संयुक्त प्रांत आणि बिहार.

एवढे असले तरी, प्रांतिक पातळीवरील यंत्रणा केंद्रीय यंत्रणेच्या मानाने अधिक लवचिक आहे आणि काही प्रमाणात जनतेच्या विचाराला ग्रहणक्षम आहे. तिची कारणे अशी :

पहिली गोष्ट म्हणजे प्रांतामध्ये संस्थानिकांचा प्रश्न नाही. कायदेमंडळे ही संपूर्णपणे निवडणुकीतून निर्माण झालेली आहेत आणि ती प्रत्यक्ष निवडणुकीच्या पद्धतीप्रमाणे निवडलेली आहेत. जरी 'वरची-गृहे' प्रतिगामी असून ती अगदी मर्यादित मतदानावर निवडली जातात.

दुसरे असे : प्रांतिक यंत्रणेत केंद्रीय यंत्रांत आहेत अशी 'राखीव' व 'सोपीव' खाती नाहीत. पोलिसांसंबंधी खास नियम केलेले आहेत. पोलिसांचे नियम राजप्रमुखाच्या प्रत्यक्ष देखरेखीखाली आहेत. गुप्त पोलिस आणि खासगी पोलिस ह्यांना खास नियमांनी संरक्षण दिले आहे. आणि त्यांचे नोकरीविषयक कागदपत्रे (रेकॉर्डस) भारतीय मंत्र्यांना हाताळता किंवा पाहता येणार नाहीत. ''कायद्याने प्रस्थापित झालेले सरकार'' उधळून लावण्याचा प्रयत्न झाल्यास, आणि ''शांतता व सुव्यवस्था ही धोक्यात आहेत'' असे त्यास वाटल्यास राजप्रमुख, कोणत्याही प्रकारे राज्याचा सर्व ताबा आपल्या हातात घेऊ शकेल. सत्तेच्या खऱ्या यंत्रणेवर एवढी जबर बंधने असली तरी, प्रांतिक मंत्रिमंडळ सर्व शासन-यंत्रणेच्या दृष्टीने कारवाई करू शकते आणि सामुदायिक जबाबदारीचे तत्त्व काही प्रमाणात प्रगत करू शकते.

तिसरी बाब म्हणजे, केंद्रीय कायदेमंडळावर आहेत. तसे निर्बंध प्रांतिक कायदेमंडळावर नाहीत ह्याचा अर्थ प्रांतिक कायदेमंडळांचे अधिकार अधिक मोठे आहेत असा नव्हे. ह्या उलट ते अधिक संकुचित आहेत, ह्याचे कारण, अखिल भारतीय स्वरूपाचे प्रश्न त्यांच्या कक्षेत मोडत नाहीत. उदाहरणार्थ, ब्रिटिशांच्या खास हितसंबंधाचे प्रश्न किंवा आर्थिक वित्तीय यंत्रणेचे प्रश्न प्रांताच्या शासनात संभवत नाहीत.

त्यामुळे काही मर्यादित क्षेत्रांत लोकप्रिय मंत्र्यांना आपल्या प्रांतात प्रमुख नसला तरी मर्यादित स्वरूपात, शासकीय कारवाई करण्यास वाव आहे.

प्रांतिक विधिमंडळांच्या मतदारगणांत (इलेक्टोरेट) 'ब्रिटिश इंडिया' मधील ११ प्रांत मिळून एकूण ३०.१ दशलक्ष मतदार आहेत. म्हणजे एकूण लोकसंख्येच्या ११ टक्के आहेत (मॉटेग्यु-चेम्ससफर्ड घटनेत ते २.८ टक्के होते.) ब्रिटनमध्ये ६७ टक्के लोकांना मतदानाचा हक्क आहे ह्या गोष्टीची तुलना करता येते. मालमत्ता, कर भरण्याची पात्रता, विशिष्ट किंमत असलेल्या जमिनीची मालकी

आणि शिक्षण ह्या गोष्टी विचारात घेऊन मतदानाचा हक्क दिला आहे. स्त्री-मतदारांची संख्या ४.३ दशलक्ष होती. १९३७ साली झालेल्या निवडणुकीत जेथे चुरस होती, अशा मतदार संघांत झालेल्या मतांची संख्या १५.५ दशलक्ष होती म्हणजे त्या मतदार संघांतील मतदारांच्या संख्येच्या ५५ टक्के होती.

एकूण ११ प्रांतिक विधिमंडळे मिळून १५८५ जागा आहेत. त्या जागांची वाटणी अशी :

| | |
|---|---|
| सर्वसाधारण जागा (खुल्या) | ६५७ |
| मुसलमान | ४८२ |
| अनुसूचित जाती | १५१ |
| वाणिज्य व उद्योगधंदे | ५६ |
| स्त्रिया | ४१ |
| कामगार | ३८ |
| भूधारक | ३७ |
| शीख | ३४ |
| युरोपियन | २६ |
| मागास क्षेत्रे व जमाती | २४ |
| भारतीय ख्रिश्चन | २० |
| ॲन्ग्लो इंडियन्स | ११ |
| विश्वविद्यालये | ८ |
| | १,५८५ |

ह्यावरून एवढे उघड आहे की, जागांच्या वितरणांत जरी बोजड व प्रतिगामी वाटणी झाली असली, तरी केंद्रापेक्षा प्रांतिक पातळीवर काम करण्यास, अधिक वाव आहे. ह्या परिस्थितीमुळे काँग्रेसला बहुसंख्य प्रांतात आपली मंत्रिमंडळे बनविणे शक्य झाले. ह्या काँग्रेसच्या मंत्रिमंडळांना त्यांच्या मर्यादित क्षेत्रांत काही भरीव कार्य करता आले असेल, असे समजणे चूक होईल. त्यांना महत्त्वाच्या प्रश्नांना, हात घालण्यास वाव नव्हता. असे प्रश्न स्वराज्य मिळाल्यावरच सुटू शकतील.

स्वयंसत्ताक केंद्राची नियंत्रण करणारी सत्ता ब्रिटिशांच्या हाती, कोणत्याही कृतीवरील कायदेशीर मर्यादा, ब्रिटिशांच्या हितावर परिणाम होईल अशा महत्त्वाच्या बाबतीत किंवा राजवटीच्या मूलभूत संघटनेत ढवळाढवळ, वित्तीय भांडवलाचा अभाव आणि राजप्रमुखांच्या मागील अधिभावी शक्ती ह्यामुळे काँग्रेसच्या प्रांतिक मंत्रिमंडळांना कार्य

करण्यास फारच मर्यादित वाव मिळाला. विशेषत: वित्तीय भांडवलाच्या बाबतीत ही परिस्थिती खास नजरेत भरण्यासारखी होती. आयकर किंवा जकात कर ह्यांसारखी वाढत्या उत्पन्नाची साधने ही केंद्राकडे सुपूर्द केलेली होती. (निमेयर ॲवॉर्डप्रमाणे त्यातील काही भाग परत करण्यासंबंधी काही कलमे वगळता.) आणि केंद्राच्या अर्थ संकल्पापैकी ८० टक्के भागावर भारतीय प्रतिनिधींना मत देण्याचा अधिकार नव्हता. ह्या उलट आरोग्य, शिक्षण ह्यांसारखे सर्व रचनात्मक स्वरूपाचे खर्च प्रांताकडे दिले आहेत आणि त्यांना खर्च करण्यासाठी उत्पन्नाचे साधन म्हणून अवजड, ताठर आणि जनतेत नावडता असलेला जमिनींचा सरकार-सारा म्हणजे जमीन महसूल जो शक्य तितका लवकर कमी करावयास पाहिजे आहे, तो दिला आहे. असे विभाजन करण्याचा मुख्य हेतू किंवा कावेबाजपणा हा की प्रांतिक मंत्र्यांना खोड्यात टाकावयाचे कारण आजपर्यंत साम्राज्यशाही राजवटीने आरोग्य, शिक्षण, सर्व सामाजिक सेवा व रचनात्मक कार्य ह्यांकडे संपूर्ण दुर्लक्ष केले होते. तेव्हा त्यांची जबाबदारी, काँग्रेसच्या मंत्र्यांवर काळजीपूर्वक 'सुपूर्द' करण्यात आली.

प्रांतिक मंत्रिमंडळे काँग्रेसच्या पुढाऱ्यांना दिल्यामुळे कोणत्याही प्रकारे 'स्वराज्य' मिळाले असे म्हणता येत नाही. त्यांच्या मर्यादित क्षेत्रात त्यांचे अधिकार मोडके-तोडके केले होते म्हणून नव्हे, तर भारतीय जनतेच्या दृष्टीने जे मूलभूत प्रश्न होते, त्यांना काँग्रेस मंत्री स्पर्श सुद्धा करू शकले नाहीत.

प्रमुख प्रांतामध्ये काँग्रेसने मंत्रिमंडळे बनविली ही गोष्ट राष्ट्रीय चळवळीच्या दृष्टीने एक पुढचे पाऊल होते. कारण स्वराज्य मिळविण्याच्या मार्गातील ती एक महत्त्वाची म्हणजे राजकीय डावपेचाची जागा होती. खरे राष्ट्रीय स्वातंत्र्य आणि खरे स्वराज्य ह्यासाठी करावे लागणारे युद्ध अजून खऱ्या अर्थाने व्हावयाचेच होते.

संपूर्ण घटना, विशेषत: तिच्यातील निर्णायक संघराज्य केंद्र हे जितक्या अधिक काळजीपूर्वक ती विचारात घ्यावी तितक्या अधिक स्पष्टपणे उघड होते. इतकेच नव्हे तर ह्या घटनेत केवळ लोकशाहीच्या तत्त्वालाच बाध आणला आहे, असे नव्हे तर भारतावरील साम्राज्यशाहीची मगरमिठी अधिक आवळली जावी, ह्यासाठी केलेली ही यंत्रणा आहे. त्याच बरोबर साम्राज्यशाही राजवटीतील प्रतिगामी शक्तींची वाढ व्हावी हाही त्यातील डाव आहे. ''जबाबदारी'' ही एक ढोंगबाजी आहे. साम्राज्यशाहीची सत्ता ही कायम व घट्ट झालेली होती. स्वराज्यासाठी करावयाचा संघर्ष हा खऱ्या अर्थाने घटनेत राहून करणे शक्य नव्हते. जरी उपलब्ध झालेल्या यंत्रणेतून साहाय्यक तयारीचा भाग करता आला, तरी निर्णायक लढा हा घटनेच्या बाहेर आणि तिच्या विरुद्ध लढला जाणार होता.

ह्या घटनेवरील, कोणाही लोकशाहीवादी इसमाचा अखेरचा निर्णय हा सांविधानिक विषयात प्राधिकारी म्हणून समजला जातो. अशा प्रमुख घटना तज्ज्ञाच्या निकालाशी मिळता जुळता येईल असा हा प्राधिकारी म्हणजे ब्रिटिश प्रोफेसर ए. बी. कीथ हा ह्या घटनेसंबंधी स्पष्ट आणि कठोर शब्दांत म्हणतो की :

''ही घटना वाचल्यावर एक तर 'जबाबदारी' चे सरकार स्पष्टपणे अशक्य म्हणून नाकारावयास पाहिजे होते किंवा खरी 'जबाबदारी' अंगावर टाकावयास हवी होती असे मत होणे अपरिहार्य आहे. कारण ह्या संकरित उत्पादित चिजेमध्ये ज्या खास 'जबाबदाऱ्यां'ची पद्धत आणि 'व्यक्तिगत तर्काने' करावयाच्या बाबी घुसडल्या आहेत, त्यामुळे ज्यांना ही घटना घ्यावयाची त्यांच्याकडून ह्या घटनेच्या संबंधात कृतज्ञता किंवा सहकार्य ह्यांचा चकार शब्द आपणहून पुढे येत नाही ह्याचे आश्चर्य वाटण्याचे कारण नाही.''

''संघराज्याची जी योजना आहे तिच्या बद्दल काहीएक समाधान वाटण्याचे कारण नाही. ज्या घटकांमधून ती तयार व्हावयाची आहे, ती इतकी निरनिराळी आहेत की योग्य प्रकारे त्यांची जुळणी होणे शक्य नाही आणि हे अगदी उघड आहे की, ही घटना ब्रिटिशांच्या हिताच्या दृष्टीने केलेली आहे. ह्याचे कारण 'ब्रिटिश इंडिया' मध्ये ज्या लोकशाही पद्धतीची सवय झाली आहे, तिच्यातून जर काही धोकादायक परिस्थिती निर्माण झाली तर तिला तोंड देता यावे म्हणून तिच्यात स्थितीवादी प्रवृत्तीला अनुकूल अशी योजना केली आहे. ''ब्रिटिश इंडिया'' मधील केंद्रीय सरकारला स्वराज्य देण्याच्या प्रश्नाला बगल देता यावी म्हणून ही घटना केली आहे. असा ह्या घटनेबद्दल भारतात जो समज झाला आहे तो खोडून काढणे कठीण आहे. शिवाय आज आवश्यक असल्याकारणामुळे 'संरक्षण व परकीय राजकारण' ही खाती नाइलाज म्हणून संघराज्याच्या कक्षेतून वगळण्यात आली आहेत. त्यामुळे 'जबाबदारी' दिल्याचा बकवा निरर्थक आहे.''

(प्रोफेसर ए. बी. कीथ, ''ए कॉन्स्टिट्यूशनल हिस्ट्री ऑफ इंडिया, १६००-१९३५, १९३६ पाने ४७३-७४)

■

## प्रकरण १५
## युद्ध-वेधातील राष्ट्रीय आंदोलन

"स्वातंत्र्य ह्या संज्ञेला काँग्रेसच्या पुढाऱ्यांनी पूजेच्या मूर्तीचे स्थान दिले आहे, ही दुर्दैवी घटना होय.''

११ फेब्रुवारी १९४० रोजी, भारत मंत्री मार्क्विस ऑफ झेटलंड ह्याने दिलेली मुलाखत.

१९३०-३४ मधील जनतेच्या प्रचंड लढ्यानंतर भारतातील राष्ट्राभिमानाचा विकास दोन स्पष्ट टप्प्यांत झालेला दिसतो. पहिला म्हणजे दडपशाहीच्या प्रचंड आघातानंतर संघटनेत नवचैतन्य निर्माण करावयाचे होते आणि नवीन धोरणाच्या कक्षा निश्चित करावयाच्या होत्या. त्यानंतर निवडणूक जिंकल्यावर काँग्रेसने प्रांतिक मंत्रिमंडळे बनविली, त्यामुळे इतका प्रचंड विकास झाला की, पूर्वी कधीही नव्हते इतके महत्त्व काँग्रेसला प्राप्त झाले. ही १९३४-३९ मधील प्रगती होय. त्यानंतर वाढत्या निर्वाणीचा क्षण आला. १९३८-३९ ह्या काळात त्याची पावले दिसू लागली होती आणि लढाई चालू झाल्यावर त्याच्यातून नवीन संघर्ष सुरू झाला.


## १. नवजागृती

१९३६ च्या वसंतऋतूमध्ये जेव्हा लखनौ येथे काँग्रेसचे अधिवेशन भरले, तेव्हा १९३४ सालच्या संघर्षातून आणि सरकारी दडपशाहीच्या प्रचंड आघातामुळे विस्कळीत झालेली तिची शक्ती अजून संपूर्णपणे संघटित झाली नव्हती. सभासदसंख्या अध्यांखाली म्हणजे ४,५७,००० वर आली होती. १९३४-३६ हा काळ हा काँग्रेसच्या जीवनात सुखाचा काळ नव्हता. १९३४ च्या पराभवामुळे आलेली मरगळ जाऊन नवीन प्रगतीला अजून सुरुवात झालेली नव्हती. काँग्रेसच्या घटनेला गांधीजींच्या आग्रहामुळे प्रतिगामी स्वरूप आले होते आणि गांधीजी काँग्रेस सोडून गेले तरी हा त्यांचा वारसा शिल्लक राहिला होता आणि १९३४ साली ही घटना बॉम्बे काँग्रेसने मान्य केल्यामुळे, तिचा निश्चितपणे प्रतिरोधक परिणाम झाला होता. (ती लखनौला थोड्या प्रमाणात सुधारावयाची होती.) १९३४ साली कायदेमंडळाच्या

निवडणुकीत भाग घेतल्यामुळे चळवळीचे केंद्र संसदीय क्षेत्राकडे वळले होते. तथापि संसदीय चळवळीने एक प्रकारचे निस्तेज स्वरूप धारण केले होते. त्यामुळे जनतेत ती उत्साह निर्माण करू शकली नाही. लखनौ काँग्रेसचा अध्यक्ष ह्या नात्याने नेहरूंनी त्यावेळच्या निरुत्साही परिस्थितीवर कडक टीका केली आहे. त्यांनी असे जाहीर केले की, ''आमचा जनता संपर्क सुटला आहे.''

लखनौच्या काँग्रेसमध्ये नेहरू ह्यांनी केलेले अध्यक्षीय भाषण अनेक दृष्टींनी अविस्मरणीय असे झाले. त्यात त्यांनी समाजवादाचे ध्येय जाहीर केले. जगात हुकूमशाही सत्तांविरुद्ध चालू असलेल्या या संघर्षाचा भारतीय लढा हा एक भाग होता असे स्पष्टपणे सांगितले आणि प्रचंड जनता आघाडी निर्माण करण्याची जरुरी व्यक्त केली आणि साम्राज्यशाहीला विरोधक असलेल्या सर्व शक्ती-कामगार, शेतकरी, आणि काँग्रेसमध्ये असलेला मध्यमवर्ग, ह्या सर्वांची प्रचंड संयुक्त आघाडी निर्माण करण्याची आवश्यकता जाहीर केली. सर्व बाजूंनी नवचैतन्य व्यक्त होत होते. समाजवादी गट काँग्रेसमध्ये प्रगती करीत होता. लखनौला त्यांचा गट जरी लहान असला तरी त्याला महत्त्व प्राप्त झाले होते. १९३६ च्या डिसेंबरमधील फैजपूरच्या काँग्रेसमध्ये अशी सूचना केली होती की सर्व कामकरी व शेतकरी संघटना काँग्रेसच्या झेंड्याखाली एकत्र आणाव्या, पण ही सूचना मान्य झाली नाही. काँग्रेस कमिटीत ती १६ विरुद्ध ३५ मतांनी नामंजूर झाली आणि त्याऐवजी 'मास कॉन्टॅक्ट कमिटी' म्हणजे जनता संपर्क समिती स्थापन करून त्या मुद्द्याचा निकाल करावा असे ठरले. तथापि जनतेशी संपर्क साधून त्यांच्या सामाजिक व आर्थिक हिताच्या प्रश्नांत सर्व बाजूंनी लक्ष घातले जात होते, असे प्रत्ययास आले. शेतकऱ्यांच्या मागण्या विचारात घेऊन एक सविस्तर निनिश्चित स्वरूपाच्या शेतकऱ्यांसाठी कार्यक्रम आखण्याचे प्रयत्न चालू होते आणि पूर्वीच्या सूत-कमाई व उद्धाराच्या कार्यक्रमाची जागा नव्या कार्यक्रमाला देण्याचे ठरले. फैजपूरला तेरा मुद्द्यांवर आधारित असा जिल्हा पातळीवर शेतकऱ्यांचा कार्यक्रम मान्य झाला. त्यात पुढील विषयांचा समावेश झाला होता. सरकार सारा कमी करणे, जमीन महसूल कमी करणे, कर्जे रद्द करणे किंवा मोठ्या प्रमाणांत कमी करणे, वेटीची पद्धत आणि सरंजामांच्या मागण्या बंद करणे, शेतकीवर काम करणाऱ्या मजुरांना अत्यावश्यक वेतन मिळण्याची व्यवस्था करणे आणि शेतकऱ्यांना संघटना तयार करण्याचा अधिकार मिळण्याचा प्रयत्न करणे ही शेवटची मागणी अगदी सर्वसाधारण आणि अनधिकृत म्हणून केली गेली होती.

१९३६ च्या लखनौच्या एप्रिलमधील काँग्रेसच्या अधिवेशनापासून काँग्रेसच्या आधुनिक इतिहासाला सुरुवात झाली. तेव्हापासून धडाडीची प्रगती झालेली प्रत्ययास

येते. १९३६ च्या डिसेंबर महिन्यात झालेल्या फैजपूरच्या अधिवेशनाच्या वेळी काँग्रेसची सभासदसंख्या ६,३६,००० झाली होती. १९३७ अखेर म्हणजे काँग्रेसची प्रांतांतील मंत्रिमंडळे तयार झाल्यावर काँग्रेसची सभासदसंख्या तीस लाखांवर गेली. १९३८ च्या हरिपुरा काँग्रेसच्या फेब्रुवारीच्या अधिवेशनाच्या वेळी ती ३१,०२,००० वर पोहोचली. १९३८ अखेर तिने चाळीस लक्षांची मर्यादा ओलांडली. त्यावेळी केवळ एकट्या संयुक्त प्रांतात काँग्रेसची सभासदसंख्या साडेबारा लाख झाली होती. १९३९ सालच्या काँग्रेसच्या त्रिपुरा अधिवेशनाच्या वेळी, तिने पन्नास लाखाची मर्यादा गाठली.

## २. १९३७ चा निवडणूक विक्रम

नवीन घटनेबद्दलचे काँग्रेसचे धोरण, १९३४ साली जेव्हा तिने घटना समितीच्या मागणीचा ठराव पास केला, तेव्हा तत्त्वत: स्पष्ट झाले होते. नवीन कायद्याखाली होणाऱ्या निवडणुका लढविण्याचा ठराव लखनौ काँग्रेसने मान्य केला. १९३६ च्या ऑगस्ट महिन्यात निवडणूक जाहिरनामा बाहेर पडला आणि त्याला फैजपूरच्या अधिवेशनाने शिक्कामोर्तब केले. १९३६ डिसेंबरमधील फैजपूर काँग्रेसच्या ठरावाने निवडणुका लढविण्यामागील काँग्रेसचे निश्चित धोरण, जाहीर केले ते असे :

'गव्हर्नमेंट ऑफ इंडिया' चा १९३५ चा कायदा काँग्रेस पुन्हा एकदा संपूर्णपणे अमान्य करते. त्याचप्रमाणे ह्या देशांतील जनतेने आपली मागणी स्पष्टपणे जाहीर केली असताना जी घटना तिच्या इच्छेविरुद्ध तिच्यावर लादली जात आहे, ती संपूर्णपणे अमान्य करते. काँग्रेसच्या मते ह्या घटनेशी केलेले कोणतेही सहकार्य म्हणजे भारताच्या स्वातंत्र्यासाठी केलेल्या संघर्षाचा विश्वासघात करणे होय. त्यामुळे ब्रिटिश साम्राज्यशाहीची मगरमिठी घट्ट केली जाऊन ज्या साम्राज्यशाहीच्या वर्चस्वाखाली भारतीय जनता दारिद्र्याच्या खाईत लोटली गेली आहे, तिची आणखी पिळवणूक करण्यास साम्राज्यशाहीला संधी देण्यासारखे होईल म्हणून काँग्रेस आपला निश्चय जाहीर करते की, ह्या घटनेच्या आहारी न जाता किंवा तिच्याशी सहकार्य न करता तिच्या विरुद्ध कायदेमंडळांतून आणि त्यांच्या बाहेरून लढा द्यावयाचा की ज्यामुळे ती मोडीत निघेल. भारताची राजकीय व आर्थिक चौकट कशी असावी, ह्या संबंधात भारताबाहेरील कोणत्याही सत्तेची किंवा शक्तीची दादागिरी काँग्रेस मान्य करू शकत नाही आणि कोणीही असा प्रयत्न केल्यास, त्याला भारतीय जनता, संघटितपणे बिनतडजोडीचा विरोध करील. जी राज्यघटना भारतीयांनी तयार केली आहे, जी भारताच्या राष्ट्रीय स्वातंत्र्यावर अधिष्ठित आहे आणि जी त्याच्या गरजा आणि आकांक्षा ह्यांना

अनुसरून त्यांना आपला संपूर्ण विकास करून घेण्यास वाव देईल, अशीच घटना भारतीय जनता मान्य करील.

काँग्रेसला भारतात लोकशाही पद्धतीचे राज्य निर्माण करावयाचे आहे. त्यात संपूर्ण राजकीय सत्ता सामुदायिकरीत्या लोकांच्या ताब्यात घ्यावयाची आहे आणि सरकार त्याच्या परिणामकारक रीतीने ताब्यात राहील. प्रौढ मतदानाच्या हक्कांतून निवडून आलेली आणि ह्या देशाची घटना कशी असावी हे शेवटी ठरविण्याचा अधिकार असलेली घटना समितीच ते ठरवू शकेल. हे ध्येय लक्षात ठेवून काँग्रेस ह्या देशात कार्य करीत आहे व जनतेचे संघटन बनवीत आहे आणि हे ध्येय कायदेमंडळातील काँग्रेसच्या प्रतिनिधींनी सदैव डोळ्यासमोर ठेवले पाहिजे.

नवीन घटनेप्रमाणे कायदेमंडळाच्या निवडणुकीत निवडून आलेल्या काँग्रेस उमेदवारांनी अधिकारपदे स्वीकारावी किंवा नाही ते प्रांतिक निवडणुका झाल्यावर शक्य तितके लवकर ए. आय. सी. सी. ठरवील.

अधिकारपदे घ्यावी किंवा नाही ह्या बाबतीत फैजपूरच्या काँग्रेसच्या वेळी, मतभेद होते. बहुसंख्य लोकांच्या मते हा निर्णय घेण्याचे काम पुढे ढकलावे असे ठरले. एक उपसूचना डांगे यांनी (पूर्वीचा मीरत खटल्यातील कैदी व साम्यवादी पुढारी) मांडली. तिच्यात त्यांनी "कॉन्स्टिट्युअंट असेंब्ली" ची मागणी मिळविण्यासाठी जनता संघर्ष देण्याची तयारी करावी, असे सुचविले, तथापि ती काँग्रेस कमिटीत ४५ विरुद्ध ८३ मतांनी फेटाळली गेली आणि अधिवेशनात ती ६२ विरुद्ध ४५१ मतांनी नामंजूर झाली. अधिकारपदे स्वीकारू नयेत, अशा अर्थाची एक स्पष्ट उपसूचना काँग्रेस कमिटीत आली, ती ४८ विरुद्ध ८७ मतांनी नामंजूर झाली.

अखिल भारतीय पातळीवर निवडणुका लढविण्यासाठी राष्ट्रीय काँग्रेस ही एकच संस्था निवडणुकांच्या आखाड्यात उतरली. ह्या निवडणुकांच्या मोसमात छोटे छोटे कित्येक जातीयवादी व इतर पक्ष निरनिराळ्या प्रांतात निर्माण झाले. त्यात राष्ट्रीय काँग्रेसला विरोध करण्यासाठी काही सरकारी उत्तेजनामुळेही पुढे आले होते. तथापि अखिल भारतीय पातळीवर जनतेचे प्रतिनिधित्व करणारी, राष्ट्रीय काँग्रेस ही एकच संस्था होती. अशी राष्ट्रीय एकी असलेली संपूर्ण राष्ट्रीय स्वातंत्र्याची निश्चितपणे जाहीर मागणी करणारी, अनेक वर्षे लढा दिलेली, सर्रास तुरुंगवास भोगलेली अतिसांविधानिक जनता-संघर्ष दिलेली, अशी ही दिव्य शक्तीच, काँग्रेसच्या निवडणूक-विक्रमाला जबाबदार होती.

काँग्रेसच्या निवडणूक जाहीरनाम्यांत संपूर्ण राष्ट्रीय स्वातंत्र्याचे ध्येय आणि घटना-समिती ह्यांची ठळकपणे मागणी मांडली होती. साम्राज्यशाहीने देऊ केलेली घटना

नि:संदिग्धपणे निकामी ठरविली होती, आणि निवडणुका लढवून आपले प्रतिनिधी कायदेमंडळात पाठविण्याचा हेतु, वरील कायद्याशी सहकार्य करण्याचा नसून त्याला विरोध करून मोडीत काढण्याचा होता.'' ही गोष्ट स्पष्टपणे निवेदन केली होती. वरील जाहीरनाम्यात काँग्रेसने आपली तत्त्वेच स्पष्ट केली होती, असे नव्हे, तर तिने आपला पुढील कार्यक्रम जाहीर केला होता. लोकशाही पद्धतीने सामाजिक स्वातंत्र्य व समान हक्क ह्यांच्या मागण्या त्यात होत्या. त्याचप्रमाणे सर्वसामान्य जनतेला आवडेल व पटेल असा, सामाजिक व आर्थिक कार्यक्रमाचा आराखडा त्यात नमूद केला होता. निवडणुकीत काँग्रेसला जो जय मिळाला, त्याचे हे दुसरे कारण होते.

निवडणूक जाहीरनाम्यांतील काँग्रेसचा सामाजिक व आर्थिक कार्यक्रम विशेष महत्त्वाचा आहे. कारण त्यानंतरच्या काँग्रेस मंत्रिमंडळांना त्यात मार्गदर्शन केलेले आहे. त्यातील महत्त्वाचे भाग असे :

''काँग्रेसला ह्या गोष्टीची पूर्ण जाणीव आहे की, ह्या कायदेमंडळातून स्वातंत्र्य मिळविता येणार नाही किंवा दारिद्र्य आणि बेकारी हे प्रश्न परिणामकारक रीतीने सोडविता येणार नाहीत. तथापि काँग्रेस भारतीय जनतेसमोर आपला सर्वसाधारण कार्यक्रम मांडीत आहे, म्हणजे तिचे धोरण काय आहे आणि तिला शक्य झाले तर ती काय करील, ह्या गोष्टीची जनतेला कल्पना द्यावी.

''१९३१ च्या काँग्रेसच्या कराची अधिवेशनात काँग्रेसचे सर्वसाधारण धोरण मूलभूत हक्कांच्या ठरावात स्पष्ट केले होते. ते धोरण अजूनही खरे आहे. गेल्या पाच वर्षांच्या वाढत्या भीषणतेमुळे, गरिबी, बेकारी आणि इतर आर्थिक प्रश्न ह्यांना अधिक धार चढली आहे, त्यामुळे त्यांचा विचार करणे अधिक महत्त्वाचे झाले आहे.

''ह्या देशातील अत्यंत महत्त्वाचा आणि तातडीचा प्रश्न म्हणजे भीषण दारिद्र्य, बेकारी व शेतकऱ्यांचा कर्जबाजारीपणा. ह्याचे मुख्यकारण म्हणजे कालबाह्य जुलमी शेतसारा पद्धत व महसूल पद्धत आणि शेतीच्या उत्पादनांच्या किमतीत आलेली भयंकर मंदी हे होय.

''काँग्रेसने कराची अधिवेशनात केलेले निवेदन पुन्हा जाहीर करते की- जमिनीची पदावधी (टेन्युअर) महसूल मक्ता ह्यासंबंधात सुधारणा करण्यास काँग्रेस वचनबद्ध आहे. शेतजमिनीवरील बोजा समान करणे, लहान शेतकऱ्यांना त्वरित मदत करणे, आज देत असलेला मक्ता आणि महसूल ह्यात त्वरित कपात करणे आणि ज्या जमिनीतून शेतकऱ्याला काही उरत नाही त्याला सारा आणि महसूल माफ करणे, ह्या सुधारणा केल्या जातील.''

''कर्जबाजारीपणाकडे त्वरित लक्ष द्यावयास पाहिजे. त्यासाठी एक योजना तयार

करावयास हवी. तिच्यामध्ये अधिस्तगत म्हणजे मुदतवाढ (मॉरटॉरियम) जाहीर करणे, कर्जे कमी करण्याची व्यवस्था आणि राज्याकडून स्वस्त उसनवारी करण्याची व्यवस्था ह्यांचा समावेश व्हावयास पाहिजे. हा फायदा शेतकरी, मालकीची जमीन असलेले शेतकरी, लहान जमीन मालक व लहान व्यापारी ह्यांना मिळावयास पाहिजे.

''औद्योगिक कामगारांसंबंधात काँग्रेसचे धोरण असे राहील की त्यात कामगारांना योग्य प्रतिष्ठेचे जीवन जगता यावे. कामाचे तास आणि देशातील आर्थिक परिस्थिती विचारात घेऊन, आंतरराष्ट्रीय पद्धतीनुसार नोकरीतील सुखसोयी, मालक आणि मजूर ह्यांच्यातील तंटे सोडविण्यासाठी योग्य अशी यंत्रणा, म्हातारपणामुळे निर्माण होणाऱ्या आर्थिक अडचणींवर त्याचप्रमाणे आजार व बेकारी ह्यांच्या संबंधात उपाययोजना आणि आपले हित सांभाळण्यासाठी युनियन्स करून संप करण्याचा कामगारांचा हक्क ह्या गोष्टी मिळवून देण्यात येतील.

''काँग्रेसने ह्यापूर्वीच जाहीर केले आहे की, कोणत्याही क्षेत्रात, मग ते कायद्याचे क्षेत्र असो, सामाजिक असो किंवा अन्य कोणतेही क्षेत्र असो, स्त्री व पुरुष असा भेद काँग्रेस करणार नाही. प्रसूतिलाभ व स्त्रीकामगारांना संरक्षण ह्या बाबतीत काँग्रेसचे अनुकूल धोरण ह्यापूर्वीच जाहीर झालेले आहे. भारतीय भगिनींनी स्वातंत्र्याच्या लढ्यात प्रमुख भाग घेतलेला आहे, आणि स्वतंत्र भारतात उपलब्ध होणारे फायदे आणि कर्तव्ये ह्यांचे बाबतीत पुरुषांच्या बरोबरीने त्यांनी भाग घ्यावा, अशी काँग्रेसची अपेक्षा आहे.

''अस्पृश्यता नाहीशी करून हरिजन व इतर मागास जाती व जमाती ह्यांचा उद्धार करण्याचे काँग्रेसचे धोरण सुप्रसिद्ध आहे. काँग्रेसचे असे मत आहे की, ते समान नागरिक असावे आणि इतर नागरिकांप्रमाणे सर्व सामाजिक क्षेत्रात त्यांना समान हक्क असावे.

''खादी आणि ग्रामोद्योग ह्यांना उत्तेजन देणे हे काँग्रेसच्या कार्यक्रमातील एक प्रमुख धोरण आहे. मोठ्या उद्योगधंद्यात संरक्षण जरूर द्यावे, तथापि कच्चा माल तयार करणारे कामगार व उत्पादक ह्यांच्या हक्कांचे संरक्षण केले जावे आणि ग्रामोद्योग कार्याला योग्य तो मान दिला जावा.''

हा प्रशस्त लोकशाहीवादी कार्यक्रम आणि त्यांत औद्योगिक आणि शेतकरी श्रमजीवी लोकांच्या मागण्यांचा केलेला उल्लेख ह्यांनी बहुजन लोकांचे मत काँग्रेसकडे ओढले गेले. (प्रत्यक्ष मतदारांच्या संख्येपेक्षाही जास्त) आणि काँग्रेसच्या प्रचारात त्यांना बहुजन लोकांचा पाठिंबा मिळाला.

निवडणुकींच्या निकालांवरून राष्ट्रीय काँग्रेसला प्रचंड विजय प्राप्त झाला आणि

तो इतका मोठा होता की, त्यामुळे सरकार व सरकारी भविष्यवादी ह्यांना आश्चर्याचा धक्का बसला. इतकेच नव्हे तर, स्वातंत्र्यामागील संयुक्त राष्ट्रीय मनोदय जोरदारपणे व्यक्त झाला. सरकारने काँग्रेसला विरोध करण्यासाठी आपली सर्व शक्ती पणास लावली होती. प्रचारकार्य संपल्यावर राष्ट्रीय काँग्रेसच्या प्रमुख कार्यवाहाने जे प्रतिपादन दिले, त्यावरून काँग्रेसचा पराभव करण्यासाठी सरकारने अत्यंत उत्साहाने आपले वजन खर्च केले होते. ते प्रतिवेदन असे :

"सरकार संपूर्णपणे जागृत होते. काँग्रेसला विजय प्राप्त झाला तर तो नवीन घटनेच्या दृष्टीने अत्यंत तापदायक ठरेल, ह्या गोष्टीची सरकारला पूर्ण जाणीव होती. ह्या विरुद्ध प्रचार करीत असतानाच प्रत्यक्ष किंवा अप्रत्यक्ष रीतीने त्यांनी आपले वजन खर्च करण्याचा कार्यक्रम चालू ठेवला होता. त्यांनी नवीन पक्ष निर्माण करण्यास मदत केली. संयुक्त प्रांतातील "दि नॅशनल ॲग्रिकल्चरिस्ट पार्टी", पंजाबमधील "दि युनियनिस्ट पार्टी" आणि इतर ठिकाणचे पक्ष ह्या सर्वांना त्यांच्या प्रांतिक सरकारकडून पाठिंबा मिळाला होता." (१९३८ साली हरिपुरा राष्ट्रीय काँग्रेसला प्रमुख कार्यवाहाने पाठविलेले प्रतिवेदन.)

संयुक्त प्रांतात "कोर्ट ऑफ वॉर्डस" (पाल्याधिकरण) च्या कार्यवाहीने, एक अधिकृत पत्रक काढले होते, ते असे :

"ज्या वर्गाच्या हिताचे पाल्याधिकरण प्रतिनिधित्व करते आणि ज्या शेतकीच्या हिताची त्याला काळजी आहे, त्याच्या दृष्टीने निवडणुकीत काँग्रेस नेस्तनाबूत केली जावी, म्हणून जो उमेदवार, काँग्रेसला विरोध करण्यासाठी उभा असेल, त्याला पाल्याधिकरण, पाठिंबा देईल ह्या साठी. जिल्हाधिकाऱ्यांना आज्ञा केली आहे की, त्यांनी आपल्या प्रांतातील, मतदारसंघ नि:संघ ह्यांची पाहणी करावी आणि प्रत्येक मतदारसंघांत राजनिष्ठ उमेदवाराला मदत करण्याची शिकस्त करावी."

हे पत्रक काढल्याबद्दल सरकारकडून अधिकृत क्षमायाचना करण्यात आली, तथापि एवढे खरे की इतक्या उघडपणे नसले तरी गुप्तपणे, सरकारने काँग्रेस विरुद्ध आपले शक्य तेवढे वजन खर्ची घातले होते.

निवडणुकींच्या निकालांवरून काँग्रेसच्या विजयाची कल्पना येते. सर्वसाधारण १५८५ जागांपैकी, प्रत्यक्ष खुल्या अशा ६५७ जागाच होत्या. त्या कोणत्याही खास वर्गासाठी दिल्या गेल्या नव्हत्या व त्यांच्यात स्पर्धेला वाव होता. ही गोष्ट विचारात घेतली म्हणजे काँग्रेसच्या यशाचे मर्म स्पष्ट होते.

## १९३७ च्या प्रांतिक निवडणुकांचा निकाल

| प्रांत | एकूण जागा | सर्वसाधारण जागा | काँग्रेस | मुस्लिम लीग | स्वतंत्र | इतर |
|---|---|---|---|---|---|---|
| मद्रास | २१५ | ११६ | १५९ | ११ | – | ४५[1] |
| मुंबई | १७५ | ९९ | ८८ | २० | १० | ५७ |
| बंगाल | २५० | ४८ | ५० | ४० | ४३ | ११७[2] |
| संयुक्त प्रांत | २२८ | १२० | १३४ | २७ | ३० | ३७[3] |
| पंजाब | १७५ | ३४ | १८ | १ | – | १५६[4] |
| बिहार | १५२ | ७१ | ९८ | – | १५ | ३९ |
| मध्यप्रदेश | ११२ | ६४ | ७१ | – | १४ | २७ |
| आसाम | १०८ | ४० | ३५ | ९ | १४ | ५० |
| वायव्य सरहद्द प्रांत | ५० | ९ | १९ | – | २ | २९ |
| ओरिसा | ६० | ३८ | ३६ | – | – | २४ |
| सिंध | ६० | १८ | ७ | – | – | ५३ |
| एकूण | १५८५ | ६५७ | ७१५ | १०८ | १२८ | ६३४ |

मद्रासमध्ये काँग्रेसला संपूर्ण बहुसंख्या मिळाली (त्याचप्रमाणे वरच्या गृहातही), मुंबई, संयुक्त प्रांत व बिहार (वरच्या गृहातही), मध्यप्रदेश आणि ओरिसा ह्या प्रांतात काँग्रेसला निश्चित बहुमत मिळाले. बंगाल आणि आसाममध्ये एक सर्वात मजबूत पक्ष म्हणून ती निवडून आली. नेमस्त (म्हणजे मवाळ) सर्वत्र पराभूत झाले. अधिकृतरीत्या सरकारची सहानुभूती असलेली 'जस्टिस पार्टी' (पूर्वीचा ब्राह्मणेतर पक्ष) जी एकदा मद्रासमध्ये अत्यंत वजन बाळगून होती, तिला फक्त $\frac{1}{१२}$ जागा मिळून निखळून पडावे लागले. सरकारी पाठिंबा असलेल्या "नॅशनल अग्रिकल्चरिस्ट पार्टी" ला संयुक्त प्रांतात "जस्टिस पार्टी" पेक्षाही आपटी खावी

---

१. जस्टिस पार्टींच्या १७ धरून.

२. प्रजा पार्टींच्या ३८ धरून.

३. नॅशनल ॲग्रिकल्चरिस्ट पार्टींच्या १६ धरून.

४. बहुतेक युनियनिस्ट पार्टींच्या.

लागली. फक्त पंजाब आणि सिंध मध्ये काँग्रेसला हार खावी लागली.

काँग्रेसने ज्या जागा मिळविल्या, त्या बहुतेक सर्व 'खुल्या' जागा होत्या. ५८ मुस्लिम जागांमध्ये चुरस झाली. त्यांपैकी २६ काँग्रेसने जिंकल्या (१५ वायव्य सरहद्द प्रांतात) काही मजुरांच्या, शिखांच्या व ख्रिश्चन लोकांच्या जागाही काँग्रेसने जिंकल्या. ४ जमीनदारांच्या व ३ वाणिज्य व उद्योगधंदे यांसाठी असलेल्याही जागा काँग्रेसने जिंकल्या.

काँग्रेसच्या निवडणुकीतील विजयाचा साम्राज्यशाहीवर प्रचंड परिणाम झाला. लंडन टाइम्स जो राष्ट्रीय काँग्रेस ही अत्यल्प लोकांचे प्रतिनिधित्व करते म्हणून ओरड करीत असे, त्याला आपला जुना बकवा सोडून निराळे मत व्यक्त करणे भाग पडले. टाइम्स लिहितो :

"पुन्हा एकदा निवडणुकींनी हे सिद्ध केले आहे, की काँग्रेस हा एकच पक्ष असा आहे की जो प्रांतिक मर्यादा ओलांडून संघटित झाला आहे. त्याचे यश डोळ्यांत भरण्यासारखे आहे. एकंदरीत काँग्रेसला बरे यश मिळाले आहे आणि तिचा विजय हा जरी तिच्या उत्तम संघटनेमुळे झाला असला, तरी इतर पक्षांतील फाटाफूट व पुराणमतवादी पक्षांतील संघटनेचा अभाव हा ही तिच्या फायद्यावर पडला. तथापि ह्याच कारणांमुळे तिला एवढे यश मिळाले, असे म्हणता येत नाही. ह्या पक्षाचा कार्यक्रम अधिक निश्चित स्वरूपाचा आणि त्याच्या विरोधी पक्षांच्या मानाने अधिक रचनात्मक आहे. शेतकऱ्यांच्या मतदारसंघांत जेथे तिला अपेक्षेबाहेर यश मिळाले आहे, त्याचे कारण तिने ग्रामीण भागांत बऱ्याच सुधारणा करण्याचा कार्यक्रम जाहीर केला आहे. ग्रामीण भागांतील लाखो लोकांना ज्या विषयांत कळकळ आहे, त्यावरील काँग्रेसच्या धोरणामुळे त्यांनी काँग्रेसला आपली मते दिली, त्याचप्रमाणे ज्यांना मतदानाचा हक्क नाही अशाही अनेक लोकांनी तिला पाठिंबा दिला.''

(९ मार्च १९३७ चा ''दि टाइम्स'')

शेवटचा मुद्दा विशेष महत्त्वाचा आहे. साडेपंधरा दशलक्ष लोकांनी दिलेला हा निकाल, विशेषत: प्रचंड बहुसंख्येने दिलेला काँग्रेसला पाठिंबा हा डोळ्यात भरण्यासारखा आहे. कारण अनेक भेदाभेद करून व अनेक तऱ्हेने विभाजन केलेले मतदारसंघ व त्यांच्या वरील निरनिराळ्या मर्यादा ह्यातून मिळविलेला जनतेचा अपूर्व पाठिंबा ह्या गोष्टीमुळे सामाजिक प्रगती आणि राष्ट्रीय ध्येय, ही निश्चितपणे स्पष्ट झाली. तरीही ज्या सर्वसाधारण जनतेने मतदान केले, त्यांच्यावर सरकारने घातलेली बंधने नसती तर ज्या काँग्रेसच्या कार्यक्रमाने जनतेची मते खेचून घेतली, असे टाइम्स म्हणतो, त्यांनी हे यश आणखी किती नेत्रदीपक करून सोडले असते, ह्याची कल्पनाच केलेली बरी.

### ३. काँग्रेसची प्रांतिक मंत्रिमंडळे

निवडणुका झाल्यावर ज्या प्रांतात काँग्रेसचे उमेदवार बहुसंख्येने निवडून आले होते, त्या प्रांतात मंत्रिमंडळ बनविण्याचा प्रश्न निकालात काढावयाचा होता. मार्च १९३७ मध्ये ऑल इंडिया काँग्रेस कमिटीने बऱ्याच चर्चेनंतर काही अटींवर मंत्रिमंडळे बनविण्यास परवानगी दिली. त्या अटी अशा :

‘‘ज्या प्रांतातील कायदेमंडळात काँग्रेसला बहुमत आहे अशा प्रांतात सत्ता स्वीकारण्यास हरकत नाही. मात्र ती एका अटीवर घ्यावी. ती अट अशी : कायदेमंडळातील पक्षप्रमुखाची खात्री पाहिजे व त्याने असे जाहीर रीतीने सांगितले पाहिजे की, ते जी सांविधानिक स्वरूपाची कामे करतील त्यात राजप्रमुख आपल्या खास अधिकारांचा उपयोग करून कामात ढवळाढवळ करणार नाही. किंवा मंत्र्यांनी दिलेल्या सल्ल्याचा अव्हेर करणार नाही.’’

ह्या धोरणाचा गांधीजींनी सविस्तर खुलासा केला होता व तो १२७ विरुद्ध ७० मतांनी मान्य झाला. समाजवादी व काँग्रेसमधील ‘डाव्या’ मताच्या पुढाऱ्यांचा सत्तेचा स्वीकार करण्यास विरोध होता, त्याना त्यांत अशी भीति वाटत होती कीं, हा सत्ता स्वीकार म्हणजे साम्राज्यशाहीशी सहकार्य करण्यासारखे होते व तो सरकारशी द्यावयाच्या बहुजन समाजाच्या लढ्याचा पर्यायी उपाय ठरेल. सत्तास्वीकाराविरुद्ध त्यांनी मांडलेली उपसूचना १३५ विरुद्ध ७८ मतांनी नामंजूर झाली. काँग्रेसमधील, रचनात्मक कार्यात अधिक फायदा आहे, अशा मताच्या पुढाऱ्यांवरील अविश्वासामुळे वरील उपसूचना पुढे आली होती. त्यांना ह्या पुढाऱ्यांबद्दल अशी भीति वाटत होती की, ते काँग्रेसचे धोरण बदलून साम्राज्यशाहीशी सहकार्य करण्याचे धोरण प्रभावी करतील.

सत्ता स्वीकार करण्याचा ठराव झाल्यावरसुद्धा, प्रत्यक्ष पदाधिकार स्वीकारण्यास तीन महिने विलंब लागला. काँग्रेसला सरकारकडून असे जाहीर आश्वासन पाहिजे होते की सत्ता स्वीकार केल्यानंतर मंत्र्यांनी योजलेल्या घटनात्मक कार्यात राजप्रमुख आपल्या खास अधिकारांचा उपयोग करून मंत्र्यांच्या कामात ढवळाढवळ करणार नाहीत. दरम्यान एक एप्रिलला (जो ‘‘सर्व मूर्खांचा दिवस’’ म्हणून समजला जातो, तोच दिवस साम्राज्यशाहीच्या राजवटीत अधिकारपदे स्वीकारण्यासाठी निवडण्यात काही हेतू होता किंवा काय न कळे.) नवीन घटनेचे उद्घाटन करण्यात आले. त्या दिवशी सर्वत्र संपूर्ण परिणामकारक हरताळ पाडण्यात आला. काँग्रेस आणि सरकार ह्यांच्यामधील वाटाघाटी चालूच होत्या व त्यात कोंडी निर्माण झाली होती. त्यामुळे मध्यंतरीच्या काळात कायदेमंडळात निश्चित

बहुमत नसतानासुद्धा हंगामी मंत्रिमंडळे तयार करण्यात आली. २२ जूनला गव्हर्नर जनरलने एक जाहिरनामा काढला, तेव्हा वरील कोंडी फुटली. ह्या जाहिरनाम्यात गव्हर्नर जनरलने असे स्पष्टपणे जाहिर केले की, 'राजप्रमुख हे निवडून आलेल्या मंत्र्यांशी तंटे तर करणार नाहीतच; मग ते कोणत्याही पक्षाचे असोत, ह्या उलट अशा तऱ्हेचा एखादा तंटा होण्याचा संभव निर्माण झाला, तर तो मिटवण्यासाठी ते शक्यतो प्रयत्न करतील.' ह्या गव्हर्नर जनरलच्या आश्वासनानंतर काँग्रेसने अधिकारपदे स्वीकारण्यास परवानगी दिली. मात्र ती देताना, ''काँग्रेस वर्किंग कमिटी''ने आपल्या अखेरच्या ठरावात असे म्हटले की, ''व्हाइसरॉय व इतर ह्यांनी काँग्रेसच्या मागणीप्रमाणे आश्वासन देण्याचा प्रयत्न केला असला तरी ए. आय. सी. सी. च्या ठरावात ज्या स्वरूपाचे आश्वासन मागण्यात आले होते, त्या दृष्टीने सरकारचे आश्वासन पुरे नाही.''

१९३७ च्या जुलै महिन्यात ज्या प्रांतात काँग्रेसला संपूर्ण बहुमत होते अशा सहा प्रांतांत मंत्रिमंडळे बनविण्यात आली. ते प्रांत असे : मुंबई, मद्रास, संयुक्त प्रांत, बिहार, मध्यप्रदेश आणि ओरिसा. त्यानंतर वायव्य सरहद् प्रांतातील निवडून आलेल्या आठ काँग्रेस सभासदांनी काँग्रेसची शिस्त मान्य केल्याचे कबूल करून (स्वाक्षरी करून केलेल्या जाहिरनाम्याप्रमाणे) काँग्रेसला निश्चित स्वरूपाचे बहुमत प्राप्त करून दिले. त्यामुळे वायव्य सरहद् प्रांतातही काँग्रेसचे मंत्रिमंडळ निर्माण झाले. अशा प्रकारे 'ब्रिटिश इंडिया' मधील ११ प्रांतांपैकी ७ प्रांतांत काँग्रेसची मंत्रिमंडळे अस्तित्वात आली. ह्या सर्व प्रांतांची लोकसंख्या १६० दशलक्ष होती. म्हणजे ब्रिटिश इंडियाच्या एकूण लोकसंख्येच्या $\frac{3}{5}$ होती, आणि भारताच्या एकूण लोकसंख्येच्या $\frac{2}{5}$ होती. त्यानंतर आसाम आणि सिंध ह्या प्रांतात काँग्रेसची संमिश्र मंत्रिमंडळे बनविली गेली.

काँग्रेसची प्रांतिक मंत्रिमंडळे दोन वर्षावर अधिकारावर होती. पुढे लढाईची भीषण परिस्थिती निर्माण झाली, केंद्रीय सरकारशी त्यांचे पटेनासे झाले व नोव्हेंबर १९३९ मध्ये त्यांनी अधिकारत्याग केला. ह्या दोन वर्षांत त्यांनी केलेल्या कार्यावर राष्ट्रीय चळवळीत कडक मतभेद निर्माण झाले.

प्रांतांतील काँग्रेस मंत्रिमंडळे ही आधुनिक संसदीय अर्थाने सरकारे नव्हती. १९३८ च्या ऑगस्ट महिन्यात गांधीजींनी ''हरिजन''मध्ये एक लेख लिहिला, त्यात त्यांनी काँग्रेसच्या मंत्रिमंडळाचे अधिकार किती मर्यादित होते, ह्याचे विस्तृत वर्णन केले, आणि खऱ्या स्वातंत्र्याच्या लढ्यासाठी मंत्रिमंडळातील त्यांची कारकीर्द पूरक व्हावी अशी अपेक्षा व्यक्त केली, ती अशी :

''लोकशाहीवादी ब्रिटनने भारतात जी शासनसंस्था निर्माण केली आहे, ती फार डोके चालवून केली आहे. तिची तुम्ही अगदी खोलवर पाहणी केलीत तर अत्यंत

संघटित अशी ती सैनिकी सत्ता आहे, असे आपणास आढळून येईल. आजच्या 'गव्हर्नमेंट ऑफ इंडिया ॲक्ट' प्रमाणेही ती वरीलसारखीच आहे. खऱ्या सत्तेच्या दृष्टीने मंत्री हे बाहुली आहेत. कलेक्टर आणि पोलिस हे, राजप्रमुखाची आज्ञा होताच, मंत्र्यांना बाजूला काढतील, कैद करतील व तुरुंगात टाकतील. म्हणून मी असे सुचविले की, काँग्रेसने अधिकार स्वीकार केला आहे, तो ज्यांनी हा कायदा तयार केला त्यांच्या अपेक्षेप्रमाणे. तो यशस्वी करण्यासाठी नव्हे तर ज्या दिवशी हा कायदा बदलून त्याच्याजागी खऱ्या अर्थाने भारताने तयार केलेला कायदा चालू करता येईल. अशी परिस्थिती लवकर येईल असा प्रयत्न करावा.''

असे धोरण फक्त क्रांतिकारक पुढारी अमलात आणू शकले असते. ही मंत्रिमंडळे ज्या प्रभावी मवाळ पुढाऱ्यांच्या ताब्यात होती, त्यांनी प्रत्यक्षात निराळे धोरण अमलात आणले. ''वस्तुत: काँग्रेसच्या मंत्र्यांनी कायदा करणारांच्या अपेक्षेप्रमाणेच तो कार्यवाहीत आणला'', आणि साम्राज्यशाहीच्या प्रतिनिधींनी हा प्रयोग यशस्वीरीतीने पार पाडल्याबद्दल आपले समाधान व्यक्त करण्याची टाळाटाळ केली नाही. सुरुवातीला काही मर्यादित स्वरूपात सुधारणा करण्यात आल्या. उदाहरणार्थ, नागरी-स्वातंत्र्य, शेतीसंबंधाचे कायदे आणि सामाजिक, शैक्षणिक व आरोग्यविषयक सुधारणा करण्याचे काही प्रयत्न केले गेले. तथापि ह्या सुधारणा, साम्राज्यशाहीच्या मूलभूत सत्तेला किंवा पिळवणुकीला किंवा बहुसंख्य जनतेच्या दारिद्र्याच्या प्रश्नाला हात घालू शकल्या नाहीत. ह्या सुधारणांच्या बदल्यात काँग्रेस मंत्र्यांनी सत्तेवर राहून हळूहळू पण उघडपणे साम्राज्यशाहीच्या शासनाचे हस्तक बनून जनतेच्या विरुद्ध वागण्यास सुरुवात केली.

काँग्रेसच्या मंत्र्यांची सर्वांत मोठी कामगिरी नागरी स्वातंत्र्याच्या बाबतीत प्रत्ययास आली. सुरुवातीच्या काळात ह्या क्षेत्रातील प्रगती ठळकपणे अनुभवास आली. हळूहळू सर्व राजकीय कैदी सोडण्यात आले. ह्यामध्ये १९२२ सालच्या चौरीचौऱ्याच्या खटल्यातील गुन्हेगार आणि १९२१ च्या मोपल्यांच्या दंग्यातील गुन्हेगार, ह्यांचाही समावेश झाला होता. ग-हवालच्या बंदूकधाऱ्यांना सुद्धा सोडण्यात आले. कित्येक राजकीय संस्थांवरील बंदी उठविण्यात आली (तथापि साम्यवादी पक्षावर केंद्रीय सरकारने घातलेली बंदी चालूच राहिली). राजकीय कार्यकर्त्यांच्या हालचालींवर घातलेली बंधने काढून घेण्यात आली. वर्तमानपत्रांतून जातमुचलका म्हणून घेतलेले पैसे परत करण्यात आले. ज्या वर्तमानपत्रांच्या राजकीय धोरणामुळे त्यांना सरकारी छपाईचे काम किंवा जाहिराती द्यावयाच्या नव्हत्या, अशा वर्तमानपत्रांची नावे ''काळ्या यादीत'' घातलेली होती. अशा याद्या रद्द करण्यात आल्या. छपाई

आणि प्रसिद्धी ह्या संबंधात काही प्रमाणात स्वातंत्र्य देण्यात आले, विशेषत: ज्या प्रांतात काँग्रेसची मंत्रिमंडळे सत्तेवर होती, अशा प्रांतात ते दिले गेले. ह्याचा परिणाम असा झाला की, राजकीय विचारप्रवर्तक साहित्यात प्रचंड प्रमाणात वाढ झाली.

काँग्रेसची मंत्रिमंडळे ही साम्राज्यशाहीच्या पोलिस शासनाचे हस्तक होते. ही गोष्ट सुरुवातीसच उघडकीस आली. सुरुवातीच्या काही महिन्यांतच एक धक्का बसला. मद्रासच्या काही काँग्रेस समाजवादी पुढाऱ्यांना राजद्रोहाबद्दल सहा महिने सक्तमजुरीची शिक्षा देण्यात आली. काही प्रकरणात अप्रिय झालेला पिनल कोडाचा सेक्शन १२४ अ (राजद्रोही प्रचाराबद्दल) आणि सेक्शन १४४ (सभाबंदी बद्दल) ह्यांचा उपयोग करण्यात आला. पूर्वी काँग्रेसने ह्याच दडपशाहीच्या कलमांबद्दल भयंकर संताप व्यक्त केला होता. काँग्रेसच्या वर्तमानपत्रांत ह्या घटनांबद्दल कडक मतभेद निर्माण झाले. असाधारण आश्चर्यकारक लवचिकपणा असलेल्या ''अहिंसेच्या'' तत्त्वज्ञानात पोलिस कारवाई आणि हिंसेचा प्रचार केल्याच्या गुन्ह्याबद्दल कारावास ह्या गोष्टींचा समावेश करण्यात आला. 'हिंसेचा प्रचार' हा शब्दप्रयोग सत्तेवर असलेल्या पक्षाच्या विरोधी लोकांनी बहुजन समाजाचा लढ्याचा प्रचार केल्याबद्दल गुन्हा म्हणून सहज वापरण्यात येऊ लागला. ह्या तंत्र्यामध्ये काँग्रेसमधील वरचा वर्ग आणि मवाळ वृत्तीचे लोक ह्यांना शेतकरी-कामकरी वर्गाची चळवळ वेगाने प्रगती करील अशी भीती वाटू लागली.

सामाजिक व आर्थिक क्षेत्रांत नव्या मंत्रिमंडळांनी फार मर्यादित कार्यक्रम कार्यवाहीत आणला. आजच्या शेतकीच्या कायद्यांतील प्रचंड अडथळे व साम्राज्यशाहीच्या राजवटीखालील आर्थिक प्रश्न ह्यांबद्दल त्यांनी काही एक कारवाई केली नाही. काँग्रेसच्या पुढाऱ्यांपैकी ज्या मवाळ वृत्तीच्या गटांत त्यांचे वजन होते, अशा जमीनदार व श्रीमंत लोकांच्या बाबतीत मंत्रिमंडळांनी फार आपुलकी दाखविली.

शेतकऱ्यांच्या बाबतीत काही कायदे त्वरित करण्यात आले. शेतकऱ्यांच्या कर्जबाजारीपणाबद्दल पूर्वीच्या कर्जाच्या थकबाकीपैकी काही भाग रद्द करण्यात आला. उदाहरणार्थ, ''दि मद्रास ॲग्रिकल्चरिस्ट डेट रिलीफ ॲक्ट.'' संयुक्त प्रांत व मुंबई येथील शेतकऱ्यांना मुदतवाढ करून देण्यात आली. कर्जे कमी करण्यात आली त्याचप्रमाणे व्याजाच्या दरावरही मर्यादा घालण्यात आली. सर्वसाधारणपणे ६.९ टक्के व्याजाचा दर ठरविण्यात आला. कूळ कायदा करण्यात आला. त्यामुळे शेतकऱ्याला शेतावरून काढून टाकणे, मक्त्यात वाढ करणे, अवैध कर वसूल करणे आणि बाकी राहिलेल्या मक्त्यावरील व्याजाला मर्यादा घालणे ह्या दृष्टीने त्याचा प्रतिबंधक म्हणून उपयोग झाला. काही प्रमाणात जमीन महसूल माफ करण्यात आला. नोकरनाम्याखाली जखडून पडलेल्या ४०,०००

दुबळ्यांना स्वतंत्र करण्यात आले.

शेतीविषयक केलेल्या कायद्याला फार मर्यादित वाव होता. शेतकऱ्यांच्या प्रखर चळवळी व निदर्शने करून तो वाढवून घ्यावा लागला, तथापि त्यांना हट्टी जमीनदारांनी कडवा विरोध करून, आपले वजन खर्च करून तो सौम्य करून घेतला. एकूण कर्जाच्या मानाने जे कर्ज कमी करण्यात आले ते फार थोडे होते. कूळ कायद्यामुळे अल्पसंख्य शेतकऱ्यानांच फायदा झाला. (बॉम्बे टेनन्सी बिल ला जोडलेल्या निवेदनावरून फक्त चार टक्के शेतकऱ्यांना त्याचा फायदा होणार होता.) मक्त्याच्या मुख्य बोजावर त्याचा परिणाम झाला नाही. शेतमजुरांवर त्याचा काहीच परिणाम झाला नाही. मद्रासच्या लोकसंख्येत त्यांच्या संख्येचे प्रमाण जरी ४२ टक्के होते, तरी त्यांना ''अॅग्रिकल्चरिस्ट डेट रिलीफ अॅक्ट'' मधून वगळण्यात आले. शेतीविषयक केलेल्या सर्व कायद्यांतील ह्या मर्यादा स्पष्ट होत्या. ह्यावरून एवढे उघड झाले की, ह्या पद्धतीने काही किरकोळ स्वरूपाचे फायदे जरी त्वरित मिळविता आले, तरी प्रचंड फायदे मोठ्या प्रमाणात मिळविण्यासाठी फार मोठ्या प्रमाणात कडक उपाययोजना करावी लागेल. जमीनदाराच्या विरोधाला धैर्याने तोंड देण्याची मंत्र्यांची कुवत नाही असे दिसताच, बिहार, ओरिसा आणि संयुक्त प्रांत येथील शेतकऱ्यांच्या चळवळीला जोर आला आणि काँग्रेस व जमीनदार ह्यांचा बिहारमध्ये जो समझोता झाला होता, त्याचा निषेध करण्यात आला. सर्वसाधारणपणे कूळकायदा हा फारसा परिणामकारक झाला नाही. त्याने मोठ्या शेतकऱ्यांचा फायदा झाला पण जे शेतकऱ्यांचे शेतकरी झाले होते व ज्यांच्या जमिनी गेल्या होत्या, त्यांना त्यांचा फायदा मिळाला नाही.

औद्योगिक कामगारांच्या क्षेत्रात चळवळीची प्रगती झाली. काँग्रेस मंत्रिमंडळांनी वेतन वाढ व ट्रेड युनियन संघटना ह्यांना उत्तेजन दिले. १९३७ मध्ये संपाचे दिवस नऊ दशलक्ष झाले म्हणजे पूर्वीच्या तीन वर्षांच्या एकूण बेरजेइतके भरले आणि १९२९ पासून धरल्यास तो आकडा सर्वांत अधिक होता. ज्या कामगारांनी संपात भाग घेतला त्यांची संख्या ६,४७,००० किंवा आजपर्यंत कधीही झाली नव्हती एवढी ती होती. काँग्रेस मंत्रिमंडळांनी संपाच्या ऐवजी समझोत्याची खटपट केली व त्यासाठी ट्रेड डिसप्यूट्स अॅक्टचा उपयोग केला, आणि वेतनवाढ मिळवून दिली. ''बॉम्बे टेक्स्टाईल लेबर इन्क्वायरी कमिटी''ने गिरणी कामगारांना वेतनवाढ दिली, आणि गिरणीमालकांच्या विरोधाला न जुमानता ती देण्यात आली. संयुक्त प्रांतातील काँग्रेस सरकारने कानपूरच्या संपात तडजोडीला मदत केली आणि वेतनवाढ करून दिली व युनियनला मान्यता दिली आणि १९३८ साली जेव्हा गिरणीमालक विरोध करू लागले तेव्हा काँग्रेस व कामगार ह्यांच्या एकजुटीला विजय मिळाला.

युद्ध-वेधातील राष्ट्रीय आंदोलन / ५२९

संपाच्या चळवळीच्या बाबतीत, संप करण्याच्या हक्काबद्दल आणि ट्रेड युनियनला मान्यता देण्याच्या संबंधात कठीण समस्या निर्माण झाली. मद्रासमध्ये तंट्याच्यावेळी काँग्रेस सरकारने सदैव कामगारांच्या विरुद्ध बाजू घेतली. सोलापूरमध्ये १४४ कलम जारी करण्याच्या बाबतीत (मिरवणुकींना किंवा पाच किंवा अधिक लोकांच्या जमावाला) मुंबई सरकारमध्ये कठीण समस्या निर्माण झाल्या. त्याचप्रमाणे संपाच्या विरुद्ध किंवा इतर कामगार चळवळीविरुद्ध शासकीय उपाययोजना करण्याच्या बाबतीत आणि १९३८ च्या उत्तरार्धात ''बॉम्बे इंडस्ट्रियल ट्रेड डिस्प्यूट्स बिला'' संबंधात तीव्र मतभेद निर्माण झाले. ह्या कायद्याप्रमाणे कामगारांच्या संप करण्याच्या हक्कावर तात्पुरते चार महिन्यांच्या विलंबाचे बंधन घालण्यात आले आणि त्या काळात तडजोडीच्या यंत्रणेने कारवाई करावी, आणि तेवढ्या मुदतीत जर संप केला तर तो बेकायदेशीर ठरला जावा असे ठरविण्यात आले. युनियन्सना मान्यता देण्याच्या बाबतीतसुद्धा ह्या कायद्याने अडचणी निर्माण केल्या होत्या. अप्रत्यक्षपणे ह्यामुळे कंपन्यांच्या युनियन्स किंवा मालकांच्या मर्जीतल्या युनियन्सची सोय झाली होती. ट्रेड युनियन्सच्या अभिवेदनासंबंधात ह्या बिलात काही सोयी करण्यात आल्या होत्या. तथापि मूलभूत तत्त्वे कायमच होती आणि सात नोव्हेंबरला ''बॉम्बे प्रॉव्हिन्शियल ट्रेड युनियन काँग्रेस''ने विरोध व्यक्त करण्यासाठी संपाचा आदेश दिला. ह्या विरोधदर्शनाच्या संपाला प्रचंड प्रतिसाद मिळाला, त्यावर पोलिस कारवाई झाली, त्यात काही लोक जखमी झाले व एक मृत्यू झाला.

सामाजिक सुधारणांच्या बाबतीत काँग्रेस मंत्रिमंडळांनी आपले मुख्य लक्ष दारूबंदीवर केंद्रित केले व ते स्थानिक पातळीवरून विस्तृत व्हावयाचे होते. (साम्राज्यशाहीच्या सरकारने दारू व अन्य गुंगी आणणारी पेये ह्यांना उत्तेजन देऊन उत्पन्न वाढविले होते. ह्या उलट दारूबंदी म्हणजे प्रचंड आर्थिक तोट्याची बाब होती.) शैक्षणिक सुधारणा करण्यासाठी एक योजना आखण्यात आली. तथापि मोठ्या प्रमाणावर महत्त्वाच्या शैक्षणिक कार्यक्रमासाठी बराच पैसा लागणार होता आणि त्याचाच तुटवडा होता. संयुक्त प्रांतात सामाजिक क्षेत्रात सुधारणा करण्याचा प्रयत्न झाला, तो म्हणजे कारखान्यांतील स्त्री-कामगारांना प्रसूतिलाभ (मॅटरनिटी बेनिफिट्स) मिळण्यासंबंधात कायदा करण्यात आला. आर्थिक मर्यादांच्या अनुरोधाने सामाजिक आरोग्याच्या बाबतीत काही योजना सुरू करण्यात आल्या. विशेषत: खेड्यांमध्ये स्थानिक पाणी-पुरवठा आणि स्वच्छता ह्या संबंधात वाढ करण्यात आली. काँग्रेस मंत्रिमंडळांना अत्यंत तापदायक ठरलेली समस्या ही आर्थिक बाबतीत होती. त्यामुळे त्यांच्या योजना कार्यवाहीत आणण्याच्या प्रत्येक वेळी त्यांचा नाइलाज झाला. साम्राज्यशाहीच्या ताबेदारीत अशा

प्रकारे कार्य करण्याचे बाबतीत ती मंत्रिमंडळे अगतिक झाली. पैशाच्या तुटीमुळे त्याच्या कामगिरीवर किती मर्यादा लादल्या गेल्या, ही गोष्ट प्रांतिक सरकारांच्या अर्थसंकल्पावरून सहज स्पष्ट होते.

## शिक्षणावरील खर्च
### (हजार रुपयांच्या संख्येत)

|  | १९३७-३८ | १९३८-३९ | १९३९-४० |
|---|---|---|---|
| संयुक्त प्रांत | २०,६१५ | २०,८५२ | २१,२४२ |
| मुंबई | १६,८०५ | १९,०६४ | २०,०१७ |
| मद्रास | २५,७९६ | २६,१९८ | २६,३५७ |

## सार्वजनिक आरोग्यावरील खर्च
### (हजार रुपयांच्या संख्येत)

|  | १९३७-३८ | १९३८-३९ | १९३९-४० |
|---|---|---|---|
| संयुक्त प्रांत | २,२५२ | २,४५८ | २,३६५ |
| मुंबई | २,४०६ | २,७५४ | २,८१० |
| मद्रास | ४,४०७ | २,६५७ | २,७३० |

काँग्रेसने प्रांतिक मंत्रिमंडळे बनविल्यामुळे सुरुवातीचा एक नवा अनुभव त्यांना मिळाला, त्यामुळे त्या मंत्र्यांना प्रचंड कर्तबगारी करून दाखविता आली, अशातला भाग नव्हे, तर राष्ट्रीय चळवळीच्या दृष्टीने नवीन अपेक्षा निर्माण झाल्या, नवचैतन्य प्रत्ययास आले, आत्मविश्वास वृद्धिंगत झाला, जनतेत जागृती उत्पन्न झाली व अशा प्रकारे राष्ट्रीय चळवळीची नेत्रदीपक प्रगती झाली. तथापि अकरणात्मक बाजूही तेवढीच जड झाली. दोन वर्षांच्या काँग्रेसच्या मंत्रिमंडळांच्या अनुभवावरून, तडजोड करण्याची प्रवृत्ती असलेल्या पुढाऱ्यांना साम्राज्यशाहीच्या ताबेदारीत असलेल्या शासनात काम करण्यास वाव देण्यात किती धोका आहे, ही गोष्ट वाढत्या प्रकर्षाने प्रत्ययास आली. प्रभावी मवाळ पुढाऱ्यांच्या परिणामकारक हुकमतीखालील काँग्रेस व तिचे मंत्री हे साम्राज्यशाहीबरोबर वाढत्या प्रमाणात तडजोड करण्याचा प्रयत्न करीत होते. अधिक उघडपणे वरच्या वर्गाच्या जमीनदारांच्या व उद्योगपतींच्या हितासाठी धडपडत होते आणि बहुजन समाजाची चळवळ किंवा तिच्या संबंधीची लढाऊ वक्तव्ये ह्या बद्दल वाढता व स्पष्ट विरोध व्यक्त करीत होते. मंत्रिमंडळाच्या कामाचा प्रत्यक्ष अनुभव आल्यावर, असंतोष वाढला. स्वातंत्र्यासाठी

राष्ट्रीय संघर्षाची गरज, तीव्रतेने अधिक उघड होऊ लागली आणि काँग्रेसच्या मंत्रिमंडळामार्फत स्वातंत्र्याचे ध्येय सिद्धीस जाणे शक्य नाही, हे उघड झाले. ह्यामुळे राष्ट्रीय चळवळीचा नवीन निर्वाणीचा क्षण वाढीस लागला.

## ४. संघराज्याची घटना व वाढता निर्वाणीचा क्षण

१९३८ फेब्रुवारी रोजी हरिपुरा येथे भरलेल्या काँग्रेसच्या अधिवेशनाने, घटनेच्या संघराज्यविषयक आपले धोरण आणि ते अमलात आणण्याची योजना, ह्याबद्दल निश्चित स्वरूपाचा ठराव केला. सर्वानुमते पास झालेल्या ठरावात असे जाहीर केले की :

"काँग्रेसने नवी घटना अमान्य केली आहे आणि असे जाहीर केले आहे की जी घटना स्वातंत्र्यावर अधिष्ठित आहे अशीच घटना लोकांना पसंत पडेल आणि अशी घटना लोकघटना समिती मार्फत तयार करतील आणि त्या घटना समितीत कोणत्याही परकीय सत्तेची ढवळाढवळ असता कामा नये. हे नापसंतीचे धोरण मान्य करून प्रांतांतून काँग्रेसची मंत्रिमंडळे बनविण्यास परवानगी देण्यात आली आहे. त्याचा हेतू हाच की स्वातंत्र्यासाठी जी चळवळ करावयाची, तिच्यासाठी राष्ट्राची शक्ती वाढविली जावी. संघराज्यासंबंधात असा विचार तात्पुरता म्हणून सुद्धा करता येत नाही, आणि हे संघराज्य जर लादले गेले तर भारताचे त्यामुळे भयंकर नुकसान होईल आणि भारतावर असलेली ब्रिटिश साम्राज्यशाहीची मगरमिठी अधिक आवळली जाईल. ह्या संघराज्याच्या घटनेतून जबाबदारीच्या कक्षेतील शासनाची महत्त्वाची कामे वगळली आहेत......

म्हणून काँग्रेस संघराज्याच्या योजनेचा आपला अव्हेर पुन्हा एकदा जाहीर करते, आणि प्रांतिक व स्थानिक काँग्रेस कमिट्यांना सामान्य जनतेला आणि प्रांतिक सरकारांना आणि मंत्रिमंडळांना असा आदेश देते की, तिच्या उद्घाटनाला विरोध करावा. जनतेच्या इच्छेविरुद्ध तिच्यावर ती लादण्याचा जर प्रयत्न केला गेला तर असा प्रयत्न हरएक मार्गांनी मोडून काढण्यात यावा, आणि प्रांतिक सरकारे व मंत्रिमंडळे ह्यांनी त्याच्याशी सहकार्य करण्यास नकार द्यावा. असा प्रसंग जर उद्भवला तर ऑल इंडिया काँग्रेस कमिटीला असा अधिकार देण्यात येत आहे की, अशा वेळी काय कृती करावी ते तिने निश्चित करावे."

ह्यावरून हे उघड आहे की काँग्रेसने संघराज्यविषयक भाग नि:संदिग्धपणे उडवून लावला व त्यात तडजोडीला वावच ठेवला नाही. ह्याचे मुख्य कारण म्हणजे

संघराज्याचा भाग कार्यवाहीत आणला तर स्वराज्याच्या मार्गावर एखादे पाऊल पुढे पडेल असा संभव नसून साम्राज्यशाहीची भारतावरील मगरमिठी आणखी आवळली जाईल, हे निश्चित होते.

एवढे असूनही संघराज्य जर भारतावर लादले गेले तर काँग्रेसने निश्चित असे काय करावे, हा प्रश्न होता. ह्या आणीबाणीच्या प्रश्नावर नवीन प्रकारचा संघर्ष किंवा त्याचे निश्चित स्वरूप ह्या दृष्टीने हरिपुरा काँग्रेसने काहीएक निर्णय दिला नव्हता. सरकारी वर्तुळात अशी कल्पना झाली होती की हा संपूर्ण अव्हेर म्हणजे एक प्राथमिक स्वरूपाचा नकार होता, आणि ज्याप्रमाणे शेवटी प्रांतांच्या बाबतीत काँग्रेसने आढेवेढे घेऊन मंत्रिमंडळे बनविली, त्याप्रमाणे काही विशिष्ट अटींवर काँग्रेस, संघराज्यविषयक भाग कार्यवाहीत आणील. जरी ही अपेक्षा म्हणजे राष्ट्रीय जागृतीचे अवमूल्यन करण्यासारखे होते, तरी त्याला काहीच पार्श्वभूमी नव्हती असे नव्हे. त्याचे कारण त्याला पर्यायी योजना म्हणून काँग्रेसने लढ्याची काहीच पूर्वतयारी केलेली नव्हती. काँग्रेसमधील मवाळ प्रवृत्तीच्या लोकांचे काँग्रेसमध्ये फार वजन होते, आणि त्यांचा प्रयत्न अशा प्रकारचा तडजोडीचा सुवर्णमध्य जर काढता आला तर पाहावा, असा होता, म्हणजे संघराज्याचा भागही कार्यवाहीत आणणे शक्य व्हावे.

१९३८ साली साम्राज्यशाहीचे प्रमुख प्रतिनिधी आणि व्यक्तिगत काँग्रेस पुढारी ह्यांच्यामध्ये अनेक वाटाघाटी चालू होत्या, त्यामुळे त्या बाबतीत तडजोड करणे शक्य होते, अशा अफवाही उठत होत्या. तथापि अशा अफवांना अधिकृत जाहीर पाठिंबा नव्हता. त्याचबरोबर हेही खरे आहे की, उजव्या मताच्या काँग्रेस पुढाऱ्यांनी, काही निवेदने अशी केली होती की, त्यावरून संघराज्याच्या घटनेत फेरबदल घडवून आणून, तडजोड घडवून आणण्याचा संभव शक्य दिसावा. ह्यामुळे ज्या 'डाव्या' मताच्या पुढाऱ्यांना काँग्रेस सांविधानक धोरणाकडे वाटचाल करीत होती, अशी भीती वाटत होती आणि काँग्रेसमधील 'उजव्या' मताच्या पुढाऱ्यांच्या वजनाची पूर्ण जाणीव होती, त्यांना काँग्रेस लंब्या-चवड्या बाता करता करता, शेवटी शरणागती पत्करणार किंवा काय, अशी शंका वाटे.

वस्तुत: ह्या वादंगामागील मुख्य कारण असे होते की, काँग्रेसच्या पाठिंब्याचा पाया, बहुजन समाजात होता आणि काँग्रेसमधील शेतकरी व कामकरी लोकांचा बहुजन समाजाच्या संघर्षाच्या दृष्टीने विकास झाला होता. हीच काँग्रेसमधील मवाळ पुढाऱ्यांची खरी पोटदुखी होती. ज्या प्रमाणात काँग्रेस वरील पायावर, आपला बहुजन

समाजातील पाठिंबा वाढवू शकली असती आणि तिचे बहुजन समाजातील संघटनेचे संबंध वृद्धिंगत झाले असते, त्याच प्रमाणात ती प्रचंड संघर्ष करून साम्राज्यशाहीला धक्का देऊन, संघराज्याची कल्पना मोडीत काढून आपल्या अटींवर समझोता करू शकली असती. काँग्रेसमधील शेतकरी व कामकरी लोकांचा वाढता प्रचंड जोर अहिंसक कायदेभंगाऐवजी बहुजन समाजाचा संघर्ष आणि संप किंवा असंतोष ह्या विरुद्ध पोलिस कारवाई करण्याकडे चालू असलेले काँग्रेसचे झुकते धोरण ह्यामुळे काँग्रेसमधील मवाळ पुढारी साम्राज्यशाहीशी वाढत्या प्रमाणात तडजोड करण्यासाठी उत्सुक होते. ह्या गोष्टींची काँग्रेसमधील 'डाव्या' मताच्या प्रमुख पुढाऱ्यांना धास्ती वाटत होती.

अशा परिस्थितीत आदल्याच वर्षी ज्या सुभाषचंद्र बोसला चुरस केल्याशिवाय काँग्रेसचा अध्यक्ष म्हणून स्वीकृत केले होते, त्याने १९३९ साली काँग्रेसच्या अध्यक्षपदाच्या निवडणुकीसाठी लढत देण्याचे ठरविले. त्याचा मुख्य हेतू असा होता की, संघराज्याच्या सूचनेविरुद्ध सर्व देशभर प्रचंड संघर्ष सुरू करावयाचा, आणि तडजोड घडवून आणण्याच्या काँग्रेसमधील प्रवृत्तींना मोडीत काढावयाचे. अध्यक्षपदाच्या निवडणुकीत लढत अशी प्रथमच झाली. ह्या निवडणुकीतील ग्यानबाची मेख अशी होती की कार्यकारी मंडळाचे सभासद हे काँग्रेसच्या घटनेप्रमाणे निवडून येत नसून ते अध्यक्ष निवडतो. ह्यामुळे काँग्रेसचे पुढारीपण कोणत्या प्रकारचे असावे, हे ठरविण्याची जी एकाकी संधी सभासदांना असते, ती म्हणजे अध्यक्षीय निवडणूक. बोसच्या प्रतिस्पर्धी उमेदवाराला गांधीजींचा आणि जुन्या कार्यकारी मंडळांतील बहुसंख्य सभासदांचा पाठिंबा होता. बोसला काँग्रेसमधील 'डाव्या' मताचे सभासद, समाजवादी व साम्यवादी ह्यांचा पाठिंबा होता. निवडणुकीच्या निर्णयात बोस हा १५७५ विरुद्ध १३७६ मते पडून यशस्वी झाला.

काँग्रेसमधील अधिकृत गटाच्या विरोधाला न जुमानता बोस निवडून आला. ह्यामुळे काँग्रेसच्या अंतर्गत वातावरणात आणीबाणीची परिस्थिती निर्माण झाली. काँग्रेसचा अध्यक्ष म्हणून जरी बोस निवडून आला तरी, त्या निवडणुकीत बोस हा व्यक्तीबद्दल बहुजन समाजात असलेल्या आदराची व प्रेमाची भावना स्पष्ट झाली, इतकेच. ह्याचा अर्थ ज्या सभासदांनी बोसला निवडून दिले, ते सर्व बहुसंख्य सभासद 'डाव्या' मताचे होते, असा नव्हे. त्रिपुरी येथील काँग्रेसच्या अधिवेशनात वरील विधानाचा प्रत्यय आला. ह्या घटनेवरून एवढे निश्चितपणे उघड झाले की, अनेक सभासदांचा कल 'डावी'कडे झुकत होता. गांधीजींनी वरील पराभव

हा आपला व्यक्तिगत पराभव म्हणून मानला व असे जाहीर केले की, ‘‘मला हे स्पष्टपणे दिसत आहे की, अधिवेशनाला येणाऱ्या प्रतिनिधींना माझे तत्त्वज्ञान व धोरण पसंत नाही.’’ ‘‘टाइम्स ऑफ इंडिया’’ ने आपली प्रतिक्रिया व्यक्त केली की, ‘‘बोसच्या निवडणुकीवरून काँग्रेसचा कल ‘डावी’कडे झुकत आहे हे निश्चित.’’

‘‘दि बॉम्बे क्रॉनिकल’’ ह्या त्या वेळच्या राष्ट्रीय वर्तमानपत्राने अशी टीका केली की, ह्या निवडणुकीवरून ‘‘काँग्रेसमधील ‘जहाल’वादी प्रवृत्ती आणि बहुजन समाजाची हुकमत’’ स्पष्ट दिसतात. हे लक्षात घेण्यासारखे आहे की मुंबई प्रांतिक काँग्रेस कमिटीवर साम्यवादी उमेदवार प्रामुख्याने निवडून आले. मुंबई शहरात पूर्वीच्या मीरत खटल्यांतील बंदिवान ‘अधिकारी’ हा सर्वांत जास्तीत जास्त मते मिळवून निवडून आला. त्यानंतर लगेच मुंबई म्युनिसिपालिटीच्या निवडणुकी झाल्या, त्यात चार साम्यवादी उमेदवार प्रचंड बहुमताने निवडून आले.

ह्या अध्यक्षीय निवडणुकीमुळे गांधीजी नाराज झाले. त्याचप्रमाणे काँग्रेसमधील प्रभावी पुढाऱ्यांची निराशा झाली. ह्यामुळे गांधीजींनी एक निवेदन जाहीर केले. त्यात त्यांनी काँग्रेस संघटनेवर असे आरोप केले की, काँग्रेस ही लाचलुचपतखोर संघटना असून तिच्यात अनेक सभासद, बनवाबनवी करून दाखविण्यात आले आहेत. काँग्रेसमधील बहुसंख्य ‘उजव्या’ मताच्या सभासदांचे धोरण जर तिला मान्य नसेल तर ते सर्व काँग्रेस सोडून जातील. जे सभासद खऱ्या ‘काँग्रेस मनोवृत्तीचे’ आहेत ते ‘‘मुद्दाम काँग्रेसच्या बाहेर राहिले तर ते काँग्रेसचे महत्त्वाचे प्रतिनिधित्व करू शकतील.’’ ज्यांना काँग्रेसमध्ये राहणे तापदायक वाटते, त्यांनी काँग्रेस सोडून बाहेर पडावे.’’

कार्यकारी मंडळाच्या १५ सभासदांपैकी १२ जणांनी राजिनामे दिले, त्याचा हेतू म्हणजे बोस ह्यांना स्वतंत्रपणे कार्य करण्यास वाव मिळावा. दुसरे असे की, निवडणुकीचा प्रचार करताना बोस ह्यांनी वरील बारा सभासदांवर अप्रामाणिकपणाचा आरोप केला होता. जवाहरलाल नेहरूंनीही कार्यकारी मंडळाचा राजीनामा दिला. मात्र त्या करता त्यांनी आपला दृष्टिकोन स्पष्ट करण्यासाठी एक निवेदन जाहीर केले. (‘‘व्हेअर आर वुइ’’? ह्या नावाने त्यांनी एक पुस्तिका प्रसिद्ध केली.)

मार्च १९३९ मध्ये राष्ट्रीय काँग्रेसचे अधिवेशन त्रिपुरी येथे भरले. त्यावेळी काँग्रेसमधील एकी टिकविण्यात आली होती. तथापि मतभेद नाहीसे झाले नव्हते. ‘‘गव्हर्नमेंट ऑफ इंडिया ॲक्ट’’च्या संघराज्यविषयक भागाला बिनतोड विरोध करण्याची राष्ट्रीय घोषणा करण्यात आली, आणि जर तो लादला गेला तर त्याला

स्पष्टपणे विरोध करण्याचा ठराव संमत करण्यात आला.

त्रिपुरी काँग्रेसनंतर असे अनुभवास आले, की 'काँग्रेसमधील मतभेदांवर' तोडगा निघाला नव्हता. बोस व गांधीजी यांच्यामध्ये कार्यकारी मंडळावर कोणास घ्यावे, ह्याविषयी बोलणी झाली. तथापि ती अयशस्वी ठरली. एप्रिल १९३९ मध्ये बोसने अध्यक्षपदाचा राजीनामा दिला आणि त्याच्या जागी, ''ऑल इंडिया काँग्रेस कमिटी'' ने राजेंद्र प्रसादची निवड केली. बोसने काँग्रेसमधील आपल्या मताच्या लोकांची एक संघटना तयार करण्याचे ठरविले. तिला 'फॉर्वर्ड ब्लॉक' असे नाव देण्यात आले. काँग्रेसमधील जहाल व साम्राज्यशाहीविरोधी लोकांना संघटित करण्याचे ध्येय जाहीर करण्यात आले.

''फॉर्वर्ड ब्लॉक''ने काँग्रेसची घटना, ध्येय, धोरण किंवा कार्यक्रम ह्यांवर मूलभूत स्वरूपाची टीका केली नाही, तथापि त्या वेळच्या पुढाऱ्यांबद्दल असंतोष व्यक्त केला आणि संघराज्य-दर्जाला विरोध करून स्वातंत्र्यासाठी प्रत्यक्ष संघर्ष करण्याची तयारी करण्याचे ठरविले. १९३९ च्या उन्हाळ्यात वरील मतभेदांनी उग्र स्वरूप धारण केले. ''ऑल इंडिया काँग्रेस कमिटी''ची सभा भरून काँग्रेसची घटना अधिक काटेकोर करण्याचा, काँग्रेस मंत्रिमंडळावरील त्यांच्या कार्यपद्धती संबंधात प्रांतिक काँग्रेस कमिट्यांवर निर्बंध घालण्याचा आणि अधिकृत काँग्रेसच्या परवानगीशिवाय सविनय कायदेभंगाची चळवळ चालू न करण्याचा ठराव करण्यात आला. ह्या ठरावांतील तिसरा भाग हा शेतकरी-कामकरी चळवळींच्या वाढत्या स्वातंत्र्यावर बंधन घालण्यासाठी होता आणि शेतकरी व कामकरी मंडळींना तो आपल्या स्वातंत्र्यावर निर्बंध घातल्यासारखा वाटला. ह्या ठरावाविरुद्ध बोस आणि ''लेफ्ट कॉन्सॉलिडेशन कमिटी'' ज्यांच्यामध्ये विरोधी सभासद होते, त्यांनी ९ जुलै रोजी जाहीर निदर्शने करण्याचे ठरविले. ही कृती म्हणजे काँग्रेसच्या शिस्तीचा भंग होता, म्हणून बोसला बंगाल काँग्रेस कमिटीच्या अध्यक्षपदावर राहण्यास किंवा काँग्रेसमधील कोणत्याही पदावर राहण्यास तीन वर्षेपर्यंत अयोग्य ठरविण्यात आले.

काँग्रेसमधील अंतर्गत मतभेदांना चढत असलेली ही धार म्हणजे देशातील वाढत्या अरिष्टाची नांदी होती. हे अधिकाधिकपणे स्पष्ट झाले होते की, काँग्रेसच्या मंत्रिमंडळांमार्फत प्रगती साधणे जवळ जवळ शक्य नव्हते आणि साम्राज्यशाही व राष्ट्रीय चळवळ ह्यांमधील प्रचंड संघर्ष आता अटळ झाला होता. तथापि काँग्रेस मधील वरच्या पुढाऱ्यांमधील मतभेदात व्यक्तिगत संबंध घुसले होते. ते कोणतेही स्पष्ट असे मार्गदर्शन करण्यास असमर्थ होते. तर ह्याउलट काँग्रेसच्या सामान्य सभासदांमध्ये आणि

जनतेमध्ये असंतोष फैलावला होता. काँग्रेसमधील गांधीजींचे प्रभावी पुढारीपण आणि 'फॉर्वर्ड ब्लॉक' ह्यांच्यामध्ये काँग्रेसचा कार्यक्रम ध्येय व धोरण ह्यासंबंधात कोणत्याही मूलभूत स्वरूपाचा फरक नव्हता. बोसच्या शब्दांत ''गांधीजीं''चे व्यक्तिमत्व व त्यांच्या अहिंसक असहकाराच्या राजकीय तत्त्वज्ञानाबद्दल, ''फॉर्वर्ड् ब्लॉक''ला नितांत आदर होता. तथापि काँग्रेसच्या 'हायकमांड'वर त्याचा विश्वास नव्हता. मूलभूत स्वरूपाचा कार्यक्रम आणि बहुजन समाजाच्या चळवळीचे पुढारीपण अजून निर्माण व्हावयाचे होते. तथापि परिस्थिती मात्र अशी पूर्णावस्थेस पोहोचली होती की, राष्ट्रीय चळवळीने पुढचे पाऊल उचलणे अगत्याचे झाले होते.

अशा ह्या परिस्थितीतच दुसरे जागतिक युद्ध सुरू झाले. ह्यामुळे साम्राज्यशाही व राष्ट्रीय चळवळ ह्यांच्यामधील विरोधाला एकाएकी विलक्षण धार चढली व त्यातून नवीन समस्या निर्माण झाल्या.

■

# प्रकरण १६
## दुसऱ्या जागतिक युद्धातील भारत

''भारताचे स्थितीविशेष असे आहे की, ते भारताला आंतरराष्ट्रीय राजकारणात अधिकाधिक पुढे ढकलली.'' लॉर्ड कर्झन याने २३ मार्च १९०५ ला ''इंडिया कौन्सिल''मध्ये केलेले भाषण.

दुसऱ्या जागतिक युद्धाच्या धमालीने भारताला आंतरराष्ट्रीय राजकारणाच्या मुख्य प्रवाहात खेचून घेतले. १९१४ च्या जागतिक युद्धात जरी भारतीय सैनिक व साधनसामग्री ह्यांचा उपयोग करण्यात आला तरी, मुख्यत्वे भारत हा युद्धक्षेत्रापासून दूरच राहिला. तथापि १९४२-४४ च्या महायुद्धात, भारताच्या शेजारच्या देशांवर स्वाऱ्या झाल्या, आणि त्या भारताच्या सीमेलाही येऊन भिडल्या. १९१४ च्या युद्धामुळे भारतावर प्रचंड आर्थिक बोजा पडला. दुसऱ्या जागतिक युद्धाने भारतावर भयंकर आर्थिक बोजा टाकला. इतकेच नव्हे तर त्यामुळे तेजीची लाट उसळली. आर्थिक विघटना निर्माण झाली व त्यातून दुष्काळ उद्भवला. १९१४ च्या महायुद्धामुळे भारताच्या राजकीय समस्यांत चैतन्य निर्माण होऊन त्यांना धार चढली. दुसऱ्या महायुद्धामुळे भारतीय स्वातंत्र्याचा मूलभूत प्रश्न भारतीय राजकारणात प्रामुख्याने पुढे आला. त्यामुळे अनेक नवीन समस्या, प्रश्न व झगडे, हे भारतीय राजकारणात प्रामुख्याने झळकू लागले व त्यांचा राजकीय मित्रपरिवारांवर परिणाम झाला.

१९१४ पूर्वी जागतिक राजकारणात भारताचा संबंध म्हणजे ब्रिटिशांचे डावपेच व धोरण एवढ्यापुरताच मर्यादित होता. राष्ट्रीय चळवळ ही भारतापुरतीच केंद्रीभूत झालेली होती आणि ते साहजिक होते. भारत स्वतंत्र होईपर्यंत जागतिक राजकारणात भारताने स्वतंत्रपणे भूमिका घ्यावी अशी अपेक्षा करणे, अव्यवहारीपणाचे ठरले असते. तथापि १९३१ नंतरच्या जागतिक हुकूमशाहीच्या चढाईमुळे ह्या परिस्थितीत बदल झाला. परकीय धोरणाचा प्रश्न राष्ट्रीय चळवळीत प्रामुख्याने पुढे येऊ लागला.

दुसऱ्या जागतिक महायुद्धाच्या प्रश्नावर चर्चा करण्यापूर्वी पूर्वीच्या घटना, ब्रिटिशांच्या जागतिक डावपेचातील भारताची भूमिका आणि परकीय धोरणासंबंधात राष्ट्रीय चळवळीचा दृष्टिकोन ह्या प्रश्नांचा थोडक्यात विचार करणे उपयुक्त ठरेल.

# १. ब्रिटिशांचे जागतिक युद्धतंत्र व भारत

प्रगल्भ दृष्टीने विचार करता, ब्रिटिश राजवटीतील भारताचा प्रश्न हा नेहमी जागतिक राजकारणाचा प्रश्न म्हणजेच जागतिक राजकारणांतील प्रमुख समस्या ठरली आहे.

ब्रिटिशांच्या जागतिक युद्धतंत्रांतील केंद्रस्थान म्हणजे भारतावरील ब्रिटिशांचे वर्चस्व हे होय, ही गोष्ट गेल्या दोनशे वर्षांच्या इतिहासाचा अभ्यास केल्यास सहज स्पष्ट होते. १८ व्या शतकातील ब्रिटन व फ्रान्स ह्यांची युद्धे मुख्यत्वे युरोप खंडातील निरनिराळ्या देशांच्या ताऱ्यांचे पुंजके जसे हालतील, त्यांच्या बदलत्या चित्ररूपाप्रमाणे त्यांचे धोरण लगेच बदलत असे, असा भास होई. तथापि खरोखरी ते नवीन जगासाठी संघर्ष व भारतावरील वर्चस्व कायम टिकविण्याच्या दृष्टीनेच बदलत असे. ''युनायटेड स्टेट्स'' ब्रिटिशांच्या ताब्यातून गेल्यापासून भारताचे महत्त्व वाढले. जेव्हा नेपोलियनने आपल्या स्वारीचा मोर्चा इजिप्त व ''निअर ईस्ट''कडे वळविला, तेव्हा भारतावर स्वारी करण्याचा त्याचा उद्देश होता. एकोणिसाव्या शतकात रशिया आपल्या स्वाऱ्या आशिया खंडात सुरू करील आणि भारताला धोका निर्माण करील अशी भीती वाटत असे. विसाव्या शतकाच्या सुरुवातीस ब्रिटनने आपले अलिप्ततावादाचे धोरण सोडून दिले. तेव्हा पहिली गोष्ट त्याने जी केली ती म्हणजे जपानशी तह करणे, ही होय आणि जेव्हा तो तह सुधारून ''अँग्लो-जापनीज'' तह केला तेव्हा भारतावरील ब्रिटिशांचे वर्चस्व टिकविण्यासाठी जपानने ब्रिटिशांना मदत करावी असे एक कलम त्यात होते. जर्मनीबरोबर जे युद्ध सुरू झाले, त्यात ''मिडल ईस्ट''वर वर्चस्व व त्यातून पुढे भारतावर हल्ला करण्यासाठी वाट मिळविणे हाच प्रमुख प्रश्न होता.

युद्धसाहित्य आणि मनुष्यबळ पुरविण्याच्या दृष्टीने, ब्रिटनने भारताचा रिकामा न पडणाऱ्या हौदासारखा उपयोग केला व हा पुरवठा केवळ भारत जिंकण्यासाठीच नव्हे, तर भारताच्या सीमेपलीकडील देश जिंकण्यासाठी म्हणजेच आशिया खंडातील विस्तारवादी धोरणासाठी केला. भारताच्या लोकऋणापैकी मुख्य भाग हा ब्रिटिशांच्या आशिया खंडांतील देशाबद्दलच्या धोरणासाठीच, झालेला खर्च आहे. त्यापैकी काही युद्धे आशिया खंडाबाहेर झाली. पण कर्ज भारतालाच झाले. ब्रिटिश सैन्यातील एका अधिकाऱ्याने १८५९ साली लिहिले की :

''आपल्या साम्राज्याबाहेर आशिया खंडातील देशांबरोबर आपली जी युद्धे झाली, त्यातील बहुतेक युद्धे भारत सरकारच्या सैनिकी व आर्थिक साधनाच्या साहाय्याने झाली आहेत. जरी ह्या युद्धांतील उद्दिष्ट ब्रिटिशांचे हित हे होते, आणि

काहींच्या बाबतीत भारताच्या हिताशी त्यांचा फार दूरचा संबंध होता.''

(मेजर बिनगेट 'अवर फिनॅन्शियल रिलेशन्स वुइथ इंडिया' १८५९, पान १७)

ह्याच तत्त्वावर, अफगाणिस्तान, ब्रह्मदेश, सयाम, चीन, पर्शिया, मेसोपोटेमिया, अरबस्तान, इजिप्त आणि ॲबसीनिया ह्या देशांत लढाया केल्या गेल्या.

आपली सत्ता विस्तारित भारताच्या साह्याने, सर्व जगांत आपले वर्चस्व प्रस्थापित करण्यासंबंधी १९ व्या शतकात ब्रिटिश सैनिकी अधिकाऱ्यांनी, अमर्याद मोजमाप करून अपेक्षा बाळगल्या होत्या. ह्याची सत्यता १८५७ च्या उठावापूर्वी लॉर्ड डलहौसी ह्याच्या हाताखाली सरसेनापती म्हणून काम करणाऱ्या चार्ल्स नेपियर ह्याच्या शाब्दिक स्फोटात पाहावयास सापडते : तो म्हणाला :

''मी भारताचा राजा असतो तर मॉस्को आणि पेकिंग ह्यांना मी हादरे दिले असते..... पंचनद्या व पंजाब, सिंधू नदी व सिंध, तांबडा समुद्र व माल्टा.... इंग्लंडला भारताशी जोडणारी, भूभागाची व नद्यासमुद्रांची किती सुंदर व सोईवार मालिका ही इंग्लंडचा मी राजा असतो तर, दिल्लीच्या राजवाड्यातून रशिया व फ्रान्सच्या बत्तिशीवर माझ्या वज्रमुष्टीचा प्रहार केला असता. इंग्लंडचे सर्वच्या सर्व आरमार पश्चिमेकडे आणि भारताचे सर्वच्या सर्व सैन्य पूर्वेकडे ठेवले असते.''

भारतीय सेनेची संख्या आणि त्यावर होणारा प्रचंड खर्च हा भारतीय जनतेला आपल्या ताब्यात ठेवण्यासाठी लागत नसून, भारतीय सीमेबाहेर ज्या लढाया, विस्तार वाढविण्यासाठी कराव्या लागतात, त्या विचारांत घेऊन केला जातो. १८८५ साली व्हॉइसरॉयच्या कौन्सिलचा सभासद सर कोर्टनी इलबर्ट ह्याने, वरील धोरणास असलेला आपला विरोध स्पष्ट करताना सांगितले :

''आपल्या घरच्या गरजेपेक्षा फाजील खडे सैन्य तयार ठेवणे, म्हणजे आपल्या सीमेपलीकडे जवळ जवळ प्रतिकारातीत अशा उपद्रवी हल्ल्याचे मोहजाल पसरविण्यासारखे आहे.'' (सर कोर्टनी इलबर्ट, मिनिट ऑफ डिसेंट–, ऑगस्ट १४, १८८५.)

ह्या भविष्याची प्रचीती लवकरच आली. ब्रिटिशांनी ब्रह्मदेशावर स्वारी करून तो साम्राज्यात विलीन करून टाकला, नंतर १८९५ ची चित्रळची स्वारी झाली. तिऱ्हाची अयशस्वी स्वारी झाली. वायव्य सरहद्द प्रांतातील प्रदेशाचे विलीनीकरण कर्झनच्या देखरेखीखाली १९०० मध्ये झाले व तिबेटची स्वारी १९०४ मध्ये झाली.

१९०४-५ मधील अर्थसंकल्पाच्या चर्चेत, विस्तारवादी धोरणाची सर ई. एलिस ह्याने महती निवेदन केली. ती त्यावेळी वरील अर्थसंकल्पावर राष्ट्रीय पुढारी गोखले ह्यांच्या टीकेची प्रतिक्रिया होती. गोखले म्हणाले :

''आशिया खंडातील अनेक राज्ये विलीन केली जात असताना, प्रचंड पर्वत

राजींच्या आश्रयाखाली आम्ही सुरक्षित आहो, अशी समजूत करून घेऊन संतुष्ट राहणे हा शुद्ध वेडगळपणा ठरेल मला वाटते. भविष्यकाळात भारतीय सैन्य हे आशिया खंडात शक्ती समतोल (बॅलन्स ऑफ पॉवर) सांभाळण्यासाठीच ठेवले जावे हे उचित होय. हे सैन्य म्हणजे स्थानिक संरक्षण व स्थानिक गरजा किंवा शांतता सांभाळण्यासाठी आहे, असे समजणे अशक्य आहे.''

ह्या चर्चेच्या संबंधात लार्ड कर्झनचे भाषण अधिक स्पष्ट होते, तो म्हणाला :

''भारत हा एखाद्या जंजिच्या किल्ल्यासारखा आहे. त्याच्या दोन्ही बाजूस प्रचंड महासागराचे खंदक आहेत आणि किल्ल्याच्या एका बाजूला राहिलेल्या जणूकाही तटबंदीसारखी प्रचंड पर्वतराजी पसरलेली आहे. तथापि ह्या तटबंदीवजा भिंती क्वचित प्रसंगी अनुल्लंघनीय नसतात. त्यांच्या मधून मार्गआक्रमण करणे शक्य असते. अशा वेळी ह्या पर्वतराजींच्या पलीकडे निरनिराळ्या लांबीरुंदीच्या प्रचंड उतरणी उभ्या आहेत. आम्हाला त्या जिंकण्याची इच्छा नाही त्याचबरोबर आमच्या शत्रूंनी त्या जिंकल्या तर ते आम्हास खपणार नाही. आमच्या मित्रांच्या ताब्यात त्या राहिल्या तर त्यात आम्हाला समाधान आहे. तथापि आमचे प्रतिस्पर्धी किंवा विरोधी लोक यांनी त्यात चंचूप्रवेश केला आणि ह्या पर्वतवजा भिंतीच्या आश्रयाला राहण्याचा त्यांनी बेत केला, तर आम्हाला त्यात लक्ष घालणे भाग पडेल, कारण त्यातून धोका निर्माण होऊन आमच्या सुरक्षिततेवर संकट कोसळेल. वरील सर्व परिस्थितीतील हीच खरी मेख आहे. उदाहरणार्थ, अरबस्तान, पर्शिया, अफगाणिस्तान, तिबेट व अगदी पूर्वेकडील सयाम''

लॉर्ड कर्झनचा वरील दृष्टिकोन त्यानंतर त्याने जे जे धोरण आखले, त्यात अगदी अलीकडील काळातसुद्धा पाहावयास सापडतो व तो त्याने त्याच्या ''प्रॉब्लेम्स ऑफ दि फार ईस्ट'' ह्या ग्रंथात स्पष्टपणे मांडला आहे. तो असा :

''भारताचे साम्राज्य हे जगातील तिसरे, लष्करी डावपेचांच्या दृष्टीने अत्यंत महत्त्वाचे असे केंद्र आहे. तथापि त्याचे प्रभावी अस्तित्व इतर क्षेत्रांपेक्षा राजकीय क्षेत्रांत अधिक ठळकपणे प्रत्ययास येते. तिचे राजकीय महत्त्व इतर शेजारच्या देशांवर इतके प्रभावीपणे परिणामकारक आहे की भारताच्या राजकीय आकांक्षावर इतर देश हेलकावे खात असतात.''

(राइट ऑनरेबल जी. एन. कर्झन, ''प्रॉब्लेम्स ऑफ दि फार ईस्ट''. १८९४, पाने ९-१०.)

''दि आर्मी इन इंडिया कमिटी'' ने १९१३ साली असा नियम केला की, भारताने भारताबाहेर ब्रिटिश सरकारची युद्धे लढविण्यासाठीच सैन्य ठेवू नये.

हे खरे आहे की मागे असे घडले.... तिने आपले सैन्य जर शक्य झाले तर उसने द्यावे.

१९१४-१८ च्या महायुद्धांत भारताचा अशा प्रकारचा उघडपणे उपयोग करून घेण्यात आला. जवळ जवळ दहा लाख सैन्य, पाच लाख प्रत्यक्ष लढाऊ सैन्य धरून फ्रान्स, पूर्व आफ्रिका, इजिप्त, मेसोपोटेमिया वगैरे देशांत नेण्यात आले आणि शेकडो पौंड भारताकडून उकळून घेण्यात आले. नव्या मध्य-पूर्व साम्राज्यासाठी भारत हा लष्करी तळ करण्यात आला. त्यानंतर तुर्कस्तानने वर काढलेले डोके आणि सौदी अरेबियाची प्रभावी शक्ती ह्यामुळे संपूर्ण यश पदरात पडू शकले नाही.

१९१३ तील ''आर्मी इन इंडिया कमिटी''च्या प्रतिवेदनापेक्षा, १९२० साली ''दि ईशरे कमिटी'' रिपोर्टांत अगदी स्पष्टपणे व बिनतडजोडीच्या स्वरूपात ''भारतीय सैन्य हे ब्रिटिश साम्राज्याने भारताबाहेर वापरण्याचे हत्यार आहे.'' असे अधिकृतरीत्या सांगून टाकण्यात आले. ते असे :

''भारतीय सैन्य हा ब्रिटिश साम्राज्याच्या एकूण सैन्याचा अविभाज्य घटक आहे. असे स्पष्टपणे सांगून टाकले.''

वरील तत्त्वास अनुसरून भारतीय सैन्य तीन दलांत संघटित करण्यात आले. त्याची संघटनेची योजना १९२१ साली सरसेनापती लॉर्ड रॉलिन्सन ह्याने आखली आणि त्या नंतर १९२४ साली प्रसिद्ध झालेल्या ''दि आर्मी इन इंडिया अँड् इट्‌स इव्होल्यूशन'' ह्या अधिकृत सरकारी पुस्तिकेत सांगितल्याप्रमाणे, विस्तारपूर्वक अमलात आणली गेली. ती अशी :

१) भारताबाहेर प्रमुख युद्धांत भाग घेण्यासाठी ''दि फिल्ड आर्मी.''

२) सीमेवर होणाऱ्या लढायांसाठी पूरक सैन्य आणि प्रमुख युद्ध जुंपल्यास नवीन सैन्य भरती करण्यासाठी, जिच्या मागे काम करण्यास मिळेल अशी बचावाची फळी निर्माण करण्यासाठी,

३) ''इंटर्नल सिक्युरिटी टूल्स'' जिचा भारतात शांतता राखण्यासाठी उपयोग करता येईल, असे सैन्य.

युद्ध क्षेत्रात लढणाऱ्यांचे (फिल्ड ब्रिगेड) चार विभाग आहेत, आणि चार (आता यांत्रिकीकरण झालेले) घोडदळाची पथके (कॅव्हलरी ब्रिगेड) आहेत. कोणत्याही महत्त्वाच्या युद्धात ती भारताची आक्रमक आघाडीची पथके समजली जातात.

साम्राज्याच्या सैन्याचे ओझे, १९१८ नंतरच्या काळात किती वाढत्या प्रमाणात भारतावर टाकले जात आहे, ते सैन्यासाठी झालेल्या खर्चाच्या आकड्यांच्या

प्रमाणावरून सहज स्पष्ट होते.

१९१३ ते १९२८ ह्या काळात ब्रिटन, भारत व वसाहती ह्यांच्या सैनिकी खर्चात काय प्रमाणात वाढ झाली ते खालील तक्त्यावरून दिसून येते :

## १९१३-२८ ह्या काळात सैन्यावर झालेला खर्च

(दशलक्ष पौंडात : आज १ पौंड म्हणजे रु. १८.५४)

|  | १९१३ | १९२८ | शेकडा वाढ |
|---|---|---|---|
| ग्रेट ब्रिटन | ७७ | ११५ | ४९ |
| भारत | २२ | ४४ | १०० |
| वसाहती | ९ | १२ | ३३ |
| एकूण | १०८ | १७१ | ५७ |

(ईस्टर्न आर्मामेंट्स सप्लिमेंट, ऑक्टोबर १९, १९२९)

भारतावरील बोजा (भारताला ह्याबाबतीत काहीएक बोलण्यास वाव नव्हता). दुप्पट झाला होता तर ग्रेट ब्रिटनवरील, निम्मे पेक्षा कमी वाढला होता. आणि वसाहतींच्या बाबतीत $\frac{१}{३}$ ने वाढला होता. १९१४ पूर्वीचा सैनिकी खर्च, एकूण अर्थसंकल्पाच्या $\frac{२}{५}$ होता. म्हणजे १८९१-९२ मध्ये तो ४१ टक्के होता आणि १९१३-१४ मध्ये ४२.६ टक्के होता. १९१४ पूर्वी जो ३०० दशलक्ष रुपये होता, तो १९२०-२१ च्या तेजीच्या काळात ८७४ दशलक्ष रुपये झाला. म्हणजेच एकूण अर्थसंकल्पाच्या ५१ टक्के झाला. पुन्हा किमती उतरल्या तेव्हा १९२५-२६ ह्या काळात ५६० दशलक्षावर खाली आला म्हणजे ३९ टक्के झाला. १९२८-२९ ह्या काळात पुन्हा ४५ टक्के झाला. १९३६-३७ ह्या काळात अधिकृत अंदाजाप्रमाणे एकूण केंद्रीय अर्थसंकल्पाच्या ५४ टक्के झाला, म्हणजे प्रांतिक व केंद्रीय अर्थसंकल्पांच्या एकूण बेरजेच्या २९ टक्के झाला.

ब्रिटनला युद्धाच्या डावपेचाच्या दृष्टीने भारताचे महत्त्व दोन जागतिक युद्धांच्या दरम्यानच्या काळात फार वाटू लागले. नवीन मध्य-पूर्व-साम्राज्य, व सत्तेचे वर्चस्व हे भारताला लष्करी तळ समजून उभारण्यात आले. सिंगापूरचा तळ अभेद्य आहे ह्या गैरसमजावर विसंबून पॅसिफिक समुद्रातून हिंदी महासागरात जाण्याच्या मार्गावर हुकमत गाजविणे शक्य आहे, असे गृहीत धरून भूमध्यसमुद्रावरील परिणामकारक वर्चस्व अशक्य झाल्यामुळे त्याच्या बदलात केप वरून जाणाऱ्या मार्गावर सायमन टाउनचा नवीन तळ विचारात घेऊन आरमारी केंद्रीकरण करण्यात आले. ह्या सर्व व्यवस्थेवरून भारतातील वर्चस्व टिकविण्यासाठी आणि साम्राज्याच्या

दृष्टीने भारताला जाणारे मार्ग हे केंद्रबिंदू समजले जात हे स्पष्ट होते. भूमध्यसमुद्र आणि सुवेजचा कालवा ह्यामधून जाणारा मार्ग अधिक भयंकर झाल्यामुळे ब्रिटनला, ऑस्ट्रेलियाशी जोडणारा बगदाद, कराची, कलकत्ता, सिंगापूर त्याचप्रमाणे अतिपूर्वेकडील भारत, सयाम, ह्यांच्यामधून जाणारा 'इम्पीरियल एअर लाइन' हा हवाई जहाजाचा मार्ग म्हणजे ब्रिटिश साम्राज्याचा जीव की प्राण ठरला. जपानने आपले वर्चस्व प्रशांत महासागरात व ग्रीकच्या किनाऱ्यावर आणि नद्यांच्या मार्गावर प्रस्थापित केल्यामुळे ब्रह्मदेशातून जाणाऱ्या खुश्कीच्या मार्गाला आगळे महत्त्व प्राप्त झाले.

ह्या सर्व तयारीचा दुबळेपणा दुसऱ्या जागतिक युद्धांत उघड झाला. शत्रुराष्ट्रविरुद्ध संयुक्त राष्ट्रांना मिळालेला जागतिक विजय हा ब्रिटिश साम्राज्यशाहीच्या आशिया खंडातील शक्तीमुळे नव्हे तर अमेरिकेची संयुक्त संस्थाने, सोव्हिएट रशिया आणि ब्रिटन ह्यांच्या एकत्रित शक्तीचा तो विजय होय. त्यांनीच युरोपात निर्णायक लढाया दिल्या व त्यातून शेवटी जपानविरुद्ध सर्व शक्ती केंद्रित करणे शक्य होऊन आशिया खंडात ब्रिटिश साम्राज्याने सोसलेली संकटे व नुकसानी ह्यांची लाट परत फिरविणे शक्य झाले. तथापि लढाई संपल्यावर पुन्हा एकदा वसाहती पूर्ववत स्थापन करण्याच्या ब्रिटनच्या प्रयत्नाला जोरदार विरोध होऊ लागला. कारण आशिया खंडातील वसाहतींच्या स्वातंत्र्याच्या चळवळींनी प्रचंड प्रगती केली होती.

एवढे असले तरी दुसरे महायुद्ध संपल्यावर सुद्धा ब्रिटिशांच्या जागतिक डावपेचांच्या दृष्टीने अजूनही भारताला निर्णायक स्वरूपाचे महत्त्वाचे स्थान आहे. मध्यपूर्व आणि आग्नेय दिशांच्या ब्रिटिश साम्राज्याच्या प्रमुख क्षेत्रांतील वर्चस्वाच्या आणि वजनाच्या दृष्टीने व ब्रिटिशांच्या धोरणाच्या संबंधात भारताचा लष्करी तळ हा प्रमुख आखासारखा केंद्रबिंदू आहे. ज्यावर त्याचे राजकारण अवलंबून आहे. जुलै १९४४ मध्ये मजूर पक्षाचा प्रमुख लॉर्ड पेथिक लॉरेन्स ह्याने "हाऊस ऑफ कॉमन्स"च्या चर्चेत स्पष्टपणे सांगितले की :

"अनेक घटना अशा घडल्या की, त्यामुळे सप्तसमुद्रात शांतता सांभाळणे एकट्या ब्रिटनला, कितपत शक्य होईल, ह्याबद्दल शंका वाटते. विशेषत: भारतासारख्या शेजारच्या प्रचंड उपखंडात ती सांभाळणे, फारच कठीण आहे. माझ्या दृष्टीने भारत ही एक महान डावपेचाची तटबंदी होऊन बसली आहे." ('इंडियन अन्थुअल रजिस्टर' १९४४ व्हॉल्युम ३, पान २९८.)

आशिया खंडातील वसाहतींतील भीषण संघर्षांना तोंड देण्यासाठी ब्रिटिश

साम्राज्यशाहीने भारताचा मुख्य लष्करी तळासारखा उपयोग केला आहे. वसाहतीतील आपली राजवट टिकविण्यासाठी व ब्रह्मदेश, मलाया, इंडोनेशिया येथील स्वातंत्र्याच्या चळवळी दडपून टाकण्यासाठी, युद्ध साहित्य आणि सैन्य भरती करण्यासाठीसुद्धा (शेवटी राष्ट्रीय चळवळीच्या प्रखर विरोधामुळे इंडोनेशियातील युद्धप्रसंगी ही प्रथा बंद पडली) भारताचा उपयोग करण्यात आला. सोव्हिएट रशिया विरुद्ध संगनमत करण्याच्या बाबतीतील ब्रिटन आणि ''युनायटेड स्टेट्स'' ह्यांच्या प्रतिक्रियात्मक धोरणांतील धोकादायक प्रवृत्तीचा भारतावर जोरदार परिणाम झाला. ''कॅबिनेट मिशन''ला भारतात पाठविण्यात, १९४६ सालीच, काही तडजोड झाल्यास पाहावी असा राजकीय डावपेचातील प्रमुख उद्देश होता. स्वातंत्र्य देण्याच्या मायावी मोहजालाखाली, भारतावर ब्रिटिश राजकीय डावपेचातून सैनिकी वर्चस्व स्थिर करण्याचा तो एक डाव पुढे टाकण्यात आला.

## २. ब्रिटिशांच्या अंतर्गत राजकारणात भारताचे महत्त्व

ब्रिटनच्या अंतर्गत राजकारणांतील भारताच्या महत्त्वाबरोबरच भारतावरील वर्चस्व व पिळवणूक ह्यांचा ब्रिटनमधील सर्व सामाजिक व राजकीय संबंधांवर व रचनेवर परिणाम झालेला आहे. भारताची खास पिळवणूक करून ब्रिटनमधील भांडवलशाही क्रमाक्रमाने कशी तयार केली गेली, सुरुवातीला १७ व्या व १८ व्या शतकात भारताची प्रचंड प्रमाणात लूट करून त्यातून जास्तीत जास्त भांडवलाचे केंद्रीकरण करून औद्योगिक क्रांती कशी घडवून आणली, त्यानंतर १९ व्या शतकात ब्रिटनमध्ये यंत्रावर तयार केलेला माल खपविण्यासाठी हुकमी बाजारपेठ व कच्चा माल खरेदी करण्याचे केंद्र म्हणून भारताचा कसा उपयोग केला व सरते शेवटी आपले वित्तीय भांडवल गुंतविण्यासाठी भारताचा खास विकास किती प्रमाणात करण्यात आला, ह्यावर आपण ह्यापूर्वीच चर्चा केली आहे. ह्या आर्थिक हितसंबंधांचा ब्रिटनमधील आर्थिक रचनेवर परिणाम झाला, इतकेच नव्हे तर ब्रिटनमधील सामाजिक व राजकीय जडणघडणीवरही त्याची प्रतिक्रिया झाली व त्यामुळे ब्रिटनमधील राजकारणाचा ओघही बदलला.

आपल्या ''एक्सपान्शन ऑफ इंग्लंड'' ह्या ग्रंथात सीली याने भाषणाच्या भरात असे बोलून टाकले की, ''इतिहासाच्या प्रत्येक विद्यार्थ्याला हे माहीत आहे की, साम्राज्य निर्मितीच्या भुताने पछाडल्यामुळेच रोमचे स्वातंत्र्य नष्ट झाले.'' त्याला कल्पना नव्हती इतका वरील वक्तव्याचा खोलवर परिणाम झाला आणि त्यातून

निरनिराळी अनुमाने काढण्यात आली. इंग्लंडच्या आधुनिक इतिहासात साम्राज्य व लोकशाही ह्यांच्यामधील विरोध हे एकजिनसी सूत्रच होऊन बसले आहे.

१८ व्या शतकाच्या मध्याला भारत जिंकल्यावर ब्रिटनच्या अंतर्गत राजकारणावर साम्राज्यनिर्मितीचा झालेला प्रत्यक्ष परिणाम सातत्याने होत राहिल्याचे आढळून येते. अठराव्या शतकातील राजकीय भ्रष्टाचारावरील नवाबांचे आणि संसदीय सुधारणापूर्वीच्या पार्लमेंटचे वजन ही प्रसिद्ध आहेत. १७८३ मधील फॉक्सचे मंत्रिमंडळ हे भारताच्या प्रश्नावर पराभूत झाले आणि त्याची प्रतिक्रिया कित्येक दिवस चालू राहिली. त्यातच फ्रेंच राज्यक्रांतीला प्रतिक्रियात्मक विरोध झाला व इंग्लंडमधील लोकशाही सुधारणा पुढे ढकलल्या गेल्या. जेव्हा १८३२ च्या सुधारणांच्या कायद्यामुळे जुनी हुकमत जाऊन तिच्या जागी १९ व्या शतकातील लंकेशायरचे प्राबल्य माजले. भारताची पिळवणूक करण्याच्या संबंधात लंकेशायरची भूमिका प्रमुख होती. तिनेच १९ व्या शतकांतील उदारमतवादाची निराशा केली. त्याच्या आकांक्षा धुळीस मिळविल्या, आणि त्याला मार्गदर्शन करीत राहून त्यातूनच अखेरीस उदारमतवादी साम्राज्यवाद जन्मास आला. वेलिंग्टनच्या दिवसापासून तो थेट कर्झन व लॉइड ह्यांच्या दिवसांपर्यंत हुकूमशाही वर्चस्वाच्या पद्धतीत तरबेज झालेल्या ॲंग्लो इंडियन राज्यकर्त्यांच्या गोतावळ्यापासून प्रतिक्रियात्मक शक्तींना ब्रिटिशांच्या अंतर्गत राजकारणात सामावून घेतले आहे. रूढीप्रियतेतील अंत:कलह व साधारण कल ह्यासंबंधात कट्टरविरोधी (डायहार्डस) व ॲंग्लोइंडियन्स ह्यांच्यामधील जवळीक सातत्याने हुडकून काढता येते.

केवळ राज्यकर्त्यांच्या वर्गातीलच नव्हे तर कामगार वर्गातील सुद्धा, साम्राज्याचा अहंकार हा ब्रिटिश मजूर चळवळीतील विपर्यास व विकृती ह्यांना मुख्यत्वे जबाबदार आहे. चार्टिस्ट चळवळीचा ताजा आणि दमदार प्रवाह, सर्व जगातील कामगार वर्गातर्फे कामगारांच्या स्वातंत्र्यासाठी उघड उघड वर्ग-संघर्षाचा पुरस्कार करीत असताना आणि वसाहतीतील लोकांचा पाठपुरावा करीत असताना, कामगार वर्गातील वरचा गट १९ व्या शतकातील लाजिरवाण्या तडजोडीला बळी पडला व आपल्या धन्यांच्या मागे हीन वृत्तीने लांगूलचालन करण्यास प्रवृत्त झाला. मार्क्स व एंजल्स ह्यांनी पुन:पुन्हा सांगितले आहे की, ह्या विकृतीला व न्यूनगंडाला जागतिक वसाहतीतून होणाऱ्या पिळवणुकीतील भागीदारी कारणीभूत आहे. विशेषत: त्यातील मुख्य फायदा भारताच्या पिळवणुकीतून झालेला आहे. ह्यामुळे जेव्हा समाजवादाचे नवचैतन्य ब्रिटिश कामगार वर्गात पुन:पुन्हा जागृत होऊ लागले, तेव्हा त्याच्या प्रगतीला खीळ घालून ती बऱ्याच प्रमाणात कमकुवत करून तिला विभागून व तिला विकृत स्वरूप देण्याचा खटाटोप साम्राज्यशाहीचा अहंकार असलेल्या प्रतिगामी ब्रिटिश मजूर वर्गाने केला.

त्याचे परिणाम १९१४ च्या युद्ध प्रसंगी व चालू महायुद्धात त्यांना भोगावे लागले. अधिकृत मजूर पक्षाच्या दोन मजूर मंत्रिमंडळांची भारतावरील राजवट ही लांच्छनास्पद ठरली. त्यांनी झारशाहीलाही लाज वाटावी इतक्या क्रूरपणे भारतातील लोकशाहीची चळवळ दडपून टाकली. इतकेच नव्हे तर विरोधी पक्षांत असलेल्या मजूर पक्षालाही लाज आणली; त्यांनी एकीच्या नावाखाली पुन:पुन्हा अधिकारावर असलेल्या हुजूर पक्षाशी भारतीय जनतेविरुद्ध संगनमत केले. ह्यावरून ब्रिटिश कामगार वर्गाला स्वातंत्र्यापासून वंचित करणारे साम्राज्यशाहीचे भूत ब्रिटिश मजूर चळवळीतील काही प्रमुख गटात अजून किती प्रभावी आहे, ह्याची सहज कल्पना येते. १९३७ साली बर्नमथ येथे मजूर पक्षाची परिषद भरली. त्या वेळी घटनासमिती निर्माण करून (हा लोकशाहीतील प्राथमिक हक्क असून त्याला विरोध व्हावयास नको होता.) स्वयंनिर्णयाचा हक्क भारतीयांना द्यावा अशा अर्थाचा एक ठराव तयार करण्यात आला. तथापि त्या वेळी सत्तेवर असलेल्या लोकांनी हा ठराव वेळेवर पोहोचणार नाही व त्यावर मतदान घेतले जाणार नाही अशी काळजी घेतली.

आजसुद्धा जेव्हा ब्रिटिश वर्चस्वाचा पाया ढासळत आहे, आणि कामगार वर्गातील एका गटाला होणारा अपेक्षित फायदा विरघळून जात आहे, तेव्हा अजूनही साम्राज्यशाहीचे मुत्सद्दी ब्रिटिश साम्राज्य हे ब्रिटिश मजूर वर्गाच्या आणि ब्रिटिश लोकांच्या फायद्यासाठी किती आवश्यक आहे ते पुन:पुन्हा सांगत आहेत.

चर्चिल म्हणाला :

"जो आता निम्मा झाला आहे, अशा आपल्या परकीय व्यापाराशिवाय, बऱ्याच प्रमाणात जिची मोडतोड झाली आहे. अशा आपल्या जहाज वाहतुकीशिवाय, आपल्या सामाजिक सेवांसाठी ज्यांच्यावर कर बसविला जातो अशा परदेशातील आपल्या वित्तीय गुंतवणुकीच्या उत्पन्नाशिवाय जी जगू शकेल अशा लोकसंख्येपेक्षा २० ते ३० दशलक्ष जादा लोक हे भारत व इंग्लंड ह्यांच्यामधील दोघांनाही फायदेशीर ठरतात. अशा सेवांच्या देवघेवीच्या नफ्यातूनच येथे जगू शकतात.

(विन्स्टन चर्चिलचे ''हाउस ऑफ कॉमन्स'' २९ मार्च १९३३ रोजी केलेले भाषण.)

"ब्रिटनच्या मजुरांच्या बाबतीत भारताचा मोठा संबंध आहे. लंकेशायर येथील कापसाच्या गिरण्यांतील कामगारांना हे नीट कळून चुकले आहे. त्यांच्यापैकी एक लाख लोक भारतावर जगत आहेत आणि जर आपण भारत गमावला आणि ज्याप्रमाणे आयर्लंडला स्वातंत्र्य दिल्यावर त्याच्याकडून आपल्याला जशी वागणूक मिळाली तशीच वागणूक जर, स्वतंत्र भारताकडून आपणास मिळाली तर ह्या

देशात पोट भरण्यासाठी श्रम करणारे २० लाख लोक रस्त्या-रस्त्यावर भाऊगर्दी करतील आणि 'लेबर एक्सचेंज' समोर रांगा लावून उभे राहिलेले दिसतील.''

(२९ जानेवारी १९३५ ला विन्स्टन चर्चील याने भारताविषयी आकाशवाणीवरून केलेले भाषण.)

हे विधान व्यवहारात जितके चुकीचे आहे, तितकेच ते तत्वतः खोटेपणाचे आहे. मोडकळीस व संपुष्टात आलेल्या एकाधिकारांतून मिळणाऱ्या भाकरीच्या तुकड्यासाठी ब्रिटिश कामगारांनी आपला जन्मसिद्ध स्वातंत्र्याचा हक्क सोडून आणि आपल्या कष्टांना संपूर्ण मोबदला घालवून आपल्या दास्यात असलेल्या प्रजेविरुद्ध आपल्या मालकांशी हातमिळवणी करावयाची आहे. ह्या धोरणातून उत्कर्ष होणार नसून सत्यानाश होणार आहे. आजकालच्या कठोर वास्तववादी जीवनात हे सिद्ध झाले आहे. भारताला स्वातंत्र्य दिलेले नसतानाही वीसलाख श्रमजीवी लोकांच्या नशिबातील 'लेबर एक्स्चेंज' समोरील रांगा लावण्याचा कार्यक्रम टळलेला नाही. १९ व्या शतकांतील जुना एकाधिकार संपुष्टात आला आहे आणि त्याला पूर्ववत करणे कधीही शक्य नाही. असा हा एकाधिकार जिवंत ठेवण्यासाठी पिळवणूक करणारांबरोबर हातमिळवणी करणे म्हणजे केवळ ब्रिटिश राज्यकर्त्यांविरुद्धच नव्हे तर ब्रिटिश जनतेविरुद्ध आपल्या दास्यात अडकलेल्या जनतेचे शिव्याशाप खाणे व त्यांचे शत्रुत्व ओढवून घेणे होय. पर्यायाने ब्रिटिश जनतेला निलंबित करून तिचा सत्यानाश करण्यासारखेच हे कृत्य ठरेल. ह्यासाठी पर्यायी योजना काढलीच पाहिजे, जिच्या साहाय्याने बंधुप्रेमाचे उपयुक्त संबंध निर्माण करता येतील व ज्यातून ब्रिटिश कामगारांना मानाचे व उत्कर्षप्रद नेणारे सहजीवन जगण्यास वाव मिळेल असा उपाय शोधून काढणे शक्य आहे. मात्र त्यासाठी जुन्या साम्राज्यवादी पिळवणुकीचा मार्ग त्याज्य ठरवून भारतीयांबरोबर समान पातळीवर मित्रत्वाचे संबंध जोडून त्यातूनच असा उपाय शोधून काढता येईल.

साम्राज्यवाद्यांच्या आपसातील स्पर्धेतून नवीन जागतिक युद्धांत भीषण घटना प्रत्ययास येत आहेत. त्यातून पर्यायी उपाय ब्रिटिश कामगारांना आणि ब्रिटिश जनतेला आता उपलब्ध होण्याचा संभव आहे. त्यासाठी भारतीय जनता, आणि परदास्यात खितपत पडलेल्या सर्व जगातील लोकांबरोबर एकी निर्माण करून समान लोकशाही हक्क, राष्ट्रीय स्वातंत्र्य, जागतिक शांतता आणि सरतेशेवटी समाजवाद चालू करण्यासाठी वरील सर्वांच्या सहकार्याने प्रचंड संघर्षाची तयारी करणे हा होय. ह्या अपूर्व ध्येयपूर्तीसाठी भारतीय जनतेतील जागृतीइतकीच ब्रिटिश जनतेतील जागृती अत्यावश्यक आहे.

### ३. राष्ट्रवाद आणि परराष्ट्रीय धोरण

ब्रिटिशांच्या जागतिक धोरणाच्या दृष्टीने आणि त्यांच्या अंतर्गत राजकारणाच्या संबंधात भारताचे भौगोलिक महत्त्व फार आहे. तथापि ब्रिटिशांनी त्याचा बुद्धिबळाच्या पटावरील प्याद्यासारखा उपयोग केलेला आहे. त्याने आपली कामगिरी जागतिक राजकारणात उत्कृष्टपणे बजावली हे खरे असले तरी ह्या प्याद्याची हालचाल त्याच्या इच्छेनुरूप झालेली नसून ती ब्रिटिशांच्या इच्छेप्रमाणे झालेली आहे.

ती परिस्थिती आज संपुष्टात येत आहे. भारतीय जनता आज भारताच्या हितसंबंधातच नव्हे तर जागतिक राजकारणातही आपला आवाज उठवीत आहे.

१९१४ च्या जागतिक युद्धापूर्वी भारतातील राष्ट्रीय चळवळीने जगातील राजकीय प्रश्नांत फारसे लक्ष घातले नाही. नाही म्हणायला जे भारतीय लोक परदेशात होते व साम्राज्याच्या परक्या देशात त्यांचे जे हाल होत असत, तेवढ्याच बाबतीत ते चळवळ करीत असत.

तथापि ह्याचा अर्थ असा नव्हे की जागतिक घडामोडींच्या बाबतीत ते बेफिकीर होते. त्यांना तुटकपणे राहण्याची इच्छा होती असाही त्याचा अर्थ नव्हे. राजकीय क्षेत्रापुरते आणि काही लोकांमध्ये सर्व क्षेत्रांत भारतीयांना लक्ष घालण्याची तीव्र उत्कंठा असे, मात्र असे प्रश्न जर भारतीय स्वातंत्र्याच्या दृष्टीने विचारात घेतले जाणार असतील तरच त्यांना त्यात स्वारस्य वाटत असे. ब्रिटिश साम्राज्यशाहीची सत्ता किंचितही ढिली पडणार असे दिसताच ते त्या विषयाकडे ओढले जात, उदाहरणार्थ, दक्षिण आफ्रिकेतील युद्धाच्या घडामोडींकडे त्यांचे आशायुक्त अंत:करणाने लक्ष असे. १९०५ मध्ये जपानचा जय झाल्याबरोबर एका आशियाही देशाने अजिंक्य म्हणून समजल्या गेलेल्या पाश्चिमात्य साम्राज्यशाहीला ठोकर दिली ह्या घटनेमुळे त्यांचा उत्साह द्विगुणित झाला आणि जपानला त्यांनी धन्यवादही दिले. ब्रिटिशांच्या वर्चस्वाविरुद्ध इजिप्त आणि आयर्लंड ह्यांनी केलेला संघर्ष, तुर्कस्तानच्या साम्राज्याला पाश्चिमात्य सत्तांनी दिलेली दमदाटी किंवा पर्शियाची फाळणी करण्यासंबंधातील अँग्लो-रशियन डावपेच ह्या घटनांकडे ते आपुलकीने पाहत असत. १९०५ मधील रशियन क्रांती, टर्किश क्रांती व चीनमधील क्रांती ह्या घटनांना त्यांच्याकडून प्रतिसाद मिळत असे. ह्या सर्व वस्तुस्थितीवरून एवढे निश्चितपणे म्हणता येते की, भारतात आंतरराष्ट्रीय स्वरूपाच्या जागृतीला सुरुवात होत होती.

१९१४ चे जागतिक युद्ध आणि १९१७ ची रशियन क्रांती ह्या घटनांनी एक नवीन परिस्थिती निर्माण केली.

१९१४ च्या महायुद्धात राष्ट्रीय चळवळीतील प्रमुख पुढाऱ्यांनी ब्रिटिश साम्राज्यशाहीला संपूर्ण सहकार्य दिले. त्यातील प्रमुख उद्देश हाच की तसे केल्यामुळे कृतज्ञता म्हणून ब्रिटिश राजवटीत लोकशाहीच्या मार्गाने एखादे राजकीय प्रगतीपर पाऊल टाकता यावे. पहिले महायुद्ध सुरू झाले तेव्हा राष्ट्रीय काँग्रेसचे शिष्टमंडळ लंडनला गेलेले होते. त्यांच्यामध्ये लजपतराय, जिना, सिंह व इतर पुढारी होते. त्यांनी ब्रिटिश साम्राज्याला लवकर विजय प्राप्ती व्हावी म्हणून आपले सहकार्य जाहीर रीतीने देऊ केले. ह्या संबंधात गांधीजींच्या धोरणाचा मागेच उल्लेख आलेला आहे. महायुद्धाच्या सुरुवातीच्या काळात जे सरकारी प्रतिनिधी राष्ट्रीय काँग्रेसच्या अधिवेशनाला हजर राहत, त्यांचे उत्साहपूर्वक स्वागत केले जात असे.

हरदयाल, बरकतुला व इतर मिळून एका लढाऊ वृत्तीच्या राष्ट्रीय गटाने जर्मनीशी संधान बांधून बर्लिनमध्ये एक ''इंडियन कमिटी'' नावाची संस्था स्थापन केली. तथापि ह्यांचा फारसा परिणाम झाला नाही. राष्ट्रीय चळवळीतील 'डाव्या' मताच्या लोकांचे भारतात लढाऊ संघर्ष चालू होते.

लढाई संपल्यावर राष्ट्रीय काँग्रेसला अजूनही आशा वाटत होती की बराच गाजावाजा झालेले स्वयंनिर्णयाचे तत्त्व भारताच्या बाबतीत कार्यवाहीत आणले जाईल. व्हर्सेलीस येथे भरलेल्या शांतता परिषदेला टिळकांना काँग्रेसचे प्रतिनिधी म्हणून पाठविण्याचे ठरले, तथापि त्यांना परवाना (पासपोर्ट) नाकारण्यात आला. तेव्हा त्यांनी शांतता परिषदेचे अध्यक्ष क्लेमेंकाव ह्यांना पत्र पाठवून भारताच्या मागण्या पुढे मांडण्यास सांगितले. ह्या पत्रात टिळक लिहितात :

''जगात शांतता सांभाळण्यासाठी व भारतीय जनतेची प्रगती साधण्याच्या दृष्टीने भारताची समस्या सोडविणे किती आवश्यक आहे हे सांगण्याची मला गरज वाटत नाही. भारत हा स्वयंपूर्ण देश आहे. त्याला इतर राज्ये बळकावण्याची कोणतीही हाव नाही आणि भारताबाहेर त्याला महत्त्वाकांक्षा नाही. त्याचा खंडप्राय देश, प्रचंड साधने आणि मोठी लोकसंख्या ह्यांच्या साहाय्याने आशिया खंडात एक प्रमुख सत्ता होण्याची त्याची महत्त्वाकांक्षा असणे स्वाभाविक आहे. राष्ट्रसंघात त्याला पूर्वेकडील एक बलवान प्रमुख राष्ट्र म्हणून निर्माण करून त्याच्या साहाय्याने जगात शांतता संभाळणे आणि आशिया खंडांतील किंवा इतर हल्लेखोरांचा आणि शांतताभंग करणाऱ्यांना तोंड देऊन ब्रिटिश साम्राज्याला स्थैर्य आणणे सहज शक्य आहे.''

जागतिक राजकारणात भारताच्या राष्ट्रीय चळवळीच्या संबंधात १९१९ सालात लिहिलेले हे पहिले पत्र आहे आणि त्या वेळचा दृष्टिकोन काय होता, ह्याची

त्यावरून कल्पना येते.

ह्या अपेक्षांचा चक्काचूर व्हावयाचा होता. भारताला राष्ट्रसंघाचा मूळ सभासद करण्यात आले. ज्यावेळी भारतावरील सार्वभौमत्व, प्रतिनिधित्व आणि धोरण हेही सर्वस्वी ब्रिटिशांच्या हातात होते, त्यावेळी भारताला अशा प्रकारचे सभासदत्व देणे किती वेडगळपणाचे होते ते प्रोफेसर ए. बी. कीथ ह्यांनी काटेकोर शब्दांत व्यक्त केले आहे. ते म्हणतात :

"ज्या वेळी भारताचे अंतर्गत व परराष्ट्रीय धोरण संपूर्णपणे ब्रिटिशांच्या वर्चस्वाखाली होते, अशा वेळी भारताला राष्ट्रसंघात सभासदत्व देणे ही मूलभूत चूक १९१९ साली झालेली आहे. असे सभासदत्व ज्या राष्ट्राला स्वायत्तता आहे, त्यालाच दिले जाते. मोठ्या वसाहतींच्या बाबतीत अशी स्वायत्तता असणे अपेक्षित होय. तथापि भारताच्या बाबतीत तशी वस्तुस्थिती नाही किंवा भारताला नजीकच्या काळात स्वायत्तता मिळेल असे म्हणता येत नाही. अशा परिस्थितीत भारताला राष्ट्रसंघाचे सभासदत्व घ्यावयास नको होते, ही गोष्ट निर्मळ मनाने कबूल करणे अधिक प्रांजलपणाचे झाले असते. स्वायत्तता मिळाल्यावर राष्ट्रसंघाचे सभासदत्व घ्यावे किंवा नाही हे भारताने ठरवावे असे त्यास सांगावयास हवे होते. आजच्या राष्ट्रसंघात भारताची परिस्थिती विचित्र होणार आहे. कारण त्याचे धोरण ब्रिटिश सरकारने ठरविलेले आहे आणि ते अनिश्चित काळपर्यंत ठरविलेलेच राहणार आहे."

(सर ए. बी. कीथ, "कॉन्स्टिट्यूशनल हिस्ट्री ऑफ इंडिया" पाने ४७२-७३)

राष्ट्रीय चळवळीचे टिळकांसारखे पुढारी हे १९१९ सालच्या टिळकांच्या पत्रावरून ब्रिटिश साम्राज्य स्थिर राहण्यासाठी भारताचा विकास केला जावा म्हणून सांगत होते, त्यावेळी महायुद्ध संपल्यानंतर राजकीय क्षेत्रात नवीन प्रवाह वाहू लागले होते. १९१७ साली रशियात क्रांती झाली आणि महायुद्ध संपल्यावर सर्व जगभर क्रांतीची लाट उसळली आणि परदास्यांत खितपत पडलेल्या सर्व देशांमधून व वसाहतींतून स्वातंत्र्याची एकच लाट उसळली. ह्यामुळे सर्व जगभर एक नवीन समस्या निर्माण झाली आणि ह्या समस्येमध्ये भारताला प्रामुख्याने लक्ष घालणे भाग पडले. पाश्चिमात्य साम्राज्यशाहीच्या जुन्या प्रतिगामी टोळक्याविरुद्ध समाजवादी रशियाचे सामूहिक स्वरूपाचे उदार धोरण, आंतरराष्ट्रीय क्षेत्रातील कामगार चळवळ आणि वसाहतींच्या देशांमधील राष्ट्रीय चळवळी ह्या सर्व घटनांनी जागतिक पातळीवर सर्व देशांना संरेखित करण्यासाठी एक नवीन वातावरण निर्माण केले. ह्या जागतिक आघाडीला भारताच्या राष्ट्रवादी व प्रागतिक विचाराच्या सर्व पुढाऱ्यांनी प्रतिसाद दिला.

१९२५-२७ ह्या काळात चीनमध्ये झालेल्या राष्ट्रीय क्रांतीचे भारतात उत्साहपूर्वक स्वागत करण्यात आले. १९२७ साली चीनमधील क्रांती दडपून टाकण्यासाठी ब्रिटिश सरकारने भारतीय सैन्य शांघायमध्ये पाठविले, त्या विरुद्ध राष्ट्रीय काँग्रेसने एक ठराव करून आपला विरोध व्यक्त केला. त्याच वर्षी राष्ट्रीय काँग्रेसने, 'इंटर नॅशनल लीग ऑफ दि ऑप्रेस्ड पीपल अगेन्स्ट इम्पीरिऑलिझम' ह्या संस्थेच्या स्थापनेत भाग घेतला. भारत त्या संस्थेत संलग्न झाला आणि ब्रुसेल्स येथे भरलेल्या ह्या संस्थेच्या परिषदेला भारताचे प्रतिनिधी म्हणून नेहरूंना पाठविले. सर्व जगातील साम्राज्यशाहीविरोधी सर्व शक्तींचे संघटन व सहकार्य निर्माण करण्याच्या दृष्टीने ही एक अभूतपूर्व व अत्यंत महत्त्वाची अशी घटना घडली. त्यामुळे वसाहतींतील सर्व लोकांमध्ये एकीची भावना निर्माण झाली. आंतरराष्ट्रीय कामगार क्षेत्रांतील लोकांच्यात संघटन निर्माण झाले आणि साम्राज्यशाही विरोधक अशी आंतरराष्ट्रीय पातळीवर एक नवी आघाडी निर्माण झाली.

त्यानंतर हुकूमशाहीचे लढाऊ आक्रमण सुरू झाल्यावर वरील जागृती अधिक प्रगत झाली आणि ह्या आक्रमणाला ब्रिटिश साम्राज्यशाहीने प्रतिसाद दिला आणि त्यातून जागतिक युद्ध अधिक जवळ आणले गेले. राष्ट्रीय काँग्रेसने ॲबिसीनियन लोकांची आणि स्पॅनिश लोकशाहीची बाजू घेतली आणि त्यांना प्रत्यक्ष साहाय्य केले. ब्रुसेल्स येथे १९३९ साली भरलेल्या जागतिक शांतता परिषदेला भारताचा प्रतिनिधी गेला होता. आंतरराष्ट्रीय शांतता परिषदेत भारत सामील झाला. त्यावेळी भारताने आपला दृष्टिकोन मांडला तो असा की, साम्राज्यशाहीच्या पिळवणुकीच्या तंत्रावर शांतता स्थापन करणे शक्य नाही. ज्या तहांमध्ये साम्राज्यवादी वर्चस्वाला मान्यता आहे, अशा तहांना किंमत दिली जाणार नाही आणि भारताला राष्ट्रसंघाचा एक स्वतंत्र सभासद म्हणून आपले कर्तव्य पार पाडण्यासाठी स्वातंत्र्याची आवश्यकता आहे.

१९३६ साली स्पॅनिश लोकशाही विरुद्ध जर्मनी व इटली ह्या हुकूमशाहांनी संगनमत करून जे लढाई आक्रमण चालू केले होते, त्यावेळी ब्रिटिश आणि फ्रेंच सरकारांनी अलिप्ततावादी धोरणाचा पाठपुरावा केला. त्या संबंधात डिसेंबर १९३६ मध्ये फैजपूर येथे भरलेल्या राष्ट्रीय काँग्रेसने असे जाहीर केले की :

''हुकूमशाही आक्रमण वाढत आहे. हुकूमशाही सत्ता संगनमत करून, एकत्र गट तयार करून सर्व युरोपवर व जगावर वर्चस्व गाजविण्यासाठी, लढाई करण्याची सिद्धता करीत आहेत आणि त्यामुळे राजकीय व सामाजिक स्वातंत्र्य नष्ट होणार आहे. जगातील प्रागतिक राष्ट्रे आणि जनता ह्यांचेबरोबर सहकार्य

करून ह्या जागतिक संकटाला तोंड देणे अत्यंत आवश्यक आहे. ह्या गोष्टीची काँग्रेसला जाणीव आहे.''

फेब्रुवारी १९३८ मध्ये काँग्रेसच्या हरिपुरा येथील अधिवेशनाने ''सामुदायिक सुरक्षित''तेचा पाठपुरावा केला व हुकूमशाही आक्रमणाला सहकार्य करणारांचा निषेध केला व त्यामुळे जागतिक युद्ध जवळ आणले जाईल अशी भीती व्यक्त केली. १९३८ साली जपानी मालावर बहिष्कार टाकला गेला. १९३८ च्या वसंतऋतूमध्ये त्रिपुरा येथे भरलेल्या राष्ट्रीय काँग्रेसच्या अधिवेशनाने म्यूनिच धोरणाशी काँग्रेस सहमत नाही असे स्पष्टपणे जाहीर केले. काँग्रेसचा ठराव असा :

''काँग्रेसचे असे मत आहे की, ब्रिटिशांचे परराष्ट्रीय धोरण काँग्रेसला अजिबात नापसंत आहे. ह्या धोरणांतूनच म्यूनिच करार व अँग्लो-इटालियन करार जन्मास आले आणि बंडखोर स्पेनला मान्यता दिली गेली. हे धोरण म्हणजे लोकशाहीचा विश्वासघात करणे होय. पुन:पुन्हा दिलेल्या आश्वासनांचा भंग करणे होय. सामुदायिक सुरक्षिततेच्या तत्त्वाचा विध्वंस होय आणि जी सरकारे लोकशाही व स्वातंत्र्य ह्यांचे निश्चितपणे शत्रू आहेत, त्यांचेबरोबर सहकार्य करणे होय. ज्या ब्रिटिश परराष्ट्रीय धोरणाने हुकूमशाही सत्तांना सातत्याने सहकार्य दिले, आणि लोकशाहीवादी देशांचा सत्यानाश करण्यास मदत केली, अशा धोरणाशी काँग्रेसला काहीही कर्तव्य नाही.''

अशा प्रकारे, १९३९ साली ब्रिटिशांनी जर्मनीविरुद्ध युद्ध जाहीर करण्याच्या फार पूर्वी, आणि ज्यावेळी ब्रिटिश सरकार वास्तववादी आणि डावपेचाचे साहाय्य हुकूमशाही आक्रमणाला करीत होते त्याआधीच्या आणीबाणीच्या काळात भारतीय जनतेचे आपल्या पुढाऱ्यांमार्फत हुकूमशाहीला असलेला आपला विरोध आणि जगातील लोकशाहीवादी व प्रागतिक शक्तींशी आपले सहकार्य जाहीर केले.


## ४. भारत व दुसरे जागतिक युद्ध (१९३९-१९४२)


१९३९ साली ब्रिटनने जेव्हा जर्मनीविरुद्ध युद्ध जाहीर केले, तेव्हा भारताबरोबरील ब्रिटिशांचे धोरण, १९१४ सालीचे होते तेच चालू ठेवण्यात आले. ब्रिटिशांच्या धोरणातील भारत हे एक अजागळ प्यादे म्हणून राहावयाचे होते. भारताच्या जनतेचे मत वगैरे घेतल्याखेरीज ते आपोआप ब्रिटिशांच्या मागोमाग ओढले जाणार होते.

लढाई जाहीर झाल्यानंतर काही तासांतच व्हॉइसरॉयने भारतीय जनतेच्या प्रतिनिधींना काहीएक विचारल्याखेरीज भारत हा युद्धमान देश म्हणून जाहीर केला. ब्रिटिश

पार्लमेंटमध्ये "गव्हर्नमेंट ऑफ इंडिया अमेंडिंग ऑक्ट" ११ मिनिटात पास करण्यात आला. त्याअन्वये व्हॉइसरॉयला घटनेच्या कारवाईवर अधिभावी सत्ता देण्यात आली आणि ती प्रांतिक स्वायत्ततेवरही चालणार होती. ३ सप्टेंबर १९३९ ला "डिफेन्स ऑफ इंडिया ऑर्डिनन्स" काढण्यात आला. ह्या जाहीरनाम्याअन्वये केंद्र सरकारला हुकूमनामा जाहीर करून त्याप्रमाणे राज्य करणे ब्रिटिश इंडियाच्या संरक्षणासाठी, सामाजिक शांतता व सुरक्षितता यांसाठी, लढाईला उपयुक्त मदत करण्यासाठी, लढाईला आवश्यक असा पुरवठा आणि सेवा उपलब्ध करण्यासाठी. सभाबंदीसाठी, प्रचारास निर्बंध घालण्यासाठी, वॉरंटशिवाय पकडण्यासाठी. कायदेभंग केल्याबद्दल शिक्षा करण्यासाठी. मृत्यूची किंवा आजन्म काळ्या पाण्याची शिक्षा देण्यासाठी, जे व जसे कायदे करणे आवश्यक वाटले ते करण्याचा अधिकार देण्यात आला.

११ सप्टेंबरला व्हॉइसरॉयने संघराज्य निर्माण करण्याची तयारी करण्याचे काम स्थगित केल्याचे जाहीर केले. एकाधिकार सत्तेचे सरकार भारतात चालू राहणार होते. त्याला कोणत्याही प्रकारची सांविधानिक छटा सुद्धा नव्हती. इतकेच नव्हे तर, ज्याचे दूरवर परिणाम होऊ शकतील असे खास अधिकार व्हॉइसरॉयला देऊन तिला बळकटी आणण्यात आली होती. पंचवीस वर्षांपूर्वी ज्याप्रमाणे ब्रिटिश वर्चस्वाचा परिणाम म्हणून भारतीय जनतेला ब्रिटिशांच्या मागोमाग युद्धात त्यांच्या इच्छेविरुद्ध खेचण्यात आले, त्याचप्रमाणे ह्याही वेळी ज्या ब्रिटिश धोरणामुळे हे युद्ध अटळ झाले, आणि ज्याबद्दल भारतीय जनतेने आपला स्पष्ट विरोध जाहीर केला होता, व जे घडवून आणण्यात त्यांचा काहीही भाग नव्हता, त्यात भारतीय जनता ओढली जाणार होती.

१९१४ नंतरचा भारताच्या परिस्थितीतील फरक लवकरच उघड होऊ लागला.

१४ सप्टेंबरला राष्ट्रीय काँग्रेसच्या कार्यकारी मंडळाचे, लढाई संबंधातील निवेदन प्रसिद्ध झाले. ह्या निवेदनात असे म्हटले होते की :

"जे महायुद्ध साम्राज्यवादी दृष्टिकोनातून लढविले जात आहे आणि ज्यामागील उदेश साम्राज्यशाहीची मगरमिठी भारतावर आणि अन्यत्र अधिक घट्ट करण्याचा आहे, अशा युद्धाच्या संबंधात कार्यकारी मंडळाला काहीही करणे नाही, किंवा त्यासाठी सहकार्य करण्यास कार्यकारी मंडळ तयार नाही."

त्यावरील ठरावात असे सांगण्यात आले की :

"कोणत्याही परकीय हस्तक्षेपाशिवाय भारतीय जनतेला आपली घटना, आपल्या घटना समितीमार्फत बनविण्यासाठी आणि आपणास हवे तसे धोरण ठरविण्यासाठी स्वयंनिर्णयाचा हक्क मिळालाच पाहिजे."

ह्याप्रमाणे राष्ट्रीय काँग्रेसने ब्रिटिश सरकारला प्रत्यक्ष आव्हान दिले, ते असे :

''कार्यकारी मंडळ ब्रिटिश सरकारला असे आवाहन करू इच्छिते की, त्यांनी लोकशाही व साम्राज्यशाही ह्यांच्या दृष्टीने लढाईतील त्यांचे उद्देश काय आहेत, आणि कोणती नवीन जडण-घडण त्यांना अभिप्रेत आहे, हे उद्देश भारताचे बाबतीत कोणत्या प्रकारे कार्यवाहीत आणले जाणार आहेत, आणि आज त्यामुळे त्वरित परिणाम काय होणार आहे, हे स्पष्ट शब्दात व्यक्त करावे. त्यामध्ये साम्राज्यशाही नाहीशी करण्याचा त्यांचा उद्देश आहे काय? आणि भारताला ते स्वतंत्र राष्ट्र म्हणून मानून त्याला त्याच्या जनतेच्या इच्छेनुरूप आपले धोरण ठरविण्यास ते देणार आहेत काय?''

राष्ट्रीय काँग्रेसच्या ह्या सडेतोड प्रश्नाला ब्रिटिश सरकारने उत्तर दिले, ते अकरणात्मक होते. भविष्य काळात केव्हातरी भारताला वसाहतीचा दर्जा देण्याचा आव आणून, ऐसपैस वचनांच्या शिळ्या कढीला, ऊत आणण्यात आला. (बावीस वर्षांपूर्वी, गेल्या महायुद्धाच्या वेळी, अशाच परिस्थितीत आश्वासनांची खैरात करण्यात आली होती, पण ती अजूनही पुरी करण्यात आलेली नाहीत.) ब्रिटिश सरकारने, त्वरित कार्यवाहीत आणण्यासाठी भारतीयांचे एक 'सल्लागार मंडळ' नेमून त्या मंडळाने व्हॉइसरॉयला भारत ब्रिटिशांच्या वर्चस्वाखाली ठेवण्यासाठी, आणि लढाई चालू ठेवण्यासाठी मदत करावी असे सुचविले.

राष्ट्रीय काँग्रेसचे पुढारी आणि ब्रिटिश सरकार ह्यांच्या मुत्सद्देगिरीतील झटापट म्हणजे भावी काळातील मोठ्या राजकीय संघर्षाची नांदी होय. काँग्रेसचे पुढारी आणि व्हॉइसरॉय ह्यांच्या राजकारणातील शाब्दिक चकमकी चालू असताना, बहुजन समाजाने चळवळीला सुरुवात केली होती. २ ऑक्टोबरला ९०,००० मुंबईच्या कामगारांनी लढाई व साम्राज्यशाहीची दडपशाही ह्यांच्या निषेधार्थ एक दिवसाचा राजकीय संप केला. 'साम्राज्यशाही युद्धाचा धि:कार असो' 'भारताचे स्वातंत्र्य अमर राहो' 'लाल बावट्याचा विजय असो' वगैरे घोषणांनी मुंबईचे रस्ते दुमदुमून गेले. युद्धात ओढल्या गेलेल्या देशांपैकी भारतातच प्रथम युद्धाचा निषेध करण्यासाठी हजारो कामगारांनी संप करून घोषणा दिल्या. संपाच्या अखेरीस कामगार मैदानावर भरलेल्या जाहीर सभेत सर्वानुमते जो ठराव पास करण्यात आला तो असा:

''ही सभा, आंतरराष्ट्रीय कामगार वर्गाबरोबर आणि जगातील जे जे लोक त्यांच्या इच्छेविरुद्ध साम्राज्यशाहीमुळे ह्या भीषण युद्धांत खेचले जात आहेत, त्यांच्याबरोबर आपले सहकार्य जाहीर करते. हे महायुद्ध म्हणजे आंतरराष्ट्रीय कामगार संघटनेला देण्यात आलेले आव्हान आहे असे ही सभा मानते, आणि

मानवतेविरुद्ध साम्राज्यशाह्यांनी केलेल्या ह्या कटाचा पराभव करणे हे कामगारांचे व निरनिराळ्या देशांतील लोकांचे कर्तव्य आहे, असे ही सभा मानते.''

मुंबईच्या कामगारांच्या ह्या ठरावात भारतातील कामगारांचा हा लढा म्हणजे आंतरराष्ट्रीय कामगार वर्गाने साम्राज्यशाहीविरुद्ध चालू केलेल्या संघर्षाचा एक भाग आहे असे जाहीर करण्यात आले.

व्हॉइसरॉयने दिलेल्या अकरणात्मक उत्तरामुळे, १९३९ च्या ऑक्टोबर महिन्यात काँग्रेसच्या मंत्रिमंडळांनी राजिनामे दिले. १९४० च्या वसंतऋतूत रामगड येथे भरलेल्या काँग्रेसने आपला दृष्टिकोन जाहीर केला, तो असा :

''ब्रिटिश सरकारच्या वतीने भारतासंबंधी अलीकडेच जे धोरण जाहीर करण्यात आले आहे, त्यावरून असे दिसते की हे महायुद्ध ब्रिटनने मुख्यत्वे साम्राज्यशाहीच्या उत्कर्षासाठी चालू ठेवले आहे. अशा परिस्थितीत काँग्रेस प्रत्यक्ष किंवा अप्रत्यक्षपणे, कोणत्याही प्रकारे ह्या युद्धात सहभागी होऊ शकत नाही.''

१९४० च्या ग्रीष्म ऋतूत युरोपमध्ये नाझींचे आक्रमण सुरु झाले. फ्रान्सचा धुव्वा उडाला. लढाईला भीषण स्वरूप प्राप्त झाले. तेव्हा काँग्रेसने सहकार्याची नवी सूचना सरकारला केली. त्यासाठी काँग्रेसने अशा अटी घातल्या की, भारताच्या स्वातंत्र्याला मान्यता द्यावी. केंद्रात निवडून आलेल्या सभासदांचा पाठिंबा मिळेल असे केंद्रामध्ये एक हंगामी राष्ट्रीय सरकार निर्माण करावे. जर ह्या अटी मान्य झाल्या तर भारताचे संरक्षण करण्याच्या दृष्टीने काँग्रेस परिणामकारक संघटना करून आपले संपूर्ण सामर्थ्य व सहकार्य सरकारला देईल. परराष्ट्रीय संरक्षणाच्या बाबतीत गांधीजींचे अहिंसेचे तत्त्वज्ञान डावलण्यात आले. १९४०च्या जुलै महिन्यात काँग्रेसची पुणे येथे सभा झाली. त्या सभेत अहिंसेचा त्याग करावा ह्या सूचनेस ९१ अनुकूल व ६३ प्रतिकूल मते मिळाली. सशर्त सहकार्य करावे ह्या सूचनेला ९५ अनुकूल व ४७ प्रतिकूल मते पडली व सर्व ठराव ⅔ बहुसंख्येने पास झाला.

पुन्हा एकदा काँग्रेसने पुढे केलेला सहकार्याचा हात सरकारकडून झिडकारण्यात आला. ८ ऑगस्ट १९४० च्या जाहीर निवेदनात (ह्याला साधारणपणे 'ऑगस्ट ऑफर' असे म्हणतात. ह्याच सूचनेवर नंतरची क्रिप्सची योजना व राजकीय धोरणासंबंधाची निवेदने आधारलेली होती.) असे जाहीर केले की, भारतातील शांतता व भारताचे कल्याण ह्या आजच्या सरकारवर असलेल्या जबाबदाऱ्या ज्याला भारताच्या राष्ट्रीय जीवनातील फार मोठ्या व प्रबल शक्तींचा निश्चितपणे पाठिंबा नाही, अशा एखाद्या आडूमाडू सरकारवर सोपवून देण्याचा सरकार विचारही करू शकत नाही, म्हणजेच मुस्लिम लीग व संस्थानिक ह्यांना भारतात निर्माण करण्याच्या कोणत्याही राष्ट्रीय

सरकारच्या संघटनेला नकारशक्ती वापरण्याचा अधिकार दिला होता हे उघड झाले. ह्याला पर्यायी सूचना म्हणून सरकारने असे सुचविले की :

१) राष्ट्रीय जीवनात जे प्रमुख घटक आहेत अशा घटकांच्या प्रतिनिधींचे एक मंडळ लढाई संपल्यावर निर्माण करावे.

२) व्हॉइसरॉय ह्याच्या कार्यकारी मंडळात आणखी काही भारतीय स्वीकृत करून घेऊन ते मोठे करावे.

३) भारतीय संस्थानांचे प्रतिनिधी व इतर भारतीय ह्यांची एक 'युद्ध सल्लागार समिती' स्थापन करावी.

ह्या असमाधानकारक उत्तराचा असा परिणाम झाला की, व्यक्तिगत सविनय कायदेभंग करण्याची चळवळ गांधीजींच्या नेतृत्वाखाली सुरू करण्याचे काँग्रेसने ठरविले आणि ऑक्टोबर १९४० मध्ये तिला सुरुवात झाली.

साम्राज्यशाहीविरुद्ध निर्णायक लढा सुरू करावा अशी अनेक गटांनी जोराची मागणी केली. ह्याचा परिणाम असा झाला की, सरकारने कामगारवर्ग, शेतकरी वर्ग आणि १९३९-४० च्या सुमारास कडवे राष्ट्रभक्त म्हणून जे समजले जात, अशा सर्वांवर क्रूर दडपशाहीचा वरवंटा फिरविला. इतकेच नव्हे तर गांधीजींनी चालू केलेल्या अत्यंत मर्यादित आणि गांधीजींच्या अटींमुळे काही ठराविक लोकांनाच ज्यात वाव होता, अशा व्यक्तिगत सविनय कायदेभंगाच्या चळवळीलाही दडपून टाकण्यात आले. तो स्वातंत्र्याचा लढा नव्हता तर भाषण करण्याचे स्वातंत्र्य प्रस्थापित करण्यासाठी केलेला तो एक लाक्षणिक सत्याग्रह होता. सविनय सत्याग्रहींच्या याद्या तयार करून त्या गांधीजींच्या चाचणीसाठी व संमतीसाठी पाठवावयाच्या होत्या. ज्या लोकांना गांधीजी मान्यता देतील त्यांनी, लढाईला असलेला आपला लाक्षणिक विरोध आपण केव्हा व कोठे जाहीर रीतीने व्यक्त करणार, अशा बद्दल पोलिसांना आगाऊ बातमी द्यावयाची होती. एवढे असले तरी धरपकड व शिक्षा देणे ह्याचे सत्र प्रचंड प्रमाणात सुरू झाले. (मे २४, १९४१ पर्यंत एकट्या संयुक्त प्रांतातच १२,००० लोक पकडले गेले, असे अधिकृत सरकारी प्रतिवेदनावरून दिसते. तर सर्व भारतात २०,००० लोक पकडले गेले. त्यात ३९८ प्रांतिक विधिमंडळाचे सभासद होते. ३१ माजी मंत्री आणि केंद्रीय विधिमंडळाचे २२ सभासद होते.)

राजकीय क्षेत्रात अशी कोंडी निर्माण झाली असताना, १९४१ च्या उत्तरार्धात प्रचंड घडामोडी सुरू झाल्या. जर्मनीने सोव्हिएट रशियावर स्वारी केली. ब्रिटन आणि सोव्हिएट रशिया ह्यांचा मैत्रीचा करार झाला. जपानने अतिपूर्वेकडील

प्रदेशावर हल्ले चालू केले. ब्रिटनच्या नेतृत्वाखाली ब्रिटन व रशिया ह्यांच्या करारात अमेरिका व चीन ही राष्ट्रे सामील झाली. ह्या घटनांमुळे महायुद्धाचा सर्व रंगच पालटला.

राष्ट्रीय चळवळीतील सर्वच लोकांनी महायुद्धाच्या परिस्थितीत झालेल्या नव्या बदलांमुळे आपला दृष्टिकोन बदलला, असे नव्हे. काही लोकांनी गांधीजींच्या अहिंसक व शांततावादी धोरणाचे अनुकरण केले. ब्रिटिश साम्राज्यशाहीला सहकार्य द्यावे किंवा नाही, ह्याबद्दल काही लोकांना शंका वाटू लागली. तथापि काँग्रेसचे अध्यक्ष मौलाना आझाद व जवाहरलाल नेहरू ह्यांच्या सारख्या राष्ट्रीय चळवळीतील प्रमुख जबाबदार पुढाऱ्यांनी बहुसंख्य लोकांच्या पाठिंब्यावर 'मित्र-राष्ट्रांशी' समाज पातळीवर सहकार्य करण्याचा मार्ग शोधण्याचा प्रयत्न सुरू केला. काँग्रेस सारख्या शक्तींचे सहकार्य मिळविण्यात ब्रिटन व 'मित्र-राष्ट्रे' ह्यांचाच फायदा होता. अशा प्रकारे १९४१ च्या उत्तरार्धात ब्रिटनच्या दृष्टीने अनुकूल परिस्थिती निर्माण झाली. ह्या नवीन परिस्थितीचा नवीन धोरण कार्यवाहीत आणून फायदा करून घ्यावयाचा किंवा नाही हे ब्रिटिश सरकारवर अवलंबून होते.

ब्रिटिश सरकारची पहिली प्रतिक्रिया नकारात्मक होती. ऑगस्ट १९४१ मध्ये ''अटलांटिक चार्टर'' जाहीर झाला. त्याप्रमाणे ब्रिटन व अमेरिका ह्या सरकारांनी काही वचनबद्ध धोरण मान्य केले व त्यानंतर ते ''संयुक्त राष्ट्रांनी''ही संमत केले. ते धोरण असे :

''कोणत्या प्रकारच्या शासनपद्धतीत आपण राहावे, हे ठरविण्याचा सर्व लोकांचा हक्क, रास्त आहे, आणि ज्या लोकांचे स्वराज्य आणि सार्वभौम हक्क बळजबरीने बळकावण्यात आले आहेत, ते त्यांचे त्यांना परत दिले जातील अशी व्यवस्था होईल.''

तथापि ९ सप्टेंबर १९४१ रोजी ब्रिटनचे पंतप्रधान विन्स्टन चर्चिल ह्याने आपल्या सरकारच्यावतीने एक अधिकृत निवेदन जाहीर केले. त्यामध्ये भारत, ब्रह्मदेश व ब्रिटिश साम्राज्यातील इतर देश ह्यांना ''अटलांटिक चार्टर'' लागू नाही असे सांगितले. त्याचे निवेदन असे :

''आम्ही अटलांटिकला जमलो तेव्हा युरोप खंडातील ज्या देशांचे स्वराज्य सार्वभौमत्व व राष्ट्रीय जीवन नाझींच्या सत्तेने बळकावले होते, ते त्यांना परत मिळवून द्यावे एवढाच विचार आमच्या मनात होता.''

ह्या जावईशोधामुळे राष्ट्रीय वृत्तीच्या भारतीयांना संताप आला आणि मित्र-राष्ट्रांबद्दलचा विरोध द्विगुणित झाला.

तथापि डिसेंबर १९४१ मध्ये सरकारने प्रमुख काँग्रेस पुढाऱ्यांची सुटका केली. ह्यामुळे नवीन धोरण सुरू करण्याची शक्यता निर्माण झाली व त्यातूनच सहकार्य करण्याची शक्यता वाटू लागली.

१९४१ च्या डिसेंबर महिन्याच्या अखेरीस राष्ट्रीय काँग्रेसने बार्डोलीला एक ठराव केला (जानेवारी १९४२ मध्ये तो अनुसमर्थित झाला). त्या ठरावात स्पष्टपणे असे जाहीर करण्यात आले की, शत्रुराष्ट्रांनी भारतावर हल्ला केला, तर त्याला सशस्त्र विरोध केला जाईल, आणि तो विरोध भारत हा मित्रराष्ट्रांचा सहाय्यक ह्या नात्याने केला जाईल, मात्र त्यासाठी भारतात राष्ट्रीय सरकार असले पाहिजे. तो ठराव असा :

"भारताच्या संबंधी ब्रिटिशांच्या धोरणात काहीही बदल झालेला नाही, तरीही काँग्रेस कमिटीने आज युद्धामुळे निर्माण झालेली नवी जागतिक परिस्थिती आणि युद्धाचा भारताकडील रोख हा विचारात घेतलाच पाहिजे. ज्या लोकांवर आज चढाई चालू आहे आणि जे आज आपल्या स्वातंत्र्यासाठी लढत आहेत. त्यांच्याबद्दल भारताला सहानुभूती वाटते. तथापि स्वतंत्र भारतच, राष्ट्रीय दृष्टीने भारताचे संरक्षण करण्याची कामगिरी अंगावर घेऊ शकेल."

हा ठराव पास झाल्यानंतर गांधीजींना काँग्रेसच्या पुढारीपणातून मुक्त करण्यात आले, कारण अहिंसेचे गांधीजींचे तत्त्व काँग्रेसने सोडल्यामुळे त्यांचा मतभेद झाला होता. ह्या ठरावावर "टाइम्स ऑफ इंडिया" ने अशी टीका केली की :

"ह्या ठरावामुळे ब्रिटिश सरकारबरोबर सहकार्य करण्यासाठी मार्ग मोकळा झाला होता, त्यामुळे एक महत्त्वाची संधी देण्यात आली आहे, तिचा फायदा घेतला जाईल अशी आम्ही आशा करतो."

मार्ग मोकळा झाला होता, ब्रिटिशांच्या बाजूने कमीतकमी मुत्सद्देगिरी उपलब्ध असती, तर त्यांच्या बाजूने अनुकूल प्रतिक्रिया व्यक्त झाली असती.

ह्या अनुकूल संधीला चीनचा प्रमुख चॅंगकाय शेक ह्याच्या भारतभेटीने व त्याने भारत आणि ब्रिटन ह्यांना एकाचवेळी केलेल्या जाहीर निवेदनामुळे अधिक अनुकूल वातावरण निर्माण केले गेले. त्याने भारतीय जनतेला स्पष्टपणे सांगितले की, 'चढाई' आणि 'प्रतिचढाई' ह्यांच्यामध्ये तिसरा पर्याय नव्हता. त्याने ब्रिटनला सांगितले की भारतीय जनतेला शक्य तितक्या लवकर 'खरी राजकीय सत्ता' देण्यात यावी म्हणजे त्यांना लढाईसाठी आपली संपूर्ण शक्ती उपयोगात आणणे शक्य होईल. येथे हे लक्षात घेतले पाहिजे की, त्याने भारतीय जनतेला खरी राजकीय सत्ता ताबडतोब द्यावी असे सांगितले खरे, पण ती सत्ता त्यांचे लढाईच्या

कामात संपूर्ण सहकार्य मिळावे, म्हणूनच होय. ह्याचाच अर्थ वरील सत्तांतर हे एक लढाईची गरज म्हणून होते. लढाईनंतर ते सत्तांतर, कायम ठेवलेच पाहिजे, असे नव्हे. भारताच्या राष्ट्रीय चळवळीचा दृष्टिकोन ह्याच्याशी जुळता मिळता होता.

ह्याचप्रमाणे ऑस्ट्रेलियाच्या परराष्ट्रीय कारभाराच्या मंत्र्याने १९४२ च्या फेब्रुवारी महिन्यात तोच दृष्टिकोन मांडला, तो म्हणजे, भारताला त्वरित स्वराज्य द्यावे म्हणजे तो लढाईत अधिक आपुलकीने सहकार्य करील. तो म्हणाला :

"इतर स्वयंशासित राष्ट्रांप्रमाणे आपलेही राष्ट्र स्वयंशासित क्हावे ह्या भारताच्या अपेक्षेबद्दल आणि आशियांतील मित्र-राष्ट्रांच्या ध्येयाला पूरक ठरेल अशी कामगिरी करण्यास मिळावी ह्या अपेक्षेबद्दल आम्हाला सहानुभूती वाटते.''

(डॉ. एच. व्ही. इव्हॅट. ऑस्ट्रेलियन कॉमनवेल्थ मिनिस्टर फॉर एक्स्टर्नल अफेअर्स ह्याचे २७ फेब्रुवारी १९४२ चे ऑस्ट्रेलियन पार्लमेंटमधील भाषण.)

२२ फेब्रुवारी १९४२ ला अध्यक्ष रुझवेल्ट याने असे स्पष्टपणे जाहीर केले की ''अटलांटिक चार्टर'' सर्व जगाला लागू होता. (अशा प्रकारे सप्टेंबर १९४१ मधील चर्चिल ह्याच्या निवेदनाला त्याने सुरुंग लावला.) तो म्हणाला:

'अटलांटिक चार्टर' हा अटलांटिकच्या जवळपास असलेल्या देशांनाच लागू आहे असे नव्हे, तर सर्व जगाला तो लागू आहे.'' (प्रेसिडेंट रुझव्हेल्ट ह्याने २२ फेब्रुवारी १९४२ रोजी आकाशवाणीवर केलेले भाषण.)

ह्या आकाशवाणीवर केलेल्या निवेदनाबरोबरच, अध्यक्ष रुझवेल्ट ह्याने ब्रिटिश सरकारबरोबर भारताला स्वातंत्र्य देण्यासंबंधात पत्रव्यवहार सुरू केला. पूर्वीच्या 'अमेरिकन सेक्रेटरी ऑफ स्टेट' समोर वेल्स ह्याने ही हकीकत १९४६ साली जाहीर केली, ती अशी :

"१९४२ साली जेव्हा जपानचे संकट शिगेला पोहोचले होते आणि भारतातील अशांतता प्रखर झाली होती, तेव्हा अध्यक्ष रुझव्हेल्ट ह्याने चर्चिल ह्याला आग्रहपूर्वक सांगितले की, भारताला स्वातंत्र्य देण्याच्या बाबतीत आणखी विलंब लावू नये आणि भारतीय पुढाऱ्यांना "अमेरिकन आर्टिकल्स ऑफ कॉन्फेडरेशन'' च्या धर्तीवर राष्ट्रीय घटना तयार करण्याची संधी देण्यात यावी. अध्यक्षांची अशी खात्री होती की, अशा प्रकारचे हंगामी सरकार निर्माण केल्याने, भारतीय पुढाऱ्यांना सहकार्याने काम करणे सोयीचे होईल, आणि तसे करण्यात त्यांना भारतीय जनतेच्या विशिष्ट गरजा, प्रत्यक्ष अनुभवाने विचारात घेऊन कोणत्या प्रकारची कायम स्वरूपाची घटना त्यांना अत्यंत उपयुक्त ठरेल, हे शिकण्यास संधी मिळेल. त्यावेळी अशी योजना भारतीय पुढाऱ्यांनी बहुधा मान्य केली असती.

आजचे ब्रिटिश सरकार, जे अशाच प्रकारची सूचना आज करीत आहे, त्यांना चार वर्षापूर्वी अशी सूचना केलेली असताना, ती त्या वेळी चर्चिल याने रागारागाने डावलल्याबद्दल खेद वाटणे साहजिक आहे.''

लढाई चालू असताना, भारतात जबाबदारीचे राष्ट्रीय सरकार स्थापन करण्यास नकार देणारा ब्रिटिश सरकारचा अधिकृत दृष्टिकोन हा संयुक्त-राष्ट्रांत एकाकी कसा पडला, आणि भारताच्या राष्ट्रीय मागणीसंबंधात अमेरिका, ऑस्ट्रेलिया व चीन ह्यांनी ब्रिटिश सरकारवर आणलेल्या वजनाचा कसा उपयोग झाला, हे लक्षात घेणे महत्त्वाचे आहे.

१९४२ च्या वसंत ऋतूमध्ये अशा प्रकारे अनुकूल वातावरण निर्माण केले गेले. खेळणी ब्रिटनची होती. ब्रिटनच्या सरकारी क्षेत्रात अजूनही भारताच्या राष्ट्रीय मागणीला थोडाबहुत विरोध व खळखळ असली तरी ती मार्च महिन्यांतील जपानच्या रंगूनवरील स्वारीने मोडीत काढून वरील प्रश्नाला आवश्यक असलेली चालना दिली.

८ मार्चला रंगून कोसळले.

११ मार्चला क्रिप्स मिशन जाहीर झाले.

लढाई चालू असताना, १९४२ च्या मार्च-एप्रिल महिन्यांतील क्रिप्समिशनच्या भारतातील आगमनाने ब्रिटन व भारत ह्यांच्यामधील राजकीय संबंधांना एक अभूतपूर्व अशी कलाटणी दिली. क्रिप्स योजना म्हणजेच ''ब्रिटिश वॉर कॅबिनेट''ने भारतासाठी तयार केलेला सांविधानिक योजनेचा कच्चा खर्डा. जो सर स्ट्रफर्ड क्रिप्स ह्याने भारतीय राजकीय पुढाऱ्यांबरोबर चर्चा करण्यासाठी आणला होता, आणि ज्या पायावर भारत व ब्रिटन ह्यांच्यामधील तडजोडीची इमारत उभारावयाची होती. त्याचे मुख्यत्वे दोन भाग होते:

**१) लढाई नंतर अमलात आणावयाची योजना :**

(अ) नवीन भारतीय संघाला वसाहतीचा दर्जा व ब्रिटिश राष्ट्रकुलातून फुटून जाण्याचे ठरविल्यास तसा अधिकार,

(ब) लढाई संपल्यावर लगेच घटना समितीची नेमणूक करणे, भारतासाठी नवीन घटना तयार करण्यासाठी, घटना समितीवर प्रांतिक विधिमंडळांनी निवडलेले काही सभासद, ह्यांची निवड, लढाई संपल्यावर, 'लोकसंख्येच्या प्रमाणात प्रतिनिधित्व' ह्या तत्त्वावर विधिमंडळाच्या सभासदांनी करावी. काही सभासद, संस्थांनांतील लोकसंख्येच्या प्रमाणात नरेंद्रांनी निवडलेले राहतील.

(क) 'ब्रिटिश इंडिया'मधील कोणत्याही प्रांताला किंवा संस्थानाला भारतीय संघाच्या

बाहेर राहण्याचा अधिकार. वाटल्यास आजच्याच परिस्थितीत राहावे, किंवा एक स्वतंत्र राज्य म्हणून समान अधिकार असलेली निराळी घटना तयार करून स्वतंत्र रहावे.

(ड) ब्रिटन आणि घटना-समिती ह्यांच्यामध्ये एक तह केला जाईल. त्यात ब्रिटिश सम्राटाने वांशिक व धार्मिक अल्पसंख्याकांना, संरक्षणाची जी आश्वासने दिली आहेत, ती पाळली जातील. अशाबद्दल खास योजना नमूद केली जाईल.

**२)  लढाई चालू असताना त्वरित कार्यवाहीत आणण्याची योजना :** भारतीय प्रतिनिधीचे सल्लामसलतीचे सहकार्य घेऊन, ब्रिटिश सत्ता अबाधित ठेवणे.

शेवटचा मुद्दा लढाई चालू असताना राष्ट्रीय सरकार निर्माण करून त्याला सत्ता देणे नामंजूर झाल्यामुळे त्या महत्त्वाच्या मुद्द्यावरच वाटाघाटी फिसकटल्या.

ह्यावरून एवढे उघड आहे की, क्रिप्स योजनेची जरी कौशल्यपूर्ण जाहिरात केली गेली होती, तरी तिच्यात मूलभूत स्वरूपाची नवीन अशी एकही गोष्ट नव्हती. ब्रिटिशांच्या मूळ धोरणात काहीही फरक नव्हता. १९४० साली व्हॉइसरॉयने जो ''ऑगस्ट ऑफर'' देऊ केला, त्याची ही पुनर्मुद्रित प्रत होती, आणि ''ऑगस्ट ऑफर'' तर सर्व मतांच्या भारतीयांनी नाकारला होता. क्रिप्स मिशनचा निम-अधिकृत इतिहासकार त्यातील जे सत्य मान्य करतो, ते असे :

''जाहीर-मसुद्यांत'' ब्रिटिश धोरणात मूलभूत स्वरूपाचा फरक झाल्याचे स्पष्ट होत नाही. तत्त्वत: खरे म्हणजे ''जाहीर-मसुद्यांत ''ऑगस्ट ऑफर''पेक्षा प्रगती झालेली नाही.'' (प्रोफेसर आर. कुपलंड, 'दि क्रिप्स मिशन' ऑक्सफर्ड युनिव्हर्सिटी प्रेस, १९४२, पान ३०)

ह्यानंतर :

''लढाईच्या काळात घटनेमध्ये कोणताही महत्त्वाचा बदल करणे शक्य नाही. असे जाहीर मसुद्यांत स्पष्ट करण्यात आले.'' (कित्ता, पान ३१)

वाटाघाटी चालू असताना निश्चित स्वरूपाची तडजोड केली जावी म्हणून, काँग्रेसने बऱ्याच प्रमाणात मिळते जुळते घेण्याचा मन:पूर्वक प्रयत्न केला. त्यांना जर खरी जबाबदारी आणि सत्ता मिळणार असती तर ब्रिटिश व्हॉइसरॉयच्या हाताखाली काम करण्याची त्यांनी तयारी दाखविली आणि सेनाप्रमुख म्हणून ब्रिटिश अधिकाऱ्याला मान्यता देण्यास ते तयार झाले. इतकेच नव्हे तर सेना प्रमुखाने केवळ लढाईच्या हालचालीवर सत्ता गाजवावी असे नसून त्याला कॅबिनेटच्या दर्जाचा सभासद करून घेण्यासाठी त्यांनी मान्यता दिली. पण सर्व प्रयत्न फसले.

काँग्रेसच्या पुढाऱ्यांना असे स्पष्टपणे सांगण्यात आले की, ब्रिटिशांची सत्ता सार्वभौम आणि हुकूमशाही स्वरूपाचीच राहिली पाहिजे, भारतीय संरक्षण मंत्री फारतर चहाची दुकाने (कॅन्टिन्स) आणि वह्या पेन्सिलीची दुकाने (स्टेशनरी) ह्यावर हुकमत गाजवील. जेव्हा दोघांमधील फरक   कमी करण्याच्या दृष्टीने त्यांनी पुन्हा वाटाघाटीस सुरुवात केली, तेव्हा त्यांना असे सांगण्यात आले की : ''आम्ही देतो ते घ्या किंवा सोडून द्या.'' ह्या ''घ्या किंवा टाका'' वृत्तीवरून काँग्रेस पुढाऱ्यांचा असा समज झाला की, सरकारच्या मनात खरी तडजोड करण्याची इच्छा नसून, भावी संघर्षाची पार्श्वभूमी तयार करण्याचा तो प्रयत्न होता.

७ एप्रिलला लॉर्ड हॅलिफॅक्स ह्याने केलेल्या दुर्दैवी भाषणामुळे वरील समज दृढ झाला, त्यावेळी वाटाघाटी चालू होत्या. त्या फसणार ह्याची खात्री झाल्यामुळे जर वाटाघाटी फसल्या तर ब्रिटिश सरकार एकटेच आपले राज्य चालविल, क्रिप्स मिशनने आपली कामगिरी बजावली असे होईल आणि ब्रिटिशांच्या भारतातील वर्चस्वाबद्दल जे लोक टीका करतात त्यांना भारताची समस्या ही एक निरगाठ आहे हे सत्य क्रिप्स मिशनने सिद्ध केल्यासारखे होईल असा ब्रिटिशांचा कावा होता.

क्रिप्सच्या योजनेला भारतातील अत्यंत मवाळ समजल्या जाणाऱ्या पुढाऱ्यांसकट सर्व वर्गाच्या पुढाऱ्यांनी त्याज्य ठरविली. केवळ काँग्रेसच नव्हे तर प्रत्येक महत्त्वाच्या भारतीय संघटनेने क्रिप्सची योजना धुडकावून लावली.

वाटाघाटी फसल्यावर कलकत्त्याच्या ''स्टेट्समन'' ने आपले मत व्यक्त केले. ते असे :

जोपर्यंत कोणत्याही योजनेचा मसुदा ''इंडिया ऑफिस'' आणि आजचे ''भारत सरकार'' तयार करणार आहे तोपर्यंत कोणताही राजदूत आला तरी तो यशस्वी होणार नाही आणि ह्या देशाला क्षणाक्षणाला वाढणारा धोका टाळण्याचा काहीही प्रयत्न केला जाणार नाही.

''हा दोष, ''इंडिया ऑफिस'' आणि भारत सरकारची ''नोकरशाही'' ह्यांचा आहे.''


## ५. ऑगस्ट ठराव व त्याची प्रतिक्रिया (१९४२-१९४५)

क्रिप्सच्या वाटाघाटी फसल्यावर, राजकीय परिस्थिती अधिक बिघडली. ब्रिटिश सरकारने, ह्यापेक्षा अधिक काहीएक करता येणार नाही, असे जाहीर केले आणि भारताच्या राष्ट्रीय चळवळीला दूषणे लावण्याचा अत्यंत हिडीस प्रचार जोराने सर्वत्र सुरू केला. आणि सर्व जागतिक वर्तुळात भारताची बदनामी करण्याचे जुने तुणतुणे

चालू केले. काँग्रेस ही खरी प्रातिनिधिक संस्था नव्हती, भारतीय जनतेत अनंत राजकीय मतभेद आहेत, आणि भारतीय जनता ही स्वराज्याला नालायक आहे, वगैरे.

वाटाघाटीच्या भ्रमाचा भोपळा फुटल्या कारणामुळे, राष्ट्रीय काँग्रेसमध्ये थोडी निराशा निर्माण झाली. थोडा काळ चुळबूळ झाली. मतभेद निर्माण झाले, तरीही शेवटी राष्ट्रीय मागणी मिळविण्यासाठी असहकाराचे हत्यार उगारण्याच्या पातळीवर गाडी आली.

मद्रासचे माजी मुख्य प्रधान सी. राजगोपालाचारी ह्यांच्या नेतृत्वाखालील काँग्रेसच्या अनुयायांनी एक नवी निश्चित स्वरूपाची योजना पुढे मांडली. भारताची राष्ट्रीय मागणी, जरी ब्रिटिशांनी नाकारली असली तरी, जर जपानने भारतावर हल्ला केला, तर त्याचा एकत्र राष्ट्रीय आघाडीमार्फत, प्रतिकार करता यावा, म्हणून एक राष्ट्रीय आघाडी निर्माण करावी व तिला मुस्लिम लीगचे आणि इतर संघटनांचे सहकार्य घ्यावे. ज्या प्रांतात मुसलमान बहुसंख्य आहेत, त्यांना राष्ट्रीय स्वयंनिर्णयाचा अधिकार द्यावा. ही सूचना मे महिन्यात अखिल भारतीय काँग्रेस कमिटीपुढे आली. तिला १५ अनुकूल व १२० प्रतिकूल मते पडून ती फेटाळली गेली. तेव्हा काँग्रेसचे अध्यक्ष मौलाना आझाद ह्यांनी सांगितले की, एक संयुक्त पातळी निर्माण करण्यासाठी मुस्लिम लीगबरोबर वाटाघाटी करू शकेल असे एक शिष्टमंडळ काँग्रेस निवडील. आपल्या धोरणाचा पाठपुरावा करण्यासाठी राजगोपालाचारी ह्यांनी काँग्रेसचा राजिनामा दिला.

ज्या गांधीजींचे पुढारीपण डिसेंबर १९४१ पासून काँग्रेसने दूर केले होते, त्यांना पुन्हा काँग्रेसचे पुढारीपण देण्यात आले. गांधीजींनी आपल्या शांततेच्या तत्त्वज्ञानाचा प्रचार सुरू केला, तो असा :

(१) जपानबरोबर अहिंसक प्रतिकार,

(२) ब्रिटिश अधिकाऱ्यांबरोबर असहकार,

(३) हुकूमशाही विरुद्ध, मित्र-राष्ट्रांच्या ध्येयाला नैतिक पाठिंबा,

(४) भारताला युद्धापासून अलिप्त राखण्याचा प्रयत्न आणि नेहरूंच्या, सशस्त्र प्रतिकार, गनिमीकावावाल्यांचे संघटन व दग्ध-भू-चळवळ ह्यांना विरोध.

गांधीजींचे शांततावादी तत्त्वज्ञान काँग्रेसला पसंत पडले नाही. तथापि त्यांचे असहकाराचे धोरण तिने मान्य केले, कारण तेवढ्या एकाच साधनाने भारताचे स्वातंत्र्य मिळविणे आणि भारताचे परिणामकारक रीतीने संरक्षण करणे शक्य होते. गांधीजी, नेहरू व आझाद ह्यांच्यामध्ये बराच विचार-विनिमय झाला आणि जून महिन्यात सर्वांना पटेल असा विचार निश्चित झाला, आणि १४ जुलैला कार्यकारी मंडळाने असहकाराचा ठराव संमत केला. अशा रीतीने हुकूमशहांना कडवा विरोध

करणारे, आणि 'मित्र-राष्ट्रांशी' सहकार्य करावे असे आवर्जून सांगणारे पुढारी, शेवटी गांधीजींच्या मागे गेले, आणि जपानी हल्ल्याचा संभव नजीक आला असताना, गांधीजींच्या असहकाराच्या चळवळीला पाठिंबा दिला.

शत्रू-राष्ट्रांना आनंदाच्या उकळ्या फुटल्या आणि त्यांनी काँग्रेसला धन्यवाद दिले. शत्रू-राष्ट्रांच्या कळपांतून सुभाष बोस प्रचार करीत होते, त्यांच्या अनुयायांना ही परिस्थिती अत्यंत सोयीची वाटली, आणि भारतात शिरकाव करण्याच्या संधीची ते वाट पाहत होते. तथापि ह्यामुळे काँग्रेसला भीती वाटू लागली. ह्या निराशादायक वातावरणात ब्रिटनच्या विरुद्ध भारतीयांची भावना अत्यंत कठोर झाली आणि जपानचा जय व्हावा असे अनेक भारतीयांना वाटू लागले. ''काँग्रेसच्या कार्यकारी मंडळाने ह्या घटनांची काळजीपूर्वक दखल घेतली,'' १४ जुलैचा काँग्रेस कार्यकारी मंडळाचा ठराव असेच म्हणतो.

काँग्रेसला दोष देण्यासाठी ब्रिटिश अधिकृत वर्तुळात खोट्या प्रतिगामी प्रचाराला अगदी ऊत आला होता. ब्रिटिशांच्या ज्या वेडगळपणामुळे हुकूमशाहांना कडवा विरोध असलेले आणि नेहरू व आझाद ह्यांच्यासारखे, मित्र-राष्ट्रांना सहकार्य द्यावे म्हणून तळमळणारे, ह्या सर्व पुढाऱ्यांना नाइलाज म्हणून अखेर गांधीजींच्या असहकारच्या उपायाची कास धरणे भाग पडले. असे करण्यात ब्रिटिशांचे धोरण पूर्णपणे फसले, हे कबूल करण्याऐवजी, 'आमचे सरकारी अधिकृत धोरण किती अचूक होते.' अशा टिच्या ते बडवू लागले. गांधीजींचे शांततावादाचे प्रत्येक वाक्य, प्रचार तंत्राच्या तुताऱ्यांनी सर्व जगभर पसरविण्यात आले. हेतू असा की, राष्ट्रीय काँग्रेसची चळवळ ही सशर्त शरणागती पत्करणारांची आहे, आणि ते कोणत्याही वेळी जपानबरोबर तह करतील असे जगाला सांगण्यास मिळावे. गांधीजींचे जे लेख मागेच प्रसिद्ध झाले होते, ते ज्या फायलीत होते, त्या फायली पोलिसांची धाड घालून मुद्दाम जप्त करण्यात आल्या, आणि काहीतरी अपूर्ण मालमसाला सापडला, अशी बतावणी करून त्या जुन्या लेखांना मुद्दाम प्रसिद्धी देण्यात आली. ही भावी संघर्षाची पूर्वतयारीच होती.

काँग्रेसचे प्रमुख पुढारी म्हणून गांधीजींना जे नेतृत्व दिले गेले, त्याने परिणामी राष्ट्रीय चळवळ खोड्यांत पडल्यासारखी झाली, त्यामुळे काँग्रेसबद्दलच्या जागतिक कल्पनांना हादरा बसला आणि गांधीजींचे शांततावादी मिळतेजुळते घेण्याचे धोरण, आणि भारतीय राष्ट्रवादाचा दृष्टिकोन ह्या दोहोंचा मेळ घालणे कठीण होऊन बसले. तथापि एवढे कबूल करणे भाग आहे की, गांधीजींचा अहिंसावाद व समजावणीचे धोरण हा त्यांचा व्यक्तिगत दृष्टिकोन होता. ही गोष्ट काँग्रेसच्या प्रत्येक निवेदनाने आणि ठरावाने जगजाहीर केली होती.

काँग्रेसचा असहकाराचा ठराव जुलै महिन्यात बाहेर आला आणि तो शेवटी सुधारलेल्या स्वरूपात ८ ऑगस्टला पास करण्यात आला. (त्याला १३ सभासदांनी साम्यवाद्यांच्या नेतृत्वाखाली विरोध केला. ह्या पक्षाचे कायदेशीर हक्क २२ जुलैला परत देण्यात आले होते. हे त्यांच्या वाढत्या वजनाचे आणि शक्तीचे चिन्ह होते.)

ह्या ठरावात ''मित्र-राष्ट्रां''बद्दल पुन्हा एकदा सहानुभूती व्यक्त करण्यात आली होती आणि मित्र राष्ट्रांच्या सहकार्याने शत्रू-राष्ट्रांना सशस्त्र विरोध करण्यासाठी भारताला एक स्वतंत्र राष्ट्र म्हणून मान्यता देण्यात यावी आणि भारतात राष्ट्रीय सरकार स्थापन करून मित्र-राष्ट्रांचा एक मित्र म्हणून युद्धात भाग घेण्यास द्यावा, असे सांगितले होते. तो ठराव असा :

''भारतासाठी आणि मित्रराष्ट्रांच्या विजयासाठी, भारतातील ब्रिटिशांची राजवट संपुष्टात आणणे ही तातडीची गरज आहे.

''भारताचे स्वातंत्र्य जाहीर झाल्यावर एक हंगामी सरकार स्थापन केले जाईल, आणि स्वतंत्र भारत हा मित्र-राष्ट्रांचा एक मित्र बनून ह्या आणीबाणीच्या स्वातंत्र्यांच्या संघर्षात सहभागी होईल.''

''हंगामी सरकार हे देशातील प्रमुख पक्ष आणि गट ह्यांच्या सहकार्यानेच निर्माण करता येईल. त्याचे पहिले कर्तव्य म्हणजे भारताचे संरक्षण करणे, हे राहील आणि कोणत्याही आक्रमणाला सशस्त्र किंवा अहिंसक मार्गांनी आणि मित्र-राष्ट्रांच्या सहकार्याने प्रतिकार करणे, हे त्याचे कर्तव्य ठरेल.''

''भारत आणि मित्र-राष्ट्रे ह्यांचे भावी काळातील संबंध हे ह्या सर्व स्वतंत्र देशांच्या प्रतिनिधींनी एकत्र येऊन एकमेकांच्या हिताचा विचार करून आणि कोणत्याही आगामी आक्रमणाला प्रतिकार करण्याचे बाबतीत सहकार्य मिळविण्याचे दृष्टीने योग्य ठरेल, अशा प्रकारे ठरविले जातील.

''चीन आणि रशिया ह्यांच्या संरक्षणाच्या बाबतीत कोणत्याही प्रकारचा अडथळा उत्पन्न केला जाऊ नये, असे कमिटीचे मत आहे, त्याचे स्वातंत्र्य जतन करणे महत्त्वाचे असून ते टिकविलेच पाहिजे, किंवा मित्र-राष्ट्रांच्या संरक्षक शक्तीला कोणत्याही प्रकारे बाध आणला जाऊ नये असे कमिटीचे मत आहे.

हा ठराव असा होता की, भारतातील व सर्व जगातील लोकशाहीवादी आणि हुकूमशाही विरोधक ह्या सर्वांचा त्याला प्रतिसाद मिळणे शक्य होते. तथापि जर राष्ट्रीय मागणी डावलली गेली तर असहकाराचा जो कार्यक्रम कार्यवाहीत आणावयाचा त्याच्याबद्दल ठरावाच्या अखेरीस म्हटले होते की :

''ही अखिल भारतीय काँग्रेस कमिटी जागतिक स्वातंत्र्याच्या हिताच्या दृष्टीने

ह्या शेवटच्या क्षणी, पुन्हा एकदा ब्रिटन व मित्रराष्ट्रे ह्यांना आवाहन करीत आहे.''

"कमिटीला असे वाटते की साम्राज्यशाही व हुकूमशाही सरकार, जे ह्या राष्ट्रावर आज हुकमत गाजवीत आहे आणि ह्या राष्ट्राला आपल्या स्वत:च्या व मानवतेच्या दृष्टीने कार्य करण्यास प्रत्यवाय करीत आहे, त्यांच्या विरुद्ध आपले खरे म्हणणे मांडण्याचे टाळणे ह्या पुढे योग्य होणार नाही.

"भारताचे स्वातंत्र्य व स्वतंत्रता हे जन्मसिद्ध हक्क सिद्ध करण्यासाठी, मोठ्यात मोठ्या प्रमाणावर बहुजन समाजाचा संघर्ष चालू करण्यास ही कमिटी मान्यता देते. त्यामुळे गेल्या बावीस वर्षांच्या शांततामय लढ्यात तिने जी अहिंसक शक्ती प्राप्त करून घेतली आहे, तिचा तिला उपयोग करता येईल.

असा लढा गांधीजींच्या नेतृत्वाखालीच केला जाईल आणि म्हणून ही कमिटी गांधीजींना ह्या कामी पुढाकार घेण्याची आणि जो कार्यक्रम करावयाचा, त्या बाबतीत मार्गदर्शन करण्याची, विनंती करते.''

ऑगस्टचा ठराव हा, क्रिप्स मिशनबरोबर केलेल्या वाटाघाटीत जी निराशा झाली, तिच्यातून जन्मास आला होता. ते नैराश्य नेहरूंनी १९ एप्रिल रोजी जे जाहीर निवेदन केले, त्यात स्पष्ट दिसते. ते असे :

"काय करावे हेच मला समजत नाही, अस्वस्थतेच्या भावनेमुळे माझी तडफड चालू आहे. ज्या क्षणी भारतावर शत्रू स्वारी करीत आहे, व अमेरिका, ब्रिटन व इतर राष्ट्रे त्याला तोंड देण्यासाठी प्रयत्न करीत आहेत, त्या वेळी मला निष्क्रिय राहावे लागत आहे, हा माझ्यावर जुलूम चालू आहे, असे वाटते.''

ऑगस्टच्या ठरावावर प्रचंड वादावादी चालू झाली आहे. त्यावर कोणतीही टीका करण्यापूर्वी राजकीय पुढारी ज्या कोड्यात सापडले होते, त्या गोष्टीचा विचार करणे आवश्यक आहे, कारण ज्या पुढाऱ्यांनी सातत्याने आंतरराष्ट्रीय व हुकूमशाही विरोधक असा दृष्टिकोन सतत मांडला होता, त्यांना हा भयंकर मार्ग स्वीकारणे का अटळ झाले ते पाहिले पाहिजे. त्यांच्या इच्छेविरुद्ध त्यांना असे करणे भाग पडले, कारण समान पातळीवर सहकार्य करण्याचा प्रत्येक प्रयत्न फसला होता आणि भारतीय जनतेला संघटित करून आलेल्या भीषण परिस्थितीत भारताचे संरक्षण करण्यासाठी दुसरा पर्यायी मार्ग उपलब्ध राहिलाच नाही.

भारतावर आणि जगातील लोकशाहीवादी जनतेवर होणारे परिणाम विचारात घेता, ऑगस्टचा ठराव ही एक घोडचूक झाली, असे म्हणणे प्राप्त होते. राजकीय दृष्टीने तो ठराव म्हणजे एका दुर्दैवी प्रतिरोधाचे निदर्शन होते. त्यामुळे मूळ ध्येयाविषयी गोंधळ झाल्यामुळे तो पास केला गेला. ठरावाची सुरुवात आणि

शेवट ह्यांमध्ये स्पष्ट विरोध व्यक्त होतो आणि त्यावर कितीही मल्लीनाथी केली, तरी त्याचा उपयोग होणार नाही. एका बाजूला १९४१ नंतरचे युद्धाचे स्वरूप हे एखाद्या साम्राज्यशाहीचे किंवा साम्राज्यशाह्यांच्यामधील युद्ध नव्हते, की ज्याच्या परिणामाकडे भारताने तुच्छतेने पाहावे. ते एक असे युद्ध होते की, ज्यामध्ये भारताचा प्रमुख संबंध मित्र-राष्ट्रांचा विजय होण्यामध्ये निश्चितपणे होता. त्यामुळे ठरावाचे ध्येय म्हणून जे होते, त्यात मित्र-राष्ट्रांचा विजय स्पष्टपणे अभिप्रेत होता आणि भारत हा मित्र-राष्ट्रांचा मित्र व्हावा अशीही इच्छा व्यक्त केली होती. ठरावात असे स्पष्टपणे म्हटले आहे की, चीन किंवा रशिया ह्यांच्या संरक्षणाला कोणत्याही प्रकारे कमकुवतपणा येणार नाही, हे पाहणे ही काँग्रेसची चिंता होती, किंवा मित्र-राष्ट्रांच्या संरक्षण आघाडीला कोणत्याही प्रकारे कमीपणा येईल, असे काहीही काँग्रेस करणार नाही. तथापि वरील ठरावाचा शेवटचा भाग असा होता की, त्यावरून मित्र-राष्ट्रांच्या एका मोठ्या संबंधित मित्र-राष्ट्रांत ठरावाची काटेकोरपणे अंमलबजावणी केली गेली, तर प्रचंड प्रमाणात अंतर्गत संघर्ष व विघटन ही अटळ ठरणार होती, आणि असे झाले तर मित्र-राष्ट्रांच्या संरक्षण आघाडीवर विपरीत परिणाम होणार होता, आणि त्यामुळे शत्रू-राष्ट्रांना विजय मिळविण्यास सोईस्कर होणार होते.

लढाईच्या सुरुवातीच्या अवस्थेत ते युद्ध म्हणजे अँग्लो, फ्रेंच साम्राज्यशाह्या एका बाजूला व नाझी जर्मनी दुसऱ्या बाजूला असा देखावा होता. तोपर्यंत त्या युद्धात भारताचा प्रत्यक्ष संबंध आला नव्हता. नाही म्हणता, ब्रिटिशांच्या गाड्याला भारताचा नळा अडकला होता, एवढाच संबंध तोपर्यंत होता. भारतावर स्वारी होईल अशीही परिस्थिती निर्माण झाली नव्हती, आणि ह्यावेळी युद्धासाठी भारतात चालू असलेल्या तयारीत कोणत्याही प्रकारे अडथळा येणार नाही, असे काँग्रेसचे धोरण होते. ५ सप्टेंबर १९३९ ला गांधीजींनी असे जाहीर केले होते की, "ब्रिटन हे एका न्याय्य ध्येयासाठी लढत होते आणि भारताने ब्रिटनला बिनशर्त सहकार्य द्यावे." गांधीजी म्हणाले :

"म्हणून मी आता भारताच्या मुक्ततेचा विचार करीत नाही. ती येईल तथापि इंग्लंड व फ्रान्स हे जर कोलमडले तर तिला काय अर्थ राहील?"

("हरिजन," ९ सप्टेंबर १९३९)

ह्याचा परिणाम असा झाला की, ह्या काळात काँग्रेसच्याच शब्दात म्हणावयाचे तर साम्राज्यशाहीच्या ध्येयासाठी युद्ध चालू होते, आणि भारताला आपली प्रगती साधण्यासाठी राजकीय परिस्थिती अत्यंत अनुकूल होती. तथापि बहुजन समाजाच्या लढ्याच्या किंवा सविनय कायदेभंगाच्या सूचनेला कडवा विरोध प्रत्ययास येत होता.

कारण तसे केल्याने ब्रिटिश साम्राज्यशाहीच्या युद्धसाहाय्यावर प्रतिकूल परिणाम होणार होता. व्यक्तिगत सत्याग्रहाची केवळ लाक्षणिक पद्धत मान्य करण्यात आली होती, कारण त्यामुळे सुद्धा प्रयत्नाला अडथळा होऊ नये, आणि निमअधिकृत इतिहासकार सर रेजिनॉल्ड कपलंड ह्याने हे कबूल केले आहे की, ''चळवळीने युद्ध प्रयत्नांना फारसा अडथळा आणला नाही.''

(इंडिया : 'ए रीस्टेट्‌मेंट', १९४५, पान २०६)

तथापि जेव्हा लढाईचा सबंध नूर पालटला, आणि हा बदल काँग्रेसला कळून चुकला, आणि जेव्हा भारताचे हित हे रशिया, चीन व संयुक्त राष्ट्रसंघ ह्यांच्या जयाशी निगडित आहे, ही गोष्ट काँग्रेसला मान्य झाली आणि जेव्हा भारतावरच हल्ला होणार अशी परिस्थिती निर्माण झाली, तेव्हा बहुजन समाजाचा संघर्ष जो १९३९-४० मध्ये अयोग्य ठरला असता, तो चालू करण्याची योग्य संधी निर्माण झाली.

हेही खरे आहे की एखादा प्रचंड लढा करण्याचा काँग्रेसचा उद्देश नव्हता किंवा त्या दृष्टीने काँग्रेसने तयारीही केली नव्हती. फक्त वाटाघाटींना संधी उपलब्ध व्हावी, एवढ्याचसाठी हे संघर्षाचे बुजगावणे काँग्रेसने पुढे केले. आपल्या धोरणाचा पाठपुरावा करण्याच्या दृष्टीने काँग्रेस हा जो दावा करतो, त्यामुळे त्यांच्या मनाला समाधान वाटत असेल पण डोळ्याला मात्र नव्हे. एका प्रचंड महायुद्धाच्या छायेत भारत वावरत असताना असल्या भोळसटपणावरून, साम्राज्यशाहीच्या डावपेचांची किंवा प्राप्त परिस्थितीच्या वास्तववादी मूल्यांची काँग्रेसला मुळीच जाणीव नव्हती, एवढे खरे.

डावपेचांच्या दृष्टीनेही ऑगस्टचा ठराव अयोग्य होता. साम्राज्यशाही, दडपशाही करण्यासाठी योग्य संधीची वाटच पाहत होती आणि ते कारण वरील ठरावाने आपण होऊन साम्राज्यशाहीला दिले. क्रिप्स मिशनच्या वाटाघाटी फिसकटल्यावर साम्राज्यशाहीचे जे प्रतिक्रियावादी धोरण होते, त्यात काँग्रेसला खोड्यात टाकून तिला वैताग आणून अशी कृती करण्यास उद्युक्त करावयाचे, की सरकारला तिच्या नावाखाली मजबूत दडपशाही करण्यास वाव मिळावा. जो पर्यंत काँग्रेसचे धोरण हुकूमशाह्यांविरुद्ध संपूर्णपणे स्पष्ट झाले होते, आणि त्यांच्या विरुद्ध भारतातील व जगातील जनतेमध्ये भावी संघर्षासाठी संघटना करणारी एक प्रचंड शक्ती म्हणून ती उभी होती, त्यावेळी हुकूमशाह्यांच्या बाजूने कल असलेली साम्राज्यशाही ही युद्ध संघटनेमधील एक अडथळा म्हणून समजली जात होती. ही परिस्थिती साम्राज्यशाहीच्या दृष्टीने प्रतिकूल होती. ज्या क्षणाला ऑगस्टचा ठराव पास झाला,

त्या क्षणाला साम्राज्यशाहीने काँग्रेसला बदनाम करण्याची संधी साधली. त्यात साम्राज्यशाही भारताच्या संरक्षणासाठी झगडत होती, तर काँग्रेस युद्धप्रयत्नांत अडथळे निर्माण करीत होती. काँग्रेसची राष्ट्रीय चळवळ ही हुकूमशाहीला अनुकूल होती, जपानचा पाठपुरावा करणारी होती आणि मित्र-राष्ट्रांच्या जनतेच्या युद्धप्रयत्नांत अडथळे निर्माण करणारी होती आणि ह्या प्रचारी भांडवलावर, राष्ट्रीय चळवळीविरुद्ध दडपशाहीचे प्रतिगामी धोरण कार्यवाहीत आणण्याची सरकारने सिद्धता केली होती.

हा ठराव म्हणजे स्वातंत्र्याप्रद जाणारा जवळचा मार्ग नव्हता, तर साम्राज्यशाहीच्या चिथावणीसमोर शरणागती पत्करण्याचा तो प्रकार होता आणि तो कार्यवाहीत आणणे म्हणजे साम्राज्यशाहीच्या जाळ्यात अडकण्यासारखे होते. दुर्दैवाने राष्ट्रीय पुढारी प्रत्यक्ष वस्तुस्थितीसंबंधी इतके अज्ञानात वावरत होते की, प्रत्यक्ष वरील ठराव पास केल्यावर व्हॉइसरॉयबरोबर शांततेच्या वाटाघाटी करण्यासाठी त्यांची तयारी चालू होती. धरपकडी होतील अशी त्यांना कल्पनाही नव्हती, आणि असे काही झाले, तर काय करावयाचे, ह्या दृष्टीने त्यांनी काहीएक तयारी केली नव्हती किंवा नंतर काय करावयाचे, ह्या विषयी त्यांनी काही मार्गदर्शनही केलेले नव्हते.

काँग्रेसमधील ज्या अल्पसंख्य गटाने ह्या ठरावाला विरोध केला होता, त्यांनी सातत्याने अशा परिणामांच्या शक्यतेबद्दल आगाऊ सूचना दिली होती. २६ जानेवारी १९४२ च्या पत्रात साम्यवादी पक्षाने कळविले होते की :

"जेव्हा तुम्ही लढा चालू कराल, त्या वेळी काय होईल? सरकार काँग्रेसच्या हजारो कार्यकर्त्यांना तुरुंगात डांबील आणि मानभावीपणाने जाहीर करील की हुकूमशाह्यांच्या स्वारीपासून भारताचे संरक्षण करणे हे आमचे दुर्दैवी कर्तव्य होऊन बसले आहे."

दुर्दैवाने ह्या सूचनेचा विचार केला गेला नाही. त्यांनी काढलेली त्यानंतरची निवेदने व आठवणी ह्यावरून धरपकडीमुळे पुढाऱ्यांना आश्चर्याचा धक्का बसला, असे दिसते. १४ ऑगस्ट १९४२ ला गांधीजींना पकडण्यात आले. त्यानंतर लगेच त्यांनी व्हॉइसरॉयला कळविले की :

"मी बहुजन समाजाची चळवळ चालू करीपर्यंत तरी, सरकारने वाट पाहावयास पाहिजे होती. मी जाहीर रीतीने कळविले होते की, मी कोणतीही खास कृती करण्यापूर्वी, तुम्हाला आगाऊ पत्र पाठवीन."

साम्यवादी पक्षाचे प्रतिनिधित्व करणाऱ्या राष्ट्रीय चळवळीतील हुकूमशाही विरोधी गटांनी सुरुवातीपासून स्पष्ट व सयुक्तिक धोरण मांडले होते. त्यामध्ये लढाईच्या संबंधात आपली कर्तव्य कोणती व आपल्यावरील स्वातंत्र्य युद्धाच्या दृष्टीने

आपल्या जबाबदाऱ्या कोणत्या, ह्याचा स्पष्ट उल्लेख केलेला होता. राष्ट्रीय मागणीला असलेल्या ब्रिटिशांच्या प्रतिगामी प्रतिक्रियेला विचारांत घेऊनही युद्धाच्या बाबतीत निश्चित स्वरूपाचा प्रतिसाद देणे कसे शक्य होते, ते त्यांनी दाखविले होते. प्राप्त भीषण परिस्थितीत असहकाराच्या चळवळीला पर्यायी कार्यक्रम म्हणून त्यांनी सूचना केल्या होत्या. त्या सूचना अशा :

(१) भारतात एक संयुक्त राष्ट्रीय आघाडी निर्माण करावी. तिच्यामध्ये काँग्रेस, मुस्लिम लीग व इतर राजकीय गट ह्यांचा समावेश करावा आणि हुकूमशाहीला विरोध हेच सर्वांचे समान ध्येय असावे.

(२) अशी राष्ट्रीय आघाडी निर्माण झाल्यावर, राजकीय तडजोड घडवून आणण्याचा प्रयत्न करावा आणि सर्व गटांच्या सहकार्याने राष्ट्रीय सरकार निर्माण करावे.

(३) युद्ध प्रयत्नात संपूर्ण सहकार्य ही राजकीय मागणी चालू असतानाच, राष्ट्रीय चळवळीच्या प्रयत्नाने लोक-संघटन करून युद्ध प्रयत्नांचा विकास साधून हुकूमशाहीला विरोध करण्याची सिद्धता प्रबळ करावी.

(४) भारतीय जनतेच्या हिताला विघातक असलेले कोणत्याही स्वरूपातील असहकाराचे धोरण निश्चितपणे सोडून द्यावे.

तथापि राष्ट्रीय भावनेत आज निर्माण झालेली कटुता, आणि राष्ट्रीय सरकार निर्माण करण्याच्या बाबतीतील ब्रिटिश नोकरशाहीची प्रतिगामी प्रतिक्रिया ह्यामुळे ह्या धोरणाला राष्ट्रीय चळवळीतील बहुसंख्य लोकांचा पाठिंबा मिळू शकला नाही.

भारताच्या राष्ट्रीय पुढाऱ्यांपैकी बहुसंख्य लोकांना असे वाटत होते की, एक छोटासा कडवट झगडा केला (गांधीजींचे उजवे हात म्हणून समजले जाणारे वल्लभभाई पटेल म्हणाले की, एक आठवड्यात जय मिळेल. त्यावर गांधीजी म्हणाले की, 'तसे झाले तर एक आश्चर्य घडले, असे होईल') तर राष्ट्रीय स्वातंत्र्य मिळविणे पुढील काळात शक्य होईल आणि तसे झाले तर जपानी आक्रमणाला तोंड देणे आणि मित्र-राष्ट्रांचा एक प्रभावी मित्र, म्हणून युद्धात भाग घेणे अधिक सोईचे होईल. असा जय झाला तर, त्याचे डावपेच हे भारताच्या संरक्षणाच्या दृष्टीने योग्य ठरतील. असे त्यांना वाटत होते आणि हुकूमशाहीवर हुकमत गाजविण्याचा जगातील तो उत्कृष्ट उपाय ठरेल. ह्या कल्पनाविलासाचा आत्मघातकी वेडगळपणा लवकरच प्रत्ययास आला. बावीस वर्षांच्या अहिंसक लढ्यांनी ह्या अहिंसेच्या पुजाऱ्यांना ब्रिटिश सत्तेच्या बालेकिल्ल्याला जेथे किंचित हादराही देता आला नाही, तेथे तशाच अहिंसक लढ्याने काही आठवड्यांतच सत्तांतर घडवून आणणे, आणि सरहद्दीवर ठोठावणाऱ्या जपानी हल्ल्यांना तोंड देणे शक्य होईल, असे मनात मांडे खात हे महाभाग बसले होते. ह्या उलट त्यांच्या अहिंसक

चळवळीने जरी हिंसात्मक स्वरूप धारण केले तरी, अहिंसक म्हणून होणारी चळवळ एकाएकी हिंसात्मक झाली, म्हणून निःशस्त्र लोकांच्या साहाय्याने सत्तांतरासारखे क्रांतिकारक कार्य लढाईच्या ऐन मोक्यात आणि शत्रूची सैन्ये सीमेवर धडकली असताना, कसे होणार होते, त्याची कल्पनाच केलेली बरी. त्यांच्या चळवळीमुळे भारताच्या स्वातंत्र्याच्या लढ्याला जरी बाधा आली नसती तरी त्यामुळे अंतर्गत यादवी, गोंधळ व अराजक ह्या भीषण संकटांना वाव मिळाला असता, व त्यातून हुकूमशाहीला भारतात जय मिळविण्यास संधी मिळाली असती, ह्या घटनेकडे त्यांनी दुर्लक्ष केले. भारतीय साम्यवादी पक्षाने बेडरपणे म्हटल्याप्रमाणे त्यांचे धोरण म्हणजे स्वतः स्वतःचाच गळा कापण्यासारखे होते. त्यामुळे आक्रमणाविरुद्ध देशाच्या संरक्षण आघाडीला कमकुवतपणा येतो, आणि हुकूमशाहीच्या स्वारीला सोय करून दिल्यासारखे होते ही गोष्ट ते विसरले.

असहकाराचे धोरण हे वैताग व्यक्त करण्याचे एक साधन होते. तथापि ज्या पुढाऱ्यांनी त्याचा उपयोग केला, तो वस्तुतः सहकार्याची पार्श्वभूमी निर्माण करण्यासाठी झटत होते. त्यांनी ही गोष्ट उघड केली होती की त्यांना असहकाराची चळवळ सुरू करण्याची मुळीच इच्छा नव्हती, त्यांना शक्य तितक्या लवकर समझोता हवा होता. अशा भीषण परिस्थितीत, असहकाराची चळवळ सुरू करण्याची सूचना बरोबर होती किंवा नाही, ह्यावर टीका करण्यास जरी वाव असला, तरी असे धोरण काँग्रेसला वापरण्याची गरज वाटावी, ह्याची प्रमुख जबाबदारी सरकारच्या प्रतिगामी धोरणावरच पडते, कारण त्यांनीच भारताच्या न्याय्य मागण्या डावलल्या. समान पातळीवर सहकार्य करण्याचा काँग्रेसचा हात झिडकारला आणि अशा आततायी मार्गाचे अवलंबन करण्याची परिस्थिती काँग्रेसला निर्माण करून दिली.

शेवटपर्यंत काँग्रेसने वाटाघाटी करून तडजोड करण्याची उत्कंठा पुनःपुन्हा व्यक्त केली. वास्तववादी तडजोड शक्य व्हावी आणि हुकूमशाहीच्या आक्रमणाला सशस्त्र प्रतिकार करणे शक्य व्हावे ह्यासाठी काँग्रेसने ठरावातही बदल केला. गांधीजी व नेहरू ह्यांच्या शेवटच्या भाषणांत तडजोड करण्याची इच्छा जोरदारपणे मांडण्यात आली. चर्चेच्या शेवटच्या उत्तरात नेहरूंनी सांगितले : 'ठराव ही दमदाटी नव्हे, ते एक बोलावणे आणि स्पष्टीकरण आहे. तो सहकार्यासाठी पुढे केलेला हात आहे.' त्यानंतर गांधीजींनी चँग काय शेक ह्यास जुलै महिन्यात जे जाहीर पत्र पाठविले त्यात ते म्हणतात की :

"मी कोणतीही उतावीळ करणार नाही, आणि मी जी कृती करीन तिला एका प्रमुख तत्त्वाची धार राहील, ती म्हणजे तिच्यामुळे चीनचे नुकसान होऊ दिले जाणार नाही किंवा भारत किंवा चीन ह्यांच्यावर आक्रमण करणाऱ्या जपानला प्रोत्साहन दिले

जाणार नाही.

"कोणत्याही प्रकारची चळवळ चालू करण्यापूर्वी, व्हॉइसरॉयला वाटाघाटी करण्यासंबंधी प्रथम पत्र पाठविले जाईल."

काँग्रेस कमिटीची बैठक झाल्याबरोबर पत्र लिहिण्यास सुरुवात झाली होती तथापि ते पुरे करण्यासही वाव देण्यात आला नाही. काही तासांतच सरसकट धरपकडीचे सत्र सुरू झाले व त्यातून विस्तीर्ण संघर्षाला तोंड लागले.

काँग्रेसचा ठराव ८ ऑगस्टला पास करण्यात आला. नऊ ऑगस्टला सकाळीच गांधीजी, नेहरू, आझाद, पटेल, क्रिपलानी, राजेंद्र प्रसाद व इतर सर्व काँग्रेस पुढाऱ्यांना पकडण्यात आले (मुंबईत १४८ जणांना पकडले) आणि काँग्रेस संघटना बेकायदेशीर ठरविण्यात आली.

काँग्रेसच्या कार्यकारी मंडळाच्या सभासदांना, अहमदनगरच्या किल्ल्यांत बंदिवान करण्यात आले. गांधीजींना आगाखानच्या राजवाड्यात बंदिस्त करण्यात आले. खरोखरी असे करण्यात गांधीजींची गैरसोय व्हावी असा हेतू सरकारचा नव्हता. ("आपण मला अशा राजवाड्यात ठेवले आहे की जेथे लहान मोठी प्रत्येक सोय उपलब्ध आहे. त्या सर्वांचा कर्तव्यबुद्धीने मी उपभोग घेत आहे. आनंद म्हणून नव्हे."– गांधीजींचे ३१ डिसेंबर १९४२ चे व्हॉइसरॉयला पाठविलेले पत्र.) तथापि असे करण्यात पुढाऱ्यांना आगामी आणीबाणीच्या वर्षांत कोणत्याही प्रकारचे राजकीय कार्य, किंवा पुढारीपण करण्यास वाव राहिला नाही. खरोखर डॉ. सितारामय्या ह्यांच्या संस्मरणिकांप्रमाणे ह्या तीन वर्षांत कार्यकारी मंडळाच्या सभासदांनी, राजकीय प्रश्नांवर चर्चा करण्याचा सुद्धा प्रयत्न केला नाही. त्यांनी आपले लक्ष धर्म, तत्त्वज्ञान व करमणूक ह्याकडे दिले. राष्ट्रीय चळवळ ही पुढाऱ्यांविना पोरकी झाली, कारण पर्यायी पुढारी तयार करण्याची काहीही व्यवस्था केलेली नव्हती किंवा अशा प्रकारची धरपकड झाली, तर काय करावयाचे, ह्यासंबंधाने काही आझाही आगाऊ दिल्या गेल्या नव्हत्या.

राष्ट्रीय पुढाऱ्यांच्या धरपकडीमुळे सर्व देशभर निदर्शनांचा डोंब उसळला. असंघटित संघर्ष व अराजक सुरू झाले, आणि हिंसक व क्रूर दडपशाही करून, पोलिस व सैनिक ह्यांनी सरसकट गोळीबार करून ते थांबविण्यात आले. त्यात कित्येक मेले किंवा जखमी झाले. ९ ऑगस्ट १९४२ ते ३१ डिसेंबर १९४२ ह्या काळात गृहमंत्र्याने केंद्रीय विधिमंडळात केलेल्या निवेदनाप्रमाणे, ६०,२२९ जणांना पकडण्यात आले. १८,००० जणांना भारत संरक्षण कायद्याखाली तुरुंगात टाकण्यात आले. पोलिस किंवा सैन्य ह्यांच्या गोळीबारात ९४० मेले, आणि

१६३० जखमी झाले. ('मार्च ऑफ इव्हेंट्स १९४२-४५' मुंबई प्रदेश काँग्रेस कमेटीचे प्रकाशन, १९४५.)

पुढाऱ्यांना पकडल्यामुळे, जनतेतील संताप व राष्ट्रीय अपमान, एकाएकी सबंध देशभर उसळून आला. तथापि वैयक्तिक गटांनी आणि विभागांनी सोडलेल्या परस्परविरोधी आज्ञामुळे, गोंधळ व अशांतता निर्माण झाली. तथापि त्याला संघटित अशा काँग्रेसच्या चळवळीचे स्वरूप येऊ शकले नाही. ह्या अधुन मधुन उठणाऱ्या अशांततेच्या दंग्याबद्दल चर्चिलने पार्लमेंटमध्ये सांगितले की, ते 'लीलया' दडपून टाकण्यात आले. त्यांना काँग्रेसचा पाठिंबा मुळीच नव्हता, आणि ज्या गांधीजींच्या हातात चळवळीची सूत्रे देण्यात आली होती, त्यांनी वरील अशांततेच्या उठावांशी काँग्रेसचा काहीही संबंध नव्हता, असे जाहीर रीतीने सांगून टाकले. २३ सप्टेंबर १९४२ ला व्हॉइसरॉयला पाठविलेल्या पत्रात गांधीजी म्हणतात :

"काँग्रेसच्या पुढाऱ्यांची, सरकारने सरसकट धरपकड केल्याकारणामुळे, जनतेचा संताप एवढा अनावर झाला की, त्यांचा स्वत:वरील ताबा सुटला. मला वाटते, ह्या संबंधात जी हानी झालेली आहे त्याला सरकार जबाबदार आहे, काँग्रेस नव्हे."

पुन्हा १५ जुलै १९४३ रोजी गांधीजींनी गृहखात्याला पत्र पाठविले, त्यात ते म्हणतात :

"सर्व भारतभर, धरपकड करण्याची सरकारची कृती इतकी संतापजनक होती की, ज्या जनतेला काँग्रेसबद्दल आदर होता, तिचा स्वत:वरील ताबा सुटला, जनतेचे आत्मसंयमन सुटले ह्याचा अर्थ तसे करण्यात काँग्रेसचा हात होता, असा होत नाही."

ज्याचा मसुदा केलेला नव्हता, (गांधीजींनी आपल्या १५ जुलै १९४३ ला लिहिलेल्या पत्रात ज्याचा जपून उपयोग केला आहे, तथापि जो मजकूर लिहिला आहे त्याच्या सत्यतेबद्दल त्यांची खात्री आहे) त्या पत्रकात असे लिहिले होते की:

"गांधीजींनी ठरविल्याशिवाय कोणतीही चळवळ किंवा अन्य कृत्य करू नये. एखादे वेळी त्यांचा निर्णय विरुद्ध ठरेल, एक अक्षम्य चूक केल्याबद्दल तुम्ही जबाबदार ठराल. तयार राहा. एकदम संघटन करा. सावध रहा. पण कोणत्याही परिस्थितीत कृती करू नका."

२१ सप्टेंबर १९४५ ला काँग्रेसच्या वतीने जवाहरलाल नेहरू, वल्लभभाई पटेल आणि जी. बी. पंत ह्यांच्या सह्यांनिशी एक अधिकृत निवेदन जाहीर रीतीने करण्यात आले. ते असे:

"अखिल भारतीय काँग्रेस कमिटीने, किंवा गांधीजींनी, अधिकृतरीत्या कोणतीही

चळवळ सुरू केलेली नव्हती.'' त्यानंतर बरेच दिवसांनी, काँग्रेसमधील काही लोकांनी एक राजकीय डावपेचाचा भाग म्हणून, १९४२ च्या ऑगस्टमधील पुढाऱ्याखेरीज केलेल्या गडबड व गोंधळाच्या हिंसात्मक घटनांना, आणि त्यानंतरही केलेल्या काही उपद्व्यापांना ''ऑगस्टचा संघर्ष'' म्हणून म्हणण्यास सुरुवात केली, त्या उठावाला काँग्रेसने, ''तो आपला नव्हता'' म्हणून म्हटले होते आणि त्याला काँग्रेसच्या अधिकृत पुढाऱ्यांनी विरोध केला होता तरीही त्याला काँग्रेसचा म्हणावे. काँग्रेसच्या ध्येयाविरुद्ध जे छोटे क्रांतिकारक आंदोलन झाले, ते काँग्रेसचे समजावे, जो प्रचार संपूर्णपणे ऑगस्टच्या ठरावाविरुद्ध केला गेला व ज्याने बोस व जपानी गट, ह्यांना पाठिंबा देऊन, मित्रराष्ट्रांना दोषी ठरविले, त्याला काँग्रेसचा प्रचार समजावा, ज्यांनी काँग्रेसच्या तत्त्वप्रणालीला सोडून ह्या आंदोलनात भाग घेतला नाही त्यांनी काँग्रेसचा शिस्तभंग केला, असे समजावे, ह्या म्हणण्यात तर विरोधाभास शिगेस पोहोचला होता. ज्यावेळी गांधीजींनी आदेश दिल्याशिवाय, कोणताही लढा चालू करू नये, अशी काँग्रेसची आज्ञा होती आणि ज्या उठावाबद्दल गांधीजींनी कधीच आज्ञा दिलेली नव्हती, तो काँग्रेसचा होता, असे म्हणणे, हे बिनडोकपणाचे कृत्य होते.

ऑगस्टमधील गोंधळ नंतरचा राष्ट्रीय चळवळीचा विचका, संघटित मार्गदर्शनाचा अभाव आणि निश्चित अशा धोरणाची उणीव ह्या सर्वांमुळे, त्यानंतरच्या काळात एकच निराशा व गोंधळ माजून राहिला, व त्यातच राजकीय कोंडीची भर पडली. ह्याच काळात मुस्लिम लीगने आपली सभासदसंख्या एकदम वाढविली.

६ मे १९४४ ला प्रकृतीच्या कारणामुळे गांधीजींना सोडण्यात आले. बाहेर आल्याबरोबर त्यांनी जाहीर केले की, ८ ऑगस्ट १९४२ च्या ठरावातील सविनय कायदेभंगाचा आंदोलनविषयक भाग रद्द झाला होता, कारण १९४४ हे १९४२ नव्हते. तरीही कोंडी तशीच राहिली कारण ऑगस्टचा ठराव काढून घेतल्याशिवाय, वाटाघाटी करण्यास सरकार तयार नव्हते. काँग्रेसच्या कार्यकारी मंडळाच्या सभासदांची तुरुंगातून मुक्तता केल्याशिवाय, ऑगस्टच्या ठरावाचा फेरविचार करणे आणि नवीन धोरणासंबंधी जाहीर निवेदन करणे, शक्य नव्हते. आणि सरकारने जून १९४५ पर्यंत काँग्रेसच्या कार्यकारी मंडळाची सुटका करण्यास, नकार दिला.

१९४५ च्या ग्रीष्म ऋतूत राजकीय कोंडी फोडण्याचा पुन्हा एकदा प्रयत्न झाला. मे महिन्यात केंद्रीय विधिमंडळातील काँग्रेस पक्षाचा संसदीय पुढारी भुलाभाई देसाई (गांधीजींच्या सल्ल्याने आणि त्यांच्या संमतीने) यांनी मुस्लिम लीगचा संसदीय पुढारी लियाकत अलिखान ह्याच्या बरोबर, हिंदू व मुसलमान ह्यांची तुल्यता (पॅरिटी) असलेले 'तात्पुरते राष्ट्रीय सरकार' तयार करण्याची योजना आखली (४० टक्के काँग्रेसचे

सभासद, ४० टक्के मुस्लिम लीगचे व २० टक्के इतर गटांचे). ही सूचना व्हॉइसरॉय लॉर्ड वाव्हेल ह्याच्या पुढे मांडण्यात आली. तेव्हा तो सल्ला घेण्यासाठी लगेच विमानाने लंडनला गेला. बरेच खलबत करून, तो सरकारी धोरणाचे एक नवीन निवेदनपत्र घेऊन परत आला. ते ब्रिटिश सरकारने १४ जून १९४५ रोजी जाहीर केले. ह्या निवेदनात तात्पुरते राष्ट्रीय सरकार तयार करण्याबद्दल योजना होती. तथापि भुलाभाई देसाई व लियाकत अलिखान ह्यांनी जो मसुदा प्रतिनिधित्वासंबंधी ठरविला होता, त्यात कावेबाज बदल केला होता. काँग्रेस व लीग ह्यांच्या तुल्यतेऐवजी ब्रिटिश सरकारने हिंदू व मुसलमान ह्यांच्यामध्ये जातीय तुल्यता घुसडली होती. अशा प्रकारे तुल्यतेच्या तत्त्वाला जातीय हिंदोळ्यावर लोंबकळत ठेवण्यात आले. लंडनच्या इंडिया ऑफिसने केलेल्या ह्या दिसण्यात छोट्याशा पण परिणामी धोकेबाज बदलामुळे, तडजोड फिसकटण्याची व्यवस्था करण्यात आली. त्याचा उघड अर्थ म्हणजे एकतर काँग्रेसला आपण एक हिंदूची संघटना आहे हे मान्य करावे लागावे किंवा काँग्रेसमधील एका मुसलमानाला एक जागा मुद्दाम देऊन, लीग बरोबरील तुल्यतेच्या तत्त्वाला हरताळ फासावा. दुसरा पर्याय म्हणजे, लीगने काँग्रेस मधील एका मुसलमान सभासदाला एक जागा द्यावी, आणि तुल्यतेच्या तत्त्वाला मोडीत काढावे आणि काँग्रेसपेक्षा स्वत:चे महत्त्व कमी आहे हे लीगने मान्य करावे किंवा ह्या सूचनेला विरोध करून ती योजना मोडल्याची जबाबदारी पत्करावी.

पुढे जून १९४५ मध्ये काँग्रेस, मुस्लिम लीग व इतर गटांचे प्रतिनिधी ह्यांची सिमला येथे सभा भरली तेव्हा सभेच्या कामाच्या सुरुवातीलाच कोंडी निर्माण झाली. मूळच्या योजनेला कार्यवाहीत आणण्यासाठी संयुक्त आघाडी निर्माण करण्याऐवजी काँग्रेस व लीग हे आपल्या संस्थेचा जास्त फायदा कसा करून घेता येईल ह्या दृष्टिकोनातून ब्रिटिशांच्या सूचनेचा अर्थ काढू लागले. अशा प्रकारे सिमल्याची परिषद अयशस्वी ठरली.

ह्यामुळे अशी परिस्थिती निर्माण झाली की, युद्ध संपल्यावर, जेव्हा जगातील सर्व लोक स्वातंत्र्याकडे वाटचाल करीत होते, त्यावेळी भारत मात्र लढाई सुरू होण्यापूर्वी ज्या परदास्यात खितपत पडला होता, तसाच तो युद्ध संपल्यावरही राहिला. ■

## प्रकरण १७
## स्वातंत्र्य ?

---

''आमच्या राष्ट्राच्या जीवनात आमचा संप ही एक ऐतिहासिक घटना आहे. सरकारी नोकरीतील कामगारांचे रक्त आणि सामान्य नागरिकांचे रक्त हे एकाच ध्येयपूर्तीसाठी प्रथमच एकत्र वाहले. आम्ही नोकरीतील लोक ही घटना कधीही विसरणार नाही. आमची खात्री आहे की तुम्ही आमचे बंधू व भगिनी ही घटना विसरणार नाही. आपली थोर जनता अमर राहो, जय हिंद!'' ''नेव्हल सेंट्रल स्ट्राइक कमिटी''न २३ फेब्रुवारी १९४६ ला दिलेला अखेरचा संदेश.

''अनेक लोकांच्या मते, ''कॅबिनेट मिशन'' भारतात आले त्यावेळी भारत क्रांतीच्या मार्गावर वाटचाल करित होता. 'कॅबिनेट मिशन'च्या आगमनामुळे जरी तो धोका अजिबात नाहीसा झाला नाही, तरी तो पुढे ढकलला गेला. एवढे खरे.''

(पी. जे. ग्रिष्थस ह्या इंडियन सेंट्रल लेजिसलेटिव्ह असेंब्लीमधील युरोपियन गटांच्या पुढाऱ्याने लंडन येथील ''ईस्ट इंडिया असोसिएशन''मध्ये २४ जून १९४६ रोजी केलेले भाषण)

१९४६ च्या जून महिन्यात 'मजूर' पक्षाचा पंतप्रधान सी. आर. ॲटली ह्याने मजूर पक्षाच्या परिषदेत जाहीर केले की :

''आम्हाला जे स्वातंत्र्य हवे असे वाटते, ते इतरांनाही हवे, म्हणून आमची मागणी असते. आम्ही हे स्वातंत्र्य जाहीर करतो, आम्ही ते केवळ जाहीर करून थांबत नाही, तर ते प्रत्यक्ष कृतीत आणण्याचा आम्ही प्रयत्न करतो. भारताचीच गोष्ट घ्या.''

त्याचप्रमाणे मजूर पक्षाचा अध्यक्ष प्रो. लास्की ह्याने दिलेली जी मुलाखत भारतीय वृत्तपत्रांत २६ मे १९४६ रोजी प्रसिद्ध झाली, तिच्यामध्ये त्याने असे जाहीर केले की :

''कोणत्याही साम्राज्यवादी सत्तेने, कोणत्याही लोकांना अहिंसक मार्गाने आपल्या हातातील प्रचंड सत्ता सुपूर्द करण्याचे आधुनिक इतिहासांतील हे एक ठळक उदाहरण आहे आणि सोन्याच्या थाळीतील ह्या मौल्यवान आहेराचा भारताचे राष्ट्रीय पुढारी आदर-सत्कारपूर्वक स्वीकार करतील, अशी माझी अपेक्षा आहे.''

१९४६ सालच्या नवीन ब्रिटिश सांविधानिक सुधारणांबद्दलच्या ह्या दृष्टिकोनाला सर्व जगातील वृत्तपत्रांत, विशेषत: अँग्लो अमेरिकन नियतकालिकांत प्रचंड प्रसिद्धी मिळाली तथापि ती ब्रिटिशांच्या स्वखुशीच्या परित्यागाच्या प्रशंसेत विरून गेली.

उलटपक्षी हा दृष्टिकोन भारतीय जनतेला संमत नाही.

१ जून १९४६ च्या 'ऑल इंडिया काँग्रेस कमिटी'च्या अधिकृत माहिती- पत्रकात असे प्रसिद्ध करण्यात आले आहे की :

''आम्हाला जी भीती वाटत होती ती प्रत्यक्षात खरी ठरू पाहात आहे. जातीय आणि सरंजामशाही हितसंबंधांना जपण्याच्या प्रयत्नांत 'कॅबिनेट मिशन'ने अधिक महत्त्वाच्या राष्ट्रीय हितसंबंधांकडे दुर्लक्ष केले आहे. ब्रिटिश मंत्र्यांचा हेतू चांगला होता आणि त्यांनी आपल्याकडून पराकाष्ठेचा प्रयत्न केला. तथापि त्यांनी 'उत्कृष्ट' म्हणून जे देऊ केले आहे ते चर्चिल आणि अमेरी त्यांनी मार्च १९४२ मध्ये देऊ केलेल्यापेक्षा निरस आहे. 'स्वातंत्र्य' म्हणून देण्याचे जे आश्वासन त्यात आहे, त्यावर प्रतिबंधांची इतकी जळमटे पसरली आहेत की त्याला 'स्वातंत्र्य' ही संज्ञा देणे हा शब्दच्छल ठरेल.''

ज्या देणगीसंबंधाने ब्रिटिश साम्राज्यवाद्यांनी आत्मसंतुष्टतेचा एवढा डांगोरा पिटला, तिच्याबद्दल भारतीयांनी असंतोष व्यक्त करावा, एवढा त्यांच्या दृष्टिकोनात प्रचंड फरक का पडावा? १९४६ च्या ब्रिटिश सांविधानिक सुधारणांमध्ये ब्रिटिश साम्राज्यशाही सत्तेचा अखेरचा परित्याग, आणि भारतीय स्वातंत्र्यास मान्यता अभिप्रेत आहेत काय? किंवा ब्रिटिश साम्राज्यशाहीच्या अनेक प्रयत्नांपैकी हा एक अखेरचा प्रयत्न आहे, की ज्यामध्ये सुचविलेली सांविधानिक तडजोड अशी आहे की, आजच्या बदललेल्या परिस्थितीत एका बाजूला भारताच्या आजच्या वाढत्या राष्ट्रीय मागण्यांना संतुष्ट करण्याचा प्रयत्न असून दुसऱ्या बाजूला सत्ता आणि वर्चस्व ह्यांचा गाभा आपल्या हातात राखून ठेवण्यात आला आहे? देऊ केलेल्या नवीन सुधारणांमध्ये भारताच्या स्वातंत्र्याचा समावेश आहे काय? का त्यात भारताला स्वातंत्र्य देण्याचा केवळ बहाणा केलेला असून मर्यादा व प्रतिबंधने ह्यांचे जाळे त्यावर पसरले आहे?


## १. बदलत्या जगातील भारत

१९४६ साली 'कॅबिनेट मिशन' भारतात का पाठविण्यात आले? ब्रिटिशांच्या धोरणांतील नवीन बदलासंबंधात चार प्रमुख कारणे स्पष्ट दिसतात.

पहिले म्हणजे महायुद्ध संपल्यानंतर सर्व जगभर एक नवीन लाट उसळली. हुकूमशाही हा आधुनिक युगातील प्रतिक्रियात्मक टोचा होता. लोकशाहीला तो स्पष्टपणे विरोधक होता, त्याचप्रमाणे वांशिक प्रभुत्वाचा तो कट्टा पुरस्कर्ता होता. त्याचा लोकशाहीवादी लोकांनी संघटित संघर्ष करून पराभव केला. जर्मनी, इटली आणि जपान ह्या साम्राज्यशाह्यांची जगातील प्रमुख सत्तांतून उचलबांगडी करण्यात आली. अँग्लो अमेरिकन साम्राज्यशाही टिकून राहिली, तथापि तिला जागतिक तीन प्रमुख सत्तांबरोबर तापदायक भागीदारी आणि समाजवादी सोव्हिएट रशियाबरोबर जागतिक पुढारीपण करणे भाग पडले. जागतिक महायुद्धात झालेली भयंकर हानी आणि नुकसानी ह्यांचा मुख्य बोजा सोव्हिएट सैन्य व सोव्हिएट जनता ह्यांच्यावर पडला. तथापि त्या प्रचंड संकटाला तोंड देऊनही जागतिक क्षेत्रातील आपला दर्जा आणि वजन प्रभावीपणे वाढवून, रशिया यशस्वीपणे बाहेर पडला आहे. ज्या सरंजामदारांनी, युद्धखोरांनी व उद्योगपतींनी राष्ट्रहिताचा घात करून हिटलरची सेवा केली, त्यांच्या विरुद्ध युरोपातील स्वतंत्र झालेल्या राष्ट्रांनी, प्रगत लोकशाहीवादी सत्ता संपादन करण्यासाठी जोराची मागणी केली. चीन वरील जपानची बेडी तुटून पडली आणि अमेरिकेने निर्माण केलेल्या प्रतिगामी अडथळ्यांना तोंड देऊन चिनी जनतेची राष्ट्रीय व लोकशाहीची चळवळ पुन्हा आकार घेऊ लागली. सर्व वसाहतींतील लोकांनी स्वातंत्र्यासाठी केलेल्या चळवळी व संघर्ष पुन्हा सुरू केले आणि ते स्वातंत्र्याची मागणी करू लागले. ह्या नवीन जागतिक परिस्थितीत भारतात जुनाट एकाधिकार पद्धतीची नोकरशाहीची राजवट चालू ठेवणे अशक्य होते, कारण भारत ही सर्वांत मोठा विस्तार असलेली वसाहत होती आणि तिने अत्यंत प्रभावी अशी राष्ट्रीय चळवळ केलेली होती.

दुसरे कारण म्हणजे जरी जागतिक युद्धांतील यशामध्ये त्यांचा वाटा होता, तरी ब्रिटिश साम्राज्य हे मूलभूत दृष्टीने खालावले होते. ब्रिटनमधील आर्थिक चौकटीतील व जागतिक क्षेत्रातील आर्थिक उलाढालीतील ब्रिटनचे वित्तीय भांडवल व वसाहतींवरील ब्रिटनचे वर्चस्व ह्यांना गळती लागली होती, आणि दोन जागतिक युद्धांतील ब्रिटनची ही परिस्थिती वैशिष्ट्यपूर्ण होती. ब्रिटनच्या जुन्या जागतिक प्रभुत्वाला लागलेली ओहोटी, ही दुसऱ्या जागतिक युद्धामुळे अधिक वेगाने सुरू झाली. ब्रिटिश साम्राज्यशाहीच्या स्मटस् किंवा चर्चिल ह्यासारख्या मुत्सद्यांना नवीन जगात दोन प्रचंड प्रभावी सत्ता प्रमुख होऊ पाहत आहेत ही गोष्ट भीतियुक्त अंत:करणाने जाहीर करणे भाग पडले. पहिली ''युनायटेड स्टेट्स'' व दुसरी ''यू. एस. एस. आर'' ह्याच त्या सत्ता होत आणि ह्यांच्या मानाने ब्रिटन हे राष्ट्र

दुसऱ्या किंवा तिसऱ्या क्रमांकावर जाणार असे त्यांना वाटू लागले. इजिप्त व पॅलेस्टाइनपासून तो थेट ब्रह्मदेश, मलाया व इंडोनेशियापर्यंत ज्या सर्व लोकांना ब्रिटनने आजपर्यंत प्रत्यक्ष किंवा अप्रत्यक्षपणे आपल्या वर्चस्वाखाली ठेवले होते, त्यांनी ब्रिटिश साम्राज्याच्या प्रत्येक बाजूने आवाज उठविण्यास सुरुवात केली.

ह्या नवीन बदलेल्या परिस्थितीची जाणीव झालेली ब्रिटिश जनता, टोरी पक्षाच्या राजकारणापासून दूर जाऊन ब्रिटनची प्रगती आणि उत्कर्ष साधण्यासाठी नवीन मार्ग शोधण्याच्या प्रयत्नांत होती. तथापि साम्राज्यशाहीचे सूत्रधार हरएक प्रयत्न करून, आपल्या वर्चस्वाचा विघटित होत असलेला पाया सांभाळून तो पूर्ववत करण्याचा पराकाष्ठेचा प्रयत्न करीत होते. ब्रह्मदेश, मलाया व इंडोनेशिया येथे चालू असलेल्या जुलमी वर्चस्वाच्या धर्तीवर जिंकलेल्या प्रदेशात वसाहती पद्धतीची दडपशाही पुन्हा स्थिर करण्याचा त्यांचा प्रयत्न होता. जागतिक सत्तेचे नवे संतुलन खोडून काढण्यासाठी त्यांनी 'वेस्टर्न युरोपियन ब्लॉक' निर्माण करण्यासाठी साम्राज्यशाही पातळीवर तह करण्याचे ठरविले. तो प्रयत्न जेव्हा फसला, कारण त्याला युरोपियन लोकांचाच विरोध आडवा आला, तेव्हा सोव्हिएट युनियनच्या विरुद्ध 'अँग्लो-अमेरिकन ब्लॉक' निर्माण करण्याचा त्यांनी प्रयत्न केला. ह्या सर्व राजकीय डावात भारताला प्रमुख महत्त्व होते. ब्रिटिश साम्राज्यशाहीचा आर्थिक कमकुवतपणा सुधारण्यासाठी आणि आर्थिक गरजा भागविण्यासाठी भारताबरोबर तडजोडीचा उपाय शोधून काढणे आवश्यक होते. त्यासाठी काही पुढाऱ्यांना संतुष्ट करून वा राष्ट्रीय आघाडींतील वरच्या वर्गाच्या लोकांना मिळवून घेऊन भारत हा ब्रिटिशांच्या आर्थिक व डावपेचाच्या दृष्टीने ब्रिटिश साम्राज्यांत समाविष्ट राहील असे करण्याची गरज होती.

तिसरे कारण असे : जागतिक क्षेत्रात ब्रिटिशांच्या वर्चस्वात जो बदल झाला होता, त्याचे पडसाद अंतर्गत परिस्थितीतही उठत होते. १९४५ साली झालेल्या निवडणुकीत जुन्या टोरी पक्षाने लढाईत मिळालेल्या विजयाचा व चर्चिलच्या वजनाचा निवडणूक यंत्रणेने जास्तीत जास्त उपयोग व प्रयत्न करूनही टोरी पक्षांचा प्रचंड पराभव झाला. निवडणुकीत प्रथमच मजूर पक्षाला बहुमत प्राप्त झाले. नवीन सत्तेवर आलेल्या मजूर पक्षांतही काही 'उजव्या' मताचे मवाळ पुढारी होते. त्यांचे टोरी पक्षाशी सूत होते व ते साम्राज्यशाहीच्या धोरणाचा पाठपुरावा करणारे होते. तथापि नंतर प्रत्यक्ष अनुभवात असे दिसून आले की, ब्रिटिश जनतेने टोरी पक्षाचा जो सपशेल पराभव केला, त्यावरून ब्रिटिश जनता ही जुने साम्राज्यशाहीचे रुळलेले मार्ग सोडून नवीन मार्ग शोधण्याच्या प्रयत्नात होती.

ट्रेडस युनियन काँग्रेसला अनुसरून मजूर पक्षाच्या परिषदेत, मजूर पुढाऱ्यांनी, कार्यकारी मंडळाच्या विरोधाला डावलून भारताच्या स्वातंत्र्याचा ठराव मंजूर केला होता. अशा प्रकारे भारतीय स्वातंत्र्यासंबंधात मजूर पक्षाचे धोरण अधिकृतपणे निश्चित झाले होते. त्यामुळे भारताच्या स्वातंत्र्याच्या बाबतीत मजूर सरकारला पूर्वीपेक्षा निराळे धोरण आखणे आवश्यक झाले.

चवथे कारण असे होते की भारतात लोकप्रिय प्रक्षोभ निर्माण झाला होता व त्वरित स्वातंत्र्य मिळावे अशी सर्व भारतीयांची राष्ट्रीय मागणी होती. ह्यापुढे जुन्या पद्धतीप्रमाणे भारतावर राज्य करणे साम्राज्यशाहीला अशक्य होते.

## २. १९४५-४६ चे राष्ट्रीय आंदोलन

हुकूमशाह्यांचा पराभव झाल्यानंतर, जनतेच्या प्रगतीची जी प्रचंड लाट जगभर उसळली, त्यातून भारत अलिप्त राहू शकला नाही. मित्रराष्ट्रांबरोबर सहकार्य करून जगातील स्वातंत्र्याच्या चळवळीत भारत भाग घेऊ शकला नाही. तथापि हुकूमशाहीखाली भरडल्या जाणाऱ्या देशांची मुक्तता करण्यासाठी जी प्रचंड लढाई झाली, त्यात विजय मिळविण्यासाठी मित्र राष्ट्रांनी व अनेक देशांनी प्रत्यक्ष भाग घेतला होता व लढाई संपल्यावर राजकीय बदल घडवून आणण्यासाठी त्यांची तयारी चालू झाली होती. तीच राष्ट्रीय स्वातंत्र्याची व लोकशाहीची भावना भारतात उदयास आली होती. विरुद्ध पद्धतीने सुद्धा शत्रू-राष्ट्रांत बोसच्या नेतृत्वाखाली निर्माण झालेल्या 'आझाद हिंद फौजे'ने व लढाई संपल्यावर ब्रिटिश साम्राज्यशाहीने त्यांच्या सैन्यांतून फुटून 'आझाद हिंद फौज'मध्ये सामील झालेल्या सैनिकी अधिकाऱ्यांवर भरलेल्या खटल्यांनी भारतातील लढाऊ वृत्तीच्या राष्ट्रभिमानाला प्रचंड प्रमाणात चेतावणी मिळाली आणि ह्या घटनांचा भारतीय सैन्यावर विलक्षण परिणाम झाला.

१९४५ च्या ग्रीष्म ऋतूतील सिमला येथे झालेल्या परिषदेतून काहीही निर्माण होऊ शकले नाही. त्यावरून साम्राज्यशाहीच्या धोरणात पेच पडला होता. त्याचबरोबर काँग्रेस व मुस्लिम लीग ह्यांच्यामधील मतभेदांची प्रचंड दरी उघड झाली होती. काँग्रेस व मुस्लिम लीग ह्या दोन्ही संस्थांपैकी प्रत्येक संस्थेला एकमेकी विरुद्ध ब्रिटिशांबरोबर वाटाघाटी करणे सोईचे वाटत होते. तथापि दोन्ही संस्थांना ब्रिटिशांविरुद्ध संयुक्त आघाडी उभारणे शक्य झाले नाही. दुसऱ्या महायुद्धानंतरच्या राष्ट्रीय आघाडीत हा महत्त्वाचा उणेपणा होता. पहिल्या महायुद्धानंतर निर्माण झालेल्या काँग्रेस, लीग व खिलाफत ह्यांच्या संयुक्त आघाडीचा विचार करता, वरील उणेपणा ठळकपणे

खटकतो. ह्या कमकुवतपणाचा ब्रिटिश साम्राज्यशाहीने फायदा उठविला.

अशा परिस्थितीत लढाई संपल्यावर राष्ट्रीय भावनेची भारतात जी लाट उसळली, तिला राष्ट्रीय चळवळीतील अधिकृत, संघटित व परिणामकारक प्रभावी पुढाऱ्यांची आघाडी लाभली नाही. जनतेमध्ये मात्र साम्राज्यशाहीविरुद्ध लढा देण्यासाठी एकतेची उत्कंठा परमावधीला पोहोचली होती. कलकत्ता, मुंबई व इतर शहरे ह्यांमधून मिरवणुकी काढून जी निदर्शने केली जात, त्यात काँग्रेस, मुस्लिम लीग व काही प्रमाणातील लाल बावटे जे सर्वत्र विखुरलेले दिसत, त्यावरून हे सहज स्पष्ट होते. दुर्दैवाने बहुजन समाजातील ह्या एकीला अनुसरून पुढाऱ्यांमध्ये एकी अभावाने स्पष्ट होत होती.

एवढे असले तरी वरील राष्ट्रीय जागृतीची भावना केवळ सामान्य जनतेतच निर्माण झाली होती, असे नसून ती लाट सशस्त्र सैन्यापर्यंत पोहोचली होती. भारताच्या दृष्टीने ही घटना अभिनव होती तथापि तिचे क्रांतिकारक महत्त्व, ब्रिटिश साम्राज्यशाहीच्या नोकरशाहीच्या व राष्ट्रीय पुढाऱ्यांच्या लक्षात आल्याशिवाय राहिले नाही. मागे १९३० साली गरवाली तुकडीने गोळ्या झाडण्याचा हुकूम पाळला नव्हता. तथापि सशस्त्र सैन्यामध्ये नाविक दलात व हवाई दलांत सर्वत्र प्रसार पावलेल्या संपामुळे ब्रिटिशांच्या भारतातील वर्चस्वाचा जो मूलभूत पाया, त्यालाच हादरा बसला होता. १९४६ च्या फेब्रुवारी महिन्यांत झालेल्या नाविक दलाच्या बंडामुळे भारतातील क्रांतिकारक प्रभावी शक्तींना एकदम उजाळा मिळाला. १९०५ साली रशियात पोटेमकिन येथे, १९१७ साली क्रोनस्टाड (KRONSTADT) येथे व १९१८ साली जर्मनीतील कील (KTEL) येथे झालेल्या उठावांच्या आठवणीवरून नाविक दल हे प्रचंड क्रांत्यांच्या आघाडीवरील हुकुमी एक्का असतो, हे त्याचे महत्त्व स्पष्ट झालेले आहे. १९४६ च्या फेब्रुवारी महिन्यांतील नाविक दलाचे बंड, भारतातील जनतेने त्याला दाखविलेले सहकार्य आणि मुंबईच्या कामगार वर्गाने त्याचा केलेला धाडसी पाठपुरावा म्हणजे भारतात निर्माण होणाऱ्या नवयुगाची ती नांदी होय व भारतीय इतिहासातील ती एक अपूर्व घटना होय. फेब्रुवारी महिन्याच्या त्या काळात भारताच्या प्रगतीचे खरे शत्रू व मित्र कोण ते उघड झाले. ''रॉयल इंडियन नेव्ही'' च्या दलाने मुंबई, कराची व मद्रास येथे बंड केले, त्यांना वरील शहरातील जनतेने व इतर शहरांतून जे लोक वरील शहरांत आले होते, त्यांनी पाठिंबा दिला. 'तलवार' शिक्षण संस्थेतील अडचणींकडे दुर्लक्ष केल्यामुळे १८ फेब्रुवारी रोजी प्रथम संप झाला. १९ फेब्रुवारीला सकाळी तो मुंबईच्या किनाऱ्यावर काम करणाऱ्या खात्यांतील २०,००० नाविकांमध्ये पसरला व पुढे उपनगरात आणि बंदरातील वीस जहाजांपर्यंत पोहोचला.

"युनियन जॅक" निशाणाच्या काठी वरून खाली ओढण्यात आले आणि त्याच्या ठिकाणी व काँग्रेसची व लीगची निशाणे चढली. शहरात काँग्रेस-लीग ह्यांची निदर्शने चालू झाली व त्यांत "जयहिंद", "इन्किलाब झिंदाबाद", "हिंदू-मुस्लिम एक व्हा", "ब्रिटिश साम्राज्यशाही नाहीशी होवो", "आमच्या मागण्या मान्य करा", "आय. एन. ए. व राजकीय कैद्यांची सुटका करा.", "भारतीय लष्कर इंडोनेशियातून परत आणा" वगैरे घोषणा दिल्या गेल्या. संपाची लाट दुसऱ्या जहाजांवरही पसरली. ज्या कराचीच्या "हिंदुस्थानने" पुढे सशस्त्र चळवळीत भाग घेतला, त्या जहाजावरही पसरली.

सुरुवातीलाच नाविक दलांतील खलाशांनी काँग्रेस व मुस्लिम लीगच्या पुढाऱ्यांशी संपर्क साधला होता तथापि त्यांच्याकडून पाठिंबा किंवा प्रत्यक्ष मदत मिळाली नाही. तेव्हा खलाशांनी "सेंट्रल नेव्हल स्ट्राइक कमिटी"ची संघटना केली आणि तिच्यामध्ये कडक शिस्त ठेवण्यात आली होती. मुंबईच्या जनतेने बोटीवरील नाविक दलाला व खलाशांना भरपूर अन्नाचा पुरवठा केला. ब्रिटिश अधिकाऱ्यांना ह्या चळवळीमुळे आश्चर्याचा धक्काच बसला. त्यांनी दडपशाहीचे जुलमी उपाय जारी केले. घाईघाईने नाविक आणि सैनिकी तुकड्या मोठ्या प्रमाणात मुंबईला आणि कराचीला रवाना करण्यात आल्या. जेव्हा भारतीय सैनिकांनी गोळ्या झाडण्यास नकार दिला तेव्हा ब्रिटिश सैनिक आणण्यात आले आणि "कॅसल बरॅक्स"च्या बाहेर २१ फेब्रुवारीला सात तास युद्ध झाले. २१ तारखेला दुपारी ॲडमिरल गॉडफ्रे याने आकाशवाणीवरून असे आव्हान दिले की, "सरकारजवळ असलेले सर्व सामर्थ्य खर्ची घालून पराकाष्ठेचा प्रयत्न केला जाईल, मग त्यात सर्व नाविक दलाचा नाश झाला तरी त्याची पर्वा केली जाणार नाही." "सेंट्रल नेव्हल स्ट्राइक कमिटी" ने सामान्य जनतेला शांततामय संप आणि बहिष्कार घालण्याची विनंती केली. नाविकांना सरकारने दिलेल्या आव्हानाला प्रतिसाद देण्यासाठी त्वरित सहकार्याची गरज असताना वल्लभभाई पटेलने काँग्रेसच्या वतीने संप किंवा हरताळ पाडण्याचा आदेश तर दिला नाहीच तर त्याच्या विरुद्ध सूचना दिल्या. एवढे असले तरी "सेंट्रल नेव्हल स्ट्राइक कमिटीच्या" निवेदनाला बॉम्बे ट्रेड युनियन्सचा आणि साम्यवादी पक्षाचा पाठिंबा होता व त्यांना २२ फेब्रुवारीला मुंबईच्या कामगारांनी सर्वत्र पाठिंबा दिला. ब्रिटिश अधिकाऱ्यांनी लोकप्रिय चळवळ भरडून काढण्यासाठी जनतेवर पोलिस आणि सैन्य ह्यांच्या मार्फत बेफाम गोळीबार केला. २१ ते २३ ह्या तीन दिवसांत सरकारी अधिकृत आकड्यांवरून २५० माणसे ठार केली गेली. प्रत्यक्ष डोळ्यांनी पाहिलेले वस्तुस्थितीचे वर्णन एका ब्रिटिश अधिकाऱ्याने केले आहे, ते वाचनीय आहे, ते असे :

"परळ येथील कामगार वस्तीतून चार वाजता, संध्याकाळी, ''एलफिन्स्टन रोड'' च्या कोपऱ्याजवळ, सुपारीबाग रस्त्याने मी चालत होतो.'' रस्त्यावर बरेच लोक होते. बरीच गर्दी किंवा 'जमाव' असे त्याला म्हणता येणार नाही. साम्यवादी पक्षाच्या आदेशाप्रमाणे कोणाहीजवळ शस्त्र नव्हते, एवढेच काय, अगदी लाठ्या किंवा दगडही नव्हते.

"एकाएकी, कोणत्याही प्रकारची सूचना न देता, एक उघडी लॉरी एलफिन्स्टन रोड ओलांडून आली, तिच्यात ब्रिटिश सैनिक होते. त्यांच्याजवळ बंदुकी आणि 'ब्रेनगन' होती, माझ्यासकट जेव्हा लोक दरवाजाच्या मार्गाकडे धावू लागले, तेव्हा वरील सैनिकांनी आमच्या मार्गाने गोळीबार करण्यास सुरुवात केली. वीस लोक जखमी झाले आणि चारजण ठार झाले.''

ह्याचा अर्थ काय होता?

''नाविक दलांतील लोकांनी संप केला होता, त्यांना पाठिंबा दर्शविण्यासाठी ट्रेड युनियनने सार्वत्रिक संपाचा आदेश दिला होता. कापड गिरण्यांत संप शंभर टक्के यशस्वी झाला होता. त्याचप्रमाणे इतर कारखाने व रेल्वे वर्कशॉपमध्येही संप झाला होता.'' एका वरिष्ठ अधिकाऱ्याने 'बदमाशांना' (वॉग्ज) धडा शिकविण्याचे ठरविले होते. म्हणून सशस्त्र सैनिक, जणूकाय युद्धच चालू झाले होते अशा आविर्भावाने लॉऱ्यांमध्ये बसून रस्त्यांतून धावपळ करीत होते. रस्त्यांत जमा झालेल्या लोकांवर बेफामपणे गोळ्या झाडीत होते आणि दुसऱ्या कोणी एखादा दगड सुद्धा उचलला नसेल तत्पूर्वी ते पुढे निघून गेले. रस्त्यावर रुग्णवाहिका नव्हत्या, लोकांना जमेल त्या मार्गाने हॉस्पिटलमध्ये जाणे भाग पडले. नंतर डिलाइल रोडवर, सैनिक चाळीत घुसताना मी पाहिले, आणि आपल्या घरात असलेल्या लोकांवर त्यांनी गोळ्या झाडल्या. ह्या अत्याचारात चारजण ठार झाले आणि सोळा जण जखमी झाले. ''परळ भागातील किंग एडवर्ड मेमोरियल हॉस्पिटल ह्या एकाच हॉस्पिटलमध्ये ५० मृत्यूंची नोंद होती. एकूण ६०० जखमी लोकांपैकी परळ हॉस्पिटलने २०० जखमींना आपल्या हॉस्पिटलमध्ये ठेवून घेतले.'' बऱ्याच वर्तमानपत्रांनी तुम्हाला 'बेजबाबदार बंडा'ची माहिती सांगितली आहे. तथापि त्यांनी तुम्हाला हे सांगितले नाही की, अधिकाऱ्यांनी संपावर असलेल्या कामगारांना 'कॅसल बरॅक्स' मध्ये जाण्याचा हुकूम दिला, त्यांना अन्न-पाण्यावाचून एकत्र जमा केले व जेव्हा ते पाणी पिण्यासाठी बाहेर येऊ लागले तेव्हा त्यांच्यावर गोळ्या झाडण्यात आल्या. (अधिकृत निवेदनाप्रमाणे ते गेटकडे धावू लागले.) त्यांनी तुम्हांला लोकांनी केलेल्या अत्याचाराबद्दल व गुंडगिरीबद्दल

सांगितले. "त्यांनी तुम्हाला हे सांगितले नाही की, प्रथम, शिस्तीत मिरवणुकीने जात असलेल्या जमावावर एक मोठी लॉरी (ट्रक) भरधाव वेगाने येऊन कित्येकांना तिने एकाएकी आडवे घातले व त्या रागाने लोकांनी प्रथम दगडफेक केली. भरमसाठ दहशत बसविण्याच्या आचरटपणाला संघटितरित्या तोंड देऊन आपले जीव व घरेदारे ह्यांचे संरक्षण करण्याचा तो संघटित प्रयत्न होता. "संघटित– हीच ती संज्ञा. ज्यामुळे वरील अधिकाऱ्यांची माथी भडकली. त्याचे मुख्य कारण म्हणजे काँग्रेसचा तिरंगी, मुस्लिम लीगचा अर्धचांद व लालबावटा हे झेंडे एकत्र एकमेकांबरोबर मिरवणुकीने चालले होते. लढाऊ जहाज 'नर्मदा'वर उंच काठ्यावर लीगचा व काँग्रेसचा झेंडा फडकत होता. आम्ही वाकून दरवाजांतून जात असताना गोळ्या आम्हाला चाटून जात होत्या. तेव्हा एक भारतीय मला म्हणाला, "हा प्रत्यक्ष कृतीतील ब्रिटिश समाजवाद आहे.'' इंडोनेशिया प्रकरणानंतर, मजूर पक्षाला जो लोकाश्रय होता, तो चोवीस तासांत संपुष्टात आला. मी आमच्या मजूर पक्षाच्या सरकारच्या इभ्रतीबाबत विचार करीत आहे. मला ब्रिटिश लोकांच्या अब्रूबद्दल सर्वांत जास्त चिंता वाटत आहे. गोळ्या घालण्याचा सर्व प्रपंच खास ब्रिटिश सोजिरानीच साजरा केला. पोलिस मागच्या बाजूला राहिले. मला भारतीय सैनिक दिसलेच नाहीत. मला असे सांगण्यात आले की असंतोषाचा वणवा सैन्यापर्यंत पसरला असल्यामुळे बेफाम दडपशाही करण्याच्या कुकर्मावर भारतीय सैन्याला पाठवावयाचे नाही, असे अधिकाऱ्यांनी ठरविले.

ब्रिटिश सोल्जर्स हे काही खास ठेवलेले सैनिक नव्हते, किंवा सुरक्षा पलटणींतील नव्हते. ते लढाईसाठी भरती केलेले सामान्य स्वयंसेवक म्हणून आलेले होते. ब्रिटिश गणवेष असलेले कामगार "लीसेस्टर रेजिमेंट'' मधील, "इसेक्स रेजिमेंट'' मधील, "रॉयल आर्टिलरी'' मधील आणि "रॉयल मरीन्स'' मधील ते सामान्य सैनिक होते. सरतेशेवटी २३ फेब्रुवारीला वल्लभाचार्य पटेल यांनी संप मागे घेण्याचा "सेंट्रल नेव्हल स्ट्राइक कमिटी''ला सल्ला दिला व संप केल्याबद्दल कोणाचाही छळ केला जाणार नाही अशी काँग्रेस सर्वप्रयत्नानिशी खटपट करील, असे आश्वासन दिले व मुस्लिम लीगनेही तसे आश्वासन दिले तेव्हा संप काढून घेण्यात आला. दोन दिवसांत पुढाऱ्यांना पकडण्यात आले. संप समितीच्या अध्यक्षाने जे शेवटचे निवेदन केले, त्यात त्याने असे जाहीर केले की : "आम्ही भारताला शरण आलो आहोत. ब्रिटनला नव्हे.''

नाविक दलाचे बंड आणि फेब्रुवारीच्या दिवसांतील जनतेचा संघर्ष ह्यांनी एवढे उघड झाले की, १९४६ साली निर्माण झालेल्या परिस्थितीत, विशेषत: जी

भीषण परिस्थिती निर्माण झाली होती, तिच्यामध्ये जनतेचा कौल प्रत्यक्ष कृती करण्याकडे होता. ही गोष्ट स्पष्टपणे उघड झाली होती. एका बाजूला त्या क्षणाचे गांभीर्य व जनतेचा निश्चय आणि धैर्य आणि त्याचबरोबर हिंदू-मुस्लिम ऐक्य व काँग्रेस-लीग एकी ह्यांकडे जनतेचे मन अनुकूल होते. राष्ट्रीय चळवळीची लाट सैन्यापर्यंत पसरली होती आणि ब्रिटिश राजवट ही त्या नंतर भारतात स्थिर राहणे शक्य नव्हते. त्याच बरोबर दुसऱ्या बाजूने हे उघड झाले की राष्ट्रीय पुढाऱ्यांमध्ये एकी नव्हती आणि त्या नंतरच्या लढ्यासाठी ते असमर्थ ठरले होते.

त्यापूर्वी व्यासपीठावरून सुभाष बोसच्या स्वातंत्र्य सेनेबद्दल आणि त्याच्या कार्याबद्दल बराच प्रचार करण्यात आला होता. ते सैन्य प्रथम जपानला आणि नंतर ब्रिटिशांना शरण गेले होते. तरीही राष्ट्रीय स्वातंत्र्याच्या चळवळीचे प्रतीक म्हणून त्या सैन्याची जाहिरात झाली होती. १९४२ च्या लढ्याचाही फार मोठा प्रचार करण्यात आला होता. तथापि त्याला अखिल जनतेच्या लढ्याचे स्वरूप कधीही आलेले नव्हते.

तथापि आता जेव्हा बहुजन समाज जागृत झाला होता, जेव्हा हिंदुमुस्लिम एकी घडून प्रत्यक्षांत येत होती, जेव्हा सैन्य सामान्य जनतेबरोबर संघर्षासाठी तयार झाले होते आणि जेव्हा स्वातंत्र्यासाठी ब्रिटिश साम्राज्याची वेसकट उघडली गेली होती, अशा वेळी राष्ट्रीय चळवळीतील वरच्या पातळीवरील पुढाऱ्यांमध्ये बदल झाला होता. हे उघड झाले होते. काँग्रेस व मुस्लिम लीगमधील वरच्या पातळीवरील पुढारी, बहुजन समाजाच्या चळवळीचे विरोधक बनून, जनतेविरुद्ध कायदा व सुव्यवस्था राखण्याच्या नावाखाली ब्रिटिश साम्राज्यशाहीशी हातमिळवणी करण्यास उत्सुक झाले होते. त्यांनी अनेक निवेदने प्रसृत केली. त्यात ह्या जनतेच्या चळवळीला 'हिंसक' ठरवून तिला नावे ठेवण्यात आली. ज्या साम्राज्यशाहीच्या अधिकाऱ्यांनी निःशस्त्र लोकांवर गोळ्या झाडून तीन दिवसांत शेकडो लोकांचे मुडदे केले गेले. त्यांना दोष न देता ते चळवळीलाच दोष देत बसले. वल्लभभाई पटेल ह्यांनी जाहीर रीतीने सांगून टाकले की ज्या नाविकांनी बंड उभारले, त्यांनी शस्त्राला हात घालण्यास नको होता, आणि मुख्य सेनापतीने, 'नाविक दलात शिस्त राहिलीच पाहिजे', म्हणून जे जाहीर निवेदन केले होते, त्याला पाठिंबा दिला. काँग्रेसचे अध्यक्ष आझाद ह्यांनी जाहीर केले की :

"संप, हरताळ आणि तात्पुरत्या सत्तेवर असलेल्या अधिकाऱ्यांच्या आज्ञा मोडणे, हे आपल्या प्रयत्नांत बसत नाही. भारताची काळजी वाहणारे म्हणून असलेल्या सरकारबरोबर संघर्ष करण्यासारखे काही एक कारण लगोलग झालेले नाही.

गांधीजींनी एक महत्त्वाचे निवेदन जाहीर केले, त्यात त्यांनी अहिंसेच्या तत्त्वाला डावलून केलेली हिंदू व मुसलमान ह्यामधील 'अपवित्र एकता' म्हणून त्यांच्या एकीला दोष दिला. गांधीजी म्हणाले.

"वरपासून खालपर्यंत जर सर्व हिंदू-मुसलमान एक झाले असते, तर ती एकी मी समजू शकलो असतो. त्याचा अर्थ, अर्थात असा झाला असता की, भारत देश हा 'गंप्या-झंप्या'च्याकडे सुपूर्द केला गेला. अशी दुर्दैवी घटना पाहण्यासाठी मी १२५ वर्षेपर्यंत जगू इच्छित नाही. त्यापेक्षा मी अग्निकाष्ठ भक्षण करीन व प्राण सोडीन."

–हरिजन, एप्रिल ७, १९४६

अशा प्रकारे राष्ट्रीय सुधारक पुढारीपण आणि जनतेची चळवळ, ह्यामधील दरी, जी १९२२ साली चौरी-चौरा घटनेच्यावेळी आणि १९३१ साली गांधी-आयर्विन कराराच्या वेळी प्रत्ययास आली होती, ती पुन्हा एकदा, वरच्या पातळीवर अधिक स्पष्टपणे उघड झाली. ब्रिटिश राजवटीविरुद्ध, हिंदू-मुस्लिम एकी, संघटित संघर्ष देण्यासाठी निर्माण झाली होती. ती भारताला स्वातंत्र्य मिळवून देणारी घटना न ठरता तो एक भयंकर स्वरूपाचा निर्माण झालेला धोका, ठरविला गेला. ह्याचे कारण तो विजय भारतातील बहुजन समाजाचा विजय ठरला असता. (भारताला गंप्या-झंप्याच्या हवाली सुपूर्द करण्याचा एक मार्मिक शब्द योजना, की जिच्यामधून वरच्या वर्गाच्या पुढाऱ्यांना बहुजन समाजाच्याबद्दल असलेली घृणा, अचानकपणे स्पष्ट होते.) ह्या वेळ पर्यंत जे ब्रिटिश लोक 'भारतावर जुलूम करणारे' म्हणून संबोधले जात होते, ते एकाएकी, भारतातील वरच्या वर्गाच्या दृष्टीने 'भारताची काळजी वाहणारे' ठरले. पुढाऱ्यांचा अध:पात इतक्या थराला पोहोचला होता, की त्यानंतर ते ब्रिटिश साम्राज्यशाहीच्या बाजूचे झाले, कारण बहुजन समाजातील क्रांतिकारक प्रचंड शक्ती जी त्यावेळेपर्यंत सुप्तावस्थेत होती. ती एकाएकी प्रत्येक संघर्षाबरोबर जागृत होत असलेली त्यांच्या आढळात आली आणि नाविकांच्या बंडाच्या संबंधात ती प्रभावीपणे भारताच्या स्वातंत्र्याच्या लढ्यांतील आणीबाणीच्या प्रसंगी पुन्हा एकदा प्रकर्षाने उघड झाली.

ब्रिटिश राज्यकर्त्यांच्या लक्षात राष्ट्रीय पुढाऱ्यांतील हा कमकुवतपणा लगेच आला व त्याचा फायदा उठविण्याचे त्यांनी ठरविले. "कॅबिनेट मिशन"च्या त्या नंतरच्या हालचालीवरून एक गोष्ट उघड झाली ती ही की, त्यांनी त्यानंतर आपले लक्ष काँग्रेस व मुस्लिम लीग ह्यांच्या पुढाऱ्यांवर मुद्दाम केंद्रीभूत केले, त्यात राज्य चालविण्याची सत्ता शांततेने आपल्या हातात पडावी ही एक गोष्ट, दुसरी म्हणजे

स्वातंत्र्य ? / ५८७

बहुजन समाजाबद्दल त्यांच्यामध्ये असलेली अढी आणि तिसरी म्हणजे त्यांच्यामधील आपसांतील भेद व एकमेकांबद्दलचा विरोध ह्या गोष्टींवर कॅबिनेट मिशनने आपले मुत्सद्देगिरीचे डावपेच खेळण्याचे निश्चित केले.

फेब्रुवारी १८ ला मुंबईचा नाविकदलाचा संप सुरू झाला.

फेब्रुवारी १९ ला ''हाउस ऑफ कॉमन्स''मध्ये भारतात ''कॅबिनेट मिशन'' पाठविण्याचा निर्णय ॲटली याने जाहीर केला.

## ३. कॅबिनेट मिशन (त्रिमंत्री योजना)

मार्च १९४६ मध्ये कॅबिनेट मिशन भारतात आले. १९४५ साली व्हॉइसरॉयने धोरणाबद्दल जे निवेदन आकाशवाणीवरून केले होते, त्याला अनुसरून कॅबिनेट मिशनला आपली कामगिरी करावयाची होती.

सप्टेंबर १९४५ मध्ये व्हॉइसरॉयने जे निवेदन जाहीर केले, ते असे:

साम्राज्य सरकारची अशी इच्छा आहे की शक्य तितक्या लवकर घटना समितीची नेमणूक करावी आणि त्याची सुरुवात म्हणून निवडणुकी झाल्याबरोबर प्रांतात निवडून आलेल्या विधिमंडळाच्या प्रतिनिधींबरोबर चर्चा करण्याचा अधिकार मला देण्यात आला आहे. त्या चर्चेत १९४२ साली जाहीर केलेल्या सूचना त्यांना मान्य आहेत काय किंवा त्यांत बदल करून काही पर्यायी योजना ते सुचवितात किंवा काय, ते विचारावयाचे आहे.

त्याचप्रमाणे संस्थानांच्या प्रतिनिधींबरोबरही चर्चा करावयाची आहे. त्या चर्चेत घटना समितीत कोणत्या प्रकारे ते भाग घेऊ इच्छितात, ते अजमावयाचे आहे.

ग्रेट ब्रिटन आणि भारत ह्यांच्यामध्ये जो तह करावयाचा, त्याचा मसुदा काय असावा, ह्यासंबंधात साम्राज्य सरकारने विचार चालू केला आहे.

''ह्या तयारीच्या काळात भारत सरकार चालू राहिलेच पाहिजे..

साम्राज्य सरकारने मला पुढे असा अधिकार दिला आहे की प्रांतिक निवडणुकांचे निकाल जाहीर झाल्याबरोबर ज्याला सर्व पक्षांचा पाठिंबा मिळेल असे एक कार्यकारी मंडळ निर्माण करावे.''

ह्यावरून १९४२ साली क्रिप्स याने जी योजना मांडली होती, तिच्या मार्गाने जवळ जवळ नवीन योजना आहे. फक्त त्यात सुधारणा करण्यास वाव ठेवला आहे. व्हॉइसरॉयच्या निवेदनाशी मिळते जुळते निवेदन ब्रिटिश पंतप्रधानाने केले, ते असे :

''१९४२ साली केलेल्या जाहीर निवेदनात भारतासंबंधीचे जे ब्रिटिशांचे

धोरण जाहीर करण्यात आले आहे, व ज्याला ह्या देशातील सर्व पक्षांची संमती आहे, तेच ढोबळ मानाने कार्यवाहीत आणले जाईल.''

१९४६ च्या सुरुवातीच्या महिन्यात निवडणुकी घेतल्या गेल्या. निकालांवरून एवढे उघड झाले की स्वातंत्र्याची मागणी करणाऱ्या भारतात दोन प्रमुख राजकीय संघटना आहेत. सर्वसाधारण मतदार संघातर्फे, काँग्रेस आणि मुसलमान मतदार संघातर्फे, मुस्लिम लीग. पूर्वीच्या विशिष्ट गटांचे प्रतिनिधित्व करणाऱ्या हिंदुमहासभा किंवा सरकारी सहकार्यावर चालणाऱ्या पंजाब मधील युनियनिस्ट पार्टी किंवा मद्रासमधील जस्टिस पार्टी ह्यांसारख्या संघटना मोडीत निघाल्या. केंद्रीय विधिमंडळात (ब्रिटिश इंडिया मधील एक टक्का लोकसंख्येच्या निम्म्याहून कमी असलेल्या मर्यादित मतदानाच्या हक्कावर निवडून आलेले) काँग्रेसने ५६ जागा जिंकल्या (पूर्वी ३६ जिंकल्या होत्या). त्यात सर्वसाधारण मतदार संघाच्या मतदारांच्या एकूण संख्येच्या ९१ टक्के मते आणि एकूण मतांच्या संख्येच्या ५९ टक्के मते काँग्रेसने मिळविली. मुस्लिम लीगने मुसलमानांसाठी ठेवलेल्या तीसही जागा जिंकल्या (पूर्वी २५ जिंकल्या होत्या). त्यात लीगने मुसलमान मतदारांची ८६ टक्के मते मिळविली, ती एकूण मतांच्या २७.६ टक्के होती. प्रांतिक विधिमंडळाच्या निवडणुकीत जेथे एकूण लोकसंख्येच्या ११ टक्के मतदार आहेत आणि $\frac{1}{5}$ ते $\frac{1}{4}$ प्रौढ मतदार आहेत, तेथे काँग्रेसने ९३० जागा जिंकल्या. १९३७ साली ७१५ जिंकल्या होत्या. त्यांना एकूण मत संख्येच्या ५५.५ टक्के मते मिळाली. मुस्लिम लीगला एकूण ५०७ जागांपैकी ४२७ मुस्लिम जागा मिळाल्या. १९३७ साली त्या १०८ होत्या. एकूण मुसलमान मतांपैकी ७४.३ मते लीगला मिळाली. साम्यवादी पक्ष प्रथमच निवडणुकीच्या रिंगणात आला होता. त्याने ८ जागा व ६८४, ९२८ मते मिळविली.

१९ फेब्रुवारीला ब्रिटनच्या पंतप्रधानाने तीन कॅबिनेट मंत्री भारतात पाठविल्याचे जाहीर केले. त्यात भारतमंत्री पेथिक लॉरेन्स, बोर्ड ऑफ ट्रेडचा अध्यक्ष स्टॅफर्ड क्रिप्स, आणि लॉर्ड ॲडमिरल्टी अलेक्झांडर हे होते. त्यांच्याबरोबर विचारार्थ विषयाचे निवेदन पाठविले होते. 'भारतीय पुढाऱ्यांच्या मताशी मिळते जुळते ठरेल असे संपूर्ण स्वराज्य भारताला देण्याची कारवाई लवकर करावी, असे त्यात म्हटले होते. जी कारवाई करावयाची ती अशी :

(१) ब्रिटिश इंडियामध्ये प्रांतिक निवडणुकीत निवडून आलेल्या प्रतिनिधींबरोबर आणि भारतीय संस्थानिकांबरोबर प्राथमिक स्वरूपाची चर्चा करावी. हेतू असा की, घटना तयार करण्याच्या पद्धतीसंबंधी एकमत तयार करण्याचा प्रयत्न करणे;

(२) घटना तयार करण्यासाठी समितीची नेमणूक,

(३) भारतातील मुख्य पक्षांचा ज्याला पाठिंबा मिळेल असे कार्यकारी मंडळ निर्माण करणे.

१५ मार्चला संसदेचे अधिवेशन भरले असताना, कॅबिनेट मिशन जाण्यास निघाले तेव्हा पंतप्रधानाने धोरणविषयक एक निवेदन केले (प्रकरण १ पहा). त्यांपैकी दोन मुद्द्यांनी खास लक्ष वेधून घेतले. पहिला मुद्दा म्हणजे 'वसाहतीचा दर्जा' व 'स्वातंत्र्य' ह्यापैकी भारताने 'स्वातंत्र्य' पसंत केले आहे:

"भारताने आपली भावी घटना कशी असावी, ते त्याचे त्यानेच ठरवावे, त्याचप्रमाणे जागतिक पातळीवरील आपले संबंध त्यानेच ठरवावे. मला वाटते भारत राष्ट्रकुलात राहणे पसंत करील तथापि उलट पक्षी जर त्याने स्वातंत्र्य घेण्याचे ठरविले, आणि असे निवडण्याचा भारताला हक्क आहे. तर हे सत्तांतर शक्य तितके सलोख्याने होईल असा आमचा प्रयत्न राहील.''

दुसरा मुद्दा हा अल्पसंख्याकांचा आहे.

"आम्हाला अल्पसंख्याकांच्या हक्काबद्दलची जाणीव आहे, त्यांना निर्धास्तपणे भारतात राहावयास मिळाले पाहिजे. त्याचबरोबर अल्पसंख्याकांनी आपल्या अल्पसंख्येचा एकाधिकारासारखा उपयोग करून बहुसंख्येच्या प्रगतीला खीळ घातलेली आम्हास पसंत पडणार नाही.''

सांविधानिक विकासाचे ध्येय 'स्वातंत्र्य' ठरविले गेले. हे ऐकताच टाळ्यांचा गजर झाला व ब्रिटन आणि भारत ह्यांच्या संबंधात एक मैत्रीचे नवे पर्व चालू झाल्याची वरील घोषणा ही नांदी ठरली. ब्रिटिशांच्या धोरणात आश्चर्यकारक बदल झाल्याचे ते प्रतीक होते. संशयित एकतेची भावना मनात खळखळत असतानाही चर्चेत भाग घेणाऱ्या 'टोरी' पक्षाच्या पुढाऱ्यांनी टाळ्या वाजविण्यात भाग घेतला. 'स्वातंत्र्य ह्या संज्ञेला बिचकण्याचे कारण काय?' असा सवाल 'भारतावर ब्रिटिश राजवट राहिलीच पाहिजे ह्या तत्त्वाचा कट्टा पुरस्कर्ता व जुन्या पठडीत मुरलेला सर स्टन्ले रीड ह्याने केला. तथापि जपून, गृहीत कृत्यात्मक म्हणून पुढे केलेली ही योजना, काही नवीन नव्हती. 'लोकशाही विपरीत' भावी घटना समिती जिची जडणघडण ब्रिटिश राज्यकर्ते निश्चित करणार होते तिला, 'वसाहतीचा दर्जा' किंवा 'स्वातंत्र्य' ह्यापैकी एक निवडण्याचा अधिकार, दिला होता. खरोखरी हे काही नवीन धोरण नव्हते. ते १९४२ च्या क्रिप्स योजनेत समाविष्ट केलेले होते. आणि टोरींच्या मताधिक्यात असलेल्या मंत्रिमंडळाने त्याला आपली संमती दिलेली होती. ती योजना अशी :

"भारताला शक्य तितक्या लवकर स्वराज्य प्राप्त व्हावे म्हणून ब्रिटिश सरकार असे सुचवित आहे की, एक नवीन इंडियन युनियन स्थापन करावी. तिला वसाहतीचा संपूर्ण दर्जा देण्यात यावा व तिला वाटल्यास तिने राष्ट्रकुलातून फुटून बाहेर पडावे."

अल्पसंख्याकांना एकाधिकार वापरून राजकीय विकासात अडवणूक करून देण्यास परवानगी दिली जाणार नाही. हे आश्वासन, म्हणजे सिमला येथे भरलेल्या परिषदेत जी बोलणी झाली, त्यावरील निश्चित सुधारणा होय, आणि ह्या वचनावरून राजकीय कोंडी फोडण्याचा ब्रिटिशांचा हेतू स्पष्ट झाला. तथापि त्यावरील अधिकृत खुलाशात वरील अल्पसंख्याकांत मुसलमानांचा समावेश नाही हा शोध लावण्यात आला. त्यावरून वरील धोरणांतील स्पष्ट झालेल्या बदलाची हवा काढून घेतल्यासारखे झाले.

कॅबिनेट मिशनने आपले पहिले काही आठवडे निरनिराळ्या लोकांच्या मुलाखती घेण्यात खर्च केले. त्यात राजप्रमुख नरेंद्र, प्रांतिक मुख्यप्रधान, विरोधी पक्षाचे पुढारी आणि काँग्रेस मुस्लिम लीग व इतर संघटनांचे प्रतिनिधी ह्यांचा समावेश झालेला होता. ह्या निरनिराळ्या वाटाघाटींमधून भारतात निरनिराळे 'राजकीय गट किती होते' त्या गोष्टीची जगाला कल्पना आली. विशेषत: काँग्रेस व मुस्लिम लीग ह्यांतील मतभेद अगदी उघड्यावर आले. दुसऱ्या पर्वात, ईस्टरची रजा संपल्यावर मिशनने काँग्रेस व मुस्लिम लीग ह्यांच्यामध्ये दोन्ही पक्षांना मान्य होईल अशी एखादी योजना तयार करणे शक्य आहे किंवा काय, ते अजमावण्यासाठी प्रयत्न केला. त्या दृष्टीने मिशनने काही सूचना पुढे मांडल्या, आणि परिषद स्थगित करून सिमला येथे ५ मे ते १२ मे पर्यंत पुन्हा भरविण्याचे ठरले. सिमला येथे मिशन, काँग्रेस व मुस्लिम लीग ह्यांची त्रिपक्ष परिषद भरविण्याचे ठरले. एक वर्षापूर्वी झालेल्या सिमल्याच्या परिषदेप्रमाणे ही दुसरीही परिषद निरुपयोगी ठरली. कॅबिनेट मिशनने सात आठवडे केलेल्या कामगिरीतून ब्रिटिशांना निवाडा देण्यास अनुकूल अशी पार्श्वभूमी तयार करण्यात आली.

सोळा मे रोजी, कॅबिनेट मिशनने व्हॉइसरॉय व ब्रिटिश कॅबिनेट ह्यांच्याशी संपर्क साधून पुढील धोरणासंबंधी एक निवेदन जाहीर केले. ह्या धोरणविषयक निवेदनात, निर्णय व सूचना, ह्या दोहोंचा समावेश झालेला होता. निर्णयाचा प्रश्न हा घटना समिती त्वरित निर्माण करण्याच्या व रचनेच्या दृष्टीने काय व्यवस्था करावयास पाहिजे एवढ्यापुरताच होता. शिफारशीमध्ये पुढील घटनेची मूलभूत तत्त्वे कोणती असावी, ह्याचा विचार केलेला होता. शिफारशी ह्या घटना समितीला जरूर तर बदलता आल्या असत्या. निर्णय मात्र, एक तर स्वीकारावे किंवा त्याज्य

ठरवावे, ह्यासाठी होते. ज्या अर्थी ह्या निर्णयांप्रमाणे घटनेची जडणघडण ठरविली जाणार होती, इतके त्यांना महत्त्व होते, त्यामुळे धोरणविषयक हे निवेदन म्हणजे एक प्रकारचा निवाडाच होता. (जरी ही संज्ञा त्यांना देण्यात आली नव्हती किंवा तिला मान्यता नव्हती). तो एकतर्फी ब्रिटिशांनी दिलेला निर्णय होता व त्यावर वरील निवाडा दिला गेला होता.

कॅबिनेट मिशनबरोबर भारतीय प्रतिनिधींच्या ज्या वाटाघाटी झाल्या, त्यात काँग्रेस व मुस्लिम लीग ह्यांच्या मधील मतभेदांमुळे, वैगुण्य आले होते. निवडणुकांमध्ये आपआपल्या अनुयायांमध्ये वरील दोन्ही संघटनांना जे महत्त्व प्राप्त झाले होते, त्यामुळे त्यांच्या मधील मतभेदांना अधिक धार चढली. काँग्रेस व मुस्लिम लीग ह्यांनी आपले मतभेद मिटवून संयुक्त आघाडी निर्माण केली असती तर कॅबिनेट मिशनला स्वातंत्र्याची मागणी बाजूला सारून, आपले निर्णय देण्याची गरज पडली नसती. भावी घटनेसंबंधात जरी त्वरित तडजोड होणे शक्य नव्हते, तरी सुद्धा काँग्रेस व मुस्लिम लीग ह्यांनी स्वातंत्र्य व सत्तांतर ह्यांची एकमुखी मागणी केली असती आणि निरनिराळ्या वाटाघाटी, आणि निरनिराळी चर्चा, ह्यांना वाव दिला नसता, (घटनेच्या प्रत्यक्ष रचनेसंबंधी जे निर्णय घ्यावयाचे ते अंतर्गत प्रश्न समजून, दोन्ही पक्षांच्या वाटाघाटीतून ते मागून ठरविता आले असते, व त्यासाठी तिसऱ्या बाहेरील पक्षाची गरज असण्याचे कारण नव्हते) तर ह्या योजनेची सुरुवात कशी करावी, हे ठरविण्याचा प्रश्न ब्रिटिशांच्या हातात गेला नसता व ब्रिटिशांना ह्या संबंधात आपला एकतर्फी निर्णय देण्यास संधी मिळाली नसती. दुर्दैवाने काँग्रेस व मुस्लिम लीग, ह्या प्रत्येक पक्षाच्या पुढाऱ्यांनी मिशनबरोबर खास आणि विश्वासपूर्वक वाटाघाटी करून आपले म्हणणे कसे बरोबर होते, हे मिशनला पटवून देण्याचा पराकाष्ठेचा प्रयत्न केला व तसे करताना दुसऱ्या पक्षावर मात करण्याचा खटाटोप केला, त्या ऐवजी तितक्याच तळमळीने दुसऱ्या पक्षाशी मिळते जुळते घेण्याचा प्रयत्न केला नाही. ह्यामुळे अशी परिस्थिती निर्माण केली गेली की, जगाच्या दृष्टीला काँग्रेस व लीग ह्यांचे एकमेकांमधील मतभेद अत्यंत तीव्र स्वरूपाचे असल्यामुळेच, ब्रिटिशांची इच्छा असली तरी, भारताला स्वातंत्र्य देणे कसे अशक्य झाले, हा प्रचार करण्यास ब्रिटिशांना वाव मिळाला, आणि सरतेशेवटी नाइलाज म्हणून, भारताच्या भवितव्याच्या दृष्टीने, ब्रिटिशांना अटळ ठरलेला आपला एकतर्फी निवाडा भारतावर लादावा लागला.

# ४. १९४६ ची नवी सांविधानिक योजना

'कॅबिनेट मिशन' ने १६ मे च्या जाहीरनाम्यात खालील योजना मांडली :

## १) भावी घटनेसाठी केलेल्या शिफारशी :

(१) ''युनियन ऑफ इंडिया'' स्थापन करण्यात यावी, तिच्यामध्ये 'ब्रिटिश इंडिया' व 'संस्थाने' ह्या दोन्हींचा समावेश केलेला असावा. तिने परराष्ट्रीय संबंध, संरक्षण व दळणवळण ही खाती चालवावी, आणि ती चालविण्यासाठी आवश्यक तो पैसा उभा करावा.

(२) ''युनियन'' ला एक कार्यकारी मंडळ व एक विधिमंडळ असावे, त्यामध्ये 'ब्रिटिश इंडिया' व संस्थाने ह्यांचे प्रतिनिधी असावे.

विधिमंडळात जर एखादा जातीय प्रश्न निर्माण झाला तर त्याचा निर्णय करण्यासाठी हजर असलेल्या व मतदान करणाऱ्यांमध्ये, हिंदू व मुसलमान ह्या प्रत्येक जमातीच्या प्रतिनिधींपैकी बहुसंख्य मतदानांत असावी (काँग्रेस व मुस्लिम लीग) त्याचप्रमाणे एकूण हजर असलेल्या व मतदान करणाऱ्यांमधील बहुसंख्या असावी.

(३) ''युनियन''च्या विषयांव्यतिरिक्त इतर सर्व विषयांसंबंधीचे हक्क आणि शेषाधिकार प्रांतांकडे सोपवलेले असावे.

(४) ''युनियन'' ला दिलेले विषय व अधिकार सोडून राहिलेले सर्व अधिकार व विषय (संस्थानांपुरते) संस्थानांच्या ताब्यात असावे.

(५) प्रत्येक प्रांताने आपला प्रांतिक घटक निर्माण करावा. त्यात कार्यकारी व विधिमंडळ निर्माण करावे व प्रत्येक घटकाने कोणते विषय आपणाकडे ठेवावयाचे, ते ठरवून घ्यावे.

(६) 'युनियन' आणि घटक ह्यांच्या घटनांमध्ये असे कलम असावे की प्रत्येक घटकाला, आपल्या विधिमंडळातील बहुसंख्य प्रतिनिधींच्या पाठिंब्यावर घटनेतील कलम व नियम ह्यांचा सुरुवातीस दहा वर्षांनी फेरविचार करण्याचा अधिकार असावा व त्यानंतर दर दहा वर्षांनी फेरविचार करण्याचा हक्क असावा.

## २. घटना समितीच्या यंत्रणेसंबंधी योजना :

(१) घटना-समिती ३८९ सभासदांची असावी. २९२ प्रतिनिधी हे 'ब्रिटिश इंडिया'च्या प्रांतातून घेतलेले असावे, ते स्वतंत्र जातीय मतदार संघातून, जातीय लोकसंख्येच्या प्रमाणात सर्वसाधारण मतदार संघ आणि मुस्लिम व शीख ह्या जातीय मतदार संघातून प्रांतिक विधिमंडळावर निवडून आलेले

असावे, आणि ९ ३ संस्थांनातून घेतलेले असावे, त्याची निवड चर्चा करून ठरविली जावी.

(२) प्रांताची तीन गटांत विभागणी :

(अ) ज्या प्रांतात हिंदू बहुसंख्य आहेत, असे प्रांत (मद्रास, मुंबई, संयुक्त प्रांत, बिहार, मध्यप्रांत, ओरिसा)

(ब) वायव्य सरहद्द प्रांताचे प्रतिनिधित्व करणारे बहुसंख्य मुस्लिम विभाग (पंजाब, वायव्य सरहद्द प्रांत, सिंध, बलुचिस्तान आणि तिसरा ईशान्येकडील बहुसंख्य मुस्लिम असलेला विभाग (बंगाल व आसाम). ह्या गटांच्या प्रतिनिधींनी निरनिराळे जमून आपल्या गटाला, आपल्या प्रांतासाठी कोणत्या प्रकारची घटना हवी ते ठरवावे. नवीन घटना तयार झाल्यावर व त्या घटनेप्रमाणे निवडणुकी झाल्यावर आपणास ''युनियन''मधून बाहेर पडावयाचे किंवा नाही, ते प्रांताने ठरवावे.

(३) लहान अल्पसंख्याकांसाठी सल्लागार समितीची नेमणूक करावी.

(४) ''युनियन'' ज्या घटनासमितीने ''युनियन''साठी घटना ठरवावी. ज्या ठरावात प्रमुख जातीय प्रश्न निर्माण होतील, त्यावरील निर्णय दोन्ही प्रमुख जमातींच्या हजर असलेल्या व मतदान करणाऱ्या संख्येपैकी बहुसंख्येने मतदान करून निर्णय द्यावा.

## ३. संस्थाने

नवीन भारताच्या 'युनियन' मध्ये संस्थानांनी सहकार्य करावे किंवा नाही, ते वाटाघाटी करून ठरवावे. अगदी सुरुवातीला संस्थानांचे प्रतिनिधित्व 'वाटाघाटी-समिती' नेमून तिच्यामार्फत करावे.

भारताने स्वातंत्र्य मिळविल्यावर, संस्थानांचे सार्वभौमत्व संपुष्टात येईल.

## ४. अंतरिम सरकार

प्रमुख राजकीय पक्षांचा पाठिंबा ज्याला मिळेल असे अंतरिम सरकार ज्या धर्तीवर व्हॉइसरॉय आपले कार्यकारी मंडळ पुनर्निर्मित करील त्याच धर्तीवर निर्माण करावयाचे.

'कॅबिनेट मिशन' च्या योजनेला जो प्रथम प्रतिसाद मिळिला, तो संमिश्र होता. ब्रिटिशांची टीका सर्वसाधारणपणे कौतुकाची होती. त्यांच्या मते 'मिशन'ची योजना उदार आणि भारताला पूर्वी स्वातंत्र्य देण्याचे जे आश्वासन दिले होते,

त्याची संपूर्ण पूर्तता ह्या योजनेत झाली. त्याचप्रमाणे भारतीयांचा स्वत:ची घटना स्वत:च तयार करण्याचा हक्कही संपूर्णपणे त्यांना ह्या योजनेत दिला गेला. 'उजव्या' मताच्या टोरी पक्षाच्या वतीने चर्चिल ह्याने जी टीका केली, त्यात वरील सर्वसाधारण योजनेबद्दल उल्लेख होता. कारण 'मिशन'ची योजना भारताला स्वातंत्र्य देण्यासाठीच तयार व्हावयाची होती. ही गोष्ट आगाऊ ठरल्यासारखीच होती. त्यात निराळी टीका करण्यास वाव नव्हता.

भारतातील टीका मात्र निरनिराळ्या स्वरूपाची होती. गांधीजी ह्या मिशनच्या वाटाघाटी चालू झाल्यापासून 'मिशन'ची सदिच्छा आणि तळमळ ह्याबद्दल मिशनवर स्तुतिसुमनांची उधळण करीत होते. त्याचप्रमाणे ब्रिटिश सरकारवर (''ते आपला विश्वासघात करणार नाहीत'' चमत्कारिक आणि गौप्यस्फोट करणारे हे शब्द गांधीजींसारख्या जुलूमी राजवटीविरुद्ध उठाव करणाऱ्या पुढाऱ्याच्या तोंडून निघावे हे आश्चर्य होय.) स्तुतीचा वर्षाव त्यांनी चालू ठेवला होता. गांधीजी ह्या योजनेचा स्वीकार करताना, ते म्हणाले की, ''दु:खाने डबडबलेल्या ह्या देशाचे 'नंदनवन' करण्याचे सामर्थ्य ह्या योजनेत आहे. बहुतेक प्रमुख काँग्रेस पुढाऱ्यांच्या प्रतिक्रियेत पाठिंबा व टीका ह्या दोहींचा समावेश झाला होता. लीगची प्रतिक्रिया सुरुवातीला जपून व सावधगिरीने केलेली होती. पुढे जिना याने जाहीर केले की ह्या योजनेत 'पाकिस्तान'चा पाया आणि मूलभूत तत्त्व समाविष्ट झालेले आहे. 'डाव्या' मताच्या काँग्रेस पुढाऱ्यांची टीका विरोधी स्वरूपाची होती. 'फ्री प्रेस जर्नल'ने योजनेवर टीका करताना म्हटले की, 'भारताच्या भवितव्यतेत गोंधळ माजविणारी ही ब्रिटिश योजना आहे.' साम्यवादी पुढारी पी. सी. जोशी यांनी वरील योजनेवर टीका करताना म्हटले की, ''ही ब्रिटिश साम्राज्यशाहीची योजना म्हणजे भारताला ब्रिटनचा एक प्रचंड वसाहतविषयक पाया बनवून स्वातंत्र्याचा कायदा पास करण्यास प्रत्यवाय आणण्याचा हा डावपेच आहे. त्याचबरोबर भारतीयांना सदासर्वदा एकमेकांबरोबर भांडत ठेवण्याची ही ब्रिटिश योजना आहे.''

योजना जाहीर झाल्यावर प्रदीर्घ वाटाघाटींचे पेव फुटले. २४ मे रोजी काँग्रेसच्या कार्यकारी मंडळाने, योजनेवरील आपल्या दृष्टिकोनविषयक एक निवेदन जाहीर केले. काँग्रेसच्या ठरावात अंतिम निर्णय राखून ठेवला होता. तथापि काँग्रेसचे धोरण आणि 'योजना' ह्यामधील अनेक भेद तिने नमूद केले : विशेषत: अंतरिम काळात लष्करी वर्चस्व चालू ठेवणे. (परकीय सैन्याचा देशावरील ताबा हा स्वातंत्र्याला अकरणात्मक होता.) त्याचप्रमाणे घटना समितीत युरोपियन लोकांचे प्रतिनिधित्व, प्रांताचे हुकमी गट तयार केल्यामुळे प्रांतिक स्वायत्ततेला पडलेला

अडसर, संस्थानात लोकशाही सुरू करण्याविषयक योजनेचा अभाव व सूचित केलेल्या अंतरिम सरकारच्या सत्तेवरील मर्यादा.

एक जूनला ए. आय. सी. सी. चे अधिकृत बातमीपत्र बाहेर पडले, त्यात काँग्रेसची प्रतिक्रिया स्पष्ट केली होती. त्यात योजनेसंबंधाने असे जाहीर करण्यात आले की, ही योजना, "१९४२ च्या मार्च महिन्यात चर्चिल व अमेरी ह्यांनी जे देऊ केले होते त्यापेक्षा फारशी चांगली नाही."

"ज्या स्वातंत्र्याचे आश्वासन देण्यात आले आहे. ते इतक्या प्रतिबंधांच्या काट्याकुट्यांनी भरून गेले आहे की, त्याला 'स्वातंत्र्य' म्हणून संबोधणे हा शब्दच्छल ठरणार आहे. जिला 'घटना-समिती' म्हणून संबोधले आहे, ती केवळ नामधारी घटना-समिती आहे. कारण तिला सार्वभौमत्वाची सत्ता नाही. 'युनियन आणि प्रांत' हे एकाधिकारी सत्तेने जे गट तयार केले आहेत, त्यांच्या हातची खेळणी झाली आहेत. जातीय तत्त्वावर भारताचे विभाजन केले तर त्यात जे दोष सापडतील ते सर्व ह्या योजनेत हजर आहेत. त्याचबरोबर संपूर्ण पाकिस्तानची योजनाही त्यात नाही, जर तसे केले असते, तर राहिलेले प्रांत तरी स्वयंपूर्ण व सार्वभौम राहिले असते."

"युनियन सरकारकडे 'करन्सी', 'वर्किंग', 'कस्टम्स' व 'प्लॅनिंग' ह्या खात्यांचा ताबा नाही. त्यामुळे आधुनिक औद्योगिक परिस्थितीत राष्ट्राची आर्थिक प्रगती करण्यास 'युनियन' सरकारला वाव नाही."

"राष्ट्रीय हित हे जातीयवादी हितापेक्षाच नव्हे तर सरंजामशाहीच्या हितापेक्षाही गौण ठरविण्यात आले आहे. 'युनियन'चे आणि संस्थानांचे संबंध कसे राहावे हे संस्थानातील जनता ठरविणार नसून, नरेंद्रानी ठरवावयाचे आहेत.

"योजना ही सोपी व कार्यसुकरही नाही.

"सार्वभौमत्व अशा धूर्तपण, 'फेडरल युनियन', सब फेडरल ग्रुप्स, प्रांतिक गट आणि नरेंद्र (एवढे नशीब की ज्या साम्राज्य सरकारचा शब्द घटना तयार झाल्यावरही अखेरचा सवाल ठरणार आहे. त्याला त्यात भागीदार केले नाही.) ह्यांच्यामध्ये विभागून टाकण्यात आले आहे की ते शोधून काढणे हा संशोधनाचा एक विषय व्हावा.

"निर्बंध, आरक्षणे, संरक्षक उपाय व व्यक्तिगत हितांचे संतुलन ह्यांची एवढी भाऊगर्दी केलेली आहे. की त्यातून स्वतंत्र भारताचे स्पष्ट व मूर्त स्वरूप आढळणे अशक्य झाले आहे."

"जातीय व सरंजामशाही हितसंबंध हे भारतातील ब्रिटिश साम्राज्यशाहीच्या

उपद्व्यापाच्या पायाचे प्रमुख चिरे ठरले होते. स्वतंत्र भारतातही ते कायमस्वरूपाचे व परिणामकारक वैशिष्ट्ये म्हणून अमर करण्याच्या त्यांच्या प्रयत्नावरून अशी शंका येते की, ब्रिटिश सरकारला आपल्या पूर्वजांनी घालून दिलेली रूढींची बंधने तोडवत नाहीत.''

२४ मे च्या काँग्रेसच्या ठरावाला उत्तर म्हणून २५ मे रोजी केबिनेट मिशनने स्पष्टीकरणार्थ आणखी एक निवेदन जाहीर केले. त्यात इतर गोष्टींबरोबर खालील मुद्द्यांचा समावेश होता :

(१) 'योजना संपूर्णपणे एकच म्हणून तयार केली आहे' म्हणजे एकतर ती जशीच्या तशी स्वीकारावी किंवा त्याज्य ठरवावी.

(२) घटना तयार होऊन, कार्यवाहीत येऊन, निवडणुकी होईपर्यंत प्रांतांना आज ज्या गटात घातले आहे, त्या गटांतून बाहेर पडता येणार नाही.

(३) पुढे भारताला जे सार्वभौमत्व दिले जाणार आहे ते दोन अटींवर दिले जाईल, त्या अटी अशा :

    (अ) अल्पसंख्याकांच्या संरक्षणाबद्दल योग्य ती तजवीज घटनेत पाहिजे.

    (ब) सत्तातरांतून निर्माण होणाऱ्या प्रश्नांचा समावेश करण्यासाठी ब्रिटिश सरकारबरोबर तह करण्यास भारताने मान्यता दिली पाहिजे.

(४) "घटना समितीतील संस्थानांच्या प्रतिनिधित्वाचा प्रश्न हा वाटाघाटीने सोडवावयाचा आहे. मिशनने त्या बाबतीत निर्णय घ्यावयाचा नाही.''

(५) "अंतरिम काळात आजची घटना अस्तित्वात राहील आणि अंतरिम सरकार हे कायदेशीर रीतीने केंद्रीय विधिमंडळाला जबाबदार राहू शकणार नाही.''

(६) सैनिकी ताबा हा अंतरिम काळात चालू राहिलाच पाहिजे. त्या काळात आजच्या घटनेप्रमाणे भारताच्या संरक्षणाची जबाबदारी ब्रिटिश पार्लमेंटवर आहे, आणि म्हणून ब्रिटिश सैन्य राहणे आवश्यक आहे.

घटना समितीसाठी निवडणुकीची जी नंतर तयारी करण्यात आली, त्यावेळी घटना समितीच्या सभासदांना सांविधानिक योजना मान्य असल्याबद्दल आणि ती कार्यवाहीत आणण्याची तयारी असल्याबद्दल आश्वासन घ्यावयाचे होते.

योजनेतील हे बारकावे पाहिल्यावर त्या योजनेची यथार्थ कल्पना येते आणि योजना ही देणगी नसून तो निवाडा होता ही गोष्ट स्पष्ट होते. त्यामुळे काँग्रेसच्या आतील वर्तुळात व 'डाव्या' मताच्या सभासदांत विरोधाला धार चढू लागली.

सहा जूनला मुस्लिम लीगने असे जाहीर केले की, 'भारतातील मुसलमानांचे संपूर्ण सार्वभौम पाकिस्तान निर्मिती हे ध्येय कायम असून त्याला कायम ठेवून,

संपूर्ण योजना, दीर्घ मुदतीची व अंतरिम काळाची लीग मान्य करते कारण तिच्यामध्ये पाकिस्तानचा पाया आणि तत्त्व ह्यांचा समावेश आहे.

अंतरिम सरकार निर्माण करण्याच्या दृष्टीने वाटाघाटींना सुरुवात झाली. त्यात अल्पसंख्याकांचे प्रतिनिधी म्हणून काँग्रेस व लीग ह्यांचे संयुक्त प्रतिनिधित्व मान्य झाले. ह्या वाटाघाटीतून एवढे उघड झाले की, विभाजन व तणातणी जी आजपर्यंत खास चालू ठेवण्यात आली होती, ती ह्यापुढेही ह्या योजनेची कार्यवाही चालू असता राहावी असा प्रयत्न होता. अंतरिम सरकार तयार करण्याच्या संबंधात काँग्रेस आणि लीग ह्यांच्यामध्ये मतैक्य होऊ शकले नाही. तडजोड होत नाही, हे उघड झाल्यावर ब्रिटिश सरकार पुन्हा एकदा मध्ये पडले आणि त्यांनी आपला निवाडा १६ जूनला जाहीर केला. अंतरिम सरकार तयार करण्यासाठी सूचित रचना जाहीर झाली. त्यावरून ५ प्रतिनिधी काँग्रेसला (सर्व हिंदू काँग्रेसमधील मुसलमान वगळून), मुस्लिम लीगचे ५ प्रतिनिधी, ४ अल्पसंख्याकांचे प्रतिनिधी (शीख, ख्रिश्चन, हरिजन व पार्शी व हरिजनांच्या वतीने काँग्रेसला आणखी खास एक प्रतिनिधी म्हणजे काँग्रेसला एकूण ६) देण्यात आले.

ही गोष्ट स्पष्ट करण्यांत आली की सरकार मध्ये यावयाचे असेल तर १६ मे ला केलेल्या निवेदनाप्रमाणे घटना तयार करण्याच्या कामास संमती द्यावी लागेल.

अंतरिम सरकारची ही रचना म्हणजे प्रखर विरोधाची नांदी ठरली, विशेषत: काँग्रेस मुस्लिम त्यातून खास वगळण्यात आले व काँग्रेस ही हिंदूची संघटना आहे असे ठरविण्यात आले. २४ जूनला काँग्रेसने अंतरिम सरकारची रचना अमान्य केली. तथापि घटना समितीत भाग घेण्याची तयारी दर्शविली. काँग्रेसच्या कार्यकारी मंडळाच्या २६ जूनच्या ठरावात कॅबिनेट मिशनच्या योजनेतील दोष स्पष्ट करण्यात आले. 'त्वरित स्वातंत्र्य' व सामाजिक प्रगती हे काँग्रेसचे ध्येय पुन्हा जाहीर करण्यात आले आणि ध्येयपूर्तीच्या दृष्टीनेही योजना तोकडी पडते असे जाहीर केले. काँग्रेसच्या ठरावाने योजनेला मान्यता दिली नव्हती तर फक्त सुचविलेल्या घटना समितीत भाग घेण्याची तयारी दर्शविली होती. त्याचा हेतू म्हणजे स्वातंत्र्य, एकजिनसी, लोकशाहीवादी भारताची घटना तयार करण्यात भाग घेता यावा, हा होय. त्यांनी हे स्पष्ट केले की ते स्वत:च्या समजुतीप्रमाणे आणि कायद्याचा सल्ला घेऊन घटना समितीत भाग घेतील आणि एकाधिकार पद्धतीने प्रांतांचे केलेले गट, ते मान्य करणार नाहीत.

काँग्रेसच्या ह्या पवित्र्यानंतर कॅबिनेट मिशन आणि व्हॉइसरॉय ह्यांनी असे जाहीर केले की, हंगामी राष्ट्रीय सरकार तयार करण्यासंबंधात पुढील वाटाघाटी

होईपर्यंत सरकारी अधिकाऱ्यांचे 'अंतरिम काळजीवाहू सरकार' निर्माण केले जाईल.

२९ जूनला कॅबिनेट मिशन भारत सोडून गेले.

१९४६ सालची नवी सांविधानिक योजना, हा भारतीय स्वातंत्र्याचा बोलका-ढलपा म्हणून त्यांची जगभर जाहिरात करण्यात आली. तथापि त्याच्या कलमांची काळजीपूर्वक परीक्षा केली तर आपल्याला अशा निर्णयाप्रद यावे लागते की १९४२ साली, क्रिप्स याने आणलेल्या योजनेची ही थोडी सुधारून काढलेली आवृत्तीच होती. भारताला स्वातंत्र्य देण्याच्या दृष्टीने ती फार अपुरी होती किंवा लोकशाहीवादी लोकांतून निवडून आलेल्या भारतीय प्रतिनिधींनी भारताचे भवितव्य घडविण्याच्या दृष्टीने ती फार तोकडी होती.

भारतातील नवीन परिस्थितीला हाताळण्यासाठी, ब्रिटिशांच्या नवीन धोरणाला अनुसरून ही योजना म्हणजे एक कावेबाजपणाचा प्रयत्न होता हे आता निश्चितपणे उघड झाले आहे. मूळ योजना ही भारतात झालेली राजकीय कोंडी फोडण्यासाठी होती. त्या कोंडीमुळे गेली काही वर्षे भारतात सांविधानिकदृष्ट्या प्रगती अशक्य झाली. हेही खरे की सरकारी यंत्रणा अशी होती की अशा अनेक कोंड्या तिने पचवून टाकल्या असत्या. ह्या योजनेने एवढेच केले की तिला सहकार्य व पाठिंबा देण्यासाठी काँग्रेस व मुस्लिम लीग ह्या संघटना तयार झाल्या. तिने भावी स्वातंत्र्याची गृहीतकृत्यात्मक देणगी पुढे केली. मुख्य राजकीय पक्षांच्या पाठिंब्यावर अंतरिम सरकार निर्माण करण्याची तिने सूचना केली. ह्या योजनेतील सुधारणा ह्या १९४२ सालची क्रिप्स याची योजना, १९४० चा ऑगस्ट-ऑफर व १९३५ ची संघराज्याची घटना, ह्याच्या मानाने किंचित प्रागतिक होत्या. तथापि नवीन योजनेच्या मर्यादा ढळढळीत होत्या.

प्रथमत: 'वसाहतीचा दर्जा' व 'स्वातंत्र्य' ह्यांपैकी गृहीतकृत्यात्मक भावी निवड करण्याची संधी ही भारतातील सर्व राजकीय पक्षांनी केलेल्या स्वातंत्र्याच्या स्पष्ट मागणीच्या दृष्टीने फार तोकडी होती. स्वातंत्र्याचा प्रश्न ठरविण्याची कामगिरी, जिची रचना व कार्यपद्धती प्रतिगामी दृष्टीने दिलेल्या ब्रिटिश निवाड्याला अनुसरून होणार होती, अशा अप्रातिनिधिक संस्थेने पार पाडावयाची होती.

दुसरे असे की, कोणत्याही लोकशाहीवादी घटनेची निवड करण्यासाठी अटळ गृहीतकृत्य म्हणजे घटना-समितीची निवड ही होय. अशी घटना समिती ही सार्वत्रिक मतदानाच्या हक्कावर निवडून आलेल्या लोकांची असते. तथापि ही मागणी घाईगर्दीच्या नावाखाली डावलण्यात आली. घटना समितीची रचना लोकशाहीविपरीत होती कारण तिच्यात जातीय भेदाभेद कायम राहतील अशी

व्यवस्था होती. कारण तिच्यात जातीय भेदाभेद कायम राहतील, अशी व्यवस्था होती. एकूण लोकसंख्येच्या ११ टक्के लोकांनी निवडून दिलेल्या मंडळांतून अप्रत्यक्ष निवडणूक पद्धतीने समितीची निवड होणार होती. शिवाय २५ टक्के संस्थानी प्रजेचे प्रतिनिधी म्हणून नरेंद्रांनी स्वीकृत केलेल्या ९३ सभासदांना तिच्यात खास वाव देण्यात आला होता.

तिसरे कारण म्हणजे, भारताचा तृतीय अंश संस्थानांनी व्यापला आहे. ह्या नरेंद्रांच्या प्रदेशात लोकशाही शासन चालू करण्याबद्दल ह्या योजनेत काहीच तजवीज केलेली नाही. संस्थानिकासंबंधी सर्व योजना त्यांच्या स्वेच्छेने होणाऱ्या वाटाघाटीवर सोडून दिली होती. घटना समितीत त्यांनी प्रतिनिधित्व करावे किंवा नाही, हे सुद्धा त्यांच्या लहरीवर सोपविले होते, संस्थानांना ह्या योजनेतून वगळण्यात आले होते. एवढेच नव्हे तर भारतातील ब्रिटिश सार्वभौमत्व संपुष्टात आल्यावर पुढील संधिकालात त्यांच्या संमतीने जर भारत सरकार व संस्थानिक ह्यांच्यामध्ये करार होणे अशक्य झाले, तर कायदेशीर रीतीने व मुत्सद्देगिरीने ती सर्व संस्थाने सार्वभौम ठरतील अशी खास व्यवस्था केली होती.

चौथे असे : संबंधित योजनेने भारताचे चार विभाग पाडले. एक, ज्यात हिंदू बहुसंख्य आहेत, असा दुसरा व तिसरा म्हणजे ज्यांत मुस्लिम बहुसंख्य आहेत असे आणि चौथा, भारतीय संस्थानांचा हे विभाजन करताना संबंधित जनतेचे मत अजमावले नसून, एकाधिकार पद्धतीने त्याचा निर्णय करण्यात आला, जो निवाडा ठरला. ह्या विभाजन पद्धतीत स्वयंनिर्णयाच्या तत्त्वाला कोठेही वाव देण्यात आला नाही. ही त्रिदळ रचना अत्यंत अवजड व प्रत्यक्ष कार्यवाहीच्या दृष्टीने सुकर होणार नाही.

पाचवे कारण म्हणजे, ह्या पद्धतीने विभाजन केल्यामुळे केंद्र पंगु केले गेले, कारण त्याची सत्ता अत्यंत मर्यादित ठेवली गेली. विशेषतः आर्थिक नियोजन किंवा अखिल भारतीय पातळीवर सामाजिक सुधारणा घडवून आणणे, त्यास शक्य होणार नाही. खरोखरी प्रागतिक स्वरूपाचा लोकशाहीप्रत विकास साधण्यासाठी मोठ्या प्रमाणात आर्थिक पुनर्रचना करण्यासाठी आणि सामाजिक पातळी सुधारण्यासाठी केंद्र मजबूत असणे अत्यंत आवश्यक असते.

सहावे असे : अंतरिम काळात कोणतेही सत्तांतर करण्याचे सूचित केले नव्हते. जुनी घटनाच चालू राहाणार होती. अंतरिम सरकार हे पुनर्रचना केलेल्या व्हॉइसरॉयच्या कन्सिलसारखे होणार होते. त्याला एकाधिकार सत्ता व अधिभावी शक्ती ह्या जरूर तेव्हा वापर करण्यास मिळणार होत्या.

सातवे म्हणजे सैनिकी ताबा हा अमर्याद अंतरिम काळपर्यंत राहाणार होता.

ह्याचा अर्थ नवीन घटनेची निर्मिती ही सैन्याच्या छायेत होणार होती.

आठवे असे : घटना समिती ही सार्वभौम होणार नव्हती. नवीन घटना जी तयार होणार होती, तिला ब्रिटिशांची संमती मिळाल्याशिवाय ती सार्वभौम होणार नव्हती. ब्रिटिशांची संमती ही दोन अटी पूर्ण केल्यावर मिळणार होती. त्यातील एक अट म्हणजे अल्पसंख्याकांच्या संरक्षणाबद्दल घटनेत खास तजवीज केलेली हवी होती. दुसरी अट म्हणजे भारत व ब्रिटन ह्यांच्यामध्ये तह व्हावयास हवा होता. ह्या दोन्ही अटी, ब्रिटिशांनी सार्वभौम सत्ता भारताला सुपूर्द करण्यापूर्वी अमलात आणावयाच्या होत्या.

ह्या योजनेचा प्रयत्न भारतातील वरच्या वर्गाच्या पुढाऱ्यांशी संगनमत करण्याचा होता. सांविधानिक क्षेत्रांतील वाटाघाटींबरोबरच ब्रिटिश व भारतीय भांडवलदारांना जवळ आणण्यासाठी खास प्रयत्न चालू होते. (ह्याबद्दलचा उल्लेख प्रकरण ६, ८ मध्ये आला आहे ह्यात उदाहरणार्थ बिर्ला-न्यूफिल्ड व टाटा आय. सी. आय. ह्यांच्यामधील करार.)

ह्या कराराचे महत्त्व केवळ भारतांतील अंतर्गत परिस्थितीमुळे वाटले नव्हते, तर आंतरराष्ट्रीय परिस्थितीच्या दृष्टीने त्याची आवश्यकता होती. वरच्या दर्जाच्या पुढाऱ्यांबरोबर असा करार करून व संस्थानिकांना फाजील अधिकार देऊन जे साधावयाचे होते ते म्हणजे भारतातील परिस्थितीला स्थैर्य आणावे, उठाव करणाऱ्या जनतेच्या शक्तींना दाबून टाकावे, ब्रिटिश वित्तीय भांडवलाला संरक्षण द्यावे, इतकेच नव्हे तर भारताला राजकीय डावपेचाचा अड्डा करावा आणि ब्रिटिश साम्राज्यशाहीच्या जागतिक धोरणात भारताचा एक मित्रराष्ट्र म्हणून उपयोग करावा असा डाव होता. प्रतिगामी, लोकशाहीविरुद्ध व रशियाविरोधी अशा ब्रिटिशांच्या जागतिक धोरणाच्या छायेतच भारतातील वाटाघाटी चालू ठेवण्याचा ब्रिटिशांचा खटाटोप फार भयंकर होता. ह्या वाटाघाटी चालू असताना भारतभर रशियाविरोधी प्रचाराला भरती आली होती. स्वातंत्र्याबद्दल वाटाघाटी चालू असताना सैनिकी व राजकीय डावपेचांची जय्यत तयारी करण्यात आली होती.

केंद्रीय विधिमंडळात आलेल्या ठरावाला उत्तर देताना सेनाप्रमुख म्हणाले, की सैन्याचे भारतीयकरण दहा वर्षात पुरे करावे ही मागणी मान्य करण्यासारखी नाही. त्याला वेळेची मर्यादा घालता येणार नाही. संपूर्ण भारतीयकरण करण्यास वीस किंवा अधिक वर्षेही लागतील. कॅबिनेट मिशनचे धोरणविषयक निवेदन जाहीर झाल्याबरोबर, ''फिल्डमार्शल'' मॉंटगोमेरी खास डावपेचाची खलबते करण्यासाठी विमानाने भारतात आले. हे उघड आहे की कॅबिनेट मिशनच्या योजनेविषयीच्या

धोरणातील ह्या बारकाव्यांकडे, त्यावेळी जरी जनतेचे फारसे लक्ष नव्हते तरी भारताच्या भवितव्यतेवर त्यांचा भयंकर परिणाम होणार होता.

सर्वसाधारण निर्णय अटळ आहे. भारताच्या राजकीय क्षेत्रातील निरनिराळ्या पक्षांमध्ये संतुलीकरण साधण्याचा जुन्या पद्धतीचा प्रयत्न काटेकोरपणे १९४६ च्या सांविधानिक योजनेतही केलेला आढळतो. विशेषत: जातीय विरोधाच्या आधारावर नवी राजकीय परिस्थिती निर्माण करण्यासाठी, काँग्रेस विरुद्ध मुस्लिम लीग ह्यांना विरोधाच्या रस्सीखेचीत, समान अंतरावर सांभाळून ब्रिटिशांना अनुकूल ठरेल, अशा पद्धतीचा धक्का देण्यासाठी प्रतिगामी शक्तीचा म्हणजेच नरेंद्रांच्या हुकमी एक्क्याचा अशा कावेबाजपणे खास उपयोग करावयाचा की, भारताला देऊ केलेले स्वातंत्र्य कवडीमोल ठरावे आणि परिणामकारक अशी प्रमुख सत्तेची गुरुकिल्ली आपल्या ब्रिटिशांच्या हातात निश्चितपणे राहावी. ह्या आणीबाणीच्या अनिश्चित अंतरिम काळात ब्रिटिशांचे वर्चस्व चालू राहावयाचे होते. ह्याचाच अर्थ, नवीन घडू घातलेल्या घटनेवर, त्याचा प्रभावी परिणाम व्हावा हे उघड होते. ब्रिटिश साम्राज्यशाहीने सत्तांतरासाठी आपल्या हातातील सत्ता भारतीय जनतेला अद्याप सुपूर्द केलेली नव्हती. ब्रिटिश साम्राज्यशाहीने आपला सर्व कावेबाजपणा, मुत्सद्देगिरी व अनेक वर्षांचा राजकीय डावपेचांचा साठा काळजीपूर्वक उपयोगात आणून अशा प्रकारची किचकट, अवजड व धोकेबाज सांविधानिक यंत्रणा निर्माण करण्याचे योजिले की जिच्या साहाय्याने भारताला देऊ केलेल्या नामधारी स्वातंत्र्याच्या गळ्यात ब्रिटिश बनावटीचे असे खास लोढणे अडकवून द्यावयाचे की कावेबाजपणे त्या लोढण्याची हलवाहलव केली असता ब्रिटिशांचे महत्त्वाचे असे प्रमुख आर्थिक व डावपेचांचे वर्चस्व, भारतात अमर होऊन राहील. 'कॅबिनेट मिशन' ची योजना जाहीर झाल्यावर वाटाघाटीचे किचकट पाल्हाळ १९४६ च्या ग्रीष्म ऋतूपर्यंत रेंगाळत राहिले. त्यावरून भारतीय पुढाऱ्यांना हे निश्चितपणे समजून चुकले की भारताचे खरे स्वातंत्र्य त्या नंतरच्या काळातच मिळवावे लागणार होते.

उपसंहार

## प्रकरण १८
## भावी जडण-घडण

"एखाद्या राष्ट्राने आपला विस्तार किती वाढवावा, ह्यावर मर्यादा घालण्याचा कोणालाही हक्क नाही. "येथपर्यंत, ह्यापुढे नाही," असे आपल्या देशाला सांगण्याचा कोणाही व्यक्तीला अधिकार नाही." – पार्नेल्.

एक शतकापूर्वी, भारतांतील ब्रिटिश राजवटीबद्दल, मेकॉले म्हणाला की, ब्रिटिश राजवट ही एका "मोठ्या प्रचंड कार्यक्रमात गुंतलेली आहे, तो कार्यक्रम म्हणजे एका विसकटलेल्या समाजाची पुनर्रचना करण्याचे कार्य होय." त्या आत्मसंतुष्ट आशावादाच्या त्याच्या युगात, त्याला सुदैवाने माहीत नव्हते की त्या वेळी भारतातील ब्रिटिश राजवट ही, एका जुन्या भारतीय समाजाचे प्रचंड प्रमाणात, विघटन करण्याच्या खास कार्यक्रमात ब्रिटिश राजवट गर्क झाली होती, तिला मुळापासून उखडून काढून, उधळून लावण्याचे प्रचंड कार्य भारतात सुरू झाले होते, "प्रचंड वेगाने, टोळधाडाप्रमाणे भारतीय साम्राज्यावर येणाऱ्या अलेरिक्स व अट्टिलास ह्यांच्या टोळधाडी पेक्षा, ही धाड भयंकर होती. भारतासंबंधीची त्याच्या माहितीची झेप ह्या पलीकडे जाण्याइतकी प्रगल्भ नव्हती.[१] आज ते चित्र उलटे झाले आहे.

१. मेकॉलेने १० जुलै १८३३ ला, "हाऊस् ऑफ् कॉमन्स" मध्ये केलेले प्रसिद्ध छद्मी भाषण हे, भारतात ब्रिटिशांनी आपली राजवट सुरू केली, हे त्या देशाचे कसे भाग्य होते, हे सिद्ध करण्यासाठीच केलेले होते. त्याचबरोबर त्याने ईस्ट इंडिया कंपनीच्या सद्गुणांबद्दलही तोंडभरून स्तुती केली होती. मेकॉलेच्या वरील भाषणाचे खरे मर्म समजून घ्यावयाचे असेल तर, त्या वेळची मेकॉलेची परिस्थिती समजून घेणे आवश्यक आहे. १७ ऑगस्ट १८३३ ला मेकॉले आपल्या बहिणीला लिहितो की :

"मला जगलेच पाहिजे, मी फक्त माझ्या लेखन व्यवसायावरच जगू शकतो, आणि कोणाही माणसाला, पोटभर अन्न मिळेल एवढे साहित्य निर्माण करणे व त्याच वेळी राजकारणात सक्रिय भाग घेणे हे सर्वस्वी अशक्य आहे. माझ्या लेखणीच्या जोरावर मला सबंध वर्षात, दोनशे पौंडापेक्षा अधिक पैसा कधीही मिळालेला नाही. मला पाचशे पौंडापेक्षा कमी पैशांत जगणे अशक्य आहे. त्यामुळे इतरांची, बहुतेक वेळा मला मदत घ्यावी लागते. आमच्या

आज साम्राज्यशाही विघटनाच्या मार्गावर आहे आणि हुकूमशाहीच्या अलीकडील अनुभवाने असे स्पष्ट केले आहे की, आजचा युरोपिअन समाज, ॲलेरिक्स व अहिलाज ह्यांची टोळधाड युरोपियन संस्कृतीला चिरडण्यासाठी पुन्हा येणार किंवा काय, ह्या भीतीने तो समाज त्रस्त झाला आहे.[१]

---

कुटुंबाचे भवितव्य, पूर्वी कधीही नव्हते एवढे निराशाजनक झाले आहे. ''माझी भारतात कायदेमंत्री म्हणून जर नेमणूक झाली तर माझा जगण्याचा प्रश्न सुटेल,'' असे मेकॉले त्याच पत्रात लिहितो. पुढे १८३४ साली कायदेमंत्री म्हणून, भारतात नेमणूक झाली :

''कायदे मंत्र्याचा वर्षाचा पगार दहा हजार पौंड आहे. ज्यांना कलकत्त्याबद्दल सखोल माहिती आहे, जे कलकत्त्यांतील अत्यंत उच्च वर्तुळात वहिवाटलेले आहेत, आणि त्या इलाख्यांत ज्यांनी अत्यंत उच्च जागा भूषविलेल्या आहेत, असे लोक मला खात्रीपूर्वक असे सांगतात की, कलकत्त्यांत मी अगदी रुबाबात राहावयाचे म्हटले तरी मला वर्षाला पाच हजार पौंड खर्च येईल, आणि राहिलेला पगार व त्याचे व्याज हे मी शिल्लक टाकू शकेन. ह्या हिशोबाने मी इंग्लंडला परत येईन त्या वेळी ३९ वर्षाचा असेल, त्या वेळी मी ऐन उमेदीत असेन आणि त्या वेळी माझ्याजवळ तीस हजार पौंडाची ऊब असेल. ह्यापेक्षा अधिक श्रीमंतीची मी कधीच अपेक्षा केली नव्हती.'' हे छोटे कात्रण जे साम्राज्यशाहीच्या दृष्टीने अत्यंत बोलके आहे, त्याचप्रमाणे मध्यमवर्गीय व्यापाऱ्यांना उपयुक्त आहे, ते ह्या पुढे मेकॉलेचे जे प्रसिद्ध भाषण पुन्हा छापले जाईल त्यावेळी त्याला पुस्ती जोडून मुद्दाम छापावे (विशेषत: शाळांच्या आवृत्तींत), ते भाषण अजूनही, भारतातील ब्रिटिश साम्राज्याची तरफदारी करण्यासाठी आदर्श वक्तव्य म्हणून गणले जाते. ती पुस्ती, मेकॉलेच्या छद्मी भाषणांतील खरा मतितार्थ सुंदर रीतीने स्पष्ट करील, विशेषत: खाली उद्धृत केलेल्या परिच्छेदांचे बाबतीत, ती पुस्ती उपयुक्त ठरेल. मेकॉले म्हणतो :

''त्या सन्मान्य दारिद्र्याकडे मी स्वाभिमानाने व आनंदाने पाहतो, कारण त्या दारिद्र्यांतून निर्माण झालेल्या चारित्र्यामुळेच, अनेक प्रलोभने माझ्या शेजारी असूनही, मी माझे चारित्र्य सांभाळू शकलो. माझे देशबांधव, भारतात जाऊन, लाखो लोकांवर राज्य करून, आपल्या मायभूमीस मातबर होऊन परत येतात. ह्या गोष्टीमुळे मला आनंद वाटतो.''

२. भारतावर ब्रिटिश राजवटीच्या अमृताचा वर्षाव होण्यापूर्वी १८ व्या शतकातील भारतात, काय भयंकर अराजक व अंदाधुंदी ह्यांचा नंगा नाच चालू होता, त्याचे मानभावीपणाने हृदयद्रावक वर्णन, मेकॉलेने आपल्या प्रभावी व छद्मी लेखणीने चितारलेले आहे, त्या चित्राचा एक लोचक म्हणून, चर्चिल याने

साम्राज्यशाही, हुकूमशाही आणि स्वातंत्र्य विरोधी प्रतिगामी शक्ती, ह्यांना चिरडून टाकण्यासाठी, जनतेची चळवळ आक्रमण करीत आहे, आणि ह्या प्रगतीत भारतीय जनता, आपल्या इच्छित ध्येयाच्या मार्गावर वेगाने वाटचाल करीत आहे.

## १. ब्रिटिश राजवटीचे अखेरचे दिवस

भारतावर एकाधिकारी वर्चस्व कायम चालविण्याची जुनी आशा आता मावळली आहे. आजच्या परिस्थितीत, साम्राज्यशाहीची सर्वांत मोठी आशा म्हणजे अशा प्रकारे भारताशी मिळते जुळते घ्यावयाचे की ज्यामुळे, साम्राज्यशाहीच्या खास सवलती व पिळवणूक, नवीन आवश्यकतेच्या पांघरुणाखाली, चालू ठेवता येतील. त्याच धोरणातून गेल्या पन्नास वर्षांत, कमीत कमी सांविधानिक सुधारणा व आवश्यक तेथे दडपशाहीचे तंत्र, साम्राज्यशाहीने वापरले आणि १९४६ साली डांगोरा पिटून देऊ केलेले प्रचंड 'स्वातंत्र्य', म्हणजे ब्रिटिश साम्राज्यशाहीचा भारतातील शेवट ठरत नाही, तर अगदी शेवटच्या घटकेपर्यंत, भारतातील परिस्थितीला मिळत्या जुळत्या ठरतील अशा सांविधानिक सुधारणा देण्याचे प्रयोग चालू आहेत.

आता उजव्या मताच्या जुन्या पठडींतल्या ''डाय-हार्डस्''नी भारतावर जबरदस्तीचा पाय रोखून राज्य करा,' असे सांगण्याचे दिवस संपले, हा जुलूमाचा उपाय चालू ठेवून पूर्वीचे जुलूमशाहीचे दिवस संपले आहेत. आता, ते ''काळे आदमी'', (ब्रिटिश पार्लमेंटच्या भारतीय पहिल्या सभासदाला उद्देशून, लॉर्ड सॅलिस्बरी असे बरळला होता.) त्यांच्या लायकीच्या जागांवर बसलेले आहेत.'' अशी फुशारकी मारण्याचे दिवस गेले, आता त्यांनी, ''दि लॉस्ट् डोमीनियन,'' ह्या विषयावर ग्रीक-स्तोत्राच्या पद्धतीवर, शोकगीते रचत बसावी. त्यांना अजूनही असे वाटत असेल की त्यांची भारतातील वसाहत, ही काही ध्येयनिष्ठ सुधारणावादी संसदीय

---

१९१४-१८ मधील युरोपचे रेखाटलेले वर्णन अत्यंत सयुक्तिक वाटेल म्हणून ते खाली दिले आहे. चर्चिल म्हणतो :
''जेव्हा सर्व संपले होते, व रक्तशोषण करण्यासाठी छळणे किंवा नरमांसभक्षण करणे, हे दोनच उपाय सुधारलेल्या वैज्ञानिक ख्रिश्चन राज्यांना उपलब्ध होते. पण ते त्यांनी नाकारल्या, कारण त्यांची उपयुक्तता संशयास्पद होती, (विन्स्टन चर्चिल ''दि वर्ल्ड् क्रायसेस्'', भाग १ पान २०), वीस वर्षांनंतर छळवाद बंद करणे अयोग्य ठरले.''

विद्वानांनी देऊन टाकण्याचा हा वेडगळपणा केला, त्यांनी पाश्चिमात्य असंयुक्तिक संस्था, अपरिवर्तनीय पूर्वेच्या, कृतघ्न भूमीवर सोडून दिल्या, असेही त्यांना वाटेल.

(मला वाटते, ड्यूक ऑफ बेलिंग्टन एकदा म्हणाला, "जर कधी आम्ही भारत गमावला, तर, पार्लमेंटच तो घालविल" – लॉर्ड क्रोमर, "एन्शंट अँड् मॉडर्न् इम्पीरिऑलिझम", पान १२६.)

एकोणिसाव्या शतकात प्रचलित असलेल्या पद्धतीनुसार, भीषण दडपशाही करून भारतातील आपले वर्चस्व टिकविण्याचा प्रयोग, म्हणजे आधुनिक काळातील ब्रिटिश हुकूमशाहीचा, अपरिपक्व अडाणीपणा, अशी संभावना झाली.[१]

ब्रिटिश साम्राज्यशाहीच्या कठोर मुत्सद्द्यांनी फार पूर्वी हे ओळखले होते की केवळ जुलूम जबरदस्ती पुरेशी होणार नाही, त्याच्या जोडीला राजकीय कावेबाजपणाची जोड दिली पाहिजे.

इंडियन नॅशनल काँग्रेसची सुरुवात उदारमतवादी अनुभवी मुत्सद्दी लॉर्ड् डफरिन् ह्यानेच केली, आमूलाग्र सुधारणावादी लॉर्ड् रिपन याने नव्हे. त्या मागील हेतू म्हणजे राष्ट्रीय बंड होऊ नये म्हणून, उसळलेल्या भावनांना वाट करून

---

१. ब्रिटिश हुकूमशाहीने, "फॅसिझम् अँड इंडिया" ह्या नावाचे पुस्तक प्रसिद्ध केले आहे. त्यांत भारतविषयी असे म्हटले आहे की : "ज्यांचा राजकीय अडाणीपणा, हा सामान्य अज्ञानाइतकाच अगाध आहे, त्यांच्याच जोरावर, ब्रिटिशांची भारतातील राजवट नष्ट केली जाईल, अशी त्यांची अटकळ आहे.

हे हुकूमशाही वीर खास संदेश देऊन जाहीर करतील की, जे फक्त पौर्वात्य लोकांनाच समजेल, ते हे की, त्वरित किंवा कालावधीने, ब्रिटिशांचे वर्चस्व भारतात कमी होण्याचा संभव नाही. ते सांविधानिक सुधारणा फेकून देतील, मोठ्या जमीनदारांचा, कायम उपयुक्त म्हणून पाठपुरावा करतील. औद्योगिकीकरणाला अडथळा करतील. (भारताचे भवितव्य, तो कृषीप्रधान आहे, एवढेच) आणि आधुनिक शिक्षणावर बहिष्कार टाकतील (सर्वसाधारणपणे भारतीयांना पाश्चिमात्य शिक्षण नसावे). अशा प्रकारे, भारताची पिळवणूक करण्यासाठी भरपूर मनुष्यबळ उपलब्ध ठेवून, जुने १९ व्या शतकातील नंदनवन, आपण पुन्हा निर्माण करू, असे भारतीयांना वाटते. "आपण व्यापारात, दोन्ही देशांत नैसर्गिक संतुलन निर्माण करू, ब्रिटनने यंत्रावर तयार केलेला माल निर्यात करावा व भारताने त्याबद्दल कच्चा माल व अन्नधान्य निर्यात करावे," (मोस्ले, "फॅसिझम् अँड कॉटन्", १९३४). त्याचबरोबर हुकूमशाही राजवटीत, भारतात गुंतवणूक करण्यास योग्य संधी मिळेल." साम्राज्यशाहीच्या कपटी आकांक्षा जबाबदारी डावलून, कशा होत्या, ते येथे स्पष्ट दिसते.

देण्यासाठी तयार केलेली ही कमी धोकादायक योजना होती. टोरी पक्षाचा पुढारी लॉर्ड मिन्टो ह्याने राष्ट्रीय चळवळीचे खरे महत्त्व ध्यानात घेतले आणि १९०९ च्या सुधारणा देण्याचे ठरविले. रॅडिकल लॉर्ड मोर्ले याने नव्हे, आणि उदारमतवादी गृहखात्याने मिन्टोची सूचना मान्य केली. प्रखर 'कॉन्झरव्हेटिव्ह' कर्झन व ऑस्टिन् चेम्बरलेन ह्यांनीच १९१७ साली जबाबदारीची शासन यंत्रणा देण्याचे ठरवून सरकारी जाहिरनामा काढला, उदारमतवादी मॉंटेग्यु याने नव्हे. रशियन क्रांतीनंतर, क्रांतीची जी लाट उसळली तिला योग्य उपाय म्हणून वरील सुधारणा दिल्या गेल्या, मिलनरच्याच गोलमेज परिषदेच्या अध्वर्यूंनी अव्यवहार्य द्विदल राज्यपद्धतीची योजना कार्यवाहीत आणण्याचा आचरट प्रयोग केला. बाल्डझिनच्या 'कॉन्झरव्हेटिव्ह' मंत्रिमंडळात १९३५ चा "गव्हर्मेंट ऑफ इंडिया" कायदा व संघराज्याची घटना निर्माण केली, दोन्ही मजूर मंत्रिमंडळांपैकी कोणीही ते केले नाही.

ह्यावरून एवढे निश्चितपणे म्हणता येते की ह्या सर्व आधुनिक काळात भारताला सांविधानिक सुधारणा देण्यासाठी जे प्रयत्न केले गेले, ते 'कॉन्झरव्हेटिव्ह' पक्षाच्या खटपटीमुळे आणि मार्गदर्शनातून पुरे करण्यात आले, असे करताना सुधारणा घडवून आणण्याची त्यांना निर्मळ मनातून स्फूर्ती झाली, असे नसून, स्वातंत्र्यासाठी होणाऱ्या राष्ट्रीय चळवळीच्या लाटेला थोपवून धरण्यासाठी रचलेले ते सांविधानिक बांधकाम होते. ह्या संबंधात आणखी असेही म्हणता येईल की, १९४६ सालची मजूर सरकारची सांविधानिक योजना, ही १९४२ साली भारतमंत्री अमेरी व टोरींचे प्रभुत्व असलेल्या मंत्रिमंडळाने केलेल्या योजनेच्या पायावरच आधारित होती.

ह्या एकामागून एक तयार केलेल्या सांविधानिक टाक्या बांधण्याच्या योजना, संधिकालांत निर्माण केलेल्या ह्या टप्पेवजा अनेक पातळ्या, आणि तात्पुरत्या तडजोडीच्या योजना, ह्या सर्वांच्या साहाय्याने, ब्रिटिश साम्राज्यशाहीच्या मुत्सद्यांनी, योजनापूर्वक कावेबाजपणाने घेतलेली ती यशस्वी पीछेहाट होय. मिळतेजुळते घेऊन आपली शासनाची गाडी पुढे चालू ठेवण्याचे ते प्रयोग होते, ह्याच पद्धतीने अजूनही आपल्या प्रभावी आर्थिक व वित्तीय हितसंबंधांच्या साहाय्याने, भारताची पिळवणूक चालू ठेवण्याचे तंत्र वापरण्याचा त्यांचा बेत आहे, अशा मार्गाने भारतावर आपले डावपेचाचे वजन राखून ते हळूहळू भारतीयांच्या हातात सोपवून, भारतीय जनतेला स्थिरपणे सांभाळून, ब्रिटिश साम्राज्यशाहीबरोबर भारताचे सहकार्याचे संबंध सांभाळावे हा त्यांचा डाव आहे.

पण त्यांना असे करता येईल का?

भारतावरील ब्रिटिशांची हुकमत, ह्या ना त्या, मार्गाने कायम राहील अशी योजना निर्माण करून, भारताचा प्रश्न सुटला, असे समजणे, ही घोडचूक ठरेल. केवळ आज चालु आहेत, अशी निरोपाची निवेदने जाहीर करून व भारतात साम्राज्यशाहीने आपले वर्चस्व स्वखुषीने सोडले, व स्वत: होऊन आपला नाश करून घेतला अशी भलावण करून संतुष्ट राहणे, ह्यापेक्षा अधिक मोठा गैरसमज असू शकणार नाही.

ब्रिटिश मध्यमवर्गीय व्यापाऱ्यांच्या हितासाठी, भारतावरील ब्रिटिशांचे वर्चस्व सातत्याने कायम ठेवणे, अत्यंत आवश्यक आहे, ही गोष्ट अनेक वर्षे सर्वांना माहीत आहे. साम्राज्यशाहीची सत्ता कमकुवत होत असताना, पूर्वीची जागतिक मक्तेदारी घटत असताना, आणि जागतिक बाजारपेठेत ब्रिटिशांच्या उद्योगधंद्यांचे वजन रोडावले असता, गोऱ्या वसाहतींचे आर्थिक व राजकीय स्वातंत्र्य वृद्धिंगत होत असताना, भारतावरील ब्रिटिशांची आर्थिक व मक्तेदारीची पकड, सैल करण्याचे तर राहोच, पण ती अधिक घट्ट कशी करता येईल व वसाहतींवरील हुकूमत वाढविता कशी येईल, ह्या गोष्टींची ब्रिटिश राज्यकर्त्यांना चिंता लागून राहिली होती. ही सत्य परिस्थिती १९३३ साली चर्चिलने अगदी उघड करून सांगितली होती आणि म्हणूनच, चर्चिल हा, ब्रिटिश साम्राज्यशाहीच्या हितासाठी, ब्रिटिशांची भारतावरील मगरमिठी कायम राहिलीच पाहिजे ह्या प्रचारांत, तो अग्रगण्य होता. चर्चिल म्हणतो :

''ब्रिटनच्या स्थैर्यासाठी भारत ब्रिटिशांच्या हातात राहणे आवश्यक आहे. ज्या शक्तींच्या साहाय्याने आपली जनता मुख्यत्वे पोसली जाते, त्या शक्ती कमकुवत होत चाललेल्या पाहताना मला काळजी वाटते. परकीय गुंतवणूक हळूहळू रोडावत आहे. वाहतुकीच्या धंद्यांतील उत्पन्नाला संपूर्ण ओहोटी लागली आहे. ह्या अडचणीच्या परिस्थितीत, कोणत्याही नावाखाली आपण हिंदुस्थान हातचा घालविला, तर आजपर्यंत कधीही निर्माण झाली नव्हती अशा बिकट परिस्थितीला आपल्याला तोंड द्यावे लागेल. आपल्याकडे अशी जादा लोकसंख्या आपणापुढे उभी राहील की जिच्या पोटा-पाण्याची योग्यप्रकारे व्यवस्था करणे, सरकारच्या आटोक्याबाहेरचे ठरेल.'' (एपिंग् येथे ८ जुलै १९३३ रोजी विन्स्टन् चर्चिल याने केलेले भाषण.)

सुधारणा व सवलती देण्याच्या काळात, ब्रिटिश साम्राज्यशाहीच्या भारतातील हिताचे तुणतुणे वाजविणाऱ्या जुन्या पठडींतील पाशवी निगरगट्टांची बडबड चालूच होती. अशाच प्रकारचे बेडर वक्तव्य, पंजाबचा लेफ्टनंट गव्हर्नर, सर मायकेल ओड्वायर याने, ''अमृतसर''च्या वेळी केले होते, तो म्हणाला : ''आपल्या

साम्राज्यवादी दर्जाबद्दल असलेले आपले कर्तव्य, भारतातील प्रजेविषयी असलेले आपले कर्तव्य, आणि भारतात गुंतवणूक केलेल्या आपल्या हजार दशलक्ष गुंतवणूक केलेल्या वित्तीय भांडवलाबद्दलचे आपले कर्तव्य,'' (सोसायटी ऑफ ऑयर्स् मध्ये केलेले भाषण, जे लॉर्ड ओलिव्हर याने ''मॅन्चेस्टर गार्डियन''च्या १२ मार्च १९२५ च्या अंकात उद्धृत केले होते.) ह्याच प्रकारची बडबड लॉर्ड लोदरमिअर् याने ''डेली मेल''च्या १६ मे १९३० च्या अंकात प्रसिद्ध केली होती, ती अशी : ''कित्येक जबाबदार अधिकारी व्यक्ती असा अंदाज करतात की, आपला प्रमुख व्यापार, बँकिंग, व जहाजवाहतूक ह्यांतील ब्रिटनची कमाई, जी भारतावरील आपल्या सत्तेमुळे चालू आहे, ती वीस टक्के आहे – भारत ही ब्रिटिश साम्राज्याची गुरुकिल्ली आहे. आपण जर भारत गमावला, तर आपले साम्राज्य कोसळलेच म्हणून समजा – प्रथम आर्थिक दृष्टीने व नंतर राजकीय दृष्टीने.''

''सर्व कारस्थानी भाषा, उडवाउडवीची आणि गुलगुलीत आश्वासने, व खळखळ करीत दिलेल्या सवलती, ह्यांच्या बुडाशी जर एखादी प्रमुख बाब असेल तर ती म्हणजे, भारतावर आपली (ब्रिटिशांची) मगरमिठी चालू ठेवणे, ही होय आणि ही वस्तुस्थिती, प्रत्येक निर्णायक निवेदनांतून हुडकून काढून दाखविता येईल. १९२२ च्या ऑगस्ट महिन्यांत, लॉर्ड जॉर्ज याने ''स्टील्फ्रेम'' म्हणजे ''पोलादी-चौकट'' म्हणून जिचा खास उल्लेख करून जे भाषण केले, त्याचे मर्म हेच आहे. तो म्हणाला : ''कोणत्याही परिस्थितीत ब्रिटन आपली भारतातील जबाबदारी सोडणार नाही,'' आणि ब्रिटन अशी कोशीस करील की, ''असा प्रसंग ब्रिटन आणून देणार नाही की ज्यावेळी भारत, ब्रिटनच्या मार्गदर्शनाला दूर सारू शकेल.'' बर्कन् हेड् ह्याने १९२९ साली जी धोक्याची सूचना दिली तिचाही मतितार्थ हाच होता. तो म्हणाला :

''कोणीही सूज्ञ मनुष्य, कोणत्या काळी किंवा तारखेला, भारताला वसाहतीचा दर्जा दिला जाईल, ह्याची सर्वसाधारण अटकळ बांधू शकणार नाही.'' १९३० साली चर्चिल याने जो इशारा दिला, त्यांतही त्याला हेच सांगावयाचे होते, तो म्हणाला, ''भारतीय जीवन व विकास ह्यांवरील आपले परिणामकारक वर्चस्व काढून घेण्याचा, ब्रिटिश राष्ट्राचा कोणत्याही प्रकारचा बेत नव्हता.'' १९३५ साली घटना जाहीर करताना बाल्डि्वन ह्याने त्यामागील उद्देशाबद्दल जे अधिकृत स्पष्टीकरण केले, त्यातही हाच सूर होता, तो म्हणाला : ''ज्या बंधनांमुळे ग्रेट ब्रिटन व भारत हे एकत्र जखडले गेले आहेत, ती बंधने सैल करण्याचा विचार तर राहोच. त्याउलट, पूर्वी कधीही नव्हती इतकी घट्ट मगरमिठी घालून, ह्या दोन्हींना

संलग्न कसे करता येईल, ह्याचाच विचार आम्ही केला आहे.''

अगदी अलीकडील काळात भाषेचा नूर बदलला आहे. आता अधिकृत निवेदनांत, ''अमूर्त ध्येयाचा'', ''वसाहतीचा दर्जा'' ''हळूहळू'' ''हप्त्याहप्त्याने,'' वगैरे शब्दांची दीप-माळ लावली जात नाही. ह्याउलट, अधिकृत निवेदनांत, ''ब्रिटिश लोक, भारतावरील आपला ताबा संपूर्णपणे सोडणार'' अशी भाषा वापरतात व त्यात भारताला ''संपूर्ण स्वातंत्र्य'' देण्याचा बहाणा करतात. तरीही वस्तुत: १९४६ च्या सांविधानिक योजनेचा काळजीपूर्वक मागील प्रकरणात अभ्यास केला तेव्हा आपणास असे आढळून आले की ही योजना भारतीय स्वातंत्र्याची नव्हेच.

असे आहे, तर अगदी अलीकडील साम्राज्यशाहीचे धोरण व प्रचार ह्यांचा आपण काय अर्थ करावयाचा? त्यात स्वातंत्र्याबद्दल भरपूर बडबड केलेली आढळते, ब्रिटिश राजवट संपुष्टात आणण्याचाही, त्यात बहाणा केलेला आहे. तथापि प्रत्यक्षात साम्राज्यशाहीची पिळवणूक अजूनही चालूच आहे? ह्याचे उत्तर पाहावयाचे असेल तर, आधुनिक साम्राज्यशाहीच्या विकासाचा, अधिक प्रगल्भ दृष्टिकोनांतून, व आपली दृष्टिक्षेपाची झेप क्षितिजे रुंदावून, मगच विचार करावयास पाहिजे. अगदी अलीकडे साम्राज्यशाही धोरणांत एक नवीन तंत्र निर्माण झाले असून, ते वाढत्या प्रमाणात कार्यवाहीत आणले जात आहे, त्याला संज्ञाच द्यावयाची झाली तर ''औपचारिक स्वातंत्र्याचे तंत्र'' अशी देता येईल. तत्त्व ह्या दृष्टीने त्यात नावीन्य काहीच नाही, खरोखरी छुप्या राजवटीचे जुने तत्त्व पुढे चालू ठेवण्याचा तो प्रपंच आहे. भारतातील ब्रिटिश राजवटीचे पूर्वीच्या काळातील ते वैशिष्ट्य होते. तथापि आधुनिक काळात आता त्याचा ''विकास'' होऊन त्याला ''स्पष्टीकरणाच्या पुस्त्या'' जोडण्यात आल्या असून त्या सर्वांचा उपयोग, राष्ट्रीय स्वातंत्र्याच्या चळवळीच्या प्रगतीला खीळ घालण्यासाठी केला जातो.

हे तंत्र कलात्मक पद्धतीने १९२२ साली इजिप्तच्या बाबतीत प्रत्ययास आले. २८ फेब्रुवारी १९२२ रोजी, ब्रिटिशांनी एक धोरणविषयक निवेदन काढून इजिप्तला स्वातंत्र्य दिल्याचे जाहीर केले. ह्या जाहीरनाम्यांत पुढे असे म्हटले होते की काही ठराविक विषय संपूर्णपणे साम्राज्य सरकारच्या कक्षेत राहतील, त्याची मुदत अशी : ब्रिटिश आणि इजिप्तचे सरकार ह्यांच्यामध्ये एक तह केला जाईल, त्यांत ते विषय कसे हाताळले जातील, ते ठरविण्यात येईल, तोपर्यंत ते विषय ब्रिटिश सरकारकडे राहतील. ते खास विषय असे :

(१) इजिप्तमधील साम्राज्याच्या दळणवळणाच्या साधनांची सुरक्षितता,

(२) इजिप्तचे संरक्षण.

(३) इजिप्तमधील परकीयांचे हितसंबंध व इजिप्तमधील अल्पसंख्याकांचे संरक्षण,

(४) दि सुदान,

(५) इजिप्तचे परराष्ट्रीय संबंध.

इजिप्तच्या राष्ट्रीय चळवळीने ह्या अटी उडवून लावल्या. तरीही इजिप्तला स्वातंत्र्य दिल्याचे जाहीर करण्यात आले, फौद याला राजा करण्यात आले व एक लायक पंतप्रधान ठरविण्यात आला, ऑगस्ट १९२३ पर्यंत लष्करी कायदा इजिप्तमध्ये चालू ठेवण्यात आला अशाप्रकारे इजिप्त ''स्वतंत्र'' झाले.

चोवीस वर्षांनंतर म्हणजे १९४६ मध्ये ब्रिटिश सरकार व इजिप्शियन सरकार ह्यांच्यामध्ये, ब्रिटिश सैन्य काढून घेण्यासंबंधाच्या न ठरविलेल्या प्रश्नावर वाटाघाटी चालू झाल्या. त्यानंतर हे ''औपचारिक स्वातंत्र्याचे'' तंत्र अधिक विस्तारित व विशद करून इराक व इतर देशांच्या बाबतीत उपयोगात आणले गेले.

अशा प्रकारे हे तंत्र भारतात वापरण्यापूर्वी, अगोदर कार्यवाहींत आणून त्याची उपयुक्तता पाहून घेतली होती. हे उघड आहे की, ह्या नव्या तंत्राप्रमाणे दिले जाणारे 'औपचारिक स्वातंत्र्य', हे भारत ज्या स्वातंत्र्याची मागणी करीत आहे, ते हे नव्हे. साम्राज्यशाहीने अजून आपली पकड सोडली नव्हती. संघर्ष अजून समोरच आहे.

साम्राज्यवादी राज्यकर्ते आपले वर्चस्व टिकवू शकतील काय, तो प्रश्न निराळाच आहे. आज राजकीय क्षेत्रात बदल घडवून आणण्यासाठी ज्या शक्ती उत्पन्न झाल्या आहेत व विकास पावल्या आहेत, त्यांना ब्रिटिश सरकार आपल्या वर्चस्वाखाली दाबून ठेवू शकेल काय? त्यांना आता नवी तंत्रे व सामाजिक सहकार्य करणाऱ्या संस्था, भारताची स्वातंत्र्याची चळवळ मोडून काढण्यासाठी उपलब्ध होतील काय? आणि असे करून, नवीन राजकीय बदलासाठी जागृत झालेल्या भारतीयांना, आपल्या जरबेत ठेवून, भारताची साम्राज्यवादी पिळवणूक चालू ठेवता येईल काय? सांविधानिक सुधारणांविषयीची चर्चा, किंवा त्यातील राजकीय डावपेच, किंवा बदलणारी नाती, ह्यांच्याविषयीचा प्रश्न हा गौण असून, भारतीयांना आजच्या परिस्थितींत आपल्या वर्चस्वाखाली जुलुमाने ठेवून, त्यांची पिळवणूक करणे, साम्राज्यशाहीला शक्य आहे काय, हाच मुख्य प्रश्न आहे.

कारण, खरे म्हणजे, पूर्वीचा भारत आता विरघळून गेलेला आहे. ज्या प्रभावी शक्तींच्या साहाय्याने, गेली दीडशे वर्षे, जुनी सामाजिक चौकट मोडीत काढण्यात

आली, व त्यासाठी एकजिनसी भांडवलशाहीने भारतभर घुसवणूक केली, त्यांनी आता जी नवशक्ती निर्माण केली आहे, ती थांबवून धरणे ब्रिटिशांनाही शक्य नाही. जुनी सामाजिक चौकट मोडून पडल्यावर, हळूहळू, पण सातत्याने, सामाजिक मागासपणा, जुनी विचारसरणी आणि पुराणा दृष्टिकोन, जुनी ध्येये आणि तुटकपणा ही आता मोडली जाऊन नाहीशी होत आहेत.

आजच्या परिस्थितीत, जमशेटपूरच्या पोलादाच्या कारखान्यांत किंवा मुंबईच्या स्टॉक एक्स्चेंजमध्ये काम करणाऱ्या कामगारामध्ये, जात कशाशी खातात, हे तरी सांगता येईल काय? खेडेगावातील वाढत्या श्रमजीवी लोकांमध्ये, ज्यांच्या जमिनी नाहीशा झाल्या, व जे आज खेड्यामध्ये संख्येने ⅓ ऐवजी ⅔ झाले आहेत, अशा श्रमजीवी लोकांमध्ये एकत्र कुटुंब पद्धतीला, किती वाव राहिला आहे? रूढी व दर्जा ह्यांच्या पायावर उभारलेल्या सामाजिक संस्थांचे अस्तित्व, ज्याप्रमाणे, यंत्रावर तयार झालेल्या ब्रिटिश व जपानी मालाने धोक्यात आणले, त्याचबरोबर मध्यमवर्गीयांच्या मालमत्तेच्या संबंधाच्या, झिरपून टाकणाऱ्या क्षाराने, ते उखडून टाकले आहे, व त्यामुळे हस्तकौशल्यावर जगणारे लाखो कुशल कामगार, आज उपासमारीच्या खाईत, मरणाची वाट पाहत आहेत.

भारताचे राष्ट्र हे अजून कालविपरित गोष्टींचे आगर आहे. येथे सरंजामशाही किंवा अर्धवट सरंजामशाही जीव धरून आहे. नष्ट झालेल्या राजेशाह्या एका बाजूला आहेत, तर शेजारी वेठ-मजुरीची पद्धत चालू आहे. एकीकडे मोटारींचा तांडा आहे, तर दुसरीकडे गुलामगिरी चालू आहे, एकीकडे "इलेक्ट्रिक टेलिग्राफ" व "वायरलेस" दिसत आहे, तर शेजारीच प्राचीन देवळे व रूढीनुरुप होणारे यझयाग चालू आहेत, शेजारीच आधुनिक युगांतील दलदलीची वस्ती घोंगावत आहे, पाया नाहीसा झाला असला तरी जुन्या रूढींची बाणगुळे अजून लोंबकळत आहेत. साम्राज्यशाहीचा निर्दय हात, हे सर्व लोंबकळत ठेवण्याच्या व विकास स्थगितीच्या समाधानात गर्क आहे. त्याने ह्या सर्वांवर आपले पिळवणुकीचे पांघरूण टाकले आहे. कोणत्याही प्रकारे समाजाची आतून पुनर्रचना न करता, ती फक्त आपले हित साधण्यात गढून गेली आहे.

विसाव्या शतकातील झारशाहीच्या रशियांत, जेथे स्पर्श करताच मोडून पडेल, असे फक्त टरफल शिल्लक राहिले होते, अशा मोडकळीस आलेल्या, साम्राज्यशाहीतील, 'पवित्र' रशियांतील घाणेरडी खोपटी जाऊन, त्याच ठिकाणी अमर अशा अध्यात्माची धर्ममंदिरे उभारलेली दिसतील, अशी पाश्चिमात्य, रंगेल, बुद्धिवादी पुढाऱ्यांना अपेक्षा होती व त्यामुळे आपल्या दुःखाचे परिमार्जन झाले,

असे त्यांना वाटले. तेथील गरीब, प्रामाणिक शेतकरी वर्ग असा राहील की त्याला आधुनिक युगातील लोकशाही आणि समाजवाद ह्यांचा उपसर्ग होणार नाही, अशी कल्पना करणे म्हणजे तेथे मृतदेह सापडावा अशी कल्पना करण्यासारखे होते, त्यांना जीवनाच्या प्रचंड शक्तीची व जनतेच्या खऱ्या जागृतीची कल्पनाच नाही, तेच शेतकरी त्यांचा भ्रमनिरास करणार होते. त्याचप्रमाणे आजसुद्धा, आपला शहाणपणा मिरवणारा पाश्चिमात्य प्रवासी जेव्हा, अमर अशा पौर्वात्य खंडांतील भारताला, कदाचित पौर्वात्यांच्या आध्यात्मिक उच्चविचार धारणेच्या कारंज्याचे गढूळ पाणी पिण्यास, किंवा ''मदर-इंडिया'' मधील जन्मजात मागासपणा पाहून त्याबद्दल आपली सहानुभूतीपर तुच्छता व्यक्त करण्यासाठी, भेट देण्यास जातो, तेव्हा त्याला, मध्ययुगातील साठवणीच्या जागेतील अडगळीचे प्रदर्शन दिसते, त्याला हिंदुस्थानातील भारतीय जनतेच्या चैतन्यशक्तीची काहीच कल्पना येत नाही.

भारतीय जनतेच्या प्रागतिक शक्तींनी, जात, निरक्षरता, हरिजनांची अवहेलना, जातिभेद, स्त्रियांची कुचंबणा, जे जे काही समाजाच्या प्रगतीस अडथळा आणते, त्या विरुद्ध युद्ध पुकारले आहे. जरी भारताच्या न बदलणाऱ्या संस्कृतीवर विद्वत्ताप्रचुर प्रवचने चालू आहेत तरी, भारतातील राष्ट्रीय स्वातंत्र्याची चळवळ जिने केली व जिला भारतातील प्रचंड जनतेचा पाठिंबा आहे, त्या संघटनेने म्हणजे प्रागतिक विचाराच्या काँग्रेसने, आपल्या निशाणावर जो ध्येयवाद स्पष्ट केला आहे, त्यात जागतिक समान नागरिकत्व, जात, ध्येय किंवा लिंगभेद विचारात न घेता, सर्व खास सवलती किंवा पदव्या ह्यांचा त्याग, वयात आलेल्या सर्वांनाच सार्वत्रिक मतदानाचा अधिकार, सार्वत्रिक सक्तीचे शिक्षण, धर्मनिरपेक्षता, भाषण, प्रसिद्धी, सदसद्विवेकबुद्धी, सभा भरविणे, संघटना करणे, ह्यासंबंधी संपूर्ण स्वातंत्र्य, ह्यांचा समावेश केला आहे आणि हा सर्व दृष्टिकोन ब्रिटनच्या अर्धवट-लोकशाहीच्या ध्येयवादाच्या मानाने फार प्रगत आहे.

१९३६ च्या उत्तरार्धात, उदारमतवादी ''मॅन्चेस्टर गार्डियन्''ने ''दी फर्मेंट् इन् इंडिया'' ह्या विषयावर एक लेख लिहिला. त्यात लेखक म्हणतो, ''राष्ट्रीय चळवळीतील जुन्या पुढाऱ्यांनी ज्यांची कधी कल्पनाही केली नव्हती, अशी क्रांतीच्या सुरुवातीची, अत्यंत प्रभावी चिन्हे, भारतात आज स्पष्ट दिसत आहेत.''

''पहिल्या जागतिक युद्धाचा तह झाल्यावर १८ वर्षांनी आम्हाला वाटते की भारत हा, जागतिक घटनांचा आपल्यावर परिणाम होऊ न देता पुन्हा लढाईपूर्वी असलेल्या त्याच्या स्थिर समतोलपणात येईल, असे दिसत नाही. ब्रिटिश राजवटीच्या जुनाटपणामुळे काही अयोग्य घटना घडल्या. लोकशाहीच्या नवशक्तीने राजकीय

पक्षांमार्फत मते मिळविण्यासाठी चढाओढ केली व मतदानाच्या शक्तीला बळकटी आणली, ती ज्यांना सदसद्विवेकबुद्धीचा, शक्तीचा किंवा धैर्याचा पाठिंबा नाही अशा जुन्या सवलती मोडीत काढील. जातीयवादी सवलतींचा पुरस्कार करणारांची पिछेहाट होत आहे, आणि ती माघार म्हणजे दाणादाणच होय. जर अस्पृश्यता निकालात निघाली, तर जातिभेद कसा टिकून राहणार?

हेही खरेच, की हिंदुधर्माची शक्ती ही कायदेमंडळांत नाही, किंवा देवळांत नाही, ती घरात आहे, आणि तरीही आज त्या घरांतच, स्त्रियांच्या शिक्षणामुळे सुधारणेचे वारे वाहू लागले आहेत. जातिभेदाचा प्रमुख आधार असलेली एकत्र हिंदू कुटुंब पद्धती, ही स्त्रियांच्या शिक्षणामुळे उखडली जात आहे, आणि त्यामुळे प्रवास करण्यास व बाहेरील जगाशी संबंध ठेवण्याच्या सोयी उपलब्ध झाल्या आहेत.''

(''मॅनचेस्टर गार्डियन विकली'', डिसेंबर ४, १९३६.)

अशा प्रकारे लोकशाहीची लाट जितकी राजकीय क्षेत्रात पुढे सरकत आहे, त्याच वेगाने ती सामाजिक क्षेत्रातही प्रगती करीत आहे. त्याच लेखात म्हटल्याप्रमाणे, ती सामाजिक व आर्थिक क्रांती घडवून आणण्याच्या दृष्टीने संपूर्णपणे परिणामकारक ठरत आहे, आणि त्यातून भारताचा मूलभूत प्रश्न, म्हणजेच भारताची दैन्यावस्था, दूर होणार आहे :

''भारताच्या दारिद्र्यावर लक्ष दिले जाईल, जर कोणी भारताची लोकसंख्या विचारात घेऊन, तिची तुलना तिच्या उत्पादन क्षमतेवर करील, तर त्याला, हा प्रश्न सुटणे शक्य नाही, असे म्हणावेसे वाटेल. तथापि साम्यवादाचे लेखक व पुरस्कर्ते, श्रीमंतांचा हा निराशावाद, मान्य करणार नाहीत. त्यांना अशक्य गोष्ट शक्य करून दाखविण्याचे धैर्य आहे. आणि भारताचे लाखो भुके लोक त्यांना, त्यांच्या ह्या आचरटपणाबद्दल, दोष देणार नाहीत. आपण अपेक्षा करूया की, भारतीय नवे अधिकारी, त्यांना विरोध करून किंवा मार्गदर्शन करून, संपूर्ण सामाजिक व आर्थिक क्रांती घडवून आणण्याचा प्रयत्न करतील.''

साम्राज्यशाही, ह्या शक्ती आपल्या जरबेत ठेवण्याची अपेक्षा करू शकतील काय? आणि त्यांना अशा प्रकारे मार्गदर्शन करतील की त्यामुळे त्यांची पिळवणुकीची पद्धत जशीच्या तशी राहू शकेल, आणि भारतीय जनतेचा पिळवणुकीच्या दृष्टीने असलेला बालेकिल्ला व केंद्र ते आपल्या वर्चस्वाखाली ठेवू शकतील काय? उदारमताच्या साम्राज्यवाद्यांच्या शुष्क चर्चेतून ह्या प्रश्नाचे उत्तर मिळू शकणार नाही किंवा वकिलांच्या सांविधानिक बारकाव्यांतून त्या सिद्ध होऊ शकणार नाहीत, तर साम्राज्यशाहीच्या कठोर आर्थिक तत्त्वज्ञानांतून, आणि भारतीय जनतेच्या आर्थिक

व सामाजिक गरजांना, ते करीत असलेल्या विरोधातून, ते उत्तर मिळू शकेल.

भारतीय जनतेसमोर प्रचंड नियुक्त कार्य उभे आहे. भारत हा दुबळा झालेला देश आहे, तो मागास आहे, त्याच्या विकासाची कुचंबणा झालेली आहे. रोग आणि दारिद्र्य ह्यांनी तो जर्जर झालेला आहे, त्याची परजीविता व अपव्यय इतकी प्रचंड आहेत की तशी ती जगात अन्यत्र नसतील, भारताची अमर्याद साधनसंपत्ती, आणि भारताची शक्यता, ह्यांच्या मानाने त्याची दैन्यावस्था व जनतेचे दारिद्र्य हे कोणाही पाहणाराला, खटकल्याशिवाय राहत नाही, मग तो कोणत्याही सामाजिक किंवा राजकीय मताचा असो. कोणत्याही देशात जनतेची परिस्थिती इतकी हलाखीची नाही, आणि ज्या सरकारवर ह्या देशाच्या विकासाची जबाबदारी सातत्याने गेली शंभर वर्षे होती, त्याच्या कर्तबगारीला हे लांछनास्पद आहे, भारताचा मूलभूत प्रश्न हा सामाजिक व आर्थिक स्वरूपाचा आहे, राजकीय प्रश्न म्हणजे, राष्ट्रीय स्वातंत्र्य व लोकशाही ह्याच्यासाठी संघर्ष देणे, ही ह्या प्रश्नाशी संलग्न असणारी बाहेरील समस्या आहे, ते लढ्याचे पहिले पर्व ठरेल. शेतकीविषयक असलेली भीषण परिस्थिती प्रामुख्याने पुढे येते, दर साल ती अधिक गंभीर होत आहे, आणि ह्या विषयावरील कोणाही तज्ज्ञाच्या मते, त्याला इलाज नाही, फक्त त्यासाठी एकच मार्ग उपलब्ध आहे, आणि तो म्हणजे शेतीची आमूलाग्र क्रांती, हा होय. तथापि, हा शेतकीचा प्रश्न, औद्योगिक विकासाचा प्रश्न विचारात घेतल्याशिवाय स्वतंत्रपणे हाताळता येण्यासारखा नाही. त्यासाठी औद्योगिक विकासाच्या प्रचंड योजना, देशाच्या अपव्यय होत असलेल्या साधनांचा उपयोग करणे, शक्तीची नवीन साधने उपलब्ध करून घेणे, लाखो बेकार लोकांच्या शक्तीचा उपयोग करून घेणे, राष्ट्रीय उत्कर्षासाठी अवजड उद्योगधंदे चालू करणे, आणि उत्पादनाची पातळी, इतर विकसित देशाच्या उत्पादन पातळीबरोबर, त्यांची नवी तंत्रे वापरून आणणे, ह्या गोष्टी सर्वांना मान्य होण्यासारख्या आहेत. शिक्षण, आरोग्य, स्वच्छता आणि लोकांच्या प्राथमिक गरजा पुऱ्या करणे, हे सामाजिक व सांस्कृतिक कार्य अमर्याद आहे. आज भारतीय जनतेसमोर प्रश्न आहे, तो असा : ज्या गरजेकडे सर्वांचे लक्ष खिळले आहे ती म्हणजे पुनर्रचनेचे प्रचंड नियुक्त कार्य होय, हे कार्य करण्याचा पुढाकार कोण घेणार? त्याला कार्यवाहीत आणण्यासाठी काय करावयास पाहिजे? कोणत्या रूपाने व पद्धतीने ते पूर्णावस्थेस पोहोचविता येईल?

साम्राज्यशाहीला अजूनही अशी निश्चित आशा वाटते व असा तिचा अंदाज आहे की, भारतात आज होऊ घातलेल्या बदलांची लाट ती थोपवू शकेल. व्यवहारदृष्टीने सवलती व सत्ता ह्यांचे संतुलन करून अशा प्रकारे मार्गदर्शन करता

येईल, की त्यामुळे भारताच्या वेगवान विकासाला खीळ घालून, जे बदल अटळ ठरतील, त्यांना परवानगी देऊन, ते अशा मार्गाने व पद्धतीने होऊन यावयाचे, की त्यामुळे भारताच्या खऱ्या स्वतंत्र अस्मितेला तडा जावा, आणि भारतावरील मक्तेदारीची पकड, अशा प्रकारे घट्ट करावी, की जिच्यामुळे, ब्रिटिश वित्तीय भांडवलाच्या साहाय्याने, भारताची पिळवणूक सातत्याने चालू राहील.

ह्यामुळे आधुनिक काळात एका बाजूला सांविधानिक सुधारणांना जास्तीत जास्त प्रसिद्धी दिली जात असताना, दुसऱ्या बाजूला धोरण व डावपेच ह्यांचे जाळे पसरले जात आहे, आणि त्याचबरोबर खास उपाय म्हणून, खास कमिशने व कायदे ह्यांचे नवे पीक काढण्याची व्यवस्था करण्यात आली :

१९१६-१८ मध्ये "दि इंडियन इंडस्ट्रियल कमिशन", १९२१-२२ मध्ये "दि इंडियन् फिसकल कमिशन," १९२६-२८ मध्ये "दि रॉयल कमिशन ऑन इंडियन फायनॅन्स् अँड कर-सी", १९२६-२८ मध्ये "दि रॉयल कमिशन ऑन् इंडियन् ॲग्रिकल्चर," १९२९-३१ मध्ये "दि रॉयल कमिशन् ऑन् इंडियन् लेबर." १९३५ मध्ये "रिझर्व्ह ऑफ् इंडिया"ची, वित्तीय भांडवलाचे वर्चस्व कायम टिकविण्यासाठी, खासगी शेअर काढून, बँक ऑफ इंग्लंडप्रमाणे, स्थापना करण्यात आली, हेतू हा की वित्तीय भांडवलाच्या उलाढालीत राजकीय दबाव येऊ नये (म्हणजेच भारतीय राजकारण्यांचा दबाव), तिच्यावर ब्रिटिश व्हॉइसरॉयची संपूर्ण हुकमत ठेवण्यांत आली. रिझर्व्ह बँकेचा गव्हर्नर व डेप्युटी गव्हर्नर ह्यांची नेमणूक व्हॉइसरॉयच करतो व त्याला बोर्डाचे निर्णय धाब्यावर बसविण्याची सत्ता आहे, आणि 'गव्हर्मेंट ऑफ् इंडिया" कायद्याच्या सेक्शन १५२ प्रमाणे येणाऱ्या अडचणींतून त्याला खास वगळले आहे. सांविधानिक सुधारणांचा ह्या बँकेच्या व्यवहारावर परिणाम होणार नाही आणि हे सर्व व्हॉइसरॉयला खास दिलेल्या "अनिर्बंध मार्गदर्शन" व "व्यक्तिगत निर्णय म्हणजे कावेबाजी," ह्या अधिकारांखाली करण्यात आले आहे, अशा प्रकारे आधुनिक वित्तीय भांडवलाच्या हालचालींवर, सत्तेचा केंद्रीय बालेकिल्ला तयार करून, ब्रिटिश वित्तीय भांडवलाची खास मिरासदारी निर्माण करण्यात आली आहे.

भारतातील ह्या ब्रिटिश बँकिंग् गळफासाचे, भवितव्य पुढे काय ठरणार आहे? हा आणि ह्याचप्रमाणे काही मूलभूत प्रश्न, म्हणजेच साम्राज्यवादी आर्थिक मक्तेदारीचे हितसंबंधासारखे प्रश्न, हे प्रत्यक्ष सत्तांतर झाल्यावर, "ह्या सत्तांतरामुळे निर्माण होणाऱ्या ज्या काही खास समस्यांचा विचार करावा लागणार आहे," त्यामध्ये वरील प्रश्नाचा समावेश करावा लागेल, त्याबद्दलची व्यवस्था, ब्रिटन व

भारत ह्यांमध्ये जो पुढे तह करावयाचा आहे, त्यांत करता येईल. वाचकांच्या हे ध्यानात असेलच की, कॅबिनेट् मिशनच्या निवेदनात म्हणजे, जे २५ मे १९४६ लाच केले गेले, त्या निवेदनात, ह्या तहाचा उल्लेख असून, भारताला सार्वभौमत्व देण्यासाठी ज्या दोन अटळ व अत्यावश्यक अशा अटी घालण्यात आल्या होत्या, त्यापैकी, वरील तहास मान्यता देणे, ही एक अट होती.

विशेषत: ''इम्पीरियल् केमिकल इंडस्ट्रिज्'' किंवा ''न्यू फील्डस्'' ह्यांसारख्या 'ट्रस्टस्' व मक्तेदारीच्या कारखानदारांनी म्हणजेच ब्रिटिश वित्तीय भांडवलाने, नवीन येणाऱ्या बदलत्या, युगाला अनुसरून, भारतात आपला पाया स्थिर करण्यासाठी, अलीकडे जी तडकाफडकीची हालचाल केली आहे, ती विचारात घेतली पाहिजे.

ह्या मागनि मिळविलेल्या यशाला कमी लेखणे, ही चूक ठरेल. सांविधानिक सुधारणांच्या आतषबाजीच्या प्रचारांत, सत्तेच्या सवलतींच्या ढोलक्यांच्या गजबजाटांत, किंवा भारतातील मिरासदारी गेल्याबद्दल, लंकेशॉयरने दिलेल्या आक्रोशाच्या हुंदक्यांत, आधुनिक काळात, वित्तीय भांडवलाच्या साहाय्याने, भारतावरील आपली मगरमिठी, ब्रिटन, कशी अधिक आवळीत आहे इकडे दुर्लक्ष करणे, ह्यापेक्षा, राजकीय क्षेत्रांत अधिक भयंकर बावळटपणा दुसर असू शकणार नाही. ह्या पद्धतीतील बारकाव्यांची चर्चा सहाव्या प्रकरणांत केलेलीच आहे. ब्रिटनच्या साहाय्यकारी ट्रस्टनी ''भारतीय औद्योगिक कंपन्या'' ह्या नावाखाली, ब्रिटनच्या वित्तीय भांडवलाच्या साहाय्याने, गेल्या काही वर्षांत, जी नवी स्वारी भारतावर केली आहे, तिचे वर्णन, महायुद्धाच्या थोडे अगोदर १९३९ साली भारताच्या ''सीनियर ट्रेड कमिशनरने'' आपल्या रिपोर्टांत केले आहे. तो म्हणतो :

''काही महत्त्वाच्या बाबतीत म्हणजे, सिगारेटस्, आगपेट्या, रबरी टायर्स्, साबू, रंग व काही रसायने हे उद्योगधंदे, जे भारतात दिसतात, त्या युनायटेड् किंग्डम् व अन्य देशांतील मोठ्या कंपन्यांच्या शाखा आहेत. त्या कंपन्यांनी असे ठरविले की, भारताच्या गरजा भागविण्याकरता, व जकात वगैरे कर टाळण्यासाठी, त्या देशांतच कारखाने काढणे, हे आपल्या फायद्याचे आहे. जेव्हा भारतीय सरकारला माल पुरवावयाचा असेल, तेव्हा ह्या कंपन्या भारतीयच आहेत, असा आग्रह आपण धरावा.''

(सर थॉमस् ऐनसॉफ्, इन्ट्रोडक्टरी डिस्पॅच् टु रिपोर्ट ऑन कंडिशनस् अँड प्रॉस्पेक्टस् ऑफ युनायटेड् किंग्डम् ट्रेड इन् इंडिया, १९३९)

ह्यावर भारतांतील राष्ट्रीय कारखानदारांनी अशी कठोर तक्रार केली की भारतीय उद्योगधंद्यांना उत्तेजन देण्यासाठी सरकार जो खर्च करते, त्याचा मूळ हेतू

ह्या कंपन्यांमुळे साधत नाही, भारतात, आपल्या देशातील भांडवल आणून, भारतात उद्योगधंदे चालवून, ते भारतीयच आहेत असे आग्रहाने सांगून हे परकीय उद्योगधंदेवाले, सरकारकडून व भारतीय बँकांकडून अधिक सवलती उपटतात. ह्याचा परिणाम असा होतो की, सरकार, भारतीय उद्योगधंद्यांना म्हणून जकात वगैरे बाबतींत उत्तेजनार्थ ज्या सवलती देते त्या हे परकीय उद्योगधंदेवाले मिळवून घेतात व त्यामुळे ब्रिटिश वित्तीय भांडवलाला भारतात अधिक उत्तेजन दिले जाते.

भारताच्या राष्ट्रीय उद्योगधंद्यांना संरक्षण देण्यासाठी, ते धंदे भारतीय भांडवल, व्यवस्थापन व मक्तेदारी, ह्या सदरांतील पाहिजेत, तथापि भारतात परकीय भांडवल आणून, जे उद्योगधंदे चालविले जातात, त्यांनी सरकारच्या वरील उद्देशाला बाध आणली आहे. ज्या रीतीने परकीय भांडवल भारतीय भूमीवर स्वारी करीत आहे, तिचे बारकावे फार गुंतागुंतीचे आहेत – काही वेळी, ह्या भांडवलाला ते भारतीय असल्या बद्दलचा कांगावा केला जातो, तथापि तो एक जाहिरातबाजीचा भाग आहे, कारण ह्या भारतातील परकीय कंपन्यांची व्यवस्था व त्यांच्यावरील हुकमत ही बहुधा परकीयांच्याच हातात असते. तथापि हे परकीय व्यवस्थापक आपल्या मदतीसाठी काही नामधारी भारतीय संचालकांची मुद्दाम नेमणूक करतात –

"तथापि हे संकट केवळ आर्थिक स्वरूपापुरते मर्यादित नाही, कारण असा प्रत्येक उद्योगपती सांविधानिक संरक्षणे घेऊन आपल्या उद्योगाला कायम स्वरूप व संरक्षण मिळवून घेईल, व त्यामुळे भारतीय विधिमंडळाच्या हक्कांवर आणि अधिकारावर बंधने पडतील आणि त्या परिस्थितींत प्रमुख उद्योगधंद्याचे राष्ट्रीयीकरण करणे कठीण होऊन बसेल. उद्योगधंद्यांतील हे हिंदी-ब्रिटिश सहकार्याचे वजन शेवटी राजकीय प्रतिक्रियेवर होईल व मग त्यामुळे आर्थिक दृष्टीने खरे स्वराज्य हे अशक्य होऊन बसेल."

(अमृत बझार पत्रिकेतील एक लेख, "ए न्यू मीनेस्", कलकत्ता, ११ नोव्हेंबर १९३७.)

१९४६ च्या सांविधानिक सुधारणांबरोबर, ब्रिटिश वित्तीय भांडवलाला भारतात आर्थिक वाव मिळावा, ह्या संबंधात "फिनॅन्शियल टाइम्स"मध्ये वाचा फुटली, ती अशी :

"आर्थिक दृष्टीने भारताचे ब्रिटनशिवाय चालणार नाही, आणि ब्रिटन भारतीय बाजारपेठ हातची घालवू शकत नाही. भारताच्या विकासात आणि उत्कर्षात ब्रिटनचे बरेच आर्थिक हितसंबंध गुंतलेले आहेत. भारताला ब्रिटिशांचा अनुभव, साधने ह्यांची गरज आहे आणि भारताचे मोठे भांडवल "स्टर्लिंग"मध्ये गुंतलेले

असल्यामुळे, भारताला ब्रिटनच्या ''स्टर्लिंग''च्या भावी परिस्थितीत लक्ष घालणे आवश्यक आहे– जर ब्रिटन भारत सोडून जाणार असेल, तर जाताना तिने आपली सदिच्छा भारतात ठेवूनच गेले पाहिजे. भारतातील ब्रिटिश हितसंबंधांना अनुकूल वागणूक मिळावी म्हणून कोणती खास संरक्षणे आवश्यक आहेत? तो जुगार आहे काय? सर्व योजना ही जुगारांनी भरलेली आहे. तथापि निर्णय घेतला गेलेला आहे. साम्राज्यशाहीच्या हिताला त्यामुळे बाध येईल त्याचबरोबर ते वृद्धिंगतही होईल. आत्ताच्या परिस्थितीत कोणालाही काहीच सांगता येणार नाही.''

(''फिनॅन्शियल टाइम्स'', मे १८, १९४०.)

अशा प्रकारे साम्राज्यशाही आपले डावपेच राजकीय क्षेत्रांइतकेच आर्थिक क्षेत्रातही खेळत आहे. त्यांचा हेतू म्हणजे, वारा येईल तशी पाठ फिरवावी, पण नवीन परिस्थितीतही, आपली मिरासदारी टिकवून धरावी, व अशा रीतीने, नवीन बदललेल्या परिस्थितीत 'युनियन जॅक'ची जागा जरी 'तिरंगी' झेंड्याने घेतली, तरी खरी शक्ती, आणि पिळवणुकीतून होणारा फायदा हा शक्यतो ब्रिटिश वित्तीय भांडवलाच्या हातांत राहावा.

**ह्या संकटाच्या निश्चिततेमुळे राष्ट्रीय चळवळीचे ध्येय ''संपूर्ण स्वातंत्र्य'' असणे अधिक आवश्यक झाले आहे. ह्या ध्येयाची संपूर्ण पूर्तता व्हावयाची असेल तर, संपूर्ण आर्थिक व राजकीय स्वातंत्र्य मिळाले पाहिजे, असे की, ज्यांत परकीयांच्या भांडवलाला मिळालेल्या या सर्व सवलती रद्द केलेल्या असतील, आणि परकीयांच्या मालकीचे भारतात असलेले सर्व उद्योगधंदे, मळे, कारखाने, रेल्वेज, वाहतुकीची जहाजे वगैरे भारताने आपल्या ताब्यात घेतलेली असतील.**

आधुनिक काळातील साम्राज्यशाहीची उत्कृष्ट आणि तळमळीची अक्कलहुशारी व डावपेच मान्य करूनही, ब्रिटिश वर्चस्व आणि मिरासदारी टिकवून धरण्याची ब्रिटिशांची ही स्वप्ने, नवीन युगांत वास्तववादी ठरतील किंवा काय, ह्याची शंकाच आहे. भारतातील प्रगत व प्रभावी शक्ती, बुद्धिवादी ब्रिटिश राज्यकर्त्यांनी, त्यांच्यासाठी खास नेमून दिलेल्या चाकोरीतून जाणार नाहीत. आधुनिक भारतात जे आर्थिक प्रश्न तातडीचे म्हणून भारतापुढे दरसाल उभे राहतात, ते साम्राज्यशाहीच्या राजवटीत सोडविले जाणे शक्य नाही. साम्राज्यशाहीच्या राजवटीत आर्थिक विकासासाठी जे उपाय आजपर्यंत योजले गेले, किंवा त्यांनी अडथळे घालूनसुद्धा जे कार्यवाहीत आणले गेले, त्यातून झालेला विकास हा आकुंचित, निष्फळ व विकृत झाला आहे. त्याला राष्ट्रीय पुनर्रचनेचा आकार दिसत नाही. ट्रेड कमिशनरच्या

रिपोर्टमध्ये ज्यांचा उल्लेख आला आहे, ते ''नवे उद्योगधंदे'', जे ब्रिटिश भांडवलाच्या प्रेरणेने व त्यांच्या हुकमतीखाली निर्माण झाले, ते मुख्यत्वे 'दुय्यम दर्जाचे हलके-फुलके' उद्योगधंदे होत, (सिगारेटस, आगपेट्या, रबरी टायर्स, साबू, रंग व काही रसायने), तो काही औद्योगिकीकरणाचा पाया नव्हे. भारतात जमिनीत खोल रासायनिक द्रव्ये काढण्याच्या योजना जाहीर झाल्या होत्या आणि ''आय.सी.आय. (इंडिया) लिमिटेड'' ह्या कंपनीला भरपूर सवलतीही सरकारने देऊ केल्या होत्या. तथापि त्याला आवश्यक असणारे अवजड उद्योगधंदे काढण्यात आले नाहीत. लोखंडाचे व पोलादाचे कारखाने, भारतातील प्रचंड शक्यतेचा विचार करता, अगदीच अपुरे आहेत, आणि भारतात ह्या बाबतीत महत्त्वाची सुरुवातीची कामगिरी, ब्रिटिश भांडवलावर नव्हे तर भारतातील टाटा कंपनीने केली आहे, त्यात अलीकडे ब्रिटिश भांडवलाचा शिरकाव झाला आहे, पण तो गळफासासारखा आहे. (इंडियन आयर्न अँड स्टील कंपनीचे बहुसंख्य शेअर, ब्रिटिशांच्या मालकीच्या 'बंगाल आयर्न कंपनी'ने विकत घेतले आहेत.) १९३५ साली लोखंड आणि पोलाद ह्या उद्योगधंद्यात फक्त ३२,००० कामगार होते. १९२४ ते १९३९-४० ह्या काळात, लोखंडाच्या लगडींचे उत्पादन ३,४१,००० टनावरून १०,७०,३५५ टनावर गेले, त्याच काळात, सोव्हिएट रशियात ते १९२४ सालच्या १४०८००० टनावरून १९३६ मध्ये १६,३००,३०० टनावर गेले.

गेल्या महायुद्धात, हे उघडकीस आले की अगदी आणीबाणीच्या वेळी भारत, एक सुद्धा मोटार इंजिन तयार करू शकला नाही, विमान तर नाहीच. सरकारच्या मालकीची व त्यांच्या ताब्यातील, बंगळूरची ''हिंदुस्तान एअरक्रॅफ्ट फॅक्टरी'' (काही काळ युनायटेड स्टेटसच्या ताब्यात ती दिली हाती) एकही विमान तयार करू शकली नाही. लढाई संपल्यावरसुद्धा तिचा विस्तार करण्यासाठी ज्या योजना आखल्या गेल्या, त्यात पूर्वीची वृत्ती दिसून आली. बिर्ला-न्यूफिल्ड करार झाल्याचे जाहीर झाल्यावरसुद्धा, नवीन भारतीय मोटार, ''हिंदुस्तान टेन'' काढण्याचे ठरले, त्यातसुद्धा महत्त्वाचे भाग न्यूफिल्ड कंपनीने तयार करावे, व ते जोडण्याचे काम भारतात व्हावे. त्याचप्रमाणे टाटा आय.सी.आय. ह्यांच्या करारात असे ठरले की भारत स्वयंपूर्ण होईपर्यंत (म्हणजे कमीत कमी वीस वर्षे) मूलभूत रसायने इंग्लंडमधून आयात केली जातील आणि भारतात ती 'भारतीय' ह्या नावाने विकली जातील. सिंग भूमचे 'वर्कशॉप' टाटा कंपनीच्या ताब्यात, संपूर्ण रेल्वे इंजिने तयार करण्यासाठी देण्यात आले आहे, ह्या गोष्टीची बरीच जाहिरात झाली. तथापि त्या कारखान्यातून पहिले रेल्वे इंजिन तयार होऊन बाहेर पडेपर्यंत,

कित्येक वर्षे लागतील असा अंदाज आहे. हिंदुस्तान एअर क्रॅफ्ट फॅक्टरी लवकरच, भारत सरकारच्या मालकीच्या व देखरेखीखाली, आणि ब्रिटिश इंजिनिअरांच्या मार्गदर्शनाखाली, लवकरच विमाने तयार करू लागेल, अशी जगभर जाहिरात करण्यात येत आहे. तथापि त्या जाहिरातीतच सांगून टाकले आहे की, कमीत कमी वीस वर्षांत, भारत आपली विमाने तयार करू लागेल.

अवजड कारखान्यांचा पाया जो संलग्र औद्योगिक विकासाला आवश्यक असतो, तो भारतात तयार होऊ शकत नाही. हा काही अपघात नव्हे, तर भारतावरील साम्राज्यशाहीच्या वर्चस्वाचा तो शाप आहे. अजूनही भारत हा यंत्रांकरता परदेशांवर अवलंबून आहे. पूर्वी सांगितल्याप्रमाणे, धातुशोधनविद्येच्या उद्योगाचा विकास, म्हणजे औद्योगिक क्षेत्रांतील खरी क्रांती होय. इंग्लंड, जर्मनी व अमेरिका ह्या देशांनी, आधुनिक पातळीवर लोखंड व पोलादाचे कारखाने, कापडाच्या गिरण्या काढण्यापूर्वींच, काढले (एल. सी. ए. नोपल्स, ह्याचे "एकॉनॉमिक डेव्हलपमेंट ऑफ दि ओव्हरसीज एम्पायर", पान ४४३, संपूर्ण माहितीसाठी १६० पानाअगोदरची पाने पाहा). ही कार्यपद्धती सोव्हिएट युनियनमध्ये ह्याही पेक्षा अधिक जोरदारपणे सांगितली जाते. भारतात जी उलट्या क्रमाने उद्योगधंद्यांना सुरुवात झाली, ते वसाहती दर्जाचे प्रतीक होय. भारतात अवजड उद्योगधंद्यांचा खरा विकास व्हावयाचा असेल, की ज्यासाठी सर्व नैसर्गिक व तांत्रिक साधने उपलब्ध आहेत, आणि त्यासाठी सर्व परिस्थिती अनुकूल आहे, तर ते त्याच्या वसाहतीच्या दर्जाला अनुकूल नाही. भारताने स्वतंत्र भारताचा पाया घातला की तो सर्व जगात एक मार्गदर्शक राष्ट्र म्हणून पुढे येईल.

ह्या कारणामुळे, भारतात आर्थिक विकासाची असलेली प्रखर गरज, आणि त्याला खीळ घालणाऱ्या साम्राज्यशाहीच्या शृंखला, ह्यांच्यातील झगडा निश्चितपणे उग्र स्वरूप धारण करील, आणि 'एकवाक्यता' आणि 'सहकारां'चे बुडबुडे एक दिवस फुटून जातील.

शंभर वर्षांपूर्वी मध्यमवर्गीय ब्रिटिश व्यापाऱ्यांनी भारतात सर्व उद्ध्वस्त करून रानटीपणाची मर्यादा गाठली, तरीही त्या परिस्थितीत इतिहासाला हे कबूल करावे लागेल, की त्यांनी जुनाट रूढी आणि कल्पना व सामाजिक खुरटलेले जीवन, ह्यांना अर्धचंद्र देऊन नवीन युगाचा अनुकूल पाया तयार केला. तथापि आधुनिक साम्राज्यशाहीला ही कामगिरी, त्याच धर्तीवर पुढे चालविणे शक्य नाही. कारण ह्यापुढील कामगिरी, म्हणजे पुनर्रचनेचे नियुक्त कार्य होय.

भारतातील आजची दैन्यावस्था व भारतीय जनतेची आजची परिस्थिती,

ह्यांनी साम्राज्यशाहीच्या नालायकीची लक्तरे वेशीवर टांगली गेली आहेत. गेल्या पंचवीस वर्षांत सोव्हिएट युनियनने केलेली प्रगती (झारशाहीतील अत्यंत मोडतोड झालेल्या पातळीपासून) आणि त्याचकाळात ब्रिटिश राजवटीखाली, भारताने केलेली प्रगती, ह्यांतील फरक डोळ्यात भरण्यासारखा आहे. लोखंड आणि पोलाद ह्यांचे वर आलेले उत्पादनाचे आकडे पाहिल्यावर तो फरक स्पष्ट होतो. तीच परिस्थिती, शेतीचा विकास आणि राष्ट्रीय उत्पन्नातील वाढ, ह्यांच्या बाबतीत खरी आहे. त्याच काळात सोव्हिएट रशियात निरक्षरतेला संपूर्ण अर्धचंद्र देण्यात आला तर भारतात वीस वर्षांत फक्त दोन टक्के निरक्षरता कमी झाली. आरोग्याचे व सामाजिक सेवांचे रशियात सर्वत्र जाळे पसरले गेले, ह्या उलट ह्या बाबतीत अजून अगदी प्राथमिक स्वरूपाचीही प्रगती झालेली नाही. ह्या सत्य परिस्थितीवरून भारताला पुष्कळच शिकण्यासारखे आहे, आणि ह्या गोष्टी भारतीयांच्या मनाला लागून राहिल्या आहेत.

ह्या दिवाळखोरीवरून व्यक्तिगत प्रशासकांची लायकी किंवा प्रामाणिकपणा किंवा सद्‍भावना व्यक्त होत नाहीत, त्यांच्यापैकी काही अत्यंत लायक आणि उदार मनाचे होते, तथापि त्यांना ही भयंकर परिस्थिती उघड्या डोळ्यांनी पाहावी लागली. जरी त्यांना इच्छा असली तरी, साम्राज्यशाहीच्या चौकटीत, ह्यापेक्षा दुसरे काही फलदायक करण्यास त्यांना अधिकार नव्हता. साम्राज्यशाहीची मगरमिठी घट्ट टिकविण्यासाठी, ज्या सामाजिक रूढी किंवा बंधने उपयुक्त ठरतील त्यांची जपणूक करणे त्यांना भाग होते. म्हणजेच भारताला मागास टिकविणे त्यांना अपरिहार्य होते. भारताच्या शेतकीविषयक निर्माण झालेल्या आणीबाणीच्या परिस्थितीची चौकशी करण्यासाठी जे ‘‘ॲग्रिकल्चरल कमिशन’’ नेमले होते, त्यांनी जमिनीच्या मालकीबद्दल– म्हणजे जो त्या बाबतीतील मूलभूत प्रश्न होता– काहीही सूचना किंवा टीका करावयाची नाही, अशी सरकारी आज्ञा होती. भारतातील साम्राज्यशाहीच्या अकलेच्या दिवाळखोरीचे स्पष्ट चिन्ह होते. भारतातील जमीनदारी पद्धतीच्या प्रश्नाचा विचार केल्याशिवाय, आणि जमिनीच्या मालकीसंबंधात आमूलाग्र बदल घडवून आणल्याशिवाय, भारताच्या विकासाच्या प्रश्नाला, उपाय सापडणे शक्य नाही, त्याचप्रमाणे जमिनीचा प्रश्न हाताळल्याशिवाय मूलभूत स्वरूपाची आर्थिक व सामाजिक पुनर्रचना भारतात घडवून आणणे शक्य नाही. तथापि जमीनदारीवर कुऱ्हाड चालविणे म्हणजे साम्राज्यशाहीच्या वर्चस्वाच्या पायावरच कुऱ्हाड चालविण्यासारखे होते आणि असे करणे, म्हणजे सामाजिक शक्तींना मार्ग मोकळा करून देणे होय आणि त्यांची प्रगती, म्हणजे साम्राज्यशाहीचा शेवट करण्यासारखे होते. साम्राज्यशाहीने आपले वर्चस्व टिकविण्यासाठी अशी एक

सामाजिक पातळी शोधून काढली आहे, की ज्यांच्या सवलती जोपासल्या गेल्या, तर त्यांचे हित हे बहुजन समाजाच्या हिताला विरोधक आहे. ह्याच कारणामुळे ब्रिटिशांच्या राज्यात सनातनी व पुराणमतवादी प्रजेचा पाठपुरावा केला गेला आणि त्याच कारणाने ब्रिटिश राजवटीने कोणत्याही प्राथमिक स्वरूपाच्या सुधारणांना[१] कडवा विरोध केला. ब्रिटिश साम्राज्यशाहीने भारतात जो अतोनात पैसा जमा केला, त्यासाठी, पैसेवाले जमीनदार, गर्भश्रीमंत नरेंद्र, जातीय विरोधात ज्यांचे हितसंबंध गुंतलेले होते ते, आणि प्रतिगामी व मागास शक्ती, ह्या सर्वांच्या निर्मळ सहकारातून तो जमा केला. एका अर्थाने ही चोरांची साथीदारीच होती.

भारतातील मध्यमवर्गीय उद्योगपतींशी सहकार्य करण्याचा, एक शेवटचा प्रयत्न अलीकडे केला जात आहे. बहुजन समाजाच्या सामाजिक प्रगतीच्या आडत्यांचे हितसंबंध येणार आहेत, हे खरे असले, तरी ही पातळी कधीही स्थिर राहू शकणार नाही. जनतेच्या प्रगतीसमोर, जुन्या प्रतिगामी शक्ती ह्या पुढील काळात अदृश्य होणार आहेत आणि त्यांच्या बरोबर साम्राज्यशाहीही नाहीशी होईल.

**म्हणून भारताचे स्वातंत्र्य हे येणाऱ्या काळात मिळवावयाचे आहे, शेवटचा लढा अजून द्यावयाचा आहे. ते स्वातंत्र्य लवकर किंवा उशिरा मिळविले जाईल, ही गोष्ट राष्ट्रीय चळवळीतील एकी, जनता आघाडी, आणि ध्येयाची निश्चितता, ह्यांवर अवलंबून राहील. पुनर्रचनेचे तातडीचे नियुक्त कार्य जे**

---

१. १९१२ सालचे इंपीरीयल लेजिसलेटिव्ह कौन्सिलचे रेकॉर्ड चाळीत असता, भूपेंद्रनाथ बसू ह्याने मांडलेले एक बिल माझ्या आढळात आले, त्यात निरनिराळ्या जातींतील लोकांमध्ये लग्ने करण्यास परवानगी असावी, अशी मागणी होती. ह्या बिलाची परिणती म्हणजे लोकांची १८७२ च्या स्पेशल मॅरेज ऑक्टप्रमाणे लग्ने करावी. (ह्या कायद्यात सामाजिक विवाहाला परवानगी देण्यात आली होती.) "भारतातील कोठलाही धर्म आम्ही पाळीत नाही" असे त्या कायद्याप्रमाणे जाहीर करावयाचे नव्हते. एक अपवाद वगळता, वरील चर्चेत सर्व भारतीय सभासदांनी भाग घेतला होता. तो अपवाद म्हणजे गृहमंत्री होय. त्याने बेडरपणे सांगितले की वरील बिलातील बदलाला प्रचंड लोकसंख्या अनुकूल होती, असे बिल मांडणाराने दाखवून देईपर्यंत, सरकार ह्या बिलाला विरोध करील. गोखले ह्यांनी सुचविले की ते बिल सिलेक्ट कमिटीकडे पाठविले जावे, ह्या सूचनेला ऑफिशियल मेम्बर्स बहुसंख्येने अनुकूल होते. बील मांडणाराने उत्तर दिल्यावर, त्याला दुसऱ्या दहा सभासदांनी पाठिंबा दिला. बहुसंख्य सभासद विरोधी आहेत असे दिसताच, गव्हर्नर जनरलने सर्व सरकारी सभासदांना व कौन्सिलला लॉबीमध्ये जाण्यास सांगितले व बिल नापास करण्यास सांगितले.....

ऐतिहासिकदृष्ट्या भारतात आवश्यक आहे, ते करून घ्यावे लागेल, नव्हे, ते करून घेणे शक्य आहे, आणि ते कार्य भारतीय जनतेने स्वतःच करून घ्यावयाचे आहे.

## २ स्वतंत्र भारताची ध्येयनिष्ठा कोणती ?

भारताच्या भवितव्यतेचा पुढील प्रश्न हा भारतीय जनतेच्या आत्मबलावर अवलंबून आहे. भारतीय जनता ही एकजिनसी नाही. भारतात प्रभावी प्रतिगामी शक्ती आहेत. त्या आपल्या सवलती टिकवून धरण्यासाठी साम्राज्यशाहीशी संलग्न आहेत. (ह्यांच्यामध्येही काही डळमळीत वृत्तीच्या आहेत. आणि ज्या प्रमाणात साम्राज्यशाही कमकुवत होत जाते, त्या प्रमाणात त्या स्पष्ट दिसू लागतात.) भारतातील मध्यमवर्गीय, व्यापारी हा डळमळीत वृत्तीचा आहे आणि त्याचा, ब्रिटिश मध्यमवर्गीय व्यापाऱ्याला कडवा विरोध आहे, तो भविष्यकाळात भारत स्वतंत्र झालेला पाहावा अशी इच्छा करतो, त्याने भारताच्या राष्ट्रीय चळवळीत महत्त्वाचा, नव्हे प्रभावी भाग घेतलेला आहे. तरीही त्याचबरोबर, बहुजन समाजाच्या चळवळीच्या प्रत्येक प्रगत पर्वाबरोबर, त्याला भीती वाटून, त्याने राष्ट्रीय चळवळीला पुन्हा पुन्हा खीळ घालण्याचा प्रयत्न केला आहे आणि त्यातून आपला तूर्तचा फायदा मिळविण्यासाठी साम्राज्यशाहीशी हातमिळवणी केली आहे व असे करून शेवटी पुन्हा संघर्षाकडेच वळला आहे. आपण औद्योगिक कामगारवर्गाची प्रगती

"ह्या विषयावरील भारत सरकारच्या वृत्तीमुळे समाज सुधारकांच्या मार्गात अडथळे आणले जातात व त्यामुळे मन विदीर्ण होते."

(लायोनेल करटिस्, 'लेटर्स टु दी पीपल ऑफ इंडिया ऑन रिप्रेझेंटेटिव्ह गव्हर्नमेंट, १९१८, पाने १४०-४२.)

त्यानंतर सुधारणा कायदा पास झाला, तथापि 'जनरल सिव्हिल मॅरेज ऑक्ट' अजूनही पास झालेला नाही. (नेहरूंची 'ऑटोबायॉग्राफी', पान ४५१. ह्यानंतर आलेल्या अडचणीवरून, जनतेच्या निरनिराळ्या गटांमध्ये, कृत्रिम दऱ्या टिकवून धरण्याचे कार्य कसे केले जाते, त्यावर ग्रंथकारांची टीका पहा.)

साम्राज्यवादी इंग्रजांच्या ह्या टीकेवर, नेहरूंनी आपला निर्णय दिला, तो असा : "त्यानंतर अलीकडे समाज सुधारकाच्या दृष्टीने परिस्थिती अधिक वाईट झाली आहे, कारण ब्रिटिश लोक हे असल्या सामाजिक रूढींचे अधिक अबोल आधारस्तंभ बनत चालले आहेत. भारतातील अत्यंत प्रतिगामी शक्तींशी त्यांचा (ब्रिटिशांचा) घनिष्ठ संबंध आहे, हे त्याचे कारण होय." (नेहरू, 'ऑटोबायॉग्राफी,' पान ३८२.)

पाहिली आहे, शेतकऱ्यांचा लढा बघितला आहे, आणि त्यातून निर्माण होणारे नवे सामाजिक प्रश्न, आज भारताच्या बाबतीत प्रामुख्याने पुढे आले आहेत. शहरातील मध्यमवर्गीय व्यापाऱ्यांमध्ये, सुशिक्षित, विद्यार्थी व तरुण, भावी काळात येणाऱ्या राष्ट्रीय व सामाजिक भीषण परिस्थितीत, जाणूनबुजून केलेल्या राजकीय चळवळीला, तडफदार, चळवळे व संघटक असे कार्यकर्ते पुरवू शकतात, पण जे स्वतंत्रपणे एखादी चळवळ करू शकत नाहीत, अशा सर्व परस्परविरोधी प्रवाहाच्या व दृष्टिकोनांच्या अस्तित्वाची जाणीव सहज स्पष्ट होते.

साम्राज्यशाहीच्या मगरमिठीतून अखेरीस जे स्वातंत्र्य मिळवावयाचे आहे, त्यासाठी आवश्यक असणाऱ्या राष्ट्रीय चळवळीत, संपूर्ण एकी अखेरपर्यंत यशस्वीपणे टिकविता येईल काय, किंवा मध्यमवर्गीय राष्ट्रीय लोकांतील मागासपणा, बहुजन समाजाच्या विकास पाळत असलेल्या प्रगतीच्या भीतिपोटी, फुटून बाहेर पडून, साम्राज्यशाहीशी हातमिळवणी करतील, व अशा प्रकारे साम्राज्यशाहीला तात्पुरते जीवदान देतील, की ज्यामुळे राष्ट्रीय स्वातंत्र्य मिळविण्यासाठी करावा लागणारा अखेरचा लढा हा बहुजन समाजाच्या संघर्षाशी निगडित करावा लागेल? स्वातंत्र्य मिळविल्यावर, ब्रिटिश राजवटीखाली असलेल्या भारताच्या ठिकाणी कोणत्या प्रकारचा भारत निर्माण होणार आहे? पुनर्रचना केलेल्या हिंदू किंवा प्राचीन भारतीय संस्कृतीचे सुधारणावादी पुरस्कर्ते, नवनिर्मित, खेड्यातील आर्थिक चौकट व मर्यादित औद्योगिकीकरण ह्यांच्याशी मिळते जुळते घेऊन यशस्वी रीतीने भावी भारताबद्दल असलेल्या त्यांच्या कल्पनांना मूर्त स्वरूप देऊ शकतील काय? का मध्यमवर्गीय उद्योगपती व सुशिक्षित वर्गातील त्यांचे प्रतिनिधी पुढाकार घेऊन, पाश्चिमात्य देशांतील भांडवलशाही राज्यांच्या धर्तीवर आधुनिक पद्धतीवर त्यांचे प्रतिनिधी पुढाकार घेऊन, पाश्चिमात्य देशांतील भांडवलशाही राज्यांच्या धर्तीवर आधुनिक पद्धतीवर भांडवलशाही भारत निर्माण करतील किंवा राष्ट्रीय पुनर्रचना करणारा एखादा पक्ष काही काळपर्यंत, मर्यादित भांडवलशाहीच्या पद्धतीवर, टर्कीमध्ये झाले त्याप्रमाणे सर्वांवर मात करून आपले प्राबल्य स्थिर करील? का बहुजन समाजाचे कष्ट व संघर्ष ह्या मधून नजीकच्या भविष्यकाळात, समाजवादाकडे वाटचाल करीत, भारतीय लोकराज्य निर्माण होईल?

भारतासंबंधीच्या चर्चेत हे व अशा स्वरूपाचे प्रश्न प्रामुख्याने पुढे येत आहेत. भावी काळाबद्दलची ती केवळ 'शेख महंमदी' स्वरूपाची स्वप्रे नव्हेत. भावी काळातील निश्चित ध्येय, आणि आजच्या चळवळीत भाग घेणाऱ्यांमध्ये असलेले परस्परविरोधी सामाजिक गट, ह्यांचा चालू संघर्षावर प्रचंड परिणाम होणार आहे. भारतामध्ये वर्ग-विग्रह आणि राष्ट्रीय संघर्ष हे एकमेकांशी पूर्णपणे

निगडित आहेत, आणि ह्या अंतर्गत संबंधाची जाणीव असणे, ही भारतीय राजकारणाची आणि खवळलेल्या सागरातून तडीपार जाण्याची भारतीय जनतेसमोर गुरुकिल्ली आहे.

हे प्रश्न हाताळताना, आपणाला खऱ्या प्रभावी शक्ती, आणि आज ज्यांच्यामध्ये काही प्रमाणात ध्येयवादाविषयी विरोध दिसत आहे, अशा शक्ती, ह्या नीट स्पष्टपणे समजून घेतल्या पाहिजेत. कारण वरील प्रभावी शक्तींतील सर्वसाधारण कर्तृत्व प्रत्येक प्रसंगी व अखेरच्या निर्णयावर प्रभाव पाडणार आहेत. ह्या उलट विरोधी ध्येयवाद्यांच्या मधूनच वरील प्रभावी शक्तींना मार्गक्रमण करावे लागणार आहे, ध्येयवादी संघर्षाच्या पार्श्वभूमीवर ज्या शक्ती आज दिसत आहेत, त्यांच्या विरोधाला तोंड देऊनच, वरील प्रभावी शक्तींना आपले ध्येय गाठावयाचे आहे.

आज राष्ट्रीय चळवळीत, सर्वसाधारण सामाजिक दृष्टिकोन असलेल्या लोकांमध्ये तीन प्रवृत्ती दिसतात.

पहिला प्रकार म्हणजे, सनातनी (राजकीय किंवा साम्राज्यशाहीविषयक अर्थाने नव्हे, तर केवळ सामाजिक दृष्टीने) किंवा प्रतिगामी प्रवृत्ती असलेले, ते आपला कार्यक्रम, ध्येयवादी प्राचीन भारतीय संस्कृतीवर आधारतात. त्यातील ठळक दोष त्यांना मान्य नाहीत, त्यातील आवश्यक अशी हिंदू धर्माची ध्येये व संस्था ते आदरणीय मानतात, आजच्या औद्योगिकीकरणाकडे ते भीतियुक्त मनाने पाहतात. (त्याचप्रमाणे भांडवलशाही किंवा साम्यवाद ह्याबद्दलही, त्यांना तसेच वाटते.) त्यांची अशी श्रद्धा आहे की, सूतकताई व पौराणिक पद्धतीने शेतकरी जीवन, हे मानवाचे आदर्श असावे आणि ह्यातूनच शेतकरी वर्गाच्या ध्येयवादाची पूर्तता होईल.

दुसरा वर्ग म्हणजे प्रभावी प्रवृत्तीचा औद्योगिक मध्यम वर्ग. ह्याच्या मते, पाश्चिमात्य राष्ट्रांच्या पद्धतीवर, आधुनिक पद्धतीचा भांडवलशाही भारत, उभा करावा. तथापि त्याच बरोबर औद्योगिक कामगार वर्गाची वाढती शक्ती, त्यांच्या वाढत्या मागण्या व शेतकऱ्यांमधील असंतोष, ह्यांची त्यांना भीती वाटते, व त्यामुळे ते 'निम-समाजवादी स्वरूप' किंवा 'वर्ग-विग्रह विरहित समाजवाद' अशा स्वरूपाचा अस्पष्ट 'मानवतावाद' किंवा 'वर्ग-समन्वय' ह्यासारखा आपला ध्येयवाद असल्याचे सांगतात.

तिसरा वर्ग म्हणजे समाजवादी प्रवृत्ती असलेल्यांचा, त्यांचे ध्येय हे स्पष्टपणे औद्योगिक कामगार वर्गाचे ध्येय आहे, त्यात भारतीय समाजाची आमूलाग्र पुनर्रचना अभिप्रेत आहे, आणि आज हा ध्येयवाद राष्ट्रीय चळवळीत अधिकाधिक स्पष्टपणे मोठ्या प्रमाणात लोकप्रिय होत आहे, विशेषत: तरुण वर्गामध्ये तो अधिक लोकप्रिय

होत आहे.

पहिल्या गटातील लोकांच्या प्रवृत्तीला अजूनही महत्त्व आहे आणि त्याचे महत्त्व कमी लेखून चालणार नाही, जरी तिला स्थिर असा सामाजिक पाया नाही किंवा तिची ध्येयपूर्ती होण्याची वास्तववादी दृष्टीने शक्यता नाही. तिचा असा समज आहे की शेतकऱ्यांच्या अपेक्षा ती व्यक्त करते, आणि त्यामुळे शेतकरी वर्गाला अत्यंत जवळची वाटते, त्याचप्रमाणे भारतातील श्रमजीवी लोकांची ती प्रतिनिधी आहे, तथापि ती, रशियात एके काळी पॉप्युलिस्ट लोकांचा जसा गैरसमज होता, त्यातलाच हा भारतातील प्रकार आहे. अन्यत्रही अशाच चळवळी चालू आहेत व अशीच परिस्थिती तेथेही आहे आणि ही परिस्थिती, शेतकरी वर्ग व औद्योगिक कामगार वर्ग ह्यांच्या संयुक्त प्रयत्नाने होणाऱ्या क्रांतीच्या प्रगतीने, तिचा नायनाट होईल. खरोखरी, निराश झालेल्या छोट्या मध्यमवर्गीय व्यापाऱ्यांच्या मोठ्या समूहाच्या प्रचारातून तिचा जन्म होतो, आणि त्यांच्या आवाक्याबाहेर घडून येत असलेल्या आर्थिक बदलांमुळे, ती धोक्यात येते. तिला तिचे मूळ, आधाराला शिल्लक राहत नाही आणि झगड्याच्या संधिकालात, जसे एखादे जहाज वादळात सापडावे, त्यावर होकायंत्र नसावे, आणि प्राचीन काळचा एखादा खडक आधाराला मिळावा म्हणून त्याची धडपड चालू असते, अशी ह्या वृत्तीच्या लोकांची स्थिती होते. तिचा खोल अर्थ काढावयाचा तर सर्व सामाजिक शक्तींच्या झालेल्या नायनाटाचे ती प्रतिनिधित्व करते (हस्तकौशल्यावर जगणाऱ्यांचा नाश, पिळवणुकीने कंगाल केलेले शेतकरी, दिवाळे निघालेले छोटे व्यापारी) ज्यांचे आज साम्राज्यशाही वाटोळे करीत आहे आणि त्यांना फक्त ''राक्षसी पाश्चिमात्य संस्कृती'' आणि यंत्रे ही शत्रूसारखी दिसत असतात. हे दृश्य अत्यंत दु:खदायक आहे. भूतलावरील जीवनात फक्त तिला निराशावाद दिसतो. हे जीवन म्हणजे दु:ख आणि माया ह्यांतून जाण्याचा एक मार्ग आहे, असे तिला वाटते आणि अन्यत्र काल्पनिक आध्यात्मिक दुसऱ्या जगात सुखी होता येईल, ह्या आशेतून ती समाधान मानते. निकामी झालेल्या शक्तींचा तो आवेग असतो, आणि राष्ट्रीय चळवळीत सुद्धा, आपण हरणार ह्या कल्पनेने ती लढते. आणि तिच्या प्रवृत्तीला अनुसरून, ही चळवळ तिला आशादायक वाटते. तथापि आजच्या परिस्थितीत, तिला थोडे महत्त्व आहे, भारतात साम्राज्यशाहीने केलेल्या सत्यानाशाचे प्रतिनिधिक चिन्ह म्हणूनच नव्हे तर, काँग्रेसच्या चळवळीत, जो 'पुराणमतवाद' अजूनही पिंगा घालीत आहे, आणि गांधीजींना, ज्याने आपला प्रेषित म्हणून निवडला आहे, त्यामुळे तिला महत्त्व आहे.

ह्या प्रवृत्तीच्या लोकांनी, रचनात्मक कार्यक्रम म्हणून जो पुढे टाकला आहे, तो

म्हणजे, खेड्यांची पुनर्रचना आणि औद्योगिकीकरणाला विरोध.

"खरा समाजवाद हा, ग्रामोद्योगांच्या विकासात साठवलेला आहे. प्रचंड प्रमाणात उत्पादन वाढविल्यामुळे, पाश्चिमात्य देशांत आज जी गोंधळाची परिस्थिती निर्माण झाली आहे, ती परिस्थिती, आमच्या देशात, निर्माण करण्याची, आम्हाला गरज नाही." (३ जानेवारी १९३५ रोजी, अहमदाबाद येथे, वल्लभभाई पटेल यांनी केलेले भाषण.)

"आपल्या संस्कृतीचा परमोच्च बिंदू गाठण्यासाठी, भारत, चीन व इजिप्त ह्या देशांनी, गत कालातील आपल्या शेतकी संस्कृतीच्या (समृद्धीच्या) काळाकडे पाहावे." (जे. सी. कुमार अप्पा, सेक्रेटरी, ऑल इंडिया व्हिलेज इंडस्ट्रीज असोसिएशन "व्हाय दि व्हिलेज मूव्हमेंट" पान ५५, १९३६.)

प्राचीन "भारतीय संस्कृती" 'स्वयंपूर्ण खेडे' ह्या तत्त्वावर जी आधारलेली होती, (जिच्या ठराविक चौकटीने, मार्क्स याच्या मते, पौर्वात्य हुकूमशाही, गुलामगिरी, वेडगळ समजुती आणि कुचंबणा, ह्यांना जन्म दिला) एक ध्येय म्हणून तिचे पुनर्जीवन करावे.

"मला वाटते, भारताने जी संस्कृती निर्माण केली आहे, तिला जगात कोणीही मागे टाकू शकणार नाही." (गांधी "इंडियन होम रूल" १९०८, नव्या प्रस्तावनेसह पुनर्मुद्रित १९१९, पान ६६.)

पूर्वीच्या लिखाणात असलेल्या विरोधापेक्षा अधिक विरोधी निवेदने गांधीजींनी, यंत्र व आधुनिक विज्ञान ह्यांच्यावर चौफेर टीका करताना केली आहेत.

"यंत्र हे वाईट आहे, ह्या गोष्टीची जाणीव होणे आवश्यक आहे. ही जाणीव झाल्यावर, आपण त्याला बाहेर घालवून देऊ शकू." (गांधी, "इंडियन होम रूल", पान १२४.)

"रुग्णालये ह्या संस्था पापाचा प्रचार करण्यासाठी आहेत." (कित्ता. पान ६४.)

एका मित्राला, १९०९ साली "श्रद्धेची कबुली" (कन्फेशन ऑफ फेट्) देताना गांधीजींचा दृष्टिकोन कडवटपणे उघड झाला आहे :

"भारतावर राज्य करीत आहेत ते ब्रिटिश लोक नव्हेत, तर आधुनिक संस्कृती, आपल्या रेल्वे गाड्या, तार, टेलिफोन, आणि प्रत्येक शोध, की जो संस्कृतीचा विजय समजला जातो, त्यांच्या मार्फत राज्य करीत आहे."

जर ब्रिटिशांची राजवट उद्या जाऊन तिच्या ठिकाणी, आजच्या सुधारणांवर अधिष्ठित अशी भारतीय राजवट आली, तर ती, आज इंग्लंडमध्ये जी भारतीय संपत्ती धुवून नेली जात आहे, तो लोंढा थांबवील, तसे झाले तर, भारत हे क्रमांकाने,

युरोपच्या मानाने दुसरे, किंवा अमेरिकेच्या मानाने पाचवे राष्ट्र होईल, ह्यापेक्षा भारत श्रेष्ठ होणार नाही. ''आरोग्यशास्त्र'' (मेडिकल सायन्स) हा जादूटोण्याचा केंद्रीकरण केलेला अर्क आहे. आज आरोग्यशास्त्राचे नैपुण्य म्हणून जे मानले जाते, त्यापेक्षा वैदूगिरी ही शतपटीने अधिक ग्राह्य आहे.

''भारताची मुक्ती ही, गेल्या पन्नास वर्षांत तो जे काही शिकला ते विसरण्यात आहे. रेल्वे, टेलिग्राफ, रुग्णालये, वकील, डॉक्टर्स, आणि ह्यांसारख्या इतर सर्व गोष्टींना येथून जावे लागेल, आणि आज जे वरचे वर्ग समजले जातात, त्यांना सदसद्विवेक बुद्धीला आणि धर्माला स्मरून, जाणूनबुजून साधे शेतकरी जीवन जगले पाहिजे.''

(गांधी, ''ए कन्फेशन ऑफ फेट्'', १९०९, ''स्पीचेस अँड रायटिंग्ज'', पाने १९४१-४३.)

हे उघड आहे की हा कार्यक्रम म्हणजे भारताच्या दारिद्र्यावर उपाय नव्हे, तर बहुसंख्य मानवजातीला, नियतीने त्यांना जगण्यासाठी नेमून दिलेले ध्येयनिष्ठ दारिद्र्य होय.

''भौतिक सुखे वाढली म्हणून कोणत्याही प्रकारे नैतिक वाढ होत नाही.''

(गांधी, ''ए कन्फेशन ऑफ फेट'', वरील ठिकाणी, पान १०४२.)

''भौतिक माया जेवढी जास्त, तेवढे आपण जास्त जडवादी होतो.''

(कुमारअप्पा, ''व्हाय दि व्हिलेज मूव्हमेंट,'' पान ३९.)

''आपल्याजवळ अनंत वस्तू असल्या, म्हणून त्या आपल्याला सुखी करतात असे नव्हे.''

(कित्ता, पाने ६५.)

भुकेलेल्या व असंतुष्ट समाजासमोर, असली प्रवचने केल्यावर भारतीय उद्योगपतींना ते प्रिय व्हावे आणि त्यांनी त्यांचा (गांधीजींचा) पाठपुरावा करावा ह्यात आश्चर्यकारक काहीच नाही, ह्या उद्योगपतींना फावल्या वेळी स्वत:सुद्धा थोडीशी सूतकताई करण्याचा कंटाळा नाही, त्यामुळे बहुसंख्य समाज ज्या दारिद्र्यात असतो, त्यांच्याच प्रमाणे, ह्या उद्योगपतींना, गरिबीतील समाधानाचा आदर्श बहुसंख्य लोकांसमोर ठेवतो येतो, हे करीत असताना, ते उद्योगपती यंत्राच्या साहाय्याने आणि औद्योगिक पिळवणूक करून, प्रचंड संपत्ती मिळवू शकतात. मालमत्तेच्या हक्कासंबंधात, गांधीजींनी आपले जे समाजवादी तत्त्वज्ञान विशद केले आहे, ते त्यांच्या वरील वृत्तीशी मिळतेजुळतेच आहे. गांधीजी म्हणतात :

''माझे सामाजिक तत्त्वज्ञान असे आहे की, जरी आपण जन्मत: समान आहोत,

म्हणजेच आपणाला समान संधी मिळण्याचा हक्क आहे, तरीही आपणाजवळ समान लायकी नाही. नैसर्गिक दृष्टीने, आपण सर्व समान बांध्याचे असावे, आपणा सर्वांच्या कातडीचा रंग एकच असावा, बुद्धीची पातळी समान असावी, अशी अपेक्षा करणे अशक्य आहे आणि त्यामुळे, आर्थिक फायदा मिळविण्याचे दृष्टीने, इतरांच्या मानाने, आपणापैकी काही अधिक लायक ठरावे, हे नैसर्गिक आहे. जे लायक आहेत ते अधिक मिळवू इच्छितात, आणि त्या ध्येयासाठी ते आपली लायकी राबवतात, जर त्यांनी आपली लायकी उच्च ध्येयासाठी वापरली तर ते समाजाच्या हितासाठी कार्य करू शकतील. असे हे लोक विश्वस्त होतील. ह्यापेक्षा अधिक काही नाही. बुद्धिमान माणसाला मी अधिक मिळविण्यास परवानगी देईन, आणि त्याला आपल्या लायकीचा उपयोग करण्याच्या मार्गात मी व्यत्यय आणणार नाही.''

(गांधीजींनी चार्ल्स पेट्राश ह्याला सोमवार २० फेब्रुवारी १९३२ रोजी दिलेली मुलाखत.)

येथे मध्यमवर्गीय व्यापाऱ्याच्या वृत्तीचा अर्क, ध्येयवादाच्या बुरख्याखाली विशद करण्यात आला आहे.

ह्या कार्यक्रमाची त्वरित वास्तववादी कारवाई, चरखा, टकळी, राष्ट्रीय चिन्ह म्हणून खादी, आणि ग्रामोद्योग, ह्यांच्या प्रचारात स्पष्ट झाली आहे. ''अखिल भारतीय ग्रामोद्योग भांडार'' ही संस्था, राष्ट्रीय काँग्रेसचा महत्त्वाचा दुवा म्हणून संघटित केली आहे. ह्या चळवळीला वास्तववादी पाया लाभला आहे, ही गोष्ट मान्य केली पाहिजे. विकसित देशांचे विद्वान अर्थशास्त्रज्ञ, आपल्या वास्तववादी पद्धतीच्या अत्युच्च पातळीवरून, भारताचे आर्थिक आणि अधीन-उत्पादनाचे प्रचंड प्रश्न, सूतकताई व आदिम (प्रिमिटिव्ह) तंत्र, ह्यांच्या साहाय्याने सोडविण्याच्या विचित्र मागास कल्पनेचा, तिरस्कार करतात, तरीही, केवळ तात्त्विक दृष्टीने नसला, तरी व्यवहारी आणि वास्तववादी दृष्टीने, अपुरा व मर्यादित का होईना, जनतेचा आधार ह्या चळवळीला मिळाला आहे. आजच्या शेतीतील विघटित परिस्थितीत, जेथे अनेक लोकांना शेतीवर अवलंबून राहावे लागते, व जे वर्षातील सहा महिने बेकार असतात व जेथे औद्योगिक क्षेत्रात विकास झालेला नाही, अशा परिस्थितीत बऱ्याच लोकांच्या बाबतीत, त्यांच्या आर्थिक दुःखात, सूतकताई, हातमाग व ग्रामोद्योग ही तात्पुरती मलमपट्टी झाली आहे. तिच्यासाठी फारशी हत्यारे किंवा साधने लागत नाहीत.

एवढे असले तरी ही मलमपट्टीच आहे, ती आजच्या भयंकर दुःखांना, मोडतोडीला व भारताच्या आर्थिक विपन्नावस्थेला मान्यता देते, आणि आजची दुःखे बदलून टाकण्याऐवजी,

त्यांच्याशी मिळतेजुळते घेण्याचा प्रयत्न करते. आर्थिक दृष्टीने, भांडवलशाहीच्या जगात, कृत्रिम रीतीने, हस्तव्यवसायाचे पुनर्जीवन केले तरी त्याला भविष्यकाळ नाही. खादी आणि हाताने तयार केलेले कापड हे गिरणीत तयार झालेल्या कापडाशी चढाओढ करू शकणार नाही आणि अत्यंत गरीब लोकांच्या आर्थिक आवाक्याबाहेर ती आहे. १९ नोव्हेंबर १९३८ च्या 'हरिजन'मध्ये गांधीजींनी अशी तक्रार केली की काँग्रेसच्या घटनेतील खादीचे कलम हे "पाळण्यापेक्षा अधिक मोडले जाते." त्यांनी आपल्या बांधवांना विनंती केली की, ''जरी खादी ही परदेशी कापडाप्रमाणे तलम व दिसण्यात रुबाबदार नसली व स्वस्तही नसली, तरी आपल्या देशबांधवांनी तीच वापरावी. पहिली अडचण ही देशभक्तीला आवाहन करून भागवता येईल. दुसरी अडचण, (इतकी स्वस्त नाही) ही भारतीय जनतेच्या आजच्या कमाईच्या पातळीवर निर्णायक ठरेल. भारतासारख्या आजच्या भयंकर दरिद्री देशात, जर आज कशाची अत्यंत गरज असेल तर ती, कष्टप्रद व जुनाट मागास तंत्रांतून अत्यंत कमी उत्पादन करण्याची पद्धत, नको असून, अत्यंत आधुनिक तंत्रातून, प्रचंड प्रमाणात, व अत्यंत जलद उत्पादन करण्याच्या पद्धतीची आवश्यकता नितांत आहे. आणि त्याच मार्गाने आजच्या दारिद्र्यावर मात करता येईल. खरोखर हे लक्षात घेण्यासारखे आहे की, गांधीजींनी त्यांच्या नंतरच्या लेखात, यंत्रासंबंधीची त्यांची वृत्ती थोडी बदलली आहे. 'हरिजन'मधील ग्रामोद्योगावर लिहिलेल्या लेखात गांधीजी म्हणतात, "जेव्हा जे काम करून घ्यावयाचे आहे त्यासाठी माणसे अत्यंत अपुरी आहेत, तेथे यांत्रिकीकरण करणे चांगले. तथापि कामाला आवश्यक असणाऱ्यांपेक्षा माणसे अधिक आहेत, तेथे यांत्रिकीकरण हे संकट होय. उदाहरणार्थ, भारत.'' ह्या युक्तिवादातील प्रतिक्रियात्मक वेडगळपणा उघड आहे.

भारताच्या समस्येसाठी आदिम (प्रिमिटिव्ह) आर्थिक चौकटीचा एक उपाय म्हणून प्रचार करणे, हे प्रतिगामी पद्धतीचे द्योतक आहे, कारण ती चौकट, आजच्या पद्धतीने उपाययोजना करावयास हवी, तिच्या विरुद्ध दिशेने वाटचाल करते म्हणून नव्हे, (कारण आजचे दारिद्र्य आणि दुःख ह्यांना आदिम आर्थिक तंत्रच जबाबदार आहे, आणि ते साम्राज्यशाही व खालील, सामाजिक रचनेतील पिळवणुकीच्या पद्धतीत खोल रुतलेले आहे.) तर, शेतकऱ्यांना आज ज्या अडचणींना तोंड द्यावयाचे आहे त्यांना आणि बहुसंख्य जनतेला, मूलभूत सामाजिक नियुक्त कार्यापासून ती भलतीकडेच नेऊन सोडते. शेतकी-विकास, हा प्रश्न, जमीन, जमीनदारी पद्धत आणि जमिनीचे वितरण हे प्रश्न हाताळल्याशिवाय सुटणे शक्य नाही. तथापि ह्या प्रश्नावर शेतकीतील ध्येयवाद्याचे व दृश्य झालेल्या ग्रामीण संस्थांबद्दल ढोलकी वाजवणारांचे आवाज बसतात व ते जमीनदारी पद्धतीचा

मोघम व निर्लज्जपणे पाठपुरावा करतात. ह्याच संबंधात, गांधीजींनी, १९३४ साली कानपूर येथे त्यांना भेटावयास आलेल्या संयुक्त प्रांतातील जमीनदारांना, जी मुलाखत दिली, ती प्रसिद्ध आहे, समाजवादाच्या संकटाने त्रस्त झालेल्या ह्या जमीनदारांना गांधीजींनी सांगितले की जमीनदार आणि कुळे ह्यांच्या मधील संबंध अधिक चांगले राहतील, ह्याबद्दल खात्री बाळगावी. त्यासाठी दोन्ही बाजूच्या लोकांचे मतपरिवर्तन व्हावयास हवे. ते, तालुकदारी किंवा जमीनदारी पद्धत रद्द करण्याला कधीही अनुकूल नव्हते. त्यांनी पुढे सांगितले की :

''योग्य कारणाशिवाय, मालकवर्गाची खासगी मालमत्ता काढून घेण्याच्या कोणत्याही कार्यक्रमाला, मी सहकार्य देणार नाही. माझे ध्येय, तुमच्या मनाचा ठाव घेऊन, त्याचे मतपरिवर्तन घडवून आणणे, हे आहे. म्हणजे तुम्ही तुमची सर्व मालमत्ता तुमच्या कुळांसाठी तुमच्याजवळ विश्वस्त म्हणून ठेवू शकाल. आणि ती प्रथमत: त्यांच्या कल्याणासाठी वापरली जावी. रामराज्याबद्दल माझी जी कल्पना आहे, त्यात राव आणि रंक, ह्या दोघांनाही, त्यांचे हक्क सुपूर्द केले पाहिजेत. तुम्ही एवढी खात्री बाळगा की, वर्गसंघर्ष टाळण्यासाठी, मी माझे सर्व वजन खर्च करीन. समजा तुमची मालमत्ता, अन्यायाने जर कोणी घेऊ लागला, तर मी तुमच्या बाजूने, लढताना दिसेन. आपला समाजवाद, आणि साम्यवाद, हे अहिंसेच्या तत्त्वावर अधिष्ठित पाहिजेत, मजूर आणि भांडवलदार, जमीनदार आणि कूळ, ह्यांचे मध्ये, सुसंगत समन्वयाने सहकार्य पाहिजे.''

(संयुक्त प्रांतातील जमीनदारांच्या शिष्टमंडळाला १९३४ च्या जुलैमध्ये गांधीजींनी दिलेली मुलाखत, ''म्हाठा'', ऑगस्ट १२, १९३४.)

वर्गविग्रहावर अधिष्ठित अशा मजूर संघटनेला विरोध करताना व औद्योगिक भांडवलदारांचे संरक्षण करताना, गांधीजी असेच बोलले होते, ते ह्यापूर्वी नमूद करण्यात आलेच आहे.

मध्यमवर्गीय छोट्या व्यापाऱ्यांच्या दृष्टीने, असल्या प्रचाराचे वास्तववादी महत्त्व स्पष्ट होते, 'शेख महंमदी' कल्पना व वेडगळपणा ते हसतमुखाने सहन करतात व त्याला प्रोत्साहन देतात, कारण तसे करण्यात त्यांच्या व्यापारी वर्गाचे हित साधले जाते, ह्या गोष्टीची त्यांना यथार्थ जाणीव असते व त्याचबरोबर कामगारवर्ग आटोक्यात राहतो व शांतता सांभाळली जाते. त्यांचे सामाजिक तत्त्वज्ञान व मध्यमवर्गीय दृष्टिकोन ह्यातील विरोध स्पष्ट असूनही, मध्यमवर्गीय राष्ट्राभिमानाचा खास प्रतिनिधी व अत्यंत समर्थ पुढारी ह्या दृष्टीने, गांधीजींच्या ऐतिहासिक भूमिकेचे सामाजिक महत्त्व, आधुनिक काळातील आजच्या बिकट

संधिकालात त्यांच्या राजकीय भूमिकेशी संलग्न झाले आहे. गांधीजींच्या अनेक वक्तव्यांतील व शिकवणींतील ठळक विरोधाभास व उणिवा, अगदी प्राथमिक दर्जाच्या टीकाकाराला सहज निवडून काढून दाखविता येतील, एका अर्थाने त्यांचे वैशिष्ट्यपूर्ण महत्त्व व कामगिरी ह्यांची ती गुरुकिल्ली आहे.

**दुसऱ्या कोणत्याही पुढाऱ्याला, ह्या संधिकालात, राष्ट्रीय चळवळीचे मध्यमवर्गीय व्यापारी दृष्टिकोनातून मार्गदर्शन, व जागृती, अजून जागृत समाज नव्हे, ह्यातील तात्त्विक मतभेदाचे खिंडार भरून काढता आले नसते. बऱ्याकरिता व वाईटाकरिता गांधीजींनी ते कार्य केले, आणि चळवळ निर्माण करीत आहे, असे दाखवीत असतानाच, तिचे पुढारीपण केले. ज्या प्रमाणात बहुजन समाजाला, आपल्या स्वतःच्या हिताची स्पष्ट जाणीव होऊ लागते, त्या प्रमाणात ही पुढारीपणाची भूमिका संपुष्टात येऊ लागते, आणि प्रत्यक्ष वर्ग-शक्ती आणि वर्ग-संबंध, भारतीय वातावरणात स्पष्टपणे आवाज उठवू लागतात, त्यांना पौराणिक कथांच्या प्रावरणाची आवश्यकता भासत नाही.**

मध्यमवर्गीय व्यापारी, नामधारी गांधीवादाचा व त्यांच्या बहुजन समाजातील नेतृत्वाचा मुक्तपणे उपयोग करीत असतानाच, त्याला त्यांनी, आपल्या गरजा व राष्ट्रीय प्रगतीचा आवश्यक कार्यक्रम म्हणून, औद्योगिक विकासाची प्रगती, ह्यांत लुडबूड करू दिली नाही. ज्याप्रमाणे गिरणीचे कापड व १९३० मधील गांधीजींचा अकरा कलमी कार्यक्रम, साधारणपणे जो मध्यमवर्गीय व्यापाऱ्यांचा औद्योगिक व आर्थिक कार्यक्रम होता, त्याला पुढे ढकलावा लागला, त्याप्रमाणे, सामाजिक पुराणमतवाद, तत्त्वज्ञान म्हणून कोणत्याही नावाने त्याचा प्रचार केला जावो, प्रत्यक्षात पुढे ढकलावा लागला. १९३८ च्या औद्योगिक नियोजन परिषदेनंतर, काँग्रेसने स्थापन केलेल्या, राष्ट्रीय नियोजन मंडळाच्या आदेशाप्रमाणे, आज राष्ट्रीय चळवळीचे व राष्ट्रीय काँग्रेसचे सर्व वजन, एकत्रितपणे, अत्यंत वेगवान औद्योगिक विकास करण्यासाठी, धडपडत आहे.

ऑगस्ट १९३८ मध्ये, इंडियन सायन्स काँग्रेसचे जे वार्षिक अधिवेशन झाले त्यांत, अध्यक्षांनी, औद्योगिक विकासासंबंधात, काँग्रेसचा आधुनिक दृष्टिकोन स्पष्ट केला. ह्या अधिवेशनात प्रो. सहा ह्यांनी प्रश्न विचारला की :

"मला असे विचारावे वाटते की, भावी काळात भारत, ग्रामीण जीवनाचे किंवा बैलगाडी युगाच्या तत्त्वज्ञानाचे, पुनर्जीवन करणार आहे व तसे करून गुलामगिरी कायम चालू ठेवणार आहे, किंवा तो आधुनिक औद्योगिक दृष्टीने, एक विकसित राष्ट्र होऊन अशा प्रकारे भारतातील नैसर्गिक साधनांचा विकास करून, दारिद्र्याचा प्रश्न

सोडवून, अज्ञान आणि संरक्षण ह्या समस्या हाताळून, जगातील प्रमुख राष्ट्रांत, मानाचे पान मिळविणार आहे व सुधारणांच्या नवयुगाची नांदी म्हणणार आहे?''

राष्ट्रीय काँग्रेसचे अध्यक्ष एस. सी. बोस ह्यांनी उत्तर दिले की :

''राष्ट्रीय पुनर्रचना ही फक्त विज्ञानाच्या साहाय्यानेच शक्य आहे– भारत हा उत्क्रांतीच्या पूर्व-आयोगिक पातळीवर अजून आहे. आपण प्रथम औद्योगिक क्रांतीच्या वेदनांतून गेल्याशिवाय, कोणतीही सुधारणा किंवा पुनर्जीवन करणे शक्य नाही. आपणास ते मान्य असो किंवा नसो, आपणास हे कबूल करणे भाग आहे की, आधुनिक इतिहासात आजचे युग, हे औद्योगिक युग आहे. औद्योगिक क्रांती टाळता येणे शक्य नाही. जास्तीत जास्त म्हणजे, आपण एवढेच ठरवू शकू की, ही क्रांती म्हणजे औद्योगिक क्रांती, जी ग्रेट ब्रिटनमध्ये झाली. त्या पद्धतीप्रमाणे हळूहळू घडवून आणावयाची, किंवा रशियात झाली, त्याप्रमाणे, नाइलाजाची धडक मारून कार्यवाहीत आणावयाची. मला वाटते, आपल्या देशातही, ती नाइलाजाची धडक मारून, घडवून आणावी लागणार आहे.''

वास्तववादी अनुभव आणि विकास ह्यांनी अध्यात्मवादी कल्पनांना उत्तर दिले आहे. सामाजिक सनातनीपणा हा, उत्साही राष्ट्रीय चळवळीच्या क्षेत्रातून मावळतो. फक्त तो जुन्या गोंधळाच्या आठवणीच्या रूपाने जेमतेम जीव धरून राहतो. तथापि एखाद्या धोरणाचा निश्चित मार्गदर्शक ह्या नात्याने तो टिकू शकत नाही. अशा प्रकारे हे उघड दिसते की आधुनिक राष्ट्रीय चळवळीत प्रत्यक्षात, तीन नसून, दोनच मुख्य प्रवृत्ती, गट, कार्यक्रम आणि धोरणाचे प्रकार आहेत, एक म्हणजे, छोट्या छोट्या निरनिराळ्या गटांसह, प्रभावी औद्योगिक मध्यमवर्गीय व्यापारी, आणि ज्यांच्यामध्ये कामगार वर्गाचे, गरीब शेतकरी समाजाचे, व खालच्या पातळीवरील, शहरी छोट्या मध्यमवर्गीय व्यापाऱ्यांचे, हित निगडित असते, असा समाजवादी औद्योगिक कामगार वर्ग, हा दुसरा गट होय. मुख्यत्वे ह्या प्रमुख दोन धोरणांच्या चाकोरीमध्ये, कार्यक्रमात, पुढारीपणात पोटविभागात, किंवा गटविभागात, जरी त्यांच्यातील बारकावे स्पष्ट झालेले नसले, तरी ते समाविष्ट असतात. ह्या दोन्ही गटातील परस्परसंबंध व शक्ती जी आज राष्ट्रीय संघर्ष व काही प्रमाणात पुनर्रचना, ह्या ध्येयांसाठी एकत्र वाटचाल करीत आहेत व ज्यांची सामाजिक ध्येये व दृष्टिकोन आजच्या प्रश्नांवर निरनिराळे आहेत, त्यांच्यावर भारतीय राजकारणाचा भावी विकास अवलंबून आहे.

## ३. पुनर्रचना, औद्योगिकीकरण व समाजवाद

आधुनिक काळात राष्ट्रीय चळवळीत, औद्योगिकीकरण हा मूळ पाया धरून, ज्याचे दूरगामी परिणाम होतील, अशा पुनर्रचनेच्या कार्यक्रमाची नितांत गरज आहे, ही गोष्ट सर्वानुमते मान्य करण्यात आली आहे. १९३८ च्या ऑक्टोबर महिन्यात, दिल्ली येथे, काँग्रेसच्या प्रांतिक सरकारच्या ''इंडस्ट्रीज मिनिस्टर्स कॉन्फरन्स''ने एक ठराव पास केला, तो असा :

''उद्योगधंद्यांच्या मंत्र्यांच्या ह्या परिषदेचे असे मत आहे की, दारिद्रय, बेकारी, राष्ट्रीय संरक्षण व सर्वसाधारण आर्थिक पुनर्जीवन, ह्या समस्या, औद्योगिकीकरण केल्याशिवाय सोडविता येणार नाहीत. अशा औद्योगिकीकरणाच्या कार्यक्रमातील पहिली पायरी म्हणून राष्ट्रीय नियोजनाची एक व्यापक योजना तयार करावी. कित्येक प्रांतिक सरकारांचे दृष्टिकोन, विचारात घेतल्यावर ह्या परिषदेचे असे मत झाले आहे की, सर्व भारतासाठी एक व्यापक औद्योगिक योजना तयार होऊन तिचा विचार होईपर्यंत राष्ट्रीयदृष्ट्या महत्त्वाचे असे खालील मोठ्या प्रमाणावरील उद्योगधंदे, अखिल भारतीय पातळीवर, सुरू करावे, आणि सर्व प्रांत व संस्थाने ह्यांचे प्रयत्न, त्या दृष्टीने एकत्रित करण्यात यावे :

(अ) सर्व प्रकारची यंत्रे, संयंत्रे व साधने तयार करावी,

(ब) मोटारी, मोटार-बोटी, वगैरे, त्यांना लागणारे भाग व वाहतूक आणि दळणवळण खात्याशी संबंधित असलेले दुसरे उद्योगधंदे,

(क) विजेची संयंत्रे (प्लॅन्ट) व इतर लागणारे भाग,

(इ) धातूंचे उत्पादन करणे,

(फ) वीजनिर्मिती व वीजपुरवठा ह्यांच्याशी संबंधित असलेले उद्योगधंदे निर्माण करणे.

ह्या ठरावाला अनुसरून काँग्रेस कार्यकारी मंडळाच्या मार्गदर्शनाखाली ''अखिल भारतीय राष्ट्रीय नियोजन मंडळ'' स्थापन करण्यात आले. ह्या मंडळाच्या शिफारशींचा त्रोटक अहवाल प्रसिद्ध झालेला आहे.

पुनर्रचनेच्या आणि नियोजित विकासाच्या अनेक महत्त्वाकांक्षी योजना आता भारतात पुढे मांडल्या जात आहेत, किंवा चर्चेला घेतल्या जात आहेत. उच्च पातळीवरील भारतीय उद्योगपतींच्या योजनेचा मुद्दाम उल्लेख करावयास पाहिजे, त्याचे नाव ''भारताच्या आर्थिक विकासाची योजना'' (ह्याचा साधारणपणे ''बॉम्बे प्लॅन'' म्हणून उल्लेख करतात.) ती १९४४ व १९४५ मध्ये दोन विभागांत प्रसिद्ध करण्यात आली आहे. दहा हजार कोटींच्या प्रचंड भांडवली खर्चावर ती आखली आहे, तिचे ध्येय असे : पंधरा वर्षांत राष्ट्रीय उत्पन्नात तीन पट वाढ,

त्यामुळे, प्रजेची वाढ विचारात घेऊनसुद्धा दरडोई उत्पन्न दुप्पट व्हावे. हे ध्येय साध्य करण्यासाठी, उद्योगधंद्यांचा आधार अपेक्षित आहे. संपादकांनी असे सुचविले आहे की, औद्योगिक उत्पन्न ५०० टक्क्यांनी वाढवावे. शेतीमधून १३० टक्क्यांनी, सेवांमधून २०० टक्क्यांनी वाढवावे. असे केले तर, उद्योगधंदे जे आज राष्ट्रीय उत्पन्नांच्या फक्त १७ टक्के वाढ करतात, ते ३५ टक्के वाढ करतील. शेतकी जी आज ५३ टक्के वाढ करते, त्याच्या ऐवजी ४० टक्के वाढ करील, आणि ज्या सेवा आज २२ टक्के वाढ करतात, त्याच्याएेवजी त्या २० टक्के वाढ करतील. मूलभूत उद्योगधंद्यांना प्राधान्य द्यावे असे त्यांचे म्हणणे आहे. त्यामध्ये वीज, खाणी, इंजिनिअरिंग, रसायने, जहाजबांधणी, मोटारी व विमाने, ह्यांचा समावेश व्हावा. लघु-उद्योगधंद्यात योग्य तो वाव देण्यात येणार आहे.

वरील योजनेची ध्येये स्तवनीय असली तरी ती प्रत्यक्षात उतरविण्यासाठी जी पार्श्वभूमी अत्यंत आवश्यक आहे, ती विचारात घेतलेली नाही. भारताच्या औद्योगिक विकासात असलेले मूलभूत अडथळे, जमीनदारांची घट्ट पकड, आणि ब्रिटिशांच्या हितसंबंधांचा प्रभावही दूर करण्याचा प्रयत्न अपेक्षित नाही. राष्ट्रीय उत्पन्नांचे समान वितरण करण्याचीही त्यात सोय नाही. भांडवलसुद्धा मुख्यत्वे नोटा छापून व परकीय भांडवल घेऊन तयार करावयाचे आहे. राष्ट्रीय हिताच्या दृष्टीने स्वतंत्र औद्योगिक विकास करण्याएेवजी, ह्या योजनेत भारतीय व्यापारी आणि परकीय वित्तीय भांडवल, ह्यांच्या सहकार्याने दोघांनीही भारताची पिळवणूक करण्याचा कार्यक्रम आखला आहे. राहणीमान उंचावण्याच्या मोठ्या बतावण्यांमागील, हा खरा हेतू, जे.आर.डी. टाटा, जी. डी. बिर्ला, व सर श्रीराम, ह्यांनी ब्रिटिश भांडवलदारांबरोबर केलेल्या करारांवरून उघड झाला आहे.

औद्योगिकीकरणाची आवश्यकता आहे, ह्याबद्दलची सर्वसाधारण व जोरदार जाणीव, व असे औद्योगिकीकरण हे केंद्रबिंदू करून, जिचे दूरगामी परिणाम होतील, अशी सामाजिक व आर्थिक पुनर्रचना, ही राष्ट्रीय चळवळीतील एक मोठी पायरी होय. तथापि अशा प्रकारच्या कार्यक्रमात नवीन प्रकारचे दूरगामी स्वरूपाचे प्रश्न निर्माण होतात. एक म्हणजे आवश्यक अशी पार्श्वभूमी व योजना कार्यवाहीत आणण्याची पद्धत आणि ज्या सामाजिक चौकटीत ती यशस्वी करावयाची तिची लायकी, बऱ्याच विकसित अशा भांडवलशाही देशांत, आर्थिक तंगी झाल्यामुळे व सोव्हिएट रशियात, नियोजन मोठ्या प्रमाणात यशस्वी झाले, त्यातून स्फूर्ती घेऊन, बऱ्याच ठिकाणी योजनाबद्ध विकासाची कल्पना मान्य करण्यात आली, पण ती काल्पनिक तंत्रावर आधारलेली होती, त्यात समाजवादी व भांडवलशाही आर्थिक रचनेचे मूलभूत नियम

विचारात घेतले नव्हते व खऱ्या सामाजिक व वर्गीय शक्ती विचारात घेतल्या नाहीत. भांडवलशाही देशात आलेल्या अनुभवाने, अशा प्रकारच्या धोरणातील उणेपणा स्पष्ट केला आहे. भारतात तर अशा धोरणाला मुळीच वाव नाही. भारत हा, क्रांतिकारक सामाजिक बदलांच्या प्रवाहातून तूर्त जात आहे, आणि अशा परिस्थितीत, भुकेले कामगार, आणि शेतकरी, ह्यांच्या गरजा, ह्या कोणत्याही अपेक्षित बदलामागील, निर्णायक शक्ती मानाववयास हव्यात. आर्थिक पुनर्रचनेचा प्रश्न हा, मूलभूत सामाजिक व वर्गीय प्रश्नांपासून, अलग करता येणार नाही.

औद्योगीकरण व भारताची सर्वसाधारण पुनर्रचना ही, आजच्या गरिबीत रुतलेल्या, खालच्या तंत्रापासून, विकसित अशा देशांत वापरात असलेल्या तंत्रापर्यंत नेणे, हे नियुक्त कार्य एवढे मोठे आहे की, त्याला प्रचंड शक्तीची गरज आहे. त्यासाठी संपूर्ण समाजाच्या क्रियाशील सहकार्याची आवश्यकता आहे. त्याच प्रमाणे राष्ट्रीय आर्थिक चौकट व भांडवल, ह्या संबंधी, निर्णायक सत्ता असलेल्या सरकारी सत्तेची गरज आहे.

**भारतातील मध्यमवर्गीय छोट्या व्यापाऱ्यांमध्ये हे नियुक्त कार्य कार्यवाहीत आणण्याची पात्रता आहे काय? संघर्ष करून ज्यांनी आपले स्वातंत्र्य मिळविले आहे, अशी भारतीय जनता, त्यांनी आपल्या कष्टांनी जिंकलेला हा भारत, एका छोट्याशा पिळवणूक करणाऱ्या वर्गाच्या हातात देऊन, स्वतः पुन्हा दास्यावस्थेत जाऊन पडण्यात, समाधान मानतील काय ?**

हा प्रश्न उपस्थित करण्यात, एवढेच पाहावयाचे आहे की, आर्थिक व सामाजिक विकासाचे नियुक्त कार्य, औद्योगिकीकरण व भारतातील सामाजिक नवनिर्मिती, ह्या गोष्टी, पाश्चिमात्य देशांत सुरुवातीच्या भांडवलशाहीत, क्रांतीची जी जडणघडण प्रत्ययास आली, तिच्यापेक्षा, मूलभूतदृष्ट्या निराळ्या असल्याच पाहिजेत. भारतातील औद्योगिकीकरण आणि आर्थिक पुनर्रचना ह्यांचे नियुक्त कार्य, भांडवलशाहीच्या उतरत्या काळात, व आंतरराष्ट्रीय श्रमजीवी वर्गाच्या क्रांतीची प्रगती होत असताना, आकार घेत आहे, त्यामुळे तत्सम रूप व पद्धती ह्यांच्या मधूनच, ते मूर्त स्वरूपात आलेले दिसेल.

शेतकीमध्ये संपूर्ण पुनर्रचना झाल्याखेरीज, औद्योगिकीकरण शक्य होत नाही. भारताच्या आर्थिक चौकटीतही हा प्रमुख प्रश्न आहे. ह्या दोन्ही गोष्टी एकमेकांना पूरक आहेत. भांडवलशाहीच्या आर्थिक चौकटीतसुद्धा, औद्योगिक विकासावर बंधने येऊन तो मोडकळीस येतो, आणि असे होण्याचे कारण, बहुसंख्य शेतकरी वर्ग हा दारिद्र्याच्या अत्यंत खालच्या पातळीवर असतो. त्यामुळे

उद्योगधंद्यांनी उत्पादन केलेला माल विकण्यासाठी घरची बाजारपेठ मिळत नाही. त्याचप्रमाणे शेतकीच्या पुनर्रचनेला, औद्योगिक विकासाची आवश्यकता असते. शेतीचे उत्पादन वाढविण्यासाठी शेतकीची अवजारे तयार करण्याची गरज असते आणि ज्या जमिनी ओसाड पडलेल्या असतात, त्यांना नांगराखाली आणता येते. त्याचबरोबर शेतकी व्यवसायामध्ये भाऊगर्दी करून राहिलेल्यांना, व अर्धपोटी राहून उपासमारीत पडलेल्या लाखो लोकांना, शेतकीच्या पुनर्रचनेमुळे अन्य व्यवसायाला वाव मिळतो व शेतीवर जगणारांची गर्दी कमी होत जाते.

तिसऱ्या खंडात दाखविल्याप्रमाणे, शेतीच्या पुनर्रचनेसाठी जमीनदारी नष्ट करावी लागते, जमिनींचे पुनर्वितरण करावे लागते, शेतीतील बिनफायद्याचे गट मोडावे लागतात आणि प्राचीन काळच्या प्राथमिक तंत्राऐवजी, प्रचंड प्रमाणात सामुदायिक शेतीची पद्धत सुरू करावी लागते. ह्यामध्ये मध्यम-मार्ग उपलब्ध नाही. ज्या शेती सुधारणेमध्ये, जमीनदारी तशीच टिकविली जाते, जेथे जमिनीची तुकडेतोड बंद न करता, ''सुधारलेली शेती'' म्हणून तिला नाव दिले जाते, ती सुधारणा अनिश्चिततेची होय. आजच्या जमीनदारी व उपजमीनदारी पद्धतीत, अमर्याद परजीविता इतक्या थराला पोहोचली आहे की, शेतकऱ्यांवरील अनेक बोजे, किंवा मक्तेदारी, शेतीत होणारा कष्टाचा प्रचंड अपव्यय, ह्या भीषण परिस्थितीत, अधिक वाव नाही व साधनेही नाहीत. शेती विषयातील तज्ज्ञ प्रो. राधाकमल मुखर्जी, जो समाजवादी नाही, तो इतक्या थराला गेला आहे की, त्याच्या १९३५ च्या ''अग्रा एक्स्टेन्शन लेक्चर''मध्ये, तो म्हणतो की, ''आजची जमिनीची तुकडेतोड बंद करून, एक विस्तारित क्षेत्र करून, सहकारी पद्धतीवर सामुदायिक शेती करून, शेती ही ''सामुदायिक-सेवा'' ठरविली पाहिजे.'' असा बदल एकाएकी घडवून आणणे शक्य नाही. तथापि, सुरुवात म्हणून जमीनदारी नष्ट करून, जमिनींचे पुनर्वितरण करून, त्यांना सहकारी तत्त्वावर सरकारी मदत देऊन, व सरकारी गुदामांतून अवजारे उसनी देऊन, शेतीचे तंत्र सुधारले पाहिजे. शेतकीची क्रांती ही दुय्यम स्वरूपाची धरून चालणार नाही. नवनिर्मितीची ती चेतनाशक्ती आहे आणि नवभारताच्या उत्कर्षाची ती गुरुकिल्ली आहे.

ह्याच संबंधात, भारताच्या भावी राष्ट्रीय प्रगतीच्या पुढारीपणाच्या दृष्टीने, भारतातील मध्यमवर्गीय छोट्या व्यापारी लोकांचा कमकुवतपणा स्पष्टपणे उघडकीस येतो. औद्योगिक आणि वाणिज्य क्षेत्रांतील वाढ आणि विकासापासून भारतातील मध्यमवर्गीय छोटा व्यापारी हा जमीनदार वर्गाबरोबर संलग्न आहे, त्यांचे हितसंबंध आणि पैसा ह्या बाबतीत त्यांची अंतर्गत हातमिळवणी असते. ह्यामुळे प्रागतिक

मध्यमवर्गीय छोटे व्यापारी, शेतकी पद्धतीत मूलभूत स्वरूपाच्या सुधारणा करण्याच्या बाबतीत नेहमी जास्तीत जास्त टंगळमंगळ करताना दिसतात. जमिनदारी पद्धत रद्द करण्याच्या बाबतीत तीच स्थिती असते, मग असे करणे हे भारताच्या आर्थिक आणि औद्योगिक विकासासाठी कितीही आवश्यक असो. काँग्रेसच्या १९४६ च्या निवडणुकींच्या कार्यक्रमात, जमिनदारी नष्ट करण्याचे तत्त्व मान्य केले गेले. तथापि असे करताना, जमिनदारांना योग्य भरपाई देण्याचे ठरले, ह्याचा खरा अर्थ म्हणजे, आर्थिक ओझे चालू ठेवण्याचीच ती सोय होती. त्याच प्रमाणे, ''नॅशनल प्लॅनिंग कमिटी'' मार्फत प्राथमिक शिक्षणाचा कार्यक्रम १९४६ साली प्रसिद्ध झाला, त्यात असे शांतपणे सुचविले होते की शेतकऱ्यांची कर्जे सरकारने गोठवावी, त्यापैकी १० टक्के शेतकऱ्यांकडून वसूल करावी, त्यापैकी ५ टक्के सावकाराला दिले जावे आणि ५ टक्के प्राथमिक शिक्षणाच्या खर्चासाठी दिले जावे.

भारतातील मध्यमवर्गीय छोट्या व्यापाऱ्यांची, शेतीचे मूलभूत प्रश्न हाताळण्या- संबंधात, जी टंगळमंगळ असते, ती केवळ त्यांचे हितसंबंध जमिनदार वर्गाबरोबर संलग्न असतात, म्हणूनच नव्हे, तर त्यांना अशी भीती वाटते की, शेतीतील क्रांती, ही सामाजिक शक्ती उपलब्ध करील, आणि त्याच्यामुळे, आपल्या वर्गीय सवलती उधळल्या जातील आणि त्याचबरोबर, भांडवलशाही मालमत्तेची मालकी व पिळवणूक, ह्यांचा पायाच उखळून पडेल. ह्या भीतीची जाणीव असल्यामुळेच, साम्राज्यशाहीने जाणूनबुजून व सातत्याने, मध्यमवर्गीय छोट्या व्यापाऱ्यांचा विरोधी पक्षातील लढा मोडून काढण्याचा प्रयत्न केला व अशा प्रकारे राष्ट्रीय संघर्षाची शक्ती आतल्या बाजूने खच्ची केली. ह्याच दृष्टीने लॉर्ड हेले (त्या वेळचा सर माल्कम हेले) ह्याने १९२४ साली स्वराज्य पार्टीला इशारा दिला की :

''भारतातील कोणत्याही खऱ्या क्रांतीचे परिणाम, जे लोक आज केंद्रीय व प्रांतिक विधिमंडळात प्रतिनिधित्व करीत आहेत, त्यांच्यावर भयंकर होतील, कारण भारतातील बहुजन अडाणी समाजात, राजकीय क्रांती, ही फार थोड्या काळात, सामाजिक क्रांती बनेल.''

ह्याचबरोबर, १९४० च्या जानेवारी महिन्याच्या 'हरिजन'मधील गांधीजींच्या उद्‌बोधक विचारांची तुलना योग्य ठरेल. गांधीजी म्हणतात :

''एका अतिशय वजनदार काँग्रेसच्या पुढाऱ्याने मला असे सुचविले की, मी सविनय कायदेभंगाची चळवळ चालू करताच मला ह्यावेळी डळमळीत प्रतिसाद मिळेल. सर्व कामगार वर्ग आणि भारताच्या कित्येक भागातील शेतकरी, खात्रीने

त्याच वेळी संप पुकारतील, मी त्याला सांगितले की, जर तसे घडले, तर मी भयंकर गोंधळून जाईन, आणि माझे सर्व बेत उलटे सुलटे होतील– मी जाणूनबुजून असा संघर्ष करणार नाही, की ज्यामुळे अराजाक माजेल व अत्याचार होतील.''

''कामगार आणि शेतकरी ह्यांच्या कृतींतून निर्माण होणारे अत्याचार'' ही सनातनी प्रतिगाम्यांची साचेबंद भाषा आहे. ती सर्व देशांत वहिवाटलेली भाषा आहे आणि ती साम्राज्यशाहीच्या व मध्यमवर्गीय राष्ट्रीय छोट्या व्यापाऱ्यांच्या व्यासपीठाची ठरलेली बोली आहे.

अशा प्रकारे भारतीय परिस्थितीतील प्रत्यक्ष अनुभवामुळे, त्या परिस्थितीच्या तातडीच्या गरजांमुळे, राष्ट्रीय संघर्षातील, मध्यमवर्गीय छोट्या व्यापाऱ्यांच्या पुढारीपणाला पुन्हा पुन्हा येणारा, कमकुवतपणा व अपयश ह्यांच्या अनुभवामुळे, व सर्वांत महत्त्वाचे म्हणजे कामगार वर्गातील वाढती शक्ती, जागृती व सद्सद्विवेक बुद्धी ह्यामुळे, आणि शेतकीतील क्रांतीच्या वाढत्या शक्तींमुळे, भारतात आधुनिक काळात, राष्ट्रीय चळवळीत, समाजवादाचा प्रश्न प्रामुख्याने पुढे येत आहे. भारतातील समाजवादाचा प्रश्न हा एक विचारतरंग म्हणून, बाहेरून भारतात आयात केलेला नाही, तो भारतातील परिस्थिती व अनुभव ह्यांतून प्रत्यक्षपणे निर्माण झाला आहे आणि सर्व देशांतील जागतिक चळवळींतील अनुभव, त्याचे तत्त्वज्ञान व वास्तववादी झेप, ह्यांचा विचार करूनच त्याची उपयुक्तता लोकांना वाटू लागली आहे. भारतातील कामगार वर्गाची राजकीय चळवळ, ही अजून विकासाच्या मार्गावर आहे, आपली संघटना ती वाढवीत आहे, आपल्या कार्यक्रमात ती स्पष्टपणा निर्माण करीत आहे, अनुभव घेत आहे व बहुजन समाजाची पातळी तयार करीत आहे. तथापि ती भावी काळात निर्णयिक शक्ती होणार आहे, ही गोष्ट मोठ्या प्रमाणात मान्य झाली आहे.

राष्ट्रीय चळवळीतील समाजवादी विचारप्रणालीचे वजन, आणि समाजवाद व राष्ट्राभिमान ह्यामधील वाढती आपुलकी, ही १९२९ साली व १९३६ ते १९३८ ह्या काळात, नेहरू काँग्रेसचे अध्यक्ष असताना, गेल्या दहा वर्षांत प्रामुख्याने बोलकी झाली. नेहरू स्वत: संघटित समाजवादी चळवळीपासून अलिप्त राहिले, तथापि, समाजवाद्यांची वाढती लोकप्रियता व संघटना, आणि काँग्रेसमधील जुने पुढारीपण, ह्यांच्यामध्ये ''लक्ष्मण-झुला''सारखे नेहरू राहिले, व त्याची परिणती म्हणजे, राष्ट्रीय उदारमतवाद आणि समाजवादी उदारमतवाद ह्यांच्यामध्ये आपलेपणा निर्माण झाला.

''जर भारतीय सरकारने परकीय सरकारची जागा घेतली, आणि त्यांचे सर्व हितसंबंध जसेच्या तसेच टिकविले तर ती स्वातंत्र्याची सावली सुद्धा ठरणार नाही–

म्हणून भारताचे तातडीचे ध्येय हे, भारतीय जनतेची पिळवणूक कशी थांबविता येईल, ह्या दृष्टिकोनातून ठरविले पाहिजे. राजकीय दृष्टीने त्याचा अर्थ 'स्वातंत्र्य' हाच असला पाहिजे त्याच बरोबर ब्रिटिशांचे संबंध संपुष्टात आले पाहिजेत, म्हणजेच साम्राज्यशाहीचे वर्चस्व, आर्थिक दृष्टीने व सामाजिक दृष्टीने सर्व खास वर्गीय सवलती, व प्रस्थापित हितसंबंध, ह्याचा शेवट झाला पाहिजे.''

(जवाहरलाल नेहरू, ''व्हिदर इंडिया?'', १९३३.)

राष्ट्रीय चळवळीत 'समाजवादी' व 'समाजवादी नसलेले', ह्या दोन्ही गटांच्या सहकार्याचे काँग्रेस प्रतिनिधित्व करते, ही गोष्ट मान्य करूनही, समाजवादी नसलेल्यांची आज काँग्रेसमध्ये बहुसंख्या आहे, हे खरे, तथापि ह्या संबंधात नेहरूंनी आपला अंदाज व्यक्त केला, तो असा की, राष्ट्रीय चळवळ ही समाजवादी धोरणाकडे झुकेल.

''मी भारतीय स्वातंत्र्यासाठी कार्य करतो कारण माझ्यातील राष्ट्रीय भावनेला परकीय वर्चस्व सहन होत नाही, मी त्यासाठी अधिक काम करतो कारण, माझ्या दृष्टीने सामाजिक व आर्थिक बदल घडवून आणण्यासाठी, असे करणे अटळ आहे. काँग्रेस ही समाजवादी संघटना व्हावी, आणि, जगातील ज्या इतर शक्ती नवसंस्कृती निर्माण करण्यासाठी झटत आहेत, त्यांच्याशी काँग्रेसने सहकार्य करावे, असे मला वाटते, तथापि मला ह्या गोष्टीची जाणीव आहे की, काँग्रेसमधील बहुसंख्य गट, आज ज्या पद्धतीने संघटित झालेला आहे, तो इतका पुढे जाण्यास तयार होणार नाही–

''ह्या देशात समाजवादाची प्रगती व्हावी, असे मला फार वाटते, तथापि ही गोष्ट काँग्रेसवर लादावी आणि त्यामुळे आपल्या स्वातंत्र्याच्या लढ्यात अडचणी निर्माण कराव्या, अशी माझी इच्छा नाही. जे आज स्वातंत्र्यासाठी कार्य करीत आहेत, त्यांना समाजवादी उपाय, जरी पसंत नसला, तरी मी अत्यंत आनंदाने, आणि माझी सर्व शक्ती पणास लावून, त्यांच्या बरोबर सहकार्य करीन. मात्र असे करताना, मी माझी विचारप्रणाली स्पष्टपणे त्यांना सांगेन, आणि हळूहळू काँग्रेस आणि भारत ह्यांचे, माझ्या मनात परिवर्तन घडवून आणीन, कारण ह्याच मार्गाने भारत स्वातंत्र्य मिळवितांना मला दिसेल.''

(जवाहरलाल नेहरू ह्यांनी १९३६ साली, लखनौ राष्ट्रीय काँग्रेसच्या अध्यक्षपदावरून केलेले भाषण.)

मध्यंतरीच्या काळात, तात्पुरता समतोल सांभाळून, काँग्रेसचे हळूहळू समाजवादात रूपांतर होणार असल्याचे चित्र, येथे रेखाटले आहे. तथापि ह्या कल्पनेत, वर्ग-शक्तीचा आजचा संघर्ष, विचारात घेतलेला नाही, त्याचे पडसाद काँग्रेसमध्ये, आणि

काँग्रेस व बहुजन समाज ह्यांच्या संबंधाच्या प्रश्नावर, आजही अटळ झाले आहेत. ही कल्पना प्रत्यक्षात, राष्ट्रीय एकतेच्या नावाखाली, वर्ग-समन्वयाची विचारप्रणाली ठरते आणि असा वर्ग-समन्वय, प्रत्यक्षात मध्यमवर्गीय राष्ट्रीय छोट्या व्यापाऱ्यांच्या पुढारीपणाच्या आहारी जातो, आणि ते, क्रियाशील राष्ट्रीय चळवळीच्या प्रगतीला, खीळ घालतात.

भारताच्या प्रश्नांना शेवटचे उत्तर हे समाजवादी धोरणातूनच उपलब्ध होईल, ह्यात शंका नाही व ही गोष्ट प्रागतिक विचाराच्या भारतीयांना अधिकाधिक स्पष्ट होत आहे. समाजवादी पद्धतीतील उद्योगधंदे व सामुदायिक शेती, हीच अखेर भारतात, अशी परिस्थिती निर्माण करतील की, जो भारत, आज एक जगप्रसिद्ध गलिच्छ वस्तीचा देश, म्हणून समजलो जातो, तो जगातील, एक अत्यंत समृद्ध व सुखी देश म्हणून नावाजला जाईल. फक्त कामगार वर्गाची प्रचंड समाजवादी शक्ती, एकदा आपल्या पूर्णत्वास पोहोचल्यावर, व तिला पुढारीपण मिळाल्यावर, आणि शेतकरी वर्ग एकदा दास्यातून मुक्त झाल्यावर, हे दोन्ही वर्ग, अत्यंत दूरदर्शी आणि प्रागतिक विचारवंत, आणि त्यांच्याबरोबर शहरांतील मध्यमवर्गीय छोटे व्यापारी, ह्यांच्याशी सहकार्य करून, अखेर, ज्याप्रमाणे 'हरक्युलस्' याने, 'अलफीअस्' नदीचा प्रवाह फिरवून, 'ऑगिअस्' येथील गलिच्छ वस्ती धुवून नाहीशी केली, त्याप्रमाणे, भारतातील 'ऑगिअन्' म्हणून समजली जाणारी गलिच्छ वस्ती नाहीशी करतील आणि भारतात नवसमाज निर्मिती करतील.

भारतात असा बदल होण्यास फार वेळ लागेल, असे जे काही दुरून पाहणारांना वाटते, ते खरे नव्हे. भारताच्या समाजवादी भवितव्याच्या प्रचंड शक्ती, औद्योगिक कामगार वर्गाच्या शक्ती, व जागृत होत असलेला शेतकरी समाज, हे एकत्र होत आहेत आणि राजकीय क्षेत्रात, आघाडीवर येण्यासाठी, अधिकाधिक स्पष्टपणे वाटचाल करीत आहेत. आपल्या राजकीय पक्षाचा व ट्रेड युनियन संघटनेचा विकास करून, वर्ग विग्रहाच्या तत्त्वावर, आणि मार्क्सच्या तत्त्वज्ञानाच्या मार्गदर्शनाखाली, एकदा का कामगार वर्ग, संघटनेच्या व राजकीय पुढारीपणाच्या पूर्णत्वास पोहोचला, आणि एकदा का त्याने, गरीब शेतकरी वर्गाच्या बहुजन समाजाशी, व जे आपली शेतकऱ्यांची संघटना अगोदरच तयार करीत आहेत, अशा श्रमजीवी शेतकऱ्यांशी, समन्वय साधला, म्हणजे कामगार वर्गाचे, भारतीय लोकराज्य निर्माण होण्यास, अत्यंत योग्य परिस्थिती निर्माण झाली, असे होईल. ते लोकराज्य, कामगार, शेतकरी व त्यांच्याच बरोबर कडवे विचारवंत व शहरातील, मध्यमवर्गीय छोटे व्यापारी,

ह्यांच्या लोकशाही शक्तीचे प्रतिनिधित्व करील व ते सर्वजण संयुक्त प्रयत्नाने, समाजवादाकडे जाणाऱ्या, समाजवादी पुनर्रचनेचा पाया घालतील.

ह्या संबंधात, सोव्हिएट युनियनचा अनुभव आणि नवीन प्रकारची लोकशाही, जी रशियात निर्माण करण्यात आली आहे, त्यात भारतासारख्या देशाला फार महत्त्वाचे धडे व अर्थ सापडेल. रशियन क्रांतीलगतच्या पूर्वीच्या काळातील झारशाहीतील रशिया, व आजचा भारत, ह्यांच्यामध्ये मूलभूत स्वरूपाचे फरक होते, त्यामुळे त्यांची कृत्रिम स्वरूपाची तुलना करता येत नाही, विशेषत: एकामध्ये साम्राज्यशाहीतील परिस्थिती होती, तर दुसऱ्या मध्ये, वसाहतीचे वातावरण होते, एवढे असले तरी, सामाजिक गटांतील संबंध, व जे खास प्रश्न रशियाला म्हणून सोडवावे लागले, असे प्रश्न, ह्या बाबतीत आजच्या भारतात बरेच साधर्म्य आहे. भारतात आपल्याला एक परकीय अरेरावीची कमकुवत होत असलेली राजवट, आपल्या आधारासाठी, प्रतिगामी सरंजामशाही शक्तींना मजबूत करीत असलेली दिसते. मध्यमवर्गीय छोटा उद्योगपती, प्रगतीची महत्त्वाकांक्षा बाळगून आहे. पण जुलुमी राजवटीला विरोध करण्याच्या बाबतीत डळमळीत आहे, तो वाढत्या जनशक्तीला भीत आहे. प्रगत औद्योगिक कामगार वर्ग, संख्येने लहान आहे, पण अवजड औद्योगिक कारखान्यात केंद्रिभूत झालेला आहे, त्या मानाने त्याची हुकमी केंद्रे थोडी आहेत. तथापि तो फार लढाऊ वृत्तीची वर्गजागृती व्यक्त करीत असून क्रियाशील आहे. शेतकरी वर्ग, जो एकूण जनसंख्येच्या मानाने प्रचंड मोठा आहे तो, कालबाह्य झालेल्या शेतीच्या जुन्या पद्धतीत, अज्ञानामुळे आणि निरक्षरतेमुळे वैतागलेला असून, मूलभूत स्वरूपाचे शेतीविषयक परिवर्तन करण्याकडे वाटचाल करीत आहे.

भारतासारखी सामाजिक परिस्थिती असलेल्या देशात, अत्यंत योग्य प्रकारची लोकशाही म्हणजे संसदीय लोकशाहीच असेल, असे नाही. ती अशा प्रकारची असेल, की जी बहुसंख्य जनतेच्या जीवनाला व परिस्थितीला मिळती जुळती ठरेल, जिच्या मध्ये शेतकरी-कामकरी वर्गाची ग्राम-मंडळे, ही कारखान्यातील व अन्यत्र असलेल्या कामगार मंडळांशी संलग्न असतील. अशा प्रकारची लोकशाही म्हणजे रशियन लोकशाही होय. रशियन लोकशाही ही जनतेला, कारखान्यातील कामगारांना आणि खेड्यातील शेतकऱ्यांना जवळची वाटेल. दुसऱ्या कोणत्याही प्रकारची लोकशाही करू शकणार नाही असे कार्य रशियन लोकशाही करू शकेल. ते म्हणजे, कामगार वर्ग, शेतकरी वर्ग, बहुसंख्य विद्वानांचा वर्ग, शास्त्रज्ञ, तंत्रज्ञ आणि शहरातील छोटे मध्यमवर्गीय व्यापारी, ह्यांच्यामधील रचनात्मक शक्ती, जे आजच्या परिस्थितीस,

सामाजिक हितासाठी, ती वापरण्याच्या बाबतीत, खुरटलेले व विषण्ण झालेले आहेत व नवभारत¹ निर्मितीच्या नियुक्त कार्यात सहकार्य करण्याचे बाबतीतही त्याची अशीच कुचंबणा झालेली आहे, ती नाहीशी होईल.

भारताला, विशेषत: जे भाग आज मागास म्हणून समजले जातात, आणि ह्या देशातील अगदी मूळच्या लोकांचे प्रतिनिधी, अशांना सोव्हिएट रशियातील, सेंट्रल एशियन प्रजासत्ताकांचा, विकासविषयीचा अनुभव, फार महत्त्वाचा वाटेल, जे झारशाहीत संपूर्ण राष्ट्रीय आणि सामाजिक दास्यात जखडले गेले होते, व जे सुधारणेच्या अगदी खालच्या पातळीवर आहेत, अशा लोकांना, प्रगत औद्योगिक कामगार वर्गाच्या सहकार्यातून, भांडवलशाही शक्तींच्या लुडबुडीला डावलून, तांत्रिक व सांस्कृतिक विकासाच्या मार्गाने, समाजवादाकडे पोहोचण्यासाठी, वेगाने पुढे जाण्याची शक्यता दाखविण्यात आली आहे.

---


१.  १९३६ च्या लखनौ राष्ट्रीय काँग्रेसमध्ये, अध्यक्षपदावरून केलेल्या भाषणात, जवाहरलाल नेहरू यांनी, ''सोव्हिएट'' लोकशाहीची जी वाहवा केली, ती नमूद करण्यासारखी आहे :

वेब याच्या रशियावरील नव्या ग्रंथात आलेली प्रचंड आणि लक्षवेधी माहिती वाचणे मनोरंजक वाटते. सबंध रशियाची रचना ही प्रशस्त व सजीव लोकशाही पायावर आधारलेली आहे. रशिया हे पाश्चिमात्य देशांच्या धर्तीवर रचना केलेले लोकशाही राष्ट्र असेल, अशी कोणी अपेक्षा करीत नाही, आणि तरीही लोकशाहीची प्रमुख तत्त्वे अन्यत्र कोठेही नसतील, एवढ्या मोठ्या प्रमाणात रशियन जनतेत हजर दिसतात. येथील सहा लाख शहरे व खेडी, ह्यांमध्ये प्रचंड लोकशाही पद्धतीची संघटना आहे. प्रत्येकाला स्वत:चे 'सोव्हिएट' आहे, ते सातत्याने वादविवाद, चर्चा, टीका, धोरण ठरविण्यासंबंधाने सहकार्य व वरच्या मंडळावर आपले प्रतिनिधी निवडून देण्यासाठी, गर्क असते. ह्या संघटनेत १८ वर्षांवरील सर्व प्रौढ, नागरिक ह्या नात्याने संघटित केलेले आहेत. अशीच दुसरी एक उत्पादकांची प्रचंड संघटना आहे. तिसरीही एक आहे, ती पण अशीच प्रचंड आहे. तिच्यात सर्व ग्राहक, संघटित केलेले आहेत. अशा प्रकारे लाखो पुरुष व स्त्रिया ह्या सातत्याने सामाजिक प्रश्नावर चर्चा करतात आणि देशाच्या शासनात प्रत्यक्ष भाग घेतात. इतिहासात लोकशाही तत्त्वाचा अशा प्रकारे वास्तववादी उपयोग, कधीही व कोठेही करण्यात आलेला नाही.

## ४. भारतीय राष्ट्रापुढील नियुक्त कार्य

असे 'लोक' भारताचे किंवा 'शेतकरी-कामकरी' भारताचे समाजवादाकडे वाटचाल करणारे वस्तुचित्र, आधुनिक जगातील भावी भारताचे मूर्त स्वरूप आपणासमोर उभे करते. अशा वस्तुचित्राबरोबर, भारतात स्थिर होणाऱ्या समाजवादी सामाजिक रचनेवर, अखेर निर्माण होणाऱ्या वर्गविरहित भारतावर आपण दृष्टिक्षेप टाकू शकतो. त्यावेळी राष्ट्रीय विभाग (एका राष्ट्राने दुसऱ्या राष्ट्रावर ठेवलेले वर्चस्व संपुष्टात आणण्यासाठी, व स्वातंत्र्याच्या आणि विभाजनाच्या संधिकालात अटळ असलेले) हे कायमचे नाहीसे झालेले असतील. आणि भारत हा, संयुक्त जागतिक वर्गविरहित समाजाचा, एक भाग झालेला असेल.

तथापि ह्याचा असा अर्थ नव्हे की भारत एका प्रयत्नात अशी परिस्थिती निर्माण करील, किंवा समाजवादही भारताची लगेच चढण्याची पायरी आहे.

**पहिले नियुक्त कार्य, राष्ट्रीय स्वातंत्र्य मिळविणे हे आहे. भारतीय जनतेचे त्या नंतरचे पहिले कार्य म्हणजे, साम्राज्यशाहीची राजवट संपुष्टात आणणे व जनतेतील, सरंजामशाही, प्रतिगामी व साम्राज्यशाहीचा पाठपुरावा करणारे, ह्यांना उडवून लावले पाहिजे, म्हणजेच लोकशाहीसाठी केलेला संघर्ष पूर्णत्वाने यशस्वी करणे, होय.**

तथापि राष्ट्रीय स्वातंत्र्याच्या नियुक्त कार्याची परिपूर्णता, आणि भारतातील लोकशाहीवादी क्रांती, ह्यासाठी, ब्रिटिश राजवटीने, आपले वर्चस्व व सार्वभौमत्व, भारतीय राजवटीच्या ताब्यात देऊन त्यापेक्षा अधिक काही गोष्टी कराव्या लागतील.

**पहिली, संपूर्ण स्वातंत्र्याच्या परिणामकारक विजयासाठी व साम्राज्यशाहीचे वर्चस्व भारतातून नष्ट करण्यासाठी, मागे आपण पाहिल्याप्रमाणे, भारतातील केवळ साम्राज्यशाहीची राजकीय राजवट, औपचारिकरीत्या संपुष्टात आणून भागणार नाही, तर जीवन, कामगार, साधने व भारतीय जनतेच्या विकासाच्या स्वातंत्र्यावरील, ब्रिटिशांच्या वित्तीय भांडवलाचा गळफास, तोडावा लागेल. म्हणजेच परकीय भांडवलाला, आज देण्यात येत असलेल्या सवलती, आणि परकीयांच्या मालकीचे असलेले उद्योगधंदे, मळे, कारखाने, रेल्वे, जहाजे, पाटबंधाऱ्यांची कामे, वगैरे सर्व, भारताने आपल्या ताब्यात घेतले पाहिजेत. त्याचबरोबर, कर्जाचा बोजा कमी करण्यासाठी, एकमेकांच्या शक्तीचे संबंध विचारात घेऊन, राजकीय व मुत्सद्देगिरीच्या दृष्टीने, ज्या योजना करणे शक्य आहे, त्या केल्या पाहिजेत.**

दुसरी, आपण मागे पाहिल्याप्रमाणे, जमीनदारी नष्ट करण्यासाठी, जमिनीच्या पुनर्वितरणासाठी, शेतकऱ्यांचे कर्ज नाहीसे करण्यासाठी, आणि शेतीत सुधारणा करण्यासाठी, लोकशाही पद्धतीच्या सत्तांतरात, शेतकी विषयक क्रांती अभिप्रेत असते.

तिसरी, भारताच्या आर्थिक आणि सामाजिक पुनर्रचनेच्या निकडीच्या नियुक्त कार्यासाठी, औद्योगिकीकरण व आवश्यक असा सांस्कृतिक विकास, हे स्वतंत्र भारताचे पायाचे सदगड आहेत. त्या दृष्टीने, भारताचे स्वतंत्र राज्य, हे काँग्रेसने जाहीर केलेल्या ''हक्कां''च्या छायेत येईल, आणि ते आर्थिक चौकटीचे प्रमुख आधारस्तंभ आहेत, म्हणजेच मुख्य उद्योगधंदे, सेवा, खनिज साधने, रेल्वे, जलमार्ग, जहाजे, दळणवळणाची आणि वाहतुकीची इतर साधने, बँकिंग व पत वगैरे.

ह्या गोष्टी, म्हणजे समाजवादी रचनेचे नियुक्त कार्य नव्हे, तरी त्याची पार्श्वभूमी निर्माण करतात, एवढे खरे.

लोकशाही प्रजासत्ताक भारत, हे राष्ट्रीय स्वातंत्र्याचे, आजचे ध्येय आहे, हे उघड आहे. तथापि त्यासाठी नवीन प्रकारचे लोकशाही प्रजासत्ताक, भारताला तयार करावे लागेल. पाश्चिमात्य भांडवलवाल्यांच्या, साम्राज्यवादी अर्धवट-लोकशाह्यांपेक्षा, ते फार निराळ्या पद्धतीचे असेल. **एक असे लोकशाही प्रजासत्ताक राज्य, की ज्याने सरंजामशाहीचा व जमीनदारीचा पाया उद्ध्वस्त केला आहे, ज्याने राष्ट्रीय विकासासाठी, आर्थिक चौकटीचा लगाम आपल्या हातात ठेवला आहे, आणि जे कामगारवर्ग व शेतकरी, ह्यांच्या संघटनेसाठी आणि विकासासाठी, भरपूर वाव देते.**

भारताच्या स्वातंत्र्यासाठी करावयाच्या निर्णायक लढाया, आता नजीकच्या काळात होणार आहेत. ते सत्तांतर, वादळी व मोठा त्याग करून मिळवावे लागेल, किंवा ते साधारणपणे सलोख्याचे व जलद होईल, ही गोष्ट भारताच्या, राष्ट्रीय चळवळीच्या शक्तीवर अवलंबून राहणार नसून, ब्रिटिश कामगार वर्गाच्या, समजुतदार व क्रियाशील सहकार्यावर व ब्रिटिशांच्या लोकशाही चळवळीवर, अवलंबून राहील. कोणत्याही परिस्थितीत, संघर्षाचा प्रकार कोणताही असो, हे सत्तांतर ऐतिहासिक दृष्टीने निश्चित आहे. ब्रिटिश कामगार वर्ग व ब्रिटनामधील लोकशाही शक्ती ह्यांच्या दृष्टीने, भारताचे स्वातंत्र्य वेळीच मान्य करणे, अधिक चांगले ठरेल. जागतिक युद्धाने ह्या प्रश्नांना चेतावणी दिली आहे व ते प्रश्न

भारतात आता पूर्णावस्थेस पोहोचत आहेत राष्ट्रीय स्वातंत्र्यासाठी, निर्णायक लढ्याचा प्रश्न, आणि परिणामी, सामाजिक स्वातंत्र्यासाठी, द्यावयाच्या संघर्षाचा प्रश्न.

भारतात लोकप्रिय शक्ती पुढे येत आहेत, ह्यात शंका नाही. कामगार वर्ग व शेतकरी ह्यांच्या शक्ती, संघर्षातून जागृत शक्तींकडे मार्गक्रमण करीत असून, एका विशाल रचनात्मक कार्याकडे व अधिक सुखी भवितव्यतेकडे, त्या वाटचाल करीत आहेत. कामगार वर्गाची क्रियाशील आपुलकी व सदिच्छा, आणि सर्व जगातील प्रागतिक शक्ती, ह्या भारतीयांना त्यांच्या संपूर्ण स्वातंत्र्याच्या लढ्यात पाठपुरावा करतील, कारण त्यांचे स्वातंत्र्य अत्यंत महत्त्वाचे व जगाच्या भवितव्यतेच्या दृष्टीने, आशादायक आहे. भारताला स्वातंत्र्य देणे, म्हणजे स्वतंत्रतेच्या मार्गावर मोठे पाऊल टाकणे, समता व परिणामी मानवजातीचे ऐक्य साधणे, व सरतेशेवटी जागतिक शांतता आणि समाजवाद, ह्यासाठी विजय मिळविणे होय.

■